വലിയ ചൂഷണങ്ങൾ - 1

- 2026 പതിപ്പ് - 2

ഫീച്ചർ ചെയ്യുന്നു - ജോൺ ജി. ലേക്ക് – കാതറിൻ കുഹ്ൽമാൻ – ലെസ്റ്റർ സമ്മോൾ – ഫ്രാങ്ക് ആൻഡ് ഇഡ മേ ഹാമണ്ട് – ഡെറക് പ്രിൻസ് – നോവൽ ഹെയ്സ് – ജോസഫ് അയോ ബാബലോള - റോബർട്ട് ഷാംബാക്ക്

നിങ്ങൾ ജനിച്ചിരിക്കുന്നത് ഇതിനായിട്ടാണ് - രോഗശാന്തി, മോചനം, പുനഃസ്ഥാപനം - മഹാന്മാരിൽ നിന്ന് എങ്ങനെയെന്ന് കണ്ടെത്തുക.

ഗ്രേറ്റർ എക്സ്പ്ലോയിറ്റ്സ് സീരീസ് 1

അംബാസഡർ തിങ്കളാഴ്ച ഒ. ഒഗ്ബെ;
സക്കറിയാസ് ഗോഡ്സീഗിൾ എഴുതിയത്

Table of Contents

വലിയ ചൂഷണങ്ങൾ - 1
- പുസ്തകത്തെക്കുറിച്ച്

ഗ്രേറ്റർ എക്സ്പ്ലോയിറ്റ്സ് – 1 (2026 പതിപ്പ്)
നിങ്ങൾ ഇതിനായി ജനിച്ചിരിക്കുന്നു -
രോഗശാന്തി, വിടുതൽ, പുനഃസ്ഥാപനം
ഇപ്പോൾ 50 ഭാഷകളിലേക്ക് വിവർത്തനം
ചെയ്യപ്പെട്ടു.

ബൈബിളിലെ അത്ഭുതങ്ങൾ ചരിത്രമല്ല, മറിച്ച് നിങ്ങളുടെ പാരമ്പര്യമാണെങ്കിലോ? *ഗ്രേറ്റർ എക്സ്പ്ലോയിറ്റ്സ് - 1* ൽ , കഴിഞ്ഞ 100 വർഷങ്ങളിലെ ഏറ്റവും സ്വാധീനമുള്ള ചില രോഗശാന്തി ശുശ്രൂഷകരുടെ ജീവിതം തിരുവെഴുത്തുകളിൽ അധിഷ്ഠിതവും പ്രകാശപൂരിതവുമാക്കി - രോഗശാന്തിയുടെയും വിടുതലിന്റെയും പുനഃസ്ഥാപനത്തിന്റെയും ശക്തവും വിശ്വാസത്താൽ നയിക്കപ്പെടുന്നതുമായ ഒരു യാത്രയിലേക്ക് നിങ്ങളെ ക്ഷണിക്കുന്നു. ജീവിതങ്ങളും സാക്ഷ്യങ്ങളും അവതരിപ്പിക്കുന്നു:

ജോൺ ജി. ലേക്ക്
കാതറിൻ കുഹ്ൽമാൻ
ലെസ്റ്റർ സമ്മാൽ
ഫ്രാങ്ക് & ഇഡ മേ ഹാമണ്ട്

ഡെറക് പ്രിൻസ്
നോർവെൽ ഹെയ്സ്
ജോസഫ് അയോ ബാബലോല
റോബർട്ട് ഷാംബാക്ക്
ഈ പുസ്തകം കഥകൾ പറയുന്നതിനേക്കാൾ കൂടുതൽ കാര്യങ്ങൾ ചെയ്യുന്നു. ഇത് നിങ്ങളെ സജ്ജരാക്കുന്നു.

സ്വാതന്ത്ര്യത്തിന് നിങ്ങൾ തയ്യാറാണോ?

- നിസ്സഹായത, നിരാശ, അല്ലെങ്കിൽ പരാജയ ചക്രങ്ങൾ എന്നിവയിൽ നിങ്ങൾ മടുത്തോ?
- ശാരീരികമോ വൈകാരികമോ ആത്മീയമോ ആയ അടിച്ചമർത്തലുമായി നിങ്ങൾ മല്ലിടുകയാണോ?
- പ്രാർത്ഥനകൾക്ക് ഉത്തരം ലഭിച്ചിട്ടില്ലെന്ന് തോന്നിയിട്ടുണ്ടോ?
- മറ്റുള്ളവർക്ക് രോഗശാന്തിയും പുനഃസ്ഥാപനവും ശുശ്രൂഷിക്കാൻ നിങ്ങൾ വിശക്കുന്നുണ്ടോ?

ഈ പുസ്തകം നിങ്ങൾക്കായി എഴുതിയതാണ്.

നിങ്ങൾ ഉള്ളിൽ കണ്ടെത്തുന്നത്:

✓ രോഗശാന്തിയുടെയും വിടുതലിന്റെയും 80-ലധികം ശക്തമായ സാക്ഷ്യങ്ങൾ

✓ രോഗശാന്തിയും പുനഃസ്ഥാപനവും ശുശ്രൂഷിക്കുന്നതിനുള്ള പ്രായോഗിക മാർഗ്ഗനിർദ്ദേശങ്ങൾ

✓ മർക്കോസ് 16:15–20 ലും യോഹന്നാൻ 14:12 ലും വേരൂന്നിയ തിരുവെഴുത്ത് അടിസ്ഥാനങ്ങൾ

✓ രോഗശാന്തിയെയും മോചനത്തെയും കുറിച്ചുള്ള പൊതുവായ ചോദ്യങ്ങൾക്കുള്ള ഉത്തരങ്ങൾ

✓ മുന്നേറ്റം സജീവമാക്കുന്ന ഏഴ് നിർണായക ആത്മീയ അവസ്ഥകൾ

✓ അചഞ്ചലമായ പ്രതിബദ്ധത പ്രകടമാക്കുന്ന യഥാർത്ഥ ജീവിത വിശ്വാസ യാത്രകൾ

വായനക്കാർ ഈ പുസ്തകത്തെ ഇങ്ങനെ വിവരിക്കുന്നു:

"ആത്മീയ യാത്ര കൂടുതൽ ആഴത്തിലാക്കാൻ ആഗ്രഹിക്കുന്ന വായനക്കാർക്ക് ശക്തവും വിശ്വാസത്താൽ നയിക്കപ്പെടുന്നതുമായ ഒരു അടിത്തറ."

"മതത്തിനപ്പുറം പ്രചോദനം നൽകുന്നത് - നിസ്വാർത്ഥതയുടെയും പ്രതിബദ്ധതയുടെയും ഒരു സാർവത്രിക പാഠം."

"വിശ്വാസത്തിന്റെയും രോഗശാന്തിയുടെയും യഥാർത്ഥ സാക്ഷ്യങ്ങളാൽ നിറഞ്ഞിരിക്കുന്നു... ശക്തവും സമ്പന്നവുമാണ്."

ഇത് സിദ്ധാന്തമല്ല. സജീവമാക്കലാണ്.

രോഗശാന്തി. മോചനം. പുനഃസ്ഥാപനം.

അമൂർത്ത ദൈവശാസ്ത്രമല്ല - മറിച്ച് പ്രായോഗിക വിശ്വാസം.

നിങ്ങൾക്ക് ലഭിക്കും:

- പ്രാർത്ഥനകൾ
- തിരുവെഴുത്തുകൾ
- തന്ത്രപരമായ ആത്മീയ ഉൾക്കാഴ്ചകൾ
- നിങ്ങൾക്ക് ഉടനടി പ്രയോഗിക്കാവുന്ന പ്രായോഗിക ഘട്ടങ്ങൾ

ഇത് ഉണർവ്വ് ചരിത്രത്തെയും ജീവിക്കുന്ന സാക്ഷ്യത്തെയും അടിസ്ഥാനമാക്കി നിർമ്മിച്ച ഒരു ശുശ്രൂഷ സജീവമാക്കൽ മാനുവലാണ്.

നീ ഇതിനായി ജനിച്ചിരിക്കുന്നു

യോഹന്നാൻ 14:12-ൽ യേശു പ്രഖ്യാപിച്ചത് വിശ്വസിക്കുന്നവർ അതേ പ്രവൃത്തികൾ ചെയ്യും എന്നാണ് - കൂടാതെ വലിയ പ്രവൃത്തികളും ചെയ്യും.

ഇതിലും വലിയ ചൂഷണങ്ങൾ സാധ്യമാണോ എന്നതല്ല ചോദ്യം.

നിങ്ങൾ അതെ എന്ന് പറയുമോ എന്നതാണ് ചോദ്യം.

ആഴമേറിയ വിശ്വാസത്തിനായി നിങ്ങൾ വിശക്കുന്നുവെങ്കിൽ...

നിങ്ങൾക്ക് സ്വാതന്ത്ര്യം വേണമെങ്കിൽ...

പുനഃസ്ഥാപനത്തിലേക്ക് നടക്കാൻ മറ്റുള്ളവരെ സഹായിക്കാൻ നിങ്ങൾ ആഗ്രഹിക്കുന്നുവെങ്കിൽ...

പിന്നെ മുന്നോട്ട് പോകുക.

വലിയ ചൂഷണങ്ങൾ ഇപ്പോൾ ആരംഭിക്കുന്നു.

ആമസോൺ അവലോകനങ്ങൾ

https://www.amazon.com/product-reviews/B0C7KY958F/

യുണൈറ്റഡ് സ്റ്റേറ്റ്സിൽ നിന്ന്

5.0 ഔട്ട് ഓഫ് 5 നക്ഷത്രങ്ങൾ. ആത്മീയ യാത്ര കൂടുതൽ ആഴത്തിലാക്കാൻ ആഗ്രഹിക്കുന്ന വായനക്കാർക്കുള്ള ശക്തവും വിശ്വാസത്താൽ നയിക്കപ്പെടുന്നതുമായ ഒരു അടിത്തറ.

2024 ഒക്ടോബർ 22-ന് യുണൈറ്റഡ് സ്റ്റേറ്റ്സിൽ അവലോകനം ചെയ്തു.

ഫോർമാറ്റ്: കിൻഡിൽ പരിശോധിച്ചുറപ്പിച്ച വാങ്ങൽ

രോഗശാന്തി, മോചനം, പുനഃസ്ഥാപനം എന്നീ വിഷയങ്ങൾ വളരെ ആഴത്തിലും അഭിനിവേശത്തോടെയും പര്യവേക്ഷണം ചെയ്യപ്പെടുന്നു. നെഗറ്റീവ് ശക്തികളിൽ നിന്ന് മോചനം നേടുന്നതിനും, ആന്തരിക രോഗശാന്തി കണ്ടെത്തുന്നതിനും, ജീവിതത്തിൽ സമാധാനവും സന്തോഷവും പുനഃസ്ഥാപിക്കുന്നതിനും ആവശ്യമായ ആത്മീയ അടിത്തറകൾ ഈ പുസ്തകം ഉൾക്കൊള്ളുന്നു. ഇവ വെറും അമൂർത്ത ആശയങ്ങളല്ല; വായനക്കാർക്ക് പ്രാർത്ഥനകൾ, തിരുവെഴുത്തുകൾ, ഈ പാഠങ്ങൾ സ്വന്തം ജീവിതത്തിൽ

നടപ്പിലാക്കുന്നതിനുള്ള പ്രായോഗിക ഘട്ടങ്ങൾ എന്നിവയിലൂടെ രചയിതാവ് അവരെ സജ്ജരാക്കുന്നു.
സഹായകരം

പോൺ വിരുൾറാക്ക്

5 നക്ഷത്രങ്ങളിൽ 4.0 നിസ്വാർത്ഥതയുടെയും പ്രതിബദ്ധതയുടെയും ഒരു സാർവത്രിക പാഠം
2024 ഒക്ടോബർ 6-ന് യുണൈറ്റഡ് സ്റ്റേറ്റ്സിൽ അവലോകനം ചെയ്തു.
ഫോർമാറ്റ്: കിൻഡിൽ പരിശോധിച്ചുറപ്പിച്ച വാങ്ങൽ
ക്രിസ്ത്യാനിയല്ലാത്ത ഒരാളെന്ന നിലയിൽ, ഞാൻ ആദ്യം ഗ്രേറ്റർ എക്സ്പ്ലോയിറ്റ്സ് - 1 തിരഞ്ഞെടുത്തത് അതിന്റെ കൗതുകകരമായ കവറും തലക്കെട്ടും കാരണം മാത്രമാണ്. "ഗ്രേറ്റർ എക്സ്പ്ലോയിറ്റ്സ്" എന്താണ് അർത്ഥമാക്കുന്നതെന്ന് എനിക്ക് ജിജ്ഞാസയുണ്ടായിരുന്നു. വായിക്കാൻ തുടങ്ങിയപ്പോൾ, മതപരമായ വീക്ഷണകോണിൽ നിന്ന് മാത്രമല്ല, ആഴത്തിലുള്ള മാനുഷിക വീക്ഷണകോണിൽ നിന്നും ഉള്ള കഥകൾ അതിശയകരമാംവിധം ആകർഷകമാണെന്ന് ഞാൻ കണ്ടെത്തി.

ഈ പുസ്തകത്തിന്റെ കേന്ദ്രബിന്ദുവായ നിസ്വാർത്ഥത എന്ന ആശയം മതത്തെ മറികടക്കുന്ന ഒന്നാണ്. വിശ്വാസം

പരിഗണിക്കാതെ തന്നെ, മറ്റുള്ളവരെ സ്വയം മുൻനിർത്തി മറ്റുള്ളവരുടെ ക്ഷേമത്തിനായി കരുതുക എന്ന ആശയം ഒരു സാർവത്രിക മൂല്യമാണ്. ഈ പുസ്തകത്തിൽ അവതരിപ്പിച്ചിരിക്കുന്ന വ്യക്തികൾ - ആഴത്തിലുള്ള വിശ്വാസമുള്ള ആളുകൾ - മറ്റുള്ളവരെ സഹായിക്കുന്നതിന് അവരുടെ ജീവിതം സമർപ്പിച്ചു. എന്നെ ഏറ്റവും ആകർഷിച്ചത് അവർ തങ്ങളുടെ പ്രതിബദ്ധതയിൽ എത്രമാത്രം അചഞ്ചലരായിരുന്നു എന്നതാണ്. അവരുടെ യാത്രകളുടെ തുടക്കം മുതൽ ജീവിതാവസാനം വരെ, അവർ ഒരിക്കലും മടിച്ചില്ല, ഒരിക്കലും ശ്രദ്ധ നഷ്ടപ്പെട്ടില്ല. സാധാരണക്കാരെ ഇതിഹാസങ്ങളാക്കി മാറ്റുന്നത് അത്തരം ദൃഢതയാണ്.

മതത്തിന്റെ മണ്ഡലത്തിനപ്പുറം ഇത് എങ്ങനെ ബാധകമാണെന്ന് എനിക്ക് ചിന്തിക്കാതിരിക്കാൻ കഴിഞ്ഞില്ല. മറ്റുള്ളവരെ സേവിക്കുന്നതിനുള്ള അതേ സമർപ്പണം മനുഷ്യസ്നേഹികളിലും, നഴ്സുമാരിലും, അധ്യാപകരിലും, ലോകത്തെ മികച്ചതാക്കാൻ നിശബ്ദമായി പ്രവർത്തിക്കുന്ന എണ്ണമറ്റ വ്യക്തികളിലും കാണാൻ കഴിയും. ഈ ആളുകൾ ദശലക്ഷക്കണക്കിന് ആളുകളെ സ്വാധീനിച്ചാലും ഓരോരുത്തരുടെയും ജീവിതങ്ങളെ സ്പർശിച്ചാലും, തത്വം

ഒന്നുതന്നെയാണ് - മറ്റുള്ളവരെ സഹായിക്കുക എന്നതാണ് യഥാർത്ഥത്തിൽ നിലനിൽക്കുന്ന ഒരു പൈതൃകം അവശേഷിപ്പിക്കുന്നത്.

ഈ പുസ്തകത്തിലെ പല കഥകളും അവിശ്വസനീയമാംവിധം പ്രചോദനാത്മകമായിരുന്നു, ക്രിസ്തുമതത്തെക്കുറിച്ചുള്ള ഒരു പുതിയ കാഴ്ചപ്പാട് ഞാൻ കണ്ടെത്തി, മുമ്പ് എനിക്ക് അറിയില്ലായിരുന്നു. ഇത് എഴുതിയതിനും വിശ്വാസത്തെക്കുറിച്ച് പരിചയമില്ലാത്ത എന്നെപ്പോലുള്ള വായനക്കാർക്ക് ഈ വ്യക്തികളുടെ അഗാധമായ കാരുണ്യത്തിന്റെയും പ്രതിബദ്ധതയുടെയും ഒരു നേർക്കാഴ്ച നൽകിയതിനും ഞാൻ രചയിതാവിനെ അഭിനന്ദിക്കുന്നു.

ചിന്തോദ്ദീപകവും പ്രചോദനാത്മകവുമായ ഉള്ളടക്കത്തിന് ഈ പുസ്തകത്തിന് നാല് നക്ഷത്രങ്ങൾ നൽകും.
ഒരാൾക്ക് ഇത് സഹായകരമാണെന്ന് തോന്നി.

<u>അതിനപ്പുറം കൃപ</u>

5.0 ഔട്ട് ഓഫ് 5 നക്ഷത്രങ്ങൾ എനിക്ക് ഹീലിംഗ് കഥകൾ വളരെ ഇഷ്ടമാണ്!
2024 ഒക്ടോബർ 24-ന് യുണൈറ്റഡ് സ്റ്റേറ്റ്സിൽ അവലോകനം ചെയ്തു.

ഫോർമാറ്റ്: കിൻഡിൽ പരിശോധിച്ചുറപ്പിച്ച വാങ്ങൽ

വലിയ ചൂഷണങ്ങൾ—1: നിങ്ങൾ ഇതിനുവേണ്ടിയാണ് ജനിച്ചത്—രോഗശാന്തി, വിടുതൽ, പുനഃസ്ഥാപനം എന്നിവ അത്ഭുതകരമാണ്! രചയിതാവ് സ്വന്തം രോഗശാന്തിയുടെ കഥ ആരംഭിച്ച് വിശ്വാസത്തിന്റെയും രോഗശാന്തിയുടെയും സാക്ഷ്യങ്ങൾ ഉപയോഗിച്ച് മറ്റ് കഥകളിലേക്ക് നയിക്കുന്ന രീതി എനിക്ക് വളരെ ഇഷ്ടമാണ്. വിശ്വാസത്തിന്റെ ചില യഥാർത്ഥ സാക്ഷ്യങ്ങൾ ഇവിടെയുണ്ട്. ഇത് വളരെ രസകരവും ശക്തവുമാണ്. നിങ്ങളുടെ വിശ്വാസത്തെ സമ്പന്നമാക്കാൻ ഞാൻ വലിയ ചൂഷണങ്ങൾ—1: നിങ്ങൾ ഇതിനുവേണ്ടിയാണ് ജനിച്ചത്—രോഗശാന്തി, വിടുതൽ, പുനഃസ്ഥാപനം എന്നിവ ശുപാർശ ചെയ്യുന്നു.

ഒരാൾക്ക് ഇത് സഹായകരമാണെന്ന് തോന്നി.

വലിയ ചൂഷണങ്ങൾ - 1

- രചയിതാവിനെക്കുറിച്ച്

ക്രിസ്തുവിന്റെ സ്ഥാനപതി, തിങ്കളാഴ്ച ഒഗ്വുജോ ഒഗ്ബെ ക്രിസ്തുവിന്റെ ശരീരത്തിലെ ഐക്യത്തിനായുള്ള ഹൃദയത്തോടെ ക്രിസ്തുവിന്റെ ഒരു മാർക്കറ്റ് സ്ഥാനപതിയാണ്. 2006 ഏപ്രിൽ 22 ശനിയാഴ്ച പുലർച്ചെ 5 മണിക്ക് കർത്താവായ യേശുക്രിസ്തുവുമായുള്ള അദ്ദേഹത്തിന്റെ മുഖാമുഖ കൂടിക്കാഴ്ച അദ്ദേഹത്തിന്റെ ജീവിതത്തിന്റെ പാതയെ എന്നെന്നേക്കുമായി മാറ്റിമറിച്ചു.

അംബാസഡർ മണ്ടേ ഒ. ഒഗ്ബെ സാൻ ഡീഗോയിലെ ഓപ്പൺ മിനിസ്ട്രീസുകളുള്ള ഒരു നിയുക്ത ദൈവശുശ്രൂഷകനാണ്, അതിരുകളില്ലാത്ത ശുശ്രൂഷകളുടെ പ്രവർത്തനത്തിലേക്ക് വിശുദ്ധരെ ആരംഭിക്കുന്ന ഒരു നോൺ-ഡിനോമിനേഷൻ മന്ത്രാലയമാണിത്. മണ്ടേ ക്രിസ്ത്യൻ ലീഡർഷിപ്പ് ഇൻസ്റ്റിറ്റ്യൂട്ടിൽ (CLI) https://www.christianleadersinstitute.org/ ആജീവനാന്ത പഠിതാവായും യുഎസ്എയിലെ മിഷിഗണിലുള്ള സ്പ്രിംഗ് ലേക്ക് ക്രിസ്ത്യൻ

ലീഡർഷിപ്പ് അലയൻസ് (CLA) അംഗമായും ചേർന്നു.

ഒരു ഐസിടി വിദഗ്ദ്ധൻ എന്ന നിലയിൽ, അദ്ദേഹം തന്റെ കഴിവ് ഉപയോഗിച്ച് ഓൺലൈൻ അന്വേഷകരിലേക്ക് എത്തിച്ചേരുകയും തന്റെ ശുശ്രൂഷാ സൈറ്റ് otakada.org വഴി വിശ്വാസികളുടെ സമൂഹത്തെ ശുശ്രൂഷയുടെ പ്രവർത്തനത്തിനായി സജ്ജരാക്കുകയും ചെയ്യുന്നു - ഒട്ടകാഡ സൈബർ ചർച്ച് മിനിസ്ട്രീസിലെ ഒരു ശുശ്രൂഷകൻ, മതിലുകളോ അതിർത്തികളോ വിഭാഗങ്ങളോ ഇല്ലാത്ത ഒരു പള്ളി, അവിടെ 2 ദശലക്ഷത്തിലധികം ക്രിസ്ത്യൻ കേന്ദ്രീകൃത ഉള്ളടക്കം ഇപ്പോൾ ഹോസ്റ്റ് ചെയ്യുകയും അന്വേഷകരും ക്രിസ്ത്യാനികളും അടങ്ങുന്ന ലോകമെമ്പാടുമുള്ള പ്രേക്ഷകർക്ക് വിതരണം ചെയ്യുകയും ചെയ്യുന്നു.

Otakada.org ഉള്ളടക്കം പ്രതിമാസം അര ദശലക്ഷത്തിലധികം ഓൺലൈൻ പ്രേക്ഷകരിലേക്ക് എത്തുന്നു, അത് വളർന്നു കൊണ്ടിരിക്കുന്നു!

തിങ്കളാഴ്ച "Enough is enough to captivate and swelcome to Christ in freedom in the healing, violentation, restore enablement" എന്ന പരമ്പരയ്ക്ക് ആതിഥേയത്വം വഹിക്കുന്നു. അവിടെ വിശുദ്ധന്മാരെ അവരുടെ വൃത്തങ്ങളിലും പുറത്തും രോഗശാന്തി, വിടുതൽ, സ്വയം

പുനഃസ്ഥാപനം എന്നിവ ശുശ്രൂഷിക്കാൻ പഠിപ്പിക്കുകയും സജ്ജരാക്കുകയും ചെയ്യുന്നു - രോഗശാന്തി കുട്ടികളുടെ അപ്പവും നമ്മുടെ വിളിയുടെ പ്രത്യാശയെ ദൈവം അംഗീകരിച്ചതിന്റെ ആധികാരികത ഉറപ്പാക്കുന്നതിനുള്ള അവിശ്വാസികൾക്കുള്ള ഒരു അടയാളവുമാണ്. ദൈവത്തിന്റെ മഹത്വത്തിനായി ശ്രദ്ധേയമായ രോഗശാന്തി, വിടുതൽ, പുനഃസ്ഥാപനം എന്നിവ നടക്കുന്നത് നാം കണ്ടിട്ടുണ്ട്!

അദ്ദേഹം നിരവധി പുസ്തകങ്ങൾ എഴുതിയിട്ടുണ്ട്, അവ: 8 ഉപതലക്കെട്ടുകളിലായി പരിശുദ്ധാത്മാവിന്റെ പ്രായോഗിക വിദ്യാലയം; 2020 പ്രവാചക ബ്രേക്കിംഗ് ന്യൂസ് ഭാഗം 1 / 4; 2 / 4; ദൈവാലയത്തിലെ ലൈംഗികത - നിങ്ങളുടെ ജീവിതത്തിലെ ലൈംഗിക അധാർമികതയെയും വൈകാരിക കെണികളെയും മനസ്സിലാക്കാനും തിരിച്ചറിയാനും മറികടക്കാനുമുള്ള 15 എളുപ്പവഴികൾ; അതിരുകളില്ലാത്തത് - മതിലുകളോ അതിരുകളോ വിഭാഗങ്ങളോ ഇല്ലാത്ത വിശ്വാസികളുടെ ഒരു സഭാ സമൂഹത്തെ സങ്കൽപ്പിക്കുകയും അനുഭവിക്കുകയും ചെയ്യുക; ധാരണയുടെ ലോകത്തേക്ക് രക്ഷപ്പെടുക - മുസ്ലീങ്ങൾ, ക്രിസ്ത്യാനികൾ, എല്ലായിടത്തും ഉള്ള ആളുകൾ എന്നിവർക്കെതിരായ

വിദ്വേഷത്തിനുള്ള മറുമരുന്ന്; സൂചനയില്ലാത്തത്: - ശിഷ്യരാക്കാൻ പോകുക, ശിഷ്യരാക്കാനുള്ള പ്രായോഗിക പുസ്തകം; ദിവസേന ജീവിത യുദ്ധം ജയിക്കുക - ജീവിതം ദിവസവും ജയിക്കാൻ ലക്ഷ്യമിട്ടുള്ള തിരുവെഴുത്തുകളുടെ ദൈനംദിന പ്രഖ്യാപനം; അമാനുഷിക ദൈവത്തെ ഇടപഴകുക - ദൈവം സംസാരിക്കാൻ ആഗ്രഹിക്കുന്നു, നമുക്ക് കേൾക്കാനും പ്രതികരിക്കാനും വിശക്കുന്നു; നിങ്ങളുടെ ഉള്ളിലെ അസംസ്കൃതമായ അഗ്നിശക്തിയെ ജ്വലിപ്പിക്കുക - പരിശുദ്ധാത്മാവ് നമ്മിലൂടെ ചൂഷണം ചെയ്യാൻ ലഭ്യമാകുന്നിടത്ത്, ജനുവരി മുതൽ ഡിസംബർ വരെയുള്ള 12 പരമ്പരകളിലായി ഉണർവ്വ് പ്രാർത്ഥനകൾ - നമ്മുടെ ചുറ്റുമുള്ള സഭാ സമൂഹത്തിൽ നമ്മുടെ ജീവിതത്തിൽ ഉണർവ്വിനായി പ്രാർത്ഥിക്കുക, നിരവധി ഭാഷകളിലേക്ക് വിവർത്തനം ചെയ്തിട്ടുള്ള മറ്റ് നിരവധി തലക്കെട്ടുകൾ.

സോഷ്യൽ മീഡിയ, സാറ്റലൈറ്റ് പ്രക്ഷേപണം, അദ്ദേഹത്തിന്റെ പ്രസിദ്ധീകരണ വെബ്സൈറ്റായ otakada.org എന്നിവയിലൂടെ പ്രേക്ഷകരിലേക്ക് എത്തുന്ന ഒരു ആഴ്ചതോറുമുള്ള ബ്ലോഗ് അദ്ദേഹം പ്രസിദ്ധീകരിക്കുന്നു.

ബ്ലോഗ് ലിങ്ക്:

https://www.otakada.org/category/blog/

ആമസോൺ രചയിതാവിന്റെ അംബാസഡർ തിങ്കളാഴ്ച ഒ. ഒഗ്ബെ പേജ് ഗ്രേറ്റർ എക്സ്പ്ലോയിറ്റ്സ് പരമ്പരയുമായി https://www.amazon.com/~/e/B07MSBPFNX

ആമസോൺ സക്കറിയാസ് ഗോഡ്സീഗിൾ പേജ്

https://www.amazon.com/stores/Zacharias-Godseagle/author/B0FCZ89D4K

അദ്ദേഹം കംഫർട്ടിനെ വിവാഹം കഴിച്ചു, *ഡയാന ഒഡ്ജോ, ജോസഫ് - ഒജിമ, ഡേവിഡ് - ഒജോനോഗ്വ, ഐസക് - ഉനെകൂ എന്നിങ്ങനെ നാല് മക്കളുണ്ട്.*

വലിയ ചൂഷണങ്ങൾ - 1

– ഞാൻ എങ്ങനെ പാചകം ചെയ്ത് രോഗശാന്തി, വിടുതൽ, പുനഃസ്ഥാപന ശുശ്രൂഷയിലേക്ക് തള്ളിവിടപ്പെട്ടു

സുഹൃത്തുക്കളേ, ഈ ഭാഗം എങ്ങനെ തുടങ്ങണമെന്ന് എനിക്കറിയില്ല. പക്ഷേ, ഇതിന്റെ ദൈർഘ്യവും ചുരുക്കവും എന്തെന്നാൽ, എന്റെ ഗർഭധാരണം മുതൽ, രോഗശാന്തി, മോചനം, പുനഃസ്ഥാപനം എന്നിവ സംഭവിച്ചു തുടങ്ങിയിരുന്നു - എന്റെ അമ്മയുടെ ഗർഭപാത്രം മുതൽ തന്നെ. അതെങ്ങനെ?

പരിശീലനം ലഭിച്ച മെഡിക്കൽ മിഡ്‌വൈഫ് നഴ്സായ എന്റെ അമ്മ, ഭർത്താവല്ലാത്ത ഒരു പുരുഷനാൽ ഗർഭിണിയാണെന്ന് കണ്ടെത്തിയപ്പോൾ - ആദ്യ ഭർത്താവിൽ നിന്ന് ഏകദേശം 4 വർഷമായി വേർപിരിഞ്ഞതിനാൽ - ഗർഭം അലസിപ്പിക്കാൻ തീരുമാനിച്ചു.

മറ്റൊരു ഡോക്ടറുടെ സഹായത്തോടെ, നിശ്ചയിച്ച സമയത്തിനുമുമ്പ് എന്നെ ഗർഭപാത്രത്തിൽ നിന്ന് പുറത്തുകൊണ്ടുവരാൻ അവർ എല്ലാവരെയും ശ്രമിച്ചു, പക്ഷേ ദൈവം എന്നെ അവരിൽ നിന്ന് വിടുവിച്ചു - എന്റെ ജീവിതത്തിലെ ദൈവിക വിധി ഇല്ലാതാക്കാൻ ആഗ്രഹിച്ച പിശാചിൽ നിന്ന് എന്ന് ഞാൻ പറയട്ടെ. സാത്താന്റെ താടിയെല്ലിൽ നിന്നുള്ള ആദ്യത്തെ മോചനമായിരുന്നു അത്.

രണ്ടാമത്തെ മോചനവും പുനഃസ്ഥാപനവും, ഞാൻ ജനിച്ച് കുറച്ച് മാസങ്ങൾക്ക് ശേഷം, എന്റെ യഥാർത്ഥ ഉടമസ്ഥാവകാശം ആരാണ് ഏറ്റെടുക്കേണ്ടതെന്ന് തീരുമാനിക്കാൻ എന്റെ ജീവശാസ്ത്രപരമായ പിതാവും എന്റെ അമ്മയുടെ ആദ്യ ഭർത്താവും തമ്മിൽ ഒരു കോടതി കേസ് നടന്നു. എന്റെ ജീവശാസ്ത്രപരമായ പിതാവ് കേസിൽ വിജയിച്ചു. അതായിരുന്നു രണ്ടാമത്തെ മോചനവും പുനഃസ്ഥാപനവും.

മൂന്നാമത്തെ രോഗശാന്തിയും, മോചനവും, പുനഃസ്ഥാപനവും, ഞാൻ എന്റെ മുത്തശ്ശിയോടൊപ്പം അഞ്ച് വയസ്സുള്ളപ്പോൾ (5) ആയിരുന്നു. എന്റെ മുത്തശ്ശി സോപ്പ് ഉണ്ടാക്കാൻ വാങ്ങിയ സോഡ കെമിക്കൽ ഞാൻ കണ്ടു - അത് പഞ്ചസാര പോലെ കാണപ്പെട്ടു. ഞാൻ സോഡയുടെ ഒരു വലിയ

അളവ് എടുത്ത് വിഴുങ്ങി. എന്റെ നാവ് ഉരുകാൻ തുടങ്ങി, എല്ലായിടത്തും രക്തം നിറഞ്ഞിരുന്നു. എന്റെ നാവ് വീർത്തു. ദിവസങ്ങളോളം എനിക്ക് സംസാരിക്കാൻ കഴിഞ്ഞില്ല! ദൈവത്തിന്റെ രോഗശാന്തി ശക്തിക്ക് ദൈവത്തിന് നന്ദി. ഞാൻ വീണ്ടും സുഖം പ്രാപിച്ചു, മോചനം ലഭിച്ചു, പുനഃസ്ഥാപിച്ചു. എന്റെ നാവ് സുഖപ്പെട്ടു. എന്റെ നാവിന് ഒന്നും സംഭവിച്ചിട്ടില്ലാത്തതുപോലെ എനിക്ക് ഇന്ന് സംസാരിക്കാൻ കഴിയും.

നാലാമത്തെ മോചനവും വീണ്ടെടുപ്പും എന്റെ മുത്തശ്ശിയിൽ നിന്നാണ് ലഭിച്ചത്. എന്റെ യഥാർത്ഥ അച്ഛന്റെ കൈകളിലേക്ക് എന്നെ കൈമാറാൻ അവർ വിസമ്മതിച്ചു. അതുകൊണ്ടാണ് ഞാൻ അവളോടൊപ്പം താമസിച്ചത്. പക്ഷേ ദൈവത്തിന് നന്ദി, ആറ് വയസ്സുള്ളപ്പോൾ, എന്റെ അച്ഛനോടൊപ്പം ചേരാൻ അവൾ എന്നെ അനുവദിച്ചു.

അഞ്ചാമത്തെ രോഗശാന്തിയും, മോചനവും, പുനഃസ്ഥാപനവും എന്റെ അച്ഛന്റെ വീട്ടിലായിരുന്നു. എന്റെ ജീവശാസ്ത്രപരമായ അച്ഛൻ ബഹുഭാര്യത്വമുള്ളവനായിരുന്നു - അദ്ദേഹത്തിന് നാല് ഭാര്യമാരുണ്ടായിരുന്നു. ഒരു ദിവസം, അദ്ദേഹത്തോടൊപ്പം ആയിരിക്കുമ്പോൾ, ഭാര്യമാരിൽ ഒരാൾ എന്നെ

അവളുടെ മുറിയിലേക്ക് വിളിച്ചു. അകത്തേക്ക് കയറിയപ്പോൾ, നീണ്ട താടിയുള്ള ഒരു വൃദ്ധൻ ഉണ്ടായിരുന്നു. ഭാര്യ എന്നെ ചൂണ്ടി വൃദ്ധനോട് പറഞ്ഞു, "ഇതാണ് ഞാൻ നിന്നോട് പറഞ്ഞ ആൺകുട്ടി." ഞാൻ അവരെ വിട്ടു. രാത്രിയിൽ, സ്വപ്നം കാണുമ്പോൾ, ഈ വൃദ്ധൻ ഒരു കുതിരയെപ്പോലെ എന്റെ മേൽ സവാരി ചെയ്യുന്നത് ഞാൻ കണ്ടു. അതായിരുന്നു എന്റെ പല കഷ്ടപ്പാടുകളുടെയും തുടക്കം.

സ്വപ്നത്തിൽ നിന്ന് ഉണർന്നപ്പോൾ എനിക്ക് ഛർദ്ദിയും ഛർദ്ദിയും തുടങ്ങി. എന്റെ വയറ്റിൽ ഭക്ഷണം സൂക്ഷിക്കാൻ എനിക്ക് കഴിഞ്ഞില്ല. ഈ കഷ്ടപ്പാട് മാസങ്ങളോളം തുടർന്നു, ഞാൻ മെലിഞ്ഞു - ഒരു തൂവൽ പോലെ മെലിഞ്ഞു.

എന്റെ അമ്മ പട്ടണത്തിൽ വന്നു, എന്നെ അച്ഛനോടൊപ്പം കൊണ്ടുപോയി, മറ്റൊരു നഗരത്തിൽ ഒരു രോഗശാന്തിയും മോചനവും തേടി ഞങ്ങൾ വീട്ടിലേക്ക് പോയി. അവർ എനിക്കുവേണ്ടി പ്രാർത്ഥിച്ചുകൊണ്ടിരിക്കുമ്പോൾ, ഒരു വെളിപ്പെടുത്തൽ ഉണ്ടായി. എന്റെ പിതാവിന്റെ ഭാര്യമാരിൽ ഒരാൾ ഭാവിയിലേക്ക് നോക്കുകയും ഈ ആൺകുട്ടി സ്വന്തം മക്കൾക്ക് ഒരു വലിയ സമ്മാനമായിരിക്കുമെന്ന് തോന്നുകയും

ചെയ്തുവെന്ന് പരിശുദ്ധാത്മാവ് വെളിപ്പെടുത്തി. അങ്ങനെ, എന്നെ ഭ്രാന്തനാക്കാനും ദൈവിക വിധി ഇല്ലാതാക്കാനും കഴിയുന്ന തരത്തിൽ ദുഷ്ടതയുടെ ലോകത്തേക്ക് അവൾ എന്നെ ഏൽപ്പിച്ചു. മോചനത്തിനായി ഒരു പ്രാർത്ഥന നടത്തുമ്പോൾ , ഒരു ചെറിയ വൃത്താകൃതിയിലുള്ള പന്തിന്റെ രൂപത്തിൽ പൊതിഞ്ഞ് രണ്ട് സൂചികൾ കൊണ്ട് ഒന്നിച്ചു ചേർത്ത ഒരു മനുഷ്യ മുടി എന്റെ തലയിൽ നിന്ന് പിഴുതെറിയപ്പെട്ടു. ആ രാത്രിയിൽ, മോചന സമയത്ത്, മുടിയും സൂചികളും കത്തിച്ചു.

അതോടെ അസുഖം അവസാനിച്ചു, സ്കൂളിൽ ഞാൻ ക്ലാസ് പ്രതിഭയായി. ഈ വിടുതലിന് മുമ്പ് ഞാൻ എന്റെ ക്ലാസ്സിൽ രണ്ടാമത്തേത് മുതൽ അവസാനത്തേത് വരെയായിരുന്നു. ക്ലാസ്സിൽ ഞാൻ ചിന്തിച്ചതൊന്നും എനിക്ക് മനസ്സിലായില്ല. ഒരു രാത്രി കൊണ്ട്, ഞാൻ സുഖം പ്രാപിച്ചു, പ്രസവിച്ചു, ഞാൻ സുഖം പ്രാപിച്ചു. അല്ലേലൂയ? ആമേൻ.

ആറാമത്തെ മോചനവും പുനഃസ്ഥാപനവും എനിക്ക് സർവകലാശാലയിൽ പ്രവേശനം ലഭിക്കാനിരിക്കെയാണ് സംഭവിച്ചത്. ധനികനായ എന്റെ അച്ഛൻ സാമ്പത്തിക ബുദ്ധിമുട്ടുകളിൽ അകപ്പെട്ടു. എനിക്ക് പ്രവേശനം ലഭിച്ചു, പക്ഷേ

അറ്റകുറ്റപ്പണികൾക്കായി പണം കണ്ടെത്തുന്നത് ബുദ്ധിമുട്ടായിരുന്നു. ഞാൻ വിദേശ സ്കോളർഷിപ്പിന് അപേക്ഷിച്ചു, ദൈവത്തിന്റെ പുനഃസ്ഥാപന വഴികളിൽ, എന്റെ രാജ്യവും വിദേശ രാജ്യവും എഞ്ചിനീയറിംഗിൽ ബിരുദാനന്തര ബിരുദ പ്രോഗ്രാമിലേക്ക് എന്റെ വിദ്യാഭ്യാസത്തിന് ധനസഹായം നൽകാൻ തീരുമാനിച്ചു - ദൈവം തന്നെ നൽകിയ സ്കോളർഷിപ്പിന്റെ ഫലമായി നേടിയ ചില അറിവുകൾ ഇന്ന് ഞാൻ ശുശ്രൂഷയിൽ ചെയ്യുന്നു. ഇന്ന്, ഏറ്റവും മികച്ചവരിൽ ഏറ്റവും മികച്ചവരാൽ ഞാൻ പഠിപ്പിക്കപ്പെടുന്നു. കർത്താവിനെ സ്തുതിക്കൂ!

എന്റെ ആദ്യ വിവാഹത്തിലും രണ്ടാം വിവാഹത്തിലും ഏഴാമത്തെ മോചനവും പുനഃസ്ഥാപനവും സംഭവിച്ചു. എന്റെ മുൻ ഭാര്യ ഒരു ദിവസം എഴുന്നേറ്റു, അവൾ ഇനി പ്രണയത്തിലല്ലെന്നും വിവാഹമോചനം വേണമെന്നും പറഞ്ഞു. ഞാൻ അപേക്ഷിച്ചു, അവളെ തിരികെ നിർത്താൻ എനിക്ക് കഴിയുന്നതെല്ലാം ഞാൻ ചെയ്തു, പക്ഷേ അവൾ എന്റെ മകളുമായി പോയി. ഇന്ന്, ദൈവം എനിക്ക് തന്റെ നിയുക്ത ഭാര്യയെ നൽകി വിവാഹം പുനഃസ്ഥാപിച്ചു. മൂന്ന് ആൺകുട്ടികളുള്ള എനിക്ക് ആശ്വാസം ഒരു ആശ്വാസമായി മാറിയിരിക്കുന്നു.

ഏഴാമത്തെ രോഗശാന്തിയും, മോചനവും, പുനഃസ്ഥാപനവും എന്റെ മകൾക്കൊപ്പമാണ് നടന്നത്. ഫ്രാൻസിൽ, അവൾക്ക് വിഷാദരോഗവും, സ്കീസോഫ്രീനിയയും ഉണ്ടെന്ന് കണ്ടെത്തി. ഞങ്ങളുടെ യൂണിവേഴ്സിറ്റി പ്രോഗ്രാമിൽ ഒരു വർഷമായിരുന്നു അത്. അവൾ പലതവണ ഫിസിയാട്രിസ്റ്റ് ആശുപത്രിയിൽ എത്തി. ഒരു ദിവസം, അവളുടെ ജന്മദിനത്തിന് ഏകദേശം 24 മണിക്കൂർ മാത്രം ബാക്കി. അവൾ ഇനി ഒരു ദിവസം ആശുപത്രിയിൽ ചെലവഴിക്കില്ലെന്നും അവളുടെ ജന്മദിനത്തിൽ അവൾ സുഖം പ്രാപിക്കുമെന്നും പ്രഖ്യാപിച്ചുകൊണ്ട് ഞാൻ കർത്താവിനോട് നിലവിളിക്കാൻ തുടങ്ങി. അടുത്ത ദിവസം, ശ്രദ്ധേയമായ പരിവർത്തനത്തിലും വീണ്ടെടുക്കലിലും ഡോക്ടർമാർ ഞെട്ടിപ്പോയി, അവളുടെ ജന്മദിനത്തിൽ അവളെ ഡിസ്ചാർജ് ചെയ്തു. അതിനുശേഷം അവൾ ഒരിക്കലും ആശുപത്രി പക്ഷിയെ കണ്ടിട്ടില്ല.

എന്റെ ജീവൻ അപഹരിച്ച ഒരു വൈദ്യുതാഘാതത്തിൽ നിന്നുള്ള മോചനവും പുനഃസ്ഥാപനവും, ഭക്ഷ്യവിഷബാധ, ഞാൻ പോറലുകളില്ലാതെ രക്ഷപ്പെട്ട നിരവധി വാഹനാപകടങ്ങൾ, ഒന്നിലധികം ബിസിനസ്സ് പരാജയങ്ങൾ, തുടർന്ന് സർവ്വശക്തനായ

ദൈവത്തിന്റെ മഹത്വത്തിലേക്കുള്ള പുനഃസ്ഥാപനം എന്നിവ ഞാൻ മറികടക്കുന്നു - ഈ എഴുത്തിൽ ഉൾപ്പെടുത്താൻ വളരെയധികം!

ഇപ്പോൾ, ഞാൻ സർവ്വശക്തനായ ദൈവത്തെ പൂർണ്ണഹൃദയത്തോടെ സേവിക്കുന്നു

ഞാൻ സുഖം പ്രാപിച്ചു, ഞാൻ വിടുവിക്കപ്പെട്ടു, ഞാൻ പുനഃസ്ഥാപിക്കപ്പെട്ടു - മഹത്വം!

എന്റെ നിലനിൽപ്പിന് ഞാൻ സർവ്വശക്തനായ ദൈവത്തോട് കടപ്പെട്ടിരിക്കുന്നു. നമ്മുടെ ജീവിത പോരാട്ടങ്ങളിലൂടെ ദൈവം നമുക്കുവേണ്ടി ഒരുക്കിയ ശുശ്രൂഷയിലേക്ക് നമ്മെ തള്ളിവിടുന്നത് അത്ഭുതകരമാണ്. ആ യുദ്ധങ്ങൾ ശുശ്രൂഷയ്ക്ക് ജന്മം നൽകുന്ന പരിശീലന കേന്ദ്രമായി മാറി. അതിനാൽ, നിങ്ങളുടെ വേദന പാഴാക്കരുത്. പോരാട്ടങ്ങളെ പുച്ഛിക്കരുത്. ഒരു തരി പോലും ലജ്ജ തോന്നരുത്, കാരണം ആ യുദ്ധങ്ങളിലൂടെ നിങ്ങൾക്ക് കാണാൻ കഴിയുമെങ്കിൽ, ദൈവം നിങ്ങൾക്കായി കരുതിവച്ചിരിക്കുന്നതിന്റെ ഒരു മുൻകൂർ അനുഭവം നിങ്ങൾക്ക് അനുഭവപ്പെടും. ക്രിസ്തു അനുഭവിച്ച കാര്യങ്ങളിലൂടെ അനുസരണം പഠിച്ചു. നാം ഇരിക്കുന്നിടത്ത്

അവൻ ഇരുന്നു, നമുക്കുവേണ്ടി മധ്യസ്ഥത വഹിക്കാൻ അവൻ ജീവിക്കുന്നു. അവൻ നമ്മോടൊപ്പമുണ്ടായിരുന്നപ്പോൾ അവൻ നമുക്ക് രോഗശാന്തിയും വിടുതലും പുനഃസ്ഥാപനവും കാണിച്ചുതന്നു, അതേ കാര്യം ചെയ്യാൻ നമ്മോട് കൽപ്പിച്ചു മർക്കോസ് 16:15-20

മർക്കൊസ് 16:15-20

ആംപ്ലിഫൈഡ് ബൈബിൾ, ക്ലാസിക് പതിപ്പ്

*15 പിന്നെ അവൻ അവരോടു : നിങ്ങൾ ഭൂലോകത്തിൽ
ഒക്കെയും പോയി സകല സൃഷ്ടികളോടും
സുവിശേഷം പ്രസംഗിക്കയും പ്രസിദ്ധമാക്കുകയും
ചെയ്യുവിൻ എന്നു പറഞ്ഞു.*
*16 സുവിശേഷത്തിലും അത് പറയുന്നവനിലും
വിശ്വസിച്ച് സ്നാനം സ്വീകരിക്കുന്നവൻ
നിത്യമരണത്തിൽ നിന്ന് രക്ഷിക്കപ്പെടും ; എന്നാൽ
വിശ്വസിക്കാത്തവൻ ശിക്ഷിക്കപ്പെടും . സുവിശേഷത്തിലും
അത് പറയുന്നവനിലും ഉറച്ചുനിൽക്കുകയും
വിശ്വസിക്കുകയും ആശ്രയിക്കുകയും
ചെയ്യാത്തവൻ ശിക്ഷിക്കപ്പെടും.*
*17 വിശ്വസിക്കുന്നവരാൽ ഈ അടയാളങ്ങൾ
നടക്കും: എന്റെ നാമത്തിൽ അവർ ഭൂതങ്ങളെ
പുറത്താക്കും; പുതുഭാഷകളിൽ
സംസാരിക്കും;*
*18 അവർ സർപ്പങ്ങളെ പിടിച്ചെടുക്കും;
മാരകമായ എന്തു കുടിച്ചാലും അത് അവർക്ക്
ഒരു ദോഷവും വരുത്തുകയില്ല; അവർ*

രോഗികളുടെ മേൽ കൈകൾ വയ്ക്കും, അവർ സുഖം പ്രാപിക്കും.
19 ഇങ്ങനെ കർത്താവായ യേശു അവരോടു അരുളിച്ചെയ്തശേഷം സ്വർഗ്ഗത്തിലേക്ക് എടുക്കപ്പെട്ടു. ദൈവത്തിന്റെ വലത്തുഭാഗത്ത് ഇരുന്നു.
20 അവർ പുറപ്പെട്ടു എല്ലായിടത്തും പ്രസംഗിച്ചു; കർത്താവു അവരോടുകൂടെ പ്രവർത്തിച്ചും അവരോടുകൂടെ നടന്ന സാക്ഷ്യപ്പെടുത്തുന്ന അടയാളങ്ങളാലും അത്ഭുതങ്ങളാലും വചനത്തെ ഉറപ്പിച്ചും പോന്നു. ആമേൻ.

നിങ്ങളുടെ ജീവിതലക്ഷ്യത്തിനായുള്ള യഥാർത്ഥ പരിശീലന കേന്ദ്രമാണ് നിങ്ങളുടെ പോരാട്ടങ്ങൾ. ഇന്ന് തന്നെ നിങ്ങളുടെ ജീവിതത്തിന്റെ ഒരു കണക്കെടുപ്പ് നടത്തുക. അതായത്, നിങ്ങളുടെ ജീവിതത്തിനായുള്ള ദൈവത്തിന്റെ ദിവ്യ ഉദ്ദേശ്യം കണ്ടെത്താൻ നിങ്ങൾ പാടുപെടുകയാണെങ്കിൽ.

ജീവനുള്ള ദൈവത്തിന്റെ സൈന്യമെന്ന നിലയിൽ നിങ്ങളെ പ്രോത്സാഹിപ്പിക്കുന്നതിനായി, നമ്മുടെ മഹാപുരോഹിതനായ യേശുക്രിസ്തുവിന്റെ അനുഭവം ഞാൻ ഇന്ന് സാക്ഷിക്കൂട്ടിലേക്ക് കൊണ്ടുവരുന്നു.

എബ്രായർ 5:7-10
ആംപ്ലിഫൈഡ് ബൈബിൾ, ക്ലാസിക് പതിപ്പ്

7 തന്റെ ഐഹികജീവിതകാലത്ത് [യേശു]
തനിക്ക് ആവശ്യമുള്ളതിനുവേണ്ടി കൃത്യമായ
പ്രത്യേക അപേക്ഷകളും, മരണത്തിൽ നിന്ന്
തന്നെ രക്ഷിക്കാൻ [എല്ലായ്പ്പോഴും]
കഴിവുള്ളവനോട് ഉറച്ച നിലവിളിയോടും
കണ്ണുനീരോടുംകൂടെ അപേക്ഷകളും
സമർപ്പിച്ചു. പിതാവിന്റെ ശോഭയുള്ള
സാന്നിധ്യത്തിൽ നിന്നുള്ള വേർപിരിയലിന്റെ
ഭീകരതകളിൽ നിന്ന് അവൻ
ചുരുങ്ങിപ്പോയതിനാൽ ദൈവത്തോടുള്ള
അവന്റെ ഭയഭക്തി നിമിത്തം [അവന്റെ
ദൈവഭയം, അവന്റെ ഭക്തി, [b]] അവൻ കേട്ടു.
8 അവൻ ഒരു പുത്രനായിരുന്നിട്ടും, താൻ
അനുഭവിച്ച കഷ്ടങ്ങളിലൂടെ [സജീവവും
പ്രത്യേകവുമായ] അനുസരണം പഠിച്ചു.
9 [അവന്റെ പൂർത്തീകരിച്ച അനുഭവം]
അവനെ പൂർണ്ണമായി [സജ്ജനാക്കി], അവനെ
ശ്രദ്ധിക്കുകയും അനുസരിക്കുകയും ചെയ്യുന്ന
എല്ലാവർക്കും അവൻ നിത്യരക്ഷയുടെ
കാരണഭൂതനും ഉറവിടവുമായിത്തീർന്നു.
10 മെൽക്കീസേദെക്കിന്റെ ക്രമപ്രകാരം ([d]
മഹാപുരോഹിതനായി ദൈവത്താൽ നിയമിക്കപ്പെട്ടു ,
അംഗീകരിക്കപ്പെട്ടു, വന്ദിച്ചു.

ഇന്ന്, Otakada.org സൈബർ ചർച്ച് മിനിസ്ട്രീസ്, ക്രിസ്തുയേശുവിലെ അത്ഭുതങ്ങൾക്കായി സ്വയം തുറന്നുകൊടുക്കുന്ന 2 ദശലക്ഷത്തിലധികം ഉള്ളടക്കങ്ങൾ വഴി രോഗശാന്തി, വിടുതൽ, പുനഃസ്ഥാപനം

എന്നിവ ശുശ്രൂഷിക്കുന്നു. 2003 ജൂൺ 14-ന് ഞാൻ യുണൈറ്റഡ് കിംഗ്ഡത്തിൽ താമസിക്കുമ്പോൾ പരിശുദ്ധാത്മാവ് എന്റെ ആത്മാവിൽ ചൊരിഞ്ഞ ശുശ്രൂഷയായിരുന്നു ഈ ശുശ്രൂഷ. അദ്ദേഹം എന്നോട് പറഞ്ഞു, "ഭൂമിയുടെ അറ്റങ്ങളിലേക്ക് എന്റെ വചനം പ്രചരിപ്പിക്കാൻ നിങ്ങൾ ഇന്റർനെറ്റ് ഉപയോഗിക്കണമെന്ന് ഞാൻ ആഗ്രഹിക്കുന്നു." അക്കാലത്ത്, സ്മാർട്ട് ഫോണുകൾ ഉണ്ടായിരുന്നില്ല. ഇന്ന്, ഉണ്ട്, വചനം തടസ്സമില്ലാതെ മുന്നോട്ട് പോകുന്നു. ദൈവിക നിർദ്ദേശത്തിന് പത്ത് വർഷത്തിന് ശേഷം, 2013 ജനുവരിയിലാണ് Otakada.org പിറന്നത്.

ക്രിസ്തുവിന്റെ ശരീരത്തിനായി ഞാൻ പ്രാർത്ഥിക്കുന്ന എന്തെങ്കിലും ഉണ്ടെങ്കിൽ, അത് ഇതാണ് - ഓരോ വ്യക്തിയും വ്യക്തിപരമായി ക്രിസ്തുവിനെ അത്ഭുതകരമായ രീതിയിൽ കണ്ടുമുട്ടുകയും അത് അവരുടെ ജീവിതത്തിന്റെ പാതയെ എന്നെന്നേക്കുമായി മാറ്റുകയും ചെയ്യും! ആമേൻ.

2006-ൽ ഉണക്കമുന്തിരി ക്രിസ്തുവുമായുള്ള കൂടിക്കാഴ്ച ഇതാ. അത് അനുഗ്രഹിക്കപ്പെടട്ടെ.
ഇത് എന്റെ പുസ്തകത്തിൽ നിന്നുള്ളതാണ് - ***അമാനുഷിക ദൈവത്തെ ഉൾപ്പെടുത്തുക!*** - ആസ്വദിക്കൂ

https://www.amazon.com/~/e/B07MSBPFNX

ഏറ്റവും പുതിയ ആമസോൺ പേജ് - https://www.amazon.com/stores/Zacharias-Godseagle/author/B0FCZ89D4K

യഥാർത്ഥ കഥ: ലണ്ടനിൽ പരിശുദ്ധാത്മാവുമായുള്ള എന്റെ കൂടിക്കാഴ്ച ശനിയാഴ്ച, രാവിലെ 5 മണിക്ക്, 2006 ഏപ്രിൽ 22.

ഒരു ക്രിസ്ത്യൻ കുടുംബത്തിലാണ് ഞാൻ ജനിച്ചത്, ഒരു ക്രിസ്ത്യാനിയായിരുന്നു, പള്ളിയിൽ പോകുന്നതിലും, പ്രവർത്തനങ്ങളിൽ പങ്കെടുക്കുന്നതിലും, കഴിയുന്നത്രയും സേവനത്തിൽ ഏർപ്പെടുന്നതിലും തിരക്കിലായിരുന്നു ഞാൻ, എന്റെ ജീവിതം മാറ്റിമറിച്ച ഈ കൂടിക്കാഴ്ച വരെ. 2006 മാർച്ച് 16 ന്, ലണ്ടനിലെ ആശുപത്രി ഇടനാഴിയിലൂടെ ഞാൻ അങ്ങോട്ടും ഇങ്ങോട്ടും നടക്കുകയായിരുന്നു, കാരണം എന്റെ ഭാര്യക്ക് മൂന്ന് ദിവസമായി പ്രസവവേദന അനുഭവപ്പെട്ടിരുന്നു. രാവിലെ സ്വാഭാവികമായി കുഞ്ഞ് ജനിച്ചില്ലെങ്കിൽ അവൾക്ക് സിസേറിയൻ നടത്തേണ്ടിവരുമെന്ന് ഡോക്ടർമാർ ഒടുവിൽ നിഗമനം ചെയ്തു. ഞങ്ങൾക്ക് അറിയില്ല, എന്റെ അമ്മായിയമ്മ ഈ പ്രസവത്തിലൂടെ കടന്നുപോകാൻ സാധ്യതയില്ലെന്ന് ഒരു ദർശനത്തിൽ

കണ്ടിരുന്നു. ദൈവഭക്തരായ അമ്മായിയമ്മമാർക്ക് ദൈവത്തിന് നന്ദി. തീർച്ചയായും, എനിക്കും എന്റെ ഭാര്യക്കും ഇതിനെക്കുറിച്ച് അറിയില്ലായിരുന്നു.

ഈ വേഗത കൂടിയും കുറഞ്ഞും നടക്കുന്നതിനിടയിലാണ്, അടുത്ത ദിവസം, അതായത് 2006 മാർച്ച് 17-ന്, നാല്പത് (40) ദിവസത്തെ ഉപവാസം ആരംഭിക്കാൻ എന്റെ മനസ്സിൽ ശക്തമായ ഒരു ധാരണ ലഭിച്ചത്. ഞാൻ മുമ്പ് ഒരിക്കലും നാല്പത് ദിവസത്തെ ഉപവാസം അനുഷ്ഠിച്ചിട്ടില്ലാത്തതിനാൽ ഞാൻ പരിഭ്രാന്തനായി. നമ്മിലെ പരിശുദ്ധാത്മാവ് നമ്മുടെ ഹൃദയത്തിൽ നിന്ന് മനസ്സിലേക്ക് പകർത്തിയ ജഡിക ചിന്തകളെയും ചിന്തകളെയും ഇങ്ങനെയാണ് നിങ്ങൾ വേർതിരിക്കുന്നത്. നിങ്ങൾ സ്വാഭാവികമായി വഴങ്ങാത്ത തിരുവെഴുത്ത് പ്രകാരമുള്ള എന്തെങ്കിലും ചെയ്യാൻ അവൻ നിങ്ങളോട് പറയും. എന്റെ മനസ്സിൽ സ്വയമേവയുള്ള ചിന്ത ഉദിച്ചുയരുന്നതോടെ ഞാൻ ഒരു സംഭാഷണം ആരംഭിച്ചു, ചിന്താ മുദ്രകൾക്ക് മറുപടിയായി ചിന്ത, നാല്പത് ദിവസത്തേക്ക് ഞാൻ എന്തിനെക്കുറിച്ചാണ് പ്രാർത്ഥിക്കുന്നതെന്ന് അറിയാൻ ഞാൻ അഭ്യർത്ഥിക്കുന്നു .

അടുത്ത നിർദ്ദേശം ഒരു ജോട്ടറും പേനയും എടുക്കണമെന്നായിരുന്നു, ആശുപത്രി

വാർഡിൽ എനിക്ക് ലഭിച്ചിരുന്ന മതിപ്പുകൾ ഞാൻ എഴുതാൻ തുടങ്ങി. എന്റെ ഭാര്യയ്ക്കുവേണ്ടി പ്രാർത്ഥിക്കുന്നതിനുപകരം, എന്റെ മനസ്സിൽ വരുന്ന പ്രാർത്ഥന പോയിന്റുകൾ പാസ്റ്റർമാർ, പള്ളികൾ, ശരീരത്തിലെ ഐക്യം എന്നിവയെക്കുറിച്ചാണെന്ന് ഞാൻ കണ്ടെത്തി. അപ്പോഴാണ് ഞാൻ ദൈവത്തോട് ചോദിച്ചത്, ഈ ദൗത്യം ഞാൻ നിർവഹിക്കുകയാണെങ്കിൽ, ഈ 40 ദിവസത്തെ ഉപവാസം അവസാനിക്കുന്നതിനുമുമ്പ് ഞാൻ അവനെ കാണണമെന്ന്. ഇപ്പോൾ ഒരു പ്രതികരണവും ഉണ്ടായില്ല എന്ന് ഞാൻ വിശ്വസിക്കുന്നു, കാരണം അവൻ പ്രകടമാകുന്നതിനുള്ള അവസ്ഥ 40 ദിവസത്തെ ഉപവാസം എന്ന ആദ്യ നിർദ്ദേശത്തോടുള്ള എന്റെ അനുസരണത്തെ ആശ്രയിച്ചിരിക്കും.

കഥ തുടരുന്നതിനു മുമ്പ് ഇവിടെ ശ്രദ്ധിക്കേണ്ട ഒരു കാര്യം, ദൈവം നിങ്ങളുടെ അനുസരണത്തിന്റെ അവസാന ഘട്ടത്തിനപ്പുറം അടുത്ത നീക്കം നടത്തുകയില്ല എന്നതാണ്. അവൻ നിങ്ങളോട് എന്തെങ്കിലും ചെയ്യാൻ നിർദ്ദേശിച്ചാൽ, നിങ്ങൾ അത് ചെയ്യില്ല, അനുസരണക്കേടിന്റെ അവസാന ഘട്ടത്തിലേക്ക് മടങ്ങിവന്ന് അനുസരിക്കുന്നതുവരെ അവൻ അത് അടച്ചുപൂട്ടും. യോനയുടെ വിവരണം വായിക്കുക. യോന ദൈവത്തിന്റെ

നിയമനത്തിന് വിപരീത ദിശയിലേക്ക് ഓടി. കൊടുങ്കാറ്റുകളിലൂടെ, യോന അനുസരണക്കേടിൽ ആയിരുന്നിടത്തോളം, ദൈവം ഒരിക്കലും സംസാരിച്ചില്ല, യോനയുടെ ആത്മഹത്യാശ്രമം പരാജയപ്പെട്ടതിനുശേഷം, അവൻ ദൈവത്തോട് നിലവിളിച്ചു.

യോനാ 2:1-10

1 യോനാ മത്സ്യത്തിന്റെ വയറ്റിൽവെച്ചു
തന്റെ ദൈവമായ യഹോവയോടു
പ്രാർത്ഥിച്ചു.
2 അവൻ പറഞ്ഞു: "എന്റെ കഷ്ടതനിമിത്തം
ഞാൻ യഹോവയോടു നിലവിളിച്ചു; അവൻ
എനിക്കു ഉത്തരം അരുളി. ഞാൻ
പാതാളത്തിന്റെ വയറ്റിൽനിന്നു
നിലവിളിച്ചു; നീ എന്റെ പ്രാർത്ഥന കേട്ടു.
3 നീ എന്നെ സമുദ്രമദ്ധ്യേ ആഴത്തിലേക്കു
തള്ളിയിട്ടു; പ്രവാഹങ്ങൾ എന്നെ ചുറ്റി
നിന്റെ തിരമാലകളും തിരമാലകളുമെല്ലാം
എന്റെ മീതെ കടന്നുപോയി.
4 അപ്പോൾ ഞാൻ പറഞ്ഞു: 'നിന്റെ
ദൃഷ്ടിയിൽനിന്നു ഞാൻ നീക്കം
ചെയ്യപ്പെട്ടിരിക്കുന്നു; എങ്കിലും ഞാൻ നിന്റെ
വിശുദ്ധമന്ദിരത്തിലേക്ക് വീണ്ടും നോക്കും.'
5 വെള്ളം പ്രാണനോളം എന്നെ വളഞ്ഞു; ആഴി
എന്നെ ചുറ്റി; കളകൾ എന്റെ തലയിൽ
പൊതിഞ്ഞു.

*6 ഞാൻ പർവ്വതങ്ങളുടെ നങ്കൂരങ്ങളോളം
ഇറങ്ങിച്ചെന്നു; ഭൂമി അതിന്റെ
ഓടാമ്പലുകളാൽ എന്റെ പിന്നിൽ
സദാകാലത്തേക്കും അടെച്ചിരിക്കുന്നു;
എങ്കിലും, എന്റെ ദൈവമായ യഹോവേ, നീ
എന്റെ പ്രാണനെ കുഴിയിൽനിന്നു
കയറ്റിയിരിക്കുന്നു.
7 എന്റെ പ്രാണൻ എന്റെ ഉള്ളിൽ
ക്ഷീണിച്ചപ്പോൾ ഞാൻ യഹോവയെ ഓർത്തു;
എന്റെ പ്രാർത്ഥന നിന്റെ
വിശുദ്ധമന്ദിരത്തിൽ നിന്റെ അടുക്കൽ എത്തി.
8 "വിലയില്ലാത്ത വിഗ്രഹങ്ങളെ
സേവിക്കുന്നവർ സ്വന്തം കാരുണ്യം
ഉപേക്ഷിക്കുന്നു.
9 ഞാനോ സ്തോത്രനാദത്തോടെ നിനക്കു യാഗം
അർപ്പിക്കും; നേർന്നിരിക്കുന്നതു ഞാൻ
കഴിക്കും; രക്ഷ യഹോവയിങ്കൽ നിന്നാകുന്നു.
10 അപ്പോൾ യഹോവ മത്സ്യത്തോട്
കല്പിച്ചു; അത് യോനയെ കരയിലേക്ക്
ഛർദ്ദിച്ചുകളഞ്ഞു.*

ആർക്കോ വേണ്ടി ഒരു വാക്ക്

"പ്രിയ മകളേ, ജീവനുള്ളവന്റെ പുത്രാ, സ്നേഹനിധിയായ ദൈവമേ, കേൾക്കൂ. ദൈവം സ്നേഹവാനും കരുണാമയനുമാണ്, പക്ഷേ ദൈവം ഉറച്ച ഫുട്ബോൾ കളിക്കുകയും ചെയ്യുന്നു. ഒരു മോശം ഫുട്ബോൾ മത്സരത്തിൽ അവനെ

ഉൾപ്പെടുത്താൻ നിങ്ങൾ ആഗ്രഹിക്കുന്നുണ്ടോ? അതിനെക്കുറിച്ച് ചിന്തിക്കുക പോലും ചെയ്യരുത്. നിങ്ങളുടെ അവയവം വീർത്തു പോകും. എന്നിട്ടും, അവൻ നിങ്ങളെ സ്നേഹിക്കുന്നു, നിത്യസ്നേഹത്തോടെ നിങ്ങളെയും എന്നെയും സ്നേഹിക്കുന്നത് തുടരുന്നു. നിങ്ങൾ അവന്റെ ആത്മാവിനെ നിങ്ങളുടെ ഉള്ളിൽ വഹിക്കുന്നു. അവന്റെ സ്വരൂപത്തിലും സാദൃശ്യത്തിലും നിങ്ങൾ സൃഷ്ടിക്കപ്പെട്ടു.

നീ അവന്റെ പ്രിയപ്പെട്ട പദ്ധതിയാണ്, നീ പാപത്തിൽ ആഴത്തിലും ആഴത്തിലും ആഴത്തിലും ആയിരിക്കുമ്പോഴും അവൻ നിനക്കുവേണ്ടി തീക്ഷ്ണതയുള്ളവനാണ്, അവൻ നിന്നെ കരുണയോടെ നോക്കുന്നു, പര്യവേക്ഷണം ചെയ്യുന്നു, സാഹചര്യങ്ങളെയും സാഹചര്യങ്ങളെയും ക്രമീകരിക്കുന്നു, അത് നിന്നെ അവന്റെ സ്നേഹനിർഭരമായ ദാനത്തിലേക്ക് തിരികെ കൊണ്ടുപോകും. നീ നിന്റെ സ്വന്തമല്ല, നിന്നെ വിലയ്ക്ക് വാങ്ങിയിരിക്കുന്നു, നീ ക്രിസ്തുവിൽ, ദൈവത്തിൽ ശ്രദ്ധിക്കപ്പെടുന്നു. നീ അവന്റെ കണ്ണിലെ കൃഷ്ണമണിയാണ്, നീ രാജകീയനാണ്, നീ അവന് ഒരു പുരോഹിതനാണ്, നീ പ്രത്യേകനാണ്. നക്ഷത്രങ്ങൾ എത്ര തിളക്കമുള്ളതാണെന്ന് നിങ്ങൾക്ക് പരിഗണിക്കാൻ കഴിയുമെങ്കിൽ, നീ ആകാശത്തിലെ നക്ഷത്രങ്ങളേക്കാൾ

തിളക്കമുള്ളവനാണെന്ന് അവൻ പറയുന്നു. അവൻ അറിയാത്ത ഒരു മുടിയിഴ പോലും നിങ്ങളുടെ തലയിൽ നിന്ന് വീഴുന്നില്ലെന്ന് അവൻ പറയുന്നു. അവൻ അവയെ എണ്ണുകയും അവയുടെ എണ്ണം അറിയുകയും ചെയ്യുന്നു. "

ലൂക്കോസ് 12:4-7

4 എന്റെ സ്നേഹിതന്മാരേ, ഞാൻ നിങ്ങളോടു പറയുന്നതു: ദേഹത്തെ കൊന്നിട്ടു പിന്നെ അധികമായി ഒന്നും ചെയ്വാൻ കഴിയാത്തവരെ ഭയപ്പെടേണ്ടാ.
5 ആരെ ഭയപ്പെടേണം എന്നു ഞാൻ നിങ്ങൾക്കു കാണിച്ചുതരാം: കൊന്നിട്ടു നരകത്തിൽ തള്ളിക്കളവാൻ അധികാരമുള്ളവനെ ഭയപ്പെടുവിൻ; അതേ, അവനെ ഭയപ്പെടുവിൻ എന്നു ഞാൻ നിങ്ങളോടു പറയുന്നു.
6 "രണ്ടു കാശിന്നു അഞ്ചു കുരുവികളെ വില്ക്കുന്നില്ലയോ? അവയിൽ ഒന്നിനെപ്പോലും ദൈവം മറന്നുപോകുന്നില്ല.
7 നിങ്ങളുടെ തലയിലെ മുടിപോലും എല്ലാം എണ്ണിയിരിക്കുന്നു; ആകയാൽ ഭയപ്പെടേണ്ടാ; ഏറിയ കുരികിലുകളെക്കാളും നിങ്ങൾ വിലയുള്ളവരല്ലോ.

ഇപ്പോൾ കൂടിക്കാഴ്ച തുടരുന്നു: ഇതാ, 2006 ഏപ്രിൽ 22-ന്, നാൽപത് ദിവസത്തെ ഉപവാസം അവസാനിക്കുന്നതിന് മൂന്ന് ദിവസം മുമ്പ്, രാവിലെ കൃത്യം 5 മണിക്ക്,

ദൈവം തന്റെ വിലപേശലിന്റെ പങ്ക് പാലിച്ചു. മനുഷ്യരൂപത്തിലുള്ള ഈ ദൈവം, കൈകൾ പിന്നിലേക്ക് മടക്കി, അല്പം മുന്നോട്ട് കുനിഞ്ഞ്, തറയിൽ എന്നെ നോക്കി, പതുക്കെ, ഓരോ ചുവടും, തിടുക്കമില്ലാതെ, ജനാലയിലൂടെ എന്റെ നേരെ ലോഞ്ചിലേക്ക് നടന്നപ്പോൾ ഞാൻ പകുതി ഉണർന്നിരുന്നു. എനിക്ക് അവന്റെ രൂപം കാണാൻ കഴിഞ്ഞു, പക്ഷേ അവന്റെ മുഖം വ്യക്തമായി കാണാൻ കഴിഞ്ഞില്ല.

നമ്മൾ കാണുന്ന മിഡിൽ ഈസ്റ്റേൺ സിനിമകളിൽ യേശുവിന്റെ വസ്ത്രങ്ങൾ എങ്ങനെയുള്ളതാണെന്ന് നിങ്ങൾക്കറിയാമോ? ഉടനെ അവൻ എന്റെ അടുത്തേക്ക് വന്നു, അവൻ നിന്നിരുന്ന എന്റെ കാലിനു ചുറ്റുമുള്ള ഭാഗം ഒരിക്കലും നിലവിലില്ലാത്തതുപോലെ വളരെ ശക്തിയോടെ വിറയ്ക്കാൻ തുടങ്ങി, ഒരു തരത്തിൽ പറഞ്ഞാൽ ആ ഭാഗം വികൃതമാക്കിയതുപോലെ. അവൻ എന്റെ നെഞ്ചിലേക്കും കഴുത്തിലേക്കും തലയിലേക്കും നീങ്ങുമ്പോൾ, അതേ കാര്യം സംഭവിച്ചു, അവൻ മുന്നോട്ടും പിന്നോട്ടും പോയിക്കൊണ്ടിരുന്നു. അവൻ ഉപേക്ഷിച്ച ഓരോ ഭാഗവും മുമ്പത്തെപ്പോലെ വീണ്ടും സംയോജിപ്പിച്ചു, പ്രക്രിയ മുമ്പത്തെപ്പോലെ തന്നെ തുടരുന്നു. ആ അനുഭവത്തിന്റെ അസംസ്കൃത ശക്തി വിവരിക്കാൻ

വാക്കുകളില്ലായിരുന്നു; എനിക്ക് സമയത്തെക്കുറിച്ച് ധാരണ നഷ്ടപ്പെട്ടു, ഞാൻ ഭയപ്പെട്ടു, അവൻ അവസാനിപ്പിക്കണമെന്നും തറയിൽ അനിയന്ത്രിതമായി ഉരുളുന്നതിനിടയിൽ ഞാൻ അവനുവേണ്ടി എന്തുചെയ്യണമെന്ന് അവൻ എന്നോട് പറയണമെന്നും യാചിക്കാൻ തുടങ്ങി. നമ്മുടെ സ്വർഗ്ഗീയ പിതാവിന്റെ പ്രകടമായ ശക്തിയുമായുള്ള എന്റെ കൂടിക്കാഴ്ചയായിരുന്നു അത്.

ആ ട്രാൻസ് അനുഭവത്തിനുശേഷം, ക്രിസ്തുവിന്റെ ശരീരത്തിന്റെ വ്യത്യസ്ത ദർശനങ്ങൾ ഞാൻ കാണാൻ തുടങ്ങി. ഒരു സന്ദർഭത്തിൽ, സ്വപ്നത്തിൽ, കർത്താവായ യേശുക്രിസ്തു കടന്നുവന്നു, അവന്റെ ശരീരം മുഴുവൻ വേർപിരിഞ്ഞിരുന്നു, പക്ഷേ ചെറിയ ചർമ്മ അസ്ഥിബന്ധങ്ങളുമായി ബന്ധപ്പെട്ടിരുന്നു. ഓരോ ഭാഗങ്ങളും ഒരു സഭാ ശുശ്രൂഷയായിരുന്നു. എനിക്ക് പരിചിതമായ ശുശ്രൂഷകൾ എനിക്ക് മനസ്സിലാക്കാൻ കഴിഞ്ഞു. ശരീരഭാഗങ്ങൾ തമ്മിലുള്ള ബന്ധങ്ങൾ ഉറച്ചതായിരുന്നില്ല. ഇന്ന് നമുക്ക് അറിയാവുന്ന സഭാ സ്ഥാപനങ്ങളോ ശുശ്രൂഷകളോ അവന്റെ ശരീരത്തെ വിഭജിക്കുന്നുണ്ടെന്നും, അഹങ്കാരം, നിസ്സാരമായ അഹങ്കാരം, ജഡം അവതരിപ്പിക്കുന്ന എല്ലാ മോഹങ്ങൾ എന്നിവ കാരണം അവന്റെ സഭയിലെ വ്യക്തിഗത

അംഗങ്ങൾ അവന്റെ ശരീരത്തെ സൃഷ്ടിക്കുന്നുവെന്നും ഇപ്പോൾ ഞാൻ മനസ്സിലാക്കുന്നു. സഭാംഗങ്ങൾ തമ്മിലുള്ള മത്സരം, നേതൃത്വ പോരാട്ടം, അംഗങ്ങളുടെ വഴിതിരിച്ചുവിടൽ, മറ്റ് ശുശ്രൂഷകളെ തകർക്കൽ, സഭാംഗങ്ങൾക്കിടയിൽ നടക്കുന്ന പോരാട്ടം, നേതൃത്വം മോഷണം, അംഗങ്ങളുടെ ജീവിത നിലവാരത്തെ പ്രതിഫലിപ്പിക്കാത്ത ആഡംബരപൂർണ്ണമായ ജീവിതശൈലി നയിക്കൽ എന്നിങ്ങനെ പ്രകടമാകുന്നു. പട്ടിക നീളുന്നു. നിങ്ങൾ അങ്ങനെയാണെങ്കിൽ, അനീതിയിൽ നിന്ന് അകന്നു നിൽക്കുക, കാരണം നമ്മുടെ ദൈവം ഒരു ദഹിപ്പിക്കുന്ന അഗ്നിയാണ്, പണമോഹത്തിനായി, ദൈവത്തെ തെറ്റായി പ്രതിനിധാനം ചെയ്യുകയും ദൈവത്തിന്റെ അനുഗ്രഹിക്കപ്പെട്ട മക്കളെ എതിരാളിക്ക് ദുഷ്ട ഉപദേശത്തിലൂടെ സാത്താന് കൈമാറുകയും ചെയ്ത ബിലെയാമിന്റെ പാപം ഓർക്കുക.

കർത്താവിനോട് ഞാൻ ചോദിച്ചു, ഈ ലഘുവായി ബന്ധപ്പെട്ടിരിക്കുന്ന വേർപിരിഞ്ഞ ശരീരത്തിൽ ഞാൻ എവിടെയാണ് ചേരുക എന്ന്. മനുഷ്യരെ ശിഷ്യരാക്കുന്ന സഭകൾ അന്വേഷിക്കാൻ അവൻ എന്നോട് പറഞ്ഞു, സംഖ്യകളാൽ ഞാൻ ചലിപ്പിക്കപ്പെടരുത്.

ബാക്കിയുള്ളത് ചരിത്രമാണ്. ആ കൂടിക്കാഴ്ചയ്ക്ക് ശേഷം അവനിലുള്ള എന്റെ ആത്മവിശ്വാസം വളർന്നുവന്നതായി ഞാൻ ഇപ്പോൾ മനസ്സിലാക്കി, ഇപ്പോൾ എനിക്ക് ഒരു ലക്ഷ്യബോധവും ദൗത്യവും ലഭിച്ചു. തുടർന്നുള്ള സ്വപ്നങ്ങളിൽ ദൈവം എനിക്ക് നൽകിയ എല്ലാ നിയമനങ്ങളും ഈ ആദ്യ നിയമനവുമായി പൊരുത്തപ്പെട്ടു. ഒരു വിവാദവും ഉണ്ടായിട്ടില്ല. ഞാൻ ചിലപ്പോൾ വഴിതെറ്റിപ്പോവാറുണ്ട്, പക്ഷേ അവൻ സ്നേഹപൂർവ്വം എന്നെ പിന്നോട്ട് നയിക്കുന്നു, ചിലപ്പോൾ അനുസരണക്കേടിന്റെ അടയാളമായി മുറിവുകൾ വരുത്തുന്നു. പ്രത്യേക നിയമന മേഖലയിലേക്ക് എത്തുന്നതിൽ എനിക്ക് സ്വാഭാവികമായി കഴിയാത്ത കാര്യങ്ങൾ ചെയ്യാൻ പരിശുദ്ധാത്മാവിന്റെ ശക്തിയും സാന്നിധ്യവും എന്നെ പ്രാപ്തനാക്കിയിട്ടുണ്ട്. ശുശ്രൂഷയ്ക്കായി നമ്മെ സജ്ജരാക്കുന്നതിനായി ദൈവം തന്റെ പരിശുദ്ധാത്മാവിനാൽ നമ്മെ നിറയ്ക്കുന്നു. ദൈവിക പ്രാപ്തിയും നിയോഗവും കൂടാതെ ഒരിക്കലും ദൈവത്തിനുവേണ്ടി ഒരു ജോലിയും ഏറ്റെടുക്കരുത്.

ദൈവം ലഭ്യമാണെന്നും, അവന്റെ ആവൃത്തിയിലേക്ക് നാം ശ്രദ്ധ കേന്ദ്രീകരിക്കുകയും വിശ്വാസത്തോടെ അവനിൽ നിന്ന് ചോദിക്കുകയും ചെയ്താൽ,

അവൻ നമ്മെ സംഭാഷണത്തിൽ ഉൾപ്പെടുത്താൻ ആഗ്രഹിക്കുന്നുവെന്നും ഈ വെളിപ്പെടുത്തൽ എനിക്ക് ആത്മവിശ്വാസവും ഉറപ്പും നൽകി. ഈ സാഹചര്യത്തിലെന്നപോലെ, സ്വപ്നങ്ങളിലൂടെയും, പ്രതിച്ഛായാനുഭവങ്ങളിലൂടെയും, നമ്മുടെ മനസ്സിൽ പ്രകാശിക്കുന്ന സ്വയമേവയുള്ള ചിന്തയിലൂടെയും, നാം നേരിടുന്ന സാഹചര്യങ്ങളിലൂടെയും, നാം കണ്ടുമുട്ടുന്ന ആളുകളിലൂടെയും, ദൈവപുരുഷന്മാരെയും സ്ത്രീകളെയും നിയമിച്ചതിലൂടെയും, കുട്ടികളിലൂടെയും, നിശബ്ദതയിലൂടെയും ദൈവവചനത്തിലൂടെയും അവൻ സംസാരിക്കുന്നു. ആന്തരിക സാക്ഷിയും ദൈവവചനവും നമ്മുടെ മനസ്സിൽ കണ്ടതോ കേട്ടതോ മുദ്രണം ചെയ്തതോ ആയ കാര്യങ്ങളുമായി യോജിക്കണം എന്നത് ശ്രദ്ധിക്കേണ്ടതാണ്. സാത്താനും പൈശാചിക ആത്മാവും സംസാരിക്കുന്നു, നമ്മുടെ മനസ്സിൽ മുദ്രണം ചെയ്യുന്നു. യേശു ഇതിനെക്കുറിച്ച് നമ്മെ ഇങ്ങനെ മുന്നറിയിപ്പ് നൽകിയിട്ടുണ്ട്: -

യോഹന്നാൻ 10:27

27 എന്റെ ആടുകൾ എന്റെ ശബ്ദം കേൾക്കുന്നു; ഞാൻ അവയെ അറിയുന്നു; അവ എന്നെ അനുഗമിക്കുന്നു.

അസൈൻമെന്റ് 1

നിങ്ങളുടെ സ്വർഗ്ഗസ്ഥനായ പിതാവുമായി ഞാൻ വിവരിച്ചതുപോലെയുള്ള ഒരു കൂടിക്കാഴ്ച നിങ്ങൾ അനുഭവിച്ചിട്ടുണ്ടോ? ഇല്ലെങ്കിൽ, അത് ചോദിക്കാൻ ഞാൻ നിങ്ങളെ പ്രോത്സാഹിപ്പിക്കുന്നു. ഒരു പ്രദർശനത്തിനല്ല, മറിച്ച് ഇപ്പോൾ ഉള്ളതിനേക്കാൾ ശക്തമായ ഒരു ബന്ധം അവനുമായി കെട്ടിപ്പടുക്കാൻ നിങ്ങൾ ആഗ്രഹിക്കുന്നു എന്നതാണ്. നിങ്ങൾ ഇപ്പോൾ ആയിരിക്കുന്ന സ്ഥാനത്ത് നിന്ന് ആരംഭിക്കുക. നിങ്ങൾക്ക് ലക്ഷ്യം നഷ്ടപ്പെടുന്നുണ്ടോ, അവിടെ നിന്ന് ആരംഭിക്കുക. മുടിയനായ പുത്രനെ ഓർക്കുക, പാപം ചെയ്തിട്ടും പിതാവ് അവനെ സ്വീകരിച്ചു. അതാണ് പിതാവിന്റെ ഹൃദയം. ചിലപ്പോൾ, നമ്മുടെ ജീവിതത്തിൽ ദൈവത്തെ തിരിച്ചറിയാത്തതിനാൽ നമ്മൾ കുഴപ്പത്തിലാകും. അവൻ കാത്തിരിക്കുന്നു, നിങ്ങളെയും എന്നെയും ഉൾപ്പെടുത്താൻ കാത്തിരിക്കുന്നു.

ഇപ്പോൾ തന്നെ നിർത്തി പ്രാർത്ഥിക്കുക, തന്നെത്തന്നെ നിങ്ങൾക്ക് വെളിപ്പെടുത്താൻ ആവശ്യപ്പെടുക, ഒരു സ്പഷ്ടമായ പ്രകടനമാണ് ഞാൻ ഉദ്ദേശിക്കുന്നത്. ദിവസങ്ങൾക്കുള്ളിൽ നിങ്ങൾ മറന്നുപോകുന്ന ചില ഉപയോഗശൂന്യമായ കണ്ടുമുട്ടലുകളല്ല. മുകളിൽ പറഞ്ഞ അനുഭവം ഞാൻ ഓർക്കുമ്പോഴെല്ലാം, അത് എക്കാലത്തെയും പോലെ പുതുമയുള്ളതാണ്.

അത് എന്റെ ഡിഎൻഎയിൽ എന്നെന്നേക്കുമായി രൂപപ്പെടുത്തിയിരിക്കുന്നു. ഒരു പ്രിയപ്പെട്ടയാൾ, ഒരു ഭാര്യ, ഒരു ഭർത്താവ്, ഒരു പങ്കാളി തുടങ്ങിയവർക്ക് തന്നെത്തന്നെ വെളിപ്പെടുത്താനും അതിൽ വിശ്വസിക്കാനും അവനോട് ആവശ്യപ്പെടുക. എന്താണ് സംഭവിക്കുന്നതെന്ന് കാണുക. ദൈവം വിശ്വസിക്കാൻ ആഗ്രഹിക്കുന്നു, അവൻ വിശ്വസിക്കാൻ ആഗ്രഹിക്കുന്നു. ഞങ്ങളുടെ വിശ്വാസം പറയുന്നത് ഞാൻ നിങ്ങളെ വിശ്വസിക്കുന്നു, നിങ്ങൾ ചെയ്യാൻ ആഗ്രഹിക്കുന്നത് ചെയ്യാൻ നിങ്ങളെ ആശ്രയിക്കുന്നു എന്നാണ്.

എനിക്ക് വ്യക്തിപരമായി അനുഭവപ്പെട്ട രോഗശാന്തി, വിടുതൽ, പുനഃസ്ഥാപനം എന്നിവയുടെ പരമ്പരയ്ക്ക് പുറമേ, ഇനിപ്പറയുന്ന നിരവധി സംഭവങ്ങൾ ഈ ശുശ്രൂഷകനോടുള്ള എന്റെ കോപത്തെ ജ്വലിപ്പിച്ചു - എന്റെ അമ്മ 44 വയസ്സിൽ ഉയർന്ന രക്തസമ്മർദ്ദം മൂലം മരിച്ചു - എന്റെ മൂത്ത സഹോദരി 44 വയസ്സിൽ സ്തനാർബുദം മൂലവും എന്റെ അച്ഛൻ 77 വയസ്സിൽ പ്രോസ്റ്റേറ്റ് കാൻസർ മൂലവും മരിച്ചു. അതിനാൽ, എന്റെ പ്രിയപ്പെട്ടവരിൽ നിന്ന് മോഷ്ടിച്ചതിന് സാത്താനോട് എനിക്ക് ദേഷ്യമുണ്ട്, ദൈവത്തിന്റെ ഏറ്റവും മികച്ചത് ലഭിക്കാൻ ഞാൻ ആഗ്രഹിക്കുന്നു. എനിക്ക്

വേണ്ടി മാത്രമല്ല, മറ്റുള്ളവർക്കുവേണ്ടിയും, അങ്ങനെ അവർ ചെറുപ്പത്തിൽ തന്നെ മാതാപിതാക്കളെയോ സഹോദരന്മാരെയോ നഷ്ടപ്പെടുത്തേണ്ടതില്ല, യേശുവിന്റെ നാമത്തിൽ അവർക്ക് പൂർണ്ണ ആരോഗ്യത്തോടെയും പൂർണ്ണ ആരോഗ്യത്തോടെയും അവരുടെ ദിവസങ്ങൾ നിറവേറ്റാൻ കഴിയും, ആമേൻ.

ദൈവം എനിക്കും നിങ്ങൾക്കും ഇത് വാഗ്ദാനം ചെയ്തു:

പുറപ്പാട് 23:25-27
ആംപ്ലിഫൈഡ് ബൈബിൾ, ക്ലാസിക് പതിപ്പ്
25 *നിങ്ങളുടെ ദൈവമായ യഹോവയെ സേവിക്കുവിൻ; അവൻ നിങ്ങളുടെ അപ്പത്തെയും വെള്ളത്തെയും അനുഗ്രഹിക്കും; ഞാൻ നിങ്ങളുടെ നടുവിൽനിന്നു രോഗം അകറ്റിക്കളയും.*
26 *നിന്റെ ദേശത്തു ഒരുത്തനും ഗർഭം അലസിപ്പോയാലും മച്ചിയാകയില്ല; നിന്റെ ആയുഷ്കാലം ഞാൻ പൂർത്തിയാക്കും.*
27 *എന്റെ ഭീതിയെ ഞാൻ നിന്റെ മുമ്പിൽ അയച്ചു, നീ ചെല്ലുന്ന സകലജാതികളെയും അമ്പരപ്പിക്കും; നിന്റെ സകല ശത്രുക്കളെയും ഞാൻ നിന്നോടു അകത്തേക്കു ഓടിച്ചുകളയും.*

നിങ്ങളോടൊപ്പം, യേശുവിന്റെ നാമത്തിലുള്ള ആ വാഗ്ദാനം പാലിക്കാൻ ഞാൻ ഉദ്ദേശിക്കുന്നു, ആമേൻ. ഈ പുസ്തകത്തിൽ

"മഹത്തായ ചൂഷണങ്ങൾ - 1 – ഇതിനായി നിങ്ങൾ കത്തിക്കരിഞ്ഞു – രോഗശാന്തി, വിടുതൽ, പുനഃസ്ഥാപനം – ദൈവം അവരുടെ സമയത്തിനായി ഉപയോഗിച്ച, ദൈവത്തിന്റെ പുരുഷന്മാരുടെയും സ്ത്രീകളുടെയും 100 വർഷത്തിലേറെയുള്ള ചൂഷണങ്ങളുടെ രേഖകളിൽ നിന്ന് മഹാന്മാരിൽ നിന്ന് കണ്ടെത്തുക. അത് നമുക്കുവേണ്ടിയുമാണ്. എങ്ങനെയെന്ന് പുസ്തകം നിങ്ങൾക്ക് കാണിച്ചുതരും. പഠനങ്ങളുടെ പ്രയോഗത്തിലൂടെ ഞങ്ങൾ ഇതിനകം ഫലങ്ങൾ കാണുന്നു, നിങ്ങളും അങ്ങനെ തന്നെ ചെയ്യണം. ആമേൻ

വലിയ ചൂഷണങ്ങൾ - 1

- പ്രസാധകനെക്കുറിച്ച്

ഞങ്ങളെക്കുറിച്ച് – ദൈവത്തിന്റെ കഴുകൻ മിനിസ്ട്രീസ് (GEM)

ജനതകളെ വിതയ്ക്കൽ. ജീവിതങ്ങളെ പരിവർത്തനം ചെയ്യൽ.
"അവരെല്ലാവരും ഒന്നാകേണ്ടതിന്..." — യോഹന്നാൻ 17:21–23
ഞങ്ങളുടെ ഭരണ ദർശനം
ഒരു ഏകീകൃത ക്രിസ്തീയ ലോകം — കേവലം ഒത്തുചേരലല്ല, മറിച്ച് രൂപീകൃതമായത്
ദൈവത്തിന്റെ നിത്യോദ്ദേശ്യത്തിൽ പങ്കുചേരുന്നതിനാണ് ദൈവത്തിന്റെ ഈഗിൾ ശുശ്രൂഷകൾ നിലനിൽക്കുന്നത്:
ക്രിസ്തുവിൽ വേരൂന്നിയതും പരിശുദ്ധാത്മാവിനാൽ നയിക്കപ്പെടുന്നതുമായ **അനുസരണത്തിലും പക്വതയിലും ദൃശ്യമായ പരിവർത്തനത്തിലും നടക്കുന്ന ഒരു ഐക്യ സഭ .**
ഐക്യരൂപം, വേദികൾ അല്ലെങ്കിൽ വ്യക്തിത്വങ്ങൾ എന്നിവയാൽ ഏകീകരിക്കപ്പെടാത്തതും, **സത്യത്തോടുള്ള പങ്കിട്ട സമർപ്പണം, അനുസരണത്തിൽ**

അധിഷ്ഠിതമായ ശിഷ്യത്വം, രൂപാന്തരപ്പെട്ട ജീവിതങ്ങൾ എന്നിവയാൽ ഏകീകരിക്കപ്പെട്ടതുമായ ഒരു ആഗോള ക്രിസ്തുവിന്റെ ശരീരത്തെയാണ് ഞങ്ങൾ വിഭാവനം ചെയ്യുന്നത് .

ഐക്യം എന്നത് ഞങ്ങൾക്ക് ഒരു മുദ്രാവാക്യമല്ല,

മറിച്ച് അത് **ആളുകളിൽ രൂപപ്പെട്ട യോജിപ്പിന്റെയും നവീകരണത്തിന്റെയും** ക്രിസ്തുവിന്റെയും ഫലമാണ് .

ഞങ്ങളുടെ അടിസ്ഥാന ഉത്തരവ്

റോമർ 12:1-2 അനുസരിച്ച് രൂപാന്തരം

നമ്മൾ ചെയ്യുന്നതെല്ലാം - പുസ്തകങ്ങൾ, ഭക്തിഗാനങ്ങൾ, പഠിപ്പിക്കലുകൾ, സിനിമകൾ, ഓഡിയോ, വീഡിയോ, ഡിജിറ്റൽ പ്ലാറ്റ്ഫോമുകൾ, ഭാവി സാങ്കേതികവിദ്യകൾ - **ഒരു പ്രധാന ലക്ഷ്യത്തിനുവേണ്ടിയാണ് നിലനിൽക്കുന്നത്** :

അളക്കാവുന്നതും സജീവവുമായ പരിവർത്തനം സൃഷ്ടിക്കുന്ന മനസ്സിന്റെ നവീകരണം.

ഞങ്ങളുടെ ആശയവിനിമയങ്ങൾ **വിവരങ്ങളുടെ ഉപഭോഗത്തിനോ** , വൈകാരിക ഉത്തേജനത്തിനോ, നിഷ്ക്രിയ പ്രചോദനത്തിനോ വേണ്ടി രൂപകൽപ്പന ചെയ്തിട്ടുള്ളതല്ല.

അവ ഇതിനായി രൂപകൽപ്പന ചെയ്തിരിക്കുന്നു:

- പശ്ചാത്താപവും പുനഃക്രമീകരണവും

- ചിന്തയുടെ പുതുക്കൽ.
- തിരുവെഴുത്തുകളോടുള്ള അനുസരണം
- ദൃശ്യമായ പ്രതീക മാറ്റം
- നിലനിർത്തിയ ആത്മീയ പക്വത

പരിവർത്തനം അനുമാനിക്കപ്പെടുന്നില്ല.
ഇത് രൂപകൽപ്പന ചെയ്തിരിക്കുന്നത്, പരിപാലിക്കുന്നത്, അളക്കുന്നത്, പിന്തുടരുന്നത് എന്നിവയാണ് .

"നമ്മുടെ വിജയത്തിന്റെ അളവുകോൽ"

ഇതുപോലുള്ള ഭാഷ ഉപയോഗിച്ച്:

- ട്രാഫിക് നോക്കി മാത്രമല്ല ഞങ്ങൾ വിജയം അളക്കുന്നത്.
- പരിവർത്തനം ചെയ്യപ്പെട്ട ജീവിതങ്ങളിലൂടെയാണ് നമ്മൾ വിജയം അളക്കുന്നത്.
- ഇടപെടലിനേക്കാൾ അനുസരണയാണ് ഞങ്ങൾ വിലമതിക്കുന്നത്
- വൈറലാകുന്നതിനെക്കാൾ പുതുക്കലിനെയാണ് ഞങ്ങൾ വിലമതിക്കുന്നത്

ഞങ്ങളുടെ ദൗത്യം

രാഷ്ട്രങ്ങളെ വിതയ്ക്കൽ - ഓരോ ജീവൻ വീതം

ദൈവത്തിന്റെ കഴുകൻ ശുശ്രൂഷകൾ നിലവിലുണ്ട്:

- കേവലം അറിവിലേക്കല്ല, പരിവർത്തനത്തിലേക്ക് നയിക്കുന്ന **തിരുവെഴുത്ത് അടിസ്ഥാനമാക്കിയുള്ള**

വിഭവങ്ങൾ സൃഷ്ടിക്കുക, സമാഹരിക്കുക, പ്രചരിപ്പിക്കുക.

- സുവിശേഷീകരണം, ശിഷ്യത്വം, രോഗശാന്തി, വിടുതൽ, പുനഃസ്ഥാപനം, കൗൺസിലിംഗ് എന്നിവയിൽ ഏർപ്പെടുക - ആത്മാവ്, ആത്മാവ്, ശരീരം.
- വിശ്വാസികളെ കണ്ടുമുട്ടലിൽ നിന്ന് അനുസരണത്തിലേക്ക് നയിക്കുന്ന ഘടനാപരമായ ശിഷ്യത്വ യാത്രകൾ നടത്തുക.
- പരിശുദ്ധാത്മാവിന്റെ നേതൃത്വത്തിൽ പ്രവാചക അനുസരണത്തെയും പ്രദേശ സമർപ്പണത്തെയും പിന്തുണയ്ക്കുക .
- ബൈബിൾ അധികാരത്തിനും മനുഷ്യ മേൽനോട്ടത്തിനും കീഴിൽ വലിയ തോതിലുള്ള ഡിജിറ്റൽ സംവിധാനങ്ങളെ പരിപാലിക്കുക.

നമ്മുടെ കൽപ്പന സ്വന്തം കാര്യത്തിനുവേണ്ടിയുള്ള അളവുകോലല്ല, മറിച്ച് അളവിലുള്ള വിശ്വസ്തതയാണ് .

ഞങ്ങളുടെ പ്രധാന മൂല്യങ്ങൾ

ഈ മൂല്യങ്ങൾ ശുശ്രൂഷ, പ്രസിദ്ധീകരണം, നേതൃത്വം, സാങ്കേതികവിദ്യ എന്നിവയെ ഒരുപോലെ നിയന്ത്രിക്കുന്നു :

- ക്രിസ്തുവിൽ ധൈര്യവും നിർഭയത്വവും
- സേവക നേതൃത്വം
- ഉത്തരവാദിത്തത്തോടെ മികവ്

- സമഗ്രതയും സുതാര്യതയും
- വിവേചനബുദ്ധിയോടെയുള്ള വേഗത
- സത്യത്തിൽ ഉറച്ചുനിൽക്കുന്ന സർഗ്ഗാത്മകത
- ആത്മാവിനാൽ നയിക്കപ്പെടുന്ന ഔദാര്യം

ഞങ്ങളുടെ അഭിനിവേശം

ഞങ്ങൾ ആഴത്തിൽ പ്രതിജ്ഞാബദ്ധരാണ്:

- ആത്മാവിന്റെ ഐക്യവും വിശ്വാസത്തിന്റെ ഐക്യവും (എഫെസ്യർ 4:3, 13)
- വിശുദ്ധന്മാരെ പക്വതയ്ക്കും സൽപ്രവൃത്തികൾക്കും സജ്ജരാക്കുന്നു (എഫെസ്യർ 4:11-16)
- ചക്രങ്ങളല്ല - നിലനിൽക്കുന്ന രോഗശാന്തി, മോചനം, പുനഃസ്ഥാപനം
- ആശ്രയത്വത്തെയല്ല, അനുസരണത്തെ ഉളവാക്കുന്ന ശിഷ്യത്വം.
- മറ്റുള്ളവരെ പിന്തുണയ്ക്കാനും, വിവേചിക്കാനും, ശിഷ്യരാക്കാനും കഴിയുന്ന വിശ്വാസികളെ വളർത്തുക.

നമ്മുടെ ജോലിയുടെ ഏഴ് പ്രധാന പ്രകടനങ്ങൾ

1. **സഭാ ഐക്യ ഇടപെടൽ**
   വിഭാഗങ്ങൾ, സംസ്കാരങ്ങൾ, രാഷ്ട്രങ്ങൾ എന്നിവയിലുടനീളം ബന്ധപരവും രൂപീകരണപരവുമായ ഐക്യം കെട്ടിപ്പടുക്കുക.

2. **വാർഷിക ആഗോള പ്രാർത്ഥനയും ഉപവാസവും**
(മാർച്ച് 17 - ഏപ്രിൽ 26).
ലോകമെമ്പാടുമുള്ള സഭയ്ക്കും അതിന്റെ നേതാക്കൾക്കും വേണ്ടി പ്രത്യേകം പ്രാർത്ഥിക്കുന്നു. സ്വാധീനത്തിന്റെ ഏഴ് പർവതങ്ങളിൽ അവർ എവിടെയായിരുന്നാലും!
3. **പ്രസിദ്ധീകരണവും ഉള്ളടക്ക മേൽനോട്ടവും**
    - രചിച്ചതും പ്രസിദ്ധീകരിച്ചതുമായ ശീർഷകങ്ങൾ
    - 66+ രാജ്യങ്ങളിൽ വിതരണം ചെയ്തു
4. **ആഗോള ഉള്ളടക്ക വിതരണം ഡിജിറ്റൽ പ്ലാറ്റ്ഫോമുകളിലൂടെ**
2 ദശലക്ഷത്തിലധികം ക്രിസ്തീയ വിഭവങ്ങൾ സംരക്ഷിച്ച് വിതരണം ചെയ്തു.
5. **ഘടനാപരമായ ശിഷ്യത്വ യാത്രകൾ**
ഒട്ടകാഡ പ്ലാറ്റ്ഫോമുകൾ വഴി ഹോസ്റ്റ് ചെയ്യുന്ന ഓട്ടോമേറ്റഡ്, ഗൈഡഡ് പാതകൾ ഉൾപ്പെടെ.
6. **കൗൺസിലിംഗ്, രോഗശാന്തി & പുനഃസ്ഥാപനം**
വെബ് അധിഷ്ഠിതവും നേരിട്ടുള്ളതും, മുഴുവൻ വ്യക്തിയെയും അഭിസംബോധന ചെയ്യുന്നു.

7. **പ്രവാചക അനുസരണവും പ്രദേശിക സമർപ്പണവും**
   പരിശുദ്ധാത്മാവിന്റെ നേതൃത്വത്തിൽ, ഉത്തരവാദിത്തത്തോടെ മാത്രമേ നടപ്പിലാക്കൂ.
8. **രാഷ്ട്രങ്ങൾക്കുവേണ്ടിയുള്ള പ്രാർത്ഥനയും ഉപവാസവും**

പ്രാർത്ഥനയിലും ഉപവാസത്തിലും ഞങ്ങൾ ഒത്തുകൂടുന്നു:

• എല്ലാ വ്യാഴാഴ്ചയും
• എല്ലാ മാസത്തിലെയും അവസാന മൂന്ന് ദിവസങ്ങൾ

മത്തായി 21:13, യെശയ്യാവ് 56:7, യിരെമ്യാവ് 7:11 എന്നിവയ്ക്ക് അനുസൃതമായി, **സ്വാധീനമുള്ള ഏഴ് പർവതങ്ങളിലൂടെയുള്ള** ദൈവരാജ്യഭരണത്തിനായി ഓരോ ഭൂഖണ്ഡവും ഓരോ വർഷവും രണ്ടുതവണ പ്രാർത്ഥിക്കുന്നു.

വിശ്വസ്തതയോടെ പങ്കെടുക്കാൻ ഞങ്ങൾ നിങ്ങളെ ക്ഷണിക്കുന്നു.

ഞങ്ങളുടെ പ്ലാറ്റ്ഫോമുകൾ (ഒരു ആവാസവ്യവസ്ഥ, ഒരു ധാർമ്മികത)

- **Otakada.org** — ശിഷ്യത്വം, പ്രവാചക പഠിപ്പിക്കൽ, പരിവർത്തന യാത്രകൾ
- **Store.Otakada.org** — ഡിജിറ്റൽ ലൈബ്രറി, പുസ്തകങ്ങൾ, പരമ്പരകൾ, ഭാവിയിലെ ജീവിത ഉള്ളടക്കം
- **shop.otakada.org – പുസ്തകശാലയുടെ മുൻഭാഗം**

- **പ്രസിദ്ധീകരണ ചാനലുകൾ** — ലോകമെമ്പാടുമുള്ള 40,000-ത്തിലധികം ആഗോള വിതരണക്കാർ
- **മീഡിയ ചാനലുകൾ** — അധ്യാപനം, സാക്ഷ്യങ്ങൾ, സിനിമകൾ, ശിഷ്യത്വ ഉള്ളടക്കം

എല്ലാ പ്ലാറ്റ്ഫോമുകളും മത്സരിക്കുന്ന അജണ്ടകളല്ല, **ഒരു പരിവർത്തന ചാർട്ടറിന് കീഴിലാണ് പ്രവർത്തിക്കുന്നത്.**

ആഗോളതലത്തിൽ എത്തിച്ചേരലും മേൽനോട്ടവും

- പ്രതിമാസ റീച്ച്: **500,000+**
- വിതരണം ചെയ്ത വിഭവങ്ങൾ: **2 ദശലക്ഷത്തിലധികം**
- സജീവ സാന്നിധ്യം: **66+ രാജ്യങ്ങൾ**
- ശിഷ്യത്വ ചക്രവാളം: **2045 ആകുമ്പോഴേക്കും 100 ദശലക്ഷം ആത്മാക്കൾ**

ഞങ്ങൾ ആരാണ്

ദൈവത്തിന്റെ കഴുകൻ ശുശ്രൂഷകൾ ഇവയാണ്:

- **ആത്മാവ് നയിക്കുന്നത്**
- **ബോർഡർലെസ്സ്**
- **അജ്ഞേയവാദ വിഭാഗത്തിൽപ്പെട്ടയാൾ, പക്ഷേ സിദ്ധാന്തപരമായി ഉറച്ചുനിൽക്കുന്നയാൾ.**
- **ആളുകളിൽ രൂപപ്പെടുന്ന ക്രിസ്തുവിനോടുള്ള പ്രതിബദ്ധത.**

- **മതിലുകളില്ലാത്ത, പക്ഷേ ക്രമമില്ലാത്ത ഒരു പള്ളി**

"മഹത്വത്തിന്റെ പ്രത്യാശയായ ക്രിസ്തു നിങ്ങളിൽ ഉണ്ട്." - കൊലോസ്യർ 1:27

ബൈബിൾ വ്യക്തതയോടെയുള്ള ഐക്യം

- **ആത്മാവിന്റെ ഐക്യം** (എഫെസ്യർ 4:3)
  താഴ്മയും സ്നേഹവും വഴി നാം കാത്തുസൂക്ഷിക്കുന്ന ഒരു വർത്തമാനകാല യാഥാർത്ഥ്യം.
- **വിശ്വാസത്തിന്റെ ഐക്യം** (എഫെസ്യർ 4:13)
  അനുസരണത്തിൽ അധിഷ്ഠിതമായ ശിഷ്യത്വത്തിലൂടെ കൈവരിക്കുന്ന ഒരു വളർച്ചാ ഫലം.

ഐക്യം **ബന്ധപരവും രൂപീകരണപരവുമാണ്** , ഒരിക്കലും ഉപരിപ്ലവമല്ല.

ഞങ്ങളുടെ ശുശ്രൂഷാ പ്ലാറ്റ്ഫോമുകൾ

- **Otakada.org** – ശിഷ്യത്വം, വിഭവങ്ങൾ, പ്രവാചക ശുശ്രൂഷ
- **Shop.otakada.org** – പുസ്തകങ്ങളും ഡിജിറ്റൽ ശിഷ്യത്വ ഉപകരണങ്ങളും
- **ആമസോൺ രചയിതാവ് പേജ് 1** – https://www.amazon.com/stores/Zacharias-Godseagle/author/B0FCZ89D4K സക്കറിയാസ് ഗോഡ്സീഗിൾ/ അംബാസഡർ തിങ്കളാഴ്ച ഒ. ഒഗ്ബെ രചയിതാവ് പേജ്
- **ആമസോൺ രചയിതാവ് പേജ് 2** – https://www.amazon.com/stores/author/B07MSBPF

NX/allbooks . അംബാസഡർ തിങ്കളാഴ്ച ഒ. ഒഗ്ബെ രചയിതാവ് പേജ്

- **യൂട്യൂബ് ചാനൽ – പ്രധാന വാർത്ത** – https://www.youtube.com/@godseagleministries — അധ്യാപനം, സാക്ഷ്യങ്ങൾ, പ്രചാരണം
- **യൂട്യൂബ് ചാനൽ – ഏറ്റവും പുതിയത്** – https://www.youtube.com/@AmbassadorMondayogbe — ആഗോള ശിഷ്യത്വത്തിനും സുവിശേഷീകരണത്തിനുമുള്ള സിനിമകളും മറ്റ് ഉള്ളടക്കവും

ഞങ്ങളുടെ സജ്ജീകരണ കമ്മ്യൂണിറ്റികളുമായി ബന്ധപ്പെടുക

- **10 ദശലക്ഷം പ്രസ്ഥാന മധ്യസ്ഥ സമൂഹം – ഫേസ്ബുക്കിൽ ചേരൂ**
- **ഹോളി ഗോസ്റ്റ് സ്കൂൾ ശിഷ്യത്വം – ഫേസ്ബുക്കിൽ ചേരുക | ടെലിഗ്രാമിൽ ചേരുക**
- **10 ദശലക്ഷം മധ്യസ്ഥർ - വാട്ട്സ്ആപ്പിൽ ചേരൂ**

ദൈവത്തിന്റെ കഴുകൻ ശുശ്രൂഷകൾ വാട്ട്സ്ആപ്പ് കമ്മ്യൂണിറ്റികൾ

- **കമ്മ്യൂണിറ്റി 1**
- **കമ്മ്യൂണിറ്റി 2**

സിഗ്നേച്ചർ ഇനിഷ്യേറ്റീവ്സ്

- **വാർഷിക 40 ദിവസത്തെ ആഗോള പ്രാർത്ഥനയും ഉപവാസവും: മാർച്ച് 17 – ഏപ്രിൽ 26**
- **രാഷ്ട്രങ്ങൾക്കായുള്ള പ്രതിമാസ പ്രാർത്ഥനയും ഉപവാസവും: ആഫ്രിക്ക,**

അമേരിക്കകൾ, യൂറോപ്പ്, ഏഷ്യ, മിഡിൽ ഈസ്റ്റ്, ഓഷ്യാനിയ, ധ്രുവപ്രദേശങ്ങൾ എന്നിവയിൽ ശ്രദ്ധ കേന്ദ്രീകരിച്ചിരിക്കുന്നു.

- **ഗ്രേറ്റർ എക്സ്പ്ലോയിറ്റ്സ് സീരീസ്:** രോഗശാന്തി, പുനരുജ്ജീവനം, ആത്മീയ സജ്ജീകരണം എന്നിവയെക്കുറിച്ചുള്ള **20+ വാല്യങ്ങൾ**

ഞങ്ങൾ ആരാണ്

ദൈവത്തിന്റെ ഈഗിൾ മിനിസ്ട്രീസ് **ആത്മാവിനാൽ നയിക്കപ്പെടുന്നതും അതിരുകളില്ലാത്തതുമായ ഒരു പ്രസ്ഥാനമാണ്**
:

- വിശ്വാസികളുടെ ഹൃദയങ്ങളിൽ **ആത്മീയ ക്ഷേത്രങ്ങൾ** പണിയുന്നു.
- **ജീവിതങ്ങളെ പുനഃസ്ഥാപിക്കൽ** : ആത്മാവ്, ആത്മാവ്, ശരീരം
- **ആത്മാവിന്റെ ഐക്യവും വിശ്വാസത്തിന്റെ ഐക്യവും** പ്രോത്സാഹിപ്പിക്കുക *(എഫെസ്യർ 4:3,13)*

"മഹത്വത്തിന്റെ പ്രത്യാശയായ ക്രിസ്തു നിങ്ങളിൽ ഉണ്ട്!" - കൊലോസ്യർ 1:27

നമുക്ക് ബന്ധിപ്പിക്കാം

ഇമെയിൽ: ambassador@otakada.org

ഫോൺ/വാട്ട്സ്ആപ്പ്: +1 804-778-2759 (വാട്ട്സ്ആപ്പ്) | +1 302-492-2440 | +2348032835348 (വാട്ട്സ്ആപ്പ്)

ബ്ലോഗ്: otakada.org/blog

പങ്കാളിത്തവും ദാനവും: ഇവിടെ ക്ലിക്ക് ചെയ്യുക

ഞങ്ങളുടെ ആഗോള സാന്നിധ്യം

ഈസ്റ്റ് കോസ്റ്റ് യുഎസ്എ: 3825 ലങ്കാസ്റ്റർ പൈക്ക്, വിൽമിംഗ്ടൺ, ഡിഇ;

ഈസ്റ്റ് കോസ്റ്റ് യുഎസ്എ: 4510 ബർക്ക്സ് പ്രോമിസ് ഡ്രൈവ്, ബോവി, മേരിലാൻഡ്

വെസ്റ്റ് കോസ്റ്റ് യുഎസ്എ: 1985 ഡെൽ അമോ ബൊളിവാർഡ്, ടോറൻസ്, സിഎ

വെസ്റ്റ് ആഫ്രിക്ക ആസ്ഥാനം: 8 സഹാബ റെസിഡൻസ്, ലുഗ്ബെ അബുജ |

വെസ്റ്റ് ആഫ്രിക്ക ആസ്ഥാനം: 14 ഒലാലെരെ ക്ലോസ്, ഓഫ് മില്യണയർ ക്വാർട്ടേഴ്സ്, ജോസ് നോർത്ത്, ജോസ്, പീഠഭൂമി സംസ്ഥാനം

നേതൃത്വം

അംബാസഡർ തിങ്കളാഴ്ച ഒ. ഒഗ്ബെ
(ഓമനപ്പേര്: സക്കറിയാസ് ഗോഡ്സീഗിൾ)
സ്ഥാപകൻ, രചയിതാവ്,
ദൈവത്തിന്റെ കഴുകൻ ശുശ്രൂഷകൾ —
മതിലുകളോ, അതിരുകളോ, വിഭാഗങ്ങളോ ഇല്ലാത്ത ഒരു സഭ.

ഒരു ജീവനുള്ള മാൻഡേറ്റ്

ഈ പ്രസ്താവന സ്ഥിരമല്ല.
ഇത് നിയന്ത്രിക്കുന്നത്:

- ഉള്ളടക്ക സൃഷ്ടി
- പ്രസിദ്ധീകരണ മാനദണ്ഡങ്ങൾ
- ശിഷ്യത്വ സംവിധാനങ്ങൾ
- AI- സഹായത്തോടെയുള്ള ഡെലിവറി
- സമൂഹ ഇടപെടൽ

- ഉത്തരവാദിത്തവും മേൽനോട്ടവും ദൈവത്തിന്റെ പ്രവൃത്തി രാഷ്ട്രങ്ങളിലേക്ക് വ്യാപിക്കുമ്പോൾ, അത് **ആവിഷ്കാരത്തിൽ പരിണമിക്കും** , പക്ഷേ ഒരിക്കലും **സത്യത്തിലോ ഉദ്ദേശ്യത്തിലോ ആയിരിക്കില്ല** .

വലിയ ചൂഷണങ്ങൾ - 1

- അംഗീകാരം

ഈ പുസ്തകത്തെ സമ്പന്നമാക്കിയ വസ്തുക്കളിലൂടെ താഴെപ്പറയുന്ന മഹത്തായ ദൈവജനങ്ങളുടെ സംഭാവനയില്ലാതെ ഈ പുസ്തകം വെളിച്ചത്തു വരില്ലായിരുന്നു:

- *ജോൺ ജി. ലേക്ക്*
- *കാതറിൻ കുഹ്ൽമാൻ*
- *ലെസ്റ്റർ സമ്മാൽ*
- *ഫ്രാങ്കും ഇഡ മേ ഹാമണ്ടും*
- *ഡെറക് പ്രിൻസ്*
- *നോവൽ ഹെയ്സ്*
- *ജോസഫ് അയോ ബാബലോല*
- *റോബർട്ട് ഡബ്ല്യൂ. ഷാംബാക്ക്*
- *ആശിഷ് റായ്ച്ചൂർ*
- *കറി ബ്ലെയ്ക്ക്*
- *സിൻഡി ട്രിം*
- *വർഷങ്ങളായി ഞാൻ പഠിച്ച മറ്റു പലതും*

ഞങ്ങളുടെ ജീവിതാനുഭവങ്ങളിലൂടെ ഭൗതികമായി സംഭാവന നൽകിയ എന്റെ ഭാര്യ - കംഫർട്ട്, എന്റെ നാല് കുട്ടികൾ - ഡയാന, ജോസഫ്, ഡേവിഡ്, ഐസക് എന്നിവരെയും ഞാൻ അഭിനന്ദിക്കുന്നു.

ക്രിസ്തുവിലുള്ള ദൈവിക ലക്ഷ്യത്തിലേക്ക് നമ്മെ നയിക്കാൻ സഹായിച്ച പോരാട്ടങ്ങൾ, ഉയർച്ച താഴ്ചകൾ, വിജയങ്ങൾ, പരാജയങ്ങൾ എന്നിവയെല്ലാം. യേശുനാമത്തിൽ ദൈവം നിങ്ങളെയെല്ലാം താരതമ്യപ്പെടുത്താനാവാത്തവിധം അസംഖ്യം വിധങ്ങളിൽ സമൃദ്ധമായി അനുഗ്രഹിക്കട്ടെ, ആമേൻ!

വലിയ ചൂഷണങ്ങൾ - 1

– സമർപ്പണം

എന്നെ സൃഷ്ടിച്ചതിനും എന്റെ ജീവൻ സംരക്ഷിച്ചതിനും ഞാൻ ഈ പുസ്തകം പിതാവായ ദൈവത്തിന് സമർപ്പിക്കുന്നു.

പിതാവിനോടും പുത്രനോടും പരിശുദ്ധാത്മാവിനോടുമുള്ള കൂട്ടായ്മയിലും, പിതാവിങ്കലേക്ക് അനിയന്ത്രിതവും അനിയന്ത്രിതവുമായ പ്രവേശനം എനിക്ക് നൽകിയ പരമമായ യാഗത്തിനായി ഞാൻ ഈ പുസ്തകം കർത്താവായ യേശുക്രിസ്തുവിന് സമർപ്പിക്കുന്നു.

ക്രിസ്തു എനിക്ക് നൽകാൻ മരിച്ചതും എന്നെ സൃഷ്ടിക്കുന്നതും ആയതെല്ലാം ആകാൻ വേണ്ടി, ശക്തിക്കും ശാക്തീകരണത്തിനും, പഠിപ്പിക്കലിനും, മാർഗനിർദേശത്തിനും, ആശ്വാസദായകമായ സാന്നിധ്യത്തിനും വേണ്ടി, ഈ പുസ്തകം പരിശുദ്ധാത്മാവായ ദൈവത്തിന് ഞാൻ സമർപ്പിക്കുന്നു.

ദൈവത്തിൽ അജ്ഞാതമായതിലേക്കും അതിലേക്ക് വഴികളൊന്നുമില്ലാതെ എന്നോടൊപ്പം ജീവിതയാത്രയിൽ എന്റെ ഭാര്യ - കംഫർട്ട് ആൻഡ് ദി ചിൽഡ്രൻ - ഡയാന, ജോസഫ്, ഡേവിഡ്, ഐസക്ക് എന്നിവർക്ക് ഞാൻ ഈ പുസ്തകം സമർപ്പിക്കുന്നു.

വലിയ ചൂഷണങ്ങൾ - 1

- ആമുഖം

"വലിയ ചൂഷണങ്ങൾ - 1 - നിങ്ങൾ ഇതിനായി ജനിച്ചിരിക്കുന്നു - രോഗശാന്തി, വിടുതൽ, പുനഃസ്ഥാപനം - മഹാന്മാരിൽ നിന്ന് എങ്ങനെയെന്ന് കണ്ടെത്തുക" എന്ന ഈ പുസ്തകത്തിൽ, നിങ്ങളുടെ ജീവിതത്തിലും മറ്റുള്ളവരുടെ ജീവിതത്തിലും പ്രയോഗത്തിനായി മുന്നോട്ട് പോകുമ്പോൾ സന്ദേശത്തെ ശക്തിപ്പെടുത്തുന്നതിനും നിങ്ങളുടെ പഠനത്തെ ശക്തിപ്പെടുത്തുന്നതിനുമായി കഥകൾ, യഥാർത്ഥ കഥകൾ, കൂടുതൽ കഥകൾ, എൺപതിലധികം (80) സാക്ഷ്യങ്ങൾ എന്നിവ നിങ്ങൾ കണ്ടെത്തും.

യാത്രയിലായിരിക്കുമ്പോഴും കേൾക്കുന്നതിനും കാണുന്നതിനുമായി 1 മുതൽ 10 വരെയുള്ള അധ്യായങ്ങളുടെ ഓഡിയോ പോഡ്കാസ്റ്റ്, വീഡിയോ അപ്ലോഡ് ലിങ്കുകൾ നിങ്ങൾ കണ്ടെത്തും .

2, 4, 5,6.7.8.9, 10 എന്നീ അധ്യായങ്ങളുടെ അവസാനം ഉടമ്പടി ദാതാക്കൾ, സ്വയം രോഗശാന്തി, വിടുതൽ, പുനഃസ്ഥാപന

പ്രാർത്ഥനകൾ എന്നിവ നിങ്ങൾ കണ്ടെത്തും, കാരണം ഇത് സ്വയം എങ്ങനെ ചെയ്യാമെന്നതിന്റെ പ്രായോഗിക പുസ്തകമാണ്.

മഹാന്മാരുടെ ജീവചരിത്രങ്ങളും അവരെ മഹാന്മാരാക്കിയ കാര്യങ്ങളും നിങ്ങൾക്ക് കണ്ടെത്താൻ കഴിയും, അതുവഴി നിങ്ങൾക്ക് ആ പ്രക്രിയ പഠിച്ച് സ്വയം മഹാന്മാരാകാൻ കഴിയും.

ദൈവത്തിലുള്ള നിങ്ങളുടെ വിശ്വാസം ശക്തിപ്പെടുത്തുന്നതിനുള്ള സാക്ഷ്യങ്ങൾ വർഷങ്ങളിലുടനീളം നിങ്ങൾ കണ്ടെത്തും, കാരണം അവൻ ഇപ്പോഴും ഇവിടെയുണ്ട്, ബൈബിൾ കാലങ്ങളിലെന്നപോലെ, നിങ്ങൾ അവനെ അനുവദിച്ചാൽ നിങ്ങളിൽ പ്രവർത്തിക്കുന്ന ശക്തിയനുസരിച്ച് നിങ്ങൾക്ക് ചിന്തിക്കാനോ ചിന്തിക്കാനോ സങ്കൽപ്പിക്കാനോ പോലും കഴിയുന്നത്രയും സമൃദ്ധമായി ചെയ്യാൻ ലഭ്യമാണ്.

മരിക്കുന്നതും ക്ഷയിച്ചുകൊണ്ടിരിക്കുന്നതുമായ ഒരു ലോകത്തിലേക്ക് പരിശുദ്ധാത്മാവിൽ സ്നാനമേൽക്കാനും ദൈവത്തിന്റെ വെളിച്ചം എങ്ങനെ പ്രകാശിപ്പിക്കാമെന്നും നിങ്ങൾ കണ്ടെത്തും.

അടിമത്തത്തിലേക്ക് 'ഇഷ്ടം മതി' എന്ന് നിങ്ങൾ *കണ്ടെത്തും , ക്രിസ്തുവിലുള്ള സ്വാതന്ത്ര്യത്തിലേക്ക് സ്വാഗതം - ഈ വികൃതമായ ലോകത്ത് ദൈവത്തിന്റെ വെളിച്ചം പ്രകാശിപ്പിക്കുക + പരിശുദ്ധാത്മാവിൽ സ്നാനത്തിനായുള്ള പ്രാർത്ഥന + ട്രെവർ പ്ലേസിലെ ട്രെവർ ഫാരെലിന്റെയും റോബർട്ട് ഡബ്ല്യൂ. ഷാംബാച്ചിന്റെയും ഇലക്ട്രിക് കസേരയിൽ നിന്ന് ഒഴിവാക്കപ്പെട്ട ഒരു മനുഷ്യന്റെ ജീവിതത്തെക്കുറിച്ചുള്ള 2 കഥകൾ - ആമുഖം*

നിങ്ങൾ *കണ്ടെത്തും സാത്താന്റെ അടിമത്തത്തിൽ നിന്ന് കരകയറാനും ക്രിസ്തുവിലുള്ള സ്വാതന്ത്ര്യത്തിലേക്ക് സ്വാഗതം ചെയ്യാനും മതിയായത് മതി - ദൈവത്തിൽ നിന്ന് സ്വീകരിക്കാൻ വിശപ്പും നമ്മുടെ പാരമ്പര്യങ്ങൾ അന്ധമായി കൊള്ളയടിച്ചതിന് പിശാചിനോട് കോപവും! + രണ്ട് (2) കഥകൾ - കഥ ഒന്ന്: നോർവൽ ഹെയ്സിന്റെ: അത്ഭുതത്തിന്റെ പ്രവർത്തനം - തന്റെ മകളുടെ കൈയിലെ സൃഷ്ടിപരമായ അത്ഭുതം, റോബർട്ട് ഷാംബാക്ക് ഇന്ത്യയിൽ ചൂഷണം ചെയ്യുന്നു + സ്വയം വിടുതൽ പ്രാർത്ഥന സ്ക്രിപ്റ്റ് + രോഗശാന്തി, വിടുതൽ, പുനഃസ്ഥാപന കരാർ പ്രാർത്ഥന ഭാഗം 1*

നിങ്ങൾ കണ്ടെത്തും , സ്വാതന്ത്ര്യത്തിലേക്ക് സ്വാഗതം - COVID-19, കാൻസർ & മറ്റുള്ളവ എങ്ങനെ സുഖപ്പെടുത്താം അല്ലെങ്കിൽ സുഖപ്പെടുത്താം - ഭാഗം 2

നിങ്ങൾ കണ്ടെത്തും , ക്രിസ്തുയേശുവിൽ സ്വാതന്ത്ര്യത്തിലേക്ക് സ്വാഗതം - ദൈനംദിന യുദ്ധത്തിലേക്ക് സജീവമാക്കൽ. – പ്രാർത്ഥനയുടെ സ്ഥാനത്ത് പ്രായോഗിക സജ്ജീകരണങ്ങൾക്കായുള്ള ദൈനംദിന പ്രഖ്യാപന പ്രാർത്ഥനകൾ – ഭാഗം 3- സിൻഡി ട്രിമ്മിന്റെ സ്ക്രിപ്റ്റ്

സാത്താന്റെ അടിമത്തത്തിൽ നിന്ന് മുക്തി നേടാനും ക്രിസ്തുവിലുള്ള സ്വാതന്ത്ര്യത്തിലേക്ക് സ്വാഗതം ചെയ്യാനും നിങ്ങൾക്ക് കഴിയും - ക്രിസ്ത്യാനികളെ പൈശാചികവൽക്കരിക്കാൻ കഴിയുമോ? അജ്ഞതയിലൂടെ നിരവധി ക്രിസ്ത്യാനികളെ അടിമത്തത്തിൽ നിർത്താൻ സാത്താൻ വിൽക്കുന്ന കള്ളം. നിങ്ങളുടെ ജീവിതത്തിൽ അവരുടെ സാന്നിധ്യം എങ്ങനെ കണ്ടെത്താം, അവരെ എങ്ങനെ പുറത്താക്കാം + ഡെറക് പ്രിൻസ് പറഞ്ഞ ഗൈഡഡ് സെൽഫ് ഡെലിവറൻസിന്റെ സാക്ഷ്യത്തിൽ നിന്നുള്ള ഒരു മികച്ച കോൺഗ്രസ് സഹായത്തിൽ നിന്നുള്ള യഥാർത്ഥ കഥ ഭാഗം 4 + സെൽഫ് ഡെലിവറൻസ് പ്രാർത്ഥന സ്ക്രിപ്റ്റ് +

രോഗശാന്തി, മോചനം, പുനഃസ്ഥാപന കരാർ പ്രാർത്ഥന

സാത്താന്റെ അടിമത്തത്തിന് മതിയായത് മതിയെന്നും ക്രിസ്തുയേശുവിലുള്ള സ്വാതന്ത്ര്യത്തിലേക്ക് സ്വാഗതം എന്നും നിങ്ങൾ കണ്ടെത്തും - വിടുതലിലേക്കുള്ള ഏഴ് (7) നിർണായക ഘട്ടങ്ങൾ + ഭൂതഗ്രൂപ്പുകളെ എങ്ങനെ തിരിച്ചറിയുകയും പുറത്താക്കുകയും ചെയ്യാം, അന്തിമ സംഘർഷത്തിന്റെ ദർശനം, ഫ്രാങ്കും ഇഡ മേ ഹാമണ്ടും പറഞ്ഞ നാല് (4) ഇടപഴകലിന്റെ മുൻനിരകളിൽ തന്ത്രപരമായി എങ്ങനെ വിജയിക്കാം - ഭാഗം 5 & ഭാഗം 6 + സ്വയം വിടുതൽ പ്രാർത്ഥന സ്ക്രിപ്റ്റ് + രോഗശാന്തി, വിടുതൽ, പുനഃസ്ഥാപന കരാർ പ്രാർത്ഥന

നിങ്ങൾ കണ്ടെത്തും - നിങ്ങളുടെ ജീവിതത്തിലും മറ്റുള്ളവരിലും രോഗശാന്തി, മോചനം, പുനഃസ്ഥാപനം എന്നിവയ്ക്കുള്ള ഏജന്റായി വായുവിലൂടെ വെള്ളത്തിലേക്കും എണ്ണയിലേക്കും കൈമാറ്റം ചെയ്യപ്പെടുന്ന വാക്കുകളിൽ നിങ്ങളിൽ വസിക്കുന്ന പരിശുദ്ധാത്മാവിന്റെ ശക്തി - വെള്ളത്തിലും എണ്ണയിലും ഉൾപ്പെടുത്തിയിരിക്കുന്ന സാമ്പിൾ പ്രാർത്ഥന സ്ക്രിപ്റ്റ് + ഒരു പാസ്റ്ററുടെയും സ്കീസോഫ്രീനിയയിൽ നിന്നുള്ള 6 വയസ്സുള്ള ഒരു പെൺകുട്ടിയുടെയും മറ്റ് ഭൂതങ്ങളുടെയും

ഒരു കൂട്ടത്തിന്റെയും വിടുതലിനെക്കുറിച്ചുള്ള 2 കഥകൾ ഫ്രാങ്കും ഇഡ മേയും ചേർന്ന് നിങ്ങൾക്ക് ഒരു പഠന വക്രമായി - ഭാഗം 7 + രോഗശാന്തി, മോചനം, പുനഃസ്ഥാപനം എന്നിവയ്ക്കുള്ള കരാർ പ്രാർത്ഥന

മതിയായത് മതി , ക്രിസ്തുയേശുവിൽ സ്വാതന്ത്ര്യത്തിലേക്ക് സ്വാഗതം - ഭൂമിയിൽ എവിടെയാണ് ദൈവത്തിന്റെ ഇച്ഛയും പരമാധികാരവും ഉള്ളത്? സ്വാതന്ത്ര്യത്തെക്കുറിച്ചുള്ള ഈ പ്രസംഗത്തിലെല്ലാം? നമ്മൾ പ്രാർത്ഥിക്കുന്ന എല്ലാവരും സുഖം പ്രാപിച്ചവരോ, വിടുവിക്കപ്പെട്ടവരോ, പുനഃസ്ഥാപിക്കപ്പെട്ടവരോ അല്ലാത്തത് എന്തുകൊണ്ട്? ചിലർ ക്രമേണയോ ഭാഗികമായോ ആയിരിക്കുന്നത് എന്തുകൊണ്ട്? രോഗശാന്തിക്കും മോചനത്തിനും പുനഃസ്ഥാപനത്തിനും തടസ്സങ്ങൾ എന്തൊക്കെയാണ്? ചിലതും ചെയ്യേണ്ടതും ചെയ്യരുതാത്തതും + ഒന്ന് (1) ഈ തലക്കെട്ട് സാധൂകരിക്കുന്നതിനും ഭയത്തിന്റെ ആത്മാവിന്റെ പിടി തകർക്കുന്നതിനുമുള്ള കഥ - ഭാഗം 8 + സ്വയം വിടുതൽ രോഗശാന്തി, വിടുതൽ, പുനഃസ്ഥാപനം എന്നിവയ്ക്കുള്ള സ്ക്രിപ്റ്റും സമ്മത പ്രാർത്ഥനയും

നിങ്ങൾ കണ്ടെത്തും - രോഗശാന്തി, വിടുതൽ, പുനഃസ്ഥാപനം എന്നിവയെക്കുറിച്ചുള്ള പൊതുവായ ചോദ്യങ്ങൾക്കുള്ള ഉത്തരങ്ങൾ സ്വീകരിക്കുക + രോഗശാന്തി, വിടുതൽ, പുനഃസ്ഥാപനം എന്നിവയെക്കുറിച്ചുള്ള പ്രായോഗിക മാർഗ്ഗനിർദ്ദേശങ്ങൾ + ഇഡ മേഹാമണ്ടിന് പരിശുദ്ധാത്മാവ് വെളിപ്പെടുത്തിയ സ്കീസോഫ്രീനിയയുടെ സമന്വയവും ആത്മാവിനെ എങ്ങനെ കൈകാര്യം ചെയ്യാം എന്നതും ഭാഗം 9

പുസ്തകം നിങ്ങളുടെ ആവശ്യകത നിറവേറ്റിയിട്ടുണ്ടോ എന്ന് സ്ഥിരീകരിക്കുന്നതിനുള്ള നിഗമനങ്ങൾ നിങ്ങൾ കണ്ടെത്തും, കൂടാതെ രക്ഷാ പേജും 40 ദിവസത്തെ ശിഷ്യത്വ യാത്രാ ലിങ്കുകളും ഉൾപ്പെടുത്തിയിട്ടുണ്ട്.

ആസ്വദിക്കൂ!

വലിയ ചൂഷണങ്ങൾ - 1

ഹ്രസ്വ ജീവചരിത്രങ്ങൾ - ജോൺ ജി. ലേക്ക് – കാതറിൻ കുഹ്ൽമാൻ – ലെസ്റ്റർ സമ്മോൾ – ഫ്രാങ്ക്, ഇഡ മേ ഹാമണ്ട് – ഡെറക് പ്രിൻസ് – നോവൽ ഹെയ്സ് – ജോസഫ് അയോ ബാബലോള - റോബർട്ട് ഷാംബാക്ക്

നമ്മുടെ തലമുറയിൽ ദൈവം ആളുകളെ ഉപയോഗിച്ചതിനെയും അവരെ വിലമതിക്കാൻ തുടങ്ങണമെങ്കിൽ, നിങ്ങളും ഞാനും അവരുടെ ചരിത്രത്തിലേക്ക് തിരിഞ്ഞുനോക്കേണ്ടതുണ്ട്. മാനവികത ദയനീയമായി പരാജയപ്പെട്ട എന്തെങ്കിലും ഉണ്ടെങ്കിൽ, അത് ഇതാണ് - ഒരു ബന്ധു താൽപ്പര്യത്തോടെ തിരിഞ്ഞുനോക്കാനും ചരിത്രത്തിൽ നിന്ന് പഠിക്കാനും കഴിയാത്തത്, അങ്ങനെ നമുക്ക് മുന്നോട്ട് പോകുന്നതിന് നല്ല

അറിവുള്ളതും പോസിറ്റീവുമായ ഒരു കാരണം രൂപപ്പെടുത്താൻ തുടങ്ങാം.

ദൈവത്തിനുവേണ്ടി സാധാരണയിൽ കവിഞ്ഞ നേട്ടങ്ങൾ കൈവരിക്കാൻ അവരെ പ്രേരിപ്പിക്കുന്ന ചിന്താഗതിയെ രൂപപ്പെടുത്തിയത് എന്താണെന്ന് ഗ്രേറ്റർ എക്സ്പ്ലോയിറ്റ്സ് - 1 ൽ ഞാൻ ഉൾപ്പെടുത്തിയിട്ടുണ്ട്.

അതിനാൽ, ഇതിനായി ശ്രദ്ധിക്കുക, ആവശ്യമുള്ളിടത്ത് പഠിക്കുക, ദൈവമഹത്വത്തിനായി നിങ്ങളുടെ ജീവിതത്തിലും നിങ്ങളുടെ ചുറ്റുപാടിനുള്ളിലും പുറത്തുമുള്ള മറ്റുള്ളവരുടെ ജീവിതത്തിലും മുന്നേറാൻ പ്രയോഗിക്കുക!

ജോൺ ജി. ലേക്ക്

"രോഗശാന്തിക്കാരനായ യേശു"

ജോൺ ഗ്രഹാം ലേക്ക് 1870 മാർച്ച് 18 ന് കാനഡയിലെ ഒന്റാറിയോയിൽ ജനിച്ചു. ചെറുപ്പത്തിൽ തന്നെ അദ്ദേഹത്തിന്റെ കുടുംബം അമേരിക്കയിലെ മിഷിഗണിലേക്ക് താമസം മാറി. ചെറുപ്പത്തിൽ തന്നെ ലേക്ക് ഒരു സാൽവേഷൻ ആർമി മീറ്റിംഗിൽ പങ്കെടുക്കുകയും ഒരു രക്ഷകനെ ആവശ്യമാണെന്ന് ബോധ്യപ്പെടുകയും ചെയ്തു, യേശുവിനെ ജീവന്റെ കർത്താവാകാൻ അദ്ദേഹം ക്ഷണിച്ചു. ലേക്ക് രോഗത്താൽ അവിശ്വസനീയമാംവിധം വലഞ്ഞു. പതിനാറ് കുട്ടികളിൽ ഒരാളായിരുന്നു അദ്ദേഹം, ചെറുപ്പത്തിൽ തന്നെ അവരിൽ എട്ട് പേർ മരിച്ചു.

കുടുംബജീവിതത്തിന്റെ ഭാഗമായിരുന്ന രോഗം, ദുഃഖം, മരണം എന്നിവയോട് അദ്ദേഹത്തിന് വെറുപ്പ് തോന്നി.

ശുശ്രൂഷയിലേക്കുള്ള ഒരു ക്ഷണം ലേക്കിന് തോന്നി, ഒരു മെത്തഡിസ്റ്റ് ശുശ്രൂഷകനാകാൻ അദ്ദേഹം പഠിച്ചു. വിശുദ്ധീകരണത്തെക്കുറിച്ചുള്ള മെത്തഡിസ്റ്റ് പഠിപ്പിക്കലുകൾ അദ്ദേഹം ഹൃദയത്തിൽ എടുക്കുകയും അത് ആവേശത്തോടെ അന്വേഷിക്കുകയും ചെയ്തു. എന്നിരുന്നാലും, പഠനം പൂർത്തിയായപ്പോൾ, ബിസിനസ്സിലേക്ക് പോകാനും ഇല്ലിനോയിസിൽ ഒരു പത്രം ആരംഭിക്കാനും അദ്ദേഹം തീരുമാനിച്ചു. പിന്നീട് അദ്ദേഹം മിഷിഗണിലേക്ക് മടങ്ങി റിയൽ എസ്റ്റേറ്റിൽ ഒരു കരിയർ ആരംഭിച്ചു. അദ്ദേഹം ജെന്നി സ്റ്റീവൻസിനെ കണ്ടുമുട്ടുകയും അവളെ വിവാഹം കഴിക്കുകയും ചെയ്തു.

ലേക്കിനെ രോഗം ഇപ്പോഴും വേട്ടയാടിക്കൊണ്ടിരുന്നു. അദ്ദേഹത്തിന്റെ സഹോദരൻ വികലാംഗനായിരുന്നു, ഒരു സഹോദരിക്ക് വ്യാപകമായ അർബുദവും മറ്റൊരു സഹോദരിക്ക് രക്തസ്രാവ പ്രശ്നങ്ങളും ഭാര്യയ്ക്ക് ക്ഷയരോഗവും ഹൃദ്രോഗവും ഉണ്ടായിരുന്നു. 1899-ൽ, ജോൺ അലക്സാണ്ടർ ഡോവിക്ക് മാധ്യമങ്ങളിൽ വലിയ ശ്രദ്ധ ലഭിച്ചിരുന്നതിനാൽ,

ഷിക്കാഗോയിൽ അദ്ദേഹത്തെക്കുറിച്ച് കുടുംബം കേട്ടിരുന്നു. ലേക്കിന്റെ സഹോദരനെ അവർ ചിക്കാഗോയിലെ രോഗശാന്തി മുറികളിലേക്ക് കൊണ്ടുപോയി, തൽക്ഷണം അദ്ദേഹം സുഖം പ്രാപിച്ചു. തുടർന്ന് രണ്ട് സഹോദരിമാരും പോയി, അവരും സുഖം പ്രാപിച്ചു.

ഒടുവിൽ, 1899 ജൂണിൽ തന്റെ ഭാര്യയ്ക്കുവേണ്ടി പ്രാർത്ഥിക്കാൻ ലേക്ക് ആളുകളെ ബന്ധപ്പെട്ടു, അവളും സുഖം പ്രാപിച്ചു. പ്രവൃത്തികൾ 10:38 കാണാൻ അദ്ദേഹം തിരുവെഴുത്തുകൾ തുറന്നു. "*നസറെത്തിലെ യേശുവിനെക്കുറിച്ച്, ദൈവം അവനെ പരിശുദ്ധാത്മാവിനാലും ശക്തിയാലും അഭിഷേകം ചെയ്തതെങ്ങനെയെന്നും, ദൈവം അവനോടൊപ്പമുണ്ടായിരുന്നതിനാൽ അവൻ നന്മ ചെയ്തും പിശാചിനാൽ പീഡിപ്പിക്കപ്പെട്ട എല്ലാവരെയും സുഖപ്പെടുത്തിയതെങ്ങനെയെന്നും നിങ്ങൾക്കറിയാം.* (NASB) യേശു രോഗശാന്തിക്കാരനാണെന്നും സാത്താൻ മനുഷ്യരെ പീഡിപ്പിക്കുന്നവനാണെന്നും അദ്ദേഹം വ്യക്തമായി കണ്ടു. ലേക്ക് ഡോവിയുടെ ക്രിസ്ത്യൻ കത്തോലിക്കാ സഭയിൽ അംഗമായി, അക്കാലത്ത് അദ്ദേഹം താമസിച്ചിരുന്ന സോൾട്ട് സ്റ്റെ മേരിയിൽ ഒരു ശാഖ തുറന്നു. ലേക്ക് പുതിയ പള്ളിയിൽ ഒരു

ഡീക്കനായി. 1900 ഓഗസ്റ്റിൽ ലേക്ക് ഭാര്യ ജെന്നിയെ അവളുടെ 4 വയസ്സുള്ള മകൻ ആകസ്മികമായി വെടിവച്ചു. ഡൗവിയുടെ പഠിപ്പിക്കലുകൾ പിന്തുടർന്ന് ലേക്സ് വൈദ്യസഹായം നിരസിക്കുകയും പ്രാർത്ഥനയെ ആശ്രയിക്കുകയും ചെയ്തു. ഈ സംഭവം വളരെ അമ്പരപ്പിക്കുന്നതായിരുന്നു, ഡൗവിയുടെ പ്രവർത്തനങ്ങളെക്കുറിച്ച് പതിവായി റിപ്പോർട്ട് ചെയ്യുന്ന ഒരു ലേഖനം ചിക്കാഗോ ഡെയ്‌ലി ട്രിബ്യൂണിൽ എഴുതിയിരുന്നു.

1904-ൽ ലേക്ക് ഡോവിയുമായി പ്രവർത്തിക്കാൻ ചിക്കാഗോയിലേക്ക് താമസം മാറി. ദൈവത്തിന്റെ ശക്തി കണ്ടപ്പോൾ, ലേക്ക് കൂടുതൽ പരിശുദ്ധാത്മാവിനായി നിലവിളിക്കാൻ തുടങ്ങി. ദൈവത്തിന്റെ സാന്നിധ്യത്തിന്റെ പൂർണ്ണമായ ഒരു തലം തേടി അദ്ദേഹം ഒമ്പത് മാസം ചെലവഴിച്ചു. രോഗിയായ ഒരു സ്ത്രീക്കുവേണ്ടി പ്രാർത്ഥിക്കാൻ മറ്റൊരു പുരുഷനോടൊപ്പം ലേക്ക് പോയി. മുമ്പൊരിക്കലും അറിഞ്ഞിട്ടില്ലാത്തതുപോലെ ദൈവത്തിന്റെ സാന്നിധ്യം അവന്റെ മേൽ പതിച്ചു. അടുത്ത ആറ് മാസങ്ങൾ ബോധ്യം, മാനസാന്തരം, ഹൃദയശുദ്ധീകരണം എന്നിവയാൽ അടയാളപ്പെടുത്തി. ആത്മാവിന്റെ ദാനങ്ങൾ വലുതായി, വിവേചനാധികാരവും രോഗശാന്തി ദാനങ്ങളും ഗണ്യമായി

വർദ്ധിച്ചു. ജോൺ അലക്സാണ്ടർ ഡോവിയുടെ കീഴിൽ ലേക്ക് പരിശീലനം നേടിക്കൊണ്ടിരുന്നു, പക്ഷേ കാര്യങ്ങൾ ചെയ്യുന്ന രീതിയോട് എപ്പോഴും യോജിച്ചില്ല. ഒരു ഘട്ടത്തിൽ, ഡോവി തന്റെ നേട്ടങ്ങൾ പട്ടികപ്പെടുത്തി, "നിങ്ങളുടെ നിർണായക ശേഷിക്ക് തുല്യമായ സൃഷ്ടിപരമായ ഗുണങ്ങൾ നിങ്ങൾ എപ്പോഴെങ്കിലും വികസിപ്പിച്ചെടുത്താൽ, നിങ്ങൾ എന്നെക്കാൾ വലിയ മനുഷ്യനാകും" എന്ന് പറഞ്ഞു. ജോൺ ലേക്ക് സ്വന്തമായി ജോലി ആരംഭിക്കണമെന്ന് അദ്ദേഹത്തിന് അറിയാമായിരുന്നു. ആഫ്രിക്കയിലേക്ക് വിളിക്കപ്പെട്ടതായി തോന്നിയ അദ്ദേഹം 1908-ൽ ഇന്ത്യാനാപോളിസിലെ ഒരു ഹ്രസ്വകാല പാസ്റ്ററിംഗ് ജോലിക്ക് ശേഷം അവിടെ പോയി. ദക്ഷിണാഫ്രിക്കയിൽ അഞ്ച് വർഷത്തിനിടെ ലേക്ക് ഒരു ദശലക്ഷം ആളുകളെ മതപരിവർത്തനം നടത്തി, നൂറുകണക്കിന് പള്ളികൾ സ്ഥാപിച്ചു, 1000-ത്തിലധികം പ്രാദേശിക ശുശ്രൂഷകരെ വളർത്തി. എന്നിരുന്നാലും, ഈ വേല വളരെ ശ്രമകരമായിരുന്നു, 1908 ഡിസംബറിൽ അദ്ദേഹത്തിന്റെ ഭാര്യ മരിച്ചു. കുടുംബത്തെ ഒരുമിച്ച് നിർത്താൻ അദ്ദേഹം പ്രതിജ്ഞാബദ്ധനായിരുന്നു. 1913-ൽ ലേക്ക് തന്റെ ഏഴ് കുട്ടികളുമായി അമേരിക്കയിലേക്ക് മടങ്ങി.

അമേരിക്കയിലേക്ക് മടങ്ങിയെത്തിയ അദ്ദേഹം വീണ്ടും വിവാഹം കഴിച്ചു, ഒരു സഞ്ചാര ശുശ്രൂഷ ആരംഭിച്ചു. അദ്ദേഹത്തോട് പ്രസംഗിക്കാൻ ആവശ്യപ്പെട്ട സ്ഥലങ്ങളിലൊന്ന് വാഷിംഗ്ടണിലെ സ്പോക്കെയ്ൻ ആയിരുന്നു. ഒരു രോഗശാന്തി മുറി ആരംഭിക്കാൻ അദ്ദേഹത്തോട് ആവശ്യപ്പെട്ടു, അദ്ദേഹം സമ്മതിച്ചു. ഏകദേശം അഞ്ച് വർഷത്തിനിടയിൽ, 100,000-ത്തിലധികം രോഗശാന്തികൾ റിപ്പോർട്ട് ചെയ്യപ്പെട്ടു. സ്പോക്കെയ്നെ "യുണൈറ്റഡ് സ്റ്റേറ്റ്സിലെ ഏറ്റവും ആരോഗ്യകരമായ നഗരം" ആയി പ്രഖ്യാപിച്ചു. ലേക്കിന്റെ പള്ളി ഒരിക്കലും വലുതായിരുന്നില്ലെങ്കിലും, രാജ്യത്തിന്റെയും ലോകത്തിന്റെയും വിവിധ ഭാഗങ്ങളിൽ നിന്ന് ആയിരക്കണക്കിന് ആളുകൾ പ്രാർത്ഥന സ്വീകരിക്കാൻ എത്തി. 1920-ൽ, ഒറിഗോണിലെ പോർട്ട്ലാൻഡിലേക്ക് താമസം മാറാനും അവിടെ ഒരു രോഗശാന്തി മുറി ശുശ്രൂഷ ആരംഭിക്കാനും അദ്ദേഹത്തിന് ആഹ്വാനം ലഭിച്ചു. ഈ വർഷങ്ങളിലും സമാനമായ രോഗശാന്തികൾ റിപ്പോർട്ട് ചെയ്യപ്പെട്ടു.

പടിഞ്ഞാറൻ തീരത്തെ പട്ടണങ്ങളിൽ ഒരു രോഗശാന്തി മുറി ശുശ്രൂഷ ആരംഭിക്കുന്നതിനെക്കുറിച്ച് ലേക്ക് ആലോചിച്ചു. എന്നിരുന്നാലും, അവിശ്വസനീയമായ വേഗതയിലാണ്

അദ്ദേഹം ജീവിതം നയിച്ചത്, അതിനാൽ അദ്ദേഹത്തിന്റെ ശക്തി ക്ഷയിക്കാൻ തുടങ്ങി. ഒരു പള്ളി ആരംഭിക്കാൻ അദ്ദേഹം ടെക്സസിലെ ഹ്യൂസ്റ്റണിലേക്ക് പോയി, പക്ഷേ ഒരു കുടുംബ പ്രതിസന്ധി കാരണം അദ്ദേഹം വിളി പിൻവലിക്കപ്പെട്ടു, ഒരിക്കലും തിരിച്ചെത്തിയില്ല. കാലിഫോർണിയയിലെ പള്ളികളിൽ ശുശ്രൂഷ ചെയ്തു, പിന്നീട് ഒരു സീസണിൽ പോർട്ട്ലാൻഡിലെ പാസ്റ്ററായി മടങ്ങി, ഒടുവിൽ തന്റെ ജീവിതകാലം മുഴുവൻ സ്പോക്കെയ്നിൽ സ്ഥിരതാമസമാക്കി. 1935 സെപ്റ്റംബർ 15 ന് അദ്ദേഹം മരിച്ചു. ഉറവിടം https://healingandrevival.com/BioJGLake.htm

കാതറിൻ കുഹ്ൽമാൻ

ഞാൻ അത്ഭുതങ്ങളിൽ വിശ്വസിക്കുന്നു

കാതറിൻ ജോഹന്ന കുഹ്ൽമാൻ 1907 മെയ് 9 ന് മിസ്സോറിയിലെ കോൺകോർഡിയയിൽ ജനിച്ചു. അവരുടെ മാതാപിതാക്കൾ ജർമ്മൻകാരായിരുന്നു, നാല് മക്കളിൽ ഒരാളായിരുന്നു അവർ. അവരുടെ അമ്മ കർശനമായ അച്ചടക്കക്കാരിയായിരുന്നു, സ്നേഹമോ വാത്സല്യമോ വളരെ കുറവായിരുന്നു. മറുവശത്ത്, അവർക്ക് വളരെ അടുപ്പവും അച്ഛനുമായുള്ള സ്നേഹബന്ധം. ഒരു കൊച്ചുകുട്ടിയായിരിക്കുമ്പോൾ, അച്ഛൻ ജോലി കഴിഞ്ഞ് വീട്ടിലെത്തുമ്പോൾ, അയാളുടെ കാലിൽ തൂങ്ങി അവനെ കെട്ടിപ്പിടിക്കുമായിരുന്നുവെന്ന് അവൾ വിവരിക്കുമായിരുന്നു. സ്വന്തം അച്ഛനുമായുള്ള ബന്ധം നിമിത്തം പിതാവായ ദൈവവുമായുള്ള തന്റെ ബന്ധം വളരെ യഥാർത്ഥമാണെന്ന് അവൾ പലപ്പോഴും പറയുമായിരുന്നു.

14 വയസ്സുള്ളപ്പോൾ, ഒരു ചെറിയ മെത്തഡിസ്റ്റ് പള്ളിയിൽ നടന്ന ഒരു സുവിശേഷ യോഗത്തിൽ കുഹ്ൽമാൻ മാനസാന്തരപ്പെട്ടു. 16 വയസ്സുള്ളപ്പോൾ അവൾ ഹൈസ്കൂളിൽ നിന്ന് ബിരുദം നേടി, അത് അവരുടെ പട്ടണത്തിലെ പത്താം ക്ലാസ് വരെ മാത്രമേ പഠിച്ചിരുന്നുള്ളൂ. മൂത്ത സഹോദരി മർട്ടിൽ ഒരു സഞ്ചാര സുവിശേഷകയായ എവററ്റ് ബി. പാരട്ടിനെ വിവാഹം കഴിച്ചു. അവർ

യാത്രകളിൽ സമയം ചെലവഴിച്ചു, വേനൽക്കാലത്ത് കാതറിൻ തങ്ങളോടൊപ്പം ചേരണമെന്ന് ആവശ്യപ്പെട്ടു. അവളുടെ മാതാപിതാക്കൾ സമ്മതിച്ചു, അവൾ സഹായിക്കാൻ ഒറിഗോണിലേക്ക് പോയി. അവൾ അവരോടൊപ്പം ജോലി ചെയ്തു, പലപ്പോഴും സാക്ഷ്യം നൽകി. വേനൽക്കാലം കഴിഞ്ഞപ്പോൾ അവൾ അവിടെ താമസിക്കാൻ ആഗ്രഹിച്ചു, ദമ്പതികൾ സമ്മതിച്ചു. ഒടുവിൽ അവൾ അവരോടൊപ്പം അഞ്ച് വർഷം ജോലി ചെയ്തു.

എവെറെറ്റ്, മർട്ടിൽ, കാതറിൻ, ഹെലൻ ഗള്ളിഫോർഡ് എന്നീ നാല് പേർ അടങ്ങുന്നതായിരുന്നു സുവിശേഷ സംഘത്തിലെ അംഗങ്ങൾ. 1928-ൽ ഇഡഹോയിലെ ബോയിസിൽ നടന്ന ഒരു മീറ്റിംഗിൽ എവെറെറ്റ് പങ്കെടുത്തില്ല. എവെറെറ്റിന് വേണ്ടി പ്രസംഗിക്കാൻ മർട്ടിലും കാതറിനും പ്രസംഗിച്ചു. പള്ളിയിലെ പാസ്റ്റർ കാതറിനെ സ്വന്തമായി പുറത്തുകടക്കാൻ പ്രോത്സാഹിപ്പിച്ചു. ഹെലൻ അവരോടൊപ്പം ചേരാൻ സമ്മതിച്ചു. അവളുടെ ആദ്യ പ്രസംഗം ഇഡഹോയിലെ ബോയിസിലെ ഒരു തകർന്ന പൂൾ ഹാളിലായിരുന്നു. തുടർന്നുള്ള അഞ്ച് വർഷത്തേക്ക് ടീം ഇഡഹോ, യൂട്ടാ, കൊളറാഡോ എന്നിവിടങ്ങളിൽ പ്രവർത്തിച്ചു. 1933-ൽ അവർ കൊളറാഡോയിലെ പ്യൂബ്ലോയിലേക്ക്

താമസം മാറി. ഉപേക്ഷിക്കപ്പെട്ട ഒരു മോണ്ട്ഗോമറി വാർഡ് വെയർഹൗസിൽ അവർ താമസം തുടങ്ങി. ആറ് മാസം അവർ അവിടെ താമസിച്ചു.

വളരെ വലിയ നഗരമായ ഡെൻവറായിരുന്നു അടുത്ത സ്റ്റോപ്പ്. അവർ പലതവണ താമസം മാറി, പക്ഷേ ഒടുവിൽ ഒരു പേപ്പർ കമ്പനിയുടെ വെയർഹൗസിൽ എത്തി, അതിനെ അവർ കുഹ്ൽമാൻ റിവൈവൽ ടാബർണാക്കിൾ എന്ന് വിളിച്ചു. പിന്നീട് 1935-ൽ അവർ വീണ്ടും ഉപേക്ഷിക്കപ്പെട്ട ഒരു ട്രക്ക് ഗാരേജിലേക്ക് മാറി, അവർ ഡെൻവർ റിവൈവൽ ടാബർണാക്കിൾ എന്ന് നാമകരണം ചെയ്തു. ഡെൻവറിൽ കാതറിൻ വലിയ വിജയം കാണുന്നുണ്ടായിരുന്നു. പള്ളിയിൽ ഏകദേശം 2000 അംഗങ്ങളായി വളർന്നു. അവർ "സ്മൈലിംഗ് ത്രൂ" എന്ന പേരിൽ ഒരു റേഡിയോ ഷോ ആരംഭിച്ചു, രാജ്യത്തിന്റെ വിവിധ ഭാഗങ്ങളിൽ നിന്നുള്ള പ്രഭാഷകരെ ക്ഷണിച്ചു. അവരിൽ ഒരാൾ ഫിൽ കെർ ആയിരുന്നു, അദ്ദേഹം ദിവ്യ രോഗശാന്തിയെക്കുറിച്ച് പഠിപ്പിച്ചു. 1935-ൽ ക്ഷണിക്കപ്പെട്ട മറ്റൊരു സുവിശേഷകനായിരുന്നു ബറോസ് വാൾട്രിപ്പ്.

കുഹ്ൽമാന് വാൾട്രിപ്പ് ഒരു മോശം വാർത്തയായിരുന്നു. അയാൾ അവളെക്കാൾ നിരവധി വർഷങ്ങൾ കൂടുതലുള്ള ഒരു

ആകർഷകനും സുന്ദരനുമായിരുന്നു. ഉടനടി ഒരു ആകർഷണം ഉണ്ടായിരുന്നു, 1935-ൽ ദമ്പതികൾ ആലിംഗനം ചെയ്യുന്നത് കണ്ടതായി ഒരു കുടുംബം അവകാശപ്പെടുന്നു, പക്ഷേ അയാൾ വിവാഹിതനായിരുന്നു, രണ്ട് കുട്ടികളുണ്ടായിരുന്നു. വാൾട്രിപ്പ് ഡെൻവർ വിട്ട് ടെക്സസിലെ ഓസ്റ്റിനിലേക്ക് പോയി, പക്ഷേ കുഹ്ൽമാനും വാൾട്രിപ്പും തമ്മിലുള്ള ബന്ധം മങ്ങി. 1937-ൽ രണ്ട് മാസത്തേക്ക് പ്രസംഗവേദിയിൽ പങ്കെടുക്കാൻ അദ്ദേഹത്തെ ഡെൻവറിലേക്ക് തിരികെ ക്ഷണിച്ചു. ഭാര്യയെ വിവാഹമോചനം ചെയ്ത് രണ്ട് ആൺമക്കളെ ഉപേക്ഷിച്ചതിന് തൊട്ടുപിന്നാലെ. തുടർന്ന് ഭാര്യ തന്നെ ഉപേക്ഷിച്ചു എന്ന കഥ അദ്ദേഹം പ്രചരിപ്പിച്ചു. അദ്ദേഹം അയോവയിലെ മേസൺ സിറ്റിയിലേക്ക് താമസം മാറി, അവിടെ അദ്ദേഹം എല്ലാവരോടും താൻ അവിവാഹിതനാണെന്ന് പറഞ്ഞു, ഒരു പുതിയ ശുശ്രൂഷ ആരംഭിച്ചു. റേഡിയോ ചാപ്പൽ എന്ന പേരിൽ ഒരു ശുശ്രൂഷാ കെട്ടിടം പണിയാൻ വാൾട്രിപ്പ് 70,000 ഡോളറിന്റെ പ്രതിജ്ഞയെടുത്തു. അപ്രത്യക്ഷമാകുന്ന ഒരു പ്രസംഗവേദിയും ആർട്ട് ഡെക്കോ ശൈലിയും ഉള്ള അത്യാധുനികമായിരുന്നു അത്. വിജയകരവും ചലനാത്മകവുമായ ഒരു പ്രസംഗകനായി അദ്ദേഹം കാണപ്പെട്ടു.

കുഹ്ൽമാനും വാൾട്രിപ്പും തമ്മിൽ ഒരു ബന്ധം തുടർന്നു, 1938 സെപ്റ്റംബറിൽ അവർ

വിവാഹിതരായി. തന്റെ തിരഞ്ഞെടുപ്പുകളുടെ അനന്തരഫലങ്ങളെക്കുറിച്ച് കുഹ്ൽമാൻ നിഷ്കളങ്കയായിരുന്നു, വിവാഹം ഒരു ദുരന്തമായിരുന്നു. താനും വാൾട്രിപ്പും വിവാഹിതരാണെന്നും ഡെൻവറിനും മേസൺ സിറ്റിക്കും ഇടയിൽ അവരുടെ രണ്ട് പള്ളികളിൽ പ്രസംഗിക്കാൻ പോകുമെന്നും അവർ തന്റെ സഭയെ അറിയിച്ചു. വാൾട്രിപ്പുമായുള്ള ബന്ധം കാരണം അവരുടെ സഭയിലെ മിക്ക ആളുകളും അവരെ വിട്ടുപോയി. ഡെൻവറിലെ തന്റെ പള്ളി ഉപേക്ഷിച്ചു, അവളുടെ ഏറ്റവും അടുത്ത ചില സുഹൃത്തുക്കളെ നഷ്ടപ്പെട്ടു, മേസൺ സിറ്റിയിലേക്ക് താമസം മാറി. വാൾട്രിപ്പിന്റെ വിജയം ഒരു സ്വപ്നമായി മാറി. ജൂണിൽ റേഡിയോ ചാപ്പലിന്റെ നിർമ്മാണം പൂർത്തിയായി. 1938. 1938 ഒക്ടോബറോടെ വാൾട്രിപ്പിന് കടങ്ങൾ വീട്ടാൻ കഴിഞ്ഞില്ല. വരുമാനത്തിൽ കുറവുണ്ടായിട്ടും ഡിസംബറിൽ വാൾട്രിപ്പ് ഉയർന്ന ശമ്പളം ആവശ്യപ്പെട്ടു. അദ്ദേഹത്തിന്റെ ഡയറക്ടർ ബോർഡ് രാജിവച്ച് സാമ്പത്തിക കാര്യങ്ങൾ കൈകാര്യം ചെയ്യാൻ അദ്ദേഹത്തെ വിട്ടു. ചാപ്പലിന്റെ മോർട്ട്ഗേജോ കടങ്ങളോ അടയ്ക്കാതിരിക്കുക എന്നതായിരുന്നു അദ്ദേഹത്തിന്റെ പരിഹാരം. റേഡിയോ ചാപ്പൽ പാപ്പരത്തത്തിലായി. വാൾട്രിപ്പിന്റെ അവസാന പ്രസംഗം 1939 മെയ്

മാസത്തിലായിരുന്നു. വാൾട്രിപ്പുകൾ സ്വന്തമായിരുന്നു. വിജയകരമായ പ്രസംഗ ജീവിതവുമായി ഡെൻവറിനും മേസൺ സിറ്റിക്കും ഇടയിൽ പറന്നു നടക്കുന്ന കാതറിൻ്റെ സന്തോഷകരമായ സ്വപ്നം പൂർണ്ണമായും തകർന്നു.

അടുത്ത കുറച്ച് വർഷങ്ങൾ ദമ്പതികൾക്ക് വളരെ ബുദ്ധിമുട്ടുള്ളതായിരുന്നു. അവർ സഞ്ചാര സുവിശേഷകരായി ജോലി ആരംഭിച്ചു, പ്രധാനമായും മിഡ്വെസ്റ്റിൽ താമസിച്ചു. വിവാഹ ചരിത്രം കാരണം പല സ്ഥലങ്ങളിലും അവർക്ക് സ്വീകാര്യത ലഭിച്ചില്ല. പ്രാരംഭ പരസ്യങ്ങളിൽ വാൾട്രിപ്പിനെ പ്രാഥമിക സുവിശേഷകയായി പട്ടികപ്പെടുത്തി. പിന്നീട് ഇടയ്ക്കിടെ മിസിസ് വാൾട്രിപ്പിനെയും പരാമർശിച്ചു. 1940 കളുടെ തുടക്കത്തിൽ കാതറിൻ കുഹ്ൽമാൻ വാൾട്രിപ്പിന് തുല്യമായ ബില്ലിംഗ് ലഭിച്ചു. ഒടുവിൽ 1940 കളുടെ മധ്യത്തോടെ കാതറിൻ പ്രാഥമിക പ്രഭാഷകയായിരുന്ന മീറ്റിംഗുകളിൽ കാതറിൻ കുഹ്ൽമാനെ മാത്രമേ ഉപയോഗിച്ചിരുന്നുള്ളൂ. 1944 ൽ കുഹ്ൽമാൻ വാൾട്രിപ്പ് ഇല്ലാതെ കിഴക്കൻ തീരത്ത് ഒരു സുവിശേഷ പര്യടനം നടത്തി. അദ്ദേഹത്തെ ഉപേക്ഷിക്കാനുള്ള ബോധപൂർവമായ തീരുമാനമായിരിക്കാം, അല്ലെങ്കിൽ അവൾ തന്റെ ജീവിതം പുനർവിചിന്തനം ചെയ്യാനുള്ള അവസരം

ഉപയോഗിച്ചിരിക്കാം. 1946 ൽ വാൾട്രിപ്പ് ദമ്പതികളെ കുറിച്ച് എഴുതിയതിനാൽ ഇത് കൂടുതൽ ക്രമേണയായിരുന്നുവെന്ന് തോന്നുന്നു. കുഹ്ൽമാൻ ഒരിക്കലും വാൾട്രിപ്പിലേക്ക് മടങ്ങിയില്ല, ഒടുവിൽ 1947 ൽ അവർ വിവാഹമോചനം നേടി. അവൾ തന്റെ വിവാഹം ഉപേക്ഷിച്ചു, അതിനുശേഷം അത് ഒരിക്കലും നിലവിലില്ലാത്തതുപോലെ പ്രവർത്തിച്ചു.

1946-ൽ കുഹ്ൽമാനോട് പെൻസിൽവാനിയയിലെ ഫ്രാങ്ക്ലിനിൽ പ്രസംഗിക്കാൻ ആവശ്യപ്പെട്ടു. അവർക്ക് നല്ല സ്വീകരണം ലഭിച്ചു, ആ പ്രദേശത്ത് തന്നെ തുടരാൻ തീരുമാനിച്ചു. കുഹ്ൽമാൻ പെൻസിൽവാനിയയിലെ ഓയിൽ സിറ്റിയിൽ റേഡിയോ പ്രക്ഷേപണങ്ങളിൽ പ്രസംഗിക്കാൻ തുടങ്ങി. ഇവ വളരെ പ്രചാരത്തിലായതിനാൽ അവരെ പിറ്റ്സ്ബർഗിൽ കൊണ്ടുപോയി, അവർ പ്രദേശം മുഴുവൻ പ്രസംഗിച്ചു. ദൈവത്തിന്റെ രോഗശാന്തി ശക്തിയെക്കുറിച്ച് അവൾ പ്രസംഗിക്കാൻ തുടങ്ങി. 1947-ൽ കുഹ്ൽമാൻ പ്രസംഗിക്കുന്നത് കേട്ടുകൊണ്ടിരിക്കെ ഒരു സ്ത്രീക്ക് ട്യൂമർ സുഖപ്പെട്ടു. നിരവധി ഞായറാഴ്ചകൾക്ക് ശേഷം പരിശുദ്ധാത്മാവിനെക്കുറിച്ച് പഠിപ്പിക്കുന്നതിനിടെ ഒരു പുരുഷനും സുഖം പ്രാപിച്ചു. ദൈവത്തിന്റെ രോഗശാന്തി പ്രവർത്തനത്തെക്കുറിച്ച് അവൾക്ക് ഇപ്പോൾ

ബോധ്യമായി. ശ്രദ്ധിക്കേണ്ട ഒരു പ്രധാന കാര്യം കുഹ്ൽമാന്റെ ജീവിതത്തിലെ ഈ തകർച്ചയുടെ സന്ദർഭവും സമയവുമാണ്. അടുത്ത 10 വർഷത്തേക്ക് നീണ്ടുനിൽക്കുന്ന രോഗശാന്തി പുനരുജ്ജീവനത്തിന്റെ (ചിലപ്പോൾ പിന്നീടുള്ള മഴ പുനരുജ്ജീവനം എന്ന് വിളിക്കപ്പെടുന്നു) തുടക്കമായിരുന്നു 1947. കുഹ്ൽമാന്റെ മീറ്റിംഗുകളിൽ സംഭവിച്ചുകൊണ്ടിരുന്നത് അമേരിക്കയിലുടനീളം പൊട്ടിപ്പുറപ്പെടുകയായിരുന്നു. ഈ കാലഘട്ടത്തിലാണ് വോയ്സ് ഓഫ് ഹീലിംഗ് മിനിസ്ട്രി സ്ഥാപിക്കപ്പെട്ടത്, വില്യം ബ്രാൻഹാം, ഓറൽ റോബർട്ട്സ്, എ.എ. അലൻ തുടങ്ങിയ നിരവധി പേർ പൊതു വേദിയിലേക്ക് ഉയർന്നുവന്നു. കുഹ്മാൻ ആ ഗ്രൂപ്പുകളുമായി ബന്ധപ്പെട്ടിരുന്നില്ല, മറിച്ച് ദൈവാത്മാവ് രാജ്യത്തും ലോകമെമ്പാടും ചെയ്യുന്ന കാര്യങ്ങളുടെ ഒഴുക്കിലേക്ക് കടന്നു.

1948-ൽ കുഹ്ൽമാൻ പിറ്റ്സ്ബർഗിലെ കാർണഗീ ഹാളിൽ നിരവധി യോഗങ്ങൾ നടത്തി. ഒടുവിൽ അവർ 1950-ൽ പിറ്റ്സ്ബർഗിലേക്ക് താമസം മാറി, 1971 വരെ കാർണഗീ ഹാളിൽ യോഗങ്ങൾ തുടർന്നു. കത്തോലിക്കാ സഭ ഉൾപ്പെടെ നിരവധി വിഭാഗീയ സഭകളിലേക്ക് കരിസ്മാറ്റിക് സന്ദേശം എത്തിക്കാൻ ദൈവം അവരെ ഉപയോഗിച്ചു. (ഇതിന്റെ പേരിൽ അവർ

ധാരാളം വിമർശനങ്ങൾ ഏറ്റുവാങ്ങി, ഒരു രഹസ്യ കത്തോലിക്കയാണെന്ന് അവർ ആരോപിക്കപ്പെട്ടു.) ഇവ അവരുടെ ഏറ്റവും അറിയപ്പെടുന്ന വർഷങ്ങളായിരുന്നു. അവരുടെ ശൈലി ഗംഭീരമായിരുന്നു. അവർ അവരുടെ പ്രശസ്തമായ അത്ഭുത ശുശ്രൂഷകൾ നടത്തുമായിരുന്നു, ഓഡിറ്റോറിയം എല്ലായ്പ്പോഴും നിറഞ്ഞിരുന്നു. അവർ റേഡിയോയിലും ടെലിവിഷൻ ഷോകളിലും ഉണ്ടായിരുന്നു. 1968-ൽ ഇവാഞ്ചലിക്കൽ ചർച്ച് അലയൻസ് അവരെ നിയമിച്ചു. അവരുടെ മീറ്റിംഗുകളിലും റേഡിയോയിലോ ടെലിവിഷനിലോ അവരുടെ വാക്കുകൾ കേൾക്കുമ്പോഴും നൂറുകണക്കിന് ആളുകൾ സുഖപ്പെട്ടു. അവർ പ്രാർത്ഥിക്കുന്ന ആളുകൾ പലപ്പോഴും ദൈവത്തിന്റെ ശക്തിയാൽ ബാധിക്കപ്പെടുകയും "ആത്മാവിൽ കൊല്ലപ്പെടുകയും" ചെയ്യുമായിരുന്നു. കുഹ്ൽമാൻ ഒരിക്കലും താൻ രോഗശാന്തിക്കാരിയാണെന്ന് അവകാശപ്പെട്ടിരുന്നില്ല. രോഗശാന്തിക്കാരിയായി അവർ എപ്പോഴും ആളുകളെ യേശുവിനിലേക്ക് നയിച്ചു.

1955-ൽ കുൽമാന് ഹൃദയസംബന്ധമായ അസുഖമുണ്ടെന്ന് കണ്ടെത്തി. പ്രത്യേകിച്ച് 1970-കളിൽ, അവർ വളരെ തിരക്കേറിയ ഒരു ഷെഡ്യൂൾ പാലിച്ചു, അമിതമായി ജോലി ചെയ്തു. അവർ പിറ്റ്സ്ബർഗിൽ നിന്ന് ലോസ്

ഏഞ്ചൽസിലേക്ക് ഇടയ്ക്കിടെ യാത്ര ചെയ്യുകയും ലോകം ചുറ്റി സഞ്ചരിക്കുകയും ചെയ്തു. അവരുടെ ഹൃദയം വലുതായി, 1976 ഫെബ്രുവരി 20-ന് തുൾസയിൽ ഓപ്പൺ-ഹാർട്ട് സർജറിയെത്തുടർന്ന് കുൽമാൻ മരിച്ചു. അവരുടെ ചില സേവനങ്ങളുടെ വീഡിയോകൾ ഇപ്പോഴും ലഭ്യമാണ്, ഇന്നും ജനപ്രിയമായി തുടരുന്നു.

ലെസ്റ്റർ സമ്മാൽ

"സുവിശേഷവൽക്കരണം, രോഗശാന്തി, വിടുതൽ"

1913 ഫെബ്രുവരി 15 ന് ലൂസിയാനയിലെ ന്യൂ ഓർലിയാൻസിൽ ജോർജ്ജ്, ബെറ്റി സമ്മ്രാൾ എന്നിവരുടെ മകനായി ലെസ്റ്റർ ഫ്രാങ്ക് സമ്മ്രാൾ ജനിച്ചു. അദ്ദേഹത്തിന്റെ അമ്മ ശക്തമായ ഒരു ക്രിസ്ത്യാനിയായിരുന്നു, പക്ഷേ അദ്ദേഹത്തിന്റെ പിതാവ് വിശ്വാസത്തിൽ മങ്ങിയവനായിരുന്നു. ലെസ്റ്റർ ജനിക്കുന്നതിനുമുമ്പ് അദ്ദേഹത്തിന്റെ അമ്മ അദ്ദേഹത്തെ ദൈവത്തിന് സമർപ്പിച്ചു, അദ്ദേഹം ഒരു പ്രസംഗകനാകണമെന്ന് പ്രാർത്ഥിച്ചു. എട്ട് കുട്ടികളുള്ള ഒരു കുടുംബത്തിലെ ആറാമത്തെ കുട്ടിയായി അദ്ദേഹം ജനിച്ചു. പള്ളിയിൽ മീറ്റിംഗുകൾ നടക്കുമ്പോൾ, സഞ്ചാര സുവിശേഷകരെ അവരുടെ വീട്ടിൽ താമസിക്കാൻ ബെറ്റി ക്ഷണിക്കുമായിരുന്നു. ഇത് പലപ്പോഴും ഭക്ഷണം നൽകാനും താമസിക്കാനും ഒരു അധിക കുടുംബത്തെ അർത്ഥമാക്കും, പക്ഷേ അത് കുടുംബത്തിന് നൽകുന്ന സമ്മർദ്ദം ലെസ്റ്ററിന് ഇഷ്ടപ്പെട്ടില്ല. സുവിശേഷകരെ തനിക്ക് ഇഷ്ടമല്ലെന്നും ഒരിക്കലും അങ്ങനെയാകാൻ ആഗ്രഹിച്ചില്ലെന്നും അദ്ദേഹം തീരുമാനിച്ചു!

ബെറ്റി സമ്മാൽ അവിശ്വസനീയമായ ഒരു പ്രാർത്ഥനാ യോദ്ധാവായിരുന്നു, തന്റെ

കുടുംബത്തിനുവേണ്ടി നിരന്തരം പ്രാർത്ഥിച്ചു. ലെസ്റ്റർ അവരുടെ ജീവിതത്തിൽ ചില അത്ഭുതകരമായ സംഭവങ്ങൾ കണ്ടു. ഒരു ദിവസം അവൾക്ക് സ്തനാർബുദം കണ്ടെത്തി. അവൾക്കുവേണ്ടി പതിവായി പ്രാർത്ഥിക്കുന്ന സ്ത്രീകളാൽ ചുറ്റപ്പെട്ടു. ഈ യുദ്ധത്തിനിടയിൽ രാത്രിയിൽ യേശു അവളുടെ മുറിയിൽ വന്ന് അവളെ സ്പർശിച്ചു. അന്നുമുതൽ അവൾ സുഖം പ്രാപിച്ചു. ലെസ്റ്ററിന്റെ മുത്തച്ഛന് പക്ഷാഘാതം വന്നപ്പോൾ അദ്ദേഹം അവശനായി. അദ്ദേഹത്തിന് ഭക്ഷണം കഴിക്കാനോ വസ്ത്രം ധരിക്കാനോ കഴിഞ്ഞില്ല. കുടുംബം അദ്ദേഹത്തെ വീട്ടിലേക്ക് കൊണ്ടുവന്നു, വനിതാ പ്രാർത്ഥനാ സംഘത്തെക്കൊണ്ട് അദ്ദേഹത്തിനുവേണ്ടി പ്രാർത്ഥിക്കാൻ ബെറ്റി തീരുമാനിച്ചു. അവർ അദ്ദേഹത്തെ ക്രിസ്തുവിലേക്ക് നയിച്ചു പ്രാർത്ഥിക്കാൻ തുടങ്ങി. അദ്ദേഹം വീൽചെയറിലായിരുന്നു, കാലുകളോ കൈകളോ ചലിപ്പിക്കാൻ കഴിഞ്ഞില്ല. ദൈവത്തിന്റെ ശക്തി അദ്ദേഹത്തിന്റെ മേൽ വന്നു, അദ്ദേഹം വീൽചെയറിൽ നിന്ന് എഴുന്നേറ്റു നടക്കാനും കൈകൾ ചലിപ്പിക്കാനും കഴിഞ്ഞു. പതിനഞ്ച് വർഷം കൂടി സ്വന്തമായി ജീവിക്കാൻ അദ്ദേഹം വീട്ടിലേക്ക് മടങ്ങി.

ലെസ്റ്റർ ഒരു "മോശം ജനക്കൂട്ടത്തിന്റെ" കൂടെ എത്തി, പതിനാറാം വയസ്സിൽ സ്കൂളിൽ നിന്ന്

ഇറങ്ങിപ്പോയി. താമസിയാതെ അദ്ദേഹത്തിന് ആരോഗ്യപ്രശ്നങ്ങൾ ഉണ്ടാകുകയും രക്തം തുപ്പുകയും ചെയ്തു. അദ്ദേഹത്തിന് ക്ഷയരോഗം കണ്ടെത്തി, ഒരു യഥാർത്ഥ വധശിക്ഷ. അദ്ദേഹത്തിന്റെ ഭാരം കൂടുതൽ വഷളാവുകയും 93 പൗണ്ടായി കുറയുകയും കിടപ്പിലാവുകയും ചെയ്തു. വീണ്ടും അദ്ദേഹത്തിന്റെ അമ്മ തന്റെ പ്രാർത്ഥനാ യോദ്ധാക്കളെ വിളിച്ചുകൂട്ടി ലെസ്റ്ററിനുവേണ്ടി പതിവായി പ്രാർത്ഥിക്കാൻ തുടങ്ങി. അദ്ദേഹത്തിന്റെ പതിനേഴാം ജന്മദിനത്തിൽ ഡോക്ടർ അദ്ദേഹം മരിക്കാൻ പോകുകയാണെന്ന് പ്രഖ്യാപിക്കുകയും മരണ സർട്ടിഫിക്കറ്റ് പോലും എഴുതുകയും ചെയ്തു. രാത്രിയിൽ ദൈവം ലെസ്റ്ററിന് ഒരു ദർശനം നൽകി. കിടക്കയുടെ ഒരു വശത്ത് കിടക്കയുടെ മറുവശത്ത് ഒരു ശവപ്പെട്ടി ഉണ്ടായിരുന്നു. അദ്ദേഹത്തിന് വ്യക്തമായ ഒരു തിരഞ്ഞെടുപ്പ് നൽകി - ഒന്നുകിൽ സുവിശേഷം പ്രസംഗിക്കുക അല്ലെങ്കിൽ ആ രാത്രി ക്ഷയരോഗം ബാധിച്ച് മരിക്കുക! അദ്ദേഹം സുവിശേഷം പ്രസംഗിക്കാൻ തീരുമാനിച്ചു. അദ്ദേഹം സുഖം പ്രാപിച്ചു, പിറ്റേന്ന് രാവിലെ അദ്ദേഹം ആദ്യമായി ഭക്ഷണം കഴിച്ചു.

വളരെക്കാലത്തിനുശേഷം, മൂന്നാഴ്ചയ്ക്കുള്ളിൽ സുവിശേഷ പ്രചാരണത്തിനായി അദ്ദേഹം തന്റെ ബാഗ് പായ്ക്ക് ചെയ്തു.

അതൊരു ദുഷ്കരമായ തുടക്കമായിരുന്നു. ലെസ്റ്ററും ഒരു ഗാന നേതാവായി കൂടെ പോയ ഒരു മത്സ്യബന്ധന സുഹൃത്തും, ആഴത്തിലുള്ള തെക്കൻ പ്രദേശങ്ങളിലെ പിന്നാമ്പുറങ്ങളിലേക്ക് എത്തി. ലെസ്റ്റർ തന്റെ സന്ദേശങ്ങൾ പ്രസംഗിക്കുമ്പോൾ അവർ മിനുസപ്പെടുത്താത്തവരും ആളുകളോട് കർശനമായ നിലപാടുള്ളവരുമായിരുന്നു. എന്തോ ഒന്ന് പ്രവർത്തിച്ചിട്ടുണ്ടാകണം, കാരണം അദ്ദേഹം പോകുന്നിടത്തെല്ലാം ഒരു പള്ളി ആരംഭിക്കാൻ പര്യാപ്തമായ ഒരു സംഘത്തെ അദ്ദേഹം കണ്ടെത്തി, പുതിയ സംഘത്തിനായി ഒരു പാസ്റ്ററെ വിളിക്കാൻ അദ്ദേഹം തന്റെ വിഭാഗത്തിലേക്ക് അയയ്ക്കുമായിരുന്നു. നൂറുകണക്കിന് ആളുകൾ രക്ഷിക്കപ്പെട്ടു. അദ്ദേഹത്തിന്റെ വിജയം കണ്ട് അവർ അദ്ദേഹത്തെ വൈദികനായി നിയമിച്ചു.

1931-ൽ ദൈവം ലെസ്റ്ററിന്റെ ഉദ്ദേശ്യങ്ങളെ കൈകാര്യം ചെയ്യാൻ തുടങ്ങി. ജീവൻ രക്ഷിക്കാൻ സുവിശേഷം പ്രസംഗിക്കാൻ അദ്ദേഹം സമ്മതിച്ചു, പക്ഷേ ആളുകളോട് അദ്ദേഹത്തിന് യഥാർത്ഥ കരുതൽ ഉണ്ടായിരുന്നില്ല. വിദേശ രാജ്യങ്ങളിലെ നിരവധി ആളുകൾ നരകത്തിലേക്ക് പോകുന്ന ഒരു ദർശനം ദൈവം അദ്ദേഹത്തിന് നൽകി. നഷ്ടപ്പെട്ടവർക്കായി ദൈവം ആ രാത്രിയിൽ അദ്ദേഹത്തിന്റെ ഹൃദയം തകർത്തു. ഒരു

അന്താരാഷ്ട്ര സുവിശേഷകനാകാനും ലോകം മുഴുവൻ സുവിശേഷം പ്രസംഗിക്കാനും ദൈവം അദ്ദേഹത്തെ വിളിച്ചു. അദ്ദേഹം പിന്നീട് പഴയതുപോലെയായില്ല. പതിനെട്ട് മാസങ്ങൾക്ക് ശേഷം, അന്താരാഷ്ട്രതലത്തിൽ അറിയപ്പെടുന്ന ബൈബിൾ അധ്യാപകനായ ഹോവാർഡ് കാർട്ടറുമായി ദൈവം ലെസ്റ്ററിനെ ബന്ധിപ്പിച്ചു, അവർ ഒരുമിച്ച് ലോകം ചുറ്റി സഞ്ചരിക്കാൻ തുടങ്ങി. അവർ ഓസ്ട്രേലിയ, സിംഗപ്പൂർ, ഹോങ്കോംഗ്, ജാവ, ഡച്ച് ഈസ്റ്റ് ഇൻഡീസ്, ടിബറ്റ്, മഞ്ചൂറിയ, ജപ്പാൻ, കൊറിയ, ജർമ്മനി, ബ്രസീൽ, ബൊളീവിയ, ഫ്രാൻസ്, സ്പെയിൻ, പോർച്ചുഗൽ, ഇംഗ്ലണ്ട് എന്നിവിടങ്ങളിലേക്ക് യാത്ര ചെയ്തു. അവർ ഒരു പ്രദേശത്തേക്ക് പോകും, ഹോവാർഡ് ഒരു സ്ഥലത്തേക്ക് പ്രസംഗിക്കാനും ലെസ്റ്റർ മറ്റൊരു സ്ഥലത്തേക്ക് പോകും. ലെസ്റ്ററിന്റെ യോഗങ്ങളിൽ ചില ശ്രദ്ധേയമായ രോഗശാന്തികളും വിടുതലും സംഭവിക്കാൻ തുടങ്ങി. ആയിരക്കണക്കിന് ആളുകൾ ആളുകളെ സുഖപ്പെടുത്തുകയും രക്ഷിക്കുകയും ചെയ്തു.

40-കളിലെ യുദ്ധകാലത്ത് ലെസ്റ്റർ യുഎസ്, മെക്സിക്കോ, മധ്യ, ദക്ഷിണ അമേരിക്ക എന്നിവിടങ്ങളിലേക്ക് മടങ്ങി. അർജന്റീനയിലായിരുന്നപ്പോൾ, ലെസ്റ്റർ ലൂയിസ് ലെയ്മാൻ എന്ന മറ്റൊരു മിഷനറിയെ കണ്ടുമുട്ടി. അവർ അത് വിജയകരമായി

ചെയ്തു, രണ്ട് വർഷത്തിന് ശേഷം വിവാഹിതരായി. ക്യൂബ, ഹെയ്തി, പ്യൂർട്ടോ റിക്കോ എന്നിവിടങ്ങളിൽ ദമ്പതികളായി അവർ ശുശ്രൂഷ ചെയ്യാൻ തുടങ്ങി. ഒരു ഘട്ടത്തിൽ ലൂയിസിന് മലേറിയ പിടിപെട്ടു, പക്ഷേ ലെസ്റ്ററിന്റെ പ്രാർത്ഥനകൾക്ക് ഉത്തരമായി ദൈവം അവളെ സുഖപ്പെടുത്തി. ഗയാന, സുരിനാം, ബ്രസീൽ, അർജന്റീന, പെറു, ഇക്വഡോർ, ഉറുഗ്വേ, പനാമ എന്നിവിടങ്ങളിലേക്ക് അവർ യാത്ര തുടർന്നു. ബെറ്റി ഗർഭിണിയാണെന്ന് കണ്ടെത്തിയപ്പോൾ മാത്രമാണ് അവർ മന്ദഗതിയിലായത്, അവർ അമേരിക്കയിലേക്ക് മടങ്ങി. അടുത്ത കുറച്ച് വർഷത്തേക്ക് ഇന്ത്യാനയിലെ സൗത്ത് ബെൻഡിൽ ഒരു താവളം സ്ഥാപിക്കാൻ ദൈവം ദമ്പതികളെ വിളിച്ചു.

1950-ൽ ദൈവം ആ കുടുംബത്തെ ഫിലിപ്പീൻസിലെ മനിലയിലേക്ക് വിളിച്ചു. ഭൂതബാധിതയായ ഒരു പെൺകുട്ടി ദേശീയ വാർത്തകളിൽ ഇടം നേടുന്നതുവരെ ആ ജോലി കഠിനമായിരുന്നു. അവൾക്കുവേണ്ടി പ്രാർത്ഥിക്കാൻ ദൈവം ലെസ്റ്ററിനോട് ആവശ്യപ്പെട്ടു. വിടുതലും രോഗശാന്തിയും വളരെ പരസ്യവും നാടകീയവുമായിരുന്നു, എല്ലായിടത്തും പത്രങ്ങളിൽ കഥ വന്നു. രാജ്യം മുഴുവൻ സുവിശേഷത്തിനായി തുറന്നു. ആറ് ആഴ്ചത്തേക്ക് അദ്ദേഹം ഉണർവ് യോഗങ്ങൾ നടത്തി, ഒരു രാത്രിയിൽ ജനക്കൂട്ടം

അറുപതിനായിരം പേരായി കണക്കാക്കപ്പെട്ടു. യോഗങ്ങളിൽ സഹായിക്കാൻ ക്ലിഫ്റ്റൺ എറിക്സൺ അമേരിക്കയിൽ നിന്ന് എത്തി. ആ ആഴ്ചകളിൽ ഒരു ലക്ഷത്തി അമ്പതിനായിരം പേർ രക്ഷിക്കപ്പെട്ടു. നടക്കാൻ കഴിയാത്ത ഒരു പ്രശസ്ത നടന് സുഖം പ്രാപിച്ചു, അത് ഗ്രൂപ്പിന് കൂടുതൽ മാധ്യമ ശ്രദ്ധ നൽകി. പന്ത്രണ്ട് വർഷമായി ക്രച്ചസിൽ ഇരുന്ന ഒരു അഭിഭാഷകൻ അവയെ പൂർണ്ണമായും സുഖപ്പെടുത്തി കൈകളിൽ പിടിച്ച് പുറത്തേക്ക് നടന്നു.

1960-കളിൽ, ഒരു പയനിയറിംഗ് ടെലിവിഷൻ പ്രവർത്തനം ആരംഭിക്കുന്നതിനായി ദൈവം കുടുംബത്തെ അമേരിക്കയിലേക്ക് തിരികെ വിളിച്ചു. അദ്ദേഹത്തിന്റെ പ്രസംഗം അമേരിക്കയിലും ലോകമെമ്പാടും മുഴങ്ങിക്കേട്ടു. മരിക്കുന്നവരെ പരിപാലിക്കാൻ ദൈവം അദ്ദേഹത്തിന് ഒരു ദർശനം നൽകിയതിനെത്തുടർന്ന്, ലോകമെമ്പാടുമുള്ള പട്ടിണി കിടക്കുന്നവരെ പോറ്റുന്നതിനായി അദ്ദേഹം ഒരു ശുശ്രൂഷയും ആരംഭിച്ചു. **ദൈവം നൽകിയ ദർശനങ്ങളോട് അദ്ദേഹം വിശ്വസ്തത പുലർത്തുകയും 1996 ഏപ്രിൽ 28-ന് കർത്താവിനോടൊപ്പം ആയിരിക്കാൻ വീട്ടിലേക്ക് പോകുകയും ചെയ്തു.**

ഫ്രാങ്കും ഇഡ മേ ഹാമണ്ടും

ഫ്രാങ്ക് ഡേവിസ് ഹാമണ്ട് (ഒക്ടോബർ 12, 1921 - മാർച്ച് 17, 2005) ക്രിസ്തീയതയുമായി ബന്ധപ്പെട്ട പുസ്തകങ്ങളുടെ രചയിതാവായിരുന്നു, പ്രത്യേകിച്ച് വിടുതൽ ശുശ്രൂഷയെക്കുറിച്ച്. 1980-ൽ ഹാമണ്ട് തന്റെ ഭാര്യ (ചിലപ്പോൾ സഹ-രചയിതാവ്) ഇഡ മേ ഹാമണ്ടിനൊപ്പം ദി ചിൽഡ്രൻസ് ബ്രെഡ് മിനിസ്ട്രി സ്ഥാപിച്ചു. ബെയ്‌ലർ യൂണിവേഴ്സിറ്റിയിലെയും സൗത്ത് വെസ്റ്റേൺ ബാപ്റ്റിസ്റ്റ് തിയോളജിക്കൽ സെമിനാരിയിലെയും പൂർവ്വ വിദ്യാർത്ഥിയായിരുന്നു ഹാമണ്ട്.

പഠിപ്പിക്കലുകൾ നീരസം, ഗോസിപ്പ് തുടങ്ങിയ ധാർമ്മിക പ്രശ്നങ്ങൾ - നിർബന്ധിത ഭക്ഷണം, മറവി, ലൈംഗിക പ്രശ്നങ്ങൾ, മാനസികരോഗങ്ങൾ തുടങ്ങിയ പ്രശ്നങ്ങൾ - വിടുതൽ ശുശ്രൂഷ ആവശ്യമുള്ള പിശാചുക്കൾ മൂലമാണെന്നും എല്ലാവർക്കും അത്തരം വിടുതൽ ആവശ്യമാണെന്നും ഹാമണ്ട് പഠിപ്പിച്ചു. അദ്ദേഹത്തെയും ഭാര്യ ഇഡ മേയെയും "ഒരുപക്ഷേ വിടുതൽ ശുശ്രൂഷയുടെ ഏറ്റവും സ്വാധീനമുള്ള പ്രാക്ടീഷണർമാർ" എന്ന് വിളിച്ചിട്ടുണ്ട്.

1973-ൽ പുറത്തിറങ്ങിയ അവരുടെ "പിഗ്സ് ഇൻ ദി പാർലർ: എ പ്രാക്ടിക്കൽ ഗൈഡ് ടു ഡെലിവറൻസ്" എന്ന പുസ്തകമാണ് ഈ വിഷയത്തിൽ ഏറ്റവും സ്വാധീനം ചെലുത്തിയ പുസ്തകം, ഒരു ദശലക്ഷത്തിലധികം കോപ്പികൾ വിറ്റു. വിമോചന ശുശ്രൂഷയുടെ ആശയങ്ങൾ കത്തോലിക്കാ കരിസ്മാറ്റിക് നവീകരണത്തിലേക്ക്, പ്രത്യേകിച്ച് ഒരു പുരോഹിതന്റെ ഭൂതവിമോചനം ആവശ്യമുള്ള പൈശാചിക സ്വാധീനം ഒഴികെയുള്ള പൈശാചിക സ്വാധീനം എന്ന ആശയത്തിലേക്ക് മാറ്റാൻ ഹാമണ്ടിന്റെ പുസ്തകങ്ങൾ സഹായിച്ചു. 1921 ഒക്ടോബറിൽ ടെക്സസിലെ ടെറലിൽ ജനിച്ച അദ്ദേഹം 1948 ൽ ഇഡ മേ ലോഡനെ (ടെറലിൽ നിന്നുള്ളയാളെ) വിവാഹം കഴിച്ചു. ഗ്രന്ഥസൂചി തിരസ്കരണത്തെ മറികടക്കുന്നു

(1987) ആത്മബന്ധങ്ങൾ (1988) പരിചിതമായ ആത്മാക്കളെ നേരിടൽ: പരിശുദ്ധാത്മാവിലേക്കുള്ള വ്യാജങ്ങൾ (1988) ദൈവം പ്രോത്സാഹിപ്പിക്കുന്നു (1989) നമ്മുടെ യുദ്ധം - ഭൂതങ്ങൾക്കും പ്രദേശിക ആത്മാക്കൾക്കും എതിരെ (1991) യേശുവിന്റെ ശുശ്രൂഷയിലെ ഭൂതങ്ങളും വിടുതലും (1991) മറ്റുള്ളവരോട് ക്ഷമിക്കുന്നു: രോഗശാന്തിയുടെയും വിടുതലിന്റെയും താക്കോൽ (1995) കുട്ടികളുടെ വിടുതൽ മാനുവൽ (1996) വിവാഹ കിടക്ക (1999) ദൈവം അമേരിക്കയെ മുന്നറിയിപ്പ് നൽകുന്നു (2000) രണ്ട് ഫ്രാങ്ക്സിന്റെ കഥകൾ: അസാധാരണമായ വിടുതൽ അനുഭവങ്ങൾ (2000, ഫ്രാങ്ക് മാർസുല്ലോയ്ക്കൊപ്പം) പിതാവിന്റെ അനുഗ്രഹം (2001) ലൈംഗിക പാപങ്ങളിൽ നിന്നുള്ള പ്രത്യാഘാതങ്ങൾ (2002) അവിശ്വാസത്തിന്റെ ശക്തൻ (2002, കൂടെ ഡോർമാൻ ഡഗ്ഗൻ) ദി പെരിൾസ് ഓഫ് പാസിവിറ്റി (2004) സെയിന്റ്സ് അറ്റ് വാർ (2012) വിത്ത് ഇഡ മേ ഹാമണ്ട് പിഗ്സ് ഇൻ ദി പാർലർ: എ പ്രാക്ടിക്കൽ ഗൈഡ് ടു ഡെലിവറൻസ് (1973) കിംഗ്ഡം ലിവിംഗ് ഫോർ ദി ഫാമിലി (1985) ദി ബ്രേക്കിംഗ് ഓഫ് കഴ്സസ് (1993) കംഫർട്ട് ഫോർ ദി വൗണ്ടഡ് സ്പിരിറ്റ് (1994) ഇതും കാണുക ആത്മീയ യുദ്ധം
https://bookpedia.co/writer/frank-hammond

ഡെറക് പ്രിൻസ്

പീറ്റർ ഡെറക് വോൺ പ്രിൻസ് (14 ഓഗസ്റ്റ് 1915 - 24 സെപ്റ്റംബർ 2003) ഒരു ബൈബിൾ അധ്യാപകനായിരുന്നു, അദ്ദേഹത്തിന്റെ ദൈനംദിന റേഡിയോ പ്രോഗ്രാം, *ഡെറക്*

പ്രിൻസ് ലെഗസി റേഡിയോ , ലോകമെമ്പാടും വിവിധ ഭാഷകളിൽ പ്രക്ഷേപണം ചെയ്യുന്നു.

വിവാഹവും അവന്റെ ശുശ്രൂഷയുടെ വളർച്ചയും

ഡെറക് പ്രിൻസ് ചിക്കാഗോയിലെ ഫെയ്ത്ത് ടാബർണക്കിളിൽ ജോലി ചെയ്തു, തുടർന്ന് ഫ്ലോറിഡയിലെ ഫോർട്ട് ലോഡർഡെയ്ലിലുള്ള ഗുഡ് ന്യൂസ് ചർച്ചിലേക്ക് താമസം മാറി. 1971 മെയ് മാസത്തിൽ ഡെറക് പ്രിൻസ് പബ്ലിക്കേഷൻസ് ഫ്ലോറിഡയിലെ ഫോർട്ട് ലോഡർഡെയ്ലിൽ ഓഫീസുകൾ തുറന്നു. 1990 ഡിസംബറിൽ ഡെറക് പ്രിൻസ് പബ്ലിക്കേഷൻസ് ഡെറക് പ്രിൻസ് മിനിസ്ട്രീസ് ആയി മാറി.

1998 ഡിസംബർ 29-ന് ഭാര്യ റൂത്ത് മരിക്കുന്നതുവരെ രാജകുമാരന്മാർ ശുശ്രൂഷയിൽ വ്യാപകമായി യാത്ര ചെയ്തു. 1993 മുതൽ 1998 വരെയുള്ള രാജ്യങ്ങളുടെ പട്ടിക താഴെ കൊടുക്കുന്നു. റഷ്യ, ജർമ്മനി, കസാക്കിസ്ഥാൻ, ഹംഗറി, ദക്ഷിണാഫ്രിക്ക, കെനിയ, ഇന്തോനേഷ്യ, മലേഷ്യ, സിംഗപ്പൂർ, തുർക്കി, പോളണ്ട്, ബഹ്റൈൻ, ക്യൂബ, കൊളംബിയ, സ്വിറ്റ്സർലൻഡ്, ഫ്രാൻസ്, പോർച്ചുഗൽ, ഇന്ത്യ, ഇംഗ്ലണ്ട് എന്നീ രാജ്യങ്ങൾ ഒന്നിലധികം തവണ സന്ദർശിച്ചിട്ടുണ്ട്.

51 പുസ്തകങ്ങളുടെയും 600 ഓഡിയോകളുടെയും 100 വീഡിയോകളുടെയും രചയിതാവാണ് അദ്ദേഹം, അവയിൽ പലതും 60-ലധികം ഭാഷകളിലേക്ക് വിവർത്തനം ചെയ്ത് പ്രസിദ്ധീകരിച്ചിട്ടുണ്ട്. പ്രാർത്ഥനയും ഉപവാസവും, ക്രിസ്തീയ വിശ്വാസത്തിന്റെ അടിത്തറ, [5] ആത്മീയ യുദ്ധം, [6] ദൈവത്തിന്റെ സ്നേഹവും വിവാഹവും കുടുംബവും എന്നിവയാണ് അദ്ദേഹത്തിന്റെ പഠിപ്പിക്കലുകളിൽ ഉൾപ്പെടുത്തിയിരിക്കുന്ന ചില വിഷയങ്ങൾ. [8] അദ്ദേഹത്തിന്റെ ദൈനംദിന റേഡിയോ അറബി, ചൈനീസ് (അമോയ്, കന്റോണീസ്, മന്ദാരിൻ, ഷാങ്ഹൈനീസ്, സ്വാറ്റോ), ക്രൊയേഷ്യൻ, ജർമ്മൻ, മലഗാസി, മംഗോളിയൻ, റഷ്യൻ, തമിഴ്, സമോവൻ, സ്പാനിഷ്, ബഹാസ ഇന്തോനേഷ്യൻ, ടോങ്കൻ, തെലുങ്ക്, മലയാളം, കന്നഡ, ഹിന്ദി തുടങ്ങി നിരവധി ഭാഷകളിലേക്ക് വിവർത്തനം ചെയ്യപ്പെടുന്നു. റേഡിയോ പരിപാടി ലോകമെമ്പാടുമുള്ള നിരവധി ആളുകളിലേക്ക് എത്തിച്ചേരുന്നു.

ഡെറക് പ്രിൻസ് മിനിസ്ട്രീസ് തന്റെ ജീവിതകാലം മുഴുവൻ തന്റെ പഠിപ്പിക്കലുകൾ പ്രചരിപ്പിക്കുന്നതിനും മിഷനറിമാർ, സഭാ നേതാക്കൾ, സഭകൾ എന്നിവരെ പരിശീലിപ്പിക്കുന്നതിനും വേണ്ടി തുടർന്നു.

ഭൂതങ്ങളും മോചനവും

ഒരു പെന്തക്കോസ്ത് വിശ്വാസി എന്ന നിലയിൽ, ലോകത്ത് പ്രവർത്തിക്കുന്ന ആത്മീയ ശക്തികളുടെ യാഥാർത്ഥ്യത്തിലും, രോഗങ്ങളും മാനസിക പ്രശ്നങ്ങളും ഉണ്ടാക്കുന്ന ഭൂതങ്ങളുടെ ശക്തിയിലും പ്രിൻസ് വിശ്വസിച്ചിരുന്നു. സിയാറ്റിലിൽ ആയിരിക്കുമ്പോൾ ഒരു സ്ത്രീയെ ഭൂതവിദ്യാഭ്യാസം നടത്താൻ അദ്ദേഹത്തോട് ആവശ്യപ്പെട്ടു, ക്രിസ്ത്യാനികളെ "ഭൂതവിമുക്തരാക്കാൻ" കഴിയുമെന്ന് അദ്ദേഹം വിശ്വസിച്ചു (സാധാരണയായി ഭൂതങ്ങളാൽ "ബാധിക്കപ്പെട്ടവർ" എന്ന് വിശേഷിപ്പിക്കപ്പെടുന്നു - 'ഉടമസ്ഥാവകാശം' എന്നർത്ഥമുള്ള ഈ പദം പ്രിൻസ് ഒഴിവാക്കി). ഭൂതങ്ങൾക്ക് അവിശ്വാസികളെ "കൈവശപ്പെടുത്താൻ" കഴിയും, പക്ഷേ ക്രിസ്ത്യാനികളെ "അടിച്ചമർത്താൻ" മാത്രമേ കഴിയൂ എന്ന സാധാരണ പെന്തക്കോസ്ത് വീക്ഷണത്തിന് വിരുദ്ധമായിരുന്നു ഇത്. തന്റെ വിമോചന ശുശ്രൂഷ ഭൂതങ്ങളെ പരാജയപ്പെടുത്താൻ ദൈവത്തിന്റെ ശക്തി ഉപയോഗിക്കുന്നുവെന്ന് പ്രിൻസ് വിശ്വസിച്ചു.

ഇസ്രായേൽ

ജെറുസലേമിലെ അലയൻസ് ചർച്ച് ഇന്റർനാഷണൽ സെമിത്തേരിയിലെ ഡെറക് പ്രിൻസിന്റെ ശവകുടീരം.

പ്രിൻസ് മാറ്റിസ്ഥാപിക്കൽ ദൈവശാസ്ത്രത്തെ ശക്തമായി എതിർത്തു. അദ്ദേഹത്തിന്റെ 'ദി ഡെസ്റ്റിനി ഓഫ് ഇസ്രായേൽ ആൻഡ് ദി ചർച്ച്' എന്ന പുസ്തകം, സഭ ഇസ്രായേലിനെ മാറ്റിസ്ഥാപിച്ചിട്ടില്ലെന്നും ദൈവം ഇസ്രായേൽ ജനതയുമായി ഉണ്ടാക്കിയ ഉടമ്പടി ഇന്നും നിലനിൽക്കുന്നുവെന്നും വാദിക്കുന്നു. ഇസ്രായേൽ രാഷ്ട്രത്തിന്റെ സൃഷ്ടി ബൈബിൾ പ്രവചനത്തിന്റെ പൂർത്തീകരണമാണെന്നും പ്രിൻസ് വിശ്വസിച്ചു. "നമ്മുടെ കാലത്ത് വെളിപ്പെടുത്തിക്കൊണ്ടിരിക്കുന്ന ബൈബിൾ പ്രവചനത്തിന്റെ കേന്ദ്ര പ്രമേയം ദേശത്തെയും ഇസ്രായേൽ ജനതയെയും ചുറ്റിപ്പറ്റിയാണ്. ലോകമെമ്പാടുമുള്ള ചിതറിപ്പോയ യഹൂദജനതയെ അവരുടെ പുരാതന മാതൃരാജ്യത്തേക്ക് പുനഃസ്ഥാപിക്കുന്നതിനുള്ള തന്റെ മുൻകൂട്ടി നിശ്ചയിച്ച പദ്ധതി ദൈവം നടപ്പിലാക്കുകയാണ്."

ഷെപ്പേർഡ് പ്രസ്ഥാനം

സഹ മന്ത്രിമാരായ ഡോൺ ബാഷാം, ബോബ് മംഫോർഡ്, ചാൾസ് സിംപ്സൺ, എൺ ബാക്സ്റ്റർ എന്നിവരുമായി ചേർന്നാണ് പ്രിൻസ് ഷെപ്പേർഡ് പ്രസ്ഥാനം രൂപീകരിച്ചത്, അവർ 'ഫോർട്ട് ലോഡർഡെയ്ൽ ഫൈവ്' എന്നറിയപ്പെട്ടു. കരിസ്മാറ്റിക് പ്രസ്ഥാനത്തിനുള്ളിൽ അമിതമായി കാണപ്പെടുന്നതിനെ എതിർക്കാൻ അവർ

ശ്രമിച്ചു, ശിഷ്യത്വത്തിനും പാസ്റ്ററൽ പരിചരണത്തിനും പ്രാധാന്യം നൽകി. 'ആത്മീയ അധികാരികൾക്ക് വ്യക്തിപരമായ സമർപ്പണം' എന്ന രീതി വിവാദമായി കണക്കാക്കപ്പെട്ടു. ഷെപ്പേർഡ് പ്രസ്ഥാനവുമായുള്ള പ്രിൻസിന്റെ ബന്ധം അന്താരാഷ്ട്ര തലത്തിൽ സ്വാധീനം ചെലുത്തി. പ്രസ്ഥാനം വിട്ടതിനുശേഷം, അദ്ദേഹം സ്വന്തം അന്താരാഷ്ട്ര ശുശ്രൂഷയിൽ ശ്രദ്ധ കേന്ദ്രീകരിച്ചു.

പ്രസിദ്ധീകരണങ്ങൾ

പ്രിൻസ് നിരവധി പുസ്തകങ്ങൾ പ്രസിദ്ധീകരിക്കുകയും 600-ലധികം ഓഡിയോ അധ്യാപന പ്രസംഗങ്ങളും 100-ലധികം വീഡിയോ അധ്യാപനങ്ങളും റെക്കോർഡുചെയ്യുകയും ചെയ്തു.
അദ്ദേഹത്തിന്റെ പുസ്തകങ്ങളിൽ ഉൾപ്പെടുന്നു

- *ദി ഫൗണ്ടേഷൻസ് സീരീസ്* **(1966)**
- *സർക്കാരിനുവേണ്ടി പ്രാർത്ഥിക്കുന്നു* **(1970)**
- *പ്രാർത്ഥനയിലൂടെയും ഉപവാസത്തിലൂടെയും ചരിത്രം രൂപപ്പെടുത്തൽ* **(1973)**
- *ജറുസലേമിലെ നിയമനം* **(1975)**
- *ഫെയ്ത്ത് ടു ലൈവ് ബൈ* **(1977)**
- *ദി ഗ്രേസ് ഓഫ് യീൽഡിംഗ്* **(1977)**
- *വിവാഹ ഉടമ്പടി* **(1978)**
- *വാഗ്ദത്ത ഭൂമി* **(1982)**

- *മിഡിൽ ഈസ്റ്റിലെ അവസാന വാക്ക്* (1982)
- *ദൈവം ഒരു മാച്ച് മേക്കർ* (1986)
- *അനുഗ്രഹമോ ശാപമോ: നിങ്ങൾക്ക് തിരഞ്ഞെടുക്കാം* (1990)
- *ഇസ്രായേലിന്റെയും സഭയുടെയും വിധി*(1992)
- *നിങ്ങളുടെ നാവിന് രോഗശാന്തി ആവശ്യമുണ്ടോ?* (1992)
- *തിരസ്കരണത്തിന് ദൈവത്തിന്റെ പ്രതിവിധി*(1993)
- *വഞ്ചനയിൽ നിന്നുള്ള സംരക്ഷണം* (1996)
- *അവർ ഭൂതങ്ങളെ പുറത്താക്കും: ഭൂതങ്ങളെക്കുറിച്ച് നിങ്ങൾ അറിയേണ്ടത് - നിങ്ങളുടെ അദൃശ്യ ശത്രുക്കൾ* (1998)
- *പരിശുദ്ധാത്മാവ് ആരാണ്?* (1999)
- *ഹസ്ബൻഡ്സ് ആൻഡ് ഫാദേഴ്സ്* (2000)
- *വിധിനിർണ്ണയം: എപ്പോൾ? എന്തുകൊണ്ട്? എങ്ങനെ?* (2001)
- *ഡെറക് പ്രിൻസിനൊപ്പം സങ്കീർത്തനങ്ങളിലൂടെ* (2002)
- *വാർ ഇൻ ഹെവൻ: ഗോഡ്സ് എപ്പിക് ബാറ്റിൽ വിത്ത് ഈവിൾ* (2003)
- *രക്തത്താൽ വാങ്ങിയത്* (2007, *മുമ്പ്* 2000 *ൽ പാപപരിഹാരം, ദൈവവുമായുള്ള നിങ്ങളുടെ അപ്പോയിന്റ്മെന്റ് എന്ന* പേരിൽ പ്രസിദ്ധീകരിച്ചത്)

- *ദൈവസാന്നിധ്യത്തിൽ പ്രവേശിക്കൽ: സ്തുതിക്കും നന്ദിപ്രകടനത്തിനും അപ്പുറത്തേക്ക് സത്യാരാധനയിലേക്ക് നീങ്ങുക.*
- *ലൂസിഫർ തുറന്നുകാട്ടപ്പെട്ടു: നിങ്ങളുടെ ജീവിതം നശിപ്പിക്കാനുള്ള പിശാചിന്റെ പദ്ധതികൾ*
- *അന്ത്യകാലത്തേക്കുള്ള പ്രവാചക വഴികാട്ടി* (2008)
- *ഇടപെടലിന്റെ നിയമങ്ങൾ: ആത്മീയ യുദ്ധത്തിൽ നിങ്ങളുടെ പങ്കിനായി തയ്യാറെടുക്കൽ* (2006)
- *ഒരു പ്രാർത്ഥനാ യോദ്ധാവിന്റെ രഹസ്യങ്ങൾ* (2009)
- *ജീവിതത്തിനായി രൂപാന്തരപ്പെട്ടു: ദൈവത്തെ എങ്ങനെ നന്നായി അറിയുകയും കൂടുതൽ സ്നേഹിക്കുകയും ചെയ്യാം* (2002)

https://en.wikipedia.org/wiki/ഡെറക്_പ്രിൻസ്

നോവൽ ഹെയ്സ്

ഡോ. നോർവൽ ലിയോൺ ഹെയ്സ് (91), 2018 ഒക്ടോബർ 6 ശനിയാഴ്ച വീട്ടിൽ വച്ച് അന്തരിച്ചു.

1927 ഏപ്രിൽ 20 ന് പരേതരായ ചാൾസിന്റെയും അരിസോണ ലൂയിസ് ഹെയ്സിന്റെയും മകനായി അദ്ദേഹം ജനിച്ചു.

കഠിനാധ്വാനികളും കർഷകരുമായ ഒരു കുടുംബത്തിൽ നിന്നാണ് അദ്ദേഹം വന്നത്, നോർവെൽ പ്രായമാകുമ്പോൾ ഒരു ബസ് ബോയ് ആയിട്ടാണ് അദ്ദേഹം തന്റെ ആദ്യ ജോലി ആരംഭിച്ചത്, ഒരു ദിവസം $2 സമ്പാദിച്ചു. ജോലി ആരംഭിച്ച ദിവസം തന്നെ അത് അദ്ദേഹത്തിന്റെ ജീവിതത്തെ മാറ്റിമറിച്ചു. വർഷങ്ങളായി, അദ്ദേഹം ഏറ്റവും അറിയപ്പെടുന്ന ബിസിനസുകാരിൽ ഒരാളായി മാറുകയും ഇൻഡ്യാനപൊളിസിൽ നിരവധി

ബിസിനസുകൾ ആരംഭിക്കുകയും ചെയ്തു.

അദ്ദേഹം തന്റെ ആദ്യ ഭാര്യയായ നോറീൻ ലാങ്ഡണിനെ കണ്ടുമുട്ടി, അവർക്ക് സോണ ഹെയ്സ് എന്നൊരു മകൾ ജനിച്ചു. നോർവെലിന്റെ കണ്ണിലെ കരടായിരുന്നു സോണ. സോണയ്ക്ക് 9 വയസ്സുള്ളപ്പോൾ, അദ്ദേഹം ക്ലീവ്ലാൻഡിലേക്ക് മടങ്ങാൻ തീരുമാനിച്ചു, അവിടെ അദ്ദേഹം കുറച്ച് റെസ്റ്റോറന്റുകളും ബിസിനസുകളും ആരംഭിച്ചു. ക്ലീവ്ലാൻഡിലേക്ക് പിസ്സ കൊണ്ടുവന്ന ആദ്യത്തെ വ്യക്തിയായിരുന്നു അദ്ദേഹം. ക്ലീവ്ലാൻഡിലെ യെല്ലോ കാബ് ടാക്സി സർവീസും അദ്ദേഹത്തിന് സ്വന്തമായിരുന്നു.

നോർവെൽ ഒടുവിൽ തന്റെ ജീവിതം കർത്താവിന് സമർപ്പിക്കുകയും ലോകം കണ്ടിട്ടുള്ളതിൽ വച്ച് ഏറ്റവും അറിയപ്പെടുന്ന സുവിശേഷ ശുശ്രൂഷകരിൽ ഒരാളായി മാറുകയും ചെയ്തു. ഹോങ്കോങ്ങിൽ നിന്ന് ആഫ്രിക്കയിലേക്കും ഓസ്ട്രേലിയയിലേക്കും അമേരിക്കയുൾപ്പെടെ നിരവധി രാജ്യങ്ങളിലേക്കും ദൈവവചനം പ്രചരിപ്പിച്ചുകൊണ്ട് അദ്ദേഹം ലോകമെമ്പാടും സഞ്ചരിച്ചു. 1977-ൽ

അദ്ദേഹം ന്യൂ ലൈഫ് ബൈബിൾ കോളേജ് ആരംഭിച്ചു, അവിടെ ആത്മാക്കളെ എങ്ങനെ നേടാമെന്നും വിശ്വാസത്താൽ നടക്കാമെന്നും അദ്ദേഹം ആളുകളെ പഠിപ്പിച്ചു. 1988-ൽ ക്ലീവ്‌ലാൻഡിൽ സ്ഥിതി ചെയ്യുന്ന ഒരു കമ്മ്യൂണിറ്റി അടുക്കളയും അദ്ദേഹം ആരംഭിച്ചു, അവിടെ അദ്ദേഹം എല്ലാ ദിവസവും ആളുകൾക്ക് ചൂടുള്ള ഭക്ഷണം നൽകി. ആ ദർശനം ഇന്നും തുടരുന്നു, പ്രതിമാസം 1,300-ലധികം ആളുകൾക്ക് ഭക്ഷണം നൽകുന്നു. നോർവെൽ ഇന്ത്യയിൽ ഒരു ന്യൂ ലൈഫ് ബൈബിൾ സ്കൂളും കുട്ടികളുടെ ഭവനവും നിരവധി കോളേജുകളിലും സർവകലാശാലകളിലും ന്യൂ ലൈഫ് മെറ്റേണിറ്റി ഹോംസും ക്യാമ്പസ് ചലഞ്ച് മിനിസ്ട്രികളും ആരംഭിച്ചു. അദ്ദേഹം 50-ലധികം പുസ്തകങ്ങൾ രചിക്കുകയും നിരവധി വീഡിയോകളും സിഡികളും നിർമ്മിക്കുകയും ചെയ്തു.

1980-കളിലാണ് അദ്ദേഹം തന്റെ രണ്ടാമത്തെ ഭാര്യയായ മാഗി കോംബ്സിനെ കണ്ടുമുട്ടിയത്. 1997-ൽ അവർ വിവാഹിതരായി, 2016-ൽ അവൾ കർത്താവിനോടൊപ്പം ആയിരിക്കാൻ വീട്ടിലേക്ക് പോയി. വർഷങ്ങളിലുടനീളം, കർത്താവിനോടൊപ്പം ആയിരിക്കാൻ വീട്ടിലേക്ക് പോകുന്നതുവരെ, നോർവെൽ

സ്വഭാവത്തിലും സത്യസന്ധതയിലും നിറഞ്ഞ ഒരു ജീവിതം നയിച്ചു, കർത്താവ് താൻ ചെയ്യാൻ ആഗ്രഹിക്കുന്ന കാര്യങ്ങളിൽ ഒരിക്കലും വിട്ടുവീഴ്ച ചെയ്തില്ല. അദ്ദേഹം നിർമ്മിച്ച ശുശ്രൂഷ തുടരുകയും അദ്ദേഹത്തിന്റെ ചെറുമകൾ ലീ കോർണലിസണിലൂടെ ഒരിക്കൽ കൂടി ലോകത്തെത്തുകയും ചെയ്യും.
ന്യൂ ലൈഫ് ബൈബിൾ ചർച്ചിലെയും
ബൈബിൾ കോളേജിലെയും
ജീവനക്കാരുടെ സഹായത്തോടെ
നോർവെലിന് ദൈവം നൽകിയ
ശുശ്രൂഷയും ദർശനവും അവർ തുടരും.

1977-ൽ ടെന്നസിയിലെ ക്ലീവ്‌ലാൻഡിൽ
സ്ഥിതി ചെയ്യുന്ന ന്യൂ ലൈഫ് ബൈബിൾ
കോളേജ് ബ്രദർ ഹെയ്സ് സ്ഥാപിച്ചു.
ബൈബിൾ സ്കൂളുകളുടെ ചാപ്പൽ
സേവനങ്ങളിൽ നിന്നാണ് ന്യൂ ലൈഫ്
ബൈബിൾ ചർച്ച് വളർന്നത്. മറ്റ് നിരവധി
പ്രവർത്തനങ്ങളിൽ, ന്യൂ ലൈഫ് സൂപ്പ്
കിച്ചണിലൂടെ സഭ ദൈവവചനവും
ദരിദ്രർക്ക് ദിവസവും ചൂടുള്ള ഭക്ഷണവും
ശുശ്രൂഷിക്കുന്നു.

ഗർഭകാലത്ത് പെൺകുട്ടികളുടെ
ആത്മീയവും ശാരീരികവും
സാമ്പത്തികവുമായ ആവശ്യങ്ങൾക്കായി
സമർപ്പിച്ചിരിക്കുന്ന ന്യൂ ലൈഫ്

മെറ്റേണിറ്റി ഹോമിന്റെ സ്ഥാപകനും പ്രസിഡന്റുമാണ് ബ്രദർ ഹെയ്സ്; അമേരിക്കയിലുടനീളമുള്ള കോളേജ് കാമ്പസുകളിലെ സുവിശേഷ പ്രചാരണമായ കാമ്പസ് ചലഞ്ച്; ഫ്ലോറിഡയിലെ ഡേറ്റോണ ബീച്ചിൽ സ്ഥിതി ചെയ്യുന്ന ഒളിച്ചോടിയ കൗമാരക്കാർക്കായി സമർപ്പിച്ചിരിക്കുന്ന സ്ട്രീറ്റ് റീച്ച്; ഇന്ത്യയിൽ സ്ഥിതി ചെയ്യുന്ന അനാഥാലയവും വിദ്യാഭ്യാസ കേന്ദ്രവുമായ ചിൽഡ്രൻസ് ഹോം. ദൈവവചനത്തിന്റെ

ചലനാത്മകമായ വിശദീകരണത്തിന് അന്താരാഷ്ട്രതലത്തിൽ അറിയപ്പെടുന്ന ബ്രദർ ഹെയ്സ്, ലോകമെമ്പാടുമുള്ള പള്ളികൾ, കോളേജ് ക്ലാസ് മുറികൾ, കൺവെൻഷനുകൾ, സെമിനാറുകൾ എന്നിവയിൽ ദൈവത്തിന്റെ വിടുതലും രോഗശാന്തി ശക്തിയും പഠിപ്പിക്കുന്നതിനും ശുശ്രൂഷ ചെയ്യുന്നതിനുമായി തന്റെ സമയത്തിന്റെ ഭൂരിഭാഗവും ചെലവഴിക്കുന്നു.

ഡോ. ഹെയ്സിന്റെ ശുശ്രൂഷ അമ്പത് വർഷത്തിലേറെ നീണ്ടുനിന്നു, ആയിരക്കണക്കിന് ജീവിതങ്ങളെ സ്പർശിച്ചു, 2018 ഒക്ടോബറിൽ അദ്ദേഹം

കർത്താവിനോടൊപ്പം ആയിരിക്കാൻ പോയി.

ജോസഫ് അയോ ബാബലോല

ജോസഫ് അയോ ബാബലോല (25 ഏപ്രിൽ 1904 - 26 ജൂലൈ 1959) നൈജീരിയയിൽ സിഎസി എന്നറിയപ്പെടുന്ന ക്രൈസ്റ്റ് അപ്പസ്തോലിക് സഭയുടെ ആദ്യത്തെ പൊതു സുവിശേഷകനായിരുന്നു. രോഗശാന്തി ശക്തികൾ അദ്ദേഹത്തിന് അവകാശപ്പെട്ടിരുന്നു.

ആദ്യകാല ജീവിതം

നൈജീരിയയിലെ ക്വാറ സംസ്ഥാനത്തെ ഒഡോ-ഓവയിൽ യൊറൂബ വംശജരായ മാതാപിതാക്കളുടെ മകനായി ബാബലോല ജനിച്ചു. അദ്ദേഹം ഒരു ആംഗ്ലിക്കൻ ആയി വളർന്നു. 1914-ൽ ലാഗോസ് സംസ്ഥാനത്തെ ബഡാഗ്രി റോഡിലുള്ള ഒട്ടോ-അവോറിയിലെ

ഒരു പ്രാഥമിക വിദ്യാലയത്തിൽ അദ്ദേഹം രജിസ്റ്റർ ചെയ്തു. ഒരു കമ്മാരന്റെ അപ്രന്റീസാകുന്നതിന് മുമ്പ് അദ്ദേഹം നാലാം ക്ലാസ് പാസായി, തുടർന്ന് രണ്ട് വർഷം അത് പഠിച്ചു, തുടർന്ന് പൊതുമരാമത്ത് വകുപ്പിന് കീഴിൽ (പൊതുമരാമത്ത് വകുപ്പിന്) കീഴിൽ ഒരു സ്റ്റീംറോളർ ഓപ്പറേറ്ററായി, പിന്നീട് ഗ്രേറ്റ് ബ്രിട്ടന്റെ നിയന്ത്രണത്തിൽ, ഒരു സ്റ്റീംറോളർ ഡ്രൈവറാകാൻ പഠിച്ചു. 15 ദിവസത്തെ കാറ്റർപില്ലർ ഓടിക്കാൻ പഠിച്ചതിന് ശേഷം, ആരുടെയും സഹായമില്ലാതെ അത് ഓടിക്കാൻ അദ്ദേഹത്തിന് കഴിഞ്ഞു. ഒമ്പത് മാസങ്ങൾക്ക് ശേഷം; അദ്ദേഹം തന്റെ ക്ലാസിൽ ഒരു മാസ്റ്ററായി. 1928 ഏപ്രിൽ 1 ന് ഒസോഗ്ബോ - ഇലേഷ റോഡിൽ ജോലി ചെയ്യാൻ അദ്ദേഹത്തിന് ആദ്യമായി ഒരു സ്റ്റീംറോളർ നൽകി. 1928 ജൂൺ 14 ന് അദ്ദേഹത്തെ അകുറെ - ഇലേഷ റോഡിലേക്ക് മാറ്റി. 1929 ഡിസംബറിൽ ലാഗോസ് ലഗൂണിൽ ബാബലോല സ്നാനമേറ്റു.

ശുശ്രൂഷയും രോഗശാന്തിയും

1931-ൽ ഫെയ്ത്ത് ടാബർണാക്കിൾ, യുണൈറ്റഡ് കിംഗ്ഡത്തിൽ പൊതു ആസ്ഥാനമുള്ള അപ്പോസ്തോലിക് ചർച്ചുമായി അഫിലിയേറ്റ് ചെയ്തു (ചില എഴുത്തുകാർ തെറ്റായി വിളിക്കുന്നത് പോലെ ബ്രിട്ടീഷ് അപ്പോസ്തോലിക് ചർച്ച് അല്ല). പിന്നീട് 1940-ൽ ദി അപ്പോസ്തോലിക് ചർച്ചിൽ ഉണ്ടായ ഒരു

പിളർപ്പിനെത്തുടർന്ന്, ബാബലോള പാസ്റ്റർമാരായ ജെ.ബി. അകിന്യേലെ, ഡി.ഒ. ഒഡുബാൻജോ എന്നിവരുടെ നേതൃത്വത്തിലുള്ള ഒരു സംഘത്തോടൊപ്പം ക്രൈസ്റ്റ് അപ്പോസ്തോലിക് ചർച്ച് (സിഎസി) എന്ന പുതിയ സ്വതന്ത്ര സഭ രൂപീകരിച്ചു, അവിടെ അദ്ദേഹം മരണം വരെ തന്റെ രോഗശാന്തിയും പുനരുജ്ജീവന പ്രവർത്തനങ്ങളും തുടർന്നു. സിഎസി ബാബലോളയെ ഒരു അപ്പോസ്തോലനായി കണക്കാക്കുന്നു, എന്നാൽ യഥാർത്ഥ അർത്ഥത്തിൽ യഥാർത്ഥ സഭാ നിയമനത്തിലൂടെ അദ്ദേഹം ചരിത്രപരമായി ആ ഓഫീസിലേക്ക് നിയമിക്കപ്പെട്ടിട്ടില്ല. 1928-ൽ ബാബലോള ആദ്യമായി വിളിക്കപ്പെട്ട ഒസുൻ സംസ്ഥാനത്തെ ഇപോ അരകെജിയിൽ ഒരു സിഎസി ധ്യാന കേന്ദ്രം നിർമ്മിച്ചു. എന്നിരുന്നാലും, ഇന്ന് പല അവകാശവാദങ്ങളും പോലെ സിഎസിയുടെ ഏക സ്ഥാപകൻ ബാബലോലയല്ല, മറിച്ച് സിഎസി സ്ഥാപക പിതാക്കന്മാരുടെ മൂവരിൽ ഒരാളാണ്.

1959-ൽ അപ്പോസ്തലനായ ജോസഫ് അയോ ബാബലോലയോടൊപ്പം ക്രൈസ്റ്റ് അപ്പോസ്തലിക സഭയും മരിച്ചിട്ടില്ല. വാസ്തവത്തിൽ, വർഷങ്ങളായി അത് അതിവേഗം വളർന്നു, ക്രൈസ്റ്റ് അപ്പോസ്തലിക സഭയുടെ പേരിൽ നിരവധി

പള്ളികൾ ഉണ്ടെങ്കിലും ഓരോ പള്ളിക്കും ഒരു പ്രത്യേക ശാഖ നാമമുണ്ട്. ഇപ്പോ അരകെജിയിലും ഒസുൻ സംസ്ഥാനത്തെ രണ്ട് അയൽ സമൂഹങ്ങളായ ഇകെജി-അരകെജിയിലും സ്ഥിതി ചെയ്യുന്ന ഒരു സ്വകാര്യ നൈജീരിയൻ സർവ്വകലാശാലയായ ജോസഫ് അയോ ബാബലോല യൂണിവേഴ്സിറ്റി (JABU) ലോകമെമ്പാടുമുള്ള ക്രൈസ്റ്റ് അപ്പോസ്തലിക് ചർച്ച് (CAC) സ്ഥാപിച്ച അദ്ദേഹത്തിന്റെ പേരിലാണ് അറിയപ്പെടുന്നത്, 1928-ൽ ദൈവം അദ്ദേഹത്തെ വിളിച്ചതായി അദ്ദേഹം പറയുന്ന സ്ഥലത്ത് സ്ഥിതി ചെയ്യുന്നു.

https://en.wikipedia.org/wiki/ജോസഫ്_അയോ_ബബലോല

ആഫ്രിക്കയിലെ മഹാനായ സുവിശേഷകനും പുനരുജ്ജീവനവാദിയുമായ അപ്പോസ്തലനായ ജോസഫ് അയോഡെലെ ബാബലോളയുടെ കാര്യത്തിൽ, ദൈവത്തിന്റെ അത്ഭുതകരമായ പ്രവർത്തനം വ്യക്തമായി പ്രകടമായിരുന്നു. ബാബലോല ഒരു വെളുത്ത മിഷനറിയായിരുന്നുവെങ്കിൽ, കറുത്തവർഗ്ഗക്കാർ, അല്ല, ആഫ്രിക്കക്കാർ, പരിശുദ്ധാത്മാവിന്റെ ശക്തിയെ വെള്ളക്കാരുടെ മാത്രം സംരക്ഷണമായി കണക്കാക്കുമായിരുന്നു. പൈശാചിക പ്രവർത്തനങ്ങളുടെ ശക്തികേന്ദ്രത്തെ നശിപ്പിക്കാൻ കഴിവുള്ള ഒരു യഥാർത്ഥ

കറുത്ത മനുഷ്യന് പരിശുദ്ധാത്മാവിന്റെ അസാധാരണ ശക്തി നൽകിയതിന് ദൈവത്തിന് മഹത്വം.

ജനനം, വിദ്യാഭ്യാസം, തൊഴിൽ ജീവിതം

ജോസഫ് അയോ ബാബലോല 1904 ഏപ്രിൽ 25-ന് ഒഡോ-ഓവയിൽ (ക്വാര സംസ്ഥാനം) ജനിച്ചു. ഇന്നത്തെ ക്വാര സംസ്ഥാനത്തെ ഒഡോ-ഓവയിലുള്ള സെന്റ് പീറ്റേഴ്സ് ആംഗ്ലിക്കൻ പള്ളിയിലെ ആദ്യത്തെ ബാബ ഇജോ (സാധാരണ പ്രസിഡന്റ്) ആയിരുന്ന പരേതനായ പാ ഡേവിഡ് റൊട്ടിമി ആയിരുന്നു അദ്ദേഹത്തിന്റെ പിതാവ്. മാഡം മാർട്ട തലാബി ആയിരുന്നു അദ്ദേഹത്തിന്റെ അമ്മ. ദൈവഭക്തരായ ഈ മാതാപിതാക്കൾക്ക് ദൈവം നൽകിയ സമ്മാനമായിരുന്നു ആയോ എന്ന കുട്ടി. ഓഡോ-ഓവയിലേക്കും ചുറ്റുമുള്ള മറ്റ് ചില ഗ്രാമങ്ങളിലേക്കും ക്രിസ്തുമതം പരിചയപ്പെടുത്തിയ ഒരു ഭക്ത ക്രിസ്ത്യാനിയായിരുന്നു പിതാവ്. ആയോ ബാബലോളയുടെ ജനനം ശ്രദ്ധേയമായിരുന്നു. വിശ്വസനീയമായ ഉറവിടം അനുസരിച്ച്, ദൈവപുരുഷൻ ജനിച്ച ദിവസം തന്നെ അസാധാരണമായ എന്തോ സംഭവിച്ചു, മുകളിൽ നിന്ന് ഇടിമുഴക്കം പോലെ ഒരു ശബ്ദം കേട്ട് മേഘത്തെ ഇളക്കി.

കുട്ടിക്കാലം മുതൽ തന്നെ, ദൈവത്തിന്റെ ഒരു പ്രത്യേക ദാസന്റെ ലക്ഷണങ്ങൾ അദ്ദേഹം

പ്രകടിപ്പിച്ചിരുന്നു. സഹപാഠികളുടെ ജ്ഞാനത്തിനും അറിവിനും അതീതമായ ചില കാര്യങ്ങൾ അദ്ദേഹം കുട്ടിക്കാലത്ത് പറഞ്ഞിരുന്നതായി അന്വേഷണങ്ങൾ വെളിപ്പെടുത്തി. ബാല്യകാല സുഹൃത്തുക്കൾക്ക് ഉദാരമായി നൽകുന്ന ഒരു വ്യക്തിയായിരുന്നു അദ്ദേഹം.

1918 ജനുവരി 18-ന് ബാബലോല തന്റെ ആദ്യ കസിൻ മിസ്റ്റർ എം.ഒ. റൊട്ടിമിക്കൊപ്പം ലാഗോസിലേക്ക് പോയി. ലാഗോസിനടുത്തുള്ള ഇഫോയിൽ ചർച്ച് മിഷനറി സൊസൈറ്റി (സി.എം.എസ്) പ്രകാരം ഒരു മതബോധന പണ്ഡിതനായിരുന്നു ആ കസിൻ. അവിടെയായിരിക്കെ, ബാബലോല പ്രാഥമിക വിദ്യാഭ്യാസം ആരംഭിച്ചു, പിന്നീട് ലാഗോസിലെ എബ്യൂട്ട് മെറ്റയിലുള്ള മെത്തഡിസ്റ്റ് സ്കൂളായ അഗോ ഇജായേയിലേക്ക് മാറ്റി. തന്റെ ഉപദേഷ്ടാവിനെ ഒരു സ്ഥലത്തുനിന്ന് മറ്റൊരിടത്തേക്ക് നിരന്തരം സ്ഥലംമാറ്റിയതിനാൽ ബാബലോലയ്ക്ക് സ്കൂൾ ഹാജർ നിലയിലും അക്കാദമിക് സെഷനുകളിലും തിരിച്ചടികൾ നേരിട്ടു. പിന്നീട് അദ്ദേഹം ഓഷോഗ്ബോയിലെ ഓൾ സെയിന്റ്സ് ആംഗ്ലിക്കൻ സ്കൂളിൽ ചേർന്നു, അവിടെ അദ്ദേഹം നൈജീരിയ റീഡർ IV (സ്റ്റാൻഡേർഡ് IV) ൽ സ്കൂൾ പഠനം നിർത്തി.

ബാബലോലയുടെ ആദ്യത്തെ അക്കാദമികേതര പരിശ്രമം ആഫ്രിക്കൻ ഹോസ്പിറ്റൽ ഒഷോഗ്ബോയിൽ മയക്കുമരുന്ന് വിതരണക്കാരനായുള്ള പരിശീലനമായിരുന്നു. പിന്നീട്, അദ്ദേഹം കമ്മാരപ്പണിയും മെക്കാനിക്കലും പഠിച്ചു. അതിനുശേഷം, പൊതുമരാമത്ത് വകുപ്പിന് (പിഡബ്ല്യുഡി) കീഴിൽ സ്ട്രീം-റോളർ ഡ്രൈവിംഗ് പഠിക്കാൻ ബാബലോല ആരംഭിച്ചു. പരിശീലനത്തിനിടയിൽ സ്വയം വ്യത്യസ്തനാകാൻ അദ്ദേഹത്തിന് കഴിഞ്ഞു, അതിനുശേഷം ഇലേഷ-അകുറെ ഫെഡറൽ റോഡിന്റെ അറ്റകുറ്റപ്പണികൾക്കായി ഇലേഷയിലേക്ക് അദ്ദേഹത്തെ നിയമിച്ചു. പ്രതിമാസം ഏകദേശം എട്ട് നൈറ എന്ന ശമ്പള സ്കെയിലിൽ അദ്ദേഹത്തിന് നിയമനം ലഭിച്ചു. അറുപതിലധികം തൊഴിലാളികൾ അദ്ദേഹത്തിന്റെ കീഴിൽ ഉണ്ടായിരുന്നു, മുഴുവൻ പദ്ധതിയും മിസ്റ്റർ ഫെർഗൂസൺ എന്ന വെള്ളക്കാരന്റെ മേൽനോട്ടത്തിലായിരുന്നു.

ബാബലോളയുടെ ശുശ്രൂഷയിലേക്കുള്ള ക്ഷണം

ഇഗ്ബാര-ഓകെയിൽ നിന്ന് ഓവനയിലേക്ക് ട്രാക്ടറുമായി പ്രവർത്തിക്കുന്നതിനിടയിൽ ബാബലോല ഇകെജി അരകെജി ടൗൺഷിപ്പിൽ എത്തുന്നതിനുമുമ്പ് അരിരാൻ നദി എന്ന സ്ഥലത്ത് എത്തിയപ്പോൾ ട്രാക്ടർ

പ്രവർത്തിക്കാൻ വിസമ്മതിച്ചു. ട്രാക്ടർ പ്രവർത്തിപ്പിക്കാൻ ബാബലോള തന്റെ മനുഷ്യശക്തിയുടെ പരമാവധി ശ്രമിച്ചെങ്കിലും ഫലമുണ്ടായില്ല. സൂപ്പർവൈസർ ഫെർഗൂസൺ ഉൾപ്പെടെയുള്ള മറ്റ് വിദഗ്ധരെ അദ്ദേഹം വിളിച്ചു, പക്ഷേ അവർക്ക് അത് പ്രവർത്തിപ്പിക്കാൻ കഴിഞ്ഞില്ല. ട്രാക്ടറിൽ ദൃശ്യമായ ഒരു മെക്കാനിക്കൽ തകരാറും ഉണ്ടായിരുന്നില്ല, ഈ വസ്തുത ബാബലോലയെ ആശയക്കുഴപ്പത്തിലാക്കുകയും അസ്വസ്ഥയാക്കുകയും ചെയ്തു.

1928 ഒക്ടോബർ 9 ന് ഉച്ചയ്ക്ക് ബാബലോല ജോസഫിനെ വിളിക്കുന്ന ഒരു കേൾക്കാവുന്ന ശബ്ദം കേട്ടു! ജോസഫ്!! ജോസഫ്!!! ഈ ജോലി ഉപേക്ഷിച്ചില്ലെങ്കിൽ ഈ വർഷം നീ മരിക്കും. ബാബലോലയ്ക്ക് മാത്രം കേൾക്കാൻ കഴിയുന്ന ആ കേൾക്കാവുന്ന ശബ്ദത്തിന് അദ്ദേഹം ഗൗരവമായ ശ്രദ്ധ നൽകിയില്ല. രണ്ടാം ദിവസം അതേ സമയത്ത് അതേ സന്ദേശം അദ്ദേഹത്തിന് സമാനമായ രീതിയിൽ കൈമാറി, പക്ഷേ ബാബലോല അതിൽ ഗൗരവമായ ശ്രദ്ധ നൽകിയില്ല.

മൂന്നാം ദിവസം, 1928 ഒക്ടോബർ 11 ന്, ബാബലോല രാജിവയ്ക്കാതെ സ്ട്രീം-റോളറെ ഒരിക്കലും ജോലിയിൽ നിന്ന് പുറത്താക്കില്ലെന്ന് കേൾക്കാവുന്ന ശബ്ദം വീണ്ടും പ്രതിധ്വനിച്ചു. ഈ നിബന്ധനയാണ് ബാബലോലയെ ഗൗരവമുള്ളവനും

കോപാകുലനുമാക്കിയത്. അപ്പോൾ അദ്ദേഹം ചോദിച്ചു, നിങ്ങൾ എന്നെ ആരെയാണ് വിളിക്കുന്നത്, ഞാൻ എന്ത് ജോലി ചെയ്യണമെന്നാണ് നിങ്ങൾ ആഗ്രഹിക്കുന്നത്? നിങ്ങൾ രാജിവച്ച് ജോലി ഉപേക്ഷിച്ചാൽ എന്തുചെയ്യണമെന്ന് ഞാൻ കാണിച്ചുതരാം എന്നായിരുന്നു അദ്ദേഹത്തിന് ലഭിച്ച മറുപടി.

ബാബലോല കൂടെയുള്ളവരോട് തന്നോട് സംസാരിക്കുന്ന ശബ്ദം കേട്ടോ എന്ന് ചോദിച്ചു, ഇല്ല എന്ന് അവർ പറഞ്ഞു, ആ ശബ്ദത്തിന് അദ്ദേഹം നൽകിയ മറുപടി മാത്രമേ അവർ കേട്ടുള്ളൂ എന്ന്.
അദ്ദേഹം സ്ഥലം വിട്ട് ഇപെറ്റു-ഇജേസയിലെ തന്റെ വസതിയിലേക്ക് പോയി, അവിടെ വെച്ച് വീണ്ടും ആ ശബ്ദം അവനോട് നാല് ദിവസത്തെ ഉപവാസം ആരംഭിക്കാൻ നിർദ്ദേശിച്ചു, ആരാണ് തന്നോട് സംസാരിക്കുന്നതെന്ന് അറിയാൻ ഭക്ഷണമില്ലാതെ. നാലാം ദിവസം അദ്ദേഹം ഉപവസിച്ചുകൊണ്ടിരിക്കുമ്പോൾ, ആ ശബ്ദം അദ്ദേഹത്തോട് മൂന്ന് ദിവസം കൂടി ചേർത്ത് ഏഴ് ദിവസത്തെ ഉപവാസം അനുഷ്ഠിക്കാൻ ആവശ്യപ്പെട്ടു. ഏഴാം ദിവസമായിരുന്നു ബാബലോല കർത്താവായ യേശുക്രിസ്തുവിന്റെ മഹത്തായ സന്ദർശനത്തിന് സാക്ഷ്യം വഹിച്ചത്.
വിളിക്ക് മുമ്പ്, ബാബലോലയ്ക്ക് ഒരാഴ്ച നീണ്ടുനിന്ന ഉറക്കമില്ലാത്ത രാത്രി

ഉണ്ടായിരുന്നു, ഈ കാലയളവിൽ അദ്ദേഹത്തിന് രാവും പകലും ഉറങ്ങാൻ കഴിഞ്ഞില്ല. ഈ കാലയളവിൽ 1 മുതൽ 150 വരെയുള്ള എല്ലാ സങ്കീർത്തന പുസ്തകങ്ങളും അദ്ദേഹത്തിന് പാരായണം ചെയ്യാൻ കഴിഞ്ഞു, മഹത്വത്തിലേക്കുള്ള വിവർത്തനം വരെ അദ്ദേഹത്തിന് നേരിട്ട് ചെയ്യാൻ കഴിയുന്ന ഒരു നേട്ടം.

യേശുവിന്റെ സന്ദർശനം

ഏഴു ദിവസത്തെ ഉപവാസത്തിന്റെ അവസാന രാത്രിയിൽ, ബാബലോല കർത്താവായ യേശുക്രിസ്തുവിന്റെ ദൃശ്യരൂപം കണ്ടു. അവന്റെ മുറി സ്വർഗ്ഗീയ വെളിച്ചത്താൽ നിറഞ്ഞിരുന്നു.
മേശപ്പുറത്ത് വച്ചിരുന്ന വിളക്കിൽ നിന്നുള്ള മനുഷ്യനിർമ്മിത വെളിച്ചം അണച്ചു. ബാബലോല കർത്താവായ യേശുക്രിസ്തുവുമായി കണ്ടുമുട്ടിയ സമയത്ത് മുറിയിലുണ്ടായിരുന്ന മറ്റെല്ലാവരും ഉറങ്ങുകയായിരുന്നു. അവൻ ഉണർന്നപ്പോൾ, കണ്ട ദർശനത്തിൽ അവൻ വിറച്ചു. സ്വർഗത്തെ സ്പർശിച്ച തലയുള്ള ഒരു മാലാഖയോടൊപ്പം കർത്താവായ യേശു അവന്റെ അടുക്കൽ വന്നു. ഭക്ഷണം കഴിക്കാൻ ആഗ്രഹിക്കുന്നുണ്ടോ എന്ന് ചോദിച്ചപ്പോൾ ബാബലോല നഗ്നനായി എഴുന്നേറ്റു, അവൻ അതെ എന്ന് മറുപടി

നൽകി. തുടർന്ന് യേശുവിനോടൊപ്പം വന്ന ദൂതൻ വേവിച്ച ഒരു ചേനയുടെ പകുതി അദ്ദേഹത്തിന് കൈമാറി. ബാക്കി പകുതി ചേന മനുഷ്യവർഗത്തിന്റെ ബാക്കി ഭാഗത്തെ പോറ്റാൻ ഉപയോഗിക്കുന്നുണ്ടെന്ന് അവനോട് പറഞ്ഞു.

ഈ മഹത്തായ സന്ദർശന വേളയിൽ, ബാബലോലയ്ക്ക് ഒരു കൈ പ്രാർത്ഥനാ മണി നൽകി, മണിയുടെ ശബ്ദം എപ്പോഴും ദുഷ്ടാത്മാക്കളെ അകറ്റുമെന്ന് വിശദീകരിച്ചു. വെള്ള വസ്ത്രം ധരിച്ച യേശുക്രിസ്തു മുമ്പ് മൂന്ന് തലകളുള്ള ഒരു പുഷ്പം ഒരു ദിവ്യ അടയാളമായി ബാബലോലയ്ക്ക് കാണിച്ചുകൊടുത്തിരുന്നു. സങ്കീർത്തനം 2:8-9-ൽ അതിന്റെ വ്യാഖ്യാനം നൽകിയിരിക്കുന്ന ഒരു ഇരുമ്പ് വടിയും ബാബലോലയ്ക്ക് നൽകി. എല്ലാത്തരം രോഗങ്ങളുടെയും സൗഖ്യത്തിനായി ഒരു കുപ്പി വെള്ളവും അദ്ദേഹത്തിന് നൽകി. എപ്പോൾ വേണമെങ്കിലും എവിടെയും വെള്ളത്തിൽ പ്രാർത്ഥിച്ചാൽ രോഗശാന്തി ലഭിക്കുമെന്ന് അദ്ദേഹത്തിന് ഉറപ്പ് ലഭിച്ചു.
കർത്താവ് നൽകിയ ചില സന്ദേശങ്ങളെയും വെളിപ്പെടുത്തലുകളെയും കുറിച്ച് മറ്റാരുമായും ചർച്ച ചെയ്യരുതെന്ന് ബാബലോലയോട് നിർദ്ദേശിച്ചു. ക്രിസ്ത്യാനികൾ മരുന്നുകൾ ഉപയോഗിക്കുന്നതിനെ ദൈവം

എതിർക്കുന്നുവെന്നും ദൈവിക രോഗശാന്തിക്കായി അവർ അവനിൽ ആശ്രയിക്കണമെന്നും അവനോട് പറഞ്ഞു. സമൂഹത്തിൽ പൈശാചിക ശക്തികളുടെ സാന്നിധ്യം ബാബലോല ഭയപ്പെട്ടിരുന്നു, അതനുസരിച്ച് അദ്ദേഹം ഈ വിഷയം കർത്താവിനോട് ഉന്നയിച്ചു. എന്നാൽ എല്ലാ ശക്തികളും കർത്താവായ യേശുക്രിസ്തുവിന് നൽകിയിട്ടുണ്ടെന്നും അതിനാൽ ശത്രുവിന്റെ ഒരു ശക്തിക്കും അദ്ദേഹത്തെ മറികടക്കാൻ കഴിയില്ലെന്നും അദ്ദേഹത്തിന് ദൈവിക ഉറപ്പ് ലഭിച്ചു.

മൂന്ന് ഈന്തപ്പനയുടെ മുൻഭാഗങ്ങൾ

ദൈവത്തിന്റെ ശക്തി കൂടുതൽ പ്രകടമാക്കുന്നതിനായി, ബാബലോലയോട് പന്ത്രണ്ട് ദിവസം മുമ്പ് മൂന്ന് ഈന്തപ്പനയോലകൾ സ്ഥാപിച്ച സ്ഥലത്തേക്ക് പോകാൻ ആവശ്യപ്പെട്ടു. പിന്നീട് അവിടെ എത്തിയപ്പോൾ, ഒന്ന് പൂർണ്ണമായും ഉണങ്ങിപ്പോയി, രണ്ടാമത്തേത് വാടിപ്പോയി, മൂന്നാമത്തേത് മുറിക്കുമ്പോൾ തന്നെ പുതുമയുള്ളതായിരുന്നു. യഥാർത്ഥ അർത്ഥം അദ്ദേഹത്തിന് ഇപ്രകാരം വ്യാഖ്യാനിച്ചു. യേശുക്രിസ്തുവിന്റെ സുവിശേഷം അദ്ദേഹത്തിന് കൈമാറിയതായി സ്വീകരിക്കാൻ വിസമ്മതിക്കുന്നവർ ആദ്യത്തെ ഉണങ്ങിയ ഈന്തപ്പനയോല പോലെയാകും. സുവിശേഷം പകുതി ചൂടോടെ

സ്വീകരിക്കുന്നവർ ചതഞ്ഞ ഈന്തപ്പനയോല പോലെയാകും, സുവിശേഷം പൂർണ്ണഹൃദയത്തോടെ സ്വീകരിക്കുന്നവർ പുതിയ ഈന്തപ്പനയോല പോലെയാകും.

കോളിന് ശേഷം ഒഡൂവയിലേക്കുള്ള ആദ്യ പ്രവേശനം

കർത്താവായ യേശുക്രിസ്തുവിന്റെ മഹത്തായ സന്ദർശനത്തിനുശേഷം, ഓഡോ-ഓവയിലേക്ക് പോകുന്നതിനുള്ള ഒരുക്കമായി പത്തൊൻപത് ദിവസത്തെ ഉപവാസം ആരംഭിക്കാൻ കർത്താവ് ബാബലോലയോട് നിർദ്ദേശിച്ചു. അദ്ദേഹം ചെയ്യേണ്ടതെല്ലാം അദ്ദേഹത്തിന് പൂർണ്ണമായി വിശദീകരിച്ചുകൊടുക്കുക എന്നതായിരുന്നു. അങ്ങനെ 1928 ഒക്ടോബർ അവസാനത്തോടെ ഉപവാസത്തിലിരിക്കെ ബാബലോല തന്റെ ജന്മനാടായ ഓഡോ-ഓവയിലേക്ക് ആദ്യമായി പ്രവേശിച്ചു. കർത്താവിന്റെ നിർദ്ദേശപ്രകാരം അദ്ദേഹം പട്ടണത്തിൽ പ്രവേശിച്ചത് മാർക്കറ്റ് ദിനത്തിലായിരുന്നു, അദ്ദേഹം പൂർണ്ണമായും നഗ്നനായി, ഈന്തപ്പനയുടെ ഇലകൾ ധരിച്ച് ശരീരത്തിൽ കരി വരച്ചു. മിക്ക ആളുകളും അദ്ദേഹത്തെ ഒരു ഭ്രാന്തനായി കണക്കാക്കി.

മുപ്പത്തിയഞ്ച് ദിവസത്തിനുമുമ്പ് ഒരു കാട്ടുമൃഗത്താൽ അവർ ആക്രമിക്കപ്പെടുമെന്ന് ജനങ്ങളോട് ആഹ്വാനം ചെയ്തുകൊണ്ട്

അവൻ ദൈവത്തിന്റെ സന്ദേശം പ്രസംഗിക്കാൻ തുടങ്ങി. അവരുടെ മുമ്പിലുള്ള വരാനിരിക്കുന്ന അപകടത്തെക്കുറിച്ചുള്ള അവന്റെ മുന്നറിയിപ്പ് ശ്രദ്ധിക്കുന്നതിനുപകരം, അവന്റെ ജന്മനാട്ടിലെ ആളുകൾ അവനെ പീഡിപ്പിക്കാൻ ശ്രമിച്ചു.
തുടർന്ന് ബാബലോലയെ ഇലോറിൻ അമീറിന്റെ മുമ്പാകെ വലിച്ചിഴച്ചു, അദ്ദേഹത്തിന്റെ കേസ് ജില്ലാ ഓഫീസർക്ക് കൈമാറി, ഒടുവിൽ കേസ് തീരുമാനിക്കുന്നതിന് മുമ്പ് അദ്ദേഹത്തെ രണ്ടാഴ്ചത്തേക്ക് കസ്റ്റഡിയിൽ വിട്ടു. എന്നിരുന്നാലും, ബാബലോലയ്ക്കെതിരെ ഉന്നയിച്ച പൊതു ശല്യത്തിന്റെ ആരോപണം തെളിയിക്കാൻ ഒരു തെളിവും കാണാൻ കഴിയാത്തതിനാൽ പ്രവാസി ജില്ലാ ഓഫീസർ അദ്ദേഹത്തെ വിട്ടയച്ചു.

അതേസമയം, ബാബലോല പ്രവചിച്ച കാട്ടുമൃഗത്തിനെതിരെ സ്വയം പ്രതിരോധിക്കാൻ ഓഡോ-ഓവയിലെ ജനങ്ങൾ പൂർണ്ണമായും ആയുധധാരികളായിരുന്നു. എന്നാൽ അവരെ അത്ഭുതപ്പെടുത്തിക്കൊണ്ട്, അവൻ ഡിസ്ചാർജ് ചെയ്യപ്പെട്ട ഏതാനും ദിവസങ്ങൾക്ക് ശേഷവും അവൻ പരാമർശിച്ച സമയത്തും, പ്രത്യക്ഷപ്പെട്ട "കാട്ടുമൃഗം" ഭയാനകമായ വസൂരി

രോഗമായിരുന്നു. ബാബലോല പ്രാർത്ഥിച്ചവർ മാത്രമാണ് അതിജീവിച്ചത്, മറ്റുള്ളവരെല്ലാം രോഗം ബാധിച്ച് മരിച്ചു. എന്നിരുന്നാലും മിക്ക ആളുകളും അവന്റെ സന്ദേശം സ്വീകരിക്കാൻ തയ്യാറായില്ല. ഏഴ് ദിവസത്തിനുള്ളിൽ അവനെ ഇല്ലാതാക്കുമെന്ന് വാഗ്ദാനം ചെയ്ത ശക്തനായ ഒരു ഔഷധ വിദഗ്ദ്ധന്റെ സേവനം ഉപയോഗിച്ച് അവർ അവനെ കൊല്ലാൻ തീരുമാനിച്ചു. ഈ കാലയളവിൽ, ബാബലോല പറഞ്ഞു, പൈശാചിക ജീവികൾ തന്നെ പിന്തുടരുന്നത് താൻ കണ്ടിരുന്നു, എന്നാൽ ഒരു സമയത്ത് ദൈവത്തിന്റെ ഒരു ദൂതൻ പെട്ടെന്ന് പ്രത്യക്ഷപ്പെട്ട് ദുഷ്ടശക്തികളെ നശിപ്പിച്ചു. ഏഴാം ദിവസം കഴിയുമ്പോൾ, ബാബലോല ഇപ്പോഴും ജീവിച്ചിരിപ്പുണ്ടായിരുന്നപ്പോൾ, നേരത്തെ വാഗ്ദാനം ചെയ്തതുപോലെ തന്നെ കൊല്ലാൻ കഴിയാത്തതിന്റെ കാരണം വിശദീകരിക്കാൻ ഔഷധ വിദഗ്ദ്ധനെ വീണ്ടും കൊട്ടാരത്തിലേക്ക് വിളിപ്പിച്ചു. ബാബലോലയെ ഒറ്റയ്ക്ക് വിടാൻ സസ്യ വിദഗ്ദ്ധൻ ജനങ്ങളോട് പറഞ്ഞു, ദൈവത്തിന് മാത്രമേ അവനെ കൊല്ലാൻ കഴിയൂ.

ഈ സമയമായപ്പോഴേക്കും, ബാബലോല തന്റെ പിതാവ് അൽമായ പ്രസിഡന്റായിരുന്ന ആംഗ്ലിക്കൻ പള്ളിയിൽ പ്രാർത്ഥനാ യോഗങ്ങൾ നടത്തിയിരുന്നു. അവിടെ സാധാരണയായി കാണുന്ന

അടയാളങ്ങളുടെയും അത്ഭുതങ്ങളുടെയും ഫലമായി പലരും യോഗങ്ങളിൽ പങ്കെടുക്കാറുണ്ടായിരുന്നു. ഇവിടെയും അദ്ദേഹത്തിനെതിരെ പീഡനം ഉയർന്നു. ഇലോറിൻ ആർച്ച്ഡീക്കൺറി ഉൾപ്പെട്ടിരുന്ന രൂപതയുടെ ചുമതല വഹിച്ചിരുന്ന ബിഷപ്പ് സ്മിത്തിന് പരാതികൾ ലഭിച്ചു, ഇലോഫയിലെ പള്ളി ദർശകരും, അന്യഭാഷ സംസാരിക്കുന്നവരും, പ്രക്ഷുബ്ധമായി പ്രാർത്ഥിക്കുന്നവരും തട്ടിക്കൊണ്ടുപോകുന്നു. പ്രാദേശിക സഭയ്ക്ക് ആത്മീയവും ഭൗതികവുമായ അനുഗ്രഹം കൊണ്ടുവരാൻ കഴിയുമായിരുന്ന അടയാളങ്ങളും അത്ഭുതങ്ങളും ഉള്ള പെന്തക്കോസ്ത് ശക്തി പൂർണ്ണമായും നിരുത്സാഹപ്പെടുത്തി . ബിഷപ്പ് സ്മിത്ത് ബാബലോലയോടും അനുയായികളോടും പള്ളി വിടാൻ ഉത്തരവിട്ടതായി പറയപ്പെടുന്നു. സഭയുടെ അൽമായ വായനക്കാരനായ മിസ്റ്റർ ഒലുയേമിയുടെ ഉടമസ്ഥതയിലുള്ള ഒരു സ്വകാര്യ അപ്പാർട്ട്മെന്റിൽ ബാബലോല തന്റെ പതിവ് പ്രാർത്ഥനകൾ സംഘടിപ്പിക്കാൻ തുടങ്ങി. ഇവിടെ നിന്ന് ദൈവം ഇലോഫയിലും അതിന്റെ തൊട്ടടുത്ത പ്രദേശങ്ങളിലുമുള്ള ബാബലോലയിലൂടെ തന്റെ ശക്തി പ്രകടിപ്പിക്കാറുണ്ടായിരുന്നു.

ബാബലോലയെ പുറം ലോകവുമായി ബന്ധിപ്പിക്കുന്നതിൽ ദൈവം ഉപയോഗിച്ച

ബഹുമാന ഉപകരണം, ഫെയ്ത്ത് ടാബർണാക്കിൾ ഗ്രൂപ്പിലെ അംഗവും അന്ന് ഇബാദാനിൽ താമസിച്ചിരുന്നതുമായ ഇലോഫ സ്വദേശിയായ എൽഡർ ഡേവിഡ് അജിബോളയായിരുന്നു. അദ്ദേഹം ബാബലോലയെ ഇബാദാനിലേക്ക് ക്ഷണിക്കുകയും തുടർന്ന് ലാഗോസിലെ ഗ്രൂപ്പിന്റെ മിഷനറി ആസ്ഥാനത്തെ പാസ്റ്റർ ഡി ഒഡുബാൻജോയുമായി ബന്ധപ്പെടുകയും ചെയ്തു.

1929 നവംബറോടെ, ബാബലോല ലാഗോസിലെ സഹോദരന്മാരുമായി ഒരു കൂടിക്കാഴ്ച നടത്തി. ഫെയ്ത്ത് ടാബർണക്കിൾ സഭയുടെ അധികാരികളിലേക്കുള്ള തന്റെ ശുശ്രൂഷാ വിളിയുടെ പൂർണ്ണ വിവരങ്ങൾ അദ്ദേഹം വിശദീകരിച്ചു, അവർ രണ്ടുപേരും ബൈബിളിലെ മികച്ച സിദ്ധാന്തങ്ങളിൽ യോജിച്ചു. തൽഫലമായി, ബാബലോലയെ ലാഗോസിൽ പാസ്റ്റർ ജെ.ബി.എൽ. ഷാദരെ (എസിൻസിനാഡെ) സ്നാനപ്പെടുത്തി. ജലസ്നാനത്തിനുശേഷം, അദ്ദേഹം എൽഡറിനൊപ്പം (പിന്നീട് പാസ്റ്റർ ജെ.എ. മെദായിയേസ്) ഒഡോ-ഓവയിലേക്ക് പോയി.

നാട്ടിലേക്ക് മടങ്ങിയെത്തിയ സിം (ECWA ചർച്ച്) യിലെ ഒരു ശുശ്രൂഷകനായ പാസ്റ്റർ കെ.പി. ടൈറ്റസ്, ഇന്നത്തെ കോഗി സംസ്ഥാനത്തെ യാഗ്ബ പ്രദേശത്തെ

പുനരുജ്ജീവന പരിപാടിക്കായി അദ്ദേഹത്തെ ക്ഷണിച്ചു. ദൈവം ബാബലോളയെ ശക്തനായി ഉപയോഗിച്ചു. അത്തരമൊരു പുനരുജ്ജീവന പരിപാടിയിൽ രേഖപ്പെടുത്തിയ വിജയങ്ങൾ മുതലെടുത്ത് സ്വന്തമായി ഒരു പുതിയ പള്ളി ആരംഭിച്ചില്ല. ഫെയ്ത്ത് ടാബർണാക്കിൾ കോൺഗ്രിഗേഷനിലെ തന്റെ അംഗത്വത്തെക്കുറിച്ച് അദ്ദേഹം തന്റെ അനുയായികളോട് പറയാൻ ആഗ്രഹിച്ചു. സഭയിൽ അദ്ദേഹം ഇപ്പോഴും പുതിയ ആളായിരുന്നതിനാൽ, സഭയുടെ ഉപദേശങ്ങൾ, തത്വങ്ങൾ, ഭരണ നടപടിക്രമങ്ങൾ എന്നിവയെക്കുറിച്ച് കൂടുതൽ അറിവുള്ളവരാകുക എന്ന ലക്ഷ്യത്തോടെ ലാഗോസിലെ അധികാരസ്ഥാനം സന്ദർശിക്കാൻ അദ്ദേഹം തീരുമാനിച്ചു. അതിനായി ലാഗോസ് സന്ദർശിക്കാനുള്ള തന്റെ താൽപ്പര്യം സൂചിപ്പിച്ചുകൊണ്ട് അദ്ദേഹം ഒരു കത്ത് എഴുതി. കത്തിന് മറുപടിയായി, ഇബാദാനിലെ ബന്ധപ്പെട്ട അധികാരസ്ഥാനത്തിനായി കാത്തിരിക്കാൻ അദ്ദേഹത്തോട് ആവശ്യപ്പെട്ടു.

ഇലേഷയിലെ ഒരു പ്രധാന മീറ്റിംഗിന്റെ അവസരം ഉപയോഗിച്ച് ഇലേഷയിലെ സഭയ്ക്ക് ബാബലോലയെ പരിചയപ്പെടുത്താനും, തുടർന്ന് സഭാ ഉപദേശങ്ങളെക്കുറിച്ച് കൂടുതലറിയാൻ ഇജെബു-ഓഡിലെ സഭയുടെ ജനറൽ

ഹെഡ്ക്വാർട്ടറിലേക്ക് പോകാൻ അദ്ദേഹത്തെ അനുവദിക്കാനും ഫെയ്ത്ത് ടാബർണക്കിളിന്റെ അധികാരം ആഗ്രഹിച്ചു. അതിനാൽ അദ്ദേഹത്തിന്റെ അഭ്യർത്ഥനയ്ക്കുള്ള മറുപടിയായി, പരേതനായ പാസ്റ്റർ ഐ.ബി. അകിന്യേലിന്റെ (പിന്നീട് ഇബാദാനിലെ ഒലുബദാനും ക്രൈസ്റ്റ് അപ്പസ്തോലിക് സഭയുടെ ആദ്യ പ്രസിഡന്റുമായി) വസതിയിൽ ലാഗോസ് പ്രതിനിധി സംഘത്തിനുവേണ്ടി കാത്തിരിക്കാൻ അദ്ദേഹത്തോട് ആവശ്യപ്പെട്ടു.

ഇലേഷാ യോഗം അടിസ്ഥാനപരമായി ഒരു അനുരഞ്ജന സമാധാന യോഗം ആയിരുന്നു. ഫെയ്ത്ത് ടാബർണക്കിൾ സഭയുടെ ഇലേഷാ ഏരിയ ആസ്ഥാനത്തിന്റെ തലവനായ പരേതനായ പാസ്റ്റർ ജെ.എ. ബാബറ്റോപ്പും ബഹുഭാര്യത്വവും സംബന്ധിച്ച വിഷയങ്ങളിൽ ചിലർ തമ്മിൽ ഒരു തെറ്റിദ്ധാരണ ഉണ്ടായിരുന്നു. തർക്കം വേഗത്തിൽ പരിഹരിക്കുന്നതിനായി, ഇലേഷാ യോഗം സംഘടിപ്പിച്ചു. എന്നിരുന്നാലും, നൈജീരിയയിലെ ക്രിസ്തുമതത്തിന്റെ ചരിത്രത്തിൽ ഇതുവരെ കണ്ടിട്ടുള്ളതിൽ വച്ച് ഏറ്റവും വലിയ സംഭവമായി ഇത് മാറി.

1930-ലെ മഹത്തായ പുനരുജ്ജീവനം

1930 ജൂലൈ 9, 10 തീയതികളിലായി ഇരുപത്തിനാല് ഇനങ്ങളാണ് സമാധാന യോഗം നടത്താൻ തീരുമാനിച്ചിരുന്നത്. അജണ്ടയിൽ ഏറ്റവും മുന്നിലുള്ളത് ക്രിസ്ത്യാനികളുടെ
ബഹുഭാര്യത്വത്തെക്കുറിച്ചും രണ്ടാമത്തെ ഇനം ക്രിസ്ത്യാനികൾ രോഗശാന്തിക്കായി മരുന്ന്
ഉപയോഗിക്കുന്നതിനെക്കുറിച്ചുമായിരുന്നു. പ്രതിനിധികൾ രണ്ടാമത്തെ ഇനത്തെക്കുറിച്ച് ആലോചിക്കാൻ തുടങ്ങിയപ്പോൾ, ജീവനുള്ള ദൈവം ആ ദിവസം നൈജീരിയയുടെ പെന്തക്കോസ്ത് ദിനമാക്കി മാറ്റാൻ തീരുമാനിച്ചു. സമാധാന യോഗത്തിൽ പങ്കെടുത്തവരുടെ ശ്രദ്ധ വ്യതിചലിപ്പിച്ച ഒരു മരിച്ച കുട്ടിയെ പള്ളി പരിസരത്തേക്ക് കൊണ്ടുപോകുകയായിരുന്നു.

ഒബി ഒഗുണ്ടിപെ എന്ന മരിച്ച കുട്ടിക്ക് പത്ത് വയസ്സ് മാത്രമേ ഉണ്ടായിരുന്നുള്ളൂ.
മകനെ പുനരുജ്ജീവിപ്പിക്കുക എന്ന ലക്ഷ്യത്തോടെ അദ്ദേഹത്തിന്റെ അമ്മയ്ക്ക് വിഗ്രഹാരാധകരുടെ സേവനം തേടേണ്ടിവന്നു, പക്ഷേ അതെല്ലാം ഫലിച്ചില്ല. തന്റെ ഏക മകനെ വേർപെടുത്തരുതെന്ന് ദൃഢനിശ്ചയം ചെയ്ത അവർ, തീർച്ചയായും, ദൈവത്തിന്റെ മഹത്വം പൂർണ്ണമായി പ്രകടമാകുന്നതിന് വേണ്ടി, "വെള്ളക്കാരന്റെ മതം" എന്ന് വിളിക്കപ്പെടുന്നതിന് എന്ത് ചെയ്യാൻ

കഴിയുമെന്ന് കാണാനെങ്കിലും തന്റെ മരിച്ച മകനെ ഒകെ-ഒയെ പള്ളിയിലേക്ക് കൊണ്ടുവരണമെന്ന് നിർബന്ധിച്ചു. ഒടുവിൽ മൃതദേഹം പള്ളിയിലേക്ക് കൊണ്ടുവന്നപ്പോൾ, എല്ലായിടത്തും ബഹളമായിരുന്നു. ഒരു പ്രത്യേക മുറിയിൽ പാർപ്പിച്ചിരുന്ന ബാബലോളയെ ദൈവത്തിന്റെ ആത്മാവ് സാഹചര്യം നിയന്ത്രിക്കാൻ പ്രേരിപ്പിച്ചു. അവിടെയുണ്ടായിരുന്ന ദൈവത്തിന്റെ ശുശ്രൂഷകരുടെ പിന്തുണയും പ്രോത്സാഹനവും ഉപയോഗിച്ച് അദ്ദേഹം പ്രവർത്തനത്തിലേക്ക് കടന്നു. മരിച്ച കുട്ടിയെ അന്നത്തെ ഉണർവ് ശുശ്രൂഷ നടത്താൻ നിൽക്കുന്ന വേദിയുടെ കീഴിൽ കിടത്താൻ പ്രവാചകൻ ബാബലോല ഉത്തരവിട്ടു. ശുശ്രൂഷയുടെ അവസാനം, ബാബലോല വേദിയിൽ നിന്ന് ഇറങ്ങി നേരെ മൃതദേഹത്തെ ശുശ്രൂഷിക്കാൻ പോയി. അദ്ദേഹം ആൺകുട്ടിയുടെ പേര് മൂന്ന് തവണ വിളിച്ചു, കൈമണി ഉപയോഗിച്ച് വെള്ളം അവന്റെ മേൽ ഒഴിച്ചു, പെട്ടെന്ന് അത്ഭുതകരമായി, മരിച്ച കുട്ടി സ്വന്തം പേരിന് ഉത്തരം നൽകി - അവൻ ജീവനിലേക്ക് തിരിച്ചുവന്നു!

അത്ഭുതകരമായി കുട്ടിയുടെ ഉയിർത്തെഴുന്നേൽപ്പ്, കുട്ടിയുടെ അമ്മ വിഗ്രഹാരാധന ഉപേക്ഷിക്കാൻ പ്രേരിപ്പിച്ചു, അവളുടെ എല്ലാ വിഗ്രഹങ്ങളും കത്തിക്കാൻ

കൊണ്ടുവന്നു. ഇലേഷയിൽ ഒരു അത്ഭുതകരമായ പ്രവാചകൻ വന്നിട്ടുണ്ടെന്ന വാർത്ത ധാരാളം ആളുകൾ പ്രചരിപ്പിക്കാൻ തുടങ്ങി. ഇലേഷയിലെ ഒകെ-ഓയ് സ്ട്രീറ്റിൽ നടന്ന സംഭവസ്ഥലത്തേക്ക് ഈ വിവരം ധാരാളം ആളുകളെ പ്രേരിപ്പിച്ചു. തുടർന്നുള്ള സംഭവവികാസങ്ങൾ പ്രതിനിധികൾക്ക് അവരുടെ ചർച്ച തുടരാൻ അനുവദിച്ചില്ല. പെന്തക്കോസ്ത് പ്രതിഭാസം യോഗത്തിന് പെട്ടെന്ന് അന്ത്യം കുറിച്ചു.

ജനക്കൂട്ടം വർദ്ധിച്ചുകൊണ്ടിരുന്നു, അവരെ കൂടുതൽ വിശാലമായ കുറ്റിക്കാടുകളുള്ള ഒരു പ്രദേശത്തേക്ക് മാറ്റേണ്ടിവന്നു. തുറന്ന പുനരുജ്ജീവന മൈതാനത്തിന് ചുറ്റുമുള്ള എല്ലാ കുറ്റിക്കാടുകളിലും ആളുകൾ കാലുകൾ ഉപയോഗിച്ച് വൃത്തിയാക്കി. അടയാളങ്ങളും അത്ഭുതങ്ങളും ദിവസത്തിന്റെ ക്രമമായി മാറി. പ്രാർത്ഥനാ മണി ഉപയോഗിച്ചതിലൂടെയും ദൈവം ബാബലോളയിലേക്ക് നയിച്ച ഒരു വിശുദ്ധ അരുവി (ഓമി ആയോ) കുടിച്ചതിലൂടെയും അത്ഭുതകരമായ രോഗശാന്തികൾ രേഖപ്പെടുത്തി.

ഉയരത്തിൽ നിന്നുള്ള ശക്തി പ്രവാചകന്റെ മേൽ ഇറങ്ങി. അന്ധർക്ക് കാഴ്ച നൽകി, മുടന്തർക്ക് നടക്കാൻ കഴിഞ്ഞു, ബധിരർക്ക് കേൾക്കാൻ കഴിഞ്ഞു, മൂകർക്ക്

സംസാരിക്കാൻ കഴിഞ്ഞു. ഭ്രാന്തന്മാർക്ക് മോചനം ലഭിച്ചു. കുഷ്ഠരോഗികൾ ശുദ്ധരായി. വർഷങ്ങളായി വന്ധ്യരായിരുന്ന സ്ത്രീകൾ സന്താനപുഷ്ടിയുള്ളവരായി.

വൈകിയ ഗർഭധാരണങ്ങൾ സമാധാനപരമായി പ്രസവിച്ചു. വ്യഭിചാരികൾ, മദ്യപാനികൾ, പുകവലിക്കാർ എന്നിവർ മാനസാന്തരത്തിനായി വന്നു. ബാബലോലയിൽ ദൈവത്തിന്റെ ശക്തിയെ പരീക്ഷിക്കാൻ വന്ന നിരവധി ദുഷ്ടന്മാർ ദൈവാത്മാവിനാൽ അറസ്റ്റ് ചെയ്യപ്പെട്ടു, അവർ തങ്ങളുടെ ലജ്ജാകരമായ പ്രവൃത്തികൾ ഏറ്റുപറഞ്ഞു, ഉയിർത്തെഴുന്നേൽപ്പ് ഭൂമിയിൽ ദഹിപ്പിക്കുന്നതിനായി അവരുടെ മന്ത്രങ്ങൾ സമർപ്പിച്ചു.

വിവിധ ആശുപത്രികളിലെയും രോഗശാന്തി കേന്ദ്രങ്ങളിലെയും മിക്ക രോഗികളെയും പുനരുജ്ജീവന സ്ഥലത്തേക്ക് കൊണ്ടുവന്നു, അവർക്ക് അവരുടെ രോഗശാന്തി ലഭിച്ചു. ദൂരെ സ്ഥലങ്ങളിൽ നിന്ന് ആയിരക്കണക്കിന് ആളുകൾ കാൽനടയായി പുനരുജ്ജീവന സ്ഥലത്തേക്ക് എത്തി. പകൽ സമയത്ത് സൂര്യൻ പ്രകാശിക്കുമ്പോഴും ആളുകളുടെ മേൽ മഞ്ഞു വീഴുമ്പോൾ ദൈവത്തിന്റെ ശക്തി വളരെയധികം പ്രകടമായി.

ഇജേഷലാൻഡിലെ ഇലേഷ-ഓവയുടെ പരമ്പരാഗത ഭരണാധികാരിയുടെ മുന്നിൽ ഒരു വലിയ മരം കത്തിച്ചുകളയേണ്ടതിന്റെ ആവശ്യകത ദൈവം ബാബലോലയ്ക്ക് വെളിപ്പെടുത്തി. മന്ത്രവാദികളുടെയും മന്ത്രവാദികളുടെയും സംഗമസ്ഥാനമാണിതെന്ന് ഭയപ്പെട്ടിരുന്നു. വലിയ മരത്തിനുള്ളിൽ വസിക്കുന്ന അസുരന്മാർക്ക് സാധാരണയായി ബലിയർപ്പിക്കുന്ന ചില ജുജു പുരോഹിതന്മാർ ഉണ്ടായിരുന്നു. ബാബലോല മരം കത്തിച്ചപ്പോൾ, അത് അദ്ദേഹത്തിന്റെ ജീവിതത്തിന്റെ അവസാനമാണെന്ന് കരുതിയ നിരവധി ആളുകളുണ്ടായിരുന്നു. എന്നാൽ പ്രവാചകനും അനുയായികൾക്കും പ്രതികൂലമായ ഒന്നും സംഭവിച്ചില്ല. ദൈവത്തിന്റെ മഹത്വത്തിനായി അദ്ദേഹത്തിന്റെ ശുശ്രൂഷ കൂടുതൽ ശക്തമായി. ഈ അദ്വിതീയ സംഭവം രാജാവിനെയും അദ്ദേഹത്തിന്റെ ഉന്നത മേധാവികളെയും പട്ടണത്തിലെ പ്രധാന വ്യക്തികളെയും പ്രവാചകനായ ബാബലോലയെ കൂടുതൽ ബഹുമാനിക്കാൻ പ്രേരിപ്പിച്ചു.

ദൈവപുരുഷനിൽ നിന്ന് പഠിപ്പിക്കലുകളും ആത്മീയ അനുഗ്രഹങ്ങളും സ്വീകരിക്കാൻ ആരാധകർ ഉയിർത്തെഴുന്നേൽപ്പ് ഭൂമിയിലേക്ക് തടിച്ചുകൂടിയതിനാൽ

ഇലേഷയിലും പരിസരങ്ങളിലുമുള്ള നിലവിലുള്ള പള്ളികൾ ഏതാണ്ട് വിജനമായിരുന്നു. ബൈബിളിന്റെ പ്രാധാന്യം അവരിൽ മിക്കവരും പെട്ടെന്ന് മനസ്സിലാക്കി, ബൈബിളുകൾ കൈവശം വച്ചിരുന്നവർ അവ തിരയാനും വ്യത്തിയാക്കാനും തുടങ്ങി, അതേസമയം സ്വന്തമായി പകർപ്പുകൾ കൈവശം വച്ചിട്ടില്ലാത്തവർ അവ ഉപയോഗിക്കാൻ തുടങ്ങി. എന്നിരുന്നാലും, പുനരുജ്ജീവനം ആംഗ്ലിക്കൻ, മെത്തഡിസ്റ്റ്, റോമൻ കത്തോലിക്ക, ബാപ്റ്റിസ്റ്റ് തുടങ്ങിയ മതസംഘടനകളിൽ നിന്ന് കയ്പ്പ് സൃഷ്ടിച്ചു. വ്യാപകമായ ശക്തമായ പുനരുജ്ജീവനത്തിന്റെ ഫലമായി തങ്ങളുടെ അംഗങ്ങളെ നഷ്ടപ്പെടുന്നതിൽ അവർ സന്തുഷ്ടരായിരുന്നില്ല.

ഓർത്തഡോക്സ് സഭകളിലെ ഉപേക്ഷിക്കപ്പെട്ട അംഗങ്ങളിൽ ഭൂരിഭാഗവും ആദായനികുതി, കുട്ടികളെ പ്രാഥമിക വിദ്യാലയങ്ങളിൽ രജിസ്റ്റർ ചെയ്യാൻ വിസമ്മതിക്കൽ, ജോലി നിയമനം അവസാനിപ്പിക്കൽ തുടങ്ങിയ മേഖലകളിൽ പീഡിപ്പിക്കപ്പെട്ടു. തീർച്ചയായും, നല്ല വാർത്ത എന്തെന്നാൽ, മതപരിവർത്തനം ചെയ്തവർ തങ്ങളുടെ കൈകൾ വെച്ച എല്ലാ കാര്യങ്ങളിലും ദൈവത്തിന്റെ പ്രീതി കണ്ടെത്തി എന്നതാണ്.

മറ്റു സ്ഥലങ്ങളിലേക്ക് ഉണർവിന്റെ വ്യാപനം

പുനരുജ്ജീവന വേദിയിലേക്ക് വന്ന നിരവധി ആളുകൾ സുവിശേഷം പ്രഖ്യാപിച്ചുകൊണ്ട് അവരുടെ വിവിധ പട്ടണങ്ങളിലേക്ക് മടങ്ങി. തൽഫലമായി, പ്രവാചകൻ സ്വന്തം പട്ടണം സന്ദർശിക്കുമ്പോൾ ആതിഥേയരായി സേവിക്കാൻ തയ്യാറായി അവർ നിലം നനച്ചു. എന്നിരുന്നാലും, ദൈവത്തിന്റെ ആത്മാവ് അതനുസരിച്ച് നിർദ്ദേശിക്കപ്പെട്ടില്ലെങ്കിൽ പ്രവാചകൻ എവിടെയും പോകാൻ തീരുമാനിച്ചില്ല. അതിനാൽ ഇലേഷ പുനരുജ്ജീവന പരിപാടിക്ക് ശേഷം, 1930 സെപ്റ്റംബർ 1 ന് അദ്ദേഹത്തെ സ്വന്തം നാടായ ഒഡോ-ഒവയിലേക്ക് നേരിട്ട് പോകാൻ നയിച്ചു. ഇലേഷ പുനരുജ്ജീവന ശുശ്രൂഷ പ്രവാചകൻ ഡാനിയേൽ ഒറെക്കോയയ്ക്ക് കൈമാറി. ഒഡോ-ഒവയിലേക്ക് പോകാനുള്ള അദ്ദേഹത്തിന്റെ ഉദ്ദേശ്യത്തെക്കുറിച്ച് ആളുകൾ അറിഞ്ഞയുടനെ, അവരിൽ ഭൂരിഭാഗവും അദ്ദേഹത്തെ അനുഗമിച്ചു. നിർഭാഗ്യവശാൽ, ഈ കാലഘട്ടത്തിലെ ഒഡോ-ഒവ ജനത സുവാർത്ത സ്വീകരിക്കാൻ ഇതുവരെ തയ്യാറായിരുന്നില്ല. താമസിയാതെ, പ്രധാന പട്ടണത്തിൽ നിന്ന് ഏകദേശം 60 കിലോമീറ്റർ അകലെയുള്ള ഒരു ഏകാന്ത സ്ഥലത്തേക്ക് ബാബലോലയെ കൊണ്ടുപോയി. അവിടെ അദ്ദേഹം ആരെയും കണ്ടില്ല, സ്വർഗ്ഗീയ സൈന്യങ്ങളിൽ നിന്ന് നിർദ്ദേശങ്ങൾ സ്വീകരിക്കുന്ന ജീവനുള്ള ദൈവത്തോടൊപ്പം അദ്ദേഹം തനിച്ചായിരുന്നു. തുടർന്ന് മറ്റ്

സ്ഥലങ്ങളിൽ നിന്നുള്ള സന്ദർശകർ അദ്ദേഹത്തെ കാണാൻ ഒത്തുകൂടിയതിനാൽ പ്രധാന പട്ടണത്തിലേക്ക് മടങ്ങാൻ അദ്ദേഹത്തോട് നിർദ്ദേശിച്ചു. അതിനുശേഷം, അദ്ദേഹം ഒഡോ-ഓവയിലെ ഇന്ന് അപ്പോസ്തലനായ അയോ ബാബലോല പ്രാർത്ഥനാ പർവതം എന്നറിയപ്പെടുന്ന ഒരു കുന്നിൻ മുകളിലേക്ക് പോയി.

ഒഡോ-ഒവയിൽ നിന്ന്, ഇന്നത്തെ ക്വാറ സംസ്ഥാനത്തെ ഓഫയിലേക്ക് പോകാൻ ബാബലോലയോട് നിർദ്ദേശിക്കപ്പെട്ടു. അദ്ദേഹത്തിന്റെ സാന്നിധ്യം തങ്ങളുടെ മതത്തെ പ്രതികൂലമായി ബാധിക്കുമെന്ന് ഭയന്ന് പട്ടണത്തിലെ മുസ്ലീങ്ങൾ അദ്ദേഹത്തെ പട്ടണത്തിന് പുറത്തേക്ക് കൊണ്ടുപോകാൻ ജില്ലാ ഓഫീസറുടെ സഹായം തേടി.

ഓഫയിൽ നിന്ന്, പ്രവാചകൻ ബാബലോല ഇന്നത്തെ എകിറ്റി സംസ്ഥാനത്തെ ഉസിയിലേക്ക് പോയി. മുമ്പ് മഹത്തായ ഇലേഷ പുനരുജ്ജീവനത്തിന് സാക്ഷ്യം വഹിച്ച ആളുകൾ അദ്ദേഹത്തെ പ്രത്യേകം സ്വീകരിച്ചു. ഉസിയിൽ എത്തിയപ്പോൾ, അദ്ദേഹത്തെ ഒരു കുറ്റിക്കാട്ടിലേക്ക് കൊണ്ടുപോയി, അവിടെ ഇതുവരെ വെട്ടിമാറ്റപ്പെട്ടിരുന്ന ഒരു മരം ഉണ്ടായിരുന്നു, പക്ഷേ അത് വീണ്ടും നിവർന്നുനിന്നു. സ്ഥലത്തെത്തിയ ബാബലോലയും

അനുയായികളും ശക്തമായി പ്രാർത്ഥിച്ചു, തുടർന്ന് ഒരിക്കലും എഴുന്നേൽക്കാതിരിക്കാൻ മരം മുറിച്ചുമാറ്റി.

ഉസിയിൽ നിന്ന് അദ്ദേഹം ഇന്നത്തെ എകിറ്റി സംസ്ഥാനമായ എഫോൺ-അലായെയിലേക്ക് പോയി. പട്ടണത്തിന്റെ പരമ്പരാഗത ഭരണാധികാരിയായ അലായെ പ്രവാചകൻ ബാബലോലയോടും അനുയായികളോടും തന്റെ കൊട്ടാരം ഒഴികെയുള്ള മറ്റ് വീടുകളിൽ താമസത്തിനായി പ്രവേശിക്കരുതെന്ന് അലായെ അഭ്യർത്ഥിച്ചിരുന്നു. ഈ അഭ്യർത്ഥനയ്ക്ക്, ദൈവപുരുഷൻ രാജാവിന് തന്റെ പരിവാരങ്ങൾ ധാരാളം ഉണ്ടെന്നും കൊട്ടാരത്തിലേക്ക് വരാൻ അനുവദിച്ചാൽ അവർക്ക് സ്ഥലം അലങ്കോലമാക്കാമെന്നും സന്ദേശം അയച്ചു. എന്നാൽ അലായെ ഉറച്ചുനിന്നു, തന്റെ അനുയായികൾ കൊട്ടാരം മലിനമാക്കിയാലും അത് വൃത്തിയാക്കാൻ സ്വന്തം കൈകൾ ഉപയോഗിക്കുന്നതിൽ വിരോധമില്ലെന്ന് അദ്ദേഹം വീണ്ടും മറുപടി നൽകി. ഇത് പ്രവാചകനെ നേരെ കൊട്ടാരത്തിലേക്ക് വരാൻ പ്രേരിപ്പിച്ചു, തനിക്കും അനുയായികൾക്കുമായി ഇതിനകം തന്നെ മാറ്റിവച്ചിരിക്കുന്ന മുകളിലത്തെ അപ്പാർട്ട്മെന്റ് കൈവശപ്പെടുത്തി.

നവോത്ഥാനം ആരംഭിച്ചതോടെ, പുനരുത്ഥാനത്തിനായി വിശാലമായ ഒരു

തുറസ്സായ സ്ഥലം അന്വേഷിക്കേണ്ടത് അനിവാര്യമായി. ഇതിനായി, പട്ടണത്തിൽ അനുയോജ്യമെന്ന് തോന്നുന്ന ഏത് സ്ഥലവും തിരഞ്ഞെടുക്കാൻ രാജാവ് പ്രവാചകന് പൂർണ്ണ സ്വാതന്ത്ര്യം നൽകി. പ്രവാചകൻ "ഇഗ്ബോ ഐറോ" (സംരക്ഷിത തോട്ടം) എന്ന സ്ഥലം തിരഞ്ഞെടുത്തപ്പോൾ, രാജാവും പട്ടണവാസികളും ഭയന്നു. അതിന്റെ നിഗൂഢത കാരണം ആ സ്ഥലം തിരഞ്ഞെടുക്കരുതെന്ന് അവർ പ്രവാചകനെ പ്രേരിപ്പിച്ചു. ആരും കുറ്റിച്ചെടി വെട്ടിമാറ്റി പ്രക്രിയയെ അതിജീവിക്കില്ലെന്ന് ഭയപ്പെട്ടു. എന്നാൽ ദൈവത്തിന്റെ മഹത്വത്തിനായി, ബാബലോലയും അനുയായികളും കുറ്റിച്ചെടി വെട്ടിമാറ്റി ആ സ്ഥലം ഒരു തുറന്ന പുനരുത്ഥാന-പ്രാർത്ഥനാ സ്ഥലമാക്കി മാറ്റി. കുറ്റിച്ചെടി വെട്ടിമാറ്റലിന്റെ ഫലമായി അവരിൽ ആർക്കും പ്രതികൂലമായി ഒന്നും സംഭവിച്ചില്ല.

വിഗ്രഹങ്ങളും ആഭരണങ്ങളും കൈവശം വച്ചിരിക്കുന്ന എല്ലാവരോടും അവ കത്തിക്കാൻ പ്രവാചകൻ ബാബലോല നിർദ്ദേശിച്ചു. മറുപടി പ്രോത്സാഹജനകമായിരുന്നു, രാജാവ് ഭയന്നുപോയി, പക്ഷേ വിഷമിക്കേണ്ട എന്ന് പ്രവാചകൻ പറഞ്ഞപ്പോൾ, അലായെ തന്നെ കൊട്ടാരത്തിലെ എല്ലാ വിഗ്രഹങ്ങളും

ആഭരണങ്ങളും പൂർണ്ണമായി നശിപ്പിക്കാൻ കൊണ്ടുവന്നു.

അടയാളങ്ങളും അത്ഭുതങ്ങളും പെട്ടെന്ന് നടന്നു. നിരവധി അത്ഭുതങ്ങൾ നടന്നു, ഇവ ധാരാളം ആളുകളെ എഫോൺ-അലായെയിലേക്ക് ആകർഷിച്ചു. പട്ടണവാസികൾ വളരെ വലിയ തോതിൽ ക്രിസ്തുമതം സ്വീകരിച്ചു. രാജാവ് സ്നാനമേറ്റു, അദ്ദേഹത്തിന്റെ പേര് സോളമൻ അലഡെജാരെ അഗുൻസോയെ എന്നാക്കി മാറ്റി - ജീവദായകമായ വെള്ളം സ്വീകരിക്കാൻ തദ്ദേശീയമായ ആകർഷണങ്ങൾ ഉപേക്ഷിച്ച രാജാവ്. രാജാവ് അവിടെ നിന്നില്ല, ഹിസ്കീയാവ് അഡിയോയെ എന്ന പേരിൽ സ്നാനമേറ്റ തന്റെ സുഹൃത്തായ അരമോക്കോയിലെ രാജാവിനും അദ്ദേഹം രക്ഷയുടെ സന്ദേശം നൽകി.

എഫോൺ-അലായെയിൽ നിന്ന്, പ്രവാചകനായ ബാബലോലയ്ക്ക് യേശുക്രിസ്തുവിന്റെ സുവിശേഷം എകിറ്റി, അകോകോ, ഓവോ എന്നിവയുടെ എല്ലാ ഭാഗങ്ങളിലേക്കും ഫലപ്രദമായി പ്രചരിപ്പിക്കാൻ കഴിഞ്ഞു.

അപ്പോസ്തലനായ ബബലോലയുടെ തടവ്

1932-ലെ നോമ്പുകാലത്ത് പ്രവാചകൻ ബാബലോല തന്റെ ജന്മനാടായ ഒഡോ-

ഓവയിൽ ഒരു പ്രാർത്ഥനാ ധ്യാനത്തിലായിരുന്നു. അവിടെ വെച്ചാണ് അദ്ദേഹത്തിനെതിരെ അറസ്റ്റ് വാറണ്ട് പുറപ്പെടുവിച്ചത്. ഒട്ടുവോയിലെ (ഇപ്പോൾ എഡോ സംസ്ഥാനത്ത്) രണ്ട് സ്ത്രീകൾ അദ്ദേഹത്തിനെതിരെ തികച്ചും തെറ്റായ ഒരു ആരോപണം ഉന്നയിച്ചു, മന്ത്രവാദം കണ്ടെത്തുന്നതിന് ഉപയോഗിക്കുന്ന വിഷമുള്ള ഒരു പ്രാദേശിക ഔഷധസസ്യം ബാബലോല തങ്ങളെ നിർബന്ധിച്ച് കുടിക്കാൻ നിർബന്ധിച്ചുവെന്നും അത് സർക്കാർ ഇതിനകം നിരോധിച്ചിരുന്നുവെന്നും. അത്തരമൊരു വ്യായാമത്തിൽ അദ്ദേഹം പങ്കെടുത്തത് ആത്മാർത്ഥമായി നിഷേധിച്ചിട്ടും, ആ സ്ത്രീകളിൽ ആരെയും അദ്ദേഹം ഒരിക്കലും കണ്ടിട്ടില്ലെന്നും പറഞ്ഞിട്ടും, ബാബലോലയെ ബെനിൻ ജയിൽ യാർഡിൽ ആറ് മാസത്തെ തടവിലാക്കി. യോഗ്യനായ ഒരു വ്യക്തിത്വത്തെ രക്ഷിക്കാൻ അസുഖകരമായ ഒരു സ്ഥലത്തേക്ക് പോകാൻ തയ്യാറാകാൻ കർത്താവ് ബാബലോലയ്ക്ക് മുന്നറിയിപ്പ് നൽകിയിരുന്നുവെന്ന് ഇവിടെ ഊന്നിപ്പറയേണ്ടത് പ്രസക്തമാണ്. ബാബലോല ജയിലിലെത്തിയപ്പോൾ, മിസ്റ്റർ സിപ്രിയൻ ഇ. ഉഫോൺ എന്ന ഗ്രീക്ക് പുരുഷനെ ദൈവം വെളിപ്പെടുത്തി. അദ്ദേഹത്തിന്റെ ആരോഗ്യം ക്ഷയിച്ചിരുന്നു, പക്ഷേ ബാബലോല അദ്ദേഹത്തിനുവേണ്ടി പ്രാർത്ഥിച്ചപ്പോൾ,

അദ്ദേഹത്തിന് തൽക്ഷണം രോഗശാന്തി ലഭിച്ചു.

ബാബലോളയുടെ മിഷനറി പ്രവർത്തനങ്ങൾക്ക് ജയിൽ മുറ്റത്ത് ഇടം കണ്ടെത്താൻ കഴിഞ്ഞില്ല, കാരണം തടവറ മറ്റൊരു പുനരുജ്ജീവന, രോഗശാന്തി കേന്ദ്രമായി മാറി. ജയിൽ വാർഡന്മാർക്ക് അദ്ദേഹത്തിന്റെ സാന്നിധ്യം വളരെയധികം പ്രയോജനപ്പെട്ടു, കാരണം അവർ അവരുടെ ബന്ധുക്കളെയും പ്രാർത്ഥനയ്ക്കായി കൊണ്ടുവന്നു. മിഷനറി പ്രവർത്തനത്തിനായി പാസ്റ്റർ ജോർജ്ജ് പെർഫെക്റ്റും ഇദ്രിസ് വാങ്ഹാനും യൂറോപ്പിൽ നിന്ന് നൈജീരിയയിലേക്ക് വന്നപ്പോൾ, ജയിൽ മുറ്റത്ത് പ്രവാചകനായ ബാബലോളയെ കാണാൻ പാസ്റ്റർ ജെ.എ. ബാബറ്റോപ്പിന്റെ നേതൃത്വത്തിലായിരുന്നു അവർ.

ജയിലിൽ നിന്ന് പുറത്തിറങ്ങിയ ശേഷം മിസ്റ്റർ യൂഫോണിനെ അനുഗമിച്ച് കലബാറിലെ ഗ്രീക്ക് പട്ടണത്തിലേക്ക് പോകാൻ ബാബലോല നേരത്തെ സമ്മതിച്ചിരുന്നു. എന്നിരുന്നാലും, ജയിലിൽ നിന്ന് പുറത്തുപോകുമ്പോൾ ബാബലോലയ്ക്ക് എഫോൺ-അലായെയിലേക്ക് പോകേണ്ടിവന്നു. പുനരുജ്ജീവന പരിപാടികൾക്കായി അദ്ദേഹവും മിസ്റ്റർ യൂഫോണും കലബാറിലേക്ക് പോയത് എഫോൺ എന്ന

സ്ഥലത്തുനിന്നാണ്. നൈജീരിയയുടെ കിഴക്കൻ ഭാഗത്തേക്ക് തന്റെ മിഷനറി പ്രവർത്തനങ്ങൾ തുറക്കാൻ ദൈവം തന്റെ തടവറ ഉപയോഗിച്ചുവെന്നതിൽ സംശയമില്ല. എഫോൺ-അലായെയിലെ ജനങ്ങൾ ജയിലിൽ നിന്ന് ബാബലോലയ്ക്ക് ഹെറോണിക് സ്വീകരണം നൽകിയെന്നും, കാലത്തിനുമുമ്പ് വളരെക്കാലം മഴ പെയ്തതിനാൽ ജീവനുള്ള ദൈവം സ്വർഗ്ഗം തുറന്നുകൊടുത്തെന്നും ഇവിടെ പരാമർശിക്കേണ്ടതാണ്.

കലബാറിലേക്കുള്ള മിഷനറി യാത്ര കഴിഞ്ഞ് പ്രവാചകൻ ബാബലോല തിരിച്ചെത്തിയപ്പോൾ അദ്ദേഹം അൽപ്പം സ്ഥിരതാമസമാക്കി. 1935 ആയപ്പോഴേക്കും അദ്ദേഹം ഡോർക്കസിനെ വിവാഹം കഴിച്ചു, ആ വിവാഹത്തിൽ അപെകെ, വുറ, അബിയേ എന്നീ മൂന്ന് പെൺ കുട്ടികൾ ജനിച്ചു.

1936-ൽ, ബാബലോല സുവിശേഷകനായ തിമോത്തി ബാബബുസുയിയുമായി ഘാനയിലേക്ക് (മുമ്പ് ഗോൾഡ് കോസ്റ്റ്) പോയി. ഇലേഷയുടെ ശക്തമായ പുനരുജ്ജീവനത്തിന് സാക്ഷ്യം വഹിച്ചവർക്ക് അദ്ദേഹത്തെ തിരിച്ചറിയാൻ കഴിഞ്ഞു, നൈജീരിയയിലേക്ക് മടങ്ങുന്നതിന് മുമ്പ് വിജയകരമായ ഒരു സുവിശേഷ പ്രചാരണത്തിനായി ആളുകളെ അണിനിരത്തുന്നതിൽ പെട്ടെന്ന് പങ്കുചേർന്നു.

നേതൃത്വപരമായ സ്വഭാവവിശേഷങ്ങൾ

i. എളിമ: അപ്പോസ്തലനായ അയോ ബാബലോല ദൈവത്തിന്റെ എളിമയുള്ള ഒരു ശുശ്രൂഷകനായിരുന്നു. അഹങ്കാരത്താൽ ഭരിക്കപ്പെടാൻ അദ്ദേഹം ഒരിക്കലും അനുവദിച്ചില്ല. തന്റെ വിളിയുടെ പ്രാരംഭ ഘട്ടത്തിൽ പോലും, സ്വന്തമായി ഒരു മതസംഘടന രൂപീകരിക്കാൻ അദ്ദേഹം ശ്രമിച്ചില്ല. എല്ലാവരോടും, പ്രത്യേകിച്ച് പ്രായമായവരോട് അദ്ദേഹം ബഹുമാനം കാണിച്ചു. തന്റെ വഴിയിൽ വന്ന ആരെയും അദ്ദേഹം ഒരിക്കലും പരസ്യമായി പരിഹസിച്ചില്ല.

ii. ആതിഥ്യമര്യാദ: ഒരു നേതാവെന്ന നിലയിൽ, പ്രവാചകൻ ബാബലോല തന്റെ അനുയായികളെ ജനങ്ങളോട് കരുണയും ദയയും കാണിക്കേണ്ടതിന്റെ ആവശ്യകതയെക്കുറിച്ച് പരിശീലിപ്പിക്കുകയും പഠിപ്പിക്കുകയും ചെയ്തു. തന്റെ കൈവശമുള്ളതെല്ലാം, തന്നുമായി സമ്പർക്കം പുലർത്തുന്ന ആളുകളുമായി അദ്ദേഹം പങ്കുവെച്ചു. ദരിദ്രർക്കും വിധവകൾക്കും സമൂഹത്തിലെ ദരിദ്രർക്കും അദ്ദേഹം വളരെ ഉദാരമതിയായിരുന്നു. തന്റെ ശുശ്രൂഷയ്ക്ക് കീഴിലുള്ള നിരവധി പുരുഷന്മാരുടെ വിവാഹ ചടങ്ങുകൾക്ക് അദ്ദേഹം സ്പോൺസർ ചെയ്തു. ജീവിതത്തിന്റെ എല്ലാ തുറകളിൽ നിന്നും സമ്മാനങ്ങൾ

ലഭിച്ചതുപോലെ, അദ്ദേഹം അത് ഉദാരമായി പങ്കിട്ടു. അദ്ദേഹത്തിന് സ്വകാര്യ സമ്പാദ്യമില്ലായിരുന്നു, വസ്ത്രങ്ങൾക്ക് പോക്കറ്റുകളുമില്ലായിരുന്നു. ഈ മഹാനായ ദൈവദാസൻ മരിക്കുമ്പോഴേക്കും, അദ്ദേഹത്തിന്റെ ഹാൻഡ് ബാഗിൽ കണ്ടെത്തിയ ഒരേയൊരു പണം (ഇരുപത്തിമൂന്ന് പൗണ്ട് (ഏകദേശം നാൽപ്പത്തിയാറ് നായരാ) അദ്ദേഹത്തിന്റെ കൈവശമുണ്ടായിരുന്ന ഒരേയൊരു പണമായിരുന്നു. അദ്ദേഹം ഒരു ഭൂസ്വത്തും സമ്പാദിച്ചില്ല. അദ്ദേഹത്തിന്റെ കൈവശമുള്ളതെല്ലാം അനുഗ്രഹിക്കാൻ ഉപയോഗിച്ചു.

അദ്ദേഹത്തിന് ചുറ്റുമുള്ള ആളുകൾ. അദ്ദേഹത്തിന് സ്വന്തമായിരുന്ന ഒരേയൊരു വീട് എഫോൺ-അലായെയിലെ ആളുകൾ നിർമ്മിച്ചതാണ്.

iii. പ്രാർത്ഥന: ദൈവത്തിന്റെ നിക്ഷേപങ്ങൾ തുറക്കാൻ കഴിവുള്ള പ്രധാന താക്കോൽ പ്രാർത്ഥനയാണെന്ന് അപ്പോസ്തലനായ ബാബലോല തെളിയിച്ചു. ക്ഷീണത്തിന്റെ ഒരു ലക്ഷണവും കാണിക്കാതെ അദ്ദേഹം കൂടുതൽ മണിക്കൂറുകൾ പ്രാർത്ഥിക്കുകയും പ്രാർത്ഥിക്കുകയും ചെയ്യുമായിരുന്നു. മഹത്തായ ഉണർവ്വിനായി ഇലേഷയിലേക്കുള്ള ചരിത്രപരമായ യാത്രയുടെ തലേന്ന് പോലും, പാസ്റ്റർ ഒന്നാമൻ.

ആ രാത്രി ബാബലോലയെ ആതിഥേയത്വം വഹിച്ച ബി. അകിന്യേലെ (സിഎസിയുടെ ആദ്യ പ്രസിഡന്റും ഇബാദാനിലെ മുൻ ഒലുബദാനും) ആയിരക്കണക്കിന് ഇടിമുഴക്കങ്ങളെക്കാൾ പ്രതിധ്വനിക്കുന്ന ശബ്ദത്തോടെ അപ്പോസ്തലൻ എങ്ങനെ ശക്തമായി പ്രാർത്ഥിച്ചുവെന്ന് വിവരിച്ചു. തന്റെ അനുയായികളോടും സഹകാരികളോടും നിർത്താതെ പ്രാർത്ഥിക്കാൻ അദ്ദേഹം കൽപ്പിച്ചു. പ്രവാചകൻ ബാബലോല പ്രാർത്ഥനയ്ക്കായി തിരഞ്ഞെടുത്ത പർവതങ്ങളിലേക്ക് പിൻവാങ്ങുമായിരുന്നു. അദ്ദേഹം പതിവായി ഉപയോഗിച്ചിരുന്ന പ്രാർത്ഥനാ കുന്നുകളിൽ പ്രശസ്തമായത് ഇന്നത്തെ എകിറ്റി സംസ്ഥാനത്തെ ഇഡോ അജിനാരേ, എറിയോ, എഫോൺ അലായെ എന്നിവയായിരുന്നു.

ഇഡോ-ഇലെ (എകിറ്റി സംസ്ഥാനം)യിലെ ഇഡോ-അജിനാരെ കുന്നിൽ അപ്പോസ്തലന്റെ ഒരു പ്രാർത്ഥനാ സമ്മേളനത്തിൽ, ദൈവപുരുഷനെ ഉപദ്രവിക്കുന്നതിനായി ഒരു വലിയ പെരുമ്പാമ്പ് അദ്ദേഹത്തിന്റെ അടുത്തേക്ക് ഇഴഞ്ഞുവന്നു, എന്നാൽ പ്രവാചകന്റെ ശരീരത്തിലെ ചൂട് അപകടകാരിയായ പാമ്പിന് വിഷമായിത്തീർന്നു, അത് പിന്നീട് അത് ചത്തു ഉണങ്ങിപ്പോയി.

iv. ഉപവാസം: അപ്പോസ്തലനായ അയോ ബാബലോളയുടെ ശുശ്രൂഷയിൽ ഉപവാസം ശക്തമായ ഒരു ആയുധമായിരുന്നു.

തന്റെ പരസ്യ ശുശ്രൂഷ ആരംഭിച്ച സമയത്ത്, അദ്ദേഹം തന്റെ ജന്മനാടായ ഒഡോ-ഓവയിൽ എത്തിയപ്പോൾ ഉപവാസത്തിലായിരുന്നു. അദ്ദേഹം സ്ഥാപനവൽക്കരിച്ചിരുന്ന 40 ദിവസത്തെ നോമ്പുകാല ഉപവാസത്തിന് പുറമേ, പല അവസരങ്ങളിലും അദ്ദേഹം നാല്പത് ദിവസത്തെ ഉപവാസം അനുഷ്ഠിച്ചു. മഹാനായ പുനരുജ്ജീവനക്കാരൻ അധികാര പുതുക്കലിനായി ബുധനാഴ്ചയും വെള്ളിയാഴ്ചയും ഉപവാസ ദിവസങ്ങളായി തിരഞ്ഞെടുത്തു.

v. ബൈബിൾ പഠനം: അയോ ബാബലോലയുടെ ഏറ്റവും വലിയ ആസ്തി ദൈവവചനത്തിലായിരുന്നു. തന്റെ തിരക്കേറിയ സമയക്രമങ്ങൾ കഠിനമായ ബൈബിൾ പഠനത്തിൽ നിന്ന് ശ്രദ്ധ തിരിക്കുന്നതിന് അദ്ദേഹം ഒരിക്കലും അനുവദിച്ചില്ല. 1 മുതൽ 150 വരെയുള്ള സങ്കീർത്തനങ്ങൾ അദ്ദേഹത്തിന് ആദ്യം മുതൽ ചൊല്ലാൻ കഴിഞ്ഞു.

vi. പരിശുദ്ധാത്മാവുമായുള്ള പങ്കാളിത്തം: അയോ ബാബലോല അപ്പോസ്തലൻ പരിശുദ്ധാത്മാവിനെ തന്റെ മുതിർന്ന പങ്കാളിയായി കണക്കാക്കി. ആദ്യം ആത്മീയ

മാർഗനിർദേശം തേടാതെ അദ്ദേഹം ഒരിക്കലും ശുശ്രൂഷയിൽ ഒരു തീരുമാനവും എടുത്തില്ല.

ഗ്രേറ്റ് ബിയോണ്ടിലേക്കുള്ള അദ്ദേഹത്തിന്റെ വിവർത്തനം

അപ്പോസ്തലനായ ബാബലോലയുടെ മഹത്തായ ലോകത്തിലേക്കുള്ള വിവർത്തനം പലർക്കും ഒരു ഞെട്ടലായിരുന്നു. അദ്ദേഹം രോഗിയായിരുന്നില്ല, അദ്ദേഹം ആരോഗ്യവാനും ഹൃദയസ്പർശിയുമായിരുന്നു, പൊതു ശുശ്രൂഷയിൽ സജീവ സേവനത്തിലായിരുന്നു. മുൻകാലങ്ങളിൽ, ചുറ്റുമുള്ള ചിലരുടെ മോശം പെരുമാറ്റം കാരണം കർത്താവ് അദ്ദേഹത്തെ കൊണ്ടുപോകാനുള്ള തന്റെ പദ്ധതി വെളിപ്പെടുത്തിയ ചില അവസരങ്ങളുണ്ടായിരുന്നു. എന്നിരുന്നാലും, ക്ഷമയ്ക്കായി തുടർച്ചയായി പ്രാർത്ഥിച്ചതിനുശേഷം, ദൈവം വീണ്ടും അദ്ദേഹത്തിന്റെ ജീവൻ രക്ഷിക്കും. എന്നാൽ ഇത്തവണ, അത്തരമൊരു ഉൾക്കാഴ്ച ലഭിച്ചില്ല, അതിനാൽ അത് നിരാശയിൽ നിന്ന് ഒരു ബോൾട്ട് പോലെ വന്നു.

1959 ജൂലൈ മധ്യത്തിൽ, പ്രാദേശിക സഭയ്ക്കുള്ളിലെ ചില തർക്കങ്ങൾ പരിഹരിക്കുന്നതിനായി അപ്പോസ്തലനായ ബാബലോല ഒഡോ-ഓവയിൽ നിന്ന് സപെലെയിലേക്കും വാരിയിലേക്കും പോയി,

ഇന്നത്തെ ഡെൽറ്റ സംസ്ഥാനത്ത് സുവിശേഷ പ്രചാരണവും നടത്തി. തുടർന്ന്, 1959 ജൂലൈ 24 ന് ഇബാദാനിലെ ഒലുഗ്ബോഡിൽ നടന്ന ചർച്ച് സെൻട്രൽ എക്സിക്യൂട്ടീവ് കമ്മിറ്റി യോഗത്തിനായി അദ്ദേഹം ഇബാദാനിലേക്ക് പോയി.

അപ്പോസ്തലനായ ബാബലോല പതിവുപോലെ സമൂഹത്തിലെ എല്ലാ വിഭാഗങ്ങൾക്കും വേണ്ടി പ്രാർത്ഥിച്ചു. ഇബാദാനിൽ നിന്ന് ഈഡിലേക്ക് പോകുന്നതിനുമുമ്പ്, അദ്ദേഹത്തിന്റെ ഇളയ സഹോദരി പരേതയായ ശ്രീമതി ഒറാൻഗുൻ അദ്ദേഹത്തോട് അടുത്തതായി എപ്പോഴാണ് ഇബാദാനിൽ സന്ദർശിക്കുന്നതെന്ന് ചോദിച്ചു. പ്രവാചകൻ തമാശയായി മറുപടി നൽകിയത്, ഇനി ഒരിക്കലും ഇബാദാനിലേക്ക് വരില്ല എന്ന മട്ടിലാണ്.

ഇബാദാനിൽ നിന്ന്, അപ്പോസ്തലനായ ബാബലോല സെക്കോണയിൽ തങ്ങി, തുടർന്ന് 1959 ജൂലൈ 25-ന് ഈഡിലേക്ക് പോയി. ശനിയാഴ്ച രാത്രി പരേതനായ പ്രവാചകൻ അകാൻഡെയുടെ (ബാബ അബിയേ) അതിഥിയായി അദ്ദേഹം ചെലവഴിച്ചു.
1959 ജൂലൈ 26-ന് പ്രവാചകൻ ബാബലോല സിഎസി ഒകെ തലാഫിയയിൽ ഞായറാഴ്ച ആരാധനയിൽ പങ്കെടുത്തു,

തന്റെ ശക്തനായ വലംകൈയ്യൻ പാസ്റ്റർ മെഡായെസിനൊപ്പം പ്രസംഗം നടത്തിക്കൊണ്ട് എഡെയിൽ വെച്ചാണ് അദ്ദേഹം ആദ്യ പ്രാർത്ഥന നടത്തിയത്. ഞായറാഴ്ച ശുശ്രൂഷയ്ക്ക് ശേഷം, പള്ളിയിലെ പ്രസവ കേന്ദ്രത്തെക്കുറിച്ച് ആലോചിക്കാൻ ഈഡെയിൽ ഒത്തുകൂടിയ വിവിധ സഭാ ജില്ലകളിൽ നിന്നുള്ള പ്രതിനിധികളെ പ്രവാചകൻ ബാബലോല അഭിസംബോധന ചെയ്തു. അതിനുശേഷം അദ്ദേഹം തന്റെ താമസ മുറിയിലേക്ക് പോയി. അദ്ദേഹത്തിന്റെ ആതിഥേയനായ പാസ്റ്റർ അകാൻഡെയ്ക്ക് ജലദോഷം പിടിപെട്ടതായി അനുഭവപ്പെട്ടു, അതിന്റെ ഫലമായി അദ്ദേഹം പ്രവാചകൻ ബാബലോലയ്ക്ക് ചായ ഉണ്ടാക്കി, ധാരാളം കവർ തുണി നൽകി. അതേസമയം, പാസ്റ്റർ ബാബാജിഡെ, പാസ്റ്റർ ഒഡുട്ടോള, പാസ്റ്റർ മെഡായെസ് എന്നിവർ അദ്ദേഹത്തിനുവേണ്ടി പ്രാർത്ഥിക്കാൻ മുറിയിൽ പ്രവേശിച്ചു. പ്രാർത്ഥനയ്ക്കിടെ പോലും അപ്പോസ്തലൻ തന്നെ ശക്തമായി പ്രാർത്ഥിക്കുകയും കൃപ പറയുകയും മൂന്ന് പാസ്റ്റർമാർ അദ്ദേഹത്തെ മുറിയിൽ ഉപേക്ഷിക്കുകയും ചെയ്തു.

1959 ജൂലൈ 26-ന് ആ നിർഭാഗ്യകരമായ ദിവസം വൈകുന്നേരം 5:00 മണിയോടെ പ്രാർത്ഥനകൾക്ക് ശേഷം അധികം താമസിയാതെ, അപ്പോസ്തലനായ

ബാബലോല ഇടിമുഴക്കം പോലുള്ള ഒരു ശബ്ദത്തിൽ നിലവിളിച്ചു: പിതാവിന്റെയും പുത്രന്റെയും പരിശുദ്ധാത്മാവിന്റെയും നാമത്തിൽ, അവൻ അപ്പുറത്തേക്ക് കടന്നു. മുറിയിൽ അദ്ദേഹത്തോടൊപ്പം ഉണ്ടായിരുന്ന രണ്ട് ശിഷ്യന്മാരായ മൈക്കൽ ഒസാബിയും സാമുവൽ ഒലുവാട്ടുസിനും, അദ്ദേഹത്തിന്റെ മരണസമയത്ത് മുഴുവൻ മുറിയും എങ്ങനെ അതിന്റെ അടിത്തറയിലേക്ക് കുലുങ്ങി എന്ന് ഓർമ്മിച്ചു. അദ്ദേഹത്തിന്റെ മികച്ച നിർദ്ദേശങ്ങളുടെ അടിസ്ഥാനത്തിൽ, പ്രവാചകൻ ബാബലോലയെ അതേ ദിവസം തന്നെ എഫോൺ-അലായെയിലേക്ക് കൊണ്ടുപോയി. അദ്ദേഹത്തിന്റെ പെട്ടെന്നുള്ള മരണവാർത്ത കാട്ടുതീ പോലെ രാജ്യത്തിന്റെ എല്ലാ കോണുകളിലും കോണുകളിലും പടർന്നു. അനുഭാവികൾ വലിയ തോതിൽ എഫോൺ-അലായെ സന്ദർശിച്ചു.

1959 ജൂലൈ 27 ന് എഫോൺ അലായിലെ സെന്റ് സ്റ്റീഫൻ പ്രൈമറി സ്കൂളിലെ പിതാവിന്റെ ശവകുടീരത്തിനടുത്തായി അപ്പോസ്തലനായ ബാബലോളയെ സംസ്കരിച്ചു. മരിച്ചിട്ടും അദ്ദേഹത്തിന്റെ കൃതികൾ സംസാരിക്കുന്നു, പുരാതന കാലത്തെ പെന്തക്കോസ്ത് ശക്തിയിൽ വിശ്വസിക്കുന്ന നിരവധി ആളുകൾക്ക്

അദ്ദേഹത്തിന്റെ ജീവിതം പ്രചോദനത്തിന്റെ ഉറവിടമായി തുടരുന്നു.

റോബർട്ട് ഡബ്ല്യൂ. ഷാംബാക്ക്

വിശ്വാസ സന്ദേശങ്ങളുടെ ഒരു വിട്ടുവീഴ്ചയില്ലാത്ത വചനം അദ്ദേഹം പ്രസംഗിച്ചു, തുടർന്ന് നിരവധി അടയാളങ്ങളും അത്ഭുതങ്ങളും ഉണ്ടായി.
റോബർട്ട് ഡബ്ല്യു. ഷാംബാക്ക് ഒരു അമേരിക്കൻ ടെലിവിഞ്ചലിസ്റ്റ്, പാസ്റ്റർ, വിശ്വാസ രോഗശാന്തിക്കാരൻ, എഴുത്തുകാരൻ എന്നിവരായിരുന്നു. അദ്ദേഹത്തിന്റെ ടെലിവിഷൻ പരിപാടിയായ *പവർ ടുഡേ* , ഡേസ്റ്റാർ ക്രിസ്ത്യൻ ടിവി നെറ്റ്‌വർക്കിലും ഇന്റർനെറ്റ് വഴി സ്ട്രീമിംഗ് പോഡ്കാസ്റ്റുകളിലും കാണാൻ കഴിയും.

ജനനം, ആദ്യകാല ജീവിതം

1926 ഏപ്രിൽ 3 ന് പെൻസിൽവാനിയയിലെ ഹാരിസ്ബർഗിൽ ഹാരി എൽസ്വർത്തിന്റെയും ആൻ മോയർ ഷാംബാക്കിന്റെയും മകനായി റോബർട്ട് ഡബ്ല്യു. ഷാംബാക്ക് ജനിച്ചു.

ഒരു തെരുവുമൂലയിൽ, യേശുക്രിസ്തുവിന്റെ സുവിശേഷം ഒരു സുവിശേഷകൻ (സി.എം. വാർഡ്) ഒരു ജനക്കൂട്ടത്തോട് പ്രസംഗിച്ചതിനുശേഷം ഒരു അൾത്താര ആഹ്വാനം നൽകിയപ്പോൾ, ഒരു തുറന്ന മനസ്സുള്ള യുവാവായ അദ്ദേഹം വീണ്ടും ജനിച്ചു. പ്രസംഗിക്കാനുള്ള ഒരു അടിയന്തര ആഹ്വാനം റോബർട്ടിന് ലഭിച്ചു, പക്ഷേ ആദ്യം മറ്റ് സ്വപ്നങ്ങൾ പിന്തുടരാൻ തീരുമാനിച്ചു. ഒടുവിൽ അദ്ദേഹം യുഎസ് നാവികസേനയിൽ ചേർന്നു, രണ്ടാം ലോകമഹായുദ്ധകാലത്ത് ദക്ഷിണ പസഫിക്കിലും ഏഷ്യയിലും ഒരു ഡിസ്ട്രോയറിൽ ഒരു നാവിക ബോയിലർ നിർമ്മാതാവായി സേവനമനുഷ്ഠിച്ചു. നിരവധി അപകടകരമായ ഏറ്റുമുട്ടലുകളിൽ ദൈവം തന്റെ ജീവൻ സംരക്ഷിച്ചുവെന്ന് കണ്ടതിനും അമേരിക്കൻ യുദ്ധത്തടവുകാരെ സ്വദേശത്തേക്ക് കൊണ്ടുപോകുന്നത് കണ്ടതിനും ശേഷം, ആർഡബ്ല്യു പൂർണ്ണമായും ദൈവത്തിന് കീഴടങ്ങി, ദൈവം അയച്ചിടത്തെല്ലാം സുവിശേഷം പ്രസംഗിക്കാൻ തീരുമാനിച്ചു, മറ്റുള്ളവർ പാപത്തിന്റെ തടവിൽ നിന്നും

അടിമത്തത്തിൽ നിന്നും മോചിതരാകുന്നത് കാണാനും ക്രിസ്തുവിലൂടെ സ്വാതന്ത്ര്യത്തിന്റെ യഥാർത്ഥ സന്തോഷം കണ്ടെത്താനും.

മന്ത്രാലയം

യുദ്ധത്തിൽ നിന്ന് മടങ്ങിയെത്തിയ ഷാംബാക്ക് ബൈബിൾ സ്കൂളിൽ ചേർന്നു, അവിടെ വെച്ച് അദ്ദേഹം ഭാര്യ വിന്നിയെ കണ്ടുമുട്ടി വിവാഹം കഴിച്ചു. സി.എം. വാർഡിൽ നിന്ന് അദ്ദേഹം വൈദികപട്ടം സ്വീകരിച്ച് ഒരു പള്ളിയിൽ പാസ്റ്ററായി ജോലി ചെയ്യാൻ തുടങ്ങി. 1940-കളുടെ മധ്യത്തിൽ മിസോറിയിലെ സ്പ്രിംഗ്ഫീൽഡിലുള്ള സെൻട്രൽ ബൈബിൾ ഇൻസ്റ്റിറ്റ്യൂട്ടിൽ നിന്ന് അദ്ദേഹം ഔപചാരിക പരിശീലനം നേടി.

ടി.എൽ. ഓസ്ബോണിന്റെ കൂടാര കുരിശുയുദ്ധങ്ങളും പിന്നീട് എ.എ. അലനും റോബർട്ടിനെ സ്വാധീനിച്ചു. ഈ മനുഷ്യരുടെ ശുശ്രൂഷയിലൂടെ നിരവധി ശ്രദ്ധേയമായ അത്ഭുതങ്ങൾ സാധിച്ചു, ദൈവം തന്നെ ഇതിന്റെ ഭാഗമാകാൻ വിളിച്ചിട്ടുണ്ടെന്ന് ആർ.ഡബ്ല്യുവിന് അറിയാമായിരുന്നു. എ.എ. അലന്റെ കുരിശുയുദ്ധങ്ങളിലൊന്ന് അവസാനിച്ചപ്പോൾ അദ്ദേഹം ചോദിച്ചു ആർഡബ്ല്യു തന്റെ ടീമിന്റെ ഭാഗമാകാൻ. കുരിശുയുദ്ധങ്ങളിൽ സഹായിച്ചും, ചില സേവനങ്ങൾ പ്രസംഗിച്ചും, മുൻകൂർ

പ്രവർത്തനങ്ങൾ ചെയ്തും നിരവധി വർഷത്തെ യാത്രയുടെ തുടക്കമായിരുന്നു ഇത്. ഒടുവിൽ, സ്വന്തം ശുശ്രൂഷ ആരംഭിക്കാൻ ദൈവം തന്നെ വിളിക്കുന്നതായി അദ്ദേഹത്തിന് തോന്നി. വലിയ നഗരങ്ങളിൽ അദ്ദേഹം 4 'കൂടാര പള്ളികൾ' സ്ഥാപിക്കുകയും തന്റെ ജനപ്രിയ റേഡിയോ പരിപാടിയായ ദി വോയ്സ് ഓഫ് പവർ ആരംഭിക്കുകയും ചെയ്തു. "നിങ്ങൾക്ക് ഒരു പ്രശ്നവുമില്ല. നിങ്ങൾക്ക് വേണ്ടത് ദൈവത്തിലുള്ള വിശ്വാസം മാത്രമാണ്" എന്ന അദ്ദേഹത്തിന്റെ ട്രേഡ്മാർക്ക് വാചകം ബഹുജനങ്ങളിൽ വിശ്വാസം ഉണർത്തി.

യൂറോപ്പ്, റഷ്യ, ഇന്ത്യ, ഏഷ്യ, ഫിലിപ്പീൻസ്, ആഫ്രിക്ക, വെസ്റ്റ് ഇൻഡീസ്, മധ്യ അമേരിക്ക, ദക്ഷിണ അമേരിക്ക എന്നിവിടങ്ങളിൽ ബ്രദർ ഷാംബാക്കിന്റെ
ദുരിതമനുഭവിക്കുന്നവർക്കുള്ള ശുശ്രൂഷയ്ക്ക് ലോകത്തിലെ പല രാജ്യങ്ങളിലും സ്വീകാര്യത ലഭിച്ചിട്ടുണ്ട്. റഷ്യയിലും ചൈനയിലും പള്ളികളും ബൈബിൾ സ്കൂളുകളും സ്ഥാപിക്കുന്നതിലും; ഇന്തോനേഷ്യയിലും ഹെയ്തിയിലും ഒരു അനാഥാലയവുമായി; മെക്സിക്കോ സിറ്റിയിൽ ഒരു മെഗാ-സിറ്റി പ്രവർത്തനങ്ങളുമായി; ന്യൂയോർക്ക് സിറ്റിയിലെ നഗര പ്രവർത്തനങ്ങളുമായി അദ്ദേഹം സാമ്പത്തികമായി പങ്കാളിത്തം തുടരുന്നു.

അവൻ വിട്ടുവീഴ്ചയില്ലാത്ത വിശ്വാസവചനം പ്രസംഗിച്ചു, തുടർന്ന് അടയാളങ്ങളും അത്ഭുതങ്ങളും പ്രവർത്തിച്ചു.

കുടുംബജീവിതവും മരണവും

ഷാംബാക്ക് മേരി വിനിഫ്രഡ് ഡൊണാൾഡിനെ (ജനനം സെപ്റ്റംബർ 3, 1926, പെൻസിൽവാനിയയിലെ ഫിലാഡൽഫിയയിൽ) വിവാഹം കഴിച്ചു. പെൻസിൽവാനിയയിലെ വാലി ഫോർജിലുള്ള ഈസ്റ്റേൺ ബൈബിൾ ഇൻസ്റ്റിറ്റ്യൂട്ട് ഓഫ് അസംബ്ലീസ് ഓഫ് ഗോഡിൽ വിദ്യാർത്ഥിനിയായിരിക്കെയാണ് അദ്ദേഹം അവളെ കണ്ടുമുട്ടിയത്. അടുത്ത വർഷം, 1948 സെപ്റ്റംബർ 4 ന് (മേരിയുടെ ജന്മദിനത്തിന് ഒരു ദിവസം കഴിഞ്ഞ്) ദമ്പതികൾ വിവാഹിതരായി, അവർക്ക് രണ്ട് ആൺമക്കളും ഒരു മകളും ജനിച്ചു: ബോബി, ബ്രൂസ്, ഡോണ.
ഡോണ ഷാംബാക്ക് ടൈലർ പ്രദേശത്തെ ഒരു പാസ്റ്ററും വിശ്വാസ രോഗശാന്തിക്കാരിയുമാണ്.
ഷാംബാക്കിന് ആറ് പേരക്കുട്ടികളുണ്ടായിരുന്നു: റേച്ചൽ, ബോബി മൂന്നാമൻ, മാർക്ക്, അമാൻഡ, ക്രിസ്റ്റി.
61 വർഷമായി അദ്ദേഹം ഭാര്യയെ വിവാഹം കഴിച്ചു, 2010 ഏപ്രിൽ 20 ന് ടെക്സസിലെ

ടൈലറിൽ 83 ആം വയസ്സിൽ സ്വാഭാവിക കാരണങ്ങളാൽ അവർ മരിച്ചു.
രണ്ട് വർഷത്തിന് ശേഷം (ജനുവരി 17, 2012), 86 വയസ്സുള്ളപ്പോൾ ഷാംബാക്ക് ഹൃദയാഘാതം മൂലം മരിച്ചു.
ടെക്സസിലെ ടൈലറിലെ പൈൻസ് സെമിത്തേരിയിലെ കത്തീഡ്രലിൽ ഭാര്യയുടെ അരികിൽ അദ്ദേഹത്തെ സംസ്കരിച്ചു.
https://believersportal.com/biography-evangelist-rw-schambach/

ചാൾസ് എസ്. പ്രൈസ്

ഇരുപതാം നൂറ്റാണ്ടിന്റെ ആദ്യ പകുതിയിലെ മികച്ച രോഗശാന്തി സുവിശേഷകരിൽ ഒരാളായിരുന്നു അദ്ദേഹം. ഇംഗ്ലണ്ടിലെ ഷെഫീൽഡിൽ ജനിച്ച അദ്ദേഹം കാനഡയിലേക്കും പിന്നീട് വാഷിംഗ്ടണിലെ സ്പോക്കെയ്നിലേക്കും കുടിയേറി. സ്പോക്കെയ്നിലെ ഒരു മെത്തഡിസ്റ്റ് മിഷനിൽ

വീണ്ടും ജനിച്ച അദ്ദേഹം മെത്തഡിസ്റ്റ് സഭയിൽ മുഴുവൻ സമയ ശുശ്രൂഷയിൽ പ്രവേശിച്ചു.

ജനനം: 1887, ഇംഗ്ലണ്ട്, യുണൈറ്റഡ് കിംഗ്ഡം
മരണം: 1947 മാർച്ച് 8

"പൂർണ്ണ സുവിശേഷം"

1887-ൽ ഇംഗ്ലണ്ടിൽ മേരി ഹന്ന ബീയുടെയും ചാൾസ് ഹെൻറി പ്രൈസിന്റെയും മകനായി ചാൾസ് സിഡ്നി പ്രൈസ് ജനിച്ചു. അദ്ദേഹത്തിന് നാല് വയസ്സുള്ളപ്പോൾ അമ്മ മരിച്ചു, പിന്നീട് പിതാവ് ചാൾസ് സ്നേഹവും ബഹുമാനവും നേടിയ ഒരു സ്ത്രീയെ പുനർവിവാഹം കഴിച്ചു. 1899-1904 കാലഘട്ടത്തിൽ മെത്തഡിസ്റ്റ് പണ്ഡിതന്മാർക്കായുള്ള പ്രാദേശിക ഗ്രേഡ് മുതൽ ഹൈസ്കൂൾ വരെ പ്രൈസ് പഠിച്ചു. വെസ്ലി കോളേജ് എന്നറിയപ്പെട്ടിരുന്നെങ്കിലും

ലണ്ടൻ യൂണിവേഴ്സിറ്റിയിൽ ചേരുന്നതിനുള്ള തയ്യാറെടുപ്പിനായി 18 വയസ്സ് വരെ മാത്രമേ വിദ്യാർത്ഥികളെ അവിടെ നിലനിർത്തിയിരുന്നുള്ളൂ. വെസ്ലി വിട്ടതിനുശേഷം എന്തുചെയ്യണമെന്നറിയാതെ ബുദ്ധിമുട്ടിയ പ്രൈസ് 1906-ൽ റോയൽ നേവിയിൽ അസിസ്റ്റന്റ് വെയർഹൗസ്മാനായി ചേർന്നു, പക്ഷേ കാൽമുട്ടിന് പരിക്കേറ്റതിനാൽ ഏതാനും മാസങ്ങൾക്കുള്ളിൽ ഡിസ്ചാർജ് ചെയ്യപ്പെട്ടു. കുറച്ചുകാലം ഓക്സ്ഫോർഡ് ലോ സ്കൂളിൽ പോയിരുന്നതായി അദ്ദേഹം പിന്നീട് പറയും, പക്ഷേ ഓക്സ്ഫോർഡിൽ ഹാജരായതിന്റെ രേഖയില്ല. 1907-ൽ ജോലി തേടി കാനഡയിലേക്ക് കുടിയേറിയ പ്രൈസ് ഒരു റെയിൽവേ ക്രൂവിൽ എത്തി. അവിടെ ജോലി കണ്ടെത്താമെന്ന പ്രതീക്ഷയിൽ അദ്ദേഹം വാഷിംഗ്ടണിലെ സ്പോക്കെയ്നിലേക്ക് താമസം മാറി. ഒരു ഫ്രീ മെത്തഡിസ്റ്റ് മിഷനിൽ ഒരു പള്ളിയിൽ സേവനത്തിനായി പോയി മതം മാറി. ഒരു തൊഴിലാളിയായി മിഷനിൽ തുടരാൻ അദ്ദേഹം തീരുമാനിച്ചു, അതേ വർഷം തന്നെ മെത്തഡിസ്റ്റ് ശുശ്രൂഷകനായി നിയമിതനായി. ബെസ്സി റേ ഓസ്ബോണിനെ കണ്ടുമുട്ടുകയും വിവാഹം കഴിക്കുകയും ചെയ്തു. തുടർന്ന് ദമ്പതികൾക്ക് നാല് കുട്ടികളും ഇംഗ്ലണ്ടിൽ നിന്നുള്ള ഒരു മകളും ജനിച്ചു.

"ആധുനിക" അഥവാ ലിബറൽ ദൈവശാസ്ത്രത്തിന്റെ സ്വാധീനത്തിൽ പ്രൈസ് വന്നു. ബൈബിളിനെ ദൈവവചനമായി വിശ്വസിക്കാത്തതും അത്ഭുതങ്ങളെ നിരാകരിക്കുന്നതും പഠിപ്പിക്കലുകളിൽ ഉൾപ്പെടുന്നു. അദ്ദേഹം മെത്തഡിസ്റ്റ് സഭ ഉപേക്ഷിച്ച് കോൺഗ്രിഗേഷണലിസ്റ്റ് പാസ്റ്ററായി. പിന്നീട് അദ്ദേഹം തന്റെ ജീവിതത്തിലെ ഈ കാലഘട്ടത്തെ 'ആത്മീയമായി അന്ധനായി, തന്റെ ആളുകളെ ഒരു കുഴിയിലേക്ക് നയിച്ചു' എന്ന് വിശേഷിപ്പിച്ചു. പന്ത്രണ്ട് വർഷക്കാലം അദ്ദേഹം ഈ രീതിയിൽ പാസ്റ്ററായി. പ്രൈസ് കാലിഫോർണിയയിലേക്ക് മാറി, അവിടെ ലോഡിയിലെ ആദ്യത്തെ കോൺഗ്രിഗേഷണൽ ചർച്ചിന്റെ പാസ്റ്ററായിരുന്നു. 1921-ൽ കാലിഫോർണിയയിലെ സാൻ ജോസിൽ ഐമി സെംപിൾ മക്ഫെർസണിന്റെ നേതൃത്വത്തിൽ ഒരു ഉണർവ് ഉണ്ടായി. അദ്ദേഹത്തിന്റെ സഭയിലെ ഒരു അംഗം അദ്ദേഹത്തോട് അദ്ദേഹം ഉണർവിലേക്ക് പോയതിനെക്കുറിച്ചും പരിശുദ്ധാത്മാവിനാൽ നിറഞ്ഞതിന്റെ അനുഭവം നേടിയതിനെക്കുറിച്ചും പറഞ്ഞു. താമസിയാതെ ഇത് അദ്ദേഹത്തിന്റെ സഭയിലെ മറ്റ് അംഗങ്ങളിലൂടെയും വ്യാപിക്കാൻ തുടങ്ങി. ഈ ഉപദേശത്തിനെതിരെ പഠിപ്പിക്കുന്നതിനുള്ള തെളിവുകൾ ശേഖരിക്കാൻ അദ്ദേഹം

യോഗങ്ങളിൽ പോയി. പകരം സ്വന്തം ശൂന്യതയെക്കുറിച്ച് അദ്ദേഹത്തിന് വലിയ ബോധ്യം വന്നു. മൂന്നാം രാത്രി അദ്ദേഹം മറ്റ് പാസ്റ്റർമാരോടൊപ്പം വേദിയിൽ ഇരുന്നു. പാപികളെ രക്ഷിക്കണമെന്ന ആൾമാറാട്ട ആഹ്വാനം വന്നപ്പോൾ , പ്രൈസ് പരസ്യമായി പ്രതികരിച്ചു. അദ്ദേഹം സന്തോഷത്താൽ നിറഞ്ഞു. അദ്ദേഹം ഒരു ബാപ്റ്റിസ്റ്റ് പള്ളിയിൽ "കാത്തിരിപ്പ് യോഗങ്ങളിൽ" പങ്കെടുത്തു, ഏതാനും രാത്രികൾക്ക് ശേഷം "ആത്മാവിന്റെ നിറവ്" ലഭിച്ചു, "അന്യഭാഷകളിൽ" സംസാരിക്കാൻ തുടങ്ങി.

പ്രൈസ് ഉടൻ തന്നെ തന്റെ പള്ളിയിലേക്ക് മടങ്ങി സാക്ഷ്യം നൽകി. ദൈവത്തിന്റെ സാന്നിധ്യത്തിനായി നിലവിളിച്ചുകൊണ്ട് 1000 അംഗങ്ങൾ അന്വേഷകരുടെ യോഗങ്ങൾ നടത്താൻ തുടങ്ങി. ഒരു പുനരുജ്ജീവനം ആരംഭിച്ചു. അതിന്റെ ഒരു ഫലം, സഭയിലെ 1000 അംഗങ്ങൾ സുവിശേഷ പ്രചാരണങ്ങൾ ആരംഭിച്ചു എന്നതാണ്. പ്രൈസ് തന്റെ യോഗങ്ങളിൽ ആളുകൾ സുഖം പ്രാപിക്കുന്നത് കാണാൻ തുടങ്ങി. തന്റെ പള്ളിയിൽ സംഭവിക്കുന്നതിനെ വിഭാഗീയ നേതാക്കൾ വിമർശിച്ചു. ലോഡി ബെഥേൽ ക്ഷേത്രം ആരംഭിക്കാൻ പ്രൈസ് കോൺഗ്രിഗേഷണലിസ്റ്റുകളെ ഉപേക്ഷിച്ചു. 1922-ൽ അദ്ദേഹം ഒറിഗോണിലും ബ്രിട്ടീഷ് കൊളംബിയയിലും സഞ്ചാര സുവിശേഷ

യോഗങ്ങൾ നടത്താൻ തുടങ്ങി. ബ്രിട്ടീഷ് കൊളംബിയയിലെ വിക്ടോറിയയിൽ വളരെ അത്ഭുതകരമായ ചില രോഗശാന്തികൾ ഉണ്ടായിരുന്നു. 1923-ൽ പ്രൈസ് മൂന്നാഴ്ചയ്ക്കുള്ളിൽ 250,000-ത്തിലധികം ആളുകളോട് പ്രസംഗിച്ചു, പലരും സുഖം പ്രാപിച്ചു. 1923-ൽ അദ്ദേഹം ഒരു രോഗശാന്തി യോഗം നടത്തി, അവിടെ ലോൺ ഫോക്സും കുടുംബവും മുഴുവൻ സുഖം പ്രാപിച്ചു. താമസിയാതെ ലോണും സഹോദരിയും സ്വന്തമായി സുവിശേഷ, രോഗശാന്തി ശുശ്രൂഷ ആരംഭിച്ചു.

കാൽഗറി, എഡ്മണ്ടൺ, വിന്നിപെഗ്, ടൊറന്റോ, മിനിയാപൊളിസ്, ഡുലുത്ത്, സെന്റ് ലൂയിസ്, ഇല്ലിനോയിസിലെ ബെല്ലെവില്ലെ എന്നിവിടങ്ങളിൽ പ്രൈസ് മീറ്റിംഗുകൾ നടത്തി. 1926-ൽ പ്രൈസ് "ഗോൾഡൻ ഗ്രെയിൻ" ആനുകാലികം പ്രസിദ്ധീകരിക്കാൻ തുടങ്ങി, അതിൽ രോഗശാന്തികളുടെയും അത്ഭുതങ്ങളുടെയും നിരവധി സാക്ഷ്യങ്ങൾ ഉൾപ്പെടുന്നു. 1928-ൽ അദ്ദേഹത്തിന്റെ അഭിഭാഷകൻ തന്റെ എല്ലാ ഫണ്ടുകളും ഉപയോഗിച്ച് ഒളിച്ചോടിയപ്പോൾ പ്രൈസിന് തിരിച്ചടി നേരിട്ടു. അദ്ദേഹത്തിന്റെ പിന്തുണക്കാർ കുറച്ച് പണം സ്വരൂപിക്കാൻ സഹായിച്ചു, പക്ഷേ മീറ്റിംഗുകൾ നടത്താൻ ഒരു കൂടാരം വാങ്ങാൻ അദ്ദേഹം തീരുമാനിച്ചു, അതിനാൽ അദ്ദേഹത്തിന് ഇനി

വലിയ ഓഡിറ്റോറിയം ചെലവുകൾ നൽകേണ്ടതില്ല. അദ്ദേഹം അതിനെ കാൻവാസ് കാതർഡ്രൽ എന്ന് വിളിച്ചു. ബെല്ലെവില്ലെ മീറ്റിംഗുകളുടെ അവസാന 10 ദിവസങ്ങളിൽ ഒരു ദിവസം 1000 മതപരിവർത്തനങ്ങൾ നടന്നതായി റിപ്പോർട്ടുണ്ട്. അടുത്ത കുറച്ച് വർഷങ്ങളിൽ അദ്ദേഹം വടക്കുപടിഞ്ഞാറൻ ഭാഗത്തേക്ക് യാത്ര തുടർന്നു. അദ്ദേഹം പോയ എല്ലായിടത്തും തന്റെ മീറ്റിംഗുകളിൽ അത്ഭുതകരമായ രോഗശാന്തികൾ കണ്ടു, ആയിരക്കണക്കിന് ആളുകൾ ക്രിസ്തുവിലേക്ക് വന്നു. 1928-ൽ മാത്രം 35,000 മതപരിവർത്തനങ്ങൾ അദ്ദേഹം കണക്കാക്കി. നിരന്തരമായ യാത്രകൾ അദ്ദേഹത്തിന്റെ ദാമ്പത്യത്തെ സമ്മർദ്ദത്തിലാക്കി. 1930 ആയപ്പോഴേക്കും അദ്ദേഹവും ഭാര്യയും വേർപിരിഞ്ഞു. ഒടുവിൽ 1930-കളിൽ അവർ വിവാഹമോചനം നേടി.

1930-കളിൽ, സാമ്പത്തിക മാന്ദ്യം കാരണം പല ശുശ്രൂഷകളും അടച്ചുപൂട്ടുകയോ ഗുരുതരമായി വെട്ടിക്കുറയ്ക്കുകയോ ചെയ്തപ്പോൾ, ചാൾസ് എസ്. പ്രൈസ് തന്റെ മീറ്റിംഗുകളിലേക്ക് ആയിരക്കണക്കിന് ആളുകളെ ആകർഷിച്ചു. 1930-കളുടെ അവസാനത്തിൽ അദ്ദേഹം നോർവേ, ഇംഗ്ലണ്ട്, ഈജിപ്ത്, പലസ്തീൻ, തുർക്കി, സിറിയ, ലെബനൻ, ഇറ്റലി എന്നിവിടങ്ങളിൽ ശുശ്രൂഷ ചെയ്തു, അതുപോലെ തന്നെ

യുഎസിലുടനീളം പ്രസംഗിക്കുന്നത് തുടർന്നു. അദ്ദേഹം സ്വയം ഡോ. പ്രൈസ് എന്ന് വിളിക്കാൻ തുടങ്ങി, അത് വിദ്യാഭ്യാസപരമായ ഒന്നല്ല, മറിച്ച് ഒരു ഓണററി പദവിയാണെന്ന് തോന്നുന്നു. 1922-ൽ ആരംഭിച്ചതുമുതൽ സുവിശേഷ പ്രചാരണത്തിനായി ഒരു ദശലക്ഷം മൈലിലധികം സഞ്ചരിച്ചതായി 1939-ൽ പ്രൈസ് കണക്കാക്കി. അദ്ദേഹത്തിന്റെ ഷെഡ്യൂൾ വളരെ ബുദ്ധിമുട്ടുള്ളതായിരുന്നു. അദ്ദേഹം പ്രധാന പ്രഭാഷകനായിരുന്ന മീറ്റിംഗുകളിൽ ഒരു ദിവസം രണ്ടോ മൂന്നോ തവണ സംസാരിക്കുകയും പലപ്പോഴും രാത്രി മുഴുവൻ രോഗശാന്തിക്കായി പ്രാർത്ഥിക്കുകയും ചെയ്യുമായിരുന്നു. യുദ്ധകാലത്ത് വലിയ ജനക്കൂട്ടത്തെ ആകർഷിക്കുന്നത് കൂടുതൽ ബുദ്ധിമുട്ടായിരുന്നു, കൂടാതെ പ്രൈസ് പലപ്പോഴും പള്ളികളിലും ക്യാമ്പ് മീറ്റിംഗുകളിലും സംസാരിച്ചു. 1940-ൽ മാർച്ച് പകുതി മുതൽ ഓഗസ്റ്റ് പകുതി വരെ അദ്ദേഹം 218 തവണ പ്രസംഗിച്ചു, 35 രോഗശാന്തി ശുശ്രൂഷകൾ നടത്തി, രോഗികൾക്കായി വൈകിയും പ്രാർത്ഥിച്ചു, റോട്ടറി ക്ലബ് പോലുള്ള ഗ്രൂപ്പുകളിൽ നിരവധി കമ്മ്യൂണിറ്റി പ്രസംഗങ്ങൾ നടത്തി, റേഡിയോ പ്രസംഗങ്ങൾ നടത്തി, ഇതെല്ലാം ട്രെയിനിൽ 2700 മൈലും കാറിൽ 8500 മൈലും സഞ്ചരിച്ചാണ് നടത്തിയത്. മിസോറിയിലെ

സ്പ്രിംഗ്ഫീൽഡിൽ ഒരു ദിവസം മാത്രം അദ്ദേഹം 5 തവണ പ്രസംഗിച്ചു.

ഒരു പ്രത്യേക വിഭാഗവുമായി പ്രൈസ് ബന്ധപ്പെട്ടിരുന്നില്ല, അദ്ദേഹത്തിന്റെ മീറ്റിംഗുകൾക്ക് പലപ്പോഴും ഒരു പ്രദേശത്തിനുള്ളിലെ ഒന്നിലധികം സഭകൾ പിന്തുണ നൽകിയിരുന്നു. അസംബ്ലി ഓഫ് ഗോഡ് വിഭാഗ നേതൃത്വവുമായി അദ്ദേഹത്തിന് പ്രത്യേക ബന്ധമുണ്ടായിരുന്നു, അവരുടെ ക്യാമ്പ് മീറ്റിംഗുകളിൽ പതിവായി സംസാരിച്ചു, അവരുടെ പള്ളികളിൽ സംസാരിക്കാൻ പലപ്പോഴും ക്ഷണിക്കപ്പെട്ടു. അദ്ദേഹം ഒരു മികച്ച എഴുത്തുകാരനായിരുന്നു. 1926 മുതൽ 1947 വരെ തന്റെ ഗോൾഡൻ ഗ്രെയിൻ മാഗസിൻ നിർമ്മിച്ചതിന് പുറമേ, *ആൻഡ് സൈൻസ് ഫോളോവ്ഡ് ദി ലൈഫ് സ്റ്റോറി ഓഫ് ചാൾസ് എസ്. പ്രൈസ് , ദി പോട്ടർ ആൻഡ് ദി ക്ലേ, സ്പിരിച്വൽ ആൻഡ് ഫിസിക്കൽ ഹെൽത്ത്, മെയ്ഡ് എലൈവ്, ടു വേൾഡ്സ്, ദി റിയൽ ഫെയ്ത്ത്, യു കാൻ നോ ഗോഡ് ഹിയർ ആൻഡ് നൗ, ഡിവൈൻ ഇന്റർവെൻഷൻ , മിറക്കിൾസ്* എന്നിവയുൾപ്പെടെ നിരവധി പുസ്തകങ്ങൾ അദ്ദേഹം എഴുതി. അദ്ദേഹം റേഡിയോ വ്യാപകമായി ഉപയോഗിക്കുകയും റോഡിലല്ലാത്തപ്പോൾ കാലിഫോർണിയയിലെ ലോസ് ഏഞ്ചൽസിൽ നിന്ന് പലപ്പോഴും പ്രസംഗിക്കുകയും ചെയ്തു.

സതേൺ കാലിഫോർണിയ ബൈബിൾ കോളേജിലും അദ്ദേഹം പഠിപ്പിച്ചു, ലോസ് ഏഞ്ചൽസ് പ്രദേശത്തെ പാസ്റ്റർമാരെ പൂരിപ്പിക്കാൻ പലപ്പോഴും ആവശ്യപ്പെട്ടു. 1945-ൽ വീട്ടിൽ സമയം ചെലവഴിക്കാൻ കർത്താവ് തന്നെ വിളിക്കുന്നതായി അദ്ദേഹത്തിന് തോന്നി. അടുത്ത രണ്ട് വർഷം എഴുത്ത്, പ്രാദേശികമായി പ്രസംഗിക്കൽ, വിശ്രമത്തിലും പ്രാർത്ഥനയിലും ശ്രദ്ധ കേന്ദ്രീകരിച്ചു. 1947 മാർച്ച് 8 ന് അദ്ദേഹം മരിച്ചു.

സ്റ്റീഫൻ ജെഫ്രീസ്

1876 സെപ്റ്റംബർ 2 ന് ജനിച്ച സ്റ്റീഫൻ ജെഫ്രീസ്, തോമസിന്റെയും കെസിയ ജെഫ്രീസിന്റെയും എട്ട് ആൺമക്കളിൽ മൂന്നാമനായിരുന്നു. തോമസ് ഒരു ഖനിത്തൊഴിലാളിയായിരുന്നു, പക്ഷേ ആസ്ത്മയും ശ്വസന പ്രശ്നങ്ങളും ഉണ്ടായിരുന്നു. കുടുംബത്തെ പോറ്റാൻ സ്റ്റീഫൻ

പന്ത്രണ്ടാം വയസ്സിൽ ഒരു ഖനിത്തൊഴിലാളിയായി. അടുത്ത 24 വർഷം അദ്ദേഹം ഖനികളിൽ ജോലി ചെയ്തു. പിതാവിന്റെ ആരോഗ്യം കാരണം ജോലി ചെയ്യാൻ കഴിഞ്ഞില്ല, 47 വയസ്സുള്ളപ്പോൾ അദ്ദേഹം മരിച്ചു. സ്റ്റീഫന്റെ നാല് സഹോദരന്മാരും ഒരു സഹോദരിയും മരിച്ചു. സഹോദരൻ ജോർജ്ജ് രോഗിയായിരുന്നു. അതൊരു കഠിനമായ ജീവിതമായിരുന്നു. സ്റ്റീഫന് 22 വയസ്സുള്ളപ്പോൾ അദ്ദേഹം ഒരു പ്രാദേശിക കർഷകന്റെ മകളായ എലിസബത്ത് ലൂയിസിനെ വിവാഹം കഴിച്ചു. ഒടുവിൽ അവർക്ക് നാല് കുട്ടികളുണ്ടായി, മൂന്ന് പെൺകുട്ടികളും ഒരു ആൺകുട്ടിയും. ഇളയ മകൾ ആറ് മാസം മാത്രം പ്രായമുള്ളപ്പോൾ മരിച്ചു.

കുടുംബാംഗങ്ങൾ പതിവായി പള്ളിയിൽ പോകുന്നവരായിരുന്നു. അവർ വെൽഷ് സ്വതന്ത്ര സഭയിൽ പെട്ടവരായിരുന്നു. 1904 വെയിൽസിന് ഒരു സുപ്രധാന വർഷമായിരുന്നു. ഇവാൻ റോബർട്ട്സ് പറഞ്ഞു, 'എല്ലാ വെയിൽസും സ്വർഗത്തിലേക്ക് ഉയർത്തപ്പെടുന്നതിന്റെ ഒരു ദർശനം എനിക്കുണ്ട്. വെയിൽസ് കണ്ടിട്ടുള്ളതിൽ വച്ച് ഏറ്റവും ശക്തമായ പുനരുജ്ജീവനം നമ്മൾ കാണാൻ പോകുന്നു, പരിശുദ്ധാത്മാവ് ഉടൻ വരുന്നു, അതിനാൽ നമ്മൾ തയ്യാറാകണം.' 1904 നവംബർ 20 ന്

വെയിൽസിലെ നാൻറിഫില്ലോണിലുള്ള ഷിലോ ഇൻഡിപെൻഡന്റ് ചാപ്പലിൽ നടന്ന പുനരുജ്ജീവന വേളയിൽ സ്റ്റീഫനും സഹോദരൻ ജോർജും മാനസാന്തരപ്പെട്ടു. അടുത്ത പതിമൂന്ന് മാസങ്ങൾ മുഴുവൻ ഗ്രാമപ്രദേശങ്ങളും ദൈവത്തിന്റെ സാന്നിധ്യത്താൽ നടുങ്ങി. സ്റ്റീഫന് ഔപചാരിക ദൈവശാസ്ത്ര പരിശീലനം ഉണ്ടായിരുന്നില്ല, ഒരു ശുശ്രൂഷകനാകാനുള്ള പദ്ധതിയും ഉണ്ടായിരുന്നില്ല, എന്നിട്ടും ദൈവം അദ്ദേഹത്തെ ഖനികളിൽ നിന്ന് പ്രസംഗപീഠത്തിലേക്ക് വിളിച്ചു.

സ്റ്റീഫൻ തെരുവുകളിൽ പ്രസംഗിക്കാൻ തുടങ്ങി. മേസ്റ്റെഗ് പട്ടണത്തിൽ ഇരുട്ട് വീഴുന്നതുവരെ അദ്ദേഹം പ്രസംഗിച്ചു, തുടർന്ന് അദ്ദേഹത്തിന് തുടരാൻ ഒരു വിളക്ക് കൊണ്ടുവരേണ്ടിവന്നു. ദൈവം അദ്ദേഹത്തെ ഒരു സുവിശേഷകനാകാൻ വിളിച്ചിരുന്നു. വെയിൽസിലെ ജ്വലിക്കുന്ന നീക്കത്തിന്റെ നേതാവായിരുന്നു ഇവാൻ റോബർട്ട്സ്. പിന്നീട് അദ്ദേഹത്തിന്റെ ജീവിതത്തിലെ പുനരുജ്ജീവനത്തിൽ ആരാണ് പ്രധാനിയെന്ന് ചോദിച്ചപ്പോൾ അദ്ദേഹം പറഞ്ഞു, "എനിക്കറിയാവുന്ന എല്ലാവർക്കുമപ്പുറം - സ്റ്റീഫൻ ജെഫ്രിസ്." ജെഫ്രിസ് ഖനികളിൽ ജോലി ചെയ്യുന്നത് തുടർന്നു, പക്ഷേ അവസരം ലഭിക്കുമ്പോഴെല്ലാം പ്രസംഗിച്ചു. അദ്ദേഹത്തിന്റെ പ്രസംഗങ്ങൾ ലളിതവും

ആളുകളെ ക്രിസ്തുവിലേക്ക് ക്ഷണിച്ചതുമായിരുന്നു.

വെൽഷ് നവോത്ഥാനം മങ്ങിത്തുടങ്ങി. ഉണർവ്വിൽ ഏർപ്പെട്ടിരുന്ന ശുശ്രൂഷകരിൽ ഒരാളായിരുന്നു അലക്സാണ്ടർ. എ. ബോഡി. ദൈവസാന്നിധ്യത്തിനായി കൂടുതൽ ദാഹിച്ചുകൊണ്ട്, തോമസ് ബാരറ്റിന്റെ കീഴിൽ നോർവേയിലെ ഓസ്ലോയിൽ പെന്തക്കോസ്ത് ജനതയുടെ മുന്നേറ്റത്തെക്കുറിച്ച് ബോഡി കേട്ടു. ആദ്യം അദ്ദേഹം ഓസ്ലോയിലേക്ക് പോയി, തുടർന്ന് 1907-ൽ ഇംഗ്ലണ്ടിലെ സണ്ടർലാൻഡിലുള്ള തന്റെ പള്ളിയിൽ ബാരറ്റിനെ വരുത്തി. അത് ഒരു പെന്തക്കോസ്ത് പുനരുജ്ജീവന കേന്ദ്രമായി മാറി. 1907 ഡിസംബറിൽ, സണ്ടർലാൻഡിൽ പരിശുദ്ധാത്മാവിന്റെ സ്നാനം സ്വീകരിച്ച മറ്റൊരു പാസ്റ്ററുമായി കൂടിക്കാഴ്ച നടത്തുന്നതിനിടെ, തോമസ് മഡോഗ് ജെഫ്രീസ് എന്ന പ്രാദേശിക വെൽഷ് പാസ്റ്റർ ആത്മാവിനാൽ നിറഞ്ഞു. സ്റ്റീഫനും സഹോദരൻ ജോർജും ഈ പുതിയ നീക്കത്തെക്കുറിച്ച് ആദ്യം മടിച്ചുനിന്നു. എന്നിരുന്നാലും, അവധിക്കാലത്ത് സ്റ്റീഫന്റെ മകൻ എഡ്വേർഡിന് പെന്തക്കോസ്ത് അനുഭവം ഉണ്ടായി, അതിനെക്കുറിച്ച് തന്റെ കുടുംബത്തോട് പറയാൻ മടങ്ങി. 1908-ൽ മേസ്റ്റാഗിൽ മീറ്റിംഗുകൾ സ്ഥാപിക്കുകയും സ്റ്റീഫനും ജോർജും സ്വയം അന്വേഷിക്കാൻ

പോകുകയും ചെയ്തു. അവർ പരിശുദ്ധാത്മാവിൽ സ്നാനമേറ്റു, അന്യഭാഷകളിൽ സംസാരിക്കാൻ തുടങ്ങി. തന്റെ സുവിശേഷ പ്രവർത്തനത്തിൽ ഫലപ്രാപ്തിയിൽ ഉടനടി വർദ്ധനവ് സ്റ്റീഫൻ കണ്ടു.

സ്റ്റീഫന്റെ സഹോദരൻ ജോർജ്ജ് ശുശ്രൂഷയ്ക്കായി വിളിക്കപ്പെട്ടതായി തോന്നി. 1912-ൽ അദ്ദേഹം പെന്തക്കോസ്ത് മിഷനറി യൂണിയനിൽ ചേർന്നു. 1912 ഒക്ടോബറിൽ Cwmtwrch എന്ന ചെറിയ പട്ടണത്തിൽ പ്രസംഗിക്കാൻ ജോർജ്ജ് സ്റ്റീഫനോട് ആവശ്യപ്പെട്ടു. അത് വളരെ നന്നായി നടന്നു, ഡിസംബറിൽ മൂന്ന് ദിവസം കൂടി അദ്ദേഹം തിരിച്ചെത്തണമെന്ന് അവർ ആവശ്യപ്പെട്ടു. ഡിസംബറിലെ യോഗം ഒരു ചെറിയ ഉണർവായി മാറി, ഒടുവിൽ സ്റ്റീഫൻ ഏഴ് ആഴ്ച അവിടെ താമസിച്ചു. ശ്രദ്ധേയമായ രോഗശാന്തികൾ മീറ്റിംഗുകളെ അടയാളപ്പെടുത്തി. അദ്ദേഹത്തിന്റെ സഹോദരൻ ജോർജ്ജ് അദ്ദേഹത്തോടൊപ്പം ചേരാനും യോഗങ്ങളിൽ സഹായിക്കാനും എത്തി. അദ്ദേഹം അവിടെ നിന്ന് പെൻ-വൈ-ബോണ്ടിലേക്ക് പോയി, അവിടെ കാൽ മുറിച്ചുമാറ്റേണ്ടിയിരുന്ന ഒരു സ്ത്രീ തൽക്ഷണം സുഖം പ്രാപിച്ചു. ജോർജ്ജ് തന്റെ പഠനത്തിലേക്ക് മടങ്ങി, പക്ഷേ സ്റ്റീഫൻ ലാനെല്ലിയിൽ പോയി അവിടെ

പ്രസംഗിക്കുകയും സ്വന്തമായി ഒരു പള്ളി ആരംഭിക്കുകയും ചെയ്തു. ഏഴ് വർഷം അദ്ദേഹം അവിടെ താമസിച്ചു.

ലാനെല്ലിയിലാണ് ശ്രദ്ധേയമായ ഒരു അത്ഭുതം സംഭവിച്ചത്. ഒരു രാത്രിയിൽ പള്ളിയുടെ ചുമരിൽ ഒരു ദർശനം പ്രത്യക്ഷപ്പെട്ടു. ആദ്യം കുഞ്ഞാടും പിന്നീട് കണ്ണുനീരോടെ ദുഃഖിതനായ യേശുവിന്റെ മുഖവും. നൂറുകണക്കിന് ആളുകൾ ആ ദർശനം കണ്ടു, ആളുകൾ വിശുദ്ധമന്ദിരത്തിലേക്ക് വന്ന് പോകുമ്പോൾ മണിക്കൂറുകളോളം നീണ്ടുനിന്നു. സ്റ്റീഫൻ ഈ ദർശനത്തെക്കുറിച്ച് പ്രാർത്ഥിച്ചപ്പോൾ, സംഭവിക്കാൻ പോകുന്ന വലിയ കഷ്ടപ്പാടിന്റെ അടയാളമായി അത് പ്രത്യക്ഷപ്പെട്ടതായി അദ്ദേഹത്തിന് തോന്നി. ഏതാനും ആഴ്ചകൾക്കുശേഷം ഒന്നാം ലോകമഹായുദ്ധം ആരംഭിച്ചു. പല പള്ളികളിലും പ്രസംഗിക്കാൻ ആവശ്യപ്പെടുന്ന തരത്തിൽ സ്റ്റീഫൻ വളരെ പ്രശസ്തനായി. 1920 വരെ അദ്ദേഹം പാസ്റ്ററേറ്റ് നിലനിർത്തി, പക്ഷേ ഈ കാലയളവിൽ പലപ്പോഴും യാത്ര ചെയ്യുകയായിരുന്നു.

1920-ൽ സ്റ്റീഫൻ തന്റെ സഹോദരൻ ജോർജിനോടൊപ്പം ജോർജിന്റെ എലിം പെന്തക്കോസ്റ്റൽ അലയൻസിൽ പ്രവർത്തിച്ചു. അദ്ദേഹം ഡൗലൈസിൽ യോഗങ്ങൾ നടത്തുകയും ഒരു പള്ളി സ്ഥാപിക്കുകയും

അതിന്റെ പാസ്റ്ററാകുകയും ചെയ്തു. 1924-ൽ സ്റ്റീഫനും ജോർജും അമേരിക്കയിലേക്കും കാനഡയിലേക്കും പോയി. അവർ ലോസ് ഏഞ്ചൽസിലേക്ക് പോയി, അവിടെ ആഞ്ചലസ് ക്ഷേത്രത്തിൽ ഐമി സെംപിൾ മക്ഫെർസണെ കണ്ടു. അവർ സഹോദരങ്ങളിൽ വലിയ സ്വാധീനം ചെലുത്തി. അവർ തിരിച്ചെത്തിയ ശേഷം ലണ്ടനിലേക്ക് പോയി മീറ്റിംഗുകൾ നടത്താൻ തുടങ്ങി. അവർ ഐമി സെംപിൾ മക്ഫെർസണെ ക്ഷണിക്കുകയും തുടർന്ന് സ്വന്തമായി മീറ്റിംഗുകൾ നടത്തുകയും ചെയ്തു. ഇത് ഏകദേശം രണ്ട് വർഷം നീണ്ടുനിന്നു.

ജോർജും സ്റ്റീഫനും തമ്മിൽ അഭിപ്രായവ്യത്യാസം വളർന്നുകൊണ്ടിരുന്നു. അവരുടെ വ്യക്തിത്വങ്ങൾ വളരെ വ്യത്യസ്തമായിരുന്നു. സ്റ്റീഫൻ ഇരുവരിലും കൂടുതൽ കഴിവുള്ളവനായിരിക്കാം, പക്ഷേ ജോർജിന് ശക്തമായ ഭരണപരമായ കഴിവുകളുണ്ടായിരുന്നു. ഒരു നിശ്ചിത തീയതിയിൽ ഒന്നിലധികം സ്ഥലങ്ങളിൽ യോഗങ്ങൾക്ക് സ്റ്റീഫൻ പലപ്പോഴും സമ്മതിക്കുമായിരുന്നു. വഴിപാടുകൾ സ്വീകരിക്കാതെയോ മറ്റുള്ളവരെ അവരുടെ ഭാഗങ്ങൾ ചെയ്യാൻ അനുവദിക്കാതെയോ മീറ്റിംഗുകൾ നടത്താൻ അദ്ദേഹം അനുവദിക്കുമായിരുന്നു. അനന്തരഫലങ്ങൾ എന്തുതന്നെയായാലും സ്റ്റീഫൻ തന്റെ മനസ്സിൽ

വരുന്നത് പറയും. ജോർജ്ജ് തന്നോട് അസൂയപ്പെടുന്നുവെന്നും അദ്ദേഹം വിശ്വസിച്ചു. 1926-ൽ സ്റ്റീഫൻ എലിം പ്രസ്ഥാനം ഉപേക്ഷിച്ച് ബ്രിട്ടണിലെയും അയർലണ്ടിലെയും അസംബ്ലി ഓഫ് ഗോഡിൽ ചേർന്നു. അടുത്ത കുറച്ച് വർഷത്തേക്ക് സഹോദരങ്ങൾക്കിടയിൽ കാര്യങ്ങൾ പിരിമുറുക്കത്തിലായിരുന്നു.
സ്തെഫാനോസ് പോയ എല്ലായിടത്തും നാടകീയമായ രോഗശാന്തികളും സൃഷ്ടിപരമായ അത്ഭുതങ്ങളും സംഭവിച്ചു.

അദ്ദേഹം അമേരിക്ക, ന്യൂസിലാൻഡ്, ഓസ്ട്രേലിയ, ദക്ഷിണാഫ്രിക്ക എന്നിവിടങ്ങളിലേക്ക് പോയി. ആയിരക്കണക്കിന് ആളുകൾ അദ്ദേഹത്തിന്റെ മീറ്റിംഗുകളിൽ പങ്കെടുത്തു. 1933-ൽ അദ്ദേഹം സ്വീഡനിലേക്കും നോർവേയിലേക്കും പ്രസംഗിക്കാൻ പോയി. തന്റെ ആരോഗ്യത്തെക്കുറിച്ചുള്ള ഡോക്ടർമാരുടെ മുന്നറിയിപ്പുകൾ അവഗണിച്ചുകൊണ്ട് അദ്ദേഹം രാവും പകലും സ്വയം പരിശ്രമിച്ചു. 1930-കളുടെ മധ്യത്തിൽ കാര്യങ്ങൾ നാടകീയമായി മാറി. വലിയ കുരിശുയുദ്ധങ്ങൾ ജനപ്രീതി കുറഞ്ഞു, നഷ്ടപ്പെട്ടവരെ സമീപിക്കുന്നതിൽ വിജയിച്ചില്ല. സ്റ്റീഫന്റെ തിരക്കേറിയ ഷെഡ്യൂൾ അദ്ദേഹത്തെ തളർത്തി,

അദ്ദേഹത്തിന്റെ ആരോഗ്യം പരാജയപ്പെടാൻ തുടങ്ങി. ആർത്രൈറ്റിസ് ബാധിച്ച് അദ്ദേഹം വികലാംഗനായി. 1940-ൽ ജോർജ്ജ് എലിം പള്ളികൾ വിട്ട് ബൈബിൾ പാറ്റേൺ ചർച്ച് ഫെലോഷിപ്പ് ആരംഭിക്കാൻ തുടങ്ങി.

സ്റ്റീഫനെയും മകൻ എഡ്വേർഡിനെയും തന്റെ പുതിയ സഭാ പ്രസ്ഥാനത്തിൽ ചേരാൻ പ്രേരിപ്പിക്കാൻ അദ്ദേഹത്തിന് കഴിഞ്ഞു. ആരോഗ്യപരമായ കാരണങ്ങളാൽ സ്റ്റീഫന് സജീവമായി പ്രവർത്തിക്കാൻ കഴിഞ്ഞില്ല. മകൾ മെയ്യോടൊപ്പം വെയിൽസിലെ പോർത്ത്കാളിൽ വിശ്രമജീവിതം നയിച്ചു. റീസ് ഹോവൽസ് നടത്തുന്ന ബൈബിൾ കോളേജ് ഓഫ് വെയിൽസിലെ ഡോക്ടർമാരുടെ സഹായത്താൽ അദ്ദേഹം ജീവിച്ചു. 1943 നവംബർ 17 ന് അദ്ദേഹം മരിച്ചു.

വലിയ ചൂഷണങ്ങൾ - 1

- സാക്ഷ്യങ്ങൾ

ദൈവം ഇന്നും എന്നേക്കും പ്രവർത്തനനിരതനാണെന്ന നിങ്ങളുടെ വിശ്വാസം വളർത്തിയെടുക്കാൻ യുഗങ്ങളിലൂടെയുള്ള വ്യത്യസ്ത ദൈവ ശുശ്രൂഷകരാൽ .

ചാൾസ് എസ്. പ്രൈസ് – പുതിയ സ്ത്രീ അവയവങ്ങൾ സൃഷ്ടിച്ചു

ഇരുപതാം നൂറ്റാണ്ടിലെ ഏറ്റവും സ്വാധീനമുള്ള ശുശ്രൂഷകരിൽ ഒരാളായിരുന്നു ഡോ. ചാൾസ് സിഡ്നി പ്രൈസ്. 1909-ൽ 22-ാം വയസ്സിൽ അദ്ദേഹം ഒരു പാസ്റ്ററായി, പുരോഗമനപരമായ ലിബറൽ ദൈവശാസ്ത്രത്തിന്റെ സ്വാധീനത്തിൽ 12 വർഷം അദ്ദേഹം മേയാൻ തുടങ്ങി.

ഒരു ശുശ്രൂഷകൻ ഞങ്ങളോട് ഒരു ശ്രദ്ധേയമായ കഥ പറഞ്ഞു. അദ്ദേഹം സസ്കാറ്റൂണിനടുത്ത് ആദ്യം താമസിച്ചിരുന്ന ഒരു ആംഗ്ലിക്കൻ പുരോഹിതനായിരുന്നു. വർഷങ്ങൾക്ക് മുമ്പ്, നമ്മുടെ കർത്താവിന്റെ പരിപാലനയാൽ, ആ പട്ടണത്തിലെ അരീനയിൽ സംസാരിക്കാൻ ഞങ്ങൾക്ക് ഭാഗ്യം ലഭിച്ചപ്പോൾ, അദ്ദേഹം

യോഗങ്ങളിൽ പങ്കെടുത്തു. അദ്ദേഹത്തിന്റെ ഭാര്യയുടെ ശരീരത്തിലെ അവയവങ്ങൾ നീക്കം ചെയ്ത ഒരു ശസ്ത്രക്രിയയ്ക്ക് വിധേയയായിരുന്നു. അവർക്ക് ഒരിക്കലും ഒരു കുഞ്ഞ് ജനിക്കാൻ കഴിഞ്ഞില്ല. അവർ ഒരു കുഞ്ഞിനായി കൊതിക്കുകയും സ്വപ്നം കാണുകയും ചെയ്തിരുന്നു. പ്രാർത്ഥനയ്ക്കായി അവളെ കൊണ്ടുവന്നു. ദൈവ രോഗശാന്തികൾ ഇല്ലെന്ന് വിമർശകർ പറയുന്നു. എന്നിട്ടും ദൈവം പ്രാർത്ഥനയ്ക്ക് ഉത്തരം നൽകി, ആ വീട്ടിൽ ഒരു കുഞ്ഞ് ജനിച്ചു. അത്ഭുതം സംഭവിച്ചു. അവയവങ്ങൾ വീണ്ടും വളർന്നിരിക്കണം. മറ്റൊരു വിശദീകരണവുമില്ല. ഇപ്പോൾ പൂർണ്ണഹൃദയത്തോടെ ദൈവിക രോഗശാന്തിയിൽ വിശ്വസിക്കുകയും പരിശീലിക്കുകയും ചെയ്ത ആ ശുശ്രൂഷകന്റെ അധരങ്ങളിൽ നിന്ന് ഞങ്ങൾക്ക് ലഭിച്ച സാക്ഷ്യമാണിത്.

പുതിയ കണ്ണുകൾ സൃഷ്ടിച്ചു

ആ ശ്രദ്ധേയമായ സന്ദർശനത്തിൽ മതം മാറിയ നൂറുകണക്കിന് ആളുകളിൽ ഒരാളായിരുന്നു ടോം വിൽസൺ എന്ന ചെറുപ്പക്കാരൻ. അദ്ദേഹത്തിന്റെ അമ്മ പ്രചാരണത്തിന്റെ തുടക്കത്തിൽ ഒരു വൈകുന്നേരത്തെ മീറ്റിംഗിൽ പങ്കെടുത്തു , വീട്ടിലേക്ക് മടങ്ങാൻ വളരെ വൈകി. ടോമും അച്ഛനും ആശങ്കാകുലരായിരുന്നു, അവൾക്ക് എന്തോ

സംഭവിച്ചിട്ടുണ്ടെന്ന് ഭയപ്പെട്ടു, അതിനാൽ അവൾ ഒടുവിൽ തിരിച്ചെത്തിയപ്പോൾ അവൾ എവിടെയായിരുന്നുവെന്ന് അറിയാൻ അവർ ആഗ്രഹിച്ചു. ടൗൺ ഹാളിലെ ഒരു മതയോഗത്തിൽ താൻ പങ്കെടുത്തിരുന്നുവെന്ന് അവർ വിശദീകരിച്ചപ്പോൾ, ഭർത്താവ് അവിശ്വസനീയനായി, മണിക്കൂറുകളോളം നടന്ന മതയോഗം എന്താണെന്ന് അറിയാൻ ആഗ്രഹിച്ചു. ആവേശഭരിതനായി, അവൾ അവരോട് പറയാൻ തുടങ്ങി: "നിങ്ങൾക്ക് അന്ധയായ സീലിയ ബ്രൗണിനെ അറിയാം; അവൾക്ക് കാണാൻ കഴിയും."

"മണ്ടത്തരം കാണിക്കരുത് അമ്മേ," ടോം പറഞ്ഞു, "അത് അസാധ്യമാണ്; സീലിയയ്ക്ക് കണ്ണുകളില്ലെന്ന് നമുക്കെല്ലാവർക്കും അറിയാം, പിന്നെ അവൾക്ക് എങ്ങനെ കാണാൻ കഴിയും? അവളുടെ കണ്ണുകൾ വെറും ശൂന്യമായ ദ്വാരങ്ങളാണ്."

"ഞാൻ നിങ്ങളോട് പറയുന്നു," അവന്റെ അമ്മ മറുപടി പറഞ്ഞു, "ഈ വെൽഷ്കാരനായ സ്റ്റീഫൻ ജെഫ്രിസ് ഇന്ന് രാത്രി അവൾക്കുവേണ്ടി പ്രാർത്ഥിച്ചപ്പോൾ അവൾക്ക് ഒരു ജോഡി നീലക്കണ്ണുകൾ ലഭിച്ചു, അവൾക്ക് കാണാൻ കഴിയും."

സീലിയയ്ക്ക് പതിമൂന്ന് വയസ്സായിരുന്നു, അവൾ നാട്ടിൽ

അറിയപ്പെടുന്നവളുമായിരുന്നു. ശ്രീമതി വിൽസൺ പറയുന്നത് അവർക്ക് ഇപ്പോഴും വിശ്വസിക്കാൻ കഴിഞ്ഞില്ല, പക്ഷേ അത് സത്യമാണെന്ന് അവർ പെട്ടെന്ന് കണ്ടെത്തി. രോഗശാന്തിയുടെ മറ്റ് അത്ഭുതങ്ങൾക്കൊപ്പം ഇതും നഗരത്തിലെ സംസാരവിഷയമായി.

വാൾ വികാരി റവ. ജെ.ഡബ്ല്യൂ. ആഡംസ്, സ്റ്റീഫനുമായി വളരെ സൗഹൃദത്തിലാവുകയും വാൾവർത്ത്, കെൻസിങ്ടൺ, ബെഡ്ഫോർഡ്, സൗത്ത് എൻഡ്-ഓൺ-സീ, ചെംസ്ഫോർഡ്, ബിഷപ്പ് ഓക്ക്ലാൻഡ്, സൺഡർലാൻഡ്, മെയ്ഡ്സ്റ്റോൺ, ടൺബ്രിഡ്ജ് വെൽസ്, വേക്ക്ഫീൽഡ് തുടങ്ങിയ സ്ഥലങ്ങളിലെ പ്രചാരണങ്ങളിൽ സഹായിക്കുകയും ചെയ്തു. സീലിയ സുഖം പ്രാപിച്ചപ്പോൾ അദ്ദേഹം യോഗത്തിൽ ഉണ്ടായിരുന്നില്ല, പക്ഷേ പ്രചാരണ സമയത്ത് അൽപ്പം വൈകിയാണ് അദ്ദേഹം എത്തിയത്, സ്റ്റീഫന്റെ സ്വന്തം അക്കൗണ്ട് അദ്ദേഹം സ്വന്തമാക്കി:

മാർച്ച് 11 ന് അവൾ പ്രാർത്ഥനയ്ക്കായി വന്നു. അപ്പോൾ അവൾക്ക് ഭ്രൂണാവസ്ഥയിൽ പോലും കണ്ണുകളുണ്ടായിരുന്നില്ല, വെളിച്ചത്തിനും ഇരുട്ടിനും ഇടയിലുള്ള വ്യത്യാസം, പകലും രാത്രിയും തമ്മിലുള്ള വ്യത്യാസം അവൾ ഒരിക്കലും അറിഞ്ഞിരുന്നില്ല. കൈകൾ വച്ചതിനുശേഷം

ഉടൻ തന്നെ ഒരു പുതിയ ലോകം അവൾക്കായി തുറക്കാൻ തുടങ്ങി: അവളുടെ പുതിയതും വളരെ ചെറുതുമായ കണ്ണുകളിലൂടെ വെളിച്ചത്തിനും നിഴലിനും ഇടയിലുള്ള ശ്രദ്ധേയമായ വ്യത്യാസം അവൾ തിരിച്ചറിഞ്ഞു. അടുത്ത ദിവസം അവൾ കൂടുതൽ വ്യക്തമായി കണ്ടു, ഒരു വെളുത്ത മേശവിരിയിൽ നിന്ന് നാണയങ്ങൾ എണ്ണാനും എടുക്കാനും അവളിൽ ശക്തി തുടങ്ങി.

മിസ്റ്റർ ആഡംസ് തന്നെ സാക്ഷ്യപ്പെടുത്തി: "പലതവണ ഞാൻ അവളെ കാണുകയും സംസാരിക്കുകയും ചെയ്തിട്ടുണ്ട്, ഓരോ തവണയും അവളുടെ കണ്ണുകൾ വലുപ്പത്തിലും കഴിവിലും അല്പം വളർന്നിരുന്നു. അവൾക്ക് മുന്നിൽ വിരലുകൾ എണ്ണാനും ദൂരത്തിന്റെ ഒരു കണക്ക് ഉണ്ടാക്കാനും കഴിയുമായിരുന്നു. ഇതിൽ അവൾ കാണാൻ പഠിക്കുന്ന ഒരു ശിശുവായിരുന്നു. അവളുടെ കണ്ണുകൾ നീലയാണ്, അവളുടെ അച്ഛന്റെ കണ്ണുകൾ പോലെയാണ്."

സി. വിറ്റേക്കറുടെ "സെവൻ പെന്തക്കോസ്റ്റൽ പയനിയേഴ്സ്" എന്ന പുസ്തകത്തിൽ നിന്നുള്ള ഉദ്ധരണി. ഗോസ്പൽ പബ്ലിഷിംഗ് ഹൗസ്, 1985.

മരിച്ചവരിൽ നിന്ന് ഉയിർത്തെഴുന്നേറ്റ റെവറന്റ് ലീ സ്റ്റോൺകിംഗ്

ഐക്യരാഷ്ട്രസഭയിൽ റവ. സ്റ്റോണിക്കിംഗ് തന്റെ സാക്ഷ്യം ആരംഭിക്കുന്നത് "നിങ്ങൾ ഒരു അത്ഭുതം കാണുന്നു" എന്ന പ്രസ്താവനയോടെയാണ്. 2003 നവംബറിൽ അദ്ദേഹം സിഡ്നിയിലെ വിമാനത്താവളത്തിൽ വച്ച് ഒരു വലിയ ഹൃദയാഘാതം മൂലം മരിച്ചു. 45 മിനിറ്റിനുള്ളിൽ അദ്ദേഹം ക്ലിനിക്കലായി മരിച്ചു. അവർ CPR നൽകുകയും അദ്ദേഹത്തിന്റെ ഹൃദയത്തിന് 10 വൈദ്യുത ഷോക്ക് ചികിത്സകൾ നൽകുകയും ചെയ്തു. യുഎസിലും ഓസ്ട്രേലിയയിലും സാധാരണയായി അവർ നൽകുന്ന ഏറ്റവും കൂടുതൽ 3 അല്ലെങ്കിൽ 4 എണ്ണം. അദ്ദേഹത്തിന്റെ കൈകാലുകളിൽ രക്തം കട്ടപിടിച്ചിരുന്നു. അദ്ദേഹത്തിന് ഒരു പ്രതീക്ഷയുമില്ലായിരുന്നു. അദ്ദേഹം വെറും ഒരു ശവശരീരമായിരുന്നു. അവർ അദ്ദേഹത്തെ ആംബുലൻസിൽ കയറ്റി. അദ്ദേഹം മരിച്ചതായി പ്രഖ്യാപിക്കുന്ന പത്രം ഇതിനകം ആശുപത്രിയിൽ പൂർത്തിയായിരുന്നു. ആംബുലൻസിൽ യേശു ഇടപെട്ടു, അദ്ദേഹത്തിന്റെ ഹൃദയം മിടിക്കാൻ തുടങ്ങി, ശ്വാസം തിരികെ വന്നു. ഡ്രൈവറും പാരാമെഡിക്കും ഞെട്ടിപ്പോയി. തനിക്ക് സംഭവിച്ചതിൽ നിന്ന് ആരും സുഖം

പ്രാപിക്കുന്നത് തങ്ങൾ ഒരിക്കലും കണ്ടിട്ടില്ലെന്ന് അവർ പിന്നീട് പറയും. ആഴ്ചകൾക്കുള്ളിൽ അദ്ദേഹം സ്വന്തമായി യുഎസിലേക്ക് മടങ്ങി, അദ്ദേഹം പൂർണ്ണമായും സുഖം പ്രാപിച്ചു.

യുഎസിൽ തിരിച്ചെത്തിയ ശേഷം, ടെന്നസിയിലെ ജാക്സണിലുള്ള ഒരു ആശുപത്രിയിൽ ഒരു പ്രധാന പരിശോധനയ്ക്കായി അദ്ദേഹം പോയി. അവർ ഡിഎൻഎ പരിശോധന ഉൾപ്പെടെയുള്ള രക്തപരിശോധന നടത്തി. ഡോക്ടർ അദ്ദേഹത്തെ ഒരു അത്ഭുതമാണെന്ന് പ്രഖ്യാപിച്ചു. അദ്ദേഹം മികച്ച ആരോഗ്യവാനായിരുന്നു എന്നു മാത്രമല്ല, ഹൃദ്രോഗത്തിനുള്ള ജനിതക മാർക്കർ അദ്ദേഹത്തിന്റെ ശരീരത്തിലെ എല്ലാ കോശങ്ങളിൽ നിന്നും നീക്കം ചെയ്യപ്പെട്ടു! അത് അസാധ്യമാണെന്ന് ഡോക്ടർ പറഞ്ഞു, ദൈവത്തിന് മാത്രമേ അത്തരമൊരു കാര്യം ചെയ്യാൻ കഴിയൂ. ദൈവം അദ്ദേഹത്തെ ഉയർത്തുക മാത്രമല്ല, എല്ലാ വിധത്തിലും പൂർണ്ണമായും സുഖപ്പെടുത്തുകയും ചെയ്തു. ഡോക്ടർ അദ്ദേഹത്തോട് പറഞ്ഞു, "നിങ്ങൾ വൈദ്യശാസ്ത്രത്തിന്റെ എല്ലാ നിയമങ്ങളെയും ലംഘിച്ചു." റവ. സ്റ്റോണിക്കിംഗ് പറഞ്ഞു, "എനിക്കറിയില്ല, പക്ഷേ അത് ചെയ്തയാളെ എനിക്കറിയാം, അവന്റെ പേര് യേശു എന്നാണ്."

https://youtu.be/a_-s-കോബ്ജെഡ്64

ടോമി ഹിക്സ് മീറ്റിംഗിൽ ലുക്കീമിയ സുഖപ്പെടുത്തൽ

ജർമ്മനിയിലെ കാൾസ്രൂഹെയിൽ നടന്ന ഒരു യോഗത്തിൽ, ടോമി ഹിക്സ് അവിടെ ഒരു യോഗം നടത്തി രണ്ട് വർഷത്തിന് ശേഷം താഴെ പറയുന്ന സാക്ഷ്യം അദ്ദേഹത്തിന് അയച്ചു.

മരണാസന്നമായ അവസ്ഥയിൽ എനിക്ക് രക്താർബുദം പിടിപെട്ടു. വേദനകൾ ഭയങ്കരമായിരുന്നു. മരണത്തിന്റെ വക്കിലായിരുന്നു ഞാൻ, ഏതാനും മിനിറ്റുകൾ മാത്രം നീണ്ടുനിന്നു. 1955 ഡിസംബർ 28-ന് എന്നെ ഒരു സ്ട്രെച്ചറിൽ ബെപ്ലാസിലെ (മേളസ്ഥലം) സ്പോർട്ഹാളിലെ ടോമി ഹിക്സ് മീറ്റിംഗിലേക്ക് കൊണ്ടുപോയി. സഹോദരൻ ഹിക്സ് മുഴുവൻ സഭയോടൊപ്പം പ്രാർത്ഥിച്ചു, പക്ഷേ എനിക്ക് സുഖം തോന്നിയില്ല. ഉടനെ എന്റെ മനസ്സിൽ ഒരു ചിന്ത മിന്നിമറഞ്ഞു: ഇപ്പോൾ സുവിശേഷകൻ എനിക്കായി പ്രാർത്ഥിച്ചു.

ഇപ്പോൾ എന്റെ വിശ്വാസം അഴിച്ചുവിടണം, എന്റെ വിശ്വാസത്തിൽ പ്രവർത്തിക്കണം. ഞാൻ രണ്ട് കൈകളും പിന്നിലേക്ക് എറിഞ്ഞു, വിറച്ചും വിറച്ചും പ്ലാറ്റ്ഫോമിലേക്ക് ഇറങ്ങി, ആരും എന്നെ സഹായിക്കാതെ ഒറ്റയ്ക്ക് നടന്നു. ഇപ്പോഴാണ് രോഗം എന്റെ ഹൃദയത്തെയും വയറിനെയും വിട്ടുപോയത് എന്ന് എനിക്ക് മനസ്സിലായത്. ഞാൻ നിശ്ചലനായി നിന്നു, പിന്നീട് ഞാൻ എന്റെ തലയിണയും പിടിച്ചു, പ്ലാറ്റ്ഫോമിലേക്ക് ഓടി, ദൈവത്തിന്റെ അത്ഭുതകരമായ രക്ഷയ്ക്കും കൃപയ്ക്കും വേണ്ടി ദൈവത്തെ സ്തുതിച്ചു. അന്നുമുതൽ എല്ലാ രാത്രിയും ഞാൻ മീറ്റിംഗുകളിൽ പങ്കെടുത്തു. ഇന്ന് ഞാൻ പൂർണ്ണമായും സുഖമായിരിക്കുന്നു (ഓഗസ്റ്റ് 1, 1957). ഹല്ലേലൂയാ!

മിസ്സിസ് ഏർന ഷൗഡ്, കാൾസ്റൂഹെ, ബാച്ച്സ്ട്രാസെ

ചാൾസും ഫ്രാൻസിസ് ഹണ്ടറും ചേർന്ന് സെറിബ്രൽ പാൾസിയിൽ നിന്ന് ആൺകുട്ടിയെ സുഖപ്പെടുത്തി.

സെറിബ്രൽ പാൾസി ബാധിച്ച് ജനിച്ച ഒരു കൊച്ചുകുട്ടി ജീവിതത്തിൽ ഒരിക്കലും നടന്നിട്ടില്ലായിരുന്നു. അവന്റെ മാതാപിതാക്കൾ വേട്ടക്കാരന്റെ "രോഗിയെ സുഖപ്പെടുത്തുക" എന്ന പുസ്തകം വായിച്ചു,

അവരുടെ മകന് പ്രാർത്ഥന ലഭിക്കണമെന്ന് അവർ കരുതി. ഏകദേശം 100 മൈൽ അകലെയുള്ള ഒരു മീറ്റിംഗിൽ വേട്ടക്കാർ സംസാരിക്കാൻ പോകുകയാണെന്ന് അവർ കണ്ടെത്തി. ആ കുട്ടിയുടെ കാലുകളിൽ നിൽക്കാൻ സഹായിക്കുന്നതിനായി ബ്രേസുകൾ ഉണ്ടായിരുന്നു, പക്ഷേ അവൻ ഒരിക്കലും നടന്നിട്ടില്ല. വേട്ടക്കാർ ആ കുട്ടിക്കുവേണ്ടി പ്രാർത്ഥിച്ചു, തുടർന്ന് മാതാപിതാക്കളോട് നടക്കാൻ ശ്രമിക്കുന്നതിനായി ബ്രേസുകൾ നീക്കം ചെയ്യാൻ ആവശ്യപ്പെട്ടു. ആ കുട്ടി ഒരു ചുവടും പിന്നീട് മറ്റൊരു ചുവടും വച്ചു, ഒടുവിൽ മുത്തച്ഛൻ ഇരിക്കുന്ന പള്ളിയുടെ പിൻഭാഗത്തേക്ക് ഓടി. പിന്നെ അവൻ തിരിഞ്ഞു മുന്നിലേക്ക് ഓടി. ഒരിക്കലും നടക്കാത്ത ഈ കൊച്ചുകുട്ടി ഫ്രാൻസിസ് ഹണ്ടറുടെ മുകളിലേക്ക് ചാടി അവളെ വീണ്ടും വീണ്ടും കെട്ടിപ്പിടിച്ചു. 32 വർഷങ്ങൾക്ക് ശേഷം ഫ്രാൻസിസ് ആ സംഭവത്തെക്കുറിച്ച് ചിന്തിക്കുകയായിരുന്നു, സുഖം പ്രാപിച്ച ആ മനുഷ്യനെ വിളിച്ചു. ഇത്രയും വർഷങ്ങൾക്ക് ശേഷവും അദ്ദേഹം പൂർണ്ണമായും ആരോഗ്യവാനായിരുന്നു!
ഫ്രാൻസെസ് ഹണ്ടർ പറഞ്ഞ പൂർണ്ണമായ യഥാർത്ഥ കഥ ഇവിടെ കാണാം: http://www.sidroth.us/2013/05/30/our-guest-frances-hunter/

ജാക്ക് ഹേഫോർഡിന്റെ രോഗശാന്തി

എനിക്ക് ഒരു വയസ്സുള്ളപ്പോൾ, ഞാൻ മരിക്കേണ്ടതായിരുന്നു. ഞാൻ ജനിച്ചപ്പോൾ, എന്റെ കഴുത്തിൽ എന്തോ തകരാറുണ്ടായിരുന്നു, അത് ഡോക്ടർമാർക്ക് പരിഹരിക്കാൻ കഴിഞ്ഞില്ല, കാലക്രമേണ, ആ അവസ്ഥ ഒടുവിൽ എന്റെ കഴുത്ത് വളയുകയും ഞാൻ മരിക്കുകയും ചെയ്യുമായിരുന്നു. അത് മാറ്റാൻ തനിക്ക് ഒന്നും ചെയ്യാൻ കഴിയില്ലെന്ന് ഡോക്ടർക്ക് അറിയാമായിരുന്നു.

അഞ്ച് മാസത്തേക്ക്, ആഴ്ചയിൽ മൂന്ന് തവണ, എന്റെ അമ്മ എന്നെ ചികിത്സയ്ക്കായി കൊണ്ടുപോയി, താൽക്കാലികമായി വേദന ശമിപ്പിക്കാൻ. പക്ഷേ, അത് ശരിയാക്കാൻ ഒന്നും ചെയ്യാൻ കഴിയില്ലെന്ന് ഡോക്ടർക്ക് ഉറപ്പായിരുന്നു, 50 നും 60 നും ഇടയിൽ ചിലവഴിച്ചെങ്കിലും, അദ്ദേഹം എന്റെ മാതാപിതാക്കളിൽ നിന്ന് ആറ് ചികിത്സകൾക്ക് മാത്രമേ പണം ഈടാക്കിയുള്ളൂ.

എന്റെ മാതാപിതാക്കൾക്ക് കർത്താവിനെ അറിയില്ലായിരുന്നു. എന്റെ അമ്മയുടെ കസിനും കർത്താവിനെ അറിയില്ലായിരുന്നു, പക്ഷേ കാലിഫോർണിയയിലെ ലോംഗ് ബീച്ചിലുള്ള ഫോർസ്ക്വയർ പള്ളിയെക്കുറിച്ച്

അവൾ കേട്ടിരുന്നു. ആ പള്ളിയിൽ വെച്ച് യേശു ആളുകളെ സുഖപ്പെടുത്തിയെന്ന് അവൾ കേട്ടിരുന്നു, എന്റെ കുഴപ്പം എന്താണെന്ന് അവൾ എഴുതിവച്ച് ഈ കുറിപ്പ് പള്ളിയിലേക്ക് കൊണ്ടുപോയി. അവിടെ അവൾ ഒരാളെ കണ്ടെത്തി ചോദിച്ചു, "മരിച്ചു കൊണ്ടിരിക്കുന്ന ഒരു കുഞ്ഞുണ്ട്, ഞാൻ ഈ കുറിപ്പ് കൊണ്ടുവന്നു. ഈ കുഞ്ഞിനുവേണ്ടി നിങ്ങൾ പ്രാർത്ഥിക്കുമോ?" ആളുകൾ പറഞ്ഞു, "ഞങ്ങൾ അറിയും." അവർ അത് ആ പള്ളിയിലെ ബുധനാഴ്ച രാത്രിയിലെ പ്രാർത്ഥനാ യോഗത്തിലേക്ക് കൊണ്ടുവന്നു.

പിറ്റേന്ന്, കാര്യങ്ങൾ മാറിയതായി എന്റെ മാതാപിതാക്കൾ ശ്രദ്ധിക്കാൻ തുടങ്ങി. എന്റെ അമ്മയുടെ കസിൻ പള്ളിയിൽ ഒരു പ്രാർത്ഥനാ അപേക്ഷ കൊണ്ടുവന്നതായി അവളോട് പറഞ്ഞിരുന്നു. അടുത്ത കുറച്ച് ദിവസങ്ങൾക്കുള്ളിൽ ഡോക്ടർ പറഞ്ഞു, "ഈ കുഞ്ഞ് സുഖമായിരിക്കുന്നു. അവന് ഒരു കുഴപ്പവുമില്ല." ഡോക്ടർ എന്നെ സുഖപ്പെടുത്തിയെന്ന് മാത്രമല്ല, അദ്ദേഹം ഈടാക്കാൻ പോകുന്ന കുറച്ച് പേയ്മെന്റുകൾക്ക് എന്റെ മാതാപിതാക്കളിൽ നിന്ന് പണം വാങ്ങാനും അദ്ദേഹം വിസമ്മതിച്ചു, കാരണം, അദ്ദേഹം പറഞ്ഞു, "ഈ കുഞ്ഞിന്റെ രോഗശാന്തിയുമായി എനിക്ക് യാതൊരു

ബന്ധവുമില്ല. ഇത് ദൈവം ചെയ്ത ഒന്നായിരിക്കണം."

ഈ കഥ ജാക്ക് ഹേഫോർഡിന്റെ ബ്ലോഗിൽ https://www.jackhayford.org/teaching/articles/my-personal-testimony-of-healing എന്നതിൽ കാണാം.

പ്രാർത്ഥനയ്ക്ക് ശേഷം കുഞ്ഞിലെ ട്യൂമർ അപ്രത്യക്ഷമാകുന്നു - എ എ അലൻ

ഈ സാക്ഷ്യം 1951 ജനുവരിയിലെ വോയ്സ് ഓഫ് ഹീലിംഗ് മാസികയിൽ പ്രസിദ്ധീകരിച്ചു. "1949 ഓഗസ്റ്റ് 16 മുതൽ ഞാൻ എന്റെ കുഞ്ഞിനെ ഹൈലാൻഡ് ആശുപത്രിയിലേക്ക് കൊണ്ടുപോയിരുന്നു. അവളുടെ കഴുത്തിൽ ഒരു മുഴ വളരാൻ തുടങ്ങിയിരുന്നു, അവളുടെ തല വളർന്ന് പിന്നിലേക്ക് ചുരുങ്ങാൻ തുടങ്ങിയിരുന്നു. മുഴ വലുതായിക്കൊണ്ടിരുന്നു. എന്റെ കുഞ്ഞിന്റെ തല അത്തരമൊരു അവസ്ഥയിൽ പിന്നിലേക്ക് വലിച്ചതിനാൽ അവൾക്ക് ഒരു ദിശയിലേക്ക് മാത്രമേ തിരിക്കാൻ കഴിയൂ. അവൾക്ക് സുഖം പ്രാപിക്കാത്തതിനാൽ ഞാൻ അവളെ ഡോക്ടർമാരുടെ അടുത്തേക്ക് കൊണ്ടുപോകുന്നത് നിർത്തി. ഞാൻ എല്ലാ ദിവസവും അവളുടെ കഴുത്ത് മസാജ് ചെയ്തു, പക്ഷേ അത് കൂടുതൽ വഷളായി. നഴ്സ് വന്ന് കൂടുതൽ ചികിത്സയ്ക്കായി

അവളെ തിരികെ കൊണ്ടുവരാൻ എന്നെ നിർബന്ധിച്ചു, എന്നാൽ അതിനിടയിൽ റവ. എ.എ. അലൻ രോഗശാന്തിയെക്കുറിച്ച് പ്രസംഗിക്കുന്നത് ഞാൻ കേട്ടുകൊണ്ടിരുന്നു, ദൈവത്തിൽ വിശ്വസിക്കാൻ ഞാൻ തീരുമാനിച്ചു.

എന്റെ കുഞ്ഞിനെ ഞാൻ രോഗശാന്തിയുടെ പാതയിലൂടെ കൊണ്ടുപോയി. സഹോദരൻ അലൻ എന്റെ കുഞ്ഞിന്റെ മേൽ കൈകൾ വെച്ച്, യേശുവിന്റെ നാമത്തിൽ ട്യൂമറിനെ ശപിച്ച്, അത് അപ്രത്യക്ഷമാകാൻ കൽപ്പിച്ചു. ഞാൻ വീട്ടിലെത്തി കുഞ്ഞിനെ കിടക്കയ്ക്ക് ഒരുക്കുന്നതുവരെ ഒന്നും സംഭവിച്ചില്ല. എന്റെ അമ്മ എന്നോടൊപ്പമുണ്ടായിരുന്നു, ഞങ്ങൾ രണ്ടുപേരും ഭയാനകമായ മുഴയെ നിരീക്ഷിച്ചുകൊണ്ടിരുന്നു. ഞങ്ങൾ രണ്ടുപേരും നോക്കിയപ്പോൾ അത് പെട്ടെന്ന് അപ്രത്യക്ഷമായി അപ്രത്യക്ഷമായി. എന്റെ അമ്മയും ഞാനും അത് കണ്ടു, പക്ഷേ എന്റെ കുഞ്ഞിനെ എന്റെ കൈകളിൽ പിടിച്ചിരുന്നതിനാൽ അത് വിട്ടുപോകുന്നതായി എനിക്കും തോന്നി. എന്റെ കുഞ്ഞ് പൂർണ്ണമായും സുഖം പ്രാപിച്ചതായി ഡോക്ടറുടെ പ്രസ്താവന എനിക്കുണ്ട്. ”

തെൽമ ഫിലിപ്സ്
സാൻ ലിയാൻഡ്രോ, കാലിഫോർണിയ

ദൈവം ഒരു ദർശനം നൽകിയതിനുശേഷം സെറിബ്രൽ പാൾസിയിൽ നിന്ന് സ്ത്രീ സുഖം പ്രാപിച്ചു.

ജനനസമയത്ത് രണ്ട് പൗണ്ടിൽ താഴെ ഭാരമുള്ള മാർലിൻ ക്ലെപീസാണ് അകാലത്തിൽ ജനിച്ചത്. അവൾക്ക് സെറിബ്രൽ പാൾസി പിടിപെട്ട് അംഗവൈകല്യം സംഭവിച്ചു. പിന്നീട് അവൾക്ക് രണ്ട് വയസ്സുള്ളപ്പോൾ അവളുടെ മാതാപിതാക്കൾ ഒരു മോട്ടോർ സൈക്കിൾ അപകടത്തിൽ കൊല്ലപ്പെട്ടു. അവൾ തന്റെ മുതുമുത്തശ്ശിമാർ, വളർത്തു കുടുംബങ്ങൾ, മുത്തശ്ശിമാർ എന്നിവരോടൊപ്പം താമസിച്ചു. 12 വയസ്സുള്ളപ്പോൾ ചില കൗമാരക്കാർ അവളെ ഒരു യുവജന യോഗത്തിന് കൊണ്ടുവന്നു, അവിടെ അവൾ ക്രിസ്തുവിന് ജീവൻ നൽകി. ദൈവം അവളെ അങ്ങനെ സൃഷ്ടിച്ചതുകൊണ്ടാണ് അവൾക്ക് സെറിബ്രൽ പാൾസി ഉണ്ടെന്ന് അവൾ കരുതി.

കൗമാരത്തിലേക്ക് കടക്കുമ്പോൾ മാർലീൻ ബുദ്ധിമുട്ടുകയും കഠിനമായ വേദനകൾ അനുഭവിക്കാൻ തുടങ്ങുകയും ചെയ്തു. അവ വളരെ കഠിനമായിരുന്നതിനാൽ പരിചരിക്കുന്നവരുടെ എല്ലുകൾ ഒടിഞ്ഞു. ഒരു വേദനയ്ക്ക് ശേഷം അവൾ പൂർണ്ണമായും തളർന്നുപോയി, മുത്തശ്ശിമാരോട് പോലും

അവൾക്ക് മസ്തിഷ്ക മരണം സംഭവിച്ചതായി പറഞ്ഞു. അവളുടെ കാഴ്ച ക്രമേണ വഷളായിക്കൊണ്ടിരുന്നു, അവളുടെ ജീവിതം അസഹനീയമാണെന്ന് അവൾക്ക് തോന്നി.

അവസാന ആശ്രയമെന്ന നിലയിൽ അവളെ റോച്ചെസ്റ്ററിലെ മിനസോട്ടയിലെ മയോ ക്ലിനിക്കിലേക്ക് കൊണ്ടുപോയി. അവിടെ താമസിച്ച മൂന്ന് മാസങ്ങളിൽ അവർക്ക് അവളെ സഹായിക്കാനായില്ല. മെച്ചപ്പെടുമെന്ന പ്രതീക്ഷയില്ലാതെ മാർലീനെ ഒരു നഴ്സിംഗ് ഹോമിലേക്ക് അയയ്ക്കാൻ പോകുകയായിരുന്നു. അവൾ ദൈവത്തോട് നിലവിളിച്ചു. ഒരു ചൂട് അവളുടെ മേൽ വന്ന് അവളെ പൊതിഞ്ഞതായി അവൾക്ക് തോന്നി. അപ്പോൾ അവൾ സുഖം പ്രാപിക്കുമെന്ന് ദൈവം അവൾക്ക് ഒരു ദർശനം നൽകി. അവൾക്കുവേണ്ടി ആരാണ് പ്രാർത്ഥിക്കുക, അവൻ എന്ത് ധരിക്കും, അവൾ എന്ത് ധരിക്കും, പള്ളിയുടെ ഉൾവശം എങ്ങനെയിരിക്കും എന്ന് അവൻ അവൾക്ക് കാണിച്ചുകൊടുത്തു, മാർച്ച് 29 ന് അവൾക്ക് ഒരു ഡേറ്റ് പോലും നൽകി.

മാർലീന്റെ നിർബന്ധത്തിനു വഴങ്ങി അവളുടെ നഴ്സ് പള്ളികളിലെ മഞ്ഞ പേജുകൾ പരിശോധിക്കാൻ അവളെ സഹായിച്ചു, പേജിൽ ഒരു ഓപ്പൺ ബൈബിൾ ചർച്ചിന്റെ പരസ്യം തിളങ്ങി. ഇത് ശരിയായ

ഒന്നാണെന്ന് അവൾക്കറിയാമായിരുന്നു. നഴ്സ് അത് വിശ്വസിച്ചില്ല, ടെലിഫോൺ ബുക്ക് എഴുതിവച്ചു. പിന്നീട് നഴ്സ് പാസ്റ്ററെ വിളിച്ച് ആശുപത്രിയുടെ പേര് നൽകില്ല, പക്ഷേ റൂം നമ്പർ നൽകും.

പാസ്റ്ററിന് അതിനെക്കുറിച്ച് ഉറപ്പില്ലായിരുന്നു, പക്ഷേ മാർലീനെ അന്വേഷിച്ചു. അദ്ദേഹം എത്തിയപ്പോൾ, ദർശനത്തിൽ അവൾക്കുവേണ്ടി പ്രാർത്ഥിച്ച ആളുമായി തനിക്കു സാമ്യമുണ്ടെന്ന് മാർലീൻ അദ്ദേഹത്തോട് പറഞ്ഞു. എമേഴ്സൺ പ്രാർത്ഥിക്കാൻ സമ്മതിക്കുകയും അവളെ തന്റെ പള്ളിയിലേക്ക് കൊണ്ടുവരാൻ ക്രമീകരിക്കുകയും ചെയ്തു. അവൾ വളരെ ശക്തമായി വിറയ്ക്കുന്നതിനാൽ അവളെ കെട്ടിയിടേണ്ടി വന്നു.

പാസ്റ്റർ എമേഴ്സന്റെ പള്ളിയിൽ ഒരിക്കലും ഒരു അത്ഭുതം നടന്നിട്ടില്ല. ഞായറാഴ്ച രാത്രിയിലെ ആരാധനയിൽ 7 പേർ മാത്രമേ ഉണ്ടായിരുന്നുള്ളൂ. ആളുകൾ അവളുടെ ചുറ്റും പ്രാർത്ഥിക്കാൻ കൂടി. എമേഴ്സൺ അവളെ എണ്ണ പൂശി, മാർലീനെ തലയുടെ മുകൾഭാഗം മുതൽ കാൽവിരലിന്റെ അറ്റം വരെ സുഖപ്പെടുത്തണമെന്ന് ദൈവത്തോട് അപേക്ഷിച്ചു. എന്നിട്ട് അദ്ദേഹം മാർലീനോട് വിശ്വാസത്തിൽ എഴുന്നേൽക്കാൻ ആഗ്രഹിക്കുന്നുണ്ടോ എന്ന് ചോദിച്ചു. അവൾ എഴുന്നേറ്റു നിൽക്കാൻ തുടങ്ങിയ ഉടനെ

മാർലീന് കാലുകളിൽ ശക്തി വരുന്നതായി തോന്നി. അവളുടെ പാദങ്ങൾ തറയിൽ സ്പർശിച്ചപ്പോൾ ജീവിതത്തിൽ ആദ്യമായി അവൾക്ക് തറ അനുഭവപ്പെട്ടു. അവന്റെ കാൽമുട്ടുകളും കാൽവിരലുകളും അകത്തേക്ക് ചൂണ്ടി, പക്ഷേ ഓരോ ചുവടും നിവർന്നിരുന്നു. ഓരോ ചുവടും കഴിയുന്തോറും അവൾ കൂടുതൽ കൂടുതൽ ശക്തയായി. അവൾ സ്വയം കുറച്ച് ചുവടുകൾ വച്ചു, അക്ഷരാർത്ഥത്തിൽ പള്ളിയിൽ ഓടുകയായിരുന്നു. ദൈവം അവളോട് കണ്ണട ഊരിമാറ്റാൻ പറഞ്ഞു, അവളുടെ കാഴ്ചശക്തിയും അത്ഭുതകരമായി സുഖപ്പെട്ടു.

അവൾ മയോ ക്ലിനിക്കിലേക്ക് നടന്നു തിരിച്ചു, യൂണിറ്റിൽ പ്രവേശിപ്പിച്ചതിനുശേഷം ഒരിക്കലും ചെയ്തിട്ടില്ലാത്ത ഒരു കാര്യം. പിറ്റേന്ന് അവളെ ഡിസ്ചാർജ് ചെയ്തു. ഏതാനും ആഴ്ചകൾക്കുശേഷം ഒരു പരിശോധനയ്ക്കായി അവൾ തിരിച്ചെത്തിയപ്പോൾ അവൾക്ക് കൂടുതൽ പുരോഗതി ഉണ്ടായിരുന്നു. ഏതെങ്കിലും അസാധാരണത്വത്തിന്റെ എല്ലാ ലക്ഷണങ്ങളും ഇല്ലാതായി! ബ്രെയിൻ സ്കാൻ ചെയ്തപ്പോൾ പോലും പാൾസിയുടെ ലക്ഷണങ്ങൾ ഒന്നും തന്നെ കാണിച്ചില്ല. അവൾ സാധാരണ നിലയിൽ നടക്കുന്നുണ്ടായിരുന്നു,

20/20 ലും മികച്ച കാഴ്ചശക്തിയും ഉണ്ടായിരുന്നു.
അന്നുമുതൽ മാർലീന്റെ ജീവിതം സാധാരണമായിരുന്നു. അവൾ പതിവായി തന്റെ സാക്ഷ്യം പങ്കുവെക്കുകയും രോഗികൾക്കുവേണ്ടി പ്രാർത്ഥിക്കുകയും ചെയ്യുന്നു. ആരോഗ്യമുള്ള ഒരു വ്യക്തിക്ക് ചെയ്യാൻ കഴിയുന്നതെല്ലാം അവൾക്ക് ചെയ്യാൻ കഴിയും. അവളുടെ ജീവിതം പൂർണ്ണമായും പുനഃസ്ഥാപിക്കപ്പെട്ടു.
സീഡ് റോത്ത് ഷോയിൽ നിന്നുള്ള സാക്ഷ്യം:

https://youtu.be/4bsKnpOYMUs

https://youtu.be/z4TN2uxS7DA

ധമനികൾ പൊട്ടിത്തെറിച്ചതിനു ശേഷമുള്ള അത്ഭുതം

ക്രിസ് റോബിൻസൺ ഒരു അധ്യാപകനും ഭാരോദ്വഹനക്കാരനുമായിരുന്നു. ഒരു ക്രിസ്തീയ കുടുംബത്തിലാണ് അദ്ദേഹം വളർന്നത്, ദൈവത്തെ അറിയാമായിരുന്നു. ബുദ്ധിമുട്ടുള്ള ഒരു ദാമ്പത്യം അദ്ദേഹത്തിന്റെ ജീവിതത്തിൽ വളരെയധികം കോപം കൊണ്ടുവന്നു, അത് ദൈവത്തിന്റെ

തെറ്റാണെന്ന് അദ്ദേഹം തീരുമാനിച്ചു, അവനിൽ നിന്ന് അകന്നു.
ഒരു ദിവസം ക്രിസ് തന്റെ രണ്ടാനച്ഛനോടൊപ്പം ഭാരോദ്വഹനത്തിൽ ജിമ്മിൽ ആയിരുന്നു. പെട്ടെന്ന് ഹൃദയം പൊട്ടിത്തെറിക്കുന്നത് പോലെ തോന്നി, വലതു കാൽ അയാൾക്ക് അറിയാനായില്ല. വീട്ടിലെത്തിയ അയാൾ കട്ടിലിൽ വീണു. ഭാര്യ അയാളെ എമർജൻസി റൂമിലേക്ക് കൊണ്ടുപോയപ്പോൾ ഒരു ക്യാറ്റ് സ്കാൻ നടത്തിയപ്പോൾ അയാളുടെ ധമനികൾ വിഘടിച്ചതായും ഹൃദയത്തിൽ നിന്നുള്ള രക്തം മുഴുവൻ വയറ്റിലേക്ക് ഒഴുകുന്നതായും കണ്ടെത്തി. അയാളുടെ കൈകാലുകളിലേക്കോ തലച്ചോറിലേക്കോ രക്തം പോയിരുന്നില്ല. സർജൻ വന്ന് അവനോട് പറഞ്ഞു, "നീ ഇപ്പോൾ എങ്ങനെ സംസാരിക്കുന്നു എന്ന് എനിക്ക് മനസ്സിലാകുന്നില്ല. നിങ്ങളുടെ അവസ്ഥയിലുള്ള മിക്ക ആളുകളും മരിച്ചു."

അവർ ക്രിസിനെ ശസ്ത്രക്രിയയ്ക്ക് വിധേയമാക്കി, 9 മണിക്കൂർ ജോലി ചെയ്തു. കേടുപാടുകൾ തീർക്കാൻ അവർക്ക് കഴിഞ്ഞില്ല, പ്രതീക്ഷയില്ലാത്തതിനാൽ ഡോക്ടർ നിർത്താൻ തീരുമാനിച്ചു. ഈ സമയം സുഹൃത്തുക്കളും കുടുംബാംഗങ്ങളും വിദ്യാർത്ഥികളും ആശുപത്രിയിൽ പ്രാർത്ഥനയിലായിരുന്നു, ലോകമെമ്പാടുമുള്ള ആളുകൾ ക്രിസിനുവേണ്ടി

പ്രാർത്ഥിക്കുകയായിരുന്നു. മറ്റൊരു ഡോക്ടർ സർജനോട് അദ്ദേഹത്തോടൊപ്പം പ്രാർത്ഥിക്കാമോ എന്ന് ചോദിച്ചു. ശസ്ത്രക്രിയാ വിദഗ്ധൻ പ്രാർത്ഥനയിൽ വിശ്വസിച്ചില്ലെങ്കിലും അദ്ദേഹം സമ്മതിച്ചു. പ്രാർത്ഥനയ്ക്ക് ശേഷം വീണ്ടും അകത്ത് കയറി വീണ്ടും ശ്രമിക്കാൻ അയാൾക്ക് ധൈര്യം തോന്നി. അദ്ദേഹം ക്രിസിന്റെ ധമനികളിലേക്ക് നോക്കുകയായിരുന്നു, പെട്ടെന്ന് ദൈവത്തിന്റെ ശക്തിയുടെ ഒരു തരംഗം ഓപ്പറേഷൻ റൂമിലൂടെ ഒഴുകി. ശസ്ത്രക്രിയാ വിദഗ്ധൻ ക്രിസിന്റെ നെഞ്ചിലേക്ക് നോക്കുമ്പോൾ രക്തം ഒഴുകിക്കൊണ്ടിരുന്ന എല്ലാ ധമനികളും പെട്ടെന്ന് ഒന്നിച്ചു, ശസ്ത്രക്രിയാ വിദഗ്ധൻ അവരെ സ്പർശിക്കാതെ രക്തസ്രാവം നിലച്ചു. ശസ്ത്രക്രിയാ വിദഗ്ധൻ ക്രിസിന്റെ നെഞ്ച് അടച്ച് കുടുംബവുമായി സംസാരിക്കാൻ പോയി.

ക്രിസിന്റെ കുടുംബത്തോട് സർജൻ പറഞ്ഞത്, അവൻ ഇപ്പോഴും ജീവിച്ചിരിപ്പുണ്ട്, പക്ഷേ ഒരുപക്ഷേ ഒരു സസ്യമായി മാറുകയും കൈകാലുകൾ നഷ്ടപ്പെടുകയും ചെയ്യും എന്നാണ്. സുപ്രധാന അവയവങ്ങൾക്ക് രക്തം നൽകാതെ ഇത്രയും കാലം ഒരു രോഗിയും ജീവിച്ചിരിപ്പുണ്ടെന്ന് അദ്ദേഹത്തിന് മുമ്പ് അനുഭവപ്പെട്ടിട്ടില്ല. ആളുകൾ പ്രാർത്ഥന

തുടർന്നു. ക്രിസിനെ അനങ്ങാതിരിക്കാൻ കോമയിലേക്ക് തള്ളിവിട്ടു.

ഒരു നിമിഷം ക്രിസ് ഉണർന്നു, താൻ മരിച്ചിട്ടില്ലെന്ന് മനസ്സിലാക്കി ദൈവത്തോട് സംസാരിക്കാൻ തുടങ്ങി. ദൈവത്തോട് താൻ ഇപ്പോഴും ജീവിച്ചിരിപ്പുണ്ടെന്ന് ചോദിച്ചപ്പോൾ അയാൾ ഒരു ദർശനത്തിൽ പ്രവേശിച്ചു. ശസ്ത്രക്രിയാ മുറിയിൽ തന്നെയും ശസ്ത്രക്രിയാ മേശയുടെ തലയിൽ രണ്ട് ഇരുണ്ട ജീവികൾ ഉണ്ടെന്നും അയാൾ കണ്ടു. ശസ്ത്രക്രിയ നിർത്താൻ അവർ അവിടെയുണ്ടെന്ന് അയാൾക്ക് അറിയാമായിരുന്നു. ശസ്ത്രക്രിയാ മുറിയിലുള്ള എല്ലാവരെയും അവർ എങ്ങനെ അനുഭവിക്കുന്നുവെന്നും അയാൾ കണ്ടു. പിന്നെ ഒരു വലിയ മാലാഖ മുറിയിലേക്ക് വരുന്നത് അയാൾ കണ്ടു. ദൂതന് 3 നില ഉയരമുണ്ടെന്ന് തനിക്ക് കാണാൻ കഴിയുമെന്ന് അദ്ദേഹം പറഞ്ഞു. ദൂതൻ പറഞ്ഞു "അവൻ അവിടെ തന്നെ തുടരുന്നു." ഇരുണ്ട ജീവികൾ പോയി.

ക്രിസ് ഉണർന്നപ്പോൾ അവന് സംസാരിക്കാൻ കഴിഞ്ഞു, അവന്റെ കൈകാലുകൾ പ്രവർത്തിച്ചു. ഒരു വൃക്ക ഡോക്ടർ വന്ന് അവന്റെ വൃക്കകൾ ചുരുങ്ങി മരിച്ചുവെന്ന് പറഞ്ഞു. അവൻ ഡയാലിസിസിന് വിധേയനാകേണ്ടി വരും. ക്രിസ് അവനോട്

പറഞ്ഞു, "ദൈവം ഈ അത്ഭുതം ചെയ്തിട്ടില്ല, എന്റെ വൃക്കകൾ പ്രവർത്തിക്കും." അയാൾക്ക് ഭ്രാന്താണെന്ന് ഡോക്ടർ കരുതി, പക്ഷേ അടുത്ത ദിവസം തിരിച്ചുവരുമെന്ന് പറഞ്ഞു. അടുത്ത ദിവസം അവന്റെ വൃക്കകൾ സാധാരണ വലുപ്പത്തിലേക്ക് മടങ്ങി പ്രവർത്തിക്കാൻ തുടങ്ങി. ഒരു വൃക്ക ബ്ലോക്ക് ആയതിനാൽ ഒരു ഷണ്ട് ചെയ്യേണ്ടിവരുമെന്ന് ഡോക്ടർ തിരിച്ചുവന്നു. "ദൈവം ഒരു അത്ഭുതം ചെയ്തിട്ടില്ല, അവന്റെ വൃക്കകൾ പൂർണ്ണമായും സുഖപ്പെടും" എന്ന് ക്രിസ് വീണ്ടും പറഞ്ഞു. അടുത്ത ദിവസം ഡോക്ടർ തിരികെ നൽകിയപ്പോൾ വൃക്കകൾ പൂർണ്ണമായി പ്രവർത്തിച്ചു.
ഇത് പറഞ്ഞറിയിക്കാൻ കഴിയാത്ത ഒരു അത്ഭുതമായിരുന്നു. ഡോക്ടർമാർ, നഴ്സുമാർ, ജീവനക്കാർ എന്നിവരുൾപ്പെടെ ആശുപത്രിയിലെ എല്ലാവരും ഇതിനെക്കുറിച്ച് കേട്ടു, കാരണം അത് വളരെ മനോഹരമായിരുന്നു. ക്രിസ്തു കഴിയുന്നിടത്തെല്ലാം തന്റെ സാക്ഷ്യം നൽകുന്നു.

മുഴുവൻ സാക്ഷ്യ വീഡിയോയും നിങ്ങൾക്ക് ഇവിടെ കാണാം:
https://youtu.be/VHzZE7a72Xw

മെൽ ബോണ്ട് പ്രാർത്ഥിച്ചപ്പോൾ കണ്ണുകൾ സൃഷ്ടിക്കപ്പെട്ടു.

2000 ജനുവരിയിൽ നിക്കരാഗ്വയിലെ ചിനാണ്ടേഗയിൽ ശുശ്രൂഷ ചെയ്യുകയായിരുന്നു മെൽ ബോണ്ടിന് ഒരു ടീം ഉണ്ടായിരുന്നു. അവർ ഒരു ടൗൺ സ്ക്വയറിൽ ഒരു യോഗം ചേരുകയായിരുന്നു, 3000 നും 3500 നും ഇടയിൽ ആളുകൾ പങ്കെടുത്തു. അന്ധരായ രണ്ട് സ്ത്രീകളെ മെൽ മുന്നിലേക്ക് കൊണ്ടുവന്ന് അവർക്കുവേണ്ടി പ്രാർത്ഥിച്ചു. ഇരുവർക്കും കാഴ്ച ലഭിച്ചു. ആറോ ഏഴോ വയസ്സുള്ള മകളുമായി മുന്നോട്ട് നീങ്ങിയ ഒരു അമ്മ സദസ്സിലുണ്ടായിരുന്നു. അവളുടെ മകളുടെ കണ്ണുകൾ വെളുത്തതും കൊഴുപ്പുള്ളതുമായ വസ്തുക്കളാൽ നിറഞ്ഞിരുന്നു, കണ്ണുകൾ ഉണ്ടായിരിക്കേണ്ട സ്ഥലത്ത് അവൾ പൂർണ്ണമായും അന്ധയായിരുന്നു. ഒരു കണ്ണോ ഒരു കണ്ണിന്റെയോ സാദൃശ്യം പോലുമില്ലായിരുന്നു. അമ്മ മെലിനോട് ചോദിച്ചു, “നിങ്ങളുടെ ദൈവത്തിന് എന്റെ മകളെ സുഖപ്പെടുത്താൻ കഴിയുമോ?” ഞാൻ അവളോട് പറഞ്ഞു, “തീർച്ചയായും എന്റെ ദൈവത്തിന് കഴിയും.” ദൈവത്തിന് എല്ലാം സാധ്യമാണെന്ന് അദ്ദേഹത്തിന് ബോധ്യപ്പെട്ടു. ശ്രദ്ധ കേന്ദ്രീകരിക്കാൻ മെൽ കണ്ണുകൾ അടച്ചു, യേശു പഠിപ്പിച്ചതുപോലെ പ്രാർത്ഥിച്ചു. മെലിന്റെ കണ്ണുകൾ അടച്ചിരുന്നെങ്കിലും,

പിന്നിലുള്ള ശുശ്രൂഷകനായ പാസ്റ്റർ എഡ്ഡി റോജേഴ്സ്, വെളുത്ത ചുഴലിക്കാറ്റുകളോ ചുഴലിക്കാറ്റുകളോ ഓരോ കണ്ണിലും വന്ന് വിശ്രമിക്കുന്നത് കണ്ടു.

അത് 60 മുതൽ 90 സെക്കൻഡ് വരെ നീണ്ടുനിന്നു. മെൽ പ്രാർത്ഥന നിർത്തിയപ്പോൾ ചുഴലിക്കാറ്റുകൾ ഇല്ലാതായി, രണ്ട് മനോഹരമായ തവിട്ട് നിറമുള്ള കണ്ണുകൾ ഉണ്ടായിരുന്നു. പെൺകുട്ടി വളരെ വ്യത്യസ്തയായി കാണപ്പെട്ടു, മെൽ കണ്ണുതുറന്നപ്പോൾ, താൻ പ്രാർത്ഥിക്കുന്നതിനിടയിൽ ആരോ ആ കൊച്ചു പെൺകുട്ടിയെ മറ്റൊരാളുമായി മാറ്റിയെന്ന് അയാൾക്ക് തോന്നി. അത് അതേ പെൺകുട്ടിയാണെന്ന് പാസ്റ്റർ റോജേഴ്സിന് സാക്ഷ്യപ്പെടുത്താൻ കഴിയും. അവൾ തിരിഞ്ഞു നോക്കിയപ്പോൾ ആദ്യമായി അമ്മയെ കണ്ടു. എല്ലാവരും കരയുകയായിരുന്നു. താൻ ഇതുവരെ കണ്ടിട്ടുള്ളതിൽ വച്ച് ഏറ്റവും അത്ഭുതകരമായ അത്ഭുതമാണിതെന്ന് പാസ്റ്റർ റോജേഴ്സ് സാക്ഷ്യപ്പെടുത്തുന്നു.
പൂർണ്ണ കഥ സിഡ് റോത്ത് ഷോയിൽ കാണാം: https://youtu.be/NgNiGyds4EA

മരിച്ച വൃക്കകൾ ജീവൻ പ്രാപിക്കുന്നു

നെവാഡയിലെ റെനോയിൽ ശുശ്രൂഷ ചെയ്യുന്നതിനിടെ, വൃക്കരോഗത്തിൽ നിന്ന് സുഖം പ്രാപിച്ച ഒരു സ്ത്രീയുടെ സാക്ഷ്യം പങ്കുവെച്ചപ്പോൾ ചാൾസ് ഷാംപ്. സഭയിലെ ഒരു പുരുഷനായ കർട്ട് ഈ കഥ കേട്ട് നിർത്താതെ കരയാൻ തുടങ്ങി. അദ്ദേഹത്തിന്റെ വൃക്കകൾ പ്രവർത്തനരഹിതമായിരുന്നു, 5 മാസമായി അദ്ദേഹം ഡയാലിസിസിന് വിധേയനായിരുന്നു. അദ്ദേഹത്തിന്റെ സഭയിലെ ആളുകൾ അദ്ദേഹത്തിന്റെ സാഹചര്യം മനസ്സിലാക്കി, അദ്ദേഹത്തിനുവേണ്ടി പ്രാർത്ഥിക്കാനും അദ്ദേഹത്തിന്റെ മേൽ കൈ വയ്ക്കാനും അദ്ദേഹത്തെ സമീപിച്ചു. ഒരു സ്ത്രീ അദ്ദേഹത്തെ ശുശ്രൂഷയിൽ വിതയ്ക്കാൻ പ്രോത്സാഹിപ്പിച്ചു. അദ്ദേഹം മുകളിലേക്ക് നടന്നപ്പോൾ പരിശുദ്ധാത്മാവ് കർട്ടിനോട് ചാൾസിനോട് "എനിക്ക് പുതിയ വൃക്കകൾ വേണം" എന്ന് പറയാൻ പറഞ്ഞു. ചാൾസ് അദ്ദേഹത്തിനുവേണ്ടി പ്രാർത്ഥിച്ചു, അദ്ദേഹം ദൈവത്തിന്റെ ആത്മാവിനു കീഴിലായി. പ്രാർത്ഥന സ്വീകരിക്കുന്നതിനിടയിൽ 5 മാസത്തിനുള്ളിൽ അദ്ദേഹത്തിന്റെ വൃക്കകൾ ആദ്യമായി പ്രവർത്തിക്കാൻ തുടങ്ങി! ആ രാത്രിയിൽ അദ്ദേഹം 3 തവണ വിശ്രമമുറി ഉപയോഗിച്ചു, അത് അദ്ദേഹത്തിന്റെ സാഹചര്യത്തിൽ അസാധ്യമായിരുന്നു. അദ്ദേഹത്തിന്റെ സഭ അദ്ദേഹത്തിനായി

വളരെ ആവേശഭരിതനായി, ചിലർ മാറ്റം സ്ഥിരീകരിക്കാൻ അദ്ദേഹത്തെ പിന്തുടർന്ന് വിശ്രമമുറിയിലേക്ക് പോയി!
സാക്ഷ്യത്തിന്റെ യഥാർത്ഥ വീഡിയോ ഇതാ, കാണുന്ന ആളുകൾക്കുവേണ്ടിയും ചാൾസ് പ്രാർത്ഥിക്കുന്നു:
https://youtu.be/6tNAsEUd-5A

ചാൾസ് ഷാമ്പിലൂടെയുള്ള സൃഷ്ടിപരമായ അത്ഭുതം

ഓസ്ട്രേലിയയിലെ പെർത്തിൽ ചാൾസ് ഷാംപ് ഉണ്ടായിരുന്നു, അവിടെ ഡെബോറ എന്ന സ്ത്രീ ഒരു സൃഷ്ടിപരമായ അത്ഭുതത്തെക്കുറിച്ച് സാക്ഷ്യം നൽകി. അവർക്ക് മെറ്റാസ്റ്റാറ്റിക് സ്തനാർബുദവും ലിംഫോമയും ഉണ്ടെന്ന് കണ്ടെത്തി. അവളുടെ രണ്ട് സ്തനങ്ങളും നീക്കം ചെയ്യാൻ ശസ്ത്രക്രിയ നടത്തേണ്ടിവന്നു, ഇംപ്ലാന്റുകൾ ഉണ്ടായിരുന്നെങ്കിലും അവ കൂടുതൽ പ്രശ്നങ്ങൾ സൃഷ്ടിച്ചു, ഒടുവിൽ അവൾ അവ നീക്കം ചെയ്തു. മീറ്റിംഗിനിടെ, നീക്കം ചെയ്ത ഒരു സ്ത്രീയുടെ സ്തനത്തെ ദൈവം പുനഃസ്ഥാപിച്ച ഒരു സൃഷ്ടിപരമായ അത്ഭുതത്തെക്കുറിച്ച് ചാൾസ് ഒരു സാക്ഷ്യം പങ്കുവച്ചു. ഡെബോറ ആ വാക്ക് കേട്ട് എന്തോ സംഭവിക്കുന്നതായി അവൾക്ക് തോന്നി. അവളുടെ മധ്യത്തിൽ ചൂട് തുടങ്ങി, തുടർന്ന് അവളുടെ നെഞ്ചിന്റെ ഭാഗത്തേക്ക് നീങ്ങി.

പിന്നീട് അത് മുള്ളും ചൂടും ആയി. തുടർന്ന് അവളുടെ പ്രോസ്തെറ്റിക്സും ചൂടായി . അവൾ വസ്ത്രം താഴ്ത്തിയപ്പോൾ അവൾക്ക് പിളർപ്പ് വികസിക്കുന്നത് മനസ്സിലായി. അവൾ ടോയ്‌ലറ്റിൽ പോയി പരിശോധിച്ചപ്പോൾ അവളുടെ സ്തനങ്ങൾ വളരുന്നത് കണ്ട് ഞെട്ടി. ഒരു നഴ്സായ ഒരു സുഹൃത്തും അവളുടെ സ്തനങ്ങൾ വളരുന്നുണ്ടെന്ന് പരിശോധിച്ച് സമ്മതിച്ചു. ദൈവത്തിന് എന്തും ചെയ്യാൻ കഴിയുമെന്നാണ് അവളുടെ സാക്ഷ്യം.

യഥാർത്ഥ വീഡിയോ സാക്ഷ്യം ഇവിടെ കാണാം:
https://youtu.be/CVnjjH8Jo1I - ഷെയർചാറ്റ് പൊളിച്ചു - ShareChat

ഹെർബ് എംജോറുഡ് ഒരു സ്ത്രീയെ മരിച്ചവരിൽ നിന്ന് ഉയിർപ്പിക്കുന്നു.

അമേരിക്കൻ ലൂഥറൻ കൗൺസിലിന് മുന്നിൽ തന്റെ കരിസ്മാറ്റിക് പ്രവർത്തനങ്ങളെ ന്യായീകരിക്കാൻ റവറന്റ് എംജോറൂഡിനെ വിളിപ്പിച്ചപ്പോൾ, അദ്ദേഹം വിശദീകരിക്കേണ്ടി വന്നത് ഇനിപ്പറയുന്ന കഥയാണ്. ഒരു ലൂഥറൻ സഭയിലെ സുവിശേഷ ശുശ്രൂഷയ്ക്കിടെയാണ് ഇത് സംഭവിച്ചത്. മിക്ക ആളുകളും ഇതിനെ ഒരു അത്ഭുതകരമായ അത്ഭുതമായി

കാണുമെങ്കിലും അവർ വിയോജിച്ചു. ലൂഥറൻ സുവിശേഷകന്റെ സ്ഥാനത്ത് നിന്ന് അദ്ദേഹത്തെ പുറത്താക്കി.

ഒരു വൈകുന്നേര ശുശ്രൂഷയുടെ അവസാനം, രക്ഷ തേടുന്നവരോട് ക്ഷമയ്ക്കായി നിശബ്ദമായി പ്രാർത്ഥിക്കാൻ ഞാൻ ആവശ്യപ്പെട്ടു. യേശുക്രിസ്തുവിനെ രക്ഷകനായി സ്വീകരിക്കാൻ ആഗ്രഹിക്കുന്നവർ കൈകൾ ഉയർത്തണമെന്ന് ഞാൻ നിർദ്ദേശിച്ചു. ഉടൻ തന്നെ നിരവധി കൈകൾ ഉയർന്നു. അപ്പോൾ പിന്നിൽ ഇരുന്ന ഒരു സ്ത്രീ കൈ ഉയർത്തി, പിന്നീട് ബോധരഹിതയായതുപോലെ അത് അൽപ്പം താഴ്ത്തി. രജിസ്റ്റർ ചെയ്ത നഴ്സാണെന്ന് പിന്നീട് ഞാൻ മനസ്സിലാക്കിയ മറ്റൊരു സ്ത്രീ പെട്ടെന്ന് അവരുടെ സഹായത്തിനെത്തി.

പക്ഷേ, ക്ഷണക്കത്തിൽ ഞാൻ മുഴുകിയിരുന്നു. കൈകൾ മുകളിലേക്ക് ഉയർന്നുകൊണ്ടേയിരുന്നു. ക്രിസ്തുവിനെ സ്വീകരിക്കാൻ ഏകദേശം നാൽപ്പത്തിയഞ്ച് പേർ കൈകൾ ഉയർത്തി. എനിക്ക് പ്രാർത്ഥനയും നിർദ്ദേശങ്ങളും ഉണ്ടായിരുന്നു, സമാപനത്തിനായി ശുശ്രൂഷ പാസ്റ്ററെ ഏൽപ്പിച്ചു. ഞങ്ങൾ ഒരു സമാപന ഗാനം ആലപിച്ചു, അദ്ദേഹം ആശീർവാദം ചൊല്ലി, തുടർന്ന് ഗായകസംഘത്തിന് പിന്നിൽ നിന്ന് പുറത്തേക്ക് പോകുമ്പോൾ വാതിൽക്കൽ നിന്ന്

ആളുകളെ അഭിവാദ്യം ചെയ്യാൻ എന്നോട് ആവശ്യപ്പെട്ടു.

ഈ വിടവാങ്ങൽ ചടങ്ങിന്റെ പകുതി കഴിഞ്ഞപ്പോൾ, വാതിൽക്കൽ ഒരു സ്ത്രീ ജനക്കൂട്ടത്തിനിടയിലൂടെ എന്റെ അടുത്തേക്ക് വന്നു. അവൾ കരഞ്ഞുകൊണ്ടിരുന്നു. "ഓ പാസ്റ്റർ മജോറുഡ്," അവൾ യാചിച്ചു, "ദയവായി വന്ന് ഞങ്ങളെ സഹായിക്കൂ. മിസിസ് ഫോർഡ് മരിക്കുകയോ മരിക്കുകയോ ചെയ്തിരിക്കാം. ഞങ്ങളോടൊപ്പം പ്രാർത്ഥിക്കാൻ വന്നിരിക്കുക."

ഹസ്തദാനം നിർത്തി ഞാൻ ഉടനെ പിന്നിലെ ബെഞ്ചിലേക്ക് പോയി. ശ്രീമതി ഫോർഡിന്റെ പിന്നിൽ രണ്ട് നഴ്സുമാർ നിൽക്കുന്നുണ്ടായിരുന്നു. അവർ കസേരയിൽ വീണുകിടക്കുകയായിരുന്നു. ശ്രീമതി ഫോർഡിന്റെ മുന്നിലെ ബെഞ്ചിലേക്ക് ഞാൻ വഴുതിവീണപ്പോൾ, ഒരു നഴ്സ് തലയാട്ടി (എന്നെ അറിയിക്കാൻ വേണ്ടി, പക്ഷേ മിസ്റ്റർ ഫോർഡിനെ വിഷമിപ്പിക്കാതിരിക്കാൻ), "നിങ്ങൾക്ക് ഒന്നും ചെയ്യാൻ കഴിയില്ല" എന്ന് പറയുന്നതുപോലെ. മിസിസ് ഫോർഡിന് ബോധക്ഷയം ഉണ്ടെന്ന് ആരോ പറഞ്ഞു. "അതെ എനിക്കറിയാം," രജിസ്റ്റേർഡ് നഴ്സ് പറഞ്ഞു, "പക്ഷേ ബോധക്ഷയം ഉണ്ടാകുമ്പോൾ

ഹൃദയമിടിപ്പ് ഉണ്ടാകും. ശ്രീമതി ഫോർഡിന് ഹൃദയമിടിപ്പ് ഉണ്ടാകില്ല."

എന്തുചെയ്യണമെന്ന് എനിക്കറിയില്ലായിരുന്നു, ദൈവത്തിന്റെ സഹായത്തിനായി ഞാൻ പ്രാർത്ഥിച്ചു. ദൈവത്തിന്റെ ആത്മാവ് വീണ്ടും എന്റെ മേൽ വ്യാപരിക്കാൻ തുടങ്ങി. എനിക്ക് ഇത് നിങ്ങൾക്ക് കാണിച്ചുതരാൻ കഴിയില്ല, നിങ്ങൾക്കറിയാവുന്ന ഒരു അവബോധം മാത്രമാണ് അത്. മിസ്സിസ് ഫോർഡിന്റെ മുഖത്ത് ഞാൻ എന്റെ കൈ വച്ചു. അത് തണുപ്പും ഈർപ്പവുമായിരുന്നു. ശ്വാസമെടുക്കാൻ ഞാൻ എന്റെ കൈയുടെ പിൻഭാഗം അവളുടെ മൂക്കിനടിയിൽ വച്ചു. എനിക്ക് ഒന്നും അനുഭവപ്പെടുന്നില്ല. നാഡിമിടിപ്പ് അറിയാൻ ഞാൻ അവളുടെ അയഞ്ഞ കൈ എടുത്തു. ഹൃദയമിടിപ്പ് അനുഭവപ്പെടാൻ ഞാൻ കാത്തിരുന്നു, ഒന്നുമില്ല. നഴ്സ് തലയാട്ടി.

പള്ളിയുടെ പിൻഭാഗത്തുള്ളവരോട് ഞാൻ മിസ്സിസ് ഫോർഡ് മരിച്ചുവെന്ന് പറഞ്ഞു. "എത്ര മനോഹരമായ ഒരു സ്ഥലവും വഴിയും, പള്ളിയിൽ, സുഹൃത്തുക്കൾക്കും പ്രിയപ്പെട്ടവർക്കും ഇടയിൽ" എന്ന് ഞാൻ പറഞ്ഞു. എന്നാൽ പെട്ടെന്ന് ആ വാക്കുകളോടെ ദൈവാത്മാവ് എന്നോട് പറഞ്ഞു: "യൂത്തിക്കൊസ് സിനഗോഗിൽ വീണു മരിച്ച നിലയിൽ എടുത്തപ്പോൾ പൗലോസ് എന്തു ചെയ്തു?" പൗലോസ്

ചെയ്തത് ഞാൻ ഓർത്തു. ആ മനുഷ്യനുവേണ്ടി അദ്ദേഹം പ്രാർത്ഥിച്ചു, അദ്ദേഹം വീണ്ടും ജീവനിലേക്ക് വന്നു.

പിന്നെ ഞാൻ ഒന്നും ആലോചിക്കാതെ എന്തോ ചെയ്തു. ഞാൻ എന്റെ കൈ നീട്ടി മിസ്സിസ് ഫോർഡിന്റെ മേൽ വച്ചു പ്രാർത്ഥിച്ചു. "ഇത് ദൈവത്തിന്റെ മഹത്വത്തിനുവേണ്ടിയാണ്. യേശുക്രിസ്തുവിൽ വിശ്വസിക്കുന്ന ഞങ്ങൾക്ക് ഒന്നും അസാധ്യമല്ല. കർത്താവേ, ഞങ്ങളുടെ പ്രിയ സഹോദരിയെ ജീവിതത്തിലേക്ക് തിരികെ കൊണ്ടുവരിക എന്നത് വളരെ ലളിതമായ കാര്യമാണ്. കർത്താവേ, നിന്റെ മഹത്വം വെളിപ്പെടുത്തി ഈ സ്ത്രീക്ക് ജീവൻ തിരികെ നൽകണമേ." അവളുടെ ശരീരത്തിൽ എന്തോ സംഭവിക്കുന്നതായി എനിക്ക് തോന്നി. ഞാൻ എന്റെ കൈ അവളുടെ മുഖത്ത് വച്ചു. ഇത്തവണ എനിക്ക് വളരെ നേരിയ ശ്വാസം പോലെ തോന്നി. "മിസ്സിസ് ഫോർഡ് ശ്വസിക്കുന്നു." ഞാൻ പറഞ്ഞു. നഴ്സ് കൈ ഉയർത്തി പറഞ്ഞു, "ഹൃദയമിടിപ്പ് ഇല്ലാത്തതിനാൽ അവൾക്ക് ശ്വസിക്കാൻ കഴിയില്ല." അപ്പോൾ മിസ്സിസ് ഫോർഡിന്റെ നെഞ്ച് ഉയരാൻ തുടങ്ങി, ഞാൻ പറഞ്ഞു, "അവൾ ശ്വസിക്കുന്നു അവളുടെ നെഞ്ചിലേക്ക് നോക്കൂ." നഴ്സ് പറഞ്ഞു, "അത് ഒരുതരം റിഫ്ലെക്സ് പ്രവർത്തനമായിരിക്കണം, കാരണം ഹൃദയമിടിപ്പ് ഇല്ല. ഒരു മിനിറ്റ്

കാത്തിരിക്കൂ. അവളുടെ ഹൃദയം ആരംഭിച്ചു, അവളുടെ പൾസ് മിടിക്കുന്നു."

അപ്പോൾ മിസ്സിസ് ഫോർഡ് കണ്ണുകൾ തുറന്ന് പറഞ്ഞു, "എനിക്ക് വീട്ടിലേക്ക് പോകണം." നഴ്സ് പറഞ്ഞു, "നിങ്ങൾക്ക് ഇതുവരെ വീട്ടിലേക്ക് പോകാൻ കഴിയില്ല, ഞങ്ങൾ ഡോക്ടറെയും ആംബുലൻസിനെയും വിളിച്ചിട്ടുണ്ട്." "ഓ, എനിക്ക് കുഴപ്പമില്ല മിസ്സിസ് ഫോർഡ് നഴ്സിനോട് പറഞ്ഞു." എന്റെ നേരെ തിരിഞ്ഞു അവർ ശാന്തമായി എന്റെ കൈ കുലുക്കി പറഞ്ഞു, "ആ അത്ഭുതകരമായ പ്രസംഗത്തിന് പാസ്റ്റർ മ്ജോറുഡിന് നന്ദി." പിന്നെ ഡോക്ടർ വന്നു സ്റ്റെതസ്കോപ്പ് എടുത്ത് മിസ്സിസ് ഫോർഡിന്റെ ഹൃദയമിടിപ്പ് ശ്രദ്ധിച്ചു. അദ്ദേഹം അവളുടെ പൾസ് പരിശോധിച്ചു, ഒരു പെൻലൈറ്റ് എടുത്ത് അവളുടെ കണ്ണുകളിലേക്ക് നോക്കി. ഒടുവിൽ അദ്ദേഹം പറഞ്ഞു, "മിസ്സിസ് ഫോർഡ്, നിങ്ങൾക്ക് കുഴപ്പമൊന്നുമില്ല, നിങ്ങൾക്ക് വീട്ടിലേക്ക് പോകാം." അങ്ങനെ അവൾ അങ്ങനെ ചെയ്തു.

മിസ്സിസ് ഫോർഡിന്റെ സുഖം പ്രാപിച്ചതിനെ ചുറ്റിപ്പറ്റിയുള്ള സാഹചര്യങ്ങളെക്കുറിച്ച് ഞാൻ വീണ്ടും വീണ്ടും ചിന്തിച്ചിട്ടുണ്ട്. ഈ ജനപ്രിയ അഭിപ്രായവുമായി ഞാൻ മുന്നോട്ടുപോയിരുന്നെങ്കിൽ എല്ലാത്തരം പ്രശ്നങ്ങളും ഒഴിവാക്കുമായിരുന്നു. "മിസ്സിസ്

ഫോർഡ് ബോധംകെട്ടു വീണു, ഞാൻ അവൾക്കുവേണ്ടി പ്രാർത്ഥിച്ചതിനുശേഷം അവൾ ഉയിർത്തെഴുന്നേറ്റു" എന്ന് ഞാൻ പറയാൻ എല്ലാവരും കാത്തിരിക്കുകയായിരുന്നു. പക്ഷേ ഞാൻ അവിടെ ഉണ്ടായിരുന്നു! നല്ല മനസ്സാക്ഷിയോടെ എനിക്ക് അത് ചെയ്യാൻ കഴിഞ്ഞില്ല. മിസ്സിസ് ഫോർഡിനെ പരിചരിച്ച രണ്ട് നഴ്സുമാരും അവൾ മരിച്ചതായി പ്രഖ്യാപിച്ചു. അവൾ അക്ഷരാർത്ഥത്തിൽ മരിച്ചവരിൽ നിന്ന് ഉയിർത്തെഴുന്നേറ്റു എന്ന് അന്നും പിന്നീടും ഞങ്ങൾ എല്ലാവരും വിശ്വസിച്ചു. അവൾ പുനരുജ്ജീവിപ്പിക്കുന്നതുവരെ അവളെ പരിശോധിക്കാൻ വൈദ്യോപകരണങ്ങളുമായി ഒരു ഡോക്ടർ പോലും ഉണ്ടായിരുന്നില്ല എന്നത് ശരിയാണ്. പക്ഷേ, എന്റെ ഉപരിപ്ലവമായ രീതിയിൽ ഞാൻ അവളെ പരിശോധിച്ചപ്പോൾ, അവൾ മരിച്ചുവെന്ന് ഞാൻ വിശ്വസിച്ചു. അവൾ മരിച്ചുവെന്ന് പരിശുദ്ധാത്മാവും അറിഞ്ഞിരുന്നുവെന്ന് ഞാൻ വിശ്വസിക്കുന്നു. പൗലോസ് യൂത്തിക്കോസിനെ മരിച്ചവരിൽ നിന്ന് ഉയിർപ്പിച്ചപ്പോൾ ചെയ്തതുപോലെ ചെയ്യാൻ പരിശുദ്ധാത്മാവ് എന്നെ നയിച്ചു. എന്റെ മനസ്സിൽ അവൾ മരിച്ചിരുന്നു. അവൾ ഒരു ബോധക്ഷയത്തിൽ നിന്ന് പുറത്തുവരണമെന്നല്ല എന്റെ പ്രാർത്ഥന. എന്നാൽ കർത്താവ് അവളെ തിരികെ

ജീവിതത്തിലേക്ക് കൊണ്ടുവരണമേ എന്നതായിരുന്നു എന്റെ പ്രാർത്ഥന.

എന്റെ കൈകൾ അവളുടെ മേൽ വെച്ചപ്പോൾ ജീവൻ അവളുടെ ശരീരത്തിലേക്ക് തിരികെ വരുന്നത് എനിക്ക് അനുഭവപ്പെട്ടു. അവിടെ ഉണ്ടായിരുന്ന എല്ലാവരും, നഴ്സുമാർ, അവരുടെ ഭർത്താവ്, ബന്ധുക്കൾ, പാസ്റ്റർ, മിസ്സിസ് ഫോർഡ് പോലും, അവൾ മരിച്ചവരിൽ നിന്ന് ഉയിർത്തെഴുന്നേറ്റുവെന്ന് വിശ്വസിച്ചു.

ഹെർബർട്ട് എംജോറുഡിന്റെ "നിങ്ങളുടെ അധികാരം ടു ഹീൽ" എന്ന പുസ്തകത്തിൽ നിന്നുള്ള ഉദ്ധരണി. 1975-ൽ ക്രിയേഷൻ ഹൗസ് പ്രസിദ്ധീകരിച്ചത്.

പുതിയ കണ്ണുകൾ ലഭിച്ച സ്ത്രീക്കുവേണ്ടി പാസ്റ്റർ സുപ്രെസ സിത്തോൾ പ്രാർത്ഥിക്കുന്നു.

പാസ്റ്റർ സുപ്രെസ്സ (സർപ്രൈസ്) സിത്തോൾ ഐറിസ് മിനിസ്ട്രീസുമായും റോളണ്ട്, ഹെയ്ഡി ബേക്കർ എന്നിവരുമായും ബന്ധപ്പെട്ടിരിക്കുന്നു. ഒരു കോൺഫറൻസിൽ പ്രാർത്ഥിക്കപ്പെട്ട ഒരു സ്ത്രീയുടെ കഥയാണ് അദ്ദേഹം പറയുന്നത്. മലാവിയിൽ താമസിക്കുമ്പോൾ അവൾക്ക് ഒരു രോഗം പിടിപെട്ടു, അത് അവളുടെ കണ്ണുകളെ ആക്രമിച്ചു. ഒരിക്കൽ ആ രോഗം ഒരാളിൽ

തുടങ്ങിയാൽ, കണ്ണുകൾ ഒടുവിൽ വിഘടിച്ച് അപ്രത്യക്ഷമാകും. അവൾക്കുവേണ്ടി പ്രാർത്ഥിക്കുമ്പോൾ ആ സ്ത്രീയുടെ കണ്ണുകൾ പൂർണ്ണമായും അപ്രത്യക്ഷമായിരുന്നു. നിരവധി ആളുകൾ അവൾക്കുവേണ്ടി പ്രാർത്ഥിച്ചു, പക്ഷേ ഒന്നും മാറിയതായി തോന്നിയില്ല. ആ രാത്രി അവൾ ഉറങ്ങിപ്പോയി, ഒരു അത്ഭുതകരമായ സ്വപ്നം കണ്ടു. അവൾക്ക് കാണാൻ കഴിയുമെന്ന് അവൾ സ്വപ്നം കണ്ടു, അവൾ പുറത്ത് പൂന്തോട്ടത്തിലേക്ക് പോയി പാടാൻ തുടങ്ങി. അവളോടൊപ്പമുണ്ടായിരുന്ന സ്ത്രീകൾ പുറത്തുവന്ന് അവളോട് എങ്ങനെ പുറത്തുപോയി എന്ന് ചോദിച്ചു. അവൾ അവരോട് പറഞ്ഞു, "എനിക്ക് കാണാൻ കഴിയുമെന്ന് ഞാൻ സ്വപ്നം കാണുന്നു." അവർ അവളോട് പറഞ്ഞു, "നീ സ്വപ്നം കാണുന്നില്ല!" അവൾക്ക് പുതിയ കണ്ണുകളുണ്ട്. ഇതും മരിച്ചവരിൽ നിന്ന് ഉയിർത്തെഴുന്നേറ്റ ഒരു പെൺകുട്ടിയെക്കുറിച്ചുള്ള കഥ ഉൾപ്പെടെയുള്ള മറ്റ് കഥകളും പാസ്റ്റർ സിത്തോളിന്റെ സിഡ് റോത്തിന് നൽകിയ അഭിമുഖത്തിൽ കേൾക്കാം.

https://youtu.be/9d-ncO92hr0

1998-ൽ പ്രാർത്ഥനയിലൂടെ ഫ്ലോറൻസ് ഹെഡ്ജസ് ലൂപ്പസിൽ നിന്ന് സുഖം പ്രാപിച്ചു.

എട്ട് വർഷങ്ങൾക്ക് മുമ്പ് എന്റെ ഭർത്താവിന്റെ ജീവിതത്തിലെ അവസാന ആറ് മാസക്കാലം ഞാൻ അദ്ദേഹത്തെ പരിചരിച്ചു. അദ്ദേഹത്തിന്റെ മരണശേഷം എനിക്ക് അസുഖം പിടിപെട്ടു. എനിക്ക് വേദനയും വേദനയും അനുഭവപ്പെട്ടു. എന്റെ പുറംഭാഗത്ത് തുടർച്ചയായി വേദന ഉണ്ടായിരുന്നു. മിക്ക സമയത്തും അത് ഒരു കത്തി പോലെ തോന്നി, അത് എന്റെ ചലനശേഷി വളരെയധികം കുറച്ചു. എനിക്ക് ഊർജ്ജമില്ലായിരുന്നു, എപ്പോഴും ഉറങ്ങാൻ ഞാൻ ആഗ്രഹിച്ചു. നിരവധി തവണ ഡോക്ടറെ കാണാൻ പോയതിന് ശേഷം, അദ്ദേഹം എന്നെ ഒരു വാതരോഗ വിദഗ്ദ്ധന്റെ അടുത്തേക്ക് റഫർ ചെയ്തു, അദ്ദേഹം നിരവധി രക്തപരിശോധനകൾ നടത്തി. ഫലങ്ങൾ അസാധാരണമായിരുന്നു, പക്ഷേ അവർക്ക് കാരണം തിരിച്ചറിയാൻ കഴിഞ്ഞില്ല. ഒടുവിൽ, പതിനെട്ട് മാസത്തിനും ഡിഎൻഎ പരിശോധനയ്ക്കും ശേഷം, ഓട്ടോ ഇമ്മ്യൂൺ ഡിസീസ് ല്യൂപ്പസ് കണ്ടെത്തി. എനിക്ക് പ്രതിമാസ രക്തപരിശോധന തുടർന്നു, ഡി-പെൻസിലിമിൻ എന്ന മരുന്ന് നൽകി, അത് രോഗലക്ഷണങ്ങൾ

ലഘൂകരിക്കാൻ സഹായിച്ചു, പക്ഷേ എന്നെ സുഖപ്പെടുത്താൻ കഴിഞ്ഞില്ല.

മരുന്നുകൾ കഴിച്ചിട്ടും, തുടർന്നുള്ള വർഷങ്ങളിൽ എനിക്ക് മിക്കവാറും എല്ലായ്പ്പോഴും അസുഖമായിരുന്നു. എനിക്ക് പുറത്തുപോകാൻ ക്രമീകരണങ്ങൾ ചെയ്യാൻ കഴിഞ്ഞില്ല, കാരണം എനിക്ക് വേണ്ടത്ര സുഖം പ്രാപിക്കുമോ എന്ന് എനിക്കറിയില്ലായിരുന്നു. ഞാൻ പലപ്പോഴും വളരെ ക്ഷീണിതനായിരുന്നു. നാല് തവണ എനിക്ക് ഗുരുതരമായ അറ്റാക്ക് അനുഭവപ്പെട്ടു, അത് എന്നെ ആശുപത്രിയിൽ എത്തിച്ചു, അവിടെ എനിക്ക് ഓക്സിജൻ നൽകി. കഴിഞ്ഞ വർഷം മെയ് മാസത്തിലായിരുന്നു അത്തരമൊരു അറ്റാക്ക് അവസാനമായി ഉണ്ടായത്. എനിക്ക് ഉണ്ടായിട്ടുള്ളതിൽ വച്ച് ഏറ്റവും മോശം അറ്റാക്ക് ആയിരുന്നു അത്. അഞ്ച് ദിവസം ഞാൻ ആശുപത്രിയിൽ ആയിരുന്നു.

ആശുപത്രിയിൽ നിന്ന് ഇറങ്ങിയതിനു ശേഷമുള്ള മാസങ്ങളിൽ, ഞാൻ നിരന്തരം ഡോക്ടർമാരുടെ അടുത്തായിരുന്നു. സെപ്റ്റംബറിൽ, ഭാവിയിലെ രോഗാവസ്ഥ എന്താണെന്ന് ഞാൻ അവരോട് ചോദിച്ചു, എന്റെ കൈവശമുള്ളത് തന്നെയാണ് എനിക്ക് ജീവിക്കാൻ വേണ്ടതെന്ന് ഇരുവരും എന്നോട് പറഞ്ഞു. വേദനസംഹാരികൾ നൽകി

അവർക്ക് എന്നെ സഹായിക്കാമായിരുന്നു, പക്ഷേ അവർക്ക് ചെയ്യാൻ കഴിയുന്നത് അത്രയേയുള്ളൂ.

ഈ വാർത്ത കേട്ടപ്പോൾ ഞാൻ വളരെ വിഷമിച്ചു, പള്ളിയിൽ നിന്ന് സഹായം തേടണമെന്ന് ഞാൻ തീരുമാനിച്ചു. ബുധനാഴ്ച ആയിരുന്നു, ഉച്ചകഴിഞ്ഞ് ഞാൻ പാസ്റ്റർ റിച്ചാർഡിനെ വിളിക്കാൻ പോകുകയായിരുന്നു. പക്ഷേ, അദ്ദേഹം ആദ്യം എന്നെ വിളിച്ചു. ഞാൻ പറഞ്ഞു, "റിച്ചാർഡ്, നീ ഇത് വിശ്വസിക്കില്ല, ഞാൻ നിന്നെ വിളിക്കാൻ പോകുകയായിരുന്നു". അദ്ദേഹം പറഞ്ഞു, "ഞാൻ ഇവിടെ ഇരിക്കുകയായിരുന്നു, "റിംഗ് ഫ്ലോ" എന്ന വാക്കുകൾ എന്റെ മനസ്സിൽ വന്നുകൊണ്ടിരുന്നു, അതിനാൽ ഞാൻ വിളിച്ചു.

ഡോക്ടർമാർ പറഞ്ഞത് ഞാൻ അദ്ദേഹത്തോട് പറഞ്ഞു, ഞായറാഴ്ച പള്ളിയിൽ എനിക്ക് വേണ്ടി പ്രാർത്ഥിക്കാമോ എന്ന് ചോദിച്ചു. ഞായറാഴ്ച വന്നപ്പോൾ, ദൈവം എന്നെ സുഖപ്പെടുത്തുമെന്ന് എനിക്ക് ഉറപ്പായിരുന്നു. ശുശ്രൂഷയുടെ മധ്യത്തിൽ, വിട്ടുമാറാത്ത രോഗങ്ങളുള്ള ആർക്കും പ്രാർത്ഥന സ്വീകരിക്കാൻ ഒരു പൊതു ക്ഷണം ഉണ്ടായിരുന്നു. ഒരു വലിയ കൂട്ടം ആളുകൾ എന്റെ ചുറ്റും കൂടി, എന്റെ മേൽ കൈകൾ

വെച്ച് പ്രാർത്ഥിച്ചു. ശുശ്രൂഷയ്ക്ക് ശേഷം, മുൻകൂട്ടി എന്നെ സമീപിക്കാൻ കഴിയാത്ത സ്ത്രീകളിൽ ഒരാൾ, എനിക്കുവേണ്ടി പ്രാർത്ഥിക്കാമോ എന്ന് ചോദിച്ചു. അവർ പ്രാർത്ഥിക്കുമ്പോൾ എനിക്ക് നട്ടെല്ല് വരെ കത്തുന്ന ഒരു അനുഭവം അനുഭവപ്പെട്ടു.

പിന്നെ ഞാൻ എന്റെ സഹോദരിയോടൊപ്പം ഉച്ചഭക്ഷണത്തിന് പോയി. ഭക്ഷണം കഴിഞ്ഞപ്പോൾ, എനിക്ക് സുഖമാണോ എന്ന് അവൾ ചോദിച്ചു. "എന്തിനാണ് നീ ഇങ്ങനെ ചോദിക്കുന്നത്" എന്ന് ഞാൻ ചോദിച്ചു. "എന്തുകൊണ്ടാണ് നീ വിചിത്രമായി കാണപ്പെടുന്നത്" എന്ന് അവൾ പറഞ്ഞു. എന്നിട്ട് ഞാൻ പറഞ്ഞു, "എഡ്, എന്റെ വേദന മാറി. എനിക്ക് വിശ്വസിക്കാൻ കഴിയുന്നില്ല!"

ആ ദിവസം മുതൽ എന്റെ പുറം വേദന പൂർണ്ണമായും പോയി. മറ്റ് ലക്ഷണങ്ങൾ ഏതാണ്ട് പൂർണ്ണമായും ഇല്ലാതായി. ഞാൻ മരുന്ന് കഴിക്കുന്നത് തുടർന്നു. എന്റെ അടുത്ത രക്തപരിശോധനയിൽ എന്താണ് സംഭവിച്ചതെന്ന് വെളിപ്പെടുത്തി. ഫലങ്ങൾ ഇല്ലായിരുന്നു, അവ ഇനി അസാധാരണമല്ല, അവ സാധാരണ പരിധിക്കുള്ളിലായിരുന്നു. എന്റെ സ്പെഷ്യലിസ്റ്റ് എന്നോട് പറഞ്ഞു, എനിക്ക് ഇനി ല്യൂപ്പസ് ഇല്ലെന്ന്, "ഇത് നമ്മളെക്കാൾ ഉയർന്ന ഒരാളുടെ പ്രവൃത്തിയായിരിക്കണം. ഞങ്ങൾക്ക് ഇത്

ചെയ്യാൻ കഴിയില്ല!" രക്തപരിശോധനകൾ വ്യക്തമായിരുന്നുവെന്നും ഞാൻ പ്രതിമാസ പരിശോധനകളും മരുന്നുകളും തുടരണമെന്നും അവർ എന്നോട് പറഞ്ഞു. ഈ പരിശോധനകളെല്ലാം വ്യക്തമായിരുന്നു. ദൈവം എന്നെ സുഖപ്പെടുത്തിയെന്ന് എനിക്കറിയാം, അതിനായി അവനെ സ്തുതിക്കുന്നത് തുടരുന്നു!
യഥാർത്ഥ ലിങ്ക് ഇവിടെ കാണാം: http://jesusisreal.org/HealedOfLupus.htm

ഗെയ്ൽ ജാക്സണിലൂടെ രോഗശാന്തി

1980-ൽ സേലത്ത്, MO-യിൽ ഒരു പുനരുജ്ജീവനമായിരുന്നു അത്. എനിക്ക് അറിയാവുന്ന സുവിശേഷകൻ സഹോദരൻ ഗെയ്ൽ ജാക്സൺ ആയിരുന്നു. എനിക്ക് 7 വയസ്സായിരുന്നു. ഏകദേശം 2 വയസ്സുള്ളപ്പോൾ ഞാൻ ക്രോസ്ഡ് കണ്ണുകൾക്ക് കണ്ണട ധരിച്ചിരുന്നു, ഒരു ഫലവുമില്ലാതെ ശസ്ത്രക്രിയയ്ക്ക് വിധേയനായിരുന്നു. എന്റെ കണ്ണടകളെ ഞാൻ വെറുത്തു, എന്നെ നിരന്തരം കളിയാക്കി. ഞാൻ പുനരുജ്ജീവനത്തിൽ പങ്കെടുത്ത രാത്രിയിൽ എനിക്ക് ധൈര്യം സംഭരിക്കേണ്ടിവന്നു, അവിടെ ധാരാളം ആളുകൾ ഉണ്ടായിരുന്നു. പക്ഷേ എന്റെ കണ്ണുകൾ സുഖപ്പെടണമെന്ന്

എനിക്കറിയാമായിരുന്നു. ഞാൻ സഹോദരൻ ജാക്സണിന്റെ അടുത്തേക്ക് നടന്നു, എനിക്ക് എന്താണ് സുഖപ്പെടേണ്ടതെന്ന് പറഞ്ഞു. അദ്ദേഹം എന്റെ കണ്ണുകളിൽ കൈകൾ വച്ചു, ഞങ്ങൾ പ്രാർത്ഥിച്ചു. അദ്ദേഹം കൈകൾ ഉയർത്തി, അദ്ദേഹത്തിന്റെ വാക്കുകൾ ഞാൻ എന്നേക്കും ഓർക്കും. "ഒരു അമ്പു പോലെ നേരെ!" വീട്ടിലേക്കുള്ള യാത്രയിലുടനീളം എനിക്ക് ഇനി കണ്ണട ധരിക്കേണ്ടതില്ലാത്തതിനാൽ എനിക്ക് സഹിക്കേണ്ടി വരാത്ത എല്ലാ കാര്യങ്ങളും പട്ടികപ്പെടുത്തിയത് ഞാൻ ഓർക്കുന്നു!

കുറച്ച് ദിവസങ്ങൾക്ക് ശേഷം എന്റെ ഇരട്ട സഹോദരിക്കും അതേ ഫലം ലഭിച്ചു! അവൾക്കുവേണ്ടി പ്രാർത്ഥിക്കപ്പെട്ടു, അവൾ സുഖപ്പെട്ടു! പിറ്റേന്ന് ഞാൻ സ്കൂളിൽ പോയി, എന്റെ കണ്ണട എവിടെയാണെന്ന് എന്റെ ടീച്ചർ എന്നോട് ചോദിച്ചു. ആ ഏഴു വയസ്സുള്ള പെൺകുട്ടി അവളുടെ കണ്ണുകളിലേക്ക് നേരെ നോക്കി പറഞ്ഞു, "എനിക്ക് ഇനി എന്റെ കണ്ണട ആവശ്യമില്ല, യേശു എന്റെ കണ്ണുകൾ സുഖപ്പെടുത്തി!" ആ രാത്രിയിൽ സ്കൂൾ എന്റെ അമ്മയെ ബന്ധപ്പെട്ട് പരീക്ഷയിൽ മറ്റൊരു വിധത്തിൽ പറയുന്നത് വരെ കണ്ണട ധരിക്കണമെന്ന് പറഞ്ഞതായി ഞാൻ മനസ്സിലാക്കി. എന്റെ അമ്മ അവരോട് മാന്യമായി പറഞ്ഞു. ഞങ്ങൾ പരീക്ഷയ്ക്ക് പോകും, ഞങ്ങൾക്കല്ല, നിങ്ങൾക്കുവേണ്ടി,

ഡോക്ടർ പറയുന്നതുവരെ അവർ അത് ധരിക്കില്ല.

ഞാനും എന്റെ ഇരട്ടക്കുട്ടിയും, തുടക്കം മുതൽ കണ്ട അതേ ഡോക്ടറുടെ അടുത്തേക്ക് തിരിച്ചു പോയി. മെഷീനുകൾ പുറകിലിരുന്ന് അത്ഭുതത്തോടെ അമ്മയെ നോക്കുന്ന എന്റെ കണ്ണുകളിലേക്ക് അദ്ദേഹം നോക്കുന്നത് ഞാൻ ഓർക്കുന്നു, പിന്നെയും നോക്കി അമ്മയെ നോക്കി "നീ എന്ത് ചെയ്തു!! അവർക്ക് ഇനി കണ്ണട ആവശ്യമില്ല!!" എന്ന് ചോദിച്ചുകൊണ്ട്. ഇത് എന്റെ ജീവിതത്തിലും എന്റെ വിശ്വാസത്തിലും വലിയ സ്വാധീനം ചെലുത്തിയിട്ടുണ്ട്. എന്റെ കഥ ആളുകളോട് പറയാൻ ഞാൻ ഇഷ്ടപ്പെടുന്നു!
മാലിൻഡ ഹാഗൻഹോഫ് (വാർണർ)
ഈ അത്ഭുതകരമായ സാക്ഷ്യം പങ്കുവെച്ചതിന് മാലിൻഡയ്ക്ക് നന്ദി!

ലെസ്റ്റർ സംറാലിന്റെ അമ്മയുടെ രോഗശാന്തി

സമ്മാൽ ആൺകുട്ടിയായിരുന്നപ്പോൾ അദ്ദേഹത്തിന്റെ അമ്മ ബെറ്റിക്ക് സ്തനാർബുദം ഉണ്ടായിരുന്നു. ഒരു ഡോളറിന്റെ വലിപ്പമുള്ള ഒരു തുറന്ന വ്രണം അവൾക്കുണ്ടായിരുന്നു. വേദന കാരണം, പല രാത്രികളിലും അവൾ ഉറങ്ങാൻ വേണ്ടി

കരഞ്ഞു. ഒന്നാം ലോകമഹായുദ്ധത്തിന് തൊട്ടുപിന്നാലെ, ആധുനിക ഡോക്ടർമാർ ഉപയോഗിക്കുന്ന സാങ്കേതിക വിദ്യകളോ മരുന്നുകളോ ശസ്ത്രക്രിയാ വിദഗ്ധരുടെ പക്കലില്ലായിരുന്നു. കാൻസർ നീക്കം ചെയ്യാൻ ശ്രമിച്ചാൽ അവൾ മരിക്കുമെന്ന് അവളുടെ ഡോക്ടർ പറഞ്ഞു. അദ്ദേഹം വ്രണം വച്ചുകെട്ടി വൃത്തിയായി സൂക്ഷിച്ചു.

ഒരു രാത്രി, ബെറ്റി രാത്രിയുടെ ഭൂരിഭാഗവും തറയിൽ നടന്നു, വേദനയിൽ നിന്ന് മോചനത്തിനായി ദൈവത്തോട് കരഞ്ഞു. സൂര്യോദയത്തിന് തൊട്ടുമുമ്പ് അവൾ കട്ടിലിന് കുറുകെ വീണു ഉറങ്ങാൻ കിടന്നു. യേശു തന്റെ കിടപ്പുമുറിയിലേക്ക് കടന്നുവന്ന് കരുണയോടെ തന്നെ നോക്കുന്നതായി സംറാലിന്റെ അമ്മ സ്വപ്നം കണ്ടു. അദ്ദേഹം അവളുടെ നെഞ്ചിൽ ആർദ്രമായി തൊട്ടു. അവൾ ഉണർന്നതിനുശേഷം സംറാലിന്റെ പിതാവ് ജോർജിനോട് സ്വപ്നത്തെക്കുറിച്ച് പറഞ്ഞു. അദ്ദേഹത്തിന് സംശയമുണ്ടായിരുന്നു.

കുറച്ച് ദിവസങ്ങൾക്ക് ശേഷം ജോർജ്ജ് അവളുടെ വേദനയെക്കുറിച്ച് ചോദിച്ചു. ബെറ്റി പറഞ്ഞു, "കാൻസറിനെക്കുറിച്ച് താൻ ഏറെക്കുറെ മറന്നുപോയി." "വേദന പോയി" എന്ന് അവർ കൂട്ടിച്ചേർത്തു. പിന്നീട് ബെറ്റി തന്റെ കിടപ്പുമുറിയിലേക്ക് പോയപ്പോൾ കാൻസർ അവളുടെ ശരീരത്തിൽ നിന്ന് പൂർണ്ണമായും അപ്രത്യക്ഷമായി.

ആ രോഗശാന്തിക്ക് ശേഷം ബെറ്റി സമ്മാൽ 40 വർഷത്തിലധികം ജീവിച്ചു. 87-ാം വയസ്സിൽ സ്വാഭാവിക കാരണങ്ങളാൽ അവർ മരിച്ചു. *സെസിൽ മർഫിയുടെ "ഞാൻ രോഗശാന്തിയിൽ വിശ്വസിക്കുന്നു" എന്ന പുസ്തകത്തിൽ നിന്നുള്ള ഉദ്ധരണി.*

ഇനി മുടന്തനല്ല – ജോണിലൂടെയും ഒലിവ് കെൽനറിലൂടെയും രോഗശാന്തി

ഓ, നിങ്ങളുടെ കുഞ്ഞ് ജനിച്ചത് വലതു ഇടുപ്പ് പുറത്തേക്ക് വളഞ്ഞിട്ടാണ്. തൽഫലമായി, അവളുടെ വലതു കാലും കാൽമുട്ടും ഭയങ്കരമായി വളഞ്ഞിരുന്നു, അവളുടെ കാൽ പൂർണ്ണമായും വലതുവശത്തേക്ക് തിരിച്ചിരുന്നു. രണ്ട് കാലുകളും തറയിൽ നിവർന്നു നിൽക്കാൻ അവൾക്ക് കഴിഞ്ഞില്ല. വലതു കാൽ നീളം കുറവായിരുന്നു. അവൾക്ക് അതിനൊപ്പം ചവിട്ടാൻ കഴിഞ്ഞില്ല. അവൾ ഉയർന്ന കസേരയിൽ ഇരിക്കുമ്പോൾ, അവളുടെ കാൽ അവളുടെ അടിയിലേക്ക് നീട്ടും. ഇരിക്കുമ്പോൾ അവൾക്ക് കസേരയിൽ നിന്ന് കാൽ തൂക്കിയിടാൻ കഴിഞ്ഞില്ല.

ഞങ്ങൾ മകളെ രണ്ട് ഓർത്തോപീഡിക് സർജന്മാരുടെ അടുത്തേക്ക് കൊണ്ടുപോയി. അവർ രണ്ടുപേരും അവളുടെ ഇടുപ്പ് സാധാരണഗതിയിൽ വളരുന്നതുവരെ ഷൂ ബ്രേസുകൾ നിർദ്ദേശിച്ചു, അത് ഞങ്ങളുടെ

മകളെ പകുതി വികലാംഗയാക്കുമായിരുന്നു. ഞങ്ങൾ ബ്രേസുകൾ വാങ്ങി, അവ ഘടിപ്പിക്കാൻ കാത്തിരിക്കുമ്പോഴാണ്, ഞങ്ങളുടെ പള്ളിയിൽ രക്ഷാ രോഗശാന്തി യോഗങ്ങളുടെ ഒരു പ്രചാരണം ആരംഭിച്ചത് (നവംബർ, 1954). ജോണും ഒലിവ് കെൽനറും സുവിശേഷകരായിരുന്നു. ഷൂ ബ്രേസുകൾ ഘടിപ്പിക്കുന്നതിന് മുമ്പ് ഞങ്ങളുടെ മകൾക്കായി പ്രാർത്ഥിക്കാൻ സുവിശേഷകരോട് ആവശ്യപ്പെടാൻ ഞങ്ങൾ തീരുമാനിച്ചു.

സിസ്റ്റർ കെൽനർ പ്രാർത്ഥിച്ചപ്പോൾ, ഞങ്ങളുടെ പെൺകുട്ടിയുടെ കാൽ തൽക്ഷണം നിവർന്നു, നീളം കൂടി. അവൾക്ക് കാലിൽ നിവർന്നു നിൽക്കാൻ കഴിഞ്ഞു! ഇപ്പോൾ അവൾക്ക് സാധാരണഗതിയിൽ കാലുകുത്താനും, സാധാരണഗതിയിൽ നിൽക്കാനും, കസേരയുടെ സീറ്റിന് മുകളിൽ കാൽ തൂങ്ങി ഇരിക്കാനും കഴിയും. ഇപ്പോൾ ഞാൻ ആളുകളോട് അത്ഭുതത്തെക്കുറിച്ച് പറയുമ്പോൾ, ഞാൻ അവളെ എഴുന്നേൽപ്പിച്ച് ഏത് കാലാണ് നേരെയാക്കുന്നതെന്ന് ഊഹിക്കാൻ അവരോട് ചോദിക്കുന്നു. ദൈവം നേരെയാക്കി എന്നതാണ് ആ കാലിന്റെ അവസ്ഥ. സാധാരണയായി അവർ ഇടത് കാലാണ് എടുക്കുന്നത്, വലതു കാലാണെന്ന് ഞാൻ പറയുമ്പോൾ, കർത്താവ് അത് സുഖപ്പെടുത്തിയെന്ന് അവർ സമ്മതിക്കുന്നു.

ഞാൻ അവളെ ഡോക്ടറുടെ അടുത്തേക്ക് കൊണ്ടുപോയി, എന്താണ് സംഭവിച്ചതെന്ന് അദ്ദേഹം എന്നോട് ചോദിച്ചു. അവളുടെ കാൽ ഇപ്പോൾ സാധാരണമാണെന്ന് അദ്ദേഹം പറഞ്ഞു.

മിസിസ്. വില്യം ജെ. മാഡൻ, റൂട്ട് 3, ചാപ്പിൻ റോഡ്, ന്യൂ കാസിൽ, പെൻസിൽവാനിയ. (എസ്.ഡബ്ല്യൂ ബ്രൂവർ അംഗീകരിച്ചത്, പാസ്റ്റർ ഫസ്റ്റ് പെന്തക്കോസ്റ്റൽ ചർച്ച്, ന്യൂ കാസിൽ, പെൻസിൽവാനിയ)

1955 നവംബറിലെ പെന്തക്കോസ്ത് സുവിശേഷത്തിൽ നിന്ന് പുനഃപ്രസിദ്ധീകരിച്ചത്.

ഒരു പാസ്റ്ററുടെ ശബ്ദത്തിന്റെ സൗഖ്യമാക്കൽ – സങ്കീർത്തനം 103

ഒരു ബാപ്റ്റിസ്റ്റ് പള്ളിയിൽ തന്റെ രോഗശാന്തിയെക്കുറിച്ച് പാസ്റ്റർ ഡെയ്ൻ മില്ലർ സാക്ഷ്യം നൽകുന്നു.
1993 ജനുവരി 17

വില്യം ജെഫേഴ്സൺ ക്ലിന്റൺ തന്റെ സ്ഥാനാരോഹണത്തിനായി തയ്യാറെടുക്കുകയായിരുന്നു, കൗബോയ്സ് 49ers നെ പരാജയപ്പെടുത്തി, ടെക്സസിലെ ഹ്യൂസ്റ്റണിലുള്ള ഹ്യൂസ്റ്റണിലെ ഫസ്റ്റ്

ബാപ്റ്റിസ്റ്റ് പള്ളിയിൽ നടന്ന ഒരു സൺഡേ സ്കൂൾ ക്ലാസ്സിൽ ദൈവം തന്നെത്തന്നെ ശക്തനും സമകാലികനുമാണെന്ന് കാണിച്ചു.

ആ പ്രഭാതത്തിലെ പാഠം 103-ാം സങ്കീർത്തനത്തിൽ നിന്നായിരുന്നു, പ്രധാനമായും 1-5 വാക്യങ്ങൾ. ദാവീദ് തന്നോടുതന്നെ സംസാരിക്കുകയും ദൈവത്തിന് സ്തുതി പറയുക അല്ലെങ്കിൽ നന്ദി പറയുക എന്നർത്ഥമുള്ള "കർത്താവിനെ വാഴ്ത്തുക" എന്ന് സ്വയം നിർദ്ദേശിക്കുകയും ചെയ്യുന്നു. തുടർന്ന് അദ്ദേഹം അങ്ങനെ ചെയ്യാനുള്ള ചില കാരണങ്ങൾ പട്ടികപ്പെടുത്തുന്നു.
അവൻ (ദൈവം) എന്റെ പാപങ്ങളെല്ലാം ക്ഷമിക്കുന്നു; എന്റെ സകല രോഗങ്ങളെയും അവൻ സുഖപ്പെടുത്തുന്നു; അവൻ എന്റെ ജീവനെ ശവക്കുഴിയിൽ നിന്നും കുഴിയിൽ നിന്നും നാശത്തിൽ നിന്നും വീണ്ടെടുക്കുന്നു; അവൻ സ്നേഹവും കരുണയും സ്നേഹദയയും കൊണ്ട് എന്നെ കിരീടമണിയിക്കുന്നു; കഴുകനെപ്പോലെ അവൻ എന്റെ യൗവനത്തെ പുനഃസ്ഥാപിക്കുന്നു.

150-ഓ അതിലധികമോ പേരടങ്ങുന്ന ക്ലാസ്സിൽ പഠിപ്പിക്കാൻ ഞാൻ ആ ദിവസം രാവിലെ നിന്നു. ആ പ്രഭാതത്തേക്കാൾ വൈകാരികമായി ഞാൻ ഒരിക്കലും

തളർന്നിട്ടില്ല. ആ പ്രഭാതത്തേക്കാൾ വിശ്വാസം എനിക്ക് ഒരിക്കലും കുറഞ്ഞിട്ടില്ല. ദാവീദ് വിവരിച്ച കുഴി എന്നെ വിഴുങ്ങുകയായിരുന്നു. പക്ഷേ ദൈവം (തിരുവെഴുത്തുകളിൽ നിന്നുള്ള ആ മഹത്തായ വാക്കുകൾ അല്ലേ?) എല്ലാം മാറ്റിമറിച്ചു. ഞാൻ വിശദീകരിക്കട്ടെ...

പിന്നാമ്പുറക്കഥ

1990-ൽ, ടെക്സസിലെ ബ്രെൻഹാമിലുള്ള ഫസ്റ്റ് ബാപ്റ്റിസ്റ്റ് ചർച്ചിൽ സീനിയർ പാസ്റ്ററായി ഞാൻ കുറച്ചു കാലം സേവനമനുഷ്ഠിച്ചു. ഫസ്റ്റ് ബാപ്റ്റിസ്റ്റ് ഒരു മഹത്തായ സഭയും ചരിത്രപരമായ ഒരു സതേൺ ബാപ്റ്റിസ്റ്റ് പള്ളിയുമായിരുന്നു. ജനുവരിയിൽ, എനിക്ക് ഒരു ഫ്ലൂ വൈറസ് പിടിപെട്ടു, അത് ഒടുവിൽ എന്റെ വോക്കൽ ഫോൾഡുകളുടെ മൈലാൻ ഷീത്തിൽ തുളച്ചുകയറുകയും നാഡി കലകളെ നന്നാക്കാൻ കഴിയാത്തവിധം നശിപ്പിക്കുകയും ചെയ്തു.

അടുത്ത മൂന്ന് വർഷത്തിനുള്ളിൽ 63-ലധികം സ്പെഷ്യലിസ്റ്റുകളും അവരുടെ ടീമുകളും (ആകെ 200-ലധികം ഡോക്ടർമാർ) എന്നെ സന്ദർശിച്ചു, രോഗനിർണയം നടത്താനും ചികിത്സിക്കാനും ശ്രമിച്ചു. ഇതുവരെ കേട്ടിട്ടില്ലാത്ത ഏറ്റവും മോശം ലാറിഞ്ചൈറ്റിസ് പോലെ തോന്നിക്കുന്ന ഒരു ശബ്ദമായിരുന്നു എനിക്ക് ലഭിച്ചത്, ഞാൻ

എന്റെ ശ്വാസകോശത്തിന്റെ മുകളിൽ നിന്ന് അലറിവിളിച്ചാൽ മാത്രമേ അത് കേൾക്കാൻ കഴിയൂ. എന്റെ പെൺമക്കൾ രണ്ടുപേരും ബെയ്‌ലറിൽ വിദ്യാർത്ഥികളായിരുന്നു, ഒരു അശ്ലീല ഫോൺ കോളറുടെ ശബ്ദം പോലെയാണ് ഞാൻ സംസാരിച്ചത്, അതിനാൽ എനിക്ക് അവരുടെ ഡോർമിറ്ററിയിലേക്ക് വിളിക്കാൻ പോലും കഴിഞ്ഞില്ല.

എന്റെ വൈകല്യത്തോട് സഭ അവിശ്വസനീയമാംവിധം ക്ഷമ കാണിച്ചെങ്കിലും, 1991-ൽ വ്യക്തമായ കാരണങ്ങളാൽ ഞാൻ രാജിവച്ചു. ഉപജീവനത്തിനായി ഞാൻ ചെയ്തതെല്ലാം എന്റെ സംസാരശേഷിയുമായി ബന്ധപ്പെട്ടിരുന്നു, പെട്ടെന്ന് എന്റെ "ടൂൾ കിറ്റ്" ഇല്ലാതായി.

ഞങ്ങൾ ഹ്യൂസ്റ്റണിലേക്ക് മടങ്ങി, എന്റെ ഭാര്യ ഞങ്ങളുടെ കുടുംബത്തിലെ പ്രധാന വരുമാനക്കാരിയായി മാറി. എന്റെ ശബ്ദം അപ്രധാനമായ ഒരു മേഖലയിൽ ജോലി ചെയ്യുന്ന ഒരു സ്വകാര്യ അന്വേഷകനായി ഒരു പ്രിയപ്പെട്ട സുഹൃത്ത് എനിക്ക് ജോലി തന്നു, പക്ഷേ എന്നെ വിളിച്ച ശുശ്രൂഷ ചെയ്യാൻ ഞാൻ ആഗ്രഹിച്ചു.

കാറ്റകോംബ്സ് ക്ലാസ്

ഫസ്റ്റ് ഹ്യൂസ്റ്റണിൽ ഒരു സൺഡേ സ്കൂൾ ക്ലാസ് ഉണ്ടായിരുന്നു, അത് ആദ്യം പള്ളിയുടെ ബേസ്മെന്റിൽ ഒത്തുകൂടി, അതിനാൽ "ദി കാറ്റകോംബ്സ്". ബ്രെൻഹാമിലേക്ക് പോകുന്നതിനുമുമ്പ് പഠിപ്പിക്കാൻ എനിക്ക് ഭാഗ്യം ലഭിച്ച, അവരുമായുള്ള ബന്ധം ഒരിക്കലും നഷ്ടപ്പെട്ടിട്ടില്ലാത്ത ഒരു അത്ഭുതകരമായ കൂട്ടം ആളുകൾ. ഞങ്ങൾ ഹ്യൂസ്റ്റണിലേക്ക് മടങ്ങുകയാണെന്ന് അവർ അറിഞ്ഞപ്പോൾ, അവർ മൃതദേഹങ്ങളും ട്രക്കുകളുമായി ബ്രെൻഹാമിലേക്ക് എത്തി ഞങ്ങളെ മാറ്റി... അല്ലെങ്കിൽ, ഞങ്ങളുടെ ഡയറക്ടർമാരിൽ ഒരാൾ പറഞ്ഞതുപോലെ, "വീണ്ടെടുത്തു".

ഹ്യൂസ്റ്റണിലെ ഫസ്റ്റ് ബാപ്റ്റിസ്റ്റ് ചർച്ചിലേക്കാണ് ഞങ്ങൾ തിരിച്ചെത്തിയത്, ആ ക്ലാസ്സിൽ അംഗങ്ങളായി. അവരുടെ പിന്തുണയും കൂട്ടായ്മയും വാക്കുകൾ കൊണ്ട് പ്രകടിപ്പിക്കാൻ കഴിയാത്തത്ര വിലപ്പെട്ടതായിരുന്നു (അതും).
1992 ഏപ്രിലിൽ, കാറ്റകോംബ്സിലെ അധ്യാപകന് വ്യക്തിപരമായ കാരണങ്ങളാൽ കുറച്ച് സമയം എടുക്കേണ്ടിവന്നു. സ്ഥിരമായ ഒരു പകരക്കാരനെ അന്വേഷിക്കുമ്പോൾ, ഞങ്ങളുടെ ഡയറക്ടർമാർ (ഒരു ഭർത്താവും ഭാര്യയും) എന്നെ നിയമിക്കുമോ എന്ന് ചോദിച്ചു. എനിക്ക് മനസ്സിലാക്കാൻ വളരെ ബുദ്ധിമുട്ടാണെന്ന് ഞാൻ പ്രതിഷേധിച്ചു, അത്

"ഞങ്ങൾ വളരെ ശ്രദ്ധയോടെ കേൾക്കും" എന്നായിരുന്നു. ഞാൻ അത്രയും ആഴത്തിലുള്ള ഒരു അധ്യാപകനായതുകൊണ്ടല്ല, മറിച്ച് എന്നെ സ്നേഹിക്കുകയും എനിക്ക് പഠിപ്പിക്കേണ്ടതിന്റെ ആവശ്യകത അവർക്ക് എത്രത്തോളം അറിയുകയും ചെയ്തതുകൊണ്ടാണ് അവർ ചോദിച്ചതെന്ന് എനിക്ക് മനസ്സിലായി.

എന്റെ ശബ്ദം കാരണം പള്ളിയിലെ വിദ്യാഭ്യാസ ജീവനക്കാർ എതിർപ്പ് പ്രകടിപ്പിച്ചപ്പോഴും ഞങ്ങളുടെ ഡയറക്ടർ ടീമിലെ വനിതാ പകുതി പേർ ഞാൻ സ്ഥിരം അധ്യാപികയാകണമെന്ന് നിർബന്ധം പിടിച്ചു. ദൈവം എനിക്ക് കഴിയുന്നത്ര പഠിപ്പിക്കണമെന്ന് ആഗ്രഹിക്കുന്നുവെന്ന് അവൾക്ക് ഉറപ്പുണ്ടെന്ന് അവൾ അവരോട് പറഞ്ഞു, ഒടുവിൽ അവർ വഴങ്ങി.

ദൈവം എന്താണ് ഒരുക്കുന്നതെന്ന് അവൾക്കോ, അവർക്കോ, എനിക്കോ യഥാർത്ഥത്തിൽ അറിയില്ലായിരുന്നു.

നിമിഷം

ഞാൻ മുമ്പ് പറഞ്ഞതുപോലെ, ആ രാവിലെ പ്ലാറ്റ്ഫോമിലേക്ക് കയറുമ്പോൾ ഞാൻ ഒരു ഭയാനകമായ കുഴിയിലായിരുന്നു. രണ്ട് ദിവസം മുമ്പ്, എന്റെ സ്വീകരണമുറിയിൽ മണിക്കൂറുകളോളം വായിൽ ഒരു

തോക്കുമായി ഇരുന്നു, ഞാൻ എന്റെ ജീവൻ നഷ്ടപ്പെട്ട അവസ്ഥയിലായിരുന്നു. "കർത്താവിനെ വാഴ്ത്തുക" എന്നത് എനിക്ക് ബുദ്ധിമുട്ടായിരുന്നു. സത്യത്തിൽ, ഞാൻ അവിടെ ഉണ്ടായിരുന്നതിന്റെ ഒരേയൊരു കാരണം എനിക്ക് ഒരു പകരക്കാരനെ കണ്ടെത്താൻ കഴിഞ്ഞില്ല, എനിക്ക് ഹാജരാകാതിരിക്കാൻ കഴിഞ്ഞില്ല. അതിനാൽ ആ പ്രഭാതത്തിലെ എന്റെ പഠിപ്പിക്കൽ യാന്ത്രികമായിരുന്നു, അതിൽ കൂടുതലൊന്നുമില്ല.

രൂപരേഖ ആരംഭിക്കുമ്പോൾ ഞാൻ "എല്ലാവരും" എന്ന വാക്ക് ചർച്ച ചെയ്തു. അതിന്റെ അക്ഷരാർത്ഥത്തിൽ "ഒഴിവാക്കലുകളില്ലാതെ ഓരോരുത്തരും" എന്നാണ് അർത്ഥമാക്കുന്നത്. എന്റെ *എല്ലാ* പാപങ്ങളും ക്രിസ്തു ക്ഷമിച്ചതാണ് സുവിശേഷത്തെ മഹത്തരമാക്കുന്നത്. ആ ചർച്ചയിൽ എനിക്ക് ഒരു പ്രശ്നവും ഉണ്ടായിരുന്നില്ല.

പക്ഷേ, രോഗശാന്തിയെക്കുറിച്ച് സംസാരിക്കാൻ തുടങ്ങിയപ്പോൾ, എന്റെ വാക്കുകൾ, "ദൈവം ഇപ്പോഴും സുഖപ്പെടുത്തുന്നുവെന്ന് ഞാൻ വിശ്വസിക്കുന്നു" എന്നായിരുന്നു, എന്റെ ചിന്തകൾ, "പക്ഷേ എന്തുകൊണ്ട് എന്നെ അങ്ങനെയായിക്കൂടാ?" എന്നായിരുന്നു.

എനിക്ക് കഴിയുന്നത്ര സത്യസന്ധമായി ഞാൻ ആ ചർച്ചയിലൂടെ കടന്നുപോയി എന്റെ മൂന്നാമത്തെ ചിന്ത ആരംഭിച്ചു ... "അവൻ എന്റെ ജീവിതത്തെ കുഴിയിൽ നിന്ന് വീണ്ടെടുക്കുന്നു."

"എനിക്കും നിങ്ങൾക്കും പണ്ട് കുഴി അനുഭവങ്ങൾ ഉണ്ടായിട്ടുണ്ട്" എന്ന് ഞാൻ എന്റെ പ്രസംഗം ആരംഭിച്ചു. "കുഴി" എന്ന് പറയുമ്പോൾ, മൂന്ന് വർഷമായി എന്റെ തൊണ്ടയിൽ ഉണ്ടായിരുന്ന മർദ്ദം ആരോ എന്നെ ശ്വാസം മുട്ടിക്കുന്നതിൽ നിന്ന് അവരുടെ കൈ നീക്കം ചെയ്തതുപോലെ പോയി. ഞാൻ ഞെട്ടലോടെ തുടർന്നു, "നമ്മുടെ ജീവിതം ഒരു കുഴിയിലോ, ഒരു കുഴിയിലോ ആണെന്ന് തോന്നിയ സമയങ്ങൾ നമുക്കെല്ലാവർക്കും ഉണ്ടായിട്ടുണ്ട്, നമ്മൾ അകപ്പെട്ടിരിക്കുന്ന കുഴിക്ക് ഉത്തരം ഇല്ലായിരുന്നു." ഞാൻ സംസാരിച്ചുകൊണ്ടിരിക്കുമ്പോൾ, ശ്വാസംമുട്ടൽ കൂടാതെ ഞാൻ വിഴുങ്ങുകയായിരുന്നു, എന്റെ ചിന്ത ഞാൻ ഒരിക്കലും മറക്കില്ല..." അത് അങ്ങനെയാണോ എന്ന് ഞാൻ കരുതുന്നു?"

അന്ന് മുതൽ

തുടർന്നുള്ള ദിവസങ്ങളിൽ അവരെ കണ്ടപ്പോൾ ഞാൻ കരുതിയത് തന്നെയാണ് അതെന്ന് ഡോക്ടർമാർ സ്ഥിരീകരിച്ചു. എന്റെ ശബ്ദം പൂർണ്ണമായും വീണ്ടെടുത്തു, എന്റെ

പ്രധാന ഡോക്ടറെ ഉദ്ധരിച്ച്, "നിങ്ങൾക്ക് എപ്പോഴെങ്കിലും ശബ്ദപ്രശ്നം ഉണ്ടായിരുന്നതിന് ഒരു തെളിവും എനിക്ക് കണ്ടെത്താൻ കഴിഞ്ഞില്ല."

1993 ജനുവരി 17-ന്, മാസത്തിലെ മൂന്നാമത്തെ ഞായറാഴ്ച... ഇന്ന്. ആ സംഭവം വളരെ ലളിതമായ രീതിയിലാണ് ടേപ്പിൽ പകർത്തിയത്. ആ സംഭവം എന്റെ ജീവിതത്തെ മാറ്റിമറിച്ചു, ലോകമെമ്പാടുമുള്ള ദശലക്ഷക്കണക്കിന് ആളുകളെ അക്ഷരാർത്ഥത്തിൽ സ്വാധീനിച്ചു.

കാറ്റകോംബ്സ് ക്ലാസ് ആ ഞായറാഴ്ച പതിറ്റാണ്ടുകൾക്ക് മുമ്പ് തന്നെ പാഠങ്ങൾ റെക്കോർഡുചെയ്യാൻ തുടങ്ങി. ഒരു വലിയ ഗ്രൂപ്പിൽ, 100% ഹാജർ അസാധ്യമാണ്. ഉപയോഗപ്രദമാകുന്നതിന്, ആര് പഠിപ്പിച്ചാലും ഒരു കാസറ്റ് റെക്കോർഡിംഗ് നടത്തുമായിരുന്നു, അടുത്ത ഞായറാഴ്ച ഒന്നോ രണ്ടോ പകർപ്പുകൾ ലഭ്യമാക്കുമായിരുന്നു. കാസറ്റുകൾ പിൻ മേശയിലുണ്ടാകും, നിങ്ങൾക്ക് ഒന്ന് വേണമെങ്കിൽ, അത് അവിടെ ഉണ്ടായിരുന്നു. “വലിയ കാര്യമില്ല” എന്ന് ഞാൻ പറയുമ്പോൾ, “ഒട്ടും ഇടപാടില്ല!” എന്നാണ് ഞാൻ അർത്ഥമാക്കുന്നത്, എന്നാൽ 20,000-ത്തിലധികം അംഗങ്ങളുള്ള ആ പള്ളിയിൽ അവരുടെ പാഠങ്ങൾ റെക്കോർഡുചെയ്ത ഒരേയൊരു

ക്ലാസ് അത് മാത്രമായിരുന്നു. മറ്റെവിടെയും ദൈവം ഉദ്ദേശിച്ച സ്വാധീനം ചെലുത്തുമായിരുന്നില്ല.
ക്ലാസ്സിൽ പഠിപ്പിക്കാൻ ഞാൻ ആവശ്യപ്പെട്ടില്ല, ഞങ്ങളുടെ ഡയറക്ടർ എന്നെ പഠിപ്പിക്കാൻ നിർബന്ധിച്ചു. ഞാൻ സ്വന്തമായി എഴുതിയതല്ല, കൺവെൻഷൻ മുഴുവൻ ഉപയോഗിച്ചിരുന്ന "ബൈബിൾ പുസ്തക പരമ്പര" എന്ന പേരിൽ ഉപയോഗിച്ചിരുന്ന വിഷയമായിരുന്നു അത്. മറക്കരുത്, എനിക്ക് അവിടെ പോകാൻ താൽപ്പര്യമില്ലായിരുന്നു. യാദൃശ്ചികമാണോ? ഇല്ല എന്ന് ഞാൻ കരുതുന്നു.
ആ ദിവസം മുതൽ ഇന്നുവരെ എന്റെ ശബ്ദശേഷി വീണ്ടെടുത്തതിനെ ഞാൻ ആഘോഷിക്കുന്നു. അടുത്ത ആഴ്ച ഞാൻ ആ അനുഭവത്തെക്കുറിച്ച് എഴുതി, ലാസറിന്റെ ശവക്കുഴിയിൽ നിന്ന് വരുന്നതിനോട് ഉപമിച്ചുകൊണ്ട് അതിനെ വിവരിച്ചു. 20 വർഷത്തിനിടയിലും എന്റെ കൃതജ്ഞതയും വികാരങ്ങളും ക്ഷയിച്ചിട്ടില്ല.

ആ നിമിഷത്തിന്റെ കഥ പറഞ്ഞുകൊണ്ട് ഞാൻ ഈ രാജ്യത്തും ലോകത്തും ചുറ്റി സഞ്ചരിച്ചിട്ടുണ്ട്. ദൈവം എന്നെ തന്റെ കൃപയുടെയും ശക്തിയുടെയും ഒരു പാഠമായി ഉപയോഗിച്ചു. ഓപ്ര ഷോയിൽ ഞാൻ പ്രത്യക്ഷപ്പെട്ടിട്ടുണ്ട്, സംസാരിക്കാൻ കഴിയാത്ത ഒരു നഴ്സിംഗ് ഹോമിലെ ഒരു

കൊച്ചു സ്ത്രീയോട് എന്റെ കഥ പങ്കുവെച്ചിട്ടുണ്ട്, പക്ഷേ അവന്റെ നന്മയുടെ കാലാതീതമായ കഥ പറയുമ്പോൾ ഞാൻ കരഞ്ഞു. കഥ പങ്കിടാൻ അവസരം ലഭിക്കുന്നിടത്തെല്ലാം ഞാൻ ഇപ്പോഴും പോകും, എനിക്ക് ശാരീരികമായി അത് ചെയ്യാൻ കഴിയാത്തതുവരെ ഞാൻ അങ്ങനെ ചെയ്യും.

"രോഗശാന്തിയുടെ നിമിഷം" കേൾക്കാൻ നിങ്ങൾ ആഗ്രഹിക്കുന്നുവെങ്കിൽ, യൂട്യൂബ് വീഡിയോ സന്ദർശിക്കുക.
https://www.youtube.com/watch?v=NuBV3uPxaAc .

കൂടുതൽ വിവരങ്ങൾ അദ്ദേഹത്തിന്റെ വെബ്സൈറ്റിൽ കാണാം
http://www.nuvoice.org/

റൊണാൾഡ് കോയിനെ അത്ഭുതകരമായി "കണ്ടത്"

1951-ൽ, (റോസ്കോ) റൊണാൾഡ് കോയിന്റെ വലതു കണ്ണിൽ ഒരു കയർ കുടുങ്ങിയതിനാൽ കേടുപാടുകൾ സംഭവിച്ചു. അണുബാധയുണ്ടായി, കണ്ണ് ശസ്ത്രക്രിയയിലൂടെ നീക്കം ചെയ്യേണ്ടിവന്നു. കണ്ണിന്റെ നഷ്ടം പുറത്തുവരാതിരിക്കാൻ അദ്ദേഹത്തിന് ഒരു പ്ലാസ്റ്റിക് കണ്ണ് ധരിക്കാൻ നൽകി. മറ്റേ കണ്ണ് ചലിപ്പിക്കുമ്പോൾ

ചലിക്കാൻ കഴിയാത്തതിനാൽ കണ്ണ് സാധാരണമായി കാണപ്പെട്ടില്ല.

1952-ൽ, ഡോ. ടി.എൽ. ഓസ്ബോണിന്റെ സഹോദരിയും സുവിശേഷകയുമായ ഡെയ്സി ഗില്ലോക്ക് നടത്തിയ ഒരു മിറക്കിൾ ടെന്റ് ക്രൂസേഡിൽ കൊയ്ൻസ് കുടുംബം പങ്കെടുത്തു. ടോൺസിൽ പ്രശ്നങ്ങൾ ഉണ്ടായിരുന്നതിനാൽ റൊണാൾഡിന്റെ അമ്മ അദ്ദേഹത്തെ പ്രാർത്ഥനാ നിരയിലേക്ക് അയച്ചു. ഗില്ലോക്ക് അദ്ദേഹത്തോട് എന്താണ് പ്രാർത്ഥന വേണ്ടതെന്ന് ചോദിച്ചപ്പോൾ തൊണ്ടയിലെ പ്രശ്നങ്ങൾ എന്ന് അദ്ദേഹം പറഞ്ഞു. അവർ പ്രാർത്ഥിച്ചു, കൊയ്ൻസ് അവളിൽ നിന്ന് മാറാൻ തുടങ്ങി. അവർ അവനെ തടഞ്ഞു നിർത്തി അവന്റെ കണ്ണിന് എന്താണ് കുഴപ്പം എന്ന് ചോദിച്ചു, കാരണം അത് സാധാരണമായി കാണപ്പെട്ടില്ല. ആ കണ്ണിൽ തനിക്ക് അന്ധതയുണ്ടെന്ന് അദ്ദേഹം പറഞ്ഞു (അത് നീക്കം ചെയ്തതായി പരാമർശിച്ചില്ല). കാഴ്ചയുടെ അത്ഭുതത്തിനായി അവൾ പ്രാർത്ഥിച്ചു, ഏറ്റവും അത്ഭുതകരമായ കാര്യം സംഭവിച്ചു. കാഴ്ചയുടെ അത്ഭുതത്തിനായി റൊണാൾഡ് കണ്ണിൽ നിന്ന് കാണാൻ തുടങ്ങി, കാണാൻ ഒരു കണ്ണും ഇല്ലായിരുന്നിട്ടും! ഡോക്ടർമാർ അദ്ദേഹത്തെ പരിശോധിച്ചു, അവിശ്വസനീയമാംവിധം അദ്ദേഹത്തിന്റെ കാഴ്ച സാധാരണ രീതിയിൽ സാധ്യമല്ല എന്ന

നിഗമനത്തിലെത്തി. അദ്ദേഹത്തിന്റെ പ്ലാസ്റ്റിക് കണ്ണ് അകത്താണോ പുറത്താണോ എന്നത് പ്രശ്നമല്ല. അദ്ദേഹത്തിന് ഇപ്പോഴും അത്ഭുതകരമായ കാഴ്ചയുണ്ടായിരുന്നു.

ജീവിതകാലം മുഴുവൻ റൊണാൾഡ് കോയിൻസ് അത്ഭുത കാഴ്ചയുടെ സാക്ഷ്യം നൽകിക്കൊണ്ട് ലോകം ചുറ്റി സഞ്ചരിച്ചു. ഒടുവിൽ അദ്ദേഹം ഒരു സഞ്ചാര ശുശ്രൂഷയുള്ള ഒരു പാസ്റ്ററായി. ദൈവം അങ്ങനെയൊന്നും ചെയ്യുമെന്ന് പലരും വിശ്വസിക്കാത്തതിനാൽ അദ്ദേഹം തീവ്രവും നിരന്തരവുമായ വിമർശനങ്ങൾ നേരിട്ടു. ക്രിസ്തീയ യോഗങ്ങളിലും, ടെലിവിഷൻ ഷോകളിലും, പള്ളികളിലും, ദൈവം തനിക്കായി വാതിൽ തുറന്നിട്ട ഏതെങ്കിലും സ്ഥലങ്ങളിലും അദ്ദേഹം തന്റെ സാക്ഷ്യം നൽകി. സുവിശേഷം അവതരിപ്പിക്കാൻ ഒരു അവസരം ലഭിക്കണമെന്നതായിരുന്നു അദ്ദേഹത്തിന്റെ ഏക നിബന്ധന. അദ്ദേഹത്തിന്റെ ജീവിതത്തിലുടനീളം ദശലക്ഷക്കണക്കിന് ആളുകൾ ക്രിസ്തുവിന്റെ സുവിശേഷവും അത്ഭുതം പ്രവർത്തിക്കുന്ന ദൈവത്തെക്കുറിച്ചുള്ള അദ്ദേഹത്തിന്റെ സാക്ഷ്യവും കേട്ടു.

കോയിൻസിന്റെ സാക്ഷ്യപത്രത്തിന്റെ വീഡിയോ കാണാൻ ഈ യൂ-ട്യൂബ് വീഡിയോ കാണുക:

https://youtu.be/FD9ULJyRBg4

ചാൾസ് ഫിന്നിയുടെ ആന്റ്വെർപ്പ് പുനരുജ്ജീവനത്തിൽ ഭ്രാന്തയായ സ്ത്രീക്ക് മോചനം ലഭിച്ചു.

ഈ സ്ഥലത്ത് രണ്ട് ശ്രദ്ധേയമായ മതപരിവർത്തന സംഭവങ്ങൾ ഉണ്ടായിരുന്നു; ഈ പുനരുജ്ജീവന സമയത്ത് ഭ്രാന്തിൽ നിന്ന് തൽക്ഷണം സുഖം പ്രാപിച്ച രണ്ട് ശ്രദ്ധേയമായ സംഭവങ്ങളുണ്ടായിരുന്നു. ഒരു ശബ്ബത്തിന്റെ ഉച്ചകഴിഞ്ഞ് ഞാൻ മീറ്റിംഗിലേക്ക് പോയപ്പോൾ, നിരവധി സ്ത്രീകൾ ഒരു പീഠത്തിൽ ഇരിക്കുന്നത് ഞാൻ കണ്ടു, കറുത്ത വസ്ത്രം ധരിച്ച ഒരു സ്ത്രീ വലിയ മാനസികാവസ്ഥയിലാണെന്ന് തോന്നി; അവർ ഭാഗികമായി അവളെ പിടിച്ചുനിർത്തി, അവളെ പുറത്തു പോകുന്നത് തടയുകയായിരുന്നു. ഞാൻ അകത്തേക്ക് വന്നപ്പോൾ, ഒരു സ്ത്രീ എന്റെ അടുത്ത് വന്ന് അവൾ ഒരു ഭ്രാന്തിയാണെന്ന് എന്നോട് പറഞ്ഞു. ഞാൻ അവളോട് കുറച്ച് വാക്കുകൾ പറഞ്ഞു; പക്ഷേ അവൾ പോകണം; അവൾക്ക് ഒരു പ്രാർത്ഥനയോ പ്രസംഗമോ പാട്ടോ കേൾക്കാൻ കഴിയില്ല; നരകമാണ് അവളുടെ ഭാഗം, അവളെ സ്വർഗത്തെക്കുറിച്ച് ചിന്തിക്കാൻ പ്രേരിപ്പിക്കുന്ന ഒന്നും അവൾക്ക് സഹിക്കാൻ കഴിയില്ല.

കഴിയുമെങ്കിൽ മീറ്റിംഗിനെ ശല്യപ്പെടുത്താതെ അവളെ അവളുടെ സീറ്റിൽ തന്നെ നിർത്താൻ ഞാൻ സ്ത്രീകൾക്ക് സ്വകാര്യമായി മുന്നറിയിപ്പ് നൽകി. പാട്ട് തുടങ്ങിയയുടനെ, അവൾ പുറത്തിറങ്ങാൻ വളരെയധികം പാടുപെട്ടു. പക്ഷേ സ്ത്രീകൾ അവളുടെ വഴി തടസ്സപ്പെടുത്തി; ദയയോടെ, എന്നാൽ സ്ഥിരമായി അവളെ രക്ഷപ്പെടാൻ തടഞ്ഞു. കുറച്ച് നിമിഷങ്ങൾക്ക് ശേഷം അവൾ നിശബ്ദയായി, പക്ഷേ പാട്ട് കേൾക്കുകയോ ശ്രദ്ധിക്കുകയോ ചെയ്തില്ല. പിന്നെ ഞാൻ പ്രാർത്ഥിച്ചു. കർത്താവ് എനിക്ക് ഒരു വലിയ പ്രാർത്ഥനാ ചൈതന്യവും എബ്രായലേഖനത്തിൽ നിന്നുള്ള ഒരു വാചകവും നൽകി: "കരുണ ലഭിക്കുന്നതിനും ആവശ്യമുള്ള സമയത്ത് സഹായത്തിനായി കൃപ കണ്ടെത്തുന്നതിനും നമുക്ക് ധൈര്യത്തോടെ കൃപയുടെ സിംഹാസനത്തിലേക്ക് വരാം."

എന്റെ ലക്ഷ്യം, നമ്മിലും അവളിലും; അവൾക്കുവേണ്ടി നമ്മിലും വിശ്വാസത്തെ പ്രോത്സാഹിപ്പിക്കുക എന്നതായിരുന്നു. ഞാൻ മുന്നോട്ട് പോകുമ്പോൾ അവൾ ക്രമേണ തലയുയർത്തി അവളുടെ നീണ്ട കറുത്ത തൊപ്പിക്കുള്ളിൽ നിന്ന് എന്നെ നോക്കാൻ തുടങ്ങി. നമ്മുടെ മഹാനായ മഹാപുരോഹിതന്റെ പ്രായശ്ചിത്ത യാഗം

സ്വീകരിക്കാൻ ഞാൻ ആളുകളെ പ്രേരിപ്പിച്ചു. പെട്ടെന്ന് അവൾ ഉച്ചത്തിൽ നിലവിളിച്ചുകൊണ്ട് സഭയെ ഞെട്ടിച്ചു. അവൾ തന്റെ ഇരിപ്പിടത്തിൽ നിന്ന് ഏതാണ്ട് താഴേക്ക് ചാടി, തല വളരെ താഴ്ത്തി, അവൾ "വളരെ വിറച്ചു" എന്ന് എനിക്ക് കാണാൻ കഴിഞ്ഞു. ഞാൻ മുന്നോട്ട് പോകുമ്പോൾ അവൾ വീണ്ടും മുകളിലേക്ക് നോക്കാൻ തുടങ്ങി, താമസിയാതെ നിവർന്നു ഇരുന്നു, മുഖത്ത് അത്ഭുതകരമായി മാറ്റം വന്നു, വിജയകരമായ സന്തോഷവും സമാധാനവും സൂചിപ്പിക്കുന്നു. ഏതൊരു മനുഷ്യ മുഖത്തും ഞാൻ അപൂർവ്വമായി കണ്ടിട്ടില്ലാത്തത്ര തിളക്കം അവളുടെ മുഖത്ത് ഉണ്ടായിരുന്നു. അവളുടെ സന്തോഷം വളരെ വലുതായിരുന്നു, യോഗം കഴിയുന്നതുവരെ അവൾക്ക് സ്വയം നിയന്ത്രിക്കാൻ കഴിഞ്ഞില്ല; തുടർന്ന് അവൾ തന്റെ ചുറ്റുമുള്ള എല്ലാവർക്കും താൻ സ്വതന്ത്രയാണെന്ന് മനസ്സിലാക്കിക്കൊടുത്തു. അവൾ ദൈവത്തെ മഹത്വപ്പെടുത്തുകയും അത്ഭുതകരമായ വിജയത്തോടെ സന്തോഷിക്കുകയും ചെയ്തു. ഞാൻ അവളെ കണ്ടുമുട്ടിയ ഏകദേശം രണ്ട് വർഷത്തിന് ശേഷവും, അവൾ ഇപ്പോഴും സന്തോഷവും സമാധാനവും നിറഞ്ഞതായി കണ്ടെത്തി.

ചാൾസ് ഫിന്നിയുടെ ആത്മകഥയിൽ നിന്ന് എടുത്തത്.

തലച്ചോറ് "കഷണമായി മാറിയ" പെൺകുട്ടി ഇപ്പോൾ സുഖം പ്രാപിച്ചു ഹൈസ്കൂൾ ബിരുദം നേടി.

ഈ കഥ ടെയ്‌ലറുടെ അമ്മ സ്റ്റേസി ഹെന്നിങ്സെൻ പറഞ്ഞതാണ്.

2011 സെപ്റ്റംബറിൽ, പുതുവർഷത്തിൽ വെറും രണ്ടാഴ്ച മാത്രം പ്രായമുള്ളപ്പോൾ, ടെയ്‌ലർ ഹെയ്‌ലിന് ഒരു ഹൈസ്കൂൾ ഫുട്ബോൾ കളി കഴിഞ്ഞ് സുഹൃത്തുക്കളോടൊപ്പം ചുറ്റിനടക്കുന്നതിനിടെ തലച്ചോറിന് ഗുരുതരമായി പരിക്കേറ്റു. കാറിന്റെ ഹുഡിൽ നിന്ന് തെന്നിമാറി, നടപ്പാതയിൽ തല ശക്തമായി ഇടിച്ചു. മസ്തിഷ്ക മരണം സംഭവിച്ചതായി കുടുംബം പറയുന്നതനുസരിച്ച്, കോളേജിൽ പോകാൻ ഒരുങ്ങുന്നത് വരെയുള്ള അവരുടെ അവിശ്വസനീയമായ യാത്രാഗതി ആദ്യം രേഖപ്പെടുത്തിയത് ഡെസ് മോയിൻസ് രജിസ്റ്ററിലാണ്.

ടെയ്‌ലറുടെ തലച്ചോറിലെ വീക്കം യന്ത്രങ്ങൾ നിരീക്ഷിച്ചു. കുടുംബാംഗങ്ങളുടെയും സുഹൃത്തുക്കളുടെയും ഒരു നിരന്തര പ്രവാഹം അവളെ കാണാൻ വന്നു, പക്ഷേ ഡോക്ടർമാർ സന്ദർശകർക്ക് ടെയ്‌ലറെ അമിതമായി ഉത്തേജിപ്പിക്കുന്ന തരത്തിലുള്ള ഉച്ചത്തിലുള്ള ശബ്ദങ്ങൾ പുറപ്പെടുവിക്കാനോ

സംസാരിക്കാനോ പാടില്ല എന്ന് മുന്നറിയിപ്പ് നൽകി. ഏകദേശം ഒരാഴ്ച കഴിഞ്ഞപ്പോൾ, ടെയ്‌ലറുടെ അവസ്ഥ കൂടുതൽ ഗുരുതരമായി: അവൾക്ക് തലച്ചോറിൽ രക്തസ്രാവം ഉണ്ടായി. "അവളുടെ തലച്ചോറ് നട്ടെല്ലിലേക്ക് താഴേക്ക് പതിച്ചിരുന്നു... തലച്ചോറ് മങ്ങിയതായി മാറിയിരുന്നു," ഹെന്നിംഗ്സെൻ പറഞ്ഞു. "അവളെ തിരികെ കൊണ്ടുവരാൻ അവർക്ക് CPR ചെയ്യുകയും വളരെയധികം പരിശ്രമിക്കുകയും ചെയ്യേണ്ടിവന്നു."

"അടുത്ത ദിവസം, [ഡോക്ടർമാർ] പറഞ്ഞു, 'ക്ഷമിക്കണം - ഞങ്ങൾക്ക് അവൾക്കുവേണ്ടി മറ്റൊന്നും ചെയ്യാൻ കഴിയില്ല. നിങ്ങൾ വിട പറയണം," ഹെന്നിംഗ്സെൻ പറഞ്ഞു. "ഞങ്ങൾ ശവസംസ്കാര ക്രമീകരണങ്ങളെക്കുറിച്ച് സംസാരിച്ചു തുടങ്ങി." ടെയ്‌ലറുടെ കുടുംബത്തോട് ഡോക്ടർമാർ പറഞ്ഞതനുസരിച്ച്, അവൾ ഇനി ഒരിക്കലും ഉണരില്ലെന്ന് 95 മുതൽ 99 ശതമാനം വരെ ഉറപ്പുണ്ടായിരുന്നു, ഹെന്നിംഗ്സെൻ പറഞ്ഞു.

മസ്തിഷ്ക മരണം സംഭവിച്ചതായി പ്രഖ്യാപിച്ച അവർ മരുന്നുകളും ഓക്സിജനും എടുത്തുമാറ്റി. കുടുംബം പ്രാർത്ഥിച്ചു. ടെയ്‌ലറുടെ മുത്തശ്ശിയെ ചികിത്സിച്ചുകൊണ്ടിരുന്ന ഒരു കൈറോപ്രാക്റ്ററും പെൺകുട്ടിക്കുവേണ്ടി പ്രാർത്ഥിച്ചു, അവളുടെ ആശുപത്രി മുറി

സന്ദർശിച്ച് അവളുടെ കഴുത്തിന് പിന്നിൽ കൈ വച്ചു. "കുറച്ച് മണിക്കൂറുകൾക്ക് ശേഷം, ഡോക്ടർ വന്നു, 'ഇത് നിങ്ങൾക്ക് എങ്ങനെ വൈദ്യശാസ്ത്രപരമായി വിശദീകരിക്കണമെന്ന് ഞങ്ങൾക്കറിയില്ല, പക്ഷേ അവൾ സ്വയം ശ്വസിക്കുകയാണ്' എന്ന് പറഞ്ഞു," ഹെന്നിംഗ്സെൻ പറഞ്ഞു.

ടെയ്‌ലർ കണ്ണുകൾ തുറന്ന് വിരലുകളും കാൽവിരലുകളും ചലിപ്പിച്ചു. എന്നാൽ അവൾ ഇനി നടക്കാനുള്ള സാധ്യത കുറവാണെന്നും അങ്ങനെ ചെയ്താൽ ജീവിതകാലം മുഴുവൻ ഒരു ഫീഡിംഗ് ട്യൂബിൽ ഘടിപ്പിക്കേണ്ടിവരുമെന്നും ഡോക്ടർമാർ കുടുംബത്തിന് മുന്നറിയിപ്പ് നൽകി. കഠിനാധ്വാനത്തിലൂടെയും സ്ഥിരോത്സാഹത്തിലൂടെയും, ടെയ്‌ലർ പതുക്കെ നടക്കാനും ഭക്ഷണം കഴിക്കാനും മുമ്പ് ചെയ്തിരുന്ന മറ്റെല്ലാ കാര്യങ്ങളും ചെയ്യാനുള്ള കഴിവ് വീണ്ടെടുത്തുവെന്ന് അവളുടെ അമ്മ പറഞ്ഞു.

തിങ്കളാഴ്ച, അവൾ ഹൈസ്കൂളിൽ നിന്ന് ബിരുദം നേടും. സ്കൂളിലെ അവസാന ക്ലാസുകൾക്കും ബിരുദദാന പാർട്ടിക്ക് ഒരു ഡ്രസ്സ് വാങ്ങാൻ മാളിലേക്കുള്ള യാത്രയ്ക്കും ഇടയിൽ അവൾ ന്യൂസിനോട് സംസാരിച്ചു - അപകടത്തിന് ശേഷം ടെയ്‌ലറെ കൊണ്ടുപോകാൻ അവളുടെ അമ്മ ഒരിക്കലും

വരുമെന്ന് ഉറപ്പില്ലാത്ത ഒരു ദിവസം. "ഞാൻ പലപ്പോഴും അതിനെക്കുറിച്ച് ചിന്തിക്കാറുണ്ട്," ഹെൻസിങ്സെൻ പറഞ്ഞു. "ഇത് തീർച്ചയായും ഒരു അത്ഭുതമാണ്."

1948 മാർച്ചിൽ വില്യം ബ്രാൻഹാമിലൂടെ ഫിയോണിക്സ് റസിഡന്റ് കാൻസർ രോഗമുക്തി നേടി.

കഴിഞ്ഞ സെപ്റ്റംബറിൽ ഞാൻ അരിസോണയിലെ ഫീനിക്സിലെ നോർത്ത് സെക്കൻഡ് സ്ട്രീറ്റിലുള്ള ഡോ. വെൽഡൺ ബേക്കറുടെ അടുത്തേക്ക് പോയി. അദ്ദേഹം രണ്ട് എക്സ്-റേ എടുത്തു. എനിക്ക് വൻകുടൽ പുണ്ണ് ബാധിച്ചതായും, വിഷബാധയേറ്റ് എന്റെ ഹൃദയം വലുതായതായും, എന്റെ കരളിന്റെ അഞ്ചിലൊന്ന് മാത്രമേ സജീവമായിട്ടുള്ളൂവെന്നും, എന്റെ കരളിന്റെ വലതുവശത്ത് എന്റെ തള്ളവിരലിന്റെ വലിപ്പമുള്ള നിരവധി കല്ലുകൾ ഉണ്ടെന്നും അദ്ദേഹം കണ്ടെത്തി. ആറ് ആഴ്ചത്തെ ചികിത്സ ഞാൻ ആരംഭിച്ചു, പക്ഷേ അത് വളരെ മോശമായി.. ഡോ. ആൻഡേഴ്സൺ എന്നെ സന്ദർശിച്ച് എനിക്ക് കാൻസർ ഉണ്ടെന്ന് പറഞ്ഞു, പക്ഷേ സഹായം ലഭിക്കാൻ വളരെ സമയം കാത്തിരുന്നു. എനിക്ക് അത് വളരെ അസുഖമായി, കൂടുതൽ ചികിത്സകൾ എടുക്കാൻ കഴിഞ്ഞില്ല. മാലിന്യം

കടന്നുപോകാൻ അനുവദിക്കുന്നതിന് എന്റെ വൻകുടൽ തുറക്കേണ്ടിവന്നു. എനിക്ക് വളരെ മോശം അവസ്ഥയിലായിരുന്നു. ഡോ. ബേക്കർ വന്നു, അദ്ദേഹം അവിടെ എത്തിയപ്പോൾ വിശുദ്ധന്മാർ പ്രാർത്ഥിക്കുകയായിരുന്നു. ഞാൻ മരിച്ചിട്ട് രണ്ട് മിനിറ്റായി, പക്ഷേ യേശു വിശുദ്ധരുടെ നിലവിളി കേട്ടു എന്ന് അദ്ദേഹം പിന്നീട് എന്നോട് പറഞ്ഞു.

ഒമ്പത് ആഴ്ച ഞാൻ കിടപ്പിലായിരുന്നു, 40 പൗണ്ട് കുറഞ്ഞു. ചിലപ്പോഴൊക്കെ എനിക്ക് വളരെ മോശം അവസ്ഥയിലായിരുന്നു, അഞ്ച് ദിവസത്തേക്ക് വെള്ളം കുടിക്കാൻ പോലും കഴിഞ്ഞില്ല. മാർച്ച് രണ്ടാം തീയതി വില്യം ബ്രാൻഹാം രോഗികൾക്കും ദുരിതമനുഭവിക്കുന്നവർക്കും വേണ്ടി പ്രാർത്ഥിക്കാൻ ഫീനിക്സിൽ വരുന്നുണ്ടെന്ന അറിയിപ്പ് വന്നു. ആദ്യ ഞായറാഴ്ച രാത്രി എന്റെ ഭർത്താവ് പള്ളിയിൽ നേരത്തെ ഉണ്ടായിരുന്നു, പക്ഷേ സഹോദരൻ ബ്രാൻഹാമിന് എന്നെ സമീപിക്കാൻ കഴിഞ്ഞില്ല. മറ്റുള്ളവരുടെ രോഗശാന്തിയുടെ നിരവധി അത്ഭുതങ്ങൾ ഞാൻ അറിഞ്ഞെങ്കിലും, പിറ്റേന്ന് രാത്രിയും എന്നെ സമീപിക്കാൻ കഴിഞ്ഞില്ല. അടുത്ത ദിവസം എന്നെ വീണ്ടും കൊണ്ടുപോയി, പക്ഷേ ഞാൻ പള്ളിയിൽ എത്തിയപ്പോൾ എനിക്ക് വളരെ അസുഖം വന്നു. അവർ എനിക്കായി ഒരു കട്ടിൽ കൊണ്ടുവന്നു, പക്ഷേ ഞാൻ

എപ്പോഴാണ് കിടന്നതെന്ന് എനിക്ക് ഓർമ്മയില്ല.

ആദ്യം എനിക്ക് മനസ്സിലായത്, ബ്രദർ ബ്രാൻഹാം എന്നോട് സംസാരിക്കുകയായിരുന്നു, "സഹോദരി എന്നെ നോക്കൂ" എന്നാണ്. ആദ്യം അത് ഒരു നേരിയ മന്ത്രണം മാത്രമായിരുന്നു, പക്ഷേ മൂന്നാം തവണ അദ്ദേഹം അത് ആവർത്തിച്ചപ്പോൾ ഞാൻ എന്റെ കണ്ണുകൾ തുറക്കാൻ ശ്രമിച്ചു. കുറച്ച് സമയത്തിന് ശേഷം എനിക്ക് സൂചന കാണാൻ കഴിഞ്ഞു, അദ്ദേഹം പറഞ്ഞത് ഞാൻ വിശ്വസിക്കുന്നുണ്ടോ എന്ന് അദ്ദേഹം എന്നോട് ചോദിച്ചു. ഞാൻ പറഞ്ഞു, "അതെ, കാരണം നിങ്ങളുടെ അരികിൽ നിൽക്കുന്ന മാലാഖയെ എനിക്ക് കാണാൻ കഴിയും." തുടർന്ന് ബ്രദർ ബ്രാൻഹാം പറഞ്ഞു, "സഹോദരി, നിങ്ങളുടെ വിശ്വാസം നിങ്ങളെ രക്ഷിച്ചു. ആ കാൻസർ നിങ്ങളുടെ വയറിലുടനീളം ഉണ്ടായിരുന്നു, പക്ഷേ ദൈവം നിങ്ങളെ സുഖപ്പെടുത്തി. എല്ലാ വേരുകളും ശപിക്കപ്പെട്ടതാണ്, നിങ്ങൾ വിശ്വസിച്ചാൽ നിങ്ങൾ സുഖപ്പെടും, എന്നിരുന്നാലും ഇത് അഴുകാൻ ഒരു മാസമോ ആറ് ആഴ്ചയോ എടുക്കും. ഇപ്പോൾ മുതൽ 72 മണിക്കൂറിനുള്ളിൽ നിങ്ങൾക്ക് വളരെ അസുഖവും വലിയ വേദനയും ഉണ്ടാകും, പക്ഷേ അതെല്ലാം വിശ്വസിച്ചാൽ മതി." അപ്പോൾ കർത്താവ് ബ്രദർ ബ്രാൻഹാമിലൂടെ

സംസാരിച്ചു, എന്റെ തലയിലൂടെ പുറത്തും അകത്തും ഒരു ചൂടുള്ള എണ്ണ പുറപ്പെട്ട് എന്റെ കാലുകളിലേക്ക് പോയി. അത് കുറഞ്ഞപ്പോൾ, വേദന പൂർണ്ണമായും പോയി, എനിക്ക് വളരെ ശക്തി തോന്നി. ഞാൻ കട്ടിലിൽ നിന്ന് ഇറങ്ങി, അലറിവിളിച്ചും നൃത്തം ചെയ്തും ഫീനിക്സിൽ ബ്രദർ ബ്രാൻഹാം നടത്തിയ മറ്റ് അഞ്ച് ശുശ്രൂഷകളിൽ പങ്കെടുക്കാൻ കഴിഞ്ഞു.

72 മണിക്കൂർ കഴിഞ്ഞപ്പോൾ എനിക്ക് വളരെ അസുഖം വന്നു, കരയാൻ പോലും പറ്റാത്തത്ര വേദനിച്ചു. രണ്ടാഴ്ചയിലധികം എനിക്ക് വളരെ അസുഖമായിരുന്നു, പിന്നെ എനിക്ക് വേണ്ടതെല്ലാം കഴിക്കാൻ തുടങ്ങി, മുമ്പ് ഞാൻ പഴച്ചാറുകളും സൂപ്പും കഴിച്ചിരുന്നു. പ്രാർത്ഥനയ്ക്ക് ഏഴ് ആഴ്ചകൾക്കുശേഷം, എനിക്ക് നിരവധി എക്സ്-റേകൾ കൂടി എടുത്തു, അവ എനിക്ക് പൂർണ്ണമായും സുഖം പ്രാപിച്ചുവെന്ന് കാണിച്ചു. ഇതെല്ലാം എനിക്ക് പറയാൻ കഴിയുമെന്നും, കാണാൻ ആഗ്രഹിക്കുന്ന ആർക്കും, അല്ലെങ്കിൽ അവരോട് വ്യക്തിപരമായി സംസാരിക്കാൻ ആഗ്രഹിക്കുന്ന ആർക്കും എക്സ്-റേകൾ സന്തോഷത്തോടെ കാണിക്കുമെന്നും ഡോക്ടർ ബേക്കർ എന്നോട് പറഞ്ഞു. അതിന് ഞാൻ യേശുവിനെ സ്തുതിക്കുന്നു!

മിസിസ് ഹാറ്റി വാൽഡ്രോപ്പ് ആഡംസ് സ്ട്രീറ്റ്, ഫീനിക്സ്, അരിസോണ

ജോൺ അലക്സാണ്ടർ ഡോവിയുടെ കീഴിൽ സുഖം പ്രാപിച്ച മരിക്കുന്ന സ്ത്രീ.

ഈ സാക്ഷ്യം 1897 ഫെബ്രുവരി 5-ലെ ലീവ്സ് ഓഫ് ഹീലിംഗ് ന്യൂസ്ലെറ്ററിൽ പ്രസിദ്ധീകരിച്ചു. (കുറിപ്പ്: ക്ഷയരോഗത്തിന്റെ പഴയ പേര് ഉപഭോഗം എന്നായിരുന്നു.)

ഗ്രിഫിത്ത്, ഇന്ത്യ. ജനുവരി 20, 1897.

പ്രിയപ്പെട്ട ഡോ. & മിസ്സിസ് ഡോവി,

നമ്മുടെ കർത്താവായ യേശുക്രിസ്തുവിലൂടെ എനിക്ക് ലഭിച്ച നിരവധി രോഗങ്ങളുടെ പൂർണ്ണമായ രോഗശാന്തിയെക്കുറിച്ചുള്ള നൂറുകണക്കിന് മറ്റുള്ളവരുടെ സാക്ഷ്യത്തോടൊപ്പം എന്റെ സാക്ഷ്യവും ചേർക്കുന്നത് ഒരു സന്തോഷമായും കടമയുമായും ഞാൻ കരുതുന്നു.

ഒരിക്കലും നല്ല ആരോഗ്യം തിരിച്ചറിഞ്ഞില്ല, 1894 ഒക്ടോബറിൽ അറ്റ്ലാന്റിക് തീരത്തേക്കുള്ള ഒരു സമഗ്ര യാത്രയ്ക്ക് ശേഷം, തിരിച്ചെത്തിയ ഉടൻ തന്നെ എന്റെ ഓഫീസ്

ജോലികൾ പുനരാരംഭിച്ചപ്പോൾ ഞാൻ അമിതമായി ജോലി ചെയ്തു, നവംബർ 3 ന് ശ്വാസകോശത്തിൽ രക്തസ്രാവം ബാധിച്ചു.

ആദ്യം ഞങ്ങൾ ഇൻഡ്യാനയിലെ ക്രൗൺ പോയിന്റിൽ നിന്നുള്ള ഡോക്ടർ പെറ്റിബോണിനെയാണ് നിയമിച്ചത്. ഏകദേശം രണ്ട് മാസത്തോളം അദ്ദേഹം എന്നെ ചികിത്സിച്ചു, പക്ഷേ എനിക്ക് ഒരു ആശ്വാസവും നൽകിയില്ല. എന്റെ അവസ്ഥ കൂടുതൽ വഷളായി. രക്തസ്രാവം തുടരുക മാത്രമല്ല, മറ്റ് രോഗങ്ങളും വന്നു. അദ്ദേഹം എനിക്ക് വേണ്ടി തന്നാൽ കഴിയുന്നതെല്ലാം ചെയ്തു.

1895 ജനുവരി 1-ന് എന്റെ ഭർത്താവ് ഇൻഡ്യാനയിലെ വാൽപാറൈസോയിലെ ഏറ്റവും പഴയതും കഴിവുള്ളതുമായ ഡോക്ടർമാരിൽ ഒരാളായ ഡോ. വിൻസെന്റിനെ ജോലിക്കെടുത്തു. എന്റെ കേസ് വളരെ ഗുരുതരമാണെന്ന് അദ്ദേഹം പ്രഖ്യാപിച്ചു. എന്നിരുന്നാലും, ഡോക്ടർമാരുടെ മാറ്റം എനിക്ക് ഗുണം ചെയ്തില്ല. ഞാൻ ഇപ്പോഴും വഷളായിക്കൊണ്ടിരുന്നു.

അപ്പോൾ എനിക്ക് നാഡീവ്യൂഹം, ശ്വാസകോശത്തിൽ രക്തസ്രാവം, ഹൃദയത്തിന് ചുറ്റുമുള്ള വെള്ളം, ക്ഷയം, തൊണ്ടയിലെ കാൻസർ അൾസർ, കരൾ വീക്കം, കുടലിന്റെ

ക്ഷീണം എന്നറിയപ്പെടുന്ന അവസ്ഥ എന്നിവയാൽ ബുദ്ധിമുട്ട് അനുഭവപ്പെട്ടു. കുടലുകളുടെ ക്ഷീണം പോലെയായിരുന്നു ആ വേദന. ആദ്യം ചെറിയ കാലയളവ് മാത്രമായിരുന്നെങ്കിലും ഇപ്പോൾ മണിക്കൂറുകളോളം നീണ്ടുനിന്നു, മാർച്ച് മാസം വരെ എനിക്ക് ജീവിക്കാൻ കഴിയില്ലെന്ന് ഡോക്ടർ കരുതി. എന്നിരുന്നാലും, ജൂൺ മാസത്തെക്കുറിച്ച് ചിന്തിക്കുന്നതുവരെ അദ്ദേഹം എന്നെ ചികിത്സിച്ചുകൊണ്ടിരുന്നു.

പിന്നീട് അദ്ദേഹം എന്റെ ഭർത്താവിനോട് പറഞ്ഞു, എനിക്ക് സുഖം പ്രാപിക്കാൻ ഒരു സാധ്യതയുമില്ലെന്ന് അദ്ദേഹം കരുതുന്നു, ഇനി അദ്ദേഹം തന്റെ സന്ദർശനങ്ങൾ തുടരുന്നതിൽ അർത്ഥമില്ലെന്നും. എനിക്ക് വളരെ കുറച്ച് സമയമേ ഉള്ളൂ എന്ന് അദ്ദേഹം വാൽപാറൈസോയിലെ എന്റെ സുഹൃത്തുക്കളോട് പറഞ്ഞു. അടുത്ത രണ്ടാഴ്ചത്തേക്ക് ഞാൻ വളരെ കുറച്ച് മരുന്നുകൾ മാത്രമേ കഴിച്ചുള്ളൂ, എനിക്ക് വിചിത്രമായി തോന്നിയത് ഞാൻ കുറച്ചുകൂടി ശക്തി പ്രാപിച്ചു. ഞങ്ങൾക്ക് വളരെയധികം പ്രോത്സാഹനം ലഭിച്ചു, ഉപേക്ഷിക്കരുത്, പകരം മറ്റേതെങ്കിലും നല്ല ഡോക്ടറെ പരീക്ഷിക്കണമെന്ന് ഞങ്ങൾക്ക് തോന്നി.

ഞങ്ങളുടെ ഒരു സുഹൃത്ത് ചിക്കാഗോയിൽ നിന്നുള്ള ഡോ. ഹിൽഡെബ്രാൻഡിനെ

ശുപാർശ ചെയ്തു. സമഗ്രമായ പരിശോധനയ്ക്ക് ശേഷം അദ്ദേഹം അത് കൺസപ്ഷൻ എന്ന് പ്രഖ്യാപിച്ചു, ഞാൻ മുമ്പ് സൂചിപ്പിച്ച മറ്റ് രോഗങ്ങളുമായി ഇത് സങ്കീർണ്ണമാണ്. എന്റെ തൊണ്ടയെക്കുറിച്ച് പറയുമ്പോൾ (ചില മൃദുവായ ടിഷ്യുകൾ തിന്നു) പോയതത് മാറ്റിസ്ഥാപിക്കാൻ കഴിയില്ല. അൾസർ എല്ലായ്പ്പോഴും ഡിസ്ചാർജ് ചെയ്തുകൊണ്ടിരുന്നു, മാസത്തിന്റെ മേൽക്കൂര മഞ്ഞയായിരുന്നു. തൊണ്ടയ്ക്ക് അദ്ദേഹം നിർദ്ദേശിച്ച മരുന്ന് പ്രയോഗിച്ച ശേഷം; കൂടുതൽ അൾസർ തുറന്നു, അദ്ദേഹത്തിന്റെ ചികിത്സയിൽ ഞാൻ വളരെ വേഗത്തിൽ പരാജയപ്പെട്ടു.

പിന്നെ ഞാൻ ഇനി ഒരു മരുന്നും കഴിക്കില്ലെന്ന് തീരുമാനിച്ചു, അതില്ലാതെ എന്റെ ജീവിതം വിലപ്പെട്ടതാണെന്ന് ഞാൻ മനസ്സിലാക്കി. സി. & ജിടിആർആറിന്റെ ഏജന്റായ മിസ്റ്റർ വുഡ്, ചിക്കാഗോയിലെ ഒരു അത്ഭുതകരമായ മനുഷ്യനെക്കുറിച്ച് എന്നോട് പറഞ്ഞു, അദ്ദേഹത്തിന് ഒരു മരുന്നും കഴിക്കാതെ തന്നെ എല്ലാത്തരം രോഗങ്ങളും സുഖപ്പെടുത്താൻ കഴിയും. എനിക്ക് അത് പറയാൻ കഴിഞ്ഞില്ല, പക്ഷേ അദ്ദേഹം എന്നെ പോകാൻ നിരന്തരം നിർബന്ധിച്ചുകൊണ്ടിരുന്നു, എനിക്ക് സുഖം പ്രാപിക്കാൻ ഇനിയും ഒരു അവസരമുണ്ടെന്ന് അദ്ദേഹം കരുതി.

എനിക്ക് അവിടെ എത്താൻ കഴിയുമെങ്കിൽ ഞാൻ സമ്മതിച്ചു. ഞങ്ങൾ നിങ്ങളോട് പ്രാർത്ഥനയ്ക്കായി ഒരു അഭ്യർത്ഥന അയച്ചു, എനിക്ക് അൽപ്പം ശക്തി ലഭിച്ചു, അങ്ങനെ ഏകദേശം ഒരു ആഴ്ചയ്ക്കുള്ളിൽ (സുഹൃത്തുക്കൾ ഉപേക്ഷിച്ചെങ്കിലും ഡോക്ടർ നിരാശനാണെന്ന് പ്രഖ്യാപിച്ചെങ്കിലും) എന്റെ ഭർത്താവ് ഓഗസ്റ്റ് 18 ന് എന്നെ ഡിവൈൻ ഹീലിംഗ് ഹോം നമ്പർ 1, 6020 എഡ്ജർട്ടൺ അവന്യൂവിലേക്ക് കൊണ്ടുപോയി.

ഹൃദയത്തിനു ചുറ്റും വെള്ളം കെട്ടി നിന്നതിനാൽ എനിക്ക് വളരെ വീർത്തിരുന്നു, എന്റെ വസ്ത്രങ്ങളൊന്നും ധരിക്കാൻ എനിക്ക് കഴിഞ്ഞില്ല; അവ ഏകദേശം മൂന്ന് ഇഞ്ച് വളരെ ചെറുതായിരുന്നു. എനിക്ക് അയഞ്ഞ ഗൗണുകൾ ധരിക്കേണ്ടി വന്നു. ഞാൻ എത്തിയതിന്റെ പിറ്റേന്ന്, തിങ്കളാഴ്ച, കൈകൾ ഉയർത്തിപ്പിടിച്ച് എനിക്കുവേണ്ടി പ്രാർത്ഥിച്ചപ്പോൾ, ഹൃദയത്തിന് ചുറ്റുമുള്ള വെള്ളം കോമാളിയെ വീഴ്ത്തുന്നതായി തോന്നി, വീർപ്പുമുട്ടൽ എന്നെ വിട്ടുപോയി. എന്റെ വസ്ത്രങ്ങൾ കൊണ്ടുവരാൻ ഞാൻ എന്റെ മാതാപിതാക്കൾക്ക് (നഗരത്തിന് പുറത്ത് അൽപ്പം അകലെയാണ് താമസിക്കുന്നത്) എഴുതി. അവർ അങ്ങനെ ചെയ്തു, അവയൊന്നും ധരിക്കാൻ എനിക്ക് ഒരു ബുദ്ധിമുട്ടും ഉണ്ടായിരുന്നില്ല.

നീ രണ്ടാം പ്രാവശ്യം എന്റെ കൈകൾ എന്റെ മേൽ വച്ചുകൊണ്ട് പ്രാർത്ഥിച്ചപ്പോൾ, നാഡീ പ്രണാമം, ഹൃദയത്തിലെ വെള്ളം, ശ്വാസകോശത്തിലെ രക്തസ്രാവം, വൃക്ക തകരാറുകൾ, പേശി വാതം, പൈൽസ്, കുടൽ എന്നിവയെല്ലാം പൂർണ്ണമായും സ്വാഭാവികമായി സുഖപ്പെട്ടു. പക്ഷേ, തൊണ്ടയിലെ ഭയാനകമായ ബുദ്ധിമുട്ട് തുടർന്നു. അടുത്ത ചൊവ്വാഴ്ച, ഞാൻ അവിടെ പോയി ഏകദേശം ഒരു ആഴ്ച കഴിഞ്ഞ്, ഹോം അസംബ്ലികളിൽ ഒന്നിൽ, നിങ്ങളുടെ വിരലുകൾ എന്റെ തൊണ്ടയിൽ വയ്ക്കാൻ ഞാൻ നിങ്ങളോട് ആവശ്യപ്പെട്ടു. യേശുവിന്റെ നാമത്തിൽ നീ അങ്ങനെ ചെയ്തു, മാസങ്ങളായി എന്റെ ജീവൻ തന്നെ തിന്നുകൊണ്ടിരുന്ന ആ ഭയാനകമായ രോഗങ്ങളെല്ലാം മഹാനായ വൈദ്യന്റെ കൈകളാൽ നിങ്ങളുടെ ഏജൻസിയിലൂടെ നശിപ്പിക്കപ്പെട്ടു, ദൈവം അവനെ രോഗശാന്തിയുടെ സമ്മാനങ്ങളാൽ അനുഗ്രഹിച്ചു.

രണ്ടാഴ്ച കഴിഞ്ഞാണ് ഞാൻ ഹോമിൽ എത്തിയത്, ഞങ്ങൾ വീട്ടിലേക്ക് പോകാൻ തുടങ്ങിയ ശബ്ബത്തിൽ ഞങ്ങൾക്ക് തെരുവ് കാറുകളിൽ കണക്ഷൻ സ്ഥാപിക്കാൻ കഴിഞ്ഞില്ല, എന്റെ ഭർത്താവ് പറഞ്ഞു, ഞാൻ ഏകദേശം രണ്ട് മൈൽ നടന്നു, എനിക്ക്

ഒരു ക്ഷീണവും തോന്നിയില്ല. വീട്ടിൽ വന്ന് രണ്ട് മാസത്തിന് ശേഷം ഞാൻ വീട്ടുജോലികൾ ചെയ്യാൻ പഠിച്ചു, അന്നുമുതൽ എന്റെ ജോലി സ്വയം ചെയ്തു.

ഒരു വർഷവും നാല് മാസവും കഴിഞ്ഞു, രണ്ട് ജലദോഷങ്ങൾ ഒഴികെ, ഞാൻ പൂർണ ആരോഗ്യവതിയാണ്, ദൈവം എനിക്ക് നൽകിയ എല്ലാ അനുഗ്രഹങ്ങൾക്കും എനിക്ക് ദൈവത്തെ എത്ര സ്തുതിച്ചാലും മതിയാകില്ല. വ്രണങ്ങളെല്ലാം അപ്രത്യക്ഷമായി, രോഗം ബാധിച്ച് വേർപിരിഞ്ഞ മൃദുവായ ഭാഗങ്ങൾ ഒന്നിച്ചുചേർന്ന് സുഖപ്പെട്ടു. എന്റെ ശബ്ദം വളരെ ശക്തമായിരുന്നു. എനിക്ക് കഠിനമായ ജലദോഷം പിടിപെട്ടപ്പോൾ 'ശബ്ദ സംസ്കാര'ത്തിൽ പാഠങ്ങൾ പഠിക്കാൻ ഞാൻ ക്രമീകരണങ്ങൾ ചെയ്യുകയായിരുന്നു. ഞാൻ കുറച്ചു കാലത്തേക്ക് സിയോൺ ഹോമിൽ പോയി. നിങ്ങൾ എന്നോടൊപ്പം പ്രാർത്ഥിച്ചു, ഞാൻ സുഖം പ്രാപിച്ചു.

ഇപ്പോൾ എനിക്ക് നല്ല ആരോഗ്യമുണ്ട്. സിയോൺ ഹോം സന്ദർശിക്കാനും, ദൈവം തന്റെ “രോഗികളായ കുട്ടികളെ” എങ്ങനെ സുഖപ്പെടുത്തുന്നു എന്നതിനെക്കുറിച്ച് നിങ്ങളിൽ നിന്നും പ്രിയപ്പെട്ട ശ്രീമതി ഡൗവിയിൽ നിന്നും ഞങ്ങൾക്ക് ലഭിക്കുന്ന അത്ഭുതകരമായ നിർദ്ദേശങ്ങൾ കേൾക്കാനും

ഞാൻ വളരെ ഇഷ്ടപ്പെടുന്നു. അവർ അവനിൽ മാത്രം ആശ്രയിച്ചാൽ മാത്രം.

ഈ സാക്ഷ്യം ദുരിതമനുഭവിക്കുന്ന പലരിലേക്കും എത്തിച്ചേരുമെന്നും, അവരുടെ ആത്മാവിന്റെയും ആത്മാവിന്റെയും ശരീരത്തിന്റെയും രോഗശാന്തിക്കായി മഹാനായ വൈദ്യനെ അന്വേഷിക്കാൻ അവരെ പ്രേരിപ്പിക്കുമെന്നും ഞാൻ ശരിക്കും പ്രതീക്ഷിക്കുന്നു. യേശുവിന്റെ കാൽക്കൽ ഞാൻ കൂടുതൽ അടുത്തു നിൽക്കുന്നുതോറും അവന്റെ ദാനങ്ങൾ എനിക്ക് കൂടുതൽ സമൃദ്ധമായി ലഭിക്കുമെന്ന് ഞാൻ മനസ്സിലാക്കുന്നു.

പ്രിയപ്പെട്ട ഡോ. മിസ്സിസ് ഡൗവി, നിങ്ങളുടെ "സീയോനിലേക്കുള്ള മുന്നേറ്റത്തിൽ" നിങ്ങൾ വിജയിക്കട്ടെ എന്നും, ഈ മനോഹരമായ സുവിശേഷം ലോകമെമ്പാടും വ്യാപിക്കുന്നത് വരെ നിങ്ങൾ രണ്ടുപേരും അനേക വർഷങ്ങൾ രക്ഷപ്പെടട്ടെ എന്നും ഞാൻ ദിവസവും പ്രാർത്ഥിക്കുന്നു.

വിശ്വസ്തതയോടെ യേശുവിൽ,

മിസ്സിസ് ലുലു ഡേറ്റൺ

PTSD യും നാഡി ക്ഷതവും സുഖപ്പെട്ടു

യുദ്ധത്തിൽ നിന്ന് ഡേവ് വീട്ടിലെത്തിയത് കഠിനമായ PTSD ലക്ഷണങ്ങളോടും നാഡിക്ക് ക്ഷതങ്ങളോടും കൂടിയാണ്. വീൽചെയറിലായിരുന്ന അദ്ദേഹത്തിന് നിരന്തരം റേസർ ബ്ലേഡുകൾ ഉപയോഗിച്ച് മുറിക്കുന്നത് പോലെ തോന്നി, ചർമ്മത്തിൽ ആസിഡ് ഒഴിക്കുന്നത് പോലെ തോന്നി, എല്ലുകൾ ചതയുന്നത് പോലെ തോന്നി. പ്രകാശമാനമായ വെളിച്ചങ്ങളോടും ഉച്ചത്തിലുള്ള ശബ്ദങ്ങളോടും അദ്ദേഹം അങ്ങേയറ്റം സെൻസിറ്റീവ് ആയിരുന്നു. ഒരു കൈ പോലും അദ്ദേഹത്തിന് അനുഭവപ്പെട്ടില്ല. നിരന്തരമായ ഭയത്തിന്റെയും നിരീക്ഷണത്തിന്റെയും വൈകാരികാവസ്ഥയായിരുന്നു അദ്ദേഹത്തിന്. ജനക്കൂട്ടത്തെ കൈകാര്യം ചെയ്യാൻ അദ്ദേഹത്തിന് കഴിഞ്ഞില്ല, കുടുംബത്തോടൊപ്പം സമയം ചെലവഴിക്കാൻ പോലും അദ്ദേഹത്തിന് കഴിഞ്ഞില്ല. അദ്ദേഹത്തിന്റെ ജീവിതം ശാരീരികവും വൈകാരികവുമായ ഒരു തകർച്ചയായിരുന്നു. നിരവധി ഡോക്ടർമാരെ അദ്ദേഹം കണ്ടു, പക്ഷേ ആശ്വാസം ലഭിച്ചില്ല.

ഡേവ് ഒരു റാണ്ടി ക്ലാർക്ക് മീറ്റിംഗിൽ പങ്കെടുക്കാൻ പോയി, അവിടെ വെച്ച് റാണ്ടിയോട് ഒരു ചോദ്യം ചോദിക്കാൻ പോയി. ഇത്രയും വലിയ ഒരു ജനക്കൂട്ടം ഉണ്ടായിരുന്നതിനാൽ താൻ എങ്ങനെ

മുന്നിലെത്തിയെന്ന് അയാൾക്ക് പോലും ഉറപ്പില്ലായിരുന്നു. റാണ്ടി തന്റെ മൈക്രോഫോൺ ഊരിമാറ്റി ഡേവിന്റെ കഥ ശ്രദ്ധിച്ചു. ഡേവിനുവേണ്ടി പ്രാർത്ഥിക്കാൻ റാൻഡി മൈക്ക് എന്ന പ്രാർത്ഥനാ സംഘാംഗത്തോട് ആവശ്യപ്പെട്ടു. മൈക്ക് ഡേവിന്റെ കൈ പിടിച്ചു, അത് അവനെ വളരെയധികം പരിഭ്രാന്തനാക്കി. മൈക്ക് നേരിട്ട് ഡേവിന്റെ കണ്ണുകളിലേക്ക് നോക്കി, യുദ്ധസമയത്ത് തനിക്ക് സംഭവിച്ചതിന്റെ കുറ്റബോധവും ലജ്ജയും കൊണ്ട് അവൻ തല താഴ്ത്താൻ അനുവദിച്ചില്ല. ആ ചിത്രങ്ങളും അവയുമായി ബന്ധപ്പെട്ട വൈകാരിക വേദനയും അദ്ദേഹത്തെ വേട്ടയാടിയിരുന്നു.

ഡേവിന് വിയർക്കാൻ തുടങ്ങി, രക്ഷപ്പെടണമെന്ന് തോന്നി. മൈക്ക് അവനെ പിടിച്ചു നിർത്തി രോഗശാന്തിയുടെ ഘട്ടങ്ങളിലൂടെ കടന്നുപോയി. അത് ഒരു നീണ്ട പ്രാർത്ഥന സമയമായിരുന്നില്ല, ഒരുപക്ഷേ ഏകദേശം 5 മിനിറ്റ്. യേശു തന്നെ സ്പർശിച്ചതുപോലെയാണെന്ന് ഡേവ് പറഞ്ഞു. കുട്ടിയായിരുന്നപ്പോൾ മുതൽ അനുഭവിച്ചിട്ടില്ലാത്ത ഒരു സമാധാനം അവനിൽ വന്നു. വീട്ടിലെത്തിയപ്പോൾ ഡേവ് പറഞ്ഞു, അത് അവന്റെ വീട്ടിലേക്ക് പൊങ്ങിക്കിടക്കുന്നതുപോലെയാണെന്ന്. ഭാര്യ പെട്ടെന്ന് ഒരു വ്യത്യാസം കണ്ടു, എന്താണ് സംഭവിച്ചതെന്ന് ചോദിച്ചു. അവൻ "ഞാൻ

സ്വതന്ത്രനാണ്" എന്ന് നിലവിളിച്ചു. ഭാര്യ അവനോട് പറഞ്ഞു, "കുഞ്ഞേ, നിന്റെ തോളിൽ നിന്ന് 2000 പൗണ്ട് കുറഞ്ഞതായി തോന്നുന്നു, നീ ആരാണെന്ന് എനിക്കറിയില്ല."

ഡേവ് വീൽചെയറിൽ നിന്ന് എഴുന്നേറ്റു, മരുന്നുകൾ ഉപേക്ഷിച്ചു. അവൻ കുട്ടികളോടൊപ്പം കളിക്കുന്നു, അവരെ കെട്ടിപ്പിടിക്കുന്നു, എപ്പോഴും ഭയപ്പെടുന്നില്ല. അവൻ തുടർന്നുള്ള റാണ്ടി ക്ലാർക്ക് മീറ്റിംഗിന് പോയി. അവന്റെ ഇടതു കൈ ഇപ്പോഴും മരവിച്ചിരിക്കുന്നു, പക്ഷേ അവൻ യേശുവിനോട് പറഞ്ഞു, "നീ എനിക്ക് വേണ്ടി ചെയ്തതെല്ലാം നോക്കൂ. ഇന്ന് രാത്രി ഞാൻ മീറ്റിംഗിന് പോകുമ്പോൾ അത് നടക്കും. എനിക്ക് വേണ്ടി ആരും പ്രാർത്ഥിക്കേണ്ട ആവശ്യമില്ല, നീ ചെയ്തതിനെ മഹത്വപ്പെടുത്താൻ ഞാൻ ആഗ്രഹിക്കുന്നു." വാതിലുകൾ തുറക്കുന്നതും കാത്ത് ലോബിയിൽ ഇരിക്കുമ്പോൾ അയാൾ പെട്ടെന്ന് തന്റെ ഇടതു കൈ അനുഭവിച്ചു. അവൻ പറഞ്ഞു, "കൈ... നീ തിരിച്ചെത്തി." ആരും അവനുവേണ്ടി പ്രാർത്ഥിച്ചിരുന്നില്ല. ആരാധനാ സംഗീതം മുഴങ്ങുന്നില്ല. അവൻ ഫോണിൽ വിളിച്ച് ഭാര്യയെ വിളിച്ച് പറഞ്ഞു, ഇപ്പോൾ ഞാൻ സ്വതന്ത്രനാണ്, പക്ഷേ ഇപ്പോൾ എനിക്ക് എന്റെ കൈ തൊടാൻ കഴിയും, എനിക്ക് എന്റെ കൈ അനുഭവപ്പെടുന്നു, എനിക്ക് എന്റെ വിരലുകൾ

അനുഭവപ്പെടുന്നു. എനിക്ക് നൃത്തം ചെയ്യാൻ കഴിയും, അത് എന്നെ വേദനിപ്പിക്കുന്നില്ല, ലൈറ്റുകൾ എന്നെ വേദനിപ്പിക്കുന്നില്ല. ഞാൻ സ്വതന്ത്രനാണ്, യേശു അത് ചെയ്തു!

പോസ്റ്റ് ട്രോമാറ്റിക് സ്ട്രെസ് ഡിസോർഡർ ഹീൽഡ്! എന്ന തലക്കെട്ടിലുള്ള ഐബെതൽ ടിവി സാക്ഷ്യപത്രത്തിൽ നിന്ന് എടുത്തത് - മാർച്ച് 05, 2013. (ibethel.tv-യിൽ ചിലത് സൗജന്യവും പണമടച്ചുള്ളതുമായ ഉള്ളടക്കമുണ്ട്, പക്ഷേ അത് ഉപയോഗിക്കുന്നതിന് നിങ്ങൾ സൈൻ അപ്പ് ചെയ്യണം)

കാതറിൻ കുൽമാനിലൂടെ ജോ ഗമ്മൽറ്റിന്റെ രോഗശാന്തി

ജോ ഗമ്മൽറ്റ് ഒരു സതേൺ ബാപ്റ്റിസ്റ്റ് ശുശ്രൂഷകന്റെ ഭാര്യയായിരുന്നു. വളരെ അപൂർവമായ ഒരു വൃക്കരോഗം ബാധിച്ച് അവർ വളരെ രോഗിയായിരുന്നു. വാഷിംഗ്ടൺ ഡിസിയിലെ ഡോക്ടർമാർ ഇത് മുമ്പ് ഒരിക്കലും കണ്ടിട്ടില്ലായിരുന്നു. ഓവർ-ദി-കൌണ്ടർ വേദനസംഹാരിയുടെ അലർജി പ്രതികരണമാണിതെന്ന് ഡോക്ടർമാർ വിശ്വസിച്ചു. രണ്ട് വൃക്കകളും 1/3 നശിച്ചു. കേടുപാടുകൾ സ്ഥിരപ്പെടുത്താൻ കഴിയുമെന്ന് ഡോക്ടർമാർ പ്രതീക്ഷിച്ചു. ജോയ്ക്ക് സാധ്യമായ എല്ലാ പരിശോധനകളും നടത്തി.

അവൾ ദിവസത്തിൽ 12-14 മണിക്കൂർ കിടക്കയിൽ വിശ്രമത്തിലായിരുന്നു. അവളുടെ മുടി കൊഴിഞ്ഞുകൊണ്ടിരുന്നു. ഒരു ബാക്ടീരിയ അണുബാധ അവളുടെ വൃക്കകളെ അടച്ചുപൂട്ടുമെന്ന് ഡോക്ടർമാർ മുന്നറിയിപ്പ് നൽകി. ഏത് ആക്രമണത്തിനും സാധ്യതയുള്ള ദുർബലമായ സ്പോഞ്ചുകൾ എന്നാണ് അവരുടെ വൃക്കകളെ അവർ വിശേഷിപ്പിച്ചത്.

ഒരു സുഹൃത്ത് അവളെ ഒരു ഫുൾ ഗോസ്പൽ ബിസിനസുകാരന്റെ രോഗശാന്തി മീറ്റിംഗിലേക്ക് ക്ഷണിച്ചു. അവൾക്ക് പോകാൻ തീരെ താൽപ്പര്യമില്ലായിരുന്നു. വാസ്തവത്തിൽ, ആരും തന്നെ തിരിച്ചറിയരുതെന്ന് അവൾ ആഗ്രഹിച്ചതിനാൽ അവൾ മുഖത്ത് താഴ്ത്തിക്കെട്ടിയ ഒരു രോമക്കുപ്പായം ധരിച്ചിരുന്നു. രോഗശാന്തി ശുശ്രൂഷ അവൾക്ക് മാന്യമായിരുന്നില്ല. പട്ടണത്തിന്റെ അരികിലുള്ള ഒരു കൂടാര യോഗവുമായി അവൾ അതിനെ ബന്ധപ്പെടുത്തി. പിന്നീട് കാതറിൻ കുൽമാനെ പ്രഖ്യാപിച്ചപ്പോൾ അവൾ ചിന്തിച്ചു, "അയ്യോ, ഞാൻ ഒരു വനിതാ ശുശ്രൂഷകയല്ല." അവളുടെ അവസ്ഥയിൽ അവൾ വളരെ ദുർബലയും ക്ഷീണിതയുമായിരുന്നു. മീറ്റിംഗ് തിരക്കിലായിരുന്നു, അവളും അവളുടെ സുഹൃത്തും ഒന്നര മണിക്കൂർ വൈകി എത്തി.

ജോയ്ക്ക് എഴുന്നേൽക്കാൻ കഴിഞ്ഞില്ല, അവൾ വളരെ ക്ഷീണിതയായിരുന്നു. അവർ മീറ്റിംഗ് റൂമിന്റെ പടികളിൽ ഇരുന്നു.

സ്ത്രീകൾ പോകേണ്ടി വന്നതിനാൽ ദൈവം രണ്ടുപേരെ എഴുന്നേറ്റ് അവർക്ക് സീറ്റുകൾ നൽകാൻ ആവശ്യപ്പെട്ടു. മുന്നിലുള്ള രണ്ടാമത്തെ വിഭാഗത്തിലായിരുന്നു സീറ്റുകൾ. ദൈവം അവളെ കണ്ടുപിടിച്ചു എന്ന് ജോ കരുതി. ജീവിതകാലം മുഴുവൻ അവൾ ഒരു സതേൺ ബാപ്റ്റിസ്റ്റായിരുന്നു. എല്ലാ സാക്ഷ്യങ്ങളും കെട്ടിച്ചമച്ചതാണെന്ന് അവൾ വിശ്വസിച്ചു. അവൾ കണ്ടതൊന്നും വിശ്വസിച്ചില്ല. അവൾ ഒരു തികഞ്ഞ സംശയാലുവായിരുന്നു. അപ്പോഴും അവളുടെ ഹൃദയത്തിൽ എന്തോ ഒന്ന് ഇളകിക്കൊണ്ടിരുന്നു.

ശുശ്രൂഷയുടെ അവസാനം കാതറിൻ കുൽമാൻ മീറ്റിംഗിലുണ്ടായിരുന്ന എല്ലാവരോടും കൈകൾ ഉയർത്തി "കർത്താവേ, ഞാൻ നിന്നെ സ്വീകരിക്കുന്നു" എന്ന് പാടാൻ ആവശ്യപ്പെട്ടു. ജോ പാടാൻ തുടങ്ങിയപ്പോൾ അവൾക്ക് പാട്ട് അറിയാമായിരുന്നു, പക്ഷേ അവൾ കൈകൾ ഉയർത്താൻ ആഗ്രഹിച്ചില്ല. വിശ്വാസത്തിന്റെ ആദ്യ പ്രവൃത്തി കൈകൾ അല്പം മുകളിലേക്ക് ഉയർത്തുക എന്നതായിരുന്നു. പിന്നെ പരിശുദ്ധാത്മാവ് അത് ഏറ്റെടുത്തുവെന്ന് അവൾ പറഞ്ഞു. അവൾ

അറിയുന്നതിനു മുമ്പുതന്നെ അവളുടെ കൈകൾ വായുവിലേക്ക് ഉയർന്നു. അവൾ ദൈവത്തിന്റെ സാന്നിധ്യത്തിലായിരുന്നു. അവളുടെ കാലുകൾ വിറയ്ക്കുന്നതായി തോന്നി, അവൾ കാൽവിരലുകളിൽ നിലയുറപ്പിച്ചു. സ്വീകരിക്കുന്ന മനോഭാവത്തോടെ അവളുടെ കൈകൾ മുകളിലേക്ക് തിരിഞ്ഞു.

ആ നിമിഷം ജോയുടെ ഉള്ളിൽ ഒരു അയോഗ്യത, അശുദ്ധി, എളിമ എന്നിവയുടെ ഒരു തോന്നൽ പടർന്നു. അവൾ മുമ്പ് ഒരിക്കലും അത് അനുഭവിച്ചിട്ടില്ലായിരുന്നു. അവളുടെ തല കഴിയുന്നത്ര താഴ്ന്നു. അവൾക്ക് അത് ഉയർത്താൻ കഴിഞ്ഞില്ല. തന്റെ പാപബോധം കാരണം സ്വർഗത്തിലേക്ക് കണ്ണുകൾ ഉയർത്താൻ പോലും കഴിയാത്ത ചുങ്കക്കാരനെപ്പോലെ അവൾക്ക് തോന്നി. ജോ കരയാൻ തുടങ്ങി, തുടർന്ന് ജീവജലത്തിന്റെ ഒരു കിണർ അവളുടെ ഉള്ളിൽ നിന്ന് ഉറവെടുക്കാൻ തുടങ്ങി.

ദൂരെ നിന്ന് കാതറിൻ "ഓ കർത്താവേ, ഇതിൽ മഹത്വമുണ്ട്" എന്ന് പറയുന്നത് അവൾ കേട്ടു. ആ സമയത്ത് ജോയ്ക്ക് അതിന്റെ അർത്ഥം മനസ്സിലായില്ല, പക്ഷേ പിന്നീട് കർത്താവ് തന്നോടൊപ്പം ഉണ്ടെന്ന് അവൾക്ക് മനസ്സിലായി. അപ്പോൾ ജോയ്ക്ക് ചൂടുവെള്ളം അവളുടെ മേൽ ഒഴുകുന്നത് അനുഭവപ്പെടാൻ

തുടങ്ങി. കാതറിൻ ജോയുടെ അടുത്തേക്ക് വന്ന് അവളുടെ കൈത്തണ്ടയിൽ തൊട്ടു. ദൈവത്തിന്റെ സാന്നിധ്യം അവൾ "ബഹിരാകാശത്തേക്ക് പറന്നുയർന്നു" എന്ന് തോന്നുന്ന ഘട്ടത്തിലേക്ക് വർദ്ധിച്ചു. താൻ പ്രകാശിക്കുന്നതായും ചൂടുവെള്ളത്തിൽ പൊങ്ങിക്കിടക്കുന്നതായും കർത്താവ് തന്നെ പിടിച്ചുനിർത്തുന്നതായും അവൾക്ക് തോന്നി.

സുഖം പ്രാപിച്ചുവെന്ന് ജോയ്ക്ക് അറിയാമായിരുന്നിട്ടും, അവൾ ഉടൻ തന്നെ ശാരീരിക രോഗശാന്തി അവകാശപ്പെട്ടില്ല. അവൾ വീണ്ടും സാധാരണ ജീവിതം നയിക്കാൻ തുടങ്ങി. അവൾ ഇനി കിടക്കയിൽ തന്നെ തുടർന്നില്ല. മരുന്നുകൾ കഴിക്കുന്നത് നിർത്തി. അവൾ ഡോക്ടറെ കാണാൻ പോകുന്നത് നിർത്തി. അവൾ ഒരു പുതിയ രീതിയിൽ വചനം സ്വീകരിച്ചു. പിന്നീട് പരിശുദ്ധാത്മാവിന്റെ നിറവ് അവൾ അനുഭവിച്ചു. അവളുടെ ജീവിതം രൂപാന്തരപ്പെട്ടു. അവളുടെ പ്രാർത്ഥനാ ജീവിതം ആരംഭിച്ചു.

കുറച്ചു കഴിഞ്ഞപ്പോൾ ഒരു കുടുംബ യാത്രയിൽ ജോ പെട്ടെന്ന് അവളുടെ മുടി വീണ്ടും വളരുന്നത് ശ്രദ്ധിച്ചു. അവൾക്ക് ഇത് അവളുടെ രോഗശാന്തിയുടെ ഒരു പ്രത്യേക സൂചനയായിരുന്നു. അവളുടെ ഭർത്താവ് വീണ്ടും ഡോക്ടർമാരുടെ അടുത്തേക്ക് പോയി

വീണ്ടും പരിശോധനകൾ നടത്തണമെന്ന് നിർബന്ധിച്ചു. ഡോക്ടർ എക്സ്-റേകൾ നോക്കി പറഞ്ഞു, "നിങ്ങൾ പൂർണ്ണമായും സുഖം പ്രാപിച്ചതിനാൽ ഞാൻ ഈ കേസിനെക്കുറിച്ചുള്ള പുസ്തകം അടയ്ക്കുകയാണ്. നിങ്ങൾക്ക് കൂടുതൽ വൃക്ക പ്രശ്നങ്ങൾ ഉണ്ടെങ്കിൽ അതിന് ഈ രോഗവുമായി യാതൊരു ബന്ധവുമില്ല."
http://www.youtube.com/watch?v=vZF23Gjq0Q0

ഒരു കാർഡിയോളജിസ്റ്റ് വഴി മരിച്ചവരിൽ നിന്ന് ഉയിർത്തെഴുന്നേറ്റ മനുഷ്യൻ

ഡോ. ചൗൻസി ക്രാൻഡൽ ഒരു കാർഡിയോളജിസ്റ്റും ക്രിസ്ത്യാനിയുമാണ്. ജെഫ് മാർക്കൻ എന്നയാൾ അത്യാഹിത വിഭാഗത്തിൽ എത്തിയപ്പോൾ അദ്ദേഹത്തിന് ഗുരുതരമായ ഹൃദയാഘാതം സംഭവിച്ചപ്പോഴാണ് അദ്ദേഹത്തെ വിളിച്ചത്. ആ മനുഷ്യൻ മരിച്ചിട്ട് 30 മിനിറ്റായിരുന്നു, ആ സമയം മുഴുവൻ ജീവനക്കാർ അദ്ദേഹത്തെ പരിചരിക്കുകയായിരുന്നു. ഡോ. ക്രാൻഡൽ എത്തിയപ്പോൾ ആ മനുഷ്യൻ വ്യക്തമായി മരിച്ചിരുന്നു. വാസ്തവത്തിൽ ഡോ. ക്രാൻഡൽ പറഞ്ഞു, "ഞാൻ കണ്ടിട്ടുള്ളതിൽ വച്ച് ഏറ്റവും മാരകമായ മനുഷ്യനായിരുന്നു അദ്ദേഹം." അദ്ദേഹത്തിന്റെ ശരീരം മുഴുവൻ കറുത്തതായിരുന്നു - കൈകൾ, കാലുകൾ,

കാലുകൾ, മുഖം. ഇതിനെ സയനോസിസ് എന്ന് വിളിക്കുന്നു.

മിസ്റ്റർ മാർക്കൻ മരിച്ചതായി പ്രഖ്യാപിക്കാൻ ഡോക്ടർ ക്രാണ്ടാൽ എമർജൻസി റൂം ഫിസിഷ്യനോട് പറഞ്ഞു. ജീവനക്കാർ പേപ്പർ വർക്ക് പൂരിപ്പിച്ചു, നഴ്സ് ട്യൂബുകൾ നീക്കം ചെയ്ത് മൃതദേഹം മോർച്ചറിയിലേക്ക് കൊണ്ടുപോകാൻ തയ്യാറാക്കാൻ തുടങ്ങി. ഡോ. ക്രാണ്ടാൽ മുറിയിൽ നിന്ന് പുറത്തുപോകാൻ തിരിഞ്ഞപ്പോൾ, "തിരിഞ്ഞ് ആ മനുഷ്യനുവേണ്ടി പ്രാർത്ഥിക്കൂ" എന്ന് കർത്താവ് പറയുന്നത് അദ്ദേഹം കേട്ടു. അദ്ദേഹം നടന്നുകൊണ്ടിരുന്നു, രണ്ടാമതും കർത്താവ് പറഞ്ഞു, "തിരിഞ്ഞ് ആ മനുഷ്യനുവേണ്ടി പ്രാർത്ഥിക്കൂ." ഡോ. ക്രാണ്ടാൽ തിരിഞ്ഞു അവനുവേണ്ടി പ്രാർത്ഥിക്കാൻ പോയി. എന്താണ് പ്രാർത്ഥിക്കേണ്ടതെന്ന് അദ്ദേഹത്തിന് ഉറപ്പില്ലായിരുന്നു, പക്ഷേ അദ്ദേഹം അവിടെ നിന്നപ്പോൾ പരിശുദ്ധാത്മാവ് ഏറ്റെടുത്തു. അദ്ദേഹം പ്രാർത്ഥിച്ചു, "പിതാവേ, ഈ മനുഷ്യന്റെ ആത്മാവിനുവേണ്ടി ഞാൻ നിലവിളിക്കുന്നു. അവൻ ഇപ്പോൾ നിന്നെ അവന്റെ കർത്താവും രക്ഷകനുമായി അറിയുന്നില്ലെങ്കിൽ, യേശുവിന്റെ നാമത്തിൽ അവനെ മരിച്ചവരിൽ നിന്ന് ഉയിർപ്പിക്കണമേ." അയാൾക്ക് ഭ്രാന്താണെന്ന് നഴ്സ് കരുതി. ജെഫ് മാർക്കന്റെ കൈ പെട്ടെന്ന്

വായുവിലേക്ക് ഉയർന്നു. എമർജൻസി റൂം ഡോക്ടർ മുറിയിലേക്ക് തിരികെ വന്നപ്പോൾ ഡോ. ക്രാണ്ടാൽ പറഞ്ഞു, "ഈ മനുഷ്യനെ ഒരിക്കൽ കൂടി ഞെട്ടിക്കുക." എമർജൻസി റൂം ഡോക്ടർ അത് ആഗ്രഹിച്ചില്ല, പക്ഷേ ഡോ. ക്രാണ്ടലിന്റെ അഭ്യർത്ഥന മാനിക്കാനാണ് അത് ചെയ്തത്. രോഗിയെ ഒരിക്കൽക്കൂടി ഞെട്ടിച്ചുകൊണ്ട് അയാൾ ഞെട്ടി, ഉടനെ മോണിറ്ററിൽ ഒരു പൂർണ ഹൃദയമിടിപ്പ് അനുഭവപ്പെട്ടു. ഡോക്ടർമാരും നഴ്സും സ്തബ്ധരായി. അപ്പോൾ നെഞ്ച് ചലിക്കാൻ തുടങ്ങി, വയറും കൈകളും കാലുകളും ചലിച്ചു. അവർ അയാളെ തീവ്രപരിചരണ വിഭാഗത്തിലേക്ക് കൊണ്ടുപോയി. അതൊരു വെള്ളിയാഴ്ച രാത്രിയായിരുന്നു. ഡോ. ക്രാണ്ടാൽ തന്റെ പങ്കാളിയെ വിളിച്ച് ജെഫ് മാർക്കൻ മരിച്ചവരിൽ നിന്ന് ഉയിർത്തെഴുന്നേറ്റുവെന്നും, ദൈവത്തിന്റെ വിളി അദ്ദേഹത്തിന്റെ ജീവിതത്തിൽ ഉണ്ടായിരുന്നതിനാൽ അദ്ദേഹം ജീവിക്കുമെന്നും പറഞ്ഞു.

തിങ്കളാഴ്ച രാവിലെ ഡോ. ക്രാണ്ടാൽ വന്നപ്പോൾ ജെഫ് മാർക്കൻ കിടക്കയിൽ ഇരിക്കുകയായിരുന്നു. ആശുപത്രിയിൽ ചികിത്സയിലായിരുന്നപ്പോൾ ജെഫ് എന്താണ് അനുഭവിച്ചതെന്ന് ഡോ. ക്രാണ്ടാൽ ചോദിച്ചു. ഇരുണ്ട സ്ഥലത്ത് ഒരു ശവപ്പെട്ടിയിൽ നിത്യതയോളം ഒറ്റയ്ക്കായിരുന്നതായി ജെഫ്

വിവരിച്ചു. പിന്നീട് ചില ജീവികൾ അവനെ പൊതിഞ്ഞ് മാലിന്യം പോലെ വലിച്ചെറിഞ്ഞു. താൻ അനുഭവിച്ചതിൽ ജെഫ് വളരെ അസ്വസ്ഥനായിരുന്നു. യേശുവിനെ സ്വീകരിച്ചാൽ താൻ ഒരിക്കലും ഒറ്റയ്ക്കായിരിക്കില്ലെന്നും ഒരിക്കലും വലിച്ചെറിയപ്പെടില്ലെന്നും ഡോ. ക്രാണ്ടാൽ അവനോട് പറഞ്ഞു. ജെഫ് യേശുവിനെ അവിടെയും അവിടെയും സ്വീകരിച്ചു.

യേശു ജെഫിന് രണ്ടാമതൊരു അവസരം നൽകി. 40 മിനിറ്റിലധികം മരിച്ചതിനാൽ അദ്ദേഹത്തിന് ഒരു സങ്കീർണതയും ഉണ്ടായില്ല. പതിവായി പരിശോധനകൾ നടത്താറുണ്ടെങ്കിലും ഹൃദയസംബന്ധമായ പ്രശ്നങ്ങളൊന്നുമില്ല. ഡോ. ക്രാണ്ടൽ പറയുന്നത്, ആ ദിവസം അദ്ദേഹത്തിന് "വലിയ വിശ്വാസം" ഉണ്ടായിരുന്നില്ലെന്നും അദ്ദേഹം തന്റെ ജോലി തുടരാൻ ആഗ്രഹിച്ചിരുന്നുവെന്നും ആണ്. എന്നിട്ടും അദ്ദേഹം നിർത്തി പ്രാർത്ഥിച്ചതിനാൽ, അദ്ദേഹത്തിന് ഉണ്ടായിരുന്ന ചെറിയ വിശ്വാസത്തോടെ ദൈവം അദ്ദേഹത്തെ ഈ അത്ഭുതകരമായ രീതിയിൽ ഉപയോഗിച്ചു. ഡോ. ചൗൻസി തന്റെ അനുഭവത്തെക്കുറിച്ച് "മരിച്ചവരെ ഉയിർപ്പിക്കൽ" എന്ന പേരിൽ ഒരു പുസ്തകം എഴുതിയിട്ടുണ്ട്. (ഈ പുസ്തകം ഞങ്ങളുടെ പുസ്തകശാലയിൽ ഉണ്ട്.)

പാറ്റ് റോബർട്ട്സണിന് സിബിഎന്നിൽ ഡോ. ക്രാണ്ടൽ നൽകിയ പൂർണ്ണ സാക്ഷ്യം ശ്രദ്ധിക്കുക.
http://www.youtube.com/watch?v=EL2i64j2FZE

1700 കളുടെ അവസാനത്തിൽ നടന്ന ഒരു അത്ഭുതകരമായ രോഗശാന്തിയുടെ അത്ഭുതകരമായ കഥ.

1885-ൽ ഡോ. ചാൾസ് കല്ലിസ് പ്രസിദ്ധീകരിച്ച "മറ്റ് വിശ്വാസ ചികിത്സകൾ" എന്ന പുസ്തകത്തിൽ നിന്നുള്ള ഉദ്ധരണി. ഏറ്റവും സവിശേഷമായ ഒരു രോഗശാന്തിയെക്കുറിച്ചുള്ള ഇനിപ്പറയുന്ന വിവരണം, അതിന്റെ സത്യം സംശയാതീതമായി തെളിയിക്കപ്പെട്ടിട്ടുണ്ട്, 1788-ലെ ഒരു പഴയ ലണ്ടൻ മാസികയിൽ നിന്ന് പകർത്തിയതാണ്. തുടർന്നുള്ള വിവരണത്തിൽ ദൃശ്യമാകുന്നതുപോലെ, എല്ലാ യുഗങ്ങളിലും ദൈവം തന്റെ നിത്യശക്തിയുടെയും ദൈവത്വത്തിന്റെയും സാക്ഷ്യം നൽകാതെ തന്നെത്തന്നെ വിട്ടിട്ടില്ല.

പടിഞ്ഞാറൻ പ്രദേശത്തുള്ള ടിവർട്ടണിലുള്ള ഒരു പള്ളിയിൽ, അവർ ഒത്തുകൂടി, അവരുടെ പാസ്റ്ററിനായി രൂപകൽപ്പന ചെയ്ത ഒരാളെ ഉൾപ്പെടുത്തി, അവരുടെ സമ്മതത്തോടെയോ ഉത്തരവിലൂടെയോ കോൾചെസ്റ്ററിലെ ഒരു പള്ളിയിലേക്ക് അവർ ഉദ്ദേശിച്ച പാസ്റ്ററിലെ

ഒരു അംഗത്തെ പിരിച്ചുവിടുന്നതിനായി ഒരു കത്ത് അയച്ചു; അതുപോലെ തന്നെ, കൈകൾ വയ്ക്കേണ്ടത് ആവശ്യമാണോ എന്ന് തീരുമാനിക്കുന്നതിനുള്ള നിർദ്ദേശങ്ങളടങ്ങിയ കത്തിലെ ഒരു വ്യവസ്ഥയും. കോൾചെസ്റ്ററിലെ മുകളിൽ പറഞ്ഞ സഭ അവരുടെ പാസ്റ്ററിന്റെ അഭാവത്തിൽ, മുകളിൽ പറഞ്ഞ കത്തിന് ഉത്തരം നൽകാൻ ഞാൻ ആഗ്രഹിച്ചു, കൂടാതെ നിയമനത്തെക്കുറിച്ചുള്ള ആ പോയിന്റിന് ഉത്തരം നൽകാൻ ഞാൻ വന്നപ്പോൾ, ഞാൻ ഇങ്ങനെ എഴുതി, "കൈകൾ വയ്ക്കുന്നത് നിയുക്തനായ വ്യക്തിയെ സൂചിപ്പിക്കാൻ മാത്രമുള്ള ഒരു നിസ്സാര കാര്യമാണ്, അങ്ങനെ നിയമിക്കപ്പെട്ട വ്യക്തിക്ക് ഒരു ശുശ്രൂഷാ ദാനവും നൽകാൻ അതിന് അധികാരമില്ല, രോഗികളുടെ അഭിഷേകം, പാദങ്ങൾ കഴുകൽ തുടങ്ങിയ ഒരു പ്രാകൃത ചടങ്ങായി ഞങ്ങൾ അതിനെ വിലയിരുത്തുന്നു, അത് അപ്പോസ്തലന്മാരുടെ ജീവിതവും അസാധാരണമായ രോഗശാന്തി ദാനങ്ങളും അവസാനിപ്പിച്ചു."

ഇങ്ങനെ എഴുതിയ ഈ കത്ത് സഭയുടെ അംഗീകാരത്തിനും അവരുടെ അംഗീകാരത്തിനും വേണ്ടി കൊണ്ടുവന്നതാണ്; എന്നാൽ ചിലർ അത് നിരസിച്ചു, തൈലം പൂശുന്നതും കൈ വയ്ക്കുന്നതും സഭയിലെ നിയമങ്ങളാണെന്നും

അവ ഇപ്പോഴും പ്രസംഗിക്കപ്പെടേണ്ടതാണെന്നും അവർ മറുപടി നൽകി; ഞാൻ അതിനെ എതിർക്കുകയും എതിർത്ത് വായിച്ച എഴുത്തുകാരെ ഉദ്ധരിക്കുകയും ചെയ്തു; പക്ഷേ അവർ കത്തിൽ ഒപ്പിടാൻ തയ്യാറാകാത്തതിനാൽ വെറുതെയായി, മറ്റൊന്ന് അവരുടെ സ്വന്തം മനസ്സിനനുസരിച്ച് എഴുതിയതാണ്.

അന്നുമുതൽ ഞാൻ ആത്മാവിന്റെ വലിയ അന്ധകാരത്തിൽ കഴിയേണ്ടിവന്നു, അതിനാൽ ക്രിസ്തുയേശുവിലുള്ള എന്റെ താൽപ്പര്യത്തെ ഞാൻ പലപ്പോഴും ചോദ്യം ചെയ്തു, ദൈവത്തിന്റെ മുഖപ്രകാശത്തിന്റെ തിരിച്ചുവരവിനായി ഞാൻ നിരവധി ദിവസം ഉപവാസവും പ്രാർത്ഥനയും നടത്തി; അങ്ങനെ ഞാൻ രണ്ട് മാസത്തോളം തുടർന്നു, ഡിസംബർ അവസാനത്തോടെ സഫോക്കിലെ സെന്റ് എഡ്മണ്ട്സ് ബറിയിൽ ആയിരിക്കുമ്പോൾ, വളരെക്കാലമായി കഷ്ടപ്പെട്ടിരുന്ന ഒരു മാന്യനും സ്ത്രീയുമൊത്ത് പ്രാർത്ഥിക്കാൻ ഞാൻ ആഗ്രഹിച്ചു, ഞാൻ പ്രാർത്ഥനയിലായിരിക്കുമ്പോൾ, ഞാൻ ഇരുട്ടിലായിരുന്നു, മറ്റുള്ളവരെക്കാൾ എനിക്ക് വേണ്ടി പ്രാർത്ഥിക്കേണ്ടതുണ്ടെന്ന് ഞാൻ കരുതി, ഈ വാക്കുകളിൽ ഞാൻ അത് ചെയ്തു "എന്തുകൊണ്ടാണ് കർത്താവേ, നീ

എന്നെ ഉപേക്ഷിച്ചത്, എന്തുകൊണ്ടാണ് നീ നിന്റെ മുഖം എന്നിൽ നിന്ന് മറച്ചത്? തിരിച്ചുവരിക, തിരിച്ചുവരിക, കർത്താവേ, നിന്റെ മുഖപ്രകാശം എന്റെ മേൽ ഉയർത്തുക." ആ അഭ്യർത്ഥനയ്ക്ക് ചിന്താശൂന്യമായ മനസ്സ് എനിക്ക് ഉടനടി ഉത്തരം നൽകി, അവന്റെ കൽപ്പനകൾ, അതായത് അഭിഷേകം, കൈകൾ വയ്ക്കൽ എന്നിവ ഞാൻ നിരസിച്ചു. ഞാൻ വീണ്ടും എന്റെ സ്വന്തം മനസ്സിൽ മറുപടി പറഞ്ഞു, "കർത്താവേ, അവ നിയമങ്ങളാണെന്ന് എനിക്കറിയാമായിരുന്നെങ്കിൽ, ഞാൻ അവയെ മനസ്സോടെ നിഷേധിക്കില്ല, മറ്റൊന്നും."

അങ്ങനെ, കൈകൾ വയ്ക്കുന്നതും എണ്ണ പൂശുന്നതും സഭയിൽ തുടരുന്നുണ്ടെന്ന് എനിക്ക് ബോധ്യമായി; ഞാൻ അവ അനുഷ്ഠിച്ചാൽ കർത്താവ് അവ സ്വന്തമാക്കും. അപ്പോൾ, ഈ മനസ്സിന്റെ തീരുമാനത്താൽ, എന്റെ ആഗ്രഹങ്ങൾ സാധിച്ചു, കാരണം കർത്താവ് തന്റെ മുഖപ്രകാശം എന്റെ മേൽ ഉയർത്തി, എന്റെ പ്രാർത്ഥന സ്തുതികളായി മാറി; ഞാൻ എന്റെ പ്രാർത്ഥന അവസാനിപ്പിച്ചപ്പോൾ, ഒരു വശത്ത് പക്ഷാഘാതം ബാധിച്ച മാന്യ സ്ത്രീ. ഞാൻ അവളോട് പറഞ്ഞു, "യജമാനത്തി, കർത്താവിന്റെ നാമത്തിൽ നിങ്ങൾ അഭിഷേകം ചെയ്യപ്പെട്ടാൽ, നിങ്ങളുടെ അവയവങ്ങൾ പുനഃസ്ഥാപിക്കപ്പെടുമെന്ന്

ഞാൻ വിശ്വസിക്കുന്നു, കാരണം വളരെ വിചിത്രമായി, വളരെക്കാലം മുമ്പ് ഞാൻ എതിർത്ത കാര്യത്തെക്കുറിച്ച്, ഏറ്റവും വലിയ ശക്തിയോടെ എനിക്ക് ബോധ്യമുണ്ട്." അവൾക്ക് അതിന് വഴങ്ങാൻ കഴിയില്ലെന്ന് അവൾ എന്നോട് പറഞ്ഞു, അവൾ വിശ്വസിച്ചില്ല. ഞാൻ അവളുമായി ചില വാദങ്ങൾ ഉപയോഗിച്ചു, പക്ഷേ ഒരു ലക്ഷ്യവുമില്ല.

അങ്ങനെ ആ ദിവസം ഞാൻ കോൾചെസ്റ്ററിലേക്ക് മടങ്ങി, മാർക്കറ്റിനടുത്തുള്ള ഒരു മില്ലിനർ ഷോപ്പ് നടത്തിയിരുന്ന വിധവയായ മിസ്സിസ് മേരി മുന്നിംഗ്സിന്റെ അടുത്തേക്ക് പോയി, എണ്ണ പൂശുന്ന നിയമത്തെക്കുറിച്ച് എനിക്ക് എങ്ങനെ ബോധ്യമുണ്ടെന്ന് ഞാൻ അവളോട് പറഞ്ഞു, ദൈവം സ്വന്തം നിയമങ്ങൾ സ്വന്തമാക്കുമെന്ന് ഞാൻ ഉറച്ചു വിശ്വസിക്കുന്നു. ഞാൻ അതിനെ എത്ര ശക്തമായി എതിർത്തിരുന്നുവെന്ന് അറിഞ്ഞപ്പോൾ അവൾ വളരെയധികം അത്ഭുതപ്പെട്ടു, പക്ഷേ കുറച്ച് മുമ്പ്; അത് ഒരു ഭാവനയാണെന്ന് കരുതി, ഈ വിവരണത്തിൽ നിന്ന് വ്യക്തമായി തോന്നുന്നതുപോലെ, ഒരു വികലാംഗയായ അവളുടെ മകൾക്ക് ഇത് പ്രയോഗിക്കുന്നതിൽ എനിക്ക് എന്തെങ്കിലും വിശ്വാസമുണ്ടോ എന്ന് അവൾ ചോദിച്ചു. ഞാൻ അവളോട് അതെ എന്ന് പറഞ്ഞു, ഞാൻ

വിശ്വസിക്കുന്നു എന്ന് പറഞ്ഞു, അത് ഒരു നിയമമാണെന്ന് അവൾ വിശ്വസിക്കുന്നുണ്ടോ എന്ന് അവളോട് ചോദിച്ചു. അവൾ പറഞ്ഞു, അവൾ വിശ്വസിക്കുന്നു.

പിന്നെ ഞാൻ അവളുടെ മകൾ ഇരിക്കുന്ന മുറിയിലേക്ക് നോക്കി ചോദിച്ചു, "കുഞ്ഞേ! കർത്താവിന് നിന്നെ സുഖപ്പെടുത്താൻ കഴിയുമെന്ന് നീ വിശ്വസിക്കുന്നുണ്ടോ?" അവൾ മറുപടി പറഞ്ഞു, "രക്ഷിക്കാൻ കഴിയാത്തവിധം കർത്താവിന്റെ കൈ കുറുകിയിട്ടില്ല, കേൾക്കാൻ കഴിയാത്തവിധം അവന്റെ ചെവി കനത്തിട്ടുമില്ല." "ശരി," ഞാൻ മറുപടി പറഞ്ഞു, "അവന്റെ കഴിവിൽ നിങ്ങൾ വിശ്വസിക്കുന്നുവെങ്കിൽ, അവന്റെ സന്നദ്ധതയിൽ ഞാൻ വിശ്വസിക്കുന്നു. അപ്പോൾ അവളുടെ അമ്മ എന്നോട് ചോദിച്ചു, ഞാൻ അവൾക്ക് ഓർഡിനൻസ് നൽകണോ എന്ന്? ഞാൻ അവളോട് പറഞ്ഞു, പക്ഷേ ഇത് ആഴ്ചയിലെ അവസാന ദിവസമായതിനാൽ, എന്റെ പഠനം കാരണം ഇപ്പോൾ എനിക്ക് കഴിയില്ല. അങ്ങനെ ഞാൻ അവരെ വിട്ടുപോയി, അടുത്ത ആഴ്ചയിലെ രണ്ടാം ദിവസം, എന്റെ പതിവ് ആചാരത്തിന് ശേഷം, മുകളിൽ പറഞ്ഞ മിസ്സിസ് മുന്നിംഗ്സിനെ വിശദീകരിക്കാൻ, ഞാൻ അവിടെ ഉണ്ടായിരുന്നപ്പോൾ, അവളുടെ മകൾക്ക് ഓർഡിനൻസ് നൽകാനുള്ള ഏറ്റവും ഉചിതമായ സമയമാണിതെന്ന് അവൾ കരുതി.

അവളുടെ അഭ്യർത്ഥനപ്രകാരം, ഞാൻ അവളോടൊപ്പം അവളുടെ വീട്ടിലേക്ക് പോയി; അവൾ തന്റെ വേലക്കാരിയെ ഒരു ചില്ലിക്കാശിന് എണ്ണയ്ക്ക് അയച്ചു, എന്റെ വാക്ക് പോലെ, അവളുടെ മകളെ അഭിഷേകം ചെയ്യാൻ ഞാൻ നല്ലവനായിരിക്കുമെന്ന് അവൾ പ്രതീക്ഷിക്കുന്നുവെന്ന് എന്നോട് പറഞ്ഞു. ഒരു മോശം വാഗ്ദാനം പാലിക്കുന്നതിനേക്കാൾ നല്ലതാണെന്ന് ഞാൻ അവളോട് പറഞ്ഞു, പക്ഷേ ദൈവവചനത്തിൽ ഒരു വാറണ്ട് കണ്ടെത്താൻ കഴിയുമെങ്കിൽ ഞാൻ അത് ചെയ്യും. ഒരു ബൈബിളിനായി വിളിച്ചപ്പോൾ, തടസ്സപ്പെടുത്തരുതെന്ന് ഞാൻ ആഗ്രഹിച്ചു, ഒമ്പത് മുതൽ പന്ത്രണ്ട് വരെയുള്ള മൂന്ന് മണിക്കൂർ സമയം ഒരു അറ്റത്ത് നിന്ന് മറ്റേ അറ്റത്തേക്ക് തിരഞ്ഞു, ആ സമയത്ത് ഞാൻ മിക്ക സ്ഥലങ്ങളും ശേഖരിച്ചു. യാക്കോബ് വാക്യം 14, മർക്കോസ് വാക്യം 13, മർക്കോസ് 11:24 എന്നിവ പോലെ, വിശ്വാസത്തിന്റെ നിയമനത്തിനും പ്രോത്സാഹനത്തിനുമായി തിരുവെഴുത്ത്, എന്റെ നിയോഗത്തിന് ഞാൻ അവസാനമായി മുദ്രയിട്ടു.

ബൈബിൾ അടച്ചുവെച്ച ശേഷം ഞാൻ അമ്മയോടും അവിടെ ഉണ്ടായിരുന്ന മറ്റേ സഹോദരിയോടും പറഞ്ഞു, "എനിക്ക് ഒരു നിയോഗം മാത്രമല്ല, അതിന് ഒരു മുദ്രയും കണ്ടെത്തിയിട്ടുണ്ട്." അങ്ങനെ ഞാൻ

എന്നെത്തന്നെ ഈ രീതിയിൽ ആ ഉത്തരവിലേക്ക് അഭിസംബോധന ചെയ്തു: ആദ്യം ഞാൻ പ്രാർത്ഥനകൾക്ക് പോയി, അത് ആ ഉത്തരവിലുള്ള നമ്മുടെ വിശ്വാസം വർദ്ധിപ്പിക്കുകയും, വാഗ്ദാനത്തിൽ ഉറച്ചുനിൽക്കുകയും ചെയ്യും; പിന്നെ ഞാൻ പ്രാർത്ഥനയിലൂടെ എണ്ണ പൊതുവായ ഉപയോഗത്തിൽ നിന്ന് പ്രത്യേക ഉപയോഗത്തിലേക്ക് മാറ്റി.

പിന്നെ ഞാൻ അവളെ നസറെത്തിലെ കർത്താവായ യേശുക്രിസ്തുവിന്റെ നാമത്തിൽ, ദുഃഖിതയായ സ്ഥലത്ത്, ത്രിത്വത്തിലെ വ്യക്തികളുടെ എണ്ണമനുസരിച്ച്, മൂന്ന് തവണ അഭിഷേകം ചെയ്തു; എന്നാൽ ശ്രദ്ധിക്കുക, ഞാൻ അവളുടെ കണങ്കാലിൽ അഭിഷേകം ചെയ്യാൻ വന്നപ്പോൾ, അവളുടെ മുടന്തൽ ഇപ്രകാരമായിരുന്നു: അവളുടെ ഇടുപ്പ് അസ്ഥി അവളുടെ കൈക്കു കീഴിൽ മുളച്ചു; അവളുടെ കാൽ വളഞ്ഞിരുന്നു, അവളുടെ കണങ്കാൽ അതിന്റെ സ്ഥാനത്ത് നിന്ന് ഉയർന്നു, അതിനാൽ ഉള്ളിൽ ഒന്നും കാണാനായില്ല, അവളുടെ ഇടതു കാൽ ഒരു കുറ്റിയുടെ രൂപത്തിലായിരുന്നു, അവളുടെ കൈകാലുകളുടെ അഭാവം കാരണം അവളുടെ മറ്റ് ശാരീരിക വൈകല്യങ്ങൾക്ക് പുറമെ. അവൾ അങ്ങനെ ജനിച്ചോ ഇല്ലയോ എന്ന് അവൾക്കറിയില്ലെന്ന് അവളുടെ അമ്മ പറയുന്നു, കാരണം അവൾ അവളുടെ മുൻ

നൂലിൽ ആയിരിക്കുമ്പോൾ അവൾ അത് മനസ്സിലാക്കി, അവൾക്ക് പതിനാറ് വയസ്സിനടുത്തായിരുന്നു, അവളുടെ അമ്മ സഹായത്തിനായി പലരെയും ഉപയോഗിച്ചു, പക്ഷേ ഒരു ഉദ്ദേശ്യവുമില്ല, അവൾ ഇപ്പോഴും വളർന്നു: കൂടുതൽ കൂടുതൽ മോശമായി.

ഒടുവിൽ അവൾ ഒരു പ്രശസ്ത ശസ്ത്രക്രിയാ വിദഗ്ദ്ധനോട് ഒരു അപേക്ഷ നൽകി, ലോകത്തിലെ ഒരു പുരുഷനും അവളെ സഹായിക്കാനോ അസ്ഥികൾ അവയുടെ ശരിയായ സ്ഥാനങ്ങളിലേക്ക് കുറയ്ക്കാനോ കഴിയില്ലെന്ന് അദ്ദേഹം അവളോട് പറഞ്ഞു. ഞരമ്പുകൾ ചുരുങ്ങി ഒരു മനുഷ്യന്റെ കൈയോളം വലിപ്പമുള്ള അവളുടെ ഹാമിൽ അടിഞ്ഞുകൂടി, മുഴുവൻ വശവും വളരെ ദുർബലമായി, ആ വശത്ത് അവൾക്ക് നാല് പൗണ്ട് ഭാരം വഹിക്കാൻ കഴിയില്ല." അവളുടെ കാൽ വളരെ വികൃതമായി കിടക്കുന്നത് കണ്ടപ്പോൾ, മുമ്പ് ഞാൻ ഒരിക്കലും കണ്ടിട്ടില്ലാത്തതിനാൽ, എന്റെ മുഖം വീണു, "തീർച്ചയായും, ഞാൻ ഒരു ഭ്രാന്തനേക്കാൾ മോശമാണ്, - വളഞ്ഞ അസ്ഥികൾ നേരെയാക്കാൻ കഴിയുമോ?" അതോടെ എനിക്ക് ഒരു വിറയൽ അനുഭവപ്പെട്ടു, അവളെ അഭിഷേകം ചെയ്യാൻ എന്റെ കൈ (പക്ഷേ മറ്റേയാളുടെ സഹായത്തോടെ) തടയാൻ എനിക്ക് കഴിഞ്ഞില്ല, ഞാൻ

ആശയക്കുഴപ്പത്തിലായിരിക്കുമ്പോൾ ഈ വാചകം എന്റെ മനസ്സിൽ പതിച്ചു, "നിങ്ങൾ ഇതുവരെ വിശ്വസിച്ചില്ലെങ്കിലും അവൻ വിശ്വസ്തനായി തുടരുന്നു, തന്നെത്തന്നെ നിഷേധിക്കാൻ കഴിയില്ല."

അങ്ങനെ, ഞാൻ അവളെ അഭിഷേകം ചെയ്ത ഉടനെ, വേദനയോടെ മുട്ടുകുത്തി ഈ വാക്കുകൾ പറഞ്ഞു: "കർത്താവേ, ഞാൻ എന്റെ ഭാഗം ചെയ്തു, എന്റെ നിയോഗത്തിന്റെ പുറത്തേക്ക് ഞാൻ പോയി; കർത്താവേ, ഞാൻ പ്രവൃത്തി നിന്റെ കൈകളിൽ ഏൽപ്പിക്കുന്നു!" ഞാൻ ഇങ്ങനെ പറയുമ്പോൾ, ഞാൻ ഒരു ആനന്ദത്തിൽ വീണു, സ്വർഗ്ഗം തുറന്നിരിക്കുന്നതുപോലെ കണ്ടു, ക്രിസ്തു പിതാവിന്റെ വലതുഭാഗത്ത് ഒരു അപേക്ഷ സമർപ്പിക്കുന്നു. പിന്നെ ഞാൻ നിലവിളിച്ചു, "കർത്താവേ, ഇതാണ് ഞങ്ങളുടെ അപേക്ഷ, ഞങ്ങൾ ഉത്തരത്തിനായി കാത്തിരിക്കുന്നു."

ആ ഭാവമാറ്റം കണ്ട് അമ്മയും സഹോദരിയും അത്ഭുതപ്പെട്ടു; പക്ഷേ ഞാൻ അത് പറഞ്ഞയുടനെ, "നിന്റെ വിശ്വാസം പോലെ നിനക്ക് ഭവിക്കട്ടെ" എന്ന വാക്കുകൾ എന്നെ അറിയിച്ചു. ഞാൻ മറുപടി പറഞ്ഞു, "അവൾ സുഖം പ്രാപിക്കുമെന്ന് ഞാൻ വിശ്വസിക്കുന്നു." എന്നിട്ട് എനിക്ക് ഈ മറുപടി ലഭിച്ചു, "ഞാൻ ചെയ്യും - അവൾ

സുഖപ്പെടും." പിന്നെ, ഞാൻ മുട്ടുകുത്തി നിന്ന് വരുന്നതിനുമുമ്പ്, അവളെ സുഖപ്പെടുത്തിയതിന് ഞാൻ ദൈവത്തെ സ്തുതിച്ചു; ഞാൻ അവസാനിപ്പിച്ച ശേഷം, ഞാൻ എഴുന്നേറ്റു മുറിയിൽ ചുറ്റിനടന്നു; പിന്നെ ഇരുന്നു, അവളെ നോക്കി പറഞ്ഞു: "കുഞ്ഞേ, കർത്താവ് നിന്നെ സുഖപ്പെടുത്തിയിരിക്കുന്നു." അവളുടെ അമ്മ മറുപടി പറഞ്ഞു, "സർ, നീ അറിയുന്നതിനുമുമ്പ് നീ എന്താണ് പറയാൻ ഉദ്ദേശിക്കുന്നത്?" ഞാൻ മറുപടി പറഞ്ഞു, "അവിശ്വാസം കാത്തിരിക്കൂ! കുഞ്ഞേ, കർത്താവ് നിന്നെ സുഖപ്പെടുത്തിയിരിക്കുന്നു."

അവളുടെ അമ്മ മുമ്പത്തെപ്പോലെ മറുപടി പറഞ്ഞു; മൂന്നാമത്തെ തവണയും ഞാൻ മുമ്പത്തേക്കാൾ കൂടുതൽ ആത്മാർത്ഥതയോടെ മറുപടി പറഞ്ഞു, “കുഞ്ഞേ, കർത്താവ് നിന്നെ സൗഖ്യമാക്കിയിരിക്കുന്നു.” പിന്നെ അവൾ എഴുന്നേറ്റു പറഞ്ഞു, “കർത്താവിന്റെ എല്ലാ ഉപകാരങ്ങൾക്കും ഞാൻ അവന് എന്ത് പകരം കൊടുക്കണം! നീ എന്നെ രണ്ടാം പ്രാവശ്യം സൌഖ്യമാക്കിയപ്പോൾ, എന്റെ അസ്ഥികൾ വേദനയില്ലാതെ ഒടിഞ്ഞു, അവ അവയുടെ സ്ഥാനങ്ങളിൽ എത്തിയിരിക്കുന്നു.” ഞങ്ങളെ അത്ഭുതപ്പെടുത്തിക്കൊണ്ട് ഞങ്ങൾ അവളെ നേരായതും പൂർണ്ണവുമായി കണ്ടു, മുമ്പത്തേക്കാൾ ഒരു കൈപ്പത്തി വീതിയും

ഉണ്ടായിരുന്നു. അങ്ങനെ അവൾ തന്റെ കാൽ നീട്ടി, അവളുടെ കണങ്കാലിനെ ഞങ്ങൾക്ക് കാണിച്ചുതന്നു, എല്ലാം സുഖമായി; അവളുടെ ശാരീരിക ബലഹീനതകളും മാറി, അവളുടെ ആത്മാവും ഞങ്ങളുടെ ആത്മാവും കർത്താവിന്റെ സ്നേഹദയയാൽ നിറഞ്ഞു, അതിനാൽ ഞങ്ങൾക്ക് എങ്ങനെ നിയന്ത്രിക്കണമെന്ന് അറിയില്ലായിരുന്നു.

"വരൂ," ഞാൻ അവളുടെ അമ്മയോടും സഹോദരിയോടും പറഞ്ഞു, "നമുക്ക് കർത്താവിനെ സ്തുതിക്കാം." "ഇല്ല," അവളുടെ അമ്മ പറഞ്ഞു, "അയൽക്കാർ ഞങ്ങളെ കേൾക്കും. കഴിഞ്ഞ പുതുവത്സര ദിനത്തിൽ പുലർച്ചെ മൂന്ന് മണി മാത്രം." ഞാൻ മറുപടി പറഞ്ഞു, "നമ്മൾ മിണ്ടാതിരുന്നാൽ, തെരുവിലെ കല്ലുകൾ നമുക്കെതിരെ നിലവിളിക്കും." അങ്ങനെ ഞങ്ങൾ വാചാലമായി പാടി ദൈവത്തെ സ്തുതിച്ചും സ്തുതിച്ചും പ്രഭാതം അവസാനിപ്പിച്ചു. രാവിലെ അവളുടെ അമ്മ പറഞ്ഞു, "പോകൂ, നിന്റെ സഹോദരൻ കരയുന്നില്ലേ എന്ന് നോക്കൂ." അവൾ മുകളിലേക്ക് പോയി അവനെ താഴെയിറക്കി, അവൻ അഞ്ച് വയസ്സിനടുത്ത് പ്രായമുള്ള ഒരു കാമഭ്രാന്തനായ കുട്ടിയായിരുന്നു. അങ്ങനെ പിറ്റേന്ന്, പള്ളിയിലെ ചില അംഗങ്ങൾ ഒരുമിച്ച് വിളിച്ചുകൂട്ടിയപ്പോൾ, ദൈവത്തെ സ്തുതിക്കുന്നതിൽ ചെലവഴിച്ചു.

ഞങ്ങളുടെ സഭാ യോഗത്തിൽ ഒപ്പിട്ടു; പേരുകൾ എഴുതിയിരിക്കുന്ന (ഒരേ സമൂഹത്തിലെ അംഗങ്ങൾ) ഞങ്ങൾ ഇതിന്റെ സത്യത്തിന് സാക്ഷ്യം വഹിക്കുന്നു, കൂടാതെ ദൈവം തന്റെ വലിയ ശക്തി ഇവിടെ കാണിച്ചിട്ടുണ്ടെന്നല്ലാതെ മറ്റ് മാർഗങ്ങളൊന്നും ഉപയോഗിച്ചിട്ടില്ലെന്ന് ഞങ്ങൾക്ക് അറിയില്ല - തോമസ് പവർ, നഥാനിയേൽ ഹിക്സ്. ജോൺ ബ്ലാക്ക്ഫിൽ, തോമസ് പെറ്റ്ലി, ഡാനിയേൽ ഹാർട്ട്, റോബർട്ട്, ഹാരിസ്, ബെഞ്ചമിൻ സ്മിത്ത്, വില്യം റാവ്ലിംഗ്സ്, ജോൺ മാക്സി, സാമുവൽ ടോഡ്, ജോൺ ബ്രൗൺ, ജോസഫ് എല്ലിംഗ്സ്ഫോർഡ്, ഫ്രാൻസിസ് ഹോവാർഡ്, ഫിലിപ്പ് സ്റ്റോവേഴ്സ്, ജെറമിയ ബാക്സ്റ്റർ. " മുകളിൽ പറഞ്ഞ വിവരണം നിരവധി പേർ ഒപ്പിട്ട് സത്യപ്രതിജ്ഞ ചെയ്തിട്ടുണ്ട്, അവരിൽ പെൺകുട്ടിയെ പരിശോധിച്ച് പരിചരിച്ച ഒരു സർജനും ഉൾപ്പെടുന്നു.

ജോർജ്ജ് ജെഫ്രീസ് മീറ്റിംഗിൽ ബധിരത സുഖപ്പെടുത്തിയ സ്ത്രീ.

രോഗശാന്തി ഗുണത്തിന്റെ മറ്റൊരു സാക്ഷ്യം, പ്രിൻസിപ്പൽ ജെഫ്രിസ് പ്രസംഗിക്കുമ്പോൾ അത്ഭുതകരമായി സുഖം പ്രാപിച്ച പ്രിയപ്പെട്ട ഒരു സ്കൂൾ അധ്യാപകന്റെ അനുഭവമാണ്.

ഇത് 1922 ൽ ഹളിൽ സംഭവിച്ചു. കുറച്ച് വർഷങ്ങൾക്ക് മുമ്പ് ഈ സഹോദരി വളരെ ഗുരുതരമായ ഒരു അപകടത്തിൽ പെട്ടിരുന്നു, അതിൽ തലയോട്ടിയുടെ അടിഭാഗം ഒടിഞ്ഞു, തലച്ചോറിന് ഒരു ആഘാതം സംഭവിച്ചു. തലയിൽ ഒരു ചെറിയ അസ്ഥി ഒടിഞ്ഞു, അത് ഇടതു ചെവിയുടെ ഡ്രം തുളച്ചുകയറി, അവളുടെ കല്ല് ബധിരയാക്കി. ഒരു അത്ഭുതത്തിൽ കുറഞ്ഞ മറ്റൊന്നിനും കേൾവി പുനഃസ്ഥാപിക്കാൻ കഴിയില്ലെന്ന് ഒരു ഡോക്ടർ പറഞ്ഞു.

അപകടത്തിന്റെ ഫലമായി ഈ സഹോദരിക്ക് തലയിൽ കഠിനമായ വേദന അനുഭവപ്പെട്ടു. 1922-ൽ ഹളിൽ നടന്ന ഒരു പ്രത്യേക യോഗത്തിലാണ് ദൈവം ഈ അത്ഭുതകരമായ വിടുതൽ നടത്തിയത്. ഒരു കൈ പോലും അവളുടെ മേൽ വയ്ക്കാതെ തന്നെ അവൾ തൽക്ഷണം പൂർണ്ണമായും സുഖം പ്രാപിച്ചു. അവൾ കൂട്ടിച്ചേർക്കുന്നു, "കർത്താവ് എനിക്ക് ഒരു പുതിയ ചെവി തന്നു." ദിവ്യജീവൻ അവളുടെ മുഴുവൻ അസ്തിത്വത്തെയും അവാച്യമായ ഒരു മഹത്വത്താൽ നിറച്ചു.

ജോർജ്ജ് ജെഫ്രീസിന്റെ "ഹീലിംഗ് റേസ്" എന്ന പുസ്തകത്തിൽ നിന്നുള്ള ഉദ്ധരണി.

ഓസ്ട്രേലിയയിലെ സ്ത്രീക്ക് ഒന്നിലധികം രോഗങ്ങൾ ഭേദമായി

ഹായ്, എന്റെ പേര് ലാർസ്, ബധിരത, ഫൈബ്രോമയാൾജിയ, ക്രോണിക് ക്ഷീണം സിൻഡ്രോം, ഇറിറ്റബിൾ ബവൽ സിൻഡ്രോം, ടിന്നിടസ്, റിനിറ്റിസ് എന്നിവയുൾപ്പെടെയുള്ള രോഗങ്ങളുടെ ഒരു പട്ടികയിൽ നിന്ന് എന്റെ സുഹൃത്ത് റെബേക്കയെ ദൈവം അത്ഭുതകരമായി എങ്ങനെ സുഖപ്പെടുത്തിയെന്ന് ഞാൻ നിങ്ങളോട് പറയാൻ ആഗ്രഹിക്കുന്നു.

ഞങ്ങളുടെ അസംബ്ലിയിൽ വളരെക്കാലം ക്രിസ്ത്യാനികളായിരുന്ന ക്ലോഡിയയുടെയും ബില്ലിയുടെയും കൂടെ റെബേക്ക സ്കൂളിൽ പോയി. അവരെ പരിചയപ്പെട്ടതിനുശേഷം താമസിയാതെ റെബേക്കയുടെ മാതാപിതാക്കൾ അവരുമായി ഇടപഴകരുതെന്ന് അവളോട് പറഞ്ഞു, കാരണം അവർ ഒരു കൾട്ടിന്റെ ഭാഗമാണെന്ന് അവർ കരുതി, പക്ഷേ അത് റെബേക്കയെ തടഞ്ഞില്ല, അവർക്കിടയിൽ ഒരു നല്ല സൗഹൃദം വളർന്നു. എന്നിരുന്നാലും, വർഷങ്ങളായി അവർ തമ്മിലുള്ള ബന്ധം നഷ്ടപ്പെട്ടു, കാരണം റെബേക്ക 19 വയസ്സുള്ളപ്പോൾ പഠനത്തിനായി ഡൺഫെർംലൈനിലേക്ക് താമസം മാറി.

ആ സമയത്ത് അവളുടെ വലതു ചെവിയിൽ ബധിരത ഉണ്ടായിരുന്നു: ജന്മനായുള്ള സെൻസറി ന്യൂറൽ കേൾവിക്കുറവ് അവൾക്ക് ഉണ്ടായിരുന്നു. അവൾക്ക് 4 വയസ്സുള്ളപ്പോൾ ഡോക്ടർമാർ ഇത് കണ്ടെത്തി, കൗമാരപ്രായത്തിൽ തന്നെ അവൾ ഒരു ശ്രവണസഹായി ധരിക്കാൻ തുടങ്ങി. 14 വയസ്സുള്ളപ്പോൾ അവൾക്ക് ഫൈബ്രോമയാൾജിയ ഉണ്ടെന്ന് കണ്ടെത്തി, എന്നിരുന്നാലും കുറച്ചുകാലമായി അവൾക്ക് മറ്റ് പല ആരോഗ്യപ്രശ്നങ്ങളും അനുഭവപ്പെട്ടിരുന്നു. അവയിൽ ചിലത് ഇവയാണ്: ക്രോണിക് ഫാറ്റിഗ് സിൻഡ്രോം, ടിഎംജെഡി (താടിയെല്ല് സന്ധി വേദന), എപ്പികോണ്ടിലൈറ്റിസ് (ടെന്നീസ് എൽബോ), പാറ്റെല്ലോഫെമോറൽ സിൻഡ്രോം (വീട്ടുജോലിക്കാരിയുടെ കാൽമുട്ട്), ഇറിറ്റബിൾ ബവൽ സിൻഡ്രോം, ടിന്നിടസ്, റിനിറ്റിസ്.

19 വയസ്സ് വരെ റെബേക്കയ്ക്ക് ആരോഗ്യത്തോടെ ജീവിക്കാൻ കഴിഞ്ഞു. അത് എപ്പോഴും ഒരു പോരാട്ടമായിരുന്നു, പക്ഷേ എങ്ങനെയോ അവൾക്ക് ഇപ്പോഴും സ്കൂളിൽ പോകാനും ജോലിക്ക് പോകാനും ഒരു സാമൂഹിക ജീവിതം നയിക്കാനും കഴിഞ്ഞു. എന്നാൽ, ഡൺഫെർംലൈനിലേക്ക് താമസം മാറിയതിനു ശേഷം അധികം താമസിയാതെ അവൾ ശരിക്കും രോഗിയായി. വേദന വളരെ

കഠിനമായി, ക്ഷീണം വളരെ കഠിനമായി, കിടക്കയിൽ നിന്ന് എഴുന്നേൽക്കാൻ പോലും കഴിയാത്ത വിധം. താമസിയാതെ അവൾക്ക് സാധാരണ ജീവിതം നയിക്കാൻ കഴിയില്ല. വേദനയും ക്ഷീണവും അവളുടെ പഠനത്തെ തളർത്തി, പാർട്ട് ടൈം ജോലിയെ നേരിടാൻ അവൾ പാടുപെട്ടു. ഇതിനുപുറമെ, തലച്ചോറിന്റെ പിൻഭാഗത്ത് ഒരു ധമനിയും ഒരു നാഡിയും പരസ്പരം ആശ്രയിക്കുമ്പോൾ ഗ്ലോസോഫാരിഞ്ചിയൽ ന്യൂറൽജിയയും അവൾക്ക് വികസിച്ചു; ഇത് വളരെ അസഹനീയമായ വേദനയ്ക്ക് കാരണമായി, ഇടത് ചെവിയിലൂടെ നേരിട്ട് തലയിലേക്ക് കുത്തുന്നത് പോലെയായിരുന്നു അത്. ചെറിയൊരു നടത്തത്തിന് പോകാൻ കഴിയുന്ന നല്ല ദിവസങ്ങൾ ഇടയ്ക്കിടെ ഉണ്ടായിരുന്നു, എന്നിരുന്നാലും മിക്ക സമയത്തും അവൾ കിടപ്പിലായിരുന്നു.

നിങ്ങൾക്ക് ഈ ആരോഗ്യപ്രശ്നങ്ങളോ സമാനമായ അവസ്ഥകളോ ഉണ്ടായിട്ടുണ്ടെങ്കിൽ, അവർ അനുഭവിച്ച അതികഠിനമായ വേദനയും അസ്വസ്ഥതയും നിങ്ങൾക്ക് മനസ്സിലാകും. വേദനയെ നേരിടാൻ അവൾ സ്റ്റിറോയിഡ് കുത്തിവയ്പ്പുകൾക്കായി ആശുപത്രിയിൽ പോയി, ട്രമാഡോൾ (മോർഫിൻ അടിസ്ഥാനമാക്കിയുള്ളത്), ഡയസെപാം എന്നിവയുൾപ്പെടെ പലതരം ശക്തമായ

വേദനസംഹാരികളും മയക്കമരുന്നുകളും കഴിച്ചു. കൂടാതെ, ആർത്രോടെക് പോലുള്ള ശക്തമായ ആന്റി-ഇൻഫ്ലമേറ്ററി മരുന്നുകളും അവൾ കഴിച്ചിരുന്നു, ഇത് അവളുടെ വയറ്റിലെ അൾസറിന് കാരണമായി. ഗ്ലോസോഫാരിഞ്ചിയൽ ന്യൂറൽജിയയെ സംബന്ധിച്ചിടത്തോളം, ഡോക്ടർമാർ ശസ്ത്രക്രിയ നടത്താൻ ആഗ്രഹിച്ചു: അവളുടെ തലയോട്ടി തുറന്ന് തലച്ചോറിലെ ധമനിക്കും നാഡിക്കും ഇടയിൽ ഒരു ചെറിയ തലയണ വയ്ക്കുക. ഇത് വേദന പൂർണ്ണമായും ഇല്ലാതാക്കാൻ ശ്രമിക്കുകയായിരുന്നു, ശസ്ത്രക്രിയ വിജയിക്കാനുള്ള സാധ്യത 80% ആയിരുന്നു.

ഈ ഘട്ടമായപ്പോഴേക്കും അവൾക്ക് എല്ലാ അഭിലാഷങ്ങളും നഷ്ടപ്പെട്ടിരുന്നു, കുടുങ്ങിപ്പോയതായും ലോകത്തിൽ നിന്ന് ഒറ്റപ്പെട്ടതായും തോന്നി: അവൾക്ക് ഇനി ഒരു സാമൂഹിക ജീവിതം ഉണ്ടായിരുന്നില്ല, പഠനവും പാർട്ട് ടൈം ജോലിയും ഉപേക്ഷിക്കേണ്ടിവന്നു. അവൾ ഒരിക്കലും സുഖം പ്രാപിക്കില്ലെന്ന് ഡോക്ടർമാർ പറഞ്ഞു, അവൾ അനുഭവിക്കുന്ന വിഷാദവും നിരാശയും കാരണം അവൾ ഒരു മനഃശാസ്ത്രജ്ഞനെ കാണാൻ പോയി. അവളുടെ ദൈനംദിന ചിന്തകൾ "ഇതെങ്ങനെ സംഭവിക്കും?" "ഇത് അർഹിക്കാൻ ഞാൻ

എന്താണ് ചെയ്തത്?" "ഇനി എന്തെങ്കിലും അർത്ഥമുണ്ടോ?" എന്നിവയായിരുന്നു.

അവൾ ഏറ്റവും മോശമായ അവസ്ഥയിലായിരുന്നപ്പോൾ ആത്മഹത്യയെക്കുറിച്ചുള്ള സ്ഥിരമായ ചിന്തകൾ അവളെ അലട്ടി. ഇനി തനിയെ ജീവിക്കാൻ കഴിയാത്തതിനാൽ അവൾക്ക് മാതാപിതാക്കളുടെ വീട്ടിലേക്ക് മടങ്ങേണ്ടിവന്നു. അപ്പോഴാണ് അവൾ ദൈവത്തോട് നിലവിളിക്കാൻ തുടങ്ങിയത്, വീണ്ടും തന്റെ സുഹൃത്ത് ക്ലോഡിയയുമായി ബന്ധപ്പെടാൻ ആഗ്രഹിച്ചു. മാതാപിതാക്കളുടെ വീട്ടിലേക്ക് മടങ്ങിയെത്തിയ രണ്ടാഴ്ച കഴിഞ്ഞപ്പോൾ അവൾ ക്ലോഡിയയെ കണ്ടുമുട്ടി, ഒടുവിൽ അവൾ അവളെ ഒരു പള്ളി മീറ്റിംഗിന് വരാൻ ക്ഷണിച്ചു. ഇവിടെ വെച്ചാണ് ഞാൻ റെബേക്കയെ ആദ്യമായി കണ്ടത്. റെബേക്ക ഞങ്ങളോട് എത്രമാത്രം സുഖം അനുഭവിക്കുന്നുവെന്നും അവളുടെ അസുഖം കാരണം അവൾക്ക് വീണ്ടും വരാൻ കുറച്ച് ആഴ്ചകൾ കൂടി കഴിഞ്ഞെന്നും ഞങ്ങൾ പറഞ്ഞു. ഈ മീറ്റിംഗിൽ ഞങ്ങൾ ദൈവത്തിന്റെ ശക്തിയെക്കുറിച്ചും ആളുകൾ ആരോഗ്യവാനായിരിക്കണമെന്ന് ദൈവം ആഗ്രഹിക്കുന്നുവെന്നും തന്റെ അനുയായികൾ രോഗികൾക്കുവേണ്ടി പ്രാർത്ഥിക്കണമെന്ന് പ്രതീക്ഷിക്കുന്നുവെന്നും

സംസാരിച്ചു. മർക്കോസ് 16:15-20, യെശയ്യാവ് 53:5, മത്തായി 4:23, എബ്രായർ 13:8 തുടങ്ങിയ നിരവധി തിരുവെഴുത്തുകൾ ഞങ്ങൾ വായിക്കുകയും അവ വിശദീകരിക്കുകയും ചെയ്തു.

ആ യോഗത്തിൽ നിരവധി പേർക്ക് പ്രാർത്ഥന ലഭിച്ചു, റെബേക്കയ്ക്ക് ഗ്ലോസോഫറിൻജിയൽ ന്യൂറൽജിയ ബാധിച്ചതിനാൽ പ്രാർത്ഥന ചോദിച്ചു. ഞങ്ങൾ അവളുടെ മേൽ കൈകൾ വെച്ച് യേശുവിന്റെ നാമത്തിൽ പ്രാർത്ഥിച്ചു (മർക്കോസ് 16:18). തുടക്കത്തിൽ അവൾക്ക് വേദന അനുഭവപ്പെട്ടിരുന്നു, ആരോ അവളുടെ ചെവിയിൽ കുത്തിയതുപോലെ, പക്ഷേ അവൾ മീറ്റിംഗ് വിട്ടുപോകുമ്പോൾ പുറത്തേക്ക് വന്ന നിമിഷം വേദന പൂർണ്ണമായും പോയി; 3.5 വർഷത്തിനിടെ ആദ്യമായി, ഇന്നുവരെ ആ വേദന ഒരിക്കലും തിരിച്ചുവന്നിട്ടില്ല. ദൈവം യഥാർത്ഥമാണെന്ന് അവൾ മനസ്സിലാക്കി, അടുത്ത ആഴ്ച അവൾ തിരിച്ചുവന്നു, വീണ്ടും പോയാൽ അവളെ പുറത്താക്കുമെന്ന് അവളുടെ മാതാപിതാക്കൾ ഭീഷണിപ്പെടുത്തിയിട്ടും. ആ വെള്ളിയാഴ്ച ഞങ്ങൾ ഒരു പ്രാർത്ഥന രാത്രി നടത്തി, രക്ഷിക്കപ്പെടാനുള്ള വഴിയെക്കുറിച്ച് തിരുവെഴുത്തുകളിലൂടെ റെബേക്കയെ നയിച്ചു. സ്നാനത്തിലൂടെയുള്ള സ്നാനത്തെക്കുറിച്ചുള്ള തിരുവെഴുത്തുകൾ ഞങ്ങൾ പരിശോധിച്ചു, തുടർന്ന് റെബേക്ക

സ്നാനമേൽക്കാൻ ആവശ്യപ്പെട്ടു, അത് ഞങ്ങൾ മുകളിലെ നിലയിലെ ബാത്ത് ടബ്ബിൽ നേരിട്ട് ചെയ്തു. അതിനുശേഷം ഞങ്ങൾ അവളുടെ മേൽ കൈകൾ വെച്ച് ദൈവത്തോട് പരിശുദ്ധാത്മാവിനാൽ നിറയ്ക്കാൻ അപേക്ഷിച്ചു. തൽഫലമായി അവൾ പുതിയ ഭാഷകളിൽ സംസാരിക്കാൻ തുടങ്ങി, വീണ്ടും ജനിച്ചു.

പിന്നെ ഞങ്ങൾ വീണ്ടും അവളുടെ മേൽ കൈകൾ വെച്ച്, വലതു ചെവിയിലെ ബധിരത ഉൾപ്പെടെ അവൾ അനുഭവിച്ചിരുന്ന ആരോഗ്യപ്രശ്നങ്ങളുടെ മുഴുവൻ പട്ടികയും പൂർണ്ണമായും സുഖപ്പെടുത്തണമെന്ന് ദൈവത്തോട് അപേക്ഷിച്ചു, ദൈവം അവളെ ഉടൻ തന്നെ സുഖപ്പെടുത്തി, എല്ലാത്തിൽ നിന്നും! ഞാൻ അവളുടെ വലതു ചെവിയിൽ സംസാരിച്ച ഉടനെ അവൾ ചാടിയെഴുന്നേറ്റു, കാരണം അത് വളരെ ഉച്ചത്തിലായിരുന്നു. അവളുടെ ലോകത്തിന്റെ വലതുവശം മുഴുവൻ ശബ്ദത്താൽ സജീവമായി! അവൾ ഇനി ബധിരയല്ല, അവളുടെ ശ്രവണസഹായി ഇല്ലാതായി. ഫൈബ്രോമയാൾജിയയും പോയി, വർഷങ്ങളായി അവൾ അനുഭവിച്ച എല്ലാ വേദനയും അപ്രത്യക്ഷമായി. അവൾ വളരെ ഊർജ്ജസ്വലയായതിനാൽ ഓടാൻ തോന്നിയതായി അവൾ പറഞ്ഞു. എല്ലാം മാറ്റിവെച്ച്, വളരെക്കാലത്തിനുശേഷം ആദ്യമായി അവൾക്ക് ഉറങ്ങാൻ കഴിഞ്ഞു.

ഓസ്ട്രേലിയയിലെ പെന്തക്കോസ്റ്റൽ വിഭാഗമായ ക്രിസ്ത്യൻ അസംബ്ലീസ് ഇന്റർനാഷണലിന്റെ വെബ്സൈറ്റിൽ നിന്നുള്ള സാക്ഷ്യം.

ബിൽ ജോൺസണിലൂടെ ഐറിസ് മിനിസ്ട്രീസ് മിഷനറി സുഖം പ്രാപിച്ചു - വീഡിയോ സാക്ഷ്യം

വിദേശത്തായിരിക്കെ ഗുരുതരമായ രോഗബാധിതയായ ഒരു ഐറിസ് മിനിസ്ട്രീസ് മിഷനറിയാണ് മെലിസ മക്കിന്നി. നിരവധി ഡോക്ടർമാരെ കണ്ടിട്ടും ഫലമൊന്നുമില്ലാതെ പോയതിനുശേഷം, ഒരു സ്വപ്നത്തിൽ യേശു അവളോട് സംസാരിച്ചു, കാലിഫോർണിയയിലെ റെഡ്ഡിംഗിലുള്ള ബെഥേൽ പള്ളിയിൽ പോകാൻ പറഞ്ഞു, അവിടെ അവൾക്ക് പൂർണ്ണമായ രോഗശാന്തി ലഭിക്കും. ഈ വീഡിയോ അവളുടെ സാക്ഷ്യമാണ്.

അവളുടെ സാക്ഷ്യത്തോടൊപ്പം ഈ യൂട്യൂബ് വീഡിയോ കാണുക.

http://www.godtube.com/watch/?v=YLLYGNNX

ചാൾസ് എഫ്. പർഹാമിലൂടെയുള്ള അത്ഭുതകരമായ രോഗശാന്തി

മിക്ക ആളുകളും ചാൾസ് പർഹാമിനെ ആദ്യകാല പെന്തക്കോസ്ത് പ്രസ്ഥാനവുമായി ബന്ധപ്പെടുത്തുന്നു, പക്ഷേ അദ്ദേഹത്തിന് ജീവിതകാലം മുഴുവൻ ഒരു രോഗശാന്തി ശുശ്രൂഷ ഉണ്ടായിരുന്നു. 1905-ൽ അദ്ദേഹം ടെക്സസിലെ ഹൂസ്റ്റണിൽ രോഗശാന്തി യോഗങ്ങൾ നടത്തുകയായിരുന്നു. 1902-ൽ ഒരു തെരുവ് കാർ അപകടത്തിൽപ്പെട്ട് തളർവാതം പിടിപെട്ട് വീൽചെയറിൽ ഒതുങ്ങിപ്പോയ ഒരു സ്ത്രീ യോഗങ്ങളിൽ പങ്കെടുത്തു.

പ്രാർത്ഥനയ്ക്ക് ശേഷം "അവൾ കസേരയിൽ നിന്ന് എഴുന്നേറ്റ്, ആഹ്ലാദഭരിതയായ സന്തോഷത്തോടെ ഹാളിൽ ചുറ്റിനടന്നു, ആർത്തുവിളിച്ചും, കൈകൊട്ടിയും, പുനഃസ്ഥാപനത്തിനായി കർത്താവിനെ സ്തുതിച്ചും. ആ സംഭവം വളരെയധികം ആവേശം സൃഷ്ടിച്ചു. ശ്രീമതി ഡുലാനി ഹാളിൽ നിന്ന് താഴേക്ക് നടന്നു, വീട്ടിലേക്ക് പോയി. അതിനുശേഷം അവൾ ദിവസവും അവരുടെ മീറ്റിംഗുകളിൽ പങ്കെടുത്തു, പക്ഷേ കസേരയിൽ ആയിരുന്നില്ല"

ഹ്യൂസ്റ്റൺ സബർബനൈറ്റിൽ നിന്നുള്ള ഉദ്ധരണി.

വാർഡ് 17 ലെ അത്ഭുതം - ദൈവം ആഗ്നസ് സാൻഫോർഡിനെ ഉപയോഗിച്ചു.

ആ മൂന്നു പേരിൽ ഫ്രെഡറിക് എന്ന അത്ഭുതവും ഉണ്ടായിരുന്നു. അദ്ദേഹം ഒരു സ്വകാര്യ സെല്ലിൽ കിടന്നു, അതായത്, ആ ആശുപത്രിയുടെ രീതി അനുസരിച്ച്, അദ്ദേഹത്തിന്റെ മരണം ആസന്നമായിരുന്നു. അദ്ദേഹം വളരെ മെലിഞ്ഞും ചുരുങ്ങിയും ഒരു വൃദ്ധ കുരങ്ങനെപ്പോലെ കാണപ്പെട്ടു. അദ്ദേഹത്തിന്റെ തൊലി മഞ്ഞയായിരുന്നു, വാരിയെല്ലുകൾ പുറത്തേക്ക് തള്ളിനിന്നു, ശ്വസിക്കുമ്പോൾ തൊലി അവയ്ക്കിടയിൽ ഇളകി. രണ്ട് മൂക്കിലും രണ്ട് കൈത്തണ്ടകളിലും ട്യൂബുകൾ ഉണ്ടായിരുന്നു. സാധാരണയായി ഒരു ഡോക്ടറോ നഴ്സോ അദ്ദേഹത്തോടൊപ്പം ഉണ്ടായിരുന്നു. സെല്ലിലൂടെ കടന്നുപോകുമ്പോൾ, ഞാൻ എപ്പോഴും അദ്ദേഹത്തിന് ഒരു ദ്രുത പ്രാർത്ഥന നടത്തി, പക്ഷേ അകത്തേക്ക് പോയി എന്റെ കൈകൾ അവന്റെ മേൽ വയ്ക്കാൻ ധൈര്യപ്പെട്ടില്ല. ദൂരെ നിന്ന് ഒരു പൊതു പ്രാർത്ഥന മാത്രം പോരാ. ദൈവത്തിന്റെ രോഗശാന്തി ശക്തിക്ക് മതിയായ ഒരു മാർഗം നൽകുന്നതിന് ഉടനടി സാന്നിധ്യവും വിശ്വാസത്തിന്റെ വചനവും സാധ്യമെങ്കിൽ കൈകൾ വയ്ക്കലും ആവശ്യമായിരുന്നു.

എന്നിരുന്നാലും, ഒരു ദിവസം അവൻ ഒറ്റയ്ക്കായിരുന്നു, ഉണർന്നിരുന്നു. വളരെ ധൈര്യശാലിയാണെങ്കിലും, അനുകമ്പയാൽ നിർബന്ധിതനായ ഞാൻ അകത്തേക്ക് പോയി. ഈ വർഷങ്ങളിലെല്ലാം രോഗശാന്തിക്ക് ഫലപ്രദമായ ഒരു ലക്ഷ്യം മാത്രമേ ഞാൻ കണ്ടെത്തിയിട്ടുള്ളൂ: അനുകമ്പ. യേശുവിനെ മഹത്വപ്പെടുത്തുന്നതിനായി യേശുവിന്റെ ശക്തിയാൽ ഒരാളെ സുഖപ്പെടുത്താൻ നാം ആഗ്രഹിക്കുന്നുവെങ്കിൽ, എങ്ങനെയെങ്കിലും നമുക്ക് സാധാരണയായി ആ വ്യക്തിയിലേക്ക് എത്തിച്ചേരാൻ കഴിയില്ല. തീർച്ചയായും എല്ലാ രോഗശാന്തിയിലൂടെയും യേശു മഹത്വീകരിക്കപ്പെടുന്നു, പക്ഷേ അവൻ ആയിരുന്നതുപോലെ, നാം "അനുകമ്പയാൽ പ്രചോദിതരാകുമ്പോൾ" (മർക്കോസ് 1:41).

“നീ കുളിച്ചു കയറിയ പോലെ തോന്നുന്നു,” ഞാൻ പറഞ്ഞു. (ആളുകൾക്ക് ഈ നേരിട്ടുള്ള, വാർണിഷ് ചെയ്യാത്ത സമീപനം ഇഷ്ടപ്പെട്ടുവെന്ന് ഞാൻ കണ്ടെത്തി.) “അതെ,” അദ്ദേഹം പറഞ്ഞു. “എന്താണ് കുഴപ്പം?” ഞാൻ ചോദിച്ചു; എനിക്ക് മുറിവുകളൊന്നും കാണാൻ കഴിഞ്ഞില്ല, ഓസ്റ്റിയോമെയിലൈറ്റിസ് മണക്കാൻ പോലും കഴിഞ്ഞില്ല. “രക്തം കട്ടപിടിച്ചിരിക്കുന്നു,” അദ്ദേഹം പ്രകാശമില്ലാതെ മറുപടി പറഞ്ഞു. ഇത്, സുഖപ്പെടുത്താൻ വളരെ ബുദ്ധിമുട്ടുള്ള കാര്യമല്ലെന്ന് ഞാൻ കരുതി. അതിനാൽ,

അദ്ദേഹത്തെ സുഖപ്പെടുത്താൻ സഹായിക്കുന്ന ശക്തിയെക്കുറിച്ച് ഞാൻ അദ്ദേഹത്തോട് പറഞ്ഞു. അദ്ദേഹത്തിന് താൽപ്പര്യമില്ലായിരുന്നു. വാസ്തവത്തിൽ, അദ്ദേഹം കണ്ണുകൾ അടച്ചു, വ്യക്തമായ ഒരു പുറത്താക്കൽ. എന്നാൽ ഈ കേസിൽ എന്റെ പല്ലുകൾ കടത്തിവിട്ടപ്പോൾ, ഞാൻ എളുപ്പത്തിൽ ഉപേക്ഷിക്കാൻ പ്രേരിതനായില്ല. "കേൾക്കൂ," ഞാൻ ഒടുവിൽ പറഞ്ഞു, എന്റെ ബലപ്രയോഗത്തിലൂടെ അദ്ദേഹം കണ്ണുകൾ തുറന്നു. "ഞാൻ പറഞ്ഞ രീതിയിൽ നിങ്ങൾ എന്നെ ശ്രമിക്കാൻ അനുവദിച്ചാൽ, ഞാൻ ആ കാര്യം ഇനി ഒരിക്കലും പരാമർശിക്കില്ല, ജയിക്കുകയോ തോൽക്കുകയോ ചെയ്യുമെന്ന് ഞാൻ വാഗ്ദാനം ചെയ്യുന്നു. ഇപ്പോൾ എങ്ങനെയുണ്ട്?" "ശരി," അദ്ദേഹം ക്ഷീണിതനായി, തീർച്ചയായും ഉത്സാഹമില്ലായ്മയോടെ പറഞ്ഞു.

അപ്പോൾ അവൻ പുതപ്പ് പിന്നിലേക്ക് വലിച്ചു, അവന്റെ വയറ് ഇരുണ്ട രക്തക്കുഴൽ പോലെ, നേർത്ത ഒരു മെംബറേൻ കൊണ്ട് മൂടപ്പെട്ടതായി ഞാൻ കണ്ടു. "കുടലുകൾ കീറിപ്പോയി," എന്റെ നിരാശ ശ്രദ്ധിച്ചുകൊണ്ട് അവൻ പറഞ്ഞു. "അവർ എന്നെ യുദ്ധക്കളത്തിൽ നിന്ന് കൊണ്ടുപോകാൻ ആഗ്രഹിച്ചില്ല, പക്ഷേ ഞാൻ അവരോട് അങ്ങനെ ചെയ്യണമെന്ന് പറഞ്ഞു."

അങ്ങനെ ഒന്ന് ഉണ്ടെങ്കിൽ ജീവിക്കാനുള്ള ഒരു ആഗ്രഹമുണ്ടായിരുന്നു! ഇൻട്രാവണസ് ഭക്ഷണം, മരുന്നുകൾ, ഉത്തേജകങ്ങൾ എന്നിവയിലൂടെ മാസങ്ങളോളം അവനെ ജീവനോടെ നിലനിർത്തിയിരുന്നു. വയറോ എനിക്ക് പറയാൻ കഴിയുന്നിടത്തോളം മറ്റ് ദഹന അവയവമോ ഇല്ലാതെ അവന്റെ വയറ് ഞാൻ ആദ്യം കണ്ടിരുന്നെങ്കിൽ, ഞാൻ വിശ്വാസത്തിന്റെ വചനം പറയുമായിരുന്നില്ല. പക്ഷേ അത് അവിടെ ഉണ്ടായിരുന്നു, എനിക്ക് അത് പിൻവലിക്കാൻ കഴിഞ്ഞില്ല. അങ്ങനെ ഞാൻ ഈ ചുവന്ന വിടർന്ന രക്തക്കുഴലിന്റെ ഇരുവശത്തും കൈകൾ വച്ചു, വയറും മറ്റ് എല്ലാ അവയവങ്ങളും പൂർണ്ണമായി സങ്കൽപ്പിച്ചു, ഇത് സാധ്യമാക്കാൻ കർത്താവിനോട് അപേക്ഷിച്ചു.

വീട്ടിലെത്തിയപ്പോൾ, എനിക്കറിയാവുന്ന എല്ലാ ശക്തമായ പ്രാർത്ഥനാ ഗ്രൂപ്പുകളെയും ഞാൻ ഫോണിൽ വിളിച്ചു, യേശു ഇന്ന് ജീവിക്കുകയും സുഖപ്പെടുത്തുകയും ചെയ്യുന്നുവെന്ന് വിശ്വസിക്കുന്ന ആളുകൾ ഭൂമിയിലുടനീളം ഉണ്ടെന്നും പ്രാർത്ഥനയ്ക്കുള്ള ആഹ്വാനത്തിന് അവർ ഉത്തരം നൽകുമെന്നും അറിയാതെ, ഒരിക്കൽ ഒരു സുഹൃത്ത് അവളെ അത്ഭുതത്തോടെ വിളിച്ചതുപോലെ "ക്രിസ്ത്യൻ അധോലോകത്തിൽ" നിന്ന് സഹായം

അഭ്യർത്ഥിച്ചു. ഫ്രെഡറിക്കിൽ ഒരു അത്ഭുതം സംഭവിക്കണമെന്ന് ഞാൻ തന്നെ പ്രാർത്ഥിച്ചു. ഇതിന് ഒരു പൂർണ്ണമായ അത്ഭുതം ആവശ്യമായിരുന്നു. ഇത് സാധാരണ രോഗശാന്തി പ്രക്രിയകളെ വേഗത്തിലാക്കുകയായിരുന്നില്ല. യേശുക്രിസ്തുവിലൂടെയുള്ള ദൈവത്തിന്റെ നേരിട്ടുള്ള പ്രവൃത്തിയല്ലാതെ മറ്റൊന്നിനും ഇത് ചെയ്യാൻ കഴിയില്ല.

അടുത്ത ആഴ്ച ഞാൻ ഭയത്തോടും വിറയലോടും കൂടി അവന്റെ മുറിയിലൂടെ കടന്നുപോയി, പക്ഷേ അവൻ ഉറങ്ങുകയായിരുന്നു, ഞാൻ അകത്തേക്ക് കയറിയില്ല. ഒരു ആഴ്ച കഴിഞ്ഞ്, ഞങ്ങളുടെ പ്രാർത്ഥന കഴിഞ്ഞ് രണ്ടാഴ്ച കഴിഞ്ഞപ്പോൾ, ഞാൻ വീണ്ടും അവന്റെ മുറിയിലൂടെ കടന്നുപോയി. അത് ശൂന്യമായിരുന്നു. അവൻ കിടക്കയിൽ ഉണ്ടായിരുന്നില്ല. പക്ഷേ കിടക്ക തകർന്നു, അവന്റെ സാധനങ്ങൾ ചിതറിക്കിടക്കുകയായിരുന്നു, അവന്റെ പേര് ഇപ്പോഴും വാതിലിൽ ഉണ്ടായിരുന്നു. വീൽചെയറിൽ ആളുകൾ ഇരിക്കുന്ന മുറിയുടെ അറ്റത്തുള്ള പൊതു മുറിയിലേക്ക് ഞാൻ പോയി, പക്ഷേ ഞാൻ അവനെ കണ്ടില്ല. മുറിയുടെ മറുവശത്ത് എന്റെ കണ്ണുകൾ ഒരു ചെറുപ്പക്കാരനെ കണ്ടു, സുന്ദരനും, ചുവപ്പ് നിറമുള്ള മുഖവുമുള്ള ഒരു മനുഷ്യനെ, ഞാൻ സെല്ലിൽ പ്രാർത്ഥിച്ച വൃദ്ധ കുരങ്ങിനോട് ഒരു

ചെറിയ സാമ്യവും അയാൾക്കില്ലായിരുന്നു. ആ ചെറുപ്പക്കാരൻ കണ്ണുകളിൽ ഒരു മിന്നലും ഒരു പരിചിതമായ പുഞ്ചിരിയുമായി എന്നെ നോക്കി. അപ്പോഴേക്കും അവിടെ ഒരു ചെറിയ സാമ്യതയുണ്ടെന്ന് ഞാൻ ശ്രദ്ധിച്ചു.

"നിനക്ക് ഫ്രെഡറിക് ആകാൻ കഴിയില്ലല്ലോ?" ഞാൻ അവനോട് ചോദിച്ചു. അവന്റെ പുഞ്ചിരി വികസിച്ചു. "അതെ മാഡം, ഞാൻ അങ്ങനെയാണ്," അവൻ പറഞ്ഞു. എന്റെ വാഗ്ദാനം ഓർമ്മിച്ചപ്പോൾ, ഞാൻ ഇതിനെക്കുറിച്ച് പരാമർശിച്ചില്ല, പകരം "നിങ്ങൾ ഇപ്പോൾ എന്താണ് ചെയ്യാൻ പോകുന്നത്?" എന്ന് ചോദിച്ചു. "ഞാൻ തെക്കേ അമേരിക്കയിൽ പോയി ഒരു ജോലി നേടുമെന്ന് ഞാൻ കരുതുന്നു," അവൻ മറുപടി പറഞ്ഞു. "അത് നല്ല ആശയമാണെന്ന് തോന്നുന്നു," 1 പറഞ്ഞു. "എന്റെ സഹോദരൻ അവിടെ മലനിരകളിൽ ജോലി ചെയ്തിരുന്നു. അവന് അത് ഇഷ്ടപ്പെട്ടു." ഞാൻ എന്റെ വണ്ടിയിലേക്ക് നോക്കി, "ഒരു ആപ്പിൾ കഴിക്കൂ." അവൻ ഒരു ആപ്പിൾ കഴിച്ചു, ഞാൻ പോകാൻ തിരിഞ്ഞു.

അദ്ദേഹം വീണ്ടും സംസാരിച്ചു, ഞാൻ തിരിഞ്ഞു നോക്കി. "ശരി, പക്ഷേ എന്റെ കാലുകൾ ഇപ്പോഴും വീർക്കുന്നു," അദ്ദേഹം പറഞ്ഞു. "അത് നിങ്ങളുടെ നിലനിൽപ്പിന് അവർ പരിചിതമല്ലാത്തതുകൊണ്ടാണ്,"

ഞാൻ മറുപടി നൽകി. "അവർ പെട്ടെന്ന് ശരിയാകും." പ്രോത്സാഹനത്തിന്റെ ഈ വാക്കോടെ ഞാൻ പോയി. അടുത്ത ആഴ്ച അദ്ദേഹം സെല്ലിൽ ഉണ്ടായിരുന്നില്ല. അദ്ദേഹത്തെ ഡിസ്ചാർജ് ചെയ്തു വീട്ടിലാക്കി. ഒരിക്കൽ ഞാൻ ഒരു ചാപ്ലയിനുമായി ഒരു ചെറിയ സംഭാഷണം നടത്തി. ഫ്രെഡറിക്കിന്റെ കഥ ഞാൻ പറഞ്ഞു, കാരണം അദ്ദേഹം വാർഡ് 17 ൽ സന്ദർശിച്ചിരുന്നുവെന്നും ആ യുവാവിനെ കണ്ടിട്ടുണ്ടാകുമെന്നും എനിക്കറിയാമായിരുന്നു.

"അതാണോ അവന് സംഭവിച്ചത്?" അയാൾ അത്ഭുതത്തോടെ കരഞ്ഞു. യുവാവിന്റെ ശരീരത്തിന്റെ രോഗശാന്തിയെക്കുറിച്ചല്ല, മറിച്ച് അവന്റെ ആത്മാവിന്റെ ഉണർവിനെക്കുറിച്ചാണ് അദ്ദേഹം പരാമർശിച്ചത്. "കിടക്കയിൽ നിന്ന് എഴുന്നേൽക്കാൻ കഴിഞ്ഞയുടനെ, അവൻ എന്റെ എല്ലാ ദിവസവും വിശ്രമിക്കുകയായിരുന്നു," ചാപ്ലെയിൻ പറഞ്ഞു. "അദ്ദേഹത്തിന് ഒരു ബൈബിൾ വേണം. ദൈവത്തെക്കുറിച്ചും യേശുക്രിസ്തുവിനെക്കുറിച്ചും എല്ലാം അറിയാൻ അയാൾ ആഗ്രഹിച്ചു." മൂന്ന് മാസങ്ങൾക്ക് ശേഷം, എന്നെ അത്ഭുതപ്പെടുത്തിക്കൊണ്ട്, ഞാൻ വാർഡ് 17 ലെ ആ സെല്ലിലൂടെ കടന്നുപോയപ്പോൾ

വാതിൽക്കൽ ഫ്രെഡറിക്കിന്റെ പേര് വീണ്ടും കണ്ടു. സെല്ലിനുള്ളിൽ അറ്റ്ലാന്റിക് സിറ്റിയിലെ ഒരു ലൈഫ് ഗാർഡിനെപ്പോലെ തോന്നിക്കുന്ന ഒരു ഉയരമുള്ള, തടിച്ച, സുന്ദരനായ ഒരു ചെറുപ്പക്കാരൻ നിന്നു. "നിങ്ങൾക്ക് ആകാൻ കഴിയില്ല -" വീണ്ടും അയാൾ പറഞ്ഞു, "അതെ മാഡം, ഞാൻ തന്നെയാണ്." "നിങ്ങൾ ഇവിടെ എന്താണ് ചെയ്യുന്നത്?" "എന്റെ തൊണ്ണൂറ് ദിവസത്തെ പരിശോധനയ്ക്കായി വന്നതാണ്," അയാൾ മറുപടി പറഞ്ഞു. "എനിക്ക് മഞ്ഞപ്പിത്തം ഉണ്ടായിരുന്നു, പക്ഷേ ഇപ്പോൾ എല്ലാം ശരിയാണ്."

ഞാൻ അവനെ പിന്നീടൊരിക്കലും കണ്ടിട്ടില്ല. പക്ഷേ, ഈ ചെറുപ്പക്കാരനെ തന്റെ മേച്ചിൽപ്പുറങ്ങളിൽ സൌമ്യമായി നയിക്കാനും അവിശ്വാസിയായ ഒരു സഭയുടെ മാരകമായ മിയാസ്മയിൽ നിന്ന് അവനെ സംരക്ഷിക്കാനും ഒരു വഴി കണ്ടെത്തണമെന്ന് ഞാൻ ദൈവത്തോട് പ്രാർത്ഥിക്കുന്നു. സത്യം പറയാൻ ധൈര്യപ്പെടുന്നവരിൽ ഒരാളായിരിക്കാം ഫ്രെഡറിക്, സഭയുടെ ഉറങ്ങിക്കിടക്കുന്ന ഭീമനെ ഒരു പുതിയ ജീവിതത്തിലേക്ക് ഉണർത്താൻ സഹായിക്കുകയും ചെയ്യും.

ആഗ്നസ് സാൻഫോർഡിന്റെ "സീൽഡ് ഓർഡേഴ്സ്: ദി ഓട്ടോബയോഗ്രഫി ഓഫ് എ

ക്രിസ്ത്യൻ മിസ്റ്റിക്" എന്ന പുസ്തകത്തിൽ നിന്നുള്ള ഭാഗം. ബ്രിഡ്ജ്-ലോഗോസ് പബ്ലിഷേഴ്സ് 1972 ഡിസംബറിൽ പ്രസിദ്ധീകരിച്ചത്.

ജെയിംസ് മൂർ ഹിക്സണിലൂടെ രോഗശാന്തി

(വളരെ മികച്ച റിപ്പോർട്ടിംഗ് ശൈലി, പക്ഷേ വസ്തുതകൾ അതേപടി തുടരുന്നു...)

ജെയിംസ് മൂർ ഹിക്സണിലൂടെ പാരീസിലെ രോഗശാന്തിയെക്കുറിച്ചുള്ള റിപ്പോർട്ട്.

വിവാഹം കഴിക്കാൻ വിസമ്മതിച്ച ഒരു നിരാശനായ കാമുകന്റെ നെഞ്ചിൽ മുറിവേറ്റ ഒരു പ്രമുഖ പാരീസ് നടി, തന്റെ മുറിവുകൾ അടയ്ക്കാനും തന്റെ പകലുകളെ ദുരിതപൂർണ്ണവും രാത്രികളെ പീഡനവുമാക്കിയ നിരന്തരമായ കത്തുന്ന വേദന മാറ്റാനും വൈദ്യനോട് അപേക്ഷിച്ചു.

ക്രിസ്തുമതത്തിന്റെ തത്വങ്ങൾ അക്ഷരാർത്ഥത്തിൽ പ്രാവർത്തികമാക്കാൻ ശ്രമിച്ച ആ മതഭക്തനായ വൈദ്യന്റെ നടപടിക്കായി സഭ ശ്വാസംമുട്ടലോടെ കാത്തിരുന്നു. നിസ്സാരരെ പ്രീതിപ്പെടുത്തുക എന്ന തൊഴിലിൽ ഏർപ്പെട്ടിരിക്കുന്ന സ്റ്റേജ്

സ്ത്രീകളോടുള്ള അദ്ദേഹത്തിന്റെ മനോഭാവം എന്തായിരിക്കും?

"പിരിമുറുക്കവും, അടിച്ചമർത്തപ്പെട്ടതുമായ ആവേശത്തിന്റെയും, വിസ്മയം ജനിപ്പിക്കുന്ന നിശബ്ദതയുടെയും ഈ അന്തരീക്ഷത്തിൽ, ഗാർഡേനിയയുടെ ഇതളുകൾ പോലെ വെളുത്ത മുഖം ഉള്ള, വേദിയിലെ സുന്ദരിയായ പ്രിയങ്കരിയുടെ മേൽ മിസ്റ്റർ ഹിക്സൺ കൈകൾ വച്ചു, പ്രാർത്ഥിച്ചു! അദ്ദേഹം ചോദ്യങ്ങളൊന്നും ചോദിച്ചില്ല, പ്രബോധനങ്ങൾ നടത്തിയില്ല. ആത്മീയ സഹായത്തിനായുള്ള അവളുടെ അപേക്ഷ അദ്ദേഹം സ്വീകരിച്ചു, ദുരിതമനുഭവിക്കുന്ന ഒരു സ്ത്രീയെ അവളുടെ ശക്തിയും ആരോഗ്യവും വീണ്ടെടുക്കാൻ സഹായിക്കുന്നതിൽ താൻ കൽപ്പിക്കുന്ന എല്ലാ ശക്തിയും ഉപയോഗിച്ചു."

ഒടുവിൽ കൈകൾ വയ്ക്കൽ അവസാനിച്ചു. പ്രസംഗകനും നടിയും പരസ്പരം മുഖാമുഖം നോക്കി. പെട്ടെന്ന് ആ സ്ത്രീ കഴുത്തിന്റെ മധ്യഭാഗം വരെ നീളുന്ന മുറിവുകൾ മറച്ചിരുന്ന ഉയർന്ന കഴുത്തുള്ള വസ്ത്രം വലിച്ചുകീറി. "ഭ്രാന്തനായ മനുഷ്യന്റെ കത്തി കൊണ്ട് നിഷ്കരുണം ഏൽപ്പിച്ച മുറിവുകൾ ഇപ്പോഴും തുറന്നിരുന്നു, പക്ഷേ അവ ഇപ്പോൾ ചുവന്നതും ദേഷ്യത്തോടെയും പ്രത്യക്ഷപ്പെട്ടിരുന്നില്ല! അവ വിളറിയതും

രോഗശാന്തിയുടെ എല്ലാ ലക്ഷണങ്ങളും കാണിച്ചിരുന്നു. നടി പൂർണ്ണമായും സുഖം പ്രാപിച്ചുവെന്നും, പതിനൊന്ന് വായിൽ ഏകദേശം തുറന്നിരുന്ന ഈ മുറിവുകൾ മിസ്റ്റർ ഹിക്സന്റെ ചികിത്സ കഴിഞ്ഞ് രണ്ടാഴ്ചയ്ക്കുള്ളിൽ സുഖപ്പെട്ടുവെന്നും ഇപ്പോൾ പറയപ്പെടുന്നു - ഒരു വടുവും അവശേഷിപ്പിച്ചില്ല.

1929 ജനുവരി 22-ന് അഡ്വക്കേറ്റ് പത്രമായ ബേണി ടാസ്മാനിയയിൽ നിന്ന് പുനഃപ്രസിദ്ധീകരിച്ചു. 1923-ലെ രോഗശാന്തി ദൗത്യങ്ങളിലൂടെ ഹിക്സൺ ഓസ്ട്രേലിയയിൽ പ്രശസ്തനായിരുന്നു.

ഓറിഗോണിൽ മരിച്ചവരിൽ നിന്ന് ഉയിർത്തെഴുന്നേറ്റു

55 അടി അകലെ വീണു മരിച്ച തോമസ് എം. വെൽച്ചിന്റെ പൂർണ്ണമായി രേഖപ്പെടുത്തിയ കഥ. മൃതദേഹം കണ്ടെത്തുന്നതിന് മുമ്പ് കുറഞ്ഞത് മുക്കാൽ മണിക്കൂറെങ്കിലും അദ്ദേഹം വെള്ളത്തിനടിയിൽ കിടന്നു. വിശ്വാസത്തിന്റെ പ്രാർത്ഥനയാൽ അദ്ദേഹം ജീവനിലേക്ക് ഉയിർത്തെഴുന്നേറ്റു, അതേ ആഴ്ച തന്നെ ജോലിയിൽ തിരിച്ചെത്തി! ഇത് യഥാർത്ഥത്തിൽ 20-ാം നൂറ്റാണ്ടിലെ ഏറ്റവും വലിയ അത്ഭുതങ്ങളിൽ ഒന്നാണ്.

ലിങ്കിനായി
http://www.healingandrevival.com/OregonMiracle.pdf

വില്യം ബ്രാൻഹാമിലൂടെ ആർത്രൈറ്റിസ് സുഖപ്പെട്ടു

ഒറിഗോണിലെ പോർട്ട്ലാൻഡിലെ ജെ.എച്ച്. ഗുണ്ടേഴ്സൺ വോയ്സ് ഓഫ് ഹീലിംഗ് മാഗസിനിലേക്ക് ഇനിപ്പറയുന്ന സാക്ഷ്യം അയച്ചു. അവർ അത് 1948 മെയ് മാസത്തിൽ പ്രസിദ്ധീകരിച്ചു.

എനിക്ക് മാസങ്ങളായി ആർത്രൈറ്റിസ് ഉണ്ടായിരുന്നു, അത് എന്നെ പലതവണ പ്രാർത്ഥിച്ചിരുന്നു. അങ്ങനെ ഞാൻ ഡോക്ടറുടെ അടുത്തേക്ക് പോയി, എനിക്ക് ഒരു മോശം കേസാണെന്നും സന്ധികളിൽ തന്നെയാണെന്നും അദ്ദേഹം പറഞ്ഞു. അദ്ദേഹം എന്റെ കൈകളിൽ 36 കുത്തിവയ്പ്പുകൾ നൽകി, പക്ഷേ ആശ്വാസം ലഭിച്ചില്ല. എന്റെ കൈകളിലും കാലുകളിലും എല്ലാ സന്ധികളിലും അത് ഉണ്ടായിരുന്നു. എന്റെ അവസ്ഥ വളരെ മോശമായിരുന്നു. എന്റെ കൈകൾ വായിൽ നിന്ന് ഉയർത്തിപ്പിടിക്കാൻ എനിക്ക് കഴിഞ്ഞില്ല, എനിക്ക് വസ്ത്രം ധരിക്കാൻ കഴിയുന്നതിനുമുമ്പ് എനിക്ക് വളരെ നേരം തറയിൽ നടക്കേണ്ടിവന്നു. പിന്നെ ഞാൻ എന്റെ ഭർത്താവിനോട് ഡോക്ടറെ കാണാൻ പോകുന്നത് നിർത്തി

എല്ലാ ദിവസവും രാവിലെ പ്രാർത്ഥനാ യോഗത്തിന് പോകുമെന്ന് പറഞ്ഞു. എന്നിട്ടും എനിക്ക് ആശ്വാസം ലഭിച്ചില്ല.

ബ്രദർ ബ്രാൻഹാമിന്റെ വിലാസം എനിക്ക് ലഭിച്ചു, അതിനാൽ ഞാൻ ഒരു തൂവാല തൈലം പൂശി പ്രാർത്ഥിക്കാൻ അയച്ചു. ഡിസംബർ 29 ന് രാവിലെ ഞാൻ എഴുന്നേറ്റു, എല്ലാ വേദനയും മാറി. ഞാൻ വസ്ത്രം ധരിച്ച് അടുക്കള വൃത്തിയാക്കാൻ പോയി. സുഖം പ്രാപിച്ചപ്പോൾ പാത്രങ്ങളും മരപ്പണികളും കഴുകി.

മൂന്ന് ദിവസത്തിന് ശേഷം എനിക്ക് ആ തൂവാല സഹോദരൻ ബ്രാൻഹാമിൽ നിന്ന് ലഭിച്ചു, പോസ്റ്റ്മാർക്ക് നോക്കിയപ്പോൾ ആ ദിവസം രാവിലെ അദ്ദേഹം പ്രാർത്ഥിച്ചതും എനിക്ക് സുഖം പ്രാപിച്ചതും കണ്ടെത്തി. എനിക്ക് ഇപ്പോഴും പൂർണ്ണമായും സുഖം പ്രാപിച്ചിരിക്കുന്നു.

പ്രാർത്ഥനാ വസ്ത്രത്തിലൂടെ രോഗശാന്തി - ചാൾസും ഫ്രാൻസിസ് ഹണ്ടറും

ഞങ്ങൾ തൈലം പൂശിയ ആ ചെറിയ തുണിക്കഷണങ്ങളിൽ വിശ്വസിക്കുന്നതിനാൽ, അവ അയച്ചപ്പോൾ നിരവധി ആളുകൾ സുഖം പ്രാപിച്ചിട്ടുണ്ട്!

ഇംഗ്ലണ്ടിലെ ഫെയ്ൽസ്വർത്തിലുള്ള ഒരു മുത്തശ്ശിയിൽ നിന്ന് ഞങ്ങൾക്ക് ഒരു കത്ത് ലഭിച്ചപ്പോഴാണ് ഏറ്റവും ആവേശകരമായ ഒരു സംഭവം ആരംഭിച്ചത്. അവർ ഞങ്ങളുടെ രോഗശാന്തി ശുശ്രൂഷയെക്കുറിച്ച് കേട്ടിരുന്നു, ഞങ്ങൾക്കൊരു കത്തെഴുതി. അതിൽ, ജന്മനാ ഇടുപ്പ് വൈകല്യവും ഹൈഡ്രോസെഫാലസും (തലച്ചോറിലെ ജലത്തിന്റെ വൈകല്യം) ഉള്ള തന്റെ മുത്തച്ഛനെക്കുറിച്ച് അവർ ഞങ്ങളോട് പറഞ്ഞു. ഒരു ഹൈഡ്രോസെഫാലിക് കുഞ്ഞ് വളരെക്കാലം ജീവിക്കുന്നത് വളരെ അപൂർവമാണ്, കാരണം അത് ശരീരത്തിന്റെ വളരെ ഗുരുതരമായ ഒരു വൈകല്യമാണ്, കർശനമായി പിശാചിൽ നിന്നാണ്, തീർച്ചയായും ദൈവം നൽകിയതല്ല.

"നിങ്ങൾക്ക് ഇംഗ്ലണ്ടിലേക്ക് വരാൻ കഴിയുന്നില്ലെങ്കിൽ, ദയവായി എനിക്ക് ഒരു ചെറിയ പ്രാർത്ഥനാ തുണി അയച്ചുതരുമോ?" അവൾ എഴുതി, ഇംഗ്ലണ്ട് ടെക്സസിലെ ഹ്യൂസ്റ്റണിൽ നിന്ന് വളരെ അകലെയാണ്, അതിനാൽ ഞങ്ങളും ഞങ്ങളുടെ മുഴുവൻ ഓഫീസ് ജീവനക്കാരും ഒരു ചെറിയ തുണിയിൽ കൈകൾ വച്ചു. ദൈവത്തോട് അവന്റെ രോഗശാന്തി ശക്തി അതിലേക്ക് കടക്കാൻ അനുവദിക്കണമെന്ന് ഞങ്ങൾ അപേക്ഷിച്ചു, അതോടൊപ്പം, അത് കുഞ്ഞിന്റെ മേൽ വയ്ക്കുമ്പോൾ,

പുനരുത്ഥാന ശക്തി തുണിയിൽ നിന്ന് കുഞ്ഞിന്റെ ശരീരത്തിലേക്ക് പോകും, കുഞ്ഞ് ദൈവത്തിന്റെ ശക്തിയാൽ പൂർണ്ണമായും സുഖപ്പെടും! ആ ചെറിയ തുണിക്കഷണത്തിന് മുകളിൽ പ്രാർത്ഥിച്ചുകൊണ്ട് ഞങ്ങൾ അമാനുഷിക വിശ്വാസത്തോടെ വിശ്വസിച്ചു, അതിന്റെ ദിവ്യ ഭാരത്തിലേക്ക് അയച്ചു. കുഞ്ഞ് എത്തിയപ്പോൾ ഉറങ്ങുകയായിരുന്നു, അതിനാൽ മുത്തശ്ശി ആ ചെറിയ തുണിക്കഷണം എടുത്ത് ചുരുട്ടി കുഞ്ഞിന്റെ കൈയിൽ തിരുകി. അതായിരുന്നു അവളുടെ സമ്പർക്ക പോയിന്റ്!

രണ്ടാമത്തെ തൊപ്പിയിലെ ചെറിയ പ്രാർത്ഥനാ തുണി കുഞ്ഞിന്റെ മുഷ്ടിയുടെ ഉള്ളിൽ സ്പർശിച്ചുവെന്നും തലയോട്ടി തൽക്ഷണം സാധാരണ വലുപ്പത്തിലേക്ക് ചുരുങ്ങി എന്നും മുത്തശ്ശി എഴുതി ഞങ്ങളോട് പറഞ്ഞു. ആ കുഞ്ഞിന് പിന്നീട് ഹൈഡ്രോസെഫാലസ് ഉണ്ടായിരുന്നില്ല. ദൈവത്തിന്റെ ശക്തിയാൽ കുട്ടി പൂർണ്ണമായും തൽക്ഷണം അമാനുഷികമായി സുഖം പ്രാപിച്ചു!

ആ ഇംഗ്ലീഷ് മുത്തശ്ശിക്ക് അയച്ച കത്ത് അറ്റ്ലാന്റിക് സമുദ്രം മുഴുവൻ കടന്ന് പോകേണ്ടിവന്നു. അത് വെറും ഒരു കടലാസ് കവറിലായിരുന്നെങ്കിലും, ഹ്യൂസ്റ്റണിൽ നിന്ന് ന്യൂയോർക്കിലേക്കും, പിന്നീട് ന്യൂയോർക്കിൽ

നിന്ന് ലണ്ടനിലേക്കും, പിന്നീട് ലണ്ടനിൽ നിന്ന് ഇംഗ്ലണ്ടിലെ ഫെയ്ൽസ്‌വർത്തിലേക്കും മറ്റൊരു തരത്തിലുള്ള വാഹനത്തിലും പോകുമ്പോൾ ദൈവത്തിന്റെ അഭിഷേകം പ്രാർത്ഥനാ തുണിയിൽ തന്നെ തുടർന്നു. ദൈവത്തിന്റെ ശക്തി ഇപ്പോഴും അവിടെ ഉണ്ടായിരുന്നു! അത് പ്രാർത്ഥിക്കുന്ന സമയത്തിനും അത് ആ കുട്ടിയുടെ കൈയിൽ വയ്ക്കുന്ന സമയത്തിനും ഇടയിൽ ഒരു ആഴ്ചയോ പത്ത് ദിവസമോ കഴിഞ്ഞിരിക്കാം, പക്ഷേ ശക്തി കുറഞ്ഞിരുന്നില്ല! ഞങ്ങൾ പ്രാർത്ഥിക്കുമ്പോഴുള്ളതുപോലെ ശക്തമായിരുന്നു ആ ശക്തി, മുത്തശ്ശിയുടെ സ്വീകാര്യമായ വിശ്വാസവും!

രണ്ടാഴ്ച കഴിഞ്ഞ് അവർ ആ കുട്ടിയെ വീണ്ടും ക്ലിനിക്കിലേക്ക് കൊണ്ടുപോയി, അവിടെ മുമ്പ് ചികിത്സിച്ചിരുന്നിടത്ത്. ഡോക്ടർ കുഞ്ഞിന്റെ ഇടുപ്പിന്റെ എക്സ്-റേ എടുത്തപ്പോൾ, രണ്ട് പൂർണ്ണമായ ഇടുപ്പ് സോക്കറ്റുകൾ കണ്ടെത്തി. കുഞ്ഞിന് ഒരു ഹിപ് സോക്കറ്റും ഇല്ലാതെയാണ് ജനിച്ചത്, ഇപ്പോൾ അതിന് രണ്ട് ഉണ്ട്! മുത്തശ്ശി പറഞ്ഞു, ക്ലിനിക്കിലെ ഡോക്ടർ പറഞ്ഞു, "ഇത് ഞങ്ങൾ ചികിത്സിച്ച അതേ കുഞ്ഞല്ല. കുട്ടിക്ക് ഹിപ് സോക്കറ്റുകൾ ഇല്ലെന്ന് മെഡിക്കൽ രേഖകൾ കാണിക്കുന്നു. കുട്ടിക്ക് ഹൈഡ്രോസെഫാലസ് ഉണ്ടെന്ന് മെഡിക്കൽ രേഖകൾ കാണിക്കുന്നു.

നിങ്ങൾ ഇത് എന്തിനാണ് കൊണ്ടുവന്നത്? ഇതിന് തലച്ചോറിൽ വെള്ളമില്ല, രണ്ട് ഹിപ് സോക്കറ്റുകളുമുണ്ട്." ഹല്ലേലൂയ!

ചാൾസും ഫ്രാൻസെസ് ഹണ്ടറും ചേർന്ന് എഴുതിയ "How To Heal The Sick" എന്ന പുസ്തകത്തിൽ നിന്നുള്ള ഭാഗം. അവർ കർത്താവിനോടൊപ്പം ആയിരിക്കാൻ പോയി, പക്ഷേ അവരുടെ മകൾ ജോൺ ഹണ്ടർ അവരുടെ ശുശ്രൂഷ തുടരുന്നു, കൂടാതെ സ്വന്തം പരിശീലന സാമഗ്രികളും വിൽക്കുന്നു. കൂടുതലറിയാൻ ഇവിടെ ക്ലിക്ക് ചെയ്യുക: www.joanhunter.org

മനുഷ്യൻ മരണശേഷം സ്വർഗം സന്ദർശിക്കുന്നു, പക്ഷേ ജീവിതത്തിലേക്ക് തിരികെ വരുന്നു

ജിം ആൻഡേഴ്സൺ ഒരു വലിയ ഹൃദയാഘാതം മൂലം മരിക്കുകയായിരുന്നു. പ്രശ്നത്തിന്റെ ലക്ഷണങ്ങൾ മാത്രമാണ് ഒരു വർഷം മുമ്പ് പ്രത്യക്ഷപ്പെട്ടത്, പക്ഷേ അദ്ദേഹത്തിന്റെ ഡോക്ടർ അദ്ദേഹത്തിന്റെ ലക്ഷണങ്ങളെ "സമ്മർദ്ദവുമായി ബന്ധപ്പെട്ടത്" എന്ന് വിളിച്ചു. ഒരു മാലിന്യ ജല സംസ്കരണ പ്ലാന്റിൽ സൂപ്പർവൈസറായി ജിം 12 മണിക്കൂർ ജോലി ചെയ്തിരുന്നു. എന്നാൽ ഇത്തവണ, അത് സമ്മർദ്ദത്തേക്കാൾ വളരെ കൂടുതലാണെന്ന് ജിമ്മിന് അറിയാമായിരുന്നു.

"ഞാൻ എന്റെ കിടപ്പുമുറിയിൽ വിശ്രമിക്കുകയായിരുന്നു, പെട്ടെന്ന്, എന്റെ നെഞ്ചിൽ ഒരു തകർപ്പൻ വേദന അനുഭവപ്പെട്ടു; വേദന എന്റെ കൈയിലൂടെയും കഴുത്തിന്റെ വശത്തേക്കും വ്യാപിച്ചു," ജിം പറഞ്ഞു. "എനിക്ക് ശ്വാസം പിടിക്കാൻ കഴിഞ്ഞില്ല. ഞാൻ എന്റെ മകളെ വിളിച്ച് പറഞ്ഞു, 'നീ എന്നെ ആശുപത്രിയിൽ കൊണ്ടുപോകേണ്ടിവരും. എനിക്ക് അത് മറികടക്കാൻ കഴിയില്ല.'"

ഒരു ബലൂൺ കത്തീറ്റർ അദ്ദേഹത്തിന്റെ ധമനിയിലേക്ക് കയറ്റി. അദ്ദേഹത്തെ സ്ഥിരപ്പെടുത്തി ഹൃദയം മാറ്റിവയ്ക്കൽ ശസ്ത്രക്രിയയുടെ പട്ടികയിൽ ഉൾപ്പെടുത്തി. എന്നാൽ രണ്ട് ദിവസത്തിന് ശേഷം, ജിം പൂർണ്ണമായും ശസ്ത്രക്രിയയ്ക്ക് വിധേയനായി. ജിം ഓർക്കുന്നു, "എല്ലാവരും മുറിയിലേക്ക് ഓടുന്നത് എനിക്ക് കാണാൻ കഴിഞ്ഞു, പക്ഷേ അലാറങ്ങൾ മുഴങ്ങുന്നത് എനിക്ക് കേൾക്കാൻ കഴിഞ്ഞില്ല. ഞാൻ വെള്ളത്തിനടിയിലായതുപോലെയായിരുന്നു. കേൾവിശക്തി മങ്ങിത്തുടങ്ങിയിരുന്നു. അപ്പോഴാണ് ഞാൻ പ്രാർത്ഥിക്കാൻ തുടങ്ങിയത്. ഞാൻ മരിക്കുകയാണെന്ന് എനിക്കറിയാമായിരുന്നു. അത് ഭയന്നുള്ള പ്രാർത്ഥനയായിരുന്നില്ല. അത് ആത്മാർത്ഥമായിരുന്നു."

“ഞാൻ പ്രാർത്ഥിക്കുമ്പോൾ അത് ഇരുണ്ടു തുടങ്ങി, അവസാനം വരെ അത് കറുത്തു,” ജിം പറഞ്ഞു. “അടുത്തതായി എനിക്ക് മനസ്സിലായത്, അകലെ നിന്ന്, ഒരു വെളുത്ത വെളിച്ചം ഞാൻ കണ്ടു. അത് മനോഹരമായിരുന്നു. അത് അന്ധത ഉണ്ടാക്കുന്ന ഒന്നല്ല, മറിച്ച് ശുദ്ധവും പൂർണ്ണവുമായിരുന്നു. ഞാൻ വെളിച്ചത്തിലേക്ക് പോകാൻ തുടങ്ങിയപ്പോൾ, എനിക്ക് പുറത്തേക്ക് കാണാൻ കഴിഞ്ഞു; അതിന്റെ പുറം അറ്റം സർപ്പിളമായി മാറാൻ തുടങ്ങി. അതെന്താണെന്ന് എനിക്ക് മനസ്സിലായില്ല. പക്ഷേ ഞാൻ അടുത്തെത്തിയപ്പോൾ, പ്രാർത്ഥനയുടെ വാക്കുകൾ കറങ്ങുന്നത് എനിക്ക് കാണാൻ കഴിഞ്ഞു. വാക്കുകൾ പൊട്ടി, വെളിച്ചത്തിലേക്ക് പോയി. ഞാൻ വെളിച്ചത്തിലേക്ക് പിന്തുടർന്നു.”

"അടുത്തതായി എനിക്ക് തോന്നിയത് ആലിംഗനം ചെയ്യപ്പെടുക എന്നതായിരുന്നു ... സുരക്ഷിതവും ഭദ്രവുമായി. അത് അതിശയകരമായി തോന്നി. അത് പൂർണ്ണമായ സ്നേഹമായി തോന്നി," ജിം പറഞ്ഞു. "അടുത്തതായി എനിക്കറിയാം, എന്റെ ശരീരം കിടക്കുന്ന മുറിയിലേക്ക് ഞാൻ നോക്കുകയായിരുന്നു. എല്ലാവരും എന്നെ പരിചരിക്കുന്നത് എനിക്ക് കാണാൻ കഴിഞ്ഞു. അവർ എന്താണ് പറയുന്നതെന്ന് എനിക്ക്

കേൾക്കാൻ കഴിഞ്ഞു. മുറിക്ക് പുറത്ത് രണ്ട് നഴ്സുമാർ അകത്തേക്ക് നോക്കുന്നുണ്ടായിരുന്നു. ഒരാൾ മറ്റൊരാളോട് പറഞ്ഞു, 'എന്തിനാണ് അവർ ഇത്ര കഠിനാധ്വാനം ചെയ്യുന്നത്? അവൻ പോയി. അവർ അവനെ തിരികെ കൊണ്ടുവന്നാൽ, അവൻ ഒരു പച്ചക്കറിയാകും.' അവൾ പറഞ്ഞത് ഞാൻ പിന്നീട് അവളോട് പറഞ്ഞു. അവൾ ബോധംകെട്ടു വീണു."

അപ്പോൾ ജിം സ്വയം ചിന്തിച്ചു, "ഡെബ്ബി എവിടെ?" ഉടനെ അവൻ അവൾ ഉണ്ടായിരുന്ന മുറിയിലായിരുന്നു. ജിമ്മിന്റെ ഭാര്യ ഡെബ്ബി ഓർമ്മിച്ചു, "ആ പ്രാർത്ഥന ഞാൻ പൂർത്തിയാക്കിയിരുന്നു. 'അവൻ നിങ്ങളുടേതാണ്, കർത്താവേ,' നിങ്ങൾക്കറിയാമോ, കാരണം ദൈവം അവനെ ആഗ്രഹിക്കുന്നുവെങ്കിൽ അവൻ നമ്മുടെ അടുത്തേക്ക് തിരിച്ചുവരുന്ന ഒരേയൊരു വഴി അതാണെന്ന് എനിക്കറിയാമായിരുന്നു." ജിം ഓർമ്മിച്ചു, "അവൾ അങ്ങനെ ചെയ്തപ്പോൾ, ഞാൻ അവളുടെ മുഖത്തേക്ക് സൂം ചെയ്തു. അവളുടെ മുഖം കണ്ടപ്പോൾ, ഞങ്ങളുടെ ജീവിതത്തിന്റെ എല്ലാ വശങ്ങളും ഞാൻ ഒരുമിച്ച് കണ്ടു; ഞങ്ങൾ കണ്ടുമുട്ടിയ ആദ്യ ദിവസം മുതൽ, ഞങ്ങളുടെ വിവാഹം, ഞങ്ങളുടെ കുട്ടികളുടെ ജനനം, ഞങ്ങൾ പങ്കിട്ട എല്ലാ വികാരങ്ങളും ... എനിക്ക് അവളെ ഉപേക്ഷിക്കാൻ കഴിഞ്ഞില്ല. എനിക്ക് അവളെ

ഉപേക്ഷിക്കാൻ കഴിഞ്ഞില്ല." "ഞാൻ കർത്താവിനോട് നിലവിളിച്ചു പറഞ്ഞു, 'കർത്താവേ, ഞാൻ നിന്നെ വളരെയധികം സ്നേഹിക്കുന്നു, പക്ഷേ ദയവായി എന്നെ തിരികെ പോകാൻ അനുവദിക്കൂ'. ഞാൻ പറഞ്ഞു, 'എന്റെ ഭാര്യക്ക് എന്നെ ആവശ്യമുണ്ട്, എന്റെ കുട്ടികൾക്ക് എന്നെ വളരെയധികം ആവശ്യമാണ്. ദയവായി എന്നെ തിരികെ പോകാൻ അനുവദിക്കൂ.' "

ഡോക്ടർമാരും നഴ്സുമാരും തളർന്നില്ല. അവർ ജിമ്മിനെ പലതവണ ഞെട്ടിച്ചു, നെഞ്ചിലെ മാംസം കത്തി. അപ്പോൾ ഡോക്ടർമാർ ഒരു ഹൃദയമിടിപ്പ് കേട്ടു. "ഞാൻ വേദനയുടെ ലോകത്തേക്ക് തിരിച്ചുവന്നു," ജിം പറഞ്ഞു. "അവർ എന്നെ പലതവണ ഞെട്ടിച്ചു. വെള്ളത്തിൽ നിന്ന് തിരിച്ചുവന്നതുപോലെയാണ് അത്. എന്റെ കേൾവിശക്തി തിരിച്ചുവന്നു. 'അവൻ തിരിച്ചുവന്നുവെന്ന് എനിക്ക് വിശ്വസിക്കാൻ കഴിയുന്നില്ല ... അവൻ തിരിച്ചുവന്നിരിക്കുന്നു!' എന്ന് അവർ പറയുന്നത് എനിക്ക് കേൾക്കാമായിരുന്നു! അവർ ചോദിച്ചു, 'നിങ്ങൾക്ക് എന്നെ കേൾക്കാൻ കഴിയുമോ?' ഞാൻ സ്വന്തമായി ആദ്യത്തെ ശ്വാസം എടുത്തു. നിങ്ങൾ എപ്പോഴെങ്കിലും ഹണിസക്കിൾ രുചിച്ചിട്ടുണ്ടോ? ആ ആദ്യ ശ്വാസത്തിന്റെ രുചി അതായിരുന്നു. അത് വളരെ

മധുരമായിരുന്നു, അതിശയകരമായിരുന്നു. ഞാൻ കർത്താവിനോട് നന്ദി പറഞ്ഞു."

ജിം ജീവിച്ചിരിപ്പുണ്ടായിരുന്നു... പക്ഷേ അവന്റെ ഹൃദയം ഇപ്പോഴും ശരിയായി പ്രവർത്തിച്ചിരുന്നില്ല. "ശരീരം സുഖപ്പെടാൻ വേണ്ടി അവർ അവനെ കോമയിലേക്ക്, ഒരു മെഡിക്കൽ കോമയിലേക്ക് തള്ളിവിട്ടു. അതിനാൽ, ദിവസങ്ങളോളം എനിക്ക് അവനോട് സംസാരിക്കാൻ കഴിഞ്ഞില്ല," ഡെബ്ബി പറഞ്ഞു. അടുത്ത 17 ദിവസം ജിം തീവ്രപരിചരണ വിഭാഗത്തിൽ ചെലവഴിച്ചു. അവൻ പലതവണ നിരന്നിരുന്നു. ഓരോ തവണയും യേശു അവനോട് ഒരു ചോദ്യം ചോദിച്ചു... "തുടർന്നുള്ള തവണ ഞാൻ അറസ്റ്റ് ചെയ്ത് വെളിച്ചത്തിലേക്ക് പോകുമ്പോൾ, 'ഇതാണോ നിനക്ക് വേണ്ടതെന്ന് നിങ്ങൾക്ക് ഉറപ്പാണോ?' എന്ന് അവൻ ചോദിക്കുമായിരുന്നു. ഓരോ തവണയും ഞാൻ തിരിച്ചുവരാൻ ആവശ്യപ്പെടുമായിരുന്നു ," ജിം പറഞ്ഞു. ജിം തന്റെ മെഡിക്കൽ-ഇൻഡ്യൂസ്ഡ് കോമയിൽ നിന്ന് ഉണർന്നു. അവന്റെ ഹൃദയത്തിന്റെ പ്രവർത്തനം അഞ്ച് ശതമാനത്തിൽ നിന്ന് 30 ശതമാനമായി വർദ്ധിച്ചു. അദ്ദേഹത്തിന് ഇനി ഹൃദയം മാറ്റിവയ്ക്കൽ ആവശ്യമില്ലായിരുന്നു. "ഇതൊരു നീണ്ട പ്രക്രിയയായിരുന്നു, പക്ഷേ അടിസ്ഥാനപരമായി അവന്റെ ശബ്ദം വീണ്ടും

കേൾക്കാൻ കഴിഞ്ഞത് നല്ലതായിരുന്നു," ഡെബ്ബി പറഞ്ഞു.

ഡോക്ടർ അദ്ദേഹത്തിന്റെ നെഞ്ചിൽ ഒരു പേസ് മേക്കർ ഘടിപ്പിച്ചു. വെറും രണ്ട് ദിവസങ്ങൾക്ക് ശേഷം, മകളുടെ ബിരുദദാന ചടങ്ങിനായി ജിമ്മിന് വീട്ടിലെത്താൻ കഴിഞ്ഞു. ഒരു ഡോക്ടർ ജിമ്മിനോട് പറഞ്ഞു, അദ്ദേഹത്തിന് ഇനി ഒരു വർഷം മാത്രമേ ജീവിക്കാൻ ബാക്കിയുള്ളൂ എന്ന്. അത് ഏഴ് വർഷങ്ങൾക്ക് മുമ്പായിരുന്നു. "അത് ഞങ്ങളെ പരസ്പരം അടുപ്പിച്ചു ... വളരെയധികം അടുപ്പിച്ചു. ഞങ്ങൾ ഇപ്പോൾ കാര്യങ്ങളെക്കുറിച്ച് സംസാരിക്കുന്നു, ദിവസത്തേക്ക് ചെയ്യേണ്ടതെന്തും അതാണ്, അത് കഴിഞ്ഞു. നിങ്ങൾക്കറിയാമോ, നിസ്സാരമായ കാര്യങ്ങളിൽ ഞങ്ങൾ ശ്രദ്ധ കേന്ദ്രീകരിക്കുന്നില്ല, "ഡെബ്ബി പറഞ്ഞു.

കുടുംബത്തോടൊപ്പമുള്ള ഓരോ ദിവസവും യേശുക്രിസ്തുവിന്റെ അനുഗ്രഹമാണെന്ന് ജിമ്മിന് അറിയാം. "ഒരു ദിവസം ഒരു വ്യക്തിക്കെങ്കിലും ഞാൻ സാക്ഷ്യം നൽകാൻ ശ്രമിക്കുന്നു ... ഇത് എന്നെക്കുറിച്ചല്ല ... ഇത് അവരുടെ ജീവിതത്തെക്കുറിച്ചാണെന്ന് അവരെ അറിയിക്കാൻ! അവൻ അവർക്കുവേണ്ടി ഉണ്ടെന്നും അവൻ അവരെ സ്നേഹിക്കുന്നുവെന്നും അറിയാൻ," ജിം പറഞ്ഞു.

"സ്വർഗ്ഗത്തിന് കാത്തിരിക്കാം" എന്ന സിബിഎൻ സാക്ഷ്യപത്രത്തിൽ നിന്ന്.

പ്രോസ്റ്റേറ്റ് കാൻസർ രോഗശാന്തി

“ഒന്നര വർഷം മുമ്പ് എനിക്ക് പ്രോസ്റ്റേറ്റ് കാൻസർ (അഡ്വാൻസ്ഡ് സ്റ്റേജുകൾ) ഉണ്ടെന്ന് കണ്ടെത്തി. ഡോക്ടർ നിർദ്ദേശിച്ച ഹോർമോൺ തെറാപ്പി പ്രോഗ്രാമിന് വിധേയമായതിനുശേഷം, എന്റെ PSA 15.7 ആയി കുറച്ചതിനുശേഷം 95 ആയി ഉയർന്നു. എന്റെ പാസ്റ്റർ ഹീലിംഗ് റൂംസ് മിനിസ്ട്രിയെക്കുറിച്ച് എന്നോട് പറഞ്ഞു. ഞങ്ങൾ ഓസ്റ്റിൻ ഹീലിംഗ് റൂമുകളിലേക്ക് 90 മൈൽ യാത്ര ചെയ്തു, പ്രാർത്ഥന സ്വീകരിച്ചു, ഞാൻ ദൈവത്തിന്റെ രോഗശാന്തി ശക്തി അവകാശപ്പെട്ടു. ആ രാത്രിയിൽ ദൈവം എന്റെ കാൻസർ സുഖപ്പെടുത്തിയെന്ന് എനിക്കറിയാം. എന്റെ അടുത്ത ഡോക്ടറുടെ അപ്പോയിന്റ്മെന്റിന് മുമ്പ് ഞാൻ പലതവണ പ്രാർത്ഥനയ്ക്കായി തിരികെ പോയി. അടുത്ത തവണ അവർ എന്റെ PSA പരിശോധിച്ചപ്പോൾ, അത് 31.7 ആയി കുറഞ്ഞു, എന്റെ പ്രോസ്റ്റേറ്റ് കണ്ടെത്താൻ ഡോക്ടർക്ക് ബുദ്ധിമുട്ടായിരുന്നു, കാരണം അത് വളരെയധികം ചുരുങ്ങി. നമ്മുടെ കർത്താവിനെയും രക്ഷകനെയും കുറിച്ചുള്ള നിങ്ങളുടെ ശുശ്രൂഷയ്ക്ക് ഓസ്റ്റിൻ ഹീലിംഗ് റൂംസിന് നന്ദി.”

ഓസ്റ്റിൻ ഹീലിംഗ് റൂമുകളിൽ പ്രാർത്ഥന സ്വീകരിച്ച ശേഷം ബ്രൂസ് നൽകിയ ഈ സാക്ഷ്യം ഇന്റർനാഷണൽ അസോസിയേഷൻ ഓഫ് ഹീലിംഗ് റൂംസിൽ നിന്നുള്ളതാണ്. IAHR നെക്കുറിച്ച് കൂടുതലറിയാൻ താൽപ്പര്യമുണ്ടോ? www.healingrooms.com

സൃഷ്ടിപരമായ അത്ഭുതം - ഒരു കുഞ്ഞിൽ രൂപപ്പെടുന്ന പുതിയ ഹൃദയം

മൂന്ന് വർഷങ്ങൾക്ക് മുമ്പ്, ഒരു സാധാരണ ഗർഭധാരണത്തിനുശേഷം, ജെമി തന്റെ രണ്ടാമത്തെ കുട്ടിയായ ഓഡ്രിക്ക് ജന്മം നൽകി. ഒറ്റനോട്ടത്തിൽ കുഞ്ഞ് പൂർണ്ണമായും ആരോഗ്യവതിയാണെന്ന് തോന്നി, അവളും ഭർത്താവ് ടോമും ഒരു പെൺകുഞ്ഞിനെ പ്രസവിക്കുന്നതിൽ ആവേശത്തിലായിരുന്നു. എന്നിരുന്നാലും, ഓഡ്രിയുടെ നിറം പിങ്ക് നിറത്തിൽ നിലനിർത്താൻ ഡോക്ടർമാർക്ക് ബുദ്ധിമുട്ടായിരുന്നു, അതിനാൽ അവർ അവളെ നിയോനാറ്റൽ ഇന്റൻസീവ് കെയർ യൂണിറ്റിലേക്ക് (NICU) കൊണ്ടുപോയി. അവിടെ, കുഞ്ഞിന്റെ ഹൃദയത്തിന്റെ ഒരു ഭാഗം നഷ്ടപ്പെട്ടിട്ടുണ്ടെന്നും ഹൃദയത്തിൽ നിന്ന് ശ്വാസകോശത്തിലേക്ക് ഒഴുകുന്ന പ്രധാന ധമനികൾ ഇല്ലെന്നും ഡോക്ടർമാർ കണ്ടെത്തി. തുടർന്ന് കുഞ്ഞിനെ മികച്ച ഹൃദയ

പരിചരണത്തിന് പേരുകേട്ട നഗരത്തിലെ മറ്റൊരു ആശുപത്രിയിലേക്ക് മാറ്റി.

തന്റെ ഉള്ളിൽ ഉയർന്നുവന്ന ഒരു കോപം ജെയ്മി ഓർക്കുന്നു, ആൻഡ്രൂവിന്റെ പഠിപ്പിക്കലിൽ നിന്ന് താൻ പഠിച്ച കാര്യങ്ങൾ പരിശുദ്ധാത്മാവ് തന്നെ ഓർമ്മിപ്പിക്കുന്നതായി അവൾക്ക് തോന്നി. അടുത്ത അവസരത്തിൽ, കുഞ്ഞ് ഓഡ്രിയെ കാണേണ്ടി വന്നപ്പോൾ, അവൾ തന്റെ കൈകൾ അവളുടെ മേൽ വച്ചു, ഓഡ്രിയുടെ ഹൃദയത്തോട് അവിടെയിരിക്കാൻ ആജ്ഞാപിച്ചു, 1 പത്രോസ് 2:24 അവളുടെ മേൽ പറഞ്ഞു, "...ആരുടെ അടിയേറ്റാണ് നീ സുഖം പ്രാപിച്ചത്." തല മുതൽ കാൽ വരെ വ്യാപിച്ചിരിക്കുന്ന തന്റെ ചെറിയ, വിളറിയ കുഞ്ഞിനെ അവൾ നോക്കിക്കൊണ്ടിരുന്നെങ്കിലും, പ്രാർത്ഥിക്കുമ്പോൾ ജെയ്മിക്ക് ഒരു സമാധാനം അനുഭവപ്പെട്ടു. ആ വൈകുന്നേരം അവൾ സ്വന്തം ആശുപത്രി മുറിയിലേക്ക് മടങ്ങിയപ്പോൾ, "ഞാൻ പ്രവർത്തിക്കുന്നത് നോക്കൂ" എന്ന് പരിശുദ്ധാത്മാവ് പറയുന്നത് ജെയ്മി കേട്ടു. പിതാവുമായുള്ള ബന്ധത്തിൽ നിന്നാണ് - അവനെ അറിയുന്നതിൽ നിന്നും അവന്റെ വചനം എന്താണ് പറയുന്നതെന്ന് ജെയ്മിക്ക് അറിയാമായിരുന്നു. "ആൻഡ്രൂവിന്റെ ശുശ്രൂഷ കണ്ടെത്തുന്നതിനുമുമ്പ് ഞാൻ പങ്കെടുക്കുന്ന

പള്ളിയിൽ പോകുന്നത് തുടർന്നിരുന്നെങ്കിൽ ഞാൻ അത് ഒരിക്കലും അറിയുമായിരുന്നില്ല, കാരണം ദൈവം നിങ്ങളെ നന്നായി ആഗ്രഹിക്കുന്നുവെന്ന് അവർ ഒരിക്കലും പഠിപ്പിച്ചിരുന്നില്ല."

പരിശുദ്ധാത്മാവിന്റെ പ്രേരണയാൽ, ഒരു പ്രാർത്ഥനാ ശുശ്രൂഷകൻ തന്നോട് പ്രാർത്ഥനയിൽ യോജിക്കുന്നതിനായി ജെയ്മി ആൻഡ്രൂ വോമാക്ക് മിനിസ്ട്രീസിലെ ഹെൽപ്പ്ലൈനിലേക്ക് വിളിച്ചു. ഓഡ്രിയോടുള്ള രോഗശാന്തിയും ആരോഗ്യവും മന്ത്രിയുടെ അധികാരത്തോടെ സംസാരിച്ചത് കേട്ടപ്പോൾ അവളുടെ വിശ്വാസം ശക്തിപ്പെട്ടു. ആ ദിവസം പിന്നീട്, തന്റെ പെൺകുഞ്ഞിന്റെ മോശം ആയുർദൈർഘ്യത്തെക്കുറിച്ചുള്ള ദുഃഖകരമായ വാർത്ത സ്പെഷ്യലിസ്റ്റുകൾ അറിയിച്ചപ്പോൾ, ജെയ്മി സത്യത്തിൽ ഉറച്ചുനിന്നു, തന്റെ ദൈവമല്ല ഈ പ്രശ്നങ്ങൾ സൃഷ്ടിച്ചതെന്നും അവനാണ് ഓഡ്രിയയെ സുഖപ്പെടുത്തിയതെന്നും അവൾക്കറിയാമായിരുന്നു.

പിറ്റേന്ന് രാവിലെ, ജെമി തന്റെ കുഞ്ഞിനെ പരിശോധിക്കാൻ ആശുപത്രിയിലേക്ക് വിളിച്ചു, കാര്യങ്ങൾ മാറിയെന്ന് നഴ്സ് അവളോട് പറഞ്ഞു. വരാനിരിക്കുന്ന ശസ്ത്രക്രിയയ്ക്കുള്ള തയ്യാറെടുപ്പിനായി,

വരാനിരിക്കുന്ന ശസ്ത്രക്രിയയ്ക്കുള്ള തയ്യാറെടുപ്പിനായി, രാത്രിയിൽ, കാർഡിയോളജിസ്റ്റ് ഓഡ്രിക്ക് മറ്റൊരു എക്കോഗ്രാം നൽകി. ജാമി സ്കോട്ട് സഹോദരന്മാരായ ജോഷും വില്യംസും ഉൾപ്പെടെയുള്ള സ്കോട്ട് കുടുംബം എക്കോഗ്രാം ചെയ്തപ്പോൾ, ഓഡ്രിയുടെ ഹൃദയം പൂർണ്ണമായും രൂപപ്പെട്ടതായി അവർ കണ്ടു. കണ്ണീരോടെ ജെമി ഫോണിൽ നിന്ന് ഇറങ്ങി ടോമിനോട് പറഞ്ഞു, "അവർ അവളുടെ ഹൃദയം കാണുന്നു." ഓഡ്രിക്ക് വേണ്ടി ഒന്നും ചെയ്തത് ഡോക്ടർമാരല്ല, ദൈവമാണെന്ന് അറിഞ്ഞുകൊണ്ട് സ്കോട്ടിന്റെ കുടുംബം സന്തോഷിച്ചു. "എന്റെ ദൈവം അവിടെയുണ്ടെന്നും അവന്റെ കൈ അതിലുണ്ടെന്നും എനിക്കറിയാമായിരുന്നു, ഉയർന്ന ശക്തിയുണ്ടെന്ന് അവൻ അവർക്ക് [നഴ്സുമാർക്കും ഡോക്ടർമാർക്കും] കാണിച്ചുകൊടുത്തു."

പുതിയ പരിശോധനാ ഫലങ്ങളെക്കുറിച്ച് ചർച്ച ചെയ്യാൻ ജെമിയും ടോമും ഡോക്ടർമാരെ കണ്ടപ്പോൾ, അവരുടെ അയോർട്ടയിൽ ഇപ്പോഴും ഒരു "ചുളിവ്" ഉണ്ടെന്നും ഒരു ചെറിയ ശസ്ത്രക്രിയയിലൂടെ ഈ പ്രശ്നം പരിഹരിക്കപ്പെടുമെന്നും അവരോട് പറഞ്ഞു. എന്നാൽ ഒരിക്കൽ കൂടി, ജെമി സ്വയം ചിന്തിച്ചുകൊണ്ട് ദൈവത്തിന്റെ

വചനത്തിൽ ഉറച്ചുനിന്നു, "എന്റെ ദൈവം ഒന്നും പകുതിവഴിയിൽ ചെയ്യാൻ പോകുന്നില്ല, അവൻ മുഴുവൻ കാര്യവും പൂർത്തിയാക്കും, അവൾക്ക് ശസ്ത്രക്രിയ ആവശ്യമില്ല." ജെമി പറഞ്ഞത് ശരിയാണ്, ഈ അനുഭവത്തിനിടയിലാണ് തനിക്ക് ലഭിച്ച വെളിപ്പെടുത്തലിലൂടെ ദൈവത്തെ അറിയുന്നത് വിലമതിക്കാനാവാത്തതാണെന്ന് അവൾ തിരിച്ചറിഞ്ഞത്.

ജാമി ഓഡ്രിക്ക് ജന്മം നൽകി ഒരു ആഴ്ച കഴിഞ്ഞപ്പോൾ, അവൾ തന്റെ സുന്ദരിയും പൂർണ ആരോഗ്യവതിയുമായ പെൺകുഞ്ഞിനെ കൈകളിൽ പിടിച്ചുകൊണ്ട് വീടിന്റെ വാതിലിലൂടെ നടന്നു. ആശുപത്രിയിൽ ചെലവഴിച്ച ആഴ്ചയിലുടനീളം, "ഞാൻ ഭയങ്കരമായും അത്ഭുതകരമായും സൃഷ്ടിക്കപ്പെട്ടിരിക്കുന്നു" എന്ന വാചകം ജാമിയുടെ മനസ്സിൽ നിരന്തരം കടന്നുവന്നിരുന്നു. "അവൻ പകുതിവഴിയിൽ ഒന്നും ചെയ്യുന്നില്ല. അവൻ ഒരു നല്ല ദൈവവും വിശ്വസ്തനായ പിതാവുമാണ്," ജാമി പറഞ്ഞു. ഇന്ന്, ഓഡ്രി ആരോഗ്യവതിയും ഊർജ്ജസ്വലയുമായ മൂന്ന് വയസ്സുള്ള ഒരു കുട്ടിയാണ്.

ആൻഡ്രൂ വോമാക്കിന്റെ ശുശ്രൂഷകളിൽ നിന്നുള്ള ഒരു സാക്ഷ്യമാണിത്. കൂടുതലറിയാൻ താൽപ്പര്യമുണ്ടോ?
www.awmi.net

മാറ്റ് സോർജറിലൂടെയുള്ള സൃഷ്ടിപരമായ അത്ഭുതം

സ്റ്റേഡിയത്തിലാകെ അത്ഭുതങ്ങൾ നടന്നുകൊണ്ടിരിക്കുമ്പോൾ 12 വയസ്സുള്ള പെൺകുട്ടി പ്ലാറ്റ്ഫോമിലേക്ക് കാലെടുത്തുവച്ച നിമിഷം ഞാൻ ഒരിക്കലും മറക്കില്ല. ബധിരരായ കാതുകൾ തുറക്കപ്പെടണമെന്ന് പ്രാർത്ഥിക്കാൻ കർത്താവ് എന്നെ നയിച്ചു. ദൈവത്തിന്റെ സാന്നിധ്യവും മഹത്വവും അന്തരീക്ഷത്തിൽ നിറഞ്ഞപ്പോൾ, കേൾക്കാൻ കഴിയാത്ത കാതുകൾ പെട്ടെന്ന് തുറക്കാൻ തുടങ്ങി. സാക്ഷ്യങ്ങൾ പുറത്തുവന്നപ്പോൾ, എന്റെ സംഘം ഒരു പെൺകുട്ടിയെ പ്ലാറ്റ്ഫോമിലേക്ക് കൊണ്ടുവന്നു. അവർ അവളുടെ നീണ്ട തവിട്ട് നിറമുള്ള മുടി പിന്നിലേക്ക് തടവിയപ്പോൾ, ആ കാഴ്ച കണ്ട് ഞാൻ അത്ഭുതപ്പെട്ടു. അവൾ ജനിച്ചത് ചെവികളില്ലാതെയായിരുന്നു. അവളുടെ തലയുടെ വശത്ത് ചെറിയ ദ്വാരങ്ങൾ മാത്രമായിരുന്നു. ദൈവത്തിന്റെ അഭിഷേകം അവളുടെ മേൽ വന്നപ്പോൾ, അവളുടെ കാതുകളിൽ ഒരു പൊട്ടൽ കേൾക്കാൻ അവൾക്ക് കഴിഞ്ഞു. പെട്ടെന്ന്, കർത്താവ് ഒരു സൃഷ്ടിപരമായ അത്ഭുതം പുറപ്പെടുവിച്ചപ്പോൾ, അവളുടെ തലയുടെ ഉള്ളിൽ കർണപടലങ്ങൾ രൂപപ്പെട്ടു, അവളുടെ ജീവിതത്തിൽ ആദ്യമായി

അവളുടെ കേൾവിശക്തി തുറന്നു. അത്ഭുതത്തിന് എന്നെക്കൊണ്ട് ഒരു ബന്ധവുമില്ലെന്ന് എനിക്കറിയാമായിരുന്നു. മഹത്വം വരുന്നതുവരെ ആളുകളെ ആരാധനയിൽ നയിക്കുക, തുടർന്ന് ദൈവം ബാക്കിയുള്ളത് ചെയ്യാൻ അനുവദിക്കുക എന്നതായിരുന്നു എന്റെ പങ്ക്. ആ രാത്രിയിൽ മെക്സിക്കോയിൽ ദൈവത്തിന്റെ ശക്തിയാൽ പലരും സുഖം പ്രാപിച്ചത് ഞങ്ങൾ കണ്ടു, നിരവധി വികലാംഗരെ പോലും.
മാറ്റിനെക്കുറിച്ച് കൂടുതലറിയണോ? www.mattsorger.com

റാണ്ടി ക്ലാർക്ക് ടീം – കാൽ രണ്ട് ഇഞ്ച് വളരുന്നു

ഒരു രാത്രി മുമ്പ് പാസ്റ്റർ ആൽഡയുടെ പള്ളിയിൽ, ഒരു മനുഷ്യൻ മുടന്തി നടക്കുന്നത് ഞാൻ ശ്രദ്ധിച്ചു. അദ്ദേഹത്തിന്റെ വലതു ഷൂവിൽ മൂന്ന് ഇഞ്ച് പ്ലാറ്റ്ഫോം ഉണ്ടായിരുന്നു, അതിനാൽ ആ കാൽ ഇടതുവശത്തേക്കാൾ ചെറുതായിരുന്നു എന്നത് വ്യക്തമാണ്. ശുശ്രൂഷാ സമയം ആരംഭിച്ചപ്പോൾ, ഞാൻ ഒരു പരിഭാഷകനെ പിടിച്ചു, അവനെ കണ്ടെത്തി. അവന്റെ കാൽ വളരാൻ പ്രാർത്ഥിക്കാമോ എന്ന് ഞാൻ ചോദിച്ചു, അവൻ അതെ എന്ന് പറഞ്ഞു. പ്രാർത്ഥന കഴിഞ്ഞ് അഞ്ച് മിനിറ്റിനുള്ളിൽ, അവന്റെ മുഖത്ത് ഒരു വേദന പ്രത്യക്ഷപ്പെട്ടു.

എന്താണ് സംഭവിക്കുന്നതെന്ന് ഞാൻ പരിഭാഷകനിലൂടെ ചോദിച്ചു. അദ്ദേഹം പറഞ്ഞു, "വേദനിക്കുന്നു!" അതൊരു വലിയ മുറിവാണോ എന്ന് ഞാൻ ചോദിച്ചു. അദ്ദേഹം പറഞ്ഞു, "ഇല്ല, അത് വളരുകയാണ്!" ശുശ്രൂഷയുടെ മുഴുവൻ സമയത്തും അത് ഒരു ഇഞ്ച് മുതൽ ഒന്നര ഇഞ്ച് വരെ വളർന്നു. ഞങ്ങൾ പോയപ്പോൾ അത് പൂർണ്ണമായും സുഖപ്പെടാത്തതിനാൽ ഞാൻ നിരുത്സാഹപ്പെട്ടു. അടുത്ത രാത്രി, വെള്ളിയാഴ്ച 07/08/05, അദ്ദേഹം വീണ്ടും അവിടെ ഉണ്ടായിരുന്നു, ഷൂസിൽ മുടന്തി .

കൂടുതൽ പ്രാർത്ഥനയ്ക്കായി അവൻ എന്റെ അടുക്കൽ വന്നു. പ്രശ്നത്തിന്റെ വേരുകൾ ഞങ്ങൾ ആഴത്തിൽ പരിശോധിച്ചു. അവന് 8 മാസം പ്രായമുള്ളപ്പോൾ, അവന്റെ ഇടുപ്പിന്റെ വലതുവശത്തും വലതു കാലിന്റെ മുകൾ ഭാഗത്തും ഒരു മര ബെഞ്ച് വീണതായി ഞാൻ കണ്ടെത്തി. ശസ്ത്രക്രിയയ്ക്ക് ശേഷം, അവന്റെ തുടയെല്ലിനും ഇടുപ്പിലെ സോക്കറ്റിനും ഇടയിൽ തരുണാസ്ഥി ഇല്ലായിരുന്നു. അവൻ വളരുന്തോറും, അസ്ഥിയിലെ പൊടിക്കൽ കാരണം ആ കാൽ മറ്റേതിനേക്കാൾ ചെറുതായിരുന്നു. അവൻ രണ്ട് കാലുകളും നേരെയാക്കി തറയിൽ കിടന്നു. പ്രശ്നത്തിന്റെ മൂലകാരണം അറിഞ്ഞുകൊണ്ട്, ഞാൻ തരുണാസ്ഥി വളരാൻ കൽപ്പിച്ചു. അവന്റെ

വലതു കാൽ പെട്ടെന്ന് 90 ഡിഗ്രി കോണിൽ വളഞ്ഞു.

"മുമ്പ് എനിക്ക് അത് ചെയ്യാൻ കഴിയില്ലായിരുന്നു!" അവൻ ഇരിക്കുമ്പോഴോ നിൽക്കുമ്പോഴോ എപ്പോൾ വേണമെങ്കിലും അത് വേദനയുണ്ടാക്കും, കാരണം അസ്ഥികൾ കടിച്ചുകീറുകയും അത് വളയ്ക്കാൻ കഴിയാതെ വരികയും ചെയ്യും. ഇപ്പോൾ വേദനയില്ല, അവന് പൂർണ്ണ വഴക്കവും ലഭിച്ചു. പിന്നെ ഞാൻ തുടയെല്ലിനെ വളരാനും നീട്ടാനും ആജ്ഞാപിച്ചു. അവന്റെ മുഖത്ത് വേദന പ്രകടമായി, അവൻ പറഞ്ഞു, "ദൈവം അവിടെ ഉണ്ടെന്ന് തോന്നുന്നു, ഒരു ടോ ട്രക്ക് അത് നീട്ടിക്കൊണ്ട്." അത് രണ്ട് സെന്റീമീറ്ററിനുള്ളിൽ എത്തി, പ്രാർത്ഥന നിർത്താൻ അവൻ എന്നോട് ആവശ്യപ്പെട്ടു. അവൻ എഴുന്നേറ്റു വേദനയില്ലാതെയും ഉയർത്തിയ ഷൂ ഇല്ലാതെയും നടന്നു. ഇടതു കാലിൽ പോലും അത് വളരാത്തതിൽ ഞാൻ ഇപ്പോഴും നിരാശനാണ്, പക്ഷേ രാത്രി മുഴുവൻ അത് വളരുമെന്ന് താൻ വിശ്വസിച്ചിരുന്നുവെന്ന് അവൻ പറഞ്ഞു. അത് ഉണ്ടായാലും ഇല്ലെങ്കിലും, ദൈവം അവന് പുതിയ തരുണാസ്ഥി നൽകി, വേദന ഏറ്റെടുത്ത് അവന്റെ കാലിൽ ഏകദേശം 2 ഇഞ്ച് വളരാൻ പ്രേരിപ്പിച്ചു!

2005 ജൂലൈ 8-ന് റാണ്ടി ക്ലാർക്ക് മിനിസ്ട്രി ടീമിലെ മൈക്കൽ ക്ലാൻസി റിപ്പോർട്ട് ചെയ്തത്.
ബ്രസീലിലെ സാൻ പോളോയിലേക്കുള്ള ഗ്ലോബൽ അവേക്കണിംഗ് യാത്രയിൽ നിന്ന്. ജൂലൈ 12 ലെ റിപ്പോർട്ട്,
2005. അവരുടെ അനുമതിയോടെ ഉപയോഗിച്ചു.

എ.എച്ച്. ഡാലിമോർ – മാർഗരറ്റ് മാക്ഫെർസണിന്റെ രോഗശാന്തി

വിശ്വസിക്കാത്ത ഒരു സ്ത്രീയുടേതാണ് താഴെ പറയുന്ന സാക്ഷ്യം
, ദൈവം സുഖപ്പെടുത്തി എന്ന്
വിശ്വസിക്കാത്ത ഒരു എഴുത്തുകാരൻ ഇത് ഒരു പുസ്തകത്തിൽ എഴുതിയിരിക്കുന്നു, എന്നിട്ടും... കാരണം അത് രസകരമാണ്.

മാർഗരറ്റ് മാക്ഫെർസൺ ശൈത്യകാലത്ത് ആഴ്ചകളോളം ലംബാഗോ ബാധിച്ച് ശാരീരികമായി തളർന്നിരുന്നു (കൃത്യമല്ലാത്ത മെഡിക്കൽ നിർവചനത്തിന്റെ പരാതി). 1931-ൽ ഈ അവസ്ഥയിൽ, അവൾ ഡാലിമോറിന്റെ ഒരു മീറ്റിംഗിൽ പങ്കെടുത്തു. അവൾ മതിപ്പുളവാക്കി: അദ്ദേഹം ഒരു ഷോമാൻ ആയിരുന്നില്ല. അദ്ദേഹം ഒരു സാധാരണ ലോഞ്ച് സ്യൂട്ട് ധരിച്ചിരുന്നു, മേലങ്കികളില്ല. ലൈറ്റുകൾ അദ്ദേഹത്തിന്റെ

മേൽ നിറഞ്ഞു. മങ്ങിയ മതസ്വരങ്ങളില്ല, സ്റ്റേജ് ഇഫക്റ്റുകളുമില്ല. ഒരു കാര്യം മാത്രം ശ്രദ്ധേയവും രസകരവുമായിരുന്നു. ശുശ്രൂഷ തുടരുമ്പോൾ അദ്ദേഹത്തിന്റെ പ്രഭാവലയം വർദ്ധിച്ചു. സ്വാഭാവികമായും പ്രഭാവലയം കാണുന്ന മാനസിക ആളുകളിൽ ഒരാളല്ല ഞാൻ. ഇല്ല, ഇത് എന്റെ പാർട്ടിയിലെ എല്ലാവർക്കും വ്യക്തമായി കാണാൻ കഴിയുന്ന ഒരു യഥാർത്ഥ പ്രകാശമായിരുന്നു. അത് അദ്ദേഹത്തിന് മുകളിലുള്ള വൈദ്യുത വിളക്കിന്റെ വെളുത്ത തിളക്കം പോലും ഇല്ലാതാക്കി, ഡാലിമോർ അവളെ തിരിച്ചറിഞ്ഞു - അവൻ അവളെ തെരുവിൽ കണ്ടുമുട്ടിയിരുന്നു - അവളെ മുന്നിലേക്ക് വിളിച്ചു. 'ഞാൻ "കത്തി!" എന്ന് പറയാൻ തുടങ്ങുന്നതിനുമുമ്പ് അവൻ എന്റെ നെറ്റിയിൽ കുരിശ് വച്ചിരുന്നു, ബാക്കിയുള്ളവരോടൊപ്പം ഞാനും എന്റെ പുറകിൽ കിടന്നു.' പിന്നീട്, എഴുന്നേറ്റ് ഹാളിൽ നിന്ന് ഇറങ്ങിയ ശേഷം, അവളുടെ പാർട്ടിയിലെ ഒരാൾ അവൾ എന്തിനാണ് വീണതെന്ന് ചോദിച്ചു. അവളുടെ മറുപടി, 'ആ മനുഷ്യനോടുള്ള സ്നേഹവും മര്യാദയും കൊണ്ടാണ് ഞാൻ പോയത്. എഴുന്നേറ്റു നിന്ന് അവരുടെ വിശ്വാസം തകർക്കാൻ എനിക്ക് കഴിഞ്ഞില്ല: എനിക്ക് കഴിഞ്ഞില്ല.' അവളുടെ കഥ പറയുമ്പോൾ ഒരു കാര്യം അവൾ അവഗണിച്ചുവെന്ന് അവളുടെ ചോദ്യകർത്താവ് പറഞ്ഞു: 'മാർഗരറ്റ്, നീ

സുഖം പ്രാപിച്ചു! നീ തെരുവിലൂടെ ഓടി! നിന്റെ വടി എവിടെ? നീ അത് മീറ്റിംഗിൽ ഉപേക്ഷിച്ചു!' അത് സത്യമായിരുന്നു. എ.എച്ച്. ഡാലിമോർ (അല്ലെങ്കിൽ അയാൾക്ക് ബാധിച്ച ശക്തി) ഇരുപത് വർഷത്തിലേറെയായി നിലനിൽക്കുന്ന ലംബാഗോയിൽ നിന്ന് എന്നെ സുഖപ്പെടുത്തി.'

ലോറി ഗൈ എഴുതിയ "*അത്ഭുതങ്ങൾ, മിശിഹാകൾ, മാധ്യമങ്ങൾ: 1930 കളിൽ ഓക്ക്‌ലൻഡിലെ എ.എച്ച്. ഡാലിമോറിന്റെ മന്ത്രാലയം*" എന്നതിൽ നിന്നുള്ള ഉദ്ധരണി .

മരിയ വുഡ്‌വർത്ത്-എറ്റർ – ട്യൂമർ ഭേദമായ സ്ത്രീ

സിസ്റ്റർ വുഡ്‌വർത്തിനെ നഗരത്തിന്റെ തെക്കൻ ഭാഗത്തേക്ക് എന്നെന്നേക്കുമായി കൊണ്ടുവന്നതിന് ഞാൻ ദൈവത്തിന് നന്ദി പറയുന്നു, കാരണം അവളുടെ പ്രസംഗത്തിലൂടെ എന്റെ ഭർത്താവിന്റെ മുറിവിൽ നിന്ന് ഞാൻ സുഖപ്പെട്ടു, ദൈവത്തിന് സ്തുതി, എന്റെ ആത്മാവും ശരീരവും സുഖപ്പെട്ടു. ഞാൻ വഴിതെറ്റിപ്പോയി, പക്ഷേ യേശു എന്നെ കണ്ടെത്തി. ഞാൻ രോഗിയായിരുന്നു, പക്ഷേ യേശു എന്നെ സുഖപ്പെടുത്തി. യേശു എല്ലാം നന്നായി ചെയ്യുന്നുവെന്ന് ഓർമ്മിക്കുക. "യേശുക്രിസ്തു, ഇന്നലെയും ഇന്നും എന്നേക്കും ഒരുപോലെയാണ്." എബ്രായർ 13:8

ഞാൻ ബലിപീഠത്തിലേക്ക് പോയപ്പോൾ എന്റെ ഇടതുവശത്ത് ഒരു ട്യൂമർ ഉണ്ടായിരുന്നു. ഒമ്പത് വർഷങ്ങൾക്ക് മുമ്പ് എനിക്ക് ഉണ്ടായ ഒരു വീഴ്ചയിൽ നിന്നാണ് അത് ഉണ്ടായത്. ആ സമയം മുതൽ ഞാൻ തുടർച്ചയായ ദുരിതത്തിലും കഷ്ടപ്പാടിലും വലിയ വേദനയിലും ആയിരുന്നു - ചിലപ്പോൾ മറ്റുള്ളവരെക്കാൾ മോശമായിരുന്നു. എന്റെ കഷ്ടപ്പാടുകൾ ആർക്കും പറയാൻ കഴിയില്ല.

എന്റെ സ്വന്തം ജീവൻ എടുക്കാൻ ഞാൻ പലപ്പോഴും ചിന്തിച്ചിരുന്നതായി എന്റെ ബന്ധുക്കൾ ആരും ഒരിക്കലും അറിഞ്ഞിരുന്നില്ല, എന്റെ കഷ്ടപ്പാടുകൾ വളരെ വലുതായിരുന്നു. എന്റെ ഭർത്താവിന്റെ പ്രാർത്ഥനയും ദയയും മാത്രമാണ് എന്നെ അതിൽ നിന്ന് തടഞ്ഞത്. ട്യൂമറിനൊപ്പം എനിക്ക് മറ്റ് നിരവധി രോഗങ്ങളും ഉണ്ടായിരുന്നു - കുടലിന്റെ താഴത്തെ അവയവങ്ങളിൽ രക്തസ്രാവം, ചിതൽ, രക്തം തുപ്പൽ, വാതം. മൂന്ന് വർഷം മുമ്പ് എന്റെ കാലുകളിലും പിന്നീട് ഇടതുകൈയിലും കൈയിലും വീക്കം മൂലമുള്ള വാതം എന്നെ പൂർണ്ണമായും വികലാംഗനാക്കി. ഈ നഗരത്തിലും മറ്റിടങ്ങളിലും ഞങ്ങൾ നിരവധി ഭൗമിക ഡോക്ടർമാരെ പരീക്ഷിച്ചു, പക്ഷേ ഫലമുണ്ടായില്ല, കാരണം ചെറിയ ആശ്വാസം മാത്രമേ ലഭിച്ചുള്ളൂ. ഒരു ഓപ്പറേഷൻ പോലും

എന്നെ സഹായിക്കില്ലെന്ന് ഡോക്ടർമാർ പറഞ്ഞു. അപ്പോൾ ഭൂമിയിൽ എനിക്ക് ഇനി ഒരു സഹായവുമില്ലെന്ന് ഞങ്ങൾക്കറിയാമായിരുന്നു , പക്ഷേ ഒരു മന്ദഗതിയിലുള്ള, നീണ്ടുനിൽക്കുന്ന മരണം, ഒരുപക്ഷേ മാസങ്ങളോ വർഷങ്ങളോ ആകാം, പക്ഷേ ഒടുവിൽ അത് എന്റെ ജീവൻ എടുക്കും. ഞാൻ അന്ന് ഉണർന്നിരുന്നെങ്കിലും, ലോകത്തിന് മുന്നിൽ എന്റെ വേദനയും ദുരിതവും മറയ്ക്കാൻ എനിക്ക് കഴിഞ്ഞു, പക്ഷേ അവ എനിക്ക് എത്ര ദയനീയമായ നീണ്ട രാത്രികളായിരുന്നു.

1893 ഓഗസ്റ്റ് 10-ന് ഞാൻ അൾത്താരയിൽ പോയ ദിവസം ഞാൻ ഒരിക്കലും മറക്കില്ല. ഞാൻ ഒരു ദരിദ്രനും ദയനീയനുമായ പാപിയാണ്. എന്റെ എല്ലാ പാപങ്ങളും, ഈ രോഗബാധിതവും വികലാംഗവുമായ ശരീരവും ഞാൻ യേശുവിന്റെ കാൽക്കൽ താഴ്മയോടെ സമർപ്പിച്ചു. യേശു തന്റെ സ്നേഹനിർഭരമായ ദയയിലും കരുണയിലും എന്നെപ്പോലുള്ള ഒരു ദരിദ്രനെ നിന്ദിച്ചു, തൽക്ഷണം ഞാൻ ആത്മാവും ശരീരവും പൂർണ്ണമായി. യേശു എന്റേതാണെന്ന അനുഗ്രഹീത ഉറപ്പ് ലഭിക്കുന്നതിലും വേദനയും വേദനയും ഒരു നിമിഷം കൊണ്ട് ഇല്ലാതാകുന്നതിലും ആർക്കാണ് ദൈവത്തെ സന്തോഷിപ്പിക്കാനും സ്തുതിക്കാനും തോന്നാത്തത്? ഓ, കുട്ടികളോടുള്ള അവന്റെ

ആർദ്രമായ കരുണയ്ക്ക് ഞാൻ ദൈവത്തിന് എത്ര നന്ദി പറയുന്നു. ഈ സാക്ഷ്യം പാപരോഗികളായ നിരവധി ആത്മാക്കളെ യേശുവിന്റെ പാദങ്ങളിലേക്ക് കൊണ്ടുവരുമെന്ന് ഞാൻ പ്രതീക്ഷിക്കുകയും പ്രാർത്ഥിക്കുകയും ചെയ്യുന്നു. സിസ്റ്റർ വുഡ്‌വർത്തിനെയും അവരുടെ സഹപ്രവർത്തകരെയും അവർ എവിടെയായിരുന്നാലും ദൈവം അനുഗ്രഹിക്കട്ടെ. ദൈവം സഹോദരൻ സ്പൈഹറിനെയും അനുഗ്രഹിക്കട്ടെ. ഞാൻ വിശ്വസ്തതയോടെ നിൽക്കാൻ എനിക്കുവേണ്ടി പ്രാർത്ഥിക്കുക.

ക്രിസ്തുവിൽ നിങ്ങളുടേത്.

ശ്രീമതി. എം. ഫാൽക്കെൻറത്ത്

സെന്റ് ലൂയിസ്, മിസ്സോറി

മൂപ്പൻ എച്ച്.എച്ച്. സ്പീഹറിന്റെ "ലോകത്തിന്റെ വൈദ്യൻ, ക്രിസ്തു കർത്താവ്" എന്നതിൽ നിന്നുള്ള ഉദ്ധരണി. എൽഡർ എച്ച്.എച്ച്. സ്പൈഹർ ഒരു ചർച്ച് ഓഫ് ഗോഡ് (വൈൻബ്രെന്നർ) പാസ്റ്ററായിരുന്നു, മരിയ വുഡ്‌വർത്തിനെ തന്റെ സുവിശേഷ യോഗങ്ങളിലൂടെ കുറഞ്ഞത് രണ്ട് തവണയെങ്കിലും പള്ളികൾ സ്ഥാപിക്കാൻ സഹായിച്ചു.

ടിഡബ്ല്യു രതന (മവോറി ഹീലർ) - ഫാനി ലാമാസിൻ്റെ രോഗശാന്തി

പ്രസിദ്ധീകരിച്ച നിരവധി രോഗശാന്തികളിൽ ചില സഭകളുടെ ശ്രദ്ധ പിടിച്ചുപറ്റിയ രണ്ടെണ്ണം ഉണ്ടായിരുന്നു. ദിവ്യ രോഗശാന്തി ശുശ്രൂഷയെക്കുറിച്ച് ആഴത്തിലും പ്രാർത്ഥനാപൂർവ്വവും ചിന്തിച്ചിരുന്ന നിരവധി നേതാക്കളെയും സഭകളെയും ഈ രോഗശാന്തികൾ സ്വാധീനിച്ചു. ആദ്യത്തേത് നെൽസണിലെ ബാപ്റ്റിസ്റ്റ് ചർച്ചിലെ അംഗമായ മിസ് എഫ്. ലാമാസിന്റെ കേസായിരുന്നു.

19 വർഷക്കാലം തല മുതൽ കാൽ വരെ ഒരു ഉരുക്ക് ഫ്രെയിമിൽ ബന്ധിക്കപ്പെട്ടിരുന്ന മിസ് ലാമാസ്, ഈ കാലയളവിൽ ഏറ്റവും മികച്ച വൈദ്യചികിത്സയാണ് ലഭിച്ചത്. 1921-ൽ അവർ രത്താനയ്ക്ക് കത്തെഴുതി, അദ്ദേഹത്തിന്റെ മറുപടി ലഭിച്ചതിനുശേഷം വളരെക്കാലം പ്രാർത്ഥനയിൽ ചെലവഴിച്ചു. അങ്ങനെ ദൈവശക്തി അവളെ എഴുന്നേൽക്കാനും നിൽക്കാനും പിന്നീട് പരസഹായമില്ലാതെ നടക്കാനും പ്രാപ്തയാക്കി. അവളെ അറിയുന്ന എല്ലാവരും അത്ഭുതപ്പെട്ടു. അവൾ സുഖം പ്രാപിച്ചുവെന്ന് അവളുടെ സ്വന്തം പ്രാദേശിക ഡോക്ടർ സ്ഥിരീകരിച്ചു. മിസ് ലാമാസ് രോഗശാന്തിയെക്കുറിച്ചുള്ള തന്റെ സാക്ഷ്യം പങ്കുവെക്കാൻ തീരുമാനിച്ചു, രോഗശാന്തിക്ക്

ശേഷം ആറ് മാസം മാത്രം യാത്ര ചെയ്തു, ഓക്ക്ലൻഡിലെ ടാബർണാക്കിൾ ഉൾപ്പെടെ നിരവധി ബാപ്റ്റിസ്റ്റ് പള്ളികൾ സന്ദർശിച്ചു, ദൈവത്തിന്റെ രോഗശാന്തി ശക്തിയെക്കുറിച്ച് സംസാരിച്ചു, ദിവ്യ രോഗശാന്തി പഠിപ്പിക്കലിൽ താൽപ്പര്യം ത്വരിതപ്പെടുത്തി.

അവളുടെ രോഗശാന്തിയുടെ കഥ പൂർണ്ണമായും റവ. ജോസഫ് കെമ്പിനോട് പറഞ്ഞു, അദ്ദേഹം അവളുടെ സാക്ഷ്യം നാല് പതിപ്പുകളായി പുറത്തിറങ്ങിയ ഒരു ശ്രദ്ധേയമായ ലഘുലേഖയിൽ പ്രസിദ്ധീകരിച്ചു, ആദ്യത്തേത് പ്രസിദ്ധീകരിച്ച് മൂന്ന് ആഴ്ചകൾക്കുള്ളിൽ വിറ്റുതീർന്നു.

യഥാർത്ഥ രോഗശാന്തിയിലേക്ക് നയിച്ച സംഭവങ്ങളെക്കുറിച്ചുള്ള അവരുടെ വിവരണം ഇപ്രകാരമാണ്: "കൺസൽട്ടേഷന്റെ ഫലം എന്റെ ഡോക്ടർ എന്നോട് പറഞ്ഞു, ഒന്നും ചെയ്യാൻ കഴിയില്ലെന്ന് പറഞ്ഞു. എനിക്ക് പ്രതീക്ഷയ്ക്ക് അപ്പുറമായിരുന്നു. അത്ഭുത മനുഷ്യനായ രതാനയെക്കുറിച്ച് കേട്ടിട്ടുണ്ടോ എന്ന് ഞാൻ അദ്ദേഹത്തോട് ചോദിച്ചു. അദ്ദേഹം പറഞ്ഞു, "കുറച്ചുമാത്രം." പിന്നെ ഞാൻ അദ്ദേഹത്തോട് അത്ഭുതകരമായ മനുഷ്യനെയും അത്ഭുതകരമായ രോഗശാന്തികളെയും കുറിച്ച് പറഞ്ഞു, വായിക്കാൻ ഞാൻ അദ്ദേഹത്തിന് പേപ്പറുകൾ നൽകി. അദ്ദേഹം

എന്റെ കട്ടിലിനരികിൽ ഇരുന്നു അവയെല്ലാം വായിച്ചു. അദ്ദേഹം വളരെയധികം മതിപ്പുളവാക്കിയതിനാൽ ഒടുവിൽ അദ്ദേഹം എന്നെ എഴുതാൻ പ്രേരിപ്പിച്ചു.

എനിക്ക് വിശ്വസിക്കാൻ തക്ക വിശ്വാസമുണ്ടെങ്കിൽ, എന്നെ സുഖപ്പെടുത്താതിരിക്കേണ്ടതിന്റെ കാരണം അദ്ദേഹത്തിന് മനസ്സിലാകുന്നില്ലെന്ന് അദ്ദേഹം പറഞ്ഞു
... പേന പിടിക്കാൻ പോലും കഴിയാത്തത്ര ദുർബലനായ ഞാൻ രത്താനയ്ക്ക് എന്റെ കേസ് വിശദീകരിച്ചുകൊണ്ട് ക്രമേണ എഴുതി... ഒരു ആഴ്ച കഴിഞ്ഞ് രത്താനയുടെ മറുപടി ലഭിക്കുന്നതുവരെ ഞാൻ കൂടുതലൊന്നും ചെയ്തില്ല. കർത്താവായ യേശുക്രിസ്തുവിൽ
പൂർണ്ണഹൃദയത്തോടെയും ആത്മാവോടെയും സുഖപ്പെടുത്താനുള്ള അവന്റെ ശക്തിയിലും വിശ്വസിക്കാനും, തീക്ഷ്ണമായും ക്ഷീണമില്ലാതെയും പ്രാർത്ഥിക്കാനും, എന്റെ പ്രാർത്ഥനകൾ ആവർത്തിക്കാനും അദ്ദേഹം എന്നോട് പറഞ്ഞു. എനിക്കുവേണ്ടിയും പ്രാർത്ഥിക്കുമെന്ന് അദ്ദേഹം പറഞ്ഞു.

അദ്ദേഹം ഒരു വാക്യം ഉദ്ധരിച്ചു - "നിങ്ങൾക്ക് ദൈവത്തെയും മാമോനെയും സേവിക്കാൻ കഴിയില്ല." അത് ഞാൻ പ്രതീക്ഷിച്ച തരത്തിലുള്ള കത്തായിരുന്നില്ല, പക്ഷേ ഞാൻ

അത് കൂടുതൽ വായിക്കുന്തോറും അതിൽ കൂടുതൽ ഉള്ളതായി തോന്നി. എന്റെ പങ്ക് നിർവഹിക്കാൻ ഞാൻ തീരുമാനിച്ചു, അതിനാൽ മിക്കവാറും ദിവസം മുഴുവൻ ആത്മാർത്ഥമായ പ്രാർത്ഥനയിൽ ചെലവഴിച്ചു. ഞാൻ ഒറ്റയ്ക്കാണെന്ന് ഓരോ നിമിഷവും ഞാൻ പ്രാർത്ഥിച്ചു, എന്റെ പൂർണ്ണഹൃദയത്തോടും ആത്മാവോടും കൂടി പ്രാർത്ഥിച്ചു, പ്രാർത്ഥനയിൽ വേദനിക്കുന്നത് വരെ... രാത്രി വന്നു, എനിക്ക് എക്കാലത്തെയും പോലെ മോശമായി തോന്നി. പ്രാർത്ഥനയിൽ ഞാൻ വളരെ ക്ഷീണിതനായിരുന്നു, അത് ദൈവത്തോട് പറഞ്ഞു, അത് അവന്റെ ജോലിയാണെന്ന് ഞാൻ പറഞ്ഞു, അത് പൂർണ്ണമായും അവന്റെ പക്കൽ വിട്ടു.

പിന്നെ ഞാൻ ഉറങ്ങാൻ പോയി. ഓരോ തവണയും ഞാൻ ഉണരുമ്പോൾ ഞാൻ പ്രാർത്ഥിക്കുകയും പിറ്റേന്ന് രാവിലെ വീണ്ടും ഭാരം ഏറ്റെടുക്കുകയും ചെയ്തു, കാരണം എന്റെ പങ്ക് നിർവഹിക്കാൻ ഞാൻ ദൃഢനിശ്ചയം ചെയ്തു. മൈലുകൾ അകലെ രത്തന എനിക്കുവേണ്ടി പ്രാർത്ഥിക്കുന്നുണ്ടെന്ന് അറിയുന്നത് സന്തോഷകരമായിരുന്നു. എന്നെ സുഖപ്പെടുത്തണമെന്ന് അവനോട് യാചിച്ചുകൊണ്ട് ഞാൻ തീവ്രമായി പ്രാർത്ഥിച്ചു. അവസാനത്തെ കുറച്ച്

വാക്കുകൾ എനിക്ക് നന്നായി ഓർമ്മയുണ്ട്. "ഓ ദൈവമേ, നീ വലിയവനാണ്, സർവ്വശക്തനാണ്; സർവ്വശക്തൻ. നിനക്ക് എല്ലാം ചെയ്യാൻ കഴിയും. ഓ, നിന്റെ ഇഷ്ടമാണെങ്കിൽ ഇപ്പോഴും എന്നെ സുഖപ്പെടുത്തുക."

പെട്ടെന്ന് ആ മഹാത്ഭുതം സംഭവിച്ചു. ജീവനും ശക്തിയും എന്നിലേക്ക് ഒഴുകിയെത്തി. കടുത്ത ബലഹീനതയുടെയും രോഗത്തിന്റെയും ഒരു വികാരത്തിൽ നിന്ന് ഞാൻ ഉടനടി ശക്തനും ആരോഗ്യവാനും ആയി. വേദനയും പിന്തുണയുമില്ലാതെ കിടക്കയിൽ എഴുന്നേറ്റു നിന്ന ആ മാറ്റം വളരെ വലുതായിരുന്നു! ! ഞാൻ എന്റെ കാലുകൾ കിടക്കയിൽ നിന്ന് എഴുന്നേൽപ്പിച്ച് ശക്തിക്കായി പ്രാർത്ഥിച്ചുകൊണ്ട് എഴുന്നേറ്റു തികഞ്ഞ സ്വാസ്ഥ്യത്തോടെയും സ്വാതന്ത്ര്യത്തോടെയും നടന്നു. എനിക്ക് തലകറക്കം പോലും തോന്നിയില്ല. ഞാൻ ശരിക്കും സുഖം പ്രാപിച്ചുവെന്ന് എനിക്ക് തൽക്ഷണം മനസ്സിലായി; യേശുക്രിസ്തു ഭൂമിയിലായിരുന്നപ്പോൾ ആളുകളെ പൂർണതയിലേക്ക് കൊണ്ടുവന്നതുപോലെ, അവൻ എന്നെ പൂർണതയിലേക്ക് കൊണ്ടുവന്നു. ഒരു കുഞ്ഞിനെയും പൂർണമായ അസ്ഥികൂടത്തെയും പോലെ ദുർബലനായിരുന്നെങ്കിലും, ആ മഹാശക്തി എന്നിലേക്ക് വന്നപ്പോൾ എനിക്ക് പൂർണ

ആരോഗ്യം തോന്നി. അത്തരമൊരു അത്ഭുതകരമായ പ്രവൃത്തിയുടെ സമയം രേഖപ്പെടുത്താൻ ഞാൻ എന്റെ വാച്ചിലേക്ക് നോക്കി. 1921 ഫെബ്രുവരി 24 ന് കൃത്യം 5.30 ആയിരുന്നു. എഴുതാൻ കഴിയാത്തത്ര അത്ഭുതകരമാണ്, വാക്കുകൾക്ക് ഒരിക്കലും പറയാൻ കഴിയില്ല, ഇത്രയും അത്ഭുതകരമായ ഒന്നും എഴുതാൻ കഴിയില്ല.

രത്തനയുടെ കത്ത് ലഭിച്ച് കൃത്യം പത്തൊമ്പത് മണിക്കൂറിന് ശേഷമാണ് അത് സംഭവിച്ചത്. ദൈവം എനിക്ക് നൽകിയ അത്ഭുതകരമായ നന്മയ്ക്ക് ഞാൻ ഉടൻ തന്നെ നന്ദി പറയുകയും സ്തുതിക്കുകയും ചെയ്തു. “പിന്നെ വാതിലിനടുത്തേക്ക് നടന്ന് ഞാൻ എന്റെ മാതാപിതാക്കളെ വിളിച്ചു, എനിക്ക് സുഖം പ്രാപിച്ചുവെന്ന് പറഞ്ഞു. അവർ എഴുന്നേറ്റു സന്തോഷവും നന്ദിയും കൊണ്ട് തിടുക്കത്തിൽ അകത്തേക്ക് വന്നു. ഞാൻ ജീവിച്ചിരിക്കുന്നിടത്തോളം കാലം അവരുടെ പ്രിയപ്പെട്ട തിളങ്ങുന്ന മുഖങ്ങൾ ഞാൻ ഒരിക്കലും മറക്കില്ല... ജീവിച്ചിരിക്കുന്ന ഏറ്റവും ശക്തനായ മനുഷ്യൻ, അവൻ പൂർണ്ണ ആരോഗ്യവാനായിരുന്നെങ്കിൽ പോലും, ഒരു വർഷത്തോളം കമിഴ്ന്നു കിടന്നിരുന്നെങ്കിൽ, തലകറക്കവും ബലഹീനതയും ഇല്ലാതെ എഴുന്നേറ്റ് നടക്കാൻ കഴിയുമായിരുന്നില്ല, കാരണം അത് പ്രകൃതി നിയമങ്ങൾക്ക് വിരുദ്ധമാണ്. മരണത്തിന്റെ

പടിവാതിൽക്കൽ വരെ ഞാൻ ഉണ്ടായിരുന്നു, പക്ഷേ ഒരിക്കലും മറക്കാനാവാത്ത ആ നിമിഷം വരെ ഞാൻ പെട്ടെന്ന് സുഖമായിരുന്നു, അത് എത്ര വലിയ അത്ഭുതമാണെന്ന് കാണിക്കുന്നു.
റവ.
ജെ.ഇ. വോർസ്ഫോൾഡിന്റെ *"ദി ഹിസ്റ്ററി ഓഫ് ദി കരിസ്മാറ്റിക് മൂവ്മെന്റ്സ് ഇൻ ന്യൂസിലാൻഡിൽ"* നിന്നുള്ള ഉദ്ധരണി . റവ. ജോസഫ് കെമ്പ് എഴുതിയ *"ഹൗ ഐ വാസ് ഹീൽഡ്, എ ന്യൂസിലാൻഡ് മിറക്കിൾ" എന്ന പേരിൽ പ്രസിദ്ധീകരിച്ച യഥാർത്ഥ വിവരണം. 1921.*

എഫ് എഫ് ബോസവർത്ത് – ഒരു രാത്രിയിൽ ആറ് ബധിര കുട്ടികളെ സുഖപ്പെടുത്തി

ഇല്ലിനോയിസിലെ റോഷെൽ എന്ന ചെറിയ പട്ടണത്തിലെ സാധാരണ ബുദ്ധിമാനായ ആറ് ചെറുപ്പക്കാർ ഇന്ന് രാവിലെ ബാപ്റ്റിസ്റ്റ് പള്ളിയുടെ ബേസ്മെന്റിലെ ഒരു പ്രത്യേക ക്ലാസ്സിൽ ഇരുന്ന് അവരുടെ അധ്യാപകൻ പ്രോത്സാഹിപ്പിച്ച ഏറ്റവും ലളിതമായ വാക്കുകൾ വീണ്ടും വീണ്ടും പറഞ്ഞു . താമസിയാതെ അവർക്ക് മുഴുവൻ

അക്ഷരമാലയും മനസ്സിലാകുമെന്നും സംസാരിക്കാൻ കഴിയുമെന്നും അവൾ അവരോട് പറഞ്ഞു.

ക്ലാസ്സിലെ രണ്ട് പെൺകുട്ടികളുടെയും നാല് യുവാക്കളുടെയും മനസ്സിനോ ശരീരത്തിനോ ഒരു കുഴപ്പവുമില്ല. എന്നാൽ ഒരു മാസം മുമ്പ് അവർക്ക് സംസാരിക്കാനോ കേൾക്കാനോ കഴിഞ്ഞില്ല. ഒരു കുടുംബത്തിലെ നാലുപേരും ജന്മനാ ബധിരരായിരുന്നു.

കഴിഞ്ഞ മാസം, പട്ടണത്തിലെ ഒരു വൃദ്ധ സഭാംഗം, ഹ്യൂസ്റ്റണിലെ വീട്ടിൽ പോയി, വിശ്വാസമുണ്ടെങ്കിൽ നാല് ബധിര കുട്ടികളെ ദൈവം സുഖപ്പെടുത്തുമെന്ന് പറഞ്ഞു. ഷിക്കാഗോയിൽ റവ. എഫ്.എഫ്. ബോസ്വർത്ത് സുവിശേഷ കൂടാരത്തിൽ പ്രസംഗിക്കുന്നു. ഈ മനുഷ്യൻ അവർക്കുവേണ്ടി പ്രാർത്ഥിച്ചതിന് ശേഷം ആയിരക്കണക്കിന് രോഗികൾ സുഖം പ്രാപിച്ചുവെന്ന് അവർ കൂട്ടിച്ചേർത്തു. കുട്ടികളെ ചിക്കാഗോയിലേക്ക് അയച്ചാലോ?

ഹൂസ്റ്റണിലെ നാല് കുട്ടികളെയും മറ്റ് രണ്ട് കുട്ടികളെയും ചിക്കാഗോയിലേക്ക് അയച്ചു. ഒരു രാത്രിയിൽ കൂടാരത്തിലെ ശുശ്രൂഷയ്ക്കിടെ അവർ പ്ലാറ്റ്ഫോമിലേക്ക് പോയി, രോഗികളോ ബലഹീനരോ ആയ ആരെങ്കിലും പ്രാർത്ഥിക്കാൻ ആഗ്രഹിക്കുന്നുണ്ടോ എന്ന് പാസ്റ്റർ

ബോസ്‌വർത്ത് ചോദിച്ചു. ആ രാത്രിയിൽ ആറ് പേർക്കും തൽക്ഷണം രോഗശാന്തി ലഭിച്ചുവെന്ന് അവർ സാക്ഷ്യപ്പെടുത്തുന്നു. അടുത്ത ദിവസം റോഷെലിലെ പള്ളി ബേസ്‌മെന്റിൽ അവരുടെ ക്ലാസ് തുടർന്നു, പക്ഷേ അധ്യാപകരും വിദ്യാർത്ഥികളും വിദ്യാഭ്യാസ വിപ്ലവത്തെ അഭിമുഖീകരിച്ചു. 1928 മെയ് 6-ലെ ലോസ് ഏഞ്ചൽസ് ടൈംസിൽ നിന്നുള്ള ഉദ്ധരണി.

മസ്കുലർ ഡിസ്ട്രോഫി ബാധിച്ചു.

യങ്സ്ടൗണിലെ ഒരു ആശുപത്രിയിൽ നിന്ന്, മസ്കുലാർ ഡിസ്ട്രോഫി എന്ന വൈകല്യമുള്ള ഒരു രോഗവുമായി എന്നെ ഡിസ്ചാർജ് ചെയ്തു. എംവി കേസ് നിരാശാജനകമാണെന്ന് ഡോക്ടർമാർ കരുതി. ഒരു വർഷത്തിനുശേഷം ഞാൻ സാധാരണക്കാരനും ആരോഗ്യവാനുമാണ്. ഒരു വർഷം മുമ്പ് എനിക്ക് ഒരു ഗ്ലാസ് വെള്ളം പോലും കുടിക്കാൻ കഴിഞ്ഞില്ല, ഇന്ന് ഞാൻ എട്ട് മുറികളുള്ള ഒരു വീട്, ഒരു ഭർത്താവ്, രണ്ട് കൊച്ചുകുട്ടികൾ എന്നിവരെ പരിപാലിക്കുന്നു. എന്റെ അവസ്ഥയിൽ ഈ അത്ഭുതകരമായ മാറ്റം വരുത്താൻ യേശുവിന് മാത്രമേ കഴിയൂ.

1956-ലെ വേനൽക്കാലത്ത് ഞാൻ വളരെ ക്ഷീണിതനായി തോന്നിയപ്പോഴാണ് എന്റെ

പ്രശ്നങ്ങൾ ആരംഭിച്ചത്. ഞങ്ങൾ ഒരു പുതിയ വീട്ടിലേക്ക് താമസം മാറുകയായിരുന്നു, അതുകൊണ്ടായിരിക്കാം എനിക്ക് എപ്പോഴും ക്ഷീണം തോന്നിയതെന്ന് ഞാൻ കരുതി. അപ്പോൾ എനിക്ക് രണ്ടാമത്തെ കുഞ്ഞ് ജനിക്കാൻ പോകുകയാണെന്ന് ഞാൻ മനസ്സിലാക്കി. ഞാൻ കൂടുതൽ കൂടുതൽ ക്ഷീണിതനായി. മൂന്നാം മാസമാകുമ്പോഴേക്കും എനിക്ക് എന്റെ സമനില തെറ്റാൻ തുടങ്ങി. ഞാൻ വളരെ എളുപ്പത്തിലും പലപ്പോഴും വീഴുമായിരുന്നു. കുഞ്ഞിനെക്കുറിച്ച് എനിക്ക് വളരെ ആശങ്കയുണ്ടായിരുന്നു, പക്ഷേ കുഞ്ഞ് സുഖമായിരിക്കുമെന്ന് കർത്താവ് എനിക്ക് ആന്തരിക ഉറപ്പ് നൽകി.

തുടർന്നുള്ള മാസങ്ങളിൽ ഞാൻ വളരെ ക്ഷീണിതയായി. ഉരുളക്കിഴങ്ങ് തൊലി കളയാനോ, ഒരു ലിറ്റർ പാൽ ഉയർത്താനോ, സ്വയം ഭക്ഷണം കഴിക്കാനോ പോലും എനിക്ക് കഴിഞ്ഞില്ല. വീഴാതിരിക്കാൻ ഞാൻ കാലുകൾ നീട്ടി നടക്കേണ്ടി വന്നു. എന്റെ അവസ്ഥയിൽ ഡോക്ടർക്ക് ആശയക്കുഴപ്പമുണ്ടായിരുന്നു, പക്ഷേ എന്റെ ഗർഭധാരണം കാരണം ആവശ്യമായ പരിശോധനകൾക്ക് വിധേയനാകാൻ എനിക്ക് കഴിഞ്ഞില്ല. കർത്താവിന്റെ സഹായത്താൽ ഞാൻ ഒരു കൊച്ചു പെൺകുട്ടിയെ പ്രസവിച്ചു. അവൾ ആരോഗ്യവതിയായ ഒരു കുട്ടിയായിരുന്നു.

1957 ജൂൺ 20 ന് അവൾ ജനിച്ചു, കൂടുതൽ പ്രശ്നങ്ങളൊന്നും ഉണ്ടാകില്ലെന്ന് പ്രതീക്ഷിച്ച് ഡോക്ടർ എന്നെ ആശുപത്രിയിൽ നിന്ന് ഡിസ്ചാർജ് ചെയ്തു. എന്നിരുന്നാലും, എന്റെ ശക്തി വീണ്ടും ക്ഷയിക്കാൻ തുടങ്ങി. കുഞ്ഞിനെ ഉയർത്താനോ മാറ്റാനോ കഴിയാത്തത്ര വേഗത്തിൽ എന്റെ അവസ്ഥ വഷളായി. ഒരു സേഫ്റ്റി പിൻ തുറക്കാനോ അടയ്ക്കാനോ പോലും എനിക്ക് കഴിഞ്ഞില്ല. മറ്റാരെങ്കിലും അവളെ എല്ലാ ദിവസവും വസ്ത്രം ധരിപ്പിക്കേണ്ടിവന്നു. ഒരു വീൽചെയർ ഉപയോഗിക്കാൻ എന്നെ നിർബന്ധിച്ചു, പക്ഷേ ഞാൻ നിരസിച്ചു, കാരണം എനിക്കുവേണ്ടി പ്രാർത്ഥന നടത്തിയിരുന്നു, ദൈവം എന്നെ സുഖപ്പെടുത്തുമെന്ന് ഞാൻ വിശ്വസിച്ചു. ഞാൻ ഇടയ്ക്കിടെ കുറച്ച് നടക്കുമായിരുന്നു, ഒരു സമയം കുറച്ച് ചുവടുകൾ മാത്രം. പക്ഷേ എല്ലാ ദിവസവും ഞാൻ ഒരു കസേരയിൽ ഒതുങ്ങി.

ആ ദിവസങ്ങളിൽ എനിക്ക് ബൈബിൾ പിടിക്കാൻ കഴിഞ്ഞില്ല, അതിനാൽ എന്റെ പാസ്റ്ററായ ബ്രദർ റോയ് ആംസ്ട്രോങ് എന്നെ സന്ദർശിക്കുമ്പോഴെല്ലാം ഞാൻ വളരെ സന്തോഷിച്ചു. അദ്ദേഹം ബൈബിൾ ഉറക്കെ വായിക്കുമായിരുന്നു, അദ്ദേഹം എനിക്ക് വായിച്ചു തന്നതെല്ലാം ഓർമ്മിക്കാൻ എന്നെ സഹായിക്കാൻ ഞാൻ പരിശുദ്ധാത്മാവിനോട്

അപേക്ഷിക്കുമായിരുന്നു. ജൂലൈയിൽ ഞാൻ വേഗത്തിൽ പരാജയപ്പെട്ടുകൊണ്ടിരുന്നു, കർത്താവ് ഒരു അത്ഭുതം ചെയ്തില്ലെങ്കിൽ ഞാൻ അധികകാലം ജീവിച്ചിരിക്കില്ലെന്ന് എനിക്കറിയാമായിരുന്നു. പേശികൾ വഷളാകുന്നതുവരെ മാംസം എന്റെ അസ്ഥികളിൽ ഒരു തുണി പോലെ തൂങ്ങിക്കിടക്കുകയായിരുന്നു. എനിക്ക് എന്നെത്തന്നെ പോറ്റാനോ എന്നെത്തന്നെ പരിപാലിക്കാനോ പലവിധത്തിൽ കഴിഞ്ഞില്ല. ഞാൻ ആശുപത്രിയിൽ കിടന്നു, പതിമൂന്ന് ദിവസം ലബോറട്ടറി പരിശോധനകൾക്ക് വിധേയനായി. ആശുപത്രിയിൽ ആയിരിക്കുമ്പോൾ ഞാൻ നിരാശനായി. എന്റെ സുഖം പ്രാപിക്കലിന് ഭൗമിക പ്രത്യാശയില്ലെന്ന് എനിക്കറിയാമെന്ന് ഞാൻ കർത്താവിനോട് പറഞ്ഞു. എന്നെ സുഖപ്പെടുത്താൻ ഞാൻ അവനിൽ വിശ്വസിക്കുന്നുവെന്നും, അപ്പോൾ തന്നെ രോഗശാന്തി പ്രവർത്തനം ആരംഭിക്കാൻ അവനോട് പ്രസാദിക്കണമെന്നും ഞാൻ അവനോട് ആവശ്യപ്പെട്ടു.

അങ്ങനെ ഞാൻ കർത്താവിന്റെ വാഗ്ദാനങ്ങൾ തെളിയിക്കാൻ തുടങ്ങി. ആശുപത്രിയിൽ കിടക്കുമ്പോൾ ആദ്യം എന്റെ കൈ എന്റെ മുഖത്തിന് മുകളിൽ പിടിക്കാൻ പോലും എനിക്ക് കഴിഞ്ഞില്ല, പക്ഷേ എല്ലാ ദിവസവും രാവിലെ ഞാൻ

പ്രാർത്ഥിക്കുകയും എന്റെ കൈ അവിടെ പിടിക്കാൻ ശ്രമിക്കുകയും ചെയ്യുമായിരുന്നു. അഞ്ച് ദിവസത്തിനുള്ളിൽ എനിക്ക് അത് നിയന്ത്രിക്കാനും എന്റെ മുഖത്ത് സ്പർശിക്കാനും കഴിഞ്ഞു. ദൈവം പ്രാർത്ഥനയ്ക്ക് ഉത്തരം നൽകുന്നുണ്ടെന്നും എനിക്ക് ഭയമില്ലെന്നും വിശ്വസിക്കാൻ ഇത് എന്നെ പ്രോത്സാഹിപ്പിച്ചു.

1957 ഓഗസ്റ്റ് 10-ന്, എനിക്ക് വളരെ മൂർച്ചയുള്ള ഒരു തരം മസ്കുലാർ ഡിസ്ട്രോഫി ഉണ്ടെന്നും അത് മരണത്തിന് കാരണമാകുമെന്നും ഡോക്ടർ എന്റെ ഭർത്താവിനോട് പറഞ്ഞു. സമയത്തിന്റെ കാര്യം മാത്രമായിരിക്കുമെന്ന് കരുതി അവർ എന്നെ വീട്ടിലേക്ക് കൊണ്ടുവന്ന് കഴിയുന്നത്ര സുഖപ്പെടുത്തി. എത്ര ശക്തമായ ഒരു രോഗശാന്തി ശക്തി എന്നിൽ ഇതിനകം തന്നെ അതിന്റെ ശക്തമായ പ്രവർത്തനം ആരംഭിച്ചുവെന്ന് ഡോക്ടർക്ക് മനസ്സിലായില്ല. ദിവസങ്ങൾ കടന്നുപോകുമ്പോൾ ഞാൻ എന്റെ ശരീരത്തെ പരമാവധി പരിശീലിപ്പിച്ചു, ക്രമേണ എന്റെ ശക്തി തിരിച്ചുവന്നു. ഞാൻ നീങ്ങുമ്പോഴെല്ലാം വിശ്വാസത്തിന്റെ ഒരു പ്രാർത്ഥന ഞാൻ ശ്വസിച്ചു. ഞാൻ ചില ചുവടുകൾ വച്ചു. ഞാൻ എന്റെ അടുക്കള അലമാരയുടെ വാതിലുകൾ തുറക്കാൻ തുടങ്ങി. ഡ്രോയറുകൾ തുറന്ന് വെള്ളി പാത്രങ്ങൾ പുറത്തെടുക്കാൻ എനിക്ക് കഴിഞ്ഞു.

കർത്താവിന്റെ സഹായത്തിൽ ആശ്രയിച്ചുകൊണ്ട് ഞാൻ മുന്നോട്ട് പോയി; ഓ, എന്താണ് സംഭവിക്കുന്നതെന്ന് കണ്ടപ്പോൾ എനിക്ക് അത്രയും സമാധാനവും സന്തോഷവും തോന്നി. മരണത്തിനു പകരം ദൈവം എനിക്ക് പുതിയ ജീവിതവും പുതിയ ശക്തിയും പുതിയ പ്രത്യാശയും നൽകുകയായിരുന്നു. ചിലപ്പോൾ ഞാൻ നിരുത്സാഹപ്പെട്ടു, കാരണം എന്റെ കുട്ടികളെ പരിപാലിക്കാൻ എനിക്ക് ഇപ്പോഴും കഴിയുന്നില്ല എന്ന ചിന്ത സഹിക്കാൻ പ്രയാസമായിരുന്നു. ദൈവവചനത്തിലെ വാഗ്ദാനങ്ങൾ ഞാൻ അവകാശപ്പെടുകയും എന്റെ ആത്മാവിന്റെ ശത്രുവിനെതിരെ പോരാടുകയും ചെയ്തു. ആ സമയത്ത് അത് അസാധ്യമാണെന്ന് തോന്നിയെങ്കിലും, കുട്ടികളെ വീണ്ടും പരിപാലിക്കാൻ എന്നെ അനുവദിക്കണമെന്ന് ഞാൻ കർത്താവിനോട് അപേക്ഷിച്ചു. എനിക്ക് ഇപ്പോഴും ഒരു സേഫ്റ്റി പിൻ ഘടിപ്പിക്കാൻ കഴിഞ്ഞില്ല. പക്ഷേ ഞാൻ ബൈബിൾ വായിച്ചുകൊണ്ടിരുന്നു, എന്നെ പ്രോത്സാഹിപ്പിക്കാൻ ധാരാളം കാര്യങ്ങൾ അവിടെ കണ്ടെത്തി.

ദൈവത്തിനു സ്തുതി! അഞ്ച് ആഴ്ചകൾക്കുള്ളിൽ കുഞ്ഞിനെ കിടക്കയിൽ നിന്ന് ഉയർത്തി കിടക്കയിലേക്ക്

എഴുന്നേൽപ്പിക്കാൻ എനിക്ക് കഴിഞ്ഞു. എനിക്ക് അവളെ കുളിപ്പിക്കാനും, പിന്നുകൾ ഉറപ്പിക്കാനും, വസ്ത്രം ധരിക്കാനും കഴിഞ്ഞു. ഞാൻ സന്തോഷത്താൽ ഏതാണ്ട് മയങ്ങിപ്പോയി. ക്രമേണ ഞാൻ അലക്കൽ, ഇസ്തിരിയിടൽ, വീട്ടുജോലികൾ, പാചകം എന്നിവ ചെയ്യാൻ തുടങ്ങി. ഞാൻ കൂടുതൽ ചെയ്യുന്തോറും കർത്താവ് എന്നെ കൂടുതൽ പ്രാപ്തനാക്കിയതായി തോന്നി. 1958 ലെ വേനൽക്കാലത്ത് ഞാൻ മിക്കവാറും സാധാരണ നിലയിലായി. വിശ്വാസത്തിന്റെ നിരന്തരമായ പോരാട്ടമായിരുന്നു അത്, പക്ഷേ കർത്താവ് എനിക്ക് വിജയം നൽകി. ഏതാണ്ട് പൂർണ്ണമായും സുഖം പ്രാപിച്ചതായി ഞാൻ പള്ളിയിൽ സാക്ഷ്യപ്പെടുത്തി, പക്ഷേ എനിക്ക് ഇപ്പോഴും ഓടാൻ കഴിയില്ലെന്നും ഉയർന്ന കുതികാൽ ധരിക്കാൻ കഴിയില്ലെന്നും പറഞ്ഞു. എന്നിരുന്നാലും, കർത്താവ് എന്നെ തുടർന്നും സഹായിക്കുമെന്നും ആ പേശികൾ പൂർണ്ണമായും വികസിക്കുമെന്നും ഞാൻ പറഞ്ഞു. രണ്ട് മാസത്തിനുശേഷം എനിക്ക് നന്നായി ഓടാൻ കഴിഞ്ഞു, ഉയർന്ന കുതികാൽ ഉള്ള ഷൂസ് ധരിച്ചു.

ഇന്ന്, എന്നെ മരിക്കാൻ വീട്ടിലേക്ക് അയച്ചിട്ട് ഒരു വർഷം തികയുന്നു. യേശുവിന് നമ്മെ പാപത്തിൽ നിന്ന് രക്ഷിക്കാൻ മാത്രമല്ല, നമ്മുടെ അവസ്ഥ എത്ര സുഖപ്പെടുത്താൻ കഴിയാത്തതായി തോന്നിയാലും, നമ്മുടെ

ശരീരങ്ങളെ സുഖപ്പെടുത്താനും അവനു കഴിയുമെന്ന തിരിച്ചറിവിൽ ഞാൻ സാധാരണ ആരോഗ്യവാനും സന്തുഷ്ടനുമാണ്.

1958 നവംബർ 16-ലെ "പെന്തക്കോസ്ത് സുവിശേഷ"ത്തിൽ ശ്രീമതി ഹോവാർഡ് ഫൗളർ നൽകിയ സാക്ഷ്യം.

റോളണ്ടും ഹെയ്ഡി ബേക്കറും – കാബോ ഡെൽഗാഡോയ്ക്ക് മുകളിൽ ഒരു തുറന്ന ആകാശം

മൊസാംബിക്കിന്റെ തീരത്തുള്ള ഈ വടക്കേ അറ്റത്തുള്ള പ്രവിശ്യ, മിസിയോളജിസ്റ്റുകൾക്ക് "എത്തിച്ചേരാൻ കഴിയില്ല" എന്ന് ഒരുകാലത്ത് കണക്കാക്കപ്പെട്ടിരുന്നു, എന്നാൽ ഇപ്പോൾ ക്രിസ്ത്യാനികൾക്ക് നഷ്ടപ്പെട്ടുകൊണ്ടിരിക്കുകയാണെന്ന് മുസ്ലീം നേതാക്കൾ സമ്മതിക്കുന്നു. തുറമുഖ നഗരമായ പെമ്പയിലെ ലഭ്യമായ ഏറ്റവും വലിയ സ്ഥലത്ത് ഞങ്ങളുടെ ബേസ് ആൻഡ് മിഷൻ സ്കൂളിന്റെ വികസനം വലിയ കോളിളക്കം സൃഷ്ടിച്ചു. പരിശുദ്ധാത്മാവിന്റെ ശക്തി പകരപ്പെടുന്ന സമയത്ത് സുവിശേഷം മുഴുവൻ ഗ്രാമങ്ങളിലും ഒരേസമയം മുന്നേറുന്നു.

ഇത് എങ്ങനെ സംഭവിക്കുന്നു? ഒരു ഉദാഹരണം ഇതാ. കർത്താവിൽ

വളർത്തിയെടുത്ത 22 വയസ്സുള്ള സുവിശേഷകനായ ഫെലിറ്റോ ഉട്ടുയി, ഒരു ഗ്രാമത്തിലെ ഒരു മുസ്ലീം തലവനെക്കൊണ്ട് ഒരു പൊതുപരിപാടിക്ക് അനുമതി വാങ്ങാൻ ശ്രമിക്കുകയായിരുന്നു. തലവൻ പലതവണ വിസമ്മതിച്ചു. യേശു രോഗികളെ സുഖപ്പെടുത്തുമെന്ന് ഫെലിറ്റോ അദ്ദേഹത്തോട് പറഞ്ഞു . ഒടുവിൽ, തലവൻ ചോദിച്ചു, “നീ വന്നാൽ, അത് സംഭവിക്കുന്നത് ഞാൻ കാണുമോ?” “അതെ!” ഫെലിറ്റോ ലളിതമായി ഉത്തരം പറഞ്ഞു. അങ്ങനെ തലവൻ തന്റെ ഗ്രാമത്തിൽ ഒരു മീറ്റിംഗിന് സമ്മതിച്ചു.

ആ രാത്രിയിൽ, വളരെ ശാന്തവും തുറന്നതുമായ ഒരു അന്തരീക്ഷത്തോടെയാണ് യോഗം ആരംഭിച്ചത്, ചില ഒത്തുചേരലുകളിൽ നിന്ന് വ്യത്യസ്തമായി, ആദ്യം ഉച്ചത്തിലുള്ള പൈശാചിക തടസ്സങ്ങൾ നേരിടുന്ന ചില ഒത്തുചേരലുകളിൽ നിന്ന് വ്യത്യസ്തമായി. ഫെലിറ്റോ ശുദ്ധവും ലളിതവുമായ സുവിശേഷം പ്രസംഗിച്ചുകൊണ്ട് ചോദിച്ചു, “ഒരു രക്ഷകന്റെ ആവശ്യം ആർക്കാണ് മനസ്സിലാകുന്നത്?” ഇരുട്ടിൽ ശബ്ദങ്ങൾ വിളിച്ചുപറഞ്ഞു, “എനിക്ക് ക്ഷമ വേണം! എനിക്ക് ക്ഷമ വേണം!” ആളുകൾ രക്ഷയ്ക്കായി യാചിക്കുകയും പ്രാർത്ഥിക്കാൻ മുന്നോട്ട് ഒഴുകുകയും ചെയ്തപ്പോൾ ഒരു വലിയ ശബ്ദം ഉയർന്നു.

തുടർന്ന് ഫെലിറ്റോയും സംഘവും രോഗികൾക്കായി പ്രാർത്ഥിക്കുമെന്ന് പ്രഖ്യാപിച്ചു. രോഗശാന്തികൾ ഒന്നിനുപുറകെ ഒന്നായി സംഭവിച്ചു. ഒരു അമ്മ തന്റെ എട്ടു വയസ്സുള്ള ബധിരനായ ആൺകുട്ടിയെ കൊണ്ടുവന്നു, അയാൾക്ക് തൽക്ഷണം സുഖം പ്രാപിച്ചു.

ഫെലിറ്റോ മേധാവിയോട് ചോദിച്ചു, "കാണുന്നുണ്ടോ?" ഉടനെ മേധാവി മൈക്രോഫോൺ ചോദിച്ചു സ്വന്തം ആളുകളോട് പറഞ്ഞു, "ഇത് യഥാർത്ഥമാണ്! ഒരു മനുഷ്യനും ഇത് ചെയ്യാൻ കഴിയില്ല! ദൈവത്തിന് മാത്രമേ ഇത് ചെയ്യാൻ കഴിയൂ! കൂടുതൽ രോഗികളെ കൊണ്ടുവരിക! എല്ലാ രോഗികളെയും കൊണ്ടുവരിക!" ഒരാൾ പൂർണ്ണമായും അന്ധയായ തന്റെ 7 വയസ്സുള്ള കൊച്ചു മകളെ കൊണ്ടുവന്നു. അവൾ പ്രാർത്ഥന സ്വീകരിച്ചു, അവളുടെ അച്ഛൻ അടിയന്തിരമായി അവളോട് ചോദിച്ചു, "കാണുന്നുണ്ടോ?" പിന്നെ മകൾ ജീവിതത്തിൽ ആദ്യമായി അവന്റെ മുഖം നോക്കിയപ്പോൾ അവന്റെ മുഖത്ത് നിന്ന് കണ്ണുനീർ ഒഴുകാൻ തുടങ്ങി! ആ രാത്രിയും രോഗശാന്തി തുടർന്നു.

കഴിഞ്ഞ വർഷത്തിലുടനീളം ഞങ്ങളുടെ പ്രവർത്തനങ്ങളിലൂടെ ഇത്തരത്തിലുള്ള ഫലം ലഭിച്ചിട്ടുണ്ട്. ഞങ്ങൾ ദീർഘനേരം പ്രസംഗിക്കുകയോ സങ്കീർണ്ണരാകുകയോ

ചെയ്യുന്നില്ല. ആളുകൾ ലളിതമായ വിശ്വാസത്തിലാണ് പ്രതികരിക്കുന്നത്, യേശു യഥാർത്ഥമാണെന്ന് കാണുകയും അത്ഭുതകരമായി അവരെ സ്പർശിക്കുകയും ചെയ്യുമ്പോൾ, അവർക്ക് അവനെ വേണം! അവർക്ക് രക്ഷ വേണം, അവർക്ക് ഒരു പള്ളി വേണം, അവർക്ക് ഒരു പാസ്റ്ററെ വേണം, ഇപ്പോൾ! അവരുടെ തലവന്മാർ ഞങ്ങളോട് അപേക്ഷിക്കുന്നു, "ഞങ്ങളെ ഉപേക്ഷിക്കരുത്! നിങ്ങൾക്ക് ഞങ്ങളെ ഇങ്ങനെ ഉപേക്ഷിക്കാൻ കഴിയില്ല! ഇതുപോലുള്ള അത്ഭുതങ്ങൾ ഞങ്ങൾ ഒരിക്കലും കണ്ടിട്ടില്ല!

നീ തിരിച്ചുവന്ന് ഞങ്ങളെ പഠിപ്പിക്കണം!" പ്രത്യേകിച്ച് ഹെയ്ഡിക്ക് ബധിരർക്കും, അന്ധർക്കും, മുടന്തർക്കും വേണ്ടി ഒരു പ്രത്യേക അഭിഷേകം ലഭിച്ചു, മിക്കവാറും എല്ലാ ആശുപത്രികളിലും അവർ സുഖം പ്രാപിച്ചു. ഒരിക്കൽ അവൾ രാത്രി വൈകി പ്രാർത്ഥിച്ചു, ഉടനെ സുഖം പ്രാപിച്ചിട്ടില്ലാത്ത ഒരു വികലാംഗനും അന്ധനുമായ മനുഷ്യനുവേണ്ടി. എന്നാൽ അയാൾ സുഖം പ്രാപിച്ചാലുടൻ തന്നോട് പറയാൻ ഒരു ഓട്ടക്കാരനെ അയയ്ക്കാൻ അവൾ ഗ്രാമത്തോട് പറഞ്ഞു. അങ്ങനെ പിറ്റേന്ന് അവൾ ഒരു നല്ല മുസ്ലീം സുഹൃത്തും പട്ടണത്തിലെ പ്രമുഖ ബിസിനസുകാരനുമായി ഉണ്ടായിരുന്നു, അപ്പോൾ ഒരു ഓട്ടക്കാരൻ ശ്വാസം കിട്ടാതെ അവർ സഞ്ചരിച്ച കാറിന്റെ

ജനാലയിലേക്ക് ഓടി. "അവൻ സുഖം പ്രാപിച്ചു! അവന് നടക്കാനും കാണാനും കഴിയും!" ഓട്ടക്കാരൻ അവളോട് പറയാൻ ഏഴ് മണിക്കൂർ ഓടി... കണ്ണീരോടെയും അത്ഭുതത്തോടെയും, ഞങ്ങളുടെ മുസ്ലീം സുഹൃത്ത് നിലവിളിച്ചു, "എനിക്കുവേണ്ടി പ്രാർത്ഥിക്കൂ! ഇപ്പോൾ എനിക്കുവേണ്ടി പ്രാർത്ഥിക്കൂ!"

റോളണ്ടും ഹെയ്ഡിയും ആരംഭിച്ച ശുശ്രൂഷയായ ഐറിസ് മിനിസ്ട്രീസ് ന്യൂസ്ലെറ്ററിൽ നിന്നുള്ള റിപ്പോർട്ട്.
ബേക്കർ, 2005 സെപ്റ്റംബർ 14. കൂടുതൽ വായിക്കാൻ താൽപ്പര്യമുണ്ടോ? അവരുടെ വെബ്സൈറ്റ് സന്ദർശിക്കുക: www.irismin.org

റാണ്ടി ക്ലാർക്ക് ടീം – ജന്മനാ മുടന്തനായ ആൺകുട്ടി സുഖം പ്രാപിച്ചു

ഇന്ത്യയിലെ ഗുണ്ടൂരിൽ നടന്ന യോഗത്തിന് ഒരു അമ്മ തന്റെ 5 വയസ്സുള്ള ആൺകുട്ടിയെ കൊണ്ടുവന്നു. ജന്മനാ അവന് അംഗവൈകല്യമുണ്ടായിരുന്നു. അവന്റെ കൈയും കൈയും തളർന്നിരുന്നു. അവന്റെ വിരലുകൾ പൂർണ്ണമായും ദൃഢമായിരുന്നു, 45 ഡിഗ്രി കോണിൽ പിന്നിലേക്ക് വളഞ്ഞിരുന്നു. ഞാൻ അവന്റെ അരികിൽ മുട്ടുകുത്തിയപ്പോൾ പരിശുദ്ധാത്മാവ് എന്റെ ഹൃദയത്തിൽ ഈ കുട്ടിക്കുവേണ്ടി അനുകമ്പ

പകർന്നു. അവന്റെ കൈ പൂർണ്ണമായും തളർന്നിരുന്നു, അവന്റെ കൈ തളർന്നുപോയി. ഏകദേശം 5 മിനിറ്റ് പ്രാർത്ഥിക്കുന്നതിനിടയിൽ അവന്റെ കൈ പിടിച്ചപ്പോൾ, അവന്റെ ചെറുവിരലിൽ ഒരു വിറയൽ അനുഭവപ്പെട്ടു. അവന്റെ രോഗശാന്തിയുടെ പുരോഗതി പരിശോധിക്കാൻ ഞാൻ പലതവണ അമർത്തി നിർത്തി പ്രാർത്ഥന നടത്തി. എനിക്ക് ഏകദേശം പ്രായമുള്ള ഒരു മകനുണ്ട്, അത് എന്റെ മകനെപ്പോലെ പ്രാർത്ഥിക്കാൻ ദൈവം എന്നോട് പറഞ്ഞുകൊണ്ടിരുന്നു. ഈ കുട്ടിയുടെ കണ്ണുകളിൽ നോക്കുമ്പോൾ എന്റെ കണ്ണുകൾ നിറഞ്ഞു.

കർത്താവ് അവന്റെ കൈയും കൈയും വിരലുകളും പൂർണ്ണമായും സുഖപ്പെടുത്തി പുനഃസ്ഥാപിച്ചു.
2005 ജനുവരി 26-ന് റാണ്ടി ക്ലാർക്ക് മിനിസ്ട്രി ടീമിലെ കാരി ക്രാമർ റിപ്പോർട്ട് ചെയ്തത്.
2006 ജനുവരി 31-ലെ ഗ്ലോബൽ അവേക്കണിംഗ് റിപ്പോർട്ടിൽ നിന്ന്. അവരുടെ അനുമതിയോടെ ഉപയോഗിച്ചു.

എഥേൽ വില്ലിറ്റ്സ് – വികലമായ പെൺകുട്ടി സുഖം പ്രാപിച്ചു

1938-ൽ ഒഹായോയിലെ അക്രോണിൽ എഥേൽ ആർ. വില്ലിറ്റ്സ് നടത്തിയിരുന്ന ഹീലിംഗ്

സർവീസുകളിൽ എന്റെ കുടുംബം പങ്കെടുത്തു. വളരെ വലിയ ഒരു പോർട്ടബിൾ പ്ലൈവുഡ് കൂടാരത്തിലാണ് മിസ്സിസ് വില്ലിറ്റ്സ് സേവനങ്ങൾ നടത്തിയത്. എല്ലാ രാത്രിയിലും ഞായറാഴ്ച ഉച്ചയ്ക്കും മീറ്റിംഗുകൾ നടന്നിരുന്നു. കെട്ടിടം സാധാരണയായി നിറഞ്ഞിരുന്നു. ഓരോ മീറ്റിംഗിലും നിരവധി ആംബുലൻസുകൾ കൂടാരത്തിന്റെ അരികിലേക്ക് വരികയും കെട്ടിടത്തിന്റെ മുൻവശത്ത് ഇരട്ട നിരയായി സ്ട്രെച്ചർമാരെ ഡിസ്ചാർജ് ചെയ്യുകയും ചെയ്യുമായിരുന്നു. ഓരോ ശുശ്രൂഷയിലും ആളുകൾ സുഖം പ്രാപിച്ച് വീട്ടിലേക്ക് പോകുമായിരുന്നു. രോഗശാന്തി ശുശ്രൂഷയ്ക്ക് മുമ്പ് രോഗശാന്തി സ്വീകരിക്കുന്നതിനെക്കുറിച്ചും യേശുക്രിസ്തുവിനെ അവരുടെ ജീവിതത്തിലേക്ക് സ്വീകരിക്കുന്നതിനെക്കുറിച്ചും ജനങ്ങളെ ഉപദേശിക്കുന്ന ഒരു പഠിപ്പിക്കൽ സെഷൻ ശ്രീമതി വില്ലിറ്റ്സ് പ്രസംഗിക്കുമായിരുന്നു. തുടർന്ന് എല്ലാ മീറ്റിംഗിലും അവർ രോഗികൾക്കായി പ്രാർത്ഥിക്കുമായിരുന്നു. സ്പീക്കറുടെ പിന്നിലുള്ള സമാഗമന കൂടാരത്തിന്റെ മുൻവശത്തെ ചുവരിൽ ക്രച്ചസുകളും ബ്രേസുകളും നിരത്തിയിരുന്നു.

ഞങ്ങൾക്ക് വ്യക്തിപരമായി അനുഭവപ്പെട്ട അത്ഭുതകരമായ ഒരു രോഗശാന്തി, രൂപഭേദം

സംഭവിച്ച ഒരു ചെറിയ പെൺകുഞ്ഞിന്റേതായിരുന്നു. അവൾക്ക് കാണാവുന്ന താടി ഉണ്ടായിരുന്നില്ല, കഴുത്തിന്റെ പിൻഭാഗത്ത് ഒരു മുഴ ഉണ്ടായിരുന്നു, രണ്ട് കൈകളും കാലുകളും ഒരു ഗദ പോലെയായിരുന്നു. പ്രാർത്ഥനയ്ക്കായി അവളെ മുന്നോട്ട് കൊണ്ടുപോയി, തൽക്ഷണം സുഖം പ്രാപിച്ചു. ആ രാത്രിയിൽ ജനക്കൂട്ടം കാരണം ഞങ്ങൾ അവളെ കണ്ടില്ല, പക്ഷേ പിറ്റേന്ന് രാത്രി ഞങ്ങൾ അവളുടെയും അവളുടെ മാതാപിതാക്കളുടെയും പിന്നിൽ ഇരുന്നു. കുഞ്ഞിന് നീണ്ടുനിൽക്കുന്ന താടിയിൽ ഒരു തൊപ്പി ഉണ്ടായിരുന്നു, കഴുത്തിന്റെ പിൻഭാഗത്ത് ഒരു മുഴയും ഉണ്ടായിരുന്നില്ല. അവൾ തന്റെ ചെറിയ കൈകൾ കൊണ്ട് കാലുകൾ കൊണ്ട് കളിക്കുകയായിരുന്നു. യേശുക്രിസ്തുവിന്റെ ശക്തിയാൽ അവൾ പൂർണ്ണമായും സുഖം പ്രാപിച്ചു, സുഖം പ്രാപിച്ചു.

പോൾ ചിഡെസ്റ്ററിന്റെ വ്യക്തിപരമായ സാക്ഷ്യം. അദ്ദേഹത്തിന്റെ അനുമതിയോടെ ഉപയോഗിച്ചു.

സ്റ്റീഫൻ ജെഫ്രിസ് – ഒരു യോഗത്തിൽ യേശുവിനെ കണ്ടപ്പോൾ വികലാംഗയായ സ്ത്രീ സുഖം പ്രാപിച്ചു.

കഠിനമായ കഷ്ടപ്പാടുകളുടെ ഒരു ജീവിതത്തിനുശേഷം, ഇതിനർത്ഥം എന്താണെന്ന് പ്രകടിപ്പിക്കാൻ വാക്കുകൾ കണ്ടെത്താൻ ആർക്കും കഴിയില്ല. ശൈശവം മുതൽ ഞാൻ എപ്പോഴും രോഗബാധിതനായിരുന്നു, ഒരു വർഷം മുഴുവൻ മാറ്റിവയ്ക്കപ്പെടാതെ പോയില്ല. പിന്നീട്, 1900-ൽ, എന്റെ വിവാഹത്തിന് ഏതാനും ദിവസങ്ങൾക്ക് മുമ്പ്, ഒരു മുറിവ് ഉയർത്താൻ ഞാൻ സഹായിച്ചു, അത് എന്നെ ആന്തരികമായി മുറിവേൽപ്പിച്ചു. വിവാഹത്തിന് വെറും അഞ്ച് ആഴ്ച കഴിഞ്ഞ്, ഇത് പത്ത് ആഴ്ചത്തേക്ക് എന്നെ മാറ്റി നിർത്തി, പിന്നീട് ഞാൻ വീണ്ടും ചുറ്റിനടക്കാൻ തുടങ്ങി, പക്ഷേ എല്ലായ്പ്പോഴും കൂടുതലോ കുറവോ വേദന അനുഭവപ്പെട്ടു. ഇത് വർഷങ്ങളോളം തുടർന്നു, ചിലപ്പോൾ ചുറ്റിക്കറങ്ങാൻ കഴിയും, പക്ഷേ പലപ്പോഴും കിടക്കയിൽ തന്നെയായിരുന്നു. 1906-ലെ വേനൽക്കാലത്ത് ഞങ്ങൾ ഡോൺകാസ്റ്ററിനടുത്തുള്ള തോൺ എന്ന സ്ഥലത്താണ് താമസിച്ചിരുന്നത് (മുമ്പ് ഞങ്ങൾ രണ്ടാമത്തെ സ്ഥലത്ത് താമസിച്ചിരുന്നു,

അവിടെ ആറ് ഡോക്ടർമാരിൽ നിന്ന് എനിക്ക് ചികിത്സ ലഭിച്ചിരുന്നു, കൂടാതെ ആശുപത്രിയിൽ ഒരു ഔട്ട്പേഷ്യന്റും ആയിരുന്നു, ഒന്നും ചെയ്യാൻ കഴിയില്ലെന്ന് ആവർത്തിച്ച് പറഞ്ഞിരുന്നു).

തോണിൽ എനിക്ക് മെനിഞ്ചൈറ്റിസ് പിടിപെട്ടു, ആഴ്ചകളോളം മരണത്തോടടുത്തു. എന്റെ രോഗശാന്തിക്കായി അവിടത്തെ പാരിഷ് പള്ളിയിൽ പോലും പ്രാർത്ഥനകൾ അർപ്പിച്ചിരുന്നു. ദൈവം നമുക്ക് നൽകിയ ഒരേയൊരു കുട്ടിക്കുവേണ്ടി, ദൈവം നിരവധി പ്രാർത്ഥനകൾ കേട്ടു, എന്റെ ജീവൻ രക്ഷപ്പെട്ടു, പക്ഷേ ഞാൻ ഇരുണ്ട കണ്ണട ധരിക്കാൻ നിർബന്ധിതനായി; കണ്ണുകളുടെ ഞരമ്പുകളെ വളരെയധികം ബാധിച്ചതിനാൽ വെളിച്ചം ഭയാനകമായ വേദനയ്ക്ക് കാരണമായി - ഡോക്ടർ മസ്തിഷ്ക രോഗം എന്ന് വിളിച്ചത്. ഇതിന് കുറച്ച് മാസങ്ങൾക്ക് ശേഷം പീറ്റർബറോയിൽ സന്ദർശനം നടത്തിയ എന്റെ സുഹൃത്തുക്കൾ, എന്റെ ജീവിതം ഒരു നീണ്ട വേദനയായിരുന്നതിനാൽ, അവരുടെ ഡോക്ടറുടെയും പീറ്റർബറോ ഇൻഫർമറിയുടെയും കൈകളിൽ നിന്ന് ഉപദേശം തേടാൻ എന്നെ നിർബന്ധിക്കുമായിരുന്നു. യേശുവിൽ നിന്ന് വരുന്ന വിശ്രമത്തെയും സമാധാനത്തെയും കുറിച്ച് എന്തെങ്കിലും ഞാൻ

അറിഞ്ഞിരുന്നില്ലെങ്കിൽ, എനിക്ക് ഒരിക്കലും ജീവിക്കാനും സഹിക്കാനും കഴിയുമായിരുന്നില്ല. ഓ, കാൽവരിയിലെ മനുഷ്യനെ, സഹാനുഭൂതിയുള്ള യേശുവിനെ, എന്റെ ആത്മീയ കണ്ണുകൾ തുറക്കുകയും ഒരു രക്ഷകന്റെ ആവശ്യം എനിക്ക് കാണിച്ചുകൊടുക്കുകയും ചെയ്തവനെ സ്തുതിക്കണം; ഇരുപത്തിയൊന്നാം വയസ്സിൽ അവനെ സ്വീകരിക്കുക എന്നതിനർത്ഥം എന്നെ വീട്ടിൽ നിന്ന് പുറത്താക്കുക എന്നതായിരുന്നു. ഹല്ലേലൂയാ! അവൻ എന്നെ വളരെയധികം തൃപ്തിപ്പെടുത്തുന്നു.

പീറ്റർബറോയിലെ ഡോക്ടർ, സമഗ്രമായ പരിശോധനയ്ക്ക് ശേഷം, മുൻ ഡോക്ടർമാർ പറഞ്ഞ കാര്യങ്ങൾ സ്ഥിരീകരിച്ചു, ചികിത്സയില്ല; വിധി ഇതായിരുന്നു, ഹൃദ്രോഗം, ശ്വാസകോശ സംബന്ധമായ തകരാറ്, വാസ്തവത്തിൽ, അദ്ദേഹം എന്റെ സുഹൃത്തിനോട് സ്വകാര്യമായി പറഞ്ഞു, എനിക്ക് രോഗം നിറഞ്ഞിരിക്കുന്നു, എന്റെ ശരീരത്തിലെ ആരോഗ്യകരമായ ഒരു അവയവം പോലും ഇല്ല, ഒരു കാൻസർ, കുടലിൽ നേരിയ വളവ്. എന്റെ ഉള്ളം ഒരു ചീഞ്ഞ സ്പോഞ്ച് പോലെയാണെന്നും ഒടുവിൽ ഞാൻ ജീവിച്ചിരുന്നാൽ ഞാൻ പൂർണ്ണമായും അന്ധനാകുമെന്നും, എന്നിട്ടും, യേശുവിന് മഹത്വം, എനിക്ക് ഇപ്പോൾ കണ്ണട ആവശ്യമില്ലെന്നും പറഞ്ഞുകൊണ്ടാണ്

അദ്ദേഹം അവസാനിപ്പിച്ചത്. ഞാൻ പൂർണ്ണമായും ആരോഗ്യവാനാണ്. ഞാൻ അവന്റെ പ്രിയപ്പെട്ട നാമത്തെ സ്തുതിക്കുന്നു. ഓ ഹല്ലേലൂയാ, കർത്താവ് എനിക്കുവേണ്ടി ചെയ്തതിന്. ഞാൻ ഒരിക്കലും അവനെ സ്തുതിക്കുന്നത് നിർത്തുകയില്ല! 1910 ൽ ഞങ്ങൾ ഗ്രിംസ്ബിയിൽ എത്തി (എന്റെ ഭർത്താവ് റെയിൽവേയിൽ ജോലി ചെയ്യുന്നു).

ഡിസംബർ 26-ന് ഞാൻ ഇവിടെ എത്തി, പതിവുപോലെ കഠിനമായ വേദനയോടെ, 1911 ഏപ്രിൽ 5 വരെ എനിക്ക് വീണ്ടും കിടക്കയിലേക്ക് പോകേണ്ടിവന്നു. ഡോക്ടർ വന്നപ്പോൾ അദ്ദേഹം പറഞ്ഞു, ഏറ്റവും ദൈർഘ്യമേറിയ രണ്ടാഴ്ച പോലും അവസാനിക്കുമെന്ന്. ഞാൻ വളരെ ഭയാനകമായ അവസ്ഥയിലായിരുന്നു, എനിക്ക് രണ്ടാഴ്ച പോലും സഹിക്കാൻ കഴിയുമെന്ന് അദ്ദേഹം കരുതിയില്ല, എന്നിട്ടും ആഴ്ചകൾ, മാസങ്ങൾ, അതെ, വർഷങ്ങൾ പോലും കടന്നുപോയി, എല്ലായ്പ്പോഴും കിടക്കയിലാണ്, ഓ, വേദന, വേദന കുറയ്ക്കാനുള്ള മോർഫിയ എനിക്ക് ഉണ്ടായിരുന്നിട്ടും, അളവ് അറിയുന്ന ചിലർ മരുന്നിനോടുള്ള ആസക്തി ഇല്ലെന്ന് അത്ഭുതപ്പെടുന്നു. അത്ഭുതങ്ങൾ ചെയ്യുന്നവനെ സ്തുതിക്കുക! എന്നെ ജീവനോടെ കാണണമെങ്കിൽ ഉടനടി ഡ്യൂട്ടി വിടാൻ എന്റെ ഭർത്താവിനെ വീണ്ടും

വീണ്ടും വിളിച്ചിട്ടുണ്ട്. എന്റെ ശരീരം സംസ്കരിക്കാൻ ഒരുക്കാൻ സ്ത്രീകൾ വീട്ടിൽ ഉണ്ടായിരുന്നു എന്ന അവസ്ഥയിലേക്ക് ഞാൻ വളരെ അടുത്തെത്തിയിരിക്കുന്നു; രണ്ടുതവണ സ്ഥലം കത്തിച്ചു, ഞാൻ നിസ്സഹായയായി, പുറത്തുനിന്നുള്ള സഹായം ലഭിച്ചില്ലായിരുന്നെങ്കിൽ ഞാൻ പൊള്ളലേറ്റു മരിക്കുമായിരുന്നു.

ആദ്യത്തെ മൂന്ന് വർഷം ഞാൻ വീടിന് പുറത്ത് പോയിരുന്നില്ല. നാലാം വേനൽക്കാലത്ത് പുറത്തുപോകാനുള്ള ആഗ്രഹം വളരെ ശക്തമായിരുന്നതിനാൽ എന്റെ ഭർത്താവ് ഒരു പ്രത്യേക വണ്ടി വാടകയ്ക്കെടുത്തു (ഞാൻ കിടക്കേണ്ടി വന്നതിനാൽ, ഒരു കുളിമുറിയിൽ നിന്ന് പ്രയോജനമില്ലായിരുന്നു). അടുത്ത വേനൽക്കാലത്ത് ഞങ്ങൾ ഹളിൽ നിന്ന് ഒന്ന് ഉണ്ടാക്കി, അങ്ങനെ എന്നെ പുറത്തെടുത്ത്, അടുക്കളയിലെ എന്റെ കിടക്കയിൽ നിന്ന് സ്പൈനൽ വണ്ടിയിലെ കിടക്കയിലേക്ക് ഉയർത്തി. രണ്ടാമത്തേത് എന്റെ കിടക്കയ്ക്ക് സമീപം വീൽചെയർ ചെയ്തു. ഞാൻ ഒരിക്കലും വസ്ത്രം ധരിച്ചിരുന്നില്ല, വാസ്തവത്തിൽ എന്റെ എല്ലാ വസ്ത്രങ്ങളും ബൂട്ടുകളും ഞാൻ ഉപേക്ഷിച്ചു, എനിക്ക് ഇനി ഒരിക്കലും അവ ആവശ്യമില്ലെന്ന് കരുതി. അങ്ങനെ വർഷങ്ങൾ കടന്നുപോയി, യേശുവിനെ എനിക്കറിയാമായിരുന്നിട്ടും,

ഞാൻ കഷ്ടപ്പെടണം എന്നത് അവന്റെ ഇഷ്ടമാണെന്ന് ഞാൻ കരുതി, സഹനശക്തിക്കും ക്ഷമയ്ക്കും വേണ്ടി പ്രാർത്ഥിച്ചു. ഓ, അവന്റെ ഇഷ്ടമാണെന്ന് കരുതാൻ ഞാൻ എത്ര അന്ധനായിരുന്നു ഞാൻ
അവന്റെ കുട്ടിയെ പീഡിപ്പിക്കുക.

ദൈവത്തിന് സ്തുതി, വിടുതൽ വന്നു. ലണ്ടനിലെ ചില രോഗശാന്തി കേസുകളെക്കുറിച്ച് എന്റെ ഭർത്താവ് വായിച്ചു,
അവന്റെ ദാസന്മാരിൽ ഒരാളായ പാസ്റ്റർ സ്റ്റീഫൻ ജെഫ്രീസിന്റെ ശുശ്രൂഷയിലൂടെ. എന്തെങ്കിലും അനുഗ്രഹം എനിക്കുണ്ടെങ്കിൽ അവൻ തന്റെ ദൂതനെ ഗ്രിംസ്ബിയിലേക്ക് കൊണ്ടുവരണമെന്ന് ഞങ്ങൾ പ്രാർത്ഥിച്ചു. അവൻ വന്നു, ഒരു ശുശ്രൂഷയിൽ പങ്കെടുത്ത് യേശുവിലെ ജീവിതത്തിന്റെ അത്ഭുതകരമായ വാക്കുകൾ കേട്ടതിനുശേഷം, എന്നെ നയിക്കാൻ ഞാൻ കർത്താവിനോട് അപേക്ഷിച്ചു. അവൻ എന്നെ ജെയിംസ് വാക്യം 14,15 ലേക്ക് നയിച്ചു. അടുത്ത ശുശ്രൂഷയിൽ എനിക്ക്
ഞാൻ സന്നിഹിതനായിരുന്നു. അവന്റെ വചനം അനുസരിച്ചു; കർത്താവിന്റെ നാമത്തിൽ എണ്ണ പൂശി. ആ സമയത്ത് എനിക്ക് അത്ഭുതകരമായ ഒരു അഭിഷേകം ലഭിച്ചു, പക്ഷേ സുഖം പ്രാപിച്ചില്ല. ഹല്ലേലൂയ, ഉത്തരം വന്നു രണ്ടാഴ്ച കഴിഞ്ഞ്, 1922 മാർച്ച് 5 ന്,

ഏകദേശം 3.30 ന്, ഉയിർത്തെഴുന്നേറ്റവൻ, ശക്തിയോടെ വന്നു എന്നെ രഥത്തിൽ നിന്ന് ഉയർത്തി. അവന്റെ വിലയേറിയ നാമത്തിന് മഹത്വം! രണ്ടാഴ്ചത്തെ കാത്തിരിപ്പിന് അവൻ നൽകിയ വിശ്വാസത്തെ മങ്ങിക്കാൻ കഴിഞ്ഞില്ല; അവൻ എന്നെ പരാജയപ്പെടുത്തില്ലെന്ന് എനിക്കറിയാമായിരുന്നു.

ഫെബ്രുവരി 28-ന് ഞാൻ എന്റെ ഭർത്താവിനോട് കുറച്ച് ഷൂസ് വാങ്ങാൻ ആവശ്യപ്പെട്ടു, പതിനൊന്ന് വർഷമായി എന്റെ കാലുകൾ ഒരിക്കലും തറയിൽ തൊട്ടിട്ടില്ലെങ്കിലും, അവൻ വിശ്വസ്തനാണെന്ന് എനിക്ക് ഉറപ്പായിരുന്നു. യേശുവിന് മഹത്വം! അവൻ എന്നെ പ്രതീക്ഷയോടെ കാത്തിരുന്നു. മാർച്ച് 3-ന് വെള്ളിയാഴ്ച രാത്രി, വേദന ഭയങ്കരമായിരുന്നു; ഈ മർത്യമായ ഫ്രെയിമിൽ തന്റെ സമയം പരിമിതമാണെന്ന് പിശാചിന് അറിയാമായിരുന്നുവെന്ന് തോന്നി. അത് വേദനാജനകമായിരുന്നു, എന്നിട്ടും മോർഫിയ പോകേണ്ടിയിരുന്ന ആ രാത്രിയിൽ കർത്താവ് എന്നെ കാണിച്ചു. യേശുവിനെ മഹത്വപ്പെടുത്തണമെന്ന് ഞാൻ ആഗ്രഹിച്ചു, അതിനാൽ ഞാൻ പറഞ്ഞു, “അതെ, കർത്താവേ, അത് മരണത്തെ അർത്ഥമാക്കുന്നുണ്ടെങ്കിൽ പോലും, ഞാൻ നിങ്ങളുടേതാണ്, നീ ആഗ്രഹിക്കുന്നതുപോലെ

എന്നോട് ചെയ്യൂ. നിന്നോട് വിശ്വസ്തത പുലർത്താൻ ദയവായി നിന്റെ ആത്മാവിന്റെ ഒരു ഭാഗം എനിക്ക് തരൂ."

വെള്ളിയാഴ്ച മുതൽ ഞായറാഴ്ച ഉച്ചവരെ - മണിക്കൂറുകൾ നീണ്ടുനിന്നു, മോർഫിയയുമായി അൽപ്പം ആശ്വാസം നേടാൻ ശ്രമിച്ച ശത്രുവുമായുള്ള പോരാട്ടം കയ്പേറിയ ഒന്നായിരുന്നു, പക്ഷേ അവൻ എനിക്കുവേണ്ടി മധ്യസ്ഥത വഹിക്കുകയും വിജയം നൽകുകയും ചെയ്തു. മീറ്റിംഗ് നടന്ന ഫ്രീമാൻ സ്ട്രീറ്റിലെ പഴയ ഹാർബർ ഓഫ് റെഫ്യൂജിലേക്ക് വീൽചെയർ ചെയ്തപ്പോൾ, ഞാൻ കഷ്ടപ്പാടുകൾ നിറഞ്ഞവനും എക്കാലത്തേക്കാളും നിസ്സഹായനുമായിരുന്നു, എന്നാൽ മീറ്റിംഗിനിടെ ദൈവത്തെ സ്തുതിച്ചു, അത് ഒരു സാക്ഷ്യ യോഗമായിരുന്നു, കാൽവരിയിലെ വിലയേറിയ മനുഷ്യനായ യേശുവിനെ ഞാൻ കണ്ടു.

അവൻ നിന്നു നോക്കി, അവന്റെ കണ്ണുകളിൽ അത്രയും സ്നേഹവും സഹതാപവും ഉണ്ടായിരുന്നു; അപ്പോൾ എന്റെ കൈകൾ എന്റെ കീഴിൽ ശക്തമായി വച്ചു, ഞാൻ സ്വർഗത്തിലെത്തിയെന്ന് ഞാൻ കരുതി, പിന്നെ ഞാൻ മൃദുവായി താഴ്ത്തി, ഞാൻ ഇപ്പോഴും മീറ്റിംഗിലാണെന്ന് ഞാൻ കണ്ടു, എന്നിട്ടും വായു പോലെ പ്രകാശം അനുഭവപ്പെട്ടു. ഓ,

സന്തോഷം, ഓ, ആനന്ദം, രോഗശാന്തിക്കാരൻ തന്നെ വന്ന് പുതിയ ജീവൻ കൊണ്ടുവന്നു, ഒരു യഥാർത്ഥ പുനരുത്ഥാന ജീവിതം, അവിടെ ഒരു ജീവനുള്ള മരണം മാത്രമേ ഉണ്ടായിരുന്നുള്ളൂ എന്നതിൽ എനിക്ക് ഉദയം ലഭിച്ചപ്പോൾ. അവന്റെ നാമത്തിൽ, ഞാൻ വണ്ടിയിൽ നിന്ന് എഴുന്നേറ്റു, ഒഴുകുന്ന കണ്ണുകളോടെയും ഉയർത്തിയ കൈകളോടെയും ഹാളിൽ ചുറ്റിനടന്നു, ആളുകൾ വീണ്ടും വീണ്ടും പാടിയപ്പോൾ, "എല്ലാവർക്കും യേശുവിന്റെ നാമത്തിന്റെ ശക്തി വാഴ്ത്തുക!" ഹല്ലേലൂയാ! ഹല്ലേലൂയാ! ഒരു മനുഷ്യ കൈയും എന്നെ സ്പർശിച്ചില്ല. അവൻ വന്നപ്പോൾ പാസ്റ്ററും ജോലിക്കാരും പ്ലാറ്റ്ഫോമിൽ ഉണ്ടായിരുന്നു. എന്റെ രക്ഷകനായ യേശുവാണ് ഈ മാറ്റം എന്നിൽ വരുത്തിയത്. മറ്റുള്ളവർ അവനെ അറിയണമെന്നും അവന്റെ ജീവൻ സ്വീകരിക്കണമെന്നും ഞാൻ ആഗ്രഹിക്കുന്നു. അത് രോഗശാന്തിയല്ല, ജീവനും ആരോഗ്യവും ഊർജ്ജവും നൽകുന്ന രോഗശാന്തിക്കാരൻ തന്നെയാണ്.

ഗ്രിംസ്ബിയിലും മറ്റിടങ്ങളിലുമുള്ള നൂറുകണക്കിന് ആളുകൾ വർഷങ്ങളായി ഒരു ശവശരീരം പോലെ എന്നെ ചക്രത്തിൽ ചുറ്റിനടക്കുന്നത് കണ്ടിട്ടുണ്ട്. ഇപ്പോൾ അവർ എന്നെ തെരുവുകളിൽ നടക്കുന്നതും എന്റെ വീട്ടുജോലികൾ ചെയ്യുന്നതും, സ്വന്തം അലക്കു ജോലികൾ ചെയ്യുന്നതും പോലും കാണുന്നു.

എല്ലാം യേശുവാണ്. ഞാൻ അവനോട് എല്ലാം കടപ്പെട്ടിരിക്കുന്നു. ഡോക്ടർമാരും നഴ്സുമാരും, റെയിൽവേ ജീവനക്കാരും, പോലീസുകാരും മറ്റുള്ളവരും അത്ഭുതത്തോടെ നിൽക്കുന്നു, പക്ഷേ അവർക്ക് മനസ്സിലാക്കാൻ കഴിയുന്നില്ല, സംഭവിച്ച അത്ഭുതകരമായ മാറ്റം അവർ കാണുന്നു. പത്ത് വർഷവും പതിനൊന്ന് മാസവും ഞാൻ ഒരു കിടപ്പുരോഗിയായ നിസ്സഹായ ജീവിയായിരുന്നു.

ഇപ്പോൾ എനിക്ക് ജീവൻ നിറഞ്ഞിരിക്കുന്നു, മൈലുകൾ നടക്കാൻ കഴിയും, എനിക്ക് ഇതുവരെ ലഭിച്ചതിലും മികച്ച ആരോഗ്യം. ഇതെല്ലാം കാൽവരിയിൽ എനിക്ക് വേണ്ടി വാങ്ങിയതാണ്, ഇപ്പോൾ യേശു പൂർണ്ണത നൽകിയിരിക്കുന്നു, പരിശുദ്ധാത്മാവിലുള്ള സ്നാനം, അന്യഭാഷകളിൽ സംസാരിക്കൽ, എല്ലാം അവനെ മഹത്വപ്പെടുത്താൻ. ഓ, എന്റെ ഹൃദയം അവനാൽ നിറഞ്ഞിരിക്കുന്നു. അവൻ മാത്രം മഹത്വപ്പെടുത്തപ്പെടണമെന്ന് ഞാൻ ആഗ്രഹിക്കുന്നു. അവന്റെ അത്ഭുതകരമായ കൃപയാൽ രക്ഷിക്കപ്പെട്ട ഒരു പാപി മാത്രമാണ് ഞാൻ. എന്റെ സ്ഥാനം അവന്റെ വിലയേറിയ രക്തരൂക്ഷിതമായ പാദങ്ങളിലാണ്. അവൻ നൽകാൻ ആഗ്രഹിക്കുന്ന എല്ലാത്തിലും മറ്റുള്ളവർ വരണമെന്ന് ഞാൻ ആഗ്രഹിക്കുന്നു. ജീവിതം,

ഓ, വളരെ വ്യത്യസ്തമാണ്. അവൻ വരുമെന്ന് ഞാൻ നോക്കുകയും പ്രതീക്ഷിക്കുകയും ചെയ്യുന്നു, വിലയേറിയ, സൗമ്യനായ പരിശുദ്ധ യേശുവേ, എന്റെ ഹൃദയത്തിന്റെ അനുഗ്രഹീത മണവാളൻ. എന്നിരുന്നാലും, വേഗം വരൂ, കർത്താവായ യേശുവേ.

രോഗത്തിന്റെ ഒരു അംശവും അവശേഷിക്കുന്നില്ലെന്ന് ഡോക്ടർമാർ പറയുന്നതായി ഞാൻ ഇവിടെ പറയാൻ ആഗ്രഹിക്കുന്നു. അമ്പത്തിരണ്ട് വയസ്സുള്ളപ്പോൾ, കണ്ണടയില്ലാതെ വായിക്കാനും തയ്യാനും എനിക്ക് കാണാൻ കഴിയും. യേശുവിന് മഹത്വം! ഓ, അവനെ സ്തുതിക്കുന്നു. ഞാൻ അവനെ സ്തുതിക്കുന്നു! ഹല്ലേലൂയ! – മിസ്സിസ് ബി. ആൾട്ടോഫ്റ്റ്, 6 സ്റ്റാൻസ്റ്റഡ് സ്ട്രീറ്റ്, ഗ്രിംസ്ബി

ആഗ്നസ് ആഡംസ് എഴുതിയ "സ്റ്റീഫൻ ജെഫ്രീസ്" എന്ന നോവലിൽ നിന്നുള്ള ഭാഗം.

റെയ്മണ്ട് ടി. റിച്ചി – യുദ്ധത്തിൽ ഉണ്ടായ ഗുരുതരമായ നാശനഷ്ടങ്ങൾ ഭേദമായി

കഠിനമായ പനി ബാധിച്ച്, ടെക്സസിലെ ഹൂസ്റ്റണിൽ നിന്നുള്ള, അമേരിക്കൻ പര്യവേഷണ സേനയിലെ ഒന്നാം ആർമി കോർപ്സിലെ എൽസി ഡീവീസിനെ,

നവംബർ 13 ന്, യുദ്ധവിരാമം ഒപ്പുവച്ചതിന് രണ്ട് ദിവസത്തിന് ശേഷം, ആർഗോൺ ഫോറസ്റ്റിൽ നിന്ന് പുറത്തെടുത്തു. അദ്ദേഹത്തെ ആശുപത്രിയിൽ നിന്ന് ആശുപത്രിയിലേക്ക് കൊണ്ടുപോയി, അവിടെ വിദഗ്ധ ഡോക്ടർമാരും ശസ്ത്രക്രിയാ വിദഗ്ധരും മാസങ്ങളോളം അധ്വാനിച്ചു, ഒടുവിൽ കേസ് നിരാശാജനകമാണെന്ന് പ്രഖ്യാപിച്ചു. മരണത്തിനായി കാത്തിരിക്കാൻ അവർ രോഗിയെ ആശുപത്രിയിലെ ഇന്റേണുകൾക്ക് കൈമാറി, ഇതിനകം ഒരു സർട്ടിഫിക്കറ്റ് നൽകിയിരുന്നു. ആദ്യം ആശുപത്രിയിലേക്ക് കൊണ്ടുപോയപ്പോൾ ഈ സൈനികന് ഛർദ്ദിയും കഠിനമായ വേദനയും ഉണ്ടായിരുന്നു. ഈ ആശുപത്രിയിൽ നിന്ന് അദ്ദേഹത്തെ വിച്ചിയിലെ ബേസ് ഹോസ്പിറ്റൽ 119 ലേക്ക് മാറ്റി, ഈ പ്രശസ്തമായ ജലസേചന സ്ഥലത്ത് സർക്കാർ പരിപാലിക്കുന്നു. ഇവിടെ അദ്ദേഹം മാസങ്ങളോളം താമസിച്ചു, അദ്ദേഹത്തിന്റെ അവസ്ഥ വഷളായി. ഇവിടെ നിന്ന് അദ്ദേഹത്തെ അമേരിക്കയിലേക്ക് അയയ്ക്കാൻ ബോർഡോയിലേക്ക് അയച്ചു.

അദ്ദേഹം നിരന്തരം കിടപ്പിലായി, അദ്ദേഹത്തിന്റെ അവസ്ഥ വളരെ മോശമായതിനാൽ വീണ്ടും തന്റെ വസ്ത്രത്തിൽ ചേരാൻ കഴിഞ്ഞില്ല. ഒടുവിൽ

ന്യൂയോർക്കിൽ എത്തിയ അദ്ദേഹത്തെ ഡെബാർക്കേഷൻ ആശുപത്രി നമ്പർ 3 ലേക്ക് മാറ്റി. അവിടെ നിന്ന് അദ്ദേഹത്തെ സെന്റ് ലൂയിസിലെ ജെഫേഴ്സൺ ബാരക്സിലെ ബേസ് ആശുപത്രിയിലേക്ക് മാറ്റി. അവിടെ നിന്ന് ആമാശയം തിന്നുതീർത്തതായും ഒരു സ്പോഞ്ചിനോട് സാമ്യമുള്ളതായും കാണിക്കുന്ന എക്സ്-റേ ചിത്രങ്ങൾ എടുത്തു. ഇതിനെത്തുടർന്ന്, 1919 മെയ് 8 ന് ഒരു ശസ്ത്രക്രിയ നടത്തി. ഈ ശസ്ത്രക്രിയയ്ക്കിടെ അപ്പെൻഡിക്സ്, കുടലിന്റെ ഒരു പ്രധാന ഭാഗം, ആമാശയത്തിന്റെ ഒരു ഭാഗം എന്നിവ നീക്കം ചെയ്തു. ഈ ശസ്ത്രക്രിയ വളരെ ഗുരുതരമായതിനാൽ ശരീരത്തിൽ നിന്ന് ജീവൻ കടന്നുപോകുന്നതായി തോന്നി, നാഡിമിടിപ്പ് വളരെ മങ്ങിയതിനാൽ ഡോക്ടർമാർക്ക് പൾസോ ശ്വസനമോ കണ്ടെത്താൻ കഴിഞ്ഞില്ല, വൃക്കകൾ പ്രവർത്തിക്കാൻ വിസമ്മതിച്ചു, എല്ലാ വെള്ളവും വറ്റുകയും നെഞ്ചിൽ നിന്ന് താഴേക്ക് മരണത്തിലേക്ക് പ്രവേശിക്കുകയും ചെയ്തു. കേസ് നിരാശാജനകമാണെന്നും മരണ സർട്ടിഫിക്കറ്റ് നൽകിയതായും ഇപ്പോൾ വ്യക്തമായി.

ഈ കോമ അവസ്ഥയിൽ നിന്ന് വളരെ നേരിയ ഒരു ജീവന്റെ തീപ്പൊരി ദൃശ്യമായി, രോഗി പുനരുജ്ജീവിക്കാൻ തുടങ്ങി. “ഇപ്പോൾ,” ഡീവീസ് പറഞ്ഞു, “ഞാൻ നിരസിച്ച കർത്താവ് എന്നോട് സംസാരിക്കാൻ തുടങ്ങി,

എൻ്റെ ജീവൻ രക്ഷിക്കണമെന്ന് വീട്ടിലുള്ളവർ പ്രാർത്ഥിച്ചു. തങ്ങളുടെ കഴിവിൻ്റെ പരിധിയിലെത്തിയെന്ന് അവിടെയുണ്ടായിരുന്ന ഡോക്ടർമാർ സമ്മതിച്ചു. ദൈവം മാത്രമേ ബാക്കിയുള്ള കാര്യങ്ങൾ ചെയ്യാവൂ. ആശുപത്രി വിടാൻ വേണ്ടത്ര മെച്ചപ്പെട്ട ശേഷം, ഞാൻ അയോവയിലെ അമേസിലെ അയോവ സ്റ്റേറ്റ് കോളേജിൽ തൊഴിൽ പരിശീലനം നേടി. എന്നാൽ മൂന്ന് ആഴ്ചകൾ ഇവിടെ ചെലവഴിച്ചു, വീണ്ടും ആശുപത്രിയിൽ തിരിച്ചെത്തേണ്ടത് അത്യാവശ്യമായിരുന്നു. പിന്നീട് ഞാൻ അയോവയിലെ ഡെസ് മോയിൻസിലേക്ക് അറ്റകുറ്റപ്പണി നടത്തി. ഇവിടെ എനിക്ക് മറ്റൊരു ശസ്ത്രക്രിയയ്ക്ക് വിധേയനാകേണ്ടത് അത്യാവശ്യമാണെന്ന് കണ്ടെത്തി. ഒരു മുറിവുണ്ടാക്കിയ ശേഷം, അവർക്ക് ഇനി മുന്നോട്ട് പോകാൻ കഴിയില്ലെന്ന് ഡോക്ടർമാർ നിഗമനം ചെയ്തു, അവർ എന്നെ തുന്നിക്കെട്ടി. തങ്ങളാൽ കഴിയുന്നതെല്ലാം ചെയ്തുവെന്ന് അവർ എന്നെ അറിയിച്ചു, മരണം എന്നെ പിടികൂടുന്നതുവരെ കുറച്ച് സമയമേയുള്ളൂ. ഞാൻ ആശുപത്രി വിട്ട് വീട്ടിലേക്ക് പോയി, അവിടെ ഞാൻ മരിക്കും."

"ഹ്യൂസ്റ്റണിൽ ആയിരുന്നപ്പോൾ, പഴയകാല പുനരുജ്ജീവനത്തെക്കുറിച്ചും പ്രാർത്ഥനയ്ക്ക് ഉത്തരമായി അത്ഭുതകരമായ രോഗശാന്തി

നേടിയതിനെക്കുറിച്ചും ഞാൻ കേട്ടു. ഞാൻ മീറ്റിംഗിൽ പങ്കെടുക്കുകയും സുവിശേഷകനായ റെയ്മണ്ട് ടി. റിച്ചിയെ കേൾക്കുകയും യോഗങ്ങളിൽ താൽപ്പര്യം കാണിക്കുകയും ചെയ്തു. ഇവിടെ ഞാൻ എന്റെ പാപങ്ങളെക്കുറിച്ച് ബോധ്യപ്പെടുകയും എന്റെ ജീവിതം ദൈവത്തിന് സമർപ്പിക്കുകയും ചെയ്തു. കുറച്ച് രാത്രികൾക്ക് ശേഷം എന്നെ പ്രാർത്ഥിക്കുകയും അത്ഭുതകരമായി സുഖപ്പെടുത്തുകയും ചെയ്തു. എനിക്ക് അഞ്ച് അടി പതിനൊന്ന് ഇഞ്ച് ഉയരമുണ്ട്, എന്റെ ഭാരം നൂറ് പൗണ്ടിൽ കൂടാത്തിടത്തോളം വീണു. ഇപ്പോൾ എനിക്ക് ഏകദേശം ഇരുനൂറ് പൗണ്ട് ഭാരമുണ്ട്, നന്നായി ഭക്ഷണം കഴിക്കുന്നു, പൂർണ്ണ ആരോഗ്യം ആസ്വദിക്കുന്നു. എന്റെ രോഗാവസ്ഥയിൽ സ്ഥിരമായ വൈകല്യത്തിന്റെ പേരിൽ എന്നെ സ്കൂളിൽ നിന്ന് സ്ഥിരമായി വിലക്കി, യുണൈറ്റഡ് സ്റ്റേറ്റ്സ് വെറ്ററൻസ് ബ്യൂറോ വൊക്കേഷണൽ ട്രെയിനിംഗ് ബോർഡ് എനിക്ക് "ഡി" ക്ലാസ് റേറ്റിംഗ് നൽകി.

എലോയിസ് മേ റിച്ചിയുടെ "ദൈവം എന്താണ് ചെയ്തത്" എന്നതിൽ നിന്നുള്ള ഉദ്ധരണി.

സ്മിത്ത് വിഗ്ഗിൾസ്വർത്ത് - നഴ്സിന് മുടന്തൽ രോഗം ഭേദമായി.

ന്യൂ സൗത്ത് വെയിൽസിലെ നരേംബേണിലെ മിസ് എച്ച്. ടോഡ് സാക്ഷ്യപ്പെടുത്തി: "സിഡ്നിയിൽ നഴ്സായി ജോലി ചെയ്യുന്നതിനിടയിൽ എനിക്ക് ഗുരുതരമായ ഒരു അപകടം സംഭവിച്ചു, കാൽമുട്ട് ഒടിഞ്ഞു, ആന്തരിക തരുണാസ്ഥി സ്ഥാനഭ്രംശം സംഭവിച്ചു, ഇത് സൈനോവൈറ്റിസ്, ആർത്രൈറ്റിസ് (ക്രോണിക്) എന്നിവയിലേക്ക് നയിച്ചു. സിഡ്നിയിലും ഓറഞ്ചിലും എനിക്ക് മികച്ച വൈദ്യശാസ്ത്ര വൈദഗ്ദ്ധ്യം ഉണ്ടായിരുന്നു, സ്ഥിരമായ ഒരു ആശ്വാസവും ലഭിച്ചില്ല. ഞാൻ കുറച്ചുനേരം എഴുന്നേറ്റു, പിന്നീട് വീണ്ടും ഉറങ്ങാൻ കിടന്നു, അങ്ങനെ പതിനെട്ട് മാസങ്ങൾ; നീണ്ട, ക്ഷീണിച്ച മാസങ്ങളായിരുന്നു അവ, പ്രത്യേകിച്ച് പതിനാല് മാസങ്ങൾക്ക് ശേഷം, മറ്റേ കാലിന്റെ പേശികളുടെ നാരുകൾ പൊട്ടിപ്പോകാനുള്ള ദൗർഭാഗ്യം എനിക്ക് ഉണ്ടായപ്പോൾ, അതിന്റെ ഫലമായി ആറ് ആഴ്ച ലേ-അപ്പ് ചെയ്യേണ്ടി വന്നു. ചിലപ്പോഴൊക്കെ വേദന ഏറ്റവും കഠിനമായിരുന്നു. എന്റെ തൊഴിൽ വീണ്ടും തുടരാൻ കഴിയുമെന്ന പ്രതീക്ഷയില്ലാത്ത ഒരു യഥാർത്ഥ വികലാംഗനായിരുന്നു ഞാൻ. മറ്റുവിധത്തിൽ പൂർണ്ണ ആരോഗ്യവാനായിരുന്നതിനാൽ, രണ്ട് കാലുകളും തളർന്ന നിലയിൽ ഭാവിയിലേക്ക് നോക്കുക, എന്നെ പരിപാലിക്കാനും

നിലനിർത്താനും മറ്റുള്ളവരെ ആശ്രയിക്കുക ബുദ്ധിമുട്ടായിരുന്നു.

"ഓറഞ്ചിൽ അംഗവൈകല്യം സംഭവിച്ചതിനുശേഷം, ദൈവിക രോഗശാന്തിയെക്കുറിച്ചുള്ള തിരുവെഴുത്ത് പഠിപ്പിക്കലുകൾ കേൾക്കാൻ എന്നെ പ്രേരിപ്പിച്ചുകൊണ്ട് വിശ്വസിക്കുന്ന ആളുകളുടെ ഇടയിലാണ് ഞാൻ ജീവിച്ചിരുന്നത്, പക്ഷേ ഞാൻ വ്യത്യസ്തമായി ചിന്തിച്ചു. കഴിഞ്ഞ കാലങ്ങളിൽ അത്ഭുതകരമായ കാര്യങ്ങളെക്കുറിച്ച് ബൈബിൾ പറഞ്ഞിട്ടുണ്ട് എന്നത് സത്യമാണ്, പക്ഷേ എനിക്ക് ആ ദിവസങ്ങൾ ഇല്ലാതായി, ഇപ്പോൾ കാര്യങ്ങൾ വ്യത്യസ്തമാണ്. സുവിശേഷകനായ സ്മിത്ത് വിഗ്ഗിൾസ്‌വർത്തിനെക്കുറിച്ച് വലിയ സംസാരമുണ്ടായിരുന്നു, പക്ഷേ എനിക്ക് താൽപ്പര്യമില്ലായിരുന്നു. അഞ്ച് ദിവസം മാത്രം നീണ്ടുനിൽക്കുന്ന തന്റെ ദൗത്യം സുവിശേഷകൻ ആരംഭിച്ചതിനുശേഷം, എന്റെ സഹോദരനും മറ്റുള്ളവരും ചേർന്ന് ദിവ്യ രോഗശാന്തിയെക്കുറിച്ചുള്ള തിരുവെഴുത്തുകളുടെ പഠിപ്പിക്കലിന്റെ യാഥാർത്ഥ്യത്തെക്കുറിച്ച് ഏറ്റവും ബോധ്യപ്പെടുത്തുന്ന രീതിയിൽ എന്നോട് സംസാരിച്ചു, അതുവരെ ഞാൻ അതിനോട് എതിർപ്പ് പ്രകടിപ്പിച്ചിരുന്നെങ്കിലും, ഞാൻ വീണ്ടും എന്റെ ബൈബിളിലേക്ക് പോയി,

മുടിയനായ പുത്രനെപ്പോലെ, അവസാനം, 'ഞാൻ എഴുന്നേറ്റ് എൻ്റെ പിതാവിൻ്റെ അടുക്കൽ പോകും' എന്ന് പറയാൻ എന്നെ പ്രേരിപ്പിച്ചു. പ്രിയ കർത്താവിനെ സ്തുതിക്കുക, അവൻ എനിക്ക് എത്ര അനുഗ്രഹങ്ങൾ നൽകാൻ കാത്തിരുന്നു. ഞാൻ വർഷങ്ങളായി ഒരു ക്രിസ്ത്യാനിയായിരുന്നു, പക്ഷേ അവൻ്റെ ശബ്ദം കേൾക്കുന്നതിനും എൻ്റെ കണ്ണുകളിൽ അഭിഷേകം ചെയ്യുന്നതിനും മുമ്പ് എന്നെ ഉണർത്തേണ്ടിവന്നു. തിരുവെഴുത്ത് വായിക്കുമ്പോൾ, 'ഒരു കാര്യം എനിക്കറിയാം, ഞാൻ അന്ധനായിരുന്നു, ഇപ്പോൾ എനിക്ക് കാണാൻ കഴിയും' എന്ന വാക്കുകൾ എന്നെ പിടികൂടി. യോഹന്നാൻ 9:25. വെള്ളിയാഴ്ചയും ശനിയാഴ്ചയും ദിവസം മുഴുവൻ ഇത് എൻ്റെ മനസ്സിൽ ഓടിക്കൊണ്ടിരുന്നു; 'ഞാൻ കർത്താവാണ്, മാറരുത്' എന്ന ദൈവവചനവും. ഈ തിരുവെഴുത്തുകൾ എനിക്ക് നിരന്തരം വന്നുകൊണ്ടിരുന്നു, ആ രാത്രി പ്രാർത്ഥനയ്ക്കായി ദൗത്യത്തിലേക്ക് പോകാൻ ഞാൻ തീരുമാനിച്ചു.

“ഒരു കാലിൽ കാൽമുട്ട് സന്ധിയിൽ കുടുങ്ങിപ്പോകാതിരിക്കാനും ഞെരുങ്ങാതിരിക്കാനും സ്റ്റീൽ, തുകൽ ഉപകരണങ്ങൾ ഉണ്ടായിരുന്നു, അത് കഠിനമായ വേദനയ്ക്ക് കാരണമായി, മറ്റേത്

ഇറുകിയ ബാൻഡേജുകളിലായിരുന്നു. ഒരു ജോഡി ക്രച്ചസിന്റെ സഹായത്തോടെ ഞാൻ മീറ്റിംഗിലേക്ക് കൊണ്ടുപോകാൻ കാറിൽ കയറി, കഠിനമായി കഷ്ടപ്പെട്ടിട്ടും, എനിക്ക് സുഖം പ്രാപിക്കുമെന്ന് ഞാൻ വിശ്വസിച്ചു. പ്രസംഗത്തിനുശേഷം ഞാൻ ശുശ്രൂഷിക്കപ്പെടേണ്ടവരോടൊപ്പം ചേർന്നു, സുവിശേഷകൻ എന്റെ മേൽ കൈകൾ വെച്ച് പ്രാർത്ഥിക്കുമ്പോൾ, എന്റെ രണ്ട് അംഗങ്ങൾക്കും പരിക്കേറ്റിടത്ത് വലിയ ശക്തിയോടെ തണുത്ത വെള്ളം ജെറ്റുകളിൽ തളിക്കുന്നത് പോലെ വിചിത്രവും എന്നാൽ മനോഹരവുമായ ഒരു അനുഭവം എനിക്കുണ്ടായി. ശക്തി വളരെ ശക്തമായിരുന്നതിനാൽ അത് എന്നെ വേദനിപ്പിച്ചു, അത് കർത്താവാണെന്ന് എനിക്കറിയാമായിരുന്നു, പക്ഷേ പോകാൻ തിരിഞ്ഞപ്പോൾ എനിക്ക് സുഖം തോന്നിയില്ല, രണ്ടോ മൂന്നോ പേരോട് നിരാശ പ്രകടിപ്പിച്ചു.

“വീട്ടിലേക്കുള്ള വഴിയിലുടനീളം ഞാൻ ഒരുപാട് കരഞ്ഞു, എന്റെ ഹൃദയം ദൈവത്തോട് പകർന്നു, 'കർത്താവേ, ഞാൻ വിശ്വസിക്കുന്നു, എന്റെ അവിശ്വാസത്തിന് നീ സഹായിക്കണമേ' എന്ന് പറഞ്ഞു. വീട്ടിലെത്തിയപ്പോൾ, കാറിൽ നിന്ന് എന്നെ ഇറക്കിവിട്ടു, കുറച്ച് ചുവടുകൾ നടന്നപ്പോൾ, എനിക്ക് ഒറ്റയ്ക്ക് നടക്കാൻ കഴിയുമെന്ന് ഞാൻ കരുതി. വാതിലിന്റെ

ഉമ്മരപ്പടിയിലെത്തിയപ്പോൾ, തിളങ്ങുന്ന ഒരു മതിൽ എന്നെ അഭിമുഖീകരിച്ചു, അത് എന്നെ സ്തംഭിപ്പിച്ചു, തൽക്ഷണം ഞാൻ വിളിച്ചുപറഞ്ഞു, 'ദൈവത്തിന് മഹത്വം, ഞാൻ സുഖം പ്രാപിച്ചു,' ശരിക്കും ഞാൻ അങ്ങനെ തന്നെയായിരുന്നു. ഞാൻ കർത്താവിനെ സ്തുതിച്ചുകൊണ്ട് വീടിനു ചുറ്റും നടന്നു, പിന്നിലെ വരാന്തയിലൂടെ മുകളിലേക്കും താഴേക്കും, ദൈവത്തെ മഹത്വപ്പെടുത്തി, അപകടത്തിൽപ്പെടുന്നതിന് മുമ്പ് ഞാൻ ചെയ്തതുപോലെ നടന്നു. ക്രച്ചസുകൾ കണ്ടപ്പോൾ, 'അവ എനിക്ക് കടം തന്ന ദയയുള്ള സുഹൃത്തിന്റെ അടുത്തേക്ക് കൊണ്ടുപോകൂ. എനിക്ക് ഇനി അവ ആവശ്യമില്ല' എന്ന് ഞാൻ പറഞ്ഞു. അങ്ങനെ ക്രച്ചസുകൾ അർദ്ധരാത്രിക്ക് തൊട്ടുമുമ്പ് തിരികെ ലഭിച്ചു. ഹല്ലേലൂയാ! പിറ്റേന്ന് രാവിലെ ഞാൻ ഉരുക്കും തുകൽ താങ്ങും ബാൻഡേജുകളും ഉപേക്ഷിച്ചു, അതിനുശേഷം ഞാൻ ഒരിക്കലും അവയിൽ തൊട്ടിട്ടില്ല, കാരണം ഞാൻ പൂർണ്ണമായും സുഖം പ്രാപിച്ചു.

"രണ്ട് ദിവസങ്ങൾക്ക് ശേഷം പ്രവൃത്തികൾ 2:4 പ്രകാരം ഞാൻ പരിശുദ്ധാത്മാവിൽ സ്നാനമേറ്റു. എന്റെ ബൈബിൾ ഇപ്പോൾ എനിക്ക് മുമ്പെന്നത്തേക്കാളും അർത്ഥവത്താണ്. പാപത്തിൽ നിന്നുള്ള എന്റെ രക്ഷകനായും, മഹാനായ

വൈദ്യനായും, പരിശുദ്ധാത്മാവിനാൽ സ്നാനമേൽക്കുന്നവനായും, വളരെ വേഗം തന്റെ വധുവിനായി വരുന്നവനായും ഞാൻ ഇപ്പോൾ എന്റെ കർത്താവിനെ കാണുന്നു."

സ്മിത്ത് വിഗ്ഗിൾസ്വർത്തിന്റെ മിറക്കിൾസ് ഇൻ ഓസ്ട്രേലിയ ആൻഡ് ന്യൂസിലൻഡിൽ നിന്നുള്ള ഉദ്ധരണി.

എജെ ബയേഴ്സ് – 35 വർഷത്തെ കഷ്ടപ്പാടിനു ശേഷം സ്ത്രീ സുഖം പ്രാപിച്ചു

കഷ്ടപ്പാടോടെയാണ് ഞാൻ ജനിച്ചത്, ജീവിക്കാൻ ഞാൻ പ്രതീക്ഷിച്ചിരുന്നില്ല. മുപ്പത്തഞ്ച് വർഷമായി ആരോഗ്യകരമായ ഒരു സാധാരണ ശ്വാസം എടുക്കുന്നത് എന്താണെന്ന് എനിക്കറിയില്ലായിരുന്നു, എന്തുകൊണ്ടാണ് എനിക്ക് ഇത്രയും കഷ്ടപ്പെടേണ്ടി വന്നതെന്ന് ഞാൻ പലപ്പോഴും ദൈവത്തോട് ചോദിക്കുമായിരുന്നു. അവൻ മറുപടി പറഞ്ഞു, “എന്റെ ശക്തി നിന്നിലൂടെ കാണിക്കാൻ വേണ്ടി.” ഞാൻ പറഞ്ഞു, “കർത്താവേ, അങ്ങനെയാണെങ്കിൽ, ഞാൻ നിന്റെ ഇഷ്ടത്തിന് കീഴടങ്ങാൻ ആഗ്രഹിക്കുന്നു.” ഒരു വർഷത്തിനുള്ളിൽ ഞാൻ അഞ്ച് തവണ ആശുപത്രിയിൽ പോയി, ഓരോ തവണയും മരണത്തിന്റെ വക്കിലായിരുന്നു. എനിക്ക് ഹൃദയത്തിന്റെ

വിട്ടുമാറാത്ത ന്യൂറൽജിയ, മുഴുവൻ സിസ്റ്റത്തിന്റെയും വിട്ടുമാറാത്ത തിമിരം, വൃക്ക, സ്ത്രീ പ്രശ്നങ്ങൾ എന്നിവ ഉണ്ടായിരുന്നു. എനിക്ക് എന്റെ കണ്ണുകളുടെ കാഴ്ച ഏതാണ്ട് നഷ്ടപ്പെട്ടു. എന്റെ ജീവിതകാലം മുഴുവൻ അവ ദുർബലമായിരുന്നു, ഞാൻ കുട്ടിയായിരുന്നപ്പോൾ ഒരു ശസ്ത്രക്രിയ ആവശ്യമായി വന്നു, വർഷങ്ങളോളം കണ്ണട ധരിക്കേണ്ടിവന്നു.

ഞങ്ങൾക്ക് എല്ലായ്പ്പോഴും ഏറ്റവും മികച്ച ഡോക്ടർമാരും ശസ്ത്രക്രിയാ വിദഗ്ധരും ഉണ്ടായിരുന്നു, പക്ഷേ അവർക്ക് എനിക്ക് ഒന്നും ചെയ്യാൻ കഴിയില്ലെന്ന് തോന്നി. ഒടുവിൽ ഒരു ശസ്ത്രക്രിയ എനിക്ക് സുഖം പ്രാപിക്കാൻ ഒരു അവസരം നൽകുമെന്ന് അവർ എന്നോട് പറഞ്ഞു. ഇപ്പോൾ, ഒരു ശസ്ത്രക്രിയയിൽ നിന്ന് എനിക്ക് രക്ഷപ്പെടാൻ കഴിയുമെന്ന് ഞാൻ കരുതിയില്ല, പക്ഷേ കർത്താവിനോട് പറഞ്ഞു, അങ്ങനെയാണെങ്കിൽ അവൻ എന്നെ വീട്ടിലേക്ക് കൊണ്ടുപോകുമെന്ന്, പക്ഷേ അവന് മറ്റെന്തെങ്കിലും മാർഗമോ മെച്ചപ്പെട്ട പദ്ധതികളോ ഉണ്ടെങ്കിൽ, എന്നെ അറിയിക്കണമെന്ന്. ഞാൻ പറഞ്ഞു, "കർത്താവേ, നീ ആഗ്രഹിക്കുന്നുവെങ്കിൽ ഒരു ശസ്ത്രക്രിയ കൂടാതെ നിനക്ക് എന്നെ സുഖപ്പെടുത്താൻ കഴിയുമെന്ന്

എനിക്കറിയാം, കാരണം നിന്റെ വചനം പറയുന്നു, 'യേശുക്രിസ്തു ഇന്നലെയും ഇന്നും എന്നേക്കും അനന്യനാണ്' എന്നും നിന്നിൽ ആശ്രയിക്കുന്നവർ ലജ്ജിക്കേണ്ടിവരില്ല എന്നും. എന്റെ കഷ്ടപ്പാടുകളിൽ ഞാൻ കർത്താവിൽ വിശ്രമിച്ചു. സത്യം അതിന്റെ പൂർണ്ണതയിൽ പ്രസംഗിക്കുന്നത് ഞാൻ ഒരിക്കലും കേട്ടിട്ടില്ല, ദൈവത്തിന്റെ യഥാർത്ഥ വിശുദ്ധന്മാരെ ഇതുവരെ കണ്ടെത്തിയിട്ടില്ല; എന്നാൽ എന്റെ ചുറ്റുമുള്ള ആളുകൾ ഞാൻ മരിക്കാൻ കാത്തിരിക്കുമ്പോൾ, ദൈവം തന്റെ രണ്ട് യഥാർത്ഥ സുവിശേഷ പ്രസംഗകരെ (സഹോദരന്മാരായ ക്രീബെലും ക്രോസും) എന്നെ കാണാൻ അയച്ചു. ദൈവം അവരെ അയച്ചിട്ടുണ്ടെന്ന് എനിക്കറിയാമെന്ന് ഞാൻ അവരോട് പറഞ്ഞു. അവർ എനിക്കുവേണ്ടി പ്രാർത്ഥിക്കുമെന്ന് പറഞ്ഞു.

കുറച്ച് ദിവസങ്ങൾക്ക് ശേഷം എന്നെ ആശുപത്രിയിൽ നിന്ന് പുറത്താക്കി ഓക്ക്ലൻഡിലേക്ക് അയച്ചു. എന്നെ നയിക്കാൻ ഞാൻ ദൈവത്തോട് അപേക്ഷിച്ചിരുന്നു, അതിനാൽ ഞാൻ അവനുവേണ്ടി കാത്തിരിക്കുകയായിരുന്നു. ഒരു ദിവസം ഞാൻ വീണ്ടും മരണത്തിലേക്ക് അടുക്കുമ്പോൾ, ദൈവം എന്നോട് സഹോദരൻ ക്രോസിനെ വിളിക്കാൻ ആവശ്യപ്പെട്ടു. അടുത്ത ദിവസം അദ്ദേഹം വന്നു. പ്രാർത്ഥനയ്ക്ക് മറുപടിയായി എനിക്ക്

കിടക്കയിൽ നിന്ന് എഴുന്നേൽക്കാൻ കഴിഞ്ഞു. സഹോദരൻ സി. എന്നെ യേശുവിന്റെ നാമത്തിൽ അഭിഷേകം ചെയ്തു, വിശ്വാസത്തിന്റെ പ്രാർത്ഥന നടത്തി. പ്രാർത്ഥന കേൾക്കപ്പെട്ടുവെന്ന് എനിക്ക് ഉറപ്പുണ്ടായിരുന്നു. ചില സമയങ്ങളിൽ എനിക്ക് കിടക്കയിൽ നിന്ന് എഴുന്നേൽക്കാൻ കഴിഞ്ഞു , പക്ഷേ ഇപ്പോൾ എന്റെ കഷ്ടപ്പാടുകൾ മുമ്പത്തേക്കാൾ കൂടുതൽ കഠിനമായിരുന്നു, ദൈവം എന്നെ പൂർണ്ണമായും ഉപേക്ഷിച്ചുവെന്ന് എനിക്ക് തോന്നി.

അവൻ എവിടെയോ ആണെന്ന് എനിക്ക് തോന്നി, പക്ഷേ വളരെ അകലെയാണ്. അതിനിടയിൽ ഇരുട്ടിന്റെ ശക്തികൾ എന്നെ പിടികൂടി, എന്നെ കീറിമുറിക്കുന്നത് പോലെ തോന്നി. ഞാൻ കഷ്ടപ്പെടുക മാത്രമല്ല, ഭയങ്കര വേദനയും അനുഭവിച്ചു, അത് നിരവധി രാത്രികളും പകലും നീണ്ടുനിന്നു. ദൈവം എനിക്കായി ഉദ്ദേശിച്ച പാഠം ഇതിൽ നിന്ന് പഠിക്കേണ്ടതുണ്ടെന്ന് നിങ്ങൾ കാണുന്നു. അതിനുപുറമെ, ഞാൻ കർത്താവിൽ നിന്ന് ഓടിപ്പോയി, എനിക്ക് കഠിനമായ ശിക്ഷ ആവശ്യമായിരുന്നു. ആ സമയത്ത് എനിക്കറിയില്ലായിരുന്നെങ്കിലും ദൈവം എന്റെ കൂടെ നിന്നു, എന്നെ ശക്തിപ്പെടുത്തി.

ഒരു ദിവസം ദൈവം എന്നെക്കുറിച്ച് ചിന്തിക്കുന്നുണ്ടെന്ന തോന്നൽ എന്നെ പിടികൂടി, "ഞാൻ മരിക്കുകയില്ല, ജീവിക്കുകയും കർത്താവിന്റെ പ്രവൃത്തികൾ പ്രഖ്യാപിക്കുകയും ചെയ്യും" എന്ന് ഞാൻ നിലവിളിച്ചു. തുടർന്ന് 1910 ജനുവരിയിൽ എന്നെ ഓക്ക്ലാൻഡ് അസംബ്ലിയിലേക്ക് കൊണ്ടുവന്നു, സഹോദരൻ ബയേഴ്സ് എന്നെ അഭിഷേകം ചെയ്തു. സഹോദരന്മാരായ ക്രീബലും ഹോൾകോംബും എന്റെ മേൽ കൈകൾ വച്ചു, എന്റെ ശരീരത്തിൽ തൊടാൻ ദൈവത്തോട് അപേക്ഷിച്ചു. തൽക്കാലം എനിക്ക് വ്യത്യസ്തത തോന്നിയില്ല, പക്ഷേ എന്റെ വിശ്വാസം കർത്താവിലായിരുന്നു, ദൈവം എനിക്ക് നൽകാൻ ഉചിതമെന്ന് കാണുന്ന രീതിയിൽ രോഗശാന്തി സ്വീകരിക്കാൻ ഞാൻ തയ്യാറായിരുന്നു. പ്രാർത്ഥനകൾ ദൈവത്തിന്റെ സിംഹാസനത്തിനു മുമ്പിലാണെന്ന് എനിക്ക് ഉറപ്പായി. അതേ രാത്രിയിൽ യേശു എന്റെ കിടക്കയ്ക്കരികിൽ വന്ന് എന്റെ തലയിൽ സൌമ്യമായി കൈ വെച്ചതായി എനിക്ക് തോന്നി, തുടർന്ന് ദൈവത്തിന്റെ ശക്തി എന്റെ മുഴുവൻ ശരീരത്തിലൂടെയും കടന്നുപോകുന്നതായി എനിക്ക് തോന്നി. ഞാൻ നിലവിളിച്ചു, "കർത്താവായ യേശുവേ, ഇതിനെല്ലാം ഞാൻ യോഗ്യനല്ല." മഴവില്ലിന്റെ എല്ലാ നിറങ്ങളോടും കൂടിയ, കൂടുതൽ വ്യക്തവും

തിളക്കവുമുള്ള മഴ പോലെയുള്ള ഒന്ന് സ്വർഗത്തിൽ നിന്ന് ഇറങ്ങുന്നത് എനിക്ക് കാണാൻ കഴിഞ്ഞു.

എന്റെ നന്ദി പ്രകടിപ്പിക്കാൻ വാക്കുകൾ കിട്ടുന്നില്ല. ഞാൻ മരിച്ചവരിൽ നിന്ന് ഉയിർത്തെഴുന്നേറ്റതായി തോന്നി. എന്റെ ചുറ്റുമുള്ള കാര്യങ്ങൾ വ്യക്തമായി കാണാൻ തുടങ്ങി, എന്റെ എല്ലാ കഷ്ടപ്പാടുകളിൽ നിന്നും ദൈവം എന്നെ സുഖപ്പെടുത്തിയെന്ന് ഞാൻ മനസ്സിലാക്കി. ഇതെല്ലാം സത്യമാകാൻ വളരെ നല്ലതായി തോന്നി, പക്ഷേ കർത്താവിനെ സ്തുതിക്കുക, അത് അങ്ങനെയായിരുന്നു. ഞാൻ കൂടുതൽ ശക്തനാകാൻ തുടങ്ങി, മെച്ചപ്പെട്ട വിശപ്പ് അനുഭവപ്പെട്ടു, ജീവിതത്തിന്റെ കടമകൾ ക്രമേണ ഏറ്റെടുക്കാൻ എനിക്ക് വീണ്ടും കഴിഞ്ഞു. – മേരി സ്പോൾഡിംഗ്

എ എൽ ബയേഴ്സ് എഴുതിയ "200 യഥാർത്ഥ ദിവ്യ രോഗശാന്തി സംഭവങ്ങൾ" എന്ന പുസ്തകത്തിൽ നിന്നുള്ള ഉദ്ധരണി.

ജോർജ്ജ് ജെഫ്രിസ് – മുടന്തനായ മനുഷ്യൻ തൽക്ഷണം സുഖപ്പെട്ടു

1927 ഏപ്രിലിൽ ലീഡ്സിൽ വെച്ച് മിസ്റ്റർ ജെയിംസ് ഗ്രെഗ്സൺ അത്ഭുതകരമായി സുഖം പ്രാപിച്ചു. അത്ഭുതത്തിന് സാക്ഷ്യം വഹിച്ച

വലിയ ജനക്കൂട്ടം അദ്ദേഹത്തിന്റെ പെട്ടെന്നുള്ള സുഖം പ്രാപിച്ച ദിവസം വളരെക്കാലം ഓർമ്മിക്കും. അദ്ദേഹം ഒരു പൂർണ വികലാംഗനായിരുന്നു, അദ്ദേഹത്തിന്റെ ചലനശേഷി തന്റെ വളഞ്ഞ കാലുകൾ പിന്നിലേക്ക് വലിച്ചുകൊണ്ട് വേദനാജനകമായി നിലത്ത് നടക്കുക എന്നതായിരുന്നു.

ഞാൻ ഒരു ഇരുമ്പ് നിർമ്മാതാവായിരുന്നു. 1922 ഫെബ്രുവരി 2-ന് എനിക്ക് ഗുരുതരമായ ഒരു അപകടം സംഭവിച്ചു. ഉയരത്തിൽ നിന്ന് ഒരു കൽക്കരിപ്പെട്ടിയിൽ വീണു, എല്ലാ അസ്ഥികളും സ്ഥാനഭ്രംശം സംഭവിച്ചു. എന്റെ നട്ടെല്ലിനും പരിക്കേറ്റു. എന്നെ ആശുപത്രിയിലേക്ക് കൊണ്ടുപോയി, അവിടെ ആശുപത്രിയിൽ നിന്ന് നൽകാൻ കഴിയുന്ന എല്ലാ ചികിത്സകളും എനിക്ക് ലഭിച്ചു, പക്ഷേ ഞാൻ നിസ്സഹായനും നിരാശനുമായ ഒരു മുടന്തനായി. എനിക്ക് നിലത്തുകൂടി ഇഴയേണ്ടി വന്നു; എന്റെ കാലുകൾ വളഞ്ഞു, ഞാൻ അവയെ കുറുകെ വലിച്ചിഴച്ചു. എനിക്ക് ഇരിക്കാൻ കഴിഞ്ഞില്ല, പക്ഷേ കിടക്കേണ്ടിവന്നു. എന്റെ ജീവിതം ഒരു ദുരിതമായിരുന്നു. ബുധനാഴ്ച വൈകുന്നേരം എന്റെ ഭാര്യ പ്രിൻസിപ്പൽ ജോർജ്ജ് ജെഫ്രീസിന്റെ പ്രചാരണ യോഗങ്ങളിൽ അന്ധയായ ഒരു സ്ത്രീക്ക് കാഴ്ച ലഭിച്ചതിന്റെ ഒരു കഥ പത്രത്തിൽ വായിച്ചു.

അവൾ വായിക്കുമ്പോൾ, മീറ്റിംഗിൽ പോകാൻ കഴിഞ്ഞാൽ മാത്രമേ എനിക്ക് സുഖം പ്രാപിക്കാൻ കഴിയൂ എന്ന് എനിക്ക് ബോധ്യമായി. ശനിയാഴ്ച ഞാൻ എന്റെ ക്രച്ചസിൽ കാലുകൾ പിന്നിലേക്ക് വലിച്ചുകൊണ്ട് പോയി. ആ രാത്രി ഞാൻ രക്ഷിക്കപ്പെട്ടു: അവൻ എന്റെ എല്ലാ അകൃത്യങ്ങളും ക്ഷമിച്ചു. തുടർന്ന് ഞായറാഴ്ച ഞാൻ വീണ്ടും കൊളീജിയത്തിലേക്ക് പോയി. ഞാൻ എങ്ങനെ അവിടെ എത്തിയെന്ന് ദൈവത്തിന് മാത്രമേ അറിയൂ, ഞാൻ അവിടെ എത്തിയപ്പോൾ എനിക്ക് അകത്തേക്ക് കയറാൻ വളരെ ബുദ്ധിമുട്ടായിരുന്നു, പക്ഷേ ചില ആളുകൾ എന്നോട് സഹതാപം തോന്നി എന്നെ പിന്നിലേക്ക് വലിച്ചിഴച്ചു.

പിന്നെ പരിചാരകർ എന്നെ അകത്തു കയറ്റി പ്ലാറ്റ്ഫോമിനു മുന്നിൽ കിടത്തി. പുനരുജ്ജീവന സംഘത്തിലെ ഒരാൾ എന്റെ അടുത്ത് വന്ന് “സഹോദരാ, നിങ്ങൾക്ക് സുഖകരമായി തോന്നുന്നില്ല; എനിക്ക് നിങ്ങളെ കൂടുതൽ സുഖകരമാക്കാൻ കഴിയുമോ? ” എന്ന് ചോദിച്ചു. ഞാൻ മറുപടി പറഞ്ഞു, “എനിക്ക് ഒരിക്കലും സുഖകരമല്ല” കാരണം ഞാൻ രാവും പകലും വേദനയിലായിരുന്നു. പ്രിൻസിപ്പൽ എനിക്ക് വേണ്ടി പ്രാർത്ഥിച്ചു, അദ്ദേഹം എന്റെ മേൽ കൈകൾ വച്ചപ്പോൾ എന്റെ ശരീരത്തിലുടനീളം ഒരു ഡസൻ

കൈകൾ വച്ചിരിക്കുന്നതുപോലെ എനിക്ക് തോന്നി, എല്ലാ അസ്ഥികളും പഴയപടിയാകുന്നത് എനിക്ക് അനുഭവപ്പെട്ടു. ഞാൻ തൽക്ഷണം മോചിതനായി, ഞാൻ പൂർണ്ണമായും സുഖം പ്രാപിച്ചു. എനിക്ക് അസ്ഥിയും തൊലിയും മാത്രമേ ഉണ്ടായിരുന്നുള്ളൂ; എന്റെ കണ്ണുകൾ എന്റെ തലയിൽ കുഴിഞ്ഞുപോയി. രണ്ടാഴ്ചയ്ക്കുള്ളിൽ എനിക്ക് രണ്ട് കല്ല് അഞ്ച് പൗണ്ട് വർദ്ധിച്ചു, ഞാൻ മാംസം ധരിച്ചു. എനിക്ക് എന്റെ ജോലിയിലേക്ക് തിരികെ പോകാൻ കഴിഞ്ഞു. അനാരോഗ്യം കാരണം ഒരു ദിവസത്തെ ജോലി പോലും നഷ്ടപ്പെട്ടിട്ടില്ല. ഹല്ലേലൂയാ! ദൈവത്തിന് എല്ലാ മഹത്വവും ഉണ്ടാകട്ടെ! കർത്താവിനെ സ്തുതിക്കുക!"

ജോർജ്ജ് ജെഫ്രീസിന്റെ *"ഹീലിംഗ് റേസ്"* എന്ന പുസ്തകത്തിൽ നിന്നുള്ള ഉദ്ധരണി ,

റാണ്ടി ക്ലാർക്കിന്റെ ടീം – രണ്ട് ബധിരരും മൂകരുമായ സഹോദരന്മാർ സുഖം പ്രാപിച്ചു

രണ്ട് ആൺകുട്ടികളെ അവരുടെ അമ്മ എന്റെ അടുക്കൽ കൊണ്ടുവന്നു. മൂകനും ബധിരനുമായ മൂത്തയാൾക്കുവേണ്ടി പ്രാർത്ഥിക്കാൻ അവൾ എന്നോട് ആവശ്യപ്പെട്ടു. പ്രാർത്ഥനയ്ക്ക് ശേഷം, ഞാൻ

അവനോട് ശബ്ദമുണ്ടാക്കാൻ ആവശ്യപ്പെട്ടു. അവൻ സംസാരിച്ചു. അവൻ വളരെ വ്യക്തമായി സംസാരിച്ചതിനാൽ അവൻ ശരിക്കും ബധിരനായിരുന്നോ എന്ന് ഞാൻ അമ്മയോട് ചോദിക്കേണ്ടി വന്നു. എന്റെ വ്യാഖ്യാതാവ് പറഞ്ഞു, "അതെ, അവൻ ബധിരനായിരുന്നു." അമ്മയുടെ ഇളയ മകനെ ചൂണ്ടി അവൾ പറഞ്ഞു, അവനും ബധിരനും മൂകനുമാണെന്ന്. ആദ്യം ഞാൻ അവളെ വിശ്വസിച്ചില്ല, പക്ഷേ അവൻ യഥാർത്ഥത്തിൽ തന്റെ സഹോദരനെപ്പോലെ ബധിരനും മൂകനുമാണെന്ന് അവൾ തറപ്പിച്ചു പറഞ്ഞു. കർത്താവ് വന്നു, കുട്ടി കേട്ടു സംസാരിച്ചു. രണ്ട് ആൺകുട്ടികളും ബധിരരും മൂകരുമാണെന്നും ഇരുവരും സുഖം പ്രാപിച്ചതായും ഉറപ്പാക്കാൻ ഞാൻ പാസ്റ്റർ ജെയിംസിനെക്കൊണ്ട് ആവശ്യപ്പെട്ടു. അദ്ദേഹം അത് സ്ഥിരീകരിച്ചു.

ചാൾസ് പോൾസ്റ്റൺ റിപ്പോർട്ട് ചെയ്തത്. 2005 ഫെബ്രുവരി 3 ലെ ഗ്ലോബൽ അവേക്കണിംഗ് റിപ്പോർട്ടിൽ നിന്ന്. അവരുടെ അനുമതിയോടെ ഉപയോഗിച്ചു.

ജെന്നി സ്മിത്ത് – വർഷങ്ങളുടെ കഠിനമായ കഷ്ടപ്പാടിനു ശേഷം സുഖം പ്രാപിച്ചു

മറ്റൊരു രോഗശാന്തിയുടെ ഒരു ഉദാഹരണം ഇതാ, അതിന്റെ കഥ പലരും വായിച്ചിട്ടുണ്ട്, വിമോചിതയായ രോഗിയുടെ അധരങ്ങളിൽ നിന്ന് തന്നെ കേട്ടിട്ടുണ്ട്. ഫിലാഡൽഫിയയിലെ ജെന്നി സ്മിത്തിന്റെ ആനന്ദത്തിന്റെ ശ്രദ്ധേയമായ ചരിത്രം "ഫ്രം ബാക്ക ടു ബ്യൂല" എന്ന ചെറിയ പുസ്തകത്തിൽ പരിശീലിച്ചിരിക്കുന്നു. അവളുടെ രോഗം വളരെ നിഗൂഢവും വേദനാജനകവും ദീർഘനേരം നീണ്ടുനിന്നതും, അവളുടെ പാസ്റ്റർ "അപൂർവ്വമായി മാത്രമേ കഷ്ടപ്പാടിന്റെ ഒരു വിവരണം" എന്ന് ഉച്ചരിച്ചതും ഇവിടെ ദീർഘമായി വിവരിക്കാൻ കഴിയില്ല. ഏകദേശം പതിനാറ് വർഷത്തോളം അവൾ നിസ്സഹായയായ ഒരു വികലാംഗയായിരുന്നു, മിക്കപ്പോഴും ഏറ്റവും കഠിനമായ വേദന അനുഭവിച്ചുവെന്ന് പറഞ്ഞാൽ മതി.

ഒരു അവയവത്തിന് വളരെ അക്രമാസക്തവും നിയന്ത്രിക്കാനാവാത്തതുമായ സങ്കോചങ്ങൾ അനുഭവപ്പെട്ടതിനാൽ അത് ശക്തമായ ഒരു പെട്ടിയിൽ ഒതുക്കി നിർത്തേണ്ടിവന്നു, പലപ്പോഴും കനത്ത ഭാരങ്ങളാൽ അമർത്തിപ്പിടിച്ചിരുന്നു. അസാധാരണമായ കഷ്ടപ്പാടുകളിൽ അവളുടെ വിശ്വാസവും സമർപ്പണവും വളരെ സജീവമായ ഒരു വ്യായാമത്തിലേക്ക് കൊണ്ടുവന്നതായി തോന്നുന്നു, അങ്ങനെ അവളുടെ കിടക്ക ഒരു പ്രസംഗപീഠമാക്കി, അവളുടെ

കൈയെത്താവുന്നവരുടെ ആത്മീയ ജീവിതത്തെ ഉത്തേജിപ്പിക്കുന്നതിന് അവൾ വളരെയധികം ഉപയോഗിച്ചു. അതേസമയം, ശാരീരിക രോഗശാന്തിക്കായുള്ള ദൈവത്തിന്റെ വാഗ്ദാനത്തിൽ അവൾ ഉറച്ചുനിൽക്കാൻ തുടങ്ങി, അവന്റെ ശക്തിയുടെ അടയാളങ്ങൾ പല ഭാഗിക ആശ്വാസത്തിലും ലഭിച്ചു, പൂർണ്ണമായ രോഗശാന്തി യാചിക്കാനും നേടാനും അവൾ നയിക്കപ്പെട്ടു.

കഥ അവരുടെ സ്വന്തം വാക്കുകളിൽ വിവരിച്ചിരിക്കുന്നു. അസാധാരണമായ ഒരു ദിവസത്തെ കഷ്ടപ്പാടിനുശേഷം, വൈകുന്നേരം അവൾ തന്റെ എക്സ്റ്റൻഷൻ ചെയറിൽ കിടക്കുമ്പോൾ കുറച്ച് ക്രിസ്ത്യൻ സുഹൃത്തുക്കൾ അവളെക്കുറിച്ച് ഒത്തുകൂടി. അവർ പറയുന്നു: “സായാഹ്നം പാസ്റ്റർ എവററ്റിന്റെ നേതൃത്വത്തിൽ പ്രാർത്ഥനയ്ക്കായി നീക്കിവച്ചിരുന്നു. ആദ്യത്തെ ഒരു മണിക്കൂറോ അതിൽ കൂടുതലോ കഴിഞ്ഞ്, ചിലർ പോകാൻ നിർബന്ധിതരായി. ഞാൻ മുമ്പ് കണ്ടിട്ടില്ലാത്ത ഒരു സഹോദരൻ, പോകുമ്പോൾ കൈ കുലുക്കിക്കൊണ്ട് പറഞ്ഞു, 'എന്റെ സഹോദരി, നീ വളരെയധികം ആവശ്യപ്പെടുന്നു; സുഖം പ്രാപിക്കാൻ നിനക്ക് വളരെ ഉത്കണ്ഠയുണ്ട്.'

നിന്റെ കാലിൽ ഇരിക്കുന്നതിനേക്കാൾ നന്നായി കട്ടിലിൽ ഇരിക്കുമ്പോൾ കർത്താവിന് നിന്നെ ഉപയോഗിക്കാൻ കഴിയും.' സഹോദരന്റെ വാക്കുകൾക്ക് ഞാൻ നന്ദിയുള്ളവനായിരുന്നു. പിന്നെ ഞാൻ എന്റെ ഹൃദയത്തിലേക്ക് തിരഞ്ഞു നോക്കി. 'ഇല്ല, സുഖം പ്രാപിക്കാൻ ഞാൻ ആഗ്രഹിക്കുന്നില്ല. ഞാൻ അതിൽ വിജയം നേടിയിരിക്കുന്നു. ചൂളയുടെ ചൂട് ആയിരം മടങ്ങ് വർദ്ധിച്ചാൽ, നിന്റെ ഇഷ്ടം നിറവേറട്ടെ എന്ന് എനിക്ക് പറയാൻ കഴിയും, പിതാവിന്റെ ഇഷ്ടമാണ് ഞാൻ കഷ്ടപ്പെടേണ്ടതെന്ന് പൂർണ്ണമായി കാണിച്ചുതന്നാൽ വേദന അനുഭവിക്കുന്നത് മധുരമായിരിക്കും. ആ ഇഷ്ടം അറിയേണ്ട സമയം വന്നിരിക്കുന്നു എന്ന് ഞാൻ വിശ്വസിക്കുന്നു.' യോഗത്തിന്റെ ഈ ഘട്ടം വരെ എനിക്ക് തോന്നിയതുപോലെ ഒരു മനസ്സിന്റെ ഐക്യം ഉണ്ടായിരുന്നില്ല. ഞാൻ അവശേഷിച്ചവരോട് പറഞ്ഞു, 'ആവശ്യമെങ്കിൽ രാവിലെ വരെ എന്നോടൊപ്പം താമസിക്കാൻ നിങ്ങൾക്ക് കഴിയുമോ? നമ്മുടെ പിതാവ് നമുക്ക് അനുഗ്രഹം നൽകുമെന്ന് കാത്തിരിക്കുന്നതിലൂടെയാണ് അത് സംഭവിക്കേണ്ടതെന്ന് എനിക്ക് തോന്നുന്നു. ഈ കാര്യത്തിൽ നമുക്ക് ഏകാഭിപ്രായമുണ്ടോ?'

എന്റെ ഡോക്ടറായ ഡോ. മോർഗൻ ആണ് ആദ്യം പറഞ്ഞത്, 'ഞാൻ ഇവിടെ തന്നെ തുടരും, ഞാൻ നിങ്ങളോട് പൂർണ്ണമായും യോജിക്കുന്നു.' എല്ലാവരും എന്റെ കസേരയ്ക്ക് ചുറ്റും കൂടി. ആ ചെറിയ ഗ്രൂപ്പിന് ഒരിക്കലും ആ സീസൺ മറക്കാൻ കഴിയില്ല. ഇപ്പോൾ രാത്രി ഒമ്പത് മണി കഴിഞ്ഞിരുന്നു. ഞങ്ങൾ കർത്താവിന്റെ മുമ്പാകെ കാത്തിരിക്കുന്നത് തുടർന്നു. ഇടയ്ക്കിടെ ഒരാൾ അല്ലെങ്കിൽ മറ്റൊരാൾ ഉചിതമായ ഒരു തിരുവെഴുത്ത് ഉദ്ധരിക്കുകയോ, അഭിപ്രായത്തോടെ, ഒരു ഹ്രസ്വ പ്രാർത്ഥനയിൽ ഏർപ്പെടുകയോ ചെയ്യുമായിരുന്നു. എന്നെ സംബന്ധിച്ചിടത്തോളം, ഞാൻ ശാന്തമായ പ്രതീക്ഷയിൽ കിടന്നു, ഇപ്പോഴും കഷ്ടപ്പെടുന്നു, പക്ഷേ ദിവ്യ സാന്നിധ്യത്തിന്റെ ശ്രദ്ധേയമായ ഒരു ബോധത്തോടെ.

എന്റെ ചുറ്റുപാടുകളെക്കുറിച്ച് എനിക്ക് മിക്കവാറും അജ്ഞതയുണ്ടായിരുന്നു, എന്റെ സ്വർഗ്ഗസ്ഥനായ പിതാവുമായുള്ള കൂട്ടായ്മയിൽ ഞാൻ അത്രയധികം മുഴുകിയിരുന്നു. ഏകദേശം 11 മണിയോടെ, പുതിയ സമർപ്പണത്തിൽ ദൈവത്തിന് എന്നെത്തന്നെ സമർപ്പിക്കാൻ ഞാൻ പ്രേരിപ്പിച്ചു: 'ഈ ശരീരം ഞാൻ പുതുതായി നൽകുന്നു - കാണാൻ ഈ കണ്ണുകൾ, സംസാരിക്കാൻ ഈ ചുണ്ടുകൾ, കേൾക്കാൻ

ഈ ചെവികൾ, നിന്റെ ഇഷ്ടമാണെങ്കിൽ നടക്കാൻ ഈ കാലുകൾ - യേശുവിനുവേണ്ടി. എന്നിൽ നിന്നുള്ളതെല്ലാം - എല്ലാം, എല്ലാം, നിന്റെതാണ്, പ്രിയ പിതാവേ. നിന്റെ വിലയേറിയ ഇഷ്ടം മാത്രം നടക്കട്ടെ.' ഇതുവരെ കഷ്ടപ്പാടുകളിൽ നിന്ന് ഒരു വിരാമമോ ശക്തിയുടെ വർദ്ധനവോ ഉണ്ടായിരുന്നില്ല, വാസ്തവത്തിൽ, ഞാൻ പതിവിലും ദുർബലനായിരുന്നു. ഒരു ചെറിയ നിശബ്ദതയ്ക്ക് ശേഷം പെട്ടെന്ന് വരണ്ട കൈയുടെ സൗഖ്യത്തിന്റെ ഏറ്റവും വ്യക്തമായ ഒരു കാഴ്ച എന്റെ മേൽ മിന്നിമറഞ്ഞു. അത് മുഴുവനായും പുറത്തേക്ക് തള്ളിയിടുന്നത് എനിക്ക് കാണാൻ കഴിയുന്നതായി എനിക്ക് തോന്നി.

അതേ നിമിഷം തന്നെ പരിശുദ്ധാത്മാവ് എന്റെ ആത്മാവിൽ സമാനമായ ഒരു അനുഗ്രഹം അവകാശപ്പെടാൻ ഒരു വിശ്വാസം നൽകി. ആ നിമിഷം സ്വർഗ്ഗം തുറന്നതുപോലെ തോന്നി, എന്റെ ശരീരത്തിലൂടെ ഒരു വൈദ്യുതാഘാതം കടന്നുപോയതുപോലെ, യുക്തിസഹമായും പോസിറ്റീവായും ശക്തിയുടെ സ്നാനത്തെക്കുറിച്ച് ഞാൻ ബോധവാന്മാരായി. തീർച്ചയായും എന്റെ പുറകിലേക്കും എന്റെ നിസ്സഹായമായ അവയവങ്ങളിലേക്കും ശക്തി വരുന്നതായി എനിക്ക് തോന്നി. കസേരയുടെ കൈകളിൽ കൈ വച്ചുകൊണ്ട്, ഞാൻ ഇരിക്കുന്ന നിലയിലേക്ക്

എന്നെത്തന്നെ ഉയർത്തി. കസേരയുടെ ഇരുവശത്തും ഇരിക്കുന്ന ഗാരിഗസ് സഹോദരന്മാർ സ്വാഭാവികമായും മുന്നോട്ട് ചാടി എന്നെ സഹായിക്കാൻ പിടിച്ചു. എന്നിരുന്നാലും, ഇത് ആവശ്യമില്ലായിരുന്നു.

അടുത്തിരുന്ന ഡോ. മോർഗൻ മുന്നോട്ട് വന്ന് ഫുട്ബോർഡ് താഴെയിട്ടു, എന്റെ സുഹൃത്തുക്കളുടെ കൈകൾ ഇപ്പോഴും എന്റെ തോളിൽ ഇരിക്കുമ്പോൾ, ഞാൻ എഴുന്നേറ്റ് എന്റെ കാലിൽ നിന്നു. ഞാൻ എഴുന്നേറ്റു നിൽക്കുന്നത് കണ്ടതായി സിസ്റ്റർ ഫാനിക്ക് ഓർമ്മയില്ല. അവൾ ഞെട്ടിപ്പോയി, അവൾ രണ്ട് കൈകളും ഉയർത്തി, 'ഓ, ജെന്നി, ജെന്നി!' എന്ന് അലറി. എന്റെ വികാരങ്ങൾ വാക്കുകൾക്ക് പ്രകടിപ്പിക്കാൻ കഴിയില്ല. ആ മണിക്കൂറിനെക്കുറിച്ച് പറയുമ്പോൾ എന്റെ ഉള്ളം ഇപ്പോഴും സ്തുതിയിൽ പുളകിതമാണ്. ഞാൻ നിൽക്കുമ്പോൾ സഹോദരൻ എൻവി. എച്ച്ജി എന്റെ തലയിൽ കൈ വച്ചു, 'എല്ലാ അനുഗ്രഹങ്ങളും ഒഴുകുന്ന ദൈവത്തെ സ്തുതിക്കുന്നു' എന്ന് പറഞ്ഞു. എന്റെ ആദ്യ ചിന്ത 'എനിക്ക് മുട്ടുകുത്താൻ കഴിയുമോ?' എന്നായിരുന്നു. ഞാൻ അങ്ങനെ ചെയ്യാൻ ആവശ്യപ്പെട്ടു, എനിക്ക് പരിചിതമായതുപോലെ സ്വാഭാവികമായി മുട്ടുകുത്തി.

ദൈവിക സാന്നിധ്യം വളരെ കൂടുതലായിരുന്നതിനാൽ ഒരു വാക്കുപോലും ഉച്ചരിച്ചില്ല. ഞങ്ങൾ നിശബ്ദമായി നന്ദിയും സ്തുതിയും അർപ്പിച്ചു. പിന്നെ ഞാൻ എഴുന്നേറ്റു മുറിയിൽ മുഴുവൻ അനായാസമായും സ്വാഭാവികമായും നടന്നു; കുത്തൊഴുക്കോ മറ്റ് അസ്വസ്ഥതകളോ ഒന്നും തന്നെ ഉണ്ടായിരുന്നില്ല. ഞാൻ കുറച്ച് മിനിറ്റ് ഒരു ആടുന്ന കസേരയിൽ ഇരുന്നു. നടക്കാൻ പഠിക്കേണ്ടതില്ലാത്തത്ര അത്ഭുതകരമായി തോന്നി. എന്റെ കൈകാലുകളും ശരീരവും പുതുതായി സൃഷ്ടിക്കപ്പെട്ടതായി തോന്നി.

എ ജെ ഗോർഡന്റെ *"ദി മിനിസ്ട്രി ഓഫ് ഹീലിംഗ്"* എന്ന പുസ്തകത്തിൽ നിന്നുള്ള ഉദ്ധരണി.

ആർ എ ടോറി – ഒരു കുട്ടിയുടെ വൈകല്യം സുഖപ്പെട്ടു

ഡക്കോട്ടയിൽ ഒരു ME ശുശ്രൂഷകനുണ്ടായിരുന്നു, അവർക്ക് അനുചിതമായി രൂപപ്പെട്ട ഒരു കുട്ടി ഉണ്ടായിരുന്നു. അവളുടെ നട്ടെല്ലിൽ എന്തോ തകരാറുണ്ടായിരുന്നതിനാൽ കുഞ്ഞ് വളഞ്ഞിരുന്നു, വയറു പുറത്തേക്ക് തള്ളിനിന്നു, നിരന്തരം വേദന അനുഭവപ്പെട്ടു, കുട്ടിക്ക് ഉറങ്ങാൻ കഴിഞ്ഞില്ല. സ്പെഷ്യലിസ്റ്റുകൾക്ക് എന്തുചെയ്യാൻ കഴിയുമെന്ന് കാണാൻ മാതാപിതാക്കൾ

കുട്ടിയെ മിനിയാപൊളിസിലേക്ക് കൊണ്ടുവന്നു, പക്ഷേ സ്പെഷ്യലിസ്റ്റുകൾ അവരോട് പറഞ്ഞു, കുട്ടിക്ക് ഒരു പ്രതീക്ഷയുമില്ല, രണ്ടോ മൂന്നോ വർഷത്തിൽ കൂടുതൽ വികലമായി ജീവിക്കാൻ കഴിയുന്ന തരത്തിൽ പ്ലാസ്റ്റർ-കാസ്റ്റ് ഇടാം. മാതാപിതാക്കൾ മെത്തഡിസ്റ്റുകളാണെങ്കിലും അവരുടെ കുട്ടിയുടെ ആരോഗ്യത്തിനായി അവർ വളരെയധികം ആഗ്രഹിച്ചതിനാൽ അവർ "ക്രിസ്ത്യൻ സയൻസ്" പരീക്ഷിച്ചു, പക്ഷേ ആ തെറ്റിന്റെ വ്യവസ്ഥയിൽ ഒരു സഹായവും കണ്ടെത്തിയില്ല. അപ്പോൾ ശുശ്രൂഷകൻ ഭാര്യയോട് പറഞ്ഞു, "നമുക്ക് അവളെ സഹോദരൻ ടോറിയുടെ അടുത്തേക്ക് കൊണ്ടുപോകാം." അവർ അവളെ എന്റെ വീട്ടിലേക്ക് കൊണ്ടുവന്നു, ഏകദേശം രണ്ട് വയസ്സുള്ള ഒരു കൊച്ചുകുട്ടി, വളരെ വികലമായി, വളരെയധികം കഷ്ടപ്പെട്ടു. ഞാൻ കുട്ടിയെ എന്റെ കൈകളിൽ എടുത്ത് അവൾക്കുവേണ്ടി പ്രാർത്ഥിച്ചു. ദൈവം ആവശ്യമായ വിശ്വാസം നൽകി, കുട്ടിക്ക് ഉടൻ തന്നെ ആശ്വാസം ലഭിച്ചു. ആ രാത്രി അവൾ ആദ്യമായി സാധാരണപോലെ ഉറങ്ങി, അവളുടെ ശരീരത്തിലെ വൈകല്യമുള്ള ഭാഗം പോലും ശരിയാക്കി.

പതിനെട്ട് വർഷങ്ങൾക്ക് ശേഷം ഞാൻ മിച്ചിലെ പെറ്റോസ്കിയിൽ മീറ്റിംഗുകൾ നടത്തുകയായിരുന്നു. ഉച്ചകഴിഞ്ഞുള്ള ഒരു

മീറ്റിംഗിൽ അയൽപക്ക പട്ടണങ്ങളിൽ ഒന്നിൽ നിന്നുള്ള ഒരു മെത്തഡിസ്റ്റ് ശുശ്രൂഷകൻ വന്നു. അദ്ദേഹം മീറ്റിംഗിൽ എഴുന്നേറ്റു നിന്ന് ഈ കഥ പറഞ്ഞു, താൻ ആ മകളുടെ പിതാവാണെന്നും അവൾ പൂർണ്ണമായും സുഖം പ്രാപിച്ചുവെന്നും വിദേശ മിഷൻ ഫീൽഡിലേക്കുള്ള സ്ഥാനാർത്ഥിയാണെന്നും പറഞ്ഞു. കുറച്ച് ദിവസങ്ങൾക്ക് ശേഷം അവൾ തന്നെ വന്നു, സുന്ദരിയായ, പൂർണ്ണമായി രൂപപ്പെട്ട ഒരു യുവതി. ഏതാനും ആഴ്ചകൾക്ക് മുമ്പ് ലോസ് ഏഞ്ചൽസിലെ ഞങ്ങളുടെ ഓഡിറ്റോറിയത്തിൽ ഞായറാഴ്ച രാവിലെ ഞങ്ങളുടെ ശുശ്രൂഷകളിൽ അവർ ഉണ്ടായിരുന്നു.

ആർ എ ടോറിയുടെ "ഡിവൈൻ ഹീലിംഗ്" എന്ന പുസ്തകത്തിൽ നിന്നുള്ള ഉദ്ധരണി.

എസി വാൽഡെസ് സീനിയർ – പുതിയ കണ്ണുകൾ സൃഷ്ടിക്കപ്പെട്ടു

"ബ്ലൈൻഡ് മാർട്ടിൻ" എന്നൊരു മനുഷ്യനെ എനിക്കറിയാമായിരുന്നു. അവന്റെ കണ്ണുകൾ പരന്ന സ്ഥലങ്ങൾ മാത്രമേ ഉണ്ടായിരുന്നുള്ളൂ. ജോൺസ് ഹോപ്കിൻസ് യൂണിവേഴ്സിറ്റിയിൽ വെച്ച് യുണൈറ്റഡ് സ്റ്റേറ്റ്സിലെ ഏറ്റവും മികച്ച സ്പെഷ്യലിസ്റ്റുകൾ അവനെ പരിശോധിച്ചിരുന്നു. അയാൾക്ക് ഒരിക്കലും

കാണാൻ കഴിയില്ലെന്ന് ഈ ആളുകൾ പറഞ്ഞു. ബ്ലൈൻഡ് മാർട്ടിൻ ഒരു സുന്ദരിയായ സ്ത്രീയെ വിവാഹം കഴിച്ചു, അവൾ തന്നെ ഏറ്റവും നന്നായി പരിപാലിച്ചു. അവനും ഭാര്യയും ശുശ്രൂഷകളിൽ പങ്കെടുക്കുകയും ചുറ്റും നടക്കുന്ന അത്ഭുതങ്ങളെക്കുറിച്ച് കേൾക്കുകയും ചെയ്തപ്പോൾ, അവരുടെ വിശ്വാസം വർദ്ധിച്ചു. ഒരു രാത്രിയിൽ ഒരു ആരാധനയ്ക്കിടെ, ഇന്നും എന്നെ പുളകം കൊള്ളിക്കുന്ന ഒരു കാര്യം ഞാൻ കണ്ടു - കർത്താവിന്റെ അവ്യക്തവും വിശദീകരിക്കാനാകാത്തതുമായ പ്രവൃത്തി. അന്ധനായ മാർട്ടിൻ എഴുന്നേറ്റു. എന്തുകൊണ്ടെന്ന് അവനറിയില്ല. കണ്ണുകൾ ഉണ്ടായിരിക്കേണ്ട പരന്ന സ്ഥലങ്ങളിൽ ആദ്യം ഒരു ചുവപ്പ് പ്രത്യക്ഷപ്പെട്ടു. ഈ ഭാഗങ്ങൾ വീർക്കാനും വീർക്കാനും തുടങ്ങി. പിന്നെ യാഥാർത്ഥ്യമല്ലാത്ത എന്തോ ഒന്ന് സംഭവിച്ചു. ഒരു കോഴിയുടെ വലിപ്പമുള്ള കണ്ണുകൾ രൂപം കൊള്ളാൻ തുടങ്ങി. ക്രമേണ അവ സാധാരണ വലുപ്പത്തിലേക്ക് വികസിച്ചു, "ഓ, കർത്താവേ, എനിക്ക് കാണാൻ കഴിയും!" മാർട്ടിൻ അലറി. മാർട്ടിന്റെ പുതിയ കണ്ണുകളിൽ നിന്ന് നന്ദിയുടെ കണ്ണുനീർ ഒഴുകാൻ തുടങ്ങി. കർത്താവിന്റെ പ്രവൃത്തിയിൽ എനിക്ക് അത്ഭുതപ്പെടാനേ കഴിഞ്ഞുള്ളൂ. നനഞ്ഞത് മാർട്ടിന്റെ കണ്ണുകൾ മാത്രമായിരുന്നില്ല!

എസി വാൽഡെസ് സീനിയറിന്റെ "*ഫയർ ഓൺ അസൂസ സ്ട്രീറ്റിൽ*" നിന്നുള്ള ഉദ്ധരണി .

ബ്രയാൻ ഫെനിമോർ – ഒരു ബാപ്റ്റിസ്റ്റ് പാസ്റ്ററുടെ അപ്രതീക്ഷിത രോഗശാന്തി

ഞാൻ വിസ്കോൺസിനിൽ ഒരു മീറ്റിംഗ് നടത്തുകയായിരുന്നു. ഒരാൾ മറ്റൊരാളെ മീറ്റിംഗിലേക്ക് കൊണ്ടുവന്നിരുന്നു. കൊണ്ടുവന്ന ആൾ തെക്കേ അമേരിക്കയിലെ ഒരു ബാപ്റ്റിസ്റ്റ് പാസ്റ്ററായിരുന്നു, കരിസ്മാറ്റിക് മീറ്റിംഗുകൾ അയാൾക്ക് വെറുപ്പായിരുന്നു. അയാളെ കൊണ്ടുവന്ന ആൾ അദ്ദേഹത്തിന്റെ ഒരു പിന്തുണക്കാരനായിരുന്നു; വാസ്തവത്തിൽ അദ്ദേഹം അദ്ദേഹത്തിന്റെ ഏറ്റവും വലിയ സംഭാവന നൽകുന്നവരിൽ ഒരാളായിരുന്നു. ആ മനുഷ്യൻ പാസ്റ്ററോട് മീറ്റിംഗിലേക്ക് വരണമെന്ന് പറഞ്ഞു, പാസ്റ്റർക്ക് വലിയ വഴിയില്ലെന്ന് തോന്നി. രോഗികൾക്കുവേണ്ടി പ്രാർത്ഥിക്കുന്ന ഞാൻ ഇരിക്കുന്ന ഈ മീറ്റിംഗിലേക്ക് വരുന്നതിൽ പാസ്റ്ററുടെ മനോഭാവം സങ്കൽപ്പിക്കുക.

അയാൾക്ക് എന്നോട് ദേഷ്യം തോന്നി. മീറ്റിംഗ് പകുതി ആയപ്പോഴേക്കും അയാൾക്ക് എന്നോട് ദേഷ്യം തോന്നിയത് ഞാൻ ശ്രദ്ധിച്ചു. അയാളുടെ മുഖത്ത് പുഞ്ചിരി ഉണ്ടായിരുന്നില്ല, പകരം അവിശ്വസനീയമായ

കോപവും "ഞാൻ നിന്നെ കൊല്ലാൻ പോകുന്നു" എന്ന് പറയുന്ന ഒരു നോട്ടവുമായിരുന്നു. ക്രിസ്തുവിലുള്ള എന്റെ സഹോദരനാണെങ്കിലും, അയാൾക്ക് മുമ്പ് എന്നെ സ്വർഗത്തിലേക്ക് കൊണ്ടുപോകണമെന്ന് അയാൾ ആഗ്രഹിച്ചുവെന്ന് എനിക്ക് മനസ്സിലായി. എന്റെ വിശ്വാസം നശിപ്പിക്കുന്നതിനാൽ ഞാൻ അയാളെ നോക്കുന്നത് നിർത്തുന്നതാണ് നല്ലതെന്ന് എനിക്ക് മനസ്സിലായി. അങ്ങനെ ഞാൻ മുറിയുടെ ആ വശത്തേക്ക് നോക്കുന്നത് നിർത്തി. ഞാൻ അയാളെ ഒരിക്കൽ ഒന്ന് നോക്കി, അയാൾക്ക് വളരെ ദേഷ്യം തോന്നിയ ഒരു നോട്ടം ഉണ്ടായിരുന്നു. " എന്താണ് ചെയ്യേണ്ടതെന്ന് എനിക്കറിയില്ല, പക്ഷേ അയാൾ എന്നെ പിടികൂടുന്നതിനുമുമ്പ് ഞാൻ ഈ മുറിയിൽ നിന്ന് പുറത്തുകടക്കും" എന്ന് ഞാൻ ചിന്തിച്ചു. മീറ്റിംഗ് അവസാനിച്ചപ്പോൾ ഞങ്ങൾ ആളുകൾക്കുവേണ്ടി പ്രാർത്ഥിക്കാൻ തുടങ്ങി. ഒരു അലർജി ബാധിച്ച ഒരു സ്ത്രീക്ക് അവളുടെ ജീവിതം ദുരിതപൂർണ്ണമാക്കി, കർത്താവ് അവളെ അവിടെത്തന്നെ സുഖപ്പെടുത്തി. അത് മുറിയിലുള്ള എല്ലാവരെയും ഞെട്ടിച്ചു. പാസ്റ്റർ അത് കണ്ടു. അങ്ങനെ ഞാൻ ശുശ്രൂഷാ സംഘത്തെ മുകളിലേക്ക് വന്ന് പ്രാർത്ഥിക്കാൻ ക്ഷണിച്ചു.

ആളുകൾ എഴുന്നേറ്റ് പ്രാർത്ഥനയ്ക്കായി ഇരിക്കുമ്പോഴാണ് പാസ്റ്റർ എഴുന്നേൽക്കുന്നത്

ഞാൻ കണ്ടത്. ഇപ്പോൾ അദ്ദേഹം വാതിലിലേക്ക് നോക്കുന്നില്ല, മറിച്ച് നടക്കുമ്പോൾ എന്നെ നോക്കുകയായിരുന്നു. ഞാൻ മനസ്സിൽ കരുതി, "അയ്യോ, ഇതാ, അവൻ എന്നെ തല്ലാൻ വരുന്നു." അദ്ദേഹം മുകളിലേക്ക് നടക്കുമ്പോൾ ഞാൻ എന്റെ ഏറ്റവും "വിശുദ്ധ" സ്ഥാനത്ത് നിൽക്കാൻ ശ്രമിച്ചു. അദ്ദേഹം എന്റെ മുന്നിൽ നിന്ന്, "എന്നെ സുഖപ്പെടുത്തണമേ" എന്ന് പറഞ്ഞു. ഞാൻ വളരെ അത്ഭുതത്തോടെ "എന്ത്?" അദ്ദേഹം എന്നോട് പറഞ്ഞു, "എനിക്ക് ഇപ്പോൾ സുഖം പ്രാപിക്കണം" എന്ന്. അദ്ദേഹത്തിന് എന്താണ് പറ്റിയതെന്ന് ഞാൻ ചോദിച്ചപ്പോൾ അദ്ദേഹം പറഞ്ഞു; "ശരി, എനിക്ക് വയറുവേദനയുണ്ട്, എന്റെ കാൽമുട്ട് എന്നെ കൊല്ലുന്നു, എനിക്ക് ഇപ്പോൾ സുഖം പ്രാപിക്കണം." ഞാൻ അദ്ദേഹത്തിനുവേണ്ടി പ്രാർത്ഥിക്കുമോ എന്ന് പോലും അദ്ദേഹം ചോദിച്ചില്ല. അദ്ദേഹം സുഖം പ്രാപിക്കാൻ ആഗ്രഹിച്ചു.

അപ്പോൾ ഞാൻ പരിശുദ്ധാത്മാവിനെ വരാൻ ക്ഷണിച്ചു. ഞാൻ അവനോട് പറഞ്ഞു, “എനിക്ക് നിന്നെ സുഖപ്പെടുത്താൻ കഴിയില്ലെന്ന് നീ മനസ്സിലാക്കുന്നു, അതിനാൽ കർത്താവ് അത് ചെയ്യുന്നതുവരെ നമുക്ക് കാത്തിരിക്കാം.” ഞങ്ങൾ അവിടെ ഇരുന്നു കുറച്ചുനേരം അവനെ നിരീക്ഷിച്ചു. ഞാൻ അവനോട് പറഞ്ഞു, “കർത്താവ്

പ്രത്യക്ഷപ്പെടാതെ ഞാൻ ഒന്നും ചെയ്യാൻ പോകുന്നില്ല." അവൻ ചോദിച്ചു, "അതിന്റെ അർത്ഥമെന്താണ്?" ഞാൻ പറഞ്ഞു, "നമ്മൾ പോകുമ്പോൾ നിനക്ക് മനസ്സിലാകും" കർത്താവ് അവനെ ശുശ്രൂഷിക്കാൻ തുടങ്ങി. അവൻ കൈകൾ പുറത്തേക്ക് നീട്ടി കണ്ണുകൾ അടച്ച് നിൽക്കുകയായിരുന്നു. അവന്റെ കൈകൾ വിറയ്ക്കാൻ തുടങ്ങി. അത് അനുഭവിക്കാൻ കഴിയുമോ എന്ന് ഞാൻ അവനോട് ചോദിച്ചു. അവൻ പറഞ്ഞു, "എന്ത് തോന്നുന്നു?" കണ്ണുകൾ തുറന്ന് നോക്കാൻ ഞാൻ അവനോട് പറഞ്ഞു. അവൻ കണ്ണുകൾ തുറന്ന് കൈകൾ തന്റേതല്ലാത്തതുപോലെ നോക്കി. "അതെങ്ങനെ സംഭവിക്കുന്നു?" അവൻ ചോദിച്ചു, അവ തന്നോട് ബന്ധമില്ലാത്ത എന്തോ പോലെ അവന്റെ കൈകളിലേക്ക് നോക്കി. പരിശുദ്ധാത്മാവ് അനുഭവപ്പെടുന്നുണ്ടെന്ന് ഞാൻ അവനോട് പറഞ്ഞു. എന്നിരുന്നാലും അത് ഇപ്പോഴും ക്ലിക്കുചെയ്യുന്നില്ല, അവൻ പറഞ്ഞു, "പക്ഷേ എനിക്ക് എന്റെ കൈകളിൽ നിയന്ത്രണമില്ല, എനിക്ക് അത് അനുഭവിക്കാൻ കഴിയില്ല." കുഴപ്പമില്ലെന്ന് ഞാൻ അവനോട് ഉറപ്പുനൽകി, വിശ്രമിക്കാൻ പറഞ്ഞു.

ആ സമൃദ്ധമായ വിയർപ്പിൽ അവൻ പൊട്ടിക്കരഞ്ഞു. അത് അവന്റെ മുഖത്തിലൂടെ ഒഴുകി താടിയുടെ ഇരുവശത്തും അടിഞ്ഞുകൂടി. അത് അവന്റെ

നെഞ്ചിൽ ഒരു കുളമായി മാറുന്ന തരത്തിൽ ഒരു നീരൊഴുക്ക് ഉണ്ടാക്കി. അയാൾക്ക് ചൂട് അനുഭവപ്പെടുന്നുണ്ടോ എന്ന് ഞാൻ അവനോട് ചോദിച്ചു, അവന്റെ ഉത്തരം "ഇല്ല" എന്നായിരുന്നു. സ്വന്തം ശരീരവുമായി സ്പർശിക്കാൻ അവന് കഴിഞ്ഞില്ല. അതിശയകരമെന്നു പറയട്ടെ, എന്തെങ്കിലും അനുഭവപ്പെടുന്നുണ്ടോ എന്ന് ഞാൻ അവനോട് ചോദിച്ചപ്പോൾ, "എനിക്ക് ഒന്നും തോന്നുന്നില്ല" എന്ന് അവൻ പറഞ്ഞു. അവൻ എന്താണ് ചെയ്യുന്നതെന്ന് ഞാൻ ദൈവത്തോട് ചോദിക്കാൻ തുടങ്ങി, ദൈവം എന്നോട് പറഞ്ഞു, "ബ്രയാൻ, ഞാൻ അവനെ ശുശ്രൂഷിക്കുകയാണ്, പക്ഷേ അവൻ അതിനെക്കുറിച്ച് അറിയുന്നില്ല. അവൻ വേർപിരിഞ്ഞിരിക്കുന്നു, അതിനാൽ ഞാൻ നിങ്ങളോട് ചെയ്യാൻ പറയുന്നതുപോലെ ചെയ്യുക." ദൈവം എന്നോട് എന്റെ കൈ അവന്റെ വയറ്റിൽ വയ്ക്കാൻ പറഞ്ഞു, അതിനാൽ ഞാൻ അവന്റെ അനുവാദം ചോദിച്ചു, പാസ്റ്റർ സമ്മതിച്ചു. "ഞാൻ അവനെ സുഖപ്പെടുത്താൻ പോകുന്നുവെന്ന് അവനോട് പറയുക, തുടർന്ന് ഞാൻ അവനെ ഒരു രോഗശാന്തി സുവിശേഷകനാക്കി അവന്റെ നാട്ടിലേക്ക് തിരിച്ചയയ്ക്കും" എന്ന് കർത്താവ് പറഞ്ഞു. "അയ്യോ, എന്തൊരു കുഴപ്പം" എന്ന് ഞാൻ ചിന്തിച്ചു, പക്ഷേ ദൈവം എന്നോട് ആവശ്യപ്പെട്ടത് ഞാൻ ചെയ്തു, എന്റെ കൈ അവന്റെ വയറ്റിനടുത്ത് വെച്ച് അവനോട്

പറഞ്ഞു, "കർത്താവ് നിന്നെ സുഖപ്പെടുത്തും, അവൻ നിന്നെ ഒരു രോഗശാന്തി സുവിശേഷകനാക്കും, എന്നിട്ട് അവൻ നിന്നെ ഒരു പുനരുജ്ജീവനവാദിയായി നിങ്ങളുടെ രാജ്യത്തേക്ക് തിരിച്ചയക്കും."

അവൻ വിറയ്ക്കുകയായിരുന്നു, എന്തിനാണ് രോഗശാന്തി വേണ്ടതെന്ന് ഞാൻ അവനോട് ചോദിച്ചു. "എന്റെ വയറു വേദനിക്കുന്നു, എന്റെ കാൽമുട്ട്" എന്ന് അവൻ പറഞ്ഞു. അവന്റെ കാൽമുട്ടിനുവേണ്ടി പ്രാർത്ഥിക്കാൻ കർത്താവ് എന്നോട് പറഞ്ഞു. അങ്ങനെ ഞാൻ എന്റെ കൈ അവന്റെ കാൽമുട്ടിൽ താഴ്ത്തി പെട്ടെന്ന് പിടിച്ചു. കാൽമുട്ടിനോട് സംസാരിച്ച് വേദന മാറാൻ കൽപ്പിക്കാൻ കർത്താവ് എന്നോട് പറഞ്ഞു. (എന്തുചെയ്യണമെന്ന് ദൈവം നിങ്ങളോട് പറയുമ്പോൾ അത് എളുപ്പമാണ്.) ഞാൻ പറഞ്ഞു, "യേശുവിന്റെ നാമത്തിൽ ഞാൻ വേദന മാറാൻ കൽപ്പിക്കുന്നു." ആ മനുഷ്യൻ ഒരു മിനിറ്റ് കാൽ അനക്കി പറഞ്ഞു, "ഹ്മ് ഇനി വേദനിക്കില്ല." അപ്പോൾ ദൈവം എന്നോട് സംസാരിച്ചു, "അവൻ നിങ്ങളോട് പറയുന്നില്ല, പക്ഷേ ഇപ്പോൾ അവന് ദഹനപ്രശ്നങ്ങൾ വളരെ കൂടുതലാണ്, അവ മാറാൻ പ്രാർത്ഥിക്കാൻ തുടങ്ങൂ." ഞാൻ പ്രാർത്ഥിക്കുമ്പോൾ, ഈ വീക്കം സംഭവിച്ച എല്ലാ വസ്തുക്കളും ഉള്ള കുടലുകളുടെ ചിത്രങ്ങൾ ഞാൻ കണ്ടു. വീക്കം മാറാൻ ഞാൻ

കൽപ്പിക്കാൻ തുടങ്ങി, അവന്റെ വയറു ചലിക്കാൻ തുടങ്ങി. കർത്താവ് അവനെ അവിടെത്തന്നെ സുഖപ്പെടുത്തി. ഇപ്പോൾ അത് രസകരമായിരുന്നു.

"ഹീലിംഗ് ആൻഡ് ഡിസേൺമെന്റ്" എന്ന അദ്ധ്യാപനത്തിൽ നിന്ന് . എല്ലാ അവകാശങ്ങളും നിക്ഷിപ്തം. അവരുടെ അനുമതിയോടെ ഉപയോഗിക്കുന്നു. കൂടുതൽ വിവരങ്ങൾക്ക് അവരുടെ വെബ്സൈറ്റ് സന്ദർശിക്കുക: www.plumblinem.com

റോളണ്ടും ഹെയ്ഡി ബേക്കറും – അന്ധർ കാണുന്നു, ബധിരർ കേൾക്കുന്നു, പലരും രക്ഷിക്കപ്പെടുന്നു

സിനിമ അവസാനിക്കുകയും യേശു ആകാശത്ത് ഉയർന്നുവന്ന് സ്വർഗത്തിലേക്ക് മടങ്ങുകയും ചെയ്യുമ്പോൾ, ഞങ്ങൾ കുറച്ച് പരുക്കൻ ഫ്ലൂറസെന്റ് ലൈറ്റുകൾ കത്തിക്കുന്നു, ഹെയ്ഡി തന്റെ മകുവ വ്യാഖ്യാതാവിനൊപ്പം ജനക്കൂട്ടത്തെ അഭിവാദ്യം ചെയ്യാൻ ചാടിയെഴുന്നേൽക്കുന്നു. അവൾ മകുവയിൽ നിന്ന് തന്നെ ആരംഭിക്കുന്നു, അത് എല്ലാവരെയും ആവേശഭരിതരാക്കുന്നു. ഈ ഗ്രാമത്തിൽ അവരുടെ അവ്യക്തമായ ഗോത്ര ഭാഷ സംസാരിക്കുന്ന ഒരു സുന്ദരിയായ

അമേരിക്കൻ പെൺകുട്ടിയെ സങ്കൽപ്പിക്കുക! തുടർന്ന് "മാമാ ഹൈഡി" ഈ അത്ഭുതകരമായ, ജീവനുള്ള യേശുവിനെ വിവരിക്കുന്നു, അവർ എന്നെന്നേക്കുമായി കണ്ടെത്തുകയും ഉണ്ടായിരിക്കുകയും ചെയ്യേണ്ട ഏക വ്യക്തിയാണ് രക്ഷ. അവൻ ദൈവം വെളിപ്പെടുത്തിയിരിക്കുന്നു. ആർക്കാണ് അവനെ വേണ്ടത്? ആർക്കാണ് അവന്റെ ക്ഷമ, അവന്റെ ഹൃദയം, അവന്റെ നിത്യജീവൻ എന്നിവ വേണ്ടത്? ഇത്തവണ ആരും കല്ലും മണലും എറിയുന്നില്ല. ആരും ആക്രോശിക്കുന്നില്ല, പരിഹസിക്കുന്നില്ല, ഒത്തുചേരലിനെ തടസ്സപ്പെടുത്തുന്നില്ല. ഈ ജനക്കൂട്ടത്തിലെ എല്ലാവരും ഈ സന്തോഷവാർത്ത പിന്തുടരുന്നതിൽ, അവർക്ക് ആദ്യമായി വാഗ്ദാനം ചെയ്ത ഈ രക്ഷയെ പിന്തുടരുന്നതിൽ ആവേശത്തോടെ താൽപ്പര്യപ്പെടുന്നു.

പക്ഷേ കാത്തിരിക്കൂ. ഇനിയും ഏറെയുണ്ട്. രോഗശാന്തി ആവശ്യമുള്ള എല്ലാവരും മുന്നോട്ട് വരൂ! പ്രത്യേകിച്ച് അന്ധരും ബധിരരും! യേശു സുഖപ്പെടുത്താൻ ഇവിടെയുണ്ട്! എന്താണ് പ്രതീക്ഷിക്കേണ്ടതെന്ന് കൃത്യമായി അറിയാതെ ഒരു ചെറിയ ജനക്കൂട്ടം മുന്നിലേക്ക് വരുന്നു. ഹെയ്ഡി ഒരു അന്ധയായ സ്ത്രീയെ കണ്ടെത്തി അവൾക്കുവേണ്ടി മൃദുവായും സൌമ്യമായും

പ്രാർത്ഥിക്കാൻ തുടങ്ങുന്നു. മിനിറ്റുകൾ കടന്നുപോകുന്നു. വിശ്വാസവും സ്നേഹവും ഒഴുകട്ടെ. രോഗശാന്തിക്കായി പോരാടുക. ഉറച്ചുനിൽക്കുക. അവന്റെ ശക്തിയിൽ വിശ്രമിക്കുക. താമസിയാതെ ആ സ്ത്രീക്ക് കാണാൻ കഴിയും, പക്ഷേ എത്ര വ്യക്തമായി? പ്രാർത്ഥിക്കുന്നത് തുടരുക. താക്കോലുകൾ, വിരലുകൾ, മറ്റ് കാര്യങ്ങൾ എന്നിവ ഉയർത്തിപ്പിടിക്കുക. അവൾ അവയെല്ലാം തിരിച്ചറിയുന്നു. ഇപ്പോൾ അവൾക്ക് വ്യക്തമായി കാണാൻ കഴിയും. അവൾ ശരിക്കും സന്തോഷവതിയാണ്, വാർത്ത ജനക്കൂട്ടത്തിലൂടെ പടരുന്നു. ഞങ്ങൾ വളരെ ആവേശത്തിലാണ് . ഒരു ബധിര-മൂകൻ പ്രത്യക്ഷപ്പെടുന്നു. വീണ്ടും ഹെയ്ഡിയും ഞങ്ങളും പ്രാർത്ഥിക്കുന്നു. ക്ഷമ. നിർത്തരുത്. പ്രാർത്ഥിക്കുന്നത് തുടരുക. സംസാരിക്കാൻ തുടങ്ങുന്നു, പ്രേരിപ്പിക്കുന്നു. അവന് കേൾക്കാൻ കഴിയുമോ? അവന് വാക്കുകൾ ആവർത്തിക്കാൻ കഴിയുമോ? കുറച്ച് മിനിറ്റുകൾക്കുള്ളിൽ, അവന് കഴിയും! എന്നിട്ട് അവൻ മുഴുവൻ വാക്യങ്ങളും വ്യക്തമായും എളുപ്പത്തിലും ആവർത്തിക്കാൻ തുടങ്ങുന്നു. ആളുകൾ അത് കണ്ടെത്തുകയും സന്തോഷത്താൽ പൊട്ടിത്തെറിക്കുകയും ചെയ്യുന്നു. ആരെങ്കിലും അവൻ സംസാരിക്കുന്നത് കേട്ടിട്ട് വർഷങ്ങളായി - അവർക്ക് എത്ര നേരം എന്ന് ഓർമ്മയില്ല. ഈ രണ്ടുപേരെയും യേശു

അവർക്കുവേണ്ടി എന്താണ് ചെയ്തതെന്ന് ഗ്രാമം മുഴുവൻ അറിയുന്നു. ഇനി ആരാണ് യേശുവിനെ അനുഗമിക്കാൻ ആഗ്രഹിക്കുന്നത്? എല്ലാവരും!! ഇപ്പോൾ തന്നെ! ഗ്രാമം ജീവൻ പ്രാപിച്ചു, ഒരിക്കലും പഴയതുപോലെയാകില്ല...

ഞങ്ങൾ എല്ലാവരോടും ഒരുമിച്ച് പ്രാർത്ഥിക്കുന്നു. ഞങ്ങൾ ആഘോഷിക്കുന്നു. ഞങ്ങളുടെ സന്ദർശക മിഷനറിമാരും പ്രാദേശിക പാസ്റ്റർമാരും പുതിയ വിശ്വാസികളെ പ്രോത്സാഹിപ്പിക്കുന്നു. രോഗികൾക്കായി ഞങ്ങൾ തുടർന്നും പ്രാർത്ഥിക്കുന്നു. ഈ ഗ്രാമത്തിലേക്ക് ഒരു പാസ്റ്ററെ എങ്ങനെ എത്തിക്കാമെന്നും ഒരു രാത്രി കൊണ്ട് നേടിയത് എങ്ങനെ ഏകീകരിക്കാമെന്നും ഞങ്ങൾ ഇപ്പോൾ ചിന്തിച്ചു തുടങ്ങിയിരിക്കുന്നു.

ഐറിസ് മിനിസ്ട്രീസ് 2004 നവംബർ 9 ലെ വാർത്താക്കുറിപ്പിൽ നിന്ന്. അവയെക്കുറിച്ച് കൂടുതലറിയാൻ അവരുടെ വെബ്സൈറ്റ് സന്ദർശിക്കുക: www.irismin.org

ചാൾസ് സ്പർജിയൻ – ഒരു ഭ്രാന്തൻ രക്ഷപ്പെടുന്നു

വെയിൽസിൽ നിന്നുള്ള ലണ്ടനിലെ മറ്റൊരു സന്ദർശകൻ, ശാരീരിക വൈകല്യമോ

രോഗമോ മൂലം മാനസികമായി വളരെ അസ്വസ്ഥനായിരുന്നു. തന്റെ കുടുംബത്തോട്, മിസ്റ്റർ സ്പർജിനെ വിളിച്ചുവരുത്തി, തന്റെ കിടക്കയ്ക്കരികിൽ പ്രാർത്ഥിക്കാൻ അനുവദിക്കണമെന്ന് അദ്ദേഹം വളരെ ദയനീയമായി അപേക്ഷിച്ചു. ഒരു ഭ്രാന്തൻ മനസ്സിന്റെ മണ്ടത്തരമായി അവർ അതിനെ കണക്കാക്കി. എന്നാൽ ഒടുവിൽ മിസ്റ്റർ സ്പർജിനെ സന്ദർശിക്കാൻ അവർ സമ്മതിച്ചു. മിസ്റ്റർ സ്പർജിന്റെ അന്നത്തെ പ്രാർത്ഥന പാവപ്പെട്ട ഭ്രാന്തനിൽ ഏറ്റവും ആശ്വാസകരമായ ഫലമുണ്ടാക്കി, ഭാഗികമായി അദ്ദേഹത്തിന്റെ മാനസിക സന്തുലിതാവസ്ഥ പുനഃസ്ഥാപിക്കാൻ സഹായിച്ചു. അപേക്ഷയുടെ ഫലത്തിൽ കുടുംബം വളരെയധികം ആശ്ചര്യപ്പെടുകയും സന്തോഷിക്കുകയും ചെയ്തു, അത് പൂർണ്ണമായും സ്വാഭാവിക കാരണങ്ങളാണെന്ന് അവർ അംഗീകരിച്ചെങ്കിലും, മിസ്റ്റർ സ്പർജിന്റെ തിരിച്ചുവരവിനായി അവർ ഏറ്റവും ആത്മാർത്ഥമായി മധ്യസ്ഥത വഹിച്ചു. അദ്ദേഹം
വൈകുന്നേരത്തെ ശുശ്രൂഷയ്ക്ക് ശേഷം, അതേ രാത്രിയിൽ തന്നെ അദ്ദേഹം വീട്ടിലെത്തി, രോഗിയുടെ രോഗശാന്തിക്കായി പൂർണ്ണഹൃദയത്തോടെ പ്രാർത്ഥിച്ചുകൊണ്ട് കുറച്ചുനേരം അവിടെ താമസിച്ചു, ദരിദ്രരായ രോഗികൾ വളരെ ദയനീയമായി

അവരോടൊപ്പം ചേർന്നു. മിസ്റ്റർ സ്പർജിയൻ തന്നെ പിന്നീട് പറഞ്ഞു, താൻ പൂർണ്ണഹൃദയത്തോടെ പ്രാർത്ഥിക്കുകയും രോഗി സുഖം പ്രാപിക്കുമെന്ന് വിശ്വസിക്കാൻ ശ്രമിക്കുകയും ചെയ്തെങ്കിലും, ദരിദ്രന്റെ നിലവിളിയിൽ അസ്വസ്ഥരായ നഴ്സുമാരുടെ വികാരങ്ങളെ ശമിപ്പിക്കുക എന്നതല്ലാതെ തന്റെ സന്ദർശനത്തിന് മറ്റെന്തെങ്കിലും പ്രയോജനമുണ്ടെന്ന് സ്വയം ബോധ്യപ്പെടുത്താൻ കഴിഞ്ഞില്ല. എന്നാൽ പ്രാർത്ഥനകൾ നടത്തിയതിന് ശേഷമുള്ള രാത്രിയിൽ, രോഗി ഒരു ഞെട്ടലോടെയും നിലവിളിയോടെയും ഉണർന്നു, അത് അദ്ദേഹത്തിന്റെ നഴ്സുമാരെ ഭയപ്പെടുത്തി. പക്ഷേ അദ്ദേഹം പൂർണ്ണമായും ശരിയായ മനസ്സിലാണെന്ന് കണ്ടെത്തി. രക്ഷകനെ കണ്ടുമുട്ടുന്നത് സ്വപ്നം കണ്ടതായും, പിശാചുക്കളെ പുറത്താക്കിയതായി രക്ഷകൻ ഉറപ്പുനൽകിയതായും അദ്ദേഹം പ്രഖ്യാപിച്ചു. കുറച്ച് ദിവസങ്ങൾക്ക് ശേഷം, അദ്ദേഹത്തിന് വീട്ടിൽ നിന്ന് പുറത്തുപോകാൻ കഴിഞ്ഞു, താമസിയാതെ കാനഡയിലേക്ക് കൊണ്ടുപോയി, അവിടെ അദ്ദേഹം ഒരു വിജയകരമായ ബിസിനസുകാരനായി, 1882 ൽ തന്റെ ശവക്കുഴിയിലേക്ക് കൊണ്ടുപോയി.

റസ്സൽ എച്ച്. കോൺവെൽ എഴുതിയ 1892 ലെ "ലൈഫ് ഓഫ് ചാൾസ് ഹാഡൺ സ്പർജിയൻ" എന്ന പുസ്തകത്തിൽ നിന്നുള്ള ഉദ്ധരണി.

ഫ്രാൻസിസ് മാക്നിറ്റ് - വരണ്ട കാലുള്ള സ്ത്രീകൾ സുഖം പ്രാപിച്ചു.

ഞാൻ കണ്ടിട്ടുള്ളതിൽ വച്ച് ഏറ്റവും ശ്രദ്ധേയമായ പ്രാർത്ഥനയിലൂടെ രോഗശാന്തി കൈവരിക്കുന്നതിനുള്ള ഉദാഹരണം നടന്നത്. ബിഷപ്പ് അൽഫോൻസോ ഉറൈബ് എന്നെ അവിടെ പുരോഹിതന്മാർക്കായി ഒരു ധ്യാനം നടത്താൻ ക്ഷണിച്ചിരുന്നു, ഞങ്ങളുടെ ടീമിൽ ഫാദർ കാർലോസ് ആൽഡുനേറ്റ്, എസ്ജെ (ചിലി), സിസ്റ്റർ ജീൻ ഹിൽ, ഒപി, ശ്രീമതി വില്യം കാലഗൻ, ആൽബെർട്ടോ ഡെൽ കോറൽ എന്നിവർ വിവർത്തകരായിരുന്നു. ധ്യാനം പുരോഹിതന്മാർക്കുള്ളതാണെങ്കിലും, മറ്റുള്ളവർ അതിനെക്കുറിച്ച് കേട്ട് പ്രാർത്ഥനയ്ക്കായി ധ്യാനസ്ഥലത്തേക്ക് വന്നു.

അതുകൊണ്ട് കഴിഞ്ഞ കോൺഫറൻസിന് ശേഷം (വൈകുന്നേരം 4 മണിയോടെ) മിസ്സിസ് കല്ലഗനും സിസ്റ്റർ ജീനയും മറ്റുള്ളവരും ഒരു കൊളംബിയൻ യുവതിക്കുവേണ്ടി പ്രാർത്ഥിക്കുന്നത് കണ്ടതിൽ എനിക്ക് അതിശയിക്കാനില്ല; അവർ എന്നെ വിളിച്ച് അവളുടെ വികലമായ കാൽ കാണിച്ചുതന്നു, ഇതിനകം എന്തോ സംഭവിച്ചിട്ടുണ്ടെന്ന് എന്നോട് പറഞ്ഞു - കാൽ ഒരു ഇഞ്ച് അല്ലെങ്കിൽ അതിൽ കൂടുതൽ വളർന്നിരിക്കുന്നു. അങ്ങനെ ഞാൻ അവരുടെ

പ്രാർത്ഥനയിൽ പങ്കുചേർന്നു. 19 വയസ്സുള്ള തെരേസ പാറ്റിനോ എന്ന സ്ത്രീയോട് സംസാരിക്കുമ്പോൾ, അവൾക്ക് അഞ്ച് വയസ്സ് മാത്രം പ്രായമുള്ളപ്പോൾ ഒരു ചതുപ്പിൽ ഒരു മൂർച്ചയുള്ള വസ്തുവിൽ ചവിട്ടിയെന്ന് ഞാൻ കണ്ടെത്തി. ശരിയായ വൈദ്യസഹായം ലഭിക്കാത്തതിനാൽ, ഒരു അണുബാധ വികസിച്ചു, തുടർന്ന് അവളുടെ അസ്ഥിയിലേക്ക് പോയി ഓസ്റ്റിയോമെയിലൈറ്റിസ് ആയി വികസിച്ചു. തൽഫലമായി, അവളുടെ വലതു കാൽ മുട്ട് മുതൽ താഴേക്ക് വളഞ്ഞിരുന്നു. അത് മറ്റേ കാലിനേക്കാൾ ആറ് ഇഞ്ച് ചെറുതും വളഞ്ഞതുമായിരുന്നു. പരാജയപ്പെട്ട അസ്ഥി ഗ്രാഫ്റ്റ് ചെയ്യാൻ ശ്രമിച്ച ആഴത്തിലുള്ള ഒരു വടുവും ഉണ്ടായിരുന്നു.

രണ്ട് മണിക്കൂർ സൗമ്യമായി പ്രാർത്ഥിച്ചപ്പോൾ, കാൽ ഒരു ഇഞ്ച് വളരുന്നതായി തോന്നി. ഞങ്ങളിൽ എട്ടുപേരും അവളുടെ കാൽ പിടിച്ചുകൊണ്ട് ഊഴമനുസരിച്ച് പ്രാർത്ഥിച്ചുകൊണ്ടിരുന്നു (മണിക്കൂറുകളോളം മുട്ടുകുത്തി നിൽക്കുന്നത് വേദനാജനകമായതിനാൽ). ബിഷപ്പ് തന്നെ സംഘത്തിന്റെ ഭാഗമായി പ്രാർത്ഥിച്ചു. പിന്നീട് ഞങ്ങൾ അത്താഴത്തിന് ഒരു ഇടവേള എടുത്ത് ആ രാത്രിയിൽ രണ്ട് മണിക്കൂർ കൂടി പ്രാർത്ഥിക്കാൻ വന്നു. വീണ്ടും, അവളുടെ കാൽ വീണ്ടും ഒരു ഇഞ്ച് വളർന്നതായി

തോന്നി. കൂടാതെ, വളഞ്ഞ കാൽ ക്രമേണ നിവർന്നുകൊണ്ടിരിക്കുകയായിരുന്നു. അത് സംഭവിക്കുന്നത് നിങ്ങൾക്ക് കാണാൻ കഴിയില്ല, കാരണം അത് വളരെ ക്രമേണയായിരുന്നു, പക്ഷേ ഓരോ 10 മിനിറ്റിലും നീളം താരതമ്യം ചെയ്യുമ്പോൾ, താരതമ്യ മാറ്റം സംഭവിക്കുന്നത് നമുക്ക് കാണാൻ കഴിയും.

പിറ്റേന്ന് ഞങ്ങൾ മെഡിലിനിലെ ആൽബെർട്ടോ ഡെൽ കൊറലിന്റെ വീട്ടിൽ ഒത്തുകൂടി - വീണ്ടും ബിഷപ്പ് ഉറിബിനൊപ്പം - രാവിലെ രണ്ട് മണിക്കൂറും ഉച്ചകഴിഞ്ഞ് രണ്ട് മണിക്കൂറും കൂടി പ്രാർത്ഥിച്ചു, ഇത്തരത്തിലുള്ള പ്രാർത്ഥന നിങ്ങളെ വളരെയധികം ബുദ്ധിമുട്ടിക്കുന്നു. ഈ ദിവസം കാൽ മറ്റൊരു ഇഞ്ച് വളരുന്നതായി തോന്നി (അത് തലേദിവസം ഏകദേശം മൂന്ന് ഇഞ്ച് വളർന്നിരുന്നു), അതിനാൽ വൈകുന്നേരത്തോടെ രണ്ട് കാലുകൾക്കിടയിൽ ഏകദേശം രണ്ട് ഇഞ്ച് വ്യത്യാസം മാത്രമേ ഉണ്ടായിരുന്നുള്ളൂ. ഏറ്റവും ശ്രദ്ധേയമായി, പരന്നതും പറയത്തക്ക ഒരു കമാനവുമില്ലാത്തതുമായ വലതു കാൽ, സാധാരണ കാലിലെ പോലെ കമാനം വരുന്നതുവരെ വളർന്നു ആകൃതി മാറി. വികൃതമായ കാലിന്റെ കാൽവിരലുകൾ , മറ്റേ കാലിലുള്ളവയുടെ പകുതിയോളം വലുപ്പമുണ്ടായിരുന്നു,

അവയും വളർന്നു, അവളുടെ സാധാരണ കാലിലുള്ളവയുടെ വലുപ്പമായി. മണിക്കൂറുകൾക്കുള്ളിൽ അവളുടെ വലതു കാലിലെ കാൽവിരലുകളുടെ വലിപ്പം ഇരട്ടിയായി!

നന്നായി മനസ്സിലാക്കാൻ ഞങ്ങളെ സഹായിച്ച മറ്റ് നിരവധി അസാധാരണ സംഭവവികാസങ്ങൾ ഉണ്ടായി . അവ ശാരീരിക രോഗശാന്തിയും ആത്മീയ രോഗശാന്തിയും തമ്മിലുള്ള ബന്ധവുമായി ബന്ധപ്പെട്ടതായിരുന്നു. ആത്മീയ തലത്തിൽ ഒരു രോഗശാന്തിയുടെ ആവശ്യകതയുണ്ടെന്ന് ഞങ്ങൾ രണ്ടുതവണ മനസ്സിലാക്കി; രോഗശാന്തിയും വളർച്ചയും നിലച്ചതായി തോന്നിയതിനാൽ രണ്ട് തിരിച്ചറിവുകളും - രാവിലെയും ഉച്ചകഴിഞ്ഞും - വന്നു. ആദ്യ വിരാമത്തിനുശേഷം, ഓസ്റ്റിയോ വികസിച്ചതിന് ശേഷം സംഭവിച്ചതിന് തെരേസ അമ്മയോട് ക്ഷമിക്കണമെന്ന് ഞങ്ങൾ കണ്ടെത്തി. അവരുടെ കുടുംബം ദരിദ്രരായതിനാൽ, തെരേസയുടെ അമ്മയ്ക്ക് തെരേസയെ ഉപേക്ഷിച്ച് അവർക്ക് ശരിയായ വൈദ്യചികിത്സ നൽകാൻ കഴിയുന്ന മറ്റ് ആളുകളെ കൂടെ നിർത്തേണ്ടിവന്നു. സാഹചര്യങ്ങളിൽ ചെയ്യാൻ കഴിയുന്ന ഒരേയൊരു കാര്യം അതായിരുന്നു, പക്ഷേ ഒരു കുട്ടിയായിരുന്ന തെരേസയ്ക്ക് അത് നിരസിക്കപ്പെട്ടതായി തോന്നി. ഞങ്ങൾ

തെരേസയുടെ അമ്മയോട് ക്ഷമിക്കാൻ ആവശ്യപ്പെടുകയും അവളുടെ നിരസിക്കപ്പെട്ട വികാരങ്ങളുടെ ആന്തരിക രോഗശാന്തിക്കായി പ്രാർത്ഥിച്ചതിനുശേഷം, തെരേസയുടെ കാൽ വീണ്ടും നിവർന്നു വളരാൻ തുടങ്ങി.

രണ്ടാമത്തെ സംഭവം ഉച്ചകഴിഞ്ഞ് സംഭവിച്ചപ്പോൾ കാലിന്റെ വളർച്ച വീണ്ടും നിലച്ചതായി തോന്നി (ഇത് എപ്പോഴും ഉറപ്പാക്കാൻ ബുദ്ധിമുട്ടായിരുന്നു, കാരണം അരമണിക്കൂറിനുള്ളിൽ താരതമ്യ അളവെടുപ്പിലൂടെ മാത്രമേ ഇത് പരിശോധിക്കാൻ കഴിയൂ). ഇത്തവണ തെരേസയുടെ ഒരു സഹോദരന് കുറച്ച് വർഷങ്ങൾക്ക് മുമ്പ് ഒരു അപകടത്തിൽ ഗുരുതരമായി പരിക്കേറ്റതായും, തന്റെ സഹോദരന്റെ ജീവൻ രക്ഷിക്കുമെങ്കിൽ അവൾ തന്റെ വികലാംഗാവസ്ഥ ദൈവത്തിന് സമർപ്പിച്ചതായും ഞങ്ങൾ കണ്ടെത്തി. അതിനാൽ, രോഗശാന്തി നടക്കുന്നതിൽ അവൾക്ക് കുറ്റബോധം തോന്നി, കാരണം അവൾ ഒരിക്കൽ ദൈവത്തിന് നൽകിയ ഒരു വാഗ്ദാനത്തിൽ നിന്ന് പിന്മാറുന്നത് പോലെയാണ് അവൾക്ക് തോന്നിയത്. ഇവിടെ ബിഷപ്പ് ഉറിബെ ദൈവത്തിന്റെ പ്രതിനിധി എന്ന നിലയിൽ തന്റെ അധികാരം ഉപയോഗിച്ച് അത്തരം ഏതെങ്കിലും നേർച്ചയുടെ ഫലങ്ങളിൽ നിന്ന് അവളെ

മോചിപ്പിക്കാൻ ഇടപെട്ടു. വീണ്ടും അവളുടെ കാൽ സുഖപ്പെടാൻ തുടങ്ങി.

ആ പ്രാർത്ഥനാ ദിനം അവസാനിച്ചപ്പോൾ, അവളുടെ കാലിലെ ആഴത്തിലുള്ള മുറിവ് ഉപരിതലത്തോട് കൂടുതൽ അടുത്ത് വളർന്നിരിക്കുന്നതും, രണ്ട് സ്ഥലങ്ങൾ ഒഴികെ, തലേദിവസം ഞങ്ങൾ ആരംഭിച്ചപ്പോൾ അതിന്റെ മുഴുവൻ നീളത്തിലും ഉണ്ടായിരുന്ന പർപ്പിൾ നിറത്തിന് പകരം വെളുത്തതായി മാറിയിരിക്കുന്നു. അപ്പോഴേക്കും അവളുടെ വലതു കാൽ നിലത്ത് എത്താൻ തക്കവണ്ണം വളർന്നിരുന്നു (വലത് കാൽ നിലത്ത് എത്താൻ വളരെ ചെറുതായതിനാൽ വർഷങ്ങളായി അവൾക്ക് ക്രച്ചസ് ആവശ്യമായിരുന്നു), തെരേസ കുട്ടിയായിരുന്നതിനുശേഷം ആദ്യമായി നടക്കാൻ ആഗ്രഹിച്ചു, പക്ഷേ ഒരു ഡോക്ടറെ കണ്ട് അത് പരിശോധിക്കുന്നതുവരെ കാത്തിരിക്കാൻ ഞങ്ങൾ അവളോട് പറഞ്ഞു.

ആൽബെർട്ടോ അവളെ ഒരു ഡോക്ടറുടെ അടുത്തേക്ക് കൊണ്ടുപോകാമെന്നും അവളോടൊപ്പം പ്രാർത്ഥിക്കുന്നത് തുടരുന്ന ഒരു സംഘം രൂപീകരിക്കാമെന്നും വാഗ്ദാനം ചെയ്തു. ബിഷപ്പ് ഉറിബെയും ആഴ്ചയിൽ ഒരിക്കൽ അവളുടെ വീട്ടിൽ വന്ന് അവളോടൊപ്പം പ്രാർത്ഥിക്കാമെന്ന് വാഗ്ദാനം ചെയ്തു. അതിനുശേഷം അവളുടെ

കാൽ വളർന്നുകൊണ്ടിരുന്നു, അര ഇഞ്ച് വ്യത്യാസം മാത്രമേ ഉണ്ടാകൂ. ഒരു സെഷനിൽ അവളുടെ കാലിൽ സർപ്പിളാകൃതിയിൽ രൂപപ്പെട്ട വടു കാൽമുട്ടിൽ നിന്ന് കാലിലേക്ക് ഒരു നേർരേഖയായി മാറുന്നതുവരെ. തെരേസയെ പരിശോധിച്ച ഒരു ഡോക്ടറെ സംഘം പരിശോധിച്ചു, അസ്ഥി ഇപ്പോഴും ഒടിഞ്ഞിട്ടുണ്ടെന്നും ദുർബലമാണെന്നും പറഞ്ഞു, ഇനിയും നടക്കരുതെന്ന് ഉപദേശിച്ചു. കൂടുതൽ സംഭവവികാസങ്ങൾ ആൽബെർട്ടോ വിവരിക്കുന്നു: ഡോക്ടറെ സന്ദർശിച്ചതിന് തൊട്ടുപിന്നാലെ, കൂടുതൽ പ്രാർത്ഥനയ്ക്കായി ബിഷപ്പ് ഉറിബെയുമായി ഒരു സംഘം വീണ്ടും ഒത്തുകൂടി. ഞങ്ങൾ തെരേസയിൽ കൈകൾ വച്ചപ്പോൾ, അസ്ഥി ഒടിഞ്ഞ സ്ഥലം വളരെ ചൂടുള്ളതാണെന്നും മുഴയുടെ വലിപ്പം വളരെയധികം കുറഞ്ഞതായും ഞങ്ങൾ ശ്രദ്ധിച്ചു.

ഞങ്ങൾ ഏകദേശം രണ്ട് മണിക്കൂറോളം പ്രാർത്ഥിച്ചു, ഒടുവിൽ ബിഷപ്പ് ഉറിബ് തെരേസയോട് അവളുടെ കാലും കാലും നീട്ടാൻ ആവശ്യപ്പെട്ടു, ആ പ്രവൃത്തി എപ്പോഴും വലിയ വേദന ഉണ്ടാക്കിയിരുന്നു. മടിച്ചു മടിച്ചെങ്കിലും, തെരേസ തന്റെ കാൽ നീട്ടി, അങ്ങനെ ചെയ്തപ്പോൾ, വർഷങ്ങളായി ആദ്യമായി അസ്ഥി സ്ഥാനത്ത് തന്നെ നിന്നു. കാൽ ചലിപ്പിക്കുമ്പോൾ അവൾക്ക് വേദനയോ അസ്വസ്ഥതയോ അനുഭവപ്പെട്ടില്ല.

ഞങ്ങൾ എല്ലാവരും വളരെ സന്തോഷവതിയും നന്ദിയുള്ളവരുമായിരുന്നു, കാരണം അസ്ഥി വെൽഡ് ചെയ്തതുപോലെ തോന്നി. എന്നിരുന്നാലും, കാല് ഉപയോഗിക്കുന്നതിന് മുമ്പ് ഒരു ഡോക്ടറെ കാണാൻ ഞങ്ങൾ തെരേസയോട് ഉപദേശിച്ചു. കുറച്ച് ദിവസങ്ങൾക്ക് ശേഷം അവൾ ഒന്നല്ല, രണ്ട് ഡോക്ടർമാരെ കണ്ടു, രണ്ടുപേരും അവളുടെ അസ്ഥി വെൽഡ് ചെയ്തതായി സ്ഥിരീകരിച്ചു."

ഇപ്പോൾ, 14 വർഷത്തിനിടെ ആദ്യമായി, തെരേസ വീണ്ടും നടക്കുന്നു. ഈ അസാധാരണമായ രോഗശാന്തിക്ക് എത്ര മണിക്കൂർ നനഞ്ഞ പ്രാർത്ഥന വേണ്ടിവന്നുവെന്ന് കൃത്യമായി കണക്കാക്കാൻ കഴിയില്ല. എത്ര പേർ പ്രാർത്ഥിച്ചു. കാലിന് വേണ്ടിയുള്ള കൂടുതൽ പ്രാർത്ഥന ഇനിയും ആവശ്യമാണ്, ഇനിയും കൂടുതൽ രോഗശാന്തി ആവശ്യമാണ്. എന്നാൽ അവളുടെ കാലും കാലും വളരുകയും നേരെയാക്കുകയും നന്നാക്കുകയും ചെയ്യേണ്ടതാവശ്യമായ മിക്ക രോഗശാന്തിയും - കൂടുതൽ പുരോഗതി സംഭവിക്കുമെന്ന പ്രതീക്ഷ ഡോക്ടർമാർ ഉപേക്ഷിച്ചപ്പോൾ - ഇപ്പോൾ സംഭവിച്ചു.

വീണ്ടും - ഉറപ്പിച്ചു പറയാൻ കഴിയില്ല - രോഗശാന്തിക്കായി പ്രാർത്ഥിക്കുന്നതിന് ആവശ്യമായ സമയ ഘടകത്തെക്കുറിച്ച് നമ്മൾ

എന്തെങ്കിലും പഠിച്ചില്ലായിരുന്നെങ്കിൽ, തെരേസയുടെ ചുറ്റും പ്രാർത്ഥനയിൽ മണിക്കൂറുകൾ ചെലവഴിക്കാൻ തയ്യാറുള്ള സുഹൃത്തുക്കൾ ഇല്ലായിരുന്നെങ്കിൽ, തെരേസയുടെ രോഗശാന്തി സംഭവിക്കുമായിരുന്നില്ലെന്ന് ഞാൻ കരുതുന്നു.

തെരേസയുടേതുപോലുള്ള വികലമായ ഒരു കാലിൽ മാറ്റങ്ങൾ സംഭവിക്കുന്നത് കാണുന്നത് ആവേശകരമാണ്; അവളുടെ കാൽ ശക്തി പ്രാപിക്കുന്നതായി അനുഭവപ്പെടുമ്പോൾ അവളുടെ കണ്ണുകളിൽ നിന്ന് വരുന്ന നന്ദിയുടെ കണ്ണുനീർ കാണുന്നത്, മണിക്കൂറുകളോളം അവളോടൊപ്പം പ്രാർത്ഥിച്ചതിന് ശേഷം ആർക്കും ആവശ്യമുള്ള എല്ലാ മാനുഷിക പ്രതിഫലവുമാണ്. എന്നാൽ നിങ്ങൾ പ്രാർത്ഥിക്കാൻ തുടങ്ങുമ്പോൾ, ദൈവം അത് വെളിപ്പെടുത്തുന്നില്ലെങ്കിൽ - എത്രമാത്രം സംഭവിക്കുമോ ഇല്ലയോ എന്ന് നിങ്ങൾക്കറിയില്ല. അത് കഠിനാധ്വാനമാണ് - ചിലപ്പോൾ, ക്ഷീണിപ്പിക്കുന്നതാണ്. യേശു തന്റെ രോഗശാന്തികളെ "അത്ഭുതങ്ങൾ" എന്നല്ല, "എന്റെ പിതാവിന്റെ നാമത്തിൽ ഞാൻ ചെയ്യുന്ന പ്രവൃത്തികൾ എന്റെ സാക്ഷ്യമാണ്" (യോഹന്നാൻ 10:25) എന്ന് പരാമർശിച്ചതിൽ അതിശയിക്കാനില്ല. നനഞ്ഞുകുതിർന്ന പ്രാർത്ഥനയുടെ ഫലങ്ങൾ കാണുന്നത്

എനിക്ക് രോഗശാന്തിയെക്കുറിച്ച് ഒരു പുതിയ കാഴ്ചപ്പാട് നൽകിയിട്ടുണ്ട്. ഒരു മുടന്തനെ കടന്നുപോകുമ്പോൾ പ്രാർത്ഥന അവനെ സുഖപ്പെടുത്തുമോ എന്ന് ഞാൻ ചിന്തിക്കാറുണ്ടായിരുന്നു, എന്നാൽ അതേ സമയം രോഗശാന്തിക്കുള്ള സാധ്യത - സാധ്യമാണെങ്കിലും - കുറവായിരുന്നുവെന്ന് എനിക്ക് തോന്നുന്നു. ഇപ്പോൾ ഒരു മുടന്തനെ കാണുമ്പോൾ, അവനെ സുഖപ്പെടുത്താൻ കഴിയുന്നില്ലേ, അല്ലെങ്കിൽ കുറഞ്ഞത് നാടകീയമായി മെച്ചപ്പെട്ടിട്ടുണ്ടോ എന്ന് ഞാൻ ചിന്തിക്കുന്നു, അവന്റെ അരികിലിരുന്ന് പ്രാർത്ഥിക്കാൻ സമയമെടുക്കുന്ന ഒരാൾ മാത്രമേ ഉണ്ടായിരുന്നുള്ളൂ.

"ദി പവർ ടു ഹീൽ" എന്ന പുസ്തകത്തിൽ നിന്നുള്ള ഉദ്ധരണി . ഈ സമയത്ത് ഫ്രാൻസിസ് മാക്നട്ട് ഒരു കത്തോലിക്കാ പുരോഹിതനായിരുന്നു, കത്തോലിക്കാ സഭയ്ക്കുള്ളിലെ കരിസ്മാറ്റിക് നവീകരണത്തെ വളരെയധികം സ്വാധീനിച്ചു. 1970 കളിൽ അദ്ദേഹം പൗരോഹിത്യം ഉപേക്ഷിച്ചു, ഒടുവിൽ വിവാഹിതനായി, ഫ്ലോറിഡയിലെ എപ്പിസ്കോപ്പൽ രൂപതയിൽ ചേർന്നു, ക്രിസ്ത്യൻ രോഗശാന്തി ശുശ്രൂഷകൾ ആരംഭിച്ചു. മന്ത്രാലയത്തിന്റെ വെബ്സൈറ്റിൽ നിങ്ങൾക്ക് കൂടുതൽ വിവരങ്ങൾ കണ്ടെത്താൻ കഴിയും: www.christianhealingmin.org

ഹെയ്ഡി ബേക്കറും സുപ്രേസ സിത്തോളും – മരണാസന്നനായ പാസ്റ്റർ സുഖം പ്രാപിച്ചു

3 ഓഗസ്റ്റ്, മാപുട്ടോ, മൊസാംബിക്ക് — നമ്മുടെ മൊസാംബിക്കൻ ദേശീയ ഡയറക്ടറായ സർപ്രെസ സിത്തോളിന് ഒരു നെഗറ്റീവ് ചിന്തയും ഉണ്ടാകാൻ സാധ്യതയില്ലെന്ന് തോന്നുന്നു. പരിശുദ്ധാത്മാവിനാൽ നിറഞ്ഞ അദ്ദേഹം എല്ലാ സാഹചര്യങ്ങളിലും വിശാലമായി പുഞ്ചിരിക്കുകയും എളുപ്പത്തിൽ ചിരിക്കുകയും ചെയ്യുന്നു. കാട്ടിൽ അദ്ദേഹം എന്റെ നിത്യസഹചാരിയാണ്, ഞങ്ങൾ എല്ലായിടത്തും ഒരുമിച്ച് പ്രസംഗിക്കാൻ പോകുന്നു. യേശു അമാനുഷികമായി അവനെ തന്റെ ഗ്രാമത്തിലെ മന്ത്രവാദിനി മാതാപിതാക്കളിൽ നിന്ന് അകറ്റി, നമ്മുടെ സഭകളിൽ ഒരു ശക്തനായ നേതാവാക്കി.

എന്നാൽ ഇന്ന് ഒരു നിമിഷം അദ്ദേഹം കൂടുതൽ ഗൗരവമുള്ളവനാണ്. അദ്ദേഹം ദക്ഷിണാഫ്രിക്കയിൽ നിന്ന് ഫോണിൽ സംസാരിക്കുന്നു, വീണ്ടും ഞങ്ങൾ വിശ്വാസത്തിന്റെ ഒരു പരിശോധനയെ അഭിമുഖീകരിക്കുന്നു. ദക്ഷിണാഫ്രിക്കയിലെ ഞങ്ങളുടെ ശക്തരായ പാസ്റ്റർമാരിൽ ഒരാളും നേതൃത്വ കമ്മീഷൻ അംഗവുമായ സൈമൺ നുധുബാനി രോഗിയാണ്. വാസ്തവത്തിൽ,

അദ്ദേഹം മിക്കവാറും മരിച്ചു. ചുമയും വയറിളക്കവും തുടങ്ങി, ഒരു വർഷമായി അദ്ദേഹത്തിന് ക്ഷീണം അനുഭവപ്പെടുന്നുണ്ട്, പക്ഷേ ഒരു ഡോക്ടർക്ക് പണമില്ലാതെ രോഗനിർണയം നടത്തിയിട്ടില്ല. അദ്ദേഹത്തിന് വയറ്റിലെ അർബുദം അല്ലെങ്കിൽ എയ്ഡ്സ് ബാധിച്ചിട്ടുണ്ടെന്ന് ആളുകൾ പറയുന്നു - പക്ഷേ അദ്ദേഹത്തിന് എച്ച്ഐവി നെഗറ്റീവ് ആണെന്ന് പരിശോധനയിൽ കണ്ടെത്തി. സാധാരണയായി വളരെ വലിയ മനുഷ്യനാണ്, അദ്ദേഹം ഒരിക്കൽ ഉണ്ടായിരുന്നതിനേക്കാൾ ഒരു ചെറിയ പുറംതോടാണ്. കഴിഞ്ഞ മൂന്ന് ദിവസമായി അദ്ദേഹം പെട്ടെന്ന് വഷളായി. അദ്ദേഹത്തിന് വലിയ വേദനയുണ്ട്. അദ്ദേഹത്തിന് ഭക്ഷണം കഴിക്കാൻ കഴിയില്ല. നടക്കാൻ കഴിയില്ല. ഇന്ന് അദ്ദേഹത്തിന് കിടക്കയിൽ ചലിക്കാനോ തിരിയാനോ പോലും കഴിയില്ല. അദ്ദേഹത്തിന്റെ കാഴ്ച മങ്ങുന്നു, കഴിഞ്ഞ കുറച്ച് മണിക്കൂറുകളായി സംസാരവും കേൾവിയും നഷ്ടപ്പെട്ടു.

മനസ്സിലാക്കാൻ പ്രയാസമാണ്, പക്ഷേ സൈമൺ നമ്മുടെ ഏറ്റവും കഴിവുള്ള പ്രസംഗകരിൽ ഒരാളാണ്, വലിയ വിശ്വാസം പ്രകടിപ്പിച്ചിട്ടുണ്ട്. അന്ധരെയും വികലാംഗരെയും തൽക്ഷണം സുഖപ്പെടുത്താൻ യേശു അദ്ദേഹത്തെ ഉപയോഗിച്ചു. അദ്ദേഹത്തിന്റെ സഭയിലെ നിരാശരായ നിരവധി ആളുകൾ

പ്രാർത്ഥനയ്ക്കായി അദ്ദേഹത്തിന്റെ അടുക്കൽ വന്ന് വിടുതൽ നേടിയിട്ടുണ്ട്. അദ്ദേഹം ഒരു വലിയ ദൈവപുരുഷനായി അറിയപ്പെടുന്നു. എന്നാൽ ഇപ്പോൾ അദ്ദേഹം മരണവാതിൽക്കലാണ്, നിരാലംബനും നിസ്സഹായനുമാണ്. അദ്ദേഹത്തിന് പണമോ ഇൻഷുറൻസോ ആരോഗ്യ ആനുകൂല്യങ്ങളോ ഇല്ല. അദ്ദേഹത്തിന്റെ കുടുംബം ഗതാഗത സൗകര്യമില്ലാതെ വലയുകയാണ്. അദ്ദേഹത്തിന്റെ ഭാര്യ കരയുകയാണ്, അവളുടെ അവസാനത്തിലും.

ഇത് ശരിക്കും ഭയാനകമായ വാർത്തയാണ്. ദൈവത്തിന്റെ പ്രശസ്തിയെ സംബന്ധിച്ചെന്ത്? നമ്മുടെ സഭകൾ അത്തരം നിരുത്സാഹത്തെ എങ്ങനെ കൈകാര്യം ചെയ്യും? നമ്മൾ എന്ത് പറയും? സർപ്രെസയും ഞാനും ഫോണിലൂടെ പ്രാർത്ഥിക്കുന്നു, ഞങ്ങൾ മറ്റു പലരോടൊപ്പം പ്രാർത്ഥിക്കുന്നു. സർപ്രെസ സൈമണിനെ ഒരു ആശുപത്രിയിലേക്ക് കൊണ്ടുപോയി അവന്റെ മെലിഞ്ഞതും അസ്ഥികൂടവുമായ ശരീരം അവന്റെ മുറിയിലേക്ക് കൊണ്ടുപോകുന്നു. സൈമൺ കോമയിലാണ്, എന്നിട്ടും സർപ്രെസ അവനെ ഓരോ പത്ത് മിനിറ്റിലും ടോയ്‌ലറ്റിൽ കൊണ്ടുപോകണം. ഇത് വളരെ കുഴപ്പമാണ്. സൈമൺ ഇന്ന് രാത്രി മരിക്കുമെന്ന് ഡോക്ടർ പ്രതീക്ഷിക്കുന്നു. അവൻ മൂന്ന് ദിവസം ജീവിച്ചാൽ അത് ഒരു

അത്ഭുതമായിരിക്കും. സൈമണിന്റെ ഭാര്യ വളരെ ഭയവും അസ്വസ്ഥതയുമാണ്, അവനെ കാണാൻ അവൾ ആശുപത്രിയിൽ പോലും വരില്ല.

അതിശയകരമെന്നു പറയട്ടെ, മൊസാംബിക്കിൽ ഏതാനും ദിവസങ്ങൾക്കുള്ളിൽ എനിക്കും ഹെയ്ഡിക്കും പ്രധാന കോൺഫറൻസ് മീറ്റിംഗുകൾ വരാനിരിക്കുന്നു. യേശുവല്ലാതെ മറ്റൊരു പ്രത്യാശയുമില്ലാത്ത ആയിരക്കണക്കിന് രോഗികളും നിരാലംബരുമായ ആളുകളോട് നമുക്ക് സുവിശേഷം പ്രസംഗിക്കേണ്ടതുണ്ട്. കർത്താവിന്റെ പ്രശസ്തി സംരക്ഷിക്കാൻ നമുക്ക് കഴിയില്ല. ഞങ്ങൾ അവനെ സ്നേഹിച്ചുകൊണ്ടിരിക്കും. സൈമൺ നിങ്ങളുടേതാണ്, യേശു. നിങ്ങൾ അവന്റെ ദൈവവും ഡോക്ടറുമാകുക. ഞങ്ങൾ നിങ്ങളുടേതാണ്, ഞങ്ങൾ നിങ്ങൾക്കുവേണ്ടി ജീവിക്കും.

അങ്ങനെ രാത്രി മുഴുവൻ, അടുത്ത ദിവസം മുഴുവൻ ഞങ്ങൾ സൈമണിനായി പ്രാർത്ഥിക്കുന്നു - മാപുട്ടോയിലും വടക്കൻ പ്രദേശങ്ങളിലും ഞങ്ങളുടെ മീറ്റിംഗുകൾക്കായി തയ്യാറെടുക്കുന്നു. മറ്റൊരു രാത്രി വരുന്നു, സൈമൺ ഇപ്പോഴും ജീവിച്ചിരിപ്പില്ല. ഞങ്ങൾ പോകുന്നു.

അവന്റെ ഹൃദയത്തിലേക്ക് മുകളിലേക്ക്, മുകളിലേക്ക്, മറ്റ് വഴികളൊന്നുമില്ല. ശനിയാഴ്ച വരുന്നു, ഇന്ന് രാത്രി നമ്മുടെ തെക്കൻ പ്രവിശ്യകൾക്കായുള്ള ഞങ്ങളുടെ പ്രാദേശിക സമ്മേളനം സർപ്രെസ ഉദ്ഘാടനം ചെയ്യുമെന്ന് പ്രതീക്ഷിക്കുന്നു. പക്ഷേ അദ്ദേഹം ഇപ്പോഴും സൈമണിനൊപ്പം ആശുപത്രിയിലാണ്. വിശ്വാസത്തിന്റെ നല്ല പോരാട്ടം നടത്തുന്ന അദ്ദേഹത്തെ ഞാൻ വീണ്ടും വിളിക്കുന്നു, കാരണം അദ്ദേഹം ഉടൻ തന്നെ മൊസാംബിക്കിലേക്ക് പോകേണ്ടതുണ്ട്.

സർപ്രെസ ഗംഭീരമായി കുറച്ചുകാണിച്ചുകൊണ്ട് മറുപടി നൽകുന്നു. “ശരി, വലിയൊരു അത്ഭുതം നടന്നതായി തോന്നുന്നു. ഇന്ന് രാവിലെ ഞാൻ സൈമണോടൊപ്പം ഇവിടെ ഇരുന്നു, ഞങ്ങൾ മണിക്കൂറുകളോളം സംസാരിച്ചും ചിരിച്ചും ഇരിക്കുകയാണ്. വാസ്തവത്തിൽ, സൈമൺ ആശുപത്രിയിൽ പോയതോ എന്തിനാണ് ഇവിടെ വന്നതെന്നോ പോലും ഓർക്കുന്നില്ല! അവൻ സുഖമായിരിക്കുന്നു. ഡോക്ടർമാർ അവന് കുറച്ച് രക്തം നൽകും, കുറച്ച് പരിശോധനകൾ നടത്തും, വീട്ടിലേക്ക് അയയ്ക്കും...”

സൈമണിന് ഭക്ഷണത്തിനും യാത്രയ്ക്കുമുള്ള പണം സർപ്രെസ നൽകിയിട്ട് മാപുട്ടോയിലേക്ക് പോകുന്നു, അവിടെ

ഞങ്ങൾക്ക് ഒരു മികച്ച മീറ്റിംഗ് ഉണ്ട്. ദിവസങ്ങൾക്ക് ശേഷം, സൈമൺ നൂറു ശതമാനവും പ്രവർത്തിക്കുന്നുണ്ടെന്നും അവൻ മുമ്പ് ചെയ്തിരുന്നതെല്ലാം ചെയ്യുന്നുണ്ടെന്നും ഫോണിൽ നിന്ന് ഞങ്ങൾ കേൾക്കുന്നു... യേശുവിന്റെ അവസാന വാക്ക്!

ഐറിസ് മിനിസ്ട്രീസ് 2002 ഓഗസ്റ്റ് 14 ലെ വാർത്താക്കുറിപ്പിൽ നിന്ന്. കൂടുതൽ വായിക്കാൻ താൽപ്പര്യമുള്ളവർക്ക് ഇവിടെ പോകുക: www.irismin.org

ജെയിംസ് മൂർ ഹിക്സൺ - ലൂപ്പസ് രോഗമുക്തയായ സ്ത്രീ

നമ്മുടെ കാലത്ത് ക്രിസ്തുവിന്റെ രോഗശാന്തിയുടെ ഏറ്റവും മനോഹരമായ ഉദാഹരണങ്ങളിലൊന്ന് ലൂപ്പസ് ബാധിച്ച ഒരു ദരിദ്ര സ്ത്രീയുടേതാണ്. അവൾ കഴുകി ഉപജീവനം കണ്ടെത്തിയിരുന്നു, എന്നാൽ കാലം കടന്നുപോയപ്പോൾ അവളുടെ രോഗം കാരണം ആളുകൾ അവളെ ജോലിക്കെടുക്കാൻ ഭയപ്പെടാൻ തുടങ്ങി. പിന്നീട് അവൾ ഒരു പുറത്താക്കപ്പെട്ടവളാണെന്ന് അവൾക്ക് തോന്നി, എങ്ങനെ ജീവിക്കണമെന്ന് അവൾക്ക് അറിയില്ലായിരുന്നു. അവളുടെ കഷ്ടപ്പാടും ദുരിതവും വളരെ വലുതായിരുന്നതിനാൽ, തന്റെ ജീവൻ അപഹരിച്ചുകൊണ്ട് എല്ലാം

അവസാനിപ്പിക്കാൻ അവൾ പ്രലോഭിപ്പിക്കപ്പെട്ടു. പ്രാർത്ഥനയ്ക്കും കൈകൾ വയ്ക്കലിനും വേണ്ടി അവളെ കൊണ്ടുവന്നു, ആ പാവം ചെറിയ സ്ത്രീയുടെ കാഴ്ച ഞാൻ ഒരിക്കലും മറക്കില്ല, അവളുടെ മുഖം രോഗത്തിന്റെ ഒരു കൂമ്പാരമായിരുന്നു. അവളുടെ കൈ എടുത്ത് ക്രിസ്തുവിന്റെ കൈയിൽ വയ്ക്കാൻ മാത്രമേ എനിക്ക് കഴിഞ്ഞുള്ളൂ. ഞങ്ങൾ ഒരുമിച്ച് പ്രാർത്ഥിക്കുമ്പോൾ, അവന്റെ കാരുണ്യത്തെക്കുറിച്ച് എനിക്ക് വളരെ ബോധമുണ്ടായിരുന്നു, എനിക്ക് കണ്ണുനീർ തടയാൻ കഴിഞ്ഞില്ല. യേശു ഞങ്ങളോടൊപ്പം ഉണ്ടെന്ന് എനിക്കറിയാമായിരുന്നു, പക്ഷേ അവനെ കാണാൻ അവളുടെ ആത്മീയ കണ്ണുകൾ തുറന്നു, പിന്നീട് അവൾ എന്നോട് പറഞ്ഞു, 'ഞാൻ കർത്താവിനെ കണ്ടു. അവൻ എന്റെ മുമ്പിൽ നിൽക്കുന്നു, അവന്റെ കൈകൾ നിങ്ങളുടെ കൈകൾക്കു മുകളിലായിരുന്നു.' നമ്മുടെ കർത്താവ് ആ സ്ത്രീയെ സുഖപ്പെടുത്തി, ഇന്ന് നമുക്ക് പൂർണ്ണഹൃദയത്തോടെ പറയാൻ കഴിയും, അല്ലെങ്കിൽ അത് സത്യമാണ് 'എന്റെ ആത്മാവേ, കർത്താവിനെ വാഴ്ത്തുക; അവന്റെ സകല അനുഗ്രഹങ്ങളും മറക്കരുതേ. അവൻ നിന്റെ അകൃത്യങ്ങൾ ക്ഷമിക്കുന്നു; നിന്റെ സകലരോഗങ്ങളെയും സൌഖ്യമാക്കുന്നു; നിന്റെ ജീവനെ നാശത്തിൽനിന്നു വീണ്ടെടുക്കുന്നു; അവൻ

നിന്നെ സ്നേഹദയയും ആർദ്രകരുണയുംകൊണ്ടു കിരീടമണിയിക്കുന്നു.'

ജെയിംസ് മൂർ ഹിക്സന്റെ *"ദി ബ്രൈഡൽ കോമെത്ത്"* എന്ന പുസ്തകത്തിൽ നിന്നുള്ള ഉദ്ധരണി .

ഒരു ശാപം തകർന്നു, ഒരു സ്ത്രീ നടക്കുന്നു

സദൃശവാക്യങ്ങൾ 17:19-ൽ ഇങ്ങനെ പറയുന്നു: "നന്മയ്ക്കു പകരം തിന്മ ചെയ്യുന്നവന്റെ മേൽ ശാപം ലഭിക്കും." നിങ്ങൾക്ക് നന്മ ചെയ്യുന്ന ഒരാൾക്ക് നിങ്ങൾ തിന്മ ചെയ്താൽ ഒരു ശാപം വിട്ടുപോകും എന്നതാണ് യാഥാർത്ഥ്യം. മറ്റൊന്ന് മർക്കോസ് 11:12-14, 21 & 22-ൽ കാണാം. ഇത് യേശു അത്തിവൃക്ഷത്തെ ശപിക്കുന്നതാണ്. ഈ സാഹചര്യത്തിൽ അദ്ദേഹം അത്തിവൃക്ഷത്തെ ശപിച്ചു, പക്ഷേ ഫലം ഒരു ദിവസത്തേക്ക് ദൃശ്യമായിരുന്നില്ല. ആളുകൾ കരുതുന്നത് അവർ ഒരു ശാപം പറയുന്നതിനാൽ പ്രശ്നം പെട്ടെന്ന് പ്രകടമാകുന്നില്ല, അതിനാൽ അതിന് ഒരു ഫലവുമില്ല എന്നാണ്. നിങ്ങൾ അത് ഒരു നിമിഷത്തിനുള്ളിൽ കണ്ടാലും പത്ത് വർഷത്തിനുള്ളിൽ കണ്ടാലും അതിന് ഒരു ഫലമുണ്ട്. അതിന്റെ ഫലം ആളുകൾക്ക് സംഭവിക്കും.

ഒരിക്കൽ ഞാൻ മെക്സിക്കോയിൽ ആയിരുന്നപ്പോൾ, ശാരീരികമായി ബുദ്ധിമുട്ടുന്ന ഒരു സ്ത്രീക്കുവേണ്ടി ഞാൻ പ്രാർത്ഥിച്ചു. മൂന്ന് വയസ്സ് മുതൽ അവളുടെ സഹോദരീസഹോദരന്മാർ അവളെ ശപിച്ചു എന്നാണ് കർത്താവ് എന്നോട് പറഞ്ഞത്. അവൾ പൂർണ്ണമായും അംഗവൈകല്യമുള്ളവളായിരുന്നു, ഞങ്ങൾ അവളുടെ സഹോദരീസഹോദരന്മാരോട് ക്ഷമിക്കണമെന്ന് ആവശ്യപ്പെട്ടു. അവളുടെ മേലുള്ള ശാപത്തിന്റെ ശക്തി തകർക്കേണ്ടി വന്നു, ഞാൻ അങ്ങനെ ചെയ്തപ്പോൾ കർത്താവ് അവളെ പൂർണ്ണമായും സുഖപ്പെടുത്തി. അവൾ അവളുടെ വാക്കർ എടുത്ത് മാറ്റിവച്ചു, കർത്താവ് അവളെ ആ സ്ഥലത്തുതന്നെ സുഖപ്പെടുത്തി. ഒരു അത്ഭുതം യഥാർത്ഥത്തിൽ സംഭവിക്കുമെന്ന് ഞാൻ അത്ഭുതപ്പെട്ടു. പള്ളിയിൽ അവൾക്കുവേണ്ടി എത്ര തവണ പ്രാർത്ഥിച്ചിട്ടും സുഖം പ്രാപിച്ചില്ലെന്ന് നിങ്ങൾക്കറിയാമോ? അത് സംഭവിക്കുന്നതിന് ഒരു മൂലകാരണമുണ്ടായിരുന്നു . വൈകാരികമായും, ആത്മീയമായും, ശാരീരികമായും ആളുകളുമായി ഇടപെടുമ്പോൾ, ഒരു വഴിത്തിരിവും ഉണ്ടാകാത്തപ്പോൾ, നിങ്ങൾ ആ വ്യക്തിയുടെ ജീവിതത്തിൽ കൂടുതൽ ആഴത്തിൽ കുഴിച്ച്

കൂടുതൽ പാതകളിലൂടെ കടന്നുപോകേണ്ടതുണ്ട്.

അത് ഇപ്പോഴും നിലനിൽക്കുന്നതിന് ഒരു കാരണമുണ്ട്. രോഗശാന്തിയെക്കുറിച്ച് സഭ ഇത്രയധികം ആശയക്കുഴപ്പത്തിലാകുന്നത് എന്തുകൊണ്ടാണെന്ന് നിങ്ങൾക്കറിയാമോ? ദൈവം ആളുകളെ സുഖപ്പെടുത്തുമെന്ന് പറഞ്ഞിട്ടും അവർക്ക് സുഖം പ്രാപിക്കാത്തത് എന്തുകൊണ്ടാണെന്ന് നമുക്ക് മനസ്സിലാകുന്നില്ല. ദയവായി മനസ്സിലാക്കുക, ദയയോടെ, ഇത് ഒരു കാരണവുമില്ലാതെ സംഭവിക്കുന്നില്ല. ഈ പ്രപഞ്ചത്തിൽ ഒന്നും ഒരു കാരണവുമില്ലാതെ സംഭവിക്കുന്നില്ല.

ഫെനിമോറിന്റെ
"*അനുഗ്രഹവും ശാപങ്ങളും*" എന്ന
അദ്ധ്യാപനത്തിൽ നിന്ന് . അവരുടെ
അനുമതിയോടെ ഉപയോഗിച്ചു. കൂടുതൽ
വിവരങ്ങൾക്ക് കാണുക: http://plumblinem.com
http://healingandrevival.com/testimonies/?p=226

മികച്ച ചൂഷണങ്ങൾ - 1- ഓഡിയോ പോഡ്കാസ്റ്റ് ലിങ്കുകൾ

അദ്ധ്യായം 1 ആമുഖം - https://anchor.fm/otakada.org/episodes/Introd–to-Enough-is-Enough-to-Captivity-of-Satan-and-Welcome-to-Freedom-in-Christ—light-baptism-eshkai

അദ്ധ്യായം 2 ഭാഗം 1 - https://anchor.fm/otakada.org/episodes/Part-1-Enough-is-Enough-to-Captivity-of-Satan-welcome-to-freedom-powered-by-hunger-and-anger-part-1-esfrdk

അദ്ധ്യായം 3 ഭാഗം 2 https://anchor.fm/otakada.org/episodes/Enough-is-Enough-to-Captivity-and-welcome-to-Freedom—How-to-heal-or-be-cured-of-COVID–19–part-2-er35cm

അദ്ധ്യായം 4 ഭാഗം 3 - https://anchor.fm/otakada.org/episodes/Enough-is-Enough-to-CAPTIVITY-of-the-devil–Welcome-to-FREEDOM-in-Christ-Jesus—Activation-part-3-er5bu4

അദ്ധ്യായം 5 ഭാഗം 4 - https://anchor.fm/otakada.org/episodes/Enough-to-Captivity-of-Satan–Welcome-to-the-Freedom-in-Christ-can-Christians-be-demonized–Part-4-errv2l

അദ്ധ്യായം 6 ഉം 7 ഉം – ഭാഗം 5 ഉം 6 ഉം -
https://anchor.fm/otakada.org/episodes/Seven-7-critical-steps-to-deliverance--How-to-Identify-and-Expel-Demon-Groupings-part-5-6-esap4h

അദ്ധ്യായം 8 ഭാഗം 7 -
https://anchor.fm/otakada.org/episodes/The-Holy-Ghost-POWER-resident-in-YOU-in-words-transferred-through-the-air-into-WATER-and-OIL-part-7-esv324

അദ്ധ്യായം 9 ഭാഗം 8 - പോഡ്കാസ്റ്റ് ലിങ്ക്:
https://anchor.fm/otakada.org/episodes/Part-8—Enough-is-Enough-to-Captivity-of-Satan-and-Welcome-to-Freedom-in-Christ-Jesus—Where-on-et3d3

അദ്ധ്യായം 10 ഭാഗം 9 -
https://anchor.fm/otakada.org/episodes/Freedom-from-Schizophrenia--QA-and-Practical-guidelines-on-Healing--deliverance-and-restoration-etgret

വലിയ ചൂഷണങ്ങൾ - 1 - വീഡിയോ യൂട്യൂബ് ലിങ്കുകൾ

അദ്ധ്യായം 1 ആമുഖം - https://youtu.be/B-JVbeIMBDY
അദ്ധ്യായം 2 ഭാഗം 1 - https://youtu.be/MrjLuZC8N1c
അധ്യായം 3 ഭാഗം 2 - https://youtu.be/ydFE_lD8SqU
അധ്യായം 4 ഭാഗം 3 - https://youtu.be/4A2heCj3B5I
അദ്ധ്യായം 5 ഭാഗം 4 - https://youtu.be/ILEBjZeQAMs
അദ്ധ്യായം 6 ഉം 7 ഉം - ഭാഗം 5 ഉം 6 ഉം - https://youtu.be/mzXVmNH880Q
അധ്യായം 8 ഭാഗം 7 - https://youtu.be/gUuO1IuRKnc
അദ്ധ്യായം 9 ഭാഗം 8 - https://youtu.be/9wzp-2vYLDQ
അധ്യായം 10 ഭാഗം 9 - https://youtu.be/f4NEJFp7A18

വലിയ ചൂഷണങ്ങൾ - 1 - അധ്യായം 1– അടിമത്തത്തിലേക്ക് മതി എന്നതിന്റെ ആമുഖം മതി, ക്രിസ്തുവിലുള്ള സ്വാതന്ത്ര്യത്തിലേക്ക് സ്വാഗതം.

ഈ വികലമായ ലോകത്ത് ദൈവത്തിന്റെ വെളിച്ചം പ്രകാശിപ്പിക്കുക + പരിശുദ്ധാത്മാവിൽ സ്നാനപ്പെടാനുള്ള പ്രാർത്ഥന + ട്രെവർ പ്ലേസിലെ ട്രെവർ ഫാരെലിന്റെയും റോബർട്ട് ഡബ്ല്യു. ഷാംബാച്ചിന്റെയും 2 കഥകൾ ഇലക്ട്രിക് കസേരയിൽ നിന്ന് ഒഴിവാക്കപ്പെട്ട ഒരു *മനുഷ്യന്റെ ജീവിതത്തെക്കുറിച്ച്* - *ആമുഖം*

തിരുവെഴുത്ത് റഫറൻസ്:

മത്തായി 5:14-16
ദി പാഷൻ ട്രാൻസ്ലേഷൻ

14 "നിങ്ങളുടെ ജീവിതം ലോകത്തെ പ്രകാശിപ്പിക്കട്ടെ. മറ്റുള്ളവർ നിങ്ങളുടെ വെളിച്ചം ദൂരെ നിന്ന് കാണട്ടെ, കാരണം ഒരു കുന്നിൻ മുകളിൽ നിൽക്കുന്ന ഒരു നഗരത്തെ നിങ്ങൾക്ക് എങ്ങനെ മറയ്ക്കാൻ കഴിയും? 15 ഒരു വിളക്ക് കത്തിച്ച് അത് ഒരു അവ്യക്തമായ സ്ഥലത്ത് ഒളിപ്പിക്കാൻ ആർക്കാണ് കഴിയുക? [b] പകരം, വീട്ടിലെ എല്ലാവർക്കും അതിന്റെ വെളിച്ചം പ്രയോജനപ്പെടുത്താൻ കഴിയുന്ന തരത്തിലാണ് അത് സ്ഥാപിച്ചിരിക്കുന്നത്. 16 അതിനാൽ നിങ്ങളുടെ വെളിച്ചം മറയ്ക്കരുത്! മറ്റുള്ളവരുടെ മുമ്പാകെ അത് പ്രകാശിക്കട്ടെ, അങ്ങനെ നിങ്ങൾ ചെയ്യുന്ന സ്തുത്യർഹമായ കാര്യങ്ങൾ അവരുടെ മേൽ പ്രകാശമായി പ്രകാശിക്കും, അപ്പോൾ അവർ സ്വർഗ്ഗസ്ഥനായ നിങ്ങളുടെ പിതാവിനെ സ്തുതിക്കും."

"Enough is Enough to Captivity of Satan", "Welcome to Freedom in Christ - Baming the World in this Perverse World + Snake in the Holy Ghost + 2 കഥകൾ" എന്നിവയെക്കുറിച്ചുള്ള ഈ ആമുഖം ഞാൻ അവതരിപ്പിക്കുമ്പോൾ, ദുഷ്ടന്റെ സ്വാധീനത്തിലും നിയന്ത്രണത്തിലും കിടക്കുന്ന ലോകത്തിലേക്ക് ക്രിസ്തുവിന്റെ വെളിച്ചം പ്രകാശിപ്പിക്കുന്നതിൽ വിജയിക്കുന്നതിന്, നമ്മിൽത്തന്നെ ഈ ഏഴ് നിർണായക *A, B, C, D, E,* F, G ഗുണങ്ങൾ ശ്രദ്ധിക്കുകയും

ഓർമ്മിക്കുകയും വിന്യസിക്കുകയും ചെയ്യണമെന്ന് ഞാൻ ആഗ്രഹിക്കുന്നു. നമ്മുടെ ജീവിതത്തിനു ചുറ്റുമുള്ള ഫലങ്ങളിൽ മാത്രമേ ക്രിസ്തുവിലുള്ള സ്വാതന്ത്ര്യം പ്രകടിപ്പിക്കാൻ കഴിയൂ. നമുക്ക് ആവശ്യമുള്ളതും ചെയ്യേണ്ടതുമായ എല്ലാം ആകാൻ സഹായിക്കുന്ന ഘടകങ്ങളായി ഈ ഏഴ് ഗുണങ്ങളും വളരെ പ്രധാനമാണ്. അവ:

1- എ: ലഭ്യത

2- ബി: ധൈര്യം

3- സി: കാരുണ്യം

4- D: ദൃഢനിശ്ചയം

5- ഇ: ആത്മാർത്ഥമായ സ്നേഹം

6-F: ഉജ്ജ്വലമായ കോപം

7-G: വലിയ വിശപ്പ്

അവസരങ്ങൾ സ്വയം വരുമ്പോൾ അല്ലെങ്കിൽ പരിശുദ്ധാത്മാവിന്റെ പ്രേരണയാൽ നാം അവസരങ്ങൾ സൃഷ്ടിക്കുമ്പോൾ ഈ ഗുണങ്ങൾ നമ്മിൽ വിവിധ അളവിൽ ഉണർത്താൻ സഹായിക്കുന്നതിന് നാം

പ്രാർത്ഥനാപൂർവ്വം പരിശുദ്ധാത്മാവിനോട് അപേക്ഷിക്കേണ്ടതുണ്ട്.

നമ്മുടെ ലോകത്ത് നമ്മെ ഭയപ്പെടുത്തുന്ന സാഹചര്യങ്ങളും സാഹചര്യങ്ങളും നേരിടുമ്പോൾ നമുക്ക് ചെയ്യാൻ കഴിയുന്ന ഏറ്റവും വലിയ തെറ്റ്, ദൈവം നമ്മിൽ ഓരോരുത്തരിലും നിക്ഷേപിച്ചിരിക്കുന്ന ദാനങ്ങളെയും കഴിവുകളെയും നമ്മുടെ ഇരുണ്ട ലോകത്തിലേക്ക് പ്രകാശിപ്പിക്കാൻ വേണ്ടി രണ്ടാമതൊന്ന് ഊഹിക്കാൻ തുടങ്ങുക എന്നതാണ്. നമുക്ക് ചെയ്യാൻ ആഗ്രഹിക്കാത്തത് ദാനങ്ങളെ കുഴിച്ചിട്ട് ഒന്നും ചെയ്യാതിരിക്കുക എന്നതാണ്. നമ്മുടെ ഉള്ളിലെ നിധി അവന്റെ മഹത്വത്തിനായി എങ്ങനെ വിന്യസിച്ചു എന്നതിന് ദൈവം നമ്മെ കണക്കു ചോദിക്കുമെന്ന് നമുക്കെല്ലാവർക്കും ഉറപ്പിക്കാം.

മുകളിലുള്ള തിരുവെഴുത്ത് പരിഗണിക്കുമ്പോൾ, ഉയർന്നുവന്നേക്കാവുന്ന ചോദ്യങ്ങൾ ഇവയാണ്: എന്താണ് ഈ വെളിച്ചം? അത് എന്റെ ദൈവം നിശ്ചയിച്ച ദാനമായി എങ്ങനെ മാറുന്നു, ദൈവത്തിന്റെ മഹത്വത്തിനായി ഇരുണ്ട ലോകത്ത് എന്റെ ഉള്ളിലെ ഈ വെളിച്ചം അറിയാനും

പ്രകടിപ്പിക്കാനും ഞാൻ കൃത്യമായി എന്തുചെയ്യണം?

ആരംഭിക്കേണ്ട സ്ഥലം യേശുവിനെ നോക്കുക എന്നതാണ്, കാരണം യേശു ലോകത്തിന്റെ വെളിച്ചമാണ്. നമ്മുടെ ലോകത്തിലെ മറ്റുള്ളവർക്ക് അവനെ പ്രകാശിപ്പിക്കേണ്ടത് നമ്മുടെ കടമയാണ്. യേശുവിന്റെ ദർശനത്തിലും ദൗത്യ പ്രസ്താവനയിലും ലൂക്കോസ് 4:18,19 നോക്കാം, കാരണം അവന്റെ ദൗത്യവും ദർശന പ്രസ്താവനയും നമ്മുടെ ദൗത്യവും ദർശന പ്രസ്താവനയുമാണ്:

ലൂക്കോസ് 4:18-21

ദി പാഷൻ ട്രാൻസ്ലേഷൻ

18–19 "കർത്താവിന്റെ ആത്മാവ് എന്റെ മേൽ ഉണ്ട്, ദരിദ്രർക്ക് പ്രത്യാശയും, ഹൃദയം തകർന്നവർക്ക് സ്വാതന്ത്ര്യവും, അന്ധർക്ക് പുതിയ കണ്ണുകളും ആയിരിക്കാനും, തടവുകാരോട് 'നിങ്ങൾ സ്വതന്ത്രരായി!' എന്ന് പ്രസംഗിക്കാനും അവൻ എന്നെ അഭിഷേകം ചെയ്തിരിക്കുന്നു! ദൈവത്തിന്റെ മഹത്തായ സ്വീകാര്യതയുടെ സമയം ആരംഭിച്ചിരിക്കുന്നതിനാൽ, ജൂബിലിയുടെ

സന്ദേശം പങ്കുവയ്ക്കാൻ ഞാൻ വന്നിരിക്കുന്നു."

20 അവൻ ഇതു വായിച്ചു കഴിഞ്ഞപ്പോൾ ചുരുൾ ചുരുട്ടി ശുശ്രൂഷകന് തിരികെ കൊടുത്തിട്ട് ഇരുന്നു. എല്ലാവരും യേശുവിനെ ഉറ്റുനോക്കി, അവൻ എന്താണ് പറയാൻ പോകുന്നതെന്ന് ചിന്തിച്ചു. 21 പിന്നെ അവൻ പറഞ്ഞു: "ഈ തിരുവെഴുത്തുകൾ ഇന്ന് നിങ്ങളുടെ മുമ്പാകെ സത്യമായി ഭവിച്ചു."

ഈ ദൗത്യത്തെയും ദർശനത്തെയും കുറിച്ച് ആളുകൾ സംശയത്തിലാകാതിരിക്കാൻ യേശു ഉറപ്പുവരുത്തി, ആ പ്രവചനം തന്നെക്കുറിച്ച് പറഞ്ഞതുപോലെ തന്നെ അവൻ ചെയ്തു, അത് നിറവേറ്റി. നിങ്ങൾ വിവരണം ഇവിടെ വായിക്കുന്നു:

മത്തായി 4:23-25

ദി പാഷൻ ട്രാൻസ്ലേഷൻ

യേശുവിന്റെ രോഗശാന്തി ശുശ്രൂഷ

23 യേശു ഗലീലി പ്രവിശ്യയിലെല്ലാം വിവിധ സ്ഥലങ്ങളിൽ ശുശ്രൂഷ ചെയ്തു. അവൻ സിനഗോഗുകളിൽ പഠിപ്പിച്ചു, ദൈവരാജ്യത്തിന്റെ പ്രത്യാശ പ്രസംഗിച്ചു,

ജനങ്ങളുടെ ഇടയിൽ ഉണ്ടായിരുന്ന എല്ലാ രോഗങ്ങളും വ്യാധികളും സുഖപ്പെടുത്തി. 24 അവന്റെ പ്രശസ്തി എല്ലായിടത്തും വ്യാപിച്ചു. എല്ലാത്തരം രോഗങ്ങളാലും വേദനയും കഷ്ടപ്പാടും അനുഭവിച്ച നിരവധി ആളുകളെ യേശുവിന്റെ അടുക്കൽ കൊണ്ടുവന്നു - അപസ്മാരരോഗികൾ, പക്ഷാഘാതക്കാർ, പൈശാചിക ശക്തികൾ ബാധിച്ചവർ - എല്ലാവരും സ്വതന്ത്രരായി. യേശുവിന്റെ അടുക്കൽ കൊണ്ടുവന്ന എല്ലാവരും സുഖപ്പെട്ടു!

25 ഇതിന്റെ ഫലമായി ഗലീലി, യെരൂശലേം, യെഹൂദാദേശം, ദക്കപ്പൊലിസ് എന്നറിയപ്പെടുന്ന പത്ത് നഗരങ്ങളുടെ പ്രദേശം, യോർദ്ദാൻ നദിക്കക്കരെ എന്നിവിടങ്ങളിൽ നിന്നുള്ളവർ ഉൾപ്പെടെ വലിയൊരു ജനക്കൂട്ടം അവനെ അനുഗമിച്ചു.

ശിഷ്യന്മാരെ 3 വർഷം പരിശീലിപ്പിച്ച ശേഷം, ഈ ദൗത്യവും ദർശന പ്രസ്താവനയും വിന്യസിക്കാൻ അവൻ അവരെ അനുവദിച്ചു. അതിന്റെ ഒരു സ്നാപ്പ്ഷോട്ട് നമുക്ക് ഇതിൽ കാണാൻ കഴിയും

പ്രവൃത്തികൾ 5:12-16

അപ്പൊസ്തലന്മാർ അത്ഭുതങ്ങളും, അടയാളങ്ങളും, അത്ഭുതങ്ങളും ചെയ്യുന്നു

12 അപ്പോസ്തലന്മാർ ജനത്തിനിടയിൽ നിരവധി അടയാളങ്ങളും അത്ഭുതങ്ങളും അത്ഭുതങ്ങളും പ്രവർത്തിച്ചു. 13
വിശ്വാസികൾ സോളമന്റെ പർവ്വതം എന്നറിയപ്പെടുന്ന സ്ഥലത്തെ ദേവാലയാങ്കണങ്ങളിൽ പതിവായി കൂടിവന്നുകൊണ്ട് അത്ഭുതകരമായി ഐക്യപ്പെട്ടു . എല്ലാവരും അവരെ ബഹുമാനിച്ചിരുന്നതിനാൽ ആരും അവരെ ഉപദ്രവിക്കാൻ ധൈര്യപ്പെട്ടില്ല.

14 കൂടുതൽ കൂടുതൽ ആളുകൾ കർത്താവിൽ വിശ്വസിച്ചു, പുരുഷന്മാരും സ്ത്രീകളുമടങ്ങുന്ന ഒരു വലിയ ജനക്കൂട്ടം അവരുടെ എണ്ണത്തിലേക്ക് ചേർന്നു. 15
വാസ്തവത്തിൽ, പത്രോസ് കടന്നുപോകുന്നുവെന്ന് ആളുകൾ അറിഞ്ഞപ്പോൾ, രോഗികളെ തെരുവുകളിലേക്ക് കൊണ്ടുപോയി കട്ടിലുകളിലും കിടക്കകളിലും കിടത്തി; അവനിൽ നിന്ന് പുറപ്പെടുന്ന അവിശ്വസനീയമായ ശക്തി അവരുടെ മേൽ

നിഴലിടുമെന്നും അവർ സുഖം പ്രാപിക്കുമെന്നും അവർ അറിഞ്ഞിരുന്നു. 16
സമീപത്തുള്ള ഗ്രാമങ്ങളിൽ നിന്ന് വളരെ ആളുകൾ യെരുശലേമിലേക്ക് വന്നു. രോഗികളെയും ഭൂതബാധിതരെയും അവർ കൊണ്ടുവന്നു; എല്ലാവരും സുഖം പ്രാപിച്ചു.

അപ്പോൾ, ഈ സാധാരണ മനുഷ്യരെ ഒരു അമാനുഷിക ദൈവത്തിന്റെ സൂപ്പർമനുഷ്യരായി മാറ്റിയത് എന്താണ്? മുകളിൽ നമ്മൾ നേരത്തെ ചർച്ച ചെയ്ത ABCDEFG ഗുണങ്ങളിൽ നിങ്ങളെ സഹായിക്കുന്നതെന്താണ്. യേശുവിന്റെ അവസാന പ്രസ്താവനയിലാണ് ഉത്തരം.

പ്രവൃത്തികൾ 1:3-8

ദി പാഷൻ ട്രാൻസ്ലേഷൻ

3 കുരിശിലെ കഷ്ടപ്പാടുകൾക്ക് ശേഷം, നാല്പത് ദിവസ കാലയളവിൽ യേശു അതേ അപ്പോസ്തലന്മാർക്ക് പലതവണ ജീവനോടെ പ്രത്യക്ഷപ്പെട്ടു. താൻ ഉയിർത്തെഴുന്നേറ്റുവെന്ന് ബോധ്യപ്പെടുത്തുന്ന നിരവധി അടയാളങ്ങളിലൂടെ യേശു അവർക്ക് തെളിയിച്ചു.

ഈ കൂടിക്കാഴ്ചകളിൽ, അവൻ ദൈവരാജ്യത്തിന്റെ സത്യങ്ങൾ അവരെ പഠിപ്പിക്കുകയും അവരോടൊപ്പം ഭക്ഷണം കഴിക്കുകയും ചെയ്തു. യേശു അവരോട് കൽപ്പിച്ചു, "യെരൂശലേം വിട്ടുപോകരുത്, പിതാവ് വാഗ്ദാനം ചെയ്ത ദാനം, ഞാൻ നിങ്ങളോട് പറഞ്ഞ ദാനം, നിങ്ങൾക്ക് ലഭിക്കുന്നതുവരെ ഇവിടെ കാത്തിരിക്കുക. 5
യോഹന്നാൻ നിങ്ങളെ വെള്ളത്തിൽ സ്നാനം കഴിപ്പിച്ചു; എന്നാൽ ഇനി കുറച്ചു ദിവസങ്ങൾക്കുള്ളിൽ നിങ്ങൾ പരിശുദ്ധാത്മാവിൽ സ്നാനം ചെയ്യപ്പെടും."

6 അവർ ഒരുമിച്ചുകൂടിയപ്പോഴെല്ലാം യേശുവിനോട്, "കർത്താവേ, ഇസ്രായേലിനെ മോചിപ്പിക്കാനും ഞങ്ങളുടെ രാജ്യം പുനഃസ്ഥാപിക്കാനും ഇപ്പോൾ സമയമായോ?" എന്ന് ചോദിച്ചു.

7 അവൻ ഉത്തരം പറഞ്ഞു: "പിതാവാണ് തീയതികളും അവ പൂർത്തീകരിക്കേണ്ട സമയങ്ങളും നിശ്ചയിക്കുന്നത്. അവൻ സ്വന്തം അധികാരത്താൽ ഒരുക്കിയിരിക്കുന്ന എല്ലാറ്റിന്റെയും സമയം അറിയാൻ നിങ്ങൾക്ക് അനുവാദമില്ല.
8 എന്നാൽ ഞാൻ നിങ്ങളോട് വാഗ്ദാനം ചെയ്യുന്നു:

പരിശുദ്ധാത്മാവ് നിങ്ങളുടെ മേൽ വരും; നിങ്ങൾ ശക്തിയാൽ നിറയും. നിങ്ങൾ യെരൂശലേമിലേക്കും യെഹൂദ്യയിലുടനീളം വിദൂര സംസ്ഥാനങ്ങളിലേക്കും ഭൂമിയുടെ വിദൂര സ്ഥലങ്ങളിലേക്കും എന്റെ സന്ദേശവാഹകരായിരിക്കും."

നമ്മുടെ ലോകത്ത് പിശാച് നിർണായക പങ്ക് വഹിക്കുന്നു എന്ന വസ്തുത യോഹന്നാൻ എടുത്തുകാണിക്കുകയും 1 യോഹന്നാൻ 5:19 ഉം 1 യോഹന്നാൻ 3:8 ഉം യേശു ലോകത്തിലേക്ക് വന്നത് ഏത് ദൗത്യത്തിനായിട്ടാണെന്ന് വീണ്ടും ഊന്നിപ്പറയുകയും ചെയ്തു, ഞാൻ ഇങ്ങനെ വായിക്കുന്നു:

യോഹന്നാൻ 1 5:19

ദി പാഷൻ ട്രാൻസ്ലേഷൻ

19 നാം ദൈവത്തിന്റെ മക്കളാണെന്നും ലോകം മുഴുവൻ ദുഷ്ടന്റെ കഷ്ടപ്പാടിലും സ്വാധീനത്തിലും കിടക്കുന്നുവെന്നും നമുക്കറിയാം.

1 യോഹന്നാൻ 3:8

ദി പാഷൻ ട്രാൻസ്ലേഷൻ

8 എന്നാൽ പാപജീവിതം നയിക്കുന്നവൻ പിശാചിൽ നിന്നുള്ളവനാണ്. കാരണം, പിശാച് തുടക്കം മുതൽ പാപം ചെയ്യുന്നു. ദൈവപുത്രൻ പ്രത്യക്ഷനായത് പിശാചിന്റെ പ്രവൃത്തികളെ ഇല്ലാതാക്കാനും നശിപ്പിക്കാനുമാണ്.

മത്തായി 12:29-ൽ യേശു പറഞ്ഞു - "ഒരു ബലവാന്റെ വീട്ടിൽ അതിക്രമിച്ചു കയറി അവന്റെ വസ്തുക്കൾ കവർന്നെടുക്കാൻ ആർക്കും കഴിയില്ല, ആദ്യം ബലവാനെ പിടിച്ചുകെട്ടിയിട്ടല്ലാതെ; പിന്നെ അവന്റെ വീടു കൊള്ളയടിക്കാൻ കഴിയും."

നമ്മുടെ സ്വന്തം ശക്തിയാൽ നമുക്ക് നഗരം പിടിച്ചെടുക്കാൻ കഴിയില്ല, മറിച്ച് പരിശുദ്ധാത്മാവിന്റെ ശക്തിയാൽ:

ലൂക്കോസ് 3:16- ൽ യോഹന്നാൻ സ്നാപകനെ കേൾക്കുക.

ദി പാഷൻ ട്രാൻസ്ലേഷൻ

16 എന്നാൽ യോഹന്നാൻ അവരോട് പറഞ്ഞത്, "എന്നെക്കാൾ ശക്തനായ ഒരുവൻ വരുന്നു; അവൻ അത്യുന്നതനാണ്. വാസ്തവത്തിൽ, ഞാൻ അവന്റെ അടിമയായിരിക്കാൻ പോലും യോഗ്യനല്ല. ഈ നദിയിൽ മാത്രമേ

എനിക്ക് നിങ്ങളെ സ്നാനം കഴിപ്പിക്കാൻ കഴിയൂ; എന്നാൽ അവൻ നിങ്ങളെ വിശുദ്ധിയുടെ ആത്മാവിലേക്കും അവന്റെ ജ്വലിക്കുന്ന തീയിലേക്കും സ്നാനം കഴിപ്പിക്കും.

ശത്രുവായ സാത്താന്റെ ശക്തികേന്ദ്രത്തെ തകർത്തതിനുശേഷം ക്രിസ്തുവിന്റെ വെളിച്ചം പ്രകാശിപ്പിച്ചുകൊണ്ട് അന്ധകാര ലോകത്തിൽ ദൈവരാജ്യം മുന്നോട്ട് കൊണ്ടുപോകാൻ നമ്മെ സഹായിക്കുന്ന സഹായിയാണ് പരിശുദ്ധാത്മാവ്. പരിശുദ്ധാത്മാവിലുള്ള സ്നാനത്തിലൂടെയാണ് നാം സജ്ജരാകുന്നത്.

പരിശുദ്ധാത്മ സ്നാനം ഒരു ശാക്തീകരണ അനുഭവമാണ്, ആത്മാവിനാൽ നിറഞ്ഞ വിശ്വാസികളെ സാക്ഷ്യത്തിനും ശുശ്രൂഷയ്ക്കും സജ്ജരാക്കുന്നു, അവിടെ മുകളിൽ പറഞ്ഞ 7 ഗുണങ്ങളും വളരെ എളുപ്പത്തിൽ പ്രകടിപ്പിക്കാൻ കഴിയും.

ശക്തമായ എതിർപ്പുകൾക്കിടയിലും ലോകത്തിന് തന്റെ വെളിച്ചം പ്രകാശിപ്പിക്കുന്നതിനുള്ള സേവനത്തിനായി നിങ്ങളെ ഉന്മേഷവാനാക്കുകയും ശക്തരാക്കുകയും ചെയ്യുന്ന ജീവജലത്തിന്റെ

നദികൾ നിങ്ങളുടെ വയറ്റിൽ നിന്ന് ഒഴുകുന്നതിനായി ഈ പ്രാർത്ഥന ചൊല്ലുന്നതിലൂടെ നിങ്ങൾക്ക് പരിശുദ്ധാത്മാവിന്റെ സ്നാനം സ്വീകരിക്കാൻ കഴിയും:

നമുക്ക് പ്രാർത്ഥിക്കാം:

കർത്താവേ, യേശുവിന്റെ നാമത്തിൽ,
നിന്റെ ശക്തിയുടെ ഒരു പാത്രമാക്കി എന്നെ മാറ്റണമേ,
ദൈവമേ, യേശുവിന്റെ നാമത്തിൽ, സ്വർഗ്ഗം തുറന്ന് നിന്റെ മഹത്വം എന്റെ മേൽ വീഴട്ടെ.
ദൈവമേ, അത്ഭുതകരമായ കാര്യങ്ങൾ സ്വീകരിക്കാനും കേൾക്കാനും സംസാരിക്കാനും എന്റെ കണ്ണുകളെയും കാതുകളെയും വായയെയും സ്നാനപ്പെടുത്തണമേ, യേശുവിന്റെ നാമത്തിൽ എനിക്ക് പുതിയ തീയും പുതിയ അഭിഷേകവും ലഭിക്കുന്നു. ദൈവത്തിന്റെ അഗ്നി എന്റെ ജീവിതത്തിലെ ഇരുട്ടിന്റെ എല്ലാ പ്രവൃത്തികളെയും ദഹിപ്പിക്കട്ടെ.

യേശുവിന്റെ നാമത്തിൽ ദൈവാത്മാവ് എന്റെ ബുദ്ധിയെയും ഇച്ഛയെയും വികാരങ്ങളെയും ശുദ്ധീകരിക്കട്ടെ.

ദൈവത്തിന്റെ ആത്മാവ് എന്റെ ആത്മാവിനെയും ആത്മാവിനെയും ശരീരത്തെയും യേശുവിന്റെ നാമത്തിൽ ശുദ്ധീകരിക്കട്ടെ.

ലൂക്കോസ് 3:16-ൽ ഉള്ള നിന്റെ വാഗ്ദാനപ്രകാരം എന്നെ പരിശുദ്ധാത്മാവിനാലും തീയാലും സ്നാനം കഴിപ്പിക്കേണമേ.

കർത്താവേ, ലോകമെമ്പാടും ക്രിസ്തുവിന്റെ ശരീരത്തിന്മേൽ നിന്റെ ആത്മാവിന്റെ ഒരു പുതുപകർപ്പ് ഉണ്ടാകട്ടെ. പിതാവേ, യേശുവിന്റെ നാമത്തിൽ, എനിക്കായി നിനക്കുള്ളതെല്ലാം ഞാൻ ആഗ്രഹിക്കുന്നു.

എന്റെ ജീവിതത്തിൽ പ്രവർത്തിക്കുന്ന ആത്മാവിന്റെ എല്ലാ ദാനങ്ങളോടും കൂടി പരിശുദ്ധാത്മാവിന്റെ പൂർണ്ണത ഞാൻ ആഗ്രഹിക്കുന്നു. അതിനാൽ ഇപ്പോൾ ഞാൻ എന്നെത്തന്നെ നിങ്ങളുടെ മുമ്പിൽ താഴ്ത്തി, നിങ്ങളുടെ വചനപ്രകാരം ഞാൻ അപേക്ഷിക്കുന്നു, ഇപ്പോൾ എന്നെ പരിശുദ്ധാത്മാവിൽ സ്നാനപ്പെടുത്തണമേ. പരിശുദ്ധാത്മാവ് എന്നിലൂടെ പ്രകടിപ്പിക്കുന്ന അല്ലെങ്കിൽ പ്രകാശിപ്പിക്കുന്ന ദാനങ്ങളിൽ

ഒഴുകാൻ ഞാൻ എന്നെത്തന്നെ സമർപ്പിക്കുന്നു.

ദൈവത്തിന്റെ അഭിഷേകവും, മഹത്വവും, ശക്തിയും ഇപ്പോൾ തന്നെ എന്റെ ജീവിതത്തിലേക്ക് വരട്ടെ.

ലഭ്യത, ധൈര്യം, കാരുണ്യം, ദൃഢനിശ്ചയം, ആത്മാർത്ഥമായ സ്നേഹം - ഇന്നുമുതൽ സേവനത്തിനായി എനിക്ക് ശക്തി ലഭിക്കട്ടെ. ഉജ്ജ്വലവും വലിയ വിശപ്പും.

കർത്താവായ യേശുവേ, നിന്റെ പരിശുദ്ധാത്മാവിൽ എന്നെ സ്നാനപ്പെടുത്തിയതിന് നന്ദി. ആമേൻ."

പരിശുദ്ധാത്മാവിന് എനിക്ക് വാക്കുകൾ നൽകാൻ കഴിയേണ്ടതിന് ഞാൻ എന്റെ നാവ് സമർപ്പിക്കുന്നു, അങ്ങനെ അവന് എന്നിലൂടെ സംസാരിക്കാൻ കഴിയും. വിശ്വാസത്താൽ ഞാൻ പരിശുദ്ധാത്മാവിന്റെ സ്നാനം സ്വീകരിക്കുന്നു, അത് എന്റേതാണ്, ഇപ്പോൾ എനിക്ക് അത് ലഭിച്ചു.

ഇപ്പോൾ, ദൈവത്തെ സ്തുതിക്കാൻ തുടങ്ങുക, നിങ്ങളുടെ ഉള്ളിൽ നിന്ന് വരുന്ന വാക്കുകൾ നിങ്ങളുടെ വായിൽ നിന്ന് പുറത്തേക്ക്

ഒഴുകട്ടെ. പരിശുദ്ധാത്മാവ് നിങ്ങൾക്ക് നൽകുന്ന വാക്കുകൾ നിങ്ങൾ സംസാരിക്കണം.

ഇതെല്ലാം നിങ്ങൾക്ക് വീട്ടിൽ, കാറിൽ, ഓഫീസിൽ, നിങ്ങളെ നയിക്കുന്ന എവിടെയും ചെയ്യാം അല്ലെങ്കിൽ പ്രാർത്ഥിക്കാൻ ഒരു മന്ത്രണം ഉപയോഗിക്കാം.

ഞങ്ങളുടെ ഉദ്ബോധനത്തെ ശരിവയ്ക്കുന്നതിനായി, ഇന്ന് നമ്മൾ പഠിച്ച 7 ഗുണങ്ങളുടെ പ്രയോഗത്തോടെയുള്ള രണ്ട് യഥാർത്ഥ കഥകൾ ഇതാ.

രോഗികളെ സുഖപ്പെടുത്തി സുവിശേഷം പ്രസംഗിക്കാനും ദൈവസാന്നിധ്യം പ്രകടിപ്പിക്കാനും നാമെല്ലാവരും വിളിക്കപ്പെട്ടിരിക്കുന്നു.

അടിസ്ഥാനകാര്യങ്ങൾ ചെയ്യാൻ നാമെല്ലാവരും സജ്ജരാണ്, രോഗശാന്തിയും വിടുതലും ശുശ്രൂഷിക്കുന്ന ഈ മേഖലയിൽ എല്ലാവർക്കും ഒരു പ്രാഥമിക നിയോഗമോ ഓഫീസോ ഇല്ല.

നമ്മുടെ പ്രാഥമിക ദൗത്യം പരിശുദ്ധാത്മാവിനാൽ നിയന്ത്രിക്കപ്പെടുന്ന ഭരണനിർവ്വഹണമായിരിക്കാം. നാം ഗവൺമെന്റിൽ ഒരു പ്രധാനമന്ത്രിയുടെ സ്ഥാനത്ത് ആയിരിക്കാം, ദൈവിക

ലക്ഷ്യത്തിന് അനുകൂലമായ നിയമങ്ങൾ നടപ്പിലാക്കുന്നതിലൂടെ നമുക്ക് ഒരു രാജ്യത്തിന്റെ വിധി നീതിയിലേക്ക് മാറ്റാൻ കഴിയും. ചിലർ ദിവ്യ പ്രചോദനത്തിലൂടെയും ഔഷധത്തിലൂടെയും രോഗികളെ സുഖപ്പെടുത്തുന്ന ആശുപത്രിയിൽ ഡോക്ടർമാരായി വർത്തിച്ചേക്കാം.

ഇന്ന് നമ്മൾ ഈ രണ്ട് കഥകൾ അവതരിപ്പിക്കുന്നു, മുകളിൽ പറഞ്ഞ 7 ഗുണങ്ങൾക്കായി ശ്രദ്ധിക്കാൻ ഞാൻ നിങ്ങളെ പ്രോത്സാഹിപ്പിക്കുന്നു:

ഭവനരഹിതർക്കായി സമൂഹത്തിലെ രോഗങ്ങളെ അഭിസംബോധന ചെയ്യുന്നതിൽ ധീരമായ ചുവടുവെപ്പ് നടത്തിയ പതിമൂന്ന് വയസ്സുകാരി ട്രെവറിൽ നിന്നുള്ള ഒന്ന്, രണ്ടാമത്തെ കഥ ഇലക്ട്രിക് കസേരയിൽ വധശിക്ഷയ്ക്ക് വിധിക്കപ്പെട്ട മകനെ ഒരു സ്ത്രീ തമ്മിലുള്ള ഏറ്റുമുട്ടലിനെക്കുറിച്ചും അവസാന നിമിഷങ്ങളിലെ സുവിശേഷകന്റെ പ്രാർത്ഥന വധശിക്ഷ ഒഴിവാക്കിയതിനെക്കുറിച്ചുമാണ്:

ട്രെവർ ഫാരെൽ

ട്രെവർ ഫെറൽ (ജനനം 1972) ഒരു അമേരിക്കൻ പൗരനാണ്, കൗമാരപ്രായത്തിൽ തന്നെ

വീടില്ലാത്തവരെ സഹായിക്കാനുള്ള തന്റെ ശ്രമങ്ങളിലൂടെ പൊതുജനശ്രദ്ധ പിടിച്ചുപറ്റി. 1983-ൽ 11 വയസ്സുള്ളപ്പോൾ അദ്ദേഹം ട്രെവറിന്റെ ഭവനരഹിതർക്കായുള്ള പ്രചാരണം ആരംഭിച്ചു. 1983 ഡിസംബർ 8-ന് അദ്ദേഹം തെരുവ് ജനങ്ങളെക്കുറിച്ചുള്ള ഒരു വാർത്താ പരിപാടി കണ്ടു. ഇത് തന്റെ മാതാപിതാക്കളായ ഫ്രാങ്കിനോടും ജാനറ്റ് ഫെറലിനോടും എങ്ങനെ സഹായിക്കാനാകുമെന്ന് ചോദിക്കാൻ അദ്ദേഹത്തെ പ്രേരിപ്പിച്ചു. സെന്റർ സിറ്റിയിലെ യൂണിയൻ ലീഗിന് മുന്നിലുള്ള നടപ്പാതയിൽ ഉറങ്ങുകയായിരുന്ന ഒരു ഭവനരഹിതന് കിടക്ക നൽകാൻ അവർ ആ രാത്രി ഫിലാഡൽഫിയയിലേക്ക് അവരുടെ മകനെ കൊണ്ടുപോയി. പിന്നീട് അദ്ദേഹവും മാതാപിതാക്കളും ട്രെവറിന്റെ പ്ലേസ് എന്ന പേരിൽ ഒരു ഭവനരഹിത അഭയകേന്ദ്രം സ്ഥാപിച്ചു. അങ്ങനെ നേടിയ പ്രവർത്തനങ്ങളെ കൂടുതൽ വിവരിക്കുന്നതിനായി ട്രെവറിന്റെ പ്ലേസ് എന്നും വിളിക്കപ്പെടുന്ന ഒരു പുസ്തകവും അദ്ദേഹത്തിന്റെ മാതാപിതാക്കൾ രചിച്ചു, തുടർനടപടികൾക്കായുള്ള അഭ്യർത്ഥനയോടെ. ഇത് 1985-ൽ പ്രസിദ്ധീകരിച്ചു.

1986-ൽ പ്രസിഡന്റ് നടത്തിയ സ്റ്റേറ്റ് ഓഫ് ദി യൂണിയൻ പ്രസംഗത്തിൽ ട്രെവർ ഫാരെലിന്റെ പ്രവർത്തനങ്ങളെ പ്രസിഡന്റ്

റൊണാൾഡ് റീഗൻ അംഗീകരിച്ചു. 1991-ൽ ക്രിസ്മസ് ഓൺ ഡിവിഷൻ സ്ട്രീറ്റ് എന്ന പേരിൽ ഷെൽട്ടറിന്റെ പ്രവർത്തനങ്ങൾ നാടകീയമാക്കുന്ന ഒരു ടിവി സിനിമ സംപ്രേഷണം ചെയ്തു. അതിൽ നടൻ ഫ്രെഡ് സാവേജ് ട്രെവർ ആയി അഭിനയിച്ചു. ലൈഫ്സ്റ്റോറീസ്: ഫാമിലീസ് ഇൻ ക്രൈസിസ് എന്ന പരമ്പരയുടെ 1994-ലെ എപ്പിസോഡിൽ, ബ്രദർലി ലവ്: ദി ട്രെവർ ഫെറൽ സ്റ്റോറി എന്ന പേരിൽ, അദ്ദേഹത്തിന്റെ ശ്രമങ്ങളെ വിവരിച്ചു.

ഫാരെലിന് 18 വയസ്സുള്ളപ്പോൾ, കുടുംബം പ്രചാരണ പ്രവർത്തനങ്ങൾ നിർത്തിവച്ചു. നിലവിൽ ഫാരെൽ യുണൈറ്റഡ് പാർസൽ സർവീസിൽ ജോലി ചെയ്യുകയും ഫിലാഡൽഫിയയിലെ ലങ്കാസ്റ്റർ അവന്യൂവിൽ ഒരു ത്രിഫ്റ്റ് ഷോപ്പ് നടത്തുകയും ചെയ്യുന്നു. 1985-ൽ, 35 വയസ്സോ അതിൽ താഴെയോ പ്രായമുള്ള ഒരു വ്യക്തിയുടെ ഏറ്റവും മികച്ച പൊതുസേവനത്തിനുള്ള സാമുവൽ എസ്. ബിയേർഡ് അവാർഡ് ഫെറെലിന് ലഭിച്ചു, ഇത് വർഷം തോറും ജെഫേഴ്സൺ അവാർഡുകൾ നൽകുന്ന ഒരു അവാർഡാണ്.

മുഴുവൻ കഥ:

കഥ 1: സ്നേഹശൂന്യവും അശ്രദ്ധവുമായ ഒരു ലോകത്തിലേക്ക് ക്രിസ്തുവിന്റെ സ്നേഹം പ്രസരിപ്പിക്കുന്ന ട്രെവറിന്റെ കഥ.

ട്രെവർ എന്ന ആൺകുട്ടിയെക്കുറിച്ചുള്ള ഒരു യഥാർത്ഥ കഥ. കുട്ടികൾക്ക് ചെയ്യാൻ കഴിയുന്ന ചെറിയ കാര്യങ്ങൾ വലിയ മാറ്റമുണ്ടാക്കുമെന്ന് ഇത് കാണിക്കുന്നു. ഒരു രാത്രി ട്രെവർ മറ്റ് 13 വയസ്സുള്ള മറ്റ് നിരവധി കുട്ടികൾ ചെയ്യുന്നതുപോലെ ചെയ്യുകയായിരുന്നു: അദ്ദേഹം ടിവി കാണുകയായിരുന്നു. വാർത്തയിൽ, അദ്ദേഹം താമസിച്ചിരുന്ന ഫിലാഡൽഫിയയിലെ ഒരു ഡൗണ്ടൗൺ ഏരിയയിലെ തെരുവുകളിൽ തണുപ്പിൽ ഉറങ്ങുന്ന ചില വീടില്ലാത്ത ആളുകളെക്കുറിച്ചുള്ള ഒരു കഥ കണ്ടു. അതേ നഗരത്തിലെ സാമാന്യം സമ്പന്നമായ ഒരു പ്രാന്തപ്രദേശത്ത് ജീവിക്കാൻ കഴിഞ്ഞത് എത്ര ഭാഗ്യമാണെന്ന് ട്രെവർ ഒരിക്കലും ചിന്തിച്ചിരുന്നില്ല. ഭവനരഹിതരായ ആളുകളുടെ കഥ അദ്ദേഹത്തിന്റെ ഹൃദയത്തെ സ്പർശിച്ചു, ഈ ആളുകളെ സഹായിക്കാൻ തനിക്ക് എന്തുചെയ്യാനാകുമെന്ന് അദ്ദേഹം ചിന്തിച്ചു തുടങ്ങി. ട്രെവർ അത് എളുപ്പത്തിൽ മറന്നു പോയിരിക്കാം. ടിവിയിൽ ഇടയ്ക്കിടെ കാണുന്ന നിരവധി ദുഃഖകരമായ കഥകളുണ്ട്. ഇത് അദ്ദേഹം അവഗണിച്ച മറ്റൊന്നായിരിക്കാം. ട്രെവറും

ചിന്തിച്ചിട്ടുണ്ടാകാം, "ശരി, എനിക്ക് ഇതിനെക്കുറിച്ച് എന്തുചെയ്യാൻ കഴിയും?" ഞാൻ ഒരു കുട്ടിയാണ്, പക്ഷേ അവൻ അങ്ങനെ ചെയ്തില്ല. പകരം, എങ്ങനെ സഹായിക്കുമെന്ന് അവൻ ചിന്തിക്കാൻ തുടങ്ങി, അപ്പോഴാണ് അവരുടെ ഗാരേജിൽ ഉപയോഗിക്കാത്ത കുറച്ച് പുതപ്പുകൾ ഉണ്ടായിരുന്നെന്ന് അയാൾക്ക് ഓർമ്മ വന്നത്. അങ്ങനെ, അവൻ തന്റെ പിതാവിന്റെ അടുത്തേക്ക് പോയി, രാത്രിയിൽ പോകാൻ വീടില്ലാത്ത നഗരത്തിലെ ആളുകളുടെ അടുത്തേക്ക് അത് കൊണ്ടുപോകാമോ എന്ന് ചോദിച്ചു.

ട്രെവറിന്റെ അച്ഛന് ഈ അഭ്യർത്ഥന അൽപ്പം വിചിത്രമായി തോന്നിയിരിക്കാം. നമുക്കുള്ള വസ്തുക്കളിൽ തന്നെ ഉറച്ചുനിൽക്കാൻ നമുക്ക് എളുപ്പമാണ്, മുതിർന്നവർക്ക് സ്വന്തമായിട്ടുള്ളത് നേടാൻ അവർ കഠിനാധ്വാനം ചെയ്തിട്ടുണ്ടെന്ന് ചിന്തിക്കാൻ എളുപ്പമാണ്, പിന്നെ എന്തിനാണ് അവർ അത് ദാനം ചെയ്യേണ്ടത്? ഒരു കുട്ടി ചിന്തിക്കുന്നതുപോലെയാണ് ഇത് എന്ന് ഞാൻ കരുതുന്നു, "ഈ പുതിയ ബൈക്ക് വാങ്ങാൻ സഹായിക്കാൻ എന്റെ പോക്കറ്റ് മണി ലാഭിക്കാൻ വളരെ സമയമെടുത്തു, പിന്നെ എന്തിനാണ് ഞാൻ അത് പെട്ടെന്ന് വീട്ടിലെത്തേണ്ട ഒരു സുഹൃത്തിന് കടം കൊടുക്കുന്നത്?"

ട്രെവറിന്റെ അച്ഛൻ ഒരു ദയയുള്ള വ്യക്തിയായിരുന്നു. ട്രെവർ ഡൗണ്ടൗണിൽ മിച്ചം വന്ന കുറച്ച് പുതപ്പുകൾ തെരുവുകളിലെ ചിലർക്ക് വിതരണം ചെയ്യാൻ അദ്ദേഹം വണ്ടിയോടിച്ചു. ആ രാത്രിയിൽ ചുരുണ്ടുകൂടി ഉറങ്ങാൻ സമയമായപ്പോൾ, പുതിയ പുതപ്പുകളുടെ അധിക ഊഷ്മളതയിൽ ആളുകൾ വളരെ സന്തോഷിച്ചുവെന്ന് ഞാൻ കരുതുന്നു.

ട്രെവറും സന്തോഷിച്ചു. പുതപ്പുകൾ വിതരണം ചെയ്തതിൽ അയാൾക്ക് സന്തോഷമായി. ഒരു ആന്തരിക ഊഷ്മളത അയാൾക്ക് അനുഭവപ്പെട്ടു, ഒരു വൈകാരിക പുതപ്പിൽ പൊതിഞ്ഞതുപോലെ. പക്ഷേ ഒരു അപകടസാധ്യതയുണ്ടെന്ന് അയാൾക്ക് മനസ്സിലായി - അത് വളരെ നല്ലതായി തോന്നുന്നതിനാൽ നിങ്ങൾ അത് വീണ്ടും ചെയ്യാൻ ആഗ്രഹിച്ചേക്കാം.

അടുത്ത ദിവസം ട്രെവർ തന്റെ അടുത്തുള്ള പലചരക്ക് കടയിലേക്കും അയൽപക്കത്തുള്ള മറ്റ് പൊതു സ്ഥലങ്ങളിലേക്കും പോയി, അവിടെ നോട്ടീസ് ബോർഡുകൾ ഉണ്ടായിരുന്നു. ആവശ്യമില്ലാത്ത പുതപ്പുകളോ ഭക്ഷണമോ സംഭാവന ചെയ്യാൻ ആളുകളോട് ആവശ്യപ്പെടുന്ന ബോർഡുകൾ അദ്ദേഹം സ്ഥാപിച്ചു. ഫലം അതിശയിപ്പിക്കുന്നതായിരുന്നു. ദയ

പകർച്ചവ്യാധിയായിരുന്നു. സഹായിക്കാൻ തയ്യാറുള്ള നിരവധി ആളുകളെ ട്രെവർ കണ്ടെത്തി, ഒരു ആഴ്ചയ്ക്കുള്ളിൽ അദ്ദേഹം തന്റെ പിതാവിന്റെ ഗാരേജിൽ ഭക്ഷണവും പുതപ്പുകളും നിറച്ചു. ട്രെവർ തന്റെ ദയയോടെ ആരംഭിച്ച കാര്യങ്ങൾ വളർന്നു സമൂഹത്തിലുടനീളം വ്യാപിച്ചു. താമസിയാതെ ആളുകളുടെ ഔദാര്യം അവന്റെ പിതാവിന്റെ ഗാരേജിൽ നിന്ന് ഒഴുകിയെത്തി, സംഭാവന ചെയ്യുന്ന എല്ലാ സമ്മാനങ്ങളും സൂക്ഷിക്കാൻ ട്രെവറിനും അച്ഛനും ഒരു വലിയ കെട്ടിടം അന്വേഷിക്കേണ്ടിവന്നു. ഭവനരഹിതർക്ക് ഭക്ഷണം നൽകാനും ചൂടാക്കാനും ഭക്ഷണവും പുതപ്പുകളും സംഭരിക്കുന്ന നിരവധി പ്രത്യേക വെയർഹൗസുകൾ ഇപ്പോൾ ഫിലാഡൽഫിയയിലുടനീളം ഉണ്ടെന്ന് നിങ്ങൾ വിശ്വസിക്കുമോ? അവയെല്ലാം "ട്രെവേഴ്സ് പ്ലേസ്" എന്ന് വിളിക്കപ്പെടുന്നു.

ഞങ്ങളുടെ ക്ലെയിമിൽ പരിഗണിക്കുന്നതിനായി കഥ 1 ന്റെ പ്രയോഗം

:

'നമ്മുടെ നാട്ടിൽ നീതിയുള്ള ഒരു തലമുറയെ
വളർത്തിയെടുക്കുന്നതിനായി, ബോർഡിംഗ്,
ഭക്ഷണം, ക്രിസ്ത്യൻ കേന്ദ്രീകൃത
വിദ്യാഭ്യാസം എന്നിവ നൽകി
നൈജീരിയയിലെ അൽമജാരി പ്രശ്നം

പരിഹരിക്കാൻ ദൈവം ആരെയെങ്കിലും വിളിക്കുകയാണോ? നമ്മൾ അങ്ങനെ ചെയ്തില്ലെങ്കിൽ, കൊല്ലാനും മോഷ്ടിക്കാനും നശിപ്പിക്കാനും പിശാച് അവരെ തട്ടിക്കൊണ്ടുപോകും. നമുക്ക് ഇഷ്ടമുള്ളത്രയും സംസാരിക്കാം, പക്ഷേ നമ്മുടെ നിയോഗം എല്ലാം വകവയ്ക്കാതെ ക്രിസ്തുവിന്റെ വെളിച്ചവും സ്നേഹവും പ്രകാശിപ്പിക്കുക എന്നതാണ്, അത് നമ്മുടെ യേശുവിനെക്കുറിച്ച് നമുക്ക് പറയാനുള്ളത് കേൾക്കാൻ അവരെ പ്രേരിപ്പിക്കും. മത്തായി 25:1-46 വായിക്കുക.

കഥ 2: വൈദ്യുതക്കസേരയിൽ നിന്ന് ഒഴിവാക്കപ്പെട്ട മനുഷ്യന്റെ ജീവൻ – പാസ്റ്ററുടെ മകൾ പറഞ്ഞ കഥ – അനീതി നിറഞ്ഞ ഒരു ലോകത്തിലേക്ക് ക്രിസ്തുവിന്റെ വെളിച്ചം പ്രസരിപ്പിക്കുന്നതിൽ മധ്യസ്ഥ പ്രാർത്ഥനയുടെ ശക്തി.

1960-ൽ ന്യൂജേഴ്സിയിലെ ന്യൂവാർക്കിൽ അദ്ദേഹം പ്രസംഗിക്കുകയായിരുന്നു. സമയം: രാത്രി 9:30 ഒരു സ്ത്രീ മധ്യ ഇടനാഴിയിലൂടെ നടന്നു വന്നു, എന്റെ അച്ഛൻ ആർ.ഡബ്ല്യു. ഷാംബാച്ചിന് അതിന്റെ അർത്ഥം അറിയാമായിരുന്നു. ആരെങ്കിലും അദ്ദേഹത്തിന്റെ സന്ദേശം തടസ്സപ്പെടുത്താൻ പോകുന്നു എന്നാണ് അതിനർത്ഥം. അവൾ

മധ്യ ഇടനാഴിയിലൂടെ നടന്നു ആ രാത്രി പ്രസംഗകന്റെ തൊട്ടുമുന്നിൽ നിന്നു. അദ്ദേഹത്തിന്റെ കയ്യിൽ ബൈബിൾ ഉണ്ടായിരുന്നു, ഒരു മാസ്റ്റർപീസ് പ്രസംഗിക്കുകയായിരുന്നു! ഒരു ദൈവമനുഷ്യനെ തടസ്സപ്പെടുത്താൻ ഒരാൾക്ക് എങ്ങനെ ധൈര്യമുണ്ട്?

യഥാർത്ഥത്തിൽ, ആ വിലയേറിയ സ്ത്രീ നിരാശാജനകമായ വിശ്വാസത്താൽ അവനെ തടസ്സപ്പെടുത്തുകയായിരുന്നു, നാലു പുരുഷന്മാർ യേശു പഠിപ്പിച്ചുകൊണ്ടിരുന്ന സ്ഥലത്തിന്റെ മേൽക്കൂര പൊളിച്ചുമാറ്റിയതുപോലെ, അവരുടെ സുഹൃത്തിന് ഒരു അത്ഭുതം സംഭവിക്കാൻ വേണ്ടി. അവരുടെ വിശ്വാസം കർത്താവിനെ പ്രേരിപ്പിച്ചു, അതാണ് യഥാർത്ഥ വിശ്വാസം ചെയ്യുന്നത്.

ന്യൂവാർക്കിലെ ആ സ്ത്രീ എന്റെ അച്ഛനെ സമീപിച്ചപ്പോൾ അവൾ പറഞ്ഞു, “സഹോദരൻ ഷാംബാക്ക്, ദയവായി എന്നോട് ക്ഷമിക്കൂ. എന്റെ ജീവിതകാലത്ത് ഞാൻ ഒരിക്കലും ഒരു പ്രസംഗകനെ തടഞ്ഞിട്ടില്ല. പക്ഷേ ഇതൊരു അടിയന്തരാവസ്ഥയാണ്. എന്റെ മകൻ പത്ത് മണിക്ക് ഇലക്ട്രിക് കസേരയിൽ മരിക്കാൻ പോകുന്നു.”

സ്വന്തം കുറ്റസമ്മതത്തിലൂടെ, സഹോദരൻ ഷാംബാക്ക് ചിന്തിച്ചു, "ഓ, എന്റെ ദൈവമേ!" അവൾ അവന്റെ പ്രസംഗം ഉടനടി തട്ടിമാറ്റി. അത് കേട്ടപ്പോൾ, അയാൾക്ക് മറ്റൊരു വാക്ക് പ്രസംഗിക്കാൻ കഴിഞ്ഞില്ല.

ആശുപത്രികളിൽ മരിക്കുന്നവർക്കുവേണ്ടി അദ്ദേഹം പ്രാർത്ഥിച്ചിരുന്നു, പക്ഷേ വൈദ്യുതക്കസേരയിൽ മരിക്കാൻ പോകുന്ന ആർക്കും വേണ്ടി അദ്ദേഹം ഒരിക്കലും പ്രാർത്ഥിച്ചിട്ടില്ല. ഈ മനുഷ്യനെ തന്റെ സമപ്രായക്കാരുടെ ഒരു ജൂറി കുറ്റക്കാരനാണെന്ന് വിധിച്ചിരുന്നു. അയാൾ കുറ്റക്കാരനാണെന്ന് കണ്ടെത്തിയിരുന്നു. താൻ ചെയ്തതായി അവർ പറഞ്ഞ കൊലപാതകത്തിന് വില കൊടുക്കാൻ വേണ്ടി അയാൾ മരിക്കാൻ പോവുകയായിരുന്നു - മുപ്പത് മിനിറ്റിനുള്ളിൽ അത് സംഭവിക്കും. സഹോദരൻ ഷാംബാക്കിന് പ്രസംഗിക്കാൻ കഴിഞ്ഞില്ല! അദ്ദേഹം പുസ്തകം അടച്ചുവെച്ചു. അദ്ദേഹത്തിന് പ്രാർത്ഥിക്കാൻ പോലും കഴിഞ്ഞില്ല! പള്ളിയിലുള്ള എല്ലാവരോടും എഴുന്നേറ്റു നിൽക്കാൻ അദ്ദേഹം ആവശ്യപ്പെട്ടു.

ആളുകൾ പലപ്പോഴും എന്റെ അച്ഛനോട് ചോദിച്ചിരുന്നു, "എനിക്ക് പരിശുദ്ധാത്മാവിനെ ആവശ്യമുണ്ടോ?" ഈ സ്ത്രീ അവതരിപ്പിച്ചതുപോലുള്ള

ആവശ്യങ്ങൾ നേരിടുമ്പോൾ, ഒരു വ്യക്തിക്ക് എങ്ങനെ പ്രാർത്ഥിക്കണമെന്ന് ഒരു ധാരണയുമില്ല. അതുകൊണ്ടാണ് നമുക്കെല്ലാവർക്കും പരിശുദ്ധാത്മാവിന്റെ പൂർണ്ണത ആവശ്യമായി വരുന്നത്!

എന്റെ പിതാവിലൂടെ പരിശുദ്ധാത്മാവ് പ്രാർത്ഥിക്കാൻ തുടങ്ങി. ആരോ ഒരു മേലങ്കി തന്റെ മേൽ ധരിപ്പിച്ചതുപോലെ തോന്നി എന്ന് അദ്ദേഹം പറഞ്ഞു - അത് അത്ഭുതങ്ങൾക്കുള്ള അഭിഷേകത്തിന്റെ മേലങ്കിയായിരുന്നു, അഭിഷേകം അദ്ദേഹത്തിന് അനുഭവിക്കാൻ കഴിഞ്ഞു. അന്യഭാഷകളിൽ പ്രാർത്ഥിക്കുമ്പോൾ ഇരട്ടി പങ്ക് അദ്ദേഹത്തിൽ ഉണ്ടായിരുന്നു. പിന്നീട്, അദ്ദേഹം പറഞ്ഞതുപോലെ, ഇംഗ്ലീഷിൽ പ്രാർത്ഥിച്ചുകൊണ്ട് പരിശുദ്ധാത്മാവിനെ ശ്രദ്ധിക്കാൻ തുടങ്ങി. ഇംഗ്ലീഷിൽ പ്രാർത്ഥിക്കാൻ തുടങ്ങിയപ്പോൾ, അദ്ദേഹം പറഞ്ഞത് അദ്ദേഹത്തെ ഞെട്ടിച്ചു:

"കർത്താവേ, യേശുവിന്റെ നാമത്തിൽ, പരിശുദ്ധാത്മാവിലൂടെ യഥാർത്ഥ കൊലയാളിയെ കുറ്റക്കാരനാക്കണമേ. അവനെ കുറ്റകൃത്യം ഏറ്റുപറയാൻ പ്രേരിപ്പിക്കണമേ."

അകത്ത്, എന്റെ അച്ഛൻ സ്വയം ചവിട്ടുകയായിരുന്നു. അയാൾ ചിന്തിച്ചു,

"മിണ്ടാതിരിക്കൂ, ഡമ്മി. ആ മനുഷ്യൻ ഇതിനകം ശിക്ഷിക്കപ്പെട്ടു. യഥാർത്ഥ കൊലയാളിയെ പിടിക്കാൻ അവൻ ദൈവത്തോട് അപേക്ഷിക്കുകയായിരുന്നു. അവനറിയില്ലായിരുന്നു, പക്ഷേ ഈ സ്ത്രീയുടെ മകൻ കുറ്റകൃത്യം ചെയ്തിട്ടില്ലെന്ന് പരിശുദ്ധാത്മാവിന് അറിയാമായിരുന്നു. "യഥാർത്ഥ കൊലയാളിയെ പിടിച്ച് അവനെ കുറ്റം സമ്മതിക്കാൻ പ്രേരിപ്പിക്കുക" എന്ന് പരിശുദ്ധാത്മാവ് എന്റെ പിതാവിലൂടെ പ്രാർത്ഥിക്കുകയായിരുന്നു.

ഡാഡി പ്രാർത്ഥന പൂർത്തിയാക്കിയ ശേഷം, ആ സ്ത്രീയെ നോക്കി പറഞ്ഞു, "വീട്ടിലേക്ക് പോകൂ, ഉറങ്ങൂ - ഉറങ്ങൂ! നിങ്ങളുടെ മകൻ ഇലക്ട്രിക് കസേരയിൽ മരിക്കില്ല!" വീണ്ടും അയാൾ സ്വയം ശകാരിച്ചു, "മിണ്ടാതിരിക്കൂ, മണ്ടൻ പ്രസംഗകൻ! ഓർക്കുക, നാളെ രാത്രി നീ ഇവിടെ തിരിച്ചെത്തി പ്രസംഗിക്കണം!" എന്ന് ചിന്തിച്ചു.

ചിലപ്പോൾ പരിശുദ്ധാത്മാവ് നിങ്ങൾക്ക് വിശ്വസിക്കാൻ പ്രയാസമുള്ള കാര്യങ്ങൾ പറയും. ചിലപ്പോൾ നിങ്ങൾ പ്രസംഗിക്കുമ്പോൾ, നിങ്ങളെ അമ്പരപ്പിക്കുന്ന കാര്യങ്ങൾ പറയും. എന്നാൽ സംസാരിക്കുന്നത് നിങ്ങളല്ല, പരിശുദ്ധാത്മാവാണ്.

ഈ കഥയുടെ ഫലം കാണാൻ നിങ്ങൾ തയ്യാറാണോ?

അച്ഛൻ ഹോട്ടലിൽ തിരിച്ചെത്തി ഉറങ്ങാൻ കിടന്നു. പിറ്റേന്ന് രാവിലെ എഴുന്നേറ്റ് ഒരു ബ്ലോക്ക് അകലെയുള്ള ഡൈനറിൽ പോയി. അകത്തു കയറുമ്പോൾ ന്യൂയോർക്ക് ഡെയ്‌ലി ന്യൂസ് വാങ്ങി. മഹത്വം! നീ എപ്പോഴെങ്കിലും ഒരു പത്രം നോക്കി നിലവിളിച്ചിട്ടുണ്ടോ? ശരി, അവൻ അലറി. തലക്കെട്ടുകൾ എന്താണ് പറയുന്നതെന്ന് നിങ്ങൾക്കറിയാമോ? "ഇലക്ട്രിക് ചെയറിൽ നിന്ന് രക്ഷിക്കപ്പെട്ട മനുഷ്യന്റെ ജീവൻ—3 പേജിലെ കഥ." അവൻ പ്രഭാതഭക്ഷണം കഴിച്ചില്ല. ഓ, ഇല്ല. അവൻ ആ റോഡരികിൽ ഇരുന്നു മൂന്നാം പേജ് വരെ പേപ്പർ കീറി. ആ പത്രം പറഞ്ഞത് അച്ഛൻ ഓർത്തു. ജില്ലാ അറ്റോർണിയുടെ പേര് അദ്ദേഹത്തിന് നിങ്ങളോട് പറയാൻ കഴിയും. അദ്ദേഹത്തിന്റെ പേര് മിസ്റ്റർ ഹോഗൻ എന്നായിരുന്നു. "ഇന്നലെ രാത്രി 9:40 ന് മിസ്റ്റർ ഹോഗന് ഒരു പുരുഷനിൽ നിന്ന് ഒരു ഫോൺ കോൾ ലഭിച്ചു" എന്ന് കഥയിൽ പറയുന്നു. (ഓർക്കുക, സ്ത്രീ ആരാധന ശല്യപ്പെടുത്തിയത് 9:30 ആയിരുന്നു. 9:40 ന് ദൈവം ആ സ്ത്രീയുടെ പ്രാർത്ഥനയ്ക്ക് ഉത്തരം നൽകി. ഓ, ഹല്ലേലൂയാ!) മറുവശത്തുള്ള പുരുഷൻ പറഞ്ഞു, "നീ തെറ്റായ മനുഷ്യനെ ചുട്ടുകളയുകയാണ്."

"എന്താണ് നിങ്ങൾ ഉദ്ദേശിക്കുന്നത്? ഇത് ആരാണ്?" മിസ്റ്റർ ഹോഗൻ ചോദിച്ചു.

"ആരായാലും കുഴപ്പമില്ല. പക്ഷേ അപ്പർ ബ്രോങ്ക്സിൽ ഒരാളെ കൊലപ്പെടുത്തിയതിന് ഇലക്ട്രിക് കസേരയിൽ മരിക്കാൻ പോകുന്ന ഒരാളെ നിങ്ങൾ കാണുന്നു. രണ്ടാം നിലയിലെ ഒരു അപ്പാർട്ട്മെന്റിൽ, കുത്തേറ്റ മുറിവുകളോടെ മുഖം താഴ്ത്തി വച്ചിരിക്കുന്ന നിലയിൽ അയാളുടെ മൃതദേഹം നിങ്ങൾ കണ്ടെത്തി."

മിസ്റ്റർ ഹോഗൻ ചോദിച്ചു, "ഇത് നിങ്ങൾക്ക് എങ്ങനെ അറിയാം?"

അയാൾ പറഞ്ഞു, "ആ കുറ്റകൃത്യം ചെയ്തത് ഞാനാണ്."

"നീ എവിടെയാണ്?" മിസ്റ്റർ ഹോഗൻ ചോദിച്ചു.

അദ്ദേഹം മറുപടി പറഞ്ഞു, "ഒരു പ്രത്യേക പ്രദേശത്ത് നിന്ന് രണ്ട് ബ്ലോക്കുകൾ അകലെയാണ് ഞാൻ. എന്നെത്തന്നെ സമർപ്പിക്കാൻ ഞാൻ പോകുകയാണ്."

മിസ്റ്റർ ഹോഗൻ വധശിക്ഷ നിർത്തിവച്ചു. അദ്ദേഹം പരിസരത്ത് പോയി പുലർച്ചെ മൂന്ന് മണി വരെ പുതിയ പ്രതിയെ ചോദ്യം ചെയ്തു,

അതേ ചോദ്യം ചോദിച്ചു. "എന്തുകൊണ്ടാണ് നിങ്ങൾ സ്വയം കീഴടങ്ങിയത്?"

"മനുഷ്യാ, എനിക്ക് ഒരിക്കലും എന്നെത്തന്നെ ഉപേക്ഷിക്കാൻ ഉദ്ദേശ്യമുണ്ടായിരുന്നില്ല. പക്ഷേ ഇന്നലെ രാത്രി ഞാൻ നിങ്ങളെ വിളിച്ചപ്പോൾ, എന്തോ ഒന്ന് എന്നെ പിടികൂടി, ഞാൻ കുറ്റസമ്മതം നടത്താൻ പ്രേരിപ്പിച്ചു" എന്ന് അതേ ഉത്തരം ആവർത്തിച്ച് വന്നു.

മുകളിൽ പറഞ്ഞ കഥകളിലെ 7 ഗുണങ്ങൾ നിങ്ങൾ മനസ്സിലാക്കിയെന്ന് ഞാൻ പ്രതീക്ഷിക്കുന്നു?

ദൈവം നിങ്ങളെ വിളിച്ചിരിക്കുന്ന വൃത്തത്തിൽ പോയി അതുപോലെ ചെയ്യുക. നിങ്ങളുടെ ഹൃദയത്തെ പിന്തുടരുക!

യേശുവിന്റെ നാമത്തിൽ ഇരുണ്ട ലോകത്തിലേക്ക് നിങ്ങളുടെ ദാനങ്ങൾ പ്രകാശം പരത്തുന്നതുവരെ കർത്താവ് നിങ്ങളുടെ ജീവിതം വിശാലമാക്കട്ടെ, ആമേൻ.

ഗ്രേറ്റർ എക്സ്പ്ലോയിറ്റ്സ് - 1 – അദ്ധ്യായം 2 - രണ്ട് (2)

കഥകൾ – കഥ ഒന്ന്: നോർവൽ ഹെയ്സ്

എഴുതിയത്:

അത്ഭുതത്തിന്റെ പ്രവർത്തനം - തന്റെ മകളുടെ കൈകളിലെ സൃഷ്ടിപരമായ അത്ഭുതം, റോബർട്ട് ഷാംബാക്ക് ഇന്ത്യയിൽ ചൂഷണം ചെയ്യുന്നു + സ്വയം മോചന പ്രാർത്ഥന സ്ക്രിപ്റ്റ് + രോഗശാന്തി, മോചനം, പുനഃസ്ഥാപന ഉടമ്പടി പ്രാർത്ഥന ഭാഗം 1

പ്രിയ സുഹൃത്തുക്കളെ,

നിങ്ങൾക്കും, നിങ്ങളുടെ സുഹൃത്തുക്കൾക്കും, ദൈവത്തിന്റെ സ്പർശം അത്യധികം ആവശ്യമുള്ള ഏതൊരാൾക്കും, പൂർണ്ണ രക്ഷയ്ക്കുള്ള സജ്ജീകരണങ്ങളുടെ പരമ്പരയിലേക്ക് സ്വാഗതം - രോഗശാന്തി,

മോചനം, പുനഃസ്ഥാപനം - ആത്മാവ്, ആത്മാവ്, ശരീരം.

നിങ്ങളുടെ വിശ്വാസം കെട്ടിപ്പടുക്കുന്നതിനായി ഇന്ന് ഞാൻ രണ്ട് ആവേശകരമായ കഥകൾ കൊണ്ടുവരുന്നു, അതുവഴി നിങ്ങൾക്ക് ഇന്ന് നിങ്ങളുടെ അത്ഭുതം സ്വീകരിക്കാനോ മറ്റൊരാൾക്കോ വിശ്വാസത്തിൽ ബന്ധപ്പെടാൻ കഴിയും. ഈ സന്ദേശത്തിന്റെ അവസാനം, രോഗശാന്തി, വിടുതൽ, പുനഃസ്ഥാപനം എന്നിവയ്ക്കായി ഈ മാധ്യമത്തിലൂടെ ദൈവത്തിന്റെ ശക്തിയുമായി ബന്ധപ്പെടാനുള്ള ഒരു പ്രാർത്ഥനയും സമ്പർക്ക പോയിന്റും ഉണ്ട് - യേശുവിന്റെ നാമത്തിൽ, ആമേൻ. അതിനാൽ, കാത്തിരിക്കൂ!

"രോഗം, ദാരിദ്ര്യം, ആത്മീയ മരണം എന്നിവയ്ക്ക് മതി മതി, നിങ്ങളുടെ ആത്മാവിന്റെയും ആത്മാവിന്റെയും ശരീരത്തിന്റെയും രോഗശാന്തി, മോചനം, പുനഃസ്ഥാപനം എന്നിവയിലേക്ക് സ്വാഗതം" എന്ന തലക്കെട്ടുള്ള ഈ പരമ്പര, ഇനിപ്പറയുന്ന ചോദ്യങ്ങളിൽ ഏതെങ്കിലുമൊന്നിന് നിങ്ങൾ അതെ എന്ന് ഉത്തരം നൽകിയാൽ നിങ്ങൾക്കുള്ളതാണ്:

1) നിങ്ങൾക്ക് എന്തെങ്കിലും അല്ലെങ്കിൽ ആരെയെങ്കിലും നഷ്ടപ്പെട്ടോ അല്ലെങ്കിൽ നിങ്ങൾക്ക് എന്തെങ്കിലും അല്ലെങ്കിൽ

ആരെയെങ്കിലും നഷ്ടപ്പെടുകയാണോ അല്ലെങ്കിൽ എന്തെങ്കിലും അല്ലെങ്കിൽ ആരെയെങ്കിലും നഷ്ടപ്പെടുമെന്ന ഭയത്തിലും പീഡനത്തിലുമാണോ നിങ്ങൾ?

2) നിങ്ങളുടെ സൈക്കിളിലുള്ള ആരെങ്കിലും ഈ നിമിഷം തന്നെ നഷ്ടങ്ങൾ അനുഭവിക്കുന്നുണ്ടോ?

അപ്പോൾ ഈ സജ്ജീകരണ പരമ്പര നിങ്ങൾക്കുള്ളതാണ്, അത് നിങ്ങളുടെ പുത്രന്മാർക്കും പുത്രിമാർക്കും വേണ്ടിയുള്ളതാണ്; അത് നിങ്ങളുടെ പിതാക്കന്മാർക്കും അമ്മമാർക്കും വേണ്ടിയുള്ളതാണ്, അത് നിങ്ങളുടെ അമ്മാവന്മാർക്കും അമ്മായിമാർക്കും വേണ്ടിയുള്ളതാണ്, അത് നിങ്ങളുടെ അനന്തരവൻമാർക്കും മരുമക്കൾക്കും വേണ്ടിയുള്ളതാണ്, അത് നിങ്ങളുടെ സുഹൃത്തുക്കൾക്കും ശത്രുക്കൾക്കും വേണ്ടിയുള്ളതാണ്. ജീവനുള്ള ദൈവത്തിന്റെ ശ്വാസം ഉള്ള ഏതൊരാൾക്കും വേണ്ടിയുള്ളതാണ് അത്.

ക്രിസ്തുവിലുള്ള എന്റെ സ്ഥാനപതി സ്ഥാനം പ്രതിഫലിപ്പിക്കുന്ന പൗരോഹിത്യ വസ്ത്രധാരണത്തിന് അഭിനന്ദനങ്ങൾ അറിയിച്ച എല്ലാവർക്കും ഒരു നവോന്മേഷകരമായ കാര്യം പറയട്ടെ.

നാമെല്ലാവരും സ്ഥാനപതികളാണെന്നും പൗരോഹിത്യ ശുശ്രൂഷയിലേക്ക് വിളിക്കപ്പെട്ടവരാണെന്നും നാമെല്ലാവരും തിരിച്ചറിയണം. വീണ്ടെടുക്കപ്പെട്ടവരും വീണ്ടെടുക്കപ്പെടാത്തവരുമായ മനുഷ്യരാശിയെ സേവിക്കാനുള്ള ഈ അത്ഭുതകരമായ ഉത്തരവാദിത്തത്തെക്കുറിച്ച് നിരന്തരം ഓർമ്മിപ്പിക്കാൻ, നമ്മുടെ ദൈനംദിന അനുഭവവുമായി രേഖാമൂലമുള്ള വാക്കുകൾ ബന്ധിപ്പിക്കാൻ അനുവദിക്കുന്നതിന് ചിത്രങ്ങളും ദൃശ്യ പ്രകടനങ്ങളും ഉപയോഗിക്കേണ്ടതുണ്ട്. പ്രവൃത്തി ചെയ്യുന്നതിൽ നാം മുന്നേറണം. നാം പറയുന്നതുപോലെ നടക്കണം. നാം തെളിവ് ഉൽപ്പാദകരായിരിക്കണം.

ആ ശേഷിയിൽ ശുശ്രൂഷിക്കാനും അവൻ എന്നെ വിളിച്ചിരിക്കുന്ന വേലയ്ക്ക് അനുയോജ്യമായ രീതിയിൽ വസ്ത്രം ധരിക്കാനും എനിക്ക് അവസരം ലഭിച്ചപ്പോൾ അത് എന്നെ നയിച്ചു. നാമെല്ലാവരും രാജകീയ പുരോഹിതവർഗമാണ് - നാമെല്ലാവരും, ക്രിസ്തുവിലുള്ള എല്ലാ വിശ്വാസികളും, എല്ലാവരും ഒറ്റയ്ക്കാണ് രാജകീയ വിഭാഗത്തിലുള്ളവർ. പ്രപഞ്ച സ്രഷ്ടാവിന്റെ പുത്രന്മാരും പുത്രിമാരുമാണ് നമ്മൾ, യേശുക്രിസ്തു നമ്മുടെ സഹോദരനാണ്, യേശുവിന്റെ നാമത്തിൽ മറ്റുള്ളവരെ

സേവിക്കാൻ നമ്മൾ വിളിക്കപ്പെട്ടിരിക്കുന്നു, ആമേൻ.

മുകളിൽ പറഞ്ഞ വസ്തുതയെ സ്ഥിരീകരിക്കുന്നതിനായി, ഇന്ന് ഞാൻ അപ്പോസ്തലനായ **പത്രോസിനെയും യോഹന്നാനെയും പൗലോസിനെയും** സാക്ഷിക്കൂട്ടത്തിലേക്ക് വിളിക്കുന്നു:

പത്രോസ് 1 2:9

ആംപ്ലിഫൈഡ് ബൈബിൾ

[9] നിങ്ങളോ അന്ധകാരത്തിൽ നിന്ന് തന്റെ അത്ഭുത വെളിച്ചത്തിലേക്ക് നിങ്ങളെ വിളിച്ചവന്റെ സൽഗുണങ്ങളെ ഘോഷിക്കേണ്ടതിന് തിരഞ്ഞെടുക്കപ്പെട്ട ഒരു വംശവും, രാജകീയ പുരോഹിതഗണവും, വിശുദ്ധീകരിക്കപ്പെട്ട വംശവും, ദൈവത്തിന്റെ സ്വന്തം സ്വത്തായ ഒരു പ്രത്യേക ജനവുമാണ്.

വെളിപ്പാടു 1:5-6

ആംപ്ലിഫൈഡ് ബൈബിൾ

5 *വിശ്വസ്തനും വിശ്വസ്തനുമായ സാക്ഷിയും മരിച്ചവരിൽ ആദ്യജാതനും ഭൂമിയിലെ രാജാക്കന്മാരുടെ അധിപതിയുമായ യേശുക്രിസ്തുവിങ്കൽ നിന്നും , നമ്മെ എപ്പോഴും*

സ്നേഹിക്കുന്നവനും , തന്റെ രക്തത്താൽ (തന്റെ ബലിമരണം) നമ്മുടെ പാപങ്ങളിൽ നിന്ന് നമ്മെ ഒരിക്കൽ വിടുവിച്ചവനും, 6 നമ്മെ ഒരു രാജ്യവും , തന്റെ പിതാവായ ദൈവത്തിന് പുരോഹിതന്മാരുമായി രൂപപ്പെടുത്തിയവനും , അവന് എന്നെന്നേക്കും മഹത്വവും ശക്തിയും മഹത്വവും ആധിപത്യവും ഉണ്ടാകട്ടെ. ആമേൻ.

കൊരിന്ത്യർ 2 5:20

ആംപ്ലിഫൈഡ് ബൈബിൾ

20 ആകയാൽ ഞങ്ങൾ ക്രിസ്തുവിനുവേണ്ടി സ്ഥാനപതികളായി, ദൈവം ഞങ്ങൾ മുഖാന്തരം അഭ്യർത്ഥിക്കുന്നതുപോലെ; ക്രിസ്തുവിന്റെ പ്രതിനിധികളെന്ന നിലയിൽ, ദൈവവുമായി നിരപ്പിൽ ആകേണ്ടതിന് ക്രിസ്തുവിനുവേണ്ടി ഞങ്ങൾ നിങ്ങളോട് അപേക്ഷിക്കുന്നു.

ദൈവത്തിന്റെ ഭവനത്തിൽ പ്രത്യേക ജനവിഭാഗങ്ങളൊന്നുമില്ല, കാരണം നാമെല്ലാവരും സഹോദരന്മാരാണ്. യേശു തന്റെ കാലത്തെ സ്ഥിതിക്ക് ഒരു തടസ്സം സൃഷ്ടിക്കാനാണ് വന്നത്, ക്രിസ്തുവിന്റെ ഒരു വിപുലീകരണമെന്ന നിലയിൽ, മനുഷ്യരുടെ പാരമ്പര്യത്താൽ അവന്റെ വേല തടസ്സമില്ലാതെ നടക്കുന്നതിന് നാം ആ തടസ്സം നിലനിർത്തണം.

തന്റെ കല്പനകളെയും മനുഷ്യരുടെ പാരമ്പര്യത്തെയും കുറിച്ച് യേശു പറഞ്ഞ കാര്യങ്ങൾ സാക്ഷ്യപ്പെടുത്തുന്നതിനായി ഞാൻ മർക്കോസിനെ സാക്ഷിപീഠത്തിലേക്ക് വിളിക്കുന്നു:

മർക്കൊസ് 7:8

ആംപ്ലിഫൈഡ് ബൈബിൾ

8 നിങ്ങൾ ദൈവകല്പന അവഗണിക്കുകയും അവഗണിക്കുകയും മനുഷ്യരുടെ പാരമ്പര്യം വിശ്വസ്തതയോടെ മുറുകെ പിടിക്കുകയും ചെയ്യുന്നു. "

അപ്പോൾ, മർക്കോസ് 16:15-18-ലെ കല്പന നമ്മുടെ സഭകളിൽ പ്രാവർത്തികമാകുന്നില്ലെങ്കിൽ, അതിനർത്ഥം, അവിശ്വാസികൾക്ക് തന്റെ ശക്തി പ്രകടിപ്പിക്കുമ്പോൾ തന്നെ പുറത്തുപോയി ശിഷ്യരാക്കുക എന്ന ദൈവത്തിന്റെ കല്പനകളെ മനുഷ്യരുടെ പാരമ്പര്യം മാറ്റിസ്ഥാപിച്ചിരിക്കുന്നു എന്നാണ്.

ദൈവം നമ്മെ നിയമിച്ചിട്ടുണ്ടെങ്കിൽ, പുരുഷന്റെ നിയമനം എന്താണ്? പുരുഷന്മാരുടെ പാരമ്പര്യം പ്രചരിപ്പിക്കുക എന്നതല്ലാതെ. ദൈവം ദൈവമായിരിക്കട്ടെ, ഓരോ പുരുഷനോ സ്ത്രീയോ സംഘടനയോ നുണയനാകട്ടെ!!!

നമ്മുടെ സ്ഥാനം ലോകത്തിന്റെ ഉത്തരവാദിത്ത സ്ഥാനം പോലെയല്ല. എല്ലാ മേഖലകളിലും നാം സേവക നേതാക്കളായിരിക്കണം. യേശുവിന്റെ വാക്കുകൾ വായിക്കുക

മർക്കൊസ് 9:35

ആംപ്ലിഫൈഡ് ബൈബിൾ

35 അവൻ ഇരുന്നു പന്ത്രണ്ടു ശിഷ്യന്മാരെയും വിളിച്ചു: ഒരുവൻ മുമ്പൻ ആകുവാൻ ഇച്ഛിച്ചാൽ അവൻ എല്ലാവരിലും ഒടുക്കത്തവനും എല്ലാവർക്കും ശുശ്രൂഷകനും ആകേണം എന്നു പറഞ്ഞു.

ഇപ്പോൾ, ശുശ്രൂഷ: രോഗം, ദാരിദ്ര്യം, ആത്മീയ മരണം എന്നിവയ്ക്ക് മതി, നിങ്ങളുടെ ആത്മാവിന്റെയും ശരീരത്തിന്റെയും രോഗശാന്തി, മോചനം, പുനഃസ്ഥാപനം എന്നീ പരമ്പരകളിലേക്ക് സ്വാഗതം.

ദൈവത്തിൽ നിന്ന് സ്വീകരിക്കാൻ വിശപ്പും നമ്മുടെ പാരമ്പര്യം അന്ധമായി കൊള്ളയടിച്ചതിന് പിശാചിനോട് കോപവും - ഇന്നത്തെ പരമ്പര - ഇനഫ് ഈസ് ഇനഫ്! – ഭാഗം 1

ഈ സന്ദേശത്തിന്റെ അവസാനം, ഈ മാധ്യമങ്ങളിലൂടെയുള്ള സമ്പർക്കത്തിലൂടെ

നിങ്ങളുടെ ആത്മാവിന്റെ രക്ഷയ്ക്കായി ജീവനുള്ള യേശുവുമായുള്ള ഒരു ബന്ധത്തിലേക്കും, തുടർന്ന് നിങ്ങളുടെ ആത്മാവിന്റെ രക്ഷയ്ക്കായി വിടുതലിലേക്കും, നിങ്ങളുടെ ശരീരങ്ങളുടെയും നിങ്ങൾ നഷ്ടപ്പെട്ട എന്തിനെക്കുറിച്ചും രക്ഷയ്ക്കായി രോഗശാന്തിയും പുനഃസ്ഥാപനവും യേശുക്രിസ്തുവിന്റെ നാമത്തിൽ ഞാൻ നിങ്ങളെ ക്ഷണിക്കുന്നു. ഞാൻ അവിടെ ഒരു ഉടമ്പടി പ്രാർത്ഥന നടത്തുന്നു, നിങ്ങൾ സ്പർശിച്ചാൽ മതി, നിങ്ങൾ സുഖപ്പെടും. എന്നാൽ ആദ്യം, ദൈവത്തിൽ നിന്ന് സ്വീകരിക്കാൻ നിങ്ങൾക്ക് ശരിയായ മാനസികാവസ്ഥയിൽ ആയിരിക്കാൻ കഴിയുന്നതിന് നമ്മൾ സംസാരിക്കേണ്ടതുണ്ട്.

യേശു തന്റെ ദൗത്യത്തെയും ദർശനത്തെയും കുറിച്ച് ഉച്ചത്തിൽ വ്യക്തമാക്കി. അത് എല്ലാ മനുഷ്യവർഗത്തിനും, കറുപ്പ്, വെളുപ്പ്, തവിട്ട്, കുറിയ, ഉയരം തുടങ്ങിയ വിഭാഗങ്ങൾക്കും, രക്ഷയും സ്വാതന്ത്ര്യവും നേടിക്കൊടുക്കുക എന്നതായിരുന്നു. ലൂക്കോസ് 4:17-21-ൽ അത് വ്യക്തമായി പറഞ്ഞിട്ടുണ്ട്.

ലൂക്കോസ് 4:17-21

ദി പാഷൻ ട്രാൻസ്ലേഷൻ

16–17 അവൻ വളർന്ന നസറെത്തിൽ
എത്തിയപ്പോൾ , ശബ്ബത്തുനാളിൽ
പതിവുപോലെ സിനഗോഗിൽ ചെന്നു. യേശു
തിരുവെഴുത്തുകൾ വായിക്കാൻ
മുന്നിലെത്തിയപ്പോൾ, [b] അവർ യെശയ്യാ
പ്രവാചകന്റെ ചുരുൾ അവന്റെ കയ്യിൽ
കൊടുത്തു. അവൻ ചുരുൾ തുറന്ന്, 18–19
“കർത്താവിന്റെ ആത്മാവ് എന്റെ മേൽ
ഉണ്ട്; ദരിദ്രർക്ക് പ്രത്യാശയും [c] ഹൃദയം
തകർന്നവർക്ക് സ്വാതന്ത്ര്യവും, [d] അന്ധർക്ക്
പുതിയ കണ്ണുകളും [d] തടവുകാരോട് പ്രസംഗിക്കാനും [e]
'നിങ്ങൾ സ്വതന്ത്രരായി!' എന്ന് തടവുകാരോട്
പ്രസംഗിക്കാനും അവൻ എന്നെ അഭിഷേകം
ചെയ്തിരിക്കുന്നു; [f] ദൈവത്തിന്റെ മഹത്തായ
സ്വീകാര്യതയുടെ [g] സമയം ആരംഭിച്ചതിനാൽ
ജൂബിലിയുടെ സന്ദേശം പങ്കുവെക്കാനാണ്
ഞാൻ വന്നിരിക്കുന്നത് .” [h]

20 ഇതു വായിച്ചശേഷം അവൻ ചുരുൾ ചുരുട്ടി
ശുശ്രൂഷകന് തിരികെ കൊടുത്തിട്ട് ഇരുന്നു .
എല്ലാവരും യേശുവിനെ ഉറ്റുനോക്കി, അവൻ
എന്താണ് പറയാൻ പോകുന്നതെന്ന് ചിന്തിച്ചു.
21 പിന്നെ അവൻ പറഞ്ഞു: “ഇന്ന് നിങ്ങളുടെ
മുമ്പാകെ ഈ തിരുവെഴുത്തുകൾ സത്യമായി
ഭവിച്ചു.”

യേശു അത് പ്രകടമാക്കി, അതുപോലെ ചെയ്യാൻ നമുക്ക് ഒരു കൽപ്പന നൽകി -

തടവുകാർക്ക് സ്വാതന്ത്ര്യം നൽകുക. **മർക്കോസ് 16:15-19 ൽ ഇത് വായിക്കുക.**

ദി പാഷൻ ട്രാൻസ്ലേഷൻ

15 അവൻ അവരോടു പറഞ്ഞു: "നിങ്ങൾ
ലോകമെങ്ങും പോയി സകല മനുഷ്യരോടും
സുവിശേഷത്തിന്റെ അത്ഭുതകരമായ
വാർത്ത പരസ്യമായി പ്രസംഗിക്കുവിൻ! 16
സുവിശേഷം വിശ്വസിച്ച് സ്നാനം
സ്വീകരിക്കുന്നവൻ രക്ഷിക്കപ്പെടും;
സുവിശേഷം വിശ്വസിക്കാത്തവൻ
ശിക്ഷിക്കപ്പെടും. 17
വിശ്വസിക്കുന്നവരോടുകൂടെ ഈ
അത്ഭുതങ്ങൾ നടക്കും: അവർ എന്റെ
നാമത്തിന്റെ ശക്തിയാൽ ഭൂതങ്ങളെ
പുറത്താക്കും. അവർ അന്യഭാഷകളിൽ
സംസാരിക്കും. 18 പാമ്പുകളിൽനിന്നും വിഷം
കുടിക്കുന്നതിൽനിന്നും അവർ
അമാനുഷികമായി സംരക്ഷിക്കപ്പെടും. [a]
അവർ രോഗികളുടെ മേൽ കൈവെച്ചു
അവരെ സുഖപ്പെടുത്തും."

19 ഇതു പറഞ്ഞശേഷം യേശു സ്വർഗ്ഗത്തിലേക്ക്
ഉയർത്തപ്പെട്ടു, ദൈവത്തിന്റെ വലതുഭാഗത്ത്
മഹത്വമുള്ള സ്ഥലത്ത് ഇരുന്നു!

മുകളിലുള്ള വാക്യം നിങ്ങൾ വളരെ ശ്രദ്ധാപൂർവ്വം പരിശോധിച്ചാൽ, 16-ാം *വാക്യത്തിൽ നമ്മുടെ ആത്മാക്കൾക്കുള്ള രക്ഷ*

നാം കാണുന്നു; 17-ാം വാക്യത്തിൽ, നമ്മുടെ ആത്മാക്കൾക്കുള്ള രക്ഷയും 18-ാം വാക്യത്തിൽ, നമ്മുടെ ശരീരങ്ങൾക്കുള്ള രക്ഷയും നാം കാണുന്നു.

നമ്മളിൽ പലരും 16-ാം വാക്യത്തിൽ ഉറച്ചുനിൽക്കുന്നു - നമ്മുടെ ആത്മാക്കൾക്കും ശരീരത്തിനും ഹാനികരമായി നമ്മുടെ ആത്മാക്കളുടെ രക്ഷ. പൂർണ്ണ സ്വാതന്ത്ര്യം ആസ്വദിക്കുന്നതിന് നമുക്ക് വളരെ പ്രധാനപ്പെട്ട അവസാനത്തെ രണ്ടെണ്ണം നാം ഉപേക്ഷിച്ചു. രസകരമെന്നു പറയട്ടെ, 3 വാക്യങ്ങളും വിശ്വാസത്താൽ വിശ്വസിക്കാൻ നമ്മെ പ്രേരിപ്പിക്കുന്നു. യേശുവിനെ ഏറ്റുപറയുന്നതിൽ ഞങ്ങൾക്ക് ഒരു പ്രശ്നവുമില്ല. രോഗശാന്തിയും വിടുതലും ഏറ്റുപറയുന്നതിലും യേശു സ്വന്തം രക്തത്താൽ നമുക്കായി നേടിയ വിജയത്തിന് അവകാശവാദം ഉന്നയിക്കുന്നതിലും ഞങ്ങൾക്ക് പ്രശ്നമുണ്ട്. അതിനാൽ, അജ്ഞത കാരണം, ഞങ്ങൾ കഷ്ടപ്പെടുന്നു, ഞങ്ങളുടെ ദിവസങ്ങൾ ചുരുക്കപ്പെടുന്നു. ക്രിസ്തുവിന്റെ വെളിച്ചം ലോകത്തിന് പ്രായോഗികമായി തെളിയിക്കുന്നതിൽ ഞങ്ങൾ പരാജയപ്പെടുന്നു. ഞങ്ങൾ സംസാരിക്കുന്നു, സംസാരിക്കുന്നു, സംസാരിക്കുന്നു, പക്ഷേ സന്ദേശത്തിന്റെ ആധികാരികതയില്ല.

യേശു ആരെയും അടയാളങ്ങളും അത്ഭുതങ്ങളും കൂടാതെ അയച്ചിട്ടില്ല, കാരണം ആഴം ആഴത്തെ വിളിക്കേണ്ടതുണ്ട്. മനുഷ്യർ ആത്മീയജീവികളാണ്, അവരുടെ ആത്മാവ് അമാനുഷിക സംഭവങ്ങളുമായി പ്രതിധ്വനിക്കുന്നു. സഭയുടെ വലിയൊരു ഭാഗം അമാനുഷികതയെ കുറച്ചുകാണിച്ചതിനാൽ, ആകർഷകമല്ലാത്ത മറ്റ് ബദലുകൾ ക്രിസ്തുവിന്റെ ശരീരത്തിലേക്ക് കടന്നുവരുന്നു. ഇത് ഹൃദയഭേദകമാണ്, ഇത് ഒരു നാണക്കേടാണ്, നമ്മുടെ ആത്മാക്കളുടെ ശത്രുവായ നാം വാങ്ങിയ നുണകളിൽ ഇത് നമ്മെ കോപിപ്പിക്കുകയും ദൈവം നമുക്കായി ഉള്ളതെല്ലാം നേടാൻ വിശക്കുകയും ചെയ്യും.

മങ്ങിയ ഹൃദയത്തോടെ നമുക്ക് ആത്മമണ്ഡലത്തിൽ നിന്ന് വരയ്ക്കാൻ കഴിയില്ല, എനിക്ക് നല്ല മനോഭാവമുണ്ട്, ഇപ്പോഴും ദൈവത്തിന്റെ ഏറ്റവും മികച്ചത് പ്രതീക്ഷിക്കുന്നു.

ദൈവത്തിൽ നിന്ന് എല്ലാം ലഭിക്കാൻ വിശപ്പിന്റെ ആവശ്യകതയെക്കുറിച്ച് തിരുവെഴുത്തുകളിൽ രണ്ട് നിർണായക സ്ഥലങ്ങളിൽ യേശു പറഞ്ഞു. ഇന്ന് ഞാൻ സാക്ഷി മന്ദിരത്തിലേക്ക് വിളിക്കുന്നു **മത്തായി 5:3,6 പീഡാനുഭവ വിവർത്തനം**

[3] " നിങ്ങളുടെ ആത്മീയ ദാരിദ്ര്യം അനുഭവപ്പെടുമ്പോൾ [a] നിങ്ങൾക്ക് എത്ര വലിയ സമ്പത്താണ് വാഗ്ദാനം ചെയ്യുന്നത് ! [b] കാരണം സ്വർഗ്ഗരാജ്യത്തിന്റെ മണ്ഡലത്തിൽ പ്രവേശിക്കുന്നതിന് യാതൊരു ചെലവുമില്ല.

[6] " നീതിയെ ആഗ്രഹിക്കുമ്പോൾ നീ എത്ര സമ്പന്നനാകും ! [a] കാരണം നീ ഫലപുഷ്ടിയാൽ ചുറ്റപ്പെട്ടിരിക്കും .

മൂന്നാം വാക്യം നോക്കുകയാണെങ്കിൽ, അത് ദാരിദ്ര്യത്തെക്കുറിച്ച് സംസാരിക്കുന്നു - ദാരിദ്ര്യം അനുഭവപ്പെടുന്നതിനാൽ, നിങ്ങൾക്ക് രക്ഷ ലഭിക്കുന്നു. ക്രിസ്തുവിന് ജീവിതം നൽകാൻ ആളുകളെ നിർബന്ധിക്കാൻ ശ്രമിക്കരുത്. അവിശ്വാസികൾക്ക് മാതൃകകളായി നമ്മുടെ ജീവിതത്തിലൂടെ ക്രിസ്തുവില്ലാതെ അവർ എത്ര ദരിദ്രരാണെന്ന് അവർ മനസ്സിലാക്കുന്ന ഒരു ഘട്ടത്തിലേക്ക് അവർ എത്തണം. വാസ്തവത്തിൽ, രോഗശാന്തി, വിടുതൽ, പുനഃസ്ഥാപനം എന്നിവ അവിശ്വാസികൾക്ക് ഒരു അടയാളമായിരിക്കണമെന്ന് നമ്മോട് പറഞ്ഞിട്ടുണ്ട്. നമുക്ക് അടയാളങ്ങളില്ലാത്തതിനാൽ, ആളുകൾ വേലിയിൽ തൂങ്ങിക്കിടക്കുന്നു, പള്ളിയിൽ പോലും - ദൈവത്തിന്റെ കാര്യങ്ങൾക്ക് പൂർണ്ണമായും മന്ദഗതിയിലാണ്.

അടയാളങ്ങൾ കാണിക്കുകയും കർത്താവിന്റെ രക്ഷ കാണുകയും ചെയ്യുക.

ആറാം വാക്യത്തിലെ രണ്ടാമത്തെ വാക്യത്തിൽ "ആഗ്രഹിക്കുക" എന്ന വാക്ക് ഉപയോഗിക്കുന്നു. നീതിയുടെ മറ്റൊരു വാക്ക് "നന്മ" അല്ലെങ്കിൽ "നീതി" എന്നാണ്. നിങ്ങൾ നന്മയോ നീതിയോ ആഗ്രഹിക്കുന്നില്ലെങ്കിൽ, നിങ്ങളുടെയും എന്റെയും ജീവിതത്തിൽ ഫലപ്രാപ്തി ഇല്ലാതാകുമെന്ന് യേശു പറയുന്നു.

പ്രപഞ്ചത്തിന്റെ സ്രഷ്ടാവ് എനിക്ക് ജീവിതത്തിനും ദൈവഭക്തിക്കും ആവശ്യമായതെല്ലാം നൽകിയിട്ടുണ്ടെങ്കിൽ, ആ നന്മയോ നീതിയോ ഞാൻ ആഗ്രഹിക്കുന്നില്ലെങ്കിൽ, അത് നമ്മുടെ ദൈനംദിന അനുഭവത്തിൽ വലിയൊരു അനീതിയും വൃത്തികേടുമാണെന്ന് നിങ്ങൾക്ക് മനസ്സിലാക്കാൻ ഞാൻ എങ്ങനെ ഇത് വിശദീകരിക്കും.

മന്ദതയ്ക്കുള്ള പ്രത്യാഘാതങ്ങളെക്കുറിച്ചും യേശു സംസാരിച്ചു - ഞാൻ സാക്ഷിക്കൂട്ടിലേക്ക് വിളിക്കുന്നു:

വെളിപ്പാടു 3:16

ആംപ്ലിഫൈഡ് ബൈബിൾ

16 നീ ചൂടോ തണുപ്പോ ഇല്ലാതെ , മന്ദോഷ്ണനാകയാൽ (ആത്മീയമായി പ്രയോജനമില്ലാത്തവനായതിനാൽ) , നിന്നെ ഞാൻ എന്റെ വായിൽ നിന്ന് ഉമിണ്ണുകളയും.

ദൈവം ആത്മാക്കളോട് അതിയായ അഭിനിവേശമുള്ളവനാണ്. മോഷ്ടിക്കപ്പെട്ടതെല്ലാം നമുക്ക് കൊണ്ടുപോകാൻ വേണ്ടി മരിക്കാൻ തന്റെ പുത്രനെ അയയ്ക്കേണ്ടി വന്ന ഘട്ടത്തിലേക്ക്. ശത്രുവിന്റെ കവാടങ്ങളിലേക്ക് യുദ്ധം നടത്തി ആത്മാക്കളെ വീണ്ടെടുക്കാൻ അവൻ നിങ്ങളോടും എന്നോടും പറയുന്നു. വേലിയിലുള്ള മറ്റുള്ളവരും അകത്തേക്ക് വരുന്നതിനായി നിങ്ങൾ കൊള്ളയടിച്ച വസ്തുക്കൾ അടയാളങ്ങളിലൂടെ തിരികെ കൊണ്ടുപോകുന്നുവെന്ന് കാണിക്കുക: മറ്റൊരു സാക്ഷ്യം വായിക്കുക: **1 യോഹന്നാൻ 3:8**

ആംപ്ലിഫൈഡ് ബൈബിൾ

8 പാപം ചെയ്യുന്നവൻ [ദൈവത്തിൽ നിന്ന് വേർപെട്ട് അനുസരണക്കേട്, നിസ്സംഗത അല്ലെങ്കിൽ മത്സരം എന്നിവയിലൂടെ അവനെ വ്രണപ്പെടുത്തുന്നത്] പിശാചിന്റെ മകൻ ആകുന്നു [അവൻ ദൈവത്തിൽ നിന്നല്ല, മറിച്ച് അവന്റെ ആന്തരിക സ്വഭാവവും ധാർമ്മിക മൂല്യങ്ങളും അവനിൽ നിന്ന് എടുക്കുന്നു]; കാരണം പിശാച് പാപം ചെയ്യുകയും

ആദിമുതൽ ദൈവത്തിന്റെ നിയമം ലംഘിക്കുകയും ചെയ്തു. പിശാചിന്റെ പ്രവൃത്തികളെ നശിപ്പിക്കാൻ ദൈവപുത്രൻ പ്രത്യക്ഷപ്പെട്ടു.

യേശു നിങ്ങളും അങ്ങനെ തന്നെ ചെയ്യാനും അത് അർത്ഥമാക്കാനും വിളിക്കുന്നു.
ഉറച്ചുനിൽക്കുക, ശത്രു മോഷ്ടിച്ചതെല്ലാം,
കുറച്ചുമാത്രമല്ല, എല്ലാം തിരിച്ചുപിടിക്കുക,
അവൻ നിങ്ങൾക്കായി ഉള്ളതെല്ലാം ആഗ്രഹിക്കുക.

ഇന്നത്തെ സന്ദേശത്തിന് കരുത്ത് പകരാൻ എനിക്ക് രണ്ട് (2) കഥകളുണ്ട്, നിങ്ങളുടെ വിശ്വാസം വളർത്തിയെടുക്കാൻ. തുടർന്ന് യേശുക്രിസ്തുവിന്റെ നാമത്തിൽ ആത്മാവിന്റെയും ആത്മാവിന്റെയും ശരീരത്തിന്റെയും രക്ഷയ്ക്കായി നമുക്ക് പ്രാർത്ഥിക്കാം.

ഈ കഥകൾ വായിക്കുമ്പോൾ, എ, ബി, സി, ഡി, **ഇ എന്നിവ കണ്ടെത്തുക, പവർ ചെയ്തത് എഫ്, ജി എന്നിവയാണ്** - അഭിനന്ദനങ്ങൾ: **എ** - **ലഭ്യത** ; ബി - **ധൈര്യം** ; സി - **അനുകമ്പ** ; ഡി - **ദൃഢനിശ്ചയം; ഇ** - **ഏണസ്റ്റ് സ്നേഹം** ; പവർ ചെയ്തത് **എഫ്: ഉജ്ജ്വലമായ കോപം** , **ജി: മഹാ വിശപ്പ്.**

കഥ ഒന്ന്: നോർവെൽ ഹെയ്സിന്റെ: അത്ഭുതത്തിന്റെ പ്രവർത്തനം - മകളുടെ കൈകളിലെ സൃഷ്ടിപരമായ അത്ഭുതം.

രാജ്യത്തുടനീളമുള്ള എല്ലാത്തരം പള്ളികളും ഞാൻ സന്ദർശിച്ചിട്ടുണ്ട്, മൊത്തത്തിൽ, പരിശുദ്ധാത്മാവിന്റെ മറ്റേതൊരു ദാനത്തേക്കാളും അത്ഭുതങ്ങൾ പ്രവർത്തിക്കാനുള്ള ദാനത്തെക്കുറിച്ച് സഭയ്ക്ക് വളരെ കുറച്ച് മാത്രമേ അറിയൂ.

അത്ഭുതങ്ങളുടെ പ്രവർത്തനം എന്ന് വിളിക്കപ്പെടുന്ന ഒരു വരം ദൈവം സഭയ്ക്ക് നൽകിയിട്ടുണ്ട്.

അത്ഭുതങ്ങൾ പ്രവർത്തിക്കുക എന്നാൽ എന്താണ്? ദൈവത്തിന്റെ ശക്തി സ്വർഗത്തിൽ നിന്ന് ഭൂമിയിലേക്ക് അയച്ച് മനുഷ്യന്റെ സ്വാഭാവിക ചിന്തയ്ക്ക് അതീതമായ എന്തെങ്കിലും ചെയ്യുന്ന ഒരു ദാനമാണിത്. ദൈവം ഒരു അത്ഭുതം, ഒരു അമാനുഷിക അത്ഭുതം ചെയ്യുമ്പോൾ, ഒരു മനുഷ്യന് അത് വിശ്വസിക്കാൻ വളരെ പ്രയാസമാണ്.

എന്റെ മകളുടെ കൈകളിൽ, പ്രത്യേകിച്ച് അവളുടെ കൈകളിൽ, എല്ലായിടത്തും കുരുക്കൾ വരാൻ തുടങ്ങി.

മസിൽ നോട്ട്സ് എന്താണ്?

പേശി വിശ്രമത്തിലായിരിക്കുമ്പോൾ പോലും മുറുകുകയും ചുരുങ്ങുകയും ചെയ്യുന്ന പേശികളുടെ കട്ടിയുള്ളതും സെൻസിറ്റീവുമായ ഭാഗങ്ങളാണ് പേശി കെട്ടുകൾ. ഈ പിരിമുറുക്കമുള്ള പേശി നാരുകൾ സ്പർശിക്കുമ്പോൾ ശരീരത്തിന്റെ മറ്റ് ഭാഗങ്ങളിൽ വേദനയുണ്ടാക്കും. അവയെ ട്രിഗർ പോയിന്റുകൾ എന്നും വിളിക്കുന്നു.

എനിക്ക് അതിൽ ഒന്നും ചെയ്യാൻ കഴിഞ്ഞില്ല. ഞാൻ പ്രാർത്ഥിച്ചു, പ്രാർത്ഥിച്ചു. പിന്നെ ഞാൻ സർജനെക്കൊണ്ട് അവരെ മുറിച്ചുകളഞ്ഞു. പക്ഷേ അവർ തിരിച്ചുവന്നു, അവരുടെ എല്ലാ കസിൻസിനെയും സഹോദരന്മാരെയും കൂടെ കൊണ്ടുവന്നു. ഞാൻ കുറച്ചുകൂടി പ്രാർത്ഥിച്ചു, അവർ വലുതായി. ഞാൻ കൂടുതൽ പ്രാർത്ഥിച്ചു, അവ പടർന്നു. എന്തുചെയ്യണമെന്ന് എനിക്കറിയില്ലായിരുന്നു.

എനിക്ക് നിങ്ങൾക്കായി ഒരു വാർത്തയുണ്ട്: എന്തുചെയ്യണമെന്ന് യേശുവിനറിയാം.

ഒരു രാത്രി ഞാൻ എന്റെ സ്വന്തം കാര്യം ആലോചിച്ചുകൊണ്ട് എന്റെ സ്വീകരണമുറിയിലൂടെ നടക്കുകയായിരുന്നു, പെട്ടെന്ന് ഞാൻ മറ്റൊരു ലോകത്തേക്ക് പോയി. ഞാൻ ഇപ്പോൾ എന്റെ സ്വീകരണമുറിയിൽ ഇല്ലായിരുന്നു. ദൈവം വസിക്കുന്ന

ലോകത്തിലായിരുന്നു ഞാൻ. അവൻ എന്നോട് സംസാരിക്കാൻ തുടങ്ങി.

"നിങ്ങളുടെ മകളുടെ ശരീരത്തിലെ ആ വളർച്ചകൾ എത്ര കാലം സഹിക്കും?" അയാൾ ചോദിച്ചു.

"എത്ര കാലം ഞാൻ അവരെ സഹിക്കും? അവർ എന്നെ ഉപദ്രവിക്കുന്നില്ല, യേശുവേ."

അവൻ പറഞ്ഞു, "നീയാണ് ഈ വീടിന്റെ തലവൻ."

ചില പുരുഷന്മാർക്ക് അവരുടെ വീട്ടിൽ സംഭവിക്കുന്നത് അവരുടെ തെറ്റാണെന്ന് മനസ്സിലാകുന്നില്ല - അവരുടേതും പിശാചിന്റെയും തെറ്റാണ്. എന്റെ മകളുടെ ശരീരത്തിൽ 42 കെട്ടുകൾ ഉണ്ടായിരുന്നതിനാൽ അത് എന്റെ തെറ്റാണെന്ന് കർത്താവ് വ്യക്തമായി എന്നോട് പറഞ്ഞു.

അതെന്റെ തെറ്റാകുന്നതെങ്ങനെ? പിശാചാണ് അവയെ അവിടെ കൊണ്ടുവന്നത്. എനിക്കറിയാം, പക്ഷേ അവന്റെ ശക്തി തകർത്ത് അവനെ പുറത്താക്കാനും എന്റെ മകൾക്ക് ദൈവത്തിൽ നിന്നുള്ള ഒരു അത്ഭുതം അവകാശപ്പെടാനും എനിക്ക് അവകാശവും അധികാരവും ശക്തിയും യേശുവിന്റെ നാമവും ഉണ്ടായിരുന്നു. അതിന്റെ ദുഃഖകരമായ ഭാഗം, ഞാൻ അത് ചെയ്തില്ല

എന്നതാണ്. അങ്ങനെ ദിവസങ്ങളും ആഴ്ചകളും മാസങ്ങളും കടന്നുപോകുമ്പോൾ, അവളുടെ ചെറിയ ശരീരം കൂടുതൽ കൂടുതൽ കുരുക്കുകളാൽ മൂടപ്പെട്ടു. അത്ഭുതങ്ങൾ പ്രവർത്തിക്കാനുള്ള ദാനത്തെക്കുറിച്ചുള്ള എന്റെ അജ്ഞതയും എന്റെ സ്വന്തം വീട്ടിൽ പിശാചിന്റെ മേൽ അധികാരം ഏറ്റെടുക്കുന്നതിൽ ഞാൻ പരാജയപ്പെട്ടതും കാരണം, എന്റെ മകൾക്ക് ഹൈസ്കൂളിൽ ഏറ്റവും വൃത്തികെട്ട കൈകളായിരുന്നു.

ദൈവം എന്നോട് ആ കാര്യങ്ങളെ അവന്റെ നാമത്തിൽ ശപിക്കാൻ പറഞ്ഞു, അവ അപ്രത്യക്ഷമാകും. പക്ഷേ അവൻ എന്നോട് പറഞ്ഞു, ഞാൻ വിശ്വസിക്കണമെന്നും സംശയിക്കരുതെന്നും.

അവൻ അങ്ങനെ പറഞ്ഞ നിമിഷം, ഞാൻ എന്റെ ശരീരത്തിലേക്ക് തിരികെ വരാൻ തുടങ്ങി. എന്റെ സ്വീകരണമുറിയിൽ നിൽക്കുമ്പോൾ, ഞാൻ വീണ്ടും നോർവൽ ഹെയ്സിലേക്ക് തിരിയുകയായിരുന്നു. കരഞ്ഞും വിറച്ചും അവിടെ നിൽക്കുന്നത് ഞാൻ കണ്ടു.

എനിക്ക് വളരെ നിരാശ തോന്നി. എന്റെ മകൾ എന്നെ സഹായിക്കാൻ അപേക്ഷിച്ചുകൊണ്ടിരുന്നു. അവളുടെ

കൈകൾ വളരെ വികൃതമായിരുന്നു, ഒരു ഡേറ്റ് പോലും കഴിക്കാൻ അവൾക്ക് ലജ്ജ തോന്നി.

ദൈവത്തോട് സംസാരിച്ച് തിരിച്ചെത്തിയപ്പോൾ, ഞാൻ അകത്തേക്ക് കയറി, യേശുവിന്റെ നാമത്തിൽ അവരെ ശപിച്ചു, അവരോട് മരിക്കാനും അപ്രത്യക്ഷരാകാനും പറഞ്ഞു. ദൈവത്തിന്റെ ശക്തി വന്ന് എന്റെ മകൾക്ക് പുതിയ കൈകൾ നൽകാനും, അവൾക്കുവേണ്ടി ഒരു അത്ഭുതം പ്രവർത്തിക്കാനും വേണ്ടി ഞാൻ വിജയം അവകാശപ്പെട്ടു.

നിങ്ങൾ എന്താണ് ഉദ്ദേശിക്കുന്നതെന്ന് പറയണം. ദൈവവചനത്തിൽ ധൈര്യത്തോടെ നിലകൊള്ളാനുള്ള ഉത്തരവാദിത്തത്തിൽ നിന്ന് നിങ്ങൾ ഒഴിഞ്ഞുമാറുന്നിടത്തോളം, എനിക്ക് നിങ്ങൾക്ക് ഒരു വാർത്തയുണ്ട്: നിങ്ങൾക്ക് ഒന്നും ലഭിക്കാൻ പോകുന്നില്ല. നിങ്ങൾ ചെയ്യാൻ പോകുന്നത് ഒരു കൂട്ട പ്രാർത്ഥന മാത്രമാണ്.

നിങ്ങൾക്ക് ഒരു ബൈബിൾ അധ്യാപകനോ, ബൈബിൾ പ്രസംഗകനോ, സുവിശേഷകനോ, അല്ലെങ്കിൽ നിങ്ങൾക്ക് ഇഷ്ടമുള്ള എന്തും ആകാം, എന്നാൽ നിങ്ങളുടെ സ്വന്തം വീടിനായി ദൈവവചനത്തിൽ

ഉറച്ചുനിൽക്കുന്നില്ലെങ്കിൽ, പിശാച് കടന്നുവന്ന് നിങ്ങളുടെ കുടുംബത്തെ ആക്രമിക്കും. നിങ്ങൾ പിശാചിനെ പുറത്താക്കണം.

നിങ്ങൾ പിശാചിനോട് കോപിക്കുകയും വിശ്വാസത്താൽ ദൈവത്തിന്റെ ശക്തി അവകാശപ്പെടുകയും വേണം.

ഒരു ദിവസം ഉച്ചകഴിഞ്ഞ്, സോണയുടെ മുറിയിൽ ഒരു ശബ്ദം ഞാൻ കേട്ടു, ഒരു ഡ്രെസ്സർ മറിഞ്ഞു വീഴുന്നത് പോലെ. അവൾ ഇടനാഴിയിലൂടെ ഓടി വന്നു, അവളുടെ മുന്നിൽ കൈകൾ പിടിച്ചുകൊണ്ട്, "അച്ഛാ! അച്ഛാ! ഇത് എന്നെ ഭയപ്പെടുത്തുന്നു. ഇത് ഭയാനകമാണ്. എന്റെ കൈകൾ നോക്കൂ. എനിക്ക് പുതിയ കൈകളുണ്ട്! എനിക്ക് പുതിയ കൈകളുണ്ട്!" എന്ന് കരഞ്ഞു.

ഞാൻ നോക്കിയപ്പോൾ അവളുടെ കൈകൾ രണ്ടും തിളങ്ങുന്നുണ്ടായിരുന്നു. ഒരു 16 വയസ്സുള്ള പെൺകുട്ടിയിൽ ഞാൻ കണ്ടിട്ടുള്ളതിൽ വച്ച് ഏറ്റവും മനോഹരമായ കൈകളായിരുന്നു അവ. ഞാൻ അവളുടെ കൊച്ചു കൈകൾ എടുത്ത് ഉയർത്തിപ്പിടിച്ചു. അവ കുഞ്ഞിന്റെ തൊലിയുള്ളതുപോലെ കാണപ്പെട്ടു, കുളി കഴിഞ്ഞുള്ള കുഞ്ഞിന്റെ തൊലി പോലെ, വളരെ റോസ് നിറവും പുതുമയും ഉള്ളതായി തോന്നി.

അവൾ പറഞ്ഞു, "ഞാൻ വെറുതെ അവിടെ നിൽക്കുകയായിരുന്നു, അച്ഛാ, കുറച്ചു നിമിഷങ്ങൾ ഞാൻ തിരിഞ്ഞു നോക്കിയിരുന്നു. തിരിഞ്ഞു നോക്കിയപ്പോൾ എനിക്ക് പുതിയ കൈകൾ ലഭിച്ചു! എനിക്ക് പുതിയ കൈകളുണ്ട്! നീ അവനുവേണ്ടി ജോലി ചെയ്യുന്നതുകൊണ്ട് യേശു നിനക്കുവേണ്ടി എന്തെങ്കിലും ചെയ്യുന്നുണ്ടെന്ന് എനിക്ക് മനസ്സിലാകും, അച്ഛാ. 16 വയസ്സുള്ള ഒരു പെൺകുട്ടിക്ക് പുതിയ കൈകൾ നൽകാൻ യേശു അത്രയധികം സ്നേഹിക്കുന്നുവെന്ന് പറയണോ നിങ്ങൾ ഉദ്ദേശിക്കുന്നത്?"

ഞാൻ അവളുടെ അടുത്തേക്ക് നടന്നു ചെന്ന് അവളുടെ കൈകൾ വീണ്ടും പിടിച്ചു. ഞാൻ പറഞ്ഞു, "അതെ, പ്രിയേ, 16 വയസ്സുള്ള പെൺകുട്ടികളെ യേശു അത്രയധികം സ്നേഹിക്കുന്നു, അവരുടെ വീട്ടിൽ വന്ന് അവർക്ക് പുതിയ കൈകളുടെ അത്ഭുതം നൽകാൻ."

എന്റെ മകളുടെ കൈകളെക്കുറിച്ച് ഞാൻ എപ്പോഴും സാക്ഷ്യം വഹിക്കുന്നുണ്ടെന്ന് നിങ്ങളെ അറിയിക്കണമെന്ന് ഞാൻ ആഗ്രഹിക്കുന്നു. എനിക്ക് അവസരം ലഭിക്കുമ്പോഴെല്ലാം ഞാൻ അത് പങ്കിടുന്നു. ഞാൻ അത് നിരവധി തവണ ടിവിയിൽ പങ്കിട്ടിട്ടുണ്ട്, ലോസ് ഏഞ്ചൽസിലെ ടിവിയിൽ ഞാൻ അത് പങ്കിട്ടപ്പോൾ, എംസി

വളരെയധികം കരയാൻ തുടങ്ങി, അദ്ദേഹത്തിന് ഒന്നും ചെയ്യാൻ കഴിഞ്ഞില്ല. ഞാൻ എവിടെ പറഞ്ഞാലും, എന്റെ മകൾക്കുവേണ്ടിയുള്ള ദൈവത്തിന്റെ അത്ഭുതത്തെക്കുറിച്ച് ഞാൻ പറയുമ്പോൾ ദൈവത്തിന്റെ ആത്മാവ് എന്റെ മേൽ അഭിഷേകം ചെയ്യുകയും ചുറ്റിത്തിരിയുകയും ചെയ്യുന്നു.

ദൈവം അത്ഭുതങ്ങൾ പ്രവർത്തിക്കുന്ന ഒരു ദൈവമാണെന്ന് നിങ്ങൾ അറിയണമെന്നും വിശ്വസിക്കണമെന്നും അവൻ ആഗ്രഹിക്കുന്നു.

ബൈബിളിൽ സ്വയം വിശ്വസിക്കുന്ന ഒരു അവസ്ഥയിലേക്ക് നിങ്ങൾക്ക് എത്താൻ കഴിയുമെന്ന് ഞാൻ നിങ്ങളെ അറിയിക്കാൻ ആഗ്രഹിക്കുന്നു. നിങ്ങളുടെ സ്വന്തം അത്ഭുതങ്ങൾക്കായി നിങ്ങൾക്ക് വിശ്വസിക്കാം. കാര്യങ്ങൾ അസാധ്യമാണെന്ന് തോന്നുമ്പോൾ, ദൈവത്തിലേക്ക് നോക്കുക, അവനെ സ്വയം വിശ്വസിക്കുക. നിങ്ങൾ ഒരു ദൈവമകനായതിനാൽ അവിടെ നിൽക്കുക, "ഞാൻ ദൈവത്തിൽ വിശ്വസിക്കുന്നു" എന്ന് പറയുമ്പോൾ അവൻ തന്റെ ശക്തി നിങ്ങൾക്കായി വിട്ടുകൊടുക്കും. ഓറഞ്ച് മരങ്ങളെ മൂടാൻ തക്ക ശക്തിയുള്ള ഒരു ശക്തി സ്ഫോടനമാണിത്. ഒരു കോടാലി പൊങ്ങിക്കിടക്കാൻ തക്ക ശക്തിയാണിത്. ഒരു

കഴുതയെ സംസാരിക്കാൻ തക്ക ശക്തിയാണിത്. പുതിയ കൈകൾ സൃഷ്ടിക്കാൻ തക്ക ശക്തിയാണിത്. നിങ്ങൾക്ക് ആവശ്യമുള്ളതെന്തും നൽകാനുള്ള ശക്തി സ്ഫോടനമാണിത്, ദൈവം അത് വളരെ എളുപ്പത്തിൽ ചെയ്യുന്നു.

എന്റെ മകൾക്ക് പുത്തൻ കൈകൾ കൊടുക്കാൻ എന്റെ വീട്ടിൽ ഒരു ശക്തി വിസ്ഫോടനം ഉണ്ടായി. ഞാൻ അവളെ ഫോണിൽ വിളിച്ച്, "ശരി, പ്രിയേ, യേശു നിന്റെ കൈകൾക്കായി ചെയ്ത അത്ഭുതത്തെക്കുറിച്ച് അവരോട് പറയാൻ പരിശുദ്ധാത്മാവ് എന്നോട് പറഞ്ഞു" എന്ന് പറയുമ്പോഴെല്ലാം അവൾ എപ്പോഴും ചോദിക്കും, "അച്ഛാ, യേശു എനിക്ക് ഒരു അത്ഭുതം തന്നപ്പോൾ ആ കെട്ടുകളൊന്നും തിരിച്ചുവന്നില്ലെന്ന് നീ അവരോട് പറഞ്ഞോ?" ഒന്നും തിരിച്ചുവന്നില്ല. ദൈവം അത്ഭുതങ്ങൾ പ്രവർത്തിക്കുന്ന ഒരു ദൈവമാണ്.

അത്ഭുതം ഒരു ദാനമാണ്. ആത്മാവ് ആഗ്രഹിക്കുന്നതുപോലെ അത്ഭുതങ്ങൾ പ്രവർത്തിക്കാനുള്ള ദാനം നിങ്ങൾക്കുള്ളതാണ്. എന്നാൽ ശ്രദ്ധിക്കുക. 1 കൊരിന്ത്യർ 12-ാം അധ്യായത്തിൽ വിശ്വസിക്കുന്ന ആളുകൾക്ക് പരിശുദ്ധാത്മാവ് എപ്പോഴും ഇച്ഛിക്കുന്നു. നിങ്ങൾ കാണുന്നു, അതാണ് മനോഹരമായ

ഭാഗം. ബൈബിൾ വിശ്വാസികൾക്ക് ആത്മാവ് എപ്പോഴും ഇച്ഛിക്കുന്നു! ദൈവത്തിന് എന്നേക്കും മഹത്വം.

അത്ഭുതങ്ങൾക്കുവേണ്ടിയുള്ള ഒരു പ്രാർത്ഥന

നിങ്ങൾക്ക് ദൈവത്തിൽ നിന്ന് ഒരു അത്ഭുതം ആവശ്യമുണ്ടെങ്കിൽ, ദൈവത്തിൽ നിന്ന് ഒരു അത്ഭുതം വേണമെങ്കിൽ, യേശു നിങ്ങളുടെ അത്ഭുത പ്രവർത്തകനാണെന്ന് നിങ്ങൾ വിശ്വസിക്കുന്നുവെങ്കിൽ, ഇപ്പോൾ തന്നെ നിങ്ങളുടെ അത്ഭുതം സ്വീകരിക്കുക. അത് എന്താണെന്നതിൽ വ്യത്യാസമില്ല. നിങ്ങൾക്ക് ആവശ്യമുള്ള അത്ഭുതം യേശു നിങ്ങൾക്ക് നൽകും. ആത്മാവ് ഇച്ഛിക്കുന്നതുപോലെ, ദൈവത്തിന്റെ ആത്മാവിനാൽ അത് നൽകപ്പെടുന്നു.

പറയുക: “യേശുവേ, നന്ദി. നീ ഒരു അത്ഭുത പ്രവർത്തകനാണ്. വചനം സത്യമാണ്. ഞാൻ വിശ്വസിക്കുന്നുവെങ്കിൽ സത്യം എനിക്ക് ഒരു അത്ഭുതം കൊണ്ടുവരും. ഞാൻ വിശ്വസിക്കുന്നു. വിശ്വാസിക്ക് സ്വർഗ്ഗത്തിൽ നിന്ന് സൗജന്യമായി ലഭിച്ച ഒരു സമ്മാനമാണിത്. അത് പൊട്ടിത്തെറിക്കുകയും വരികയും അസാധ്യമായത് ചെയ്യുകയും ചെയ്യുന്ന ഒരു ശക്തിയുടെ അളവാണ്.

"ഒന്നാം കൊരിന്ത്യർ പന്ത്രണ്ടാം അധ്യായത്തിന് നന്ദി, യേശുവേ. യേശുവിന്റെ നാമത്തിൽ

ഞാൻ എന്റെ അത്ഭുതം സ്വീകരിക്കുന്നു. എന്റെ അത്ഭുതത്തിന് നന്ദി, യേശുവേ."

കഥ 2: ഷാംബാക്കിന്റെ ഇന്ത്യ

1950 കളുടെ തുടക്കത്തിൽ ഞാൻ ഒരു പള്ളിയിൽ പാസ്റ്റർ ആയിരുന്നപ്പോൾ, ഞങ്ങൾ ഇന്ത്യയിൽ ഒരു മിഷനറിയെ അദ്ദേഹത്തിന്റെ ശമ്പളം നൽകി സ്പോൺസർ ചെയ്തു. അദ്ദേഹം മുപ്പത് വർഷം അവിടെ ചെലവഴിച്ചു - മുപ്പത് നീണ്ട വർഷങ്ങൾ.

ഒരു അവസരത്തിൽ, അദ്ദേഹത്തെ പിന്തുണയ്ക്കുന്നതിൽ നിന്ന് പോലും എന്നെ നിരുത്സാഹപ്പെടുത്തുന്ന ഒരു കാര്യം അദ്ദേഹം എന്നോട് പറഞ്ഞു. ഇന്ത്യയിൽ മുപ്പത് വർഷം ചെലവഴിച്ചതായും ഒരു മുഹമ്മദീയനെ പോലും വീണ്ടും ജനിക്കുന്നത് കണ്ടിട്ടില്ലെന്നും അദ്ദേഹം പറഞ്ഞു. ഞാൻ ചോദിച്ചു, "ഞാൻ എന്ത് തരത്തിലുള്ള നിക്ഷേപമാണ് നടത്തുന്നത്? ഞങ്ങൾ പണം നിക്ഷേപിക്കുകയും സുവിശേഷം പ്രസംഗിക്കാൻ ആ മനുഷ്യനെ ഇന്ത്യയിൽ തന്നെ നിലനിർത്തുകയും ചെയ്യുന്നു, ഒരു ആത്മാവ് പോലും രക്ഷിക്കപ്പെട്ടിട്ടില്ല. നമ്മുടെ മുൻഗണനകൾ പുനഃക്രമീകരിക്കേണ്ട സമയമാണിത്." അങ്ങനെ എന്താണ് സംഭവിക്കുന്നതെന്ന് അറിയാൻ ഞാൻ ഇന്ത്യയിലേക്ക് പോയി.

1956-ൽ ഞാൻ ആദ്യമായി സന്ദർശിച്ചപ്പോൾ 50,000 ആളുകളോട് പ്രസംഗിച്ചു. എല്ലാ ചന്തസ്ഥലങ്ങളിലും ഞാൻ സന്ദർശനം നടത്തി. യാചകരെയും അന്ധരെയും നടക്കാൻ കഴിയാത്തവരെയും ഞാൻ കണ്ടു. ഇത്രയധികം രോഗികളെ ഞാൻ ഒരിക്കലും കണ്ടിട്ടില്ല . ലോകത്തിലെ ഏറ്റവും ദരിദ്രമായ രാജ്യങ്ങളിൽ ഒന്നാണ് ഇന്ത്യ, ഇവിടെ ഇത്രയധികം വീടില്ലാത്തവരും പണമില്ലാത്തവരുമാണ്.

സുവിശേഷം കേൾക്കാൻ ആളുകളെ കഠിനമായ വെയിലിൽ നിന്ന് സംരക്ഷിക്കുന്ന ഒരു ഘടന നിർമ്മിക്കുന്നതിനായി ഞങ്ങൾ ആയിരക്കണക്കിന് ഡോളർ നിക്ഷേപിച്ചു. ആ ഉദ്ഘാടന ദിവസം, ഞാൻ വളരെ ആവേശഭരിതനായി. ഞാൻ രണ്ട് മണിക്കൂർ പ്രസംഗിച്ചു, എന്റെ വ്യാഖ്യാതാവ് രണ്ട് മണിക്കൂർ പരിഭാഷപ്പെടുത്തി - ആകെ നാല് മണിക്കൂർ. അവർ എന്നെ മുന്നോട്ട് കൊണ്ടുപോകാൻ ആഗ്രഹിച്ചു. ഞാൻ അൾത്താരയിലേക്ക് വിളിച്ചപ്പോൾ, ഞാൻ വളരെ നിരാശനായി. ഞാൻ 50,000 ആളുകളോട് പ്രസംഗിച്ചു, ഒരു ആത്മാവ് പോലും യേശുവിനെ സ്വീകരിക്കാൻ വന്നില്ല.

എന്റെ മനസ്സ് മിഷനറിയിലേക്ക് തിരിച്ചുപോയി, ഞാൻ പറഞ്ഞു, "ഓ, കർത്താവേ." പക്ഷേ, വചനം

പ്രസംഗിക്കുന്നതിനപ്പുറം കൂടുതൽ കാര്യങ്ങൾ ചെയ്യാനാണ് ദൈവം ഞങ്ങളെ വിളിച്ചതെന്ന് എനിക്കറിയാമായിരുന്നു. സുവിശേഷം പ്രദർശിപ്പിക്കാനാണ് അവൻ ഞങ്ങളെ വിളിച്ചത്.

ക്രിസ്തുവിനെ സ്വീകരിക്കാൻ ആരും മുന്നോട്ടുവന്നില്ലെങ്കിലും, ആൾക്കൂട്ടം അനുഗ്രഹത്തിനായി വ്യക്തമായും തയ്യാറായിരുന്നെങ്കിലും, ഞാൻ പറഞ്ഞു, "എനിക്ക് ഇപ്പോൾ അവസാനിച്ചിട്ടില്ല. ദൈവം തന്റെ വചനത്തെ പിന്തുടരുന്നുവെന്ന് അടയാളങ്ങൾ പറയുന്നു. ദൈവം എന്നെ വിളിച്ചത് ഞാൻ ചെയ്തു; ഇപ്പോൾ ദൈവം താൻ ചെയ്യാൻ പോകുന്ന കാര്യം ചെയ്യാൻ ഞാൻ ദൈവത്തെ അനുവദിക്കാൻ പോകുന്നു." സദസ്സിൽ നിന്ന് മൂന്ന് പേരെ മുന്നോട്ട് വരാൻ ഞാൻ ക്ഷണിച്ചു - അവർ യാചകരായിരുന്നു. അവർ ആരാണെന്ന് എനിക്കറിയാമായിരുന്നു. ഒരാൾ അന്ധനായിരുന്നു, ഒരാൾ ബധിരനും മൂകനുമായിരുന്നു, മറ്റൊരാൾ ഒരിക്കലും നിവർന്നു നടന്നിട്ടില്ലാത്ത ഒരു വികലാംഗ സ്ത്രീയായിരുന്നു. അവൾ കാലുകളുടെ കുതികാൽ, കൈകളുടെ കുതികാൽ എന്നിവയിൽ തിരശ്ചീന സ്ഥാനത്ത് നടന്നു. അവൾക്ക് നിവർന്നു നിൽക്കുന്നതിൽ നിന്ന് തടയുന്ന ഒരു രോഗം ഉണ്ടായിരുന്നു.

50,000 പേർ നോക്കിനിൽക്കെ, ഞാൻ ആദ്യം ആ അന്ധയായ സ്ത്രീയുടെ മേൽ കൈ വച്ചു. ഞാൻ പറഞ്ഞു, "യേശുവിന്റെ നാമത്തിൽ, ഈ അന്ധ കണ്ണുകൾ കാണാൻ ഞാൻ കൽപ്പിക്കുന്നു." തൽക്ഷണം, ദൈവം അവളുടെ കണ്ണുകൾ തുറന്നു, അവൾ സദസ്സിലൂടെ ഓടി, സ്വന്തം ഭാഷയിൽ, "എനിക്ക് കാണാൻ കഴിയും! എനിക്ക് കാണാൻ കഴിയും!" എന്ന് വിളിച്ചുപറഞ്ഞു.

അടുത്തതായി ഞാൻ ആ ബധിര മൂകന്റെ അടുത്തേക്ക് പോയി എന്റെ വിരലുകൾ അവന്റെ ചെവിയിലും എന്റെ തള്ളവിരൽ അവന്റെ നാവിലും വച്ചു. ഞാൻ പറഞ്ഞു, "യേശുവിന്റെ നാമത്തിൽ, ഈ ബധിരനും മൂകനുമായ ആത്മാവിനെ പുറത്തുവരാൻ ഞാൻ കൽപ്പിക്കുന്നു!" തൽക്ഷണം, ആത്മാവ് പ്രതികരിച്ചു, ആ മനുഷ്യൻ ഏതാനും മിനിറ്റുകൾക്കുള്ളിൽ ഇംഗ്ലീഷ് സംസാരിക്കാൻ തുടങ്ങി. അയാൾക്ക് സ്വന്തം ഭാഷ അറിയില്ലായിരുന്നു. അയാൾ ഒരു ബധിര മൂകനായിരുന്നു, പക്ഷേ ദൈവം അയാളുടെ ചെവികൾ തുറക്കുകയും നാവിനെ അഴിക്കുകയും ചെയ്തു.

വികലാംഗയായ സ്ത്രീക്കുവേണ്ടി പ്രാർത്ഥിക്കേണ്ട സമയമായപ്പോൾ ഞാൻ പറഞ്ഞു, "ഇപ്പോൾ ഞാൻ മുഹമ്മദിന്റെ പേരിൽ ഈ സ്ത്രീയുടെ മേൽ കൈ വയ്ക്കാൻ

പോകുന്നു. ഞാൻ അവനും അതേ സമയം തന്നെ നൽകും." എന്റെ വ്യാഖ്യാതാവ് ഈ പ്രസ്താവന വിവർത്തനം ചെയ്യാൻ ആഗ്രഹിച്ചില്ല. "ദയവായി ഞാൻ നിങ്ങളോട് ആവശ്യപ്പെടുന്നത് ചെയ്യുക സർ - ഇതിൽ ആത്മാവിന്റെ നടത്തിപ്പിൽ വിശ്വസിക്കുക." ഇത് അവസാന വർഷങ്ങളിൽ അദ്ദേഹം പറഞ്ഞ കഥയുമായി കൂടുതൽ യോജിക്കുന്നു. അത് ആദ്യം "ഞാൻ നിങ്ങളോട് പറയുന്നത് ചെയ്യുക. നീ എന്റെ വ്യാഖ്യാതാവാണ്; ഞാൻ ദൈവപുരുഷനാണ്" എന്നായിരുന്നു.

സദസ്സിൽ ആരും അവൾ എഴുന്നേൽക്കുമെന്ന് പ്രതീക്ഷിച്ചില്ല, കാരണം മുഹമ്മദ് മരിച്ചുവെന്ന് അവർക്കറിയാമായിരുന്നു. ഞാൻ പറഞ്ഞു, "ഇപ്പോൾ, നിങ്ങൾ സേവിക്കുന്ന ദൈവവും ഞാൻ സേവിക്കുന്ന ദൈവവും തമ്മിലുള്ള വ്യത്യാസം അതാണ്. നിങ്ങളുടെ ദൈവത്തെ താഴെയിടാൻ ഞാൻ ഇവിടെ വന്നില്ല; ഞാൻ എന്റെ ദൈവത്തെ ഉയർത്താൻ വന്നു. നിങ്ങൾ നിങ്ങളുടെ ദേവാലയം സന്ദർശിക്കുന്നു. ഞാൻ എന്റെ ദേവാലയം സന്ദർശിക്കുന്നു, പക്ഷേ എന്റേത് ശൂന്യമാണ്, കാരണം അവൻ ഇപ്പോൾ അവിടെയില്ല. ശവകുടീരങ്ങൾ തമ്മിലുള്ള വ്യത്യാസം അതാണ്. എന്റെ യേശു മരിച്ചിട്ടില്ലെന്ന് നിങ്ങളെ അറിയിക്കാനാണ് ഞാൻ വന്നത് - അവൻ ജീവിച്ചിരിപ്പുണ്ട്,

അവൻ ഇന്നലെ ഉണ്ടായിരുന്നതുപോലെ തന്നെ ഇന്നും അവൻ തന്നെയാണ്."

മുഹമ്മദിന്റെ പേരിൽ ആ സ്ത്രീയുടെ മേൽ ഞാൻ കൈവെച്ച് പറഞ്ഞു, "മുഹമ്മദിന്റെ പേരിൽ എഴുന്നേറ്റു നടക്കൂ." അവൾ എഴുന്നേറ്റിരുന്നെങ്കിൽ ഞാൻ എന്തു ചെയ്യുമായിരുന്നു എന്ന് ഒരാൾ എന്നോട് ചോദിച്ചു. ഞാൻ മതം മാറിയേനെ എന്ന് ഞാൻ കരുതുന്നു. പക്ഷേ അവൾ എഴുന്നേറ്റില്ല.

അപ്പോൾ ഞാൻ പറഞ്ഞു, "എല്ലാ നാമങ്ങൾക്കും ഉപരിയായ നാമം, ലോകത്തിനുവേണ്ടി അറുക്കപ്പെട്ട കുഞ്ഞാടായ യേശുവിന്റെ നാമം ഞാൻ ഉപയോഗിക്കാൻ പോകുന്നു. ഇന്ത്യയിലെ ജനങ്ങൾക്കും മുഴുവൻ ലോകത്തിനും വേണ്ടി യേശു മരിച്ചു." അമ്പത്തിയെട്ട് വർഷമായി ആ സ്ത്രീ നേരായ ഒരു ചുവടുവെപ്പ് നടത്തിയിരുന്നില്ല. നസറെത്തിലെ യേശുവിന്റെ നാമത്തിൽ ഞാൻ അവളുടെ മേൽ കൈകൾ വെച്ച് പറഞ്ഞു, "യേശുവിന്റെ നാമത്തിൽ, എഴുന്നേറ്റു നടക്കുക." അവൾ നിവർന്നു നിന്ന് ജീവിതത്തിൽ ആദ്യമായി നടന്നു, കാരണം യേശുക്രിസ്തു ദൈവമാണ്!

എന്താണ് സംഭവിച്ചതെന്ന് നിങ്ങൾക്കറിയാമോ? ആ ജനക്കൂട്ടത്തിലുണ്ടായിരുന്ന ആളുകൾ

മരങ്ങളിൽ നിന്ന് ചാടാൻ തുടങ്ങി, ഒരു കൂട്ടം ആളുകൾ എന്റെ നേരെ ഓടി വന്നു. ഞാൻ എന്റെ വ്യാഖ്യാതാവിന്റെ പിന്നിലേക്ക് ചാടി. അവർ എന്നെ ടാർ ചെയ്ത് തൂവൽ തേച്ച് അവരുടെ നാട്ടിൽ നിന്ന് പുറത്താക്കുമെന്ന് ഞാൻ കരുതി. ഇത്രയും ആളുകളുടെ ആക്രമണം ഞാൻ ഒരിക്കലും കണ്ടിട്ടില്ല. അവർ ഉച്ചത്തിൽ എന്തോ വിളിച്ചു പറയുന്നുണ്ടായിരുന്നു. ഞാൻ എന്റെ വ്യാഖ്യാതാവിനോട് ചോദിച്ചു, "അവർ എന്താണ് പറയുന്നത്?"

അയാൾ പറഞ്ഞു, "അവർ ആർത്തുവിളിക്കുന്നു, 'യേശു ജീവിച്ചിരിക്കുന്നു! യേശു ക്രിസ്തുവാണ്! യേശു ദൈവമാണ്!' അവർ രക്ഷിക്കപ്പെടാൻ വരുന്നു." എന്തൊരു ആവേശം! ഞാൻ പ്രസംഗിച്ചപ്പോൾ അവരിൽ ആരും വന്നില്ല, പക്ഷേ സുവിശേഷത്തിന്റെ പ്രകടനം കണ്ടപ്പോഴാണ് അവർ വന്നത്.

ദൈവം തന്റെ ശക്തി പ്രകടിപ്പിക്കാൻ സഭയെ വിളിച്ചിരിക്കുന്നു. അവൻ ഇന്ന് ജീവിച്ചിരിക്കുന്നതിൽ നിങ്ങൾക്ക് സന്തോഷമില്ലേ?

ഫിലിപ്പൊസ് ശമര്യപട്ടണത്തിൽ ചെന്നു അവരോടു ക്രിസ്തുവിനെ പ്രസംഗിച്ചു. ഫിലിപ്പൊസ് ചെയ്ത അത്ഭുതങ്ങളെ

പുരുഷാരങ്ങൾ കേൾക്കയും കാൺകയും ചെയ്കയാൽ അവൻ പറഞ്ഞതു ഏകമനസ്സോടെ ശ്രദ്ധിച്ചുകൊണ്ടിരുന്നു.

((പ്രവൃത്തികൾ 8:5-6).

നിങ്ങളുടെ ആത്മാവിനു രക്ഷ:

രക്ഷയുടെ പ്രാർത്ഥന - ഇപ്പോൾ പറയൂ, അർത്ഥമാക്കൂ!

ഇതുവരെ വായിച്ച എല്ലാ കാര്യങ്ങളോടും നിങ്ങൾ യോജിക്കുന്നുണ്ടോ? അങ്ങനെയാണെങ്കിൽ, യേശുക്രിസ്തുവിൽ നിങ്ങളുടെ പുതിയ ജീവിതം ആരംഭിക്കാൻ ഒരു നിമിഷം കൂടി കാത്തിരിക്കരുത്. ഓർക്കുക, ഈ പ്രാർത്ഥന ഒരു മാന്ത്രിക സൂത്രവാക്യമല്ല. നിങ്ങൾ നിങ്ങളുടെ ഹൃദയം ദൈവത്തോട് പ്രകടിപ്പിക്കുക മാത്രമാണ് ചെയ്യുന്നത്. ഞങ്ങളോടൊപ്പം ഇത് പ്രാർത്ഥിക്കുക:

"പിതാവേ, ഞാൻ നിന്റെ നിയമങ്ങൾ ലംഘിച്ചുവെന്നും എന്റെ പാപങ്ങൾ എന്നെ നിന്നിൽ നിന്ന് വേർപെടുത്തിയെന്നും എനിക്കറിയാം. എനിക്ക് ശരിക്കും ഖേദമുണ്ട്, ഇപ്പോൾ ഞാൻ എന്റെ കഴിഞ്ഞ പാപകരമായ ജീവിതത്തിൽ നിന്ന് നിന്നിലേക്ക് തിരിയാൻ ആഗ്രഹിക്കുന്നു. ദയവായി

എന്നോട് ക്ഷമിക്കൂ, വീണ്ടും പാപം ചെയ്യാതിരിക്കാൻ എന്നെ സഹായിക്കൂ. നിന്റെ പുത്രനായ യേശുക്രിസ്തു എന്റെ പാപങ്ങൾക്കുവേണ്ടി മരിച്ചു, മരിച്ചവരിൽ നിന്ന് ഉയിർത്തെഴുന്നേറ്റു, ജീവിച്ചിരിക്കുന്നു, എന്റെ പ്രാർത്ഥന കേൾക്കുന്നു എന്ന് ഞാൻ വിശ്വസിക്കുന്നു. എന്റെ ജീവിതത്തിന്റെ കർത്താവാകാനും ഇന്നുമുതൽ എന്റെ ഹൃദയത്തിൽ ഭരിക്കാനും വാഴാനും ഞാൻ യേശുവിനെ ക്ഷണിക്കുന്നു. നിന്നെ അനുസരിക്കാൻ എന്നെ സഹായിക്കാനും എന്റെ ജീവിതകാലം മുഴുവൻ നിന്റെ ഇഷ്ടം ചെയ്യാനും നിന്റെ പരിശുദ്ധാത്മാവിനെ അയയ്ക്കണമേ. യേശുവിന്റെ നാമത്തിൽ ഞാൻ പ്രാർത്ഥിക്കുന്നു, ആമേൻ."

https://www.otakada.org/get-free-40-days-online-discipleship-course-in-a-journey-with-jesus/ എന്ന ലിങ്ക് വഴി നിങ്ങൾക്ക് 40 ദിവസത്തെ യാത്ര നിങ്ങളുടെ വേഗതയിൽ ഓൺലൈനായി ആരംഭിക്കാം.

നിങ്ങൾ രോഗിയാണോ അതോ മോചനമോ പുനഃസ്ഥാപനമോ ആവശ്യമുണ്ടോ?

ഏതെങ്കിലും രൂപത്തിലോ രൂപത്തിലോ രോഗികളോ സുഖമില്ലാത്തവരോ, അല്ലെങ്കിൽ മോചനം ആവശ്യമുള്ളവരോ? അല്ലെങ്കിൽ

പുനഃസ്ഥാപനം ആവശ്യമുള്ളവരോ, ദയവായി വിശ്വാസത്തിൽ താഴെയുള്ള ഡോട്ട് സ്പർശിക്കുക *(വിശ്വാസം എന്നത് നിങ്ങളുടെ നിലവിലെ സാഹചര്യത്തിന്റെ കൃത്യമായ പോസിറ്റീവ് ഫലം കാണുന്നതാണ്, നിങ്ങളുടെ രോഗശാന്തിയും മോചനവും ഉറപ്പാക്കാൻ യേശു 2000 വർഷങ്ങൾക്ക് മുമ്പ് തന്റെ പങ്ക് നിർവഹിച്ചിട്ടുണ്ടെന്ന് അറിയുന്നത്, പുനഃസ്ഥാപനം ഒരു ഡൗൺ പേയ്മെന്റായി നിങ്ങൾക്ക് ലഭിക്കുമെന്ന് വിശ്വസിക്കുന്നത്, ബാങ്കിലെ നിങ്ങളുടെ ചെക്കിംഗ് അക്കൗണ്ടിലെ ഒരു പോസിറ്റീവ് ബാലൻസ് പോലെ, ഞങ്ങൾ നിങ്ങളോട് യോജിക്കുകയും യേശുക്രിസ്തുവിന്റെ നാമത്തിൽ സുഖപ്പെടൂ എന്ന് ഉച്ചരിക്കുകയും ചെയ്യുമ്പോൾ ഒരു ചോദ്യവും ചോദിക്കില്ല, ആമേൻ)*

എനിക്കും അവർക്കും നീ നൽകിയ അധികാരത്താൽ, ശത്രുവിനെതിരായ അവരുടെ കോപത്തോടും വിശപ്പോടും കൂടി, നീ നമുക്കെല്ലാവർക്കും സൗജന്യമായി നൽകിയത് സ്വീകരിക്കാൻ ഞാൻ ഇപ്പോൾ വിശ്വാസത്തിൽ ആ അധികാരം പ്രയോഗിക്കുന്നു. എല്ലാ രോഗങ്ങളെയും, എല്ലാ രോഗങ്ങളെയും, അത് കാൻസറായാലും, COVID 19 ആയാലും, ബലഹീനതയുടെ ആത്മാവായാലും, പൈശാചിക ബാധയായാലും, അടിച്ചമർത്തലായാലും, ദാരിദ്ര്യത്തിന്റെ ആത്മാവായാലും,

തിരിച്ചടികളായാലും, ദൈവം ഇതിനകം നിശ്ചയിച്ചതും വിട്ടയച്ചതുമായ കാര്യങ്ങളുടെ വൈകിയ പൂർത്തീകരണമായാലും, ഞാൻ ശപിക്കുന്നു.

ഈ അപാകതയ്ക്കെതിരെ ഞങ്ങൾ വരുന്നു, ഞാൻ അവരെ ബന്ധിക്കുന്നു, അവരുടെ വേരുകളിലേക്ക് ശപിക്കുന്നു, യേശുക്രിസ്തുവിന്റെ നാമത്തിൽ അധികാരത്താൽ അവരെ പുറത്താക്കുന്നു. ആമേൻ. യേശുക്രിസ്തുവിന്റെ മഹത്തായ നാമത്തിൽ അവരുടെ ജീവിതത്തിലേക്ക് രോഗശാന്തിയുടെയും വിടുതലിന്റെയും പുനഃസ്ഥാപനത്തിന്റെയും ഒരു മോചനം ഞങ്ങൾ വിളിക്കുന്നു. നിങ്ങളുടെ മഹത്വത്തിനും ബഹുമാനത്തിനും ആരാധനയ്ക്കും വേണ്ടി നിലനിൽക്കുന്ന സാക്ഷ്യങ്ങൾക്ക് കർത്താവേ നന്ദി. ഈ സന്ദേശത്തിന്റെ ഫലമായി നിങ്ങളുടെ രാജ്യത്തിലേക്ക് ചേർക്കപ്പെടുന്ന ആത്മാക്കൾക്ക് നന്ദി, യേശുവിന്റെ നാമത്തിൽ നിങ്ങളുടെ മഹത്വത്തിനായി ഞങ്ങൾ ഇപ്പോൾ കാണുകയും പ്രകടമാക്കുകയും ചെയ്യുന്ന അത്ഭുതങ്ങൾക്ക് നന്ദി, ആമേൻ. അത് പൂർത്തിയായി! സന്തോഷിക്കൂ!

സ്പർശനബിന്ദുവായി

എടുത്തുകാണിച്ചിരിക്കുന്ന ഈ സ്ഥലം സ്പർശിച്ച് നിങ്ങളുടെ വായ് കൊണ്ട്

ഏറ്റുപറയുക - യേശുക്രിസ്തുവിന്റെ നാമത്തിൽ എന്റെ ആത്മാവിലും, ആത്മാവിലും, ശരീരത്തിലും, എന്റെ ചുറ്റുപാടിലും ഞാൻ സുഖം പ്രാപിച്ചു, ഞാൻ വിടുവിക്കപ്പെട്ടു, പുനഃസ്ഥാപിക്കപ്പെട്ടു, ആമേൻ!!!

മുമ്പ് നിങ്ങൾക്ക് ചെയ്യാൻ കഴിയാത്തത് ചെയ്യാൻ തുടങ്ങുക, പൂർണ്ണമായ രോഗശാന്തി, വിടുതൽ പുനഃസ്ഥാപനം നിങ്ങളുടെ ജീവിതത്തിൽ ഒരു ഫലമായി മാറുന്നതുവരെ ഏറ്റുപറയാൻ തുടങ്ങുക, യേശുവിന്റെ നാമത്തിൽ, ആമേൻ. ദൈവത്തിനെല്ലാം വേണ്ടി വിശപ്പുള്ളവരായിരിക്കുക,
കോപിച്ചിരിക്കുക, ശത്രു യേശുവിന്റെ നാമത്തിൽ തടഞ്ഞുവച്ചതെല്ലാം തിരികെ എടുക്കുക, ആമേൻ.

കുറിപ്പ്:
ദൈവത്തിന്റെ മഹത്വത്തിനും ശത്രുവിന്റെ നാണക്കേടിനും വേണ്ടിയുള്ള രോഗശാന്തിക്ക് സാക്ഷ്യം വഹിക്കുക! ഈ വിഷയത്തിൽ ഞങ്ങൾ നിങ്ങളോട് ഇപ്പോഴും യോജിക്കണമെന്ന് നിങ്ങൾ ആഗ്രഹിക്കുന്നുവെങ്കിൽ ഞങ്ങൾക്ക് ഒരു ഇമെയിൽ അയയ്ക്കുക അല്ലെങ്കിൽ ഞങ്ങൾക്ക് വാട്ട്സ്ആപ്പ് ചെയ്യുക. അടുത്ത ആഴ്ച വ്യാഴാഴ്ച ആരംഭിക്കുന്ന സജ്ജീകരണ പരമ്പരയിൽ ബന്ധപ്പെടുക. ഞങ്ങളുടെ

വെബ്സൈറ്റിൽ ഉടൻ തന്നെ വിശദാംശങ്ങൾ കണ്ടെത്തുക!

വലിയ ചൂഷണങ്ങൾ - 1 - അദ്ധ്യായം 3 - രണ്ടാം ഭാഗത്തിൽ മഹാന്മാരിൽ നിന്ന് എങ്ങനെയെന്ന് കണ്ടെത്തുക.

അടിമത്തത്തിൽ കഴിഞ്ഞാൽ മതി, സ്വാതന്ത്ര്യത്തിലേക്ക് സ്വാഗതം - COVID-19, കാൻസർ, മറ്റുള്ളവ എന്നിവയിൽ നിന്ന് എങ്ങനെ സുഖപ്പെടുത്താം അല്ലെങ്കിൽ സുഖപ്പെടുത്താം - ഭാഗം 2

സ്വയത്തിനും മറ്റുള്ളവർക്കും രോഗശാന്തി, മോചനം, പുനഃസ്ഥാപനം എന്നിവയ്ക്കുള്ള ഒരു സജ്ജീകരണ പരമ്പരയാണിത്!

രോഗശാന്തി വിടുതലിനും പുനഃസ്ഥാപനത്തിനുമുള്ള ഒരു പ്രായോഗിക പരിശീലനം

രോഗശാന്തി, വിടുതൽ സെഷനുകളെക്കുറിച്ചുള്ള വിശദമായ പോഡ്കാസ്റ്റ് ലിങ്ക് കണ്ടെത്തുക.

ഇവിടെ https://anchor.fm/otakada.org/episodes/Enough-is-Enough-to-Captivity-and-welcome-to-Freedom—How-to-heal-or-be-cured-of-COVID–19–part-2-er35cm യൂട്യൂബ് ലിങ്ക് കാണുക : https://youtu.be/ydFE_lD8SqU ഈ വീഡിയോയിൽ നിങ്ങൾക്ക് COVID -19 എങ്ങനെ സുഖപ്പെടുത്താം അല്ലെങ്കിൽ സുഖപ്പെടുത്താം, കാൻസർ എങ്ങനെ സുഖപ്പെടുത്താം അല്ലെങ്കിൽ സുഖപ്പെടുത്താം; ഉയർന്ന രക്തസമ്മർദ്ദം എങ്ങനെ സുഖപ്പെടുത്താം അല്ലെങ്കിൽ സുഖപ്പെടുത്താം, തുടങ്ങിയവ കണ്ടെത്താനാകും. നിങ്ങളുടെ ആത്മാവിലും, ആത്മാവിലും, ശരീരത്തിലും, നിങ്ങളുടെ ചുറ്റുമുള്ള എല്ലാത്തിലും രോഗശാന്തി, വിടുതൽ, പുനഃസ്ഥാപനം എന്നിവയിൽ ശുശ്രൂഷയിലൂടെ ഒരു ലളിതമായ പ്രക്രിയ ആസ്വദിക്കൂ!

വലിയ ചൂഷണങ്ങൾ - 1 - അധ്യായം 4 - മഹാന്മാരിൽ നിന്ന് എങ്ങനെയെന്ന് കണ്ടെത്തുക - ഭാഗം 3

പിശാചിന്റെ അടിമത്തത്തിലേക്ക് കടന്നുവന്ന് ക്രിസ്തുയേശുവിൽ സ്വാതന്ത്ര്യത്തിലേക്ക് സ്വാഗതം - ദൈനംദിന യുദ്ധത്തിലേക്കുള്ള സജീവമാക്കൽ - പ്രാർത്ഥനയുടെ സ്ഥാനത്ത് സജ്ജീകരണങ്ങൾക്കായുള്ള ദൈനംദിന പ്രഖ്യാപനം പ്രാർത്ഥനകൾ - ഭാഗം 3 - സിണ്ടി ട്രിമ്മിന്റെ സ്ക്രിപ്റ്റ്

പ്രിയ സുഹൃത്തുക്കളെ, സ്വയം അല്ലെങ്കിൽ ആളുകളെ പിശാചിന്റെ അടിമത്തത്തിന്റെ മണ്ഡലത്തിൽ നിന്ന് സ്വാതന്ത്ര്യത്തിന്റെ മണ്ഡലത്തിലേക്ക് മാറ്റുന്നത് ഒരു യുദ്ധ പ്രവൃത്തിയാണ്. ഒരു യുദ്ധ പ്രഖ്യാപനം. മനുഷ്യർക്കെതിരെയല്ല, മറിച്ച് നമ്മുടെ ആത്മാവിന്റെ ശത്രുക്കൾക്കെതിരെയാണ്. 2 കൊരിന്ത്യർ 10:2-6- ൽ കൊരിന്ത്യരെ ഉപദേശിക്കുമ്പോൾ പൗലോസ്

ആംപ്ലിഫൈഡ് ബൈബിൾ

2 ഞാൻ വരുമ്പോൾ, ജഡപ്രകാരം [ആത്മാവില്ലാത്ത മനുഷ്യരെപ്പോലെ] നടക്കുന്നവരായി ഞങ്ങളെ കരുതുന്ന ചുരുക്കം ചിലരോട് കാണിക്കാൻ ഞാൻ ഉദ്ദേശിക്കുന്ന ധൈര്യം കാണിക്കാൻ ഞാൻ നിർബന്ധിതനാകരുതെന്ന് ഞാൻ അപേക്ഷിക്കുന്നു.
3 ഞങ്ങൾ [മനുഷ്യരായി] ജഡപ്രകാരം നടക്കുന്നുണ്ടെങ്കിലും, ഞങ്ങൾ ജഡപ്രകാരം [ആത്മീയ] യുദ്ധം ചെയ്യുന്നില്ല, മനുഷ്യന്റെ ആയുധങ്ങൾ ഉപയോഗിക്കുന്നുമില്ല.
4 ഞങ്ങളുടെ യുദ്ധത്തിന്റെ ആയുധങ്ങൾ ഭൗതികമല്ല [മാംസത്തിന്റെയും രക്തത്തിന്റെയും ആയുധങ്ങൾ]. കോട്ടകളെ നശിപ്പിക്കാൻ ഞങ്ങളുടെ ആയുധങ്ങൾ ദൈവികമായി ശക്തമാണ്.
5 ദൈവത്തിന്റെ യഥാർത്ഥ പരിജ്ഞാനത്തിനെതിരെ സ്വയം ഉയർത്തുന്ന സങ്കീർണ്ണമായ വാദങ്ങളെയും എല്ലാ ഉന്നതവും അഭിമാനകരവുമായ കാര്യങ്ങളെയും ഞങ്ങൾ നശിപ്പിക്കുന്നു, എല്ലാ ചിന്തകളെയും ഉദ്ദേശ്യങ്ങളെയും ക്രിസ്തുവിന്റെ അനുസരണത്തിന് അടിമകളാക്കുന്നു ,
6 നിങ്ങളുടെ സ്വന്തം അനുസരണം [ഒരു സഭ എന്ന നിലയിൽ] പൂർണ്ണമാകുമ്പോൾ, അനുസരണക്കേടിന്റെ എല്ലാ പ്രവൃത്തികളെയും ശിക്ഷിക്കാൻ ഞങ്ങൾ തയ്യാറാണ്.

എന്റെ സഭയെ ഞാൻ പണിയും എന്നും നരകകവാടം അതിനെ ജയിക്കയില്ല എന്നും യേശു പറഞ്ഞു. 1 കൊരിന്ത്യർ 12-ൽ പൗലോസ്

കൊരിന്ത്യരെ ഉദ്ബോധിപ്പിച്ചതുപോലെ, ആത്മാവിന്റെ ദാനത്തിൽ അവൻ ഒരു താക്കോൽ നൽകിയിരിക്കുന്നു. ഈ ദാനങ്ങളെല്ലാം
യുദ്ധത്തിനുവേണ്ടിയുള്ളതാണ്. നാം ആ ദാനം ഉപയോഗിക്കാത്തപ്പോൾ, ക്രിസ്ത്യാനികളെന്ന നിലയിൽ നാം നാശനഷ്ടങ്ങൾ ഏറ്റുവാങ്ങുന്നു.

ഈ വർഷം ശത്രുവുമായി യുദ്ധത്തിൽ ഏർപ്പെടുമ്പോൾ, അടിമത്തത്തിന് വേണ്ടത്ര മതിയെന്ന് പ്രഖ്യാപിക്കുന്നത് മതിയെന്ന് പ്രഖ്യാപിക്കുമ്പോൾ, ആത്മാവിന്റെ ദാനം പൂർണ്ണമായി ആസ്വദിക്കാൻ നാം തയ്യാറായിരിക്കണം! ഈ കവചങ്ങൾ ആത്മീയ കവചങ്ങളാണ്, ആത്മീയ മാർഗങ്ങളിലൂടെ നടപ്പിലാക്കാൻ കഴിയും. തല അറിവ്, യുക്തി, വാദം, ചർച്ചകൾ അല്ലെങ്കിൽ സൗമ്യത എന്നിവ ഉപയോഗിച്ച് നമുക്ക് ശത്രുവിനോട് പോരാടാൻ കഴിയില്ല. മാംസളമായ, ഭൂമിയുമായി ബന്ധിപ്പിച്ചിരിക്കുന്ന ആയുധങ്ങൾ ഉപയോഗിച്ച് നമുക്ക് മുഴുവൻ കവചവും നടപ്പിലാക്കാനോ ധരിക്കാനോ കഴിയില്ല. 1 കൊരിന്ത്യർ 12 ലെ 9 (ഒൻപത്) ആത്മീയ ദാനങ്ങൾ ഉപയോഗിച്ച് എഫെസ്യർ 6:11-18 നടപ്പിലാക്കാൻ കഴിയും. അതുകൊണ്ടാണ് നമുക്ക് ഇതിനെക്കുറിച്ച് അജ്ഞരായിരിക്കാൻ കഴിയില്ല. അങ്ങനെയാണെങ്കിൽ, ഭൂമിയിൽ ഭൗതിക ഫലങ്ങൾ കാണാൻ കഴിയുന്ന നിർവ്വഹണ

കോണിലൂടെ നമ്മെയോ ആളുകളെയോ പുറത്തെടുക്കാൻ കഴിയുമെങ്കിൽ ഭൂമിയിൽ ഒരു വഴിയുമില്ല.

പിശാചിൽ നിന്ന് അടിമത്തത്തിലേക്ക് നയിക്കപ്പെടുന്നതിനും ക്രിസ്തുവിലുള്ള സ്വാതന്ത്ര്യത്തിലേക്ക് സ്വാഗതം ചെയ്യുന്നതിനും "ഇണങ്ങുക എന്നത് മതി" എന്നതിന്റെ എഞ്ചിൻ.

വിശ്വാസത്തിന്റെ നല്ല പോരാട്ടത്തിനെതിരെ പോരാടാൻ നിങ്ങളെ സഹായിക്കുന്ന 100 ദൈനംദിന പ്രഖ്യാപന പ്രാർത്ഥനകളുടെ 50 മിനിറ്റ് ദൈർഘ്യമുള്ള ഒരു പോഡ്കാസ്റ്റും യൂട്യൂബ് വീഡിയോയും ഞാൻ ഉൾപ്പെടുത്തിയിട്ടുണ്ട്, കാരണം അത് ദുഷ്ടന്റെ പ്രവൃത്തിയെ നശിപ്പിക്കാൻ ക്രിസ്തു വന്നതിന്റെ കാരണമാണ് (1 യോഹന്നാൻ 3:8). അടിസ്ഥാനപരമായി അതാണ് നമ്മുടെ ശുശ്രൂഷ. യുദ്ധം ചെയ്ത് ആളുകളെ ദൈവരാജ്യത്തിലേക്ക് വിടുവിക്കുക. ഗൗരവത്തോടെ ചെയ്താൽ എല്ലായ്പ്പോഴും വിജയം ഉറപ്പാക്കുന്ന ദൈനംദിന എഞ്ചിൻ ഇതാണ്. ഭൂമിയിലെ ദൈവരാജ്യത്തിനായുള്ള വിജയകരമായ ഏറ്റെടുക്കലിനുള്ള കാവൽ വാർഡ്ഡാണ് നിർത്താതെ പ്രാർത്ഥിക്കുന്നത് - നിർത്താതെ പ്രാർത്ഥിക്കുന്നതിൽ യേശു മാതൃക കാണിച്ചു, നാമും അങ്ങനെ ചെയ്യണം.

പോഡ്കാസ്റ്റ്/വീഡിയോ ആസ്വദിച്ച് നിങ്ങളുടെ ഇഷ്ടാനുസരണം വാക്കുകൾ ചേർക്കുക, പക്ഷേ അത് ഒരു ദൈനംദിന കാര്യമാക്കുക. ബ്ലോഗ് ലിങ്ക് വഴി ഡൗൺലോഡ് ചെയ്യുന്നതിനായി ഞങ്ങളുടെ വെബ്സൈറ്റിൽ ടെക്സ്റ്റ്/പിഡിഎഫ് ഓപ്ഷനും ഞാൻ ഉൾപ്പെടുത്തുന്നു. പ്രാർത്ഥനയുടെ സ്ഥാനത്ത് കുറഞ്ഞത് ഒരു മണിക്കൂറെങ്കിലും നീക്കിവയ്ക്കാൻ ദയവായി സമയം കണ്ടെത്തുക. ഇത് ഒരു തുടക്കം മാത്രമാണ്.

പി.എസ്: നമ്മൾ ആക്രമിക്കപ്പെടുമ്പോഴോ മറ്റുള്ളവർ ആക്രമിക്കപ്പെടുമ്പോഴോ, രഹസ്യസ്ഥലത്ത് പ്രാർത്ഥിക്കാൻ നമുക്ക് കഴിയാതെ വന്ന ഒരു മണിക്കൂർ, സാത്താന്റെ അടിമത്തത്തിൽ വേദനയുടെ മണിക്കൂറുകളായി മാറുന്നു. സാത്താൻ ഒരു കഠിനാധ്വാനിയാണ്, നമ്മൾ ഒരിക്കലും അവസരങ്ങൾ അനുവദിക്കരുത്. യേശുക്രിസ്തുവിന്റെ നാമത്തിൽ നമ്മൾ ആക്രമണം അഴിച്ചുവിടണം, ആമേൻ.

പ്രഖ്യാപന പ്രാർത്ഥനകൾ 100 പ്രഖ്യാപനങ്ങളുടെ 50 മിനിറ്റ്: യുദ്ധത്തിലേക്ക് സജീവമാക്കൽ - ദൈനംദിന പ്രഖ്യാപനങ്ങൾ

ഇവിടെ 92 കൽപ്പനകളുടെയും ഓഡിയോ പതിപ്പിൽ 100 കൽപ്പനകളുടെയും ഒരു പട്ടിക ഞാൻ സമാഹരിച്ചിരിക്കുന്നു, അത് ആത്മാവിൽ നിങ്ങളുടെ സാന്നിധ്യവും സജീവ-കർത്തവ്യ നിലയും പ്രഖ്യാപിക്കുന്ന ഒരു സജീവ ശക്തിയായി വർത്തിക്കും. ഒരു ഉദ്യോഗസ്ഥന്റെ സത്യപ്രതിജ്ഞാ പ്രസ്താവനയ്ക്ക് സമാനമായ ഒരു പ്രാർത്ഥനയുടെ രൂപത്തിലാണ് ഈ പ്രഖ്യാപനങ്ങൾ സ്ഥാപിച്ചിരിക്കുന്നത്. ഇവയിൽ ഓരോന്നും തിരുവെഴുത്തധിഷ്ഠിതമാണ്. ഓരോ വിഭാഗവും നിർമ്മിച്ചിരിക്കുന്ന തിരുവെഴുത്ത് ഞാൻ പരാമർശിച്ചിട്ടുണ്ട്.

ഈ പ്രാർത്ഥന ദിവസവും ഉപയോഗിക്കുക, ഹൃദയത്തിൽ നിന്ന് പ്രാർത്ഥിക്കുക. അത് മനഃപാഠമാക്കുക. നിങ്ങളുടെ ദൈനംദിന ആരാധനകളിൽ തിരുവെഴുത്ത് പരാമർശങ്ങൾ ഉപയോഗിക്കുക. അവ പഠിക്കുക. വിശ്വാസത്തിന്റെ നല്ല പോരാട്ടത്തിൽ പോരാടാൻ അവ നിങ്ങളെ പ്രാപ്തരാക്കും. സാഹചര്യങ്ങളും സാഹചര്യങ്ങളും മികച്ച രീതിയിൽ മാറുന്നത്

കാണുക. ഓർമ്മിക്കുക, നിങ്ങൾ ഒരു യുദ്ധത്തിന്റെയോ അസാധ്യമായ ഒരു സാഹചര്യത്തിന്റെയോ മധ്യത്തിൽ ആക്കപ്പെടുമ്പോൾ, ദൈവമല്ലാതെ നിങ്ങളെ രക്ഷിക്കാനോ വിടുവിക്കാനോ മറ്റാരും ഇല്ലാതിരിക്കുമ്പോൾ മാത്രമേ ഒരു യഥാർത്ഥ യോദ്ധാവ് ജനിക്കുന്നുള്ളൂ. ശത്രുവിന്റെ തന്ത്രങ്ങൾക്ക് കീഴടങ്ങുകയോ കീഴടങ്ങുകയോ ഇരയാകുകയോ ചെയ്യുന്നതിനുപകരം, നിങ്ങളുടെ പോരാട്ടത്തിന്റെയും പരീക്ഷണത്തിന്റെയും പ്രലോഭനത്തിന്റെയും സമയങ്ങളെ തന്ത്രപരമായ പ്രാർത്ഥനയുടെയും ആത്മീയ യുദ്ധത്തിന്റെയും കലയിൽ പരിശീലനം നേടാനുള്ള ദിവ്യ അവസരങ്ങളായി പരിഗണിക്കുക. ഈ സമയങ്ങൾ നിങ്ങളെ യഥാർത്ഥ ആധിപത്യത്തിലേക്ക് കൊണ്ടുവരാൻ ദൈവം തിരഞ്ഞെടുത്ത യഥാർത്ഥ പരിശീലന സ്ഥലങ്ങളാണെന്ന് ഉറപ്പാക്കുക. ദാവീദിനെ സംബന്ധിച്ചിടത്തോളം, ആത്യന്തിക സംഭവത്തിനായി നിങ്ങളെ പരിശീലിപ്പിക്കാൻ ദൈവം ഉപയോഗിക്കുന്ന അടിസ്ഥാനങ്ങളായിരിക്കാം അവ: **സാധ്യതകളുടെ പരമാവധിയാക്കലും അഞ്ച് മേഖലകളിലെയും ഉദ്ദേശ്യ പൂർത്തീകരണവും.**

ഇയ്യോബ് 22:27–28-ൽ ബൈബിൾ പറയുന്നു, "നീ അവനോട് പ്രാർത്ഥിക്കണം, അവൻ നിന്റെ

പ്രാർത്ഥന കേൾക്കും." *മേക്ക് എന്ന വാക്കിന്റെ* അർത്ഥം "രചിക്കുക, നിർമ്മിക്കുക, അല്ലെങ്കിൽ രൂപകൽപ്പന ചെയ്യുക" എന്നാണ്. താഴെ പറയുന്ന ഓരോ പ്രഖ്യാപനവും തിരുവെഴുത്തുകളെ അടിസ്ഥാനമാക്കി രചിക്കുകയും നിർമ്മിക്കുകയും രൂപകൽപ്പന ചെയ്യുകയും ചെയ്തിട്ടുണ്ട്. ഓരോ പ്രഖ്യാപനത്തിന്റെയും അവസാനം തിരുവെഴുത്ത് പരാമർശങ്ങൾ നൽകിയിരിക്കുന്നു. നിങ്ങൾ പ്രാർത്ഥിക്കുമ്പോൾ, "നരകത്തിന്റെ കവാടങ്ങൾ ജയിക്കില്ല" എന്ന ഉറപ്പോടെ പ്രാർത്ഥിക്കുക (മത്താ. 16:18). ഓർമ്മിക്കുക, ഈ പ്രഖ്യാപനങ്ങൾ ആളുകളോടല്ല, ആത്മാക്കൾക്കെതിരെ പോരാടാനാണ് നടത്തുന്നത്. കരുണ കാണിക്കരുത്; ബന്ദികളാക്കരുത്! നിങ്ങൾക്ക് പകരം ഞാൻ അല്ലെങ്കിൽ അവൻ അവൾ അല്ലെങ്കിൽ അവൻ അവൾ അല്ലെങ്കിൽ ഞങ്ങൾ അവർ മുതലായവ ഉള്ളപ്പോൾ കഴിയുന്നത്ര പൊതുവായതും നിർദ്ദിഷ്ടവുമായിരിക്കാൻ ഓർമ്മിക്കുക.

ആത്മീയ യുദ്ധത്തിനായുള്ള സജീവമാക്കൽ പ്രാർത്ഥനകൾ

ദൈവത്തിന്റെ ഔദ്യോഗിക
നിയമസഭാംഗവും നിയമപാലക ഏജന്റും
എന്ന നിലയിൽ :

1. **ഞാൻ ഉയിർത്തെഴുന്നേറ്റ യേശുവിന്റെ നാമത്തിലാണ് വരുന്നത്** , ഞാൻ അവന്റെ നാമത്തിൽ ആകുന്നു, ഞാൻ അവനെ സേവിക്കുന്നു, "യേശുവിന്റെ നാമത്തിൽ സ്വർഗ്ഗത്തിലും ഭൂമിയിലും ഭൂമിക്കു കീഴിലുമുള്ള സകലരും മുട്ടുകുത്തുകയും, യേശുക്രിസ്തു കർത്താവാണെന്ന് എല്ലാ നാവും ഏറ്റുപറയുകയും വേണം" (ഫിലി. 2:10–11; സങ്കീ. 82 ഉം കാണുക).
2. സാത്താന്റെ പദ്ധതികൾക്കും ഉദ്ദേശ്യങ്ങൾക്കും വിരുദ്ധമായി ദൈവത്തിന്റെ ആദിമ പദ്ധതികളെയും ഉദ്ദേശ്യങ്ങളെയും **ഞാൻ സ്വാധീനിക്കുകയും നടപ്പിലാക്കുകയും ചെയ്യുന്നു (ദാനി. 6).**
3. **ഞാൻ** പ്രഖ്യാപിക്കുകയും പ്രഖ്യാപിക്കുകയും ചെയ്യുന്നു (1 ശമു. 17:47; യെശ. 54:17; യിരെ. 51:20; യോഹന്നാൻ 14:30; 2 കൊരി. 7:5; എഫെ. 4:27).
4. വെളിച്ചത്തിന്റെയും കർത്താവിന്റെയും ആയുധവർഗ്ഗം **ഞാൻ എന്റെ മേൽ സമർപ്പിക്കുന്നു (റോമ. 13:12; എഫെ. 6:13-17):**

- **സത്യം എന്റെ അരക്കെട്ടിനെ മൂടും (സങ്കീ. 51:6)**

• എന്റെ ഹൃദയത്തെയും നെഞ്ചിലെ അറയെയും മൂടുന്ന നീതിയുടെ കവചം (സങ്കീ. 5:12; 2 കൊരി. 6:7)

• എന്റെ പാദങ്ങളെ മൂടുന്ന സമാധാന സുവിശേഷം (യെശ. 52:7)

• എന്റെ ശരീരത്തെ പ്രതിരോധപരമായും ആക്രമണപരമായും മൂടുന്നതിനുള്ള വിശ്വാസത്തിന്റെ പരിച (എബ്രാ. 10:38; 11:1, 6)

• എന്റെ തല മറയ്ക്കാൻ രക്ഷയുടെ ശിരസ്ത്രം (യെശ. 59:17; 1 തെസ്സ. 5:8)

• ദൈവവചനമായ ആത്മാവിന്റെ വാൾ (എഫെ. 6:17; വെളി. 1:16)

• കർത്താവായ യേശുക്രിസ്തു (റോമ. 13:14)

- നീതിയുടെ അങ്കി (യെശ. 61:10)
- ദൈവത്തിന്റെ മഹത്വമാണ് എന്റെ പ്രതിഫലം (യെശ. 58:8).
- എന്റെ യുദ്ധായുധങ്ങൾ ജഡികമല്ല, ദൈവത്താൽ ശക്തിയുള്ളതാണെന്ന് ഞാൻ പ്രഖ്യാപിക്കുകയും പ്രഖ്യാപിക്കുകയും ചെയ്യുന്നു (1 ശമു. 17:45; റോമ. 13:12; 2 കൊരി. 10:3–6; എഫെ. 6:13–18).
- ഞാൻ തകർക്കുകയും തകർക്കുകയും ചെയ്യുന്നു. എന്റെ ചിന്തകൾ ഇപ്പോൾ

ക്രിസ്തുവിന്റെ കർത്തൃത്വത്തിന് വിധേയമാണ് (യെശ. 14:13-14; യെഹെ. 28:2; 2 കൊരി. 10:5).

- ദൈവത്തിന്റെ അഭിഷേകം എന്റെ ജീവിതത്തിലെ എല്ലാ നുകങ്ങളെയും നശിപ്പിക്കുന്നുവെന്നും എന്റെ ആത്മാവ്, ആത്മാവ്, ശരീരം എന്നിവ ഇപ്പോൾ ദിവ്യമായ പ്രോട്ടോക്കോൾ സംവിധാനങ്ങൾക്കനുസൃതമായി ക്രമത്തിൽ പ്രവർത്തിക്കുന്നുവെന്നും **ഞാൻ പറയുന്നു (1 കൊരി. 9:27; 14:40).**
- **ഞാൻ പ്രഖ്യാപിക്കുകയും** പ്രഖ്യാപിക്കുകയും ചെയ്യുന്നു; രോഗവും രോഗവും എന്നിൽ നിന്ന് അകലെയാണ് (യെശ. 53:5).
- **ഞാൻ സ്ഥാപിക്കുകയും** സ്വർഗ്ഗരാജ്യത്തിലെ എല്ലാ പ്രവർത്തനങ്ങളെയും നിയന്ത്രിക്കുന്നതിനായി നിയമങ്ങൾ നിർമ്മിക്കുകയും സ്ഥാപിക്കുകയും ചെയ്യുന്നു (1 ദിന. 4:10; സങ്കീ. 147:14; യെശ. 60:18).
- എന്റെ ജീവിതത്തെയും ശുശ്രൂഷയെയും കുടുംബത്തെയും കുറിച്ചുള്ള കർത്താവിന്റെ ഇഷ്ടത്തിന് എതിരായ എല്ലാ പൈശാചിക അനുമതികളെയും, അട്ടിമറിക്കുന്ന പ്രവർത്തനങ്ങളെയും, ഉത്തരവുകളെയും, നിർദ്ദേശങ്ങളെയും, ആജ്ഞകളെയും, ഉത്തരവുകളെയും

ഞാൻ തള്ളിക്കളയുന്നു (അനുവദിക്കാതിരിക്കുകയും വീറ്റോ ചെയ്യുകയും ചെയ്യുന്നു). (മത്താ. 18:18).

- എന്റെ ശുശ്രൂഷയെയും എന്റെ ജീവിതത്തെയും കുടുംബാംഗങ്ങളുടെയും സുഹൃത്തുക്കളുടെയും സഹകാരികളുടെയും ജീവിതത്തെക്കുറിച്ചുള്ള പൈശാചിക തീരുമാനങ്ങളെയും വിധികളെയും **ഞാൻ അസാധുവാക്കുന്നു (യെശ. 38:1–5; 39:6–8; മത്താ. 16:19).**
- **നിയന്ത്രണം ഞാൻ ഏറ്റെടുക്കുന്നു** (യിരെ. 1:10; മത്താ. 16:19; 18:18; 1 കൊരി. 6:2–3; എഫെ. 2:6; വെളി. 5:10; 11:12).
- **ഞാൻ** യജമാന ആത്മാക്കളെ പുറത്താക്കുകയും മീഖായേലിനെയും മറ്റ് പ്രധാന ദൂതന്മാരെയും ദൂതസൈന്യത്തെയും നിയോഗിക്കുകയും ചെയ്യുന്നു (2 രാജാക്കന്മാർ 7:5–7; 2 ദിനവൃത്താന്തം 32:21; ദാനി. 3:24–25; 6:22; 10:13; സങ്കീ. 91:11; 103:20; എബ്രാ. 1:14).
- **ഞാൻ പ്രഖ്യാപിക്കുന്നു** . സങ്കീർത്തനം 103:20-ലെ നിങ്ങളുടെ വചനമനുസരിച്ച്, എന്റെ വ്യക്തിത്വം, സ്വത്ത്, സ്വത്തുക്കൾ എന്നിവയെ നയിക്കാനും സംരക്ഷിക്കാനും ദൂതന്മാർ ഇപ്പോൾ "ശക്തിയിൽ മികച്ചുനിൽക്കുന്നു" (2

രാജാക്കന്മാർ 6:17; ദാനി. 3:15-30; പ്രവൃത്തികൾ 12:1-10).

- **യഹോവ-ഗിബ്ബോറേ** , എന്നോടു പോരാടുന്നവരോടു പോരാടേണമേ; എന്നോടു പോരാടുന്നവരോടു പോരാടേണമേ. പരിചയും പലകയും പിടിച്ചു എന്റെ സഹായത്തിനായി എഴുന്നേൽക്കേണമേ! കുന്തവും കുന്തവും ഊരി എന്നെ പിന്തുടരുകയും പീഡിപ്പിക്കുകയും ചെയ്യുന്നവരുടെ വഴി അടയ്ക്കേണമേ. നിന്റെ യുദ്ധവസ്ത്രങ്ങൾ ധരിക്കേണമേ. നിന്റെ ഉപകരണങ്ങൾ ശേഖരിക്കേണമേ; നിന്റെ ദിവ്യ ആയുധശേഖരത്തിൽ നിന്ന് നിന്റെ ആയുധങ്ങളും വെടിക്കോപ്പുകളും ശേഖരിക്കേണമേ. നിന്റെ അമ്പുകൾ പ്രകാശിപ്പിക്കേണമേ, നിന്റെ പരിചകൾ ശേഖരിക്കേണമേ; രഥങ്ങളെയും കുതിരകളെയും കുതിരക്കാരെയും മറിച്ചിടുമ്പോൾ പ്രതികാരം നിന്റെ ആത്യന്തിക ലക്ഷ്യമായിരിക്കട്ടെ. എന്റെ ശത്രുക്കളുടെ ഹൃദയങ്ങളിൽ ഭീതി പടരുകയും അവരുടെ ഹൃദയങ്ങളെ തളർത്തുകയും ചെയ്യട്ടെ.
- **ഞാൻ** പ്രഖ്യാപിക്കുകയും ചെയ്യുന്നു. നീ എന്റെ ദൈവമാകുന്നു: ശക്തികൊണ്ട് എന്നെ അരയ്ക്കു കെട്ടി എന്റെ വഴി പൂർണമാക്കുന്ന ദൈവം. നീ എന്റെ

കാലുകളെ മാൻ പേടകളുടെ കാലുകൾ പോലെയാക്കുന്നു, പരീക്ഷണത്തിന്റെയും കഷ്ടതയുടെയും അപകടകരമായ ഉയരങ്ങളിൽ ഉറച്ചുനിൽക്കാനും മുന്നേറാനും എനിക്ക് സ്ഥിരത നൽകുന്നു. എന്റെ ഉന്നതങ്ങളിൽ നീ എന്നെ സുരക്ഷിതമായി നിർത്തി. യുദ്ധത്തിന് എന്റെ കൈകളെയും പോരാട്ടത്തിന് എന്റെ വിരലുകളെയും അഭ്യസിപ്പിക്കുന്നു, എന്റെ കൈകൾ ഉരുക്ക് വില്ല് ഒടിക്കാൻ എനിക്ക് അമാനുഷിക ശക്തിയും കഴിവുകളും നൽകുന്നു. നീ എന്റെ പാറയും എന്റെ പരിചയും എന്റെ ബലമുള്ള ഗോപുരവുമാണ്. നിന്റെ രക്ഷയുടെ പരിച നീ എന്നെ സജ്ജമാക്കിയിരിക്കുന്നു, ഈ യുദ്ധത്തിൽ നിന്റെ വലങ്കൈ എന്നെ വിജയിയായി ഉറപ്പിക്കുന്നു. ശത്രുവിനെ തകർക്കുക. അവന്റെ കഴുത്ത് എനിക്ക് തരിക. അവർ മുറിവേറ്റു നശിച്ചു എന്റെ കാൽക്കൽ വീഴുന്നതുവരെ എന്നെ പിന്തുടരാനും മറികടക്കാനും ഇടയാക്കണമേ, ഇനി ഒരിക്കലും എഴുന്നേൽക്കാതിരിക്കട്ടെ. എന്റെ നാമം സ്വർഗ്ഗത്തിൽ സ്ഥാപിക്കണമേ. എന്നെക്കുറിച്ചു കേൾക്കുന്നവർ കീഴടങ്ങുകയും എന്നെ അനുസരിക്കുകയും ചെയ്യട്ടെ.

- **ഞാൻ പ്രഖ്യാപിക്കുന്നു** . എന്നെ ശക്തനാക്കുന്നത് നീയാണല്ലോ. എന്റെ ശക്തിയാലോ എന്റെ ശക്തിയാലോ അല്ല, മറിച്ച് കർത്താവിന്റെ ആത്മാവിനാൽ. ശത്രു ഒരു വെള്ളപ്പൊക്കം പോലെ കടന്നുവരുമ്പോൾ, നിന്റെ ആത്മാവ് അവനെതിരെ ഒരു കൊടി ഉയർത്തും (പുറപ്പാട് 15:3; ആവ. 32:41–42; സങ്കീ. 7:13; 18:29–50; 35:1–8; 144:5–7; യെശ. 42:13–14; 59:16–19; ഹഗ്ഗാ. 2:22).
- **ഞാൻ വിലക്കുകയും** അനുവദിക്കാതിരിക്കുകയും ചെയ്യുന്നു, ഞാൻ അവരുമായി ഒരു യുദ്ധം നടത്തുന്നു (നെഹെ. 4:14).
- പൈശാചികമായ ഇടപെടലുകളോ ചെറുത്തുനിൽപ്പുകളോ **ഞാൻ അംഗീകരിക്കുന്നില്ല , നിരോധിക്കുകയും ചെയ്യുന്നു (ദാനി. 10:1–13).**
- **ഞാൻ ചെറുക്കുന്നു** , എന്റെ ജീവിതത്തെക്കുറിച്ചുള്ള ക്രിസ്തുയേശുവിൽ ദൈവഹിതത്തിന് വിരുദ്ധമായ എല്ലാ പ്രവർത്തനങ്ങൾക്കും വിരുദ്ധ ശക്തികൾക്കും എതിരായി പ്രവചനപരമായ ഉദ്ദേശ്യത്തെയും ദിവ്യ വിധിയെയും ഞാൻ അടിച്ചേൽപ്പിക്കുന്നു (1 ശമു. 1:1–8; 1 രാജാക്കന്മാർ 22:1–23; 1 ദിന. 21:1–2; ഇയ്യോബ് 1:7–12; 3:25; യൂദാ 9).

- **ഞാൻ** സാത്താന്യ പീഡനങ്ങളെ ബന്ധിക്കുകയും സാത്താന്യ കേന്ദ്രീകരണങ്ങളെ ശാസിക്കുകയും ചെയ്യുന്നു (2 ശമു. 11:1–2). എല്ലാ സാത്താന്യ നിരീക്ഷണങ്ങളെയും ഞാൻ നിർത്തലാക്കുകയും നിരോധിക്കുകയും ചെയ്യുന്നു (1 ശമു. 18; മത്താ. 26:4; മർക്കോസ് 11:18; ലൂക്കോസ് 6:11; പ്രവൃത്തികൾ 16:16–19).
- **ഞാൻ** വ്യാജ ഭാരങ്ങൾ ഉയർത്തുകയും ഭാരം, അടിച്ചമർത്തൽ, വിഷാദം എന്നിവയുടെ വികാരങ്ങൾ നീക്കം ചെയ്യുകയും ചെയ്യുന്നു. അവയെ താങ്ങുന്ന കർത്താവിൽ ഞാൻ ഭരമേൽപ്പിക്കുന്നു. ഞാൻ കുലുങ്ങുകയില്ല (സങ്കീ. 12:5; 54:2; 55:22; യെശ. 10:27; 61:3; മത്താ. 11:28–30; യോഹന്നാൻ 14:1).
- ദൈവത്തിന്റെ യഥാർത്ഥ പദ്ധതിക്കും ഉദ്ദേശ്യത്തിനും വിരുദ്ധമായതോ എതിർക്കുന്നതോ തടസ്സപ്പെടുത്തുന്നതോ ആയ എല്ലാ ഉടമ്പടികളും, കരാറുകളും, ചങ്ങലകളും, ബന്ധനങ്ങളും, ചായ്‌വുകളും, അടിമത്തങ്ങളും, അഭിഷേകത്തിലൂടെ തകർക്കപ്പെടുന്നുവെന്ന് **ഞാൻ** **പ്രഖ്യാപിക്കുന്നു.**

തലമുറകളുടെ/പൈശാചിക/പൈശാചിക സഖ്യങ്ങൾ, കൂറ്, ആത്മബന്ധങ്ങൾ,

പാരമ്പര്യ ആത്മാക്കൾ, ശാപങ്ങൾ എന്നിവയിൽ നിന്ന് ഞാൻ മോചിതനാണ്. കർത്താവിന്റെ വാൾ, രക്തം, ആത്മാവ് എന്നിവയാൽ ഞാൻ അവയെ വേർപെടുത്തുന്നു. ഞാൻ എന്റെ ഡിഎൻഎയോട് സംസാരിക്കുകയും ഒരു തലമുറയിൽ നിന്ന് മറ്റൊന്നിലേക്ക് കൈമാറ്റം ചെയ്യപ്പെടുന്ന ഏതൊരു സ്വാധീനത്തിൽ നിന്നും - ജൈവശാസ്ത്രപരമായി, സാമൂഹികമായി, വൈകാരികമായി, ശാരീരികമായി, മാനസികമായി, ആത്മീയമായി, അല്ലെങ്കിൽ എനിക്ക് അജ്ഞാതമായതും എന്നാൽ ദൈവത്തിന് അറിയാവുന്നതുമായ മറ്റേതെങ്കിലും ചാനലിൽ നിന്ന് - ഞാൻ സ്വതന്ത്രനാണെന്ന് പ്രഖ്യാപിക്കുകയും ചെയ്യുന്നു. എന്റെ ആത്മാവിന്റെ കാവൽക്കാരനായോ
കാവൽക്കാരനായോ പ്രവർത്തിക്കുന്ന എല്ലാ ആത്മാവിനെയും ഞാൻ എതിർക്കുന്നു, കൂടാതെ ബോധപൂർവമോ
അബോധാവസ്ഥയിലുള്ളതോ ആയ ഏതൊരു സഖ്യത്തെയും, കൂട്ടായ്മയെയും, വിശ്വസ്തതയെയും അല്ലെങ്കിൽ ഉടമ്പടിയെയും ഞാൻ ഉപേക്ഷിക്കുന്നു. ദൈവിക മോചനത്തിനായി ഞാൻ എന്നെത്തന്നെ

തുറക്കുന്നു. പിതാവേ, ഇപ്പോൾ നിങ്ങളുടെ വഴി! എന്നെക്കുറിച്ചുള്ള കാര്യങ്ങൾ പൂർത്തീകരിക്കുക (ആവ. 5:9; 7:8–9; സഭാ. 7:26; യെശ. 61:1; പ്രവൃത്തികൾ 8:9–13; ഗലാ. 5:1; 1 തെസ്സ. 5:23–24; 2 തിമൊ. 2:25).

- ഒരു പ്രാർത്ഥനാ കവചം, അഭിഷേകം, അഗ്നിഭിത്തികൾ, പുകമറകൾ, ഒരു *രക്തരേഖ എന്നിവ എനിക്ക് ചുറ്റും സംരക്ഷണ വേലികൾ സൃഷ്ടിക്കുകയും ശത്രുവിന്റെയും പരിചിത ആത്മാക്കളുടെയും എല്ലാ പൈശാചിക വ്യക്തിത്വങ്ങളുടെയും ബാധയിൽ നിന്ന് എന്നെ മറയ്ക്കുകയും ചെയ്യുന്നുവെന്ന്* **ഞാൻ പ്രഖ്യാപിക്കുകയും ചെയ്യുന്നു** , ഇത് ആത്മാവിന്റെ മണ്ഡലത്തിൽ എന്നെ ഫലപ്രദമായി പിന്തുടരാനോ കണ്ടെത്താനോ അവർക്ക് അസാധ്യമല്ലെങ്കിലും ബുദ്ധിമുട്ടാണ്. സംരക്ഷണത്തിന്റെ ഈ വേലികളിൽ സുഷിരങ്ങളോ തുളച്ചുകയറലോ ഉണ്ടാകരുത് (പുറ. 12:13; ഇയ്യോ. 1:7-10; സങ്കീ. 91; സെഖ. 2:5).
- **തുറന്നുവിടുകയും** പ്രാർത്ഥനാ യോദ്ധാക്കളും, മധ്യസ്ഥരും, പ്രവചന കാവൽക്കാരും എന്നെ ആത്മാവിന്റെ മണ്ഡലത്തിലേക്ക് കൊണ്ടുപോകുന്നുവെന്ന് പ്രഖ്യാപിക്കുകയും ചെയ്യുന്നു.

അവരുടെ നിയമനങ്ങൾ പൂർത്തിയാകുന്നതുവരെ അവർ നിർത്തുകയോ കാവൽ ഗോപുരങ്ങളിൽ നിന്ന് ഇറങ്ങുകയോ ചെയ്യില്ലെന്ന് ഞാൻ പറയുന്നു. പരിശുദ്ധാത്മാവിന്റെയും എന്റെ മുഖ്യ മധ്യസ്ഥനായ യേശുക്രിസ്തുവിന്റെയും മാർഗനിർദേശപ്രകാരം അവർ അവരുടെ മധ്യസ്ഥ നിയമനങ്ങൾ നടത്തുമെന്ന് ഞാൻ പ്രഖ്യാപിക്കുകയും പ്രഖ്യാപിക്കുകയും ചെയ്യുന്നു (യിരെ. 27:18; യെഹെ. 3:17; ലൂക്കോ. 18:7; യോഹന്നാൻ 16:13; റോമ. 8:26–27, 34; എബ്രാ. 7:25).

- ജ്ഞാനം, വിവേകം, ദിവ്യോപദേശം, അമാനുഷിക ശക്തി, അറിവ്, യഹോവയോടുള്ള അതിയായ ഭയം എന്നിവയുടെ ആത്മാവായ കർത്താവിന്റെ ആത്മാവ് എന്റെ മേൽ ഉണ്ടെന്ന് **ഞാൻ പ്രഖ്യാപിക്കുകയും പ്രഖ്യാപിക്കുകയും ചെയ്യുന്നു** . ഞാൻ പുരോഗമിക്കുമ്പോൾ, ഞാൻ ദൈവികമായി ശക്തനാകുകയും വൈദഗ്ധ്യത്തിലും വിവേകത്തിലും വർദ്ധിക്കുകയും ചെയ്യുന്നു (യെശ. 11:2–3; എഫെ. 1:17–18; കൊലൊ. 1:9–11; 3:10).
- **ഞാൻ ഇല്ലാതാക്കുകയും** ഉന്മൂലനം ചെയ്യുകയും ചെയ്യുന്നു. എനിക്കുവേണ്ടി, എന്നോടൊപ്പം

പ്രാർത്ഥിക്കാൻ നിയോഗിക്കപ്പെട്ടവരും, എന്നോടൊപ്പം പ്രവർത്തിക്കുന്നവരും എന്നെ ഏൽപ്പിക്കുകയും, എന്നോട് ദിവസവും ഇടപഴകുകയും ചെയ്യുന്നു (1 രാജാക്കന്മാർ 22:5–40; പ്രവൃത്തികൾ 13:50; 2 തെസ്സ. 2).

- **ഞാൻ ശക്തമായി ചെറുക്കുകയും** എന്റെ സ്വർഗ്ഗീയ പിതാവിന്റെ സിംഹാസന മുറിയിൽ നിന്ന് പുറപ്പെടുന്ന ദിവ്യ ചിന്തകൾ, പ്രചോദനം, വെളിപ്പെടുത്തൽ, ഉൾക്കാഴ്ച, ജ്ഞാനം, അറിവ്, ഗ്രാഹ്യം എന്നിവയെ, പ്രത്യേകിച്ച് ഭൂമിയിലും സ്വർഗ്ഗത്തിലും എന്റെ രാജ്യ അധികാരം ആരംഭിക്കുകയും, ഉത്തേജിപ്പിക്കുകയും, നിലനിർത്തുകയും, ശക്തിപ്പെടുത്തുകയും ചെയ്യുന്നവരെയും, ദൈവത്തിന്റെ വീണ്ടെടുപ്പ് ഉദ്ദേശ്യത്തെ സുഗമമാക്കുന്നവരെയും, കൈയടക്കുന്നത് നിരോധിക്കുകയും ചെയ്യുന്നു (മത്തായി 13:19; എഫെ. 6:11).
- **ഞാൻ നിർത്തിവച്ചു** . അതുകൊണ്ടാണ് ശത്രുവിന്റെ പ്രവൃത്തികളെ നശിപ്പിക്കുമെന്ന് ദൈവപുത്രൻ പ്രത്യക്ഷനായത് (യോഹന്നാൻ 2:15-17; പ്രവൃത്തികൾ 16:16-19; 1 യോഹന്നാൻ 3:8).

- **ഞാൻ ജയിക്കുന്നു** . അദൃശ്യവും അജയ്യവുമായ എല്ലാ മതിലുകളും നശിപ്പിക്കപ്പെട്ടുവെന്ന് ഞാൻ പ്രഖ്യാപിക്കുകയും പ്രഖ്യാപിക്കുകയും ചെയ്യുന്നു (യോശു. 6:1; കൊലൊസ്സ്യർ 1:16).
- **ഞാൻ** സാത്താന്യ/ഭൂതങ്ങളുടെ പ്രവർത്തനങ്ങൾക്കെതിരെ ദിവ്യ ന്യായവിധി നടപ്പിലാക്കുന്നു, ഏലിയാവിന്റെയും യേഹൂവിന്റെയും ആത്മാവിൽ ഞാൻ യുദ്ധം ചെയ്യുന്നു (1 രാജാക്കന്മാർ 18; 2 രാജാക്കന്മാർ 9:1–10:28).
- ദൈവത്തിന്റെ ആദിമ പദ്ധതികളെയും ഉദ്ദേശ്യങ്ങളെയും അവയുടെ വേഗത്തിലും വേഗത്തിലും പ്രകടമാകുന്നതിൽ നിന്ന്, പ്രത്യേകിച്ച് അവയുടെ ശരിയായ സമയത്തും (ദാനി. 7:25) തടയാനോ തടയാനോ നിരാശപ്പെടുത്താനോ പരാജയപ്പെടുത്താനോ നിഷേധിക്കാനോ കാലതാമസം വരുത്താനോ രൂപകൽപ്പന ചെയ്തിരിക്കുന്ന ഏതൊരു പൈശാചിക പ്രവർത്തനങ്ങളെയും കുതന്ത്രങ്ങളെയും കൃത്രിമങ്ങളെയും അട്ടിമറികളെയും തന്ത്രങ്ങളെയും തന്ത്രങ്ങളെയും ഗൂഢാലോചനകളെയും **ഞാൻ അംഗീകരിക്കുന്നില്ല** ,

അസാധുവാക്കുന്നു, പൊളിക്കുന്നു, റദ്ദാക്കുന്നു, ശക്തമായി എതിർക്കുന്നു .

- എന്റെ ജീവിതത്തെയും ശുശ്രൂഷയെയും അല്ലെങ്കിൽ എന്റെ കുടുംബജീവിതത്തെയും സംബന്ധിച്ച ഏതൊരു സമയത്തെയും നിയമങ്ങളെയും മാറ്റുന്നതും മാറ്റുന്നതും **ഞാൻ വിലക്കുന്നു . ദൈവത്തിന്റെ നൃത്തരൂപം, സിംഫണിക്, സംഘടിത ചലനങ്ങളുമായി ഞാൻ സമന്വയിപ്പിച്ച് നീങ്ങുന്നു (ഉൽപ. 1:1–5; ദാനി. 6:1–15; 7:15–27).**
- **ഞാൻ സ്ഥാപിക്കുന്നു** , അങ്ങനെ എന്റെ നിയമന സ്ഥലത്തും ഞാൻ താമസിക്കുന്ന ദേശത്തും എനിക്ക് അഭിവൃദ്ധി പ്രാപിക്കാൻ കഴിയും (ദാനി. 6:25–28).
- എന്റെ സമയങ്ങളും ഋതുക്കളും കർത്താവിന്റെ കൈകളിലാണെന്നും ആരും അല്ലെങ്കിൽ മറ്റാരും അവയെ മാറ്റുകയോ ക്രമീകരിക്കുകയോ ചെയ്യില്ലെന്നും **ഞാൻ പ്രഖ്യാപിക്കുകയും പ്രഖ്യാപിക്കുകയും ചെയ്യുന്നു. യിസ്സാഖാറിന്റെ പുത്രന്മാരുടെ അഭിഷേകത്തിന് കീഴിലാണ് ഞാൻ പ്രവർത്തിക്കുന്നത്, എന്റെ സമയങ്ങളും ഋതുക്കളും കൃത്യമായി വിവേചിക്കാനുള്ള ദിവ്യ കഴിവ് ദൈവം എനിക്ക് നൽകുന്നു (1**

ദിന. 12:32; സങ്കീ. 31:15; സഭാ. 3:1–8; ദാനിയേൽ 2:21–22).

- **ഞാൻ വിധിക്കുകയും** പ്രഖ്യാപിക്കുകയും ചെയ്യുന്നു. എന്റെ ചെവികൾ ആത്മാവിന്റെ ശരിയായ ആവൃത്തിയുമായി പൊരുത്തപ്പെടുന്നു, എനിക്ക് വ്യക്തമായ സംപ്രേഷണവുമുണ്ട് (2 രാജാക്കന്മാർ 6:17; ഇയ്യോബ് 42:5; സങ്കീർത്തനങ്ങൾ 119:18; യെശയ്യാവു 29:18; യിരെ. 1:11–16; 2 കൊരി. 4:4; 7:2; എഫെ. 4:18; വെളി. 4:1).
- **ദൈവത്തിന്റെ ദിവ്യ സമയപ്പട്ടിക/കലണ്ടർ അനുസരിച്ച് ഈ ദിവസം ഞാൻ പ്രവർത്തിക്കണമെന്ന് ഞാൻ വിധിക്കുന്നു . ദൈവത്തിന്റെ അജണ്ട എന്റെ അജണ്ടയാണെന്ന് ഞാൻ വിധിക്കുന്നു. ഞാൻ എന്റേതല്ല; എന്നെ വിലയ്ക്ക് വാങ്ങിയിരിക്കുന്നു. അതിനാൽ ഞാൻ എന്നെത്തന്നെ അവനു മാത്രം സമർപ്പിക്കുന്നു. യേശുവിനെപ്പോലെ, "ഞാൻ വരുന്നു: പുസ്തകത്തിന്റെ അളവിൽ എന്നെക്കുറിച്ച് എഴുതിയിരിക്കുന്നു" എന്ന് ഞാൻ പ്രഖ്യാപിക്കുന്നു** (സങ്കീ. 40:7; സങ്കീ. 139:16; 1 കൊരി. 7:23; യാക്കോബ് 4:7 എന്നിവയും കാണുക).
- **പിതാവേ, കുഴപ്പക്കാരുടെയും, പരിഹാസികളുടെയും,** **പരിഹാസികളുടെയും,**

പീഡകരുടെയും, സ്വഭാവഹത്യ നടത്തുന്നവരുടെയും പദ്ധതികളെ തകർക്കണമേ. പൈശാചിക പ്രതിനിധികളെ തുറന്നുകാട്ടുകയും, എന്റെ മരണത്തിനായി സ്ഥാപിച്ച ഗൂഢാലോചനകളെയും പദ്ധതികളെയും തിരിച്ചറിയാനും ചെറുക്കാനും മറികടക്കാനും ദിവ്യ തന്ത്രങ്ങളും തന്ത്രങ്ങളും എനിക്ക് നൽകണമേ (എസ്ഥ. 9:25; സങ്കീ. 5:10; 7:14–16; 34:21; 35:1–8; 52:5; 83:13–17; 141:10; സദൃ. 26:27; 28:10; ദാനി. 3, 6; മത്തായി. 7:15–23; 2 കൊരി. 11:14–15):

- **നിന്റെ കുന്തം ഊരി അവരെ വഴിയിൽ നിർത്തേണമേ.**
- **അവർ ലജ്ജിച്ചു അപമാനിതരാകട്ടെ.**
- **അവർ സ്വന്തം ആലോചനകളാൽ വീഴട്ടെ.**
- **അവർ പിന്തിരിഞ്ഞു നാണിച്ചു പോകട്ടെ.**
- **അവർ കാറ്റത്തു പാറുന്ന പതിർപോലെ ആകട്ടെ.**
- **കർത്താവിന്റെ ദൂതൻ അവരെ പിന്തുടരട്ടെ.**
- **അവരുടെ വഴി ഇരുണ്ടതും വഴുവഴുപ്പുള്ളതുമായ വഴികളിലൂടെയാകട്ടെ, കർത്താവിന്റെ ദൂതൻ അവരെ പിന്തുടർന്ന് പീഡിപ്പിക്കട്ടെ.**

- എന്റെ ജീവനെ അന്വേഷിക്കുന്നവർക്കും ലജ്ജയും അപമാനവും വരട്ടെ.
- എനിക്ക് അനർത്ഥം ചിന്തിക്കുന്നവർ പിന്തിരിഞ്ഞു നാണിച്ചു പോകട്ടെ.
- അവർക്കു പെട്ടെന്ന് നാശം വരട്ടെ.
- അവർ സ്വന്തം നാശത്തിലേക്ക് വീഴട്ടെ.
- അവർ അറിയാതെ നാശം അവരുടെ മേൽ വരട്ടെ;
- അവർ എനിക്കായി കരുതിക്കൂട്ടിയ നാശത്തിൽ ഇടറിവീഴട്ടെ.
- അവർ എനിക്കായി നിർമ്മിച്ച ആയുധങ്ങൾ കൊണ്ട് തന്നെ അവർ മുറിവേറ്റു നശിച്ചു പോകട്ടെ.
- അവർ എനിക്ക് വേണ്ടി ഒരുക്കിയ അതേ വലയിൽ തന്നെ അവരെയും കുടുക്കട്ടെ.
- അവർ എനിക്കായി കുഴിച്ച കുഴിയിൽ തന്നെ അവർ വീഴട്ടെ.
- അവർ എനിക്കായി നിർമ്മിച്ച കുരുക്കിൽ തന്നെ അവരെ തൂക്കിലേറ്റട്ടെ.
- അവർ എനിക്കുവേണ്ടി കൊളുത്തിയ തീയിൽ തന്നെ അവരെ ദഹിപ്പിക്കട്ടെ.
- അവർ എനിക്കായി ഒരുക്കിയിരിക്കുന്ന മൃഗങ്ങൾ തന്നെ അവരെ ദഹിപ്പിക്കട്ടെ.
- അവരുടെ ദുഷ്ടതയ്ക്ക് തന്നെ അവരെ കൊന്നൊടുക്കുക.
- അവരുടെ ദുഷ്ടത ഇരട്ടിയായി അവർക്ക് തിരിച്ചുകൊടുക്കട്ടെ.

- അവരുടെ വാസസ്ഥലത്തുനിന്ന് അവരെ പറിച്ചെറിയുക.
- ജീവനുള്ളവരുടെ ദേശത്തുനിന്നു അവരെ പിഴുതെറിയേണമേ.
- ദുഷ്ടത അവരെ കൊല്ലട്ടെ; ശൂന്യത അവരുടെ ഓഹരിയാകട്ടെ.
- ആശയക്കുഴപ്പത്തിൽ കറങ്ങുന്ന ചക്രം പോലെ അവരെ മാറ്റുക.
- അവരെ കാറ്റത്തു പറക്കുന്ന താളടിപോലെ ആക്കേണമേ.
- അവരെ തീയിൽ ചുട്ടുകളഞ്ഞ വിറകുപോലെയാക്കേണമേ.
- നിന്റെ കൊടുങ്കാറ്റുകൊണ്ടു അവരെ പിന്തുടരേണമേ.
- അവരുടെ ഹൃദയങ്ങളിൽ ഭയവും ഭീതിയും പടരാൻ ഇടയാക്കുക.
- അവർ എന്നേക്കും ലജ്ജിച്ചു ഭ്രമിക്കട്ടെ.
- അന്ധകാരത്തിന്റെ സൈന്യങ്ങൾക്കെതിരെ യുദ്ധം ചെയ്യാൻ ഞാൻ സ്വർഗ്ഗത്തിലെ സൈന്യങ്ങളെ നിയോഗിക്കുന്നു (1 ശമു. 17). ഇനി പറയുന്നവയിൽ നിന്ന് ഉത്ഭവിക്കുന്ന പൈശാചിക ചലനങ്ങൾക്കും പൈശാചിക പ്രവർത്തനങ്ങൾക്കും നിയന്ത്രണം ഏർപ്പെടുത്തുക, നിയന്ത്രണം ഏർപ്പെടുത്തുക, ആജ്ഞാപിക്കുക.
- പാതാളവും അതിലെ ആറ് മേഖലകളും (യെശ. 14:9, 15; 38:18; ദാനി. 7:1–28; വെളി. 20:13–14)

- **മരണം (ഇയ്യോ. 34:22; 1 കൊരി. 15:55)**
- **നരകം/പാതാളം/പാതാളം (യെശ. 14:19)**
- **ശവക്കുഴി (യെശ. 38:10; യെഹെ. 31:15)**
- **കുഴി (യെഹെ. 32:23)**
- **അഗാധം, കുഴിയുടെ അടിഭാഗം (യെശ. 38:17; സങ്കീ. 30:3)**
- **സമുദ്ര പ്രദേശങ്ങൾ (ഇയ്യോബ് 41:1–31; യെഹെ. 26:16)**
- **സ്വർഗ്ഗം (എഫെ. 2:6; 6:12; വെളി. 12:7)**
- **ഭൗമ, ഭൂതല, സ്വർഗ്ഗീയ മേഖലകൾ (യെശ. 14:12–14; യിരെ. 1:10; ലൂക്കോ. 11:16–26; റോമ. 8:14–23; ഫിലി. 2:10)**
- ശത്രുവിന്റെ എല്ലാ അലസമായ നടപടികൾക്കും, തന്ത്രങ്ങൾക്കും, തന്ത്രങ്ങൾക്കും മീതെ **ഞാൻ** പ്രവചന വചനത്തെ **അടിച്ചേൽപ്പിക്കുന്നു (1 തിമൊ. 1:18-20).**
- യെശയ്യാവ് 54:17 അനുസരിച്ച്, ദുഷ്പ്രവൃത്തികൾ, ദുരാഗ്രഹങ്ങൾ, മന്ത്രവാദങ്ങൾ, പ്രവചനങ്ങൾ, ശാപങ്ങൾ, എന്നിവയെ **ഞാൻ അട്ടിമറിക്കുകയും അട്ടിമറിക്കുകയും ചെയ്യുന്നു.** മന്ത്രവാദ പ്രാർത്ഥനകൾ, ദൈവത്തിന്റെ ആദിമ പദ്ധതികൾക്കും ഉദ്ദേശ്യങ്ങൾക്കും വിരുദ്ധമായി സംസാരിക്കുന്ന എല്ലാ വ്യർത്ഥ വാക്കുകളും.
- **ഞാൻ പിൻവലിക്കുകയും** അവ നിലനിൽക്കില്ലെന്നും അവ

സംഭവിക്കില്ലെന്നും അവ വേരൂന്നില്ലെന്നും അവരുടെ അക്രമാസക്തമായ വാക്കാലുള്ള ഇടപെടലുകൾ ഇരട്ടിയായി അവർക്ക് തിരികെ നൽകുമെന്നും പ്രഖ്യാപിക്കുകയും ചെയ്യുന്നു.

- വ്യാജം പറയുന്ന എല്ലാ നാവും തെറ്റാണെന്നും സത്യം ജയിക്കുമെന്നും **ഞാൻ പ്രഖ്യാപിക്കുന്നു . അവരുടെ മൂക്കിൽ ഒരു കൊളുത്ത് ഇടുക, അവരുടെ ചുണ്ടുകൾക്ക് കടിഞ്ഞാണിടുക, അവരുടെ നാവിന്റെ ചമ്മട്ടിയിൽ നിന്ന് എന്നെ മറയ്ക്കുക (ഇയ്യോബ് 5:21; സങ്കീ. 5:6–10; യെശ. 37:29).**
- **ഞാൻ പോരാടുന്നു** . പിതാവേ, ദിവ്യന്യായവിധിയാൽ ആകാശം കുമ്പിടട്ടെ; അവരെ ചിതറിക്കാൻ മിന്നലുകൾ അയയ്ക്കണമേ; അവരെ നശിപ്പിക്കാൻ നിന്റെ അമ്പുകൾ എയ്യണമേ; മുകളിൽ നിന്ന് നിന്റെ കൈ അയച്ച് എന്നെ അവരിൽ നിന്ന് മോചിപ്പിക്കണമേ. അവരുടെ തുരങ്കം വയ്ക്കൽ ശ്രമങ്ങളിലൂടെയോ മുൻകൈകളിലൂടെയോ ഞാൻ ഒരു നിലമോ പ്രദേശമോ നഷ്ടപ്പെടുത്തുകയില്ല (1 രാജാക്കന്മാർ 21:1–16; സങ്കീർത്തനങ്ങൾ 144:5–7).
- സഹോദരന്മാരെ കുറ്റപ്പെടുത്തുന്നവൻ എന്നെ ബന്ധപ്പെടുന്ന ആരുടെയും

ആത്മാവിനെയോ മനസ്സിനെയോ സ്വാധീനിക്കുന്നതോ സ്വാധീനിക്കുന്നതോ **ഞാൻ വിലക്കുന്നു (വെളി. 12:10).**

- **ഞാൻ മാറ്റുകയും** ദൈവിക പ്രീതി, കൃപ, ബഹുമാനം, ആശംസകൾ എന്നിവ എന്നെക്കുറിച്ചും എന്റെ കുടുംബത്തെക്കുറിച്ചും ഞാൻ നിർവഹിക്കാൻ വിളിക്കപ്പെട്ടിരിക്കുന്ന ജോലിയെക്കുറിച്ചും / ശുശ്രൂഷയെക്കുറിച്ചുമുള്ള എല്ലാ നെഗറ്റീവ് വികാരങ്ങളെയും ധാരണകളെയും ചിന്തകളെയും മാറ്റിസ്ഥാപിക്കുകയും ചെയ്യുന്നുവെന്ന് പ്രഖ്യാപിക്കുകയും ചെയ്യുന്നു.
- കുലീനതയും മഹത്വവുമാണ് എന്റെ ഓഹരി എന്ന് **ഞാൻ വിധിക്കുകയും പ്രഖ്യാപിക്കുകയും ചെയ്യുന്നു (ഉൽപ. 12:1-3; സങ്കീ. 5:12).**
- പിതാവേ , മോശയുടെ കാലത്ത് യന്നേസിനോടും യംബ്രേസിനോടും ചെയ്തതുപോലെ, അഭിഷേകം ചെറുക്കുന്ന മന്ത്രവാദികളുടെയും മാലാഖമാരുടെയും അടയാളങ്ങളെ പരാജയപ്പെടുത്തണമേ. നുണയന്മാരുടെയും, ജ്യോതിഷികളുടെയും, മന്ത്രവാദികളുടെയും, പ്രവചനക്കാരുടെയും, മന്ത്രവാദികളുടെയും മറ്റും ശകുനങ്ങളെ

ആശയക്കുഴപ്പത്തിലാക്കണമേ. ഭാവികഥനക്കാരെ വിഡ്ഢികളാക്കുകയും അവരുടെ ഇരുണ്ട അറിവിനെ വിഡ്ഢിത്തമാക്കുകയും ചെയ്യണമേ (യെശ. 44:25; 2 തിമൊ. 3:8).

- ശാസിക്കുകയും തകർക്കുകയും ആത്മാവിനാൽ അവയെ പിടികൂടുകയും ചെയ്യുക. എല്ലാ രഹസ്യവും/അല്ലെങ്കിൽ രഹസ്യ ശ്രമങ്ങളും ശ്രമങ്ങളും പരാജയപ്പെടട്ടെ (2 ദിന. 20:35; നെഹെ. 4:7–8; എസ്ഥ. 3–9; ഇയ്യോബ് 5:12–14; സങ്കീ. 35:4; 55:9; 70:2; 83:17; 129:5).
- സ്വന്തം കൈകൾ കൊണ്ട് കാര്യങ്ങൾ ചെയ്യാൻ കഴിയാത്ത വിധം അവർ നിർമ്മിച്ച ഉപകരണങ്ങൾ നിരാശപ്പെടുത്തുക.
- അവരെ അവരുടെ സ്വന്തം കുതന്ത്രങ്ങളിലൂടെയും വഞ്ചനാപരമായ വഴികളിലൂടെയും കൊണ്ടുപോകുക.
- പകൽസമയത്തു അവർ ഇരുളിൽ അകപ്പെടട്ടെ; ഉച്ചസമയത്തു രാത്രിയിലെന്നപോലെ തപ്പിനടക്കട്ടെ.
- പൈശാചിക ഡാറ്റാബേസുകളെ ആക്രമിക്കാൻ ദിവ്യ വൈറസുകളെ വിടുക, അവ നശിപ്പിക്കാനും നശിപ്പിക്കാനും കൽപ്പിക്കുക.

- ഭാവിയിലെ എല്ലാ പൈശാചിക ആശയവിനിമയങ്ങളും നെറ്റ്‌വർക്കിംഗും പരാജയപ്പെടട്ടെ. ഏതൊരു ശ്രമവും പൊരുത്തക്കേടും തെറ്റിദ്ധാരണകളും മാത്രമേ ഉണ്ടാക്കൂ.
- അവരുടെ ഇടയിൽ ഒരു ആശയക്കുഴപ്പത്തിന്റെ ആത്മാവിനെ അയയ്ക്കണമേ.
- അവരുടെ നാവുകൾ ഭിന്നിക്കട്ടെ.
- അട്ടിമറി, അട്ടിമറികൾ, തിരിച്ചടികൾ എന്നിവയെ മറികടക്കുകയും അട്ടിമറിക്കുകയും ചെയ്യുക.
- എല്ലാ പ്രതികാര ആക്രമണങ്ങളും പരാജയപ്പെടട്ടെ.
- സ്ഥിരീകരിക്കണമേ , നിന്റെ ദൂതന്മാരുടെ ആലോചന അനുഷ്ഠിക്കണമേ (യെശ. 44:26).
- പൈശാചിക ബുദ്ധിശക്തിക്കെതിരെ ദിവ്യ ദൂതന്മാരുടെയും പ്രവചനങ്ങളുടെയും ആക്രമണങ്ങളും തന്ത്രങ്ങളും **അയയ്ക്കുക (യോശു. 5:13–14; സങ്കീ. 103:20–22).**
- അറസ്റ്റ് ചെയ്യുക . അവർ അഭിഷേകത്തെ ചെറുക്കുകയോ അധികാരം കൈയടക്കുകയോ സ്വാഭാവികമായോ ആത്മാവിന്റെ മണ്ഡലത്തിലോ ഒരു നിലയും നേടുകയോ ചെയ്യരുത് (1 ശമു. 10:27; 1 രാജാക്കന്മാർ 19:1–5; 21:1–16).

- **ഞാൻ** പൈശാചിക പ്രകടനങ്ങളെ വിലക്കുകയും ദൈവിക "ഗർഭച്ഛിദ്ര" നടപടികളും "ഗർഭം അലസലുകളും" പൈശാചിക ഗർഭാശയങ്ങളിലും ഇൻകുബേറ്ററുകളിലും സംഭവിക്കുന്നുവെന്ന് പറയുകയും ചെയ്യുന്നു (2 കൊരി. 10:5).
- ഇപ്പോൾ പിതാവേ, നീ എനിക്ക് ഒരു വലിയ പ്രവൃത്തി നിറവേറ്റാൻ തന്നിരിക്കുന്നു. എന്റെ കൈവശമുള്ള സാമ്പത്തികവും എല്ലാ വിഭവങ്ങളും സ്വതന്ത്രമാക്കുന്നതിനായി ഞാൻ പോരാടുന്നു. ലോകസ്ഥാപനത്തിന് മുമ്പ് എനിക്കായി ഒരുക്കിയതെല്ലാം, എന്റെ ജീവിതവുമായി ബന്ധപ്പെട്ടത് (ശുശ്രൂഷ, വിളി), ദൈവഭക്തി എന്നിവ ഇപ്പോൾ എനിക്ക് വരുന്നു. എനിക്ക് നിഷേധിക്കപ്പെടില്ല/ നിഷേധിക്കപ്പെടില്ല. പകരക്കാരെ ഞാൻ സ്വീകരിക്കില്ല/ സ്വീകരിക്കില്ല. വടക്ക്, തെക്ക്, കിഴക്ക്, പടിഞ്ഞാറ് എന്നിവിടങ്ങളിൽ നിന്ന് ഞാൻ വിഭവങ്ങളെ വിളിക്കുന്നു. ദൈവത്തിന്റെ യഥാർത്ഥ പദ്ധതികളും ഉദ്ദേശ്യങ്ങളും നിറവേറ്റുന്നതിന് എനിക്ക് ആവശ്യമായ എല്ലാ വിഭവങ്ങളും ഇപ്പോൾ കാലതാമസമില്ലാതെ എനിക്ക് ലഭിക്കുമെന്ന് ഞാൻ ആജ്ഞാപിക്കുകയും

പ്രഖ്യാപിക്കുകയും ചെയ്യുന്നു (2 പത്രോ. 1:3).

- ദുഷ്ടന്മാരുടെ സമ്പത്ത് ഇനി എനിക്കായി കരുതിവയ്ക്കുന്നില്ല, മറിച്ച് ഇപ്പോൾ അത് സ്വതന്ത്രമാക്കപ്പെട്ടിരിക്കുന്നു എന്ന് **ഞാൻ വിധിക്കുകയും പ്രഖ്യാപിക്കുകയും ചെയ്യുന്നു. എന്റെ സമ്പത്ത് കൈവശം വയ്ക്കേണ്ടതിലധികം കാലം കൈവശം വയ്ക്കുന്നവർ, എനിക്ക് അവകാശപ്പെട്ടതിൽ നിന്ന് അവർ വിട്ടുകൊടുക്കുന്നതുവരെ ആശ്വാസമില്ലാതെ കഷ്ടപ്പെടുകയും പീഡിപ്പിക്കപ്പെടുകയും ചെയ്യട്ടെ. "ചുമയ്ക്കുക, തുപ്പുക, അഴിക്കുക,** അഴിച്ചുവിടുക, ഉപേക്ഷിക്കുക" എന്ന് ഞാൻ സാത്താനോട് കൽപ്പിക്കുന്നു (ഇയ്യോബ് 20:15–18; സങ്കീർത്തനം 66:12; സഭാ. 2:26).
- **യഹോവ-യിരേ** , രാജാക്കന്മാരുടെ അരക്കെട്ടുകൾ അഴിച്ചുവിടുക! യേശുവിന്റെ നാമത്തിൽ, ഇലകളുള്ള രണ്ട് വാതിലുകൾ തുറക്കാൻ കൽപ്പിക്കുക. എന്റെ മുമ്പിൽ പോയി വളഞ്ഞ സ്ഥലങ്ങൾ നേരെയാക്കുക. പിച്ചള വാതിലുകൾ തകർക്കുക, ഇരുമ്പിന്റെ ഓടാമ്പലുകൾ മുറിക്കുക. നിന്റെ മഹത്വത്തിലെ ധനത്തിനും, നിന്റെ ആർദ്രമായ കരുണയ്ക്കും,

അളക്കാനാവാത്ത കൃപയ്ക്കും അനുസ്യൂതമായി, ഇരുട്ടിന്റെ നിധികളും, രഹസ്യ സ്ഥലങ്ങളുടെ മറഞ്ഞിരിക്കുന്ന സമ്പത്തും എനിക്ക് നൽകണമേ (യെശ. 45:1–3). സൈറസ് അഭിഷേകം എന്റെ ജീവിതത്തിൽ തടസ്സമില്ലാതെയും മലിനമാക്കപ്പെടാതെയും ഒഴുകുന്നുവെന്ന് ഞാൻ പ്രഖ്യാപിക്കുന്നു (യെശ. 60:10–17; ഫിലി. 4:19).

- **ഉയർത്തുവിൻ** ; നിത്യവാതിലുകളേ, (വാതിൽ കാവൽക്കാരേ) എന്നേക്കും ഉയർന്നിരിക്കുവിൻ; അങ്ങനെ മഹത്വത്തിന്റെ രാജാവ്, ശക്തനും ശക്തനുമായ കർത്താവ്, സൈന്യങ്ങളുടെ കർത്താവ്, അകത്തു വരട്ടെ (സങ്കീ. 24:7-10). അവന്റെ പ്രവേശനം നിഷേധിക്കാൻ കഴിയാത്ത എന്റെ അവബോധം ഞാൻ പ്രഖ്യാപിക്കുന്നു. അതിനാൽ, എനിക്ക് അവകാശപ്പെട്ടതിൽ നിന്ന് എനിക്ക് നിഷേധിക്കാൻ കഴിയില്ല, നിഷേധിക്കാനും കഴിയില്ല!
- ജാതികളുടെ സൈന്യങ്ങളെയും, എന്റെ പ്രവാചക തർഷീഷിൽ നിന്നുള്ള സ്വർണ്ണവും വെള്ളിയും, എന്റെ പ്രവാചക ശെബ രാജ്ഞിയും, രാജാധിരാജാവിന്റെ പുത്രന്മാർക്കും പുത്രിമാർക്കും അനുയോജ്യമായ എല്ലാ വിലയേറിയ

സ്വത്തുക്കളും/വിഭവങ്ങളും/ദാനങ്ങളും നിറയ്ക്കാൻ ഞാൻ ഉത്തരവിടുകയും പ്രഖ്യാപിക്കുകയും ചെയ്യുന്നു.

- ഞാൻ പ്രഖ്യാപിക്കുകയും പ്രഖ്യാപിക്കുകയും ചെയ്യുന്നു (യെശ. 60:16). സമുദ്രത്തിന്റെ സമൃദ്ധി എന്നിലേക്ക് പരിവർത്തനം ചെയ്യപ്പെടുമ്പോൾ ഞാൻ വലുതാകും (യെശ. 60:5). അന്യജാതിക്കാരുടെ മക്കൾ എന്റെ മതിലുകൾ പണിയും, അവരുടെ രാജാക്കന്മാർ എന്നെ ശുശ്രൂഷിക്കും (ഇയ്യോബ് 27:16-17; യെശ. 60).
- ഞാൻ പ്രഖ്യാപിക്കുന്നു. ഞാൻ താമസിക്കുന്ന നാട്ടിൽ സമ്പത്തിൽ വർദ്ധനവ് വരുത്തുകയും അഭിവൃദ്ധി പ്രാപിക്കുകയും ചെയ്യുന്നു, ദൈവത്തിന്റെ ഒരു ദൂതനായി അയയ്ക്കപ്പെടുന്നു. അവന്റെ ഔദ്യോഗിക പ്രതിനിധി എന്ന നിലയിൽ, എല്ലാ നയതന്ത്രപരവും പ്രഭുക്കന്മാരുടെയും അവകാശങ്ങളും, പദവികളും, ബഹുമാനവും, ബഹുമാനവും എനിക്ക് നൽകുന്നു. കൃപ, സത്യം, നന്മ, കരുണ എന്നിവയാണ് എന്റെ അംഗരക്ഷകർ.
- ഞാൻ വിധിക്കുകയും പ്രഖ്യാപിക്കുകയും ചെയ്യുന്നു; പരിശുദ്ധാത്മാവാണ് എന്റെ ഉപദേഷ്ടാവ്; യേശുക്രിസ്തു എന്റെ

വക്താവ്. ദൈവമേ, എൽ എലിയോൺ, എന്റെ ഏക ന്യായാധിപൻ പ്രഖ്യാപിച്ചു, അതിനാൽ എന്റെ പ്രഭുക്കന്മാർ സമാധാനവും എന്റെ അവകാശികൾ നീതിയും എന്റെ മതിലുകൾ രക്ഷയും എന്റെ വാതിലുകൾ സ്തുതിയും ആണെന്ന് ഞാൻ സ്ഥാപിക്കുന്നു (ഉൽപ. 47:27; യെശ. 60:17-18).

- എന്റെ അനുഗ്രഹ സമയം ലംഘിക്കപ്പെടുകയില്ലെന്ന് **ഞാൻ പ്രഖ്യാപിക്കുകയും പ്രഖ്യാപിക്കുകയും ചെയ്യുന്നു (സങ്കീ. 102:13).**
- ദൈവവും ദൈവനാമവും മാത്രം മഹത്വപ്പെടുന്നതിനായി, എന്റെ ജീവിതത്തിലും, ശുശ്രൂഷയിലും, ഓരോ കുടുംബാംഗത്തിന്റെയും, സഹകാരിയുടെയും, സുഹൃത്തിന്റെയും ജീവിതത്തിൽ സമ്പത്തിനും സമൃദ്ധിക്കും വേണ്ടിയുള്ള ഇനിപ്പറയുന്ന അഭിഷേകങ്ങൾ **ഞാൻ വിട്ടുകൊടുക്കുന്നു :**
- **യബ്ബേസ് അഭിഷേകം (1 ദിന. 4:10)**
- **അബ്രഹാമിക അഭിഷേകം (ഉല്പ. 12:1–3)**
- **മെൽക്കീസേദെക്കിന്റെ അഭിഷേകം (ഉല്പ. 14:18; എബ്രാ. 5:6–10)**
- **യോസേഫ് അഭിഷേകം ചെയ്യുന്നു (സങ്കീ. 105:21)**

- **യാക്കോബിയൻ അഭിഷേകം (ഉല്പ. 28:1; 30:43)**
- **യിസ്ഹാക്കിന്റെ അഭിഷേകം (ഉല്പ. 26:1–14)**
- **മിശിഹായുടെ അഭിഷേകം (ലൂക്കോസ് 8:1-3)**
- **സോളമൻ അഭിഷേകം (1 ദിന. 29; 2 ദിന. 9)**
- **ഏദെനിക അഭിഷേകം ഏഴുമടങ്ങ് (ഉല്പ. 1:28, 30; 2:15)**
- **ഉസ്സിയാൻ അഭിഷേകം (2 ദിന. 26:5-15)**
- **യോശുവ അഭിഷേകം (യോശു. 6:1–3)**
- **ഞാൻ** ദിനംപ്രതി അനുഗ്രഹങ്ങളാൽ നിറയപ്പെടുന്നു (സങ്കീ. 68:19).
- **ഞാൻ** വരുന്നു . കർത്താവ് എന്റെ കൈകളുടെ പ്രവൃത്തിയെ അഭിവൃദ്ധിപ്പെടുത്തുന്നു. അവനാലും അവനാലും ഞാൻ വലിയ കാര്യങ്ങൾ ചെയ്യുന്നു. വീണ്ടും ഞാൻ ആവർത്തിക്കുന്നു, എന്നെ നിഷേധിക്കുകയില്ല (ദാനി. 11:32)!
- യേശുവിന്റെ നാമത്തിൽ **ഞാൻ** വിജയവും പുരോഗതിയും പ്രഖ്യാപിക്കുന്നു **(2** കൊരി. **2:14).** സ്വർഗ്ഗരാജ്യം ഭരിക്കുകയും വാഴുകയും ചെയ്യുന്നുവെന്ന് **ഞാൻ** **പ്രഖ്യാപിക്കുകയും ചെയ്യുന്നു.** (വെളി. 11:15).

- ആത്മാവിന്റെ മണ്ഡലത്തിൽ ശത്രുക്കളുടെ പാളയങ്ങളെ തകർക്കാനും നശിപ്പിക്കാനും യൂറോക്ലൈഡൺ കാറ്റുകൾ പോലെയാണ് **ഞാൻ ഈ വാക്കുകൾ അയയ്ക്കുന്നത് . ആത്മാവിന്റെയും സ്വർഗ്ഗത്തിന്റെയും നാല് കാറ്റുകളെ നശിപ്പിക്കുന്നതും കീഴടക്കുന്നതുമായ കാറ്റുകളായി വീശാൻ ഇടയാക്കുക (യിരെ. 51:1; പ്രവൃത്തികൾ 27:14).**
- ഈ പ്രാർത്ഥനയും ഭാവിയിലെ എല്ലാ പ്രാർത്ഥനകളും ആത്മാവിന്റെ മണ്ഡലത്തിലെ ദിവ്യ പ്രക്ഷേപണങ്ങളുടെ സവിശേഷതകൾ സ്വീകരിക്കുന്നുവെന്നും അവ കാളയുടെ കണ്ണിൽ പതിക്കുമെന്നും **ഞാൻ പ്രഖ്യാപിക്കുകയും ചെയ്യുന്നു (സങ്കീ. 57:4).**
- ഈ പ്രാർത്ഥനയെയും എല്ലാ ആത്മീയ യുദ്ധ തന്ത്രങ്ങളെയും തന്ത്രങ്ങളെയും നിയന്ത്രിക്കുന്ന നിയമങ്ങൾ വചനം, രക്തം, ആത്മാവ് എന്നിവയാൽ ബന്ധിതമാണെന്ന് **ഞാൻ വിധിക്കുന്നു (1 യോഹന്നാൻ 5:7–8).**
- പൈശാചികമായ നിയമനത്തിൽ നിന്ന് മോചിതരായ ഓരോ ആത്മാവും ഇപ്പോൾ യേശുവിന്റെ പാദപീഠത്തിന്റെ ഭാഗമായിത്തീരണമെന്ന് **ഞാൻ**

വിധിക്കുന്നു (സങ്കീ. 110:1). *യേശുവിന്റെ നാമത്തിൽ ഈ പ്രാർത്ഥന ഞാൻ മുദ്രവെക്കുന്നു...ആമേൻ!*

- പിതാവേ, യേശുക്രിസ്തുവിന്റെ നാമത്തിൽ, അമാനുഷിക ശക്തി ഞങ്ങളുടെ ഉള്ളിൽ നിറയുന്നതുവരെ, നിന്റെ മഹത്വത്തിന്റെയും അനുഗ്രഹത്തിന്റെയും പരിധിയില്ലാത്ത സമ്പത്ത് ഞങ്ങളുടെ ഉള്ളിൽ വെളിപ്പെടുത്തണമേ, നിന്റെ ദിവ്യശക്തിയും സ്ഫോടനാത്മക ശക്തിയും കൊണ്ട്, ആമേൻ എഫെസ്യർ 3:16-21.
- പരിശുദ്ധാത്മാവേ, ഞങ്ങൾ നിരന്തരം നിന്റെ ആത്മാവിനെ ഞങ്ങളിൽ ഉണർത്തുകയും മറ്റുള്ളവരുടെ ജീവിതത്തിൽ വിശ്വാസത്താൽ അത് പ്രകടിപ്പിക്കുകയും ചെയ്യുമ്പോൾ, ക്രിസ്തുവിന്റെ സ്നേഹം യേശുക്രിസ്തുവിന്റെ നാമത്തിൽ നമ്മുടെ ജീവിതത്തിന്റെ ഉറവിടവും വേരും ആയിത്തീരുമ്പോൾ ക്രിസ്തുവിന്റെ ജീവൻ നമ്മുടെ ഉള്ളിൽ ആഴത്തിൽ പുറത്തുവരട്ടെ, ആമേൻ എഫെസ്യർ 3:16-21
- യേശുക്രിസ്തുവിന്റെ നാമത്തിൽ, ക്രിസ്തുവിന്റെ അത്ഭുതകരമായ സ്നേഹത്തിന്റെ മഹാബാഹുല്യം അനുഭവിക്കാനുള്ള ദൈവിക

പ്രാപ്തിയും ശാക്തീകരണവും നമുക്ക് ലഭിക്കുന്നു. ആമേൻ എഫെസ്യർ 3:16-21

- യേശുക്രിസ്തുവിന്റെ നാമത്തിൽ ദൈവത്തിന്റെ പൂർണ്ണതയാൽ നിറഞ്ഞു കവിയുന്നതുവരെ നിങ്ങളുടെ സ്നേഹത്തിന്റെ ഒഴുക്ക് ഞങ്ങളുടെ ജീവിതത്തിലേക്ക് ഞങ്ങൾ സ്വീകരിക്കുന്നു, ആമേൻ എഫെസ്യർ 3:16-21.
- നമ്മുടെ അഭ്യർത്ഥനയേക്കാൾ അനന്തമായി, നമ്മുടെ ഏറ്റവും അവിശ്വസനീയമായ സ്വപ്നത്തേക്കാൾ, നമ്മുടെ ഏറ്റവും വന്യമായ ഭാവനയെ മറികടക്കുന്ന, അനന്തമായി നിറവേറ്റാനും നേടാനും നമ്മിൽ പ്രവർത്തിക്കുന്ന ദൈവത്തിന്റെ മഹത്തായ ശക്തി പ്രകടിപ്പിക്കാൻ നമുക്ക് ധൈര്യവും സുബോധവും ലഭിക്കുന്നു. യേശുക്രിസ്തുവിന്റെ നാമത്തിൽ, ആമേൻ എഫെസ്യർ 3:16-21.
- പിതാവേ, യേശുവിന്റെ നാമത്തിലുള്ള പ്രവൃത്തികൾക്കായി സമയത്തിലും അല്ലാതെയും ഞങ്ങളെ നിരന്തരം ഊർജ്ജസ്വലരാക്കുന്നതിന്, നിന്റെ അത്ഭുതശക്തി ഞങ്ങളിൽ ഞങ്ങൾ വിളിക്കുന്നു, ആമേൻ എഫെസ്യർ 3:16-21.
- കർത്താവായ ദൈവമായ നിന്റെ മുമ്പിലും മനുഷ്യരുടെ മുമ്പിലും യേശുക്രിസ്തുവിന്റെ നാമത്തിൽ

കൃപയും ജ്ഞാനവും വർദ്ധിക്കുമാറാകട്ടെ, ആമേൻ എഫെസ്യർ 3:16-21.

- ഭൂതകാല, വർത്തമാന, ഭാവികാലങ്ങളിലെ നേട്ടങ്ങളുടെ ഫലമായി നിരന്തരം ഉയരുന്ന എല്ലാ മഹത്വകരമായ സ്തുതിയും യേശുവിന്റെ നാമത്തിൽ സ്വീകരിക്കുക, ആമേൻ എഫെസ്യർ 3:16-21.
- പുറപ്പെട്ടുപോയ ഈ വാക്കുകൾ നമ്മുടെ അടുക്കലേക്കു വെറുതെ മടങ്ങിവരില്ല, മറിച്ച് അവ അയച്ച ഉദ്ദേശ്യം നിറവേറ്റുകയും നമ്മുടെ ദൈവത്തിന്റെ മഹത്വത്തിന് സാക്ഷ്യം വഹിക്കുകയും ചെയ്യും. യെശയ്യാവ് 55:11

- ഞാൻ എന്റെ പ്രവൃത്തിയെ പ്രഖ്യാപിക്കുകയും പ്രഖ്യാപിക്കുകയും ദൈവത്തിന്റെ എഴുതപ്പെട്ട വചനപ്രകാരം നടക്കുകയും ചെയ്യുന്നു, പരിശുദ്ധാത്മാവിന്റെ പ്രബുദ്ധതയും മാർഗനിർദേശവും എന്നെ യേശുക്രിസ്തുവിന്റെ നാമത്തിലുള്ള വചനവുമായി അനുദിനം പൊരുത്തപ്പെടുത്തുന്നു, ആമേൻ. യോഹന്നാൻ 16:13, 2 തിമോത്തി 3:15-16

- ഇന്നുമുതൽ ഞാൻ രോഗികളുടെ മേൽ കൈ വയ്ക്കുമ്പോൾ അവർ സുഖം

പ്രാപിക്കുമെന്നും പുതിയ ഭാഷകളിൽ സംസാരിക്കുമെന്നും ഞാൻ പ്രഖ്യാപിക്കുകയും ചെയ്യുന്നു. എനിക്ക് വ്യാഖ്യാനങ്ങൾ ലഭിക്കും, രോഗികൾ തൽക്ഷണം സുഖം പ്രാപിക്കും, യേശുക്രിസ്തുവിന്റെ നാമത്തിൽ ആത്മീയമായോ, ദേഹീപരമായോ, ശാരീരികമായോ നാം പ്രാർത്ഥിക്കുന്നവരുടെ ലക്ഷണങ്ങളിൽ നിന്നും രോഗങ്ങളിൽ നിന്നും യേശുക്രിസ്തുവിന്റെ വിലയേറിയ രക്തത്താൽ ഞാൻ എന്നെയും എന്റെ കുടുംബത്തെയും എന്റെ ചുറ്റുമുള്ള എല്ലാവരെയും മൂടുന്നു. മർക്കോസ് 16:15-18, യോഹന്നാൻ 7:38, ലൂക്കോസ് 10:19

- ദൈവം എന്നെ വിളിച്ച ശുശ്രൂഷയിൽ ഫലപ്രദമാകുന്നതിന് പരിശുദ്ധാത്മാവിൽ എന്നെത്തന്നെ വളർത്തിയെടുക്കാൻ ഇന്നുമുതൽ കുറഞ്ഞത് ഒരു മണിക്കൂറോ അതിൽ കൂടുതലോ അന്യഭാഷകളിൽ സംസാരിക്കുന്നതിൽ ഞാൻ പങ്കുചേരുമെന്ന് ഞാൻ പ്രഖ്യാപിക്കുകയും പ്രഖ്യാപിക്കുകയും ചെയ്യുന്നു. യൂദാ 1:20, മർക്കോസ് 16:17, യെശയ്യാവ് 28:11, 1 കൊരിന്ത്യർ 14:39, 1 കൊരിന്ത്യർ 14:18

- ഇന്നുമുതൽ, സർവ്വശക്തനായ ദൈവത്തിന്റെ മഹത്വത്തിനായി രോഗശാന്തി, വിടുതൽ, അത്ഭുതങ്ങൾ, സമ്പത്ത് എന്നിവയുടെ അമാനുഷിക മേഖലയിൽ ഞാൻ പ്രവർത്തിക്കുന്നുവെന്ന് ഞാൻ പ്രഖ്യാപിക്കുകയും പ്രഖ്യാപിക്കുകയും ചെയ്യുന്നു. മർക്കോസ് 16:15-18; മത്തായി 28:17-20; വെളിപാട് 5:12; 1 തിമോത്തി 5:18; ഫിൽ 4:19; സദൃശവാക്യങ്ങൾ 8:18; 1 രാജാക്കന്മാർ 10:23; ഉല്പത്തി 49:25; ആവർത്തനം 18:1-14

- പരിശുദ്ധാത്മാവ് എന്നിൽ നിക്ഷേപിച്ചിരിക്കുന്ന ദാനം പുറപ്പെടുവിക്കുന്നതിനായി പരിശുദ്ധാത്മാവിൽ എന്റെ ദാനം ഉണർത്തുമെന്ന് ഞാൻ പ്രഖ്യാപിക്കുകയും പ്രഖ്യാപിക്കുകയും ചെയ്യുന്നു. സങ്കീർത്തനം 80:2, സങ്കീർത്തനം 35:23, 2 തിമോത്തി 1:6, 2 പത്രോസ് 1:13

- ഇന്നുമുതൽ ഞാൻ പ്രവാചക ദാനത്തിന്റെ മണ്ഡലത്തിൽ പ്രവർത്തിക്കുന്നു എന്ന് ഞാൻ പ്രഖ്യാപിക്കുന്നു - അറിവിന്റെ വചനം, ജ്ഞാനത്തിന്റെ വചനം, ഭാഷകളുടെ വ്യാഖ്യാനം, ദൈവവചനത്തിന്റെ

ആത്മികവർദ്ധന, ദിശ, പ്രകടനത്തിനും യുദ്ധത്തിനും വേണ്ടി വിവിധതരം ഭാഷകൾ റോമർ 15:12; റോമർ 14:19; എഫെസ്യർ 4:29,12,16; 1 കൊരിന്ത്യർ 14:12,3,26 2 കൊരിന്ത്യർ 12:19; യൂദാ 1:20

- പിതാവായ ദൈവവും പുത്രനും പരിശുദ്ധാത്മാവും എന്നിൽ വസിക്കുന്നുവെന്നും ഞാൻ അവരുടെ സ്ഥാനപതിയാണെന്നും സ്വർഗ്ഗത്തിന്റെ യാഥാർത്ഥ്യം ഭൂമിയിലേക്ക് കൊണ്ടുവരികയും എല്ലാ കാര്യങ്ങളിലും ദൈവരാജ്യത്തിന്റെ മനസ്സ് എന്താണെന്ന് ലോകത്തെ അറിയിക്കുകയും ചെയ്യുന്നുവെന്ന ബോധത്തോടെയാണ് ഞാൻ പ്രവർത്തിക്കുകയും നടക്കുകയും ചെയ്യുന്നതെന്ന് ഞാൻ പ്രഖ്യാപിക്കുകയും ചെയ്യുന്നു. സദൃശവാക്യങ്ങൾ 13:14; എഫെസ്യർ 6:20; 2 കൊരിന്ത്യർ 5:20; 2 കൊരിന്ത്യർ 6:1,16 യോഹന്നാൻ 17:10,23,26

- ഇന്നുമുതൽ രോഗശാന്തി, വിടുതൽ, അത്ഭുതങ്ങൾ, സമ്പത്തിന്റെ സൃഷ്ടി, വിതരണം എന്നിവ എന്റെ ജീവിതത്തിലെ ഒരു ജീവിതശൈലിയാണെന്നും യേശുക്രിസ്തുവിന്റെ നാമത്തിലുള്ള

ഒരു സംഭവമല്ലെന്നും ഞാൻ പ്രഖ്യാപിക്കുകയും പ്രഖ്യാപിക്കുകയും ചെയ്യുന്നു. രോഗശാന്തി സെഷനുകൾ മതി. മത്തായി 4:23; മത്തായി 16:10; മത്തായി 14:21; ലൂക്കോസ് 6:35; പ്രവൃത്തികൾ 10:38; എഫെസ്യർ 6:7; ഫിലി 2:13; യാക്കോബ് 2:26 യോശുവ 1:8 യാക്കോബ് 1:27; യാക്കോബ് 4:17

- ഇന്നുമുതൽ ഞാൻ ദിവസവും സ്വാർത്ഥജീവിതത്തിന് മരിക്കുന്നു, എന്റെ കുരിശ് എടുത്ത് പരിശുദ്ധാത്മാവിന്റെ പ്രേരണകളും നടത്തിപ്പും പിന്തുടരുന്നു, അങ്ങനെ എന്റെ ജീവിതത്തിൽ പരിശുദ്ധാത്മാവിന്റെ ശക്തിയുടെ പ്രവർത്തനങ്ങൾ പരമാവധി പ്രയോജനപ്പെടുത്താൻ കഴിയുമെന്ന് ഞാൻ പ്രഖ്യാപിക്കുകയും പ്രഖ്യാപിക്കുകയും ചെയ്യുന്നു. മർക്കോസ് 10:21; മത്തായി 16:24, ലൂക്കോസ് 9:23; മർക്കോസ് 8:34; 2 കൊരിന്ത്യർ 4:16; 1 കൊരിന്ത്യർ 15:34

- ആത്മാവിന്റെ ഫലം - അതിന്റെ എല്ലാ പ്രകടനങ്ങളിലും ഊഷ്മളമായ ദിവ്യസ്നേഹം - നിറഞ്ഞൊഴുകുന്ന സന്തോഷം; കീഴടക്കുന്ന സമാധാനം; നിലനിൽക്കുന്ന ക്ഷമ; പ്രവൃത്തിയിൽ

ദയ; സദ്ഗുണങ്ങൾ നിറഞ്ഞ ജീവിതം; നിലനിൽക്കുന്ന വിശ്വാസം; ഹൃദയത്തിന്റെ സൗമ്യത; ആത്മാവിന്റെ ശക്തി എന്നിവ യേശുവിന്റെ നാമത്തിൽ എന്നിൽ പരിധിയില്ലാത്തതാണെന്ന് ഞാൻ പ്രഖ്യാപിക്കുകയും പ്രഖ്യാപിക്കുകയും ചെയ്യുന്നു, ആമേൻ മത്തായി 7:20-23; ഗലാ 5:19-21

- അന്യഭാഷകളിൽ സംസാരിക്കുന്നതിന്റെ തെളിവുകൾ ഉപയോഗിച്ച് ആത്മാവിൽ സ്നാനം കഴിപ്പിക്കുകയും യേശു തന്റെ വചനത്തിൽ എന്നെ പഠിപ്പിച്ചതെല്ലാം അനുസരിക്കാൻ അവരെ സജ്ജരാക്കുകയും ചെയ്യും. മത്തായി 28:18-20; മർക്കോസ് 16:15-18

- ഞാൻ ദൈവത്തെ പൂർണ്ണഹൃദയത്തോടും ആത്മാവോടും ശക്തിയോടും കൂടി സ്നേഹിക്കുമെന്നും, എന്നോടുള്ള എല്ലാ ബഹുമാനത്തോടും സത്യസന്ധതയോടും കൂടി പെരുമാറുമ്പോൾ മറ്റുള്ളവരെയും എന്നെപ്പോലെ തന്നെ സ്നേഹിക്കുമെന്നും ഞാൻ പ്രഖ്യാപിക്കുകയും പ്രഖ്യാപിക്കുകയും ചെയ്യുന്നു. മത്തായി 22:37

- ദൈവത്തിന്റെ സ്നേഹവും, നമ്മുടെ കർത്താവായ യേശുക്രിസ്തുവിന്റെ കൃപയും, പരിശുദ്ധാത്മാവിന്റെ സ്ഥിരമായ സാന്നിധ്യവും എനിക്ക് ലഭിക്കുന്നു, ഈ സമർപ്പണങ്ങളെല്ലാം യേശുവിന്റെ നാമത്തിൽ നിലനിൽക്കുന്ന ഫലങ്ങളാക്കി മാറ്റാൻ. ആമേൻ.

വലിയ ചൂഷണങ്ങൾ - 1 - അദ്ധ്യായം 5 - മഹാന്മാരിൽ നിന്ന് എങ്ങനെയെന്ന് കണ്ടെത്തുക - ഭാഗം 4

സാത്താന്റെ അടിമത്തത്തിന് മതിയായത് മതി, ക്രിസ്തുവിലുള്ള സ്വാതന്ത്ര്യത്തിലേക്ക് സ്വാഗതം - ക്രിസ്ത്യാനികളെ പൈശാചികവൽക്കരിക്കാൻ കഴിയുമോ? ബന്ദിയായ സാത്താൻ കള്ളം പറയുന്നു, അജ്ഞതയിലൂടെ നിരവധി ക്രിസ്ത്യാനികളെ അടിമത്തത്തിൽ നിർത്താൻ സാത്താൻ വിൽക്കുന്നു. നിങ്ങളുടെ ജീവിതത്തിൽ അവരുടെ സാന്നിധ്യം എങ്ങനെ കണ്ടെത്താം, അവരെ എങ്ങനെ ഇല്ലാതാക്കാം + ഡെറക് പ്രിൻസ് പറഞ്ഞ ഗൈഡഡ് സെൽഫ് ഡെലിവറൻസിന്റെ സാക്ഷ്യത്തിൽ നിന്നുള്ള ഒരു മികച്ച കോൺഗ്രസ് സഹായത്തിൽ നിന്നുള്ള യഥാർത്ഥ കഥ ഭാഗം 4 + സ്വയം-മോചന പ്രാർത്ഥന സ്ക്രിപ്റ്റ് + രോഗശാന്തി, വിടുതൽ, പുനഃസ്ഥാപന കരാർ പ്രാർത്ഥന

പ്രിയ സഹോദരി സഹോദരന്മാരേ, ഇത് സാത്താന്റെ അടിമത്തത്തിലേക്ക് "ഇനഫ് ഈസ് ഇനഫ്" എന്ന പുസ്തകത്തിന്റെ നാലാം

ഭാഗമാണ്, ക്രിസ്തുയേശുവിലുള്ള സ്വാതന്ത്ര്യത്തിലേക്ക് സ്വാഗതം.

ഈ പരമ്പരയിൽ, മുന്നണികളിൽ ശത്രുക്കളെ നേരിടുന്നതിനും തടവുകാരെ ക്രിസ്തുവിലുള്ള സ്വാതന്ത്ര്യത്തിലേക്ക് മൂന്ന് തലങ്ങളിൽ വിടുവിക്കുന്നതിനുമായി ഞങ്ങൾ യോദ്ധാക്കളുടെ ഒരു സൈന്യത്തെ സൃഷ്ടിക്കുന്നു - വീണ്ടും ജനനം എന്ന് വിളിക്കപ്പെടുന്ന ആത്മാവിന്റെ രക്ഷ, വിടുതൽ എന്ന് വിളിക്കപ്പെടുന്ന ആത്മാവിന്റെ രക്ഷ, രോഗശാന്തി എന്ന് വിളിക്കപ്പെടുന്ന നമ്മുടെ ശരീരങ്ങളുടെ രക്ഷ.

ഇത് ഒരു വിതരണം ചെയ്യപ്പെട്ട ചട്ടക്കൂടിൽ സ്വയം ചെയ്യേണ്ട ഒരു തന്ത്രമാണ്, കർത്താവായ യേശുക്രിസ്തു ഞങ്ങളുടെ സർവ്വസൈന്യാധിപനാണ്. നിങ്ങളെ അതിൽ പങ്കാളികളാക്കാൻ സജ്ജരാക്കുക എന്നതാണ് ഞങ്ങളുടെ ജോലി. നിങ്ങളെയും നിങ്ങളുടെ പ്രിയപ്പെട്ടവരെയും നിങ്ങളുടെ വലയത്തിലെ മറ്റുള്ളവരെയും സ്വതന്ത്രരാക്കുക. ഓരോ വിശ്വാസിയിലും ഉറങ്ങിക്കിടക്കുന്ന ആ ഭീമനെ ഉണർത്തുകയും യുദ്ധക്കളത്തിലെ ഒരു യോദ്ധാവിന്റെ മാനസികാവസ്ഥ നിങ്ങളെ പഠിപ്പിക്കുകയും യേശുവിന്റെ നാമത്തിൽ ജീവൻ നഷ്ടപ്പെടാതെ വിജയകരമായ പ്രചാരണത്തിൽ ഏർപ്പെടാൻ

പ്രേരിപ്പിക്കുകയും ചെയ്യുക എന്നതാണ് ഞങ്ങളുടെ ലക്ഷ്യം.

ഏറ്റവും നല്ല പ്രതിരോധം നല്ല ആക്രമണമാണ്" എന്ന പഴഞ്ചൊല്ല് നിങ്ങൾ മനസ്സിലാക്കണം , ഗെയിമുകൾ, സൈനിക പോരാട്ടം എന്നിവയുൾപ്പെടെ നിരവധി പ്രവർത്തന മേഖലകളിൽ ഇത് പ്രയോഗിച്ചിട്ടുണ്ട്. ഇത് യുദ്ധത്തിന്റെ തന്ത്രപരമായ ആക്രമണ തത്വം എന്നും അറിയപ്പെടുന്നു.

എഫെസ്യർ 6-ാം അദ്ധ്യായം പന്ത്രണ്ടാം വാക്യം മുതൽ സൂക്ഷ്മമായി പരിശോധിച്ചാൽ, ദൈവം നിങ്ങളുടെ മുതുകിന് ഒരു കവചവും നൽകിയിട്ടില്ലെന്ന് നിങ്ങൾക്ക് പെട്ടെന്ന് മനസ്സിലാകും, കാരണം നാം ഒരു സമയത്തും പിരിഞ്ഞുപോകരുതെന്നും നാം ഇടപെടണമെന്നും അവൻ പ്രതീക്ഷിക്കുന്നു. സ്വർഗ്ഗത്തിൽ യുദ്ധം ഇതിനകം വിജയിച്ചതിനാൽ വീണ്ടും പോരാടാൻ ഓടുന്ന സൈനികർക്കോ ഓടുന്നവർക്കോ ഇടമില്ല. നമ്മുടെ അധികാരവും പരിശുദ്ധാത്മാവിലൂടെ നമുക്ക് നൽകിയിരിക്കുന്ന ശക്തിയും ഉപയോഗിച്ച് ആ വിജയം നടപ്പിലാക്കുക എന്നതാണ് നമ്മുടെ കടമ, കാരണം ശത്രു എപ്പോഴും തന്റെ അതിർത്തി കടക്കാൻ ആഗ്രഹിക്കും. നമ്മൾ അജ്ഞരാണോ എന്ന് കാണാൻ വെള്ളത്തെ പരീക്ഷിക്കുന്നു. നിർഭാഗ്യവശാൽ, നമ്മളിൽ

പലരും ദുഷ്ടന്റെ തന്ത്രങ്ങളെക്കുറിച്ച് അജ്ഞരാണ്.
ഇത് വായിക്കുക:

1 പത്രോസ് 5:7-9
ആംപ്ലിഫൈഡ് ബൈബിൾ
[7] നിങ്ങളുടെ എല്ലാ ചിന്താകുലങ്ങളും [നിങ്ങളുടെ എല്ലാ ഉത്കണ്ഠകളും, എല്ലാ ചിന്തകളും, എല്ലായ്പ്പോഴും] അവന്റെമേൽ ഇട്ടുകൊൾവിൻ; അവൻ നിങ്ങളെ [അഗാധമായ വാത്സല്യത്തോടെയും, നിങ്ങളെ വളരെ ശ്രദ്ധയോടെയും കാക്കുന്നവനും]. [8]
[സമതുലിതവും ആത്മനിയന്ത്രണമുള്ളവനും], എപ്പോഴും ജാഗരൂകരും ആയിരിക്കുക. നിങ്ങളുടെ ശത്രുവായ പിശാച് അലറുന്ന സിംഹത്തെപ്പോലെ [കഠിനമായി വിശന്നു] ആരെ വിഴുങ്ങണമെന്ന് അന്വേഷിച്ചുകൊണ്ട് ചുറ്റിനടക്കുന്നു. [9] എന്നാൽ അവനെ ചെറുത്തുനിൽക്കുക, [അവന്റെ ആക്രമണത്തിനെതിരെ - വേരൂന്നിയതും, സ്ഥിരമായതും, അചഞ്ചലവുമായി],

ലോകമെമ്പാടും നിങ്ങളുടെ സഹോദരീസഹോദരന്മാർ ഒരേ കഷ്ടപ്പാടുകൾ അനുഭവിക്കുന്നുണ്ടെന്ന് അറിഞ്ഞുകൊണ്ട് വിശ്വാസത്തിൽ ഉറച്ചുനിൽക്കുക . [നിങ്ങൾ ഒറ്റയ്ക്കല്ല കഷ്ടപ്പെടുന്നത്.]

ഈ വാക്യങ്ങളിൽ നിന്ന് നമുക്ക് കാണാൻ കഴിയും, സാത്താൻ നമ്മെ വിഴുങ്ങാനും, ഉച്ചഭക്ഷണത്തിനും, അത്താഴത്തിനും വേണ്ടി ജീവനോടെ തിന്നാനും അതിയായി

ആഗ്രഹിക്കുന്നു. ഇത്തരത്തിലുള്ള ശത്രുവിനെ നേരിടാൻ, എ, ബി, സി, ഡി, ഇ, എഫ്, ജി എന്നിവയിൽ നമ്മൾ മുമ്പ് എടുത്തുകാണിച്ചതുപോലെ, നിങ്ങൾക്ക് ഇനിപ്പറയുന്നവ ആവശ്യമാണ്. ഈ പ്രാർത്ഥന എല്ലാവർക്കും വേണ്ടിയുള്ളതല്ലെന്ന് ഞാൻ ഊന്നിപ്പറയണം. തിരഞ്ഞെടുക്കപ്പെട്ട കുറച്ചുപേർ ഈ 7 ഗുണങ്ങളാൽ എൻറോൾമെന്റിന് സ്വയം യോഗ്യരാകും.

അവ ഇപ്രകാരമാണ് :

A. ലഭ്യത (ആത്മാവ്, ആത്മാവ്, ശരീരം)
B. ധൈര്യം
C. മറ്റുള്ളവരോടുള്ള അനുകമ്പ
D. ദൃഢനിശ്ചയം
E. ആത്മാർത്ഥമായ സ്നേഹം
F. ഉജ്ജ്വലമായ കോപം
G. വലിയ വിശപ്പ്

ഈ ഗുണങ്ങൾ നിങ്ങൾക്ക് ഏറ്റവും കുറഞ്ഞ ചേരുവകളായി ഇല്ലെങ്കിൽ, വിജയകരമായ ഒരു പ്രചാരണം നടത്തുക അസാധ്യമായിരിക്കും, കാരണം മുകളിൽ പറഞ്ഞ എല്ലാ ചേരുവകളും ഒരുമിച്ച് ചേർക്കേണ്ടത് കടുക് മണി വിശ്വാസം സൃഷ്ടിക്കുന്നതിനാണ്, കാരണം ദൈവം വിശക്കുന്നവരെ പോറ്റുന്നു, തണുത്തതോ ഇളം ചൂടുള്ളതോ ആയ കുട്ടികളെയല്ല, അത് രോഗശാന്തിയിലും, മോചനത്തിലും,

ആന്തരികവും ബാഹ്യവുമായ പുനഃസ്ഥാപനത്തിലായാലും.
കൊള്ളമുതൽ ശേഖരിക്കാൻ തയ്യാറാണ്, പക്ഷേ നമ്മുടെ അനുഭവത്തിലേക്ക് അവ ശേഖരിക്കാൻ ഒരു കടുക് മണിയും സ്ഥിരമായ വിശ്വാസവും ആവശ്യമാണ്.

"Enough is enough to Cantivity of Satan", "Welcome to the Freedom in Christ" എന്നീ വിഷയങ്ങൾ പരിശോധിക്കുന്നു - ക്രിസ്ത്യാനികളെ പൈശാചികവൽക്കരിക്കാൻ കഴിയുമോ? "The Lies of the Badter", സാത്താൻ വിൽക്കുന്നത് അജ്ഞതയിലൂടെ നിരവധി ക്രിസ്ത്യാനികളെ അടിമത്തത്തിൽ നിർത്താനാണ്. നിങ്ങളുടെ ജീവിതത്തിൽ അവരുടെ സാന്നിധ്യം എങ്ങനെ കണ്ടെത്താം, അവരെ എങ്ങനെ പുറത്താക്കാം + **ഒരു മികച്ച കോൺഗ്രസ് സഹായത്തിൽ നിന്നുള്ള യഥാർത്ഥ കഥ ഗൈഡഡ് സെൽഫ്-ഡെലിവറൻസിന്റെ സാക്ഷ്യം** ഭാഗം 4. സാത്താൻ വിൽക്കുന്ന നുണകൾ പലരെയും ബന്ധനത്തിൽ നിർത്താൻ എങ്ങനെയെന്ന് നമ്മൾ പരിശോധിക്കും.
എന്റെ ധാരണ പ്രകാരം, ദുഷ്ടാത്മാക്കൾ അഥവാ ഭൂതങ്ങൾ, സാത്താൻ മനുഷ്യരാശിക്കെതിരെ നയിക്കുന്ന "ദുഷ്ടതയുടെ ആത്മീയ സൈന്യങ്ങളുടെ" (എഫെസ്യർ 6:12) താഴത്തെ തലമാണ്. അവയ്ക്ക് സാത്താൻ നിയോഗിച്ചിരിക്കുന്ന മൂന്ന് പ്രധാന ഉദ്ദേശ്യങ്ങളുണ്ട്:

1. ആദ്യം നമ്മെ പീഡിപ്പിക്കാനും പീഡിപ്പിക്കാനും;
2. രണ്ടാമതായി, ക്രിസ്തുവിനെ രക്ഷകനായി അറിയുന്നതിൽ നിന്ന് നമ്മെ തടയുക;
അതും കഴിഞ്ഞാൽ, മൂന്നാമത്,
3. ക്രിസ്തുവിനെ ഫലപ്രദമായി സേവിക്കുന്നതിൽ നിന്ന് നമ്മെ തടയാൻ.

ക്രിസ്ത്യാനികളെ ഭൂതവത്കരിക്കാൻ കഴിയുമോ എന്ന ചോദ്യത്തിന് ഉത്തരം നൽകുമ്പോൾ , മനസ്സിനെ ബാഹ്യമായി സ്വാധീനിക്കുന്നതിലൂടെയും, മനസ്സിനെ ഭാഗികമായി
കൈവശപ്പെടുത്തുന്നതിലൂടെയും, മനസ്സിനെ പൂർണ്ണമായി കീഴടക്കുന്നതിലൂടെയും ക്രിസ്ത്യാനികൾക്ക് ഭൂതവത്കരിക്കപ്പെടാം. അവിടെ ഭൂതബാധിതനായ വ്യക്തിക്ക് സ്വതന്ത്ര ഇച്ഛാശക്തി നഷ്ടപ്പെടുന്നു.
ക്രിസ്ത്യാനികളെ വളരെയധികം ബാധിക്കുന്ന കയ്പ്പ്, ക്ഷമയില്ലായ്മ, നീരസം, അഹങ്കാരം, മത്സരം തുടങ്ങിയവയുടെ വാതിൽ തുറക്കുമ്പോൾ അവ നമ്മിലേക്ക് പ്രവേശനം നേടുന്നു, ഇത് ശത്രുവിന് നമ്മുടെ മനസ്സിൽ ഒരു ഇടവും വാസസ്ഥലവും നൽകുന്നു.

മനുഷ്യ വ്യക്തിത്വത്തിന്റെ കേന്ദ്രവും നിയന്ത്രിക്കുന്നതുമായ മേഖലയായ ഹൃദയത്തിലേക്ക് പ്രവേശനം നൽകപ്പെട്ടിട്ടുണ്ടെങ്കിൽ, പൂർണ്ണമായും

ശുദ്ധമല്ലാത്ത ഒരു പാത്രത്തിൽ പരിശുദ്ധാത്മാവ് വസിക്കും.
ഒരു വ്യക്തിയുടെ ജീവിതത്തിലെ ഓരോ മേഖലയും പരിശുദ്ധാത്മാവ് അവനിൽ വസിക്കുന്നതിനുമുമ്പ് പൂർണ്ണമായും ശുദ്ധമായിരിക്കണം എന്ന പഠിപ്പിക്കൽ രണ്ട് അനഭിലഷണീയമായ പ്രത്യാഘാതങ്ങളിൽ ഒന്ന് ഉണ്ടാക്കിയേക്കാം. ചില ആത്മാർത്ഥ വിശ്വാസികൾ പരിശുദ്ധാത്മാവിന്റെ നിറവ് തേടുന്നതിൽ നിന്ന് അത് പിന്തിരിപ്പിച്ചേക്കാം, കാരണം അവർ സ്വയം പറയുന്നു, എനിക്ക് ഒരിക്കലും ആ നിലവാരത്തിലെത്താൻ കഴിയില്ല. അല്ലെങ്കിൽ ഇത്തരത്തിലുള്ള പഠിപ്പിക്കൽ പരിശുദ്ധാത്മാവിന്റെ സ്നാനം സ്വീകരിച്ച മറ്റുള്ളവരെ സ്വയം നീതിമാനായ ഒരു കാപട്യത്തിലേക്ക് സമ്മർദ്ദത്തിലാക്കാം. അവരുടെ ന്യായവാദം ഇതുപോലെയാണ്: പരിശുദ്ധാത്മാവിനെ സ്വീകരിക്കാൻ ഞാൻ പൂർണനായിരിക്കണം, അതിനാൽ ഇപ്പോൾ ഞാൻ എല്ലായ്പ്പോഴും പൂർണനായിരിക്കണം. ഫലം ഒരു വ്യാജ ക്രിസ്തീയ ജീവിതശൈലിയാണ്. അത്തരം ആളുകൾക്ക് ഇപ്പോഴും കോപം നഷ്ടപ്പെടുന്നു, പക്ഷേ ഇപ്പോൾ അവർ അതിനെ നീതിയുക്തമായ കോപം എന്ന് വിളിക്കുന്നു. അവർ ഇപ്പോഴും തങ്ങളുടെ ശുശ്രൂഷകനെയോ സഹക്രിസ്ത്യാനികളെയോ വിമർശിക്കുന്നു, പക്ഷേ അവർ അതിനെ വിവേചനം എന്ന് വിളിക്കുന്നു. അവർ ഇപ്പോഴും അവരുടെ

ശാരീരിക വിശപ്പുകളെ അമിതമായി ആസ്വദിക്കുന്നു, പക്ഷേ "എല്ലാം നിയമാനുസൃതമാണ്" എന്ന് പറഞ്ഞുകൊണ്ട് അവർ അതിനെ ന്യായീകരിക്കുന്നു.

പാപത്തെ കൈകാര്യം ചെയ്യുന്നത് ഒരു ജീവൻ-മരണ പോരാട്ടമാണ്. പാപം ഇപ്പോഴും നമ്മുടെ ജീവിതത്തിൽ പ്രവർത്തിക്കുന്നുണ്ടെന്ന് അംഗീകരിക്കുന്നത് ലജ്ജാകരമല്ല. നേരെമറിച്ച്, അത് അംഗീകരിക്കാൻ വിസമ്മതിക്കുന്നതിലാണ് നമ്മുടെ വലിയ അപകടം, അത് പ്രലോഭനങ്ങൾ വരുമ്പോൾ അവയെ ചെറുക്കാൻ നമ്മെ തയ്യാറാക്കുന്നില്ല. പരിശുദ്ധാത്മാവ് നമ്മുടെ ഉള്ളിൽ അവന്റെ വാസസ്ഥലം ഏറ്റെടുക്കാൻ നാം പൂർണരാകുന്നതുവരെ കാത്തിരിക്കുകയാണെങ്കിൽ, അത് ഒരു പ്രൊഫസർ തന്റെ വിദ്യാർത്ഥികളോട് പറയുന്നതുപോലെയായിരിക്കും, "നിങ്ങൾ പരീക്ഷകളിൽ വിജയിച്ചുകഴിഞ്ഞാൽ ഞാൻ നിങ്ങളെ പഠിപ്പിക്കാൻ തുടങ്ങും." അദ്ദേഹത്തിന്റെ വിദ്യാർത്ഥികൾ പ്രതികരിക്കും, "പക്ഷേ പ്രൊഫസർ, ഞങ്ങൾക്ക് വേണ്ടത് അതല്ല! നിങ്ങൾ ഇപ്പോൾ ഞങ്ങളെ പഠിപ്പിക്കാൻ തുടങ്ങേണ്ടതുണ്ട്, അതിനാൽ ഞങ്ങളുടെ പരീക്ഷകളിൽ വിജയിക്കാൻ ഞങ്ങൾക്ക് എന്താണ് വേണ്ടതെന്ന് ഞങ്ങൾ പഠിക്കും." തിന്മയുടെ

ശക്തിയെ മറികടക്കാനും ദൈവത്തിന്റെ വിശുദ്ധിയുടെ നിലവാരം കൈവരിക്കാനും നമുക്ക് നിരന്തരം അവന്റെ സഹായം ലഭ്യമാകുന്നതിന് ഇപ്പോൾ നമുക്ക് പരിശുദ്ധാത്മാവ് ആവശ്യമാണ്. പരിശുദ്ധാത്മാവിന്റെ സഹായം ആവശ്യമുള്ള ഒരു പ്രത്യേക സംഘർഷ മേഖല ഭൂതങ്ങളെ കൈകാര്യം ചെയ്യുന്നതാണ്.

നമ്മുടെ ഉള്ളിൽ ഭൂതങ്ങൾ ഉണ്ടെന്ന് പരിശുദ്ധാത്മാവ് മനസ്സിലാക്കിയാൽ അവൻ തന്റെ സഹായം പിൻവലിക്കുന്നില്ല. നേരെമറിച്ച്, നമ്മെക്കാൾ വ്യക്തമായി അവൻ നമ്മുടെ ആവശ്യം കാണുന്നു, അവയെ പുറത്താക്കാൻ അവൻ നമ്മെ ശക്തിപ്പെടുത്തുന്നു. അവന് നമ്മോട് കരുണയുള്ളതിനാൽ, അവൻ നമ്മുടെ ഉള്ളിൽ തന്റെ വാസസ്ഥലം ഏറ്റെടുക്കാനും, ശത്രുവിന്റെ എല്ലാ ശക്തിക്കും മേൽ ക്രിസ്തുവിന്റെ വിജയം സ്ഥാപിക്കുന്നതിനായി നമ്മോടൊപ്പം പ്രവർത്തിക്കാനും തയ്യാറാണ്. നമ്മുടെ പുരോഗതി നമ്മുടെ ഉള്ളിൽ പരിശുദ്ധാത്മാവിനോട് നാം എത്രത്തോളം സഹകരിക്കുന്നു എന്നതിനെ ആശ്രയിച്ചിരിക്കുന്നു.

ഒരിക്കൽ കൂടി ഞാൻ ഊന്നിപ്പറയട്ടെ: നാം ഇതിനകം പൂർണരായതിനാൽ പരിശുദ്ധാത്മാവ് നമ്മിൽ വസിക്കാൻ

വരുന്നില്ല. നാം പൂർണരാകാൻ നമ്മെ സഹായിക്കാനാണ് അവൻ വരുന്നത്. പാപത്തിൽ ജീവിക്കാൻ നാം ആഗ്രഹിക്കുന്നുവെങ്കിൽ, തീർച്ചയായും, പിശാചുക്കളുമായുള്ള നമ്മുടെ പോരാട്ടത്തിൽ പരിശുദ്ധാത്മാവ് നമ്മെ സഹായിക്കില്ല. എന്നാൽ നാം നമ്മുടെ പാപങ്ങൾ തിരിച്ചറിഞ്ഞ് ആത്മാർത്ഥമായി അനുതപിച്ചാൽ, നമ്മെ അടിമകളാക്കുന്ന പിശാചുക്കൾക്കെതിരെ അവൻ നമ്മോടൊപ്പം പോരാടും. അവന്റെ സഹായത്തോടെ നമുക്ക് അവയെ പുറത്താക്കാനും സ്വതന്ത്രരാകാനും കഴിയും.

വീണ്ടും ജനിച്ച, ആത്മാവിൽ നിറഞ്ഞ ക്രിസ്ത്യാനികൾ പിശാചുക്കൾക്ക് ഒരു വാസസ്ഥലമാകാൻ കഴിയുമെന്ന വസ്തുത സ്ഥിരീകരിക്കുന്നതിന് താഴെയുള്ള കഥ നോക്കാം, കാരണം നാം മനഃപൂർവ്വം സൃഷ്ടിക്കുന്ന തുറസ്സുകളിലൂടെ നമ്മുടെ ജീവിതത്തിൽ അവർക്ക് ഇടം നൽകുന്നു.

ഡെറക് പ്രിൻസ് പറഞ്ഞതുപോലെ, ഭൂതങ്ങളിൽ നിന്ന് ഗൈഡഡ് സെൽഫ് ഡിലിബറേഷൻ വഴി വിതരണം ചെയ്യപ്പെട്ട മികച്ച കോൺഗ്രസ് സഹായത്തിന്റെ യഥാർത്ഥ കഥ സാക്ഷ്യം:

തുടർന്നുള്ള സാക്ഷ്യപത്രത്തിൽ, വാഷിംഗ്ടൺ ഡിസിയിലെ ഒരു കോൺഗ്രസ് സഹായി തന്റെ

വ്യക്തിപരമായ പോരാട്ടങ്ങളെക്കുറിച്ച് തുറന്നുപറയുന്നു:

ഏഴ് വർഷങ്ങൾക്ക് മുമ്പ് ഞാൻ ആത്മാവിൽ സ്നാനമേറ്റു. കഴിഞ്ഞ വർഷം ജൂൺ അവസാനം, വാഷിംഗ്ടൺ ഡിസിയിലെ ഒരു പള്ളിയിൽ, നാഡി ബധിരതയ്ക്ക് എനിക്ക് തൽക്ഷണ രോഗശാന്തി ലഭിച്ചു. തുടർന്ന് ഓഗസ്റ്റിൽ, സ്തനങ്ങളിലെ സിസ്റ്റുകളും മുഴകളും സുഖപ്പെട്ടതായി എന്റെ ഡോക്ടർ സ്ഥിരീകരിച്ചു. ഞാൻ ഒരു കോൺഗ്രസുകാരന്റെ ഉന്നത സ്റ്റാഫ് അംഗമായിരുന്നു, എന്റെ രോഗശാന്തി അനുഭവത്തിൽ അദ്ദേഹം വ്യക്തിപരമായി ആവേശഭരിതനായിരുന്നെങ്കിലും, ഞാൻ താമസം മാറിയ രാഷ്ട്രീയ വൃത്തങ്ങളിൽ എന്റെ സാക്ഷ്യത്തിന് നല്ല സ്വീകാര്യത ലഭിച്ചില്ല. സെപ്റ്റംബറിൽ ഞാൻ എന്റെ ജോലി രാജിവച്ചു, അടുത്ത കുറച്ച് മാസങ്ങൾ വിശ്രമിച്ചും കർത്താവിനോടൊപ്പം സമയം ചെലവഴിച്ചും.

പിന്നീട് ഡിസംബർ പകുതിയോടെ എനിക്ക് വിഷാദവും നിരാശയും തോന്നി. ജനുവരിയിലെ ആദ്യ ആഴ്ച ഭയങ്കരമായിരുന്നു! ഒരു ദിവസം എനിക്ക് ദേഷ്യം വന്നു. ഞാൻ ഇവിടെ ഒറ്റയ്ക്കായിരുന്നു, അത് വളരെ നിസ്സാരമായ ഒരു കാര്യവുമായി ബന്ധപ്പെട്ടതായിരുന്നു. ഞാൻ ചെയ്ത പാപം - കോപം - എനിക്ക് പെട്ടെന്ന് മനസ്സിലായി. ഇംഗ്ലീഷിൽ

ക്ഷമയ്ക്കായി പ്രാർത്ഥിക്കാൻ ശ്രമിച്ചപ്പോൾ, എനിക്ക് ശ്വാസംമുട്ടൽ അനുഭവപ്പെട്ടു... വികാരങ്ങൾ കൊണ്ടല്ല, മറിച്ച് എന്റെ തൊണ്ടയിലെ ഒരു പ്രത്യേക സമ്മർദ്ദം കൊണ്ടായിരുന്നു - വളരെ യഥാർത്ഥമായ ഒരു ശാരീരിക ശക്തി. എനിക്ക് മോചനം ആവശ്യമായി വന്നേക്കാം എന്ന് ഒരു സുഹൃത്ത് നിർദ്ദേശിച്ചു. അതിനാൽ മോചനവും പൈശാചിക ശാസ്ത്രവും കൈകാര്യം ചെയ്യുന്ന നിങ്ങളുടെ ടേപ്പുകൾ ഞാൻ വാങ്ങി.

ആത്മാക്കൾ, ഭൂതങ്ങൾ, പ്രേതങ്ങൾ, നിങ്ങളിലുള്ളത് എന്നിവയെക്കുറിച്ചുള്ള എല്ലാ കാര്യങ്ങളിൽ നിന്നും ഞാൻ എപ്പോഴും ഒഴിഞ്ഞുമാറി, അവയെ ഞാൻ ഒറ്റയ്ക്ക് വിട്ടാൽ അവ തീർച്ചയായും എന്നെ ഒറ്റയ്ക്ക് വിടുമെന്ന് വിശ്വസിച്ചു. ആത്മാക്കളെയും ഭൂതങ്ങളെയും ഉൾക്കൊള്ളുന്ന ഒരു ട്രക്കും ഞാൻ ആഗ്രഹിച്ചില്ല! എന്നിട്ടും, വിടുതലിനെക്കുറിച്ചുള്ള നിങ്ങളുടെ ടേപ്പുകൾ ഞാൻ ശ്രദ്ധിച്ചു. എന്റെ ബൈബിൾ മേശപ്പുറത്ത് ഉണ്ടായിരുന്നു, നിങ്ങൾ തിരുവെഴുത്തുകൾ പിന്തുടരുമ്പോൾ വേഗത നിലനിർത്തി. ടേപ്പിന്റെ അവസാനം, നിങ്ങൾ നിങ്ങളുടെ ക്ലാസിന് നിർദ്ദേശങ്ങൾ നൽകിയപ്പോൾ, ഞാനും പിന്തുടരാൻ തീരുമാനിച്ചു. തുടർന്ന് നിങ്ങൾ വിടുതലിനായി പ്രാർത്ഥന ആരംഭിച്ചു, പക്ഷേ ടേപ്പ് പെട്ടെന്ന്

അവസാനിച്ചു - ടേപ്പിൽ നിങ്ങൾ അവസാനമായി പറഞ്ഞ കാര്യം, "ഓർക്കുക, യേശു നിങ്ങളുടെ വിമോചകനാണ്. "എന്ത് പ്രതീക്ഷിക്കണമെന്നോ എന്തുചെയ്യണമെന്നോ എനിക്കറിയില്ലായിരുന്നു. അതിനാൽ കർത്താവിനോടുള്ള എന്റെ പ്രാർത്ഥന, എനിക്ക് എന്തുചെയ്യണമെന്ന് അറിയില്ലായിരുന്നു, പക്ഷേ അവൻ എന്റെ വിമോചകനായതിനാൽ, ഞാൻ എന്നെത്തന്നെ പൂർണ്ണമായും അവനിൽ സമർപ്പിക്കുകയായിരുന്നു എന്നതാണ്.

തിന്മയും പാപവും എന്ന് എനിക്ക് തോന്നിയതും എന്റെ ഭാഗമാകാൻ ഞാൻ ആഗ്രഹിക്കാത്തതുമായ കാര്യങ്ങൾക്ക് ഞാൻ കർത്താവിനോട് പേരിട്ടില്ല - നീരസം, ക്ഷമയില്ലായ്മ, സംശയങ്ങൾ, ഉത്കണ്ഠകൾ, ഭയങ്ങൾ മുതലായവ. ഞാൻ പറഞ്ഞതുപോലെ, എനിക്ക് എന്താണ് പ്രതീക്ഷിക്കേണ്ടതെന്ന് അറിയില്ലായിരുന്നു. വളരെ കുറച്ച് മിനിറ്റിനുള്ളിൽ, രണ്ടോ മൂന്നോ മിനിറ്റിനുള്ളിൽ, ഞാൻ ഏറ്റവും നിരാശാജനകമായ രീതിയിൽ വിറയ്ക്കാനും വായ്മൂടിക്കെട്ടാനും തുടങ്ങി. ഏകദേശം പത്ത് മിനിറ്റിനുശേഷം, എന്റെ വയറുവേദന ഒരിക്കലും പഴയതുപോലെയാകില്ലെന്ന് എനിക്ക് തോന്നി! പക്ഷേ ഞാൻ പൂർണ്ണമായും മോചിതനായി എന്ന് എനിക്ക് തോന്നുകയോ വിശ്വസിക്കുകയോ ചെയ്തില്ല.

പിന്നെ ഞാൻ ഭൂതങ്ങളോടോ ആത്മാക്കളോടോ പേരിടാൻ ആവശ്യപ്പെട്ടു, അവരോട് പുറത്തുവരാൻ കൽപ്പിച്ചു. ഇത് സംഭവിച്ചില്ല. എന്തുകൊണ്ട്, എനിക്കറിയില്ല. പിന്നെ ഞാൻ കർത്താവിനോട് കൂടുതൽ ഉണ്ടോ എന്നും പേരുകൾ എന്തൊക്കെയാണെന്നും എന്നോട് പറയണമെന്ന് ആവശ്യപ്പെട്ടു, അങ്ങനെ എനിക്ക് അവരിൽ നിന്ന് മോചനം ചോദിക്കാൻ കഴിയും. ആദ്യത്തേത് ആത്മഹത്യയായിരുന്നു, ആ ശക്തി ഭയങ്കരമായിരുന്നു. എന്റെ തലയുടെ മുകൾഭാഗം വരെ എനിക്ക് അത് അനുഭവപ്പെട്ടു. എനിക്ക് ഒരുതരം മോചനം തോന്നി, പക്ഷേ പൂർണ്ണമായും അല്ല. കൂടുതൽ ഉണ്ടോ എന്ന് എന്നോട് പറയാൻ ഞാൻ കർത്താവിനോട് അപേക്ഷിച്ചു - അത് ബധിര ആത്മാവാണെന്ന് എന്നോട് പറഞ്ഞു. അതിന്റെ മോചനം അതിശയകരമായിരുന്നു! അത് മറ്റെന്തിനേക്കാളും നീണ്ടുനിന്നു, ആ ശക്തി യഥാർത്ഥത്തിൽ എന്റെ വയറിനെ എന്റെ പിന്നിലേക്ക് വലിച്ചു, എന്റെ വയറിന്റെ അക്രമാസക്തമായ വേരോടെ പിഴുതെറിയൽ എനിക്ക് ശാരീരികമായി അനുഭവപ്പെട്ടു, ഇതിലും എന്റെ തലയിലെ സമ്മർദ്ദം എനിക്ക് അനുഭവപ്പെട്ടു. ഞാൻ പൂർണ്ണമായും മോചിതനായി, അന്നുമുതൽ

അത്തരമൊരു അത്ഭുതകരമായ സമാധാനം എനിക്കറിയാം.

ജീവിതത്തിൽ അവയെ തിരിച്ചറിയാൻ സഹായിക്കുന്ന പ്രവർത്തനങ്ങളുടെ സവിശേഷതകൾ എന്തൊക്കെയാണ്?

സാത്താൻ അവർക്ക് മൂന്ന് പ്രധാന ഉദ്ദേശ്യങ്ങൾ നൽകിയിട്ടുണ്ടെന്ന് ഞങ്ങൾ നേരത്തെ പ്രസ്താവിച്ചു: *ഒന്ന് നമ്മെ പീഡിപ്പിക്കുകയും പീഡിപ്പിക്കുകയും ചെയ്യുക; രണ്ടാമത്തേത്, ക്രിസ്തുവിനെ രക്ഷകനായി അറിയുന്നതിൽ നിന്ന് നമ്മെ തടയുക; അത് പരാജയപ്പെട്ടാൽ, മൂന്നാമതായി, ക്രിസ്തുവിനെ ഫലപ്രദമായി സേവിക്കുന്നതിൽ നിന്ന് നമ്മെ തടയുക.* ഈ ഉദ്ദേശ്യങ്ങൾ നിറവേറ്റുന്നതിൽ, പിശാചുക്കൾ സാധാരണയായി അദൃശ്യരാണ്. മനുഷ്യ നേത്രങ്ങൾക്ക് അവയെ കാണാൻ കഴിയില്ല. എന്നിരുന്നാലും, കാറ്റിന്റെ സാന്നിധ്യം തിരിച്ചറിയുന്ന അതേ രീതിയിൽ നമുക്ക് അവയുടെ സാന്നിധ്യവും പ്രവർത്തനവും തിരിച്ചറിയാൻ കഴിയും. വാസ്തവത്തിൽ, ഇത് ഒരു ഉചിതമായ താരതമ്യമാണ്, കാരണം എബ്രായയിലും ഗ്രീക്കിലും ആത്മാവ് എന്ന പദം കാറ്റിന്റെ പദവുമാണ്. നമ്മൾ ഒരിക്കലും കാറ്റിനെ കാണുന്നില്ല, പക്ഷേ കാറ്റ് ഉൽപാദിപ്പിക്കുന്ന ഫലങ്ങൾ നമുക്ക് കാണാൻ കഴിയും: തെരുവുകളിൽ പൊടി ഉയരുന്നു,

ആകാശത്ത് മേഘങ്ങൾ സഞ്ചരിക്കുന്നു, മരങ്ങളെല്ലാം ഒരു ദിശയിലേക്ക് വളയുന്നു, നമ്മുടെ ദർശന മണ്ഡലത്തിലൂടെ മഴ പെയ്യുന്നു. ഈ "സൂചനാ പോസ്റ്റുകളെല്ലാം" കാറ്റിന്റെ സാന്നിധ്യവും പ്രവർത്തനവും വെളിപ്പെടുത്തുന്നു. ഭൂതങ്ങളുടെ കാര്യത്തിലും അങ്ങനെ തന്നെ. നമ്മൾ സാധാരണയായി അവരെ കാണുന്നില്ല, പക്ഷേ ചില സ്വഭാവ സവിശേഷതകളാൽ അവയുടെ സാന്നിധ്യം നാം തിരിച്ചറിയുന്നു. അവരുടെ പ്രവർത്തനങ്ങളിൽ ഏറ്റവും സാധാരണമായ ചിലത് ചുവടെ പട്ടികപ്പെടുത്തിയിരിക്കുന്നു: **1. ഭൂതങ്ങൾ വശീകരിക്കുന്നു. 2. ഭൂതങ്ങൾ ഉപദ്രവിക്കുന്നു. 3. ഭൂതങ്ങളുടെ പീഡനം. 4. ഭൂതങ്ങൾ നിർബന്ധിക്കുന്നു. 5. ഭൂതങ്ങൾ അടിമകളാക്കുന്നു. 6. ഭൂതങ്ങൾ ആസക്തിക്ക് കാരണമാകുന്നു. 7. ഭൂതങ്ങൾ മലിനമാക്കുന്നു. 8. ഭൂതങ്ങൾ വഞ്ചിക്കുന്നു. 9. ഭൂതങ്ങൾ ഭൗതിക ശരീരത്തെ ആക്രമിക്കുന്നു. പരമ്പരയുടെ അഞ്ചാം ഭാഗത്തിൽ ഇവ നമുക്ക് വികസിപ്പിക്കാം. എന്നാൽ ഇപ്പോൾ, നടപടിയെടുക്കാൻ നമ്മെ പ്രേരിപ്പിക്കുന്ന മുന്നറിയിപ്പ് സിഗ്നലുകൾ നോക്കാം.**

**മുന്നറിയിപ്പ് സിഗ്നലുകൾ –
ഡെലിവറൻസിന്റെ സാധ്യമായ ആവശ്യകത -
സാധ്യമായ സിഗ്നലായി ശ്രദ്ധിക്കേണ്ട
കാര്യങ്ങൾ:**

താഴെ പറയുന്ന സ്വഭാവസവിശേഷതകൾ ഒരു നിശ്ചിത കാലയളവിൽ പ്രകടമാകുകയോ, സ്ഥിരമായി പ്രത്യക്ഷപ്പെടുകയോ, ആവർത്തിച്ചുവരുകയോ ചെയ്യുമ്പോൾ, അല്ലെങ്കിൽ ക്രമേണ - കുറഞ്ഞതിനുപകരം കൂടുതൽ തീവ്രതയിലേക്ക് മാറുമ്പോൾ - സൂക്ഷ്മമായി പരിശോധിക്കേണ്ടതാണ്. ഈ മുന്നറിയിപ്പുകൾക്കെതിരെ സ്വയം പരിശോധിക്കുക. പെരുമാറ്റത്തെക്കുറിച്ചുള്ള ഇനിപ്പറയുന്ന ലഘുചിത്ര വിവരണങ്ങൾ സഹായത്തിനുള്ള ഒരു ആഹ്വാനമായിരിക്കാം:

1. ആശയക്കുഴപ്പത്തിലായതോ ക്രമരഹിതമായതോ ആയ ചിന്ത: യാഥാർത്ഥ്യവുമായുള്ള ബന്ധം നഷ്ടപ്പെടൽ - മിഥ്യാധാരണകൾ (വിപരീത തെളിവുകൾക്കുമുന്നിൽ തെറ്റായ ബോധ്യങ്ങളുടെ സ്ഥിരോത്സാഹം) - ഭ്രമാത്മകത; സംസാരശേഷി നഷ്ടപ്പെട്ടു.
2. അഭിനിവേശങ്ങൾ: മറ്റുള്ളവരെ ഒഴിവാക്കിക്കൊണ്ട് ഒരു വിഷയത്തിലോ ആശയത്തിലോ ഉള്ള ആസക്തി, നിർബന്ധബുദ്ധി, അനിയന്ത്രിതമായ പ്രേരണകൾ.
3. നേരിടാനുള്ള കഴിവില്ലായ്മ: ചെറിയ പ്രശ്നങ്ങൾ, ദൈനംദിന കാര്യങ്ങൾ.
4. സുഹൃത്തുക്കളെ ഉണ്ടാക്കുന്നതിലെയും നിലനിർത്തുന്നതിലെയും ബുദ്ധിമുട്ടുകൾ: മോശം സാമൂഹിക

കഴിവുകൾ, ഒറ്റപ്പെടൽ, സമൂഹത്തിൽ നിന്നുള്ള പിൻവാങ്ങൽ, ടോണർ ജീവിതശൈലി.

5. എല്ലാ മേഖലകളിലും പരാജയത്തിന്റെ ഒരു മാതൃക: സ്കൂളിൽ, ജോലിസ്ഥലത്ത്, കായികരംഗത്ത്, വ്യക്തിബന്ധങ്ങളിൽ.
6. നീണ്ടുനിൽക്കുന്നതോ കഠിനമോ ആയ വിഷാദം: ആത്മഹത്യാ ഭീഷണികൾ/ശ്രമങ്ങൾ.
7. പക്വതയില്ലായ്മ: ശിശു പെരുമാറ്റം (കിടക്കയിൽ മൂത്രമൊഴിക്കുന്നത് പോലുള്ളവ), അമ്മയെ അമിതമായി ആശ്രയിക്കൽ (കുട്ടിയായിരിക്കുമ്പോൾ അമിതമായി പറ്റിപ്പിടിക്കൽ, കൗമാരത്തിലും ഇരുപതുകളിലും തുടർച്ചയായ ആശ്രയത്വം), സമപ്രായക്കാരുടെ ഗ്രൂപ്പുമായി പൊരുത്തപ്പെടാൻ കഴിയാത്തത്.
8. സാധാരണ ഗതിയിൽ തുടരാത്തതും/അല്ലെങ്കിൽ ചികിത്സയോട് പ്രതികരിക്കാത്തതുമായ ശാരീരിക രോഗങ്ങളുടെ ഒരു പരമ്പര.
9. വ്യക്തിപരമായ ശുചിത്വം അവഗണിക്കുക (വൃത്തിഹീനവും വൃത്തിഹീനവുമായ ചുറ്റുപാടുകൾ) അല്ലെങ്കിൽ ക്രമത്തെയും ശുചിത്വത്തെയും കുറിച്ചുള്ള അമിതമായ ഉത്കണ്ഠ.

10. പുതിയ ആളുകളുമായും സ്ഥലങ്ങളുമായും പൊരുത്തപ്പെടാൻ ബുദ്ധിമുട്ട്.
11. അനാവശ്യമായ ഉത്കണ്ഠയും ഉത്കണ്ഠയും: ഭയം, പീഡിപ്പിക്കപ്പെടുന്നുവെന്ന തോന്നൽ.
12. അമിതമായോ അല്ലെങ്കിൽ വളരെ കുറച്ച് ഉറക്കമോ.
13. അമിതമായ സ്വാർത്ഥത: മറ്റുള്ളവരുടെ വികാരങ്ങൾ, പ്രവൃത്തികൾ, ആശയങ്ങൾ എന്നിവയോടുള്ള നിസ്സംഗത, മറ്റൊരാളുടെ വേദനയോടോ ആവശ്യത്തോടോ ഉള്ള സഹാനുഭൂതിയുടെ അഭാവം.
14. ഗണ്യമായ വേഗത്തിലുള്ള ശരീരഭാരം കൂടുകയോ കുറയുകയോ ചെയ്യുക.
15. നിശബ്ദമായ, "പരന്ന" വികാരങ്ങൾ (കോപം, സന്തോഷം, ദുഃഖം എന്നിവ ഉത്തേജിപ്പിക്കുന്ന പ്രതികരണങ്ങളുടെ അഭാവം) അല്ലെങ്കിൽ അനുചിതമായ വികാരങ്ങൾ (മൂർച്ചയുള്ള, വിശദീകരിക്കാനാകാത്ത മാനസികാവസ്ഥയിലെ മാറ്റങ്ങൾ, ഗുരുതരമായ നിമിഷങ്ങളിൽ മണ്ടത്തരം, പ്രവചനാതീതമായ കണ്ണുനീർ).
16. നെഗറ്റീവ് സ്വരൂപവും കാഴ്ചപ്പാടും: "താഴ്ന്ന സ്വഭാവം" എന്ന സങ്കീർണ്ണത, വിലയില്ലാത്തതായി തോന്നൽ.

17. പദ്ധതികളിൽ ഇടയ്ക്കിടെയുള്ള ക്രമരഹിതമായ മാറ്റങ്ങൾ: ജോലിയിൽ ഉറച്ചുനിൽക്കാൻ കഴിയാത്തത്, ഒരു സ്കൂൾ പരിപാടി, ഒരു ജീവിത ക്രമീകരണം, നിയമനങ്ങൾ പാലിക്കുന്നതിൽ പരാജയം, തീരുമാനങ്ങൾ പാലിക്കൽ.
18. അമിതമായ ആക്രമണാത്മകത (പോരാട്ട സ്വഭാവം, ശത്രുത, അക്രമം, കോപം) അല്ലെങ്കിൽ അതിശയോക്തിപരമായ വിധേയത്വം (സാധാരണ മത്സരബുദ്ധിയുടെയും ആത്മസ്ഥാപകത്വത്തിന്റെയും അഭാവം, നേരിടാൻ വിസമ്മതിക്കുക, വാദപ്രതിവാദം ഒഴിവാക്കുക).
19. യുക്തിരഹിതമായ അല്ലെങ്കിൽ യുക്തിരഹിതമായ അപകടസാധ്യത ഏറ്റെടുക്കൽ.
20. ഉത്സാഹത്തിന്റെയും ഉത്സാഹത്തിന്റെയും അഭാവം: ഉദാസീനത, ദുഃഖം, പതിവായി "തകർന്ന" മാനസികാവസ്ഥ, പരിമിതമായ അല്ലെങ്കിൽ നർമ്മബോധം ഇല്ലാത്തത്.

നിങ്ങളുടെ മോചനത്തിനായുള്ള ആറ് അടിസ്ഥാന ഘട്ടങ്ങൾ ഇവയാണ്:

1. നിങ്ങളുടെ പ്രശ്നങ്ങൾ തിരിച്ചറിയുക.
2. ക്ഷമിക്കുക, പ്രാർത്ഥിക്കുക, ദൈവവുമായി സ്വയം ശരിയാകുക.

3. നിങ്ങളുടെയും നിങ്ങളുടെ പിൻഗാമികളുടെയും മേലുള്ള ശാപങ്ങളും ആത്മബന്ധങ്ങളും പൊട്ടിക്കുക.
4. നിങ്ങളുടെ ഭൂതങ്ങളെ പുറത്താക്കൂ.
5. നിങ്ങളുടെ ആത്മാവിന്റെയും ശരീരത്തിന്റെയും രോഗശാന്തിക്കായി പ്രാർത്ഥിക്കുക.
6. നിങ്ങളുടെ ചിന്താരീതിയും പ്രവൃത്തിരീതിയും മാറ്റിക്കൊണ്ട് നിങ്ങളുടെ ജീവിതം അച്ചടക്കം പാലിക്കുക.

ആത്മമോചനത്തിനായുള്ള ഒരു ചെറിയ പ്രാർത്ഥന.

"കർത്താവായ യേശുക്രിസ്തുവേ, എന്റെ പാപങ്ങൾക്കു വേണ്ടി നീ കുരിശിൽ മരിച്ചു മരിച്ചവരിൽ നിന്ന് ഉയിർത്തെഴുന്നേറ്റു എന്ന് ഞാൻ വിശ്വസിക്കുന്നു. നിന്റെ രക്തത്താൽ നീ എന്നെ വീണ്ടെടുത്തു, ഞാൻ നിന്നുടേതാണ്, ഞാൻ നിനക്കുവേണ്ടി ജീവിക്കാൻ ആഗ്രഹിക്കുന്നു. എന്റെ എല്ലാ പാപങ്ങളും - അറിയപ്പെടുന്നതും അറിയാത്തതും - ഞാൻ ഏറ്റുപറയുന്നു - അവയെല്ലാം ഞാൻ ക്ഷമിക്കുന്നു. ഞാൻ അവയെല്ലാം ഉപേക്ഷിക്കുന്നു. നീ എന്നോട് ക്ഷമിക്കണമെന്ന് ഞാൻ ആഗ്രഹിക്കുന്നതുപോലെ ഞാൻ മറ്റുള്ളവരോട് ക്ഷമിക്കുന്നു. ഇപ്പോൾ

എന്നോട് ക്ഷമിക്കുകയും നിന്റെ രക്തത്താൽ എന്നെ ശുദ്ധീകരിക്കുകയും ചെയ്യുന്നു. ഇപ്പോൾ എല്ലാ പാപങ്ങളിൽ നിന്നും എന്നെ ശുദ്ധീകരിക്കുന്ന യേശുക്രിസ്തുവിന്റെ രക്തത്തിന് ഞാൻ നന്ദി പറയുന്നു. എന്റെ വിമോചകനായി ഞാൻ ഇപ്പോൾ നിന്റെ അടുക്കൽ വരുന്നു. എന്റെ പ്രത്യേക ആവശ്യങ്ങൾ - ബന്ധിക്കുന്നതും പീഡിപ്പിക്കുന്നതും മലിനമാക്കുന്നതും - നീ അറിയുന്നു; ആ ദുഷ്ടാത്മാവ്, ആ അശുദ്ധാത്മാവ് - "കർത്താവിന്റെ നാമം വിളിച്ചപേക്ഷിക്കുന്ന ഏവനും വിടുവിക്കപ്പെടും" എന്ന നിന്റെ വചനത്തിന്റെ വാഗ്ദാനം ഞാൻ അവകാശപ്പെടുന്നു. ഇപ്പോൾ ഞാൻ നിന്നെ വിളിക്കുന്നു. കർത്താവായ യേശുക്രിസ്തുവിന്റെ നാമത്തിൽ, എന്നെ വിടുവിച്ച് എന്നെ സ്വതന്ത്രനാക്കേണമേ. സാത്താനേ, ഞാൻ നിന്നെയും നിന്റെ എല്ലാ പ്രവൃത്തികളെയും ഉപേക്ഷിക്കുന്നു. യേശുവിന്റെ നാമത്തിൽ ഞാൻ എന്നെത്തന്നെ വിട്ടയക്കുന്നു, യേശുവിന്റെ നാമത്തിൽ ഇപ്പോൾ എന്നെ ഉപേക്ഷിക്കാൻ ഞാൻ നിന്നോട് കൽപ്പിക്കുന്നു. ആമേൻ!"

അത് നിങ്ങളുടെ ഹൃദയത്തിൽ നിന്ന് പുറപ്പെട്ട് കർത്താവിന്റെ രക്ഷ കാണട്ടെ!

നിങ്ങൾ രോഗിയാണോ അതോ പുനഃസ്ഥാപനം ആവശ്യമാണോ?

ഏതെങ്കിലും രൂപത്തിലോ രൂപത്തിലോ രോഗികളോ സുഖമില്ലാത്തവരോ, അല്ലെങ്കിൽ മോചനം ആവശ്യമുള്ളവരോ? അല്ലെങ്കിൽ പുനഃസ്ഥാപനം ആവശ്യമുള്ളവരോ, ദയവായി വിശ്വാസത്തിൽ താഴെയുള്ള ഡോട്ട് സ്പർശിക്കുക (വിശ്വാസം എന്നത് നിങ്ങളുടെ നിലവിലെ സാഹചര്യത്തിന്റെ കൃത്യമായ പോസിറ്റീവ് ഫലം കാണുകയും, നിങ്ങളുടെ രോഗശാന്തിയും മോചനവും ഉറപ്പാക്കാൻ യേശു 2000 വർഷങ്ങൾക്ക് മുമ്പ് തന്റെ പങ്ക് നിർവഹിച്ചിട്ടുണ്ടെന്ന് അറിയുകയും, ഒരു ഡൗൺ പേയ്മെന്റായി പുനഃസ്ഥാപനം നടത്തുകയും, ആ ഡൗൺ പേയ്മെന്റ് നിങ്ങൾക്ക് ലഭ്യമാണെന്ന് വിശ്വസിക്കുകയും ചെയ്യുന്നു, ബാങ്കിലെ നിങ്ങളുടെ ചെക്കിംഗ് അക്കൗണ്ടിലെ ഒരു പോസിറ്റീവ് ബാലൻസ് പോലെ, ഞങ്ങൾ നിങ്ങളോട് യോജിക്കുകയും യേശുക്രിസ്തുവിന്റെ നാമത്തിൽ സുഖപ്പെട്ടു എന്ന് ഉച്ചരിക്കുകയും ചെയ്യുമ്പോൾ ഒരു ചോദ്യവും ചോദിക്കില്ല, ആമേൻ)

നീ എനിക്കും അവർക്കും നൽകിയ അധികാരത്താൽ, ശത്രുവിനെതിരായ അവരുടെ കോപത്തോടും വിശപ്പോടും കൂടി, നീ അവർക്കെല്ലാവർക്കും സൗജന്യമായി നൽകിയത് സ്വീകരിക്കാൻ ഞാൻ ഇപ്പോൾ

വിശ്വാസത്തോടെ ആ അധികാരം പ്രയോഗിക്കുന്നു. എല്ലാ രോഗങ്ങളെയും, എല്ലാ രോഗങ്ങളെയും, അത് കാൻസർ ആകട്ടെ, COVID 19 ആകട്ടെ, ബലഹീനതയുടെ ആത്മാവാകട്ടെ, അത് പൈശാചിക ബാധയോ അടിച്ചമർത്തലോ ആകട്ടെ, ദാരിദ്ര്യത്തിന്റെ ആത്മാവാകട്ടെ, തിരിച്ചടികളാകട്ടെ, ദൈവം ഇതിനകം നിശ്ചയിച്ചതും മോചിപ്പിച്ചതുമായ കാര്യങ്ങളുടെ കാലതാമസം വരുത്തുന്ന പൂർത്തീകരണത്തെയോ ഞാൻ ശപിക്കുന്നു. ഞങ്ങൾ അപാകതയ്ക്കെതിരെ വരുന്നു, ഞാൻ അവരെ ബന്ധിക്കുന്നു, ഞങ്ങൾ അവരെ അവയുടെ വേരിലേക്ക് ശപിക്കുന്നു, യേശുക്രിസ്തുവിന്റെ നാമത്തിൽ അധികാരത്താൽ ഞങ്ങൾ അവരെ പുറത്താക്കുന്നു. ആമേൻ. യേശുക്രിസ്തുവിന്റെ മഹത്തായ നാമത്തിൽ അവരുടെ ജീവിതത്തിലേക്ക് രോഗശാന്തിയുടെയും വിടുതലിന്റെയും പുനഃസ്ഥാപനത്തിന്റെയും ഒരു മോചനം ഞങ്ങൾ വിളിക്കുന്നു. നിങ്ങളുടെ മഹത്വത്തിനും ബഹുമാനത്തിനും ആരാധനയ്ക്കും വേണ്ടി നിലനിൽക്കുന്ന സാക്ഷ്യങ്ങൾക്ക് കർത്താവേ നന്ദി. ഈ സന്ദേശത്തിന്റെ ഫലമായി നിങ്ങളുടെ രാജ്യത്തിലേക്ക് ചേർക്കപ്പെടുന്ന ആത്മാക്കൾക്ക് നന്ദി, ഞങ്ങൾ ഇപ്പോൾ കാണുകയും യേശുവിന്റെ നാമത്തിൽ നിങ്ങളുടെ മഹത്വത്തിനായി

പ്രകടമാക്കുകയും ചെയ്യുന്ന അത്ഭുതങ്ങൾ, ആമേൻ. പൂർത്തിയായി! സന്തോഷിക്കൂ!

സമ്പർക്ക ബിന്ദുവായി എടുത്തുകാണിച്ചിരിക്കുന്ന ഈ സ്ഥലത്ത് സ്പർശിച്ച് നിങ്ങളുടെ വായ് കൊണ്ട് ഏറ്റുപറയുക - ഞാൻ ആകുന്നു.
സുഖം പ്രാപിച്ചു, യേശുക്രിസ്തുവിന്റെ നാമത്തിൽ എന്റെ ആത്മാവിലും, ആത്മാവിലും, ശരീരത്തിലും, എന്റെ ചുറ്റുമുള്ള എല്ലാറ്റിലും ഞാൻ വിടുവിക്കപ്പെട്ടു, പുനഃസ്ഥാപിക്കപ്പെട്ടു, ആമേൻ!!!

മുമ്പ് നിങ്ങൾക്ക് ചെയ്യാൻ കഴിയാത്തത് ചെയ്യാൻ തുടങ്ങുക, പൂർണ്ണമായ രോഗശാന്തി, വിടുതൽ പുനഃസ്ഥാപനം നിങ്ങളുടെ ജീവിതത്തിൽ ഒരു ഫലമായി മാറുന്നതുവരെ ഏറ്റുപറയാൻ തുടങ്ങുക, യേശുവിന്റെ നാമത്തിൽ, ആമേൻ. ദൈവത്തിനെല്ലാം വേണ്ടി വിശപ്പുള്ളവരായിരിക്കുക,
കോപിച്ചിരിക്കുക, ശത്രു യേശുവിന്റെ നാമത്തിൽ തടഞ്ഞുവച്ചതെല്ലാം തിരികെ എടുക്കുക, ആമേൻ.
കുറിപ്പ്:
ദൈവത്തിന്റെ മഹത്വത്തിനും ശത്രുവിന്റെ നാണക്കേടിനും വേണ്ടിയുള്ള രോഗശാന്തിക്ക് സാക്ഷ്യം വഹിക്കുക! ഈ വിഷയത്തിൽ ഞങ്ങൾ നിങ്ങളോട് ഇപ്പോഴും

യോജിക്കണമെന്ന് നിങ്ങൾ ആഗ്രഹിക്കുന്നുവെങ്കിൽ ഞങ്ങൾക്ക് ഒരു ഇമെയിൽ അയയ്ക്കുക അല്ലെങ്കിൽ ഞങ്ങൾക്ക് വാട്ട്സ്ആപ്പ് ചെയ്യുക. അടുത്ത ആഴ്ച വ്യാഴാഴ്ച ആരംഭിക്കുന്ന സജ്ജീകരണ പരമ്പരയിൽ ബന്ധപ്പെടുക. ഞങ്ങളുടെ വെബ്സൈറ്റിൽ ഉടൻ തന്നെ വിശദാംശങ്ങൾ കണ്ടെത്തുക!

വലിയ ചൂഷണങ്ങൾ - 1 അദ്ധ്യായം 6 & 7 - വിടുതലിലേക്കുള്ള ഏഴ് (7) നിർണായക ഘട്ടങ്ങൾ +

ഫ്രാങ്കും ഇഡ മേ ഹാമണ്ടും പറഞ്ഞതുപോലെ, ഡെമോൺ ഗ്രൂപ്പുകളെ എങ്ങനെ തിരിച്ചറിയുകയും പുറത്താക്കുകയും ചെയ്യാം, അന്തിമ സംഘർഷത്തിന്റെ ദർശനം, നാല് (4) മുൻനിര ഇടപെടലുകളിൽ തന്ത്രപരമായി എങ്ങനെ വിജയിക്കാം - ഭാഗം 5 & ഭാഗം 6 + സ്വയം വിടുതൽ പ്രാർത്ഥന സ്ക്രിപ്റ്റ് + രോഗശാന്തി, വിടുതൽ, പുനഃസ്ഥാപന കരാർ പ്രാർത്ഥന

പ്രിയ സഹോദരീ സഹോദരന്മാരേ, ഇന്ന്, അടിമത്തത്തിലേക്ക് മതിയാകും, ക്രിസ്തുവിലുള്ള സ്വാതന്ത്ര്യത്തിലേക്ക് സ്വാഗതം എന്നതിനെക്കുറിച്ചുള്ള ഞങ്ങളുടെ പരമ്പരയുടെ 5-ാം ഭാഗവും 6-ാം ഭാഗവും ഞങ്ങൾ നിങ്ങൾക്കായി കൊണ്ടുവരുന്നു.

1 മുതൽ ഡിസംബർ 29 വരെ - 90 ദിവസം, ഈ അഞ്ച് മേഖലകളിലും ദൈവരാജ്യവും അവന്റെ ഇഷ്ടവും ചോദിച്ചുകൊണ്ട്, നിങ്ങളും ഞാനും

സ്വയം, കുടുംബം, സഭ, നമ്മുടെ രാഷ്ട്രങ്ങൾ, ലോകത്തിലെ രാഷ്ട്രങ്ങൾ എന്നിവയെക്കുറിച്ചുള്ള വിഷയങ്ങളിൽ വളരെയധികം സമയം ചെലവഴിച്ചപ്പോൾ, ആ അഞ്ച് മേഖലകളിലെ ഓരോ കുട്ടികൾക്കും വേണ്ടി, കർത്താവ് തന്റെ ഹൃദയത്തിന്റെ മുൻനിരയിലുള്ളത് ഉപയോഗിച്ച് ഒരാളെ ഗർഭം ധരിക്കുന്ന ഒരു മാർഗമുണ്ട്.

ഈ സമയത്തേക്ക്, സാത്താന്റെ അടിമത്തത്തിൽ നിന്ന് അവൻ നമുക്ക് നൽകുന്നതിനായി മരിച്ച സ്വാതന്ത്ര്യത്തിലേക്കുള്ള വിടുതലുമായി ഇത് ബന്ധപ്പെട്ടിരിക്കുന്നുവെന്ന് ഞാൻ ആത്മാർത്ഥമായി വിശ്വസിക്കുന്നു. നിരവധി പേർ എല്ലാ ദിവസവും തങ്ങളുടെ ജീവിതം ക്രിസ്തുവിന് സമർപ്പിക്കുന്നു, എന്നാൽ നിങ്ങളും ഞാനും പരിശുദ്ധാത്മാവിന്റെ ലെൻസുകൾ ഉപയോഗിച്ച് നമ്മുടെ ജീവിതത്തെ വിമർശനാത്മകമായി

നോക്കുകയാണെങ്കിൽ - നമ്മുടെ ജീവിതത്തിൽ സാത്താന്റെ അടിമത്തത്തിൽ കിടക്കുന്ന മേഖലകൾ നമ്മുടെ ആത്മാവിലും, നമ്മുടെ ആത്മാക്കളിലും, നമ്മുടെ ശരീരത്തിലും, നമ്മുടെ ചുറ്റുപാടും നിരന്തരമായ പ്രാർത്ഥനയ്ക്ക് കൈകാര്യം ചെയ്യാൻ കഴിയില്ലെന്ന് നമുക്ക് മനസ്സിലാകും. നമ്മുടെ ആത്മാവിന്റെ ശത്രുവുമായി നേരിട്ട് പോരാടേണ്ടത് ഇതിന് ആവശ്യമാണ് - നമ്മുടെ അലമാരകളുടെ പൊടിപിടിച്ച അലമാരകളിൽ നാം ഉപേക്ഷിച്ച രാജ്യ കൽപ്പന നടപ്പിലാക്കുക. ദൈവം ഇതിനകം നമുക്കുവേണ്ടി നേടിയെടുത്ത യുദ്ധം പൊരുതി, അവൻ മടങ്ങിവരുന്നതുവരെ കൈവശപ്പെടുത്താൻ വരാൻ ആവശ്യപ്പെടുന്നത് ഉത്തരവാദിത്തത്തിന്റെയും മുൻഗണനയുടെയും തെറ്റായ സ്ഥാനനിർണ്ണയമാണ്. തെറ്റായതും തെറ്റായി നിർദ്ദേശിച്ചതുമായ ഒരു ആജ്ഞാപനരേഖ.

ഈ ശരിയായ യുദ്ധ പ്രവർത്തനം, തൊഴിലാളികൾ കുറവുള്ള ഇടമാണിതെന്ന് ഞാൻ കരുതുന്നു. ശത്രുക്കളുമായുള്ള പോരാട്ടത്തിന്റെ മുൻനിരയിൽ.

ക്രിസ്തു മരിച്ച് ഉയിർത്തെഴുന്നേറ്റു നമുക്കെല്ലാവർക്കും നൽകിയ സ്വാതന്ത്ര്യം അനുഭവിക്കാൻ കഴിയേണ്ടതിന്, നാം ആത്മാക്കളെ ധാരാളം നേടുകയും

വിശ്വാസത്തിന്റെ നല്ല പോരാട്ടത്തിൽ പോരാടാൻ അവരെ സജ്ജരാക്കുകയും വേണം. കൈവശപ്പെടുത്തേണ്ട പ്രദേശം നമ്മുടെ മനസ്സിലും ശരീരത്തിലുമാണ്, അതിനാൽ അധികം സംസാരിക്കാതെ, നഷ്ടപ്പെട്ടവർക്ക് നാം ദിവസേന അനുഭവിക്കുന്നത് കാണാൻ കഴിയും - ക്രിസ്തുവിലുള്ള സ്വാതന്ത്ര്യം - പൂർണ്ണ വൃത്തം. ആത്മാവിൽ മാത്രമല്ല, നമ്മുടെ ആത്മാക്കളിലും ശരീരത്തിലും.

ഡോ. ജോൺ ലേക്ക്, ഡെറക് പ്രിൻസ്, ഫ്രാങ്ക് ഹാമൺ, ഇഡ മേ, അസാന്നിധ്യത്തിൽ ഉണ്ടായിരുന്ന മറ്റ് നിരവധി പേർ എന്നിവരെ ഞാൻ അഭിനന്ദിക്കുന്നു. എന്തുകൊണ്ടാണ്, മർക്കോസ് 16:15-19-ൽ യേശുക്രിസ്തു നമുക്ക് നൽകിയതുപോലെ, അന്ധകാരശക്തികളെ നേരിടാനും അവയ്ക്കെതിരെ വിജയകരമായ ആക്രമണ പ്രചാരണം നടത്താനും, ആധുനിക ക്രിസ്ത്യാനികളായ നമ്മളിൽ പലരും അധികാരമില്ലാത്തവരായിരിക്കുന്നത്.
ഭൂമിയിൽ അവൻ ഇതിനകം നേടിയത് നടപ്പിലാക്കുക.

ദുഷ്ടതയുടെ മണ്ഡലത്തിന്മേലുള്ള ക്രിസ്തു വിശ്വാസിയുടെ അധികാരത്തിന്റെയും അധികാരത്തിന്റെയും ഈ വിഷയത്തിൽ ഈ രേഖകൾ വളരെ സമയോചിതവും പൂർണ്ണമായും പ്രബോധനപരവുമാണെന്ന്

തെളിഞ്ഞിട്ടുണ്ട്. വളരെ കുറച്ച് പേർ മാത്രമേ എപ്പോഴും വളരെ രഹസ്യമായി മറച്ചുവെക്കുന്നുള്ളൂ, കാരണം അവർ സ്വയം പുനർനിർമ്മിക്കുന്നതിൽ പരാജയപ്പെട്ടു. ഇത് ഒരു വർഗ്ഗപരമായ കാര്യമായി, എല്ലാ വിശ്വാസികൾക്കും അവകാശപ്പെട്ട അഭിമാനകരമായ കാര്യമായി മാറിയിരിക്കുന്നു.

ശത്രുവിന്റെ തന്ത്രമാണിതെന്ന് എനിക്കറിയാം, തന്റെ തന്ത്രങ്ങളാൽ അജ്ഞതയിൽ പലരെയും ബന്ധിപ്പിച്ചിരിക്കാൻ. മറ്റെല്ലാ നാമങ്ങൾക്കും മേലായ, നമ്മുടെ വാഴ്ത്തപ്പെട്ടവനും ഉണക്കമുന്തിരിയുമായ യേശുക്രിസ്തുവിന്റെ നാമത്തിലുള്ള അധികാരത്താൽ, ഞാൻ പറയുന്നു, "പിശാചിന്റെ അടിമത്തത്തിന് മതി, മതി". ഇത് ഇതിനകം തന്നെ ഒരു സാധ്യതയാണ്, നമുക്ക് മനസ്സുണ്ടെങ്കിൽ, നമ്മുടെ രക്ഷയുടെ ഫലം നമുക്ക് ഭക്ഷിക്കാം - ഞാൻ പരാവർത്തനം ചെയ്തു.
നമുക്ക് വായിക്കാം

യെശയ്യാവ് 1:19 (NKJV):

നിങ്ങൾ മനസ്സുവെച്ചു കേട്ടനുസരിക്കുന്നുവെങ്കിൽ ദേശത്തിലെ നന്മ അനുഭവിക്കും;

നല്ലത് ഭക്ഷിക്കണമെങ്കിൽ , അവന്റെ വചനത്തിലെ എല്ലാ കല്പനകളും **ചിന്തകളിലൂടെയും വാക്കുകളിലൂടെയും പ്രവൃത്തികളിലൂടെയും പാലിക്കാൻ** നാം സന്നദ്ധരും അനുസരണയുള്ളവരുമായിരിക്കണം . ചിലപ്പോൾ കർത്താവ് നമ്മോട് എന്തെങ്കിലും **ചെയ്യാൻ പറയും , നമ്മൾ അവനെ അനുസരിക്കും** , പക്ഷേ നമ്മൾ മനസ്സില്ലാമനസ്സോടെയോ സ്നേഹരഹിതമായ മനോഭാവത്തോടെയോ അങ്ങനെ **ചെയ്തേക്കാം .**

യേശുവിന്റെ നാമത്തിൽ നമ്മുടെ ഓഹരി അതല്ല. ദൈവത്തെ സ്നേഹിക്കുക, യേശുവിന്റെ നാമത്തിൽ നമ്മളെപ്പോലെ മറ്റുള്ളവരെയും സ്നേഹിക്കുക എന്ന ആത്മാവിൽ മർക്കോസ് 16:15-19-ൽ യേശു നമുക്ക് നൽകിയ എല്ലാ കല്പനകളും ഞങ്ങൾ അനുസരിക്കുന്നു, മനസ്സോടെ അനുസരിക്കുന്നു. ആമേൻ.

ആ കല്പനകൾ പാലിക്കാൻ നാം തയ്യാറാകുന്നില്ലെങ്കിൽ, അനുസരണമുള്ളവരല്ലെങ്കിൽ, നമ്മിലും നമ്മുടെ ചുറ്റുപാടും ഒരു ശൂന്യതയും ഉണ്ടാകില്ല, ശത്രു ദേശത്തിന്റെ നന്മ തിന്നുകളയും - പുരുഷന്മാരുടെയും സ്ത്രീകളുടെയും, ആൺകുട്ടികളുടെയും പെൺകുട്ടികളുടെയും, അച്ഛന്മാരുടെയും

അമ്മമാരുടെയും, ജീവിതത്തെയും ദൈവഭക്തിയെയും സംബന്ധിക്കുന്ന എല്ലാറ്റിന്റെയും ആത്മാക്കൾ - യേശുവിന്റെ നാമത്തിൽ അത് നമ്മുടെ ഓഹരിയല്ല. ആമേൻ. അപ്പോൾ നമ്മുടെ മാനസികാവസ്ഥ എന്തായിരിക്കണം? ഇത് പതുക്കെ വായിച്ച് ധ്യാനിക്കുക - :

പത്രൊസ് 2 1:3

ആംപ്ലിഫൈഡ് ബൈബിൾ

3 തന്റെ മഹത്വത്താലും ശ്രേഷ്ഠതയാലും നമ്മെ വിളിച്ചവനെക്കുറിച്ചുള്ള യഥാർത്ഥവും വ്യക്തിപരവുമായ അറിവിലൂടെ, അവന്റെ ദിവ്യശക്തി നമുക്ക് [പൂർണ്ണമായും] ഒരു ചലനാത്മകമായ ആത്മീയ] ജീവിതത്തിനും ഭക്തിക്കും ആവശ്യമായതെല്ലാം നൽകിയിരിക്കുന്നു.

നമ്മുടെ മനോഭാവം അതായിരിക്കണം. ക്രിസ്തുവിൽ നാം ജേതാക്കളാണ് - ഭൂതകാലത്തിലും, വർത്തമാനത്തിലും, ഭാവിയിലും! നമ്മൾ എപ്പോഴും ജയിക്കുന്നു. ഒരു മുന്നണിയിലും നമ്മൾ പരാജിതരല്ല. ആമേൻ?

അപ്പോൾ, നാലാം ഭാഗത്തിൽ, നമ്മൾ "ക്രിസ്ത്യാനികളെ പൈശാചികവൽക്കരിക്കാൻ കഴിയുമോ?" എന്ന തലക്കെട്ട് പരിശോധിച്ചു. നമ്മുടെ ജീവിതത്തിലെ തന്റെ പ്രവർത്തനം

മറച്ചുവെക്കാൻ സാത്താൻ നമ്മെ വിൽക്കുന്ന നുണകൾ, അവ നമ്മുടെ ചുറ്റുപാടും പ്രവർത്തിക്കുന്നുണ്ടെന്ന് നിങ്ങൾക്കും എനിക്കും എങ്ങനെ അറിയാം, അവയെ എങ്ങനെ പുറത്താക്കാം, ഒരു സ്ത്രീയുടെ സ്വയം മോചനത്തിന്റെ കഥയിലൂടെ ഞങ്ങൾ അത് സമാഹരിച്ചു. താഴെയുള്ള ലിങ്ക് വഴി നിങ്ങൾക്ക് അത് കണ്ടെത്താം അല്ലെങ്കിൽ https://www.otakada.org എന്ന ഞങ്ങളുടെ വെബ്സൈറ്റിലേക്ക് നേരിട്ട് പോകാം.

ഈ ഭാഗം 5 ലും ഭാഗം 6 ലും, നമ്മൾ പര്യവേക്ഷണം ചെയ്യുന്നു - **"മോചനത്തിലേക്കുള്ള ഏഴ് (7) നിർണായക ഘട്ടങ്ങൾ + പൈശാചിക ഗ്രൂപ്പുകളെ എങ്ങനെ തിരിച്ചറിയാം, പുറത്താക്കാം, അന്തിമ സംഘർഷത്തിന്റെ ദർശനം, നാല് (4) ഇടപെടലിന്റെ മുൻനിരകളിൽ തന്ത്രപരമായി എങ്ങനെ വിജയിക്കാം - ഭാഗം 5 ലും ഭാഗം 6 ലും"**
ഒട്ടകാഡ സൈബർ ചർച്ചിൽ, ഞങ്ങൾ 2 ദശലക്ഷത്തിലധികം ഉള്ളടക്കങ്ങൾ കൊണ്ട് രാഷ്ട്രങ്ങളെ വിതയ്ക്കുകയാണ്, ദൈവം തന്റെ വചനത്തിലെ കാലാതീതമായ സത്യത്തിലൂടെ ജീവിതങ്ങളെ പരിവർത്തനം ചെയ്യുന്നു!

നിങ്ങളോടൊപ്പം,
ഈ സമയങ്ങളിലും സമയങ്ങളിലും

ദൈവാത്മാവ് എളുപ്പത്തിൽ
വസിക്കുന്നതിനും
പ്രവർത്തിക്കുന്നതിനുമായി ഞങ്ങൾ
ഞങ്ങളുടെ ഹൃദയങ്ങളിൽ വലിയ ആത്മീയ
ക്ഷേത്രങ്ങൾ പണിയുന്നു, അതിനാൽ
ഞങ്ങളോടൊപ്പം തുടരുക, ഞങ്ങളോടൊപ്പം
പണിയുക!
കർത്താവിന്റെ ദിവസത്തെക്കുറിച്ച്,
പൗലോസ് തെസ്സലോനിക്യർക്ക് എഴുതി.

1 തെസ്സലൊനീക്യർ 5:14-23

ആംപ്ലിഫൈഡ് ബൈബിൾ

14 വിശ്വാസികളേ, ഞങ്ങൾ നിങ്ങളെ പ്രബോധിപ്പിക്കുന്നത്: വഴിതെറ്റിയവരെ [അച്ചടക്കമില്ലാത്തവരെയും, അനുസരണക്കേടു കാണിക്കാത്തവരെയും] ഉപദേശിക്കുക; ഭീരുക്കളെ പ്രോത്സാഹിപ്പിക്കുക; ബലഹീനരെ സഹായിക്കുക; എല്ലാവരോടും ക്ഷമയോടെ കാത്തിരിക്കുക.
15 ആരും തിന്മയ്ക്ക് പകരം തിന്മ ചെയ്യാതിരിക്കാൻ ശ്രദ്ധിക്കുക; പരസ്പരം എല്ലാവർക്കുമായി എപ്പോഴും നന്മ അന്വേഷിക്കുക.
16 നിങ്ങളുടെ വിശ്വാസത്തിൽ എപ്പോഴും സന്തോഷിക്കുകയും സന്തോഷിക്കുകയും ചെയ്യുക;
17 പ്രാർത്ഥനയിൽ ഇടവിടാതെ സ്ഥിരതയുള്ളവരായിരിക്കുക;
18 എല്ലാ സാഹചര്യങ്ങളിലും [എന്തായാലും]

ദൈവത്തിന് നന്ദി പറയുകയും എപ്പോഴും
നന്ദി പറയുകയും ചെയ്യുക;
ക്രിസ്തുയേശുവിൽ നിങ്ങളെക്കുറിച്ചുള്ള
ദൈവത്തിന്റെ ഇഷ്ടം ഇതാണ്. 19
[പരിശുദ്ധാത്മാവിന്റെ പ്രവർത്തനത്തെയും
മാർഗനിർദേശത്തെയും കെടുത്തിക്കളയരുത്,
അല്ലെങ്കിൽ പ്രതികരിക്കാതിരിക്കുക]. 20
പ്രവചനങ്ങളുടെയോ പ്രവചനങ്ങളുടെയോ
വരങ്ങളെ [വാചിക്കപ്പെട്ട
വെളിപ്പെടുത്തലുകൾ—
പ്രബോധനത്തിന്റെയോ
പ്രബോധനത്തിന്റെയോ
മുന്നറിയിപ്പിന്റെയോ വാക്കുകൾ]
നിരസിക്കുകയോ നിരസിക്കുകയോ
ചെയ്യരുത്. 21 എന്നാൽ [എല്ലാം] ശ്രദ്ധാപൂർവ്വം
പരിശോധിക്കുക [അത്] [നിങ്ങൾക്ക് നല്ലത്
എന്താണെന്ന് തിരിച്ചറിയാൻ കഴിയും].
നല്ലതിനെ മുറുകെ പിടിക്കുക. 22 എല്ലാത്തരം
തിന്മയിൽ നിന്നും അകന്നു നിൽക്കുക.
23 സമാധാനത്തിന്റെ ദൈവം തന്നേ നിങ്ങളെ
പൂർണ്ണമായും ശുദ്ധീകരിക്കട്ടെ [അതായത്,
നിങ്ങളെ അശുദ്ധവും അസഭ്യവുമായ
കാര്യങ്ങളിൽ നിന്ന് വേർപെടുത്തി, നിങ്ങളെ
നിർമ്മലരും പൂർണ്ണരും കേടുകൂടാതെയും -
അവനു വേണ്ടി സമർപ്പിക്കപ്പെട്ടവരുമാക്കി -
നമ്മുടെ കർത്താവായ യേശുക്രിസ്തുവിന്റെ
പ്രത്യക്ഷതയിൽ നിങ്ങളുടെ ആത്മാവും
പ്രാണനും ശരീരവും പൂർണ്ണവും
കുറ്റമറ്റതുമായി കാണപ്പെടുമാറാകട്ടെ].

നമ്മുടെ എതിരാളിയുടെ തന്ത്രങ്ങളെക്കുറിച്ച് അജ്ഞരായിരിക്കരുതെന്ന് പത്രോസ് തന്റെ അവസാന ലേഖനങ്ങളിലും വിശ്വാസികൾക്ക് മുന്നറിയിപ്പ് നൽകി.

1 പത്രോസ് 5:7-9
ആംപ്ലിഫൈഡ് ബൈബിൾ

7 *നിങ്ങളുടെ എല്ലാ ചിന്താകുലങ്ങളും [നിങ്ങളുടെ എല്ലാ ഉത്കണ്ഠകളും, എല്ലാ ചിന്തകളും, എല്ലായ്പ്പോഴും] അവന്റെമേൽ ഇട്ടുകൊൾവിൻ; അവൻ നിങ്ങളെ [അഗാധമായ വാത്സല്യത്തോടെയും, നിങ്ങളെ വളരെ ശ്രദ്ധയോടെയും കാക്കുന്നവനും].*
8 *[സമചിത്തതയോടെയും]*
സമചിത്തതയോടെയും] എപ്പോഴും ജാഗരൂകരും ജാഗ്രതയുമുള്ളവരായിരിക്കുക. നിങ്ങളുടെ ശത്രുവായ പിശാച് അലറുന്ന സിംഹത്തെപ്പോലെ [കഠിനമായി വിശന്നു] ആരെ വിഴുങ്ങണമെന്ന് അന്വേഷിച്ചുകൊണ്ട് ചുറ്റിനടക്കുന്നു.
9 *എന്നാൽ അവനെ ചെറുത്തുനിൽക്കുക, [അവന്റെ ആക്രമണത്തിനെതിരെ - വേരൂന്നിയതും, സ്ഥിരമായതും, അചഞ്ചലവുമായ], ലോകമെമ്പാടും നിങ്ങളുടെ സഹോദരീസഹോദരന്മാർ ഒരേ കഷ്ടപ്പാടുകൾ അനുഭവിക്കുന്നുണ്ടെന്ന് അറിഞ്ഞുകൊണ്ട് വിശ്വാസത്തിൽ ഉറച്ചുനിൽക്കുക. [നിങ്ങൾ ഒറ്റയ്ക്കല്ല കഷ്ടപ്പെടുന്നത്.]*

ക്രിസ്ത്യാനികളിൽ ഭൂതങ്ങൾക്ക് വസിക്കാമോ എന്ന ചോദ്യത്തിന് ഉത്തരം നൽകുമ്പോൾ, അവസാന ഭാഗം നമുക്ക് കാണാം.

1 തെസ്സലൊനീക്യർ 23 പറയുന്നത് [23] *സമാധാനത്തിന്റെ ദൈവം തന്നേ നിങ്ങളെ പൂർണ്ണമായും ശുദ്ധീകരിക്കട്ടെ [അതായത്, നിങ്ങളെ അശുദ്ധവും അസഭ്യവുമായ കാര്യങ്ങളിൽ നിന്ന് വേർപെടുത്തി, നിങ്ങളെ നിർമ്മലരും പൂർണ്ണരും കേടുകൂടാതെയും - അവനു വേണ്ടി സമർപ്പിക്കപ്പെട്ടവരുമാക്കി - നമ്മുടെ കർത്താവായ യേശുക്രിസ്തുവിന്റെ വരവിൽ നിങ്ങളുടെ ആത്മാവും പ്രാണനും ശരീരവും പൂർണ്ണവും കുറ്റമറ്റതുമായി കാണപ്പെടട്ടെ].*

വികാരങ്ങൾ , ബുദ്ധി , ഇച്ഛാശക്തി എന്നിവയുടെ മണ്ഡലത്തിലാണ് .
വിശ്വാസത്താൽ നമ്മുടെ ആത്മാവിന്റെ രക്ഷ ലഭിക്കുമ്പോൾ ആത്മാവ് മരിച്ച അവസ്ഥയിൽ നിന്ന് പുതുക്കപ്പെടുന്നു അല്ലെങ്കിൽ ജീവൻ പ്രാപിക്കുന്നു - ഇച്ഛാശക്തിയുടെ ഒരു പ്രവൃത്തി. ആത്മാവിനും ശരീരത്തിനും പ്രവൃത്തി ആവശ്യമാണ് - അതിന് ഇച്ഛാശക്തിയുടെ ഒരു പ്രവൃത്തിയും ആവശ്യമാണ്.

അതുകൊണ്ടാണ് പൗലോസ് ഫിലി 2:12b, 13-ൽ എഴുതിയത് - ഭയത്തോടും വിറയലോടും കൂടെ നിങ്ങളുടെ സ്വന്തം രക്ഷയ്ക്കായി പ്രവർത്തിപ്പിൻ. എന്തെന്നാൽ, തന്റെ പ്രസാദപ്രകാരം ഇച്ഛിക്കാനും പ്രവർത്തിക്കാനും നിങ്ങളിൽ പ്രവർത്തിക്കുന്നത് ദൈവമാണ്.
ഈ പരമ്പരകളിൽ, മുൻനിരയിൽ ശത്രുക്കളെ നേരിടുന്നതിനും തടവുകാരെ ക്രിസ്തുവിലുള്ള സ്വാതന്ത്ര്യത്തിലേക്ക് മൂന്ന് തലങ്ങളിൽ വിടുവിക്കുന്നതിനുമായി ഞങ്ങൾ യോദ്ധാക്കളുടെ ഒരു സൈന്യത്തെ ഉയർത്തുന്നു - വീണ്ടും ജനനം എന്ന് വിളിക്കപ്പെടുന്ന ആത്മാവിന്റെ രക്ഷ, വിടുതൽ എന്ന് വിളിക്കപ്പെടുന്ന ആത്മാവിന്റെ രക്ഷ, രോഗശാന്തി എന്ന് വിളിക്കപ്പെടുന്ന നമ്മുടെ ശരീരങ്ങളുടെ രക്ഷ.

ഇത് ഒരു വിതരണ ചട്ടക്കൂടിനുള്ളിൽ സ്വയം ചെയ്യേണ്ട ഒരു തന്ത്രമാണ്, അച്ചടക്കമുള്ള ഇച്ഛാശക്തിയുടെ പ്രവൃത്തിയാണ്, കർത്താവായ യേശുക്രിസ്തു ഞങ്ങളുടെ സർവ്വസൈന്യാധിപനാണ്. ഇടപഴകാൻ നിങ്ങളെ സജ്ജരാക്കുക എന്നതാണ് ഞങ്ങളുടെ ജോലി. നിങ്ങളെയും നിങ്ങളുടെ പ്രിയപ്പെട്ടവരെയും നിങ്ങളുടെ വലയത്തിലെ മറ്റുള്ളവരെയും മോചിപ്പിക്കുക. ഓരോ വിശ്വാസിയിലും ഉറങ്ങുന്ന ആ ഭീമനെ ഉണർത്തുകയും യുദ്ധക്കളത്തിലെ ഒരു

യോദ്ധാവിന്റെ മാനസികാവസ്ഥ നിങ്ങളെ പഠിപ്പിക്കുകയും യേശുവിന്റെ നാമത്തിൽ ജീവൻ നഷ്ടപ്പെടാതെ വിജയകരമായ പ്രചാരണത്തിൽ ഏർപ്പെടാൻ നിങ്ങളെ പ്രേരിപ്പിക്കുകയും ചെയ്യുക എന്നതാണ് ഞങ്ങളുടെ ലക്ഷ്യം.

ഏറ്റവും നല്ല പ്രതിരോധം നല്ല ആക്രമണമാണ്" എന്ന പഴഞ്ചൊല്ല് നിങ്ങൾ മനസ്സിലാക്കണം , ഗെയിമുകൾ, സൈനിക പോരാട്ടം എന്നിവയുൾപ്പെടെ നിരവധി ശ്രമ മേഖലകളിൽ ഇത് പ്രയോഗിച്ചിട്ടുണ്ട്. ഇത് യുദ്ധത്തിന്റെ തന്ത്രപരമായ ആക്രമണ തത്വം എന്നും അറിയപ്പെടുന്നു.

നാലാം ഭാഗത്തിൽ നമ്മൾ നേരത്തെ പറഞ്ഞതുപോലെ, യുദ്ധം ഇതിനകം സ്വർഗ്ഗത്തിൽ വിജയിച്ചു കഴിഞ്ഞതിനാൽ, വീണ്ടും പോരാടാൻ ഓടുന്ന പട്ടാളക്കാർക്കോ ഓടുന്നവർക്കോ ഇടമില്ല. നമ്മുടെ അധികാരവും പരിശുദ്ധാത്മാവിലൂടെ നമുക്ക് നൽകപ്പെട്ട ശക്തിയും ഉപയോഗിച്ച് ആ വിജയം നടപ്പിലാക്കുക എന്നതാണ് നമ്മുടെ കടമ, കാരണം ശത്രു എപ്പോഴും തന്റെ അതിർത്തി കടക്കാൻ ആഗ്രഹിക്കും. നമ്മൾ അജ്ഞരാണോ എന്ന് കാണാൻ വെള്ളത്തെ പരീക്ഷിക്കുന്നു. നിർഭാഗ്യവശാൽ, നമ്മളിൽ പലരും ദുഷ്ടന്റെ തന്ത്രങ്ങളെക്കുറിച്ച് അജ്ഞരാണ്.

ശിഷ്യത്വമുള്ള ഒരു സൈന്യമെന്ന നിലയിൽ ഇത്തരത്തിലുള്ള ശത്രുക്കളെ നേരിടാൻ, A, B, C, D, E, F, G എന്നിവയിൽ നമ്മൾ മുമ്പ് എടുത്തുകാണിച്ചതുപോലെ,
താഴെപ്പറയുന്നവ നമുക്ക് ആവശ്യമാണ്. ഈ പരമ്പരകൾ എല്ലാവർക്കും വേണ്ടിയുള്ളതല്ലെന്ന് ഞാൻ ഊന്നിപ്പറയട്ടെ. തിരഞ്ഞെടുത്ത ചുരുക്കം ചിലർ ഈ 7 ഗുണങ്ങളാൽ എൻറോൾമെന്റിന് സ്വയം യോഗ്യത നേടും.

അവ ഇപ്രകാരമാണ് :

A. ലഭ്യത (ആത്മാവ്, ആത്മാവ്, ശരീരം)
B. ധൈര്യം
C. മറ്റുള്ളവരോടുള്ള അനുകമ്പ
D. ദൃഢനിശ്ചയം
E. ആത്മാർത്ഥമായ സ്നേഹം
F. ഉജ്ജ്വലമായ കോപം
G. വലിയ വിശപ്പ്

ഈ ഗുണങ്ങൾ നിങ്ങൾക്ക് ഏറ്റവും കുറഞ്ഞ ചേരുവകളായി ഇല്ലെങ്കിൽ, വിജയകരമായ ഒരു പ്രചാരണം നടത്തുക അസാധ്യമായിരിക്കും, കാരണം മുകളിൽ പറഞ്ഞ എല്ലാ ചേരുവകളും ഒരുമിച്ച് ചേർക്കേണ്ടത് കടുക് മണി വിശ്വാസം സൃഷ്ടിക്കുന്നതിനാണ്, കാരണം ദൈവം വിശക്കുന്നവരെ പോറ്റുന്നു, തണുത്തതോ ഇളം ചൂടുള്ളതോ ആയ കുട്ടികളെയല്ല, അത്

രോഗശാന്തിയിലും, മോചനത്തിലും, ആന്തരികവും ബാഹ്യവുമായ പുനഃസ്ഥാപനത്തിലായാലും.
കൊള്ളമുതൽ ശേഖരിക്കാൻ തയ്യാറാണ്, പക്ഷേ നമ്മുടെ അനുഭവത്തിലേക്ക് അവ ശേഖരിക്കാൻ ഒരു കടുക് മണിയും സ്ഥിരമായ വിശ്വാസവും ആവശ്യമാണ്.

ഇന്ന്, " **Enough is Enough to Cantivity of Satan and Welcome to the Freedom in Christ Jesus - ഏഴ് (7) നിർണായക ഘട്ടങ്ങൾ വിമോചനത്തിലേക്കുള്ള + എങ്ങനെ ഭൂതഗ്രൂപ്പുകളെ തിരിച്ചറിയുകയും പുറത്താക്കുകയും ചെയ്യാം, അന്തിമ സംഘർഷത്തിന്റെ ദർശനം, നാല് (4) ഇടപെടലിന്റെ മുൻനിരകളിൽ തന്ത്രപരമായി എങ്ങനെ വിജയിക്കാം - ഭാഗം 5 ഭാഗം 6**

എന്റെ ധാരണ പ്രകാരം, ദുഷ്ടാത്മാക്കൾ അഥവാ ഭൂതങ്ങൾ, സാത്താൻ മനുഷ്യരാശിക്കെതിരെ നയിക്കുന്ന "ദുഷ്ടതയുടെ ആത്മീയ സൈന്യങ്ങളുടെ" (എഫെസ്യർ 6:12) താഴത്തെ തലമാണ്. അവയ്ക്ക് സാത്താൻ നിയോഗിച്ചിരിക്കുന്ന മൂന്ന് പ്രധാന ഉദ്ദേശ്യങ്ങളുണ്ട്:

1. ആദ്യം നമ്മെ പീഡിപ്പിക്കാനും പീഡിപ്പിക്കാനും;
2. രണ്ടാമതായി, ക്രിസ്തുവിനെ രക്ഷകനായി അറിയുന്നതിൽ നിന്ന് നമ്മെ തടയുക;

അതും കഴിഞ്ഞാൽ, മൂന്നാമത്,
3. ക്രിസ്തുവിനെ ഫലപ്രദമായി സേവിക്കുന്നതിൽ നിന്ന് നമ്മെ തടയാൻ.

ഭൂതങ്ങളുടെ ഒമ്പത് (9) ഗുണങ്ങൾ ഇതാ

1. ഭൂതങ്ങൾ വശീകരിക്കുന്നു. 2. ഭൂതങ്ങൾ ഉപദ്രവിക്കുന്നു. 3. ഭൂതങ്ങൾ പീഡിപ്പിക്കുന്നു. 4. ഭൂതങ്ങൾ നിർബന്ധിക്കുന്നു. 5. ഭൂതങ്ങൾ അടിമകളാക്കുന്നു. 6. ഭൂതങ്ങൾ ആസക്തിക്ക് കാരണമാകുന്നു. 7. ഭൂതങ്ങൾ മലിനമാക്കുന്നു. 8. ഭൂതങ്ങൾ വഞ്ചിക്കുന്നു. 9. ഭൂതങ്ങൾ ഭൗതിക ശരീരത്തെ ആക്രമിക്കുന്നു.

ഇനി നമുക്ക് മോചനത്തിലേക്കുള്ള ഏഴ് (7) ഘട്ടങ്ങൾ നോക്കാം: 1) സത്യസന്ധത; 2) വിനയം; 3) പശ്ചാത്താപം 4) ത്യാഗം 5) ക്ഷമ 6) പ്രാർത്ഥന 7) യുദ്ധം.
വിശദാംശങ്ങൾ ഇതാ:

മോചനത്തിലേക്കുള്ള ഏഴ് പടികൾ

1. സത്യസന്ധത

ദൈവത്തിന്റെ അനുഗ്രഹമായ വിടുതൽ ലഭിക്കുമെന്ന് പ്രതീക്ഷിക്കുന്ന ഒരാൾ തന്നോടും ദൈവത്തോടും സത്യസന്ധനായിരിക്കണം. സത്യസന്ധതയുടെ അഭാവം ഒരാളുടെ ജീവിതത്തിന്റെ വിവിധ ഭാഗങ്ങളെ ഇരുട്ടിൽ നിർത്തുന്നു. അത്തരം ഇരുട്ടിൽ ഭൂതാത്മാക്കൾ വളരുന്നു. സത്യസന്ധത അവരെ

വെളിച്ചത്തിലേക്ക് കൊണ്ടുവരാൻ സഹായിക്കുന്നു. ഏറ്റുപറയുകയോ അനുതപിക്കുകയോ ചെയ്യാത്ത ഏതൊരു പാപവും പിശാചിന് നിലനിൽക്കാൻ ഒരു "നിയമപരമായ അവകാശം" നൽകുന്നു. അവൻ നിങ്ങളെ കാണുന്നതുപോലെ നിങ്ങളെത്തന്നെ കാണാനും അവനിൽ നിന്നുള്ളതല്ലാത്ത എന്തും വെളിച്ചത്തു കൊണ്ടുവരാനും നിങ്ങളെ സഹായിക്കാൻ ദൈവത്തോട് അപേക്ഷിക്കുക.

എന്റെ പാപം ഞാൻ നിന്നോടറിയിച്ചു; എന്റെ അകൃത്യം ഞാൻ മറച്ചുവെച്ചതുമില്ല. എന്റെ ലംഘനങ്ങളെ യഹോവയോടു ഏറ്റു പറയും എന്നു ഞാൻ പറഞ്ഞു; അപ്പോൾ നീ എന്റെ പാപത്തിന്റെ കുറ്റം ക്ഷമിച്ചു. സങ്കീർത്തനങ്ങൾ 32:5

ദൈവമേ, എന്നെ ശോധന ചെയ്തു എന്റെ ഹൃദയത്തെ അറിയേണമേ; എന്നെ പരീക്ഷിച്ചു എന്റെ നിനവുകളെ അറിയേണമേ; എന്നിൽ വ്യസനത്തിന്നുള്ള മാർഗ്ഗം ഉണ്ടോ എന്നു നോക്കി, ശാശ്വതമാർഗ്ഗത്തിൽ എന്നെ നടത്തേണമേ. സങ്കീർത്തനങ്ങൾ 139:23,24.

2. വിനയം

ഇതിൽ ഒരാൾ ദൈവത്തിലും അവന്റെ മോചനത്തിനായുള്ള കരുതലുകളിലും ആശ്രയിക്കുന്നു എന്ന തിരിച്ചറിവ് ഉൾപ്പെടുന്നു.

ദൈവം അഹങ്കാരികളെ എതിർക്കുന്നു; താഴ്മയുള്ളവർക്കോ കൃപ നൽകുന്നു. ആകയാൽ ദൈവത്തിന്നു കീഴടങ്ങുവിൻ; പിശാചിനെ എതിർത്തുനില്പിൻ; എന്നാൽ അവൻ നിങ്ങളെ വിട്ടു ഓടിപ്പോകും. യാക്കോബ് 4:7
ദൈവദാസന്മാർ വിടുതലിൽ ശുശ്രൂഷ ചെയ്യുന്നതിനോട് പൂർണ്ണമായ ഒരു തുറവിയും ഇതിൽ ഉൾപ്പെടുന്നു.
നിങ്ങൾക്കു രോഗശാന്തി വരേണ്ടതിന്നു തമ്മിൽ പാപങ്ങളെ ഏറ്റുപറഞ്ഞു ഒരുവന്നു വേണ്ടി ഒരുവൻ പ്രാർത്ഥിപ്പിൻ. യാക്കോബ് 5:16a

3. പശ്ചാത്താപം

പാപത്തിൽ നിന്നും സാത്താനിൽ നിന്നും ദൃഢനിശ്ചയത്തോടെയുള്ള പിന്തിരിയലാണ് മാനസാന്തരം. ഒരാൾ തന്റെ ജീവിതത്തിലെ എല്ലാ തിന്മകളെയും വെറുക്കുകയും അതിനോട് യോജിക്കാതിരിക്കുകയും വേണം.
"രണ്ടുപേർക്കും തമ്മിൽ ഒത്തുപോകാതെ ഒരുമിച്ചു നടക്കാനാകുമോ?" (ആമോസ് 3:3)
ഒരാൾക്ക് തന്റെ പാപങ്ങളെ വെറുക്കണം.
അവിടെവെച്ചു നിങ്ങൾ നിങ്ങളുടെ വഴികളെയും നിങ്ങളെത്തന്നേ മലിനമാക്കിയ സകലപ്രവൃത്തികളെയും ഓർക്കും; നിങ്ങൾ ചെയ്ത സകലദോഷങ്ങളും നിമിത്തം നിങ്ങൾക്കു നിങ്ങളോടു തന്നേ വെറുപ്പു തോന്നും. യെഹെസ്കേൽ 20:43

പ്രശ്നങ്ങളിൽ നിന്ന് മോചനം നേടുന്നതിനു വേണ്ടി മാത്രമല്ല, ദൈവം ആവശ്യപ്പെടുന്ന എല്ലാറ്റിനോടുമുള്ള അനുസരണത്തിലൂടെ യേശുവിനെപ്പോലെ ആകുന്നതിനാണ് വിടുതൽ ഉപയോഗിക്കേണ്ടത്. ആത്മീയ വളർച്ചയെയും ശുശ്രൂഷയെയും കൂട്ടായ്മയെയും തടസ്സപ്പെടുത്തുന്ന എല്ലാത്തിൽ നിന്നും ഒരു തിരിയലാണ് മാനസാന്തരം. മാനസാന്തരത്തിന് എല്ലാ പാപങ്ങളുടെയും തുറന്ന ഏറ്റുപറച്ചിൽ ആവശ്യമാണ്. അത് പിശാചുക്കളുടെ നിയമപരമായ അവകാശങ്ങൾ എടുത്തുകളയുന്നു.

4. പരിത്യാഗം

ത്യാഗം എന്നാൽ തിന്മയെ ഉപേക്ഷിക്കലാണ്. ത്യാഗം എന്നാൽ പശ്ചാത്താപത്തിൽ നിന്ന് ഉണ്ടാകുന്ന പ്രവൃത്തിയാണ്.
പരീശന്മാരിലും സദൂക്യരിലും പലരും തന്റെ സ്നാനത്തിന് വരുന്നതു കണ്ടപ്പോൾ അവൻ (യോഹന്നാൻ സ്നാപകൻ) അവരോട് പറഞ്ഞു: സർപ്പസന്തതികളേ, വരാനിരിക്കുന്ന കോപത്തിൽ നിന്ന് ഓടിപ്പോകാൻ നിങ്ങൾക്ക് ആരാണ് മുന്നറിയിപ്പ് നൽകിയത്? പഴങ്ങൾ കൊണ്ടുവന്ന് മാനസാന്തരത്തിനായി കൂടിവരുവിൻ. മത്തായി 3:7,8
മാനസാന്തരത്തിന് യോജിച്ച ഫലങ്ങൾ പുറപ്പെടുവിക്കുന്നതിൽ വാക്കുകളേക്കാൾ

കൂടുതൽ ഉൾപ്പെടുന്നു. അത് പശ്ചാത്താപത്തിന്റെ പ്രകടനമാണ്... ഒരാൾ തന്റെ പാപങ്ങളിൽ നിന്ന് യഥാർത്ഥത്തിൽ തിരിഞ്ഞുവന്നു എന്നതിന്റെ തെളിവാണ്. ഉദാഹരണത്തിന്, ഒരാൾ കാമഭ്രാന്തിൽ നിന്ന് അനുതപിച്ചാൽ അയാൾക്ക് ചില അശ്ലീല വസ്തുക്കൾ നശിപ്പിക്കേണ്ടി വന്നേക്കാം. മതപരമായ തെറ്റുകളിൽ നിന്ന് ഒരാൾ പശ്ചാത്തപിച്ചിട്ടുണ്ടെങ്കിൽ, ആ തെറ്റുമായി ബന്ധപ്പെട്ട എല്ലാ സാഹിത്യങ്ങളും വസ്തുക്കളും നശിപ്പിച്ചുകൊണ്ട് അയാൾ അത് പൂർണ്ണമായും ഉപേക്ഷിക്കേണ്ടി വന്നേക്കാം.

വിശ്വസിച്ചവരിൽ പലരും വന്നു തങ്ങളുടെ പ്രവൃത്തികളെ ഏറ്റുപറഞ്ഞു അറിയിച്ചു. വിചിത്ര വിദ്യകൾ പ്രയോഗിച്ചിരുന്ന പലരും തങ്ങളുടെ പുസ്തകങ്ങൾ കൊണ്ടുവന്ന് എല്ലാവരും കാൺകെ ചുട്ടുകളഞ്ഞു; അവയുടെ വില കണക്കുകൂട്ടിയപ്പോൾ അമ്പതിനായിരം വെള്ളിക്കാശ് എന്നു കണ്ടു. പ്രവൃത്തികൾ 19:18,19

ത്യാഗം എന്നാൽ സാത്താനിൽ നിന്നും അവന്റെ എല്ലാ പ്രവൃത്തികളിൽ നിന്നുമുള്ള ഒരു പൂർണ്ണമായ വേർപിരിയലാണ്.

5. ക്ഷമ

തന്റെ പുത്രൻ മുഖാന്തരം പാപങ്ങൾ ഏറ്റുപറഞ്ഞ് ക്ഷമ ചോദിക്കുന്ന

എല്ലാവരോടും ദൈവം സൗജന്യമായി ക്ഷമിക്കുന്നു. (1 യോഹന്നാൻ 1:9 കാണുക). നമ്മോട് ഏതെങ്കിലും വിധത്തിൽ തെറ്റ് ചെയ്തിട്ടുള്ള എല്ലാവരോടും നാം ക്ഷമിക്കണമെന്ന് അവൻ പ്രതീക്ഷിക്കുന്നു.
നിങ്ങൾ മനുഷ്യരോടു അവരുടെ പിഴകളെ ക്ഷമിച്ചാൽ, സ്വർഗ്ഗസ്ഥനായ നിങ്ങളുടെ പിതാവു നിങ്ങളോടും ക്ഷമിക്കും. നിങ്ങൾ മനുഷ്യരോടു അവരുടെ പിഴകളെ ക്ഷമിക്കാഞ്ഞാലോ, നിങ്ങളുടെ പിതാവു നിങ്ങളുടെ പിഴകളെയും ക്ഷമിക്കയില്ല. മത്തായി 6:14,15
ക്ഷമിക്കാനുള്ള മനസ്സൊരുക്കം വിടുതലിനു അത്യന്താപേക്ഷിതമാണ്. (മത്തായി 18:21-35 കാണുക). സ്ഥാനാർത്ഥി ദൈവത്തിന്റെ വ്യവസ്ഥകൾ പാലിക്കുന്നില്ലെങ്കിൽ ഒരു വിടുതൽ ശുശ്രൂഷകനും വിടുതൽ സാധ്യമാക്കാൻ കഴിയില്ല.

6. പ്രാർത്ഥന

യേശുവിന്റെ നാമത്തിൽ നിങ്ങളെ വിടുവിക്കാനും സ്വതന്ത്രരാക്കാനും ദൈവത്തോട് അപേക്ഷിക്കുക.
കർത്താവിന്റെ നാമം വിളിച്ചപേക്ഷിക്കുന്ന ഏവനും രക്ഷിക്കപ്പെടും. യോവേൽ 2:32

7. യുദ്ധം

പ്രാർത്ഥനയും യുദ്ധവും രണ്ട് വ്യത്യസ്തവും വ്യത്യസ്തവുമായ പ്രവർത്തനങ്ങളാണ്.

പ്രാർത്ഥന ദൈവത്തോടും യുദ്ധം ശത്രുവിനോടുമാണ്. പൈശാചിക ശക്തികൾക്കെതിരായ നമ്മുടെ യുദ്ധം ജഡികമല്ല, ആത്മീയമാണ് (എഫെ. 6:10-12; II കൊരി. 10:3-5 കാണുക). ദൈവത്തിനു കീഴടങ്ങുന്നതിന്റെ ആയുധങ്ങൾ ഉപയോഗിക്കുക, ദൈവത്തിന്റെ രക്തം. ദൈവവചനവും വിശ്വാസി എന്ന നിലയിൽ നിങ്ങളുടെ സാക്ഷ്യവുമായ യേശുക്രിസ്തു. (യാക്കോബ് 4:7; വെളിപ്പാട് 12:1 I; എഫെസ്യർ 6:17 കാണുക). ആത്മാക്കളെ തിരിച്ചറിയുക, ആജ്ഞാപിക്കുന്ന സ്വരത്തിൽ നേരിട്ട് പേര് വിളിക്കുക, വിശ്വാസത്തോടെ യേശുവിന്റെ നാമത്തിൽ പോകാൻ അവരോട് കൽപ്പിക്കുക. ദൃഢനിശ്ചയത്തോടെയും വിജയത്തിന്റെ ഉറപ്പോടെയും യുദ്ധത്തിൽ പ്രവേശിക്കുക. ക്രിസ്തുവിന് പരാജയപ്പെടാൻ കഴിയില്ല! അവൻ വിമോചകനാണ്!

"വിശ്വസിക്കുന്നവരാൽ ഈ അടയാളങ്ങൾ നടക്കും: എന്റെ നാമത്തിൽ അവർ ഭൂതങ്ങളെ പുറത്താക്കും." മർക്കൊസ് 16:17a
"ഇതാ, പാമ്പുകളെയും തേളുകളെയും ശത്രുവിന്റെ സകല ശക്തിയെയും ചവിട്ടുവാൻ ഞാൻ നിങ്ങൾക്കു അധികാരം തരുന്നു; ഒന്നും നിങ്ങളെ ഒരിക്കലും ഉപദ്രവിക്കയില്ല." ലൂക്കോസ് 10:19

"യഹോവ എന്റെ പാറയും എന്റെ കോട്ടയും എന്റെ രക്ഷകനും ആകുന്നു." സങ്കീർത്തനങ്ങൾ 18:2a

ഭൂതങ്ങളുടെ കൂട്ടങ്ങൾ നിങ്ങൾക്ക് നൽകിക്കൊണ്ട് ഞങ്ങൾ ഇത് വികസിപ്പിക്കുകയാണ്. ഒരു ഭൂതം ഒരു ശക്തികേന്ദ്രമായി പ്രവർത്തിക്കുകയും മറ്റുള്ളവർ ഈ പ്രധാന ശക്തികേന്ദ്രമായ ഭൂതത്തോടൊപ്പം ചേർന്ന് ക്രിസ്തു സൈന്യത്തിന്റെ ജീവിതത്തിൽ കൂടുതൽ വിനാശം വരുത്തുകയും ചെയ്യുന്നു, അത് നിങ്ങളാണ്. നമ്മുടെ ഇച്ഛാശക്തിയുടെ പ്രവൃത്തിയിലൂടെ ചില നെഗറ്റീവ് ശീലങ്ങളെ അടിസ്ഥാനമാക്കിയുള്ളതാണ് അവ, വിശ്വാസിയുടെ ആത്മാവിന്റെയും ശാരീരികത്തിന്റെയും മണ്ഡലത്തിൽ വസിക്കാൻ ഒരു കാന്തം പോലെ അവരെ ക്ഷണിക്കുന്നു. ഓർമ്മിക്കുക, ഇരുട്ട് ഇരുട്ടിനെ ആകർഷിക്കുന്നു. വെളിച്ചം ഇരുട്ടിനെ അകറ്റുന്നു.

ദൈവം അംഗീകരിക്കാത്തതോ ബൈബിളിലെ നല്ല പുസ്തകങ്ങളിൽ ഇല്ലാത്തതോ ആയ എന്തും നാം ചെയ്താൽ അത് ഇരുട്ടാണ്. ക്രിസ്തു നമുക്ക് നൽകിയ സ്വാതന്ത്ര്യം എങ്ങനെ നിലനിർത്താമെന്ന് പൗലോസ് വിവരിച്ച ഗലാത്യർ 5 പരിശോധിക്കുക. സ്വാതന്ത്ര്യത്തിന് പുറത്തുള്ള എന്തും

ഇരുട്ടിന്റെ മണ്ഡലത്തിലേക്കുള്ള ഒരു ആകർഷണമാണ്. ഓർമ്മിക്കുക, അവർ ഒരു വാസസ്ഥലം തേടുകയാണ്, മനുഷ്യശരീരം ഏറ്റവും മുൻഗണനകളിൽ ഒന്നാണ്.
ഇത് വായിക്കുക:

ഗലാത്യർ 5:13-25
ആംപ്ലിഫൈഡ് ബൈബിൾ
13 *സഹോദരന്മാരേ, നിങ്ങൾ*
സ്വാതന്ത്ര്യത്തിലേക്കു വിളിക്കപ്പെട്ടിരിക്കുന്നു; നിങ്ങളുടെ സ്വാതന്ത്ര്യം പാപസ്വഭാവത്തിന് (ലോകത്വം, സ്വാർത്ഥത) അവസരമാകാൻ അനുവദിക്കരുത് ˌ മറിച്ച് [b] സ്നേഹത്താൽ സേവിക്കുകയും പരസ്പരം മികച്ചത് അന്വേഷിക്കുകയും ചെയ്യുക.
14 *കാരണം [മനുഷ്യബന്ധങ്ങളെക്കുറിച്ചുള്ള] മുഴുവൻ നിയമവും ഒരു കൽപ്പനയിൽ നിറവേറ്റപ്പെടുന്നു, "നിങ്ങളുടെ അയൽക്കാരനെ നിന്നെപ്പോലെ തന്നെ സ്നേഹിക്കുക [അതായത്, നിങ്ങൾ മറ്റുള്ളവരോട് നിസ്വാർത്ഥമായ കരുതൽ പുലർത്തുകയും അവരുടെ നന്മയ്ക്കായി കാര്യങ്ങൾ ചെയ്യുകയും വേണം]."*
15 *എന്നാൽ നിങ്ങൾ പരസ്പരം കടിക്കുകയും വിഴുങ്ങുകയും ചെയ്താൽ, [നിങ്ങളുടെ മുഴുവൻ കൂട്ടായ്മയും] ഒരുവനാൽ ഒരുവൻ നശിപ്പിക്കപ്പെടാതിരിക്കാൻ ശ്രദ്ധിക്കുക.*

16 എന്നാൽ ഞാൻ പറയുന്നത്,
പരിശുദ്ധാത്മാവിനെ അനുസരിച്ചു നടക്കുക
[അവനെ അന്വേഷിച്ച് അവന്റെ
മാർഗ്ഗനിർദ്ദേശത്തോട് പ്രതികരിക്കുക];
അപ്പോൾ നിങ്ങൾ തീർച്ചയായും
പാപസ്വഭാവത്തിന്റെ ആഗ്രഹം
നിറവേറ്റുകയില്ല. [ദൈവത്തെയും അവന്റെ കല്പനകളെയും
അവഗണിക്കുന്ന വികാരാധീനമായ
പ്രതികരണം]. 17 പാപസ്വഭാവത്തിന്
ആത്മാവിന് എതിരായ ആഗ്രഹമുണ്ട്,
ആത്മാവിന്റെ ആഗ്രഹം പാപസ്വഭാവത്തെ
എതിർക്കുന്നു; കാരണം ഇവ
[പാപസ്വഭാവവും ആത്മാവും] പരസ്പരം
നേരിട്ട് എതിർക്കുന്നു , അതിനാൽ നിങ്ങൾ [വിശ്വാസികളെന്ന നിലയിൽ] നിങ്ങൾ
[എല്ലായ്പ്പോഴും] നിങ്ങൾ ആഗ്രഹിക്കുന്നത് [നല്ല കാര്യങ്ങൾ]
ചെയ്യുന്നില്ല. 18 എന്നാൽ നിങ്ങൾ
ആത്മാവിനാൽ നയിക്കപ്പെടുകയും
നയിക്കപ്പെടുകയും ചെയ്യുന്നുവെങ്കിൽ,
നിങ്ങൾ ന്യായപ്രമാണത്തിന് കീഴുള്ളവരല്ല. 19
പാപസ്വഭാവത്തിന്റെ പ്രവൃത്തികൾ ഇപ്പോൾ
വ്യക്തമായി പ്രകടമാണ്: അവ ലൈംഗിക
ദുർന്നടപ്പ്, അശുദ്ധി, കാമാസക്തി (പൂർണ്ണമായ
ഉത്തരവാദിത്തമില്ലായ്മ,
ആത്മനിയന്ത്രണമില്ലായ്മ), 20 [f]
വിഗ്രഹാരാധന, [g] ആഭിചാരം, [g] ശത്രുത, കലഹം,
അസൂയ, കോപാവേശങ്ങൾ, തർക്കങ്ങൾ,
ഭിന്നതകൾ, [മതവിരുദ്ധതകളെ
പ്രോത്സാഹിപ്പിക്കുന്ന] കക്ഷികൾ, 21 അസൂയ ,
മദ്യപാനം, കലാപകരമായ പെരുമാറ്റം,

ഇതുപോലുള്ള മറ്റ് കാര്യങ്ങൾ. ഈ
കാര്യങ്ങൾ ചെയ്യുന്നവർ ദൈവരാജ്യം
അവകാശമാക്കുകയില്ലെന്ന് ഞാൻ മുമ്പ്
പറഞ്ഞതുപോലെ, ഞാൻ നിങ്ങൾക്ക് മുൻകൂട്ടി
മുന്നറിയിപ്പ് നൽകുന്നു. [22] എന്നാൽ
ആത്മാവിന്റെ ഫലം [നമ്മിൽ അവന്റെ
സാന്നിധ്യത്തിന്റെ ഫലം] സ്നേഹം
[മറ്റുള്ളവരോടുള്ള നിസ്വാർത്ഥമായ കരുതൽ],
സന്തോഷം, [ആന്തരിക] സമാധാനം, ക്ഷമ
[കാത്തിരിക്കാനുള്ള കഴിവല്ല, മറിച്ച്
കാത്തിരിക്കുമ്പോൾ നാം എങ്ങനെ
പ്രവർത്തിക്കുന്നു], ദയ, നന്മ, വിശ്വസ്തത, [23]
സൗമ്യത, ആത്മനിയന്ത്രണം എന്നിവയാണ്.
ഈ വകയ്ക്കെതിരെ ഒരു നിയമവുമില്ല. [24]
ക്രിസ്തുയേശുവിനുള്ളവർ [h]
പാപസ്വഭാവത്തെ അതിന്റെ
വികാരങ്ങളോടും ആസക്തിയോടും കൂടി
ക്രൂശിച്ചിരിക്കുന്നു.

[25] നാം [പരിശുദ്ധാത്മാവിനാൽ]
ജീവിക്കുന്നുവെങ്കിൽ, നാം ആത്മാവിനാൽ
നടക്കുകയും വേണം [വ്യക്തിപരമായ
സത്യസന്ധത, ദൈവിക സ്വഭാവം, ധാർമ്മിക
ധൈര്യം - പരിശുദ്ധാത്മാവിനാൽ
ശക്തിപ്പെടുത്തപ്പെട്ട നമ്മുടെ പെരുമാറ്റം].
ഡെമോൺ ഗ്രൂപ്പിംഗുകൾ

ഭൂതങ്ങളെ അവയുടെ സ്വഭാവം
അനുസരിച്ചാണ് തിരിച്ചറിയുന്നത്.

വെറുപ്പിന്റെ ഒരു ഭൂതത്തെ "വെറുപ്പ്" എന്ന് വിളിക്കുന്നു. ഓരോ ഭൂതവും ഒരു സ്പെഷ്യലിസ്റ്റാണ്. ഒരു വെറുപ്പ് ഭൂതം കാമത്തെ വളർത്തുന്നില്ല - അവൻ വെറുപ്പ് മാത്രമേ പ്രോത്സാഹിപ്പിക്കുന്നുള്ളൂ. ഭൂതങ്ങളോട് സ്വയം പേരിടാൻ കൽപ്പിക്കുമ്പോൾ, അവ സാധാരണയായി അവയുടെ സ്വഭാവവുമായി പൊരുത്തപ്പെടുന്ന രീതിയിൽ സ്വയം പേരിടും, ഉദാ: *മത്സരം* , *ശാപം, നിസ്സംഗത* മുതലായവ. ഇടയ്ക്കിടെ ഒരു ഭൂതം "ജിം" അല്ലെങ്കിൽ "ഷെർലി" പോലുള്ള വ്യക്തിപരമായ പേര് നൽകും. ചിലപ്പോൾ അവർ വിദേശ പേരുകൾ നൽകും. വിമോചന ശുശ്രൂഷകൻ അവരുടെ യഥാർത്ഥ സ്വഭാവം അറിയുന്നതിൽ നിന്ന് തടയുന്നതിനുള്ള ഒരു വഞ്ചനാപരമായ നടപടിയാണിത്. "നിങ്ങളുടെ സ്വഭാവം എന്താണ്, പിശാച്?" എന്ന് പറഞ്ഞ് ഭൂതങ്ങളോട് അവരുടെ സ്വഭാവം വെളിപ്പെടുത്താൻ മന്ത്രി കൽപ്പിക്കണം.

ഉള്ളിൽ വസിക്കുന്ന ഭൂതങ്ങൾ വളരെ അപൂർവമായി മാത്രമേ കാണപ്പെടുന്നുള്ളൂ; അവ കൂട്ടങ്ങളായി ഒന്നിച്ചിരിക്കും. അത്തരം ഗ്രൂപ്പുകളെ കോളനികൾ, വംശങ്ങൾ അല്ലെങ്കിൽ കുടുംബങ്ങൾ എന്ന് വിളിക്കാം. ഒരു ഭൂതത്തെ കണ്ടെത്തുകയോ തിരിച്ചറിയുകയോ ചെയ്യുമ്പോൾ, അതിന്റെ കൂട്ടാളികളെ അന്വേഷിക്കാൻ ഉടനടി ജാഗ്രത പാലിക്കണം. ഒരു വ്യക്തിയുടെ ജീവിതത്തിലെ

ഒരു പ്രത്യേക മേഖലയെ നിയന്ത്രിക്കുന്നതിനായി ഒരു കൂട്ടം ഭൂതങ്ങളെ ഒരുമിച്ച് ചേർക്കുന്നു. അതിനാൽ, ഏതെങ്കിലും പ്രത്യേക ഗ്രൂപ്പിൽ കണ്ടെത്താൻ വളരെ യുക്തിസഹമായ ഒരു ആത്മാക്കളുടെ മാതൃകയുണ്ട്. ചിലതരം ആത്മാക്കൾ ഒരേ സംയോജനങ്ങളിൽ വീണ്ടും വീണ്ടും കാണപ്പെടുന്നു; എന്നിരുന്നാലും, സംയോജനം എല്ലായ്പ്പോഴും ഒരുപോലെയായിരിക്കുമെന്ന് ആരും കരുതരുത്.

ഗ്രൂപ്പിംഗുകൾക്കുള്ള സാധ്യതകൾ പരിധിയില്ലാത്തതാണ്.

"ശക്തനായ മനുഷ്യൻ" അല്ലെങ്കിൽ ഭരിക്കുന്ന ആത്മാവ് ഉണ്ടായിരിക്കും . പലപ്പോഴും ശുശ്രൂഷയ്ക്കിടെ ഒരു ഭരിക്കുന്ന ആത്മാവിനെ പ്രത്യേകമായി തിരിച്ചറിയും. വിടുതൽ നടപ്പിലാക്കുന്നതിന് അവനെ ഒരു ഭരിക്കുന്ന ആത്മാവായി തിരിച്ചറിയേണ്ടത് എല്ലായ്പ്പോഴും ആവശ്യമില്ല. അത്തരം തിരിച്ചറിയലിന് സാധാരണയായി കാരണങ്ങൾ നൽകും. ഒന്നാമതായി, പരിശുദ്ധാത്മാവ് നടപടിക്രമങ്ങളുടെ ഒരു ക്രമം നയിക്കുന്നുണ്ടാകാം. കർത്താവ് നൽകുന്ന ഏത് യുദ്ധ പദ്ധതിയിലും വിമോചന ശുശ്രൂഷകൻ ജാഗ്രത പാലിക്കാൻ ആഗ്രഹിക്കും. ആദ്യം ഭരിക്കുന്ന

ആത്മാവിനെയും പിന്നീട് തന്റെ കൂട്ടാളികളെയും കൈകാര്യം ചെയ്യണമെന്ന് കർത്താവ് നിർദ്ദേശിക്കുന്ന സാഹചര്യങ്ങളുണ്ട്. മറ്റ് സമയങ്ങളിൽ കർത്താവിന്റെ നേതൃത്വം ആദ്യം താഴ്ന്ന ആത്മാക്കളെ പുറത്താക്കുകയും പിന്നീട് ഭരിക്കുന്ന ആത്മാവിനെ പുറത്താക്കുകയും ചെയ്യുക എന്നതാണ്. കർത്താവ് ഒരു വഴിക്കും പിന്നീട് മറ്റൊരു വഴിക്കും നയിക്കുന്നത് എന്തുകൊണ്ടാണെന്ന് ചോദ്യം ചെയ്യുന്നതിൽ യഥാർത്ഥ യോഗ്യതയില്ലെന്ന് തോന്നുന്നു. ഒരു നല്ല പട്ടാളക്കാരന് തന്റെ കമാൻഡറെ ചോദ്യം ചെയ്യാതെ ആജ്ഞകൾ പാലിക്കാൻ പരിശീലനം നൽകുന്നു. ചില സമയങ്ങളിൽ സ്വന്തം ആക്രമണ മാർഗം തിരഞ്ഞെടുക്കുന്നതിൽ അദ്ദേഹത്തിന് വലിയ സ്വാതന്ത്ര്യം നൽകപ്പെട്ടേക്കാം, മറ്റ് സമയങ്ങളിൽ അദ്ദേഹത്തിന്റെ ആജ്ഞകൾ വളരെ നിർദ്ദിഷ്ടവുമാണ്. ആത്മീയ യുദ്ധത്തിന്റെ യുദ്ധങ്ങളിലും ഇത് സത്യമാണ്.

ഭരിക്കുന്ന ആത്മാവിനെ തിരിച്ചറിയാനുള്ള രണ്ടാമത്തെ കാരണം, അത് മോചനം നേടുന്ന വ്യക്തിയുടെ പ്രയോജനത്തിനുവേണ്ടിയാണ് എന്നതാണ്. ഭാവിയിൽ ഏത് ആത്മാവിനെതിരെ പ്രത്യേക ജാഗ്രത പാലിക്കണമെന്ന് അറിയുന്നത് വളരെ സഹായകരമാകും. ചില ആത്മാക്കൾ പ്രത്യേകിച്ച് മാറ്റേണ്ട ശീലങ്ങളുടെ

രീതികളുമായും ക്രൂശിക്കപ്പെടേണ്ട ജഡിക മനുഷ്യന്റെ മേഖലകളുമായും ബന്ധപ്പെട്ടിരിക്കുന്നു. വിടുതലിന് ശേഷം, വ്യക്തി തന്റെ മോചനം നിലനിർത്താൻ സ്വന്തമായി ചില പോരാട്ടങ്ങൾ നടത്തേണ്ടിവരും. ഒരാൾ എന്തിനെതിരെ പോരാടുന്നു, ജഡം എന്താണ്, പിശാചിന്റെ ആത്മാവ് എന്താണ് എന്ന് കൃത്യമായി അറിയുന്നത് വളരെ സഹായകരമാണ്. നൂറുകണക്കിന് വിടുതൽ സെഷനുകളിലൂടെയും ഭൂതഗ്രൂപ്പുകളുമായി ഇടപഴകുന്നതിലൂടെയും നേടിയ അനുഭവത്തിൽ നിന്ന്, ഒരു പ്രത്യേക പ്രദേശത്തെ ആക്രമിക്കുന്ന ആദ്യത്തെ ആത്മാവ് ഭരിക്കുന്ന ആത്മാവാണെന്ന് എനിക്ക് ബോധ്യമുണ്ട്. പ്രവേശനം നേടുന്ന ആദ്യത്തെ വ്യക്തി അവനായതിനാൽ അവന് സ്വയം ഭരണാധികാരിയായി സ്ഥാപിക്കാൻ കഴിയും. പിന്നീട് മറ്റ് ആത്മാക്കൾക്ക് പ്രവേശിക്കാനുള്ള വഴി തുറക്കുന്നതിനുള്ള താക്കോലായി അവൻ മാറുന്നു. ഭൂതങ്ങളെ പുറത്താക്കുമ്പോൾ, ഭരിക്കുന്ന ആത്മാവിനോട് "പുറത്തിറങ്ങി നിങ്ങളുടെ എല്ലാ കൂട്ടുകാരെയും നിങ്ങളോടൊപ്പം കൊണ്ടുവരിക!" അല്ലെങ്കിൽ "പുറത്തിറങ്ങി നിങ്ങളുടെ എല്ലാ വേരുകളും കൊണ്ടുവരിക!" എന്ന് കൽപ്പിക്കുന്നത് അസാധാരണമല്ല. ഒരു ഗ്രൂപ്പിലെ ഏതെങ്കിലും ഭാഗം പുറത്താക്കപ്പെട്ടില്ലെങ്കിൽ, ആ ഗ്രൂപ്പിനെ

തിരികെ അകത്തേക്ക് വിടാനുള്ള വഴി അവശേഷിക്കുന്നു. ഇക്കാരണത്താൽ, വിടുതൽ കഴിയുന്നത്ര സമഗ്രമായിരിക്കണം.

ഒരു പ്രത്യേക ഗ്രൂപ്പിനുള്ളിൽ ഒരു പ്രത്യേക തരത്തിലുള്ള ഒന്നിലധികം ആത്മാവുകൾ കാണപ്പെടാം. ഉദാഹരണത്തിന്, കയ്പ്പിന്റെ കോളനിയിൽ നിരവധി *നീരസത്തിന്റെ ഭൂതങ്ങൾ അടങ്ങിയിരിക്കാം.* കൂടാതെ, ഒന്നിലധികം ഗ്രൂപ്പുകളിൽ ഒരു പ്രത്യേക തരം ഭൂതം ഉണ്ടാകാം. ഉദാഹരണത്തിന്, കയ്പ്പിന്റെ വംശത്തിൽ *കോപത്തിന്റെ ഒരു ഭൂതവും* പൂർണത വംശത്തിൽ മറ്റൊരു കോപത്തിന്റെ ഭൂതവും കാണപ്പെടാം. ഒരു മോചനത്തിൽ നിരവധി കൂട്ടം ആത്മാക്കളെ പുറത്താക്കി. ഓരോ ഗ്രൂപ്പിലും *വിഷാദത്തിന്റെ ഒരു ആത്മാവുണ്ടായിരുന്നു.* വിവേചനാധികാരത്തിന്റെ അമാനുഷിക ദാനത്തിന്റെ പ്രവർത്തനത്തിലൂടെ മാത്രമേ അത്തരം ആത്മാക്കളുടെ എല്ലാ സംയോജനങ്ങളും കൈകാര്യം ചെയ്തിട്ടുണ്ടെന്ന് ഒരാൾക്ക് അറിയാൻ കഴിയൂ.
ഉദാഹരണത്തിന്: കയ്പ്പ്

കയ്പ്പ്

എബ്രായർ 12:15-ൽ ഒരു മുന്നറിയിപ്പ് മുഴക്കിയിരിക്കുന്നു: "കയ്പ്പിന്റെ വേരുകൾ

മുളച്ചുവന്നാൽ അത് നിങ്ങളെ കുഴപ്പത്തിലാക്കുകയും അതുവഴി പലരും മലിനരാകുകയും ചെയ്യാതിരിക്കാൻ." കയ്പ്പിന്റെ വേരാണ് പല "പ്രശ്നങ്ങൾക്കും" കാരണം. ഹൃദയത്തിൽ വളരെക്കാലം നിലനിൽക്കുന്ന കയ്പ്പ് ഭൂതങ്ങളുടെ ആക്രമണത്തിന് വാതിൽ തുറക്കും. ഭൂതങ്ങളുടെ പ്രവർത്തനത്തിനുള്ള ഏറ്റവും സാധാരണമായ വഴിയാണിത്. മിക്ക കേസുകളിലും, അടുത്ത കുടുംബത്തിലെ ഒരാളോടാണ് കയ്പ്പ് ഉണ്ടാകുന്നത്.

കയ്പേറിയ ആത്മാക്കൾ സജീവമായി നിലനിർത്തുന്നു. വർഷങ്ങൾക്ക് മുമ്പ് നടന്ന കാര്യങ്ങൾ ഇന്ന് സംഭവിച്ചതുപോലെ ഓർമ്മയിൽ പുതുമയുള്ളതും സജീവവുമാണ്. അങ്ങനെ, വ്യക്തി നിലവിലെ പ്രശ്നങ്ങളെ നേരിടുക മാത്രമല്ല, വേദനകളുടെ നീണ്ട നിരയെ എപ്പോഴും അഭിമുഖീകരിക്കുകയും ചെയ്യുന്നു. *ക്ഷമിക്കാത്ത മനോഭാവം വേദനകളുടെ ഓരോ വിശദാംശങ്ങളും സജീവമായി നിലനിർത്തുന്നു; വ്യക്തിയുടെ മനസ്സിൽ അവയെ തുടർച്ചയായി അവലോകനം ചെയ്യുന്നു. ഏറ്റവും നിസ്സാരമായ വേദന ക്ഷമിക്കപ്പെടുകയോ മറക്കുകയോ ചെയ്യുന്നില്ല. കയ്പിന്റെ മനോഭാവം കണ്ടെത്തുമ്പോഴെല്ലാം, കയ്പ്പ്, നീരസം* , വെറുപ്പ് എന്നിവയുടെ ഭൂതങ്ങളെ കണ്ടെത്താൻ ഒരാൾക്ക് പ്രതീക്ഷിക്കാം . ചില

സന്ദർഭങ്ങളിൽ ആത്മാക്കളുടെ ശൃംഖല ഗ്രൂപ്പിലെ മറ്റ് അല്ലെങ്കിൽ എല്ലാ ആത്മാക്കളെയും ഉൾപ്പെടുത്തുന്നു.
താഴെ കൊടുത്തിരിക്കുന്ന ഭൂതഗ്രൂപ്പുകളുടെ പട്ടിക യഥാർത്ഥ വിടുതൽ സെഷനുകളിലൂടെ അനുഭവിച്ച പാറ്റേണുകളെ പ്രതിനിധീകരിക്കുന്നു.

ഈ ഗ്രൂപ്പിംഗുകൾ നേരിടാൻ സാധ്യതയുള്ള കാര്യങ്ങളെക്കുറിച്ചുള്ള സൂചനകൾ മാത്രമാണ് നൽകുന്നത്. ലിസ്റ്റിംഗ് ഒരു തരത്തിലും അതിശയോക്തിപരമാക്കാൻ ഉദ്ദേശിച്ചുള്ളതല്ല, ഗ്രൂപ്പിംഗുകൾ മാറ്റാൻ കഴിയാത്തതുമല്ല.

പട്ടികപ്പെടുത്തിയിരിക്കുന്ന ചില ഗ്രൂപ്പിംഗുകളുടെ ഒരു വിശദീകരണം നൽകിയിരിക്കുന്നു. പ്രത്യേക കൂട്ടം ആത്മാക്കൾ മൂലമുണ്ടാകുന്ന പ്രശ്നങ്ങളെക്കുറിച്ചുള്ള ഉൾക്കാഴ്ച നൽകുന്നതിനാണിത്. മിക്ക ഗ്രൂപ്പുകളും സ്വയം വിശദീകരിക്കുന്നവയാണ്.
താഴെ കൊടുത്തിരിക്കുന്ന വിവരങ്ങൾ വിടുതൽ ശുശ്രൂഷയിലേക്ക് നീങ്ങുന്നവർക്ക് വലിയ പ്രായോഗിക മൂല്യമുള്ളതായി തെളിയിക്കുമെന്ന് ഞങ്ങൾ വിശ്വസിക്കുന്നു . ഭൂതങ്ങൾ എങ്ങനെയാണ് കൂട്ടമായി സ്വയം സജ്ജമാക്കുന്നതെന്ന് നന്നായി മനസ്സിലാക്കാൻ ഇത് ആരെയും സഹായിക്കും. വർഷങ്ങളുടെ

പഠനവും അനുഭവവും കുറച്ച് പേജുകളായി ചുരുക്കിയിരിക്കുന്നു.

കോമൺ ഡെമോൺ ഗ്രൂപ്പുകൾ

1. കയ്പ്പ്
നീരസം വിദ്വേഷം ക്ഷമിക്കാതിരിക്കൽ
അക്രമം കോപം പ്രതികാരം കൊലപാതകം

2. മത്സരം
സ്വാർത്ഥത ശാഠ്യം അനുസരണക്കേട്
വിധേയത്വമില്ലായ്മ

3. സമരം
തർക്കം, കലഹം, വാദം, വഴക്ക്, പോരാട്ടം

4. നിയന്ത്രണം
ആധിപത്യം ആഭിചാരം

5. പ്രതികാരം
വിദ്വേഷം ഉണ്ടായിരുന്നിട്ടും നാശം സാഡിസം
ക്രൂരതയെ വേദനിപ്പിക്കുന്നു

6. അക്യുസേഷൻ
വിമർശനം വിലയിരുത്തൽ തെറ്റു കണ്ടെത്തൽ

7. നിരസിക്കൽ
നിരസിക്കപ്പെടുമോ എന്ന ഭയം സ്വയം
നിരസിക്കപ്പെടുമോ എന്ന ഭയം

8. അരക്ഷിതാവസ്ഥ
അപകർഷത സ്വയം സഹതാപം ഏകാന്തത
ലജ്ജ അപര്യാപ്തത കഴിവില്ലായ്മ

9. അസൂയ
അസൂയ സംശയം അവിശ്വാസം സ്വാർത്ഥത

10. പിൻവലിക്കൽ
പൌട്ടിംഗ് പകൽ സ്വപ്നം ഫാന്റസി നടിക്കൽ
അയഥാർത്ഥത

11. രക്ഷപ്പെടൽ
നിസ്സംഗത സ്റ്റോയിസിസം നിഷ്ക്രിയത്വം
ഉറക്കം മദ്യം മരുന്നുകൾ

12 നിഷ്ക്രിയത്വം
ഫങ്ക് നിസ്സംഗത അലസത അലസത

13. വിഷാദം
നിരാശ നിരാശ നിരുത്സാഹം തോൽവി
നിരാശ നിരാശ ആത്മഹത്യ മരണം
ഉറക്കമില്ലായ്മ രോഗാവസ്ഥ

14. ഭാരം
ഗ്ലൂം ബർഡൻ വെറുപ്പ്

15. വിഷമിക്കുക
ഉത്കണ്ഠ ഭയം ഭയം ഭയം

16. നാഡീവ്യൂഹം

പിരിമുറുക്കം തലവേദന നാഡീ ശീലങ്ങൾ
അസ്വസ്ഥത ആവേശം ഉറക്കമില്ലായ്മ
അലഞ്ഞുതിരിയൽ

17. സെൻസിറ്റിവിറ്റി
ആത്മബോധം മനുഷ്യഭയം
അംഗീകാരമില്ലായ്മയെക്കുറിച്ചുള്ള ഭയം

18. പീഡനം
അനീതി വിധിയെക്കുറിച്ചുള്ള ഭയം
ശിക്ഷാവിധിയെക്കുറിച്ചുള്ള ഭയം
കുറ്റപ്പെടുത്തലിനെക്കുറിച്ചുള്ള ഭയം.
ശാസന ഭയം സംവേദനക്ഷമത

19. മാനസികരോഗം
ഭ്രാന്ത് ഭ്രാന്ത് മാനിയ മന്ദത വാർദ്ധക്യത്തിലെ
സ്കീസോഫ്രീനിയ

20. സ്കീസോഫ്രീനിയ

21. പരാനോയ
അസൂയ അസൂയ സംശയം അവിശ്വാസം
പീഡനം ഏറ്റുമുട്ടൽ ഭയം

22. ആശയക്കുഴപ്പം
നിരാശ പൊരുത്തക്കേട് മറവി

23. സംശയം
അവിശ്വാസം സംശയം

24. വിവേചനം
നീട്ടിവെക്കൽ വിട്ടുവീഴ്ച ആശയക്കുഴപ്പം
മറവി നിസ്സംഗത

25. ആത്മവഞ്ചന
ആത്മവഞ്ചന ആത്മവഞ്ചന അഹങ്കാരം

26. മൈൻഡ്-ബൈൻഡിംഗ്
ആശയക്കുഴപ്പം മനുഷ്യഭയം പരാജയഭയം
നിഗൂഢ ആത്മാക്കൾ ആത്മവിദ്യ ആത്മാക്കൾ

27. മനസ്സിന്റെ വിഗ്രഹാരാധന
ബുദ്ധിപരത യുക്തിവാദം അഹങ്കാരം
അഹങ്കാരം

28. ഭയങ്ങൾ (എല്ലാത്തരം)
ഫോബിയകൾ (എല്ലാത്തരം) ഹിസ്റ്റീരിയ

29. അധികാരഭയം
നുണ പറയുന്ന വഞ്ചന

30. അഹങ്കാരം
അഹങ്കാരം മായ സ്വാർത്ഥത അഹങ്കാരം
പ്രാധാന്യം അഹങ്കാരം

31. സ്വാധീനം
നാടകീയ നാടക അഭിനയം സങ്കീർണ്ണത നടനം

32. ആസക്തി

മോഷണം ക്ലെപ്റ്റോമാനിയ ഭൗതിക മോഹം
അത്യാഗ്രഹം അസംതൃപ്തി

33. പൂർണത
അഹങ്കാരം മായ അഹങ്കാരം നിരാശ
വിമർശനം ക്ഷോഭം
അസഹിഷ്ണുത കോപം

34. മത്സരം
ഡ്രൈവിംഗ് വാദം അഹങ്കാരംഈഗോ

35. അക്ഷമ
പ്രക്ഷോഭം നിരാശ അസഹിഷ്ണുത നീരസം
വിമർശനം

36. തെറ്റായ ഭാരം
തെറ്റായ ഉത്തരവാദിത്തം വ്യാജ കാരുണ്യം

37. ദുഃഖം
ദുഃഖം ഹൃദയവേദന ഹൃദയഭേദകം കരച്ചിൽ
ദുഃഖം ക്രൂരത

38. ക്ഷീണം
ക്ഷീണം ക്ഷീണം മടി

39. അപര്യാപ്തത
(ഏതെങ്കിലും രോഗം അല്ലെങ്കിൽ രോഗം)

40. മരണം

41. പാരമ്പര്യം

(ശാരീരികം) (വൈകാരികം) (മാനസികം)
(ശാപങ്ങൾ)

42. ഹൈപ്പർആക്ടിവിറ്റി
അസ്വസ്ഥത ഡ്രൈവിംഗ് സമ്മർദ്ദം
43. ശാപം
ദൈവദൂഷണ കോഴ്സ് പരിഹാസം ഗോസിപ്പ്
വിമർശനം പരദൂഷണം പരിഹാസം
നിസ്സാരവൽക്കരിക്കൽ റെയിലിംഗ്

44. ആസക്തിയും നിർബന്ധിതവുമായ
നിക്കോട്ടിൻ ആൽക്കഹോൾ
മരുന്നുകൾ മരുന്നുകൾ
കഫീൻ ആഹ്ലാദം

45. ആഹ്ലാദം
അസ്വസ്ഥത നിർബന്ധിത ഭക്ഷണം കഴിക്കൽ
നീരസം നിരാശ ആലസ്യം
സ്വയം സഹതാപം സ്വയം പ്രതിഫലം

46. സ്വയം ബോധ്യപ്പെടുത്തൽ
സ്വയം വെറുപ്പ് സ്വയം അപലപിക്കൽ

47. കുറ്റബോധം
അപലപനം ലജ്ജ
അയോഗ്യത നാണക്കേട്

48. ലൈംഗിക അശുദ്ധി

കാമം ഫാന്റസി കാമം സ്വയംഭോഗം
സ്വവർഗരതി ലെസ്ബിയനിസം വ്യഭിചാരം
പരസംഗം അഗമ്യഗമനം വേശ്യാവൃത്തി
ബലാത്സംഗത്തിന് വിധേയമാകുന്ന തണുപ്പ്

49. സംസ്കാരങ്ങൾ
യഹോവ സാക്ഷികൾ
ക്രിസ്ത്യൻ സയൻസ്
റോസിക്രുഷ്യനിസം
തിയോസഫി
യുറാൻഷ്യ
സുബുദ്
ലാത്തിഹാൻ
ഐക്യം
മോർമോണിസം
ബഹായിസം
യൂണിറ്റേറിയനിസം (ബൈബിളിനെയും
ദൈവത്തെയും അടിസ്ഥാനമായി
ഉപയോഗിക്കുന്ന ലോഡ്ജുകൾ, സമൂഹങ്ങൾ,
സാമൂഹിക ഏജൻസികൾ, എന്നാൽ
യേശുക്രിസ്തുവിന്റെ രക്തപാപപരിഹാരം
ഒഴിവാക്കുന്നു)

50. അവ്യക്തത
ഔയിജ ബോർഡ് കൈനോട്ടം, കൈയക്ഷര
വിശകലനം, ഓട്ടോമാറ്റിക് കൈയക്ഷരം,
ഇ.എസ്.പി.
ഹിപ്നോട്ടിസം ജാതകം ജ്യോതിഷം

ലെവിറ്റേഷൻ ഫോർച്ച്യൂൺ ടെല്ലിംഗ് വാട്ടർ വിച്ചിംഗ് ടാരറ്റ് കാർഡുകൾ പെൻഡുലം വിച്ച്ക്രാഫ്റ്റ് ബ്ലാക്ക് മാജിക് വൈറ്റ് മാജിക് കൺജുറേഷൻ ഇൻകന്റേഷൻ ചാംസ് ഫെറ്റിഷസ് മുതലായവ.

51. മതപരമായ
ആചാരാനുഷ്ഠാനം ഔപചാരികത സിദ്ധാന്തപരമായ ആസക്തി വശീകരണം, സിദ്ധാന്തപരമായ തെറ്റ്, ദൈവഭയം. നരകഭയം നഷ്ടപ്പെട്ട രക്ഷയെക്കുറിച്ചുള്ള ഭയം മതപരത മുതലായവ.

52. ആത്മവിദ്യ
സീൻസ് സ്പിരിറ്റ് നെക്രോമാൻസി മുതലായവയെ നയിക്കുന്നു.

53. തെറ്റായ മതങ്ങൾ
ബുദ്ധമതം താവോയിസം ഹിന്ദുമതം ഇസ്ലാം ഷിന്റോയിസം കൺഫ്യൂഷ്യനിസം തുടങ്ങിയവ.

അന്തിമ സംഘർഷം - ആത്മീയ സ്വപ്നം

ബൈബിൾ ചരിത്രത്തിലുടനീളം, ദൈവം ചിലപ്പോഴൊക്കെ ദർശനങ്ങളിലൂടെയും സ്വപ്നങ്ങളിലൂടെയും തന്റെ ദാസന്മാരോട് സംസാരിച്ചിട്ടുണ്ടെന്ന് നമുക്കെല്ലാവർക്കും അറിയാം. പെന്തക്കോസ്ത് നാളിൽ, പത്രോസ് ജോയൽ പ്രവാചകനിൽ നിന്ന് ഉദ്ധരിച്ചു:

ദൈവം അരുളിച്ചെയ്യുന്നു: അന്ത്യകാലത്തു ഞാൻ സകലജഡത്തിന്മേലും എന്റെ ആത്മാവിനെ പകരും; നിങ്ങളുടെ പുത്രന്മാരും പുത്രിമാരും പ്രവചിക്കും; നിങ്ങളുടെ യൌവനക്കാർ ദർശനങ്ങൾ ദർശിക്കും; നിങ്ങളുടെ വൃദ്ധന്മാർ സ്വപ്നങ്ങൾ കാണും; പ്രവൃത്തികൾ 2:17

1970 ജൂലൈ 9 ന് കർത്താവ് ഒരു ആത്മീയ സ്വപ്നത്തിൽ എന്നോട് സംസാരിച്ചു. ഈ സ്വപ്നത്തിലൂടെ എനിക്ക് കാണിച്ചുതന്ന സത്യം ഞാൻ ശുശ്രൂഷിക്കണമെന്ന് അവൻ എനിക്ക് വ്യക്തമാക്കി തന്നു. ഇത് പങ്കുവെച്ച മറ്റ് പലർക്കും ലഭിച്ചതുപോലെ നിങ്ങൾക്കും ഇത് ഒരു അനുഗ്രഹവും പ്രചോദനവുമാകട്ടെ എന്ന് ഞാൻ പ്രാർത്ഥിക്കുന്നു.

സ്വപ്നം

സ്വപ്നം തുടങ്ങിയപ്പോൾ ഞാൻ ഒരു വലിയ സ്റ്റേഡിയത്തിലേക്ക് പ്രവേശിക്കുന്നതായി കണ്ടെത്തി.

സ്റ്റാൻഡുകൾ ആളുകളെക്കൊണ്ട് നിറഞ്ഞിരുന്നു, എന്താണ് സംഭവിക്കാൻ പോകുന്നതെന്ന് അറിയുമ്പോൾ ആവേശവും പ്രതീക്ഷയും നിറഞ്ഞ ഒരു അന്തരീക്ഷം ഉണ്ടായിരുന്നു. അതൊരു ബേസ്ബോൾ ഗെയിമായിരുന്നു, ഞാനും കളിക്കാരിൽ ഒരാളാകേണ്ടതായിരുന്നു. ഞാൻ ഇതിനകം എന്റെ യൂണിഫോമിലായിരുന്നു. എന്റെ ടീമിന്റെ യൂണിഫോം ചുവപ്പായിരുന്നു,

വെള്ളക്കാർ. എതിർ ടീമിലെ അംഗങ്ങളെ ഞാൻ കണ്ടു, അവർ കറുപ്പും വെളുപ്പും നിറത്തിലുള്ള യൂണിഫോം ധരിച്ചിരുന്നു.
ഞാൻ മൈതാനത്തേക്ക് നീങ്ങിയപ്പോൾ, എന്റെ എല്ലാ സഹതാരങ്ങളും എതിർ ടീമിലെ എല്ലാ അംഗങ്ങളുമായും ഒരു ചൂടേറിയ തർക്കത്തിൽ ഏർപ്പെട്ടിരിക്കുകയാണെന്ന് എനിക്ക് മനസ്സിലായി. റബർബിൽ പങ്കെടുക്കാൻ ഞാൻ ആഗ്രഹിച്ചില്ല, മറ്റുള്ളവർ ഉടൻ തന്നെ എന്നോടൊപ്പം ചേരുമെന്ന് പ്രതീക്ഷിച്ച് ഞാൻ മൈതാനത്തേക്ക് നടന്നു. ഞാൻ മൈതാനത്തേക്ക് നീങ്ങിയപ്പോൾ എതിർ ടീമിലെ ഒരാൾ എന്നോടൊപ്പം പുറത്തേക്ക് പോയി. വിവാഹനിശ്ചയവുമായി മുന്നോട്ട് പോകാനുള്ള ആശങ്ക എന്റെ മനസ്സിനെ അലട്ടി. സൂര്യന്റെ സ്ഥാനത്ത് നിന്ന് ഏകദേശം രണ്ട് മണിക്കൂർ പകൽ വെളിച്ചം ബാക്കിയുണ്ടെന്ന് എനിക്കറിയാമായിരുന്നു. പ്രവർത്തനം ഉടൻ ആരംഭിക്കണം.
ഒടുവിൽ സൈഡ്ലൈനിലെ തർക്കം പൊട്ടിപ്പുറപ്പെട്ടു, ടീമുകൾ അവരുടെ സ്ഥാനങ്ങൾ സ്വീകരിക്കാൻ തുടങ്ങി. ഞങ്ങളുടെ ടീം ഫീൽഡിലും എതിർ ടീം ബാറ്റിങ്ങിലും ആയിരിക്കണം. എനിക്ക് കളിക്കേണ്ട പൊസിഷൻ ഇതുവരെ ലഭിച്ചിട്ടില്ലെന്ന് മനസ്സിലാക്കിയ ഞാൻ ഇടതു ഫീൽഡിലേക്ക് നടന്നു. എന്റെ പരിശീലകനെ അന്വേഷിച്ചപ്പോൾ അദ്ദേഹം ഫീൽഡിന്റെ

മധ്യത്തിലാണെന്ന് കണ്ടു. മൂന്നാം ബേസ് കവർ ചെയ്യാൻ അദ്ദേഹം എന്നോട് ആംഗ്യം കാണിച്ചു, ഞാൻ ഉടനെ അവിടെ സ്ഥാനം പിടിച്ചു.

ഞങ്ങളുടെ ടീം പറയുന്നതുപോലെ, "അതിനെക്കുറിച്ച് സംസാരിക്കാൻ" തുടങ്ങി. ഞങ്ങൾ എല്ലാവരും പരസ്പരം പ്രോത്സാഹന വാക്കുകൾ ഉച്ചത്തിൽ വിളിച്ചുപറയുകയും വിവാഹനിശ്ചയത്തിന്റെ ആവേശത്തിലേക്ക് കടക്കുകയും ചെയ്തു. അടുത്തതായി, ഞങ്ങൾ കൈകൾ നീട്ടൽ, കാൽമുട്ടുകൾ മടക്കൽ , പുറം വളയ്ക്കൽ തുടങ്ങിയ വ്യായാമങ്ങൾ ചെയ്യാൻ തുടങ്ങി. ഇപ്പോൾ കളി ആരംഭിക്കാനുള്ള സമയമായി.
പിച്ചർ ആദ്യ പന്ത് പ്ലേറ്റിന് കുറുകെ എറിഞ്ഞു. എതിർ ബാറ്റർ തന്റെ സർവ്വശക്തിയുമുപയോഗിച്ച് അതിലേക്ക് വെട്ടി. അവൻ അടിച്ചു
വളരെ ഉയരത്തിൽ പറന്നുയരുന്ന ഒരു പന്ത്. അത് എന്റെ തലയ്ക്ക് മുകളിലൂടെ ഉയർന്ന് കളിക്കളത്തിന് പുറത്ത് ഫൗൾ ആയി വീഴുന്നത് ഞാൻ കണ്ടു. ഭയം എന്റെ ഹൃദയത്തെ പിടിച്ചുലച്ചു. "അവരുടെ എല്ലാ കളിക്കാരും അത്ര ശക്തരാണെങ്കിൽ നമുക്ക് എന്ത് അവസരമാണുള്ളത്?" ഞാൻ വളരെ ജാഗരൂകരായിരിക്കണമെന്ന് ഞാൻ മനസ്സിലാക്കി. ഞാൻ എന്റെ ഭാരം കാലിൽ നിന്ന് കാലിലേക്ക് മാറ്റി. അടുത്ത പന്ത് എന്റെ

നേരെ വരണമെങ്കിൽ, പന്ത് പിടിച്ച് കളിക്കാരനെ പുറത്താക്കാൻ ഏത് ദിശയിലേക്കും ചാടിവീഴാൻ തയ്യാറായ ഒരു പൂച്ചയെപ്പോലെ ഞാൻ ചടുലനായിരിക്കണം. ഈ ഘട്ടത്തിൽ സ്വപ്നം അവസാനിച്ചു. ഞാൻ ഉണർന്ന് സ്വപ്നം ഓർമ്മിക്കാൻ തുടങ്ങിയപ്പോൾ എന്റെ പ്രാരംഭ പ്രതികരണം നിരാശയായിരുന്നു. എനിക്ക് ബേസ്ബോൾ ഇഷ്ടമാണ്, സ്വപ്നം പൂർത്തിയാക്കാൻ കഴിയാത്തതിൽ എനിക്ക് നിരാശ തോന്നി.

വ്യാഖ്യാനം

ഒരു ആത്മീയ സ്വപ്നം കണ്ടുപിടിക്കാൻ കഴിയില്ല - അത് വ്യാഖ്യാനിക്കണം. പിറ്റേന്ന് രാവിലെ പരിശുദ്ധാത്മാവ് സ്വപ്നം എനിക്ക് ഓർമ്മിപ്പിച്ചപ്പോൾ, അവൻ എനിക്ക് വ്യാഖ്യാനം നൽകാൻ തുടങ്ങി. ഞാൻ ഒരു പെൻസിലും പേപ്പറും എടുത്ത് കഴിയുന്നത്ര വേഗത്തിൽ വ്യാഖ്യാനം എഴുതാൻ തുടങ്ങി. കുറച്ച് നിമിഷങ്ങൾക്കുള്ളിൽ മുഴുവൻ കാര്യവും വ്യക്തമായി. ആത്മാവ് എനിക്ക് അത് നൽകുന്നതുപോലെ അത് തടസ്സമില്ലാതെ എഴുതി.

കളിസ്ഥലം ലോകത്തെ മുഴുവൻ പ്രതിനിധീകരിച്ചു. കാണികളെക്കൊണ്ട് നിറഞ്ഞ സ്റ്റാൻഡുകൾ എബ്രായർ 12:1-ൽ അവതരിപ്പിച്ചിരിക്കുന്ന ചിത്രമാണ്.

അതുകൊണ്ട് സാക്ഷികളുടെ ഇത്ര വലിയോരു മേഘം നമ്മെ ചുറ്റി നിൽക്കുന്നു...
ആ സ്റ്റാൻഡുകളിലുള്ളവർ സാക്ഷികളുടെ വലിയ മേഘമാണെന്ന് കർത്താവ് എന്നോട് പറഞ്ഞു. അവരെല്ലാം ജീവിച്ചിരുന്നിട്ടുള്ള ക്രിസ്ത്യാനികളായിരുന്നു, ഇപ്പോൾ അവരുടെ സ്വർഗീയ സ്ഥാനത്ത് നിന്ന് ലോകത്തെ നോക്കുകയായിരുന്നു. പഴയതും പുതിയതുമായ നിയമ കാലഘട്ടങ്ങളിലെ എല്ലാ ഗോത്രപിതാക്കന്മാരും വിശുദ്ധന്മാരും സ്റ്റാൻഡുകളിലുണ്ടായിരുന്നു. അബ്രഹാം, യാക്കോബ്, യിസഹാക്ക്, ജോസഫ്, ഡേവിഡ്, ദാനിയേൽ, യിരെമ്യാവ്, യെശയ്യാവ്, പത്രോസ്, ജെയിംസ്, യോഹന്നാൻ തുടങ്ങി എല്ലാവരും ഉണ്ടായിരുന്നു. മുൻ തലമുറകളിൽ "പഞ്ചസാര വംശങ്ങളിൽ" ഉണ്ടായിരുന്നവരാണ് അവർ. അവരിൽ പലരും നന്നായി പ്രവർത്തിച്ചിരുന്നു, എബ്രായർ പതിനൊന്നാം അധ്യായത്തിൽ രേഖപ്പെടുത്തിയിരിക്കുന്നതുപോലെ "പ്രശസ്തിയുടെ ഹാളിൽ" ഉണ്ടായിരുന്നു. ഈ തലമുറയിൽ നമ്മൾ എങ്ങനെ പ്രവർത്തിക്കുമെന്ന് കാണാൻ അവർ ആകാംക്ഷയോടെ ഉറ്റുനോക്കുകയായിരുന്നു.

പിന്നെ കർത്താവ് എന്നോട് പറഞ്ഞു, "ഇതാണ് ലോക പരമ്പര! ദുഷ്ടശക്തികൾക്കും നീതിശക്തികൾക്കും ഇടയിലുള്ള അന്തിമ

സംഘർഷമാണിത്. ലോകചാമ്പ്യത്വം നിർണ്ണയിക്കുക എന്നതാണ് ഇത്!"

പിന്നെ യൂണിഫോമുകളുടെ അർത്ഥം എനിക്ക് പറഞ്ഞു തന്നു. ഞങ്ങളുടെ യൂണിഫോമുകൾ ചുവപ്പും വെള്ളയും ആയിരുന്നു. ചുവപ്പ് യേശുവിന്റെ രക്തത്തെ പ്രതിനിധീകരിക്കുന്നു. അത് നമ്മെ കർത്താവിന്റേതായവരായി അടയാളപ്പെടുത്തുന്നു. രക്തം ക്രിസ്തുയേശുവിലുള്ള നമ്മുടെ ശക്തിയെക്കുറിച്ച് സംസാരിക്കുന്നു. "കുഞ്ഞാടിന്റെ രക്തത്താൽ അവർ അവനെ (സാത്താനെ) ജയിച്ചു ..." (വെളി. 12:11). വെള്ള നിറം വിശുദ്ധിയെക്കുറിച്ചാണ് സംസാരിക്കുന്നത്. ഇന്ന് കർത്താവിന്റെ ടീമിലുള്ളവർ വിശുദ്ധിയാൽ അടയാളപ്പെടുത്തപ്പെട്ടവരായിരിക്കണം. ആത്മാവ് വ്യക്തിപരമായ വിശുദ്ധിക്കും പ്രായോഗിക നീതിക്കും ശക്തമായ ഊന്നൽ നൽകുന്നു. ലോകത്തിൽ ഒരു കാലും ദൈവരാജ്യത്തിൽ മറ്റേ കാലും വെച്ച് നടക്കേണ്ട സമയമല്ല ഇത്!
എതിർ ടീം കറുപ്പും വെളുപ്പും നിറത്തിലുള്ള വസ്ത്രങ്ങളാണ് ധരിച്ചിരുന്നത്.

കറുപ്പ് തിന്മയുടെ പ്രതീകമാണ്. അത് സാത്താനെയും അവന്റെ ദുഷ്പ്രവൃത്തികളെയും ചിത്രീകരിക്കുന്നു.

എതിർ ടീം പിശാചും അവന്റെ ഭൂതാത്മാക്കളുടെ സംഘവുമാണെന്ന് വ്യക്തമായി തിരിച്ചറിഞ്ഞു. ഞാൻ അമ്പരന്നു. പിശാചിന്റെ സംഘത്തിന്റെയും യൂണിഫോമിൽ വെള്ളയും ഉണ്ടായിരുന്നു. ഇതിന്റെ അർത്ഥമെന്താണ്? എന്റെ മനസ്സിൽ ചോദ്യം രൂപപ്പെടുമ്പോൾ ആത്മാവ് ഉത്തരം നൽകുകയായിരുന്നു... കറുപ്പും വെളുപ്പും തിന്മയുടെയും നന്മയുടെയും മിശ്രിതത്തെ പ്രതിനിധീകരിക്കുന്നു. സാത്താൻ ഒരിക്കലും കറുപ്പും തിന്മയും ഉപയോഗിച്ച് നമ്മുടെ നേരെ വരുന്നില്ല. അവൻ വെള്ളയും ഉപയോഗിച്ച് നമ്മുടെ അടുക്കൽ വരുന്നു. കറുപ്പും വെളുപ്പും *സത്യത്തിന്റെയും തെറ്റിന്റെയും മിശ്രിതത്തെ പ്രതിനിധീകരിക്കുന്നു* . ഇത് സാത്താന്റെ ഏറ്റവും വലിയ തന്ത്രപരമായ മിശ്രിതങ്ങളിൽ ഒന്നാണ്. ഇന്ന്, മുമ്പെങ്ങുമില്ലാത്തവിധം, നന്മയുടെയും തിന്മയുടെയും മിശ്രിതമുണ്ട്; സത്യത്തിന്റെയും തെറ്റിന്റെയും മിശ്രിതമുണ്ട് .

എന്നാൽ ഭാവികാലത്തു ചിലർ വ്യാജാത്മാക്കളെയും പിശാചുക്കളുടെ ഉപദേശങ്ങളെയും ആശ്രയിച്ചു വിശ്വാസം ത്യജിക്കുമെന്ന് ആത്മാവ് വ്യക്തമായി പറയുന്നു. 1 തിമൊഥെയൊസ് 4:1

എന്തുകൊണ്ടാണ് ഞാൻ ഈ സംഘർഷത്തിൽ അകപ്പെട്ടത്? ഏറ്റുമുട്ടലിൽ എന്റെ സാന്നിധ്യം ഒരു പ്രതിനിധിയുടെ സാന്നിധ്യമാണെന്ന്

കർത്താവ് എനിക്ക് കാണിച്ചുതന്നു. നരകശക്തികൾക്കെതിരായ ആക്രമണം നടത്താൻ ആത്മീയ സംഘർഷത്തിന്റെ മേഖലയിലേക്ക് നീങ്ങുന്ന നിരവധി ക്രിസ്ത്യാനികളുടെ പ്രതിനിധിയായിരുന്നു ഞാൻ.

ഞാൻ ചോദിച്ചു, "പക്ഷേ, കർത്താവേ, എന്റെ സഹപ്രവർത്തകരെല്ലാം എതിർ ടീമുമായുള്ള തർക്കത്തിൽ മാറിനിൽക്കുന്നത് എന്തുകൊണ്ടാണ്?" ഇത് ശത്രുവിന്റെ മറ്റൊരു തന്ത്രമാണെന്ന് കർത്താവ് വിശദീകരിച്ചു. ദൈവജനത്തെ പ്രധാന പ്രവർത്തനത്തിൽ നിന്ന് മാറ്റി നിർത്തി അവരെ ബന്ധനസ്ഥരാക്കാൻ അവൻ ശ്രമിക്കുന്നു. ഇത് *വിഭാഗീയ* ക്രിസ്തുമതത്തിന്റെ വിഭജനത്തെ പ്രതിനിധീകരിക്കുന്നുവെന്ന് അദ്ദേഹം എനിക്ക് കാണിച്ചുതന്നു. പിശാചിന്റെ വഞ്ചനയിൽ അകപ്പെട്ടുപോയെന്ന് തിരിച്ചറിയാതെ, സ്വന്തം സിദ്ധാന്തങ്ങളെയും പാരമ്പര്യങ്ങളെയും സംരക്ഷിക്കാൻ പിശാച് ക്രിസ്ത്യാനികളെ വശത്താക്കുന്നു. ദൈവജനം ഒരു ഐക്യത്തിലേക്ക് വന്ന് തങ്ങളുടെ ജോലിയിൽ ഏർപ്പെടേണ്ട സമയമാണിത്! വാസ്തവത്തിൽ, ഇന്ന് ലോകമെമ്പാടും പരിശുദ്ധാത്മാവിന്റെ വലിയ ഒഴുക്കിന്റെ ഫലമായി സംഭവിക്കുന്നത് ഇതാണ്.

എന്റെ ആശങ്ക പകൽ കഴിയാറായി എന്നതായിരുന്നു. പകൽ വെളിച്ചം ഇനി ഏതാനും മണിക്കൂർ മാത്രം ബാക്കി. വാസ്തവത്തിൽ, ആർക്കും ജോലി ചെയ്യാൻ കഴിയാത്ത രാത്രി വരുന്നു. മനുഷ്യചരിത്രത്തിന്റെ അവസാന മണിക്കൂറുകളിലാണ് നാം ജീവിക്കുന്നത്. ഓരോ മിനിറ്റും നാം കണക്കാക്കണം. ക്രിസ്ത്യാനികളെന്ന നിലയിൽ നാം യുദ്ധക്കളത്തിലിറങ്ങി സാത്താനെയും അവന്റെ സൈന്യങ്ങളെയും പരാജയപ്പെടുത്തണമെന്ന് നാം തിരിച്ചറിയണം.

ഒടുവിൽ ടീമുകൾ കളത്തിലേക്ക് നീങ്ങാൻ തുടങ്ങി. ഒരാൾക്ക് ഒരു ടീം ഉണ്ടാകില്ല! നമ്മൾ നീങ്ങുന്ന സഭാ ജീവിതത്തിന്റെ ഘട്ടത്തിന് ടീം വർക്ക് ആവശ്യമാണ്... ഐക്യം! ഒരു ബേസ്ബോൾ ടീമിൽ *ഒമ്പത് കളിക്കാർ ഉണ്ടെന്ന് കർത്താവ് എന്നെ ഓർമ്മിപ്പിച്ചു. ഒമ്പത് എന്ന സംഖ്യ* ആത്മാവിന്റെ *ഒമ്പത് ദാനങ്ങളെയും ആത്മാവിന്റെ ഒമ്പത് ഫലങ്ങളെയും സൂചിപ്പിക്കുന്നു* . സാത്താന്റെ ശക്തികളുമായുള്ള ഈ അന്തിമ പോരാട്ടത്തിൽ കർത്താവിന്റെ ടീമിലുള്ളവർ പരിശുദ്ധാത്മാവിന്റെ നിർദ്ദേശപ്രകാരം പ്രവർത്തിക്കും, ആത്മാവിന്റെ ദാനങ്ങൾ - ജ്ഞാനത്തിന്റെ വചനം, അറിവിന്റെ വചനം, വിശ്വാസം, രോഗശാന്തിയുടെ

ദാനങ്ങൾ, അത്ഭുതങ്ങളുടെ പ്രവർത്തനം, പ്രവചനം, ആത്മാക്കളെ വിവേചിച്ചറിയൽ, വിവിധതരം ഭാഷകൾ, ഭാഷകളുടെ വ്യാഖ്യാനം (I കൊരി. 12:8-10 കാണുക) - അവരുടെ ശുശ്രൂഷയിൽ പ്രവർത്തിക്കും. ആത്മാവിന്റെ ഫലം - സ്നേഹം, സന്തോഷം, സമാധാനം, ദീർഘക്ഷമ, സൗമ്യത, നന്മ, വിശ്വാസം, സൗമ്യത, ഇന്ദ്രിയജയം - എന്നിവ പ്രകടമായിരിക്കും. (ഗലാ. 5:22,23 കാണുക). കർത്താവിനെ സ്തുതിക്കൂ! *നമ്മുടെ നാളിൽ അവൻ തന്റെ ടീമിനെ കളത്തിലേക്ക് കൊണ്ടുവരുന്നു.* ഇത് *ആത്മാവ് നിറഞ്ഞ ഒരു* ടീമാണ്.

സഭയിലേക്ക് ആത്മാവ് പുനഃസ്ഥാപിക്കപ്പെടുന്നു.

ദൈവജനത്തിനിടയിൽ മുമ്പൊരിക്കലുമില്ലാത്തവിധം ഫലങ്ങൾ പ്രകടമാകുന്നുണ്ട്. ഇത്രയും കാലം നമ്മെ വേർപെടുത്തുകയും ഒറ്റപ്പെടുത്തുകയും ചെയ്ത തടസ്സങ്ങൾ മറികടക്കുകയാണ്. വിഭാഗീയമായ തടസ്സങ്ങൾ തകരുന്നു. ഭിന്നിപ്പിക്കുന്ന സിദ്ധാന്തപരമായ ചോദ്യങ്ങൾ കുഴിച്ചുമൂടപ്പെടുന്നു. യേശു കർത്താവാണ്! സ്നേഹത്തിന്റെ ഒഴുക്ക് നാം അനുഭവിക്കുന്നു. നമ്മൾ പൊതുവായ നിലയിലാണ്. പരിശുദ്ധാത്മാവിന്റെ കീഴിൽ നമുക്ക് ഒരുമിച്ച് ആരാധിക്കാനും ശുശ്രൂഷ ചെയ്യാനും കഴിയും.

ഞാൻ കളത്തിലേക്ക് മാറിയപ്പോൾ എതിർ ടീമിലെ ഒരു അംഗം എന്നോടൊപ്പം മാറി. യഥാർത്ഥ അനുഭവത്തിൽ, പരിശുദ്ധാത്മാവിനെ അനുഭവിച്ചപ്പോഴാണ് ഞാൻ സംഘർഷത്തിന്റെ മേഖലയിലേക്ക് മാറിയത്. അപ്പോഴാണ് എനിക്ക് ശക്തി ലഭിച്ചത്, പിശാചിന് ഒരു ഭീഷണിയായി ഞാൻ മാറി. ആ അനുഭവത്തിന് ശേഷമാണ് എന്റെ ശുശ്രൂഷയിൽ ആത്മാവിന്റെ ദാനങ്ങൾ പ്രവർത്തിക്കാൻ തുടങ്ങിയത്, അതിന്റെ ഫലമായുണ്ടായ ശക്തിയുടെ ഭൂരിഭാഗവും പിശാചിലേക്കാണ് തിരിച്ചുവിടപ്പെട്ടത്. പരിശുദ്ധാത്മാവിലുള്ള സ്നാനം തീർച്ചയായും എന്റെ പ്രശ്നങ്ങൾക്ക് അറുതി വരുത്തിയില്ല - സത്യത്തിൽ എന്റെ പ്രശ്നങ്ങൾ എക്കാലത്തേക്കാളും വലുതായി തോന്നി. ഒറ്റരാത്രികൊണ്ട് എന്റെ മിക്ക സുഹൃത്തുക്കളും എന്നെ നിരസിക്കുകയും അഹങ്കാരവും വഞ്ചനയും ആരോപിക്കുകയും ചെയ്യുന്ന ശത്രുക്കളായി മാറി. ഭയം എന്റെ ഹൃദയത്തെ പിടികൂടി, എനിക്ക് എന്ത് സംഭവിക്കുമെന്ന് ഞാൻ ചിന്തിച്ചു. എന്നെ നേരിടാൻ പൈശാചിക ശക്തികൾ കളത്തിലേക്ക് നീങ്ങി!

ഈ സമയത്ത് ഞാൻ ഇടതുവശത്ത് നിൽക്കുകയായിരുന്നു. ഇടതുവശത്ത് നിൽക്കുക എന്നതിന്റെ അർത്ഥമെന്താണെന്ന് നിങ്ങൾക്കറിയാമോ? ആശയക്കുഴപ്പത്തിലായ,

താൻ എവിടെയാണെന്ന് അറിയാത്ത ഒരു വ്യക്തിയെ വിവരിക്കാൻ ഈ പ്രയോഗം ഉപയോഗിച്ചിട്ടുണ്ട്. ഞാൻ സംഘർഷത്തിലാണെന്നും കളത്തിലാണെന്നും എനിക്കറിയാമായിരുന്നു, പക്ഷേ എന്റെ ഭാഗം എന്താണെന്ന് എനിക്കറിയില്ലായിരുന്നു. പരിശുദ്ധാത്മാവിലുള്ള സ്നാനത്തെത്തുടർന്നുള്ള എന്റെ ധർമ്മസങ്കടത്തെ ഇത് മതിയായതും ഗ്രാഫിക്കായി വിവരിക്കുന്നു. അല്ലേ? ധാരാളം ക്രിസ്ത്യാനികളെ വിവരിക്കണോ? അവർ ഇടതു ഫീൽഡിലാണ്. അവരുടെ ജീവിതത്തിനായുള്ള ദൈവഹിതം അവർ ഒരിക്കലും കണ്ടെത്തിയിട്ടില്ല. അവർ ലക്ഷ്യമില്ലാതെ അലഞ്ഞുനടക്കുന്നു. ടീമിന് അവർക്ക് യഥാർത്ഥ സഹായമില്ല. അവർ നികത്തേണ്ട സ്ഥലം ശൂന്യമായി കിടക്കുന്നു. റാങ്കുകളിൽ ഒരു വിടവുണ്ട്. പക്ഷേ പരിശീലകൻ അവിടെ ദിശ നൽകാൻ തയ്യാറാണ്! പരിശീലകൻ ആരാണ്? അവൻ പരിശുദ്ധാത്മാവാണ്. അവനെ എവിടെ കണ്ടെത്താനാകും? ഇത് സ്വപ്നത്തിന്റെ ഒരു വിചിത്രമായ സവിശേഷതയായിരുന്നു. സാധാരണയായി പരിശീലകൻ സൈഡ്ലൈനിലോ ഡഗൗട്ടിലോ ആയിരിക്കും. എന്നാൽ ഇവിടെ പരിശീലകൻ മൈതാനത്തിന്റെ മധ്യത്തിലായിരുന്നു. ഇന്ന് പരിശുദ്ധാത്മാവ് എവിടെയാണ്? അവൻ നമ്മുടെ മധ്യത്തിലാണ്. നാം അവനെ

നോക്കുമ്പോൾ നമുക്ക് ദിശ നൽകാൻ അവൻ അവിടെയുണ്ട്. ഞാൻ മൂന്നാം ബേസിലായിരിക്കണമെന്ന് അവൻ എനിക്ക് കാണിച്ചുതന്നു. ഇതിന്റെ അർത്ഥം ഒരു നിമിഷത്തിനുള്ളിൽ നമുക്ക് മനസ്സിലാകും. വിവിധ ടീം അംഗങ്ങൾ വേഗത്തിൽ അവരുടെ സ്ഥാനങ്ങൾ കണ്ടെത്തുകയായിരുന്നു. കളി ഉടൻ തന്നെ ആരംഭിക്കും. ഞങ്ങൾ പരസ്പരം പ്രോത്സാഹന വാക്കുകൾ ഉച്ചത്തിൽ വിളിച്ചു പറയാൻ തുടങ്ങി. ഓ, പള്ളിയുടെ എത്ര മനോഹരമായ ചിത്രം.

ചിലർ ചെയ്യുന്നതുപോലെ നമ്മുടെ സഭായോഗങ്ങളെ ഉപേക്ഷിക്കാതെ അന്യോന്യം പ്രബോധിപ്പിച്ചുകൊണ്ടു സ്നേഹത്തിന്നും സൽപ്രവൃത്തികൾക്കും ഉത്സാഹം വർദ്ധിപ്പിപ്പാൻ അന്യോന്യം സൂക്ഷിച്ചുകൊൾക. നാൾ സമീപിക്കുന്നു എന്നു കാണുന്തോറും അതു അധികമധികമായി ചെയ്യേണ്ടതാകുന്നു. എബ്രായർ 10:24,25
പിന്നെ ഞങ്ങളുടെ വ്യായാമങ്ങൾ ആരംഭിച്ചു. പന്തുകളിക്കാരുടെ ശാരീരിക വ്യായാമങ്ങൾ ക്രിസ്ത്യാനികളുടെ ആത്മീയ വ്യായാമങ്ങൾക്ക് സമാന്തരമാണെന്ന് കർത്താവ് എനിക്ക് കാണിച്ചുതന്നു. ആത്മീയ സംഘർഷത്തിനായി നാം ആരോഗ്യത്തോടെ തുടരണമെങ്കിൽ, പ്രാർത്ഥനയിൽ മുട്ടുകുത്തി, സ്തുതിയിൽ കൈകൾ ഉയർത്തി, ആരാധനയിൽ പുറം വളച്ച് ആത്മീയ

വ്യായാമത്തിന്റെ നിയമങ്ങളും ശിക്ഷണങ്ങളും നാം പാലിക്കണം! ഹല്ലേലൂയാ! ഒരു ലോക ചാമ്പ്യൻഷിപ്പ് പോരാട്ടത്തിൽ പങ്കെടുക്കുന്നവർ എല്ലായ്പ്പോഴും മികച്ച അവസ്ഥയിലായിരിക്കും. നമ്മളെക്കുറിച്ച് അങ്ങനെ പറയരുത്...

ഈ ലോകത്തിലെ മക്കൾ തങ്ങളുടെ തലമുറയിൽ വെളിച്ചത്തിന്റെ മക്കളെക്കാൾ ജ്ഞാനികളാണ്. ലൂക്കോസ് 16:8b

കായികരംഗത്തുള്ള പുരുഷന്മാർക്ക് തങ്ങളുടെ ജീവിതത്തെ അച്ചടക്കം പാലിച്ച് ഭൗമിക കിരീടം നേടാൻ ഏറ്റവും നല്ല അവസ്ഥയിൽ തുടരാൻ കഴിയുമെങ്കിൽ, ഏറ്റവും വലിയ പോരാട്ടത്തിന് പൂർണ്ണമായും തയ്യാറാകാൻ ക്രിസ്ത്യാനി എത്രത്തോളം വില നൽകണം?

ഇപ്പോൾ, പോരാട്ടം ആരംഭിക്കാനുള്ള സമയമായി. ദൈവം എന്റെ ടീം പ്രതിരോധത്തിൽ കളത്തിലാണെന്ന് എനിക്ക് കാണിച്ചുതന്നു. ഞാൻ വളരെക്കാലമായി അവന്റെ ജനം ഈ സ്ഥാനത്ത് ഉണ്ടായിരുന്നുവെന്ന് അവൻ എന്നോട് പറഞ്ഞു. പിശാചിന്റെ കൈകൾ ഏറ്റെടുത്ത് ആക്രമണത്തിന് ഇറങ്ങേണ്ട സമയമാണിത്. ഒരു നല്ല പ്രതിരോധം പ്രധാനമാണ്, പക്ഷേ ആക്രമണാത്മക ടീമാണ് ഗോളുകൾ നേടുന്നത്. ആത്മീയ യുദ്ധത്തിലൂടെ സഭ ഇന്ന് ആക്രമണം

ഏറ്റെടുക്കുന്നു. ഭൂതങ്ങളെ പുറത്താക്കുന്നു. ആത്മീയ അന്ധകാരത്തിന്റെ വാഴ്ചകളെയും ശക്തികളെയും ആക്രമിക്കുകയും പരാജയപ്പെടുത്തുകയും ചെയ്യുന്നു. യേശു ഒരിക്കൽ പറഞ്ഞു...

ദൈവത്തിന്റെ ശക്തികൊണ്ടു ഞാൻ ഭൂതങ്ങളെ പുറത്താക്കുന്നു എങ്കിൽ ദൈവരാജ്യം നിങ്ങളുടെ അടുക്കൽ വന്നിരിക്കുന്നു എന്നതിൽ സംശയമില്ല. ലൂക്കോസ് 11:20

ഇത് ആത്മീയ പോരാട്ടത്തിന്റെയും ആത്മീയ വിജയത്തിന്റെയും ദിവസമാണ്. ദൈവരാജ്യം നിങ്ങളുടെയോ എന്റെയോ ജീവിതത്തിൽ യാഥാർത്ഥ്യമാകുന്നതിന് മുമ്പ്, നമ്മെ ചുറ്റിപ്പറ്റിയുള്ള നരകശക്തികളെ നേരിടുകയും മറികടക്കുകയും വേണം. തന്റെ വിജയകരമായ സഭയെക്കുറിച്ച് കർത്താവ് പ്രവചിച്ചത് നിറവേറ്റുന്നതിന് മുമ്പ് (മത്തായി 16:18) സഭയ്ക്ക് അത് കടന്നുപോകണം.

പിശാചിനെതിരെയുള്ള ആക്രമണം. ആത്മീയ യുദ്ധത്തിന്റെ സന്ദേശവും പ്രയോഗവും ഇന്ന് സഭയിലുടനീളം അതിവേഗം പടരുകയാണ്. പിശാചിനെ ചെറുക്കുകയും അവൻ ഓടിപ്പോകാൻ നിർബന്ധിതനാകുകയും ചെയ്യുന്നു. ആദ്യമായി നമ്മൾ പിശാചിന്റെ പിൻഭാഗം കാണുന്നു. അതൊരു മനോഹരമായ കാഴ്ചയാണ്!

ഒരു ദിവസം ഒരു മൈതാനത്ത് പന്തു കളിച്ചുകൊണ്ടിരുന്ന ആൺകുട്ടികളുടെ കഥയാണ് എനിക്ക് ഓർമ്മ വരുന്നത്. ഒരാൾ അതുവഴി കടന്നുപോകുകയായിരുന്നു. കളി എങ്ങനെയുണ്ടെന്ന് അയാൾ ഒരു ആൺകുട്ടിയോട് ചോദിച്ചു. കളി നന്നായി പോകുന്നു എന്ന് അയാൾ മറുപടി നൽകി. സ്കോർ എന്താണെന്ന് അയാൾ അന്വേഷിച്ചു. 35 ടു 0 എന്നായിരുന്നു അയാളുടെ മറുപടി. ആർക്കാണ് അനുകൂലമെന്ന് അയാൾക്ക് അറിയണമായിരുന്നു. മറ്റേ ടീമിന് അനുകൂലമായാണ് അയാളുടെ മറുപടി. അപ്പോൾ ആ കുട്ടിയുടെ ടീം വളരെ മോശമായി തോൽക്കുകയാണെന്ന് അയാൾ അഭിപ്രായപ്പെട്ടു. ആ കുട്ടി അമ്പരന്നു പോയി, "ഓ, ഇല്ല, സർ! നമ്മൾ തോൽക്കുന്നില്ല" എന്ന് പറഞ്ഞു. ഇപ്പോൾ ആ മനുഷ്യൻ അമ്പരന്നു. 35 ടു 0 എന്ന സ്കോറിൽ പിന്നിലായിരുന്നപ്പോൾ അവർ തോൽക്കുന്നില്ല എന്ന് കുട്ടി എങ്ങനെ മനസ്സിലാക്കി എന്ന് അയാൾക്ക് അറിയണമായിരുന്നു.

അപ്പോൾ ആ കുട്ടി വിശദീകരിച്ചു, "സർ, നമ്മൾ ഇതുവരെ ബാറ്റ് ചെയ്യാൻ വന്നിട്ടില്ല."

സഭയുടെ എന്തൊരു ചിത്രം! പിശാച് സ്കോർ വർദ്ധിപ്പിക്കുകയാണ്. എന്നാൽ ഇപ്പോൾ സഭയ്ക്ക് ആക്രമണം അഴിച്ചുവിട്ട് പിശാചിനെ പരാജയപ്പെടുത്തേണ്ട സമയമായി. ആമേൻ!

പിന്നെ ആദ്യ പന്ത് പിച്ച് ചെയ്തു. എതിർ ബാറ്റർ വളരെ ശക്തമായി പന്ത് അടിച്ചു. പന്ത് വളരെ ഉയരത്തിൽ പോയി, പക്ഷേ ഫൗൾ ആയി. ലോർഡ് പറഞ്ഞു, "ശത്രുവിന്റെ പ്രവൃത്തി ഞാൻ നിങ്ങൾക്ക് കാണിച്ചുതരാൻ ആഗ്രഹിക്കുന്നു. അത് അടിച്ച ആ പന്ത് പോലെയാണ്. ശത്രുവിന് കുറച്ച് ശക്തിയുണ്ട്. അവൻ ചെയ്യുന്നത് പലപ്പോഴും വളരെ ഉയർന്നതും ശ്രദ്ധേയവുമാണ്, പക്ഷേ അത് പൂർണ്ണമായും 'ഫൗൾ' ആണ്."

പിശാച് ചെയ്യുന്നതെല്ലാം കാണുമ്പോൾ എന്റെ ഹൃദയത്തിൽ വന്ന ഭയം പല ദൈവദാസന്മാർക്കും സാധാരണമാണ്. വിജയസാധ്യതയുണ്ടോ എന്ന് അവർ ചിന്തിക്കുന്നു. ഒരു ആനന്ദത്തിൽ അകപ്പെട്ടുപോകുന്നതിനെക്കുറിച്ച് അവർ ചിന്തിക്കാൻ തുടങ്ങുന്നു. എന്നാൽ ദൈവം അങ്ങനെയുള്ള ഒരു സഭയെ കൊണ്ടുവരുന്നില്ല! അവൻ ഒരു യുദ്ധസന്നദ്ധ സഭയുടെ കർത്താവാണ്. നമ്മുടേതുപോലുള്ള ഒരു തലമുറ യുദ്ധക്കളത്തിൽ ഇറങ്ങാൻ അവൻ കാത്തിരിക്കുകയാണ്. അവന്റെ നേതൃത്വത്തിൽ അത് സംഭവിക്കും. ശത്രു പരാജയപ്പെടും. നിങ്ങൾ ടീമിലുണ്ടോ? നിങ്ങൾ പിശാചിനെതിരെ ആക്രമണം നടത്തുകയാണോ?

സ്വപ്നത്തിലെ ഈ ഘട്ടത്തിൽ ഞാൻ തിരിച്ചറിഞ്ഞു, ഞാൻ തയ്യാറായിരിക്കണം. ഞാൻ എന്റെ ഏറ്റവും മികച്ചവനായിരിക്കണം. ആവശ്യമുള്ള ഏത് ദിശയിലേക്കും നീങ്ങാനും എതിരാളിയെ പുറത്താക്കാനും എനിക്ക് കഴിയണം.

ആകയാൽ സൂക്ഷ്മതയോടെ, ബുദ്ധിഹീനരായിട്ടല്ല, ജ്ഞാനികളായിട്ടത്രേ നടപ്പാൻ നോക്കുവിൻ; കാലം ദുഷ്കരമാകയാൽ സമയം തക്കത്തിൽ ഉപയോഗിച്ചുകൊൾവിൻ. എഫെ. 5:15,16

സ്വപ്നം അകാലത്തിൽ അവസാനിച്ചതായി തോന്നി. കളിയുടെ അവസാനം കാണാൻ എനിക്ക് അനുവാദമില്ലാത്തത് എന്തുകൊണ്ടാണെന്ന് ഞാൻ കർത്താവിനോട് അന്വേഷിച്ചു. അവസാനം വരെ അത് കാണാൻ ഞാൻ ആഗ്രഹിക്കുന്നത് എന്തുകൊണ്ടാണെന്ന് കർത്താവ് എന്നോട് ചോദിച്ചു. ഫലം അറിയാൻ ഞാൻ ആഗ്രഹിക്കുന്നുവെന്ന് ഞാൻ വിശദീകരിച്ചു. അപ്പോൾ കർത്താവ് എന്നോട് മനോഹരമായ ഒരു കാര്യം പറഞ്ഞു, "മകനേ", അവൻ പറഞ്ഞു, "ഫലം നീ അറിയേണ്ടതില്ല; നിനക്ക് അത് ഇതിനകം അറിയാം. നീ വിജയിക്കുന്ന ടീമിലാണെന്ന് എന്റെ വചനം നിനക്ക് വാഗ്ദാനം ചെയ്തിട്ടുണ്ട്. അത് ഞാൻ പറഞ്ഞതുപോലെ തന്നെ ആയിരിക്കും. ഇല്ല, ഫലം നീ അറിയേണ്ടതില്ല, പക്ഷേ ഫൈനൽ

സംഘർഷം ആരംഭിച്ചു!

അതെ, പ്രിയ ക്രിസ്തീയ സുഹൃത്തേ, നമ്മൾ യുഗാന്ത്യത്തിലാണ്. സാത്താന്റെ ശക്തികളും ദൈവത്തിന്റെ സൈന്യവും തമ്മിലുള്ള അന്തിമ പോരാട്ടം ഇതിനകം ആരംഭിച്ചിരിക്കുന്നു. എല്ലാ വശങ്ങളിലും അതിന്റെ തെളിവുകൾ നാം കാണുന്നു. യുദ്ധത്തിനുള്ള ആഹ്വാനമാണിത്. വൈകാൻ ഇനി സമയമില്ല. യുദ്ധം ആരംഭിച്ചു! നിങ്ങൾ അതിൽ ഉൾപ്പെട്ടിട്ടുണ്ടോ?

തുടർച്ച

സ്വപ്നത്തിന്റെ വ്യാഖ്യാനം അവസാനിച്ചിരുന്നില്ല. അടിസ്ഥാനങ്ങളുടെ അർത്ഥം എനിക്ക് പറഞ്ഞു തന്നു. ആദ്യ അടിത്തറ *സാമൂഹിക ബന്ധങ്ങളെ പ്രതിനിധാനം ചെയ്തു*, രണ്ടാമത്തെ അടിത്തറ *ബിസിനസ്സ് ബന്ധങ്ങളെയായിരുന്നു* , മൂന്നാമത്തെ അടിത്തറ *പള്ളി ബന്ധങ്ങളെയായിരുന്നു.* അതുകൊണ്ടാണ് എന്നെ മൂന്നാം അടിത്തറയിലേക്ക് നിയോഗിച്ചത്. പിശാച് മൂന്നാം അടിത്തറയിലേക്ക് കടക്കാൻ ശ്രമിക്കുമ്പോൾ - പള്ളിയിൽ - പുറത്താക്കുക എന്നത് എന്റെ കടമയായിരുന്നു.

ഹോം ബേസ് അത് സൂചിപ്പിക്കുന്നതിനെയാണ് പ്രതിനിധീകരിക്കുന്നത് - *ഗാർഹിക ബന്ധങ്ങൾ.* എല്ലാം ഹോം ബേസിൽ ആരംഭിച്ച് ഹോം ബേസിൽ അവസാനിച്ചുവെന്ന് ആത്മാവ്

എനിക്ക് കാണിച്ചുതന്നു. ലോർഡ്സ് ടീമിലെ അംഗങ്ങൾ ബാറ്റ് ചെയ്യാൻ വരുമ്പോൾ അവർക്ക് ഹോം ബേസിൽ നിന്ന് ആരംഭിച്ച് അവിടെ ഒരു ഹിറ്റ് നേടണമായിരുന്നു. സാമൂഹിക, ബിസിനസ്സ് അല്ലെങ്കിൽ പള്ളി ബന്ധങ്ങളുടെ അടിത്തറകൾ അവർ എത്ര മികച്ച രീതിയിൽ കൈകാര്യം ചെയ്താലും, അവർ വീട്ടിൽ തന്നെ ആരംഭിച്ചില്ലെങ്കിൽ അവർ കപടവിശ്വാസികൾ മാത്രമായിരുന്നു!

ദൈവം ഇന്ന് ശരിയായ കുടുംബജീവിതത്തിന് പ്രാധാന്യം നൽകുന്നു. അവൻ നമ്മുടെ വീടുകളെ ക്രമപ്പെടുത്തുന്നു. അവൻ ഭർത്താവിനെയും പിതാവിനെയും വീട്ടിലെ അധികാര സ്ഥാനത്തേക്ക് പുനഃസ്ഥാപിക്കുന്നു. വീട് ആത്മീയ ജീവിതത്തിന്റെ കേന്ദ്രമായി മാറുകയാണ്. ഇതാണ് ദൈവത്തിന്റെ ദിവ്യ ക്രമം. നമ്മുടെ ജീവിതം ശരിയായ അവസ്ഥയിലാകുന്നതുവരെ ജീവിതത്തിലെ മറ്റൊരു ബന്ധത്തിലും നമുക്ക് ശരിയായിരിക്കാൻ കഴിയില്ല.

വീട്. പിശാചിന്റെ ടീം വീട്ടിലേക്ക് ഫാസ്റ്റ് ബോളുകളും കർവ് ബോളുകളും എറിയുകയാണ്. നമ്മുടെ വീടുകൾക്കെതിരായ ആക്രമണത്തിൽ പിശാചിനെ ആദ്യം പരാജയപ്പെടുത്തണം. കുടുംബത്തിലെ ഓരോ അംഗവും ദൈവം നിശ്ചയിച്ച റോൾ ഏറ്റെടുക്കണം:

ഭാര്യമാരേ, കർത്താവിന്നു എന്നപോലെ സ്വന്ത ഭർത്താക്കന്മാർക്കു കീഴടങ്ങുവിൻ... ഭർത്താക്കന്മാരേ, ക്രിസ്തുവും സഭയെ സ്നേഹിച്ചതുപോലെ നിങ്ങളുടെ ഭാര്യമാരെ സ്നേഹിക്കുവിൻ. . . മക്കളേ, നിങ്ങളുടെ അമ്മയപ്പന്മാരെ കർത്താവിൽ അനുസരിക്കുവിൻ; അതു ന്യായമല്ലോ. എഫെ. 5:22,25, 6:1

ക്രിസ്തീയ ജീവിതത്തിനുള്ള ആദ്യ പരീക്ഷണം വീട്ടിൽ നിന്നാണ്. നമ്മുടെ സ്വന്തം വീട്ടിലെ അംഗങ്ങളുമായുള്ള ബന്ധത്തിൽ പരിശുദ്ധാത്മാവിന്റെ സ്നേഹവും സന്തോഷവും സമാധാനവും നമ്മുടെ ജീവിതത്തിൽ നിന്ന് പുറപ്പെടുന്നില്ലെങ്കിൽ, സാത്താൻ നമ്മുടെ മേൽ വിജയം നേടിയിരിക്കുന്നു. നമ്മുടെ വീട്ടിലും സ്വയം വഴിയും സാത്താൻ സ്ഥാനം നേടിയിട്ടുണ്ടെന്ന് വ്യക്തമാകുമ്പോൾ, അത് ആത്മീയ യുദ്ധത്തിനുള്ള ഒരു ആഹ്വാനമാണ്. നിങ്ങളുടെ സ്വന്തം ജീവിതത്തിലും കുടുംബത്തിലും പിശാചിനെ പരാജയപ്പെടുത്തുക, അപ്പോൾ നിങ്ങൾക്ക് ജീവിതത്തിന്റെ മറ്റ് മേഖലകളിലേക്ക് യുദ്ധം കൊണ്ടുപോകാൻ കഴിയും.

മറ്റുള്ളവരെ ശുശ്രൂഷിക്കുന്നതിനുമുമ്പ് നമ്മുടെ സ്വന്തം ജീവിതം ക്രമപ്പെടുത്തണമെന്ന് യേശു തന്റെ കഷണത്തിന്റെയും തടിയുടെയും ഉപമയിൽ കാണിച്ചുതന്നു. *നമ്മുടെ സ്വന്തം*

പാർലറുകളിൽ പന്നികൾ ഇല്ലെന്ന് നമുക്ക് ഉറപ്പാക്കാം.

ആത്മമോചനത്തിനായുള്ള ഹ്രസ്വ പ്രാർത്ഥന

"കർത്താവായ യേശുക്രിസ്തുവേ, എന്റെ പാപങ്ങൾക്കു വേണ്ടി നീ കുരിശിൽ മരിച്ചു മരിച്ചവരിൽ നിന്ന് ഉയിർത്തെഴുന്നേറ്റു എന്ന് ഞാൻ വിശ്വസിക്കുന്നു. നിന്റെ രക്തത്താൽ നീ എന്നെ വീണ്ടെടുത്തു, ഞാൻ നിന്നുടേതാണ്, ഞാൻ നിനക്കുവേണ്ടി ജീവിക്കാൻ ആഗ്രഹിക്കുന്നു. എന്റെ എല്ലാ പാപങ്ങളും - അറിയപ്പെടുന്നതും അറിയാത്തതും - ഞാൻ ഏറ്റുപറയുന്നു - അവയെല്ലാം ഞാൻ ക്ഷമിക്കുന്നു. ഞാൻ അവയെല്ലാം ഉപേക്ഷിക്കുന്നു. നീ എന്നോട് ക്ഷമിക്കണമെന്ന് ഞാൻ ആഗ്രഹിക്കുന്നതുപോലെ ഞാൻ മറ്റുള്ളവരോട് ക്ഷമിക്കുന്നു. ഇപ്പോൾ എന്നോട് ക്ഷമിക്കുകയും നിന്റെ രക്തത്താൽ എന്നെ ശുദ്ധീകരിക്കുകയും ചെയ്യുന്നു. ഇപ്പോൾ എല്ലാ പാപങ്ങളിൽ നിന്നും എന്നെ ശുദ്ധീകരിക്കുന്ന യേശുക്രിസ്തുവിന്റെ രക്തത്തിന് ഞാൻ നന്ദി പറയുന്നു. എന്റെ വിമോചകനായി ഞാൻ ഇപ്പോൾ നിന്റെ അടുക്കൽ വരുന്നു. എന്റെ പ്രത്യേക ആവശ്യങ്ങൾ - ബന്ധിക്കുന്നതും പീഡിപ്പിക്കുന്നതും മലിനമാക്കുന്നതും - ആ ദുഷ്ടാത്മാവ്, ആ അശുദ്ധാത്മാവ് -

"കർത്താവിന്റെ നാമം വിളിച്ചപേക്ഷിക്കുന്ന ഏവനും വിടുവിക്കപ്പെടും" എന്ന നിന്റെ വചനത്തിന്റെ വാഗ്ദാനം ഞാൻ അവകാശപ്പെടുന്നു. ഇപ്പോൾ ഞാൻ നിന്നെ വിളിക്കുന്നു. കർത്താവായ യേശുക്രിസ്തുവിന്റെ നാമത്തിൽ, എന്നെ വിടുവിച്ച് എന്നെ സ്വതന്ത്രനാക്കേണമേ. സാത്താനേ, ഞാൻ നിന്നെയും നിന്റെ എല്ലാ പ്രവൃത്തികളെയും ഉപേക്ഷിക്കുന്നു. യേശുവിന്റെ നാമത്തിൽ ഞാൻ എന്നെത്തന്നെ അഴിച്ചുവിടുന്നു, യേശുവിന്റെ നാമത്തിൽ ഇപ്പോൾ എന്നെ ഉപേക്ഷിക്കാൻ ഞാൻ നിന്നോട് കൽപ്പിക്കുന്നു. ആമേൻ!"

അത് നിങ്ങളുടെ ഹൃദയത്തിൽ നിന്ന് പുറപ്പെട്ട് കർത്താവിന്റെ രക്ഷ കാണട്ടെ!

നിങ്ങൾ രോഗിയാണോ അതോ വീണ്ടെടുക്കൽ ആവശ്യമാണോ?

ഏതെങ്കിലും രൂപത്തിലോ രൂപത്തിലോ രോഗികളോ സുഖമില്ലാത്തവരോ, അല്ലെങ്കിൽ മോചനം ആവശ്യമുള്ളവരോ? അല്ലെങ്കിൽ പുനഃസ്ഥാപനം ആവശ്യമുള്ളവരോ, ദയവായി വിശ്വാസത്തിൽ താഴെയുള്ള ഡോട്ട് സ്പർശിക്കുക (വിശ്വാസം എന്നത് നിങ്ങളുടെ നിലവിലെ സാഹചര്യത്തിന്റെ കൃത്യമായ പോസിറ്റീവ് ഫലം കാണുകയും, നിങ്ങളുടെ രോഗശാന്തിയും മോചനവും ഉറപ്പാക്കാൻ യേശു 2000 വർഷങ്ങൾക്ക് മുമ്പ് തന്റെ പങ്ക്

നിർവഹിച്ചിട്ടുണ്ടെന്ന് അറിയുകയും, ഒരു ഡൗൺ പേയ്മെന്റായി പുനഃസ്ഥാപനം നടത്തുകയും, ആ ഡൗൺ പേയ്മെന്റ് നിങ്ങൾക്ക് ലഭ്യമാണെന്ന് വിശ്വസിക്കുകയും ചെയ്യുന്നു, ബാങ്കിലെ നിങ്ങളുടെ ചെക്കിംഗ് അക്കൗണ്ടിലെ ഒരു പോസിറ്റീവ് ബാലൻസ് പോലെ, ഞങ്ങൾ നിങ്ങളോട് യോജിക്കുകയും യേശുക്രിസ്തുവിന്റെ നാമത്തിൽ സുഖപ്പെടൂ എന്ന് ഉച്ചരിക്കുകയും ചെയ്യുമ്പോൾ ഒരു ചോദ്യവും ചോദിക്കില്ല, ആമേൻ)

നീ എനിക്കും അവർക്കും നൽകിയ അധികാരത്താൽ, ശത്രുവിനെതിരായ അവരുടെ കോപത്തോടും വിശപ്പോടും കൂടി, നീ അവർക്കെല്ലാവർക്കും സൗജന്യമായി നൽകിയത് സ്വീകരിക്കാൻ ഞാൻ ഇപ്പോൾ വിശ്വാസത്തോടെ ആ അധികാരം പ്രയോഗിക്കുന്നു. എല്ലാ രോഗങ്ങളെയും, എല്ലാ രോഗങ്ങളെയും, അത് കാൻസർ ആകട്ടെ, COVID 19 ആകട്ടെ, ബലഹീനതയുടെ ആത്മാവാകട്ടെ, അത് പൈശാചിക ബാധയോ അടിച്ചമർത്തലോ ആകട്ടെ, ദാരിദ്ര്യത്തിന്റെ ആത്മാവാകട്ടെ, തിരിച്ചടികളാകട്ടെ, ദൈവം ഇതിനകം നിശ്ചയിച്ചതും മോചിപ്പിച്ചതുമായ കാര്യങ്ങളുടെ കാലതാമസം വരുത്തുന്ന പൂർത്തീകരണമാകട്ടെ, ഞാൻ ശപിക്കുന്നു. ഞങ്ങൾ അപാകതയ്ക്കെതിരെ വരുന്നു, ഞാൻ അവരെ ബന്ധിക്കുന്നു, ഞങ്ങൾ അവരെ അവയുടെ വേരിലേക്ക് ശപിക്കുന്നു,

യേശുക്രിസ്തുവിന്റെ നാമത്തിൽ അധികാരത്താൽ ഞങ്ങൾ അവരെ പുറത്താക്കുന്നു. ആമേൻ. യേശുക്രിസ്തുവിന്റെ മഹത്തായ നാമത്തിൽ അവരുടെ ജീവിതത്തിലേക്ക് രോഗശാന്തിയുടെയും വിടുതലിന്റെയും പുനഃസ്ഥാപനത്തിന്റെയും ഒരു മോചനം ഞങ്ങൾ വിളിക്കുന്നു. നിങ്ങളുടെ മഹത്വത്തിനും ബഹുമാനത്തിനും ആരാധനയ്ക്കും വേണ്ടി നിലനിൽക്കുന്ന സാക്ഷ്യങ്ങൾക്ക് കർത്താവേ നന്ദി. ഈ സന്ദേശത്തിന്റെ ഫലമായി നിങ്ങളുടെ രാജ്യത്തിലേക്ക് ചേർക്കപ്പെടുന്ന ആത്മാക്കൾക്ക് നന്ദി, ഞങ്ങൾ ഇപ്പോൾ കാണുകയും യേശുവിന്റെ നാമത്തിൽ നിങ്ങളുടെ മഹത്വത്തിനായി പ്രകടമാക്കുകയും ചെയ്യുന്ന അത്ഭുതങ്ങൾ, ആമേൻ. പൂർത്തിയായി! സന്തോഷിക്കൂ!

സ്പർശനബിന്ദുവായി എടുത്തുകാണിച്ചിരിക്കുന്ന ഈ സ്ഥലം സ്പർശിച്ച് നിങ്ങളുടെ വായ് കൊണ്ട് ഏറ്റുപറയുക - യേശുക്രിസ്തുവിന്റെ നാമത്തിൽ എന്റെ ആത്മാവിലും, ആത്മാവിലും, ശരീരത്തിലും, എന്റെ ചുറ്റുപാടിലും ഞാൻ സുഖം പ്രാപിച്ചു, ഞാൻ വിടുവിക്കപ്പെട്ടു, പുനഃസ്ഥാപിക്കപ്പെട്ടു, ആമേൻ!!!

മുമ്പ് നിങ്ങൾക്ക് ചെയ്യാൻ കഴിയാത്തത് ചെയ്യാൻ തുടങ്ങുക, പൂർണ്ണമായ രോഗശാന്തി, വിടുതൽ പുനഃസ്ഥാപനം നിങ്ങളുടെ ജീവിതത്തിൽ ഒരു ഫലമായി മാറുന്നതുവരെ ഏറ്റുപറയാൻ തുടങ്ങുക, യേശുവിന്റെ നാമത്തിൽ, ആമേൻ. ദൈവത്തിനെല്ലാം വേണ്ടി വിശപ്പുള്ളവരായിരിക്കുക,
കോപിച്ചിരിക്കുക, ശത്രു യേശുവിന്റെ നാമത്തിൽ തടഞ്ഞുവച്ചതെല്ലാം തിരികെ എടുക്കുക, ആമേൻ.
കുറിപ്പ്:
ദൈവത്തിന്റെ മഹത്വത്തിനും ശത്രുവിന്റെ നാണക്കേടിനും വേണ്ടിയുള്ള രോഗശാന്തിക്ക് സാക്ഷ്യം വഹിക്കുക! ഈ വിഷയത്തിൽ ഞങ്ങൾ നിങ്ങളോട് ഇപ്പോഴും യോജിക്കണമെന്ന് നിങ്ങൾ ആഗ്രഹിക്കുന്നുവെങ്കിൽ ഞങ്ങൾക്ക് ഒരു ഇമെയിൽ അയയ്ക്കുക അല്ലെങ്കിൽ ഞങ്ങൾക്ക് വാട്ട്സ്ആപ്പ് ചെയ്യുക. അടുത്ത ആഴ്ച വ്യാഴാഴ്ച ആരംഭിക്കുന്ന സജ്ജീകരണ പരമ്പരയിൽ ബന്ധപ്പെടുക. ഞങ്ങളുടെ വെബ്സൈറ്റിൽ ഉടൻ തന്നെ വിശദാംശങ്ങൾ കണ്ടെത്തുക!

വലിയ ചൂഷണങ്ങൾ - 1 - അദ്ധ്യായം 8 - ഭാഗം 7 ലെ മഹാന്മാരിൽ നിന്ന് എങ്ങനെയെന്ന് കണ്ടെത്തുക.

– നിങ്ങളുടെ ജീവിതത്തിലും മറ്റുള്ളവരിലും രോഗശാന്തി, മോചനം, പുനഃസ്ഥാപനം എന്നിവയ്ക്കുള്ള ഏജന്റായി വായുവിലൂടെ വെള്ളത്തിലേക്കും എണ്ണയിലേക്കും മാറ്റപ്പെടുന്ന വാക്കുകളിലൂടെ നിങ്ങളിൽ വസിക്കുന്ന പരിശുദ്ധാത്മാവിന്റെ ശക്തി – വെള്ളത്തിലും എണ്ണയിലും ഉൾപ്പെടുത്തിയിരിക്കുന്ന സാമ്പിൾ പ്രാർത്ഥന സ്ക്രിപ്റ്റ് + ഒരു പാസ്റ്ററുടെയും ഒരു വ്യക്തിയുടെയും മോചനത്തെക്കുറിച്ചുള്ള 2 കഥകൾ സ്കീസോഫ്രീനിയയിൽ നിന്നുള്ള 6 വയസ്സുള്ള പെൺകുട്ടിയും മറ്റ് ഭൂതങ്ങളുടെ ആതിഥേയരും ഫ്രാങ്കും ഇഡ മേയും ചേർന്ന് നിങ്ങൾക്ക് ഒരു പഠന വക്രമായി - ഭാഗം 7 + രോഗശാന്തി, മോചനം, പുനഃസ്ഥാപനം എന്നിവയ്ക്കുള്ള ഉടമ്പടി പ്രാർത്ഥന.

പ്രിയ സുഹൃത്തുക്കളെ, ഇന്ന്, അടിമത്തത്തിലേക്ക് മതിയാകും, ക്രിസ്തുവിലുള്ള സ്വാതന്ത്ര്യത്തിലേക്ക് സ്വാഗതം എന്ന പരമ്പരയുടെ ഏഴാം ഭാഗം ഞങ്ങൾ നിങ്ങൾക്കായി കൊണ്ടുവരുന്നു.

ദൈവത്തിന്റെ ജീവിതരീതിയോട് അനുസരണക്കേട് കാണിക്കുക എന്ന മനഃപൂർവമായ തിരഞ്ഞെടുപ്പിലൂടെ അന്ധകാരശക്തികൾക്ക് ആകർഷകമായ ഒരു വാസസ്ഥലമാകാൻ വേണ്ടിയാണ് നെഗറ്റീവ് ശീലങ്ങളിലൂടെയോ തിരുവെഴുത്തുവിരുദ്ധമായ ജീവിതശൈലിയിലൂടെയോ നമ്മൾ ക്രിസ്ത്യാനികളാകുന്നതെന്ന് ഞങ്ങൾ പറഞ്ഞു. നമ്മുടെ ഇഷ്ടങ്ങൾ അനുസരിക്കാൻ നാം അടിമകളാകുന്നു. ആ പോയിന്റ് ഉറപ്പിക്കാൻ, ഇവിടെ പൗലോസ്

റോമർ 6:16 ആംപ്ലിഫൈഡ് ബൈബിൾ, ക്ലാസിക് പതിപ്പ്

16. നിങ്ങൾ എപ്പോഴും മറ്റൊരാൾക്ക് അവന്റെ ഇഷ്ടം ചെയ്യാൻ നിങ്ങളെത്തന്നെ സമർപ്പിച്ചാൽ, മരണത്തിലേക്ക് നയിക്കുന്ന പാപത്തിന്റെ ദാസന്മാർ , അല്ലെങ്കിൽ നീതിയിലേക്ക് നയിക്കുന്ന അനുസരണത്തിന്റെ ദാസന്മാർ (ദൈവമുമ്പാകെ ശരിയായ നിലയിലുള്ള നീതി) എന്ന് നിങ്ങൾ അറിയുന്നില്ലയോ?

ഈ യജമാനൻ - സാത്താൻ - കഠിനനും വിനാശകരവുമായ ഒരു ദൗത്യനിർവ്വഹകനാണെന്ന് യേശു സൂചിപ്പിച്ചു.. ഇത് വായിക്കുക.

യോഹന്നാൻ 10:10

ആംപ്ലിഫൈഡ് ബൈബിൾ, ക്ലാസിക് പതിപ്പ്

*10 മോഷ്ടിക്കാനും കൊല്ലാനും നശിപ്പിക്കാനും
മാത്രമാണ് കള്ളൻ വരുന്നത്; അവർക്ക് ജീവൻ
ഉണ്ടാകാനും അത് ആസ്വദിക്കാനും അത്
സമൃദ്ധമായി ഉണ്ടാകാനുമാണ് ഞാൻ
വന്നിരിക്കുന്നത് (കരുണാകരം, അത് കവിഞ്ഞൊഴുകുന്നതുവരെ).*

ദൈവം നമുക്ക് സ്വതന്ത്ര ഇച്ഛാശക്തി എന്ന സമ്മാനം നൽകിയിട്ടുണ്ട്, എന്നാൽ നമ്മുടെ തിരഞ്ഞെടുപ്പുകളുടെ ഫലം തിരഞ്ഞെടുക്കാനുള്ള സ്വതന്ത്ര ഇച്ഛാശക്തി അവൻ നമുക്ക് നൽകിയിട്ടില്ല. ഇവിടെ മോശ ഇസ്രായേൽ മക്കളെയും ആധുനിക ക്രിസ്ത്യാനികളെയും ഇങ്ങനെ ഉപദേശിക്കുന്നു:

ആവർത്തനം 30:16-20

ആംപ്ലിഫൈഡ് ബൈബിൾ, ക്ലാസിക് പതിപ്പ്

16 നിന്റെ ദൈവമായ യഹോവയെ സ്നേഹിക്കയും അവന്റെ വഴികളിൽ നടക്കയും അവന്റെ കല്പനകളും ചട്ടങ്ങളും വിധികളും പ്രമാണിക്കയും ചെയ്‌വിൻ എന്നു ഞാൻ ഇന്നു നിന്നോടു കല്പിക്കുന്ന നിന്റെ ദൈവമായ യഹോവയുടെ കല്പനകൾ അനുസരിച്ചാൽ നീ ജീവിച്ചു പെരുകും; നീ കൈവശമാക്കുവാൻ ചെല്ലുന്ന ദേശത്തു നിന്റെ ദൈവമായ യഹോവ നിന്നെ അനുഗ്രഹിക്കും.

17 *എന്നാൽ നിങ്ങളുടെ മനസ്സും ഹൃദയവും മറഞ്ഞുപോകയും നിങ്ങൾ കേൾക്കാതെ അന്യദൈവങ്ങളെ ആരാധിക്കാനും സേവിക്കാനും വശീകരിക്കപ്പെടുകയും ചെയ്താൽ,*
18 *നിങ്ങൾ യോർദ്ദാൻ കടന്നു കൈവശമാക്കുന്ന ദേശത്തു ദീർഘായുസ്സോടെ ജീവിക്കുകയില്ല എന്നും നിശ്ചയമായി നശിച്ചുപോകുമെന്നും ഞാൻ ഇന്നു നിങ്ങളെ അറിയിക്കുന്നു.*
19 *ജീവനും മരണവും, അനുഗ്രഹവും ശാപവും ഞാൻ നിങ്ങളുടെ മുമ്പിൽ വെച്ചിരിക്കുന്നു എന്നതിന് ഇന്നു ഞാൻ ആകാശത്തെയും ഭൂമിയെയും സാക്ഷിയാക്കുന്നു; അതിനാൽ നീയും നിന്റെ സന്തതികളും ജീവിച്ചിരിക്കേണ്ടതിന് ജീവൻ തിരഞ്ഞെടുക്കുക.*
20 *നിങ്ങളുടെ ദൈവമായ യഹോവയെ സ്നേഹിച്ചു അവന്റെ വാക്കു കേട്ടു അവനോടു ചേർന്നിരിക്കുവിൻ. യഹോവ നിങ്ങളുടെ പിതാക്കന്മാരായ അബ്രാഹാമിന്നും യിസ്ഹാക്കിന്നും യാക്കോബിന്നും കൊടുക്കുമെന്നു സത്യം ചെയ്ത ദേശത്തു നിങ്ങൾ പാർക്കേണ്ടതിന്നു അവൻ നിങ്ങളുടെ ജീവനും ദീർഘായുസ്സും ആകുന്നു.*

മനഃപൂർവ്വമായ തിരഞ്ഞെടുപ്പിലൂടെ, നമ്മളിൽ പലരും പൈശാചിക ശക്തികൾക്ക് വളക്കൂറുള്ള മണ്ണും വിഹാര കേന്ദ്രവും

ആക്കി മാറ്റിയിരിക്കുന്നു. വാസ്തവത്തിൽ, നമ്മളിൽ പലരും ഇതിനെക്കുറിച്ച് ബോധവാന്മാരല്ല, മറിച്ച് പരിശുദ്ധാത്മാവ് നമ്മുടെ മേൽ വിടുതലിനായി തന്റെ തിരയൽ വെളിച്ചം വീശാൻ അനുവദിക്കുന്നതുവരെ ദുഷ്ടശക്തികളുടെ രൂപകൽപ്പന മൂലമാണ് എന്നതാണ്. നമ്മുടെ ജീവിതത്തിൽ നാം പൂർണ്ണമായും നിയന്ത്രണാതീതമായതോ തടവിലായതോ ആയ നിരവധി മേഖലകളുണ്ടെന്ന് നമുക്കറിയാം, കാരണം നമ്മുടെ ആത്മാവിലും ആത്മാവിലും ശരീരത്തിലും പൂർണ്ണമായ രോഗശാന്തി, വിടുതൽ, പുനഃസ്ഥാപനം എന്നിവയെ അലട്ടുന്ന മൂലകാരണം കൈകാര്യം ചെയ്തിട്ടില്ലാത്തതിനാൽ വർഷങ്ങളായി നിരന്തരമായ പ്രാർത്ഥന സഹായിച്ചിട്ടില്ല.

ഇന്ന് ഭാഗം 7 ൽ, സാത്താന്റെ അടിമത്തത്തിലേക്ക് "ഇനിയും മതി", ക്രിസ്തുവിലുള്ള സ്വാതന്ത്ര്യത്തിലേക്ക് സ്വാഗതം എന്നീ പരമ്പരകളിലൂടെ ഞങ്ങൾ നിങ്ങളെ കൊണ്ടുവരുന്നു. **നിങ്ങളുടെ ജീവിതത്തിലും മറ്റുള്ളവരിലും രോഗശാന്തി, മോചനം, പുനഃസ്ഥാപനം എന്നിവയ്ക്കുള്ള ഏജന്റായി വായുവിലൂടെ വെള്ളത്തിലേക്കും എണ്ണയിലേക്കും കൈമാറ്റം ചെയ്യപ്പെടുന്ന വാക്കുകളിലൂടെ നിങ്ങളിലും എന്നിലും വസിക്കുന്ന പരിശുദ്ധാത്മാവിന്റെ ശക്തിയെ എങ്ങനെ ഉത്തേജിപ്പിക്കാം**

എന്നതിനെക്കുറിച്ചുള്ള ഉൾക്കാഴ്ചകൾ + നിങ്ങൾക്ക് ഒരു പഠന വക്രമായി ഒരു പാസ്റ്ററുടെയും 6 വയസ്സുള്ള ഒരു പെൺകുട്ടിയുടെയും മോചനത്തെക്കുറിച്ചുള്ള 2 കഥകൾ - ഭാഗം 7

ഓർക്കുക, മർക്കോസ് 16:15 ലെ കൽപ്പന വിജയകരമായി നടപ്പിലാക്കാൻ നമ്മൾ സജ്ജരാകുകയാണ്.

മർക്കൊസ് 16:16-20

ആംപ്ലിഫൈഡ് ബൈബിൾ, ക്ലാസിക് പതിപ്പ്

16 സുവിശേഷത്തിലും അത് പറയുന്നവനിലും
വിശ്വസിച്ച് സ്നാനം സ്വീകരിക്കുന്നവൻ
നിത്യമരണത്തിൽ നിന്ന് രക്ഷിക്കപ്പെടും ; എന്നാൽ
വിശ്വസിക്കാത്തവൻ ശിക്ഷിക്കപ്പെടും.
സുവിശേഷത്തിലും അത് പറയുന്നവനിലും
വിശ്വസിക്കുകയും ആശ്രയിക്കുകയും
ചെയ്യാത്തവൻ ശിക്ഷിക്കപ്പെടും .
17 വിശ്വസിക്കുന്നവരാൽ ഈ അടയാളങ്ങൾ
നടക്കും : എന്റെ നാമത്തിൽ അവർ ഭൂതങ്ങളെ
പുറത്താക്കും; പുതുഭാഷകളിൽ
സംസാരിക്കും;
18 അവർ സർപ്പങ്ങളെ പിടിച്ചെടുക്കും;
മാരകമായ എന്തു കുടിച്ചാലും അത് അവർക്ക്
ഒരു ദോഷവും വരുത്തുകയില്ല; അവർ
രോഗികളുടെ മേൽ കൈകൾ വയ്ക്കും, അവർ
സുഖം പ്രാപിക്കും.
19 ഇങ്ങനെ കർത്താവായ യേശു അവരോടു
അരുളിച്ചെയ്തശേഷം സ്വർഗ്ഗത്തിലേക്ക്

എടുക്കപ്പെട്ടു. ദൈവത്തിന്റെ വലത്തുഭാഗത്ത് ഇരുന്നു.
[20] **അവർ പുറപ്പെട്ടു എല്ലായിടത്തും പ്രസംഗിച്ചു; കർത്താവു അവരോടുകൂടെ പ്രവർത്തിച്ചും അവരോടുകൂടെ നടന്ന സാക്ഷ്യപ്പെടുത്തുന്ന അടയാളങ്ങളാലും അത്ഭുതങ്ങളാലും വചനത്തെ ഉറപ്പിച്ചും പോന്നു. ആമേൻ.**

ക്രിസ്തുവിലുള്ള എല്ലാ വിശ്വാസികൾക്കുമുള്ള യേശുവിന്റെ ഈ കൽപ്പന വിജയകരമായി നടപ്പിലാക്കാൻ, ഓടിപ്പോയ പടയാളികൾക്ക് അല്ലെങ്കിൽ വീണ്ടും പോരാടാൻ ഓടുന്നവർക്ക് ഇടമില്ലെന്ന് മുൻ പരമ്പരകളിൽ നാം പരാമർശിച്ചു, കാരണം സ്വർഗ്ഗത്തിൽ യുദ്ധം ഇതിനകം വിജയിച്ചു കഴിഞ്ഞു. നമ്മുടെ അധികാരം ഉപയോഗിക്കുക എന്നതാണ് നമ്മുടെ കടമ, ആ വിജയം നടപ്പിലാക്കാൻ പരിശുദ്ധാത്മാവിലൂടെ നമുക്ക് ശക്തി നൽകിയിരിക്കുന്നു, കാരണം ശത്രു എപ്പോഴും തന്റെ അതിർത്തി കടക്കാൻ ആഗ്രഹിക്കും. നമ്മൾ അജ്ഞരാണോ എന്ന് കാണാൻ വെള്ളത്തെ പരീക്ഷിക്കുന്നു. നിർഭാഗ്യവശാൽ, നമ്മളിൽ പലരും ദുഷ്ടന്റെ തന്ത്രങ്ങളെക്കുറിച്ച് അജ്ഞരാണ്.

ഈ തരത്തിലുള്ള ശത്രുക്കളെ അച്ചടക്കമുള്ള ഒരു സൈന്യമായി നേരിടാൻ, **A, B, C, D, E, F, G**

എന്നിവയിലെന്നപോലെ നമുക്ക് താഴെപ്പറയുന്നവ ആവശ്യമാണ് എന്ന് ഞങ്ങൾ പറഞ്ഞു. ഈ പരമ്പര എല്ലാവർക്കും വേണ്ടിയുള്ളതല്ലെന്ന് ഞാൻ ഊന്നിപ്പറയട്ടെ. തിരഞ്ഞെടുക്കപ്പെട്ട ചുരുക്കം ചിലർ ഈ 7 ഗുണങ്ങളാൽ എൻറോൾമെന്റിന് മുൻകൂട്ടി യോഗ്യത നേടും. അവ താഴെ പറയുന്നവയാണ് :

A. ലഭ്യത (ആത്മാവ്, ആത്മാവ്, ശരീരം)
B. ധൈര്യം
C. മറ്റുള്ളവരോടുള്ള അനുകമ്പ
D. ദൃഢനിശ്ചയം
E. ആത്മാർത്ഥമായ സ്നേഹം
F. ഉജ്ജ്വലമായ കോപം
G. വലിയ വിശപ്പ്

ഈ ഗുണങ്ങൾ നിങ്ങൾക്ക് ഏറ്റവും കുറഞ്ഞ ചേരുവകളായി ഇല്ലെങ്കിൽ, വിജയകരമായ ഒരു പ്രചാരണം നടത്തുക അസാധ്യമായിരിക്കും, കാരണം മുകളിൽ പറഞ്ഞ എല്ലാ ചേരുവകളും ഒരുമിച്ച് ചേർക്കേണ്ടത് കടുക് മണി വിശ്വാസം സൃഷ്ടിക്കുന്നതിനാണ്, കാരണം ദൈവം വിശക്കുന്നവരെ പോറ്റുന്നു, തണുത്തതോ ഇളം ചൂടുള്ളതോ ആയ കുട്ടികളെയല്ല, അത് രോഗശാന്തിയിലും, മോചനത്തിലും, ആന്തരികവും ബാഹ്യവുമായ പുനഃസ്ഥാപനത്തിലായാലും.

കൊള്ളമുതലുകൾ ശേഖരിക്കാൻ തയ്യാറാണ്, പക്ഷേ അവയെ നമ്മുടെ അനുഭവത്തിലേക്ക് ശേഖരിക്കാൻ ഒരു കടുക് മണി, സ്ഥിരമായ വിശ്വാസം ആവശ്യമാണ്. നമ്മൾ ആത്മാക്കൾ, ആത്മാക്കൾ, കൂടുതൽ ആത്മാക്കൾ എന്നിവയെക്കുറിച്ചും ജീവനുള്ള ദൈവത്തിന്റെ ഒരു സൈന്യമെന്ന നിലയിൽ വിജയകരമായ ഒരു പ്രചാരണം നടത്താൻ നമുക്ക് ആവശ്യമായ എല്ലാ കാര്യങ്ങളെക്കുറിച്ചും സംസാരിക്കുന്നു. ഞങ്ങൾക്ക് മുമ്പേ പോയവരിൽ നിന്ന് പഠിക്കാൻ നിങ്ങളെ സജ്ജരാക്കാൻ ഞങ്ങൾ ഇവിടെയുണ്ട്.

ഇന്നത്തെ നമ്മുടെ അവതരണത്തിന്റെ ആദ്യ ഭാഗം നോക്കൂ - **നിങ്ങളുടെ ജീവിതത്തിലും മറ്റുള്ളവരിലും അത്ഭുതങ്ങൾക്കുള്ള ഏജന്റായി വായുവിലൂടെ വെള്ളത്തിലേക്കും എണ്ണയിലേക്കും മാറ്റപ്പെടുന്ന വാക്കുകളിലൂടെ നിങ്ങളിൽ വസിക്കുന്ന പരിശുദ്ധാത്മാവിന്റെ ശക്തി - രോഗശാന്തി, മോചനം, പുനഃസ്ഥാപനം - - മാതൃകാ പ്രാർത്ഥനാ സ്ക്രിപ്റ്റ് ഉൾപ്പെടുത്തിയിട്ടുണ്ട്.**

നമ്മുടെ വിശ്വാസത്തിന്റെ നായകനും പൂർത്തീകരണിയുമായ യേശുവിൽ നിന്നാണ് നമ്മൾ ആരംഭിക്കുന്നത്, അവന്റെ ഉള്ളിൽ പരിശുദ്ധാത്മാവ് വസിച്ചിരുന്നു:

യോഹന്നാൻ 9:1-7
ആംപ്ലിഫൈഡ് ബൈബിൾ, ക്ലാസിക് പതിപ്പ്
9 അവൻ കടന്നുപോകുമ്പോൾ, ജന്മനാ
അന്ധനായ ഒരു മനുഷ്യനെ കണ്ടു.
2 അവന്റെ ശിഷ്യന്മാർ അവനോടു: റബ്ബീ,
ഇവൻ കുരുടനായി പിറക്കത്തക്കവണ്ണം ആർ
പാപം ചെയ്തു? ഇവനോ ഇവന്റെ
അമ്മയപ്പന്മാരോ എന്നു ചോദിച്ചു.
3 യേശു ഉത്തരം പറഞ്ഞു: ഇവനോ ഇവന്റെ
മാതാപിതാക്കളോ പാപം ചെയ്തതല്ല,
ദൈവത്തിന്റെ പ്രവൃത്തികൾ ഇവനിൽ
വെളിപ്പെടേണ്ടതിന്നാണ് ഇവൻ അന്ധനായി
ജനിച്ചത്.
4 എന്നെ അയച്ചവന്റെ പ്രവൃത്തികളെ നാം
ചെയ്യേണ്ടതും പകൽ വെളിച്ചമാകുമ്പോൾ
അവന്റെ കാര്യങ്ങളിൽ
വ്യാപൃതരാകേണ്ടതും ആകുന്നു; ആർക്കും
പ്രവൃത്തിച്ചുകൂടാത്ത രാത്രി വരുന്നു.
5 ഞാൻ ലോകത്തിലായിരിക്കുന്നിടത്തോളം
കാലം ലോകത്തിന്റെ വെളിച്ചമാണ്.
6 ഇങ്ങനെ പറഞ്ഞിട്ടു അവൻ നിലത്തു തുപ്പി,
ഉമിനീർകൊണ്ടു കളിമണ്ണു ഉണ്ടാക്കി, ആ
മനുഷ്യന്റെ കണ്ണുകളിൽ തൈലം പോലെ
പുരട്ടി.
7 അവൻ അവനോടു: നീ പോയി ശിലോഹാം
കുളത്തിൽ കഴുകുക എന്നു പറഞ്ഞു;
ശിലോഹാം എന്നതിന്നു അയയ്ക്കപ്പെട്ടവൻ
എന്നർത്ഥം. അവൻ പോയി കഴുകി, കണ്ണു
കാണുന്നവനായി മടങ്ങിവന്നു.

നമ്മുടെ കാലത്ത് ക്രിസ്തുവാണെന്ന് വിശ്വസിക്കുന്ന ആരെങ്കിലും ഈ അത്ഭുതം ചെയ്തിട്ടുണ്ടെങ്കിൽ, നമ്മൾ പെട്ടെന്ന് വിധിക്കും, "ഒരുപക്ഷേ നമ്മൾ ജൂജു ഉപയോഗിക്കുന്നുണ്ടാകാം. യോഹന്നാൻ 9 അവസാനം വരെ വായിച്ചാൽ, ഈ ശ്രദ്ധേയമായ അത്ഭുതത്തിന് ശേഷം കുറ്റാരോപിതനായ യേശുവിനെപ്പോലെ."

നമ്മുടെ ഉള്ളിൽ പരിശുദ്ധാത്മാവ് ഉള്ളതിനാൽ, നമ്മുടെ കാലഘട്ടത്തിൽ നമുക്ക് പ്രയോഗിക്കാൻ കഴിയുന്നതും പ്രയോഗിക്കേണ്ടതുമായ ഒരു തത്ത്വം യേശു ഇവിടെ നമുക്ക് കാണിച്ചുതരുന്നു. പരിശുദ്ധാത്മാവിന്റെ ശക്തിയിൽ നാം എന്തിനോടും സംസാരിക്കുമ്പോൾ, നമ്മുടെ ഹൃദയത്തിന്റെ ഉദ്ദേശ്യങ്ങൾ നിറവേറും. മരിച്ചതും ക്ഷയിച്ചുകൊണ്ടിരിക്കുന്നതുമായ സാഹചര്യങ്ങളിൽ വാക്കുകളുടെ അത്ഭുതകരമായ ശക്തിയെ സാക്ഷ്യപ്പെടുത്താൻ ഞാൻ മറ്റ് തിരുവെഴുത്തുകൾ കൊണ്ടുവരുന്നു. തുടർന്ന്, നമ്മുടെ സ്വന്തം സാഹചര്യത്തിനും സാഹചര്യങ്ങൾക്കും അനുയോജ്യമായ രീതിയിൽ ഉപയോഗിക്കാവുന്ന ഒരു ലളിതമായ പ്രാർത്ഥന ഞാൻ ഉൾപ്പെടുത്തും:

സദൃശ്യവാക്യങ്ങൾ 18:20-21
ആംപ്ലിഫൈഡ് ബൈബിൾ, ക്ലാസിക് പതിപ്പ്

20 ഒരു മനുഷ്യന്റെ [ധാർമ്മിക] സ്വഭാവം അവന്റെ വായുടെ ഫലത്താൽ നിറയും; അവന്റെ വാക്കുകളുടെ പരിണതഫലത്താൽ അവൻ തൃപ്തിപ്പെടും (നല്ലതോ ചീത്തയോ ആകട്ടെ).
21 മരണവും ജീവനും നാവിന്റെ അധികാരത്തിലാണ്, അതിൽ സുഖിക്കുന്നവർ അതിന്റെ ഫലം അനുഭവിക്കും.

സദൃശവാക്യങ്ങൾ 18:4,6,16

ആംപ്ലിഫൈഡ് ബൈബിൾ, ക്ലാസിക് പതിപ്പ്

4 [വിവേകിയും ജ്ഞാനിയും ആയ] മനുഷ്യന്റെ വായുടെ വാക്കുകൾ ആഴമുള്ള വെള്ളവും [സമൃദ്ധവും മനസ്സിലാക്കാൻ പ്രയാസമുള്ളതും]; വൈദഗ്ധ്യവും ദൈവികവുമായ ജ്ഞാനത്തിന്റെ ഉറവ ഒഴുകുന്ന അരുവി പോലെയും [തിളങ്ങുന്ന, പുതുമയുള്ള, നിർമ്മലമായ, ജീവദായകമായ].
6 മൂഢന്റെ അധരങ്ങൾ വഴക്കിന് കാരണമാകുന്നു; അവന്റെ വായ് തല്ലു വിളിച്ചുവരുത്തുന്നു.
16 ഒരു മനുഷ്യന്റെ ദാനം അവന് ഇടം നൽകുകയും മഹാന്മാരുടെ സന്നിധിയിൽ അവനെ എത്തിക്കുകയും ചെയ്യുന്നു.

പ്രാർത്ഥനയ്ക്ക് മുമ്പ്, നമ്മുടെ വാക്കുകളിലെ ശക്തിയെക്കുറിച്ചുള്ള യേശുവിന്റെ വിവരണത്തിലൂടെ ഞാൻ ഇത് സംഗ്രഹിക്കുന്നു.

മർക്കൊസ് 11:20-26

ആംപ്ലിഫൈഡ് ബൈബിൾ, ക്ലാസിക് പതിപ്പ്

20 രാവിലെ അവർ കടന്നുപോരുമ്പോൾ
അത്തിവൃക്ഷം വേരോടെ
ഉണങ്ങിപ്പോയിരിക്കുന്നതു കണ്ടു.
21 അപ്പോൾ പത്രൊസ് ഓർത്തു അവനോടു:
ഗുരോ, നോക്കൂ, നീ ശപിച്ച അത്തി
ഉണങ്ങിപ്പോയി എന്നു പറഞ്ഞു.
22 യേശു അവരോടു ഉത്തരം പറഞ്ഞതു:
ദൈവത്തിൽ വിശ്വാസമുള്ളവരായിരിപ്പിൻ.
23 സത്യമായി ഞാൻ നിങ്ങളോടു പറയുന്നു,
ആരെങ്കിലും ഈ മലയോട്, 'ഇറങ്ങി കടലിൽ
എറിയപ്പെടുക' എന്ന് പറയുകയും തന്റെ
ഹൃദയത്തിൽ സംശയിക്കാതെ, താൻ
പറയുന്നതുപോലെ സംഭവിക്കുമെന്ന്
വിശ്വസിക്കുകയും ചെയ്താൽ അവന് അത്
സംഭവിക്കും.
24 അതുകൊണ്ടാണ് ഞാൻ നിങ്ങളോട്
പറയുന്നത്: നിങ്ങൾ പ്രാർത്ഥനയിൽ എന്ത്
യാചിച്ചാലും അത് നിങ്ങൾക്ക് ലഭിക്കുമെന്ന്
വിശ്വസിക്കുക; എന്നാൽ അത് നിങ്ങൾക്ക്
ലഭിക്കും.
25 നിങ്ങൾ പ്രാർത്ഥിപ്പാൻ നില്ക്കുമ്പോൾ,
നിങ്ങൾക്ക് ആരോടെങ്കിലും എന്തെങ്കിലും
വിരോധമുണ്ടെങ്കിൽ, അവനോട്
ക്ഷമിക്കുവിൻ ; അത് ___ ഉപേക്ഷിക്കുവിൻ;
അങ്ങനെ ചെയ്താൽ സ്വർഗ്ഗസ്ഥനായ
നിങ്ങളുടെ പിതാവ് നിങ്ങളുടെ തെറ്റുകളും
കുറവുകളും ക്ഷമിച്ച് ഉപേക്ഷിക്കുമാറാകും.
26 [b ___] നിങ്ങൾ ക്ഷമിക്കുന്നില്ലെങ്കിൽ,
സ്വർഗ്ഗസ്ഥനായ നിങ്ങളുടെ പിതാവു

നിങ്ങളുടെ പിഴവുകളും കുറവുകളും ക്ഷമിക്കയില്ല.

23-ാം വാക്യം നോക്കിയാൽ, അവൻ "പറയുന്നവൻ ആരായാലും" എന്ന് പറഞ്ഞു. നിങ്ങളെ ആരെങ്കിലും ഉൾപ്പെടുത്തുന്നു. "നിങ്ങൾ ദൈവത്തിന്റെ അഭിഷിക്ത പുരുഷനോ സ്ത്രീയോ ആണെങ്കിൽ" എന്ന് പറഞ്ഞിട്ടില്ല. ഒരേയൊരു വ്യവസ്ഥ "അവൻ പറയുന്നത് സംഭവിക്കുമെന്ന് സംശയിക്കാതെ വിശ്വസിക്കുക, അത് അവന് സംഭവിക്കും" എന്നതാണ്.

പരിശുദ്ധാത്മാവ് നൽകപ്പെടുന്നതിനു മുമ്പായിരുന്നു ഇത് എന്ന് ഓർക്കുക. ഇപ്പോൾ, നിങ്ങൾക്കും എനിക്കും ഉള്ളിൽ പരിശുദ്ധാത്മാവ് വസിക്കുന്നു. നമ്മൾ ചെയ്യേണ്ടത് അവനെ ഉണർത്തുക എന്നതാണ്. ആരാധന, സ്തുതി, അന്യഭാഷാ സംസാരം എന്നിവയിലൂടെ വിശ്വാസത്തിൽ പടുത്തുയർത്തപ്പെടുകയും അങ്ങനെ പ്രാബല്യത്തിൽ വരുന്ന പ്രഖ്യാപനം നടത്തുകയും വേണം.

ഇനി നമുക്ക് തുടങ്ങാം. മാതൃകാ പ്രാർത്ഥന സ്ക്രിപ്റ്റ്

ഉദ്ദേശിച്ച ലക്ഷ്യം നേടുന്നതിനായി വെള്ളത്തിലോ എണ്ണയിലോ പ്രയോഗിക്കുന്നതിനോ കുടിക്കുന്നതിനോ മുമ്പ് സംസാരിക്കുന്നതിനുള്ള ഒരു സാമ്പിൾ

പ്രാർത്ഥന സ്ക്രിപ്റ്റ്. ഓർമ്മിക്കുക, രോഗശാന്തി, വിടുതൽ, പുനഃസ്ഥാപനം എന്നിവയുടെ ഒരു ഏജന്റായി മാറുന്നതിന് നിങ്ങൾ ആ പ്രഖ്യാപനങ്ങൾ വെള്ളത്തിലോ എണ്ണയിലോ നടത്തുമ്പോൾ നിങ്ങൾ ആഗ്രഹിച്ച ഫലം വ്യക്തമായി കാണണം. സാഹചര്യത്തിലോ സാഹചര്യത്തിലോ ഒരു മാറ്റമുണ്ടാകുന്നതുവരെ ഇത് ചെയ്യുന്നത് തുടരുക.

സംസാരിച്ചു തുടങ്ങുക : വെള്ളമോ എണ്ണയോ, യേശുക്രിസ്തുവിന്റെ നാമത്തിലുള്ള വിശ്വാസത്തിലൂടെയും ഇപ്പോൾ എന്റെ ഉള്ളിലുള്ള പരിശുദ്ധാത്മാവിന്റെ ശക്തിയുടെയും സാന്നിധ്യത്തിന്റെയും രക്ഷയുടെ ഏറ്റുപറച്ചിലിലൂടെയും എന്റെ ഉള്ളിൽ വസിക്കുന്ന ജീവശ്വാസം ഞാൻ ശ്വസിക്കുന്നു. - (വിശ്വാസത്താൽ ഇപ്പോൾ വെള്ളത്തിലേക്കോ എണ്ണയിലേക്കോ വായു ഊതുക, തിരുവെഴുത്തുകളുമായി പൊരുത്തപ്പെടുന്ന ആവശ്യമുള്ള ഫലം കാണുക)

പരിശുദ്ധാത്മാവിന്റെ ശക്തിയാൽ, വെള്ളമോ എണ്ണയോ ഉപയോഗിച്ച്, യേശുക്രിസ്തുവിന്റെ നാമത്തിൽ രോഗശാന്തിക്കായി (നിങ്ങൾ ആഗ്രഹിക്കുന്ന രോഗശാന്തിയുടെ പേര് നൽകുക), വിടുതൽ (നിങ്ങൾ ആഗ്രഹിക്കുന്ന രോഗശാന്തിയുടെ

പേര് നൽകുക), പുനഃസ്ഥാപനത്തിനായി അഭിഷേകം ചെയ്യപ്പെടുക (നിങ്ങൾ ആഗ്രഹിക്കുന്ന രോഗശാന്തിയുടെ പേര് നൽകുക) – (നിങ്ങളുടെ ഹൃദയത്തിന്റെ ആഴത്തിൽ നിന്ന്, പരിശുദ്ധാത്മാവിന്റെ ശക്തിയാൽ വെള്ളത്തിലേക്കോ എണ്ണയിലേക്കോ ഊതുക – ചലിക്കുന്നതുപോലെ അന്യഭാഷകളിൽ സംസാരിക്കുക)

ഈ അഭിഷേകം ചെയ്ത വെള്ളം എടുത്ത് കുടിക്കുകയോ എണ്ണ എടുക്കുകയോ ചെയ്ത് പുരട്ടുകയോ ചെയ്യുമ്പോൾ, പരിശുദ്ധാത്മാവിന്റെ അഭിഷേക ശക്തിയുടെ അലകൾ എന്റെ ശരീരത്തിലുടനീളം, എന്റെ ശരീരത്തിനുള്ളിൽ വ്യാപിക്കുകയും പൂർണ്ണമായ രോഗശാന്തിയും പൂർണ്ണമായ വിടുതലും പൂർണ്ണമായ പുനഃസ്ഥാപനവും യേശുക്രിസ്തുവിന്റെ നാമത്തിൽ കൊണ്ടുവരികയും ചെയ്യട്ടെ, ആമേൻ (നിങ്ങൾക്ക് രോഗശാന്തി, വിടുതൽ, പുനഃസ്ഥാപനം എന്നിവ ആവശ്യമുള്ള മേഖലകൾ പേരിടുക)

എന്റെ ആത്മാവിലും ആത്മാവിലും ശരീരത്തിലും ദൈവിക ക്രമവും പൂർണ്ണമായ പുനഃക്രമീകരണവും യേശുക്രിസ്തുവിന്റെ നാമത്തിൽ ഞാൻ പ്രഖ്യാപിക്കുന്നു, ആമേൻ.

പിതാവേ, ഞാൻ നന്ദി പറയുന്നു, യേശുവേ, ഞാൻ നന്ദി പറയുന്നു, പ്രിയ

പരിശുദ്ധാത്മാവേ, പൂർണ്ണമായ രോഗശാന്തിക്കും (എന്തിൽ നിന്ന് രോഗശാന്തി? അവർക്ക് പേര് നൽകുക, രോഗശാന്തി ഫലം കാണുക), വിടുതൽ (എന്തിൽ നിന്ന്? അവർക്ക് പേര് നൽകുക, നൽകിയ ഫലം കാണുക) പുനഃസ്ഥാപനത്തിനും (എന്തിന്റെ പേര് നൽകുക, പുനഃസ്ഥാപിച്ച ഫലം കാണുക) ആമേൻ, ആമേൻ എന്നിവയ്ക്കും ഞാൻ നന്ദി പറയുന്നു.

PS – ഫലം കാണാൻ തുടങ്ങുക – എപ്പോഴും, ഫലം ഏറ്റുപറയാൻ തുടങ്ങുക – എപ്പോഴും, ഫലം അനുഭവിക്കാൻ തുടങ്ങുക, യേശുവിന്റെ നാമത്തിൽ അവന്റെ മഹത്വത്തിനും നിങ്ങളുടെ അനുഗ്രഹങ്ങൾക്കും വേണ്ടിയുള്ള ഫലത്തെക്കുറിച്ച് സാക്ഷ്യപ്പെടുത്തുക, ആമേൻ. ഫലത്തിന്റെ പൂർത്തീകരണം വരെ ആവർത്തിക്കുക, യേശുവിന്റെ നാമത്തിൽ ദൈവസ്പർശം ആവശ്യമുള്ള മറ്റുള്ളവരിലേക്ക് സന്ദേശം പ്രചരിപ്പിക്കുക ആമേൻ.

ഇനി, ഒരു പാസ്റ്ററുടെയും 6 വയസ്സുള്ള ഒരു പെൺകുട്ടിയുടെയും വിടുതലിനെക്കുറിച്ചുള്ള 2 കഥകൾ നിങ്ങൾക്ക് ഒരു പഠന വക്രമായി എടുക്കാം.

കഥ 1 ഞാൻ ഒരു വിടുതൽ ശുശ്രൂഷകനാകണോ? ഫ്രാങ്ക് ഹാമണ്ട് എന്നെ എങ്ങനെ വിടുതലിലേക്ക് നയിച്ചു - ഒരു പാസ്റ്ററുടെ വിടുതൽ.

"നിങ്ങൾ എങ്ങനെയാണ് വിടുതൽ ശുശ്രൂഷയിൽ പ്രവേശിച്ചത്?" ആ ചോദ്യം എന്നോട് പലപ്പോഴും ചോദിക്കാറുണ്ട്. തീർച്ചയായും ഞാൻ ആഗ്രഹിച്ചതോ അന്വേഷിച്ചതോ ആയിരുന്നില്ല അത്. ഞാൻ പലപ്പോഴും ആളുകളോട് പറയാറുണ്ട്, "നിങ്ങൾ നിലത്തേക്ക് നോക്കിയാൽ, ഈ ബിസിനസ്സിലേക്ക് എന്നെ വലിച്ചിഴച്ചപ്പോൾ എന്റെ കാൽവിരലുകൾ കൊണ്ട് ഉണ്ടാക്കിയ ഉഴവുകൾ നിങ്ങൾക്ക് കാണാം." കർത്താവ് എന്നെ ഈ ശുശ്രൂഷയിലേക്ക് വിളിച്ചില്ല - അവൻ എന്നെ അതിലേക്ക് തള്ളി! മത്തായി 9:38-ൽ യേശു തന്റെ അനുയായികളോട് വിളവെടുപ്പിന്റെ നാഥൻ വേലക്കാരെ "അയയ്ക്കണമേ" എന്ന് പ്രാർത്ഥിക്കാൻ പറയുന്നു. അക്ഷരാർത്ഥത്തിൽ അവൻ വേലക്കാരെ "അയയ്ക്കും" അല്ലെങ്കിൽ "പുറത്താക്കും" എന്നാണ് അർത്ഥമാക്കുന്നത്. ഇങ്ങനെയാണ് ഞാൻ "വിളി" അനുഭവിച്ചത്. കർത്താവ് എന്നോട് ചോദിച്ചില്ല; അവൻ എന്നോട് പറഞ്ഞു!

യേശു "ഇന്നലെയും ഇന്നും എന്നെന്നേക്കും അനന്യൻ" ആണെന്ന് മനസ്സിലാക്കിയത്

ആവേശകരമായ ഒരു കണ്ടെത്തലായിരുന്നു (എബ്രായർ 13:8). പരിശുദ്ധാത്മാവിലുള്ള സ്നാനം ഞാൻ അനുഭവിച്ചപ്പോൾ, പന്ത്രണ്ട് അപ്പോസ്തലന്മാർ മരിച്ചപ്പോഴോ തിരുവെഴുത്തുകളുടെ കാനോൻ പൂർത്തിയായപ്പോഴോ അത്ഭുതങ്ങൾ അവസാനിച്ചില്ലെന്ന് ഞാൻ കണ്ടെത്തി. അത്ഭുതങ്ങൾ ഇന്നത്തേക്കുള്ളതാണ്. കാതറിൻ കുൽമാന്റെ വാക്കുകൾ കേൾക്കാൻ ഞാൻ പോയി, ആ ശുശ്രൂഷയിൽ നിരവധി രോഗശാന്തി അത്ഭുതങ്ങൾക്ക് സാക്ഷ്യം വഹിച്ചു. എന്റെ വിശ്വാസം ഉത്തേജിതമായി, രോഗശാന്തി ആവശ്യമുള്ള സുഹൃത്തുക്കളെക്കുറിച്ച് ഞാൻ ചിന്തിക്കാൻ തുടങ്ങി.

ഒരു സഹ പാസ്റ്റർ എന്റെ ഹൃദയത്തിൽ വളരെ ആവേശഭരിതനായിരുന്നു. എനിക്ക് ചിന്തിക്കാൻ കഴിയുന്നതിനേക്കാൾ കൂടുതൽ അദ്ദേഹം സുഖം പ്രാപിക്കുന്നത് കാണാൻ ഞാൻ ആഗ്രഹിച്ചു. പതിനാറ് വർഷമായി അദ്ദേഹത്തിന് തുടർച്ചയായ തലവേദന അനുഭവപ്പെട്ടിരുന്നു. തലയ്ക്ക് ഗുരുതരമായ പരിക്കേറ്റതിന്റെ ഫലമായിരുന്നു ഇത്. ഡോക്ടർമാർ ഒരു പരിഹാരവും വാഗ്ദാനം ചെയ്തില്ല. അവർ പര്യവേക്ഷണ തലച്ചോറ് ശസ്ത്രക്രിയ നിർദ്ദേശിച്ചു, പക്ഷേ ഫ്രെഡ് അത്തരം അപകടകരമായ ശസ്ത്രക്രിയയ്ക്ക് സമ്മതിച്ചില്ല. വേദന കാരണം അദ്ദേഹത്തിന്

ഉറങ്ങാൻ കഴിഞ്ഞില്ല, അദ്ദേഹത്തിന്റെ ഞരമ്പുകൾ തകർന്നു. അദ്ദേഹത്തിന് പഠിക്കാനും പ്രസംഗങ്ങൾക്കായി വേണ്ടത്ര തയ്യാറെടുപ്പുകൾ നടത്താനും കഴിഞ്ഞില്ല. നിരന്തരമായ വേദന അദ്ദേഹത്തെ അസ്വസ്ഥനും പ്രകോപിതനുമായി. അദ്ദേഹത്തിന്റെ കുടുംബം കടുത്ത സമ്മർദ്ദത്തിലായിരുന്നു. കുട്ടികൾക്ക് ശബ്ദമുണ്ടാക്കാൻ കഴിഞ്ഞില്ല. എല്ലാം ഫ്രെഡിന്റെ കഷ്ടപ്പാടിനെ ചുറ്റിപ്പറ്റിയായിരുന്നു.

ഫ്രെഡ് സുഖം പ്രാപിക്കുന്നതുവരെ ഞാൻ അവനുവേണ്ടി പ്രാർത്ഥിക്കുമെന്ന് ഞാൻ അദ്ദേഹത്തോട് പറഞ്ഞു. ഒരാഴ്ചത്തേക്ക് എല്ലാ ദിവസവും ഞാൻ അവനുവേണ്ടി പ്രാർത്ഥനയിൽ സമയം ചെലവഴിച്ചു. പിന്നെ ഒരു ദിവസം രാവിലെ ഞാൻ പ്രാർത്ഥിക്കുമ്പോൾ, ഫ്രെഡിന്റെ പ്രശ്നം ഒരു ദുരാത്മാവ് മൂലമാണെന്ന് കർത്താവ് എന്നോട് പറഞ്ഞു. ഞാൻ ദൈവത്തിന്റെ ശബ്ദം ശരിക്കും കേട്ടിരുന്നോ? അത്തരമൊരു വെളിപ്പെടുത്തൽ എനിക്ക് എങ്ങനെ എന്റെ സുഹൃത്തിനോട് പങ്കിടാൻ കഴിയും? അവൻ എന്ത് വിചാരിക്കും? എല്ലാത്തിനുമുപരി, എനിക്ക് ഭൂതങ്ങളെക്കുറിച്ച് എന്തറിയാം? ഞാൻ പങ്കെടുത്ത രണ്ട് മീറ്റിംഗുകളിൽ അവയെക്കുറിച്ച് കുറച്ച് പരാമർശങ്ങൾ ഞാൻ കേട്ടിരുന്നു, പക്ഷേ ഈ

വിഷയത്തെക്കുറിച്ച് ഞാൻ ഒരിക്കലും ഒന്നും വായിച്ചിട്ടില്ല. എനിക്ക് എങ്ങനെ ഉറപ്പുണ്ടാകും? ഞാൻ എന്തുചെയ്യണം?

ഫ്രെഡുമായി എന്റെ വെളിപ്പെടുത്തൽ പങ്കുവെക്കണമെന്ന തോന്നൽ പോയില്ല; അത് കൂടുതൽ ശക്തമായി. ഒരു ദിവസം ഞങ്ങൾ ഒരുമിച്ചിരിക്കുമ്പോൾ ഞാൻ ജാഗ്രതയോടെ ആ വിഷയത്തിലേക്ക് കടന്നു. "ഫ്രെഡ്, ദൈവം നിന്നെ സുഖപ്പെടുത്തുന്നതുവരെ നിനക്കുവേണ്ടി പ്രാർത്ഥിക്കുമെന്ന് ഞാൻ വാഗ്ദാനം ചെയ്തു," ഞാൻ ഓർമ്മിപ്പിച്ചു. "ഞാൻ എല്ലാ ദിവസവും നിനക്കുവേണ്ടി പ്രാർത്ഥിക്കുന്നുണ്ട്. മറ്റന്ന് നിന്റെ പ്രശ്നം എന്താണെന്ന് കർത്താവ് എന്നോട് പറഞ്ഞു." ഫ്രെഡിന്റെ പ്രതികരണത്തിനായി ഞാൻ നിന്നു. അവന്റെ ശ്രദ്ധ മുഴുവൻ എന്റെ പക്കലുണ്ടായിരുന്നു. "ശരി, കർത്താവിനെ സ്തുതിക്കുക," അദ്ദേഹം പറഞ്ഞു, "കർത്താവ് നിന്നോട് എന്താണ് പറഞ്ഞത്?" "ഇപ്പോൾ, ഫ്രെഡ്, ഇതിനെക്കുറിച്ച് നീ എന്ത് വിചാരിക്കുമെന്ന് എനിക്കറിയില്ല," ഞാൻ വാക്കുകൾ ശ്രദ്ധാപൂർവ്വം തിരഞ്ഞെടുത്തു, "പക്ഷേ നിന്റെ തലവേദന ഒരു ഭൂതം മൂലമാണെന്ന് കർത്താവ് എന്നോട് പറഞ്ഞു." പ്രതികരണത്തിനായി അവന്റെ മുഖം നോക്കി ഞാൻ ശ്വാസം അടക്കിപ്പിടിച്ചു. ഫ്രെഡിന് ഭൂതങ്ങളെക്കുറിച്ച് എന്നെക്കാൾ അറിവുണ്ടെന്ന് എനിക്കറിയില്ലായിരുന്നു.

അദ്ദേഹം അത് എടുത്തു. "ശരി, കർത്താവിനെ സ്തുതിക്കുക!" അദ്ദേഹം ആഹ്ലാദത്തോടെ പോലും വിളിച്ചുപറഞ്ഞു. "ഭൂതങ്ങളെ പുറത്താക്കാൻ കഴിയുമെന്ന് ബൈബിൾ പറയുന്നില്ലേ? നിങ്ങൾ അത് എന്നിൽ നിന്ന് പുറത്താക്കണമെന്ന് ഞാൻ ആഗ്രഹിക്കുന്നു."

"ഇനി, ഒരു മിനിറ്റ് കാത്തിരിക്കൂ," ഞാൻ പ്രതിഷേധിച്ചു. "ഭൂതങ്ങളെ പുറത്താക്കുന്നതിനെക്കുറിച്ച് എനിക്ക് ഒന്നും അറിയില്ല, പക്ഷേ അത് എങ്ങനെ ചെയ്യണമെന്ന് അറിയാവുന്ന ഒരാളെ എനിക്ക് കണ്ടെത്താൻ കഴിയുമെന്ന് ഞാൻ കരുതുന്നു. നിങ്ങൾക്കുവേണ്ടി ഇത് ആർക്ക് ചെയ്യാൻ കഴിയുമെന്ന് പ്രാർത്ഥിക്കാൻ കുറച്ച് ദിവസം തരൂ. ഞാൻ ആരെയെങ്കിലും കണ്ടെത്തിയാലുടൻ നിങ്ങളെ അറിയിക്കാം."

ഒരു വിമോചന ശുശ്രൂഷകന്റെ അടുക്കലേക്ക് എന്നെ നയിക്കണമേ എന്ന് ദൈവത്തോട് അപേക്ഷിക്കാൻ ഞാൻ നേരെ പ്രാർത്ഥനയിലേക്ക് പോയി. കർത്താവ് പറഞ്ഞു, "നീ അത് ചെയ്യൂ." അങ്ങനെ ഞാൻ വീണ്ടും പ്രാർത്ഥിച്ചു. ഞാൻ എത്രത്തോളം യോഗ്യനല്ലെന്ന് ഞാൻ കർത്താവിനോട് ശ്രദ്ധാപൂർവ്വം വിശദീകരിച്ചു. തന്റെ ജനത്തെ ഈജിപ്തിൽ നിന്ന് പുറത്തുകൊണ്ടുവരാൻ കഴിയാത്തതിന്റെ ന്യായീകരണങ്ങൾ പറഞ്ഞ് മോശയെക്കാൾ മോശമായി ഞാൻ

ശബ്ദിച്ചിരിക്കണം. കർത്താവ് എനിക്ക് മറ്റൊരു വഴിയും തരില്ല. ഞാൻ ശുശ്രൂഷ നിർവഹിക്കണം.
എന്റെ മനസ്സിൽ പല ചിന്തകളും മാറിമറിഞ്ഞു. ഭൂതാത്മാക്കൾക്കെതിരെ ഒരു നേരിട്ടുള്ള ആക്രമണം നടത്തിയാൽ എനിക്ക് എന്ത് സംഭവിക്കും? അവ എന്നെ ഒരു പ്രത്യേക ലക്ഷ്യമാക്കി മാറ്റില്ലേ? തീർച്ചയായും ഞാൻ കുഴപ്പത്തിലാകും. സാധ്യതയുള്ളവർ ഭയപ്പെടുത്തുന്നവരായിരുന്നു.

ഒരു ആഴ്ച കഴിഞ്ഞ് ഞാൻ ഫ്രെഡിനോട് വീണ്ടും സംസാരിച്ചു. പ്രാർത്ഥനയുടെ ഫലങ്ങൾ ഞാൻ അദ്ദേഹത്തോട് പറഞ്ഞു. അദ്ദേഹത്തെ ശുശ്രൂഷിക്കാൻ ഞാൻ ആയിരിക്കേണ്ടത് ന്യായമാണെന്ന് തോന്നുന്നില്ല, പക്ഷേ അദ്ദേഹം അതിനൊപ്പം പോകാൻ പൂർണ്ണമായും തയ്യാറായിരുന്നു. മറ്റൊരു ആഴ്ച പ്രാർത്ഥിക്കാമെന്നും ഈ വിഷയത്തെക്കുറിച്ച് തിരുവെഴുത്തുകൾ എന്താണ് പറയുന്നതെന്ന് പഠിക്കാമെന്നും ഞങ്ങൾ സമ്മതിച്ചു. പിന്നെ ഞങ്ങളും ഭാര്യമാരും ഒത്തുചേർന്ന് എന്ത് സംഭവിക്കുമെന്ന് കാണും.

ശുശ്രൂഷയ്ക്കായി ശ്രമിക്കേണ്ട ദിവസം വന്നു. ഫ്രെഡും ഭാര്യയും ഞങ്ങളുടെ വീട്ടിൽ അത്താഴത്തിന് ഒത്തുകൂടുമായിരുന്നു, തുടർന്ന് പ്രാർത്ഥനാ യോഗത്തിനായി പള്ളി

കെട്ടിടത്തിലേക്ക് പോകുമായിരുന്നു - അല്ലെങ്കിൽ എന്തുതന്നെയായാലും. ഞങ്ങൾക്ക് തിരക്കേറിയ ദിവസമായതിൽ ഞാൻ സന്തോഷിച്ചു. പട്ടണത്തിന് പുറത്തേക്ക് ഒരു ബിസിനസ്സ് യാത്ര നടത്തേണ്ടിവന്നു. ഫ്രെഡും ഭാര്യയും വരേണ്ട സമയത്തിന് ഏകദേശം രണ്ട് മണിക്കൂർ മുമ്പ് ഞങ്ങൾ വീട്ടിലേക്ക് മടങ്ങി. എന്റെ വാതിൽപ്പടിയിൽ ഒരു പാറക്കെട്ടിൽ തൂക്കിയിട്ട ഒരു ചെറിയ ലഘുലേഖ ഉണ്ടായിരുന്നു. ഒരു സുഹൃത്ത് പട്ടണത്തിലൂടെ വന്നിരുന്നു, എന്നെ വീട്ടിൽ കാണാത്തതിനാൽ ആ ചെറിയ ലഘുലേഖ എനിക്കായി വച്ചിരുന്നു. ഡെറക് പ്രിൻസിന്റെ *"ഭൂതത്തെ പുറത്താക്കുന്നതിനുള്ള ഒരു ആമുഖം"* എന്ന *തലക്കെട്ട് വായിച്ചപ്പോൾ എനിക്ക് എന്റെ കണ്ണുകളെ വിശ്വസിക്കാൻ കഴിഞ്ഞില്ല* . വരാനിരിക്കുന്ന ശുശ്രൂഷയെക്കുറിച്ച് എന്റെ സുഹൃത്തിന് അറിയില്ലായിരുന്നു. സമയം തികഞ്ഞതായിരുന്നു. അത് ദൈവമായിരിക്കണം!

ഏതാനും മിനിറ്റുകൾക്കുള്ളിൽ ഞാൻ ലഘുലേഖയിലെ ഉള്ളടക്കങ്ങൾ വിഴുങ്ങിക്കളഞ്ഞു. അത് വളരെ പ്രായോഗികവും സഹായകരമായ വിവരങ്ങളാൽ നിറഞ്ഞതുമായിരുന്നു. ഭൂതം പുറത്തുവരുമ്പോൾ എന്തെങ്കിലും തരത്തിലുള്ള പ്രകടനം ഞങ്ങൾക്ക്

പ്രതീക്ഷിക്കാമായിരുന്നു. കുറഞ്ഞത് മുഴുവൻ കാര്യത്തിലും എനിക്ക് കുറച്ചുകൂടി ആത്മവിശ്വാസം തോന്നി. ഫ്രെഡ് എത്തിയപ്പോൾ, ശുശ്രൂഷയിൽ ഏർപ്പെടുന്നതിന് മുമ്പ് ഞാൻ അദ്ദേഹത്തെയും ഭാര്യയെയും ആ ലഘുലേഖ വായിച്ചു കേൾപ്പിച്ചു.

ഭൂതത്തെ വെല്ലുവിളിക്കുന്നതിനുമുമ്പ് ഞങ്ങൾ കുറച്ചു സമയം പ്രാർത്ഥനയിൽ ചെലവഴിച്ചു. ആ സമയത്ത് ഞാൻ ഒരു ഭൂതത്തെക്കുറിച്ച് മാത്രമേ ചിന്തിച്ചിരുന്നുള്ളൂ. എന്റെ ഗ്രാഹ്യം അതിലും വലുതായിരുന്നില്ല. ഭൂതത്തോട് സംസാരിക്കാൻ തുടങ്ങാമെന്ന് ഞാൻ നിർദ്ദേശിച്ചപ്പോൾ ഫ്രെഡ് ഇപ്പോഴും മുട്ടുകുത്തി നിൽക്കുകയായിരുന്നു. എന്റെ ഭാര്യയും ഞാനും അവന്റെ തലയിൽ കൈകൾ വച്ചു, ഞങ്ങൾ രണ്ടുപേരും പറഞ്ഞു, "യേശുവിന്റെ നാമത്തിൽ ഭൂതത്തോട് അവനിൽ നിന്ന് പുറത്തുവരാൻ ഞാൻ കൽപ്പിക്കുന്നു." ഞാൻ ഈ കൽപ്പന നൽകുകയും എന്റെ ഭാര്യ അത് ആവർത്തിക്കുകയും ചെയ്ത ശേഷം, എന്ത് സംഭവിക്കുമെന്ന് കാണാൻ ഞങ്ങൾ കാത്തിരുന്നു. ഒടുവിൽ, ഞാൻ ചോദിച്ചു, "ഫ്രെഡ്, നിങ്ങൾക്ക് എന്തെങ്കിലും തോന്നിയോ? എന്തെങ്കിലും സംഭവിച്ചുവെന്ന് നിങ്ങൾ കരുതുന്നുണ്ടോ?" ഫ്രെഡ് നിഷേധാത്മകമായി തലയാട്ടി, നുണയ്ക്ക് ഒന്നും മനസ്സിലായില്ല.

ഞങ്ങൾ ഒരു ചെറിയ കൂടിയാലോചന നടത്തി വീണ്ടും ശ്രമിക്കാൻ തീരുമാനിച്ചു.

ആജ്ഞ വീണ്ടും പലതവണ കൊടുത്തു. ഫ്രെഡിന് എന്താണ് സംഭവിക്കുന്നത്? അവന്റെ മുഖം വളഞ്ഞിരുന്നു! അവൻ സംസാരിക്കാൻ ശ്രമിച്ചു, പക്ഷേ വാക്കുകളൊന്നും പറയാൻ കഴിഞ്ഞില്ല. അവൻ ശ്വാസം മുട്ടുന്നതുപോലെ തോന്നി. ഇപ്പോൾ വിശ്രമിക്കാൻ സമയമായിട്ടില്ല. ഭൂതത്തോട് അവനെ വിട്ടുപോകാൻ ഞങ്ങൾ കൽപ്പിച്ചുകൊണ്ടിരുന്നു. ഫ്രെഡ് ശക്തമായി ചുമക്കാൻ തുടങ്ങി. ഇത് ഒരു മിനിറ്റോളം നീണ്ടുനിന്നു. പിന്നെ അവൻ തറയിലേക്ക് വശത്തേക്ക് ചാഞ്ഞ് അനങ്ങാതെ കിടന്നു. "പുറത്താണോ ഫ്രെഡ്?" ഞാൻ അന്വേഷിച്ചു. "എനിക്ക് തോന്നുന്നു," അവൻ മന്ത്രിച്ചു. അവന് സംസാരിക്കാൻ പോലും കഴിയുന്നില്ല. "എനിക്ക് എഴുന്നേൽക്കാൻ കഴിയാത്തത്ര ദുർബലനാണ്," അവൻ വിശദീകരിച്ചു. ഞങ്ങൾ ഫ്രെഡിനായി പ്രാർത്ഥിക്കുകയും അവന്റെ വിടുതലിന് ദൈവത്തിന് നന്ദി പറയുകയും ചെയ്തു. ഫ്രെഡിന് എഴുന്നേൽക്കാൻ കുറഞ്ഞത് അഞ്ച് മിനിറ്റെങ്കിലും കഴിഞ്ഞു.

ഫ്രെഡിന്റെ ഭാര്യ ഇത്രയും നേരം ഇരുന്ന് പ്രാർത്ഥിക്കുകയായിരുന്നു. ഇപ്പോൾ അവൾ മൃദുവായി പാടുന്നത് ഞാൻ കേട്ടു.

പരിചിതമായ ഒരു ഗീതത്തിന്റെ ഈണം എനിക്ക് മനസ്സിലായി... "അമേസിംഗ് ഗ്രേസ്". ആ ഗീതത്തിൽ ഞാനും പങ്കുചേരുമെന്ന് ഞാൻ കരുതി, വാക്കുകൾ കേട്ടപ്പോൾ അവൾ അന്യഭാഷയിലാണ് പാടുന്നതെന്ന് എനിക്ക് മനസ്സിലായി. കുറച്ച് ആഴ്ചകൾക്ക് മുമ്പ് ഞാൻ അവൾക്ക് പരിശുദ്ധാത്മാവിൽ സ്നാനം ലഭിക്കാൻ വേണ്ടി പ്രാർത്ഥിച്ചിരുന്നു, അവൾക്ക് ഒരു ചെറിയ വാചകം മാത്രമേ അന്യഭാഷകളിൽ സംസാരിക്കാൻ കഴിഞ്ഞുള്ളൂ. ഇപ്പോൾ അവൾ പൂർണ്ണ സ്വാതന്ത്ര്യത്തോടെ പാടുകയായിരുന്നു. ഞങ്ങൾ നാലുപേരും സന്തോഷിച്ചു.

ഒരു ആഴ്ച കഴിഞ്ഞാണ് ഞാൻ ഫ്രെഡിനെ വീണ്ടും കണ്ടത്. അവന്റെ തലവേദനയെക്കുറിച്ച് ഒരു റിപ്പോർട്ട് ലഭിക്കാൻ ഞാൻ ആകാംക്ഷയോടെ കാത്തിരുന്നു. എല്ലാം പോയി എന്ന് അവൻ എന്നോട് പറയുമെന്ന് എനിക്ക് ഉറപ്പായിരുന്നു. “ഫ്രാങ്ക്, എനിക്ക് ഇതിനെക്കുറിച്ച് എന്ത് പറയണമെന്ന് എനിക്കറിയില്ല,” ഫ്രെഡ് പറഞ്ഞു, “പക്ഷേ എനിക്ക് ഇപ്പോഴും തലവേദനയുണ്ട്. അത് ഒട്ടും മെച്ചപ്പെട്ടിട്ടില്ല.” നിരാശയുടെ വേദന എന്നെ പിടികൂടി. ഒരു ശുശ്രൂഷ ഇത്ര നാടകീയമായിരിക്കുകയും അതേസമയം ഫലപ്രദമല്ലാതിരിക്കുകയും ചെയ്യുന്നത് എങ്ങനെ? ഞങ്ങൾ രണ്ടുപേരും അമ്പരന്നു.

ഫ്രെഡ് എന്നോട് പറഞ്ഞു, മറ്റൊരു സംസ്ഥാനത്തെ ഒരു പള്ളിയിൽ പാസ്റ്റർ ചെയ്യാനുള്ള ക്ഷണം സ്വീകരിച്ചു എന്ന്. അദ്ദേഹം ഉടൻ തന്നെ സ്ഥലം മാറും. ആറ് മാസത്തിനു ശേഷമാണ് ഞങ്ങൾ അദ്ദേഹത്തെ വീണ്ടും കണ്ടത്. അദ്ദേഹത്തിന്റെ പുതിയ ശുശ്രൂഷാ സ്ഥലത്തിന് സമീപത്തേക്ക് ഒരു യാത്രയിലായിരുന്നു ഞങ്ങൾ, അതിനാൽ ഞങ്ങൾ കുറച്ച് മൈലുകൾ കൂടി ഓടിച്ചു, അവിടെ ഒരു രാത്രി ചെലവഴിച്ചു. ആ വൈകുന്നേരം ഞങ്ങൾ പ്രാർത്ഥന നടത്തിയതിനാൽ ഫ്രെഡിനെ വീണ്ടും ശുശ്രൂഷിക്കണമെന്ന് തീരുമാനിച്ചു. കഴിഞ്ഞ മാസങ്ങളിൽ ഞങ്ങൾ ഭൂതങ്ങളെക്കുറിച്ച് കൂടുതൽ പഠിച്ചിരുന്നു. അവയിൽ ഒന്നിൽ കൂടുതൽ ഉണ്ടാകാം. തലവേദനയ്ക്ക് കാരണമായത് ഞങ്ങൾക്ക് ലഭിച്ചില്ലായിരിക്കാം. ഞങ്ങൾ കൂടുതൽ സ്ഥിരോത്സാഹമുള്ളവരായിരിക്കും.

ഫ്രെഡിനു ചുറ്റും ഞങ്ങൾ ഒത്തുകൂടിയപ്പോൾ ഞങ്ങൾ അദ്ദേഹത്തെ ഒരു കസേരയിൽ ഇരുത്തി. അദ്ദേഹം വളരെ സഹകരണപരമായിരുന്നു. തന്നെ നശിപ്പിച്ചുകൊണ്ടിരുന്ന നിരന്തരമായ വേദനയിൽ നിന്ന് മുക്തി നേടാൻ പ്രത്യാശ നൽകുന്ന എന്തും ചെയ്യാൻ അദ്ദേഹം തയ്യാറായിരുന്നു. ഈ ഘട്ടത്തിൽ വ്യത്യസ്ത തരം ആത്മാക്കളെ എങ്ങനെ കണ്ടെത്തണമെന്ന്

ഞങ്ങൾക്ക് അറിയില്ലായിരുന്നു, പ്രത്യേക ഭൂതങ്ങളെക്കുറിച്ച് അമാനുഷികമായ ഒരു വിവേചനവും ഞങ്ങൾക്ക് ലഭിച്ചിരുന്നില്ല. അതിനാൽ, അവനിലുള്ള ഏത് ഭൂതങ്ങളും പുറത്തുവരണമെന്ന് ഞങ്ങൾ ഒരു പൊതു കൽപ്പന നൽകി. ഞങ്ങൾ ഓരോ തവണ കൽപ്പിക്കുമ്പോഴും, ഫ്രെഡിന് ഒരു ചുമയുടെ ബാധയുണ്ടാകും. ചുമയിലൂടെ ആശ്വാസം ലഭിക്കുന്ന തൊണ്ടയിൽ ഒരു മർദ്ദം അദ്ദേഹത്തിന് അനുഭവപ്പെടുമായിരുന്നു. ഇത് ഏകദേശം ആറ് തവണ സംഭവിച്ചു. "നിങ്ങളുടെ തലവേദന ഇതുവരെ മാറിയിട്ടില്ലേ?" ഞാൻ ചോദിച്ചു. "ഇല്ല, ഇത് എക്കാലത്തേക്കാളും മോശമായി വേദനിക്കുന്നു," ഫ്രെഡ് വിശദീകരിച്ചു. ഫ്രെഡിന്റെ ഉള്ളിൽ ഇപ്പോഴും എന്തോ ഉണ്ടെന്ന് ഞങ്ങൾക്ക് മനസ്സിലായി. മോചനത്തെക്കുറിച്ചുള്ള ഒരു ടേപ്പ് കേട്ടത് ഞാൻ ഓർത്തു, അതിൽ മന്ത്രി പിശാചുക്കൾക്ക് സ്വയം പേരിടാൻ കൽപ്പിച്ചു. നമ്മൾ ഇത് പരീക്ഷിക്കണമെന്ന് തീരുമാനിച്ചു. "നിന്റെ പേരെന്താണ്?" ഫ്രെഡിൽ ഇപ്പോഴും ഉണ്ടെന്ന് എനിക്ക് ഉറപ്പുണ്ടായിരുന്ന ആ ഭൂതത്തോട് ഞാൻ ചോദിച്ചു. "യേശുവിന്റെ നാമത്തിൽ നിന്റെ പേര് പറയാൻ ഞാൻ നിന്നോട് കൽപ്പിക്കുന്നു." ആദ്യ ശുശ്രൂഷയിലേതുപോലെ അവന്റെ മുഖം വളയാൻ തുടങ്ങി. പേര് പറയാൻ ഞങ്ങൾ ആജ്ഞാപിച്ചുകൊണ്ടിരുന്നു. ഫ്രെഡിന്റെ

ചുണ്ടുകൾ പുറത്തേക്ക് തള്ളി, അവന്റെ വായ ഒരു മുരൾച്ചയായി. വളരെ സാവധാനത്തിലും കേൾക്കാൻ പോലും കഴിയാത്ത ശബ്ദത്തിലും ഒരു വാക്ക് ഉച്ചരിക്കപ്പെട്ടു - "P..a..i..n".

അത് വളരെ ലളിതമായി തോന്നി. എന്തുകൊണ്ടാണ് നമുക്ക് മുമ്പ് അത് കണ്ടെത്താൻ കഴിയാതിരുന്നത്? "*വേദനയുടെ ഭൂതമേ* , ഫ്രെഡിൽ നിന്ന് പുറത്തുവരൂ!" ഞങ്ങളുടെ വാക്കുകൾ നിർബന്ധബുദ്ധിയോടെയായിരുന്നു.

"യേശുവിന്റെ നാമത്തിൽ, അവനിൽ നിന്ന് പുറത്തുവരൂ!" എന്താണ് സംഭവിക്കാൻ പോകുന്നതെന്ന് ഫ്രെഡിന്റെ ഭാര്യക്ക് ആത്മാവിൽ മനസ്സിലായിട്ടുണ്ടാകണം. അവൾ കോഫി ടേബിളിൽ നിന്ന് ഒരു പത്രം എടുത്ത് ഫ്രെഡിന്റെ കാലുകൾക്കിടയിൽ തറയിൽ എറിഞ്ഞു. ഉടനെ ഫ്രെഡ് ചുമച്ച് പേപ്പറിലേക്ക് രണ്ട് വലിയ കഫം തുള്ളികൾ എറിഞ്ഞു. ഭൂതം പുറത്തായി! വേദനയും പോയി! ഏകദേശം അഞ്ച് വർഷം കഴിഞ്ഞു, ഫ്രെഡ് ഇപ്പോഴും സുഖം പ്രാപിച്ചു. ദൈവം ഞങ്ങളുടെ പ്രാർത്ഥനകൾക്ക് ഉത്തരം നൽകി!

കഥ 2) സ്കീസോഫ്രീനിയയിൽ നിന്നുള്ള 6 വയസ്സുകാരിയും മറ്റ് ഭൂതങ്ങളുടെ ആതിഥേയനുമായ ഒരു നാടകീയമായ ശിശു മോചനത്തെ ഇഡ മേ വിവരിക്കുന്നു.

എനിക്ക് (ഇഡ മേ) ലഭിച്ചതിൽ വച്ച് ഏറ്റവും ശ്രദ്ധേയമായ ശിശുമോചനം ആറു വയസ്സുള്ള ഒരു പെൺകുട്ടിയുടേതായിരുന്നു. ഞങ്ങൾ അവളെ മേരി എന്ന് വിളിക്കും. മേരിയുടെ അച്ഛൻ മോചനത്തിനായി ഞങ്ങളുടെ അടുത്തേക്ക് വന്നു. അഭിമുഖത്തിനിടെ, തന്റെ മകളെ കൈകാര്യം ചെയ്യാൻ തനിക്ക് നേരിട്ട ബുദ്ധിമുട്ടിനെക്കുറിച്ച് അദ്ദേഹം സംസാരിച്ചു. താനും ഭാര്യയും വിവാഹമോചനം നേടി, പെൺകുട്ടിയെ വളർത്തുകയായിരുന്നു. അവൾ കൈകാര്യം ചെയ്യാൻ ഏറ്റവും ബുദ്ധിമുട്ടുള്ള കുട്ടിയാണെന്നും, വളരെ ശാഠ്യക്കാരനും, സ്വാർത്ഥയും, മത്സരിയും ആണെന്നും അദ്ദേഹം പറഞ്ഞു. അവളുടെ സ്വഭാവം അവനെ അമിതമായി കോപിപ്പിച്ചതിനാൽ അയാൾക്ക് വളരെ ആശങ്കയുണ്ടായിരുന്നു, അതിനാൽ അവൻ അവളെ കഠിനമായി ശിക്ഷിക്കും. പെൺകുട്ടിക്ക് അയാൾക്ക് എത്രത്തോളം മോചനം ആവശ്യമാണെന്ന്, അല്ലെങ്കിൽ അതിൽ കൂടുതലാണെന്ന് ഞങ്ങൾ അദ്ദേഹത്തോട് പറഞ്ഞു, അവളെ ഞങ്ങളുടെ അടുത്തേക്ക് കൊണ്ടുവരാൻ നിർബന്ധിച്ചു.

കുറച്ചു ദിവസങ്ങൾക്ക് ശേഷം മേരി സ്കൂളിൽ നിന്ന് നേരിട്ട് ഞങ്ങളുടെ അടുത്തേക്ക് വന്നു. ഞാൻ അവളെ പരിചയപ്പെടുകയും അവൾക്കുവേണ്ടി പ്രാർത്ഥിക്കണമെന്ന് അവളോട് വിശദീകരിക്കുകയും ചെയ്തപ്പോൾ, അവൾ ഏകദേശം അര

തെർമോസ് ഓറഞ്ച് ജ്യൂസ് കുടിച്ചു. അവൾ വളരെ സജീവമായിരുന്നു, പള്ളിയിലെ ബെഞ്ചിൽ ചാടിയും ഇറങ്ങിയും, ഞങ്ങൾ സംസാരിക്കുമ്പോൾ അസ്വസ്ഥത കാരണം ഇരിക്കാൻ പോലും അവൾക്ക് കഴിഞ്ഞില്ല.

ഞാൻ പറഞ്ഞു, "മേരി, ദുഷ്ടാത്മാക്കൾ ഉണ്ടെന്ന് നിനക്കറിയാമെന്ന് നിന്റെ അച്ഛൻ എന്നോട് പറയുന്നു." അവളുടെ കണ്ണുകൾ വിടർന്നു, എല്ലാ രാത്രിയും ഉറങ്ങാൻ പോകുന്നതിനുമുമ്പ് എല്ലാ വാതിലുകളും പൂട്ടിയിട്ടുണ്ടെന്ന് അവൾ എങ്ങനെ ഉറപ്പാക്കണമെന്ന് വളരെ ഗൗരവമായി എന്നോട് പറയാൻ തുടങ്ങി. രാത്രിയിൽ മദ്യം കുടിക്കാനോ ബാത്ത്റൂമിൽ പോകാനോ അവൾ എഴുന്നേറ്റപ്പോൾ ഭയപ്പെട്ടു, എല്ലാ വാതിലുകളും സുരക്ഷിതമായി പൂട്ടിയിട്ടുണ്ടെന്ന് അവൾക്ക് നേരിട്ട് അറിയേണ്ടി വന്നു. ഞാൻ പറഞ്ഞു, "അതെ, അതാണ് ഭയം, മേരി. നിന്റെ ശരീരത്തിൽ ഭയത്തിന്റെ ഭൂതങ്ങളുണ്ട്. അവ നിന്നെ ഭയപ്പെടുത്തുന്നു, ഞാൻ നിനക്കു വേണ്ടി പ്രാർത്ഥിക്കുകയും അവയെ നിന്റെ ശരീരം വിട്ടുപോകാൻ പ്രേരിപ്പിക്കുകയും ചെയ്യുന്നു. അവ നിന്റെ ഉള്ളിൽ കടന്നിരിക്കുന്നു, ഞാൻ പ്രാർത്ഥിക്കുമ്പോൾ അവ നിന്റെ വായിൽ നിന്ന് പുറത്തുവന്ന് പോകും." അവൾ എന്റെ വാക്കുകൾ ലളിതമായ, ഒരു

കുട്ടിയെപ്പോലെയുള്ള വിശ്വാസത്തോടെ സ്വീകരിച്ചു.

ഞാൻ പ്രാർത്ഥിക്കുമ്പോൾ എന്റെ അടുത്തുള്ള ബെഞ്ചിൽ ഇരിക്കാൻ ഞാൻ അവളോട് ആവശ്യപ്പെട്ടു. അവൾ അങ്ങനെ ചെയ്തു, പക്ഷേ അവൾ വളരെ അസ്വസ്ഥയായിരുന്നു, അവളെ എന്റെ അടുത്ത് നിർത്താൻ ഞാൻ അവളെ എന്റെ മടിയിൽ കിടത്തേണ്ടിവന്നു. അവൾ എന്റെ മടിയിൽ എന്റെ നേരെ പുറം തിരിഞ്ഞു ഇരുന്നു. യേശു അവളെ സ്വതന്ത്രയാക്കുമെന്ന് വിശ്വാസത്തിന്റെയും വിശ്വാസത്തിന്റെയും ഒരു പ്രാർത്ഥന ഞാൻ പ്രാർത്ഥിക്കാൻ തുടങ്ങി. എന്റെ ശബ്ദം വളരെ നിശബ്ദമായിരിക്കാൻ പരിശുദ്ധാത്മാവ് വളരെ വ്യക്തമായി എന്നോട് പറഞ്ഞു... സംഭാഷണ സ്വരത്തിൽ നിന്ന് താഴ്ത്തി. കൂടാതെ, ഇനി മുതൽ മറിയയുടെ വായിൽ നിന്ന് വരുന്ന ഓരോ വാക്കും ഒരു ഭൂതം സംസാരിക്കുന്നതോ ഭൂതപ്രേരിതമായതോ ആണെന്ന് പരിഗണിക്കുക.

പിന്നെ ഞാൻ ഭൂതങ്ങളെ അഭിസംബോധന ചെയ്യാൻ തുടങ്ങി. ഞാൻ പറഞ്ഞു, "ഇപ്പോൾ, മറിയയുടെ ശരീരമായ ഭൂതങ്ങളേ, മറിയ തന്റെ പിതാവിനും യേശുവുമായുള്ള ബന്ധത്തിലൂടെ യേശുവിന്റെ രക്തത്താൽ മൂടപ്പെട്ടിരിക്കുന്നുവെന്ന് നിങ്ങൾ

അറിയണമെന്ന് ഞാൻ ആഗ്രഹിക്കുന്നു. മോശയുടെ കാലത്ത് പിതാവ് മുഴുവൻ കുടുംബത്തിന്റെയും സംരക്ഷണത്തിനായി വാതിൽപ്പടിയിൽ രക്തം തളിച്ചതുപോലെ, മറിയയും രക്തത്താൽ മൂടപ്പെട്ടിരിക്കുന്നു. ഭൂതങ്ങളേ, മറിയയുടെ പിതാവ് ഭൂതാത്മാക്കളായ നിങ്ങളെക്കുറിച്ച് ദൈവവചനത്തിന്റെ സത്യം കേട്ട് അംഗീകരിച്ചിട്ടുണ്ടെന്ന് നിങ്ങൾ അറിയണമെന്ന് ഞാൻ ആഗ്രഹിക്കുന്നു. മറിയയ്ക്കെതിരെയല്ല, നിങ്ങളുമായിട്ടാണ് അവൻ പോരാടിയതെന്ന് ഇപ്പോൾ അവനറിയാം."

മേരി മന്ത്രിക്കുന്നത് എനിക്ക് മനസ്സിലായി, അവൾ പറയുന്നത് എനിക്ക് മനസ്സിലാകുമോ എന്ന് നോക്കാൻ ഞാൻ ചുറ്റും ചാഞ്ഞു. അവൾ മന്ത്രിച്ചു, "നീ പറയുന്നത് എനിക്ക് ഇഷ്ടമല്ല." ഞാൻ മറുപടി പറഞ്ഞു, "നിങ്ങൾക്ക് ഇത് ഇഷ്ടമല്ലെന്ന് എനിക്കറിയാം, കാരണം ഞാൻ നിങ്ങളെ തുറന്നുകാട്ടുന്നു, എനിക്ക് നിങ്ങളെ അറിയാം. മറിയ ജനിക്കുന്നതിനു മുമ്പുതന്നെ നിങ്ങൾ അവളെ പീഡിപ്പിച്ചിട്ടുണ്ട്. അവൾ അമ്മയുടെ ഗർഭപാത്രത്തിലായിരിക്കുമ്പോൾ തന്നെ നിങ്ങളിൽ ചിലർ അവളിൽ പ്രവേശിച്ചു. എന്നാൽ ഇനി അവളുടെ ശരീരത്തിൽ നിങ്ങൾക്ക് വസിക്കാനാവില്ലെന്ന് ദൈവം പറഞ്ഞിട്ടുണ്ട്." മറിയയിലെ ഭൂതം വീണ്ടും മന്ത്രിക്കാൻ തുടങ്ങി. ഇത്തവണ വളരെ

ഇറുകിയ താടിയെല്ലുള്ള ധിക്കാരപരമായ വാക്കുകളിൽ അവർ പ്രതിഷേധിച്ചു, "എനിക്ക് ... ഇഷ്ടമല്ല ... എന്ത് ... എന്ത് ... "നീ... പറയുന്നു... പറയുന്നു!" ഞാൻ മറുപടി പറയുമ്പോൾ എന്റെ ശബ്ദം വളരെ നിശബ്ദമായി നിലനിർത്താൻ ഞാൻ ശ്രദ്ധിച്ചു , "ഭൂതമേ, നിനക്ക് ഇനി മെച്ചപ്പെടാൻ പോകുന്നില്ല, പക്ഷേ ഇന്ന് നിന്നെ അവളിൽ നിന്ന് പുറത്താക്കാൻ പോകുന്നതിനാൽ അത് കൂടുതൽ മോശമാകും. നിനക്ക് നിന്റെ വീട് നഷ്ടപ്പെടുകയാണ്." ഇതുകേട്ടപ്പോൾ ഭൂതം നിലവിളിച്ചു, വീണ്ടും മറുപടി പറഞ്ഞു, "നീ പറയുന്നത് എനിക്ക് ഇഷ്ടമല്ല; ഇപ്പോൾ മിണ്ടാതിരിക്കൂ!" ഞാൻ മറുപടി പറഞ്ഞു, "ഇല്ല, ഞാൻ മിണ്ടാതിരിക്കില്ല, പകരം നീ അവളുടെ ശരീരത്തിൽ നിന്ന് പുറത്തുവരുന്നതുവരെ സംസാരിച്ചുകൊണ്ടേയിരിക്കും."

ഞാൻ ഭൂതങ്ങളോട് മൃദുവായി സംസാരിച്ചുകൊണ്ടിരുന്നു. "ഇപ്പോൾ, നിങ്ങൾ ഭൂതങ്ങൾ ഓരോരുത്തരായി യേശുവിന്റെ നാമത്തിൽ പ്രത്യക്ഷപ്പെടാൻ തുടങ്ങുന്നു." ഉടനെ മറിയ ഒരു മന്ത്രിപ്പിൽ പറയാൻ തുടങ്ങി, "നീ എന്നെ സ്നേഹിക്കുന്നില്ല; അങ്ങനെ ചെയ്തിരുന്നെങ്കിൽ നീ എന്നെ പിടിച്ചുവെക്കുമായിരുന്നില്ല." ഞാൻ മറുപടി പറഞ്ഞു, "ശരിയാണ്, തിരസ്കരണ ഭൂതം, നീ അവളെ പ്രണയബന്ധങ്ങളിൽ നിന്ന് അടച്ചു.

ആരും അവളെ സ്നേഹിക്കുന്നില്ലെന്ന് അവളെ ചിന്തിപ്പിക്കാൻ നീ പ്രേരിപ്പിക്കുന്നു. ദൈവം അവളെ സ്നേഹിക്കുന്നില്ലെന്ന് പോലും നീ അവളെ ചിന്തിപ്പിക്കുന്നു. യേശുവിന്റെ നാമത്തിൽ നീ അവളിൽ നിന്ന് പുറത്തുവരാൻ പോകുന്നു, തിരസ്കരണം." ഭൂതങ്ങൾ ഒന്നൊന്നായി അവരുടെ സ്വഭാവം പ്രകടിപ്പിക്കാൻ തുടങ്ങി. അവ വളരെ വേഗത്തിൽ വന്നു, എനിക്ക് പലപ്പോഴും ഒന്നിന്റെ പേര് പറയാൻ മാത്രമേ സമയം ലഭിച്ചിരുന്നുള്ളൂ, മറ്റൊന്ന് ഉപരിതലത്തിലേക്ക് വരും.

മേരിയെ എന്റെ മടിയിൽ നിന്ന് പുറത്തുകടക്കാൻ പിശാചുക്കൾ ബുദ്ധിമുട്ടിച്ചുകൊണ്ടിരുന്നു, എന്നിട്ടും എനിക്ക് അവളെ എന്റെ കൈകളിൽ അൽപ്പം സ്വതന്ത്രമായി പിടിക്കാൻ കഴിഞ്ഞു. ഒടുവിൽ അവളുടെ ഒരു കാല് എന്റെ കൈകൾക്കിടയിൽ വയ്ക്കേണ്ടി വന്നു, അങ്ങനെ അവളെ എന്റെ കൈകളിൽ പിടിച്ചു. അവളെ ഒരു ക്രൂരതയോടെ ശാരീരികമായി തടഞ്ഞുനിർത്തി. വെറുപ്പിന്റെ ഭൂതം അവളുടെ മുഖം എന്റെ മുഖത്തേക്ക് നേരെ ഉയർത്തി, ഞങ്ങളുടെ മൂക്കുകൾ സ്പർശിച്ചുകൊണ്ട്, "എനിക്ക് നിന്നെ വെറുപ്പാണ്" എന്ന് അലറി. എന്നിട്ടും നിശബ്ദമായി സംസാരിച്ചുകൊണ്ട് ഭൂതത്തോട് പറഞ്ഞു, "വെറുപ്പിന്റെ ഭൂതമേ,

പുറത്തുവരൂ." അവൾ അലറാൻ തുടങ്ങി, "എനിക്ക് ഒരു കത്തി വേണം, എനിക്ക് ഒരു കത്തി വേണം"

കത്തി." ഞാൻ അന്വേഷിച്ചു. "കത്തി കൊണ്ട് നിനക്ക് എന്താണ് വേണ്ടത്?" ഭൂതം മറിയയുടെ പല്ലുകൾ കടിച്ചുകൊണ്ട് പറഞ്ഞു, "അപ്പോൾ "എനിക്ക് നിന്നെ കൊല്ലാൻ കഴിയും." 'ശരി, കൊലപാതക ഭൂതമേ," ഞാൻ ആജ്ഞാപിച്ചു, "യേശുവിന്റെ നാമത്തിൽ നീ പുറത്തുവരൂ."

അടുത്തതായി, മേരി എഴുന്നേറ്റു, തോളുകൾ പിന്നിലേക്ക് വലിച്ചെറിഞ്ഞ്, കൈകൾ അരക്കെട്ടിൽ വെച്ച്, "എന്തുചെയ്യണമെന്ന് ആരും എന്നോട് ഒരിക്കലും പറയുന്നില്ല!" എന്ന് മറുപടി പറഞ്ഞു, "ധിക്കാരം, നീ പുറത്തുവരൂ!" ഞാൻ പറഞ്ഞു.

അടുത്ത ഭൂതം സംസാരിച്ചപ്പോൾ ശബ്ദത്തിൽ വ്യക്തമായ ഒരു മാറ്റം ഉണ്ടായി. അത് പറഞ്ഞു, "എനിക്ക് ഇഷ്ടമുള്ളത് മാത്രമേ ഞാൻ ചെയ്യൂ." ഞാൻ പറഞ്ഞു, "സ്വയം പുറത്തുവരും." പിന്നെ ശബ്ദത്തിൽ മറ്റൊരു മാറ്റം ഉണ്ടായി. "നീ എന്നെ ഒരിക്കലും പുറത്തുകൊണ്ടുവരില്ല", പുതിയ ശബ്ദം പറഞ്ഞു. "ശാഠ്യം, നീയും പുറത്തുവരണം", ഞാൻ നിർബന്ധിച്ചു. അപ്പോൾ മറിയ നഖങ്ങൾ പോലെ കൈകൾ ഉയർത്തി എന്റെ മുഖത്തേക്ക് നോക്കി; അവളുടെ കണ്ണുകൾ പുറത്തേക്ക് തള്ളിനിൽക്കുന്നുണ്ടായിരുന്നു,

അവൾ നിലവിളിച്ചു. ഞാൻ പറഞ്ഞു, "ഭ്രാന്തേ, നീ യേശുവിന്റെ നാമത്തിൽ മറിയയിൽ നിന്ന് പുറത്തുവരുന്നു." അവൾ മുടിയിൽ നഖം വയ്ക്കാനും തല ശക്തമായി കുലുക്കാനും തുടങ്ങി. ഞാൻ പറഞ്ഞു, "മാനസിക രോഗവും ഭ്രാന്തും, പുറത്തുവരൂ." അടുത്തതായി ഞാൻ സ്കീസോഫ്രീനിയയുടെ ആത്മാവിനായി വിളിച്ചു. "നിങ്ങൾ സ്കീസോഫ്രീനിയയുടെ ഭൂതങ്ങളേ, ഞാൻ നിങ്ങളുടെ കൈ വിളിക്കുന്നു. നിങ്ങൾ അവളിൽ സ്ഥാപിക്കുന്ന നിങ്ങളുടെ രണ്ട് വിപരീത വ്യക്തിത്വങ്ങളെ നിങ്ങൾ പുറത്തുകൊണ്ടുവരുന്നു. നിങ്ങളിൽ ഒരാൾ തിരസ്കരണത്തിലും സ്വയം സഹതാപത്തിലും വേരൂന്നിയതാണ്, മറ്റേയാൾ മത്സരത്തിലും കയ്പ്പിലും വേരൂന്നിയതാണ്. ആ വ്യക്തിത്വങ്ങളിലൊന്നും യഥാർത്ഥ മറിയയല്ല. യഥാർത്ഥ മറിയയെ യേശു ആഗ്രഹിക്കുന്നതുപോലെ ആകാൻ ഞാൻ മോചിപ്പിക്കുകയും അഴിച്ചുവിടുകയും ചെയ്യുന്നു." ഇതോടെ അവൾ എന്റെ നേരെ ശക്തമായി നഖം കൊണ്ട് ആഞ്ഞടിച്ചു, എന്റെ കൈകളിൽ ചൊറിഞ്ഞു, എനിക്കുവേണ്ടി ശ്വാസം മുട്ടിച്ചു. എന്റെ ബ്ലൗസിന്റെ ഒരു ഭാഗം പല്ലിൽ ഇട്ട് അവൾ വന്നപ്പോൾ, ഞാൻ അവളുടെ മുഖത്ത് അടിക്കുമെന്ന് പ്രതീക്ഷിച്ചതുപോലെ അവൾ വളരെ ഞെട്ടിപ്പോയി. ഞെട്ടിപ്പോയത് യഥാർത്ഥ മറിയയാണെന്ന് എനിക്ക് മനസ്സിലായി. ഞാൻ

ഭൂതങ്ങളെ അഭിസംബോധന ചെയ്ത് പറഞ്ഞു, "ഇല്ല, ഭൂതങ്ങളേ, എന്റെ ബ്ലൗസ് നശിപ്പിച്ചതിന് ഞാൻ മറിയയെ ഉപദ്രവിക്കില്ല, കാരണം എനിക്ക് അവളെ നിങ്ങളിൽ നിന്ന് വേർപെടുത്താൻ കഴിയും. നിങ്ങൾ അവളിലൂടെ ചെയ്ത കാര്യങ്ങൾക്ക് മറിയ അവളുടെ ജഡത്തിൽ ശിക്ഷിക്കപ്പെട്ടിട്ട് വളരെക്കാലമായി. നിങ്ങൾ ഭൂതങ്ങൾ ഏതാണ്ട് തൊട്ടുകൂടാത്തവരായി മാറിയിരിക്കുന്നു.

ഇന്ന് കാര്യങ്ങൾ വ്യത്യസ്തമാണ്; നിങ്ങൾ ഭൂതങ്ങൾ ശിക്ഷ ഏറ്റുവാങ്ങുകയാണ്, മറിയ സ്വതന്ത്രയായി പോകുന്നു." മറിയ ഒരു നിമിഷം ആശ്വാസത്തോടെ നോക്കി, പിന്നെ മറ്റ് ഭൂതങ്ങൾ പ്രത്യക്ഷപ്പെടാൻ തുടങ്ങി.

ഒടുവിൽ, ഈ വിടുതൽ പ്രക്രിയയുടെ ഇരുപതോ മുപ്പതോ മിനിറ്റിനുശേഷം മേരി ഒന്നിനു പുറകെ ഒന്നായി ദീർഘമായി നിലവിളിക്കാൻ തുടങ്ങി, തന്നെ മോചിപ്പിക്കാൻ യാചിച്ചു. അവൾ പറയും, "എന്റെ കാലിൽ പിടിക്കരുത്! എന്റെ കാലിൽ പിടിക്കരുത്! അവളുടെ മാംസം ഇപ്പോൾ ഇളകിയിരിക്കുകയാണെന്നും ഞാൻ അവളെ വിട്ടയച്ച് എന്റെ അടുത്തുള്ള ബെഞ്ചിൽ ഇരുത്തണമെന്നും പരിശുദ്ധാത്മാവ് എനിക്ക് മനസ്സിലാക്കി തന്നു.

ഞാൻ നിർദ്ദേശിച്ചു, "മറിയേ, ഞാൻ നിന്നെ ബെഞ്ചിൽ ഇരിക്കാൻ അനുവദിക്കും.

ശരിയല്ലേ?" അവൾ മൃദുവായി കരഞ്ഞുകൊണ്ട് പറഞ്ഞു, "നീ എന്നെ അങ്ങനെ പിടിച്ചു നിർത്തുന്നത് എനിക്ക് ഇഷ്ടമല്ല." ഞാൻ പറഞ്ഞു, "ശരി, നിന്നെ ഇത്ര മുറുകെ പിടിക്കേണ്ടി വന്നതിൽ എനിക്ക് ഖേദമുണ്ട്, പക്ഷേ ദുഷ്ടാത്മാക്കൾ നിന്നെ എന്നോട് വഴക്കിടാൻ പ്രേരിപ്പിച്ചു." ഭൂതങ്ങളുടെ മേൽ കുറ്റം ചുമത്താൻ ഞാൻ എപ്പോഴും ശ്രദ്ധാലുവായിരുന്നു. അവളുടെ ബാലിശമായ രീതിയിൽ, അവൾ ഒടുവിൽ തന്നെ കുറ്റപ്പെടുത്തുന്നതിനുപകരം കുറ്റം ചുമത്തുകയാണെന്ന് അവൾ മനസ്സിലാക്കുന്നതായി തോന്നി.
മറിയ കുറച്ചു നേരം എന്റെ അരികിൽ ഇരുന്നു, വളരെ നിശ്ചലയും വിശ്രമവുമായിരുന്നു. ശേഷിക്കുന്ന ഭൂതങ്ങൾ പുറത്തുവരാൻ ഞാൻ ഇപ്പോൾ വേഗത്തിൽ കൽപ്പിക്കണമെന്ന് പരിശുദ്ധാത്മാവ് എന്നോട് പറഞ്ഞു. ഞാൻ പറഞ്ഞു, "ഇപ്പോൾ, യേശുവിന്റെ നാമത്തിൽ, മറിയയിൽ ശേഷിക്കുന്ന എല്ലാ ഭൂതാത്മാക്കളും പുറത്തുവരാൻ ഞാൻ കൽപ്പിക്കുന്നു. ഇപ്പോൾ യേശുവിന്റെ നാമത്തിൽ പുറത്തുവരൂ!"

മേരിക്ക് പെട്ടെന്ന് വയറുവേദന തുടങ്ങി, ഞാൻ ഒരു പേപ്പർ ടവ്വൽ എടുക്കുന്നതിനു മുൻപ് അവൾ ഒരു വലിയ ചെളിക്കുണ്ടിൽ നിന്ന് പുറത്തേക്ക് എറിഞ്ഞു. അത് അവളുടെയും എന്റെയും കൈകളിൽ നിറഞ്ഞു. അവൾ മുകളിലേക്ക് നോക്കി ചെറുതായി പുഞ്ചിരിച്ചു, പിന്നെ എല്ലാം ശാന്തമായതുപോലെ തോന്നി.
ഈ വിവരണത്തിന്റെ തുടക്കത്തിൽ മേരി ശുശ്രൂഷയ്ക്കായി വന്നപ്പോൾ ഒരു തെർമോസ് ഓറഞ്ച് ജ്യൂസ് കുടിച്ചുവെന്ന് ഞാൻ പറഞ്ഞത് ഓർക്കുന്നുണ്ടോ? അവൾ ഛർദ്ദിച്ചതിൽ നീരിന്റെ ഒരു അംശവും ഉണ്ടായിരുന്നില്ല. അവളുടെ വയറ്റിൽ നിന്ന് ചെളി വന്നില്ല.

ശരി, ഞങ്ങൾ അവിടെ ഇരുന്നു പതിനഞ്ച് മിനിറ്റോളം സംസാരിച്ചു. മേരി നേരത്തെ കാണിച്ച ഹൈപ്പർ ആക്റ്റീവ് സ്വഭാവത്തിന് വിപരീതമായി, നിശബ്ദമായും വിശ്രമത്തോടെയും ഇരുന്നു.

അവളുടെ അച്ഛൻ അത്ഭുതസ്തബ്ധനായി. സമ്മിശ്രവും ആശയക്കുഴപ്പമുണ്ടാക്കുന്നതുമായ വികാരങ്ങളോടെയാണ് അദ്ദേഹം കൊടുങ്കാറ്റുള്ള വിടുതൽ വീക്ഷിച്ചത്. ഭൂതങ്ങളുടെ പ്രകടനങ്ങളെക്കുറിച്ച് പരിചയമില്ലാത്തതിനാലും, എന്റെ പരിശീലനം ലഭിച്ച ചെവിക്ക്

ചെയ്തതുപോലെ ഭൂതങ്ങളുടെ വ്യത്യസ്ത ശബ്ദങ്ങൾ വേർതിരിച്ചറിയാൻ കഴിയാതെയും, മേരിയുടെ അച്ഛൻ യഥാർത്ഥ മറിയയോട് വളരെ പരുഷമായി പെരുമാറുന്നുണ്ടെന്ന് കരുതി, ഒരിക്കൽ ഇടപെടാതിരിക്കാൻ മാത്രമേ തനിക്ക് ചെയ്യാൻ കഴിയൂ എന്ന് പറഞ്ഞു.

മറിയയുടെ വിടുതലിന് ശേഷം ഞാൻ നേരിട്ട് കണ്ടിട്ടില്ലെങ്കിലും എനിക്ക് നിരവധി നല്ല റിപ്പോർട്ടുകൾ ലഭിച്ചു. മിക്കവരും പറയുന്നത്, "അവൾ വളരെ വ്യത്യസ്തയാണ്." "അവൾ ഒരുപോലെയല്ല." "എനിക്ക് അവളെ ചേർത്തുപിടിക്കാൻ കഴിയും, അവൾ സ്നേഹത്തോട് പ്രതികരിക്കുന്നു." "നിങ്ങൾ അങ്ങനെ ചെയ്യില്ല.

അവളും അതേ പെൺകുട്ടിയാണെന്ന് വിശ്വസിക്കൂ."

ഇതെഴുതുമ്പോഴും എന്റെ കണ്ണുകൾ ഈറനണിഞ്ഞുപോകുന്നു. എന്നെ കരയിപ്പിച്ച ഒരേയൊരു മോചനം അവളാണ്. യുദ്ധം വളരെ പ്രക്ഷുബ്ധമായിരുന്നു, തുടർന്നുള്ള സമാധാനം വളരെ മനോഹരമായിരുന്നു. എനിക്ക് കണ്ണുനീർ അടക്കിപ്പിടിക്കാൻ കഴിഞ്ഞില്ല. ദൈവത്തിനു മഹത്വം!

ആത്മമോചനത്തിനായുള്ള ഒരു ചെറിയ പ്രാർത്ഥന.

“കർത്താവായ യേശുക്രിസ്തുവേ, എന്റെ പാപങ്ങൾക്കു വേണ്ടി നീ കുരിശിൽ മരിച്ചു മരിച്ചവരിൽ നിന്ന് ഉയിർത്തെഴുന്നേറ്റു എന്ന് ഞാൻ വിശ്വസിക്കുന്നു. നിന്റെ രക്തത്താൽ നീ എന്നെ വീണ്ടെടുത്തു, ഞാൻ നിന്നുടേതാണ്, ഞാൻ നിനക്കുവേണ്ടി ജീവിക്കാൻ ആഗ്രഹിക്കുന്നു. എന്റെ എല്ലാ പാപങ്ങളും - അറിയപ്പെടുന്നതും അറിയാത്തതും - ഞാൻ ഏറ്റുപറയുന്നു - അവയെല്ലാം ഞാൻ ക്ഷമിക്കുന്നു. ഞാൻ അവയെല്ലാം ഉപേക്ഷിക്കുന്നു. നീ എന്നോട് ക്ഷമിക്കണമെന്ന് ഞാൻ ആഗ്രഹിക്കുന്നതുപോലെ ഞാൻ മറ്റുള്ളവരോട് ക്ഷമിക്കുന്നു. ഇപ്പോൾ എന്നോട് ക്ഷമിക്കുകയും നിന്റെ രക്തത്താൽ എന്നെ ശുദ്ധീകരിക്കുകയും ചെയ്യുന്നു. ഇപ്പോൾ എല്ലാ പാപങ്ങളിൽ നിന്നും എന്നെ ശുദ്ധീകരിക്കുന്ന യേശുക്രിസ്തുവിന്റെ രക്തത്തിന് ഞാൻ നന്ദി പറയുന്നു. എന്റെ വിമോചകനായി ഞാൻ ഇപ്പോൾ നിന്റെ അടുക്കൽ വരുന്നു. എന്റെ പ്രത്യേക ആവശ്യങ്ങൾ - ബന്ധിക്കുന്നതും പീഡിപ്പിക്കുന്നതും മലിനമാക്കുന്നതും - നീ അറിയുന്നു; ആ ദുഷ്ടാത്മാവ്, ആ അശുദ്ധാത്മാവ് - “കർത്താവിന്റെ നാമം വിളിച്ചപേക്ഷിക്കുന്ന ഏവനും വിടുവിക്കപ്പെടും” എന്ന നിന്റെ വചനത്തിന്റെ വാഗ്ദാനം ഞാൻ അവകാശപ്പെടുന്നു. ഇപ്പോൾ ഞാൻ നിന്നെ വിളിക്കുന്നു. കർത്താവായ

യേശുക്രിസ്തുവിന്റെ നാമത്തിൽ, എന്നെ വിടുവിച്ച് എന്നെ സ്വതന്ത്രനാക്കേണമേ. സാത്താനേ, ഞാൻ നിന്നെയും നിന്റെ എല്ലാ പ്രവൃത്തികളെയും ഉപേക്ഷിക്കുന്നു. യേശുവിന്റെ നാമത്തിൽ ഞാൻ എന്നെത്തന്നെ നഷ്ടപ്പെടുത്തുന്നു, യേശുവിന്റെ നാമത്തിൽ ഇപ്പോൾ എന്നെ ഉപേക്ഷിക്കാൻ ഞാൻ നിന്നോട് കൽപ്പിക്കുന്നു. ആമേൻ!"

അത് നിങ്ങളുടെ ഹൃദയത്തിൽ നിന്ന് പുറപ്പെട്ട് കർത്താവിന്റെ രക്ഷ കാണട്ടെ!

നിങ്ങൾക്ക് അസുഖമാണോ അതോ വീണ്ടെടുക്കൽ ആവശ്യമാണോ?

ഏതെങ്കിലും രൂപത്തിലോ രൂപത്തിലോ രോഗികളോ സുഖമില്ലാത്തവരോ, അല്ലെങ്കിൽ മോചനം ആവശ്യമുള്ളവരോ? അല്ലെങ്കിൽ പുനഃസ്ഥാപനം ആവശ്യമുള്ളവരോ, ദയവായി വിശ്വാസത്തിൽ താഴെയുള്ള ഡോട്ട് സ്പർശിക്കുക (വിശ്വാസം എന്നത് നിങ്ങളുടെ നിലവിലെ സാഹചര്യത്തിന്റെ കൃത്യമായ പോസിറ്റീവ് ഫലം കാണുന്നതാണ്, നിങ്ങളുടെ രോഗശാന്തിയും മോചനവും ഉറപ്പാക്കാൻ യേശു 2000 വർഷങ്ങൾക്ക് മുമ്പ് തന്റെ പങ്ക് നിർവഹിച്ചിട്ടുണ്ടെന്ന് അറിയുന്നത്, ഒരു ഡൗൺ പേയ്മെന്റായി പുനഃസ്ഥാപനം, ബാങ്കിലെ നിങ്ങളുടെ ചെക്കിംഗ് അക്കൗണ്ടിലെ ഒരു പോസിറ്റീവ് ബാലൻസ്

പോലെ, ഡൗൺ പേയ്മെന്റ് നിങ്ങൾക്ക് ലഭ്യമാണെന്ന് വിശ്വസിക്കുന്നത്, ഞങ്ങൾ നിങ്ങളോട് യോജിക്കുകയും യേശുക്രിസ്തുവിന്റെ നാമത്തിൽ സുഖപ്പെട്ടു എന്ന് ഉച്ചരിക്കുകയും ചെയ്യുമ്പോൾ ഒരു ചോദ്യവും ചോദിക്കില്ല, ആമേൻ)

നീ എനിക്കും അവർക്കും നൽകിയ അധികാരത്താൽ, ശത്രുവിനെതിരായ അവരുടെ കോപത്തോടും വിശപ്പോടും കൂടി, നീ അവർക്കെല്ലാവർക്കും സൗജന്യമായി നൽകിയത് സ്വീകരിക്കാൻ ഞാൻ ഇപ്പോൾ വിശ്വാസത്തോടെ ആ അധികാരം പ്രയോഗിക്കുന്നു. എല്ലാ രോഗങ്ങളെയും, എല്ലാ രോഗങ്ങളെയും, അത് കാൻസർ ആകട്ടെ, COVID 19 ആകട്ടെ, ബലഹീനതയുടെ ആത്മാവാകട്ടെ, അത് പൈശാചിക ബാധയോ അടിച്ചമർത്തലോ ആകട്ടെ, ദാരിദ്ര്യത്തിന്റെ ആത്മാവാകട്ടെ, തിരിച്ചടികളാകട്ടെ, ദൈവം ഇതിനകം നിശ്ചയിച്ചതും മോചിപ്പിച്ചതുമായ കാര്യങ്ങളുടെ കാലതാമസം വരുത്തുന്ന പൂർത്തീകരണമാകട്ടെ, ഞാൻ ശപിക്കുന്നു. ഞങ്ങൾ അപാകതയ്ക്കെതിരെ വരുന്നു, ഞാൻ അവരെ ബന്ധിക്കുന്നു, ഞങ്ങൾ അവരെ അവയുടെ വേരിലേക്ക് ശപിക്കുന്നു, യേശുക്രിസ്തുവിന്റെ നാമത്തിൽ അധികാരത്താൽ ഞങ്ങൾ അവരെ പുറത്താക്കുന്നു. ആമേൻ. യേശുക്രിസ്തുവിന്റെ മഹത്തായ നാമത്തിൽ

അവരുടെ ജീവിതത്തിലേക്ക് രോഗശാന്തിയുടെയും വിടുതലിന്റെയും പുനഃസ്ഥാപനത്തിന്റെയും ഒരു മോചനം ഞങ്ങൾ വിളിക്കുന്നു. നിങ്ങളുടെ മഹത്വത്തിനും ബഹുമാനത്തിനും ആരാധനയ്ക്കും വേണ്ടി നിലനിൽക്കുന്ന സാക്ഷ്യങ്ങൾക്ക് കർത്താവേ നന്ദി. ഈ സന്ദേശത്തിന്റെ ഫലമായി നിങ്ങളുടെ രാജ്യത്തിലേക്ക് ചേർക്കപ്പെടുന്ന ആത്മാക്കൾക്ക് നന്ദി, ഞങ്ങൾ ഇപ്പോൾ കാണുകയും യേശുവിന്റെ നാമത്തിൽ നിങ്ങളുടെ മഹത്വത്തിനായി പ്രകടമാക്കുകയും ചെയ്യുന്ന അത്ഭുതങ്ങൾ, ആമേൻ. പൂർത്തിയായി! സന്തോഷിക്കൂ!

സ്പർശനബിന്ദുവായി എടുത്തുകാണിച്ചിരിക്കുന്ന ഈ സ്ഥലം സ്പർശിച്ച് നിങ്ങളുടെ വായ് കൊണ്ട് ഏറ്റുപറയുക - യേശുക്രിസ്തുവിന്റെ നാമത്തിൽ എന്റെ ആത്മാവിലും, ആത്മാവിലും, ശരീരത്തിലും, എന്റെ ചുറ്റുപാടിലും ഞാൻ സുഖം പ്രാപിച്ചു, ഞാൻ വിടുവിക്കപ്പെട്ടു, പുനഃസ്ഥാപിക്കപ്പെട്ടു, ആമേൻ!!!

മുമ്പ് നിങ്ങൾക്ക് ചെയ്യാൻ കഴിയാത്തത് ചെയ്യാൻ തുടങ്ങുക, പൂർണ്ണമായ രോഗശാന്തി, വിടുതൽ പുനഃസ്ഥാപനം നിങ്ങളുടെ ജീവിതത്തിൽ ഒരു ഫലമായി മാറുന്നതുവരെ

ഏറ്റുപറയാൻ തുടങ്ങുക, യേശുവിന്റെ നാമത്തിൽ, ആമേൻ. ദൈവത്തിനെല്ലാം വേണ്ടി വിശപ്പുള്ളവരായിരിക്കുക,
കോപിച്ചിരിക്കുക, ശത്രു യേശുവിന്റെ നാമത്തിൽ തടഞ്ഞുവച്ചതെല്ലാം തിരികെ എടുക്കുക, ആമേൻ.

കുറിപ്പ്:
ദൈവത്തിന്റെ മഹത്വത്തിനും ശത്രുവിന്റെ നാണക്കേടിനും വേണ്ടിയുള്ള രോഗശാന്തിക്ക് സാക്ഷ്യം വഹിക്കുക! ഈ വിഷയത്തിൽ ഞങ്ങൾ നിങ്ങളോട് ഇപ്പോഴും യോജിക്കണമെന്ന് നിങ്ങൾ ആഗ്രഹിക്കുന്നുവെങ്കിൽ ഞങ്ങൾക്ക് ഒരു ഇമെയിൽ അയയ്ക്കുക അല്ലെങ്കിൽ ഞങ്ങൾക്ക് വാട്ട്സ്ആപ്പ് ചെയ്യുക. അടുത്ത ആഴ്ച വ്യാഴാഴ്ച ആരംഭിക്കുന്ന സജ്ജീകരണ പരമ്പരയിൽ ബന്ധപ്പെടുക. ഞങ്ങളുടെ വെബ്സൈറ്റിൽ ഉടൻ തന്നെ വിശദാംശങ്ങൾ കണ്ടെത്തുക!

വലിയ ചൂഷണങ്ങൾ - 1 -
അദ്ധ്യായം 9 - ഭാഗം 8 ലെ
മഹാന്മാരിൽ നിന്ന്
എങ്ങനെയെന്ന് കണ്ടെത്തുക.

സ്വാതന്ത്ര്യത്തെക്കുറിച്ചുള്ള ഈ പ്രസംഗത്തിലെല്ലാം ദൈവത്തിന്റെ ഇഷ്ടവും പരമാധികാരവും ഭൂമിയിൽ എവിടെയാണ്? നമ്മൾ പ്രാർത്ഥിക്കുന്ന എല്ലാവരും സുഖം പ്രാപിച്ചവരോ, വിടുവിക്കപ്പെട്ടവരോ, പുനഃസ്ഥാപിക്കപ്പെട്ടവരോ അല്ലാത്തത് എന്തുകൊണ്ട്? ചിലർ ക്രമേണയോ ഭാഗികമായോ ആയിരിക്കുന്നത് എന്തുകൊണ്ട്? രോഗശാന്തി, മോചനം, പുനഃസ്ഥാപനം എന്നിവയ്ക്കുള്ള തടസ്സങ്ങൾ എന്തൊക്കെയാണ്? ചിലത് ചെയ്യേണ്ടതും ചെയ്യരുതാത്തതും + ഒന്ന് (1) ഈ തലക്കെട്ട് സാധൂകരിക്കുന്നതിനും ഭയത്തിന്റെ ആത്മാവിന്റെ പിടി തകർക്കുന്നതിനുമുള്ള കഥ ബ്രോ റോബർട്ട് ഷാംബാക്ക് - ഭാഗം 8 + സ്വയം വിടുതൽ രോഗശാന്തി, മോചനം, പുനഃസ്ഥാപനം എന്നിവയ്ക്കുള്ള സ്ക്രിപ്റ്റും സമ്മത പ്രാർത്ഥനയും

പ്രിയ സുഹൃത്തുക്കളെ, ഇന്ന്, "Enough is enough to captivation and welcome to Christian life" എന്ന പരമ്പരയുടെ എട്ടാം ഭാഗം ഞങ്ങൾ നിങ്ങൾക്കായി കൊണ്ടുവരുന്നു. വിശ്വാസം കേൾക്കുന്നതിലൂടെയും കേൾക്കുന്നത്

ദൈവവചനത്തിലൂടെയുമാണ് - റോമർ 10:17. ഇന്ന് ഒരാൾക്ക് സ്വയം രോഗശാന്തി നേടുന്നതിനും മറ്റുള്ളവർക്കും വേണ്ടിയുള്ള അവസാന തടസ്സമായിരിക്കാം ഈ എട്ടാമത്തെ പരമ്പര . സ്വാതന്ത്ര്യത്തിന്റെ പുതിയ തുടക്കത്തിന്റെ ദിവസമാണിത്. അതിനാൽ ജീവനുള്ള ദൈവത്തിന്റെ സൈന്യമായ എന്നോടൊപ്പം നിൽക്കൂ. ഇതൊരു സജ്ജീകരണ പരമ്പരയാണ്.

സാത്താൻ ഒരു കള്ളനും, കഠിനവും വിനാശകരവുമായ ഒരു ദൗത്യനിർവ്വഹകനുമാണെന്ന വസ്തുത യേശു സൂചിപ്പിച്ചു.. ഇത് വായിക്കുക.

യോഹന്നാൻ 10:10

ആംപ്ലിഫൈഡ് ബൈബിൾ, ക്ലാസിക് പതിപ്പ്

10 മോഷ്ടിക്കാനും കൊല്ലാനും നശിപ്പിക്കാനും മാത്രമാണ് കള്ളൻ വരുന്നത്; അവർക്ക് ജീവൻ ഉണ്ടാകാനും അത് ആസ്വദിക്കാനും അത് സമൃദ്ധമായി ഉണ്ടാകാനുമാണ് ഞാൻ വന്നിരിക്കുന്നത് (കരുണാകരം, അത് കവിഞ്ഞൊഴുകുന്നതുവരെ) .

ഈ ശത്രുവിനെ കൈകാര്യം ചെയ്യുന്നതിൽ, യേശു തന്നിലുള്ള എല്ലാ വിശ്വാസികളോടും ഇപ്രകാരം കല്പിച്ചു:

മർക്കൊസ് 16:16-20

ആംപ്ലിഫൈഡ് ബൈബിൾ, ക്ലാസിക് പതിപ്പ്

16 സുവിശേഷത്തിലും അത് പറയുന്നവനിലും
വിശ്വസിച്ച് സ്നാനം സ്വീകരിക്കുന്നവൻ
നിത്യമരണത്തിൽ നിന്ന് രക്ഷിക്കപ്പെടും എന്നാൽ
വിശ്വസിക്കാത്തവൻ ശിക്ഷിക്കപ്പെടും.
സുവിശേഷത്തിലും അത് പറയുന്നവനിലും
വിശ്വസിക്കുകയും ആശ്രയിക്കുകയും
ചെയ്യാത്തവൻ ശിക്ഷിക്കപ്പെടും.
17 വിശ്വസിക്കുന്നവരാൽ ഈ അടയാളങ്ങൾ
നടക്കും : എന്റെ നാമത്തിൽ അവർ ഭൂതങ്ങളെ
പുറത്താക്കും; പുതുഭാഷകളിൽ
സംസാരിക്കും;
18 അവർ സർപ്പങ്ങളെ പിടിച്ചെടുക്കും;
മാരകമായ എന്തു കുടിച്ചാലും അത് അവർക്ക്
ഒരു ദോഷവും വരുത്തുകയില്ല; അവർ
രോഗികളുടെ മേൽ കൈകൾ വയ്ക്കും, അവർ
സുഖം പ്രാപിക്കും.
19 ഇങ്ങനെ കർത്താവായ യേശു അവരോടു
അരുളിച്ചെയ്തശേഷം സ്വർഗ്ഗത്തിലേക്ക്
എടുക്കപ്പെട്ടു. ദൈവത്തിന്റെ വലത്തുഭാഗത്ത്
ഇരുന്നു.
20 അവർ പുറപ്പെട്ടു എല്ലായിടത്തും
പ്രസംഗിച്ചു; കർത്താവു അവരോടുകൂടെ
പ്രവർത്തിച്ചും അവരോടുകൂടെ നടന്ന
സാക്ഷ്യപ്പെടുത്തുന്ന അടയാളങ്ങളാലും
അത്ഭുതങ്ങളാലും വചനത്തെ ഉറപ്പിച്ചും
പോന്നു. ആമേൻ.

എല്ലാ വിശ്വാസികൾക്കും വേണ്ടിയുള്ള യേശുവിന്റെ ഈ കൽപ്പന വിജയകരമായി

നടപ്പിലാക്കുന്നതിന്, നമ്മുടെ സൈന്യാധിപന്റെ കൽപ്പനയ്ക്ക് കീഴടങ്ങാൻ തയ്യാറുള്ള ഒരു അച്ചടക്കമുള്ള സൈന്യമായി ഇത്തരം ശത്രുവിനെ നേരിടുന്നതിന്, **A, B, C, D, E, F, G** എന്നിവയിലെന്നപോലെ നമുക്ക് ആവശ്യമാണെന്ന് മുൻ പരമ്പരകളിൽ നാം പരാമർശിച്ചിരുന്നു. ഈ പരമ്പര എല്ലാവർക്കും വേണ്ടിയുള്ളതല്ലെന്ന് ഞാൻ ഊന്നിപ്പറയട്ടെ. തിരഞ്ഞെടുത്ത ചുരുക്കം ചിലർ ഈ 7 ഗുണങ്ങളാൽ ചേരുന്നതിന് സ്വയം യോഗ്യത നേടും. അവ താഴെ പറയുന്നവയാണ് :

A. ലഭ്യത (ആത്മാവ്, ആത്മാവ്, ശരീരം)
B. ധൈര്യം
C. മറ്റുള്ളവരോടുള്ള അനുകമ്പ
D. ദൃഢനിശ്ചയം
E. ആത്മാർത്ഥമായ സ്നേഹം
F. ഉജ്ജ്വലമായ കോപം
G. വലിയ വിശപ്പ്

ഈ ഗുണങ്ങൾ നിങ്ങൾക്ക് ഏറ്റവും കുറഞ്ഞ ചേരുവകളായി ഇല്ലെങ്കിൽ, വിജയകരമായ ഒരു പ്രചാരണം നടത്തുക അസാധ്യമായിരിക്കും, കാരണം മുകളിൽ പറഞ്ഞ എല്ലാ ചേരുവകളും ഒരുമിച്ച് ചേർക്കേണ്ടത് കടുക് മണി വിശ്വാസം സൃഷ്ടിക്കുന്നതിനാണ്, കാരണം ദൈവം വിശക്കുന്നവരെ പോറ്റുന്നു, തണുത്തതോ ഇളം ചൂടുള്ളതോ ആയ കുട്ടികളെയല്ല, അത്

രോഗശാന്തിയിലും, മോചനത്തിലും, ആന്തരികവും ബാഹ്യവുമായ പുനഃസ്ഥാപനത്തിലായാലും.
കൊള്ളമുതലുകൾ ശേഖരിക്കാൻ തയ്യാറാണ്, പക്ഷേ അവയെ നമ്മുടെ അനുഭവത്തിലേക്ക് ശേഖരിക്കാൻ ഒരു കടുക് മണി, സ്ഥിരമായ വിശ്വാസം ആവശ്യമാണ്. നമ്മൾ ആത്മാക്കൾ, ആത്മാക്കൾ, കൂടുതൽ ആത്മാക്കൾ എന്നിവയെക്കുറിച്ചും ജീവനുള്ള ദൈവത്തിന്റെ ഒരു സൈന്യമെന്ന നിലയിൽ വിജയകരമായ ഒരു പ്രചാരണം നടത്താൻ നമുക്ക് ആവശ്യമായ എല്ലാ കാര്യങ്ങളെക്കുറിച്ചും സംസാരിക്കുന്നു. ഞങ്ങൾക്ക് മുമ്പേ പോയവരിൽ നിന്ന് പഠിക്കാൻ നിങ്ങളെ സജ്ജരാക്കാൻ ഞങ്ങൾ ഇവിടെയുണ്ട്.

ഇന്നത്തെ 8-ാം ഭാഗത്തിൽ, ദൈവം നമുക്ക് സൗജന്യമായി നൽകിയത് സ്വീകരിക്കുന്നതിന് തടസ്സമായി നിൽക്കുന്നതും വിശ്വാസികളുടെ മനസ്സിൽ ഉയർന്നുവരുന്നതുമായ ചില നിർണായക ചോദ്യങ്ങൾ പര്യവേക്ഷണം ചെയ്യാൻ ഞങ്ങൾ ആഗ്രഹിക്കുന്നു. പ്രത്യേകിച്ചും നമ്മൾ എല്ലാം ചെയ്തുകഴിഞ്ഞപ്പോൾ സ്വാതന്ത്ര്യം ഒരു മഹാമാരി പോലെ നമ്മെ വിട്ടുപോയിരിക്കുമ്പോൾ.
ഈ ചോദ്യങ്ങൾ എന്തൊക്കെയാണ്?

സ്വാതന്ത്ര്യത്തെക്കുറിച്ചുള്ള ഈ പ്രസംഗത്തിലെല്ലാം ദൈവത്തിന്റെ ഇഷ്ടവും പരമാധികാരവും ഭൂമിയിൽ എവിടെയാണ്? നമ്മൾ പ്രാർത്ഥിക്കുന്ന എല്ലാവരും സുഖം പ്രാപിച്ചവരോ, വിടുവിക്കപ്പെട്ടവരോ, പുനഃസ്ഥാപിക്കപ്പെട്ടവരോ അല്ലാത്തത് എന്തുകൊണ്ട്? ചിലർ ക്രമേണയോ ഭാഗികമായോ ആയിരിക്കുന്നത് എന്തുകൊണ്ട്? രോഗശാന്തിക്കും വിടുവിക്കും പുനഃസ്ഥാപനത്തിനും ഉള്ള തടസ്സങ്ങൾ എന്തൊക്കെയാണ്? ചിലത് ചെയ്യേണ്ടതും ചെയ്യരുതാത്തതും + ഈ തലക്കെട്ട് സാധൂകരിക്കുന്നതിനും ഭയത്തിന്റെ ആത്മാവിന്റെ പിടി തകർക്കുന്നതിനുമുള്ള ഒരു (1) കഥ

നമുക്ക് അവയെ ഒന്നിനുപുറകെ ഒന്നായി അഭിസംബോധന ചെയ്യാൻ തുടങ്ങാം.

1) രോഗശാന്തിയും വിടുതലും ശുശ്രൂഷിക്കുമ്പോൾ "അവിടുത്തെ ഇഷ്ടമെങ്കിൽ" എന്ന് പ്രാർത്ഥിക്കുന്നത് ശരിയാണോ?

വിശ്വാസത്തോടെ ദൈവസന്നിധിയിൽ വരുന്ന എല്ലാവരും സൗഖ്യം പ്രാപിക്കണമെന്നത് ദൈവത്തിന്റെ ഇഷ്ടമാണെന്ന വസ്തുത സ്ഥാപിച്ചതിനാൽ, ഈ പരമ്പരയുടെ 1 മുതൽ 7 വരെയുള്ള ഭാഗങ്ങളിൽ "Enough is enough to

captivity and welcome to freedom" എന്നതിനെ പൂർണ്ണമായി സ്ഥിരീകരിച്ചിട്ടുണ്ട്, അതിനാൽ, രോഗശാന്തിയും വിടുതലും ശുശ്രൂഷിക്കുമ്പോൾ **"നിന്റെ ഇഷ്ടമാണെങ്കിൽ" എന്ന് പ്രാർത്ഥിക്കാൻ നമുക്ക് സ്ഥലമില്ല** . ഈ കാര്യത്തിൽ ദൈവത്തിന്റെ ഇഷ്ടം നമുക്കറിയാം. വിശ്വസിക്കാൻ തയ്യാറാണെങ്കിൽ എല്ലാവരും സൗഖ്യം പ്രാപിക്കുകയും വിടുവിക്കപ്പെടുകയും ചെയ്യണമെന്നതാണ് ദൈവത്തിന്റെ ഇഷ്ടം എന്ന് നമുക്കറിയാം.
യേശു നമ്മുടെ മാതൃകയാണ്, രോഗശാന്തിയും വിടുതലും ശുശ്രൂഷ ചെയ്യുമ്പോൾ യേശു "നിന്റെ ഇഷ്ടമെങ്കിൽ" എന്ന് പ്രാർത്ഥിക്കുന്നതായി നാം ഒരിക്കലും കാണുന്നില്ല. ഒരിക്കൽ പോലും അങ്ങനെയല്ല! പിന്നെ എന്തിനാണ് നമ്മൾ ഒരു ദൈവശാസ്ത്രം സൃഷ്ടിച്ച് വചനത്തിന് വിരുദ്ധമായ കാര്യങ്ങൾ ചെയ്യുന്നത്? കാരണം യേശു യോഹന്നാൻ 1:14 എന്ന വചനമാണ് - ജീവിതത്തിലും ശുശ്രൂഷയിലും നമ്മുടെ പൂർണവും ജീവനുള്ളതും ശ്വസിക്കുന്നതുമായ മാതൃക.

"എന്റെ ഇഷ്ടപ്രകാരമല്ല, നീ ആഗ്രഹിക്കുന്നതുപോലെ" (മത്തായി 26:39,42) എന്ന് അവൻ പറഞ്ഞ ഒരേയൊരു സന്ദർഭം ഗെത്ത്സെമൻ തോട്ടത്തിൽ കുരിശിലേക്ക് പോകാൻ തയ്യാറെടുക്കുമ്പോഴാണ്.

പിതാവിന്റെ പദ്ധതിക്ക് കീഴടങ്ങാനുള്ള പ്രാർത്ഥനയായിരുന്നു ഇത്. ആളുകൾ രോഗശാന്തി ആവശ്യപ്പെടുമ്പോഴെല്ലാം, അവൻ പറഞ്ഞു, "എനിക്ക് മനസ്സുണ്ട്." തന്റെ മകളെ ഭൂതത്താൽ സുഖപ്പെടുത്താൻ യേശുവിനെ ബോധ്യപ്പെടുത്തുന്ന *സിറോഫൊനീഷ്യൻ സ്ത്രീ ഒഴികെ.* ഒരേയൊരു കാരണം, ഈ സമയത്തിന് മുമ്പ്, യേശു യഹൂദന്മാരുമായുള്ള ഉടമ്പടിയുടെ അടിസ്ഥാനത്തിലാണ് പ്രവർത്തിച്ചത്, പക്ഷേ അവളുടെ വിശ്വാസവും സ്ഥിരോത്സാഹവും കാരണം, അവളുടെ അഭ്യർത്ഥന അവൾക്ക് ലഭിച്ചു. ഉടമ്പടിയില്ലാത്ത മറ്റ് നിരവധി ആളുകളും അവരുടെ വിശ്വാസം നിമിത്തം സുഖപ്പെട്ടു. മർക്കോസ് 16:14-19 വഴി, പരിശുദ്ധാത്മാവിന്റെ സ്നാനത്തിലൂടെ വിശ്വസിക്കുന്ന അവിശ്വാസികൾക്ക് പോലും ഇപ്പോൾ അത് ചെയ്യാൻ നമുക്ക് ശക്തി ലഭിച്ചിരിക്കുന്നു - പ്രവൃത്തികൾ 1:4-8.
കുരിശിലെ മരണത്തിലൂടെ മാത്രം സാധ്യമാകുന്ന വീണ്ടെടുപ്പിനായി, അനുസരണത്തിൽ നടക്കാനും പിതാവിന്റെ പദ്ധതിക്ക് വഴങ്ങാനും അവൻ ഒരു തിരഞ്ഞെടുപ്പ് നടത്തേണ്ടി വന്നു.

പാപമോചനം നേടാൻ ആഗ്രഹിച്ച് നമ്മുടെ അടുക്കൽ വരുന്ന ഒരു പാപിക്കുവേണ്ടി നാം എപ്പോഴെങ്കിലും
പ്രാർത്ഥിക്കുമോ? യേശുവിലുള്ള

വിശ്വാസത്തിലൂടെ പാപങ്ങളിൽ നിന്ന് , "**കർത്താവേ, അങ്ങയുടെ ഇഷ്ടമാണെങ്കിൽ, ദയവായി അവന്റെ പാപങ്ങൾ ക്ഷമിക്കുകയും അനുഗ്രഹിക്കുകയും ചെയ്യണമേ. അവന് നിത്യജീവൻ. അല്ലെങ്കിൽ, എങ്കിൽ അവനെ അനുവദിക്കാൻ നിന്റെ ഇഷ്ടമല്ല. നരകത്തിലേക്ക് പോകുക.**
ഒരിക്കലുമില്ല! ഞങ്ങൾ "അവനിൽ വിശ്വസിക്കുന്ന ഏവനും തന്റെ നാമത്താൽ പാപമോചനം ലഭിക്കും" (പ്രവൃത്തികൾ 10:43) എന്ന് ദൈവം വാഗ്ദാനം ചെയ്തിട്ടുണ്ടെന്നും "അവനിൽ വിശ്വസിക്കുന്ന ഏവനും നശിച്ചുപോകാതെ നിത്യജീവൻ പ്രാപിക്കേണ്ടതിന്നു തന്റെ ഏകജാതനെ നൽകുവാൻ തക്കവണ്ണം ദൈവം ലോകത്തെ സ്നേഹിച്ചു" (യോഹന്നാൻ 3:16) എന്നും നമുക്കറിയാം. കാരണം, അത്തരമൊരു പ്രാർത്ഥന ഒരിക്കലും പ്രാർത്ഥിക്കില്ല.

രോഗശാന്തിയും വിടുതലും ശുശ്രൂഷിക്കുന്നതിനുള്ള ശരിയായ മാർഗം, രോഗികൾ സുഖപ്പെടുകയും വിടുവിക്കപ്പെടുകയും ചെയ്യണമെന്ന് ദൈവം ആഗ്രഹിക്കുന്നുവെന്ന് പൂർണ്ണമായി അറിഞ്ഞുകൊണ്ട് അങ്ങനെ ചെയ്യുക എന്നതാണ്. സ്വർഗ്ഗത്തിലെന്നപോലെ ഭൂമിയിലും അവന്റെ ഇഷ്ടം നടപ്പിലാക്കാനാണ് നാം ഇവിടെയുള്ളത്. രോഗശാന്തിയും വിടുതലും ലഭിക്കാൻ

ആരെയും സ്വാഗതം ചെയ്യുന്നതിനുള്ള നമ്മുടെ സമീപനം, അവർ പാപമോചനം സ്വീകരിക്കാൻ വരുമ്പോൾ നമ്മുടെ സമീപനത്തിന് തുല്യമായിരിക്കണം. വിശ്വസിക്കുക മാത്രം ചെയ്യുക! - ഒരേ പാക്കേജ്!

2) ദൈവം പരമാധികാരിയായതിനാൽ, അവൻ ആഗ്രഹിക്കുമ്പോൾ ആളുകളെ സുഖപ്പെടുത്തുകയില്ലേ?

പലരും ചോദിക്കുന്ന ആത്മാർത്ഥമായ ഒരു ചോദ്യമാണിത്, ഉത്തരം നൽകാൻ വളരെ വെല്ലുവിളി നിറഞ്ഞതുമാണ്. ദൈവം സർവ്വശക്തനാണെന്നതിൽ സംശയമില്ല, അവന് എന്തും ചെയ്യാൻ കഴിയും. അവന് ഏതൊരു വ്യക്തിയെയും ഒരു നിമിഷം കൊണ്ട് സുഖപ്പെടുത്താനും വിടുവിക്കാനും കഴിയും. ദൈവം പരമാധികാരിയാണെന്നും അവന്റെ സ്വന്തം ഇച്ഛയ്ക്കനുസരിച്ചാണ് പ്രവർത്തിക്കുന്നതെന്നും നമുക്കറിയാം, അവൻ ആഗ്രഹിക്കുന്ന ഏത് സമയത്തും. ആർക്കും അവനെ തടയാൻ കഴിയില്ല. അപ്പോൾ നല്ലവനും ശക്തനും സ്നേഹനിധിയുമായ ഒരു ദൈവം, രോഗശാന്തി നൽകുന്നവനും വിടുവിക്കുന്നവനുമായ ദൈവം എല്ലാ രോഗികളെയും സുഖപ്പെടുത്തുകയും എല്ലാ പീഡിതരെയും വിടുവിക്കുകയും ചെയ്യാത്തത്

എന്തുകൊണ്ട്? നമ്മുടെ സ്വന്തം സഹോദരന്മാരിൽ ചിലർ, ദൈവത്തെ വിശ്വസ്തതയോടെ സേവിച്ചവരും അവനെ വളരെയധികം സ്നേഹിക്കുന്നവരും പോലും, ദീർഘകാല രോഗത്തിന്റെ ഫലമായി വേദനയും രോഗവും അനുഭവിക്കുകയും മരിക്കുകയും ചെയ്യുന്നത് നാം ഇപ്പോഴും കാണുന്നത് എന്തുകൊണ്ടാണ്? തന്റെ പരമാധികാരത്തിൽ ദൈവം അവരെ സുഖപ്പെടുത്തുകയും സുഖപ്പെടുത്തുകയും ചെയ്യാത്തത് എന്തുകൊണ്ട്?

ഞങ്ങൾ ഇത് മൂന്ന് ഭാഗങ്ങളായി പരിഗണിക്കും:

എ, ദൈവത്തിന്റെ പരമാധികാരവും മനുഷ്യന്റെ ഉത്തരവാദിത്തവും

ബി, ദൈവത്തിന്റെ പരമാധികാരവും വിശ്വാസത്തിന്റെ പ്രയോഗവും

സി, വെളിപ്പെടുത്തപ്പെട്ട സത്യത്തിലൂടെ ഞങ്ങൾ നടക്കുന്നു, എന്താണ് എന്ന് അന്വേഷിക്കുന്നു. അജ്ഞാതമാണ്

എ, ദൈവത്തിന്റെ പരമാധികാരവും മനുഷ്യന്റെ ഉത്തരവാദിത്തവും

സങ്കീർത്തനം 115:3,16 3 നമ്മുടെ ദൈവമോ സ്വർഗ്ഗത്തിൽ ഉണ്ടു; തനിക്കു ഇഷ്ടമുള്ളതൊക്കെയും അവൻ ചെയ്യുന്നു. 16 സ്വർഗ്ഗം, സ്വർഗ്ഗം പോലും,

യഹോവയുടേതാണ്; ഭൂമിയോ അവൻ മനുഷ്യർക്കു കൊടുത്തിരിക്കുന്നു.

ദൈവം പരമാധികാരിയാണ്, തിരുവെഴുത്ത് പറയുന്നതുപോലെ അവൻ തനിക്ക് ഇഷ്ടമുള്ളത് ചെയ്യുന്നു. എന്നിരുന്നാലും, തന്റെ പരമാധികാരത്തിൽ അവൻ ഭൂമിയെ മനുഷ്യവർഗത്തിന് ഏൽപ്പിക്കാൻ തീരുമാനിച്ചു, സാധാരണ സാഹചര്യങ്ങളിൽ മനുഷ്യന്റെ ഉത്തരവാദിത്തത്തെയും മനുഷ്യന്റെ തീരുമാനങ്ങളെയും അവൻ മറികടക്കുകയില്ലെന്ന് നിശ്ചയിച്ചിരിക്കുന്നു. ഏദൻ തോട്ടത്തിൽ പോലും, ആദാമും ഹവ്വായും അനുസരണക്കേട് കാണിക്കുകയും പാപം ചെയ്യുകയും ചെയ്തപ്പോൾ, ദൈവം ഇടപെട്ടില്ല, പക്ഷേ അവന് ഇടപെട്ടില്ല. വാസ്തവത്തിൽ, ദൈവത്തിന് ഇതെല്ലാം മുൻകൂട്ടി അറിയാമായിരുന്നു, എന്നിട്ടും അവൻ മനുഷ്യനെ സൃഷ്ടിച്ച് ഏദൻ തോട്ടത്തിൽ പ്രതിഷ്ഠിച്ചു.

ഇത് പരിഗണിക്കുക, ദൈവം തന്റെ പരമാധികാരത്തിൽ എല്ലാവർക്കും സൗജന്യമായി രക്ഷ എന്ന ദാനം നൽകിയിട്ടുണ്ട്. ഓരോ വ്യക്തിക്കും രക്ഷ നൽകിയിട്ടുണ്ട് എന്നതുകൊണ്ട് ഓരോ വ്യക്തിയും യാന്ത്രികമായി രക്ഷിക്കപ്പെടുന്നു എന്നല്ല അർത്ഥമാക്കുന്നത്. ഈ രക്ഷാമാർഗ്ഗം സ്വീകരിക്കുന്നതിന് ഓരോ വ്യക്തിയും ഉത്തരവാദിത്തം ഏറ്റെടുക്കണം. ബൈബിൾ ഇപ്പോഴും പറയുന്നു, "പുത്രനിൽ

വിശ്വസിക്കുന്നവന് നിത്യജീവൻ ഉണ്ട്; പുത്രനെ വിശ്വസിക്കാത്തവൻ ജീവൻ കാണുകയില്ല; എന്നാൽ ദൈവക്രോധം അവന്റെമേൽ വസിക്കുന്നു" (യോഹന്നാൻ 3:36).

അതുപോലെ, രോഗശാന്തിയും വിടുതലും ശുശ്രൂഷിക്കുന്ന മേഖലയിൽ, സാധാരണ സാഹചര്യങ്ങളിൽ, നമുക്ക് ഉത്തരവാദിത്തമുള്ള നിരവധി മേഖലകളുണ്ട്:

(എ)) കൃപയിൽ വളരുക (2 പത്രോസ് 3:18), ആത്മീയ ശക്തിയിൽ വളരുക (എഫെസ്യർ 3:16), വിശ്വാസത്തിലും ദൈവത്തിന്റെ അഭിഷേകവും ശക്തിയും കൈകാര്യം ചെയ്യാനുള്ള നമ്മുടെ കഴിവിലും വളരുക എന്നിവ ശുശ്രൂഷിക്കുന്നവരുടെ ഉത്തരവാദിത്തമാണ്. എല്ലാ നുകവും തകർക്കാനും, എല്ലാ ഭാരവും നീക്കാനും, എല്ലാ അവസ്ഥയും സുഖപ്പെടുത്താനും ഒരു അഭിഷേകം ലഭ്യമാണ്. ഈ അഭിഷേക തലത്തിലേക്ക് കടന്നുചെല്ലാനുള്ള നമ്മുടെ ഉത്തരവാദിത്തത്തിൽ ശുശ്രൂഷകരെന്ന നിലയിൽ നാം പരാജയപ്പെടാൻ സാധ്യതയുണ്ടോ? ഒരുപക്ഷേ, ആ മേഖലയിൽ കൂടുതൽ സ്ഥിരതയോടെ പ്രവർത്തിക്കുന്നതിനുപകരം, ഇടയ്ക്കിടെ മാത്രമേ നാം അങ്ങനെ ചെയ്യുന്നുള്ളൂ.

(b) സ്വന്തം ശരീരത്തെ പരിപാലിക്കുക, ദൈവവചനത്തിൽ വിശ്വസിക്കുക,

പിശാചിനെയും അവന്റെ പ്രവൃത്തികളെയും ചെറുക്കുക എന്നിവ ഓരോ വ്യക്തിയുടെയും ഉത്തരവാദിത്തമാണ്. ദൈവം നമുക്കുവേണ്ടി ഇത് ചെയ്യില്ല.
ഈ ധാരണ കണക്കിലെടുക്കുമ്പോൾ, മനുഷ്യന്റെ ഉത്തരവാദിത്തത്തിന്റെ ഈ മേഖലകളിൽ നിന്ന് സ്വതന്ത്രമായി ദൈവം രോഗശാന്തി നൽകുന്നത് നാം സാധാരണയായി കാണുന്നില്ല. അങ്ങനെ ചെയ്യരുതെന്ന് അവൻ പരമാധികാരത്തോടെ തീരുമാനിച്ചു. ഇത് ദൈവത്തിന്റെ പരമാധികാരത്തിന്റെ ഒരു വശമാണ്.
എന്നിരുന്നാലും, പരാമർശിച്ചതുപോലെ (എ) യും (ബി) യും മനുഷ്യൻ പരാജയപ്പെട്ടിട്ടും ദൈവം നീങ്ങുകയും രോഗശാന്തിയും വിടുതലും നൽകുകയും ചെയ്യുന്ന സന്ദർഭങ്ങളുണ്ട്. ഇവ നമ്മൾ കാണുന്ന അപവാദങ്ങളാണ്, മാനദണ്ഡമല്ല. (എ) യും (ബി) യും രണ്ട് മേഖലകളിൽ മനുഷ്യൻ പരാജയപ്പെട്ടിട്ടും ദൈവം ചലിക്കുകയും രോഗശാന്തി നൽകുകയും ചെയ്യുന്നത് ദൈവത്തിന്റെ പരമാധികാരത്തിന്റെ മറുവശമാണ്. ദൈവത്തിന്റെ പരമാധികാരം മനസ്സിലാക്കുന്നതിൽ ഒരേ നാണയത്തിന്റെ രണ്ട് വശങ്ങൾ.

ബി, ദൈവത്തിന്റെ പരമാധികാരവും വിശ്വാസത്തിന്റെ പ്രയോഗവും

മത്തായി 13:58 58 അവരുടെ അവിശ്വാസം നിമിത്തം അവൻ അവിടെ അധികം വീര്യപ്രവൃത്തികൾ ചെയ്തില്ല.
മർക്കൊസ് 6:5,6 5 ഏതാനും ചില രോഗികളുടെ മേൽ കൈ വെച്ചു സൌഖ്യം വരുത്തിയതു അല്ലാതെ അവിടെ വീര്യപ്രവൃത്തി ഒന്നും ചെയ്‌വാൻ അവന് കഴിഞ്ഞില്ല. 6 അവരുടെ അവിശ്വാസം ഹേതുവായി അവൻ ആശ്ചര്യപ്പെട്ടു. പിന്നെ അവൻ ചുറ്റുമുള്ള ഗ്രാമങ്ങളിൽ ഉപദേശിച്ചുകൊണ്ടു സഞ്ചരിച്ചു.
യേശു തന്റെ സ്വന്തം നാടായ നസറെത്തിൽ തിരിച്ചെത്തി, അവിടെ 30 വയസ്സുവരെ ഒരു തച്ചന്റെ മകനായി വളർന്നു. നിർഭാഗ്യവശാൽ, സ്വന്തം നാട്ടിലെ ആളുകൾക്ക് അവനെ അവൻ ആരാണെന്ന് അതേപടി സ്വീകരിക്കാൻ കഴിഞ്ഞില്ല. ദൈവം അയച്ച, രോഗശാന്തി നൽകാനും വിടുവിക്കാനും അഭിഷേകം ചെയ്യപ്പെട്ടവനായിട്ടല്ല, മറിച്ച് ഒരു തച്ചന്റെ മകനായിട്ടാണ് അവർ അവനെ കണ്ടത്. അത്തരമൊരു അന്തരീക്ഷത്തിൽ, അവരുടെ അവിശ്വാസം നിമിത്തം യേശു അധികം അത്ഭുതങ്ങൾ ചെയ്തില്ല.

ദൈവം പരമാധികാരിയാണെങ്കിൽ (സർവ്വശക്തനും, എല്ലാറ്റിനുമുപരി, മറ്റുള്ളവരിൽ നിന്ന് സ്വതന്ത്രനും), ആർക്കും അവനെ തടയാൻ കഴിയില്ലെങ്കിൽ, അവന്റെ

മഹത്തായ പ്രവൃത്തികൾ അവരുടെ ജീവിതത്തിൽ അനുഭവിക്കണമെങ്കിൽ അവൻ തന്റെ ജനത്തോട് വ്യക്തിപരമായ വിശ്വാസം പ്രകടിപ്പിക്കണമെന്ന് ഇപ്പോഴും ആവശ്യപ്പെടുന്നത് എന്തുകൊണ്ടാണ്?
നമ്മുടെ ദൈവം സർവ്വശക്തനും പരമാധികാരിയുമാണെന്നത് പരസ്പരവിരുദ്ധമായി തോന്നിയേക്കാം, എന്നിട്ടും നമ്മുടെ അവിശ്വാസത്താൽ ദൈവം പരിമിതപ്പെട്ടേക്കാം. വിശ്വാസമില്ലെങ്കിൽ അവൻ സാധാരണയായി പ്രവർത്തിക്കുന്നില്ല, പ്രവർത്തിക്കാനും കഴിയില്ല.
എല്ലാം കൃപയുടെ സൗജന്യ ദാനമാണെങ്കിൽ, വിശ്വാസത്തിലൂടെ മാത്രം നമുക്ക് അവ എങ്ങനെ ലഭിക്കും? കാരണം, നമ്മൾ മനസ്സിലാക്കുന്നതുപോലെ, കൃപ എന്നത് നാം ചെയ്ത ഏതൊരു കാര്യത്തെയും ആശ്രയിക്കാത്ത ദൈവത്തിന്റെ സ്വഭാവത്തിന്റെ ഒരു പ്രകടനമാണ്, അതേസമയം വിശ്വാസം ദൈവത്തിലുള്ള നമ്മുടെ ആത്മവിശ്വാസത്തിന്റെയും ആശ്രയത്തിന്റെയും പ്രകടനമാണ്.

പരിഗണിക്കേണ്ട ചില കാര്യങ്ങൾ ഇതാ:

ദൈവത്തിന്റെ അവിഭാജ്യ പരമാധികാരത്തിന്റെ മണ്ഡലമുണ്ട് , കൂടാതെ അതിന്റെ ചലനാത്മക ഫലങ്ങളുള്ള വ്യക്തിപരമായ വിശ്വാസത്തിന്റെ

അവിഭാജ്യവും ആവശ്യമായതുമായ ഘടകം തീർച്ചയായും ഉണ്ട്.

2) ദൈവത്തിന്റെ പരമാധികാരത്തെ മാത്രം ആശ്രയിക്കുന്ന ചില കാര്യങ്ങളുണ്ട്, ഉദാഹരണത്തിന് ദൈവത്തിന്റെ നിത്യമായ ഉദ്ദേശ്യം, യുഗങ്ങൾക്കായുള്ള അവന്റെ പദ്ധതി. ഒരു വ്യക്തിയുടെ വിശ്വാസം പ്രയോഗിക്കുന്നതിൽ നിന്ന് സ്വതന്ത്രമായി ഇവ കൈവരിക്കപ്പെടും. പിന്നെ ദൈവത്തിന് വ്യക്തിഗത ഉദ്ദേശ്യങ്ങളുണ്ട്, അവയുടെ പൂർത്തീകരണം ദൈവവുമായുള്ള വ്യക്തിയുടെ സഹകരണത്തെ ആശ്രയിച്ചിരിക്കുന്നു.

3) തന്റെ കൃപയിൽ നിന്ന് നമുക്ക് സൗജന്യമായി തന്റെ എല്ലാ ദാനങ്ങളും നൽകുകയും, വിശ്വാസത്താൽ അവ സ്വീകരിക്കേണ്ടത് ഓരോരുത്തരുടെയും കടമയാക്കുകയും ചെയ്യുന്നതിലൂടെ, ദൈവം ഓരോ വ്യക്തിക്കും തന്നിൽ നിന്ന് സ്വീകരിക്കാൻ "തുല്യ അവസരം" നൽകുകയാണ്. വംശം, നിറം, സാമൂഹിക അല്ലെങ്കിൽ സാമ്പത്തിക നില, മുൻകാല അനുഭവങ്ങൾ എന്നിവ പരിഗണിക്കാതെ, ദൈവം തന്റെ കൃപയാൽ നമുക്ക് സൗജന്യമായി നൽകിയിരിക്കുന്നത് സ്വീകരിക്കാൻ ഓരോ വ്യക്തിക്കും ഒരേ അവസരമുണ്ട്.

4) വിശ്വാസ മണ്ഡലത്തിന് ദൈവത്തിന്റെ ഇഷ്ടവും ഉദ്ദേശ്യവും അനുസരിച്ചുള്ള അതിരുകൾ ഉണ്ട്. ഇതിനു പുറത്ത് പ്രവർത്തിക്കുന്നത് ദൈവത്തിന്റെ പരമാധികാര ഇച്ഛയ്ക്കെതിരെ "തള്ളുക" എന്നതാണ്, അങ്ങനെ ചെയ്യുന്നതിൽ ആർക്കും വിജയിക്കാൻ കഴിയില്ല.

അതുകൊണ്ട് ഓരോ വിശ്വാസിയും വിശ്വാസത്താൽ എങ്ങനെ ജീവിക്കണമെന്ന് പഠിക്കേണ്ടത് അത്യാവശ്യമാണ്.
എന്നിരുന്നാലും ദൈവത്തിലുള്ള ഈ വിശ്വാസ നാണയത്തിന് രണ്ട് വശങ്ങളുണ്ട്. സാധാരണയായി, ദൈവം പരമാധികാരത്തോടെ വിശ്വാസത്തോടുള്ള പ്രതികരണമായി എപ്പോഴും പ്രവർത്തിക്കുമെന്ന് നിശ്ചയിച്ചിട്ടുണ്ട്. ***"നിങ്ങളുടെ വിശ്വാസമനുസരിച്ച്, അത് നിങ്ങൾക്ക് ഭവിക്കട്ടെ" (മത്തായി 9:29)*** എന്നത് വിശ്വാസത്തോടുള്ള അവന്റെ പ്രതികരണമാണ്. സാധാരണഗതിയിൽ പ്രവർത്തിക്കാൻ അവൻ തീരുമാനിച്ചിരിക്കുന്നത് ഇങ്ങനെയാണ്. മറുവശത്ത്, പ്രത്യക്ഷത്തിൽ വിശ്വാസം ഇല്ലാതിരിക്കുമ്പോൾ പോലും, ദൈവം പരമാധികാരത്തോടെ സുഖപ്പെടുത്താനും വിടുവിക്കാനും നീങ്ങുന്ന സമയങ്ങളുണ്ട്. ഇവ സംഭവിക്കുന്നു, പക്ഷേ ഇവ അപവാദങ്ങളാണ്, മാനദണ്ഡമല്ല.

സി, വെളിപ്പെടുത്തപ്പെട്ട സത്യത്തിലൂടെ നാം നടക്കുകയും അജ്ഞാതമായത് അന്വേഷിക്കുകയും ചെയ്യുന്നു.

ആവർത്തനം 29:29 രഹസ്യങ്ങൾ നമ്മുടെ ദൈവമായ യഹോവേക്കുള്ളതാകുന്നു; വെളിപ്പെടുന്നവയോ ഈ ന്യായപ്രമാണത്തിന്റെ സകലവചനങ്ങളും നാം അനുസരിച്ചുനടക്കേണ്ടതിന്നു എന്നേക്കും നമുക്കും നമ്മുടെ മക്കൾക്കും ഉള്ളതാകുന്നു.
സദൃശ്യവാക്യങ്ങൾ 25:2 കാര്യം മറെച്ചുവെക്കുന്നതു ദൈവത്തിന്റെ മഹത്വം; കാര്യം ആരായുന്നതോ രാജാക്കന്മാരുടെ മഹത്വം.
സഭാപ്രസംഗി 1:13 ആകാശത്തിൻ കീഴിൽ സംഭവിക്കുന്നതൊക്കെയും ജ്ഞാനത്തോടെ ആരാഞ്ഞറിയേണ്ടതിന്നു ഞാൻ മനസ്സുവെച്ചു; ഇതു ദൈവം മനുഷ്യർക്കു കൊടുത്ത ഭാരമേറിയ പ്രവൃത്തിയാണ്, ഇതു അവർക്കു ചെയ്യാം.

നമ്മുടെ പക്കൽ എല്ലാ ഉത്തരങ്ങളും ഉണ്ടെന്ന് അവകാശപ്പെടുന്നത് തികച്ചും മണ്ടത്തരമായിരിക്കും. നമുക്ക് അത് ചെയ്യാൻ കഴിയില്ല എന്നതാണ് വസ്തുത. ദൈവത്തോട് വിശ്വസ്തനാണെന്ന് നമുക്കറിയാവുന്ന, ദൈവത്തെ ആഴമായി സ്നേഹിക്കുന്ന, ക്രിസ്തുവിന്റെ ലക്ഷ്യത്തിനായി മരിക്കാൻ

പോലും തയ്യാറുള്ള ഒരാളെ ചൂണ്ടിക്കാണിച്ച് അവർക്ക് വിശ്വാസമില്ലെന്ന് പറയുന്നത് വളരെ തെറ്റാണ്. നമ്മുടെ സ്വന്തം സഹോദരന്മാരിൽ ചിലർ, ദൈവത്തെ വിശ്വസ്തതയോടെ സേവിച്ചവരും അവനെ ആഴമായി സ്നേഹിക്കുന്നവരും പോലും, ദീർഘകാല രോഗത്തിന്റെ ഫലമായി വേദനയും രോഗവും അനുഭവിക്കുകയും മരിക്കുകയും ചെയ്യുന്നത് കാണുമ്പോൾ, "എന്തുകൊണ്ട്?" എന്ന് നമ്മൾ ചോദിക്കുമ്പോൾ, "ഞങ്ങൾക്ക് അറിയില്ല" എന്ന് മാത്രമേ നമുക്ക് പറയാൻ കഴിയൂ.

നമ്മൾ ചെയ്യാൻ തീരുമാനിക്കുന്നത്, നമുക്കറിയാവുന്ന സത്യമനുസരിച്ച് ജീവിക്കുക എന്നതാണ്. വചനം നമ്മെ പഠിപ്പിക്കുന്ന കാര്യങ്ങൾ നമ്മൾ പാലിക്കുന്നു. വ്യക്തമായി വെളിപ്പെടുത്തിയ സത്യത്തിൽ നമ്മൾ വിട്ടുവീഴ്ച ചെയ്യുന്നില്ല. എന്നിട്ട് അജ്ഞാതമായത് നമ്മൾ തുടർന്നും അന്വേഷിക്കുന്നു. ഇതിനർത്ഥം നമ്മൾ "എന്തുകൊണ്ട്" എന്നതിന് ഉത്തരം ലഭിക്കും. നമ്മൾ അന്വേഷിക്കുന്നത് നമുക്ക് എങ്ങനെ ആയിത്തീരാമെന്നും ദൈവം നമുക്കുവേണ്ടി നിശ്ചയിച്ചിരിക്കുന്നത് അനുഭവിക്കാമെന്നുമാണ്. കർത്താവായ യേശു ചെയ്തതുപോലെ നമ്മുടെ യജമാനനും ശുശ്രൂഷകനുമായി നാം മാറണമെന്ന് അവൻ ആഗ്രഹിക്കുന്നു. ഇതിലേക്ക് എങ്ങനെ വളരാം

എന്നതിനെക്കുറിച്ചുള്ള ഉത്തരങ്ങൾ നമ്മൾ അന്വേഷിക്കുന്നു.

ഉടനടി ഉത്തരങ്ങൾ ലഭിക്കാത്ത അനുഭവങ്ങൾക്കിടയിലും, നാം "കാഴ്ചയാൽ അല്ല, വിശ്വാസത്താൽ നടക്കുന്നു" (2 കൊരിന്ത്യർ 5:7).

വിശ്വാസം
സന്നദ്ധമാണ് വെളിപ്പെടുത്തിയതനുസരിച്ച്
ജീവിക്കാൻ ദൈവത്തെക്കുറിച്ച്
അറിയാവുന്നത് എന്താണെങ്കിലും, എല്ലാ അജ്ഞാതങ്ങളുടെയും. വിശ്വാസം
ചെയ്യുന്നു അറിയാത്തത്
അനുവദിക്കരുത് അറിയപ്പെടുന്നതിനെ
മറികടക്കുക. വിശ്വാസം ഇരുട്ട് അനുവദിക്കുന്നില്ല വെളിച്ചത്തെ മറികടക്കാൻ നമുക്ക് അപ്പുറം അന്ധകാരത്തിന്റെ ഒരു ലോകം അപ്പുറത്താണെങ്കിൽ പോലും, നമുക്കിപ്പോൾ ഉള്ള വെളിച്ചം അടുത്ത ചുവടുകൾ വയ്ക്കാൻ പര്യാപ്തമാണെന്ന് വിശ്വാസം കരുതുന്നു.

നമ്മുടെ അന്ത്യകാലത്ത്
എന്തുചെയ്യണമെന്നതിനുള്ള
ഉത്തരങ്ങൾക്കായി നാം തുടർന്നും അന്വേഷിക്കുന്നു, യേശു ചെയ്തതുപോലെ കൂടുതൽ ഫലപ്രദമായി രോഗശാന്തിയും വിടുതലും ശുശ്രൂഷിക്കുന്നതിന്. നമുക്കറിയാത്ത കാര്യങ്ങൾക്കായി നാം

ദൈവത്തോട് അടുക്കുന്നു. അവൻ വാഗ്ദാനം ചെയ്തിട്ടുണ്ട്, "എന്നെ വിളിക്കൂ, ഞാൻ നിനക്ക് ഉത്തരം നൽകും, നീ അറിയാത്ത മഹത്തായതും ശക്തവുമായ കാര്യങ്ങൾ നിനക്ക് കാണിച്ചുതരാം" (യിരെമ്യാവ് 33:3). ശലോമോൻ പറഞ്ഞു, "ജ്ഞാനവും കാര്യങ്ങളുടെ യുക്തിയും അന്വേഷിക്കാനും അന്വേഷിക്കാനും ഞാൻ എന്റെ ഹൃദയം തുറന്നു..." (സഭാപ്രസംഗി 7:25). കൂടുതൽ ശക്തിയോടും അധികാരത്തോടും കൂടി ശുശ്രൂഷിക്കാൻ നമ്മെ സഹായിക്കുന്ന, നിലവിൽ നമുക്ക് ഇല്ലാത്ത ഉൾക്കാഴ്ചകൾ നേടുന്നതിനായി നാം പഠനം തുടരുകയും തിരുവെഴുത്തുകൾ പരിശോധിക്കുകയും ആത്മാവിനെ ശ്രദ്ധിക്കുകയും ചെയ്യുന്നു. നാം തന്റെ വചനത്തിൽ തുടർന്നാൽ "സത്യം അറിയുകയും സത്യം നിങ്ങളെ സ്വതന്ത്രരാക്കുകയും ചെയ്യും" (യോഹന്നാൻ 8:31,32) എന്ന് കർത്താവായ യേശു വാഗ്ദാനം ചെയ്തു.
ദൈവത്തിൽ നിന്ന് കൂടുതൽ ലഭിക്കാൻ ഞങ്ങൾ തുടർന്നും പരിശ്രമിക്കും.

ആത്യന്തികമായി, കർത്താവിനോടുള്ള സ്നേഹത്താൽ നാം പ്രചോദിതരാകുന്നു. അവൻ ആദ്യം നമ്മെ സ്നേഹിച്ചതിനാൽ നാം അവനെ സ്നേഹിക്കുന്നു (1 യോഹന്നാൻ 4:19). അവനോടുള്ള നമ്മുടെ സ്നേഹത്തെ ഒന്നും കുറയ്ക്കുന്നില്ല. വിശ്വാസം

പരീക്ഷിക്കപ്പെടുകയും പ്രത്യാശ തകർന്നതായി തോന്നുകയും ചെയ്യുമ്പോൾ പോലും നാം അവനെ സ്നേഹിക്കുന്നു. ഒരു ദിവസം നമ്മുടെ വിശ്വാസം കാഴ്ചയായി മാറുമെന്ന് നമുക്കറിയാം. നമ്മുടെ പ്രത്യാശ സാക്ഷാത്കരിക്കപ്പെടും. സ്നേഹം തുടരും. "ഇപ്പോൾ വിശ്വാസം, പ്രത്യാശ, സ്നേഹം, ഈ മൂന്നും നിലനിൽക്കട്ടെ; ഇവയിൽ ഏറ്റവും വലുത് സ്നേഹമാണ്" (1 കൊരിന്ത്യർ 13:13).

എന്തുകൊണ്ടാണ് എല്ലാവരും സുഖം പ്രാപിക്കാത്തത്?

നമ്മൾ ശുശ്രൂഷിക്കുന്ന എല്ലാ വ്യക്തികളും സുഖം പ്രാപിക്കുകയോ വിടുവിക്കപ്പെടുകയോ ചെയ്യുന്നില്ലെന്ന് ഞങ്ങൾ സമ്മതിക്കുന്നു. എല്ലാ മഹാനായ രോഗശാന്തി സുവിശേഷകനും ദൈവപുരുഷനും സ്ത്രീയും ഇത് നേരിട്ടിട്ടുണ്ടെന്നും, നമ്മൾ ശുശ്രൂഷിക്കുന്ന എല്ലാ വ്യക്തികളെയും സുഖപ്പെടുത്തി വിടുവിക്കുന്നതായി നമുക്ക് എന്തുകൊണ്ട് കാണാൻ കഴിയുന്നില്ല എന്ന ചോദ്യത്തിന് ഉത്തരം നൽകാൻ ബുദ്ധിമുട്ടിയിട്ടുണ്ടെന്നും എനിക്ക് ഉറപ്പുണ്ട്.

അത്തരമൊരു ചോദ്യത്തിനുള്ള ഉത്തരം വളരെ ആത്മനിഷ്ഠമാണ്, കാരണം യഥാർത്ഥ സാഹചര്യങ്ങൾ വ്യക്തിയിൽ നിന്ന് വ്യക്തിക്ക് വ്യത്യാസപ്പെടാം. ഒരു വ്യക്തിക്ക് അവരുടെ രോഗശാന്തിയോ മോചനമോ

ലഭിക്കുന്നതിന് തടസ്സമാകുന്ന നിരവധി കാര്യങ്ങൾ ഉണ്ടാകാമെന്ന് ഞങ്ങൾ തിരിച്ചറിയുന്നു. പല കാരണങ്ങളുണ്ടാകാം, ചിലത് നമുക്ക് അറിയാം, ചിലത് നമുക്ക് അജ്ഞാതമാണ്.

എന്നിരുന്നാലും, ഈ "പരാജയങ്ങളോട്" നാം എങ്ങനെ പ്രതികരിക്കുന്നു എന്നത് പ്രധാനമാണ്. ഏതൊരു പരാജയവും ദൈവത്തിന്റെ പക്ഷത്തല്ല, നമ്മുടെ പക്ഷത്താണെന്ന് നാം എപ്പോഴും ഓർമ്മിക്കേണ്ടതാണ്. ദൈവം തന്റെ വചനത്തോട് വിശ്വസ്തനാണ്. ദൈവരാജ്യത്തെയും ദൈവം പ്രവർത്തിക്കുന്ന രീതികളെയും കുറിച്ചുള്ള സത്യം പഠിക്കുന്നതിനും കണ്ടെത്തുന്നതിനുമുള്ള ഒരു തുടർച്ചയായ പ്രക്രിയയിലാണ് നാം. നമ്മളാരും നമ്മുടെ അറിവിൽ പൂർണ്ണരല്ല. അവന്റെ വചനത്തിലും അവന്റെ ആത്മാവിലും മറഞ്ഞിരിക്കുന്ന സത്യം കണ്ടെത്താൻ നാം നിരന്തരം പരിശ്രമിക്കേണ്ടതുണ്ട്, അങ്ങനെ നമുക്ക് അവനെ കൂടുതൽ കൃത്യമായി പ്രതിനിധീകരിക്കാനും അവൻ നമുക്കുവേണ്ടി നിശ്ചയിച്ചിരിക്കുന്ന കാര്യങ്ങൾ ചെയ്യാനും കഴിയും.

ഇതാ

നമ്മൾ ശുശ്രൂഷിക്കുന്ന ആളുകൾക്ക് സൗഖ്യം ലഭിക്കുകയോ വിടുവിക്കപ്പെടുകയോ ചെയ്യാത്ത സാഹചര്യങ്ങൾ നേരിടുമ്പോൾ ചെയ്യേണ്ട/ചെയ്യരുതാത്ത ചില കാര്യങ്ങൾ:

സത്യത്തിൽ വിട്ടുവീഴ്ച ചെയ്യരുത്

സത്യത്തിൽ നാം വിട്ടുവീഴ്ച ചെയ്യരുത്. ദൈവത്തിന്റെ സ്വഭാവം, ദൈവവചനം, കുരിശിൽ ക്രിസ്തു പൂർത്തിയാക്കിയ പ്രവൃത്തി എന്നിവയെക്കുറിച്ചുള്ള നമ്മുടെ ഗ്രാഹ്യം നാം മാറ്ററുത്. ഇവയെല്ലാം സമ്പൂർണ്ണമാണ്. ദൈവം ആരാണ്, അവൻ എന്താണ് വാഗ്ദാനം ചെയ്തത്, കുരിശിൽ ക്രിസ്തു ഇതിനകം നേടിയത് എന്നിവ മാറില്ല. നമ്മുടെ അനുഭവത്തിന് അനുയോജ്യമായ രീതിയിൽ നമ്മുടെ ദൈവശാസ്ത്രത്തിൽ മാറ്റം വരുത്താനുള്ള പ്രലോഭനത്തെ നാം നിരസിക്കണം. പകരം, ദൈവവചനത്തിന്റെ നിലവാരവുമായി പൊരുത്തപ്പെടുന്നതിന് നമ്മുടെ അനുഭവത്തിന്റെ നിലവാരം ഉയർത്താൻ നാം സമ്മർദ്ദം ചെലുത്തണം.

ഊഹാപോഹങ്ങൾ പറയരുത്, "എനിക്കറിയില്ല" എന്ന് സമ്മതിക്കുക.

എല്ലാ ഉത്തരങ്ങളും നമ്മുടെ കൈവശമില്ലാത്തതിനാൽ, നാം ഊഹാപോഹങ്ങൾ നടത്തുകയോ

അറിയുന്നതായി നടിക്കുകയോ ചെയ്യരുത്. നമുക്ക് ഉറപ്പില്ലാത്തപ്പോൾ, "നിങ്ങൾക്ക് വേണ്ടത്ര വിശ്വാസമില്ല", "ചില മറഞ്ഞിരിക്കുന്ന പാപങ്ങളുണ്ട്", "ചില തലമുറകളുടെ ശാപങ്ങളുണ്ട്" തുടങ്ങിയ പ്രസ്താവനകൾ നടത്തുന്നത് ഒഴിവാക്കണം. അജ്ഞതയിൽ നിന്ന് സംസാരിക്കുമ്പോൾ നമ്മൾ ആളുകളെ വേദനിപ്പിച്ചേക്കാം. "നിങ്ങൾ എന്തുകൊണ്ട് സുഖം പ്രാപിച്ചില്ല എന്ന് എനിക്കറിയില്ല, പക്ഷേ ദൈവത്തിന് നിങ്ങളോട് സ്നേഹം ഉറപ്പാണ്, അവൻ നിങ്ങളെ നന്നായി ആഗ്രഹിക്കുന്നു എന്നതാണ് അവന്റെ ഇഷ്ടം" എന്ന് പറഞ്ഞാൽ മതിയാകും.

ദൈവത്തോട് ഉൾക്കാഴ്ചയ്ക്കായി അപേക്ഷിക്കുകയും വ്യക്തിയെ ശുശ്രൂഷിക്കുന്നതിൽ തുടരുകയും ചെയ്യുക

നമ്മൾ പ്രാർത്ഥിക്കുന്ന എല്ലാവർക്കും സൗഖ്യം ലഭിക്കുന്നില്ല എന്നത് സത്യമാണ്. എന്നാൽ ഇത് എല്ലാ വ്യക്തികൾക്കും രോഗശാന്തിയും മോചനവും എത്തിക്കുന്നതിനായി നമ്മുടെ പരമാവധി ചെയ്യുന്നതിൽ നിന്ന് നമ്മെ തടയരുത്. സാധ്യമാകുമ്പോഴെല്ലാം ആ വ്യക്തിയെ ശുശ്രൂഷിക്കുന്നതിനായി വ്യത്യസ്ത സമീപനങ്ങൾ സ്വീകരിക്കാൻ നാം പ്രാർത്ഥിക്കുകയും ശ്രമിക്കുകയും ചെയ്യുന്നു. ദൈവത്തിലേക്ക് കൂടുതൽ സമ്മർദ്ദം

ചെലുത്താനും, പ്രാർത്ഥിക്കാനും, വിശ്വസിക്കാനും, അവരുടെ രോഗശാന്തിക്കായി ദൈവത്തെ സ്തുതിക്കാനും, ദൈവവചനത്തിൽ ഉറച്ചുനിൽക്കാനും ഞങ്ങൾ വ്യക്തിയെ പ്രോത്സാഹിപ്പിക്കുന്നു. രോഗശാന്തിയും മോചനവും തടയുന്ന കാര്യങ്ങൾ വെളിപ്പെടുത്തുന്ന ആത്മാവിന്റെ ദാനങ്ങൾക്കായി, ഉൾക്കാഴ്ചയ്ക്കായി ദൈവത്തോട് അപേക്ഷിക്കുക. ചിലപ്പോൾ വ്യക്തിക്ക് എന്തെങ്കിലും പാപത്തെക്കുറിച്ച് അനുതപിക്കുകയോ മറ്റൊരാൾക്ക് പാപമോചനം നൽകുകയോ ചെയ്യേണ്ടി വന്നേക്കാം. പരിശുദ്ധാത്മാവിനോട് സംവേദനക്ഷമതയുള്ളവരായിരിക്കുക, ദൈവാത്മാവ് വെളിപ്പെടുത്തുന്ന കാര്യങ്ങൾക്കൊപ്പം ഒഴുകുക.

അവസ്ഥയെയല്ല, ദൈവത്തെ മഹത്വപ്പെടുത്തുക

നാം ദൈവത്തെ മഹത്വപ്പെടുത്തണം, അവസ്ഥയെയല്ല. പിശാചിന്റെ രോഗത്തെയോ അടിച്ചമർത്തുന്ന പ്രവൃത്തിയെയോ ഒരിക്കലും വലുതാക്കരുത്. ഒരു രോഗവും നമ്മുടെ ദൈവത്തേക്കാൾ വലുതല്ല ഒരു പൈശാചിക പ്രവൃത്തിയും. ഒരു രോഗശാന്തിയോ വിടുതലോ നാം കണ്ടില്ല എന്നതുകൊണ്ട്, നമ്മുടെ ദൈവത്തിന് ഇവ

വളരെ ബുദ്ധിമുട്ടുള്ളതാണെന്ന് തോന്നിപ്പിക്കരുത്. നമ്മുടെ ദൈവത്തിന് വളരെ ബുദ്ധിമുട്ടുള്ളതായി ഒന്നുമില്ല. അവന്റെ ശക്തി കൂടുതൽ ഫലപ്രദമായി എങ്ങനെ പുറത്തുവിടാമെന്ന് നാം പഠിക്കേണ്ടതുണ്ട്. സാഹചര്യം ഉണ്ടായിരുന്നിട്ടും, നാം സന്തോഷിക്കുന്നു, എപ്പോഴും പ്രാർത്ഥിക്കുന്നു, എല്ലാത്തിലും നാം നന്ദി പറയുന്നു (1 തെസ്സലൊനീക്യർ 5:16-18). കാരണം അവൻ ആരാണെന്ന് നമുക്കറിയാം.

"കാരണം" അല്ല "എന്നിരുന്നാലും"

രോഗം, ശാരീരിക അസ്വാസ്ഥ്യങ്ങൾ, ഏതെങ്കിലും ശാരീരിക പ്രശ്നങ്ങൾ എന്നിവ ഉണ്ടായിരുന്നിട്ടും ദൈവത്തിന് ഒരു വ്യക്തിയെ ഉപയോഗിക്കാൻ കഴിയും. എന്നിരുന്നാലും, അവർ ആയിരിക്കുന്ന അവസ്ഥ അവർക്ക് ദൈവം ആഗ്രഹിക്കുന്നതുപോലെ ഏറ്റവും നല്ലതാണെന്ന് ഇതിനർത്ഥമില്ല. അവരുടെ രോഗമോ അസുഖമോ കാരണം ദൈവം അവരെ ഉപയോഗിക്കുന്നില്ല. സാഹചര്യം എന്തുതന്നെയായാലും ദൈവം പ്രവർത്തിക്കുന്നു. നമ്മുടെ പരിമിതികളാൽ അവൻ പരിമിതപ്പെടുന്നില്ല. യേശുക്രിസ്തുവിൽ നമുക്ക് നൽകിയിരിക്കുന്ന അവന്റെ ഉദ്ദേശ്യവും കൃപയും കൊണ്ടാണ് അവൻ പ്രവർത്തിക്കുന്നത് (2 തിമോത്തി 1:9),

രോഗമോ രോഗമോ ഇല്ലെങ്കിലും! അതുകൊണ്ടാണ് അവൻ ദൈവമാകുന്നത്! അതിനാൽ ദൈവം ഒരു വ്യക്തിയെ അവരുടെ രോഗമോ രോഗമോ ഉണ്ടായിരുന്നിട്ടും ഉപയോഗിക്കുമ്പോൾ, നാം ദൈവത്തെ മഹത്വപ്പെടുത്തുന്നു, രോഗത്തെയല്ല. ആ രോഗം ഇപ്പോഴും നാം പോരാടുകയും ചെറുക്കുകയും ചെയ്യേണ്ട ഒന്നാണ്.

കൂടുതൽ അറിയാൻ ശ്രമിച്ചുകൊണ്ടിരിക്കൂ!

ഏതൊരു പരാജയവും നമ്മുടെ പക്ഷത്താണ്, ദൈവത്തിന്റെ പക്ഷത്തല്ല. യേശു ചെയ്തതുപോലെ, "എല്ലാവർക്കും" "എത്രയും പേർക്കും" എങ്ങനെ രോഗശാന്തി നൽകാമെന്നതിനെക്കുറിച്ചുള്ള അവന്റെ അഭിഷേകത്തിനും വെളിപ്പെടുത്തലിനും കൂടുതൽ പരിശ്രമിച്ചുകൊണ്ടിരിക്കുക. അവൻ നമ്മുടെ മാനദണ്ഡമാണ്. അവന്റെ പ്രവൃത്തികളും അതിലും വലിയ പ്രവൃത്തികളും ചെയ്യാൻ നാം നിർബന്ധിതരാകണം.
നമുക്ക് ഇവിടെ പരിഹരിക്കാൻ കഴിയുന്ന കുറഞ്ഞത് രണ്ട് അനുബന്ധ ചോദ്യങ്ങളെങ്കിലും ഉണ്ട്: ചില രോഗശാന്തികൾ ക്രമേണ സംഭവിക്കുന്നത് എന്തുകൊണ്ട്? ചില രോഗശാന്തികൾ ഭാഗികവും പൂർണ്ണമല്ലാത്തതും എന്തുകൊണ്ട്?

ചില രോഗശാന്തികൾ ക്രമേണയായിരിക്കുന്നത് എന്തുകൊണ്ട്?

യേശുവിന്റെ ശുശ്രൂഷയിൽ, ഒരു അന്ധനെ രണ്ടുതവണ സ്പർശിച്ച സംഭവം ഒഴികെ, മറ്റെല്ലാ രോഗശാന്തികളും വിടുതലുകളും തൽക്ഷണം സംഭവിക്കുന്നത് നാം കാണുന്നു. എന്നിരുന്നാലും, നാം ശുശ്രൂഷിക്കുമ്പോൾ, രോഗശാന്തികൾ കാലക്രമേണ ക്രമേണ സംഭവിക്കുന്ന നിരവധി സന്ദർഭങ്ങളുണ്ട്. വീണ്ടും ഈ ചോദ്യത്തിനുള്ള ഉത്തരം ശരിക്കും ആത്മനിഷ്ഠമായ ഒന്നാണ്, അത് വ്യക്തിഗത സാഹചര്യങ്ങളെ ആശ്രയിച്ചിരിക്കുന്നു. പല സന്ദർഭങ്ങളിലും, കാര്യങ്ങൾ ഉടനടി സംഭവിക്കുന്നതിനുപകരം ക്രമേണ സംഭവിക്കുന്നത് എന്തുകൊണ്ടാണെന്ന് നമുക്കറിയില്ല. എന്നിരുന്നാലും, എത്ര സമയമെടുത്താലും, പ്രവൃത്തി പൂർത്തിയാകുന്നതുവരെ മുന്നോട്ട് പോകുക എന്നതായിരിക്കണം നമ്മുടെ പ്രതികരണം. വഴിയിൽ കാണുന്ന പുരോഗതിയുടെ ഓരോ ഘട്ടവും നാം ആഘോഷിക്കുന്നു. വീണ്ടെടുക്കലിലെ ഓരോ ചെറിയ പുരോഗതിക്കും നാം കർത്താവിനോട് നന്ദിയുള്ളവരായിരിക്കണം, ദൈവത്തെ സ്തുതിച്ചുകൊണ്ടിരിക്കണം, പൂർണ്ണമായ രോഗശാന്തിയും വിടുതലും കാണാൻ മുന്നോട്ട് പോയുകൊണ്ടിരിക്കണം.

മർക്കൊസ് 8:22-26 22 പിന്നെ അവൻ ബേത്ത്സയിദയിൽ എത്തി; അവർ ഒരു കുരുടനെ അവന്റെ അടുക്കൽ കൊണ്ടുവന്നു അവനെ തൊടേണമെന്നു അപേക്ഷിച്ചു. 23 അവൻ കുരുടന്റെ കൈക്കു പിടിച്ചു പട്ടണത്തിന്നു പുറത്തേക്കു കൊണ്ടുപോയി അവന്റെ കണ്ണുകളിൽ തുപ്പി അവന്റെമേൽ കൈ വെച്ചു, വല്ലതും കാണുന്നുണ്ടോ എന്നു ചോദിച്ചു. 24 അവൻ മേലോട്ടു നോക്കി: മരങ്ങളെപ്പോലെയുള്ള മനുഷ്യർ നടക്കുന്നതു ഞാൻ കാണുന്നു എന്നു പറഞ്ഞു. 25 പിന്നെയും അവന്റെ കണ്ണുകളിൽ കൈ വെച്ചു അവനെ മുകളിലേക്കു നോക്കി. അവൻ സൌഖ്യം പ്രാപിച്ചു എല്ലാവരെയും വ്യക്തമായി കണ്ടു. 26 പിന്നെ അവൻ അവനെ വീട്ടിലേക്കു അയച്ചു: നീ ഗ്രാമത്തിൽ പോകരുതു; പട്ടണത്തിൽ ആരോടും പറയരുതു എന്നു പറഞ്ഞു.

യേശു എന്തിനാണ് ഈ അന്ധനെ പട്ടണത്തിന് പുറത്തേക്ക് കൊണ്ടുവന്ന് തന്നെ ശുശ്രൂഷിച്ചത്? കാഴ്ച പൂർണമായി വീണ്ടെടുക്കുന്നതിന് മുമ്പ് യേശു അവനെ രണ്ടുതവണ തൊടേണ്ടിവന്നത് എന്തുകൊണ്ട്? പട്ടണത്തിലേക്ക് മടങ്ങരുതെന്നോ പട്ടണത്തിലുള്ള ആരോടും പറയരുതെന്നോ യേശു അവനോട് പറഞ്ഞത് എന്തുകൊണ്ടാണ്? എല്ലാം വളരെ കൗതുകകരമായ ചോദ്യങ്ങളാണ്.

യേശുവിന്റെ ശിഷ്യന്മാരിൽ കുറഞ്ഞത് നാല് പേരെങ്കിലും ബേത്ത്സയിദയിൽ നിന്നുള്ളവരായിരുന്നു. ആൻഡ്രൂ, ശിമയോൻ പത്രോസ്, ഫിലിപ്പ്, നഥനയേൽ എന്നിവർ ബേത്ത്സയിദ നഗരത്തിൽ നിന്നുള്ളവരായിരുന്നു (യോഹന്നാൻ 1:44). തങ്ങൾ കണ്ട വലിയ അത്ഭുതങ്ങൾക്ക് മറുപടി നൽകാൻ മനസ്സില്ലാതിരുന്നതിന് കർത്താവായ യേശു ശാസിച്ച നഗരങ്ങളിൽ ഒന്നായിരുന്നു ബേത്ത്സയിദ (മത്തായി 11:21-26). യേശുവിന്റെ അത്ഭുതങ്ങളെ ഈ നഗരം അവിശ്വാസികളും സ്വീകരിക്കാത്തവരുമാണെന്ന് വ്യക്തമാണ്, ഒരുപക്ഷേ അവരുടെ "ജ്ഞാനികളും വിവേകികളുമായ" (മത്തായി 11:25) ആളുകൾ നഗരത്തിലെ മറ്റ് നിവാസികളെ ദുഷിപ്പിച്ചതുകൊണ്ടാകാം. കുറഞ്ഞത് മറ്റൊരു അവസരത്തിലെങ്കിലും, യായിറോസിന്റെ വീട്ടിൽ, കർത്താവായ യേശു പരിഹസിച്ചവരെയും, വിശ്വസിക്കാത്തവരെയും തന്റെ ശുശ്രൂഷയെ സ്വീകരിക്കാത്തവരെയും പുറത്താക്കുന്നത് നാം കാണുന്നു (മർക്കോസ് 5:40).

ഈ ഭാഗം ഇത് പറയുന്നില്ലെങ്കിലും, കർത്താവായ യേശു ആ മനുഷ്യനെ പട്ടണത്തിന് പുറത്തേക്ക് കൊണ്ടുപോയി ശുശ്രൂഷിച്ചതും പട്ടണത്തിലേക്ക് മടങ്ങിപ്പോകരുതെന്നും പട്ടണത്തിലുള്ള

ആളുകളോട് ഒന്നും പറയരുതെന്നും നിർദ്ദേശം നൽകിയതും അവനെ വേർപെടുത്തി പട്ടണത്തിൽ നിലനിന്നിരുന്ന അവിശ്വാസത്തിൽ നിന്നും സ്വീകാര്യതയില്ലായ്മയിൽ നിന്നും അവനെ സംരക്ഷിക്കാനായിരിക്കാനാണ്.

യായീറസിന്റെ മകളെ തിരികെ ജീവനിലേക്ക് കൊണ്ടുവന്നപ്പോൾ പത്രോസ്, യാക്കോബ്, യോഹന്നാൻ, പെൺകുട്ടിയുടെ മാതാപിതാക്കൾ എന്നിവരൊഴികെ മറ്റാരെയും കർത്താവായ യേശു അനുവദിച്ചില്ല എന്നതിന്റെ അതേ കാരണം തന്നെയാണ്. അന്ധരായ ആളുകളെ സുഖപ്പെടുത്തിയ മറ്റ് സന്ദർഭങ്ങളിൽ, കർത്താവായ യേശു സ്വതന്ത്രമായി ശുശ്രൂഷിച്ചു, അവരുടെ വിശ്വാസത്തിന് മറുപടിയായി അവരുടെ കാഴ്ച പുനഃസ്ഥാപിച്ചു. മർക്കോസ് 8-ലെ ഭാഗം ബേത്ത്സയിദയിലെ ഈ അന്ധന്റെ വിശ്വാസത്തെക്കുറിച്ച് (അല്ലെങ്കിൽ അതിന്റെ അഭാവം) പരാമർശിക്കുന്നില്ലെങ്കിലും, നഗരത്തിൽ നിലനിന്നിരുന്ന അവിശ്വാസം അവരെ സ്വാധീനിച്ചിരിക്കാൻ സാധ്യതയുണ്ട്. അവന്റെ കണ്ണുകളുടെ ഭാഗികമായ പുരോഗതി ശ്രദ്ധിച്ചപ്പോൾ അവന്റെ വിശ്വാസം പ്രോത്സാഹിപ്പിക്കപ്പെട്ടു, പൂർണ്ണമായ പുനഃസ്ഥാപനത്തിനായി വിശ്വസിക്കാൻ അവനു കഴിഞ്ഞു.

ബെത്സയിദയിലെ അന്ധനായ മനുഷ്യനുമായുള്ള ഈ സംഭവത്തിൽ നിന്ന് നമുക്ക് പഠിക്കാൻ കഴിയുന്ന ചില പാഠങ്ങൾ, ആളുകളുടെ വിശ്വാസത്തെ സഹായിക്കുന്നതിന് സംശയത്തിന്റെയും അവിശ്വാസത്തിന്റെയും ഒരു അന്തരീക്ഷത്തിൽ നിന്ന് അവരെ വേർപെടുത്താൻ നാം പഠിക്കുന്നു എന്നതാണ്. ആളുകളുടെ ശാരീരിക അവസ്ഥയിൽ ക്രമേണ പുരോഗതി ഉണ്ടായാലും അവരുടെ വിശ്വാസത്തെ ഞങ്ങൾ പ്രോത്സാഹിപ്പിക്കുകയും രോഗശാന്തി പൂർത്തിയാകുന്നതുവരെ തുടരുകയും ചെയ്യുന്നു.

ചില രോഗശാന്തികൾ ഭാഗികവും പൂർണ്ണമല്ലാത്തതും എന്തുകൊണ്ട്?

രോഗശാന്തി ശുശ്രൂഷ ചെയ്യുമ്പോൾ നാം നിരീക്ഷിച്ചേക്കാവുന്ന മറ്റൊരു കാര്യം, ചിലപ്പോൾ ഒന്നിലധികം പ്രശ്നങ്ങളുള്ള ആളുകൾ ചില അവസ്ഥകളിൽ നിന്ന് സുഖം പ്രാപിക്കുകയും അവരുടെ ശരീരത്തിൽ മറ്റ് രോഗങ്ങൾ തുടരുകയും ചെയ്യുന്നു എന്നതാണ്. പൂർണ്ണമായ രോഗശാന്തി സംഭവിക്കാത്തതിന്റെ എല്ലാ കാരണങ്ങളും ഇവിടെയും നമുക്ക് കണ്ടെത്താനാവില്ല. രോഗശാന്തിയിലെ ഓരോ ചെറിയ പുരോഗതിക്കും നാം കർത്താവിനോട് നന്ദി

പറയണം, ദൈവത്തെ സ്തുതിച്ചുകൊണ്ടിരിക്കണം, പൂർണ്ണമായ രോഗശാന്തിയും വിടുതലും കാണാൻ പരിശ്രമിച്ചുകൊണ്ടിരിക്കണം. വ്യക്തിയെ പ്രോത്സാഹിപ്പിക്കുന്നത് തുടരുക, ഒരു തരത്തിലും വ്യക്തിയെ അപമാനിക്കുകയോ കുറ്റപ്പെടുത്തുകയോ ചെയ്യരുത്. വ്യക്തിയെ എങ്ങനെ ശുശ്രൂഷിക്കണമെന്നും പൂർണ്ണമായ രോഗശാന്തി കാണാൻ എന്താണ് ചെയ്യേണ്ടതെന്ന് വെളിപ്പെടുത്തണമെന്നും ദൈവത്തോട് ചോദിക്കുന്നത് തുടരുക.

വ്യത്യസ്ത അവസ്ഥകൾക്കുള്ള കാരണങ്ങൾ വ്യത്യസ്തമാകാൻ സാധ്യതയുണ്ട്. ഒന്ന് പൂർണ്ണമായും രോഗശാന്തി ആവശ്യമുള്ളതും ഉടനടി സുഖപ്പെടുത്തിയതുമായ ഒരു ശാരീരിക രോഗമായിരിക്കാം. മറ്റൊന്ന് രോഗശാന്തി ലഭിക്കുന്നതിനായി പുറന്തള്ളേണ്ട ശാഠ്യമുള്ള ഒരു ദുശ്ശാഠ്യമുള്ള പൈശാചിക മനോഭാവമുള്ളതായിരിക്കാം.

ഒരു അവസ്ഥയെ ഒരു ബലഹീനതയുടെ ആത്മാവിനെ പുറത്താക്കുന്നതിലൂടെ പരിഹരിക്കാൻ കഴിഞ്ഞേക്കും, അതേസമയം മറ്റൊരു അവസ്ഥ സുഖപ്പെടണമെങ്കിൽ, അവർക്ക് സ്വീകരിക്കുന്നതിനായി അവരുടെ ഹൃദയങ്ങളിൽ വിശ്വാസം ഉയരാൻ നാം പ്രോത്സാഹിപ്പിക്കേണ്ടതുണ്ട്.

ദൈവത്തിന്റെ ശക്തി വ്യക്തിക്ക് എങ്ങനെ ഏറ്റവും നന്നായി നൽകാമെന്നതിനെക്കുറിച്ചുള്ള

പരിശുദ്ധാത്മാവിന്റെ നടത്തിപ്പിനും മാർഗനിർദേശത്തിനും നാം സംവേദനക്ഷമതയുള്ളവരായിരിക്കണം.

ദൈവത്തിന് അത്ഭുതങ്ങൾ പ്രവർത്തിക്കാൻ അനുവദിക്കുന്ന മൂന്ന് ഹൃദയ മനോഭാവങ്ങൾ

നേരത്തെ സൂചിപ്പിച്ച ABCDE, F എന്നിവയ്ക്ക് പുറമേ, രോഗശാന്തിയും വിടുതലും ശുശ്രൂഷിക്കുന്നതിനും രോഗശാന്തിയും വിടുതലും സ്വീകരിക്കാൻ തയ്യാറുള്ളവരായിരിക്കാൻ ആളുകളെ പ്രോത്സാഹിപ്പിക്കുന്നതിനും, മൂന്ന് പ്രധാന ഹൃദയ മനോഭാവങ്ങളുണ്ട്: വിശ്വാസം, പ്രതീക്ഷ, തീവ്രമായ ആഗ്രഹം.

ആളുകളെ ശുശ്രൂഷിക്കുമ്പോൾ, നാം വിശ്വാസത്തിലും പ്രതീക്ഷയിലും തീവ്രമായ ആഗ്രഹത്തിലും നടക്കണം. ഹൃദയങ്ങളിൽ വിശ്വാസത്തോടെയാണ് നാം രോഗശാന്തിയും വിടുതലും ശുശ്രൂഷിക്കുന്നത്. നമ്മുടെ അവിശ്വാസം നമ്മിലൂടെ ഒഴുകുന്ന ദൈവത്തിന്റെ ശക്തിക്ക് ഒരു തടസ്സമാകാം. ആളുകൾ സുഖം പ്രാപിക്കുമെന്ന് നാം പ്രതീക്ഷിക്കണം. ആളുകൾ വിടുവിക്കപ്പെടുമെന്നും പൂർണ്ണരാക്കപ്പെടുമെന്നും പ്രതീക്ഷിക്കുക . ദൈവമഹത്വത്തിനായി ആളുകൾ സുഖം പ്രാപിക്കുന്നതും പൂർണ്ണരാക്കപ്പെടുന്നതും

സ്വതന്ത്രരാക്കപ്പെടുന്നതും കാണാനുള്ള തീവ്രമായ ആഗ്രഹം ഉണ്ടായിരിക്കണം. നാം ആളുകളെ ശുശ്രൂഷിക്കുമ്പോൾ, വിശ്വാസത്തിന്റെയും പ്രതീക്ഷയുടെയും ഒരു സ്ഥാനത്തേക്ക് വരാൻ അവരെ സഹായിക്കേണ്ടതുണ്ട്, കൂടാതെ സൗഖ്യമാകാനുള്ള തീവ്രമായ ആഗ്രഹവും ഉണ്ടായിരിക്കണം. വചനം, പ്രാർത്ഥന, ആരാധന എന്നിവയിലൂടെ നാം അവരെ പ്രോത്സാഹിപ്പിക്കുന്നു. രക്തസ്രവമുള്ള സ്ത്രീയെപ്പോലെ, വിശ്വാസത്തിൽ അവർ എത്തുമ്പോൾ എന്തെങ്കിലും സംഭവിക്കുമെന്ന് പ്രതീക്ഷിക്കാൻ നാം ആളുകളെ പ്രോത്സാഹിപ്പിക്കണം. കനാന്യ സ്ത്രീയെപ്പോലെ, അവരുടെ രോഗശാന്തിയും വിടുതലും ലഭിക്കാൻ ദൃഢനിശ്ചയം ചെയ്യാൻ ആളുകളെ പ്രോത്സാഹിപ്പിക്കണം.

രോഗശാന്തി ലഭിക്കുന്നതിനുള്ള തടസ്സങ്ങൾ

രോഗശാന്തിയും വിടുതലും ലഭിക്കുന്നതിനുള്ള "തടസ്സങ്ങളുടെ"യോ തടസ്സങ്ങളുടെയോ പൂർണ്ണമായ പട്ടികയല്ല ഇത് എങ്കിലും, ആളുകളെ ശുശ്രൂഷിക്കുമ്പോൾ നാം ഇവയെക്കുറിച്ച് ബോധവാന്മാരായിരിക്കണം. ഈ തടസ്സങ്ങളിൽ ഒന്നോ അതിലധികമോ ഉണ്ടെന്ന് നാം തിരിച്ചറിയുന്നുവെങ്കിൽ, അവയെ സ്നേഹപൂർവ്വം പ്രോത്സാഹിപ്പിക്കുന്ന രീതിയിൽ

അഭിസംബോധന ചെയ്യണം. ശുശ്രൂഷ ചെയ്യുമ്പോൾ വ്യക്തിയെ ഒരിക്കലും വിമർശിക്കുകയോ, അപലപിക്കുകയോ, കുറ്റപ്പെടുത്തുകയോ, അപമാനിക്കുകയോ ചെയ്യരുത്. ആളുകളുടെ ജീവിതത്തിൽ "ദൈവത്തിന്റെ" സ്ഥാനം ഏറ്റെടുക്കാൻ നാം ശ്രമിക്കരുത്. ദൈവത്തിന്റെ ഉദ്ദേശ്യങ്ങൾക്കായി ഉപയോഗിക്കപ്പെടാൻ നമ്മെത്തന്നെ ലഭ്യമാക്കുന്ന വെറും മൺപാത്രങ്ങളാണ് നാം.

• **അറിവില്ലായ്മ (ഹോശേയ 4:6, യെശയ്യാവ് 5:13)**

• **വിശ്വാസക്കുറവ് (മർക്കൊസ് 6:5,6)**

• **രോഗത്തെ ദൈവഹിതമായി കണക്കാക്കൽ.**

• **സുഖം പ്രാപിക്കാനുള്ള നിരന്തരമായ ആഗ്രഹത്തിന്റെ അഭാവം.** സുഖമായിരിക്കാൻ ശരിക്കും ആഗ്രഹമില്ല. ഒരുപക്ഷേ ആളുകളുടെ സഹതാപവും ശ്രദ്ധയും ആസ്വദിക്കുക എന്നതായിരിക്കാം. ഒരുപക്ഷേ അവർ സുഖം പ്രാപിച്ചുകഴിഞ്ഞാൽ സാധാരണ ഉത്തരവാദിത്തങ്ങളുമായി ജീവിതം നയിക്കുമോ എന്ന ഭയം.

• **രോഗത്തെ ചെറുക്കുന്നതിൽ നിഷ്ക്രിയനായിരിക്കുക** ("ദൈവഹിതമാണെങ്കിൽ, അവൻ എന്നെ സുഖപ്പെടുത്തും," "ദൈവം തന്റെ സമയത്ത് സുഖപ്പെടുത്തും," "എന്ത് സംഭവിച്ചാലും അത് ദൈവഹിതമാണ്," എന്നിങ്ങനെയുള്ള

നിഷ്ക്രിയ വിശ്വാസത്തിലേക്ക് നയിക്കുന്ന തെറ്റായ നിലപാടുകൾ).

• തെറ്റായ ഹൃദയ മനോഭാവങ്ങൾ : കോപം, നീരസം, അസൂയ, ക്ഷമിക്കാൻ കഴിയാത്ത അവസ്ഥ, കയ്പ്പ്, തുടങ്ങിയവ. സദൃശ്യവാക്യങ്ങൾ

14:30 ശാന്തമായ ഹൃദയം ശരീരത്തിന് ജീവൻ; അസൂയയോ അസ്ഥികൾക്ക് ദ്രവത്വം. സദൃശ്യവാക്യങ്ങൾ

17:22 സന്തുഷ്ടഹൃദയം ഔഷധം പോലെ നന്മ ചെയ്യുന്നു; എന്നാൽ തകർന്ന മനസ്സ് അസ്ഥികളെ ഉണക്കുന്നു.

• വിനാശകരമായ ജീവിതശൈലികൾ: ഒരു വ്യക്തി തന്റെ ആരോഗ്യത്തിന് സ്വയം വിനാശകരമായ കാര്യങ്ങൾ ചെയ്യുന്നത് തുടരുകയാണെങ്കിൽ, ഉദാഹരണത്തിന് മദ്യം, പുകവലി, മയക്കുമരുന്ന് മുതലായവ.

• അജ്ഞാതമായ മറ്റ് കാര്യങ്ങൾ: ഒരു വ്യക്തിക്ക് രോഗശാന്തിയും വിടുതലും ലഭിക്കുന്നതിന് തടസ്സമാകുന്ന എല്ലാ കാരണങ്ങളും നമുക്ക് അറിയില്ല. അതിനാൽ പരിശുദ്ധാത്മാവിനെ ശ്രദ്ധിക്കാൻ നാം പഠിക്കുന്നു, പ്രത്യേക സാഹചര്യങ്ങളിൽ എന്തുചെയ്യണമെന്ന് അവൻ നമുക്ക് കാണിച്ചുതരും.

ബ്രോ ഷാംബാക്കിന്റെ ഭയത്തിന്റെ
ആത്മാവിന്റെ പിടി തകർക്കുന്ന ഒരു കഥ –

ദക്ഷിണ ഫിലാഡൽഫിയയിലെ തെരുവുകളിലൂടെ നടക്കുന്നു

ബൈബിൾ പറയുന്നു, "ദൈവം നമുക്ക് ഭയത്തിന്റെ ആത്മാവിനെ തന്നിട്ടില്ല..." (2 തിമോത്തി 1:7). "...ഭയത്തിൽ പീഡനം ഉൾപ്പെടുന്നു..." (1 യോഹന്നാൻ 4:18) എന്നും അത് പറയുന്നു. അതിനാൽ, ഭയം ഒരു പീഡിപ്പിക്കുന്ന ആത്മാവാണെന്ന് എനിക്ക് നിഗമനം ചെയ്യാൻ കഴിയും. ദൈവജനത്തിൽ പലരും വചനം പ്രസംഗിക്കപ്പെടുമ്പോൾ പോലും, ഭയത്തിന്റെ ഈ പീഡിപ്പിക്കുന്ന ആത്മാവിനാൽ ബന്ധിതരാണ്.

ഭയം വിശ്വാസത്തിന്റെ വിപരീതമാണ്. അത് നിങ്ങളെ ഒരു ക്രിസ്ത്യാനി എന്ന നിലയിൽ സജീവമാകുന്നതിൽ നിന്ന് തടയും. നിങ്ങൾ ഭയത്തിന്റെ ആത്മാവിനാൽ ബന്ധിതനാണെങ്കിൽ, ഞാൻ നിങ്ങളോട് പറയേണ്ടതില്ലല്ലോ - നിങ്ങൾക്ക് ഒരു അത്ഭുത വിടുതൽ ആവശ്യമാണ്. എനിക്ക് ഒരു സന്തോഷവാർത്തയുണ്ട് - നിങ്ങളുടെ ജീവിതത്തിൽ നിന്ന് ഭയം തുടച്ചുനീക്കണമെന്ന് ദൈവം ആഗ്രഹിക്കുന്നു, നിങ്ങളെ സ്വതന്ത്രരാക്കാൻ അവൻ തയ്യാറാണ്.

ഒരിക്കൽ, ഞാൻ ഫിലാഡൽഫിയയിൽ ആയിരുന്നപ്പോൾ, **ഭയം എന്ന പ്രശ്നമുള്ള ഒരു സ്ത്രീയെ ഞാൻ കണ്ടുമുട്ടി.**

ആളുകൾക്ക് എന്നെ നേരിട്ട് കാണാൻ കഴിയുന്ന സ്വകാര്യ അഭിമുഖങ്ങൾ ഞാൻ

നടത്താറുണ്ടായിരുന്നു. ആ സ്ത്രീ ഒരു മതിപ്പ് ഉണ്ടാക്കാൻ ശ്രമിച്ചുകൊണ്ട് വന്നു. അവർ കുറച്ച് അന്യഭാഷകളിൽ സംസാരിച്ചു, പിന്നെ ഇരുന്നു.

ഞാൻ ചോദിച്ചു, "ഞാൻ നിങ്ങൾക്ക് വേണ്ടി എന്തുചെയ്യണം?"

അവൾ പറഞ്ഞു, "എനിക്കുവേണ്ടി പ്രാർത്ഥിക്കാനാണ് ഞാൻ നിങ്ങളുടെ അടുക്കൽ വന്നത്."

ഞാൻ പറഞ്ഞു, "ഞാൻ പകൽ സമയത്ത് പ്രാർത്ഥിക്കാറില്ല. രാത്രിയിലാണ് ഞാൻ പ്രാർത്ഥിക്കുന്നത്. നിങ്ങളുടെ വിശ്വാസം ഉണർത്താൻ ഞങ്ങൾ പകൽ സമയത്ത് പ്രസംഗിക്കുന്നു. പിന്നെ വിശ്വാസം സജീവമായിരിക്കുമ്പോൾ രാത്രിയിലെ ആരാധനയിൽ ഞങ്ങൾ നിങ്ങളുടെ മേൽ കൈകൾ വയ്ക്കുന്നു."

അവൾ പറഞ്ഞു, "ശരി, എനിക്ക് രാത്രിയിൽ വരാൻ കഴിയില്ല."

ഞാൻ ചോദിച്ചു, "നീ ജോലി ചെയ്യുന്നുണ്ടോ?"

"ഇല്ല."

"നിങ്ങൾക്ക് ഒരു അപ്പോയിന്റ്മെന്റ് ഉണ്ടോ?"

"ഇല്ല."

"എങ്കിൽ ഇന്ന് രാത്രി തിരിച്ചുവരൂ," ഞാൻ അവളോട് പറഞ്ഞു.

"ഞാൻ തിരിച്ചു വരുന്നില്ല."

ഞാൻ പറഞ്ഞു, "ശരി, ഞാൻ പ്രാർത്ഥിക്കുന്നില്ല."

അത് പരുഷമായി തോന്നാം, പക്ഷേ അവൾ എന്നിൽ നിന്ന് എന്തോ മറച്ചുവെക്കുന്നുണ്ടെന്ന് എനിക്കറിയാമായിരുന്നു. എന്റെ സ്വന്തം ആത്മാവിൽ ഞാൻ അത് മനസ്സിലാക്കി. അതുകൊണ്ട് ഞാൻ അവളോട് ചോദിച്ചു, "എന്താണ് നിങ്ങളുടെ പ്രശ്നം? എനിക്ക് അറിയണം."

അവൾ പറഞ്ഞു, "എനിക്ക് ഉയർന്ന രക്തസമ്മർദ്ദമുണ്ട്, എനിക്ക് പഞ്ചസാര പ്രമേഹവുമുണ്ട്." "അത്രയേ ഉള്ളോ?" ഞാൻ പറഞ്ഞു.

"അതെ, ഉണ്ട്," അവൾ മറുപടി പറഞ്ഞു.

ഞാൻ പറഞ്ഞു, "ഇല്ല, നീ എന്നോട് കള്ളം പറയുകയാണ്. ഇന്ന് രാത്രി നിനക്ക് വരാൻ കഴിയില്ലെന്ന് നീ പറയുകയാണ്. നിനക്ക് വരാൻ കഴിയാത്തതിന്റെ കാരണം നീ ഭയത്താൽ

ബന്ധിക്കപ്പെട്ടിരിക്കുന്നതുകൊണ്ടാണ്."

അവൾ ചോദിച്ചു, "നിനക്കെങ്ങനെ മനസ്സിലായി?"

കേട്ടോ, അവൾ ദൈവത്തിന്റെ ഒരു കുട്ടിയായിരുന്നു. അവൾ കർത്താവിനെ സ്നേഹിച്ചു. പക്ഷേ അവൾ അപ്പോഴും ഭയത്തിന്റെ ആത്മാവിനാൽ ബന്ധിക്കപ്പെട്ടിരുന്നു.

അവൾ പറഞ്ഞു, "കഴിഞ്ഞ പന്ത്രണ്ട് വർഷമായി ഞാൻ രാത്രിയിൽ വീട്ടിൽ നിന്ന് പുറത്തിറങ്ങിയിട്ടില്ല. ഓ, സഹോദരൻ

ഷാംബാക്ക്, ഈ ആത്മാവ് എന്നെ പീഡിപ്പിക്കുന്നു."
ഞാൻ പറഞ്ഞു, "നോക്കൂ, ഇന്ന് രാത്രി വരെ ഇവിടെ തന്നെ നിൽക്കൂ. അടുത്ത വീട്ടിൽ പോയി ഒരു സാൻഡ്‌വിച്ച് വാങ്ങൂ. ഇവിടെ തന്നെ നിൽക്കൂ, ഇന്ന് രാത്രി ഞാൻ നിങ്ങൾക്കുവേണ്ടി പ്രാർത്ഥിക്കാം. ആ ഭയത്തിന്റെ ആത്മാവിനെ ഞാൻ ഇല്ലാതാക്കും. പിശാചുക്കളെ പുറത്താക്കാനുള്ള ശക്തി ദൈവം എനിക്ക് തന്നിട്ടുണ്ട്, നിങ്ങളുടെ മനസ്സിനെ പീഡിപ്പിക്കുന്ന ആ ദുഷ്ടാത്മാവിൽ നിന്ന് ഞാൻ നിങ്ങളെ മോചിപ്പിക്കാൻ പോകുന്നു. നിങ്ങൾ ഇവിടെ തന്നെ തുടരുകയും ദൈവം നിങ്ങളെ രക്ഷിക്കാതിരിക്കുകയും ചെയ്താൽ, ഞാനും എന്റെ ഭാര്യയും നിങ്ങളെ നേരിട്ട് വീട്ടിലേക്ക് കൊണ്ടുപോകും."
അവൾ ചോദിച്ചു, "നീ അത് ചെയ്യുമോ?"
ഞാൻ പറഞ്ഞു, "ഞാൻ ചെയ്യാം. ഞാൻ ആദ്യം നിങ്ങളുടെ വീട്ടിൽ പോലും പോകാം. നിങ്ങൾ എന്റെ ഭാര്യയോടൊപ്പം കാറിൽ ഇരിക്കൂ. ഞാൻ എല്ലാ ലൈറ്റുകളും ഓൺ ചെയ്യും, സോഫയുടെയും കസേരകളുടെയും പിന്നിലേക്ക് നോക്കും, നിങ്ങളുടെ അലമാര തുറക്കും, അവിടെ ആരും ഇല്ലെന്ന് ഉറപ്പാക്കുകയും ചെയ്യും."
അവൾക്ക് ബോധ്യമായി. അവൾ പറഞ്ഞു, "ശരി, നിങ്ങൾ അങ്ങനെ ചെയ്താൽ ഞാൻ ഇവിടെ തന്നെ തുടരാം."

ആ രാത്രി പ്രസംഗിച്ചതിനുശേഷം, ഞാൻ അവളെ ആദ്യം പ്രാർത്ഥനയ്ക്കായി വിളിച്ചു. ഞാൻ അവളുടെ മേൽ കൈകൾ വച്ചു, അപ്പോൾ ദൈവത്തിന്റെ ശക്തി അവളെ സ്പർശിച്ചു, അവളുടെ മുതുകിൽ ഇടിച്ചു. ആ രാത്രിയിൽ ഞാൻ ഏകദേശം 500 പേരുടെ മേൽ കൈകൾ വച്ചു.

എല്ലാം കഴിഞ്ഞപ്പോൾ, ഞാനും എന്റെ ഭാര്യയും ആ സ്ത്രീയെ അന്വേഷിച്ചു, കാരണം ഞാൻ അവളെ വീട്ടിലേക്ക് കൊണ്ടുപോകാമെന്ന് വാഗ്ദാനം ചെയ്തിരുന്നു. പക്ഷേ എനിക്ക് അവളെ എവിടെയും കണ്ടെത്താനായില്ല! ഞാൻ പുറത്തേക്ക് ഓടി എല്ലായിടത്തും നോക്കി. ഞാൻ പറഞ്ഞു, "ഓ, കർത്താവേ. എനിക്ക് ആ സ്ത്രീയെ കണ്ടെത്തണം." ഞാൻ ഒരിക്കലും കണ്ടെത്തിയില്ല.

പിറ്റേന്ന് രാത്രി അവൾ ആർത്തുവിളിച്ചും സന്തോഷിച്ചും യോഗത്തിലേക്ക് തിരിച്ചുവന്നു. രാത്രിയിൽ!

ഞാൻ പറഞ്ഞു, “ഇങ്ങോട്ട് കയറി വാ. നിന്റെ കയ്യിൽ ഒരു സാക്ഷ്യം ഉണ്ടെന്ന് എനിക്കറിയാം.”

ഞാൻ പറഞ്ഞ കഥ അവൾ ആളുകളോട് പറഞ്ഞു. അവൾ പറഞ്ഞു, “സഹോദരൻ ഷാംബാക്കും ഭാര്യയും ഇന്നലെ രാത്രി എന്നെ വീട്ടിലേക്ക് കൊണ്ടുപോകുമെന്ന് എന്നോട് പറഞ്ഞിട്ടുണ്ടെന്ന് എനിക്കറിയാം. പക്ഷേ എന്നെ വീട്ടിലേക്ക് കൊണ്ടുപോകാൻ ഞാൻ

അവരെ അനുവദിക്കേണ്ടി വന്നില്ല, കാരണം അവൻ എന്റെ മേൽ കൈവെച്ചപ്പോൾ ആ ഭയത്തിന്റെ പിശാച് പോയി. ദൈവം എന്നെ വിടുവിച്ചു, എന്നെ സ്വതന്ത്രനാക്കി! ഞാൻ വീട്ടിലേക്കുള്ള വഴി മുഴുവൻ നടന്നു."

ഞാൻ ചോദിച്ചു, "നീ നടന്നോ? ഫിലാഡൽഫിയയിലോ?"

ഇപ്പോൾ എനിക്ക് പേടിയാകാൻ തുടങ്ങി! മുപ്പത് ബ്ലോക്കുകൾ അകലെ സൗത്ത് ഫിലാഡൽഫിയയിലാണ് അവൾ താമസിച്ചിരുന്നത്. അതിനർത്ഥം അവൾ പട്ടണത്തിലെ ഏറ്റവും മോശം ഭാഗത്തിലൂടെ നടന്നിട്ടുണ്ടെന്നാണ്! രാത്രിയിൽ പുറത്തിറങ്ങാൻ ഭയന്നിരുന്ന അതേ സ്ത്രീയായിരുന്നു അത്!

അവൾ പറഞ്ഞു, "ഞാൻ പുലർച്ചെ മൂന്ന് മണിയോടെ അവിടെ എത്തി. ഞാൻ താക്കോൽ പൂട്ടിൽ വെച്ചു, പക്ഷേ എനിക്ക് വളരെ സുഖം തോന്നി, അത് തിരികെ എടുത്ത് രാത്രി മുഴുവൻ തെരുവുകളിൽ നടന്നു, 'പിശാച്, നീ ഒരു നുണയനാണ്. എനിക്ക് ഇനി നിന്നെ പേടിയില്ല!'"

ദൈവം അവളെ ഭയത്തിൽ നിന്ന് വിടുവിച്ചു! നിങ്ങൾ ഭയത്തിന്റെ ആത്മാവിനാൽ ബന്ധിതനാണെങ്കിൽ, അവൻ നിങ്ങൾക്കും അതുതന്നെ ചെയ്യാൻ ആഗ്രഹിക്കുന്നു. നിങ്ങൾ ഇനി ഭയപ്പെടേണ്ടതില്ല. നിങ്ങൾക്ക് തിരിഞ്ഞുനോക്കി ആത്മവിശ്വാസത്തോടെ

ശത്രുവിനെ നേരിടാൻ കഴിയും, കാരണം ദൈവം നിങ്ങളുടെ പക്ഷത്താണ്!

ഞാൻ നിങ്ങൾക്കുവേണ്ടി പ്രാർത്ഥിക്കട്ടെ:

പിതാവേ, യേശുവിന്റെ നാമത്തിൽ, ഭയത്താൽ ബന്ധിതനായ ഈ വായനക്കാരന്റെ പേരിൽ ഞാൻ നിങ്ങളുടെ അടുക്കൽ വരുന്നു. പിശാചുക്കളുടെ മേൽ നീ എനിക്ക് നൽകിയ അധികാരത്തിന് നന്ദി. ഭയം, ദുഷ്ടവും പീഡിപ്പിക്കുന്നതുമായ ആത്മാവേ, യേശുവിലൂടെ ഞാൻ നിന്നോട് ആജ്ഞാപിക്കുന്നു - ഈ വ്യക്തിയുടെ ജീവിതത്തിന്മേലുള്ള നിന്റെ പിടി അഴിച്ചുവിടുക. യേശുവിന്റെ നാമത്തിൽ ഞാൻ അത് കൽപ്പിക്കുന്നു. കർത്താവേ, അവന് അല്ലെങ്കിൽ അവൾക്ക് ഒരു വിടുതൽ അത്ഭുതം നൽകണമേ, ശത്രുവിനെതിരെ എഴുന്നേൽക്കാൻ അവന് അല്ലെങ്കിൽ അവൾക്ക് ശക്തി നൽകണമേ. യേശുവിന്റെ നാമത്തിൽ, ഞാൻ അത് പൂർത്തിയായി എന്ന് വിളിക്കുന്നു. ആമേൻ, ആമേൻ.

ആത്മമോചനത്തിനായുള്ള ഒരു ചെറിയ പ്രാർത്ഥന.

"കർത്താവായ യേശുക്രിസ്തുവേ, എന്റെ പാപങ്ങൾക്കു വേണ്ടി നീ കുരിശിൽ മരിച്ചു

മരിച്ചവരിൽ നിന്ന് ഉയിർത്തെഴുന്നേറ്റു എന്ന് ഞാൻ വിശ്വസിക്കുന്നു. നിന്റെ രക്തത്താൽ നീ എന്നെ വീണ്ടെടുത്തു, ഞാൻ നിന്നുടേതാണ്, ഞാൻ നിനക്കുവേണ്ടി ജീവിക്കാൻ ആഗ്രഹിക്കുന്നു. എന്റെ എല്ലാ പാപങ്ങളും - അറിയപ്പെടുന്നതും അറിയാത്തതും - ഞാൻ ഏറ്റുപറയുന്നു - അവയെല്ലാം ഞാൻ ക്ഷമിക്കുന്നു. ഞാൻ അവയെല്ലാം ഉപേക്ഷിക്കുന്നു. നീ എന്നോട് ക്ഷമിക്കണമെന്ന് ഞാൻ ആഗ്രഹിക്കുന്നതുപോലെ ഞാൻ മറ്റുള്ളവരോട് ക്ഷമിക്കുന്നു. ഇപ്പോൾ എന്നോട് ക്ഷമിക്കുകയും നിന്റെ രക്തത്താൽ എന്നെ ശുദ്ധീകരിക്കുകയും ചെയ്യുന്നു. ഇപ്പോൾ എല്ലാ പാപങ്ങളിൽ നിന്നും എന്നെ ശുദ്ധീകരിക്കുന്ന യേശുക്രിസ്തുവിന്റെ രക്തത്തിന് ഞാൻ നന്ദി പറയുന്നു. എന്റെ വിമോചകനായി ഞാൻ ഇപ്പോൾ നിന്റെ അടുക്കൽ വരുന്നു. എന്റെ പ്രത്യേക ആവശ്യങ്ങൾ - ബന്ധിക്കുന്നതും പീഡിപ്പിക്കുന്നതും മലിനമാക്കുന്നതും - നീ അറിയുന്നു; ആ ദുഷ്ടാത്മാവ്, ആ അശുദ്ധാത്മാവ് - "കർത്താവിന്റെ നാമം വിളിച്ചപേക്ഷിക്കുന്ന ഏവനും വിടുവിക്കപ്പെടും" എന്ന നിന്റെ വചനത്തിന്റെ വാഗ്ദാനം ഞാൻ അവകാശപ്പെടുന്നു. ഇപ്പോൾ ഞാൻ നിന്നെ വിളിക്കുന്നു. കർത്താവായ യേശുക്രിസ്തുവിന്റെ നാമത്തിൽ, എന്നെ വിടുവിച്ച് എന്നെ സ്വതന്ത്രനാക്കേണമേ.

സാത്താനേ, ഞാൻ നിന്നെയും നിന്റെ എല്ലാ പ്രവൃത്തികളെയും ഉപേക്ഷിക്കുന്നു. യേശുവിന്റെ നാമത്തിൽ ഞാൻ എന്നെത്തന്നെ നഷ്ടപ്പെടുത്തുന്നു, യേശുവിന്റെ നാമത്തിൽ ഇപ്പോൾ എന്നെ ഉപേക്ഷിക്കാൻ ഞാൻ നിന്നോട് കൽപ്പിക്കുന്നു. ആമേൻ!"

അത് നിങ്ങളുടെ ഹൃദയത്തിൽ നിന്ന് പുറപ്പെട്ട് കർത്താവിന്റെ രക്ഷ കാണട്ടെ!

നിങ്ങൾ രോഗിയാണോ അതോ വീണ്ടെടുക്കൽ ആവശ്യമാണോ?

ഏതെങ്കിലും രൂപത്തിലോ രൂപത്തിലോ രോഗികളോ സുഖമില്ലാത്തവരോ, അല്ലെങ്കിൽ മോചനം ആവശ്യമുള്ളവരോ? അല്ലെങ്കിൽ പുനഃസ്ഥാപനം ആവശ്യമുള്ളവരോ, ദയവായി താഴെയുള്ള ഡോട്ടിൽ വിശ്വാസത്തിൽ സ്പർശിക്കുക (വിശ്വാസം എന്നത് നിങ്ങളുടെ നിലവിലെ സാഹചര്യത്തിന്റെ കൃത്യമായ പോസിറ്റീവ് ഫലം കാണുകയും, നിങ്ങളുടെ രോഗശാന്തിയും മോചനവും ഉറപ്പാക്കാൻ യേശു 2000 വർഷങ്ങൾക്ക് മുമ്പ് തന്റെ പങ്ക് നിർവഹിച്ചിട്ടുണ്ടെന്ന് അറിയുകയും, ഒരു ഡൗൺ പേയ്മെന്റായി പുനഃസ്ഥാപനം നടത്തുകയും, ബാങ്കിലെ നിങ്ങളുടെ ചെക്കിംഗ് അക്കൗണ്ടിലെ ഒരു പോസിറ്റീവ് ബാലൻസ് പോലെ, ഡൗൺ പേയ്മെന്റ് നിങ്ങൾക്ക്

ലഭ്യമാണെന്ന് വിശ്വസിക്കുകയും ചെയ്യുന്നു, ഞങ്ങൾ നിങ്ങളോട് യോജിക്കുകയും യേശുക്രിസ്തുവിന്റെ നാമത്തിൽ സുഖപ്പെടൂ എന്ന് ഉച്ചരിക്കുകയും ചെയ്യുമ്പോൾ ഒരു ചോദ്യവും ചോദിക്കില്ല, ആമേൻ)

നീ എനിക്കും അവർക്കും നൽകിയ അധികാരത്താൽ, ശത്രുവിനെതിരായ അവരുടെ കോപത്തോടും വിശപ്പോടും കൂടി, നീ അവർക്കെല്ലാവർക്കും സൗജന്യമായി നൽകിയത് സ്വീകരിക്കാൻ ഞാൻ ഇപ്പോൾ വിശ്വാസത്തോടെ ആ അധികാരം പ്രയോഗിക്കുന്നു. എല്ലാ രോഗങ്ങളെയും, എല്ലാ രോഗങ്ങളെയും, അത് കാൻസർ ആകട്ടെ, COVID 19 ആകട്ടെ, ബലഹീനതയുടെ ആത്മാവാകട്ടെ, അത് പൈശാചിക ബാധയോ അടിച്ചമർത്തലോ ആകട്ടെ, ദാരിദ്ര്യത്തിന്റെ ആത്മാവാകട്ടെ, തിരിച്ചടികളാകട്ടെ, ദൈവം ഇതിനകം നിശ്ചയിച്ചതും മോചിപ്പിച്ചതുമായ കാര്യങ്ങളുടെ കാലതാമസം വരുത്തുന്ന പൂർത്തീകരണമാകട്ടെ, ഞാൻ ശപിക്കുന്നു. ഞങ്ങൾ അപാകതയ്ക്കെതിരെ വരുന്നു, ഞാൻ അവരെ ബന്ധിക്കുന്നു, ഞങ്ങൾ അവരെ അവയുടെ വേരിലേക്ക് ശപിക്കുന്നു, യേശുക്രിസ്തുവിന്റെ നാമത്തിൽ അധികാരത്താൽ ഞങ്ങൾ അവരെ പുറത്താക്കുന്നു. ആമേൻ. യേശുക്രിസ്തുവിന്റെ മഹത്തായ നാമത്തിൽ അവരുടെ ജീവിതത്തിലേക്ക്

രോഗശാന്തിയുടെയും വിടുതലിന്റെയും പുനഃസ്ഥാപനത്തിന്റെയും ഒരു മോചനം ഞങ്ങൾ വിളിക്കുന്നു. നിങ്ങളുടെ മഹത്വത്തിനും ബഹുമാനത്തിനും ആരാധനയ്ക്കും വേണ്ടി നിലനിൽക്കുന്ന സാക്ഷ്യങ്ങൾക്ക് കർത്താവേ നന്ദി. ഈ സന്ദേശത്തിന്റെ ഫലമായി നിങ്ങളുടെ രാജ്യത്തിലേക്ക് ചേർക്കപ്പെടുന്ന ആത്മാക്കൾക്ക് നന്ദി, ഞങ്ങൾ ഇപ്പോൾ കാണുകയും യേശുവിന്റെ നാമത്തിൽ നിങ്ങളുടെ മഹത്വത്തിനായി പ്രകടമാക്കുകയും ചെയ്യുന്ന അത്ഭുതങ്ങൾ, ആമേൻ. പൂർത്തിയായി! സന്തോഷിക്കൂ!

സ്പർശനബിന്ദുവായി എടുത്തുകാണിച്ചിരിക്കുന്ന ഈ സ്ഥലം സ്പർശിച്ച് നിങ്ങളുടെ വായ് കൊണ്ട് ഏറ്റുപറയുക - യേശുക്രിസ്തുവിന്റെ നാമത്തിൽ എന്റെ ആത്മാവിലും, ആത്മാവിലും, ശരീരത്തിലും, എന്റെ ചുറ്റുപാടിലും ഞാൻ സുഖം പ്രാപിച്ചു, ഞാൻ വിടുവിക്കപ്പെട്ടു, പുനഃസ്ഥാപിക്കപ്പെട്ടു, ആമേൻ!!!

മുമ്പ് നിങ്ങൾക്ക് ചെയ്യാൻ കഴിയാത്തത് ചെയ്യാൻ തുടങ്ങുക, പൂർണ്ണമായ രോഗശാന്തി, വിടുതൽ പുനഃസ്ഥാപനം നിങ്ങളുടെ ജീവിതത്തിൽ ഒരു ഫലമായി മാറുന്നതുവരെ ഏറ്റുപറയാൻ തുടങ്ങുക, യേശുവിന്റെ

നാമത്തിൽ, ആമേൻ. ദൈവത്തിനെല്ലാം വേണ്ടി വിശപ്പുള്ളവരായിരിക്കുക,
കോപിച്ചിരിക്കുക, ശത്രു യേശുവിന്റെ നാമത്തിൽ തടഞ്ഞുവച്ചതെല്ലാം തിരികെ എടുക്കുക, ആമേൻ.

കുറിപ്പ്:
ദൈവത്തിന്റെ മഹത്വത്തിനും ശത്രുവിന്റെ നാണക്കേടിനും വേണ്ടിയുള്ള രോഗശാന്തിക്ക് സാക്ഷ്യം വഹിക്കുക! ഈ വിഷയത്തിൽ ഞങ്ങൾ നിങ്ങളോട് ഇപ്പോഴും യോജിക്കണമെന്ന് നിങ്ങൾ ആഗ്രഹിക്കുന്നുവെങ്കിൽ ഞങ്ങൾക്ക് ഒരു ഇമെയിൽ അയയ്ക്കുക അല്ലെങ്കിൽ ഞങ്ങൾക്ക് വാട്ട്സ്ആപ്പ് ചെയ്യുക. അടുത്ത ആഴ്ച വ്യാഴാഴ്ച ആരംഭിക്കുന്ന സജ്ജീകരണ പരമ്പരയിൽ ബന്ധപ്പെടുക. ഞങ്ങളുടെ വെബ്സൈറ്റിൽ ഉടൻ തന്നെ വിശദാംശങ്ങൾ കണ്ടെത്തുക!

വലിയ ചൂഷണങ്ങൾ - 1 - അധ്യായം 10 - രോഗശാന്തി, വിടുതൽ, പുനഃസ്ഥാപനം എന്നിവയെക്കുറിച്ചുള്ള പൊതുവായ ചോദ്യങ്ങൾക്കുള്ള ഉത്തരങ്ങൾ നേടുക + രോഗശാന്തി, വിടുതൽ, പുനഃസ്ഥാപനം എന്നിവയെക്കുറിച്ചുള്ള പ്രായോഗിക മാർഗ്ഗനിർദ്ദേശങ്ങൾ + ഇഡ മേ ഹാമണ്ടിന് പരിശുദ്ധാത്മാവ് വെളിപ്പെടുത്തിയ സ്കീസോഫ്രീനിയയുടെ സമന്വയവും ആത്മാവിനെ

എങ്ങനെ കൈകാര്യം ചെയ്യാം എന്നതും ഭാഗം ൯

പ്രിയ സുഹൃത്തുക്കളെ, ഇന്ന്, "Enough is enough to captivity and welcome to freedom in Christ. വിശ്വാസം കേൾവിയിലൂടെയും കേൾവി ദൈവവചനത്തിലൂടെയും വരുന്നു" എന്ന പരമ്പരയുടെ 9-ാം ഭാഗം ഞങ്ങൾ നിങ്ങൾക്കായി കൊണ്ടുവരുന്നു. **ഹോശേയ 4:6-7- ൽ ദൈവം ഹോശേയ പ്രവാചകനോട് പറഞ്ഞു.**

ആംപ്ലിഫൈഡ് ബൈബിൾ, ക്ലാസിക് പതിപ്പ്
6 എന്റെ ജനം പരിജ്ഞാനമില്ലായ്കയാൽ നശിച്ചുപോകുന്നു; നീ [പുരോഹിത ജനത] പരിജ്ഞാനം ത്യജിച്ചതുകൊണ്ട് എനിക്കു പുരോഹിതനായിരിക്കാതവണ്ണം ഞാൻ നിന്നെയും ത്യജിക്കും; നീ നിന്റെ ദൈവത്തിന്റെ ന്യായപ്രമാണം മറന്നുകളഞ്ഞതുകൊണ്ടു ഞാനും നിന്റെ മക്കളെ മറക്കും.
7 അവർ പെരുകി പെരുകുന്തോറും എന്നോടു പാപം ചെയ്തു; ഞാൻ അവരുടെ മഹത്വത്തെ ലജ്ജയായി മാറ്റും.

മുകളിലുള്ള വാക്കുകളെക്കുറിച്ച് ഒരു നിമിഷം ചിന്തിക്കാം. നാം അറിവ് നിരസിക്കുമ്പോൾ ദൈവം പറയുന്നു.

തിരുവെഴുത്തിൽ വെളിപ്പെടുത്തിയിരിക്കുന്നതുപോലെ അവനെക്കുറിച്ചുള്ള അറിവ്, അവനു പുരോഹിതന്മാരായി ശുശ്രൂഷിക്കുന്നതിൽനിന്ന് നമ്മെയും അവൻ നിരസിക്കും. ദൈവത്തിന്റെ നിയമം നാം മറന്നുപോയതിനാൽ, അവൻ നമ്മുടെ മക്കളെയും മറക്കുമെന്ന് അവൻ പറയുന്നു. ചുരുക്കത്തിൽ, അവൻ നമ്മെയും നമ്മുടെ മക്കളെയും മറക്കും. ആ വാക്ക് അത്ര നിന്ദ്യമാണെന്നും ദൈവത്തിന്റെ പ്രവർത്തനങ്ങളെക്കുറിച്ചുള്ള അജ്ഞതയോ അറിവില്ലായ്മയോ നിമിത്തം അവൻ ചെയ്യുമെന്ന് ദൈവം പറയുന്നത് അത്രമാത്രം. 6-ാം വാക്യത്തിന്റെ ആദ്യ ഭാഗവുമായി ദൈവം ഒരു വാക്ക് ബന്ധിപ്പിച്ചു. നമ്മുടെ അഭിവൃദ്ധിയുടെ അളവനുസരിച്ച് നാം അവനെതിരെ പാപം ചെയ്യുന്നുവെന്ന് അവൻ പറഞ്ഞു. നാം കൂടുതൽ അഭിവൃദ്ധി പ്രാപിക്കുന്തോറും നാം സ്വയം ആശ്രയിക്കുകയും ദൈവത്തെക്കുറിച്ച് കൂടുതൽ മറക്കുകയും ചെയ്യുന്നു.

പരിഹാരങ്ങൾക്കായി ദൈവത്തെ ഗൗരവമായി അന്വേഷിക്കാൻ നമ്മൾ ശ്രമിക്കേണ്ടത് നമ്മുടെ എല്ലാ വഴികളും തീർന്നുപോകുമ്പോഴാണ് എന്നതിൽ നിങ്ങൾക്ക് വിചിത്രത തോന്നുന്നുണ്ടോ? നമ്മൾ രോഗികളാകുമ്പോൾ, ഗിലെയാദിന്റെ

സുഗന്ധം നമ്മുടെ ഉള്ളിൽ വസിക്കുമ്പോൾ, ആദ്യം മനസ്സിൽ വരുന്നത് ബദൽ മാർഗങ്ങളെക്കുറിച്ചാണ്. മറ്റെല്ലാം പരാജയപ്പെടുമ്പോൾ നമ്മൾ ദൈവത്തെ ഒരു സ്പെയർ ടയറായി ഉപയോഗിക്കുന്നു.
ദൈവവചനമോ നമ്മുടെ ആശങ്കകൾ പരിഹരിക്കാൻ സഹായിക്കുന്ന പ്രബുദ്ധത (അറിവ്) നൽകുന്ന മറ്റെന്തെങ്കിലുമോ നമുക്ക് മുന്നിൽ അവതരിപ്പിക്കപ്പെടുമ്പോൾ, നമുക്ക് സമയമില്ലെന്ന് നാം പറയും. എന്നാൽ നമ്മെ രസിപ്പിക്കുന്നതോ ഭൗമിക നേട്ടങ്ങൾ നൽകുന്നതോ ആയ എന്തിലും മുഴുകുന്നതിൽ നമുക്ക് പ്രശ്നമില്ല.

നമ്മുടെ സാമ്പത്തിക കാര്യങ്ങൾ നോക്കാൻ നമുക്ക് മണിക്കൂറുകളെടുക്കാം, എന്നാൽ ദൈവരാജ്യവുമായി ബന്ധപ്പെട്ട കാര്യങ്ങളിൽ, അവൻ നമുക്ക് നൽകാൻ ശ്രമിക്കുന്ന സന്ദേശം, അതായത് നമ്മുടെ വിടുതൽ, മനസ്സിലാക്കാൻ തുടങ്ങുന്നതിനുമുമ്പ് നാം നമ്മുടെ വാച്ചുകളിലേക്ക് ഭ്രാന്തമായി നോക്കുകയോ ഉറങ്ങുകയോ ചെയ്യുന്നു. ഡോക്ടറെ കാണാൻ നമുക്ക് മണിക്കൂറുകളോളം കാത്തിരിക്കാം, പക്ഷേ നമ്മുടെ ജോലിയിൽ പൂർണ്ണതയിലേക്ക് കൊണ്ടുവരാനും കർത്താവിനോടൊപ്പം നടക്കാനും ആവശ്യമായ സജ്ജീകരണത്തിനായി നമുക്ക് ഒരു മണിക്കൂർ പോലും സമയമില്ല.

അപ്പോൾ നമ്മൾ ആരെയാണ് കബളിപ്പിക്കുന്നത്? ദൈവമോ അതോ നമ്മളോ? നമ്മുടെ പ്രാർത്ഥനകൾ സ്വർഗ്ഗത്തിന്റെ ശ്രദ്ധ പിടിച്ചുപറ്റാത്തത് എന്തുകൊണ്ടാണെന്ന് നാം ആശ്ചര്യപ്പെടുന്നു - നമ്മൾ ദൈവത്തെ ഗൗരവമായി എടുക്കാൻ തുടങ്ങുന്ന ദിവസം, അവൻ നമ്മെ ഗൗരവമായി എടുക്കാൻ തുടങ്ങും.
കർത്താവ് ഇപ്പോഴും നിങ്ങളോടും എന്നോടും പറയുന്നു - യിരെമ്യാവ് 29:13

ആംപ്ലിഫൈഡ് ബൈബിൾ, ക്ലാസിക് പതിപ്പ്
13 അപ്പോൾ നിങ്ങൾ എന്നെ അന്വേഷിക്കും, അന്വേഷിക്കും, [ഒരു പ്രധാന ആവശ്യം എന്ന നിലയിൽ] ആവശ്യപ്പെടും; പൂർണ്ണഹൃദയത്തോടെ എന്നെ അന്വേഷിക്കുമ്പോൾ നിങ്ങൾ എന്നെ കണ്ടെത്തും.

അതുകൊണ്ടാണ് ഈ പരമ്പര എല്ലാവർക്കും വേണ്ടിയുള്ളതല്ലാത്തത്. ദൈവത്തിന്റെ സകലത്തിനും വേണ്ടി ദാഹിക്കുന്നവർക്കുള്ളതാണ് ഈ പരമ്പര. താഴെപ്പറയുന്ന കാര്യങ്ങൾ കൊണ്ട് നാം സ്വയം യോഗ്യരാകണം:
A: ലഭ്യത - ആത്മാവ്, ആത്മാവ്, ശരീരം;
ബി: അധികാരവും അധികാരവും പ്രയോഗിക്കാനുള്ള ധൈര്യം;

സി: ആളുകൾ വേദനിക്കുന്നിടത്ത് ഇരിക്കാനുള്ള കാരുണ്യം;
ഡി: വിജയം വരെ മുന്നേറാനുള്ള ദൃഢനിശ്ചയം;
E: ഉപരിപ്ലവമായ കാര്യങ്ങളെ അടിസ്ഥാനമാക്കിയുള്ളതല്ലാത്ത ആത്മാർത്ഥമായ സ്നേഹം;
F: സാത്താനുമൊത്തുള്ള ഉഗ്രമായ കോപവും
ജി: ലോകത്തെ മുഴുവൻ അവനുവേണ്ടി സ്പർശിക്കാൻ കഴിയുന്നതിന്, നമ്മിലും ചുറ്റുപാടുമുള്ള ദൈവത്തിന്റെ പൂർണ്ണതയ്ക്കായി വലിയ ദാഹം.

യേശുവിന്റെ ഈ വചനം ധ്യാനിക്കുന്നത് എനിക്ക് ഇഷ്ടമാണ് - **ലൂക്കോസ് 18:7-8**
ആംപ്ലിഫൈഡ് ബൈബിൾ, ക്ലാസിക് പതിപ്പ്
7 നമ്മുടെ നീതിമാനായ ദൈവം **രാവും പകലും തന്നോട് നിലവിളിക്കുന്ന തന്റെ തിരഞ്ഞെടുക്കപ്പെട്ടവരെ (അവന്റെ തിരഞ്ഞെടുക്കപ്പെട്ടവരെ) സംരക്ഷിക്കുകയും പ്രതികാരം ചെയ്യുകയും ചെയ്യില്ലേ** ? അവൻ **അവരെ മാറ്റിവെക്കുമോ** ? [b] **അവർക്കുവേണ്ടി സഹായം വൈകിപ്പിക്കണോ?**
8 അവൻ വേഗത്തിൽ അവരെ പ്രതിക്രിയ **നടത്തി രക്ഷിക്കുകയും പ്രതികാരം ചെയ്യുകയും ചെയ്യും** എന്ന് **ഞാൻ നിങ്ങളോടു പറയുന്നു . എന്നാൽ മനുഷ്യപുത്രൻ വരുമ്പോൾ അവൻ** ഭൂമിയിൽ **വിശ്വാസത്തിൽ സ്ഥിരത** കണ്ടെത്തുമോ ?

കർത്താവ് വരുമ്പോൾ നിങ്ങളെയും എന്നെയും വിശ്വാസത്തിൽ കണ്ടെത്തട്ടെ. കേൾവിയിലൂടെയും ദൈവവചനത്തിലൂടെയും കേൾക്കുന്നതിലൂടെയും അതിനനുസരിച്ചുള്ള നടപടി സ്വീകരിക്കുന്നതിലൂടെയും ലഭിക്കുന്ന വിശ്വാസം - റോമർ 10:17. ആമേൻ? ആമേൻ

രോഗത്തെയും രോഗശാന്തിയെയും കുറിച്ചുള്ള പൊതുവായ ചോദ്യങ്ങൾക്കുള്ള ഉത്തരങ്ങൾ

ഉദാഹരണങ്ങൾ: **പൗലോസിന്റെ മുള്ള്; ഇയ്യോബിന്റെ കഷ്ടതകൾ; സാത്താന് ഏൽപ്പിച്ചുകൊടുക്കൽ; കൊരിന്ത്യൻ സഭ—അനേകർ ദുർബലർ, നിരവധി രോഗികൾ, നിരവധി പേർ അകാലത്തിൽ മരിക്കുന്നു; തിമോത്തിയുടെ വയറ്; ഹിസ്കീയാവിന്റെ രോഗം; ത്രോഫിമോസ് രോഗബാധിതനായി; എപ്പഫ്രോദിത്തൂസ് - ക്രിസ്തുവിന്റെ വേലയ്ക്കായി അവൻ മരണത്തോടടുത്തു; രോഗം കർത്താവിന്റെ ശിക്ഷണമാണോ? വിശ്വാസവും ഔഷധവും സംയോജിപ്പിക്കുന്നത് ശരിയാണോ? നിങ്ങളുടെ ആരോഗ്യം പരിപാലിക്കുന്നത് അവിശ്വാസത്തിന്റെ ലക്ഷണമാണോ?**

രോഗങ്ങളെയും മറ്റ് പൈശാചിക പ്രവൃത്തികളെയും സഹിക്കുന്നതിനുള്ള

അടിസ്ഥാനമായി പലപ്പോഴും തെറ്റിദ്ധരിക്കപ്പെടുന്നതും ഉപയോഗിക്കപ്പെടുന്നതുമായ നിരവധി ഭാഗങ്ങൾ ബൈബിളിലുണ്ട്. ഇന്നത്തെ സന്ദേശത്തിൽ, അവയിൽ ചിലത് പരിശോധിച്ച് അവയെ എങ്ങനെ മനസ്സിലാക്കാം എന്നതിനെക്കുറിച്ചുള്ള ഉൾക്കാഴ്ച നൽകുന്നു. എല്ലാ തിരുവെഴുത്തുകളും തിരുവെഴുത്തുകളുടെ ബാക്കി ഭാഗങ്ങളുടെയും യേശുക്രിസ്തുവിന്റെ വ്യക്തിയുടെയും വെളിച്ചത്തിൽ വ്യാഖ്യാനിക്കണമെന്ന് നാം ഓർമ്മിക്കേണ്ടതാണ്.

ദൈവത്തെക്കുറിച്ച് നമുക്കറിയാവുന്നതെല്ലാം, മനുഷ്യരൂപം സ്വീകരിച്ച യേശുക്രിസ്തുവിലൂടെ നാം കാണുകയും കേൾക്കുകയും ചെയ്യുന്ന കാര്യങ്ങളുമായി പൊരുത്തപ്പെടണം. യേശു പറഞ്ഞതും ചെയ്തതുമായ കാര്യങ്ങളുമായി പൊരുത്തപ്പെടാത്ത, ദൈവത്തെക്കുറിച്ച് നമുക്ക് മനസ്സിലായെന്ന് അവകാശപ്പെടുന്ന എന്തും ചോദ്യം ചെയ്യപ്പെടുകയും തള്ളിക്കളയുകയും ചെയ്യാം. യേശുക്രിസ്തു ഒരു പൂർണ്ണ ദൈവശാസ്ത്രമാണ്, മനുഷ്യരൂപം സ്വീകരിച്ച വചനം.

പൗലോസ് തോൺ

കൊരിന്ത്യർ 2 12:7-10 7 വെളിപ്പാടുകളുടെ ആധിക്യത്താൽ ഞാൻ അതിയായി നിഗളിക്കപ്പെടാതിരിക്കാൻ, ജഡത്തിൽ ഒരു ശൂലം തന്നിരിക്കുന്നു, എന്നെ കുത്താൻ സാത്താന്റെ ഒരു ദൂതൻ, ഞാൻ അതിയായി നിഗളിക്കപ്പെടാതിരിക്കാൻ. 8 ഈ കാര്യത്തിൽ ഞാൻ മൂന്നു പ്രാവശ്യം കർത്താവിനോട് അപേക്ഷിച്ചു, അത് എന്നെ വിട്ടുപോകട്ടെ. 9 അവൻ എന്നോട് പറഞ്ഞു: എന്റെ കൃപ നിനക്കു മതി; എന്റെ ശക്തി ബലഹീനതയിൽ പൂർണ്ണത പ്രാപിക്കുന്നു. അതുകൊണ്ട് ക്രിസ്തുവിന്റെ ശക്തി എന്റെമേൽ ആവസിക്കേണ്ടതിന് എന്റെ ബലഹീനതകളിൽ ഞാൻ ഏറ്റവും സന്തോഷത്തോടെ പ്രശംസിക്കും. 10 അതുകൊണ്ട് ക്രിസ്തുവിനുവേണ്ടി ബലഹീനതകളിലും, നിന്ദകളിലും, ആവശ്യങ്ങളിലും, പീഡനങ്ങളിലും, കഷ്ടതകളിലും ഞാൻ സന്തോഷിക്കുന്നു. ഞാൻ ബലഹീനനായിരിക്കുമ്പോൾ തന്നെ ശക്തനാകുന്നു.

അപ്പൊസ്തലനായ പൗലോസിന് ധാരാളം വെളിപാടുകൾ ലഭിച്ചു. വ്യക്തിപരമായ നിരവധി അനുഭവങ്ങൾ, സന്ദർശനങ്ങൾ, മൂന്നാം സ്വർഗ്ഗത്തിലേക്ക് എടുക്കപ്പെടൽ എന്നിവയ്ക്ക് പുറമേ, പൗലോസ് പുതിയനിയമ വെളിപാടിന്റെ ഭൂരിഭാഗവും മനസ്സിലാക്കുകയും എഴുതുകയും ചെയ്തു. പൗലോസ് അഹങ്കാരത്താൽ

വീർപ്പുമുട്ടാതിരിക്കാൻ, ദൈവം "ജഡത്തിൽ ഒരു മുള്ള്" അനുവദിച്ചു. ഇപ്പോൾ പലരും ഈ "ജഡത്തിലെ മുള്ള്" എന്താണെന്ന് ഊഹിക്കുന്നു. ചിലർ പറയുന്നത് അത് രോഗം, കണ്ണിന്റെ പ്രശ്നം, കൈയുടെ പ്രശ്നം എന്നിവയായിരുന്നു എന്നാണ്.

എന്നിരുന്നാലും, അത് "സാത്താന്റെ ഒരു ദൂതൻ (ഗ്രീക്ക് ആഞ്ചലോസ് = ദൂതൻ)" ആയിരുന്നുവെന്ന് അപ്പോസ്തലൻ പറയുന്നു. ജഡത്തിലെ മുള്ള് സാത്താന്റെ ഒരു ദൂതനാണെന്ന് പൗലോസ് വ്യക്തമായി പറയുന്നു. ഗ്രീക്കിൽ ദൂതൻ എന്ന പദം ദൂതനെ സൂചിപ്പിക്കാൻ ഉപയോഗിച്ചിരിക്കുന്ന അതേ പദമാണ്, ഉദാഹരണത്തിന് വെളിപാട് പുസ്തകത്തിലെ 2, 3 അധ്യായങ്ങളിൽ, കർത്താവ് ഓരോ സഭയെയും അഭിസംബോധന ചെയ്തപ്പോൾ "സഭയുടെ ദൂതൻ" എന്നതിൽ ഉപയോഗിച്ചിരിക്കുന്നു. അതിനാൽ സാത്താന്റെ ദൂതൻ പൗലോസിനെ തന്റെ ശുശ്രൂഷയിൽ നിരന്തരം എതിർത്ത ഒരു ആത്മീയ ജീവിയായിരുന്നു, അവനെ "കുത്താൻ" (ആവർത്തിച്ച് അടിക്കുക എന്നർത്ഥം). മുൻ അധ്യായത്തിൽ, പൗലോസ് താൻ സഹിച്ച നിരവധി കഷ്ടപ്പാടുകൾ, കഷ്ടതകൾ, ബലഹീനതകൾ എന്നിവ വിവരിച്ചു. അദ്ദേഹം പറഞ്ഞത് ഇതാ, "അവർ ക്രിസ്തുവിന്റെ ശുശ്രൂഷകരാണോ? - ഞാൻ ഒരു വിഡ്ഢിയെപ്പോലെ സംസാരിക്കുന്നു -

ഞാൻ കൂടുതൽ: കൂടുതൽ അധ്വാനിക്കുന്നു , അമിതമായ അടികൾ, കൂടുതൽ തവണ തടവറകൾ, പലപ്പോഴും മരണങ്ങൾ.

യഹൂദന്മാരിൽ നിന്ന് അഞ്ച് തവണ എനിക്ക് ഒന്ന് ഒഴികെ നാല്പത് അടി കിട്ടി. മൂന്ന് തവണ വടികൊണ്ട് അടിയേറ്റു; ഒരിക്കൽ കല്ലെറിഞ്ഞു; മൂന്ന് തവണ കപ്പൽച്ചേതത്തിൽ അകപ്പെട്ടു; ഒരു രാത്രിയും പകലും ഞാൻ ആഴത്തിൽ കിടന്നു; പലപ്പോഴും യാത്രകളിൽ, ജലപ്രളയങ്ങളിൽ, കള്ളന്മാരുടെ ആപത്തുകളിൽ, എന്റെ സ്വന്തം നാട്ടുകാരുടെ ആപത്തുകളിൽ, ജാതികളുടെ ആപത്തുകളിൽ, നഗരത്തിലെ ആപത്തുകളിൽ, കാട്ടിലെ ആപത്തുകളിൽ, കടലിലെ ആപത്തുകളിൽ, വ്യാജ സഹോദരന്മാരുടെ ആപത്തുകളിൽ; ക്ഷീണത്തിലും അധ്വാനത്തിലും, പലപ്പോഴും ഉറക്കമില്ലായ്മയിലും, വിശപ്പിലും ദാഹത്തിലും, പലപ്പോഴും ഉപവാസങ്ങളിലും, തണുപ്പിലും നഗ്നതയിലും" (2 കൊരിന്ത്യർ 11:23-27). ഈ കഷ്ടപ്പാടുകളിൽ ചിലത് അവൻ സ്വയം ഏറ്റെടുത്തെങ്കിലും, ഇവയിൽ പലതും അവൻ ചെയ്തുകൊണ്ടിരുന്ന ജോലിക്ക് എതിരായിരുന്നു.

ഇതെല്ലാം "അവന്റെ കാലുകൾ നിലത്ത് ഉറപ്പിച്ചു നിർത്താൻ" സഹായിച്ചു, കർത്താവിൽ ആശ്രയിക്കണമെന്ന് അറിഞ്ഞുകൊണ്ട് താഴ്മയോടെ നടക്കാൻ അവനെ സഹായിച്ചു. ഈ പൈശാചിക

സ്വഭാവം ഇല്ലാതാകാൻ പൗലോസ് മൂന്നു പ്രാവശ്യം പ്രാർത്ഥിച്ചു. ഈ സാഹചര്യത്തിൽ, ദൈവം സാത്താന്റെ ദൂതനെ വഴിയിൽ നിന്ന് പുറത്താക്കിയില്ല. പകരം, മുന്നോട്ട് പോകാനും ഈ പൈശാചിക സ്വഭാവം ചെയ്യുന്നതിനെ മറികടക്കാനും തന്റെ കൃപയിൽ ആശ്രയിക്കാൻ അവൻ പൗലോസിനെ വിളിച്ചു. അതിനാൽ, തന്റെ ഏറ്റവും ദുർബലമായ നിമിഷങ്ങളിൽ പോലും, തന്നെ ശക്തനാക്കാൻ ദൈവത്തിന്റെ കൃപ മതിയെന്ന് പൗലോസ് മനസ്സിലാക്കി.

ഇന്നത്തെ വിശ്വാസികളായ നമുക്ക് ആർക്കും ഇത്രയധികം വെളിപ്പെടുത്തലുകൾ ലഭിച്ചിട്ടില്ല. പൗലോസിനെപ്പോലെ, നമ്മെ "ജഡത്തിലെ മുള്ള്", നമ്മെ വിനയാന്വിതരാക്കാൻ സാത്താന്റെ ഒരു ദൂതൻ എന്നിങ്ങനെ പദവി ലഭിച്ച മറ്റൊരു വിധത്തിലും നാം ഉപയോഗിക്കപ്പെട്ടിട്ടില്ല. കൂടാതെ, നമ്മുടെ രോഗം ഒരു മഹത്തായ ആത്മീയ ലക്ഷ്യത്തിനായി നമുക്ക് നൽകപ്പെട്ട "ജഡത്തിലെ മുള്ള്" ആണെന്ന് അവകാശപ്പെടുന്നത് തിരുവെഴുത്തുവിരുദ്ധവും സ്വയം ഉയർത്തുന്നതുമാണ്. നമ്മുടെ ശരീരത്തിൽ അവകാശമില്ലാത്ത പിശാചിന്റെ പ്രവൃത്തിയായി നാം രോഗത്തിനെതിരെ പോരാടണം.

ഇയ്യോബിന്റെ കഷ്ടതകൾ

ഇയ്യോബ് 1:12 അങ്ങനെ സാത്താൻ യഹോവയുടെ സന്നിധി വിട്ടു പുറപ്പെട്ടുപോയി.

ഇയ്യോബ് 2:6,7 6 അപ്പോൾ യഹോവ സാത്താനോട്: "ഇതാ, അവൻ നിന്റെ കയ്യിൽ ഇരിക്കുന്നു; അവന്റെ പ്രാണനെ രക്ഷിക്കേണമേ" എന്നു കല്പിച്ചു. 7 അങ്ങനെ സാത്താൻ യഹോവയുടെ സന്നിധി വിട്ടു പുറപ്പെട്ടു ഇയ്യോബിനെ ഉള്ളങ്കാൽ മുതൽ നെറുകവരെ വല്ലാത്ത പരുക്കളാൽ ബാധിച്ചു.

ഇയ്യോബ് 2:10 ഇതിലൊന്നിലും ഇയ്യോബ് അധരങ്ങളാൽ പാപം ചെയ്തില്ല.

ഇയ്യോബ് 3:25 ഞാൻ പേടിച്ചതു തന്നേ എനിക്കു നേരിട്ടു; ഞാൻ ഭയപ്പെട്ടിരുന്നതു എനിക്കു ഭവിച്ചു.

ഇയ്യോബ് 42:10 ഇയ്യോബ് തന്റെ സുഹൃത്തുക്കൾക്കുവേണ്ടി പ്രാർത്ഥിച്ചപ്പോൾ യഹോവ അവന്റെ നഷ്ടങ്ങൾ നികത്തി. തീർച്ചയായും യഹോവ ഇയ്യോബിന് മുമ്പുണ്ടായിരുന്നതിന്റെ ഇരട്ടി കൊടുത്തു.

യാക്കോബ് 5:11 സഹിഷ്ണുത കാണിച്ചവരെ നാം ഭാഗ്യവാന്മാർ എന്നു പുകഴ്ത്തുന്നു. ഇയ്യോബിന്റെ സഹിഷ്ണുതയെക്കുറിച്ച് നിങ്ങൾ കേട്ടും കർത്താവ് ഉദ്ദേശിച്ച അവസാനം കണ്ടുമിരിക്കുന്നു; കർത്താവ് മഹാ കരുണയുള്ളവനും കരുണയുള്ളവനുമാകുന്നു.

ഇയ്യോബിനെയും കുടുംബത്തെയും എല്ലാത്തരം വിപത്തുകളും രോഗങ്ങളും വരുത്തിവെച്ചത് സാത്താനാണ് (ഇയ്യോബ് 1:12; 2:7). സാത്താൻ ചെയ്ത കാര്യങ്ങൾക്ക് നമുക്ക് ദൈവത്തെ കുറ്റപ്പെടുത്താൻ കഴിയില്ല. ദൈവം ഇയ്യോബിനെ തൊടാൻ സാത്താന് അനുമതി നൽകിയെന്നത് ശരിയാണ്, അല്ലാത്തപക്ഷം ദൈവം "അവന് ചുറ്റും ഒരു വേലി കെട്ടി"യതിനാൽ അവൻ ദിവ്യ സംരക്ഷണത്തിലായിരുന്നു (ഇയ്യോബ് 1:10). എന്നാൽ കാലാവസ്ഥയുടെയും പ്രകൃതിയുടെയും ഘടകങ്ങൾ ഉപയോഗിച്ച് എല്ലാ വിപത്തുകളും സംഭവിച്ചത് പിശാചായിരുന്നു.

ഇന്നത്തെ നമ്മുടെ ലോകത്ത്, പിശാചിനും അവന്റെ ഭൂതങ്ങൾക്കും അവരുടെ പൈശാചിക പ്രവൃത്തികൾ ചെയ്യാൻ അനുവാദമുണ്ട്. സാധാരണയായി, പ്രലോഭനങ്ങൾ, തടസ്സങ്ങൾ, മറ്റ് തടസ്സങ്ങൾ എന്നിവയിലൂടെ ഒരു വിശ്വാസിയുടെ നേരെ പിശാചും ഭൂതങ്ങളും വരുന്നത് ദൈവം തടയുന്നില്ല. നാമെല്ലാവരും ഇത്തരം കാര്യങ്ങൾ നേരിടുന്നു. തന്നിൽ വിശ്വസിക്കുന്നവർക്കെതിരെ പോലും ഇവ തുടരാൻ ദൈവം അനുവദിക്കുന്നു. നമ്മുടെ പരിശീലനത്തിന്റെയും ക്രിസ്തുസമാനതയിലേക്ക് പക്വത പ്രാപിക്കുന്നതിന്റെയും ഭാഗമായി ദൈവം

ഇവ ഉപയോഗിക്കുന്നു. നല്ല പോരാട്ടത്തിൽ പോരാടാനും, പിശാചിനെ ചെറുക്കാനും, ഇരുട്ടിന്റെ ശക്തികൾക്കെതിരെ പോരാടാനും, എല്ലാ തീജ്വാലകളെയും കെടുത്താനും, ജയിക്കുന്ന ജീവിതം നയിക്കാനും അവൻ നമ്മെ വിളിക്കുന്നു. വിശ്വാസികളെന്ന നിലയിൽ നമുക്ക് ദിവ്യ സംരക്ഷണം നേടാനാകും (സങ്കീർത്തനം 34:7; സങ്കീർത്തനം 91; യെശയ്യാവ് 54:17; 1 യോഹന്നാൻ 5:18) അല്ലെങ്കിൽ ഭയം, സംശയം അല്ലെങ്കിൽ അനുസരണക്കേട് എന്നിവയിലൂടെ നമ്മെത്തന്നെ പൈശാചിക ആക്രമണങ്ങൾക്ക് ഇരയാക്കാം, അത് മറ്റുവിധത്തിൽ നമ്മെ കീഴടക്കരുത്. ശത്രുവിനെ മറികടക്കാൻ ദൈവം നമുക്ക് എല്ലാ ആയുധങ്ങളും നൽകിയിട്ടുണ്ട് (എഫെസ്യർ 6:10-18), ഇയ്യോബിന് അത് മനസ്സിലാകണമെന്നില്ല. പുതിയനിയമത്തിൽ നമുക്കുള്ള എല്ലാറ്റിന്റെയും വെളിച്ചത്തിൽ, ഇയ്യോബിനെപ്പോലെ, ശത്രുവിന്റെ സൈന്യം നമ്മുടെ നേരെ വന്നാലും, അവനെ പരാജയപ്പെടുത്തേണ്ട ആവശ്യമില്ല.

സംഭവിച്ച എല്ലാറ്റിനുമുപരി, ഇയ്യോബ് തന്റെ സത്യസന്ധതയും ദൈവത്തിലുള്ള വിശ്വാസവും നിലനിർത്തി. ദൈവത്തോടുള്ള ഭക്തിയിൽ അവൻ ഉറച്ചുനിന്നു. കർത്താവ് തീർച്ചയായും കരുണാമയനും കരുണാമയനുമാണെന്നും അവൻ ഒടുവിൽ നമ്മുടെ നന്മയ്ക്കായി കാര്യങ്ങൾ മാറ്റുമെന്നും

അറിയാവുന്നതിനാൽ, ഇയ്യോബിന്റെ ഈ സഹിഷ്ണുതയാണ് നാം അനുകരിക്കേണ്ടത്. ഇയ്യോബിനെക്കുറിച്ചുള്ള മറ്റൊരു വശം, അത്തരം ദുരന്തങ്ങൾ തന്റെ മേൽ വരുമെന്ന് വളരെയധികം ഭയപ്പെട്ട ഒരു മനുഷ്യനായി അദ്ദേഹം കാണപ്പെട്ടു, അവ സംഭവിച്ചു എന്നതാണ്. ഭയം തെറ്റായ ദിശയിലുള്ള വിശ്വാസമാണ്. അത് നമ്മുടെ ജീവിതത്തിൽ തെറ്റായ കാര്യങ്ങളെ ആകർഷിക്കുന്നു. ദൈവമക്കളായ നമുക്ക് അത്തരം ഭയമില്ലാതെ ജീവിക്കാൻ പഠിക്കാം, പകരം വിശ്വാസത്തിൽ വിശ്രമിക്കാം.

സാത്താന് ഒന്ന് ഏല്പിച്ചുകൊടുക്കുന്നു

1 കൊരിന്ത്യർ 5:1-5 1 നിങ്ങളുടെ ഇടയിൽ ലൈംഗിക ദുർന്നടപ്പ് ഉണ്ടെന്നും ജാതികളുടെ ഇടയിൽ പോലും പറയാത്ത ലൈംഗിക ദുർന്നടപ്പ് ഉണ്ടെന്നും കേൾക്കുന്നു; ഒരു പുരുഷന് പിതാവിന്റെ ഭാര്യ ഉണ്ടെന്ന്! 2 നിങ്ങൾ അഹങ്കരിക്കുന്നു; ഈ പ്രവൃത്തി ചെയ്തവനെ നിങ്ങളുടെ ഇടയിൽ നിന്ന് എടുത്തുകളയേണ്ടതിന് നിങ്ങൾ ദുഃഖിച്ചിട്ടില്ല. 3 ശരീരംകൊണ്ട് ഇല്ലെങ്കിലും ആത്മാവിൽ സന്നിഹിതനായ ഞാൻ, ഈ പ്രവൃത്തി ചെയ്തവനെ (ഞാൻ അവിടെ ഉണ്ടെന്ന്) വിധിച്ചിരിക്കുന്നു. 4 നമ്മുടെ കർത്താവായ യേശുക്രിസ്തുവിന്റെ നാമത്തിൽ, എന്റെ ആത്മാവിനോടും നമ്മുടെ കർത്താവായ

യേശുക്രിസ്തുവിന്റെ ശക്തിയോടും നിങ്ങൾ ഒന്നിച്ചുകൂടുമ്പോൾ, 5 അങ്ങനെയുള്ളവനെ ജഡനാശത്തിനായി സാത്താന്നു ഏല്പിക്കുവിൻ; അങ്ങനെയുള്ളവനെ കർത്താവായ യേശുവിന്റെ നാളിൽ അവന്റെ ആത്മാവ് രക്ഷിക്കപ്പെടേണ്ടതിന്നു തന്നേ.

തിമൊഥെയൊസ് 1 1:20 ഹുമനയൊസും അലെക്സന്തരും ഈ കൂട്ടത്തിൽ ഉള്ളവർ ആകുന്നു; അവർ ദൂഷണം പറയാതിരിപ്പാൻ പഠിക്കേണ്ടതിന്നു ഞാൻ അവരെ സാത്താനെ ഏല്പിച്ചു.

2 തിമൊഥെയൊസ് 2:17-18 17 അവരുടെ വചനം കാൻസർപോലെ പടരും. ഹുമനയോസും ഫിലേത്തൊസും ഇതുപോലെയുള്ളവരാണ്. 18 പുനരുത്ഥാനം കഴിഞ്ഞു എന്നു പറഞ്ഞു സത്യം വിട്ടു തെറ്റിപ്പോയ അവർ ചിലരുടെ വിശ്വാസം മറിച്ചുകളയുന്നു.

2 തിമൊഥെയൊസ് 4:14-15 14 ചെമ്പുപണിക്കാരനായ അലക്സാണ്ടർ എനിക്ക് വളരെ ദോഷം ചെയ്തു. അവന്റെ പ്രവൃത്തികൾക്ക് തക്കവണ്ണം കർത്താവ് അവന് പകരം നൽകട്ടെ. 15 അവൻ നമ്മുടെ വാക്കുകൾക്ക് അത്യന്തം എതിർത്തുനിന്നതുകൊണ്ട് നീയും അവനെ സൂക്ഷിച്ചുകൊൾക.

അപ്പൊസ്തലനായ പൗലോസ് ഒരാളെ സാത്താന് ഏൽപ്പിക്കുന്നതിനെക്കുറിച്ച്

പരാമർശിച്ചിരിക്കുന്നത് രണ്ട് സന്ദർഭങ്ങൾ മാത്രമേയുള്ളൂ. കൊരിന്ത്യൻ സഭയിൽ, ദുർമ്മാർഗ്ഗത്തിൽ ജീവിച്ചിരുന്ന ഒരു മനുഷ്യനെ ശിക്ഷിക്കുന്നതിനെക്കുറിച്ചായിരുന്നു അത്, തുടക്കത്തിൽ അയാൾ അനുതപിച്ചതായി തോന്നുന്നില്ല. ആ മനുഷ്യനെ കുറച്ചു കാലത്തേക്ക് പ്രാദേശിക സഭയിൽ നിന്ന് പുറത്താക്കണമെന്നും (1 കൊരിന്ത്യർ 5:13) ജഡത്തിന്റെ നാശത്തിനായി സാത്താന് ഏൽപ്പിക്കണമെന്നും പൗലോസ് ആഗ്രഹിച്ചു, അങ്ങനെ അവന്റെ ആത്മാവ് രക്ഷിക്കപ്പെടും. പൗലോസ് തന്റെ അപ്പോസ്തലിക അധികാരം പ്രയോഗിക്കുകയും അനുതാപമില്ലാത്ത പാപപ്രവൃത്തിക്ക് ശിക്ഷണം നൽകുകയും ചെയ്യുന്നുവെന്ന് നമുക്ക് മനസ്സിലാകും. ഒരു അർത്ഥത്തിൽ, ആ മനുഷ്യനെ ശാരീരികമായും ആത്മീയമായും പ്രാദേശിക സഭയിൽ നിന്ന് മാറ്റി നിർത്തുകയായിരുന്നു. ഇതിനർത്ഥം അയാൾക്ക് സാധാരണയായി ലഭിക്കുമായിരുന്ന സംരക്ഷണം പിൻവലിക്കപ്പെട്ടു, അവന്റെ പാപം നിമിത്തം അയാൾ ഇപ്പോൾ സാത്താന് ഇരയാകുന്നു എന്നാണ്. അപ്പോൾ ഭൗതിക ലോകത്ത് ദോഷം വരുത്താൻ സാത്താന് എന്തും ചെയ്യാൻ കഴിയും, എന്നാൽ ആ മനുഷ്യൻ മാനസാന്തരത്തിലേക്ക് വരുന്നതിനായി ഇത് അനുവദിച്ചു.

തുടർന്ന് 2 കൊരിന്ത്യരിൽ ഒരു രേഖയുണ്ട്, അവിടെ ഒരു ചെറിയ കാലയളവിനുശേഷം, പൗലോസ് സഭയ്ക്ക് നൽകിയ നിർദ്ദേശം ഇതാണ്: "ഭൂരിപക്ഷം പേർ നൽകിയ ഈ ശിക്ഷ അത്തരമൊരു മനുഷ്യനു മതി; മറിച്ച്, നിങ്ങൾ അവനോട് ക്ഷമിക്കുകയും ആശ്വസിപ്പിക്കുകയും വേണം, അല്ലെങ്കിൽ അയാൾ അമിത ദുഃഖത്തിൽ മുങ്ങിപ്പോകും. അതുകൊണ്ട് അവനോടുള്ള നിങ്ങളുടെ സ്നേഹം വീണ്ടും ഉറപ്പിക്കാൻ ഞാൻ നിങ്ങളോട് അപേക്ഷിക്കുന്നു" (2 കൊരിന്ത്യർ 2:6-8). ഈ മനുഷ്യൻ യഥാർത്ഥത്തിൽ എന്തെങ്കിലും ശാരീരിക ഉപദ്രവം അനുഭവിച്ചതായി ഒരു രേഖയുമില്ല. എന്തായാലും, വളരെയധികം ദുഃഖവും യഥാർത്ഥ അനുതാപവും ഉണ്ടായിരുന്നതായി തോന്നുന്നു, അതിനാൽ പൗലോസ് തന്നെ എഴുതുന്നു: "എന്തെങ്കിലും ഞാൻ ക്ഷമിച്ചിട്ടുണ്ടെങ്കിൽ, ക്രിസ്തുവിന്റെ സാന്നിധ്യത്തിൽ നിങ്ങൾ നിമിത്തം ഞാൻ അവനോട് ക്ഷമിച്ചിരിക്കുന്നു" (2 കൊരിന്ത്യർ 2:10).

രണ്ടാമത്തെ കേസ് എഫെസൊസ് സഭയിലെ രണ്ട് മത്സരികളായ ഹുമനയോസും അലക്സാണ്ടറും ആയിരുന്നു. പൗലോസിനെയും ക്രിസ്തുവിനെക്കുറിച്ചുള്ള സത്യത്തെയും കുറിച്ച് ദൈവദൂഷണം പറയുകയും (തിന്മ സംസാരിക്കുകയും)

പുനരുത്ഥാനം ഇതിനകം അവസാനിച്ചു എന്ന തെറ്റായ സിദ്ധാന്തം പ്രസംഗിക്കുകയും ചെയ്ത ഒരാളായിരുന്നു ഹുമനയോസ്. ഇത് ചിലർ വിശ്വാസത്തിൽ നിന്ന് അകന്നുപോകാൻ കാരണമായി. പൗലോസിനെ എതിർത്തത് അലക്സാണ്ടറാണെന്ന് തോന്നുന്നു, പൗലോസിന് വളരെയധികം ദോഷം വരുത്തുന്ന കാര്യങ്ങൾ പറഞ്ഞു. രണ്ട് സന്ദർഭങ്ങളിലും, ഈ പുരുഷന്മാരെ സഭയിൽ നിന്ന് മോചിപ്പിക്കാനും സാത്താന്റെ കൈകളിലേക്ക് തള്ളിവിടാനും പൗലോസ് അപ്പോസ്തലിക അധികാരം ഉപയോഗിക്കുന്നു. അപ്പോസ്തലന്റെ ഹൃദയം അറിയാവുന്നതിനാൽ, ഈ പുരുഷന്മാർ മാനസാന്തരത്തിലേക്ക് വരുകയും സത്യവുമായി പൊരുത്തപ്പെടുകയും ചെയ്യുമെന്ന ഉദ്ദേശ്യത്തോടെയായിരുന്നു ഇത് ചെയ്തത്. എന്നാൽ ഈ കേസിലെ ഫലത്തെക്കുറിച്ച് നമുക്ക് ഒരു രേഖയും ഇല്ല.

ഒരാൾ അനുസരണക്കേടിലും മത്സരത്തിലും ദൈവത്തിന്റെ പരിധികൾക്കപ്പുറത്തേക്ക് പോകുമ്പോൾ, അവൻ പിശാചിന് ഇരയാകുമെന്നത് സത്യമാണ്. എന്നിരുന്നാലും, വിശ്വാസികളെന്ന നിലയിൽ, സാത്താന് ഏൽപ്പിക്കപ്പെടുമെന്ന് ഭയപ്പെടേണ്ട ആവശ്യമില്ല, കാരണം നാം ദൈവത്തിലേക്ക്

തള്ളിവിടുകയാണ്, അവനിൽ നിന്ന് അകന്നുപോകുകയല്ല.

കൊരിന്ത്യൻ സഭ—അനേകർ ദുർബലർ, അനേകർ രോഗികൾ, അകാലത്തിൽ മരിക്കുന്നവർ

കൊരിന്ത്യർ 1 11:17-34 17 ഈ നിർദ്ദേശങ്ങൾ നൽകുന്നതിൽ ഞാൻ നിങ്ങളെ പ്രശംസിക്കുന്നില്ല; കാരണം, നിങ്ങൾ നന്മയ്ക്കുവേണ്ടിയല്ല, തിന്മയ്ക്കുവേണ്ടിയാണ് കൂടിവരുന്നത്. 18
ഒന്നാമതായി, നിങ്ങൾ ഒരു സഭയായി കൂടിവരുമ്പോൾ, നിങ്ങളുടെ ഇടയിൽ ഭിന്നതകൾ ഉണ്ടെന്ന് ഞാൻ കേൾക്കുന്നു, ഭാഗികമായി ഞാൻ അത് വിശ്വസിക്കുന്നു. 19
നിങ്ങളുടെ ഇടയിൽ അംഗീകൃതരായവരെ തിരിച്ചറിയേണ്ടതിന് നിങ്ങളുടെ ഇടയിൽ ഭിന്നതകളും ഉണ്ടാകണം. 20 അതിനാൽ നിങ്ങൾ
ഒരു സ്ഥലത്ത് കൂടിവരുമ്പോൾ, കർത്താവിന്റെ അത്താഴം കഴിക്കരുത്. 21
ഭക്ഷണം കഴിക്കുന്നതിൽ, ഓരോരുത്തൻ താന്താന്റെ അത്താഴം മറ്റുള്ളവരെക്കാൾ മുമ്പായി കഴിക്കുന്നു; ഒരാൾ വിശക്കുന്നു, മറ്റൊരാൾ മദ്യപിക്കുന്നു. 22
എന്ത്! നിങ്ങൾക്ക് തിന്നാനും കുടിക്കാനും വീടുകളില്ലേ? അതോ നിങ്ങൾ ദൈവത്തിന്റെ സഭയെ നിന്ദിക്കുകയും ഒന്നുമില്ലാത്തവരെ ലജ്ജിപ്പിക്കുകയും ചെയ്യുന്നുവോ? ഞാൻ

നിങ്ങളോട് എന്താണ് പറയേണ്ടത്? ഇതിൽ
ഞാൻ നിങ്ങളെ പ്രശംസിക്കണോ? ഞാൻ
നിങ്ങളെ പ്രശംസിക്കുന്നില്ല. 23 ഞാൻ
നിങ്ങൾക്ക് ഏൽപ്പിച്ചത് കർത്താവിൽ നിന്ന്
എനിക്ക് ലഭിച്ചു: കർത്താവായ യേശു
ഒറ്റിക്കൊടുക്കപ്പെട്ട രാത്രിയിൽ അപ്പം
എടുത്തു; 24 അവൻ സ്തോത്രം ചെയ്തു അതു
നുറുക്കി: വാങ്ങി ഭക്ഷിപ്പിൻ; ഇതു നിങ്ങൾക്കു
വേണ്ടി നുറുക്കപ്പെട്ട എന്റെ ശരീരം; എന്റെ
ഓർമ്മെക്കായി ഇതു ചെയ്വിൻ എന്നു
പറഞ്ഞു. 25 അങ്ങനെ തന്നേ അത്താഴം
കഴിഞ്ഞശേഷം അവൻ പാനപാത്രവും
എടുത്തു പറഞ്ഞു: ഈ പാനപാത്രം എന്റെ
രക്തത്തിലുള്ള പുതിയനിയമം ആകുന്നു.
നിങ്ങൾ കുടിക്കുമ്പോഴൊക്കെയും എന്റെ
ഓർമ്മെക്കായി ഇതു ചെയ്വിൻ. 26 ആകയാൽ
നിങ്ങൾ ഈ അപ്പം തിന്നുകയും ഈ
പാനപാത്രം കുടിക്കയും
ചെയ്യുമ്പോഴൊക്കെയും കർത്താവു
വരുവോളം അവന്റെ മരണത്തെ
പ്രഖ്യാപിക്കുന്നു. 27 ആകയാൽ ഈ അപ്പം
അയോഗ്യമായി തിന്നുകയോ കർത്താവിന്റെ
പാനപാത്രം കുടിക്കയോ ചെയ്യുന്നവൻ
കർത്താവിന്റെ ശരീരത്തിന്നും രക്തത്തിന്നും
കുറ്റക്കാരനാകും. 28 എന്നാൽ ഒരു മനുഷ്യൻ
തന്നെത്താൻ ശോധന ചെയ്യട്ടെ; അങ്ങനെ
അവൻ അപ്പം തിന്നുകയും
പാനപാത്രത്തിൽനിന്നു കുടിക്കയും ചെയ്യട്ടെ.
29 അയോഗ്യമായി തിന്നുകയും കുടിക്കയും

ചെയ്യുന്നവൻ കർത്താവിന്റെ ശരീരത്തെ വിവേചിക്കാതവണ്ണം തനിക്കു തന്നേ ശിക്ഷാവിധി തിന്നുകയും കുടിക്കയും ചെയ്യട്ടെ.
30 ഇക്കാരണത്താൽ നിങ്ങളിൽ പലരും ബലഹീനരും രോഗികളും ആകുന്നു; അനേകർ ഉറങ്ങുന്നു.
31 നാം നമ്മെത്തന്നേ വിധിക്കുന്നു എങ്കിൽ നാം വിധിക്കപ്പെടുകയില്ല;
32 എന്നാൽ വിധിക്കപ്പെടുമ്പോൾ, ലോകത്തോടുകൂടെ നാം ശിക്ഷിക്കപ്പെടാതിരിക്കേണ്ടതിന് കർത്താവ് നമ്മെ ശിക്ഷിക്കുന്നു.
33 അതുകൊണ്ട് സഹോദരന്മാരേ, നിങ്ങൾ ഭക്ഷണം കഴിക്കാൻ ഒരുമിച്ചുകൂടുമ്പോൾ പരസ്പരം കാത്തിരിക്കുവിൻ.
34 എന്നാൽ ആർക്കെങ്കിലും വിശക്കുന്നുവെങ്കിൽ നിങ്ങൾ ന്യായവിധിക്ക് ഒരുമിച്ചുകൂടാതിരിക്കേണ്ടതിന് അവൻ വീട്ടിൽവെച്ചു ഭക്ഷണം കഴിക്കട്ടെ. ബാക്കിയുള്ളവ ഞാൻ വരുമ്പോൾ ക്രമപ്പെടുത്തും.

കൊരിന്ത്യൻ സഭ വളരെ ആത്മീയരായ ആളുകളുടെ ഒരു കൂട്ടമായിരുന്നിട്ടും, ധാർമ്മിക നിലവാരം, സഭായോഗങ്ങളിലെ പെരുമാറ്റം , ഒരു ഏകീകൃത സമൂഹമായി ഒരുമിച്ച് ജീവിക്കൽ തുടങ്ങിയ മേഖലകളിൽ പരിഹരിക്കേണ്ട നിരവധി പ്രശ്നങ്ങൾ അവർക്കുണ്ടായിരുന്നു. കർത്താവിന്റെ മേശ ആഘോഷിക്കുന്നതിലെ അവരുടെ പെരുമാറ്റം ഇതിന്റെ ഭാഗമായിരുന്നു. ഇതിനെ

ഭക്തിപൂർവ്വം കാണുന്നതിനും ആത്മീയ അർത്ഥത്തോടെ ഇത് ചെയ്യുന്നതിനും പകരം, ഇത് സഭായോഗത്തിൽ വിരുന്നു കഴിക്കുന്നതിനും കഴിക്കുന്നതിനും കുടിക്കുന്നതിനുമുള്ള ഒരു സമയമായി മാറി. വീട്ടിൽ തന്നെ ചെയ്യാൻ കഴിയുന്ന ഒരു വിരുന്ന് അവർ ഒരുമിച്ച് ആഘോഷിക്കുന്ന സമയമാക്കി അവർ ഇതിനെ മാറ്റി. തന്റെ മരണം, പുനരുത്ഥാനം, പെട്ടെന്നുള്ള തിരിച്ചുവരവ് എന്നിവയെക്കുറിച്ചുള്ള വലിയ ഭക്തിയുടെയും ആത്മീയ പ്രഖ്യാപനത്തിന്റെയും സമയമായിരിക്കാൻ കർത്താവ് ഉദ്ദേശിച്ചത് ഒരു ഉച്ചഭക്ഷണ വിരുന്ന് പോലെയായി!

തൽഫലമായി, ക്രിസ്തുവിന്റെ കുരിശിന്റെ അനുഗ്രഹങ്ങളും ശക്തിയും ആസ്വദിക്കുന്നതിനുപകരം, ഈ കൊരിന്ത്യർ വിശുദ്ധ മേശയെ അപമാനിച്ചുകൊണ്ട് ദൈവത്തിന്റെ ന്യായവിധിക്കായി തങ്ങളെത്തന്നെ ഒരു സ്ഥാനത്ത് പ്രതിഷ്ഠിക്കുകയായിരുന്നു. തൽഫലമായി, രോഗശാന്തിയുടെയും വിടുതലിന്റെയും പൂർണ്ണതയുടെയും കുരിശിന്റെ പ്രയോജനങ്ങൾ ആസ്വദിക്കുന്നതിനുപകരം, പലരും രോഗികളും ദുർബലരും അകാല മരണവും അനുഭവിച്ചു.

ഈ വിശുദ്ധ ആഘോഷത്തിൽ കർത്താവിന്റെ മരണം പ്രഖ്യാപിക്കുകയും അങ്ങനെ

യേശുക്രിസ്തുവിന്റെ കുരിശിന്റെ പൂർണ്ണ അനുഗ്രഹങ്ങൾ അനുഭവിക്കുകയും ചെയ്യുക എന്നതായിരുന്നു കർത്താവിന്റെ മേശ നൽകപ്പെട്ടതിന്റെ ഉദ്ദേശ്യം. ഇതാണ് ദൈവത്തിന്റെ പദ്ധതിയും ആഗ്രഹവും. ഇതാണ് ദൈവത്തിന്റെ ഇഷ്ടം. തന്റെ ജനം ദുർബലരും രോഗികളും അകാലത്തിൽ മരിക്കണമെന്നത് അവന്റെ ഉദ്ദേശ്യമല്ല.

എന്നിരുന്നാലും, പവിത്രമായതിനെ നഗ്നമായി അപമാനിക്കുകയും സ്വന്തം ജീവിതത്തെ പരിശോധിക്കുന്നതിലും കർത്താവിന്റെ ശരീരത്തെ വിവേചിക്കുന്നതിലും ശ്രദ്ധ കേന്ദ്രീകരിക്കാതെ അതിനെ വിരുന്നിനുള്ള സമയമാക്കുകയും ചെയ്യുന്നതിലൂടെ, ദൈവത്തിന്റെ ഉദ്ദേശിച്ച അനുഗ്രഹം സ്വീകരിക്കുന്നതിൽ നാം പരാജയപ്പെടുകയും പകരം ദൈവത്തിന്റെ സംരക്ഷണത്തിൽ നിന്ന് പുറത്തുകടന്ന് ബലഹീനതയ്ക്കും രോഗത്തിനും അകാല മരണത്തിനും ഇരയാകുകയും ചെയ്യുന്നു. ദൈവത്തിന്റെ ന്യായവിധി കൈകാര്യം ചെയ്യുന്നത് (എ) ദിവ്യ സംരക്ഷണം പിൻവലിക്കലാണെന്നും (ബി) നമ്മെ ശരിയായ പാതയിലേക്ക് തിരികെ കൊണ്ടുവരുന്നതിനായി ആളുകളുടെ ശ്രദ്ധ ആകർഷിക്കാൻ ദൈവം ഈ ഘടകങ്ങളെ (ബലഹീനത, രോഗം, അകാല മരണം) അനുവദിക്കുകയോ ഇടപഴകുകയോ ചെയ്യുന്നതായും നാം മനസ്സിലാക്കുന്നു. ഇത്

ദൈവഹിതമല്ല, മറിച്ച് ദൈവത്തിന്റെ പദ്ധതിയിൽ നിന്ന് പുറത്തുകടന്ന് അനുസരണക്കേടിൽ നടക്കുമ്പോൾ എന്താണ് സംഭവിക്കുന്നത്. നാം സ്വയം വിധിക്കുകയും അനുസരണത്തിൽ നടക്കുകയും ചെയ്താൽ, നമുക്ക് ഇവ ഒഴിവാക്കാനാകും.

ഇന്നത്തെ വിശ്വാസികളെന്ന നിലയിൽ, കർത്താവിന്റെ മേശയിൽ "തെറ്റായി" പങ്കെടുക്കുന്നതിനാൽ ബലഹീനത, രോഗം, അകാല മരണം എന്നിവയെ നാം ഭയപ്പെടേണ്ടതില്ല, കാരണം അത് എങ്ങനെ ശരിയായി ചെയ്യണമെന്ന് നമ്മെ പഠിപ്പിച്ചിട്ടുണ്ട്. ഓരോ തവണയും കർത്താവിന്റെ മേശയിൽ പങ്കുചേരുമ്പോൾ നമ്മൾ എന്താണ് ചെയ്യേണ്ടതെന്ന് നമുക്കറിയാം. ഏറ്റവും ചെറിയ തെറ്റ് പോലും നമ്മുടെ മേൽ ന്യായവിധി ചൊരിയാൻ ദൈവം കാത്തിരിക്കുകയല്ല! മറിച്ച്, ഓരോ തവണയും നാം കർത്താവിന്റെ മേശ ആഘോഷിക്കുമ്പോൾ, നാം അവന്റെ ഹൃദയത്തിൽ സന്തോഷവും ശത്രു പാളയത്തിൽ ഭയവും കൊണ്ടുവരുന്നു!

തിമോത്തിയുടെ വയറ്

തിമൊഥെയൊസ് 1 5:23 മേലാൽ വെള്ളം മാത്രം കുടിക്കാതെ നിന്റെ അജീർണ്ണതയും

കൂടെക്കൂടെയുള്ള ക്ഷീണതയും നിമിത്തം അല്പം വീഞ്ഞും സേവിച്ചുകൊൾക.
ഈ വാക്യത്തിൽ നിന്ന് തിമോത്തിയോസിന് ആവർത്തിച്ചുള്ള ഒരുതരം വയറുവേദനയും ഒരുപക്ഷേ മറ്റ് പതിവ് ശാരീരിക രോഗങ്ങളും ഉണ്ടായിരുന്നുവെന്ന് വ്യക്തമാണ്. എഫെസൊസിൽ വന്നതിനുശേഷം മാത്രമാണ് ഇത് അദ്ദേഹത്തിന് സംഭവിച്ചു തുടങ്ങിയതാണോ അതോ വളരെക്കാലം മുമ്പ് ഈ പ്രശ്നങ്ങൾ നിലനിന്നിരുന്നോ എന്ന് അറിയില്ല. കൂടാതെ, തിമോത്തിയോസിന് ഈ പ്രശ്നങ്ങൾ ഒരു ചെറിയ കാലയളവിലേക്ക് മാത്രമേ ഉണ്ടായിരുന്നുള്ളൂ അല്ലെങ്കിൽ ഇവ തുടർച്ചയായ പ്രശ്നങ്ങളാണോ എന്ന് അറിയില്ല. അതിനാൽ ഇതുമായി ബന്ധപ്പെട്ട ഏതെങ്കിലും അഭിപ്രായങ്ങൾ ശുദ്ധമായ ഊഹാപോഹമായിരിക്കും. തിമോത്തിയോ എഫെസൊസിൽ സഭയെ നയിച്ചുവെന്നും ഈ അസുഖങ്ങൾ കാരണം അദ്ദേഹത്തിന്റെ ശുശ്രൂഷ അവസാനിച്ചില്ലെന്നും നമുക്കറിയാം.

തിമോത്തിയോസിന്റെ ഉദരസംബന്ധമായ പ്രശ്നത്തിന് വീഞ്ഞിന്റെ ഔഷധമൂല്യം കണക്കിലെടുത്ത് അപ്പോസ്തലനായ പൗലോസ് വീഞ്ഞ് ഉപയോഗിക്കാൻ ശുപാർശ ചെയ്തു. അതിനാൽ, നമ്മുടെ ഹൃദയങ്ങളെ ദൈവത്തിനു സമർപ്പിച്ചുകൊണ്ടുതന്നെ പ്രകൃതിദത്തവും വൈദ്യശാസ്ത്രപരവുമായ

പരിഹാരങ്ങൾ ഉപയോഗിക്കുന്നതാണ് നല്ലതെന്ന് നമുക്ക് നിഗമനം ചെയ്യാം.

ഹിസ്കീയാവിന്റെ രോഗം

രാജാക്കന്മാർ 2 20:1-7 1 ആ കാലത്ത് ഹിസ്കീയാവ് രോഗബാധിതനായി മരണത്തോടടുത്തിരുന്നു. ആമോസിന്റെ മകനായ യെശയ്യാവ് പ്രവാചകൻ അവന്റെ അടുക്കൽ ചെന്ന് അവനോട് പറഞ്ഞു: "യഹോവ ഇപ്രകാരം അരുളിച്ചെയ്യുന്നു: 'നിന്റെ ഭവനം ക്രമത്തിലാക്കുക; നീ മരിക്കും, ജീവിക്കുകയില്ല.'" 2 അപ്പോൾ അവൻ മുഖം ചുവരിന്റെ നേരെ തിരിച്ചു യഹോവയോട് പ്രാർത്ഥിച്ചു: 3 "യഹോവേ, ഞാൻ എങ്ങനെ സത്യത്തോടും
വിശ്വസ്തഹൃദയത്തോടുംകൂടെ നിന്റെ മുമ്പാകെ നടന്നു നിന്റെ ദൃഷ്ടിയിൽ നല്ലതു ചെയ്തിരിക്കുന്നു എന്ന് ഓർക്കേണമേ." ഹിസ്കീയാവ് കഠിനമായി കരഞ്ഞു. 4
യെശയ്യാവ് നടുവിലെ പ്രാകാരത്തിലേക്കു പോകുന്നതിനു മുമ്പ് യഹോവയുടെ അരുളപ്പാട് അവന് ഉണ്ടായി: 5 "നീ മടങ്ങിവന്ന് എന്റെ ജനത്തിന്റെ പ്രഭുവായ ഹിസ്കീയാവിനോട്: നിന്റെ പിതാവായ ദാവീദിന്റെ ദൈവമായ യഹോവ ഇപ്രകാരം അരുളിച്ചെയ്യുന്നു: ഞാൻ നിന്റെ പ്രാർത്ഥന കേട്ടു, നിന്റെ കണ്ണുനീർ കണ്ടിരിക്കുന്നു; ഞാൻ നിന്നെ സൗഖ്യമാക്കും. മൂന്നാം ദിവസം നീ

യഹോവയുടെ ആലയത്തിലേക്ക് പോകും. 6 ഞാൻ നിന്റെ ആയുസ്സിനോട് പതിനഞ്ചു വർഷം കൂട്ടും. ഞാൻ നിന്നെയും ഈ നഗരത്തെയും അശ്ശൂർ രാജാവിന്റെ കൈയിൽ നിന്ന് വിടുവിക്കും; എന്റെ നിമിത്തം, എന്റെ ദാസനായ ദാവീദിന്റെ നിമിത്തം, ഈ നഗരത്തെ ഞാൻ സംരക്ഷിക്കും." ' "7 അപ്പോൾ യെശയ്യാവ്, "ഒരു അത്തിപ്പഴക്കട്ട എടുക്കുക" എന്നു പറഞ്ഞു. അവർ അത് എടുത്ത് പരുവിന്റെ മുകളിൽ വെച്ചു; അവൻ സുഖം പ്രാപിച്ചു.

യെശയ്യാ 38:21 "അവർ ഒരു അത്തിപ്പഴക്കട്ട എടുത്ത് പരുവിന്റെ മുകളിൽ പുരട്ടട്ടെ, അവൻ സുഖപ്പെടും" എന്ന് യെശയ്യാവ് പറഞ്ഞിരുന്നു.

ഹിസ്കീയാ രാജാവ് രോഗബാധിതനായി മരണത്തോടടുത്തു. പ്രവാചകന്റെ മുന്നറിയിപ്പ് കേട്ടതിനുശേഷം, ഹിസ്കീയാ കർത്താവിലേക്ക് തിരിഞ്ഞു പ്രാർത്ഥിക്കുന്നു. ദൈവം രാജാവിന്റെ പ്രാർത്ഥന കേൾക്കുകയും പ്രവാചകൻ ആളുകളോട് ഒരു അത്തിപ്പഴക്കട്ടയിൽ നിന്ന് ഒരു കുഴമ്പ് ഉണ്ടാക്കി പരുവിന്റെ മുകളിൽ വയ്ക്കാൻ നിർദ്ദേശിക്കുകയും ചെയ്യുന്നു (ചില പതിപ്പുകളിൽ 'അൾസർ' അല്ലെങ്കിൽ 'ട്യൂമർ' എന്ന് വായിക്കപ്പെടുന്നു). ഹിസ്കീയാ സുഖം പ്രാപിക്കുകയും 15 വർഷം കൂടി ജീവിക്കുകയും ചെയ്യുന്നു.

അത്തിപ്പഴം കൊണ്ടുണ്ടാക്കിയ കുഴമ്പ് ഉപയോഗിക്കാതെ തന്നെ ദൈവത്തിന് ഹിസ്കീയാവിനെ സുഖപ്പെടുത്താമായിരുന്നു എന്നത് വ്യക്തമാണ്. അത്തിപ്പഴം കൊണ്ടുണ്ടാക്കിയ കുഴമ്പിന് പരുവിന്റെ രോഗശാന്തിയോ ഔഷധഗുണമോ ഉണ്ടായിരുന്നോ എന്ന് ഉറപ്പില്ല. അതിന് ഔഷധമൂല്യം ഉണ്ടായിരുന്നോ ഇല്ലയോ എന്നത് വ്യക്തമല്ല. ഒരു വ്യക്തിക്ക് തന്റെ രോഗശാന്തി നൽകുന്ന പ്രകൃതിദത്ത മൂലകങ്ങളുടെ ഉപയോഗത്തിന് (അല്ലെങ്കിൽ അതോടൊപ്പം) ദൈവം എതിരല്ലെന്ന് നമുക്ക് ഉറപ്പിക്കാം.

ട്രോഫിമസ് രോഗബാധിതനായി.

തിമൊഥെയൊസ് 2 4:20 എരസ്തൊസ് കൊരിന്തിൽ താമസിച്ചു, ത്രൊഫിമൊസിനെ ഞാൻ മിലേത്തിൽ രോഗിയായി വിട്ടേച്ചുപോന്നു.

അപ്പോസ്തലനായ പൗലോസ് ആത്മാവിന്റെ ശക്തിയിൽ ശുശ്രൂഷ ചെയ്ത ഒരു മനുഷ്യനായിരുന്നു, അദ്ദേഹം ശുശ്രൂഷിച്ച പല സ്ഥലങ്ങളിലും ശക്തമായ രോഗശാന്തികളും, അത്ഭുതങ്ങളും, അടയാളങ്ങളും, അത്ഭുതങ്ങളും നടന്നതായി കണ്ടു. എന്നിരുന്നാലും, തന്റെ സംഘാംഗങ്ങളിൽ ഒരാളായ ത്രോഫിമോസിനെ മിലേത്തസിൽ രോഗിയായി വിട്ടിട്ട് റോമിലേക്ക് പോയതായി

അദ്ദേഹം ഇപ്പോഴും എഴുതുന്നു (പ്രവൃത്തികൾ 20:4,15).

പൗലോസിന് തന്നെ പൂർണ്ണമായ ഫലങ്ങൾ കാണാൻ കഴിഞ്ഞില്ലെങ്കിലും, ആത്മാവിന്റെ പ്രവൃത്തി, രോഗശാന്തികൾ, അത്ഭുതങ്ങൾ, ആത്മാവിന്റെ ദാനങ്ങൾ, അടയാളങ്ങൾ, അത്ഭുതങ്ങൾ എന്നിവയെ അദ്ദേഹം അപമാനിക്കുന്നില്ല. വാസ്തവത്തിൽ, അദ്ദേഹം തന്റെ ലേഖനങ്ങളിൽ ഇവയെക്കുറിച്ച് ശക്തമായി എഴുതുന്നു.

ത്രോഫിമോസിന് യഥാർത്ഥത്തിൽ എന്താണ് സംഭവിച്ചതെന്ന് നമുക്കറിയില്ല. ഇത് ഒരു താൽക്കാലിക രോഗമായിരുന്നോ, അതിൽ നിന്ന് അദ്ദേഹം പെട്ടെന്ന് സുഖം പ്രാപിച്ചോ എന്ന് നമുക്കറിയില്ല. എന്തായാലും, എല്ലാത്തിനും എല്ലാ ഉത്തരങ്ങളും എല്ലായ്പ്പോഴും നമ്മുടെ പക്കലില്ലെന്ന് ഞങ്ങൾ സമ്മതിക്കുന്നു. എന്നാൽ പൗലോസിനെപ്പോലെ, ആത്മാവിന്റെ ശക്തിയിൽ ശുശ്രൂഷിച്ചുകൊണ്ട്, നാം ഇപ്പോഴും കർത്താവിന്റെ വേലയിൽ മുന്നേറുന്നു.

എപ്പഫ്രൊദിത്തോസ് - ക്രിസ്തുവിന്റെ പ്രവൃത്തിക്കുവേണ്ടി അവൻ മരണത്തോടടുത്തു.

ഫിലിപ്പിയർ 2:25-30 25 എങ്കിലും എന്റെ സഹോദരനും സഹപ്രവർത്തകനും

സഹഭടനും നിങ്ങളുടെ ദൂതനും എന്റെ
ആവശ്യത്തിന് ശുശ്രൂഷിച്ചവനുമായ
എപ്പഫ്രൊദിത്തൊസിനെ നിങ്ങളുടെ അടുക്കൽ
അയയ്ക്കേണ്ടത് ആവശ്യമാണെന്ന് ഞാൻ
കരുതി. 26 അവൻ നിങ്ങളെ എല്ലാവരെയും
കാണാനും അവൻ രോഗിയായി എന്ന് നിങ്ങൾ
കേട്ടതുകൊണ്ട് ദുഃഖിതനുമായിരുന്നു. 27
അവൻ മരണത്തോളം രോഗിയായിരുന്നു
എന്നത് വാസ്തവമാണ്; എന്നാൽ ദൈവം
അവനോടു കരുണ കാണിച്ചു, അവനോടു
മാത്രമല്ല, എനിക്കു ദുഃഖത്തിനുമേൽ ദുഃഖം
ഉണ്ടാകാതിരിപ്പാൻ എന്നോടും കരുണ
കാണിച്ചു. 28 അതുകൊണ്ട് നിങ്ങൾ അവനെ
വീണ്ടും കാണുമ്പോൾ നിങ്ങൾ
സന്തോഷിക്കേണ്ടതിനും എന്റെ ദുഃഖം
കുറയേണ്ടതിനും ഞാൻ അവനെ അധികം
ആകാംക്ഷയോടെ അയച്ചു. 29 അതുകൊണ്ട്
കർത്താവിൽ പൂർണ്ണ സന്തോഷത്തോടെ
അവനെ കൈക്കൊൾവിൻ; അത്തരം
മനുഷ്യരെ ബഹുമാനിപ്പിൻ; 30
ക്രിസ്തുവിന്റെ പ്രവൃത്തിനിമിത്തം അവൻ
മരണത്തോളം ആയ്പോയി, തന്റെ
ജീവനെക്കുറിച്ചു ചിന്തിക്കാതെ. നിങ്ങളുടെ
ശുശ്രൂഷയിൽ കുറവുള്ളത് എനിക്ക് നൽകാൻ.
ഫിലിപ്പിയർ 4:18 എനിക്ക് എല്ലാം ഉണ്ട്,
സമൃദ്ധിയായുമിരിക്കുന്നു. നിങ്ങൾ
അയച്ചുതന്നവ എപ്പഫ്രൊദിത്തൊസിന്റെ
കയ്യാൽ ഞാൻ സ്വീകരിച്ചു
തൃപ്തനായിരിക്കുന്നു; അത് ദൈവത്തിന്

പ്രസാദകരവും സൌരഭ്യവാസനയുമായ ഒരു സ്വീകാര്യമായ യാഗമാണ്.

ഫിലിപ്പിയർ 1:22-24 22 എന്നാൽ ഞാൻ ജഡത്തിൽ ജീവിക്കുന്നുവെങ്കിൽ അത് എന്റെ പ്രയത്നത്തിന്റെ ഫലമായിരിക്കും; എന്നാൽ ഞാൻ എന്ത് തിരഞ്ഞെടുക്കണമെന്ന് എനിക്ക് അറിയില്ല. 23 ഇവ രണ്ടിനുമിടയിൽ ഞാൻ ഞെരുങ്ങുന്നു; വേർപിരിഞ്ഞ് ക്രിസ്തുവിനോടുകൂടെ ഇരിപ്പാൻ എനിക്ക് ആഗ്രഹമുണ്ട്, അത് അത്യന്താപേക്ഷിതമാണ്. 24 എന്നിരുന്നാലും, ജഡത്തിൽ തുടരുന്നത് നിങ്ങൾക്ക് കൂടുതൽ അത്യാവശ്യമാണ്.

പൗലോസ് റോമിൽ തടവിലായിരുന്നു. ഫിലിപ്പിയിലെ സഭ അദ്ദേഹത്തെ അപ്പോസ്തലനായ പൗലോസിനെ സേവിക്കാൻ അയച്ചു. അപ്പോസ്തലനായ പൗലോസിനെ സേവിക്കുന്നതിൽ, എപ്പഫ്രോദിത്തൂസ് വളരെ ദൂരം സഞ്ചരിച്ചതായി തോന്നുന്നു, സ്വന്തം ജീവിതത്തെക്കുറിച്ച് ചിന്തിക്കാതെ, മരണത്തോട് അടുക്കാൻ അവൻ ആഗ്രഹിച്ചു. അദ്ദേഹം ചെയ്ത സേവനത്തിന്റെ കൃത്യമായ സ്വഭാവമോ അദ്ദേഹം എത്രമാത്രം അധ്വാനിച്ചുവെന്ന് നമുക്കറിയില്ല. എന്നാൽ കർത്താവിനെ സേവിക്കുന്നതിനിടയിൽ, അദ്ദേഹം രോഗിയായി മരിക്കാൻ തുടങ്ങി എന്നത് ശ്രദ്ധിക്കുന്നത് മതിയാകും. ദൈവത്തിന്റെ കാരുണ്യത്താൽ

അദ്ദേഹത്തിന്റെ ജീവൻ രക്ഷിക്കപ്പെട്ടു, എപ്പഫ്രോദിത്തൂസ് തുടർന്നും ജീവിച്ചു.

കർത്താവിനെയും അവന്റെ ജനത്തെയും സേവിക്കുന്ന ക്രിസ്തീയ ശുശ്രൂഷയിൽ ആയിരിക്കുന്നതുകൊണ്ട് മാത്രം നമുക്ക് നല്ല ആരോഗ്യവും ശക്തിയും യാന്ത്രികമായി ഉറപ്പുനൽകപ്പെടുന്നില്ല. നമ്മുടെ ആരോഗ്യം പരിപാലിക്കുന്നതിനുള്ള ഉത്തരവാദിത്തത്തിന്റെ ഭാഗമായി ആവശ്യമായ കാര്യങ്ങൾ നാം ചെയ്യേണ്ടതുണ്ട്. ഈ പ്രക്രിയയിൽ നാം അമിതമായി ജോലി ചെയ്യുകയും മരിക്കാനുള്ള സാധ്യത കൂടുതലാണ്.

ക്രിസ്തുവിനുവേണ്ടി മരിക്കുന്നതുവരെ പ്രവർത്തിക്കുന്നത് ശ്രേഷ്ഠമായി തോന്നാമെങ്കിലും, അത് അനാവശ്യവും ലാഭകരവുമല്ല. മരിച്ചുപോയിരിക്കുന്നതിനേക്കാൾ, ദൈവത്തിനും അവന്റെ രാജ്യത്തിനും ഭൂമിയിലുള്ള അവന്റെ ജനത്തിനും ജീവിച്ചിരിക്കുന്നതാണ് നമ്മുടെ പ്രയോജനം. തീർച്ചയായും, ക്രിസ്തുവിനോടുകൂടെ പോയ്ക്കൊന്ന് ജീവിക്കുന്നതാണ് വളരെ നല്ലത്. എന്നിരുന്നാലും, അവന്റെ സഭയ്ക്കും അവന്റെ രാജ്യത്തിനും വേണ്ടി, നമ്മുടെ ആരോഗ്യം പരിപാലിക്കുകയും ദീർഘവും

ആരോഗ്യകരവും ഫലപ്രദവുമായ ജീവിതം നയിക്കുകയും ചെയ്യുന്നതാണ് നല്ലത്.

രോഗം കർത്താവിന്റെ ശിക്ഷണമോ?

കൊരിന്ത്യർ 1 11:28-32 *28 എന്നാൽ ഒരു മനുഷ്യൻ തന്നെത്താൻ ശോധന ചെയ്യട്ടെ; അങ്ങനെ അവൻ അപ്പം തിന്നുകയും പാനപാത്രത്തിൽനിന്നു കുടിക്കുകയും ചെയ്യട്ടെ. 29 അയോഗ്യമായി തിന്നുകയും കുടിക്കുകയും ചെയ്യുന്നവൻ കർത്താവിന്റെ ശരീരത്തെ വിവേചിച്ചറിയാതെ തനിക്കു തന്നേ ശിക്ഷാവിധി തിന്നുകയും കുടിക്കുകയും ചെയ്യുന്നു. 30 ഇക്കാരണത്താൽ നിങ്ങളിൽ പലരും ബലഹീനരും രോഗികളും ആകുന്നു; പലരും ഉറങ്ങുന്നു. 31 നാം നമ്മെത്തന്നെ വിധിച്ചാൽ നാം വിധിക്കപ്പെടുകയില്ല. 32 എന്നാൽ നമ്മെ വിധിക്കുമ്പോൾ ലോകത്തോടുകൂടെ ശിക്ഷാവിധിയിൽ അകപ്പെടാതിരിക്കേണ്ടതിന്നു കർത്താവു നമ്മെ ശിക്ഷിക്കുന്നു.*

എബ്രായർ 12:5-11 5 *"മകനേ, കർത്താവിന്റെ ശാസനയെ നിന്ദിക്കരുത്; അവൻ നിങ്ങളെ ശാസിക്കുമ്പോൾ നിരാശപ്പെടരുത്; 6 കർത്താവ് താൻ സ്നേഹിക്കുന്നവനെ ശിക്ഷിക്കുകയും താൻ സ്വീകരിക്കുന്ന ഏതൊരു മകനെയും ശാസിക്കുകയും ചെയ്യുന്നു" എന്ന് മക്കളോട് പറയുന്ന*

പ്രബോധനം നിങ്ങൾ മറന്നുപോയി. 7 നിങ്ങൾ
ശിക്ഷണം സഹിച്ചാൽ ദൈവം മക്കളോട്
എന്നപോലെ നിങ്ങളോടു പെരുമാറുന്നു;
പിതാവ് ശിക്ഷിക്കാത്ത ഏത് മകനുണ്ടല്ലോ? 8
എന്നാൽ നിങ്ങൾ ശിക്ഷണം കൂടാതെ
ജീവിക്കുന്നവരാണെങ്കിൽ, എല്ലാവരും അതിൽ
പങ്കാളികളായിരിക്കുന്നുവെങ്കിൽ, നിങ്ങൾ
പുത്രന്മാരല്ല, വ്യഭിചാരികളാണ്. 9 കൂടാതെ,
നമ്മെ തിരുത്തിയ മനുഷ്യ പിതാക്കന്മാർ
നമുക്കുണ്ട്, നാം അവരെ ബഹുമാനിക്കുന്നു.
ആത്മാക്കളുടെ പിതാവിന് കീഴടങ്ങി
ജീവിക്കാൻ നമുക്ക് എത്രയധികം മനസ്സില്ലേ? 10
അവർ നമ്മെ അവർക്ക് ഏറ്റവും നല്ലതായി
തോന്നിയതുപോലെ കുറച്ചു ദിവസത്തേക്ക്
ശിക്ഷിച്ചു, എന്നാൽ അവന്റെ വിശുദ്ധിയിൽ
നാം പങ്കാളികളാകേണ്ടതിന് അവൻ നമ്മുടെ
പ്രയോജനത്തിനായിട്ടത്രേ ശിക്ഷിച്ചത്. 11 ഏതു
ശിക്ഷയും തൽക്കാലം സന്തോഷകരമല്ല,
ദുഃഖകരമത്രേ എന്നു തോന്നും; എന്നാൽ
പിന്നീട് അതിനാൽ പരിശീലനം ലഭിച്ചവർക്ക്
നീതി എന്ന സമാധാന ഫലം ലഭിക്കും.

വെളിപ്പാടു 3:19 എനിക്ക് പ്രിയമുള്ളവരെ ഒക്കെയും ഞാൻ ശാസിക്കുകയും ശിക്ഷിക്കുകയും ചെയ്യുന്നു. ആകയാൽ നീ ജാഗ്രതയുള്ളവനായിരിക്ക;
മാനസാന്തരപ്പെടുക.

സങ്കീർത്തനങ്ങൾ 103:10-13 10 അവൻ നമ്മുടെ
പാപങ്ങൾക്കു ഒത്തവണ്ണം നമ്മോടു

പെരുമാറിയിട്ടില്ല; നമ്മുടെ അകൃത്യങ്ങൾക്കു ഒത്തവണ്ണം നമ്മെ ശിക്ഷിച്ചിട്ടുമില്ല. 11 *ആകാശം ഭൂമിക്കുമീതെ ഉയർന്നിരിക്കുന്നതുപോലെ, തന്റെ ഭക്തന്മാരോടു അവന്റെ കരുണ വലുതാണ്;* 12 *കിഴക്കും പടിഞ്ഞാറും എത്ര അകന്നിരിക്കുന്നുവോ അത്ര അകന്നിരിക്കുന്നു അവൻ നമ്മുടെ ലംഘനങ്ങളെ നമ്മോടു അകറ്റിയിരിക്കുന്നു.* 13 *ഒരു പിതാവു മക്കളോടു കരുണ കാണിക്കുന്നതുപോലെ, യഹോവെക്കു തന്റെ ഭക്തന്മാരോടു കരുണ തോന്നുന്നു.*

നമ്മുടെ കുട്ടികൾ എന്തെങ്കിലും തെറ്റ് ചെയ്താൽ, അവരെ തിരുത്താനും ശരിയും ഉചിതവും എന്താണെന്ന് പഠിപ്പിക്കാനും, അവർക്ക് എന്തെങ്കിലും രോഗം വരുത്തിവയ്ക്കാനോ, അവരെ അപകടത്തിലാക്കാനോ, രോഗബാധിതമായ കിടക്കയിൽ കിടത്താനോ, അല്ലെങ്കിൽ അവർക്ക് കാൻസർ അല്ലെങ്കിൽ മറ്റേതെങ്കിലും ദുർബലപ്പെടുത്തുന്ന അല്ലെങ്കിൽ മാരകമായ രോഗം വരുത്താനോ ഇടയാക്കാനോ നമ്മളിൽ ആരാണ് ആഗ്രഹിക്കുന്നത്? നമ്മളിൽ ആരും അങ്ങനെ ചെയ്യില്ലെന്ന് പറയുന്നത് സുരക്ഷിതമാണെന്ന് ഞാൻ കരുതുന്നു! നമ്മളിൽ മിക്കവരും കുട്ടിയോട് കർശനമായി സംസാരിച്ചുകൊണ്ട് ആരംഭിക്കും, ചിലപ്പോൾ അവരെ ഒന്നോ രണ്ടോ അടിക്കും, തുടർന്ന് അവരുടെ ചില പദവികൾ എടുത്തുകളയും.

കുട്ടികൾ വലുതാണെങ്കിൽ, അടിക്കുന്നത് ഇനി ഉചിതമല്ലാത്തിടത്ത്, ശരി എന്താണെന്ന് അവരെ പഠിപ്പിക്കുന്നതിനായി നമ്മൾ അവരുമായി ന്യായവാദം ചെയ്ത് വിശദീകരിക്കാൻ ശ്രമിക്കും. നമ്മൾ ദുഷ്ടരാണെങ്കിൽ, നമ്മുടെ സ്വന്തം കുട്ടികളോട് എങ്ങനെ പെരുമാറണമെന്ന് അറിയാമെങ്കിൽ, നമ്മുടെ സ്വർഗ്ഗസ്ഥനായ പിതാവ് തന്റെ സ്വന്തം കുട്ടികളോട് എത്രയധികം മെച്ചപ്പെട്ട രീതിയിൽ പെരുമാറുന്നു, സ്നേഹപൂർവ്വം തിരുത്താനും, ഉപദേശിക്കാനും, പഠിപ്പിക്കാനും, അവരുടെ ജീവിതത്തിന് ഏറ്റവും നല്ലതിലേക്ക് അവരെ നയിക്കാനും.

കർത്താവിന്റെ ശിക്ഷണ വിഷയം പലപ്പോഴും തെറ്റിദ്ധരിക്കപ്പെടുകയും തെറ്റായി ചിത്രീകരിക്കപ്പെടുകയും ചെയ്യുന്നു. ആളുകൾ രോഗികളാകുന്നു, തുടർന്ന് ആഴത്തിലുള്ള ഒരു ആത്മീയ പാഠം പഠിപ്പിക്കുന്നതിനായി ദൈവം അവരെ രോഗികളാക്കി എന്ന് അവകാശപ്പെടുന്നു. ഭൂമിയിലെ മാതാപിതാക്കൾ പോലും സ്വന്തം കുട്ടികളോട് അങ്ങനെ ചെയ്യില്ലെന്ന് ഞങ്ങൾ സമ്മതിക്കുന്നു, ദൈവം അങ്ങനെ ചെയ്തതായി നാം ആരോപിക്കുമ്പോൾ, നാം അവനെ ഭൂമിയിലെ മാതാപിതാക്കളായ നമ്മളേക്കാൾ മോശമാക്കുന്നു. ഉദാഹരണത്തിന്, രോഗബാധിതനാകുകയും അങ്ങനെ കുറച്ച് ദിവസങ്ങൾ (അല്ലെങ്കിൽ

ആഴ്ചകൾ) കിടക്കയിൽ ചെലവഴിക്കുകയും ചെയ്യുന്ന ഒരു വിശ്വാസിയെ എടുക്കുക. മറ്റൊന്നും ചെയ്യാനില്ലാതെ കിടക്കയിൽ കിടക്കുമ്പോൾ, വിശ്വാസി നല്ല ക്രിസ്തീയ പുസ്തകങ്ങൾ വായിക്കാനോ നിരവധി പ്രസംഗങ്ങൾ കേൾക്കാനോ തുടങ്ങുന്നു, അങ്ങനെ അവയിലൂടെ ആത്മീയ ധാരണ നേടുകയും ആത്മീയമായി ശക്തി പ്രാപിക്കുകയും ചെയ്യുന്നു. കാലക്രമേണ, വിശ്വാസി ആരോഗ്യത്തിലേക്ക് മടങ്ങുന്നു. നമ്മൾ കേൾക്കുന്ന ഏറ്റവും സാധാരണമായ വിശദീകരണം, അവനെ/അവളെ ആത്മീയമായി ശക്തിപ്പെടുത്തുന്നതിനും ആ പ്രത്യേക ആത്മീയ പാഠങ്ങൾ പഠിപ്പിക്കുന്നതിനുമായി ദൈവം ഈ വ്യക്തിയെ രോഗിയാക്കി എന്നതാണ്. എന്റെ ന്യായവാദം, ആദ്യം നമ്മൾ ദൈവത്തെ കുറ്റപ്പെടുത്തുന്നത് മാതാപിതാക്കൾ എന്ന നിലയിൽ നമ്മൾ സ്വയം ചെയ്യാത്തത് ചെയ്താണ്, അത് ദൈവത്തെ നമ്മളേക്കാൾ മോശമാക്കി. രണ്ടാമതായി, ആ വിശ്വാസി ആരോഗ്യവാനായിരുന്നപ്പോൾ, അതേ പുസ്തകങ്ങൾ വായിക്കുകയും അതേ പ്രസംഗങ്ങൾ ശ്രദ്ധിക്കുകയും ചെയ്തിരുന്നെങ്കിൽ, അവന്/അവൾക്ക് അതേ ആത്മീയ പാഠങ്ങൾ പഠിക്കാൻ കഴിയുമായിരുന്നു!

"ശിക്ഷിക്കുക" എന്ന വാക്ക് ഗ്രീക്ക് 'പാഡ്യൂവോ', അത് ലളിതമായി പറഞ്ഞാൽ "പരിശീലിപ്പിക്കുക" എന്നാണ്. ഒരു കുട്ടി, അതായത്, വിദ്യാഭ്യാസം നൽകുക, അല്ലെങ്കിൽ (സൂചന പ്രകാരം) അച്ചടക്കം (ശിക്ഷയിലൂടെ)" "പഠിപ്പിക്കുക, പഠിക്കുക, പഠിപ്പിക്കുക" (സ്ട്രോങ്ങിന്റെ കോൺകോർഡൻസ്). "മോശ മിസ്രയീമ്യരുടെ സകല ജ്ഞാനത്തിലും അഭ്യസിച്ചു, വാക്കിലും പ്രവൃത്തിയിലും സമർത്ഥനായിരുന്നു" എന്നും ഈ പദം "പഠിപ്പിച്ചു" (പ്രവൃത്തികൾ 7:22) എന്നും വിവർത്തനം ചെയ്തിട്ടുണ്ട്. ഗമാലിയേൽ പഠിപ്പിച്ചു വളർത്തിയതിനെ പൗലോസ് പരാമർശിക്കുന്നതിനാൽ ഈ പദം "പഠിപ്പിച്ചു" (പ്രവൃത്തികൾ 22:3) എന്നും വിവർത്തനം ചെയ്തിട്ടുണ്ട്. "ഞാൻ തീർച്ചയായും ഒരു യഹൂദനാണ്, കിലീഷ്യയിലെ തർസസിൽ ജനിച്ചു, പക്ഷേ ഈ നഗരത്തിൽ ഗമാലിയേലിന്റെ കാൽക്കൽ വളർന്നു, നമ്മുടെ പിതാക്കന്മാരുടെ നിയമത്തിന്റെ കർശനതയനുസരിച്ച് പഠിപ്പിക്കപ്പെട്ടു, നിങ്ങളെല്ലാവരും ഇന്ന് ചെയ്യുന്നതുപോലെ ദൈവത്തോട് തീക്ഷ്ണതയുള്ളവനായിരുന്നു." ശാരീരിക പ്രഹരങ്ങളെ പരാമർശിക്കാനും ഈ പദം ഉപയോഗിക്കുന്നു (ലൂക്കോസ് 23:16,22), യേശുവിൽ ഒരു കുറ്റവും കണ്ടെത്തിയില്ലെങ്കിലും പീലാത്തോസ് യഹൂദന്മാരെ പ്രീതിപ്പെടുത്തുമെന്ന്

പ്രതീക്ഷിച്ച് അവനെ വിട്ടയക്കാൻ വാഗ്ദാനം ചെയ്തു. ശിക്ഷണം പഠിപ്പിക്കൽ (പഠനം, പരിശീലനം, പ്രബോധനം), തിരുത്തൽ, ചിലപ്പോൾ ശിക്ഷ എന്നിവയുമായി ബന്ധപ്പെട്ടിരിക്കുന്നു. ശിക്ഷണത്തിന്റെ അടിസ്ഥാന ലക്ഷ്യം വ്യക്തിയെ എന്തെങ്കിലും പഠിക്കാൻ സഹായിക്കുക എന്നതാണ്. നാശമല്ല പ്രബോധനമാണ് ലക്ഷ്യം.

സാധാരണഗതിയിൽ ശിക്ഷണം നൽകുന്നത് ഒരു കുട്ടിയെന്നപോലെ സ്നേഹപൂർവ്വം പഠിപ്പിക്കൽ, തിരുത്തൽ, ശിക്ഷിക്കൽ എന്നിവയുമായി ബന്ധപ്പെട്ടിരിക്കുന്നു , അങ്ങേയറ്റത്തെ സാഹചര്യങ്ങളിൽ മാത്രമേ വിധിന്യായവുമായി ബന്ധപ്പെട്ടിട്ടുള്ളൂ. സാധാരണയായി ശിക്ഷണം എന്നത് ഒരു കുട്ടിയെ പരിശീലിപ്പിക്കുന്നതിനെക്കുറിച്ചാണ്, അതിനാൽ കോപത്താൽ അല്ല, സ്നേഹത്താൽ ചെയ്യുന്നതിനെയാണ് സൂചിപ്പിക്കുന്നത്. സാധാരണ കാര്യങ്ങളിൽ ശിക്ഷണം എന്നത് ഒരു കുട്ടിയെ പോലെ സ്നേഹപൂർവ്വം പഠിപ്പിക്കൽ, തിരുത്തൽ, ശിക്ഷിക്കൽ എന്നിവയുമായി ബന്ധപ്പെട്ടിരിക്കുന്നു, അങ്ങേയറ്റത്തെ സാഹചര്യങ്ങളിൽ മാത്രമേ വിധിന്യായവുമായി ബന്ധപ്പെട്ടിട്ടുള്ളൂ.

എബ്രായർ 12-ൽ കർത്താവിന്റെ ശിക്ഷണത്തിന്റെ ഉദ്ദേശ്യം വിവരിക്കുന്നത് നമ്മെ വിശുദ്ധിയിലും നീതിയിലും

പരിശീലിപ്പിക്കുക എന്നതാണ്. ഇനി, നമ്മുടെ പ്രാരംഭ ചോദ്യത്തിലേക്ക് മടങ്ങുക: ഒരു ഭൗമിക മാതാപിതാക്കൾ രോഗവും രോഗവും ഉപയോഗിച്ച് തങ്ങളുടെ കുട്ടികളെ ശരിയായ കാര്യങ്ങൾ ചെയ്യാൻ പഠിപ്പിക്കുമോ? ഇല്ല! അങ്ങനെയാണെങ്കിലും, അനന്തമായി വലിയ പിതാവായ നമ്മുടെ ദൈവം, നിത്യസ്നേഹവാനായ സ്വർഗ്ഗസ്ഥനായ പിതാവ്, തന്റെ മക്കളെ ദൈനംദിന ജീവിതത്തിലെ സാധാരണ ഗതിയിൽ ശിക്ഷിക്കുന്നതിനായി രോഗികളാക്കില്ല. തന്നോടൊപ്പമുള്ള ദൈനംദിന നടത്തത്തിന്റെ സാധാരണ ഗതിയിൽ, ദൈവം തന്റെ വചനം, ആത്മാവ്, മറ്റ് വിശ്വാസികളുടെ കൂട്ടായ്മ എന്നിവ ഉപയോഗിച്ച് നമ്മുടെ ജീവിതത്തിൽ തന്റെ ശിക്ഷണം നടപ്പിലാക്കും.

ഈ അധ്യായത്തിൽ നാം നേരത്തെ ചർച്ച ചെയ്തത്, കൊരിന്ത്യൻ സഭയെക്കുറിച്ച്, അവർ പൂർണ്ണമായും ക്രമരഹിതരായിരുന്നു, കർത്താവിന്റെ മേശയെ ഒരു വിശുദ്ധ പങ്കാളിത്തത്തിനു പകരം ഒരു വിരുന്നാക്കി മാറ്റി അതിനെ അപമാനിച്ചു. അവരുടെ കാര്യത്തിൽ സംഭവിച്ചത്, അനുസരണക്കേട് മൂലം, അവർ ഉദ്ദേശിച്ച രോഗശാന്തി, ആരോഗ്യം, പൂർണ്ണത എന്നിവയുടെ അനുഗ്രഹം നഷ്ടപ്പെടുത്തി, പകരം ബലഹീനത, രോഗം, മരണം എന്നിവയ്ക്ക് ഇരയായി എന്നതാണ്. കർത്താവിന്റെ മേശ

ചെയ്യുന്നതിന്റെ ശരിയായ വഴിയിലേക്ക് അവരെ തിരികെ കൊണ്ടുവരുന്നതിനായി ദൈവം തന്റെ ദിവ്യ ശിക്ഷണ ഇടപെടലുകളുടെ ഭാഗമായി ഇവ അനുവദിച്ചു. എന്നിരുന്നാലും, വിശ്വാസികൾ എന്ന നിലയിൽ ഇത് അവർക്ക് കർത്താവിന്റെ സാധാരണ ശിക്ഷണ ഇടപെടലല്ല, മറിച്ച് ദിവ്യ ന്യായവിധിയുടെ ഒരു കേസായിരുന്നു. യേശുക്രിസ്തുവിന്റെ വ്യക്തിത്വത്തിൽ വെളിപ്പെടുത്തിയിരിക്കുന്നതുപോലെ ദൈവത്തിന്റെ സ്വഭാവത്തെക്കുറിച്ചും ദൈവത്തിന്റെ പ്രവൃത്തിയെക്കുറിച്ചും തിരുവെഴുത്ത് വെളിപ്പെടുത്തുന്ന എല്ലാറ്റിന്റെയും വെളിച്ചത്തിൽ, കർത്താവിനോടൊപ്പം നടക്കുന്ന ഒരു വിശ്വാസി, കർത്താവ് തന്നെ/അവളെ ചില രോഗങ്ങളാൽ ശിക്ഷിക്കുന്നുവെന്ന് പ്രസ്താവിക്കുന്നത് തെറ്റായിരിക്കും.

വിശ്വാസവും വൈദ്യവും ഒരുമിച്ച് ചേർക്കുന്നത് ശരിയാണോ?

ഹിസ്കീയാ രാജാവിന്റെയും തിമോത്തിയോസിന്റെയും സംഭവങ്ങൾ പരിശോധിച്ചപ്പോൾ, വിശ്വാസവും വൈദ്യശാസ്ത്രവും സംയോജിപ്പിക്കുന്നതിൽ തെറ്റൊന്നുമില്ലെന്ന് ഞങ്ങൾ വിശ്വസിക്കുന്നു. ദൈവം നമ്മെ അറിവിന്റെയും

സാങ്കേതികവിദ്യയുടെയും പ്രകൃതിവിഭവങ്ങളുടെയും വിഭവങ്ങൾ ഭരമേൽപ്പിച്ചിരിക്കുന്നു, അത് അവന്റെ ഉദ്ദേശ്യങ്ങൾക്കും അവന്റെ മഹത്വത്തിനും വേണ്ടി നാം ഉപയോഗിക്കണം. ആളുകളെ സുഖപ്പെടുത്തുകയും സുഖപ്പെടുത്തുകയും ചെയ്യുക എന്നതാണ് ദൈവത്തിന്റെ ഉദ്ദേശ്യമെന്ന് നമുക്കറിയാം. ആളുകൾ സുഖപ്പെടുമ്പോൾ ദൈവത്തിന് മഹത്വം ലഭിക്കുമെന്ന് നമുക്കറിയാം. അതിനാൽ, ദൈവം നമുക്ക് നൽകിയ വിഭവങ്ങൾ രോഗശാന്തി നൽകുന്നതിനായി ഉപയോഗിക്കാൻ ഞങ്ങൾ മടിക്കുന്നില്ല. നാം മരുന്ന് നൽകുമ്പോഴോ വൈദ്യസഹായം സ്വീകരിക്കുമ്പോഴോ പോലും, രോഗശാന്തിയും രോഗശാന്തിയും കൊണ്ടുവരുന്നതിനായി നമ്മുടെ കണ്ണുകൾ കർത്താവിലുണ്ട്. നമ്മുടെ വിശ്വാസം അവന്റെ വചനത്തിലാണ്, രോഗശാന്തിക്കുള്ള അവന്റെ ശക്തിയിലുള്ള വിശ്വാസം ആത്യന്തികമായി അവനിൽ നിന്നാണ്.

നിങ്ങളുടെ ആരോഗ്യം പരിപാലിക്കുന്നത് വിശ്വാസമില്ലായ്മയുടെ ലക്ഷണമാണോ?

എപ്പഫ്രോദിത്തൂസിൽ നിന്ന് നമുക്ക് പഠിക്കാൻ കഴിയുന്ന ഒരു പാഠം, കർത്താവിനെയും അവന്റെ ജനത്തെയും സേവിച്ചുകൊണ്ട്

ക്രിസ്തീയ ശുശ്രൂഷയിൽ നമ്മുടെ വേല ചെയ്യുമ്പോൾ, നാം ഉത്തരവാദിത്തത്തോടെ തുടരുകയും നമ്മുടെ ആരോഗ്യം പരിപാലിക്കുകയും വേണം എന്നതാണ്. അല്ലാത്തപക്ഷം നമ്മുടെ സ്വന്തം ശരീരങ്ങളെ അവഗണിക്കാനും നമ്മെ ഏൽപ്പിച്ച ജോലി പൂർത്തിയാക്കാതെ അകാലത്തിൽ മരിക്കാനും സാധ്യതയുണ്ട്. നമ്മുടെ ഉത്തരവാദിത്തത്തിന്റെ ഭാഗമായി രോഗശാന്തി, പൂർണ്ണത, ആരോഗ്യം എന്നിവയ്ക്കായി നാം കർത്താവിലേക്ക് നോക്കുമ്പോൾ, നമ്മുടെ ആരോഗ്യം പരിപാലിക്കേണ്ടത് അത്യാവശ്യമാണ്. നല്ല ആരോഗ്യം നിലനിർത്താൻ നമുക്ക് ലഭ്യമായതും നമ്മുടെ കഴിവിനനുസരിച്ച് കഴിയുന്നതും നാം ചെയ്യേണ്ടതുണ്ട്. ഉദാഹരണത്തിന്, നമ്മിൽ ചിലർക്ക് പതിവായി (ഉദാഹരണത്തിന് വാർഷിക) ആരോഗ്യ പരിശോധനകൾ നടത്താനും, ഭക്ഷണക്രമം നിരീക്ഷിക്കാനും, വ്യായാമം ചെയ്യാനും മറ്റും കഴിയും. ആവശ്യമുള്ളിടത്ത്, ഡോക്ടർമാർ ശുപാർശ ചെയ്യുന്ന പ്രതിരോധ നടപടികൾ സ്വീകരിക്കുക. ഇവ അവിശ്വാസത്തിന്റെ അടയാളമായിരിക്കില്ല, മറിച്ച് നല്ല കാര്യസ്ഥന്റെ പ്രകടനമായിരിക്കും . രോഗശാന്തിക്കും ആരോഗ്യത്തിനുമുള്ള നമ്മുടെ വിശ്വാസം കർത്താവിൽ നിലനിൽക്കുന്നു.

ശുശ്രൂഷാ രോഗശാന്തിയെക്കുറിച്ചുള്ള പ്രായോഗിക മാർഗ്ഗനിർദ്ദേശങ്ങൾ

രോഗശാന്തി ശുശ്രൂഷ ചെയ്യാനുള്ള വഴികൾ

രോഗിയായ ഒരാളെ ശുശ്രൂഷിക്കാൻ നമുക്ക് നിരവധി മാർഗങ്ങളുണ്ട്. ഓരോ തവണയും ഉപയോഗിക്കേണ്ട ഒരു നിശ്ചിത രീതിയോ പ്രക്രിയയോ ഇല്ല. തിരുവെഴുത്തുകളിൽ വിവരിച്ചിരിക്കുന്നതുപോലെ രോഗശാന്തി ശുശ്രൂഷ ചെയ്യുന്നതിനുള്ള വ്യത്യസ്ത വഴികളെക്കുറിച്ച് പരിചയപ്പെടുക എന്നതാണ് നമ്മൾ ചെയ്യാൻ ശ്രമിക്കുന്നത്. തിരുവെഴുത്തുകളിൽ ഇതിനകം കാണുന്ന രീതികളിൽ എങ്ങനെ ശുശ്രൂഷിക്കാമെന്ന് പഠിക്കുക. ഏത് സമയത്തും ഏത് വിധത്തിലും ശുശ്രൂഷിക്കാൻ തയ്യാറായിരിക്കുക. തുടർന്ന് കർത്താവിനോട്
സംവേദനക്ഷമതയുള്ളവരായിരിക്കുക,
നിങ്ങളുടെ ഹൃദയത്തിൽ സ്വതന്ത്രമായി തോന്നുന്ന ഏത് രീതിയും രോഗശാന്തി ശുശ്രൂഷയിൽ ഉപയോഗിക്കുക.
ഓർക്കുക, രോഗശാന്തി രീതിയിലല്ല, വ്യക്തിയിലാണ്. യേശുവാണ് രോഗശാന്തിക്കാരൻ. നമ്മൾ എല്ലാം ശരിയായി ചെയ്തതുകൊണ്ടല്ല രോഗശാന്തി സംഭവിക്കുന്നത്. അവന്റെ ശക്തി രോഗിയിലേക്ക് ഒഴുകി അവരെ

സുഖപ്പെടുത്തുന്നതിനാലാണ് രോഗശാന്തി സംഭവിക്കുന്നത്.

ഇവയെല്ലാം സജ്ജീകരണത്തിന്റെ വീക്ഷണകോണിൽ നിന്നാണ് ചർച്ച ചെയ്യുന്നതെന്ന് ഓർമ്മിക്കുക, നമ്മൾ ഒരു രീതി ഉപയോഗിക്കുകയാണെങ്കിൽ, അത് മറ്റ് രീതികളുമായി സംയോജിപ്പിക്കാൻ പാടില്ലാത്ത വിധത്തിൽ ഇവയെ വിഭാഗീകരിക്കുകയോ വേർതിരിക്കുകയോ ചെയ്യരുത്. വാസ്തവത്തിൽ, ശുശ്രൂഷയ്ക്കിടെ രോഗശാന്തി ശുശ്രൂഷയ്ക്കായി നമ്മൾ സാധാരണയായി ഈ വഴികളുടെ സംയോജനമാണ് ഉപയോഗിക്കുന്നത്.

ശാരീരിക രോഗശാന്തിയെക്കുറിച്ച് നാം ഇവിടെ പ്രത്യേകമായി ചർച്ച ചെയ്യുന്നുണ്ടെങ്കിലും, വാസ്തവത്തിൽ, ശാരീരിക രോഗശാന്തി, വിടുതൽ, ആന്തരിക രോഗശാന്തി എന്നിവയെല്ലാം ഒരുമിച്ച് ഒഴുകുന്ന സാഹചര്യങ്ങൾ ഉണ്ടാകുമെന്ന് ഓർമ്മിക്കുക. ഇവിടെയും ഓരോന്നും നൽകേണ്ട പ്രത്യേക ക്രമമില്ല. ചിലപ്പോൾ, നമുക്ക് വിടുതലിൽ നിന്ന് ആരംഭിക്കാം, തുടർന്ന് ശാരീരിക രോഗശാന്തിയും തുടർന്ന് ആന്തരിക രോഗശാന്തിയും നൽകാം. മറ്റ് സമയങ്ങളിൽ ദൈവം നമ്മെ വ്യത്യസ്തമായി നയിച്ചേക്കാം. നമ്മൾ ശാരീരിക രോഗശാന്തി നൽകുമ്പോൾ, അതേ സമയം ദൈവം ഒരു

വ്യക്തിയുടെ ജീവിതത്തിൽ വിടുതലും ആന്തരിക രോഗശാന്തിയും നടത്തുന്നുണ്ടാകാമെന്നും ഓർമ്മിക്കുക. ഒരു വ്യക്തി ദൈവത്തിന്റെ സ്പർശം അനുഭവിക്കുമ്പോൾ അവരിൽ സംഭവിക്കുന്ന എല്ലാ കാര്യങ്ങളെക്കുറിച്ചും നമുക്ക് എല്ലായ്പ്പോഴും ബോധമുണ്ടായിരിക്കില്ല. തിരുവെഴുത്തിൽ കാണുന്നതുപോലെ ശുശ്രൂഷിക്കുന്നതിനും രോഗശാന്തി സ്വീകരിക്കുന്നതിനുമുള്ള നിരവധി മാർഗങ്ങൾ ഞങ്ങൾ ഇവിടെ ചുരുക്കമായി അവതരിപ്പിക്കുന്നു.

ദൈവത്തിലുള്ള വ്യക്തിപരമായ വിശ്വാസത്തിലൂടെ

ദൈവം തന്റെ വചനം നമ്മുടെ മുഴുവൻ ശരീരത്തിനും ഔഷധമാണെന്ന് പ്രഖ്യാപിച്ചിട്ടുണ്ട് (സദൃശവാക്യങ്ങൾ 4:20-22). അതുകൊണ്ട് ദൈവവചനത്തിൽ ധ്യാനിച്ചും അവന്റെ വചനത്തിൽ നിന്ന് ഉത്ഭവിച്ച വിശ്വാസം ഉപയോഗിച്ചും ആർക്കും രോഗശാന്തി ലഭിക്കും (റോമർ 10:17). വിശ്വാസം നമുക്ക് ലഭിക്കുന്ന വചനവുമായി കലരുമ്പോൾ, രോഗശാന്തിയുടെ ഒരു അത്ഭുതം പ്രവർത്തിക്കാൻ ദൈവത്തിന്റെ ശക്തി പുറത്തുവരുന്നു.

വിശ്വാസത്തിന്റെ നിയമം ലളിതമായി പറഞ്ഞിരിക്കുന്നത് "നിങ്ങളുടെ വിശ്വാസം

പോലെ നിങ്ങൾക്ക് ഭവിക്കട്ടെ" എന്നാണ് (മത്തായി 9:29). നമ്മുടെ ഹൃദയത്തിലുള്ള വിശ്വാസം നാം പുറത്തുവിടുമ്പോൾ നമുക്ക് എല്ലായ്പ്പോഴും ലഭിക്കും. അത് ദൈവം സ്ഥാപിച്ച ഒരു നിയമമാണ്.

നിങ്ങളുടെ രോഗശാന്തിക്കായി നിങ്ങൾക്ക് ദൈവത്തിൽ വിശ്വസിക്കാം. ഉദാഹരണങ്ങൾ: രക്തസ്രാവമുള്ള സ്ത്രീ (മത്തായി 9:22), രണ്ട് അന്ധന്മാർ (മത്തായി 9:22-30), പത്ത് കുഷ്ഠരോഗികളിൽ ഒരാൾ (ലൂക്കോസ് 17:11-19), യെരീഹോവിന് പുറത്തുള്ള അന്ധൻ (ലൂക്കോസ് 18:35-42).
ദൈവത്തിലുള്ള വിശ്വാസം പലവിധത്തിൽ പ്രകടിപ്പിക്കാം:

1. വിശ്വസിക്കുകയും സംസാരിക്കുകയും ചെയ്യുക (മത്തായി 17:20, മർക്കോസ് 11:23, റോമർ 10:9,10). നാം ഹൃദയം കൊണ്ട് വിശ്വസിക്കുകയും വായ് കൊണ്ട് ഏറ്റുപറയുകയും ചെയ്യുന്നു. വിശ്വാസം പ്രകടിപ്പിക്കുന്നതിനുള്ള ഒരു മാർഗമാണിത്.
2. നിങ്ങളുടെ വിശ്വാസത്തിൽ വിശ്വസിക്കുകയും പ്രവർത്തിക്കുകയും ചെയ്യുക. മറ്റുള്ളവർക്കുവേണ്ടി വിശ്വാസം പ്രകടമാക്കൽ മറ്റൊരാൾക്ക് സൗഖ്യം ലഭിക്കുന്നതിനായി നമുക്ക് ദൈവത്തിൽ വിശ്വസിക്കാം. ഉദാഹരണങ്ങൾ: തന്റെ ദാസനു വേണ്ടി

റോമൻ ശതാധിപൻ (മത്തായി 8:10-13), തന്റെ മകൾക്കു വേണ്ടി കനാന്യ സ്ത്രീ (മത്തായി 15:28), ദേവാലയ കവാടത്തിലെ മുടന്തനു വേണ്ടി പത്രോസും യോഹന്നാനും (പ്രവൃത്തികൾ 3:16). രണ്ടോ അതിലധികമോ പേർ ഒരുമിച്ച് വിശ്വസിക്കുന്നിടത്ത് ദൈവത്തിൽ പരസ്പര വിശ്വാസം ഉണ്ടാകാം. ഉദാഹരണം: നാല് സുഹൃത്തുക്കളും അവരുടെ തളർവാതരോഗിയായ സുഹൃത്തും (മത്തായി 9:2), വിശ്വാസത്തിന്റെ പ്രാർത്ഥന പ്രാർത്ഥിക്കുന്ന മൂപ്പന്മാരുടെ ഒരു കൂട്ടം (യാക്കോബ് 5:14-15). മറ്റൊരാൾക്കുവേണ്ടി ദൈവത്തിൽ നമുക്ക് കൂട്ടായ വിശ്വാസം ഉണ്ടായിരിക്കാനും കഴിയും, അവിടെ ഒരു വലിയ കൂട്ടം ആളുകൾ ഒരു അത്ഭുതത്തിനായി ഒരുമിച്ച് വിശ്വസിക്കുന്നു. ഉദാഹരണം: പൗലോസിനെ കല്ലെറിഞ്ഞ് മരിച്ചതായി കരുതി ഉപേക്ഷിച്ചപ്പോൾ ശിഷ്യന്മാർ അവന്റെ ചുറ്റും കൂടി (പ്രവൃത്തികൾ 14:19-20). ഉടമ്പടിയുടെ

പ്രാർത്ഥനയിലൂടെ മത്തായി 18:18-20 18 സത്യമായി ഞാൻ നിങ്ങളോടു പറയുന്നു: നിങ്ങൾ ഭൂമിയിൽ കെട്ടുന്നതെല്ലാം സ്വർഗ്ഗത്തിലും കെട്ടപ്പെട്ടിരിക്കും; നിങ്ങൾ ഭൂമിയിൽ അഴിക്കുന്നതെല്ലാം

സ്വർഗ്ഗത്തിലും അഴിക്കപ്പെട്ടിരിക്കും. 19 വീണ്ടും ഞാൻ നിങ്ങളോടു പറയുന്നു: ഭൂമിയിൽ നിങ്ങളിൽ രണ്ടുപേർ യാചിക്കുന്ന ഏതു കാര്യത്തിലും യോജിച്ചു പറഞ്ഞാൽ അത് സ്വർഗ്ഗസ്ഥനായ എന്റെ പിതാവിങ്കൽ നിന്ന് അവർക്ക് ലഭിക്കും. 20 രണ്ടോ മൂന്നോ പേർ എന്റെ നാമത്തിൽ കൂടിവരുന്നിടത്തെല്ലാം ഞാൻ അവരുടെ നടുവിൽ ഉണ്ട്. ചില സമയങ്ങളിൽ, നമ്മൾ ഒരു കൂട്ടത്തിൽ ശുശ്രൂഷ ചെയ്യുമ്പോൾ, പിശാച് ചെയ്യുന്ന കാര്യങ്ങൾ ബന്ധിക്കാൻ നമുക്ക് പ്രാർത്ഥിക്കാം അല്ലെങ്കിൽ അധികാരം പ്രയോഗിക്കാം, ശത്രു അവരുടെ മേൽ ചുമത്തിയതിൽ നിന്ന് വ്യക്തിയെ മോചിപ്പിക്കുക. നമ്മുടെ വിശ്വാസം സ്വതന്ത്രമാക്കുകയും ദൈവം നൽകിയ അധികാരം പ്രയോഗിക്കുകയും ചെയ്യുമ്പോൾ, നാം ഇത് ചെയ്യുന്നത് യോജിപ്പിലാണ്. യോജിപ്പിൽ ശക്തിയുണ്ട്, ഇത് ശക്തമായ ഫലത്തിൽ വരുന്നു.

വിശ്വാസ പ്രാർത്ഥനയിലൂടെ

യാക്കോബ് 5:14,15 14 *നിങ്ങളിൽ ആരെങ്കിലും രോഗിയാണോ? അവൻ സഭയിലെ മൂപ്പന്മാരെ വിളിച്ചുവരുത്തട്ടെ; അവർ കർത്താവിന്റെ നാമത്തിൽ എണ്ണ പൂശി അവനുവേണ്ടി*

പ്രാർത്ഥിക്കട്ടെ. 15 എന്നാൽ വിശ്വാസത്തോടെയുള്ള പ്രാർത്ഥന രോഗിയെ രക്ഷിക്കും; കർത്താവ് അവനെ എഴുന്നേൽപ്പിക്കും. അവൻ പാപങ്ങൾ ചെയ്തിട്ടുണ്ടെങ്കിൽ അവനോടു ക്ഷമിക്കും.

മത്തായി 21:22 *നിങ്ങൾ വിശ്വസിച്ചുകൊണ്ട് പ്രാർത്ഥനയിൽ എന്ത് യാചിച്ചാലും നിങ്ങൾക്ക് ലഭിക്കും."*

യോഹന്നാൻ 14:14 എന്റെ നാമത്തിൽ നിങ്ങൾ എന്നോട് എന്തെങ്കിലും ചോദിച്ചാൽ ഞാൻ അത് ചെയ്തുതരും.

പ്രവൃത്തികൾ 28:8 പുബ്ലിയൊസിന്റെ അപ്പൻ പനിയും അതിസാരവും പിടിച്ചു കിടപ്പായിരുന്നു. പൌലൊസ് അവന്റെ അടുക്കൽ ചെന്നു പ്രാർത്ഥിച്ചു; അവന്റെമേൽ കൈവെച്ചു സൌഖ്യം വരുത്തി.

യാക്കോബിന്റെ സുവിശേഷത്തിൽ സഭയിലെ മൂപ്പന്മാർ (ആത്മീയ നേതാക്കൾ) രോഗിക്കുവേണ്ടി വിശ്വാസത്തോടെയുള്ള പ്രാർത്ഥന പ്രാർത്ഥിക്കണമെന്ന് ആവശ്യപ്പെടുന്നു. ഇത് കർത്താവായ യേശുവിന്റെ നാമത്തിലും തൈലം പൂശിയും ചെയ്യപ്പെടുന്നു.

എല്ലാ വിശ്വാസികൾക്കും ആരെങ്കിലും സുഖം പ്രാപിക്കുന്നതിനായി വിശ്വാസത്തോടെയുള്ള പ്രാർത്ഥന പ്രാർത്ഥിക്കാം. അതിനാൽ വിശ്വാസത്തോടെയുള്ള പ്രാർത്ഥന മൂപ്പന്മാരിൽ മാത്രം ഒതുക്കി നിർത്തരുത്.

കർത്താവായ യേശുക്രിസ്തുവിന്റെ നാമത്തിൽ വിശ്വാസത്തോടെയുള്ള പ്രാർത്ഥന പ്രാർത്ഥിക്കുന്നതിനാലാണ് രോഗശാന്തി സംഭവിക്കുന്നത്.

ഒരു കല്പനയിലൂടെ

മത്തായി 8:16 *വൈകുന്നേരമായപ്പോൾ അവർ പല ഭൂതഗ്രസ്തരെയും അവന്റെ അടുക്കൽ കൊണ്ടുവന്നു; അവൻ വാക്കുകൊണ്ടു ദുരാത്മാക്കളെ പുറത്താക്കി സകലദീനക്കാർക്കും സൌഖ്യം വരുത്തി.*

ലൂക്കോസ് 4:38,39 *38 അവൻ പള്ളിയിൽനിന്നു എഴുന്നേറ്റു ശിമോന്റെ വീട്ടിൽ ചെന്നു. ശിമോന്റെ ഭാര്യാമാതാവു കഠിനജ്വരം പിടിച്ചു കിടക്കുകയായിരുന്നു; അവർ അവൾക്കുവേണ്ടി അവനോടു അപേക്ഷിച്ചു.*
39 അവൻ അവളുടെ അടുക്കൽ വന്നുനിന്നു പനിയെ ശാസിച്ചു; അതു അവളെ വിട്ടുമാറി. ഉടനെ അവൾ എഴുന്നേറ്റു അവരെ ശുശ്രൂഷിച്ചു.

മത്തായി 17:20 *യേശു അവരോടു പറഞ്ഞു: "നിങ്ങളുടെ അവിശ്വാസം കൊണ്ടാണ്; തീർച്ചയായും ഞാൻ നിങ്ങളോടു പറയുന്നു, നിങ്ങൾക്ക് കടുകുമണിയോളം വിശ്വാസമുണ്ടെങ്കിൽ, ഈ മലയോട്, 'ഇവിടെ നിന്ന് അങ്ങോട്ടു നീങ്ങുക' എന്ന് പറഞ്ഞാൽ*

അത് നീങ്ങും; നിങ്ങൾക്ക് ഒന്നും അസാധ്യമാകില്ല.

യേശു ചെയ്യുന്നതുപോലെ, രോഗത്തെയോ ദുഷ്ടാത്മാവിനെയോ വിട്ടുപോകാൻ കൽപ്പിക്കുന്നതിനോട് നാം ഒരു കൽപ്പന പറയുന്നു. യേശു പനിയെ ശാസിച്ചു, അത് പോയി. അതുപോലെ, രോഗത്തെയോ രോഗത്തെയോ നാം ശാസിക്കുകയും യേശുവിന്റെ മഹത്തായ നാമത്തിൽ വിട്ടുപോകാൻ കൽപ്പിക്കുകയും ചെയ്യുന്നു. നമ്മുടെ ഹൃദയത്തിൽ വിശ്വാസത്തോടെയാണ് നാം ഇത് ചെയ്യുന്നത്. നമുക്ക് വിശ്വാസമുണ്ടെങ്കിൽ, പർവതത്തോട് നീങ്ങാൻ കൽപ്പിക്കുന്നതിനോട് സംസാരിച്ചാൽ അത് നീങ്ങുമെന്നും ഒന്നും അസാധ്യമല്ലെന്നും യേശു പറഞ്ഞു. വ്യക്തി നമ്മുടെ സാന്നിധ്യത്തിലായിരിക്കുമ്പോഴോ അല്ലെങ്കിൽ ഭൂമിശാസ്ത്രപരമായി മറ്റൊരു സ്ഥലത്ത് ആയിരിക്കുമ്പോഴോ പോലും രോഗത്തെയും രോഗത്തെയും ശാസിച്ചുകൊണ്ട് നമുക്ക് ഒരു കൽപ്പന വാക്കുകൾ പറയാൻ കഴിയും. ആത്മാവിന്റെ മണ്ഡലത്തിൽ യഥാർത്ഥത്തിൽ "ദൂരം" ഇല്ല.

കൈവയ്പ്പിലൂടെ (തൈല അഭിഷേകത്തോടെ, ഒരു കല്പനയോടെ)

മത്തായി 8:3 അപ്പോൾ യേശു കൈ നീട്ടി അവനെ തൊട്ടു പറഞ്ഞു, "എനിക്ക് മനസ്സുണ്ട്; ശുദ്ധമാക." ഉടനെ അവന്റെ കുഷ്ഠം മാറി.
മത്തായി 8:15 അവൻ അവളുടെ കൈ തൊട്ടു, പനി അവളെ വിട്ടു; അവൾ എഴുന്നേറ്റു അവരെ ശുശ്രൂഷിച്ചു.
മത്തായി 9:29 പിന്നെ അവൻ അവരുടെ കണ്ണുകളിൽ തൊട്ടു: "നിങ്ങളുടെ വിശ്വാസം പോലെ നിങ്ങൾക്കു ഭവിക്കട്ടെ" എന്നു പറഞ്ഞു.
മത്തായി 20:34 യേശു മനസ്സലിഞ്ഞു അവരുടെ കണ്ണു തൊട്ടു; ഉടനെ അവർ കാഴ്ച പ്രാപിച്ചു, അവനെ അനുഗമിച്ചു.
മർക്കൊസ് 6:12-13 12 അങ്ങനെ അവർ പുറപ്പെട്ടു മാനസാന്തരപ്പെടേണം എന്നു പ്രസംഗിച്ചു. 13 വളരെ ഭൂതങ്ങളെ പുറത്താക്കുകയും അനേകം രോഗികൾക്കു എണ്ണ തേച്ചു സൌഖ്യം വരുത്തുകയും ചെയ്തു.
മർക്കൊസ് 7:32-35 32 പിന്നെ അവർ ബധിരനും വിക്കനുമായ ഒരുത്തനെ അവന്റെ അടുക്കൽ കൊണ്ടുവന്നു, അവന്റെ മേൽ കൈ വയ്ക്കേണമെന്നു അവനോടു അപേക്ഷിച്ചു. 33 അവൻ അവനെ പുരുഷാരത്തിൽനിന്നു വേറിട്ടു കൂട്ടിക്കൊണ്ടുപോയി അവന്റെ ചെവിയിൽ വിരൽ വെച്ചു, തുപ്പി അവന്റെ നാവിനെ തൊട്ടു. 34 പിന്നെ സ്വർഗ്ഗത്തേക്കു നോക്കി നെടുവീർപ്പിട്ടു അവനോടു: "എഫഥാ" എന്നു പറഞ്ഞു; അതായത്, "തുറക്കപ്പെടട്ടെ"

എന്നു പറഞ്ഞു. 35 ഉടനെ അവന്റെ ചെവി തുറന്നു, അവന്റെ നാവിന്റെ കെട്ടും അഴിഞ്ഞു, അവൻ വ്യക്തമായി സംസാരിച്ചു.
ലൂക്കോസ് 4:40 സൂര്യൻ അസ്തമിക്കുമ്പോൾ നാനാവ്യാധികൾ പിടിച്ച ദീനക്കാർ ഉള്ളവർ ഒക്കെയും അവരെ അവന്റെ അടുക്കൽ കൊണ്ടുവന്നു; അവൻ ഓരോരുത്തരുടെയും മേൽ കൈ വെച്ചു അവരെ സൌഖ്യമാക്കി.
ലൂക്കോസ് 13:13 അവൻ അവളുടെമേൽ കൈകൾ വെച്ചു; ഉടനെ അവൾ നിവിർന്നു ദൈവത്തെ മഹത്വപ്പെടുത്തി.
മർക്കൊസ് 16:17,18 17 വിശ്വസിക്കുന്നവരാൽ ഈ അടയാളങ്ങൾ നടക്കും: എന്റെ നാമത്തിൽ അവർ ഭൂതങ്ങളെ പുറത്താക്കും; പുതുഭാഷകളിൽ സംസാരിക്കും; 18 അവർ സർപ്പങ്ങളെ എടുക്കും; മാരകമായ എന്തെങ്കിലും കുടിച്ചാലും അത് അവർക്ക് ഒരു ദോഷവും വരുത്തുകയില്ല; അവർ രോഗികളുടെ മേൽ കൈവെക്കും; അവർ സുഖം പ്രാപിക്കും എന്നു പറഞ്ഞു.

കൈകൾ വയ്ക്കുന്നതിലൂടെ രോഗികളെ സുഖപ്പെടുത്തുന്നത് ശുശ്രൂഷിക്കുന്നതിനുള്ള ഒരു സാധാരണ മാർഗമാണ്. യേശുവിന്റെ മഹത്തായ നാമത്തിൽ നാം രോഗിയുടെ മേൽ കൈകൾ വയ്ക്കുകയും രോഗം വിട്ടുപോകാൻ കൽപ്പിക്കുകയും ചെയ്യുന്നു. കൈകൾ വയ്ക്കുന്നതിലൂടെ

പരിശുദ്ധാത്മാവിന്റെ ശക്തി നൽകപ്പെടുമെന്ന് നാം പ്രതീക്ഷിക്കുന്നു. കൈകൾ വയ്ക്കുന്നതിലൂടെ രോഗശാന്തി ശുശ്രൂഷ പല വിധത്തിൽ ചെയ്യാൻ കഴിയും, ഉദാ:

1 യേശുവിന്റെ നാമത്തിലുള്ള വിശ്വാസ പ്രാർത്ഥനയോടൊപ്പം കൈകൾ വയ്ക്കൽ
2 യേശുവിന്റെ നാമത്തിൽ കൈകൾ വച്ചുകൊണ്ട് ഒരു കല്പന പുറപ്പെടുവിക്കുന്നു
3 വിശ്വാസ പ്രാർത്ഥനയോടും എണ്ണ പൂശലിനോടും കൂടി കൈകൾ വയ്ക്കൽ
4 കർത്താവിന്റെ നാമത്തിൽ കൈകൾ വയ്ക്കുകയും എണ്ണ പുരട്ടുകയും ചെയ്യുക (വാക്കാലുള്ള പ്രാർത്ഥന നിർബന്ധമായും നടത്താൻ പാടില്ല) കൈകൾ വയ്ക്കുന്നതിലൂടെ ആളുകൾ ശുശ്രൂഷിക്കപ്പെടുമ്പോൾ, അവർ ആത്മാവിൽ "വധിക്കപ്പെടുകയോ" ചെയ്യാതിരിക്കുകയോ ചെയ്യാം. കൈകൾ അവരുടെ മേൽ വയ്ക്കുമ്പോൾ ആളുകൾ "ശക്തിയിൽ വീഴേണ്ട" ആവശ്യമില്ല. ഇത് സംഭവിച്ചാൽ കുഴപ്പമില്ല. അങ്ങനെ സംഭവിച്ചില്ലെങ്കിൽ, ഞങ്ങൾ അധികം ആശങ്കപ്പെടുന്നില്ല. സാധാരണയായി, ശരീരത്തിന്റെ ഏതെങ്കിലും ഭാഗത്ത്

രോഗശാന്തി നൽകേണ്ട ഭാഗത്ത് നാം കൈകൾ വയ്ക്കാറുണ്ട്. ഇത് ഒരു സാധാരണ കാര്യമാണ്, പക്ഷേ ഒരു നിബന്ധനയല്ല. ചിലപ്പോൾ, ഒരു പുരുഷൻ ഒരു സ്ത്രീയെ ശുശ്രൂഷിക്കുമ്പോൾ, പുരുഷൻ സ്ത്രീയുടെ തലയിൽ കൈ വയ്ക്കുമ്പോൾ, ശരീരത്തിന്റെ ബാധിച്ച ഭാഗത്ത് കൈ വയ്ക്കാൻ നമുക്ക് സ്ത്രീയോട് ആവശ്യപ്പെടാം.

5 രോഗി നിങ്ങളെ തൊടുമ്പോൾ മത്തായി 9:20 പെട്ടെന്ന്, പന്ത്രണ്ടു വർഷമായി രക്തസ്രാവമുള്ള ഒരു സ്ത്രീ പിന്നിൽ നിന്ന് വന്ന് അവന്റെ വസ്ത്രത്തിന്റെ വിളുമ്പിൽ തൊട്ടു.

മത്തായി 14:36 അവന്റെ വസ്ത്രത്തിന്റെ തൊങ്ങൽ മാത്രം തൊടുവാൻ അനുവാദം ചോദിച്ചു. തൊട്ടവർക്കെല്ലാം പൂർണ്ണ സൌഖ്യം ലഭിച്ചു.

ചില സമയങ്ങളിൽ ആളുകൾ വിശ്വാസത്തോടെ നമ്മെ സമീപിച്ച് സ്പർശിച്ചേക്കാം. അവരുടെ സ്പർശനം അവരുടെ വിശ്വാസപ്രവൃത്തിയും ദൈവത്തിന്റെ ശക്തിയുമായുള്ള സമ്പർക്കവുമാണ്. ഇങ്ങനെ ചെയ്യുന്നതിലൂടെ ദൈവം അവരുടെ വിശ്വാസത്തെ മാനിക്കുകയും അവർക്ക് രോഗശാന്തി ലഭിക്കുകയും ചെയ്യുന്നു.

വിശ്വാസപ്രഖ്യാപനത്തിലൂടെ

മത്തായി 8:13 പിന്നെ യേശു ശതാധിപനോടു: "പോകൂ; നീ വിശ്വസിച്ചതുപോലെ നിനക്കു ഭവിക്കട്ടെ" എന്നു പറഞ്ഞു. ആ നാഴികയിൽ തന്നേ അവന്റെ ദാസന്നു സൌഖ്യം വന്നു.

മത്തായി 15:28 യേശു അവളോടു ഉത്തരം പറഞ്ഞു: "സ്ത്രീയേ, നിന്റെ വിശ്വാസം വലിയതു; നിന്റെ ഇഷ്ടംപോലെ നിനക്കു ഭവിക്കട്ടെ." ആ നാഴികമുതൽ അവളുടെ മകൾ സുഖം പ്രാപിച്ചു.

യോഹന്നാൻ 4:50 യേശു അവനോടു: "പോകൂ; നിന്റെ മകൻ ജീവിച്ചിരിക്കുന്നു" എന്നു പറഞ്ഞു. അങ്ങനെ യേശു പറഞ്ഞ വാക്കു വിശ്വസിച്ചു ആ മനുഷ്യൻ പോയി.

യോഹന്നാൻ 5:8,9 8 യേശു അവനോടു: എഴുന്നേറ്റു നിന്റെ കിടക്ക എടുത്തു നടക്ക എന്നു പറഞ്ഞു. 9 ഉടനെ ആ മനുഷ്യൻ സൌഖ്യമായി കിടക്ക എടുത്തു നടന്നു. അന്നു ശബ്ബത്ത് ആയിരുന്നു.

രോഗശാന്തി പൂർത്തിയായി എന്ന് വ്യക്തിയോട് പ്രഖ്യാപിക്കാൻ കർത്താവ് നമ്മെ നയിച്ചേക്കാവുന്ന ചില സമയങ്ങളുണ്ട്. ഒരു പ്രാർത്ഥനയോ കൽപ്പനയോ ഉണ്ടാകണമെന്നില്ല, അല്ലെങ്കിൽ ഇവയുടെ ഏതെങ്കിലും സംയോജനം ഉണ്ടാകാം. പ്രവൃത്തി പൂർത്തിയായി എന്ന് വിശ്വാസത്തിലും അധികാരത്തിലും നാം

പ്രഖ്യാപിക്കുന്നു. ദൈവം പ്രവൃത്തി ചെയ്യുന്നു. രോഗശാന്തി പൂർത്തിയായി എന്ന് വ്യക്തി കാണുന്നു.

വിശ്വാസത്തിൽ പ്രവർത്തിക്കുന്നതിലൂടെ

മത്തായി 9:6,7 6 എന്നാൽ ഭൂമിയിൽ പാപങ്ങളെ മോചിപ്പാൻ മനുഷ്യപുത്രന്നു അധികാരം ഉണ്ടു എന്നു നിങ്ങൾ അറിയേണ്ടതിന്നു എന്നു പറഞ്ഞു - പിന്നെ അവൻ പക്ഷവാതക്കാരനോടു: എഴുന്നേറ്റു കിടക്ക എടുത്തു വീട്ടിൽ പോക എന്നു പറഞ്ഞു. 7 അവൻ എഴുന്നേറ്റു വീട്ടിലേക്കു പോയി.

മത്തായി 12:13 പിന്നെ അവൻ ആ മനുഷ്യനോടു: "കൈ നീട്ടുക" എന്നു പറഞ്ഞു; അവൻ നീട്ടി, അതു മറ്റേ കൈ പോലെ സൌഖ്യമായി.
യോഹന്നാൻ 9:7 അവൻ അവനോടു: നീ പോയി ശിലോഹാംകുളത്തിൽ കഴുകുക എന്നു പറഞ്ഞു; ശിലോഹാം എന്നതിന്നു അയക്കപ്പെട്ടവൻ എന്നർത്ഥം. അവൻ പോയി കഴുകി, കണ്ണു കാണുന്നവനായി മടങ്ങിവന്നു.

പ്രവൃത്തികൾ 3:6-8 6 അപ്പോൾ പത്രൊസ്: വെള്ളിയും പൊന്നും എനിക്കില്ല; എനിക്കുള്ളതു ഞാൻ നിനക്കു തരുന്നു; നസറായനായ യേശുക്രിസ്തുവിന്റെ നാമത്തിൽ, എഴുന്നേറ്റു നടക്ക എന്നു പറഞ്ഞു.

7 അവൻ അവനെ വലതുകൈ പിടിച്ചു എഴുന്നേൽപ്പിച്ചു; ഉടനെ അവന്റെ കാലുകളും കണങ്കാലുകളും ശക്തി പ്രാപിച്ചു. 8 അവൻ ചാടി എഴുന്നേറ്റു നടന്നു; നടന്നും തുള്ളിയും ദൈവത്തെ സ്തുതിച്ചുംകൊണ്ട് അവരോടൊപ്പം ദൈവാലയത്തിൽ പ്രവേശിച്ചു.

പ്രവൃത്തികൾ 14:8-10 8 ലുസ്ത്രയിൽ അമ്മയുടെ ഗർഭംമുതൽ മുടന്തനായി ഒരിക്കലും നടന്നിട്ടില്ലാത്തവനായി കാലിൽ ശക്തിയില്ലാത്ത ഒരു പുരുഷൻ ഇരുന്നിരുന്നു. 9 ആ മനുഷ്യൻ പൗലൊസ് സംസാരിക്കുന്നത് കേട്ടു. പൗലൊസ് അവനെ ഉറ്റുനോക്കി, സൗഖ്യം പ്രാപിക്കാൻ അവനിൽ വിശ്വാസമുണ്ടെന്ന് കണ്ടിട്ട്, 10 "നിന്റെ കാലിൽ നിവർന്നു നിൽക്ക" എന്ന് ഉറക്കെ പറഞ്ഞു; അവൻ കുതിച്ചെഴുന്നേറ്റ് നടന്നു.

രോഗിയോട് അവരുടെ വിശ്വാസത്തിനനുസരിച്ച് പ്രവർത്തിക്കാൻ പരിശുദ്ധാത്മാവ് നമ്മെ നയിച്ചേക്കാവുന്ന സമയങ്ങളുണ്ട്. സാധാരണയായി ഇത് അവരുടെ രോഗം കാരണം അവർക്ക് ചെയ്യാൻ കഴിയാത്ത എന്തെങ്കിലും ചെയ്യാൻ തുടങ്ങാൻ നിർദ്ദേശിക്കുകയായിരിക്കും. ചിലപ്പോൾ അവർ അങ്ങനെ ചെയ്യാൻ ശ്രമിക്കുമ്പോൾ നമുക്ക് അവരെ ആദ്യം സഹായിച്ചേക്കാം. ആളുകൾ അവരുടെ വിശ്വാസത്തിനനുസരിച്ച് പ്രവർത്തിക്കാൻ തുടങ്ങുമ്പോൾ,

ദൈവത്തിന്റെ ശക്തി അവരെ സുഖപ്പെടുത്തുന്നു. അവർ അവരുടെ രോഗശാന്തിയിലേക്ക് നേരിട്ട് കടന്നുവരുന്നു.

ആളുകൾ വിശ്വാസത്തിൽ പ്രവർത്തിക്കുമ്പോൾ

മത്തായി 9:20-22 20 പന്ത്രണ്ടു വർഷമായി രക്തസ്രാവം ബാധിച്ചിരുന്ന ഒരു സ്ത്രീ പിന്നിൽ നിന്ന് വന്ന് അവന്റെ വസ്ത്രത്തിന്റെ തൊങ്ങൽ തൊട്ടു. 21 കാരണം അവൾ ഉള്ളിൽ പറഞ്ഞു: അവന്റെ വസ്ത്രത്തിൽ ഒന്ന് തൊട്ടാൽ മതി, എനിക്ക് സുഖം തോന്നും. 22 യേശു തിരിഞ്ഞു അവളെ കണ്ടപ്പോൾ: "മകളേ, ധൈര്യപ്പെടുക; നിന്റെ വിശ്വാസം നിന്നെ സുഖപ്പെടുത്തിയിരിക്കുന്നു" എന്ന് പറഞ്ഞു. ആ നാഴിക മുതൽ സ്ത്രീ സുഖം പ്രാപിച്ചു.

മർക്കൊസ് 2:3-5 3 അപ്പോൾ അവർ ഒരു പക്ഷവാതക്കാരനെ നാലുപേർ ചുമന്നുകൊണ്ടു അവന്റെ അടുക്കൽ വന്നു. 4 പുരുഷാരം നിമിത്തം അവന്റെ അടുക്കൽ ചെല്ലുവാൻ കഴിയാതെ വന്നപ്പോൾ അവൻ ഇരുന്ന സ്ഥലത്തിന്റെ മേൽക്കൂര പൊളിച്ചു തുറന്നു, പക്ഷവാതക്കാരൻ കിടക്കുന്ന കിടക്ക അവർ ഇറക്കി. 5 അവരുടെ വിശ്വാസം കണ്ടിട്ടു യേശു പക്ഷവാതക്കാരനോടു: മകനേ, നിന്റെ പാപങ്ങൾ മോചിച്ചുതന്നിരിക്കുന്നു എന്നു പറഞ്ഞു.

അതുപോലെ, ആളുകൾ പറയാതെ തന്നെ വിശ്വാസത്തോടെ കാര്യങ്ങൾ ചെയ്തേക്കാം. രക്തസ്രാവക്കാരിയായ സ്ത്രീ ജനക്കൂട്ടത്തിനിടയിലൂടെ കടന്നുവന്ന് യേശുവിന്റെ വസ്ത്രത്തിന്റെ വിളുമ്പിൽ തൊട്ടതുപോലെ. ഇത് അവളുടെ വിശ്വാസത്തിന്റെ പ്രവൃത്തിയായിരുന്നു. ദൈവം അതിനെ മാനിച്ചു. തളർവാതരോഗിയായ തങ്ങളുടെ സുഹൃത്തിനെ യേശുവിന്റെ അടുക്കൽ കൊണ്ടുവന്ന നാലു പുരുഷന്മാരും അവരുടെ വിശ്വാസത്തിന്റെ അടിസ്ഥാനത്തിൽ പ്രവർത്തിക്കുകയായിരുന്നു. അവർ മേൽക്കൂരയിലേക്ക് കയറി അവരുടെ സുഹൃത്തിനെ മേൽക്കൂരയിൽ നിന്ന് താഴെയിറക്കാൻ വരെ പോയി. യേശു അവരുടെ വിശ്വാസം കണ്ടു. അവരുടെ സുഹൃത്ത് സുഖം പ്രാപിച്ചു. അവരുടെ വിശ്വാസത്തിന്റെ പ്രവൃത്തി അവർക്കും ദൈവത്തിനും ഇടയിലുള്ള ഒന്നാണ്. ദൈവം അവരുടെ ഹൃദയം കാണുകയും പ്രതികരിക്കുകയും ചെയ്യുന്നു.

ആത്മാവിന്റെ ദാനങ്ങളിലൂടെ

കൊരിന്ത്യർ 1 12:7-11 7 എന്നാൽ ഓരോരുത്തർക്കും ആത്മാവിന്റെ പ്രകാശനം എല്ലാവരുടെയും പ്രയോജനത്തിനായി നൽകപ്പെടുന്നു: 8 കാരണം ഒരാൾക്ക്

ആത്മാവിലൂടെ ജ്ഞാനത്തിന്റെ വചനവും, മറ്റൊരാൾക്ക് അതേ ആത്മാവിലൂടെ അറിവിന്റെ വചനവും, 9 മറ്റൊരാൾക്ക് അതേ ആത്മാവിലൂടെ വിശ്വാസം, മറ്റൊരാൾക്ക് അതേ ആത്മാവിനാൽ രോഗശാന്തികളുടെ വരവും, 10 മറ്റൊരാൾക്ക് അത്ഭുതങ്ങളുടെ പ്രവൃത്തിയും, മറ്റൊരുവന് പ്രവചനവും, മറ്റൊരുവന് ആത്മാക്കളെ വിവേചിച്ചറിയാനുള്ള കഴിവും, മറ്റൊരുവന് പലതരം ഭാഷകളും, മറ്റൊരുവന് ഭാഷകളുടെ വ്യാഖ്യാനവും നൽകപ്പെടുന്നു. 11 എന്നാൽ ഒരേ ആത്മാവ് ഇതെല്ലാം പ്രവർത്തിക്കുന്നു, താൻ ഇച്ഛിക്കുന്നതുപോലെ ഓരോരുത്തർക്കും അതത് വിധത്തിൽ വിതരണം ചെയ്യുന്നു.

എബ്രായർ 2:3,4 3 ഇത്ര വലിയ ഒരു രക്ഷയെ നാം അവഗണിച്ചാൽ എങ്ങനെ രക്ഷപ്പെടും? അത് ആദ്യം കർത്താവ് അരുളിച്ചെയ്തതും കേട്ടവർ നമുക്ക് ഉറപ്പിച്ചുതന്നതും ആയിരുന്നു. 4 ദൈവം അടയാളങ്ങളാലും അത്ഭുതങ്ങളാലും വിവിധ അത്ഭുതങ്ങളാലും തന്റെ ഇഷ്ടപ്രകാരം പരിശുദ്ധാത്മാവിന്റെ ദാനങ്ങളാലും സാക്ഷ്യം വഹിച്ചു.

ദൈവം ആത്മാവിന്റെ ദാനങ്ങളിലൂടെ രോഗശാന്തി പ്രദാനം ചെയ്യുന്നു. സാധാരണയായി ഇത് രോഗശാന്തി ദാനങ്ങളുടെയും അറിവിന്റെ

വചനങ്ങളുടെയും പ്രവർത്തനമായിരിക്കും, ചിലപ്പോൾ അത്ഭുതങ്ങളുടെ പ്രവർത്തനവും വിശ്വാസത്തിന്റെ ദാനവും ഇതോടൊപ്പം ഉണ്ടാകും. ആത്മാവിന്റെ മറ്റ് ദാനങ്ങളും ഒരേ സമയം പ്രവർത്തനത്തിലായിരിക്കാം. രോഗശാന്തിയും വിടുതലും ശുശ്രൂഷിക്കുന്ന സമയത്ത് ജ്ഞാനത്തിന്റെ ഒരു വചനം, ആത്മാവിനെക്കുറിച്ചുള്ള വിവേചനം അല്ലെങ്കിൽ പ്രവചനം പുറത്തുവരുന്നത് എന്നിവയും ഉണ്ടാകാം.

ആളുകളെ ശുശ്രൂഷിക്കുമ്പോൾ ഇവ പ്രവർത്തനത്തിൽ ഉണ്ടായിരിക്കണമെന്ന് നാം ആഗ്രഹിക്കണം. ഈ ദാനങ്ങൾ പുറത്തുവരണമെങ്കിൽ നാം വിശ്വാസത്തോടെ മുന്നോട്ടുവരണം. ഇതാണ് നമ്മുടെ പങ്ക്. വിശ്വാസത്തിൽ മുന്നോട്ടുവരാനുള്ള നമ്മുടെ ആഗ്രഹത്തിനും സന്നദ്ധതയ്ക്കും ദൈവം സാധാരണയായി പ്രതികരിക്കുന്നത്, ആത്മാവിന്റെ ഈ ദാനങ്ങളുടെ ഏതെങ്കിലും സംയോജനത്തിന്റെ പ്രകാശനത്തിന് കാരണമായിക്കൊണ്ടാണ്.

ആരും വലിയ വിശ്വാസത്തിലോ എന്തെങ്കിലും സംഭവിക്കുമെന്ന് പ്രതീക്ഷിക്കാതെയോ ആയിരിക്കുമ്പോൾ ഈ ദാനങ്ങൾ പുറത്തുവരുന്ന സമയങ്ങളുണ്ട്. ശുശ്രൂഷിക്കുന്നയാളോ ശുശ്രൂഷിക്കപ്പെടുന്ന വ്യക്തിയോ വലിയ വിശ്വാസത്തിലല്ല,

എന്നിട്ടും രോഗശാന്തികളും വിടുതലുകളും അത്ഭുതങ്ങളും ഇപ്പോഴും സംഭവിക്കുന്നത് വരങ്ങളുടെ പ്രവർത്തനം മൂലമാണ്. ഉദാഹരണത്തിന്, കർത്താവായ യേശുക്രിസ്തുവിലുള്ള അറിവോ വിശ്വാസമോ ഇല്ലാതെ, ഒരു കാഴ്ചക്കാരനായി മാത്രം ഒരു യോഗത്തിൽ ആയിരിക്കുന്ന ഒരു അവിശ്വാസിക്ക്, ശുശ്രൂഷയ്ക്കിടെ അത്ഭുതകരമായ രോഗശാന്തിയുടെ ഒരു അത്ഭുതം ലഭിച്ചേക്കാം, ആരും ആ വ്യക്തിയോട് പ്രാർത്ഥിക്കുകയോ ശുശ്രൂഷിക്കുകയോ ചെയ്യുന്നില്ല. ആ വ്യക്തിയുടെ ശ്രദ്ധ പിടിച്ചുപറ്റുന്നതും അവരെ ക്രിസ്തുവിലുള്ള വിശ്വാസത്തിലേക്ക് ആകർഷിക്കുന്നതും ദൈവത്തിന്റെ ഒരു പരമാധികാര പ്രവൃത്തിയായിരിക്കും ഇത്.

രോഗശാന്തി അഭിഷേകത്തിലൂടെ

ലൂക്കോസ് 5:17 ഒരു ദിവസം അവൻ ഉപദേശിക്കുമ്പോൾ, ഗലീലയിലെയും യെഹൂദ്യയിലെയും യെരൂശലേമിലെയും സകല പട്ടണത്തിൽ നിന്നും വന്ന പരീശന്മാരും ന്യായശാസ്ത്രിമാരും അവിടെ ഇരുന്നിരുന്നു; അവരെ സൌഖ്യമാക്കുവാൻ കർത്താവിന്റെ ശക്തി അവനോടുകൂടെ ഉണ്ടായിരുന്നു.

ലൂക്കോസ് 6:19 ശക്തി അവനിൽ നിന്നു പുറപ്പെട്ടു എല്ലാവരെയും

സൌഖ്യമാക്കുകകൊണ്ടു പുരുഷാരം ഒക്കെയും അവനെ തൊടുവാൻ ശ്രമിച്ചു.

ലൂക്കോസ് 8:46-47 46 യേശുവോ: ആരോ എന്നെ തൊട്ടു; എന്തെന്നാൽ എന്നിൽ നിന്നു ശക്തി പുറപ്പെട്ടതു ഞാൻ അറിഞ്ഞു എന്നു പറഞ്ഞു. 47 താൻ മറഞ്ഞിരിക്കുന്നില്ല എന്നു സ്ത്രീ കണ്ടിട്ടു വിറെച്ചുംകൊണ്ടു വന്നു അവന്റെ മുമ്പിൽ വീണു, അവനെ തൊട്ട കാരണവും തൽക്ഷണം എങ്ങനെ സൌഖ്യമായെന്നും സകലജനത്തിന്റെയും മുമ്പാകെ അറിയിച്ചു.

പരിശുദ്ധാത്മാവിന്റെ സാന്നിധ്യവും ശക്തിയുമാണ് അഭിഷേകം. ദൈവത്തിന്റെ ശക്തി പ്രകടമാകുന്നതിനായി അഭിഷേകത്തിന് ഒരു വ്യക്തിയെ ശക്തിപ്പെടുത്താനോ വിശ്വാസികളുടെ ഒരു സഭയിൽ (കൂട്ടായ്മ) സന്നിഹിതനാകാനോ കഴിയും. കർത്താവായ യേശു പരിശുദ്ധാത്മാവിന്റെ ശക്തിയാൽ ശുശ്രൂഷിക്കപ്പെട്ടു (പ്രവൃത്തികൾ 10:38). ഈ ശക്തി എല്ലാ വിശ്വാസികൾക്കും ലഭ്യമാണ് (പ്രവൃത്തികൾ 1:8), അതിനാൽ യേശുവിൽ നിന്ന് ഒഴുകിയതുപോലെ നമ്മിൽ നിന്നും ഒഴുകാൻ കഴിയും. രോഗശാന്തി അഭിഷേകം എന്നത് രോഗശാന്തി സംഭവിക്കാൻ കാരണമാകുന്ന പരിശുദ്ധാത്മാവിന്റെ സാന്നിധ്യവും ശക്തിയുമാണ് . യേശു ശുശ്രൂഷ ചെയ്തപ്പോൾ, ആളുകളെ സുഖപ്പെടുത്താൻ കർത്താവിന്റെ ശക്തി ഉണ്ടായിരുന്നു.

രോഗശാന്തി ശക്തി (രോഗശാന്തി ഗുണം അല്ലെങ്കിൽ രോഗശാന്തി അഭിഷേകം) അവനിൽ നിന്ന് ഒഴുകുകയും അവനെ തൊട്ട നിരവധി ആളുകളെ സുഖപ്പെടുത്തുകയും ചെയ്തു.

നാം രോഗശാന്തി ശുശ്രൂഷ ചെയ്യുമ്പോൾ, പരിശുദ്ധാത്മാവിന്റെ അതേ രോഗശാന്തി ശക്തി നമ്മിലൂടെ പ്രവഹിക്കണമെന്നും രോഗികളെ സുഖപ്പെടുത്തണമെന്നും നാം ആഗ്രഹിക്കുകയും പ്രതീക്ഷിക്കുകയും വേണം. ചില സമയങ്ങളിൽ ഈ രോഗശാന്തി ശക്തിയുടെ ഒഴുക്ക് നമുക്ക് തിരിച്ചറിയാൻ (സ്പഷ്ടമായി അനുഭവിക്കാൻ) കഴിയും. മറ്റു ചില സമയങ്ങളിൽ നമുക്ക് ഒന്നും അനുഭവപ്പെടുന്നില്ല, എന്നിട്ടും പരിശുദ്ധാത്മാവിന്റെ ശക്തി നമ്മിലൂടെ പുറത്തുവിടുന്നുണ്ടെന്ന് അറിഞ്ഞുകൊണ്ട് നാം വിശ്വാസത്താൽ ശുശ്രൂഷ ചെയ്യുന്നു.

പ്രത്യേക അഭിഷേകങ്ങളിലൂടെ

പ്രവൃത്തികൾ 5:12-16 12 അപ്പൊസ്തലന്മാരുടെ കൈകളാൽ ജനത്തിന്റെ ഇടയിൽ പല അടയാളങ്ങളും അത്ഭുതങ്ങളും നടന്നു. എല്ലാവരും ഏകമനസ്സോടെ ശലോമോന്റെ മണ്ഡപത്തിൽ കൂടിവന്നു. 13 ബാക്കിയുള്ളവരിൽ ആരും അവരോടു ചേരുവാൻ ധൈര്യപ്പെട്ടില്ല, പക്ഷേ ജനം

അവരെ വളരെ ബഹുമാനിച്ചു. 14
വിശ്വാസികൾ കൂടുതലായി കർത്താവിനോട്
ചേർന്നു, പുരുഷന്മാരും സ്ത്രീകളും അടങ്ങുന്ന
ഒരു കൂട്ടം. 15 പത്രോസ്
കടന്നുപോകുന്നതിന്റെ നിഴലെങ്കിലും
അവരിൽ ചിലരുടെ മേൽ വീഴേണ്ടതിന് അവർ
രോഗികളെ തെരുവുകളിലേക്ക് കൊണ്ടുവന്ന്
കിടക്കകളിലും കിടക്കകളിലും കിടത്തി. 16
ചുറ്റുമുള്ള പട്ടണങ്ങളിൽ നിന്ന് ഒരു ജനക്കൂട്ടം
യെരൂശലേമിലേക്ക് വന്നുകൂടി,
രോഗികളെയും അശുദ്ധാത്മാക്കൾ
ബാധിച്ചവരെയും കൊണ്ടുവന്നു; അവർ
എല്ലാവരും സുഖം പ്രാപിച്ചു.

വ്യക്തികൾ എന്ന നിലയിലോ അല്ലെങ്കിൽ മുഴുവൻ കൂടിവരവിലും രോഗശാന്തിക്കുള്ള ഒരു പ്രത്യേക അഭിഷേകം നമ്മുടെ മേൽ വരുന്ന സമയങ്ങളുണ്ട്. ഇത് സംഭവിക്കുമ്പോൾ, അസാധാരണവും നിരവധി അത്ഭുതങ്ങളും സ്വയമേവ സംഭവിക്കാൻ തുടങ്ങും. നാം സംവേദനക്ഷമതയുള്ളവരായിരിക്കണം, ഇത് തിരിച്ചറിയുകയും ആ സമയത്ത് പരിശുദ്ധാത്മാവ് എന്തുചെയ്യാൻ ആഗ്രഹിക്കുന്നോ അതിനൊപ്പം ഒഴുകുകയും വേണം, അങ്ങനെ ആളുകളെ സ്പർശിക്കാൻ കഴിയും. അത്തരം സമയങ്ങളിൽ നാം ആത്മാവിന്റെ പ്രവൃത്തിയെ കെടുത്തിക്കളയരുത്, കാരണം ദൈവം ഒരു

കാരണത്താൽ ഈ പ്രത്യേക അഭിഷേകം മനഃപൂർവ്വം പുറത്തുവിടുന്നു.
ഒരു കൂട്ടായ്മയിൽ ആത്മീയ അന്തരീക്ഷം നിറയ്ക്കുന്ന ഒരു "രോഗശാന്തിക്കുള്ള അന്തരീക്ഷം", പ്രാർത്ഥന, ആരാധന, ഉയർന്ന തലത്തിലുള്ള വിശ്വാസം, പ്രതീക്ഷ എന്നിവയിലൂടെ സൃഷ്ടിക്കാൻ കഴിയും. രോഗശാന്തിക്കുള്ള ഒരു അന്തരീക്ഷം സൃഷ്ടിക്കുന്നത് സഹായകരവും അഭികാമ്യവുമാണ്, പക്ഷേ ഇത് എല്ലായ്പ്പോഴും സാധ്യമല്ല, കാരണം യേശുവിനെപ്പോലെ, നമുക്ക് പ്രതികൂലമായ ചുറ്റുപാടുകളിൽ ശുശ്രൂഷിക്കേണ്ടി വന്നേക്കാം. പരിസ്ഥിതി എന്തുതന്നെയായാലും ദൈവത്തിന് ശക്തമായി നീങ്ങാൻ കഴിയും, അതിനാൽ നാം എപ്പോഴും ദൈവാത്മാവിനോട് തുറന്നവരും സംവേദനക്ഷമതയുള്ളവരുമായി തുടരണം.

മാനസാന്തരത്തിലൂടെയും പാപപരിത്യാഗത്തിലൂടെയും

യോഹന്നാൻ 5:14 പിന്നീട് യേശു അവനെ ദൈവാലയത്തിൽ വെച്ച് കണ്ട് അവനോട്: "നോക്കൂ, നിനക്ക് സൌഖ്യമായല്ലോ; അധികം തിന്മയായത് സംഭവിക്കാതിരിക്കാൻ ഇനി പാപം ചെയ്യരുത്" എന്ന് പറഞ്ഞു.
യോഹന്നാൻ 9:1-3 1 യേശു കടന്നുപോകുമ്പോൾ ജന്മനാ അന്ധനായ ഒരു

മനുഷ്യനെ കണ്ടു. 2 ശിഷ്യന്മാർ അവനോട്: "റബ്ബീ, ഇവൻ അന്ധനായി ജനിച്ചത് ആർ പാപം ചെയ്തു? ഇവനോ ഇവന്റെ അമ്മയപ്പന്മാരോ?" എന്നു ചോദിച്ചു. 3 യേശു ഉത്തരം പറഞ്ഞു: "ഇവനോ ഇവന്റെ അമ്മയപ്പന്മാരോ പാപം ചെയ്തിട്ടില്ല, ദൈവപ്രവൃത്തികൾ ഇവനിൽ വെളിപ്പെടേണ്ടതിന്നത്രേ.

യോഹന്നാൻ 9-ൽ ജന്മനാ അന്ധനായ മനുഷ്യന്റെ കാര്യത്തിൽ കാണുന്നതുപോലെ, എല്ലാ രോഗങ്ങളും വ്യക്തിയുടെ വ്യക്തിപരമായ പാപത്തെ സൂചിപ്പിക്കുന്നില്ല. എന്നിരുന്നാലും, ശാരീരിക രോഗത്തിന് വാതിൽ തുറന്ന പാപം ആ വ്യക്തിയുടെ ജീവിതത്തിൽ ഉണ്ടാകാൻ സാധ്യതയുണ്ട്. യോഹന്നാൻ 5-ലെ മുടന്തനായ മനുഷ്യൻ, ഏതെങ്കിലും പ്രത്യേക പാപം മൂലമാണ് ആ മുടന്തൻ അവസ്ഥയിലേക്ക് വന്നത്. കർത്താവ് അവനെ സുഖപ്പെടുത്തി, "ഇനി ഒരു തിന്മയും നിങ്ങളുടെ മേൽ വരാതിരിക്കാൻ പാപം ചെയ്യരുത്" എന്ന് ഉപദേശിച്ചപ്പോൾ, അതിന്റെ അർത്ഥം അവന് മനസ്സിലായി. അവൻ ഒരിക്കലും "ഒരു പാപം" ചെയ്യുകയില്ല എന്നല്ല, മറിച്ച് അവനെ ആ മുടന്തൻ അവസ്ഥയിലേക്ക് കൊണ്ടുവന്ന ആ പാപത്തെ (അല്ലെങ്കിൽ പാപങ്ങളെ)യാണ് യേശു പരാമർശിച്ചത്. യോഹന്നാൻ 5-ൽ സുഖം പ്രാപിച്ച മുടന്തൻ പോയി പാപം

ചെയ്തിരുന്നെങ്കിൽ എന്തു സംഭവിക്കുമായിരുന്നുവെന്ന് പരിഗണിക്കുക. യേശു പറഞ്ഞതുപോലെ, "ഒരു തിന്മ" അവനെ ബാധിച്ചിരിക്കാം. സുഖം പ്രാപിച്ച് വീണ്ടും സുഖം പ്രാപിക്കാൻ അവൻ പശ്ചാത്തപിക്കുകയും ആ പാപം ഉപേക്ഷിക്കുകയും ചെയ്യേണ്ടതുണ്ട്.

രോഗശാന്തി ശുശ്രൂഷ ചെയ്യുമ്പോൾ, ശുശ്രൂഷിക്കപ്പെടുന്ന വ്യക്തിയുടെ ജീവിതത്തിലെ പാപത്തെ ആദ്യം കൈകാര്യം ചെയ്യാൻ കർത്താവ് നമ്മെ നിർദ്ദേശിച്ചേക്കാം. പിന്നീട് നാം വ്യക്തിയോട് സ്നേഹപൂർവ്വം ഇത് അഭിസംബോധന ചെയ്യുകയും മാനസാന്തരത്തിലൂടെയും ആ പാപവുമായി ബന്ധപ്പെട്ട കാര്യങ്ങൾ ഉപേക്ഷിക്കുന്നതിലൂടെയും അവരെ നയിക്കുകയും ചെയ്യുന്നു. ക്ഷമയില്ലായ്മ, വെറുപ്പ്, കോപം, വ്യക്തിയിൽ ഉണ്ടായിരിക്കാവുന്ന മറ്റ് തെറ്റായ ഹൃദയ മനോഭാവങ്ങൾ എന്നിവ ഉണ്ടാകാം, അവ ഉപേക്ഷിക്കേണ്ടതുണ്ട്. സാധാരണയായി ജീവിതശൈലികൾ, പാപകരമായ ശീലങ്ങൾ, അശുദ്ധാത്മാക്കളോടുള്ള സമർപ്പണം, പൈശാചിക ശക്തികളുമായുള്ള ബന്ധം ഉപേക്ഷിക്കൽ, വാതിലുകൾ / പ്രവേശന കവാടങ്ങൾ അടയ്ക്കൽ എന്നിവയിലേക്ക് നാം ആ വ്യക്തിയെ നയിക്കുന്നു.

വിടുതൽ വഴി

മത്തായി 9:32,33 32 അവർ പോകുമ്പോൾ ചിലർ ഭൂതഗ്രസ്തനായ ഒരു ഊമനെ അവന്റെ അടുക്കൽ കൊണ്ടുവന്നു. 33 ഭൂതത്തെ പുറത്താക്കിയപ്പോൾ ഊമൻ സംസാരിച്ചു. ജനക്കൂട്ടം അതിശയിച്ചു: യിസ്രായേലിൽ ഇങ്ങനെ ഒരുനാളും കണ്ടിട്ടില്ല എന്നു പറഞ്ഞു.
മത്തായി 12:22 അനന്തരം ചിലർ കുരുടനും ഊമനുമായ ഒരുത്തനെ അവന്റെ അടുക്കൽ കൊണ്ടുവന്നു; അവൻ അവനെ സൌഖ്യമാക്കി, അങ്ങനെ കുരുടനും ഊമനുമായ മനുഷ്യൻ സംസാരിക്കയും കാണുകയും ചെയ്തു.
ലൂക്കോസ് 13:11-13 11 അവിടെ പതിനെട്ടു സംവത്സരമായി ഒരു രോഗാത്മാവു ബാധിച്ചിട്ടു കുനിയാതെ കിടന്നിരുന്നോരു സ്ത്രീ ഉണ്ടായിരുന്നു. 12 യേശു അവളെ കണ്ടു അടുക്കെ വിളിച്ചു: സ്ത്രീയേ, നിന്റെ രോഗത്തിൽനിന്നു നീ അഴിഞ്ഞിരിക്കുന്നു എന്നു പറഞ്ഞു. 13 അവൻ അവളുടെമേൽ കൈവെച്ചു; ഉടനെ അവൾ നിവിർന്നു ദൈവത്തെ മഹത്വപ്പെടുത്തി.

മുകളിൽ പറഞ്ഞ സന്ദർഭങ്ങളിൽ, അന്ധത, ബധിരത, മൂകത, കൂർക്കംവലി എന്നിവ ഭൂതങ്ങളുടെ സാന്നിധ്യം മൂലമാണെന്ന് നാം കാണുന്നു . എല്ലാ അന്ധതയും, ബധിരതയും, മൂകതയും അല്ലെങ്കിൽ പുറം പ്രശ്നവും

ബലഹീനതയുടെ ആത്മാവ് മൂലമാണെന്ന് ഇതിനർത്ഥമില്ല. ചില അന്ധത അപകടങ്ങൾ മൂലമോ മറ്റ് കാരണങ്ങളാലോ ആകാം. നാം ദൈവത്തിന്റെ ആത്മാവിനെ ശ്രദ്ധിക്കുകയും അവന്റെ നടത്തിപ്പ് പിന്തുടരുകയും ചെയ്യുന്നു. നമുക്ക് ഉറപ്പില്ലാത്തപ്പോൾ, രോഗശാന്തി ശുശ്രൂഷ ചെയ്യാൻ നാം മുന്നോട്ട് പോകുകയും നിലവിലുള്ള ഏതെങ്കിലും ബലഹീനതയുടെ ആത്മാവിനെ അഭിസംബോധന ചെയ്യുകയും ചെയ്യുന്നു. കാരണം തിരിച്ചറിയാൻ കഴിയാത്ത പല ഭേദമാക്കാനാവാത്ത രോഗങ്ങളും മറ്റ് ശാരീരിക അവസ്ഥകളും സാധാരണയായി പുറത്താക്കപ്പെടേണ്ട ഒരു ബലഹീനതയുടെ ആത്മാവിനെ സൂചിപ്പിക്കുന്നു.

മൂന്ന് സുവിശേഷങ്ങളും അപസ്മാരവും അപസ്മാരവും ബാധിച്ചതായി തോന്നിയ ഒരു ആൺകുട്ടിയുടെ കേസും രേഖപ്പെടുത്തുന്നു (മത്തായി 17:14-18 മർക്കോസ് 9:17-27 ലൂക്കോസ് 9:37-43). ഇത് യഥാർത്ഥത്തിൽ ബധിരത, മൂകത, ഭ്രാന്ത്, ആത്മഹത്യാ പ്രവണത എന്നിവയ്ക്ക് കാരണമായ ഒരു പൈശാചിക കേസായിരുന്നു. അങ്ങനെ യേശു ആത്മാവിനെ പുറത്താക്കിയപ്പോൾ കുട്ടി സുഖം പ്രാപിച്ചു. വൈദ്യശാസ്ത്രപരമായി അപസ്മാരം ഉണ്ടാകുന്നത് അത്ഭുതങ്ങൾ പ്രവർത്തിക്കേണ്ട ഒരു രാസ അസന്തുലിതാവസ്ഥ മൂലമാണെന്ന് നമുക്കറിയാം. എന്നാൽ ചില സന്ദർഭങ്ങളിൽ,

അടിസ്ഥാനപരമായി ഒരു ബലഹീനതയുടെ ആത്മാവ് ഉണ്ടാകാം, അതിനെയും കൈകാര്യം ചെയ്യേണ്ടതുണ്ട്.

കർത്താവിന്റെ മേശ ആഘോഷിക്കുമ്പോൾ വിശ്വാസം പ്രകടമാക്കുന്നതിലൂടെ

കൊരിന്ത്യർ 1 11:26 അങ്ങനെ നിങ്ങൾ ഈ അപ്പം തിന്നുകയും ഈ പാനപാത്രം കുടിക്കയും ചെയ്യുമ്പോഴൊക്കെയും കർത്താവു വരുവോളം അവന്റെ മരണത്തെ പ്രസ്താവിക്കുന്നു.

നമ്മുടെ കർത്താവായ യേശുക്രിസ്തുവിന്റെ കുരിശ് നമ്മുടെ "വിമോചന പ്രഖ്യാപനം" ആണ്. പാപമോചനം, ശരീരത്തിനും മനസ്സിനും രോഗശാന്തി, പൂർണ്ണത, വീഴ്ചയെ മറികടക്കാൻ ആവശ്യമായ എല്ലാം എന്നിവ നൽകിയ സ്ഥലമാണിത്. കർത്താവായ യേശു, "കർത്താവിന്റെ അത്താഴം" അല്ലെങ്കിൽ "കർത്താവിന്റെ മേശ" എന്ന് വിളിക്കുന്നത്, അവന്റെ ഓർമ്മയ്ക്കായി പലപ്പോഴും അങ്ങനെ ചെയ്യുന്നതിനായി സ്ഥാപിച്ചു. ഓരോ തവണയും നാം കർത്താവിന്റെ മേശയിൽ പങ്കുചേരുമ്പോൾ, നാം "കർത്താവിന്റെ മരണത്തെ പ്രഖ്യാപിക്കുന്നു." "കർത്താവിന്റെ ശരീരത്തെ വിവേചിച്ചാണ്" നാം കർത്താവിന്റെ മേശയിൽ പങ്കുചേരുന്നത്. കുരിശിലെ തന്റെ

ശരീരത്തിൽ ക്രിസ്തു നമുക്കുവേണ്ടി പൂർത്തിയാക്കിയത് നാം തിരിച്ചറിയുന്നു. കുരിശിലെ ക്രിസ്തുവിന്റെ പൂർത്തീകരിച്ച പ്രവൃത്തിയിലും അവൻ ഉയിർത്തെഴുന്നേറ്റുവെന്നും വീണ്ടും വരുമെന്നും ഉള്ള നമ്മുടെ വിശ്വാസത്തിന്റെ ഒരു വിളംബരമോ പ്രഖ്യാപനമോ ആണ് കർത്താവിന്റെ മേശ. കുരിശിന്റെ പൂർണ്ണ അനുഗ്രഹങ്ങൾ നമ്മുടെ ജീവിതത്തിൽ യാഥാർത്ഥ്യവും ഫലപ്രദവുമാക്കാനുള്ള ആഗ്രഹവും പ്രതീക്ഷയും നമ്മുടെ വിശ്വാസവുമായി സംയോജിപ്പിക്കുന്ന സമയമാണിത്. പരിശുദ്ധാത്മാവ് നമ്മുടെ ജീവിതത്തിന്റെ ഓരോ ഭാഗത്തിലും, ക്രിസ്തുവിന്റെ കുരിശിന്റെ പൂർണ്ണ അനുഗ്രഹങ്ങൾ നടപ്പിലാക്കുമെന്ന് ഞങ്ങൾ പ്രതീക്ഷിക്കുന്നു. കുരിശിന്റെ ശക്തി നമ്മുടെ ജീവിതത്തിൽ ഫലപ്രദമാക്കാൻ നാം ദൈവാത്മാവിനെ ക്ഷണിക്കുന്നു. പരിശുദ്ധാത്മാവിന്റെ ശക്തിയിലൂടെയാണ് ക്രിസ്തുവിന്റെ കുരിശിലെ പ്രവൃത്തി പൂർത്തീകരിക്കപ്പെട്ടത് (എബ്രായർ 9:14). കുരിശിന്റെ ശക്തിയും അനുഗ്രഹങ്ങളും നമ്മുടെ ജീവിതത്തിൽ ഫലപ്രദമാക്കാൻ ഇതേ ആത്മാവ് ഇവിടെയുണ്ട്. ഓരോ തവണയും നാം കർത്താവിന്റെ മേശയിൽ പങ്കുചേരുമ്പോൾ ഈ പ്രതീക്ഷയോടെയാണ് നാം അങ്ങനെ ചെയ്യേണ്ടത്. ദൈവം നമ്മുടെ

വിശ്വാസത്തെ ശക്തിയുടെ പ്രവൃത്തികളാൽ നിറവേറ്റും (2 തെസ്സലൊനീക്യർ 1:11).

കൊരിന്ത്യർ കർത്താവിന്റെ മേശയിൽ യോഗ്യമായ രീതിയിൽ പങ്കുചേരാത്തതിനാൽ അവർക്ക് ഈ അനുഗ്രഹം നഷ്ടമായി. അവർ അതിനെ വിരുന്നും മദ്യപാനവും ആസ്വദിക്കാനുള്ള സമയമായി കണക്കാക്കി. ദൈവത്തിന്റെ അനുഗ്രഹം അനുഭവിക്കുന്നതിനുപകരം, അവർ സ്വയം ന്യായവിധി വരുത്തിവയ്ക്കുകയും ബലഹീനത, രോഗം, അകാല മരണം എന്നിവയിൽ കലാശിക്കുകയും ചെയ്തു. “അയോഗ്യമായി തിന്നുകയും കുടിക്കുകയും ചെയ്യുന്നവൻ കർത്താവിന്റെ ശരീരത്തെ വിവേചിച്ചറിയാതെ തനിക്കുതന്നെ ന്യായവിധി തിന്നുകയും കുടിക്കുകയും ചെയ്യുന്നു. ഇക്കാരണത്താൽ നിങ്ങളിൽ പലരും ബലഹീനരും രോഗികളുമാണ്, പലരും ഉറങ്ങുന്നു” (1 കൊരിന്ത്യർ 11:29,30). കർത്താവിന്റെ മേശയിൽ പങ്കെടുക്കേണ്ട രീതിയിൽ പങ്കെടുക്കുന്നതിലൂടെ ബലഹീനത, രോഗം, മരണം എന്നിവ ഒഴിവാക്കാമായിരുന്നു.

പ്രാർത്ഥനാ വസ്ത്രങ്ങളുടെ ഉപയോഗത്തിലൂടെ

പ്രവൃത്തികൾ 19:11,12 11 ദൈവം പൌലൊസിന്റെ കൈകൾ മുഖാന്തരം അസാധാരണമായ അത്ഭുതങ്ങളെ പ്രവർത്തിച്ചു. 12 അവന്റെ ശരീരത്തിൽനിന്നു തൂവാലകളോ മേൽവസ്ത്രങ്ങളോ രോഗികളുടെമേൽ കൊണ്ടുവന്നിടുകയും രോഗങ്ങൾ അവരെ വിട്ടുമാറുകയും ദുരാത്മാക്കൾ പുറത്തു വരികയും ചെയ്തു.
പൗലോസിലൂടെ ദൈവം അത്ഭുതങ്ങൾ പ്രവർത്തിക്കുന്നത് നാം കാണുന്നു, അവിടെ പൗലോസിൽ നിന്ന് രോഗികൾക്കും ഭൂതബാധിതർക്കും കൊണ്ടുവന്ന തൂവാലകളും മേൽവസ്ത്രങ്ങളും രോഗശാന്തിയും മോചനവും കൊണ്ടുവന്നു. ദൈവം ഇപ്പോഴും ഈ രീതിയിലൂടെ പ്രവർത്തിക്കുന്നു. അതിനാൽ കർത്താവ് നമ്മെ നയിക്കുന്ന സന്ദർഭങ്ങളിൽ, നമുക്ക് തുണിക്കഷണങ്ങൾക്ക് മുകളിൽ പ്രാർത്ഥിക്കാനും രോഗികൾക്ക് എത്തിക്കാനും കഴിയും. വിശ്വാസത്തോടെ ഇവ രോഗികളുടെ മേൽ വയ്ക്കുമ്പോൾ, രോഗശാന്തിയും മോചനവും അവർക്ക് ശുശ്രൂഷിക്കപ്പെടുന്നു. ദൈവത്തിന് എണ്ണ, വെള്ളം തുടങ്ങിയ മറ്റ് ഭൗതിക വസ്തുക്കളും ഉപയോഗിക്കാൻ കഴിയും.

തുണികൾ/വസ്തുക്കൾ/വസ്തുക്കൾ ഉപയോഗിക്കുമ്പോൾ ഒരു മുന്നറിയിപ്പ് മാത്രം. ചിലപ്പോൾ ആളുകൾക്ക് ശരിയായ നിർദ്ദേശം

ലഭിച്ചില്ലെങ്കിൽ, അവർക്ക് രോഗശാന്തിയോ വിടുതലോ നൽകാൻ ഉപയോഗിച്ച വസ്തുവിനെ ആരാധനാ വസ്തുവായോ, ഒരു ആകർഷണീയതയോ അല്ലെങ്കിൽ അവരുടെ ശ്രദ്ധ പിടിച്ചുപറ്റുന്ന മറ്റേതെങ്കിലും അമാനുഷിക വസ്തുവായോ അവർ നിർമ്മിക്കാൻ സാധ്യതയുണ്ട്. രോഗശാന്തി കൊണ്ടുവരുന്നത് കർത്താവായ യേശുവാണെന്നും ആ ഇനം തന്നെ ഒരു സമ്പർക്ക ബിന്ദുവായി മാത്രമേ ഉപയോഗിക്കുന്നുള്ളൂവെന്നും നാം വ്യക്തമാക്കേണ്ടത് പ്രധാനമാണ്. ആ വസ്തുവിന്റെ ഉപയോഗമില്ലാതെ പോലും കർത്താവിന് രോഗശാന്തി കൊണ്ടുവരാൻ കഴിയും.

മറ്റ് അസാധാരണ രീതികളിലൂടെ

രോഗശാന്തി നൽകുന്ന ചില വഴികൾ പട്ടികപ്പെടുത്താൻ ഞങ്ങൾ ശ്രമിച്ചിട്ടുണ്ടെങ്കിലും, ഇത് പൂർണ്ണമായ ഒരു പട്ടികയല്ലെന്ന് ദയവായി ഓർമ്മിക്കുക. കർത്താവിന് മറ്റ് അസാധാരണവും അസാധാരണവുമായ വഴികൾ ഉപയോഗിക്കാൻ കഴിയും, നാം അവനുവേണ്ടി തുറന്നിരിക്കണം. ചില സന്ദർഭങ്ങളിൽ കർത്താവായ യേശുവും ചില അസാധാരണ വഴികളിൽ ശുശ്രൂഷ ചെയ്തു എന്ന വസ്തുത പരിഗണിക്കുക. ഒരിക്കൽ ഒരു

ബധിരനും മൂകനുമായ വ്യക്തിയെ ശുശ്രൂഷിക്കുമ്പോൾ, കർത്താവായ യേശു ആ വ്യക്തിയുടെ ചെവിയിൽ വിരലുകൾ തിരുകി, തുടർന്ന് തുപ്പുകയും സ്വന്തം തുപ്പൽ കൊണ്ട് ആ മനുഷ്യന്റെ നാവിൽ സ്പർശിക്കുകയും ചെയ്തു, അപ്പോൾ ആ മനുഷ്യൻ കേൾക്കുകയും സംസാരിക്കുകയും ചെയ്തു (മർക്കോസ് 7:32-25). മറ്റൊരു അന്ധനെ സംബന്ധിച്ചിടത്തോളം, യേശു അവന്റെ കണ്ണുകളിൽ തുപ്പി അവന്റെ മേൽ കൈകൾ വച്ചു, അന്ധൻ കണ്ടു (മർക്കോസ് 8:22-26). മറ്റൊരു അന്ധനെ സംബന്ധിച്ചിടത്തോളം, യേശു നിലത്ത് തുപ്പി തന്റെ ഉമിനീർ ഉപയോഗിച്ച് കളിമണ്ണ് ഉണ്ടാക്കി, കളിമണ്ണ് അന്ധന്റെ കണ്ണുകളിൽ പുരട്ടി, "നീ പോയി ശിലോഹാം കുളത്തിൽ കഴുകുക" എന്ന് പറഞ്ഞു, ഈ അന്ധൻ സുഖം പ്രാപിച്ചു (യോഹന്നാൻ 9:6,7). പ്രവൃത്തികളുടെ പുസ്തകത്തിൽ, ദൈവം പത്രോസിന്റെ നിഴലിനെ ഉപയോഗിച്ച് രോഗശാന്തി നൽകുന്നതായി നാം വായിക്കുന്നു.

അതുകൊണ്ട് നാം കർത്താവിന്റെ മാർഗ്ഗനിർദ്ദേശത്തിനായി തുറന്നിരിക്കണം, അവൻ നമ്മെ നയിക്കുകയാണെങ്കിൽ അസാധാരണമായ വഴികളിൽ ശുശ്രൂഷിക്കുകയും വേണം. എന്നിരുന്നാലും, ഒരു പ്രത്യേക സാഹചര്യത്തിൽ ഉപയോഗിക്കാൻ കർത്താവ് നിങ്ങളോട്

പറഞ്ഞ എന്തെങ്കിലും ഒരു പതിവ് ഉണ്ടാക്കരുത്. അവന്റെ നേതൃത്വം പിന്തുടരുന്നത് തുടരുക. ഇവിടെ നമ്മുടെ ലക്ഷ്യം ഒരു പുതിയ രീതി പ്രോത്സാഹിപ്പിക്കുകയോ രോഗശാന്തി ശുശ്രൂഷയുടെ അസാധാരണമായ ഏതെങ്കിലും രീതിയിൽ നമ്മുടെ വ്യക്തിത്വം കണ്ടെത്തുകയോ അല്ല. ആളുകളെ സുഖപ്പെടുത്തുകയും എല്ലാ കാര്യങ്ങളിലും കർത്താവിനെ മഹത്വപ്പെടുത്തുകയും ചെയ്യുക എന്നതാണ് നമ്മുടെ ലക്ഷ്യം.

രോഗശാന്തി ശുശ്രൂഷ - ഒറ്റയ്ക്ക്

ഒരു വ്യക്തിക്ക് വ്യക്തിപരമായി രോഗശാന്തി നൽകുമ്പോൾ, സാധ്യമെങ്കിൽ വചന ശുശ്രൂഷയിലൂടെ വ്യക്തിയുടെ വിശ്വാസം വളർത്തിയെടുക്കാൻ സമയമെടുക്കുക. നമ്മുടെ രോഗശാന്തിക്കും വിടുതലിനും ഉള്ള അടിസ്ഥാനം പങ്കിടുക. തുടർന്ന്, മുകളിൽ ചർച്ച ചെയ്ത ഏതെങ്കിലും രീതികൾ ഉപയോഗിച്ച്, ഉചിതമായി നാം ശുശ്രൂഷ ചെയ്യുന്നു. രോഗശാന്തിയുടെയും അത്ഭുതങ്ങളുടെയും വരങ്ങളുടെ ഒഴുക്ക് നാം ആഗ്രഹിക്കുകയും അന്വേഷിക്കുകയും ചെയ്യുന്നു. അടുത്ത അധ്യായത്തിൽ, ഒന്നിനുപുറകെ ഒന്നായി രോഗശാന്തി നൽകുന്നതിനുള്ള ലളിതവും എളുപ്പവുമായ ഒരു സമീപനം നാം പഠിക്കുന്നു.

ഒരു വലിയ കൂടിവരവിൽ രോഗശാന്തി ശുശ്രൂഷ ചെയ്യുന്നു

ഒരു വലിയ കൂട്ടായ്മയിൽ രോഗശാന്തി ശുശ്രൂഷ ചെയ്യുമ്പോൾ ഒരു നിശ്ചിത രൂപമോ പ്രവാഹമോ പാലിക്കേണ്ടതില്ലെങ്കിലും, ഒരു വലിയ സാഹചര്യത്തിൽ ശുശ്രൂഷിക്കുന്നതിനുള്ള ചില പൊതുവായ വഴികൾ ഇതാ. സാധ്യമാകുമ്പോഴെല്ലാം ആളുകളുടെ ഹൃദയങ്ങളിൽ വിശ്വാസം വളർത്തിയെടുക്കുന്നതിനായി വചനം പ്രസംഗിക്കുക എന്നതാണ് ഞങ്ങളുടെ പതിവ് സമീപനം. തുടർന്ന് എങ്ങനെ ശുശ്രൂഷിക്കണമെന്ന് കർത്താവിന്റെ മാർഗ്ഗനിർദ്ദേശം പിന്തുടരാൻ ഞങ്ങൾ ശ്രമിക്കുന്നു. ചിലപ്പോൾ ശുശ്രൂഷ സ്വീകരിക്കാൻ ആളുകൾ മുന്നിലേക്ക് വരുന്ന ഒരു രോഗശാന്തി പ്രാർത്ഥനാ വരിയോ അൾത്താര വിളിയോ വിളിക്കാൻ കർത്താവ് നമ്മെ നിർദ്ദേശിച്ചേക്കാം. ചിലപ്പോൾ, അറിവിന്റെ വാക്കുകളിലൂടെ നാം രോഗശാന്തിക്കായി പ്രത്യേക സാഹചര്യങ്ങളെ വിളിക്കുന്നു, തുടർന്ന് മറ്റുള്ളവർ സുഖപ്പെടുത്തുന്നതിനായി കൂട്ടമായി ശുശ്രൂഷിക്കുന്നു. ഒരു നിശ്ചിത സൂത്രവാക്യവുമില്ല. കർത്താവിനോട് സംവേദനക്ഷമതയുള്ളവരായിരിക്കുകയും അവന്റെ നേതൃത്വം പിന്തുടരുകയും ചെയ്യുക

എന്നതാണ് പ്രധാനം. വചന ശുശ്രൂഷയ്ക്ക് ശേഷം കൂട്ടമായി രോഗശാന്തി ശുശ്രൂഷിക്കുമ്പോൾ നാം ചെയ്യുന്ന ചില പൊതുവായ കാര്യങ്ങൾ ചുവടെയുണ്ട്.

സാധ്യമെങ്കിൽ രോഗശാന്തി ആവശ്യമുള്ള ശരീരഭാഗത്ത് കൈ വയ്ക്കാൻ നമുക്ക് ആളുകളോട് പറഞ്ഞേക്കാം. അവരുടെ വിശ്വാസം പ്രകടിപ്പിക്കുന്നതിനും ഒരു പ്രത്യേക അത്ഭുതത്തിനായി കർത്താവിങ്കലേക്ക് നോക്കാൻ അവരെ സഹായിക്കുന്നതിനുമുള്ള ഒരു ലളിതമായ ഘട്ടമാണിത്.
സാധാരണയായി കൂട്ട രോഗശാന്തി ശുശ്രൂഷകൾ നടത്തുമ്പോൾ, അശുദ്ധാത്മാക്കളെയും ബലഹീനതയുടെ ആത്മാക്കളെയും പുറത്താക്കിക്കൊണ്ടാണ് നമ്മൾ ആരംഭിക്കുന്നത്. ആളുകളെ രോഗത്തിൽ പിടിച്ചുനിർത്തുകയും രോഗശാന്തി വരുന്നത് തടയുകയും ചെയ്യുന്ന പിശാചുക്കളാണ് ഇവ. അതിനാൽ നമ്മൾ കൂട്ട വിടുതലിന്റെ ഒരു സമയത്തിലൂടെ കടന്നുപോകുന്നു. ആത്മാക്കളെ, ശാസിക്കേണ്ട പ്രത്യേക തരം ആത്മാക്കളെ, വേർതിരിച്ചറിയുന്നതിലൂടെ, കർത്താവ് വെളിപ്പെടുത്തുന്നതുപോലെ, നാം അവനോട് സംവേദനക്ഷമതയുള്ളവരായിരിക്കാൻ ശ്രമിക്കുന്നു.

പിന്നീട് നാം ആളുകൾക്ക് സുഖം പ്രാപിക്കാനുള്ള കൽപ്പനകൾ പുറപ്പെടുവിക്കുന്നു. ഈ സമയത്ത് നാം അറിവിന്റെ വാക്കുകൾക്കായി കർത്താവിനോട് സംവേദനക്ഷമതയുള്ളവരായി തുടരുകയും സുഖം പ്രാപിക്കുന്ന പ്രത്യേക അവസ്ഥകളെ വിളിക്കുകയും അല്ലെങ്കിൽ രോഗത്തിനോ പ്രശ്നത്തിനോ കാരണമായേക്കാവുന്ന പ്രത്യേക സാഹചര്യങ്ങളെ വിവരിക്കുകയും ചെയ്യുന്നു. ഈ പ്രത്യേക അറിവിന്റെ വാക്കുകളോ സാഹചര്യങ്ങളുടെ വിവരണമോ ആളുകളുടെ ഹൃദയങ്ങളിൽ വിശ്വാസം വളർത്തുകയും അവരുടെ രോഗശാന്തി അത്ഭുതം സ്വീകരിക്കാൻ അവരെ പ്രേരിപ്പിക്കുകയും ചെയ്യുന്നു.

പരിശുദ്ധാത്മാവിന്റെ ശക്തിയെ അവന്റെ രോഗശാന്തി ശക്തി (രോഗശാന്തി അഭിഷേകം) ഉപയോഗിച്ച് അവരിലേക്ക് നീങ്ങാനും രോഗശാന്തികളുടെയും അത്ഭുതങ്ങളുടെയും വരങ്ങൾ പുറത്തുവിടാനും ഞങ്ങൾ ക്ഷണിക്കുന്നു. ഒരിക്കൽ കൂടി പരിശുദ്ധാത്മാവ് രോഗശാന്തി പ്രാപിക്കുന്ന പ്രത്യേക അവസ്ഥകൾ വെളിപ്പെടുത്തിയേക്കാം, അവയെ നാം വിളിച്ചു പറയുന്നു.

പിന്നീട് നമ്മൾ ആളുകളെ അവരുടെ രോഗശാന്തി പരിശോധിക്കാനും അവരുടെ വിശ്വാസം പ്രവർത്തിക്കാനും പ്രോത്സാഹിപ്പിക്കുന്നു. പലപ്പോഴും ആളുകൾ അവരുടെ ശരീരങ്ങൾ പരിശോധിച്ച് വിശ്വാസം പ്രവർത്തിക്കാൻ തുടങ്ങുമ്പോൾ, രോഗശാന്തി അത്ഭുതങ്ങൾ സംഭവിക്കുന്നു. അവർ പൂർണ്ണമായും സുഖം പ്രാപിച്ചുവെന്നോ അല്ലെങ്കിൽ മുമ്പത്തേക്കാൾ മെച്ചപ്പെട്ടുവെന്നോ അവർ കണ്ടെത്തുന്നു. എന്തെങ്കിലും പുരോഗതി കാണുന്നവരെ, നന്ദിയുള്ളവരായിരിക്കാനും പൂർണ്ണമായ രോഗശാന്തി പ്രതീക്ഷിക്കാനും പ്രോത്സാഹിപ്പിക്കുക.

സാക്ഷ്യങ്ങൾ വിശ്വാസം വളർത്തുന്നു. അതിനാൽ സാധ്യമെങ്കിൽ, ആ സമയത്ത് നടന്നതും പരിശോധിക്കാവുന്നതുമായ രോഗശാന്തികളുടെ സാക്ഷ്യങ്ങൾ പങ്കുവെക്കാൻ ഞങ്ങൾ ആളുകളെ പ്രോത്സാഹിപ്പിക്കുന്നു. വ്യക്തിഗത സാക്ഷ്യങ്ങൾ എടുക്കാൻ കഴിയാത്ത സാഹചര്യങ്ങളിൽ, കൈകൾ ഉയർത്തിയോ മറ്റേതെങ്കിലും വിധത്തിലോ അവർ സുഖം പ്രാപിച്ചുവെന്ന് സൂചിപ്പിക്കാൻ ഞങ്ങൾ ആളുകളെ പ്രോത്സാഹിപ്പിക്കുന്നു. മെഡിക്കൽ പരിശോധനകളിലൂടെയും പരിശോധനകളിലൂടെയും മാത്രം സ്ഥിരീകരിക്കാൻ കഴിയുന്ന ചില അവസ്ഥകൾ

ഉണ്ടാകാമെന്നത് ശരിയാണ്. അത്തരം സന്ദർഭങ്ങളിൽ, ആദ്യം അവരുടെ ഡോക്ടറെ സമീപിക്കാനും, കാര്യങ്ങൾ പരിശോധിച്ചുറപ്പിക്കാനും, പിന്നീട് സാക്ഷ്യപ്പെടുത്താനും ആളുകളെ പ്രോത്സാഹിപ്പിക്കുക.

ഒരു വലിയ കൂട്ടത്തിൽ ശുശ്രൂഷ ചെയ്യുമ്പോൾ, ഏറ്റുപറയാത്ത പാപം, തുറന്ന വാതിലുകൾ മുതലായവ പോലുള്ള വ്യക്തിപരമായ പ്രശ്നങ്ങൾ കൈകാര്യം ചെയ്യുന്നത് സാധാരണയായി സാധ്യമല്ല. പരിശുദ്ധാത്മാവ് ആഗ്രഹിക്കുന്നതുപോലെ വ്യക്തിയെ കൈകാര്യം ചെയ്യാൻ അത് വിടുക. പരിശുദ്ധാത്മാവ് ചില പാപങ്ങളോ പശ്ചാത്തപിക്കുകയും ഉപേക്ഷിക്കുകയും ചെയ്യേണ്ട മുൻകാല പ്രവർത്തനങ്ങളോ വെളിപ്പെടുത്തിയാൽ, അവയെ വിളിച്ചുവരുത്തി അത്തരം കാര്യങ്ങളിൽ ആളുകളെ പ്രാർത്ഥനയിലേക്ക് നയിക്കുക. എന്നിരുന്നാലും, ഏതെങ്കിലും പ്രത്യേക വ്യക്തിയെ അപമാനിക്കുകയോ തുറന്നുകാട്ടുകയോ ചെയ്യാതെ ഇത് ചെയ്യുക. ആളുകളെ നശിപ്പിക്കുകയല്ല, മറിച്ച് അവരെ കെട്ടിപ്പടുക്കുക എന്നതാണ് ഞങ്ങളുടെ ലക്ഷ്യം.

രോഗശാന്തി സംഘങ്ങൾ

ലൂക്കോസ് 10:1,9 1 അനന്തരം കർത്താവ് വേറെ എഴുപത് പേരെ കൂടി നിയമിച്ച്, താൻ പോകാൻ പോകുന്ന ഓരോ പട്ടണത്തിലേക്കും സ്ഥലത്തേക്കും അവരെ തന്റെ മുമ്പാകെ ഈരണ്ടായി അയച്ചു. 9 അവിടത്തെ രോഗികളെ സുഖപ്പെടുത്തി, 'ദൈവരാജ്യം നിങ്ങളുടെ അടുക്കൽ വന്നിരിക്കുന്നു' എന്ന് അവരോട് പറയുക.

കർത്താവായ യേശു തന്റെ ശിഷ്യന്മാരെ അയച്ചപ്പോൾ, ദൈവരാജ്യം പ്രസംഗിക്കാനും രോഗികളെ സുഖപ്പെടുത്താനും പിശാചുക്കളെ പുറത്താക്കാനുമുള്ള നിയോഗത്തോടെ അവൻ അവരെ രണ്ട് പേരടങ്ങുന്ന സംഘങ്ങളായി അയച്ചു. ഈ ആശയം നമ്മുടെ കാലത്തേക്ക് വ്യാപിപ്പിക്കുമ്പോൾ, ഒരു ടീമെന്ന നിലയിൽ രോഗശാന്തിയും വിടുതലും ശുശ്രൂഷിക്കുന്നത് ശക്തമാണെന്ന് നമുക്കറിയാം. പ്രാദേശിക സഭയ്ക്കുള്ളിൽ ശുശ്രൂഷയ്ക്കിടെ സേവിക്കുന്നതിനായി രോഗശാന്തി ടീമുകൾ ഉണ്ടായിരിക്കാം അല്ലെങ്കിൽ സുവിശേഷീകരണത്തിനായി മാളുകൾ, തെരുവുകൾ, സ്കൂളുകൾ/കോളേജുകൾ, മറ്റ് പ്രദേശങ്ങൾ എന്നിവയിലേക്ക് പോകുന്ന രോഗശാന്തി ടീമുകൾ ഉണ്ടായിരിക്കാം. രോഗശാന്തി ടീമുകൾക്ക് ആശുപത്രികളിലോ രോഗികളെ ശുശ്രൂഷിക്കുന്നതിനായി ഭവന സന്ദർശനങ്ങളിലോ സേവനമനുഷ്ഠിക്കാം. രോഗശാന്തി ടീമുകൾ പ്രാദേശിക സഭ ഔപചാരികമായി സംഘടിപ്പിക്കുകയോ

കർത്താവിനു സ്വയം ലഭ്യമാക്കുന്ന കുറച്ച് സമാന ചിന്താഗതിക്കാരും വികാരഭരിതരുമായ ആളുകളുടെ സ്വയമേവയുള്ള ഒത്തുചേരലായിരിക്കാം.

ഒരു രോഗശാന്തി സംഘമായി വിജയകരമായി പ്രവർത്തിക്കുന്നതിനുള്ള ചില പ്രധാന ഘടകങ്ങൾ ഇതാ:

- അടിസ്ഥാനപരമായി, രോഗശാന്തി സംഘങ്ങളിൽ രണ്ടോ അതിലധികമോ ആളുകൾ ഉൾപ്പെടുന്നു, അവർക്ക് രോഗശാന്തിയും വിടുതലും എങ്ങനെ ശുശ്രൂഷിക്കണമെന്ന് പരിശീലനം ലഭിച്ചിട്ടുണ്ട്.
- അവർ ഓരോ തവണ ശുശ്രൂഷ ചെയ്യുമ്പോഴും ഐക്യത്തിലും യോജിപ്പിലും ഒഴുകുന്നു.
- ശുശ്രൂഷ ചെയ്യുമ്പോൾ ആരും പ്രാമുഖ്യതയോ പ്രാധാന്യമോ അന്വേഷിക്കുന്നില്ല.
- അവർ പരസ്പരം പിന്തുണയ്ക്കുകയും പ്രോത്സാഹിപ്പിക്കുകയും ചെയ്യുന്നു. ഓരോ ടീം അംഗവും ശുശ്രൂഷയ്ക്കായി ഇറങ്ങുമ്പോൾ എടുക്കുന്ന വിശ്വാസത്തിന്റെയും അപകടസാധ്യതയുടെയും ഘടകം അവർ മനസ്സിലാക്കുന്നു, അതിനാൽ നിശബ്ദമായി വിശ്വാസത്തിൽ പരസ്പരം പിന്തുണയ്ക്കുന്നു.

- ദൈവം ചെയ്യുന്ന ഏതെങ്കിലും രോഗശാന്തി അത്ഭുതത്തിനോ പ്രവൃത്തിക്കോ ആരും വ്യക്തിപരമായ അംഗീകാരം എടുക്കുന്നില്ല. എല്ലാ മഹത്വവും കർത്താവിനാണ്.
- ടീം അംഗങ്ങൾ പരസ്പരം, മറ്റ് രോഗശാന്തി ടീമുകളുമായി അവരുടെ കഥകളും പഠനങ്ങളും (വിജയങ്ങളും തെറ്റുകളും) ചർച്ച ചെയ്യുന്നു, അങ്ങനെ എല്ലാവർക്കും രോഗശാന്തിയും വിടുതലും എങ്ങനെ ശുശ്രൂഷിക്കണമെന്ന് പഠിക്കുന്നതിൽ പ്രയോജനം നേടാനും വളരാനും കഴിയും.
- പ്രാർത്ഥന, ആരാധന, കൂട്ടായ്മ എന്നിവയ്ക്കായി ടീം അംഗങ്ങൾ പതിവായി ഒത്തുകൂടുന്നു, ഇത് ഒരുമയുടെയും പരസ്പര ധാരണയുടെയും ഒരു ബോധം വളർത്തുന്നു. ഇത് ടീം അംഗങ്ങൾക്ക് പരസ്പരം മനസ്സിലാക്കാനും ശുശ്രൂഷയ്ക്കായി പോകുമ്പോൾ ഒരുമിച്ച് ഒഴുകാനും സഹായിക്കുന്നു. ആളുകളെ വിശ്വാസം പ്രകടമാക്കൽ ആളുകളെ പുറത്തിറങ്ങി വിശ്വാസം പ്രകടിപ്പിക്കാൻ പ്രോത്സാഹിപ്പിക്കുമ്പോൾ ചില ലളിതമായ മാർഗ്ഗനിർദ്ദേശങ്ങൾ ഇതാ :

- ആത്മാവിനാൽ അത് ചെയ്യുക. അവരോട് ഇത് പറയാൻ പരിശുദ്ധാത്മാവ് നിങ്ങളെ പ്രേരിപ്പിക്കുന്നുണ്ടെന്ന് ഉറപ്പാക്കുക. അല്ലെങ്കിൽ, അവരുടെ വിശ്വാസം പ്രകടിപ്പിക്കുമ്പോൾ അവർക്ക് സുഖകരമായി ചെയ്യാൻ കഴിയുന്നത് ചെയ്യുന്നതിന് പോസിറ്റീവ് പ്രോത്സാഹനം നൽകുക.
- അഹങ്കാരം കാണിക്കരുത്. ഉദാഹരണത്തിന്—കണ്ണട അല്ലെങ്കിൽ കോൺടാക്റ്റ് ലെൻസ് ഉപയോഗിക്കുന്ന ഒരാൾ തന്റെ വിശ്വാസം അനുസരിച്ച് പ്രവർത്തിക്കുന്നുവെന്ന് പറയുകയും ധിക്കാരപൂർവ്വം തന്റെ ദൃശ്യസഹായികൾ നീക്കം ചെയ്യുകയും ചെയ്താൽ, ഗുരുതരമായ പ്രത്യാഘാതങ്ങൾ ഉണ്ടായേക്കാം! മറുവശത്ത്, അവരുടെ കണ്ണുകൾ സുഖപ്പെട്ടുകഴിഞ്ഞാൽ, കണ്ണട ധരിക്കുന്നത് അവർക്ക് വളരെ അസ്വസ്ഥതയുണ്ടാക്കും. അതാണ് അവരുടെ ദൃശ്യസഹായികൾ ഊരിമാറ്റാനുള്ള ശരിയായ സമയം.
- ആ നിമിഷത്തിന്റെ ആവേശം നിങ്ങളെ വിഡ്ഢിത്തം പ്രവർത്തിക്കാൻ അനുവദിക്കരുത്. ജ്ഞാനം പ്രയോഗിക്കുക.

- ഡോക്ടറുടെ സ്ഥാനം ഏറ്റെടുക്കരുത്. വൈദ്യോപദേശം നൽകരുത്. മരുന്നുകളോ ചികിത്സയോ നിർത്താൻ ആളുകളോട് പറയരുത്. അവരുടെ ഡോക്ടറുമായി കൂടിയാലോചിച്ച ശേഷം അവർ ഇത് ചെയ്യട്ടെ.
- ആളുകളെ അവരുടെ രോഗശാന്തി നിലനിർത്താൻ പഠിപ്പിക്കുക ഒരു പ്രത്യേക സ്ഥലത്ത് ഒരു വ്യക്തിക്ക് രോഗശാന്തി സ്പർശം ലഭിക്കുന്നുവെങ്കിൽ, അതിനർത്ഥം അയാൾക്ക് മറ്റൊരു രോഗവും ഒരിക്കലും ഉണ്ടാകില്ലെന്നോ ആ രോഗം ഒരിക്കലും തിരിച്ചുവരില്ലെന്നോ അല്ല. പ്രായോഗികമായും ദൈവത്തിലുള്ള വിശ്വാസത്തിലൂടെയും രോഗശാന്തി നിലനിർത്താൻ ആളുകളെ പഠിപ്പിക്കേണ്ടതുണ്ട്. രോഗശാന്തി നിലനിർത്താനും ആരോഗ്യത്തോടെ നടക്കാനും ആളുകൾ വചനം ധ്യാനിക്കാനും ദൈവത്തിലുള്ള വിശ്വാസം വളർത്തിയെടുക്കാനും പഠിക്കേണ്ടതുണ്ട്. സ്വന്തം രോഗശാന്തി സ്വീകരിക്കുന്നതിനും നിലനിർത്തുന്നതിനും ആളുകൾ വചനം സംസാരിക്കാനും വിശ്വാസത്തിന്റെ നല്ല പോരാട്ടം നടത്താനും ദൈവത്തിൽ വിശ്വസിക്കാനും പഠിക്കേണ്ടതുണ്ട്. അതിനാൽ സാധ്യമെങ്കിൽ, ആളുകൾക്ക്

ഇത് ചെയ്യുന്നതിനുള്ള വിഭവങ്ങളും (പുസ്തകങ്ങൾ, പ്രസംഗങ്ങൾ, പഠിപ്പിക്കൽ) നിർദ്ദേശങ്ങളും നൽകുക.

കൂടാതെ, നമുക്കെല്ലാവർക്കും ചെയ്യാൻ കഴിയുന്ന ചില അടിസ്ഥാന കാര്യങ്ങളുണ്ട്, ഉദാഹരണത്തിന് ശരിയായ ഭക്ഷണക്രമം, വിശ്രമം, വ്യായാമം എന്നിവ തുടർച്ചയായ ആരോഗ്യത്തിന് പ്രധാനമാണ്.

രോഗശാന്തി ശുശ്രൂഷയ്ക്കുള്ള വ്യക്തിപരമായ തയ്യാറെടുപ്പ്

ദൈവം രോഗശാന്തി നൽകുന്നവനാണെങ്കിലും, ആളുകളെ സുഖപ്പെടുത്തുന്നതും വിടുവിക്കുന്നതും അവന്റെ ശക്തിയാണെങ്കിലും, അവന്റെ രോഗശാന്തി ശക്തി ആളുകൾക്ക് ശുശ്രൂഷിക്കുന്നതിൽ ദൈവത്തോടൊപ്പം നല്ല സഹപ്രവർത്തകരാകാൻ നമുക്ക് ചെയ്യാൻ കഴിയുന്ന ചില കാര്യങ്ങളുണ്ട്. ലളിതമായ ഓർമ്മപ്പെടുത്തലുകളായി പട്ടികപ്പെടുത്തിയിരിക്കുന്ന ചില കാര്യങ്ങൾ ഇതാ:

വചനത്തിൽ വളരുക

രോഗശാന്തി, അഭിഷേകം, അത്ഭുതങ്ങൾ, വിടുതൽ, അധികാരം എന്നിവയെക്കുറിച്ചുള്ള വചനം നിരന്തരമായ ധ്യാനത്തിലൂടെ നമ്മിൽ

സമൃദ്ധമായി സ്ഥാപിക്കപ്പെടട്ടെ. ദൈവത്തിലുള്ള നമ്മുടെ വിശ്വാസം ശക്തമായിരിക്കണം, വിശ്വാസം വികസിപ്പിക്കുന്നതിനുള്ള ഒരു മാർഗ്ഗം വചനത്തിലൂടെയാണ്. നാം നേരിടുന്ന രോഗത്തിന്റെയോ പൈശാചിക പീഡനത്തിന്റെയോ ബുദ്ധിമുട്ടുകൾ നമ്മെ ഭയപ്പെടുത്തരുത്.

അഭിഷേകത്തിൽ വളരുന്നു

പരിശുദ്ധാത്മാവിനോടുള്ള ആഴമായ കൂട്ടായ്മയും സംവേദനക്ഷമതയും നാം വളർത്തിയെടുക്കണം. അന്യഭാഷകളിൽ പ്രാർത്ഥിക്കുന്നത് ഇത് വികസിപ്പിക്കുന്നതിന്റെ ഒരു അവിഭാജ്യ ഘടകമാണ്. ദൈവത്തിന്റെ മറ്റ് ശുശ്രൂഷകരിലൂടെ സഹവസിച്ചും, നിരീക്ഷിച്ചും, പഠിച്ചും, സ്വീകരിച്ചും നാം അഭിഷേകത്തിൽ വളരുന്നു. അവന്റെ സാന്നിധ്യവും ശക്തിയും കൂടുതലായി ആഗ്രഹിക്കുന്നു. ആത്മാവിന്റെ ദാനങ്ങളുടെ പ്രവർത്തനത്തിൽ കൂടുതലായി ആഗ്രഹിക്കുന്നു.

അനുസരണം, പ്രാർത്ഥന, ആരാധന, ഉപവാസം എന്നിവയിലൂടെ അടുപ്പത്തിൽ വളരുക

അനുസരണത്തിലൂടെയും, പ്രാർത്ഥനയിലും ആരാധനയിലും ഉപവാസത്തിലും അവനോടൊപ്പം ഏകാന്തമായി സമയം ചെലവഴിക്കുന്നതിലൂടെയും കർത്താവുമായുള്ള നമ്മുടെ ബന്ധത്തിൽ വളരുക.

ഹൃദയശുദ്ധി നിലനിർത്തൽ

നാം ശുദ്ധമായ ഒരു ഹൃദയം നിലനിർത്തണം. മത്സരം, അസൂയ, അഹങ്കാരം, സ്വാർത്ഥത എന്നിവയുടെ തെറ്റായ പ്രേരണകളിൽ നിന്ന് നമ്മുടെ ഹൃദയങ്ങളെ സംരക്ഷിക്കണം. പ്രശസ്തി, സമ്പത്ത്, ദൈവത്തിന് ഇഷ്ടമല്ലാത്ത മറ്റെന്തെങ്കിലും കാര്യങ്ങൾ എന്നിവയ്ക്കായുള്ള തെറ്റായ ആസക്തിയിൽ നിന്ന് നമ്മുടെ ഹൃദയങ്ങളെ സംരക്ഷിക്കണം.

പുറത്തുകടക്കുന്നതിലൂടെ വിശ്വാസത്തിൽ വളരുക

വെള്ളത്തിൽ നടക്കാനുള്ള ഏക മാർഗം വള്ളത്തിൽ നിന്ന് ഇറങ്ങുക എന്നതാണ്. അവൻ സംസാരിച്ച് 'വരൂ' എന്ന വാക്ക് തന്നതിനാൽ, നമ്മൾ പുറത്തേക്ക് ഇറങ്ങണം. ഇത് വിശ്വാസത്തിന്റെ ഒരു ചുവടുവയ്പ്പാണ്. മുൻകാല അനുഭവങ്ങളിൽ നിന്നുപോലും പരാജയഭീതിയെ മറികടക്കണം. പലപ്പോഴും "ഒന്നും സംഭവിച്ചില്ലെങ്കിൽ എന്ത്"

എന്ന ചിന്ത നമ്മുടെ മനസ്സിൽ കടന്നുവരും. എന്നിരുന്നാലും, നമുക്ക് അതിനെ "എന്തെങ്കിലും സംഭവിച്ചാൽ എന്ത്" എന്ന് മാറ്റിസ്ഥാപിക്കാം. സംശയങ്ങൾ നമ്മുടെ മനസ്സിൽ നിറയുമ്പോൾ, "എന്തെങ്കിലും സംഭവിക്കുമെന്ന് ഞാൻ പ്രതീക്ഷിക്കുന്നു" എന്ന് പറഞ്ഞുകൊണ്ട് നാം സ്വയം പ്രോത്സാഹിപ്പിക്കുന്നു.

എല്ലായ്പ്പോഴും ദൈവത്തിന് എല്ലാ മഹത്വവും കൊടുക്കൽ

ദൈവം നമ്മുടെ ഹൃദയത്തെയാണ് നോക്കുന്നത്. നാം യഥാർത്ഥത്തിൽ അവനെ സ്തുതിക്കുകയും അവന് എല്ലാ മഹത്വവും നൽകുകയും ചെയ്യുന്നുണ്ടോ അതോ മഹത്വത്തിന്റെ ഒരു ഭാഗം നമുക്കായി സൂക്ഷിക്കുകയാണോ? സംഭവിക്കുന്ന എല്ലാത്തിനും എല്ലാ സ്തുതിയും മഹത്വവും ബഹുമാനവും ആരാധനയും അവന് സമർപ്പിക്കുന്ന ഒരു ഹൃദയം നമുക്ക് എപ്പോഴും ഉണ്ടായിരിക്കണം.

ഒഴിവാക്കേണ്ട ചില അപകടങ്ങൾ

തെറ്റായ വാഗ്ദാനങ്ങൾ നൽകരുത്

ശുശ്രൂഷ ചെയ്യുന്ന നമ്മളെല്ലാവരും, നമ്മൾ ശുശ്രൂഷിക്കുന്ന എല്ലാവർക്കും സുഖം

പ്രാപിക്കുന്ന സ്ഥലത്ത് എത്താൻ ആഗ്രഹിക്കുന്നു. ഈ ലക്ഷ്യം നേടുന്നതിലും ആ ലക്ഷ്യം കൈവരിക്കാനുള്ള നമ്മുടെ തീക്ഷ്ണതയിലും നമ്മൾ സാധാരണയായി അഹങ്കാരത്തോടെയുള്ള പ്രസ്താവനകൾ നടത്താറുണ്ട്. ഉദാഹരണത്തിന്, ആളുകളുടെ ഒരു കൂട്ടായ്മയ്ക്ക് മുന്നിൽ നിന്ന് "ഇന്ന് രാത്രി എല്ലാവരും സുഖം പ്രാപിക്കും" എന്ന് പറഞ്ഞാൽ, അത് നടത്താൻ നല്ല ഒരു പ്രസ്താവനയായിരിക്കാം, പക്ഷേ യഥാർത്ഥ പരിശോധന യോഗത്തിന്റെ അവസാനത്തിലാണ്, എല്ലാവരും സുഖം പ്രാപിച്ചോ എന്ന് പരിശോധിക്കുമ്പോഴാണ്. അവർ അങ്ങനെ ചെയ്തില്ലെങ്കിൽ, ആരോ കള്ളം പറയുകയായിരുന്നു! കൂടുതൽ ഉചിതമായ ഒരു പ്രസ്താവന നടത്തേണ്ടത് "ഇന്ന് രാത്രി എല്ലാവർക്കും സുഖം പ്രാപിക്കാൻ കഴിയും" എന്നതാണ്, ഇത് ദൈവവചനത്തെ അടിസ്ഥാനമാക്കിയുള്ള ഒരു യഥാർത്ഥവും സാധുവായതുമായ പ്രസ്താവനയാണ്. നമ്മൾ പൂർണ്ണമായ നിലവാരത്തിലേക്ക് കടക്കുമ്പോൾ, നമ്മൾ എന്താണ് പറയുന്നതെന്നും വഴിയിൽ കാര്യങ്ങൾ എങ്ങനെ ചെയ്യുന്നുവെന്നും ശ്രദ്ധിക്കാം. ദൈവം പറഞ്ഞ കാര്യങ്ങൾ മാത്രം പറയുക.

വീഴുകയോ സുഖം പ്രാപിക്കുകയോ – എന്താണ് കൂടുതൽ പ്രധാനം?

ആളുകളെ നിലത്തു വീഴ്ത്തുകയല്ല, മറിച്ച് അവരെ സുഖപ്പെടുത്തുക എന്നതാണ് ഞങ്ങളുടെ ശ്രദ്ധ. നിർഭാഗ്യവശാൽ, നമ്മുടെ ചില ക്രിസ്തീയ വൃത്തങ്ങളിൽ, ആളുകളെ തള്ളിയിടുകയോ നിലത്തേക്ക് നിർബന്ധിക്കുന്നതിനായി "കഠിനമായ കൈകൊണ്ട്" താഴേക്ക് കൊണ്ടുവരികയോ ചെയ്യുന്ന പ്രവണതയുള്ള ശുശ്രൂഷകരെ നാം കാണുന്നു. കാണുന്നവരുടെ മുന്നിൽ ഇത് നന്നായി കാണപ്പെടുന്നുണ്ടെങ്കിലും, ആളുകൾ "ശക്തിയിൽ വീഴുന്നതിന്റെ" "ആത്മാവിൽ" കൊല്ലപ്പെടുന്നതുപോലെ, ഇത് യഥാർത്ഥത്തിൽ ഒരു സഹായകരമായ ആചാരമല്ല. നല്ല പ്രകടനം കാഴ്ചവയ്ക്കുന്നതിനുപകരം, ആളുകൾക്ക് രോഗശാന്തി നൽകുന്നതിൽ നമുക്ക് ശ്രദ്ധ കേന്ദ്രീകരിക്കാം. പരിശുദ്ധാത്മാവിന്റെ സാന്നിധ്യത്താൽ ആളുകൾ തളർന്നുപോയാൽ അത് നല്ലതാണ്. എന്നാൽ യഥാർത്ഥ പരിശോധന അവർ നിലത്തുനിന്ന് എപ്പോഴാണ് വരുന്നത്, അവർ സുഖപ്പെടുകയും വിടുവിക്കപ്പെടുകയും ചെയ്യുന്നുണ്ടോ എന്നതാണ്.

സമാപനത്തിൽ, രോഗശാന്തിയും വിടുതലും നൽകി ആളുകളെ സേവിക്കാൻ നാം എത്തിച്ചേരുമ്പോൾ, യേശുവിന്റെ ശുശ്രൂഷയെ അനുകരിക്കാം.

പരിശുദ്ധാത്മാവ് ഇഡ മേയ്ക്ക് വെളിപ്പെടുത്തിയ സ്കീസോഫ്രീനിയയുടെ സമന്വയവും ആത്മാവിനെ എങ്ങനെ കൈകാര്യം ചെയ്യണമെന്നതും

സ്കീസോഫ്രീനിയ വളരെ സാധാരണമായ ഒരു പ്രശ്നമാണ്. മാനസിക രോഗ മേഖലയിലെ ചില അധികാരികൾ കണക്കാക്കുന്നത്, യുണൈറ്റഡ് സ്റ്റേറ്റ്സിൽ ഏകദേശം അമ്പത് ദശലക്ഷം ആളുകൾ സ്കീസോഫ്രീനിയ ബാധിച്ചവരാണെന്ന്, "... സംസ്ഥാന മാനസികരോഗാശുപത്രികളിൽ പ്രവേശിക്കുന്നവരിൽ ഏകദേശം 50% സ്കീസോഫ്രീനിക്കുകളാണെന്നും, എല്ലാ വർഷവും 300,000 പുതിയ കേസുകൾ ഉണ്ടാകുമെന്നും കണക്കാക്കപ്പെടുന്നു." ചില കേസുകൾ രൂക്ഷമാണെങ്കിൽ മറ്റുള്ളവ വളരെ സൗമ്യമാണ്, പ്രൊഫഷണൽ ചികിത്സ ആവശ്യമില്ല. മാനസികാരോഗ്യ വിദഗ്ധർക്ക് സ്കീസോഫ്രീനിയ വളരെ അമ്പരപ്പിക്കുന്ന ഒരു പ്രശ്നമായി തുടരുന്നു. കാരണവും ചികിത്സയും അനിശ്ചിതത്വത്തിൽ മറഞ്ഞിരിക്കുന്നു.

സ്കീസോഫ്രീനിയ അല്ലെങ്കിൽ ഡിമെൻഷ്യ പ്രീകോക്സ് എന്നറിയപ്പെടുന്ന വ്യക്തിത്വത്തിന്റെ അസ്വസ്ഥത, വികലത, ശിഥിലീകരണം എന്നിവ വിമോചന

ശുശ്രൂഷകൻ പലപ്പോഴും നേരിടാറുണ്ട്. മോചനത്തിനായി ഞങ്ങളുടെ അടുക്കൽ വരുന്ന മിക്കവാറും എല്ലാ വ്യക്തികളിലും സ്കീസോഫ്രീനിയയ്ക്ക് കാരണമാകുന്ന ഭൂതാത്മാക്കളുടെ ശൃംഖലയുടെ വ്യത്യസ്ത അളവുകൾ ഉള്ളതായി കാണപ്പെടുന്നു. **ഈ പ്രശ്നത്തെക്കുറിച്ച് കർത്താവ് നമുക്ക് ഒരു പ്രത്യേക വെളിപ്പെടുത്തൽ നൽകിയിട്ടുണ്ട്, അത്** പലരെയും വ്യക്തിത്വത്തിന്റെ പൂർണ്ണതയിലേക്ക് പുനഃസ്ഥാപിക്കാൻ നമ്മെ പ്രാപ്തരാക്കുന്നു. എന്റെ ഭാര്യ ഇഡ മേയ്ക്ക് വെളിപാട് വന്നതിനുശേഷം, ഇതിന്റെ ബാക്കി ഭാഗം എഴുതാൻ ഞാൻ അവളോട് ആവശ്യപ്പെട്ടു.

സ്കീസോഫ്രീനിക് വെളിപ്പെടുത്തൽ ഇഡ മേ ഹാമണ്ട്

ആവർത്തിച്ചുള്ള ശുശ്രൂഷകൾക്കു ശേഷവും വലിയ പുരോഗതി കാണിക്കാത്ത ഒരു വ്യക്തിയുമായി ഞങ്ങൾ വളരെ അടുത്ത് പ്രവർത്തിക്കുന്നുണ്ടായിരുന്നു. ആ വ്യക്തി വിടുതൽ ആഗ്രഹിക്കുന്നതിൽ വളരെ ആത്മാർത്ഥതയുള്ളവനായിരുന്നു. അവൾ കർത്താവിനെ വളരെയധികം സ്നേഹിച്ചു, വിടുതൽ തന്റെ പ്രശ്നങ്ങൾക്കുള്ള പരിഹാരമാണെന്ന് അവൾ പൂർണ്ണഹൃദയത്തോടെ വിശ്വസിച്ചു, അവൾ നിരാശയോടെ കർത്താവിനോട് നിലവിളിച്ചു.

അവൾ ശുശ്രൂഷയോട് പൂർണ്ണമായും സഹകരിച്ചു. എന്നിരുന്നാലും, മൊത്തത്തിലുള്ള ഫലങ്ങൾ നിരാശാജനകമായിരുന്നു.
വിജയം നേടിയതായി ഞങ്ങൾക്ക് വീണ്ടും വീണ്ടും തോന്നി. കുറച്ച് ദിവസത്തേക്ക് അവളുടെ വ്യക്തിത്വം സ്ഥിരതയുടെ ലക്ഷണങ്ങൾ കാണിക്കും, പിന്നീട് പെട്ടെന്ന് എല്ലാം ഒരു പ്രക്ഷുബ്ധാവസ്ഥയിലേക്ക് നീങ്ങും. ഞങ്ങൾ ആരംഭിച്ച സ്ഥലത്ത് തന്നെ തിരിച്ചെത്തും.

ഒരു രാത്രിയിൽ വളരെ അക്രമാസക്തമായ ഒരു പ്രക്ഷോഭത്തിനുശേഷം ഞാൻ ഉറക്കത്തിൽ നിന്ന് ഉണർന്നു. കർത്താവ് എന്റെ ആത്മാവിനുള്ളിൽ
സംസാരിക്കുകയായിരുന്നു. കർത്താവ് പറഞ്ഞു, "സാറയുടെ പ്രശ്നം എന്താണെന്ന് ഞാൻ നിങ്ങൾക്ക് വെളിപ്പെടുത്താൻ ആഗ്രഹിക്കുന്നു. പ്രശ്നം *സ്കീസോഫ്രീനിയയാണ്*. ഇപ്പോൾ, എനിക്ക് ഈ വിഷയത്തിൽ അറിവില്ലായിരുന്നു. കോളേജിൽ ഞാൻ കുറച്ച് മനഃശാസ്ത്രം പഠിച്ചിരുന്നു - മാനിക് ഡിപ്രസീവ്, സ്കീസോഫ്രീനിയ, പാരാനോയ, സൈക്കോസിസ്, ന്യൂറോസിസ് തുടങ്ങിയ പൊതുവായ പദങ്ങളുമായി പരിചയപ്പെടാൻ പര്യാപ്തമാണ്. സ്കീസോഫ്രീനിയയെ ചിലപ്പോൾ "സ്പ്ലിറ്റ് പേഴ്സണാലിറ്റി" എന്ന്

വിളിക്കുന്നുണ്ടെന്ന് ഞാൻ എന്റെ ഓർമ്മയിലേക്ക് തിരിച്ചുവന്നു. കർത്താവ് എനിക്ക് ഈ നിർവചനം നൽകി: "സ്കീസോഫ്രീനിയ എന്നത് വ്യക്തിത്വ വികാസത്തിന്റെ ഒരു അസ്വസ്ഥത, വികലത അല്ലെങ്കിൽ ശിഥിലീകരണമാണ്. നിങ്ങൾ അവളെ ഇനി സാറ എന്ന് വിളിക്കില്ല, മറിച്ച് 'സാറ വൺ' എന്നും 'സാറ ടു' എന്നും വിളിക്കും, കാരണം അവളിൽ ഒന്നിലധികം വ്യക്തിത്വങ്ങളുണ്ട്."

ഞാൻ ഇപ്പോഴും കിടപ്പിലായിരുന്നു - എന്റെ കണ്ണുകളിൽ ഇപ്പോഴും ഉറക്കമുണ്ടായിരുന്നു - കർത്താവ് വെളിപ്പെടുത്തൽ നൽകുന്നത് തുടർന്നു. എന്റെ കൈകൾ ഒരുമിച്ച് വയ്ക്കാൻ അദ്ദേഹം എന്നോട് നിർദ്ദേശിച്ചു, കൈപ്പത്തികൾ അഭിമുഖീകരിച്ച് വിരലുകൾ മുറുകെ പിടിച്ചു. സ്കീസോഫ്രീനിക് സ്വഭാവം എന്താണെന്ന് ഇത് പ്രതിനിധീകരിക്കുന്നുവെന്ന് അദ്ദേഹം പറഞ്ഞു. ഓരോ കൈയും സ്കീസോഫ്രീനിയയ്ക്കുള്ളിലെ ഇരട്ട വ്യക്തിത്വങ്ങളിൽ ഒന്നിനെ പ്രതിനിധീകരിക്കുന്നു, അവയൊന്നും യഥാർത്ഥ സ്വത്വമല്ല. അവ പരസ്പരം ബന്ധപ്പെട്ടിരിക്കുന്നു. കർത്താവ് പറഞ്ഞു, "നിങ്ങളുടെ കൈകൾ സ്കീസോഫ്രീനിയ ഉണ്ടാക്കുന്ന ഭൂതാത്മാക്കളുടെ കൂടിനെ പ്രതിനിധീകരിക്കുന്നു. അത് പൈശാചികമാണെന്ന് നിങ്ങൾ അറിയണമെന്ന് ഞാൻ ആഗ്രഹിക്കുന്നു. ഇത് പൈശാചിക

ആത്മാക്കളുടെ കൂടാണ്, ഈ വ്യക്തിയുടെ ജീവിതത്തിൽ അവർ വളരെ ചെറുപ്പത്തിൽ തന്നെ വന്നു. അത് എങ്ങനെ പ്രവർത്തിക്കുന്നുവെന്ന് ഞാൻ നിങ്ങൾക്ക് കാണിച്ചുതരാം."

എന്റെ കൈകൾ വളരെ പതുക്കെ വേർപെടുത്താൻ കർത്താവ് എന്നോട് നിർദ്ദേശിച്ചു. എന്റെ വിരലുകൾ പതുക്കെ വേർപെടുത്തിയപ്പോൾ, സ്കീസോഫ്രീനിയയിലെ ഈ പൈശാചിക ആത്മാക്കളെ വേർപെടുത്തി പുറത്താക്കണമെന്നും ഉപേക്ഷിക്കണമെന്നും കർത്താവ് എനിക്ക് കാണിച്ചുതന്നു. ഈ പ്രക്രിയയ്ക്ക് സമയം ആവശ്യമാണ്. തന്റെ വ്യക്തിത്വത്തിന്റെ ഭൂരിഭാഗവും യഥാർത്ഥ സ്വത്വമല്ലെന്ന് കണ്ടെത്തുന്നത് ഒരു വ്യക്തിക്ക് ഒരു ഞെട്ടലാണ്. തന്റെ യഥാർത്ഥ വ്യക്തിത്വം എന്താണെന്ന് കണ്ടെത്താൻ അയാൾ ഭയപ്പെടാം. തെറ്റായ ഭൂത വ്യക്തിത്വങ്ങളുമായി പൊരുത്തപ്പെടാനും യോജിപ്പിൽ നിന്ന് വീഴാനും അയാൾക്ക് സമയം ആവശ്യമാണ്. സ്കീസോഫ്രീനിയ വ്യക്തിത്വത്തെ അയാൾ വെറുക്കുകയും അതിനോട് യോജിക്കുന്നതിൽ നിന്ന് വീഴുകയും വേണം. ആമോസ് 3:3 കർത്താവ് എന്റെ ഓർമ്മയിലേക്ക് കൊണ്ടുവന്നു. "രണ്ടോരാൾക്കും ഒരുമിച്ചല്ലാതെ എങ്ങനെ ഒരുമിച്ച് നടക്കാൻ കഴിയും."

എന്റെ വിരലുകൾ ഓരോന്നായി വേർപെടുത്തി, പൈശാചിക വ്യക്തിത്വങ്ങളുടെ വേർപിരിയലിനെ ചിത്രീകരിച്ചു. (പിന്നീട്, ഓരോ വിരലിനും ഒരു പൈശാചിക പദവി നൽകി). വേർപിരിഞ്ഞ അവസാന രണ്ട് വിരലുകൾ ഓരോ കൈയിലെയും നടുവിരലുകളായിരുന്നു. ഈ വിരലുകൾ സ്കീസോഫ്രീനിക് റിജക്ഷൻ, കലാപം എന്നിവയുടെ കാതലിനെ പ്രതിനിധീകരിക്കുന്നുവെന്ന് കർത്താവ് കാണിച്ചുതന്നു . ഇവ *ഒടുവിൽ* വേർപെടുത്തപ്പെടുമ്പോൾ, വ്യക്തിക്ക് സ്വയം സുഖം പ്രാപിച്ചതായി കണക്കാക്കാനും യഥാർത്ഥ സ്വത്വം ആരാണെന്ന് അറിയാനും കഴിയും.

നിയന്ത്രണ ഭൂതത്തെ "സ്കീസോഫ്രീനിയ" അല്ലെങ്കിൽ "ഇരട്ട മനസ്സ്" എന്ന് വിളിക്കുന്നു. ബൈബിൾ പറയുന്നു, "ഇരുമനസ്സുള്ള മനുഷ്യൻ തന്റെ എല്ലാ വഴികളിലും അസ്ഥിരനാണ്" (യാക്കോബ് 1:8). ഒരു സ്കീസോഫ്രീനിക്കിന്റെ തിരുവെഴുത്ത് പദവി ഇതാണ്. ആംപ്ലിഫൈഡ് വിവർത്തനം പറയുന്നു:
[അദ്ദേഹം ആയിരിക്കുന്നതിന്] രണ്ട് മനസ്സുകളുള്ള ഒരു മനുഷ്യനാണ് - മടിയുള്ള, സംശയാസ്പദമായ, അനിശ്ചിതമായ - [അദ്ദേഹം] അസ്ഥിരനും

വിശ്വാസയോഗ്യമല്ലാത്തവനും എല്ലാ കാര്യങ്ങളെക്കുറിച്ചും അനിശ്ചിതത്വമുള്ളവനുമാണ് (അദ്ദേഹം ചിന്തിക്കുന്നു, അനുഭവിക്കുന്നു, തീരുമാനിക്കുന്നു).

"രണ്ട് മനസ്സുകൾ" എന്ന് വിവർത്തനം ചെയ്തിരിക്കുന്ന പദപ്രയോഗം "രണ്ട് ആത്മാക്കൾ" എന്നർത്ഥമുള്ള ഒരു സംയുക്ത ഗ്രീക്ക് പദത്തിൽ നിന്നാണ് വന്നത്. ഏതാനും ആഴ്ചകൾക്കുശേഷം വെളിപാടിന്റെ അടുത്ത ഘട്ടം വന്നു. എന്റെ കൈകളുടെ രൂപരേഖ കടലാസിൽ വരയ്ക്കാൻ കർത്താവ് എന്നോട് നിർദ്ദേശിച്ചു. തുടർന്ന് അവൻ വിരലുകൾക്ക് വിവിധ ഭൂതാത്മാക്കൾ എന്ന് പേരിട്ടു, ഓരോ ഭൂതവും സ്കീസോഫ്രീനിയയിൽ എങ്ങനെ സ്വയം സജ്ജമാക്കുന്നുവെന്ന് എനിക്ക് കാണിച്ചുതന്നു. സ്കീസോഫ്രീനിയയുടെ നിയന്ത്രണ ഭൂതം വ്യക്തിത്വത്തിന്റെ വികലതയ്ക്ക് കാരണമാകുന്നതിനായി മറ്റ് ഭൂതങ്ങളെ അകത്തേക്ക് ക്ഷണിക്കുന്നു. സ്കീസോഫ്രീനിയ എല്ലായ്പ്പോഴും "നിരസിക്കൽ" എന്നതിലാണ് ആരംഭിക്കുന്നത്. ഇത് സാധാരണയായി ബാല്യത്തിലോ ശൈശവത്തിലോ ചിലപ്പോൾ കുട്ടി അമ്മയുടെ ഗർഭപാത്രത്തിലായിരിക്കുമ്പോഴും ആരംഭിക്കുന്നു. നിരസിക്കലിന് നിരവധി കാരണങ്ങളുണ്ട്. ഒരുപക്ഷേ കുട്ടിയെ

ആവശ്യമില്ലായിരുന്നു. അല്ലെങ്കിൽ മാതാപിതാക്കളിൽ ഒരാളോ രണ്ടുപേരോ ആഗ്രഹിക്കുന്ന തെറ്റായ ലൈംഗികതയായിരിക്കാം. വീട്ടിലെ അവസ്ഥ അസ്വസ്ഥമായിരിക്കാം. 'നിരസലിലേക്ക് നയിക്കുന്ന നിരവധി "വാതിലുകൾ" ഉണ്ട്.

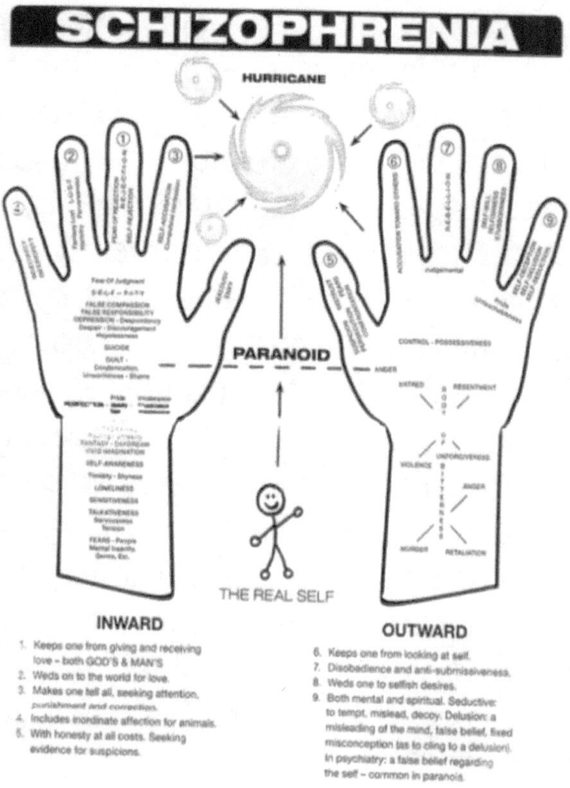

സ്കീസോഫ്രീനിയ പൈശാചികമായി പാരമ്പര്യമായി ലഭിക്കാം. ഞാൻ

"പൈശാചികമായി" എന്ന് പറഞ്ഞത് ശ്രദ്ധിക്കുക. അതായത്, അത് രക്തവ്യവസ്ഥയിലല്ല, ജീനുകളിലല്ല - അത് ഭൂതങ്ങളിലാണ്! മറ്റൊരു വിധത്തിൽ പറഞ്ഞാൽ, ഭൂതങ്ങൾ അവരുടെ സമാന സ്വഭാവം നിലനിർത്താൻ ശ്രമിക്കുന്നു. ഒരു കുടുംബത്തിനുള്ളിൽ ഇത് ചെയ്യാൻ അവർക്ക് എളുപ്പമാണ്. ഉദാഹരണത്തിന്, സ്കീസോഫ്രീനിയ സ്വഭാവം അമ്മയിലാണെന്ന് കരുതുക. ഭൂതങ്ങൾ തന്റെ കുട്ടികളിൽ ഒന്നോ അതിലധികമോ പേരെ പോറ്റാൻ തിരഞ്ഞെടുക്കും. സ്കീസോഫ്രീനിയ ബാധിച്ച അമ്മയ്ക്ക് നിരസിക്കൽ അനുഭവപ്പെടുന്നു. കുടുംബത്തിലേക്ക് സ്നേഹം പകരുന്നതിന് പ്രാഥമികമായി ഉത്തരവാദി അവളാണ്. കുഞ്ഞിനെ സ്പർശിക്കുന്നതും കൈകാര്യം ചെയ്യുന്നതും ലാളിക്കുന്നതും അവളാണ്. തന്നിലെ നിരസിക്കൽ കുട്ടിയുമായുള്ള ബന്ധത്തിൽ പ്രശ്നങ്ങൾ സൃഷ്ടിക്കുന്നു. അതിനാൽ, അമ്മയുടെ അസ്ഥിരതയാൽ കുട്ടി നിരസിക്കപ്പെടാൻ സാധ്യതയുണ്ട്. ഞാൻ ആവർത്തിക്കുന്നു, സ്കീസോഫ്രീനിയ എല്ലായ്പ്പോഴും നിരസിക്കലോടെയാണ് ആരംഭിക്കുന്നത്.

ഇനി, ഒരാൾക്ക് ഒരു തിരസ്കരണ മനോഭാവം ഉണ്ടായിരിക്കാം, ഒരു സ്കീസോഫ്രീനിയ ആകാൻ കഴിയില്ല. മറ്റൊരു വിധത്തിൽ പറഞ്ഞാൽ, ഇതെല്ലാം ഒരു വ്യക്തിത്വം

രൂപപ്പെടുത്തുന്ന കാര്യത്തിലാണ്. നിങ്ങൾക്ക് ഒരു തിരസ്കരണ മനോഭാവം ഉണ്ടായിരിക്കാനും നിങ്ങളുടെ സ്വന്തം വ്യക്തിത്വം രൂപപ്പെടുത്താനും നിങ്ങളിൽ സുരക്ഷിതരായിരിക്കാനും കഴിയും. നേരെമറിച്ച്, സ്കീസോഫ്രീനിക് എപ്പോഴും പതറിക്കൊണ്ടിരിക്കും ... "ഞാൻ ആരാണ്?" യഥാർത്ഥ സ്വത്വത്തിന്റെ ഐഡന്റിറ്റി ആശയക്കുഴപ്പത്തിലോ നഷ്ടപ്പെട്ടോ ആണ്. റിജക്ഷൻ (ചിത്രീകരണത്തിൽ ഇടതുകൈയിൽ കാണിച്ചിരിക്കുന്നത്). നിരസിക്കൽ ഒരു പിൻവാങ്ങിയ തരത്തിലുള്ള വ്യക്തിത്വത്തെ ചിത്രീകരിക്കുന്നു. (അതിനുള്ളിലെ ഒരു വികാരമാണ് - അത് ഉള്ളിലെ വേദനയാണ്... അത് സ്നേഹത്തിന്റെ വിശപ്പാണ്... അത് അരക്ഷിതാവസ്ഥയാണ്... അത് അപകർഷതയാണ്... അത് ഫാന്റസിയാണ്... അത് അയഥാർത്ഥമാണ് - എല്ലാം ഉള്ളിലാണ് — "എനിക്ക് ഇതിൽ പങ്കുചേരാൻ കഴിയില്ല.") ഇത് ഭൂതങ്ങൾ സ്ഥാപിച്ച ഒരു വ്യക്തിത്വമാണ്
.

ഭൂതങ്ങൾ സ്ഥാപിച്ച രണ്ടാമത്തെ വ്യക്തിത്വം *"കലാപം" ആണ്.* (ചിത്രത്തിൽ വലതു കൈയിലെ നടുവിരൽ കാണുക). ഒരു കുട്ടിക്ക് ജീവിതത്തിൽ തൃപ്തികരമായ പ്രണയബന്ധങ്ങൾ ഇല്ലാത്തപ്പോൾ, പ്രണയബന്ധങ്ങൾ അനുഭവിക്കാനും പങ്കിടാനും കഴിയാതെ അവൻ വളരുന്നു. ഒരു

മത്സരം ഉടലെടുക്കുന്നു. അവൻ സ്നേഹത്തിനായി പോരാടാൻ തുടങ്ങുന്നു. അല്ലെങ്കിൽ സ്നേഹമില്ലാതെ തന്നെ പട്ടിണികിടത്തിയവരോട് അവൻ ആഞ്ഞടിക്കുന്നു. ശാഠ്യം, സ്വാർത്ഥത, സ്വാർത്ഥത എന്നിവയിൽ കലാപം സ്വയം ഉറപ്പിക്കുന്നു. ഇതാ മറ്റൊരു വ്യക്തിത്വം. ഇത് ഉള്ളിലുള്ളതും പിൻവാങ്ങാത്തതുമാണ്. ഇത് ആക്രമണാത്മകമാണ്, കോപം, കയ്പ്പ്, നീരസം, വെറുപ്പ്, പ്രതികാരം എന്നിവയിൽ പ്രകോപിതനാണ്. സ്കീസോഫ്രീനിക് അക്ഷരാർത്ഥത്തിൽ ഈ രണ്ട് വിപരീത ശക്തികൾക്ക് കീഴിലാണ്. ഒരു തരത്തിലുള്ള വ്യക്തിത്വത്തിൽ നിന്ന് മറ്റൊന്നിലേക്ക് ഒരു നിമിഷത്തിനുള്ളിൽ മാറാൻ അവന് കഴിയും.
സ്കീസോഫ്രീനിയ ബാധിച്ച വ്യക്തിയെ "സാറ വൺ" എന്നും "സാറ ടു" എന്നും വിളിക്കണമെന്ന് കർത്താവ് എനിക്ക് കാണിച്ചുതന്നു - "സാറ വൺ" യഥാർത്ഥ വ്യക്തിയാണ്, "സാറ ടു" എന്നത് രണ്ട് വശങ്ങളുള്ള സ്കീസോഫ്രീനിക് വ്യക്തിത്വമാണ്. അതിനാൽ, യഥാർത്ഥത്തിൽ മൂന്ന് വ്യക്തിത്വങ്ങൾ ഉൾപ്പെടുന്നു - യഥാർത്ഥ വ്യക്തിത്വം, നിരസിക്കുന്ന വ്യക്തിത്വം, മത്സര വ്യക്തിത്വം. മുപ്പത് മിനിറ്റിനുള്ളിൽ ഒരാൾക്ക് മൂന്ന് വ്യക്തിത്വങ്ങളും പ്രകടമാകുന്നത് കാണാൻ കഴിയും. സ്വാഭാവികമായും, ഇത് വ്യക്തിക്കും ചുറ്റുമുള്ള മറ്റുള്ളവർക്കും വളരെയധികം ആശയക്കുഴപ്പം സൃഷ്ടിക്കുന്നു.

യഥാർത്ഥ വ്യക്തി ആ "കൈകളിൽ" പെട്ടവനല്ല. കൈകൾക്കിടയിലുള്ള ചിത്രീകരണത്തിൽ, അടിഭാഗത്ത്, "യഥാർത്ഥ സ്വത്വം" കാണിച്ചിരിക്കുന്നു. യഥാർത്ഥ സ്വത്വം വികസിക്കാൻ ഭൂതങ്ങൾ അനുവദിച്ചിട്ടില്ല. സ്കീസോഫ്രീനിക് തന്റെ യഥാർത്ഥ സ്വത്വത്തെ അറിയുന്നില്ല. സ്കീസോഫ്രീനിക് വിടുവിക്കപ്പെടാൻ തുടങ്ങുമ്പോൾ, യഥാർത്ഥ സ്വത്വത്തിന് യേശു ഉണ്ടായിരിക്കണം. യേശു വ്യക്തിയിൽ വളരാൻ തുടങ്ങണം, ആ വ്യക്തിത്വം വികസിപ്പിക്കണം, അത് അവൻ ആഗ്രഹിക്കുന്നതുപോലെ ആയിരിക്കണം. അതുകൊണ്ടാണ് സ്കീസോഫ്രീനിക് വിടുതലിന് സമയം ആവശ്യമായി വരുന്നത് - ചിലപ്പോൾ നിരവധി മാസങ്ങളോ ഒരു വർഷമോ അതിൽ കൂടുതലോ. "യഥാർത്ഥ സ്വത്വത്തിന്റെ" വികാസവുമായി മോചനം സന്തുലിതമായി പ്രവർത്തിക്കേണ്ടത്. അത് തിടുക്കത്തിൽ ചെയ്യാൻ കഴിയില്ല, കാരണം ആ വ്യക്തിക്ക് പിന്മാറാൻ ഒന്നുമില്ല. സ്കീസോഫ്രീനിക് വ്യക്തിയിലെ ഓരോ ഭൂതവും പെട്ടെന്ന് പുറത്താക്കപ്പെട്ടാൽ അയാൾ പൂർണ്ണമായും നഷ്ടപ്പെട്ടതായി തോന്നും. "യഥാർത്ഥ സ്വത്വ"വുമായുള്ള ഐഡന്റിറ്റിക്ക് സമയം ആവശ്യമാണ്. സ്കീസോഫ്രീനിക് സ്വഭാവം പുറത്താക്കപ്പെടുന്നതിനാൽ, അത്

മാറ്റിസ്ഥാപിക്കാൻ യഥാർത്ഥ വ്യക്തിത്വം ഉയർന്നുവരണം.

ഒരു സ്കീസോഫ്രീനിയ രോഗി മോചന പ്രക്രിയയിലായിരിക്കുമ്പോൾ എന്ത് സംഭവിക്കുമെന്ന് ഞാൻ വിശദീകരിക്കാം. അവൻ അധികാരത്തിന് കീഴടങ്ങാൻ പഠിക്കുന്നുണ്ടാകാം. അവൻ ഒരു പരീക്ഷണത്തെ നേരിടുന്നു. അവൻ കീഴടങ്ങേണ്ട ഒരു സാഹചര്യമുണ്ട്. അവൻ കീഴടങ്ങുന്ന ശീലത്തിലല്ല. അവൻ എന്തു ചെയ്യും? അവൻ വീണ്ടും നിരസിക്കപ്പെടുമോ... അവന്റെ മുറിയിലേക്ക് പോകുമോ? ... മുഖം മൂടുമോ? ... ആരോടും സംസാരിക്കാൻ വിസമ്മതിക്കുമോ? അതോ, അവൻ വീണ്ടും മത്സരത്തിലേക്ക് വീഴുമോ... പ്രകടിപ്പിക്കുമോ കോപമോ? ...ധിക്കാരമോ? ...ശാഠ്യം കാണിക്കുന്നോ?

അതോ, യേശുവിന്റെ സ്വഭാവം പുറത്തുവരാൻ അവൻ അനുവദിക്കുമോ... സഹകരിക്കുമോ?... അധികാരത്തിന് വഴങ്ങുമോ?... കീഴ്പെടുമോ? തീരുമാനം അവന്റേതാണ്. പിശാചുക്കളുമായി യോജിപ്പില്ലാതെ പഴയ ശീലങ്ങൾ ഉപേക്ഷിക്കാൻ അവൻ തയ്യാറായിരിക്കണം. ശരിയായ തീരുമാനം നടപ്പിലാക്കാൻ "യഥാർത്ഥ സ്വത്വം" ക്രിസ്തുവിൽ ശക്തനായിത്തീർന്നിരിക്കണം.

ചിത്രത്തിൽ മുകളിൽ രണ്ട് കൈകൾക്കിടയിൽ ഒരു ചുഴലിക്കാറ്റ് കാണാം. ഇത് ഒരു "ചുഴലിക്കാറ്റിനെ" പ്രതിനിധീകരിക്കുന്നു. സ്കീസോഫ്രീനിയ ബാധിച്ച വ്യക്തി നിരന്തരം തനിക്കു ചുറ്റും "കൊടുങ്കാറ്റുകൾ" സൃഷ്ടിക്കുന്നു. അയാൾ ഈ കൊടുങ്കാറ്റുകളിൽ അകപ്പെടുന്നു, മറ്റുള്ളവ എന്താണ് സംഭവിക്കുന്നതെന്ന് മനസ്സിലാക്കണം. ചില അമ്പുകളിൽ ചുഴലിക്കാറ്റുകളോ "ചുഴലിക്കാറ്റുകളോ" ഉണ്ടെന്ന് ശ്രദ്ധിക്കുക. ബന്ധപ്പെടാൻ ശ്രമിക്കുന്ന വ്യക്തിയും അസ്ഥിരമാണെങ്കിൽ അയാൾ തന്റെ കൊടുങ്കാറ്റിനെ സ്കീസോഫ്രീനിക്കിന്റെ കൊടുങ്കാറ്റിലേക്ക് കൊണ്ടുവരുന്നു. അപ്പോൾ നിങ്ങൾക്ക് ഒരു കൊടുങ്കാറ്റിനുള്ളിൽ ഒരു കൊടുങ്കാറ്റ് ഉണ്ടാകും. മറ്റ് അമ്പുകൾ നേരെയാണ്. സ്ഥിരതയുള്ളവരും "ചുഴലിക്കാറ്റിനെ" സ്ഥിരതയുള്ള രീതിയിൽ ബന്ധപ്പെടാൻ കഴിയുന്നവരുമായ വ്യക്തികളെ ഇവ ചിത്രീകരിക്കുന്നു. അത്തരമൊരു വ്യക്തിക്ക് കേടുപാടുകൾ കൂടാതെയോ മുറിവേൽക്കാതെയോ കൊടുങ്കാറ്റിൽ ഏർപ്പെടാൻ കഴിയും. പ്രക്ഷുബ്ധതയാൽ അയാൾ പിടിക്കപ്പെടുന്നില്ല. വിമോചന മന്ത്രിക്ക് ഒരു നേരായ അമ്പായി വരാൻ കഴിയണം.

കൊടുങ്കാറ്റിന്റെ ഈ സമയങ്ങൾ കയ്പ്പിന്റെ വേരുകൾ രൂപപ്പെടാൻ കാരണമാകുന്നു

(വലതു കൈ കാണുക) അത് കൂടുതൽ ആഴത്തിൽ നയിക്കപ്പെടുന്നു.

ഇനി ഇടതുകൈയിലെ മറ്റ് വിരലുകൾ എന്തിനെയാണ് പ്രതിനിധീകരിക്കുന്നതെന്ന് നോക്കാം. "മോതിരവിരൽ" *കാമത്തെയാണ് സൂചിപ്പിക്കുന്നത്.* ഈ ഭൂതം പ്രണയത്തിനുവേണ്ടി ഒരു വ്യക്തിയെ ലോകത്തിലേക്ക് "വിവാഹം കഴിക്കുന്നു" എന്ന് കർത്താവ് എനിക്ക് കാണിച്ചുതന്നു. തിരസ്കരണത്തിലാണ് കാമം വേരൂന്നിയിരിക്കുന്നത്. ജീവിതത്തിന്റെ സാധാരണ വഴികളിലൂടെ ഒരാൾക്ക് തൃപ്തികരമായ സ്നേഹം ലഭിച്ചിട്ടില്ലെങ്കിൽ, ജഡിക സ്വഭാവം അതിന്റെ തരത്തിലുള്ള പ്രണയ-ഇന്ദ്രിയ പ്രണയത്തിനായി തിരയാൻ തുടങ്ങും. അങ്ങനെ, കാമത്തിന്റെ ഭൂതം പ്രവേശിക്കുന്നതിനുള്ള വാതിൽ തുറക്കപ്പെടുന്നു. ഈ ഗ്രൂപ്പിലെ ഒരു സഹചാരി ആത്മാവ് *ഫാന്റസി കാമമാണ്* , അത് വ്യക്തിയെ ചലച്ചിത്ര ലോകത്തെ ഏതോ വലിയ കാമുകനാണെന്ന് സങ്കൽപ്പിക്കാൻ അല്ലെങ്കിൽ പരസ്യമായ പ്രവൃത്തികളുടെ മുന്നോടിയായി ലൈംഗികാനുഭവങ്ങൾ സങ്കൽപ്പിക്കാൻ പ്രേരിപ്പിച്ചേക്കാം. സ്ത്രീകളിലെ *വേശ്യാവൃത്തിയുടെ ആത്മാവ്* ആദ്യം വസ്ത്രധാരണത്തിലും പ്രകോപനപരമായും പ്രകടമാകാം. ലൈംഗിക വൈകൃതങ്ങൾ തിരസ്കരണത്തെ

മറികടക്കാനുള്ള തീവ്രമായ ശ്രമങ്ങളെ പ്രതിനിധീകരിക്കുന്നു.

യഥാർത്ഥമോ സാങ്കൽപ്പികമോ ആയ ലൈംഗികാനുഭവങ്ങൾക്ക് ഒരിക്കലും യഥാർത്ഥ പ്രണയത്തിന്റെ ആവശ്യകതയെ തൃപ്തിപ്പെടുത്താൻ കഴിയില്ല. യഥാർത്ഥ പ്രണയത്തിന് പകരമായി പിശാചിന്റെ പകരക്കാരാണ് അവ, ഒരു വ്യക്തിയെ നിരാശയിലും കുറ്റബോധത്തിലും തള്ളിവിടുന്നു.
ഇടതുകൈയിലെ ചെറുവിരൽ *അരക്ഷിതാവസ്ഥയെയും* അപകർഷതയെയും പ്രതിനിധീകരിക്കുന്നു . ഇത് തിരസ്കരണത്തിന്റെ മറ്റൊരു പ്രകടനമാണ്. തിരസ്കരണബോധം ആഴത്തിലുള്ള വ്യക്തിക്ക് അരക്ഷിതത്വവും താഴ്ന്നവനുമായി തോന്നുന്നു.

ഇടതുകൈയിലെ ചൂണ്ടുവിരൽ " *സ്വയം കുറ്റപ്പെടുത്തൽ" ആണ്.* ഈ ഭൂതം ഒരു വ്യക്തിയെ സ്വയം എതിർക്കാൻ പ്രേരിപ്പിക്കുകയും അയാളുടെ വ്യക്തിപരമായ മൂല്യബോധം തകർക്കുകയും ചെയ്യുന്നു. മിക്ക കേസുകളിലും *"സ്വയം കുറ്റപ്പെടുത്തൽ" " കുറ്റസമ്മതം നടത്താനുള്ള നിർബന്ധം* " എന്നിവയുമായി ചേർന്ന് നമ്മൾ കണ്ടെത്തിയിട്ടുണ്ട്. ഉദാഹരണത്തിന്, ഒരു വ്യക്തി അധാർമികതയിൽ വീണുപോയാൽ,

തന്റെ തെറ്റ് ഏറ്റുപറയുന്നതുവരെ അയാൾക്ക് വിശ്രമിക്കാൻ കഴിയില്ല. സാധാരണയായി തന്നോട് ഏറ്റവും കൂടുതൽ സ്നേഹം കാണിക്കേണ്ടവരോട് അയാൾ കുമ്പസാരിക്കുന്നു. മറ്റുള്ളവരെ നിർബന്ധിത ശ്രദ്ധ നൽകുന്നതിൽ "ഞെട്ടിക്കാൻ" ശ്രമിക്കുന്നതിനും അതുവഴി സ്നേഹത്തിന് പകരക്കാരനെ കണ്ടെത്തുന്നതിനുമായി അയാൾ ഇത് ചെയ്യാൻ പ്രേരിപ്പിക്കപ്പെടുന്നു.
ഇനി, ചിത്രീകരണത്തിൽ നമുക്ക് വലതു കൈയിലേക്ക് പോകാം. ചിത്രീകരണത്തിലെ നടുവിരലിനെ "കലാപം" എന്ന് വിളിച്ചിരിക്കുന്നു. നമ്മൾ കണ്ടതുപോലെ, ഭൂതങ്ങൾ സ്ഥാപിച്ച വ്യാജ വ്യക്തിത്വങ്ങളിൽ ഒന്നിനെ മത്സരം തിരിച്ചറിയുന്നു. ഈ ഭൂതങ്ങളുടെ കൂട്ടത്തെ "തിരസ്കരണം" എന്നതിന് നഷ്ടപരിഹാരം നൽകുന്ന ആത്മാക്കളായി കണക്കാക്കാം. തിരസ്കരണത്തിന്റെ വിപരീതമാണ് മത്സരം. ഒന്ന് പ്രകടവും പ്രക്ഷുബ്ധവുമാണ്, മറ്റൊന്ന് പിൻവാങ്ങുകയും
അരക്ഷിതാവസ്ഥയിലാവുകയും ചെയ്യുന്നു.

വലതു കൈയിലെ മോതിരവിരൽ *സ്വാർത്ഥ ഇച്ഛയെ പ്രതിനിധീകരിക്കുന്നു. ഈ അസുരൻ ഒരു വ്യക്തിയെ സ്വാർത്ഥ മോഹങ്ങളിലേക്ക് "വിവാഹം കഴിക്കുന്നു". ഇത് ശാഠ്യം* , *സ്വാർത്ഥത* , പഠിക്കാൻ കഴിയാത്ത അവസ്ഥ എന്നിവയ്ക്ക് വഴി തുറക്കുന്നു . വീണ്ടും,

നിരസിക്കലിനുള്ള നഷ്ടപരിഹാരം നാം കാണുന്നു . നിരസിക്കപ്പെട്ട വ്യക്തിയെയോ നിരസിക്കപ്പെടുമെന്ന് ഭയപ്പെടുന്നവരെയോ ആശ്രയിച്ച് അയാൾ സ്വയം ലാളിക്കാൻ പ്രേരിപ്പിക്കപ്പെടുന്നു... സ്വയം തള്ളിവിടാൻ. അതുവഴി അവൻ നിരസിക്കലിന്റെ വികാരങ്ങളെ മറികടക്കാൻ ശ്രമിക്കുകയാണ്.

ചൂണ്ടുവിരലിനെ *കുറ്റപ്പെടുത്തൽ എന്നും വിളിക്കുന്നു.* അതും ഒരു നഷ്ടപരിഹാര ഭൂതമാണ്. അത് തിരസ്കരണത്തിൽ നിന്ന് ശ്രദ്ധയെ അകറ്റുന്നു. മറ്റുള്ളവരിലേക്ക് ശ്രദ്ധ ക്ഷണിച്ചുകൊണ്ട് സ്വയത്തിലുള്ള ഏകാഗ്രത ഇല്ലാതാക്കാൻ ഇത് ശ്രമിക്കുന്നു. ഇടത് ചൂണ്ടുവിരൽ സ്വയത്തിലേക്ക് വിരൽ ചൂണ്ടുന്നു - "ഞാൻ കുറ്റപ്പെടുത്തണം", വലത് ചൂണ്ടുവിരൽ മറ്റുള്ളവരിലേക്ക് വിരൽ ചൂണ്ടുന്നു - "നിങ്ങൾ കുറ്റപ്പെടുത്തണം." കുറ്റാരോപണ ഭൂതം വിധിന്യായവാദത്തിന്റെ സഹജീവികൾക്ക് വാതിൽ തുറക്കുന്നു .

വലതു കൈയിലെ ചെറുവിരൽ *ആത്മവഞ്ചനയാണ്.* അതിന്റെ കൂട്ടാളികൾ *മിഥ്യ , സ്വയം വശീകരണം , അഹങ്കാരം* എന്നിവയാണ് . "സ്വയം" എന്ന ഈ മൂന്ന് ആത്മാക്കൾ അഹങ്കാരം വർദ്ധിപ്പിക്കുന്നു. അഹങ്കാരം തിരസ്കരണത്തിനുള്ള മറ്റൊരു പരിഹാരമാണ്. നിരസിക്കപ്പെട്ടതായി

തോന്നുന്ന ഒരാൾ പ്രധാനപ്പെട്ടവനാണെന്ന് തോന്നാൻ ആഗ്രഹിക്കുന്നു. *മിഥ്യയുടെ ആത്മാവ്* വന്ന് പറയുന്നു, "നീ ശരിക്കും ഒരാളാണ്"; 'നീ ഒരു ആത്മീയ ഭീമനാണ്!", അല്ലെങ്കിൽ മറ്റേതെങ്കിലും തരത്തിലുള്ള ഭീമൻ. മുറിവേറ്റ അഹങ്കാരത്തിന് ഒരു ഉത്തേജനം നൽകുന്നതായി തോന്നുന്നു. പക്ഷേ അതെല്ലാം പൈശാചികമാണ്. അത് കൂടുതൽ നിരാശയിലേക്കും നിരാശയിലേക്കും നയിക്കുന്നു.
ഒരു ശുശ്രൂഷാ സന്ദർഭത്തിൽ, *ആത്മവഞ്ചനയുടെ ആത്മാവ്* പതിമൂന്ന് വയസ്സുള്ള ഒരു പെൺകുട്ടിയെ അവൾക്ക് പത്തൊൻപത് വയസ്സ് പ്രായമുണ്ടെന്ന് ബോധ്യപ്പെടുത്തി. അവളുടെ മറ്റേ വ്യക്തിയുമായി പൊരുത്തപ്പെടാൻ അവൾ മറ്റൊരു പേര് സ്വീകരിച്ചു. അവൾ ഒരു മുതിർന്ന പെൺകുട്ടിയെപ്പോലെ ചിന്തിക്കാനും സംസാരിക്കാനും പ്രവർത്തിക്കാനും ശ്രമിച്ചു. അവളുടെ കഴിവുകൾക്കും സാധാരണ പകാതയ്ക്കും അപ്പുറത്തേക്ക് അവൾ തള്ളിവിടപ്പെട്ടു. അത് അവളുടെ അടിച്ചമർത്തലിന് വളരെയധികം ആക്കം കൂട്ടി.

സ്കീസോഫ്രീനിയയുടെ "ഭ്രാന്തമായ" ഘട്ടത്തെ തള്ളവിരലുകൾ എങ്ങനെ പ്രതിനിധീകരിക്കുന്നുവെന്ന് വെളിപ്പെടുത്തലിലൂടെ കർത്താവ്

കാണിച്ചുതന്നു. അതിന്റെ ഒരു ഭാഗം ഇടതു തള്ളവിരലിൽ പ്രതിനിധീകരിക്കപ്പെടുന്നു, കാരണം അത് തിരസ്കരണത്തിൽ വേരൂന്നിയതാണ്. തിരസ്കരണത്തിന്റെ ഭാഗത്ത് *അസൂയയുടെയും* അസൂയയുടെയും ആത്മാക്കളുണ്ട് . പരസ്പര സ്നേഹബന്ധങ്ങളിൽ കുറവുള്ളവർ തൃപ്തികരമായ സ്നേഹം അനുഭവിക്കുന്നവരോട് അസൂയപ്പെടുകയും അസൂയപ്പെടുകയും ചെയ്യുന്നു. മത്സരത്തിന്റെ ഭാഗത്ത് *അവിശ്വാസം* , *സംശയം, ഭയം* , *പീഡനം എന്നിവയുടെ ആത്മാക്കളുണ്ട്.* ഈ പിന്നീടുള്ള ഗ്രൂപ്പിൽ മറ്റൊരു ഭൂതമുണ്ട്, അതിനെ *"എന്തായാലും സത്യസന്ധതയുമായി ഏറ്റുമുട്ടൽ"* *എന്ന് വിളിക്കുന്നു.* മറ്റൊരാളെ നേരിടാൻ നിർബന്ധിതനാകുന്നതുവരെ വ്യക്തിയിൽ സംശയവും അവിശ്വാസവും വളരുന്നു. ഏറ്റുമുട്ടലിനുശേഷം കുറച്ചുകാലത്തേക്ക് അവനുള്ളിലെ സമ്മർദ്ദം മരിക്കുന്നു. എന്നാൽ അത് ആക്രമിക്കപ്പെട്ട വ്യക്തിയെ *തന്റെ മുറിവുകൾ കൈകാര്യം ചെയ്യാൻ വിടുന്നു. ഭ്രാന്തമായ പിശാചുക്കളുടെ* സ്വാധീനത്തിൽ പ്രവർത്തിക്കുന്ന വ്യക്തി താൻ എത്ര മുറിവുകൾ ഉണ്ടാക്കുന്നു എന്നതിനെക്കുറിച്ച് വളരെ സെൻസിറ്റീവ് ആണ്, എന്നിട്ടും അവൻ തന്നോട് ചെയ്യുന്ന ഓരോ കുറ്റകൃത്യത്തിനും അതിസംവേദനക്ഷമതയുള്ളവനാണ്.

വിരലുകളിലും തള്ളവിരലുകളിലും ചിത്രീകരിച്ചിരിക്കുന്ന വെളിപാട് തെറ്റുപറ്റാത്തതാണെന്ന് തെളിഞ്ഞിട്ടുണ്ട്, സ്കീസോഫ്രീനിക്കുകളുള്ള നിരവധി ശുശ്രൂഷകൾ ഇത് വിലയിരുത്തുന്നു. അതിൽ ഒരു പോരായ്മയുമില്ല.

ഇടതുകൈയിൽ പട്ടികപ്പെടുത്തിയിരിക്കുന്ന ഭൂതങ്ങൾ സ്കീസോഫ്രീനിയ പാറ്റേണിന്റെ തിരസ്കരണ ഭാഗത്ത് സാധാരണയായി കാണപ്പെടുന്ന മറ്റ് ആത്മാക്കളുടെ പ്രതിനിധികളാണ്. ഇവയ്ക്ക് വ്യക്തിയിൽ നിന്ന് വ്യക്തിക്ക് ചില വ്യത്യാസങ്ങൾ ഉണ്ടാകും. പട്ടിക സമഗ്രമല്ല, മറിച്ച് സൂചന നൽകുന്നതാണ്. ഇടതുകൈയിൽ പട്ടികപ്പെടുത്തിയിരിക്കുന്ന ഭൂതങ്ങൾ ഏതെങ്കിലും വിധത്തിൽ തിരസ്കരണ-തരം ആത്മാക്കളുടെ ത്രിത്വവുമായി ബന്ധപ്പെട്ടിരിക്കുന്നുവെന്ന് മിക്ക സന്ദർഭങ്ങളിലും വ്യക്തമാണ് ... *നിരസിക്കൽ, നിരസിക്കാനുള്ള ഭയം, സ്വയം നിരസിക്കൽ.*

വലതുവശത്തുള്ള ഭൂതങ്ങളുടെ പട്ടികയിൽ *നിയന്ത്രണം, കൈവശാവകാശ മനോഭാവം എന്നിവ ഉൾപ്പെടുന്നു.* അവ മത്സരവുമായി നേരിട്ട് ബന്ധപ്പെട്ടിരിക്കുന്നു.

മത്സരം ആഭിചാരം എന്ന പാപം പോലെയാണ്; ശാഠ്യം അധർമ്മവും വിഗ്രഹാരാധനയും പോലെയാണ്. 1 ശമു. 15:23a

ഈ വാക്യത്തെ രണ്ട് തരത്തിൽ വ്യാഖ്യാനിക്കാം. ഒന്നാമതായി, ദൈവത്തിന് മത്സരം മന്ത്രവാദം പോലെ തന്നെ വെറുപ്പുളവാക്കുന്നതാണ് എന്നാണ് ഞാൻ ഇതിനെ അർത്ഥമാക്കുന്നത്. മത്സര സ്വഭാവമുള്ള ഒരാൾക്ക് ഒരു മന്ത്രവാദിയുടെ സ്വഭാവം ഉണ്ടെന്നും ഞാൻ ഇതിനെ അർത്ഥമാക്കുന്നു. മന്ത്രവാദത്തിന്റെ ഉദ്ദേശ്യം നിയന്ത്രിക്കുക എന്നതാണ്. ദുരാത്മാക്കളുടെ ശക്തി അറിഞ്ഞോ അറിയാതെയോ ഉപയോഗിച്ച് മറ്റൊരാളെ നിയന്ത്രിക്കുക എന്നതാണ് ഇത്. മത്സരം പലപ്പോഴും നിയന്ത്രണത്തിലേക്ക് നയിക്കുന്നു.

ഇനി, വലതുവശത്തേക്ക് നമുക്ക് മുന്നോട്ട് പോകാം. "കയ്പ്പിന്റെ ഒരു വേര്" ഉണ്ട്. ജീവിതത്തിൽ എല്ലാത്തിലും സംഘർഷങ്ങൾ ഉണ്ടാകാറുണ്ട്. ക്ഷമയുടെ മനോഭാവം ആവശ്യമുള്ള കാര്യങ്ങൾ സംഭവിക്കാറുണ്ട്, വാക്കുകൾ പറയപ്പെടുന്നു. സ്കീസോഫ്രീനിയയുടെ പ്രശ്നം ഇതാണ്. അയാൾക്ക് ക്ഷമിക്കാൻ കഴിയില്ല. അയാൾക്ക് ക്ഷമിക്കാൻ കഴിയാത്ത ഒരു *മനോഭാവമുണ്ട്*. മുപ്പത് വർഷങ്ങൾക്ക് മുമ്പ് സംഭവിച്ച കാര്യങ്ങൾ അവ സംഭവിച്ച നിമിഷം പോലെ തന്നെ സജീവമാണ്. കയ്പ്പിന്റെ വേരുകൾ സജീവമായി നിലനിർത്തുന്നു, അതിൽ നിന്ന് *നീരസം* , *വെറുപ്പ്, കോപം, പ്രതികാരം, അക്രമം, കൊലപാതകം* എന്നിവ വരുന്നു .

അത്തരമൊരു കയ്പ്പിന്റെ വേരിൽ മറ്റ് നിരവധി ഭൂതങ്ങൾ ബന്ധപ്പെട്ടിരിക്കാം.

ഈ കുഴപ്പത്തിൽ നിന്ന് സ്കീസോഫ്രീനിയ രോഗി എങ്ങനെ പുറത്തുവരും? കീഴടക്കേണ്ട മൂന്ന് പ്രധാന മേഖലകൾ തിരസ്കരണം, മത്സരം, കയ്പ്പിന്റെ വേരുകൾ എന്നിവയാണ്. ഈ മേഖലകൾ കീഴടക്കുമ്പോൾ, " *വീട്* " (ജീവിതം) സ്നേഹം നൽകുകയും സ്വീകരിക്കുകയും ചെയ്തുകൊണ്ട്, എല്ലാ സാധുവായ അധികാരികൾക്കും കീഴടങ്ങി, സാഹചര്യങ്ങൾ പരിഗണിക്കാതെ എല്ലാ വ്യക്തികളുടെയും ക്ഷമയിലൂടെ നിറയ്ക്കണം. ഈ മൂന്ന് മേഖലകളും കീഴടക്കുമ്പോൾ, ബന്ധപ്പെട്ട മറ്റ് ആത്മാക്കൾക്കും ശക്തി നഷ്ടപ്പെടുന്നു. ദൃഢനിശ്ചയം ആവശ്യമാണ്. "ഞാൻ വ്യത്യസ്തനാകും! എന്റെ ജീവിതം ഭരിക്കാൻ ഞാൻ ഭൂതങ്ങളെ അനുവദിക്കില്ല!" എന്ന് സ്ഥിരമായി പറയാൻ കഴിയുന്ന വ്യക്തി ഒടുവിൽ വിജയം കാണും.
ചിത്രീകരണത്തിന്റെ അടിയിലുള്ള കൈകൾക്കിടയിൽ "യഥാർത്ഥ സ്വത്വം" എന്ന് വിളിക്കപ്പെടുന്ന ഒരു ചെറിയ വടി രൂപം ഉണ്ട്. വിടുതൽ ഒരു നിശ്ചിത കാലയളവിൽ സംഭവിക്കുമ്പോൾ, "യഥാർത്ഥ സ്വത്വം" (അമ്പുകളാൽ ചിത്രീകരിച്ചിരിക്കുന്നു) ഉയർന്നുവരുകയും വ്യാജ സ്കീസോഫ്രീനിക് വ്യക്തിത്വങ്ങളെ അവരുടെ എല്ലാ

സ്വാധീനത്തോടും അവ പ്രതിനിധീകരിക്കുന്ന എല്ലാറ്റിനോടും വിയോജിച്ച് വേർപെടുത്തുകയും വേണം. "യഥാർത്ഥ സ്വത്വം" യേശുവിന്റെ സ്വഭാവം തന്നെ സ്വീകരിക്കണം. ബൈബിൾ പഠനം, പ്രാർത്ഥന, ഉപവാസം, സ്തുതി, മറ്റ് വിശ്വാസികളുമായുള്ള കൂട്ടായ്മ തുടങ്ങിയ ആത്മീയ വ്യായാമങ്ങൾ വിജയകരമായ ഒരു വിടുതലിന് അത്യന്താപേക്ഷിതമാണ്. വ്യക്തിയുടെ ജീവിതം ക്രിസ്തുയേശുവിന്റെ പോസിറ്റീവ് കാര്യങ്ങളാൽ നിറഞ്ഞിരിക്കുന്നതിനാൽ ഈ ആത്മീയ വ്യായാമങ്ങൾ വിടുതൽ പ്രക്രിയയെ ത്വരിതപ്പെടുത്തുകയും ചെയ്യും.

സ്കീസോഫ്രീനിയ രോഗിക്കും മോചന ശുശ്രൂഷകനും ഇത് കഠിനാധ്വാനമാണ്. വിജയത്തിലേക്ക് പോരാടുന്ന സ്കീസോഫ്രീനിക്കുകളെ ഞാൻ വളരെയധികം ആരാധിക്കുന്നു. മറ്റെല്ലാ മോചനങ്ങളെക്കാളും ഈ വിജയങ്ങളെ ഞാൻ അഭിനന്ദിക്കുന്നു. നമ്മൾ നേരിട്ടതിൽ വച്ച് ഏറ്റവും ആഴമേറിയതും, ഏറ്റവും ഉൾപ്പെട്ടതും, ഏറ്റവും ദൃഢനിശ്ചയമുള്ളതുമായ മോചനമാണ് സ്കീസോഫ്രീനിയ മോചനം.

സ്കീസോഫ്രീനിയയിൽ നിന്ന് മോചനം നേടാനുള്ള പ്രാർത്ഥന

"നിങ്ങളെ സ്കീസോഫ്രീനിയയുടെ പിശാചുക്കളെ, ഞാൻ നിങ്ങളുടെ കൈയെ വിളിക്കുന്നു. നിങ്ങൾ അവളിലോ അയാളിലോ സ്ഥാപിക്കുന്ന നിങ്ങളുടെ രണ്ട് വിപരീത വ്യക്തിത്വങ്ങളെ പുറത്തുകൊണ്ടുവരുന്നു. നിങ്ങളിൽ ഒരാൾ തിരസ്കരണത്തിലും സ്വയം സഹതാപത്തിലും വേരൂന്നിയതാണ്, മറ്റൊരാൾ മത്സരത്തിലും കയ്പ്പിലും വേരൂന്നിയതാണ്. ആ വ്യക്തിത്വങ്ങളിലൊന്നും യഥാർത്ഥ അവൾ അല്ലെങ്കിൽ അവൻ അല്ല. യേശു ആഗ്രഹിക്കുന്നതുപോലെ യഥാർത്ഥ അവൻ അല്ലെങ്കിൽ അവളെ ഞാൻ സ്വതന്ത്രമാക്കുകയും അഴിച്ചുവിടുകയും ചെയ്യുന്നു." യേശുവിന്റെ നാമത്തിൽ, ആമേൻ.

ആത്മമോചനത്തിനായുള്ള ഒരു ചെറിയ പ്രാർത്ഥന.

"കർത്താവായ യേശുക്രിസ്തുവേ, എന്റെ പാപങ്ങൾക്കു വേണ്ടി നീ കുരിശിൽ മരിച്ചു മരിച്ചവരിൽ നിന്ന് ഉയിർത്തെഴുന്നേറ്റു എന്ന് ഞാൻ വിശ്വസിക്കുന്നു. നിന്റെ രക്തത്താൽ നീ എന്നെ വീണ്ടെടുത്തു, ഞാൻ നിന്നുടേതാണ്, ഞാൻ നിനക്കുവേണ്ടി ജീവിക്കാൻ ആഗ്രഹിക്കുന്നു. എന്റെ എല്ലാ പാപങ്ങളും - അറിയപ്പെടുന്നതും അറിയാത്തതും - ഞാൻ ഏറ്റുപറയുന്നു - അവയെല്ലാം ഞാൻ

ക്ഷമിക്കുന്നു. ഞാൻ അവയെല്ലാം ഉപേക്ഷിക്കുന്നു. നീ എന്നോട് ക്ഷമിക്കണമെന്ന് ഞാൻ ആഗ്രഹിക്കുന്നതുപോലെ ഞാൻ മറ്റുള്ളവരോട് ക്ഷമിക്കുന്നു. ഇപ്പോൾ എന്നോട് ക്ഷമിക്കുകയും നിന്റെ രക്തത്താൽ എന്നെ ശുദ്ധീകരിക്കുകയും ചെയ്യുന്നു. ഇപ്പോൾ എല്ലാ പാപങ്ങളിൽ നിന്നും എന്നെ ശുദ്ധീകരിക്കുന്ന യേശുക്രിസ്തുവിന്റെ രക്തത്തിന് ഞാൻ നന്ദി പറയുന്നു. എന്റെ വിമോചകനായി ഞാൻ ഇപ്പോൾ നിന്റെ അടുക്കൽ വരുന്നു. എന്റെ പ്രത്യേക ആവശ്യങ്ങൾ - ബന്ധിക്കുന്നതും പീഡിപ്പിക്കുന്നതും മലിനമാക്കുന്നതും - ആ ദുഷ്ടാത്മാവ്, ആ അശുദ്ധാത്മാവ് - "കർത്താവിന്റെ നാമം വിളിച്ചപേക്ഷിക്കുന്ന ഏവനും വിടുവിക്കപ്പെടും" എന്ന നിന്റെ വചനത്തിന്റെ വാഗ്ദാനം ഞാൻ അവകാശപ്പെടുന്നു. ഇപ്പോൾ ഞാൻ നിന്നെ വിളിക്കുന്നു. കർത്താവായ യേശുക്രിസ്തുവിന്റെ നാമത്തിൽ, എന്നെ വിടുവിച്ച് എന്നെ സ്വതന്ത്രനാക്കേണമേ. സാത്താനേ, ഞാൻ നിന്നെയും നിന്റെ എല്ലാ പ്രവൃത്തികളെയും ഉപേക്ഷിക്കുന്നു. യേശുവിന്റെ നാമത്തിൽ ഞാൻ എന്നെത്തന്നെ അഴിച്ചുവിടുന്നു, യേശുവിന്റെ നാമത്തിൽ ഇപ്പോൾ എന്നെ ഉപേക്ഷിക്കാൻ ഞാൻ നിന്നോട് കൽപ്പിക്കുന്നു. ആമേൻ!"

അത് നിങ്ങളുടെ ഹൃദയത്തിൽ നിന്ന് പുറപ്പെട്ട് കർത്താവിന്റെ രക്ഷ കാണട്ടെ!

നിങ്ങൾക്ക് അസുഖമാണോ അതോ വീണ്ടെടുക്കൽ ആവശ്യമാണോ?

ഏതെങ്കിലും രൂപത്തിലോ രൂപത്തിലോ രോഗികളോ സുഖമില്ലാത്തവരോ, അല്ലെങ്കിൽ മോചനം ആവശ്യമുള്ളവരോ? അല്ലെങ്കിൽ പുനഃസ്ഥാപനം ആവശ്യമുള്ളവരോ, ദയവായി വിശ്വാസത്തിൽ താഴെയുള്ള ഡോട്ട് സ്പർശിക്കുക (വിശ്വാസം എന്നത് നിങ്ങളുടെ നിലവിലെ സാഹചര്യത്തിന്റെ കൃത്യമായ പോസിറ്റീവ് ഫലം കാണുകയും, നിങ്ങളുടെ രോഗശാന്തിയും മോചനവും ഉറപ്പാക്കാൻ യേശു 2000 വർഷങ്ങൾക്ക് മുമ്പ് തന്റെ പങ്ക് നിർവഹിച്ചിട്ടുണ്ടെന്ന് അറിയുകയും, ഒരു ഡൗൺ പേയ്മെന്റായി പുനഃസ്ഥാപനം നടത്തുകയും, ആ ഡൗൺ പേയ്മെന്റ് നിങ്ങൾക്ക് ലഭ്യമാണെന്ന് വിശ്വസിക്കുകയും ചെയ്യുന്നു, ബാങ്കിലെ നിങ്ങളുടെ ചെക്കിംഗ് അക്കൗണ്ടിലെ ഒരു പോസിറ്റീവ് ബാലൻസ് പോലെ, ഞങ്ങൾ നിങ്ങളോട് യോജിക്കുകയും യേശുക്രിസ്തുവിന്റെ നാമത്തിൽ സുഖപ്പെടൂ എന്ന് ഉച്ചരിക്കുകയും ചെയ്യുമ്പോൾ ഒരു ചോദ്യവും ചോദിക്കില്ല, ആമേൻ)

നീ എനിക്കും അവർക്കും നൽകിയ അധികാരത്താൽ, ശത്രുവിനെതിരായ അവരുടെ കോപത്തോടും വിശപ്പോടും കൂടി, നീ അവർക്കെല്ലാവർക്കും സൗജന്യമായി

നൽകിയത് സ്വീകരിക്കാൻ ഞാൻ ഇപ്പോൾ വിശ്വാസത്തോടെ ആ അധികാരം പ്രയോഗിക്കുന്നു. എല്ലാ രോഗങ്ങളെയും, എല്ലാ രോഗങ്ങളെയും, അത് കാൻസർ ആകട്ടെ, COVID 19 ആകട്ടെ, ബലഹീനതയുടെ ആത്മാവാകട്ടെ, അത് പൈശാചിക ബാധയോ അടിച്ചമർത്തലോ ആകട്ടെ, ദാരിദ്ര്യത്തിന്റെ ആത്മാവാകട്ടെ, തിരിച്ചടികളാകട്ടെ, ദൈവം ഇതിനകം നിശ്ചയിച്ചതും മോചിപ്പിച്ചതുമായ കാര്യങ്ങളുടെ കാലതാമസം വരുത്തുന്ന പൂർത്തീകരണമാകട്ടെ, ഞാൻ ശപിക്കുന്നു. ഞങ്ങൾ അപാകതയ്ക്കെതിരെ വരുന്നു, ഞാൻ അവരെ ബന്ധിക്കുന്നു, ഞങ്ങൾ അവരെ അവയുടെ വേരിലേക്ക് ശപിക്കുന്നു, യേശുക്രിസ്തുവിന്റെ നാമത്തിൽ അധികാരത്താൽ ഞങ്ങൾ അവരെ പുറത്താക്കുന്നു. ആമേൻ. യേശുക്രിസ്തുവിന്റെ മഹത്തായ നാമത്തിൽ അവരുടെ ജീവിതത്തിലേക്ക് രോഗശാന്തിയുടെയും വിടുതലിന്റെയും പുനഃസ്ഥാപനത്തിന്റെയും ഒരു മോചനം ഞങ്ങൾ വിളിക്കുന്നു. നിങ്ങളുടെ മഹത്വത്തിനും ബഹുമാനത്തിനും ആരാധനയ്ക്കും വേണ്ടി നിലനിൽക്കുന്ന സാക്ഷ്യങ്ങൾക്ക് കർത്താവേ നന്ദി. ഈ സന്ദേശത്തിന്റെ ഫലമായി നിങ്ങളുടെ രാജ്യത്തിലേക്ക് ചേർക്കപ്പെടുന്ന ആത്മാക്കൾക്ക് നന്ദി, ഞങ്ങൾ ഇപ്പോൾ കാണുകയും യേശുവിന്റെ നാമത്തിൽ

നിങ്ങളുടെ മഹത്വത്തിനായി പ്രകടമാക്കുകയും ചെയ്യുന്ന അത്ഭുതങ്ങൾ, ആമേൻ. പൂർത്തിയായി! സന്തോഷിക്കൂ!

സ്പർശനബിന്ദുവായി എടുത്തുകാണിച്ചിരിക്കുന്ന ഈ സ്ഥലം സ്പർശിച്ച് നിങ്ങളുടെ വായ് കൊണ്ട് ഏറ്റുപറയുക - യേശുക്രിസ്തുവിന്റെ നാമത്തിൽ എന്റെ ആത്മാവിലും, ആത്മാവിലും, ശരീരത്തിലും, എന്റെ ചുറ്റുപാടിലും ഞാൻ സുഖം പ്രാപിച്ചു, ഞാൻ വിടുവിക്കപ്പെട്ടു, പുനഃസ്ഥാപിക്കപ്പെട്ടു, ആമേൻ!!!

മുമ്പ് നിങ്ങൾക്ക് ചെയ്യാൻ കഴിയാത്തത് ചെയ്യാൻ തുടങ്ങുക, പൂർണ്ണമായ രോഗശാന്തി, വിടുതൽ പുനഃസ്ഥാപനം നിങ്ങളുടെ ജീവിതത്തിൽ ഒരു ഫലമായി മാറുന്നതുവരെ ഏറ്റുപറയാൻ തുടങ്ങുക, യേശുവിന്റെ നാമത്തിൽ, ആമേൻ. ദൈവത്തിനെല്ലാം വേണ്ടി വിശപ്പുള്ളവരായിരിക്കുക,
കോപിച്ചിരിക്കുക, ശത്രു യേശുവിന്റെ നാമത്തിൽ തടഞ്ഞുവച്ചതെല്ലാം തിരികെ എടുക്കുക, ആമേൻ.

കുറിപ്പ്:
ദൈവത്തിന്റെ മഹത്വത്തിനും ശത്രുവിന്റെ നാണക്കേടിനും വേണ്ടിയുള്ള രോഗശാന്തിക്ക് സാക്ഷ്യം വഹിക്കുക! ഈ വിഷയത്തിൽ ഞങ്ങൾ നിങ്ങളോട് ഇപ്പോഴും

യോജിക്കണമെന്ന് നിങ്ങൾ ആഗ്രഹിക്കുന്നുവെങ്കിൽ ഞങ്ങൾക്ക് ഒരു ഇമെയിൽ അയയ്ക്കുക അല്ലെങ്കിൽ ഞങ്ങൾക്ക് വാട്ട്സ്ആപ്പ് ചെയ്യുക. അടുത്ത ആഴ്ച വ്യാഴാഴ്ച ആരംഭിക്കുന്ന സജ്ജീകരണ പരമ്പരയിൽ ബന്ധപ്പെടുക. ഞങ്ങളുടെ വെബ്സൈറ്റിൽ ഉടൻ തന്നെ വിശദാംശങ്ങൾ കണ്ടെത്തുക!

വലിയ ചൂഷണങ്ങൾ - 1 - ഉപസംഹാരം

സുഹൃത്തുക്കളേ, ഓർഡർ ചെയ്യുന്നതിനുമുമ്പ് നിങ്ങൾ ആഗ്രഹിച്ചതെല്ലാം ഈ പുസ്തകം നിങ്ങൾക്ക് നൽകിയിട്ടുണ്ടെന്ന് ഞാൻ പ്രതീക്ഷിക്കുന്നു, പ്രാർത്ഥിക്കുന്നു, യേശുവിന്റെ നാമത്തിൽ, ആമേൻ.

ഉപസംഹരിക്കുന്നതിനുമുമ്പ്, കൂടുതൽ നേട്ടങ്ങൾ കൈവരിക്കുന്നതിനുള്ള ഒരു വലിയ അവസരം ഞാൻ നിങ്ങൾക്ക് മുന്നിൽ കൊണ്ടുവരുന്നു. നമുക്ക് ഒരുമിച്ച് ഈ അവസരം പര്യവേക്ഷണം ചെയ്യാം.

മികച്ച അവസരം

യേശുവിനെ കണ്ടുമുട്ടിയിട്ടില്ലാത്തവർക്ക് ഇന്ന് സമാധാനം സ്ഥാപിക്കാനുള്ള അവസരം നൽകുന്നതുവരെ, ബോർഡർലെസ്സിൽ ഈ തലക്കെട്ട് ഞങ്ങൾ അവസാനിപ്പിക്കില്ല.

രക്ഷയുടെ പ്രാർത്ഥന

രക്ഷയുടെ പ്രാർത്ഥന - ദൈവവുമായുള്ള നമ്മുടെ ആദ്യത്തെ യഥാർത്ഥ സംഭാഷണം "രക്ഷയുടെ പ്രാർത്ഥന" എന്നത് നാം പ്രാർത്ഥിക്കുന്ന ഏറ്റവും പ്രധാനപ്പെട്ട

പ്രാർത്ഥനയാണ്. ഒരു ക്രിസ്ത്യാനിയാകാൻ തയ്യാറാകുമ്പോൾ, ദൈവവുമായുള്ള നമ്മുടെ ആദ്യത്തെ യഥാർത്ഥ സംഭാഷണം നടത്താൻ നാം തയ്യാറാണ്, അതിന്റെ ഘടകങ്ങൾ ഇവയാണ്:

- യേശുക്രിസ്തു ദൈവമാണെന്ന് ഞങ്ങൾ അംഗീകരിക്കുന്നു; നമുക്ക് ജീവിക്കാൻ കഴിയാത്ത പാപരഹിതമായ ജീവിതം നയിക്കാനാണ് അവൻ ഒരു മനുഷ്യനായി ഭൂമിയിലേക്ക് വന്നത്; നാം അർഹിക്കുന്ന ശിക്ഷ നാം നൽകേണ്ടതില്ലാത്തവിധം അവൻ നമ്മുടെ സ്ഥാനത്ത് മരിച്ചു.
- ദൈവത്തെ അനുസരിക്കാതെ നമുക്കുവേണ്ടി ജീവിച്ചുകൊണ്ട് നമ്മുടെ കഴിഞ്ഞകാല പാപജീവിതം നാം ഏറ്റുപറയുന്നു.
- യേശുക്രിസ്തുവിനെ നമ്മുടെ രക്ഷകനും കർത്താവുമായി വിശ്വസിക്കാൻ ഞങ്ങൾ തയ്യാറാണെന്ന് ഞങ്ങൾ സമ്മതിക്കുന്നു.
- നമ്മുടെ ഹൃദയത്തിൽ വന്ന്, അവിടെ വസിച്ച്, നമ്മിലൂടെ ജീവിക്കാൻ തുടങ്ങാൻ നാം യേശുവിനോട് അപേക്ഷിക്കുന്നു.

രക്ഷയുടെ പ്രാർത്ഥന - ദൈവത്തിലുള്ള വിശ്വാസത്തോടെയാണ് അത് ആരംഭിക്കുന്നത്.

രക്ഷയുടെ പ്രാർത്ഥന നാം പ്രാർത്ഥിക്കുമ്പോൾ, അവന്റെ വചനം സത്യമാണെന്ന് നാം ദൈവത്തെ അറിയിക്കുകയാണ്. അവൻ നമുക്ക് നൽകിയ വിശ്വാസത്താൽ, നാം അവനിൽ വിശ്വസിക്കാൻ തിരഞ്ഞെടുക്കുന്നു. " *വിശ്വാസമില്ലാതെ അവനെ പ്രസാദിപ്പിക്കുക അസാധ്യമാണ്, കാരണം ദൈവത്തിന്റെ അടുക്കൽ വരുന്നവൻ അവൻ ഉണ്ടെന്നും അവനെ ഉത്സാഹത്തോടെ അന്വേഷിക്കുന്നവർക്ക് അവൻ പ്രതിഫലം നൽകുന്നവനാണെന്നും വിശ്വസിക്കണം* " എന്ന് ബൈബിൾ നമ്മോട് പറയുന്നു (എബ്രായർ 11:6).

അതിനാൽ, രക്ഷയുടെ ദാനം ചോദിച്ചുകൊണ്ട് നാം പ്രാർത്ഥിക്കുമ്പോൾ, നാം അവനിൽ വിശ്വസിക്കുന്നുവെന്ന് അംഗീകരിക്കാൻ നമ്മുടെ സ്വതന്ത്ര ഇച്ഛാശക്തി പ്രയോഗിക്കുകയാണ്. വിശ്വാസത്തിന്റെ ആ പ്രകടനം ദൈവത്തെ പ്രസാദിപ്പിക്കുന്നു, കാരണം നാം അവനെ സ്വതന്ത്രമായി അറിയാൻ തിരഞ്ഞെടുത്തിട്ടുണ്ട്.

രക്ഷയുടെ പ്രാർത്ഥന - നമ്മുടെ പാപം ഏറ്റുപറയൽ

നാം രക്ഷയുടെ പ്രാർത്ഥന പ്രാർത്ഥിക്കുമ്പോൾ, നാം പാപം ചെയ്തുവെന്ന് സമ്മതിക്കുകയാണ്. ക്രിസ്തുവിനെ ഒഴികെ എല്ലാവരേയും കുറിച്ച് ബൈബിൾ പറയുന്നതുപോലെ: " *എല്ലാവരും പാപം*

ചെയ്തു ദൈവതേജസ്സു ഇല്ലാത്തവരായിത്തീർന്നു" (റോമർ 3:23).

പാപം എന്നാൽ ലക്ഷ്യത്തിൽ എത്താത്ത ഒരു അമ്പുപോലെ, കണ്ണിൽ തട്ടാത്ത ഒരു അമ്പുപോലെ, ലക്ഷ്യത്തിൽ എത്താത്തവരായി വീഴുക എന്നതാണ്. നമുക്ക് ലഭിക്കാത്ത ദൈവതേജസ്സ് യേശുക്രിസ്തുവിൽ മാത്രമേ കാണപ്പെടുന്നുള്ളൂ: " *എന്തെന്നാൽ ഇരുട്ടിൽ നിന്ന് വെളിച്ചം പ്രകാശിക്കാൻ കല്പിച്ച ദൈവം, യേശുക്രിസ്തുവിന്റെ മുഖത്ത് ദൈവതേജസ്സിന്റെ പരിജ്ഞാനത്തിന്റെ വെളിച്ചം നൽകാൻ നമ്മുടെ ഹൃദയങ്ങളിൽ പ്രകാശിച്ച ദൈവം*" (2 കൊരിന്ത്യർ 4:6).

അപ്പോൾ, രക്ഷയുടെ പ്രാർത്ഥന യേശുക്രിസ്തു പാപമില്ലാതെ ജീവിച്ചിരുന്ന ഏക മനുഷ്യനാണെന്ന് തിരിച്ചറിയുന്നു. " *പാപം അറിയാത്തവനെ അവൻ നമുക്കുവേണ്ടി പാപമാക്കി, അവനിൽ നാം ദൈവത്തിന്റെ നീതിയാകേണ്ടതിന്*" (2 കൊരിന്ത്യർ 5:21).

രക്ഷയുടെ പ്രാർത്ഥന - രക്ഷകനും കർത്താവുമായ ക്രിസ്തുവിലുള്ള വിശ്വാസം പ്രഖ്യാപിക്കൽ
ക്രിസ്തുവിനെ നമ്മുടെ പൂർണതയുടെ മാനദണ്ഡമായി കണക്കാക്കി, ഇപ്പോൾ നാം അവനിലുള്ള വിശ്വാസത്തെ ദൈവമായി

അംഗീകരിക്കുന്നു, അപ്പോസ്തലനായ യോഹന്നാന്റെ വാക്കുകളോട് യോജിക്കുന്നു: " *ആദിയിൽ വചനം (ക്രിസ്തു) ഉണ്ടായിരുന്നു, വചനം ദൈവത്തോടുകൂടെയായിരുന്നു, വചനം ദൈവമായിരുന്നു. അവൻ ആദിയിൽ ദൈവത്തോടുകൂടെയായിരുന്നു. എല്ലാം അവനിലൂടെ സൃഷ്ടിക്കപ്പെട്ടു, അവനെ കൂടാതെ സൃഷ്ടിക്കപ്പെട്ടതൊന്നും അവനില്ലാതെ സൃഷ്ടിക്കപ്പെട്ടില്ല*" (യോഹന്നാൻ 1:1-3).

ദൈവത്തിന് പൂർണ്ണവും പാപരഹിതവുമായ ഒരു യാഗം മാത്രമേ സ്വീകരിക്കാൻ കഴിയൂ എന്നതിനാലും, നമുക്ക് അത് ചെയ്യാൻ കഴിയില്ലെന്ന് അവനറിയാമായിരുന്നതിനാലും, നമുക്കുവേണ്ടി മരിക്കാനും നിത്യമായ വില നൽകാനും അവൻ തന്റെ പുത്രനെ അയച്ചു. " *ദൈവം ലോകത്തെ അത്രമാത്രം സ്നേഹിച്ചു, അവനിൽ വിശ്വസിക്കുന്ന ഏവനും നശിച്ചുപോകാതെ നിത്യജീവൻ പ്രാപിക്കേണ്ടതിന് അവൻ തന്റെ ഏകജാതനായ പുത്രനെ നൽകി.*" (യോഹന്നാൻ 3:16).

രക്ഷയുടെ പ്രാർത്ഥന - ഇപ്പോൾ പറയൂ, അർത്ഥമാക്കൂ!

ഇതുവരെ വായിച്ച എല്ലാ കാര്യങ്ങളോടും

നിങ്ങൾ യോജിക്കുന്നുണ്ടോ?
അങ്ങനെയാണെങ്കിൽ, യേശുക്രിസ്തുവിൽ നിങ്ങളുടെ പുതിയ ജീവിതം ആരംഭിക്കാൻ ഒരു നിമിഷം കൂടി കാത്തിരിക്കരുത്. ഓർക്കുക, ഈ പ്രാർത്ഥന ഒരു മാന്ത്രിക സൂത്രവാക്യമല്ല. നിങ്ങൾ നിങ്ങളുടെ ഹൃദയം ദൈവത്തോട് പ്രകടിപ്പിക്കുക മാത്രമാണ് ചെയ്യുന്നത്. ഞങ്ങളോടൊപ്പം ഇത് പ്രാർത്ഥിക്കുക:
"പിതാവേ, ഞാൻ നിന്റെ നിയമങ്ങൾ ലംഘിച്ചുവെന്നും എന്റെ പാപങ്ങൾ എന്നെ നിന്നിൽ നിന്ന് വേർപെടുത്തിയെന്നും എനിക്കറിയാം. എനിക്ക് ശരിക്കും ഖേദമുണ്ട്, ഇപ്പോൾ ഞാൻ എന്റെ കഴിഞ്ഞകാല പാപജീവിതത്തിൽ നിന്ന് പിന്തിരിയാൻ ആഗ്രഹിക്കുന്നു. ദയവായി എന്നോട് ക്ഷമിക്കൂ, വീണ്ടും പാപം ചെയ്യാതിരിക്കാൻ എന്നെ സഹായിക്കൂ. നിന്റെ പുത്രനായ യേശുക്രിസ്തു എന്റെ പാപങ്ങൾക്കുവേണ്ടി മരിച്ചു, മരിച്ചവരിൽ നിന്ന് ഉയിർത്തെഴുന്നേറ്റു, ജീവിച്ചിരിക്കുന്നു, എന്റെ പ്രാർത്ഥന കേൾക്കുന്നു എന്ന് ഞാൻ വിശ്വസിക്കുന്നു. എന്റെ ജീവിതത്തിന്റെ കർത്താവാകാനും ഇന്നുമുതൽ എന്റെ ഹൃദയത്തിൽ ഭരിക്കാനും വാഴാനും ഞാൻ യേശുവിനെ ക്ഷണിക്കുന്നു. നിന്നെ അനുസരിക്കാൻ എന്നെ സഹായിക്കാനും എന്റെ ജീവിതകാലം മുഴുവൻ നിന്റെ ഇഷ്ടം ചെയ്യാനും നിന്റെ പരിശുദ്ധാത്മാവിനെ

അയയ്ക്കണമേ. യേശുവിന്റെ നാമത്തിൽ ഞാൻ പ്രാർത്ഥിക്കുന്നു, ആമേൻ."

രക്ഷയുടെ പ്രാർത്ഥന - ഞാൻ പ്രാർത്ഥിച്ചു; ഇപ്പോൾ എന്ത്?

യഥാർത്ഥ ബോധ്യത്തോടെയും ഹൃദയത്തോടെയും നിങ്ങൾ ഈ രക്ഷയുടെ പ്രാർത്ഥന പ്രാർത്ഥിച്ചിട്ടുണ്ടെങ്കിൽ, നിങ്ങൾ ഇപ്പോൾ യേശുവിന്റെ ഒരു അനുയായിയാണ്. നിങ്ങൾക്ക് വ്യത്യസ്തമായി തോന്നിയാലും ഇല്ലെങ്കിലും ഇത് ഒരു വസ്തുതയാണ്. നിങ്ങൾക്ക് എന്തെങ്കിലും അനുഭവപ്പെടണമെന്ന് മതവ്യവസ്ഥകൾ നിങ്ങളെ വിശ്വസിക്കാൻ പ്രേരിപ്പിച്ചിരിക്കാം - ഒരു ചൂടുള്ള തിളക്കം, ഒരു ഇക്കിളി, അല്ലെങ്കിൽ മറ്റേതെങ്കിലും നിഗൂഢ അനുഭവം. വസ്തുത, നിങ്ങൾക്ക് അനുഭവപ്പെടാം, അല്ലെങ്കിൽ നിങ്ങൾക്ക് അനുഭവപ്പെടില്ല. നിങ്ങൾ രക്ഷയുടെ പ്രാർത്ഥന പ്രാർത്ഥിച്ച് അത് ഉദ്ദേശിച്ചിട്ടുണ്ടെങ്കിൽ, നിങ്ങൾ ഇപ്പോൾ യേശുവിന്റെ ഒരു അനുയായിയാണ്. നിങ്ങളുടെ നിത്യരക്ഷ സുരക്ഷിതമാണെന്ന് ബൈബിൾ നമ്മോട് പറയുന്നു! " *കർത്താവായ യേശുവിനെ നിങ്ങളുടെ വായ് കൊണ്ട് ഏറ്റുപറയുകയും ദൈവം അവനെ മരിച്ചവരിൽ നിന്ന് ഉയിർത്തെഴുന്നേൽപ്പിച്ചു എന്ന് നിങ്ങളുടെ ഹൃദയത്തിൽ വിശ്വസിക്കുകയും ചെയ്താൽ, നിങ്ങൾ*

രക്ഷിക്കപ്പെടും" (റോമർ 10:9).

ദൈവകുടുംബത്തിലേക്ക് സ്വാഗതം!
സ്നാനമേൽക്കാനും അവന്റെ വചനമായ ബൈബിളിലൂടെ ദൈവപരിജ്ഞാനത്തിൽ വളരാനും കഴിയുന്ന ഒരു പ്രാദേശിക സഭ കണ്ടെത്താൻ ഞങ്ങൾ ഇപ്പോൾ നിങ്ങളെ പ്രോത്സാഹിപ്പിക്കുന്നു.
ക്രിസ്തുവിൽ വളരാനും വളരാനും നിങ്ങളെ സഹായിക്കുന്ന www.otakada.org എന്ന ഞങ്ങളുടെ സൈറ്റ് നിങ്ങൾക്ക് സന്ദർശിക്കാം.
യേശുവിനെ സ്വയം കണ്ടെത്താൻ ഡിസ്കവറി ബൈബിൾ പഠനത്തിലെ ഈ ലിങ്ക് ഉപയോഗിക്കുക.

https://www.otakada.org/dbs-dmm/

40 ദിവസത്തെ ശിഷ്യത്വ യാത്ര

https://www.otakada.org/get-free-40-days-online-discipleship-course-in-a-journey-with-jesus/ എന്ന ലിങ്ക് വഴി നിങ്ങൾക്ക് നിങ്ങളുടെ വേഗതയിൽ 40 ദിവസത്തെ യാത്ര ആരംഭിക്കാം.

നിങ്ങൾക്ക് മാർഗ്ഗനിർദ്ദേശം ആവശ്യമുണ്ടെങ്കിൽ, info@otakada.org എന്ന വിലാസത്തിലേക്ക് ഒരു ഇമെയിൽ അയയ്ക്കുക.
കർത്താവ് നിങ്ങളുടെ ജീവിതം വിശാലമാക്കുകയും അവനു മാത്രം നൽകാൻ

കഴിയുന്ന സന്തോഷം, സമാധാനം, സ്നേഹം, ഐക്യം എന്നിവയാൽ നിങ്ങളെ നിറയ്ക്കുകയും ചെയ്യട്ടെ, ആമേൻ.

ശാലോം!

റഫറൻസ് മെറ്റീരിയൽ സംഭാവന ചെയ്തവർ:

1) ഒട്ടകാഡ.ഓർഗ്
2) സാക്ഷ്യങ്ങൾ – healingrevival.com/testimonies
3) ഫ്രാങ്ക് ഹാമണ്ടിന്റെ "പിഗ്സ് ഇൻ ദി പാർലർ"
4) വിവാഹനിശ്ചയ നിയമങ്ങൾ - സിൻഡി ട്രിം
5) അത്ഭുതങ്ങൾക്കുള്ള അഭിഷേകം - റോബർട്ട് ഷാംബാക്കും ഡോണയും
6) ഭൂതങ്ങളെ പുറത്താക്കും - ഡെറക് പ്രിൻസ്
7) ആശിഷ് റായ്ച്ചൂരിന്റെ രോഗശാന്തിയും വിടുതലും ശുശ്രൂഷിക്കുന്നു.
8) തിങ്കളാഴ്ച ഓഗ്ബെ എഴുതിയ അമാനുഷിക ദൈവത്തെ ഇടപഴകൽ
9) ശക്തിയാൽ സമ്പന്നൻ - നോർവൽ ഹെയ്സ്

ശുപാർശ ചെയ്യുന്ന പുസ്തകങ്ങളും വിഭവങ്ങളും

ഞാൻ സ്വർഗ്ഗത്തിൽ നിന്ന് തീ കണ്ടു: ജിഹാദ് മുതൽ യേശു വരെ - അഗ്നിക്കിരയായ വിശ്വസ്തത (ജീവനുള്ള ലേഖനങ്ങൾ - 40 ദിവസത്തെ ഭക്തി പരമ്പര)

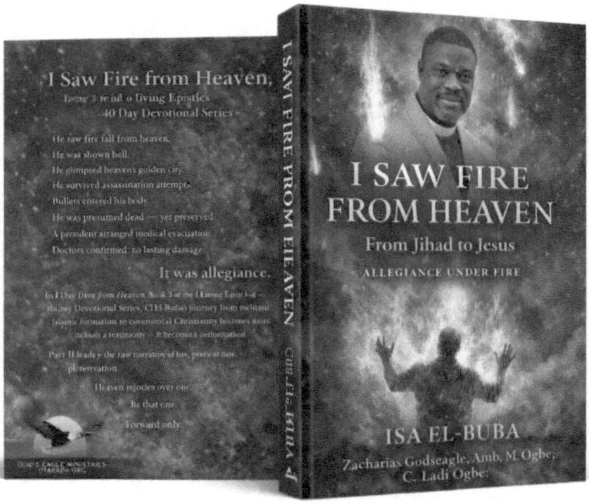

പേപ്പർബാക്ക് - https://www.amazon.com/Saw-Fire-Heaven-Allegiance-Devotional/dp/B0GPK6C8VX

ഇ-ബുക്ക് - https://www.amazon.com/Saw-Fire-Heaven-Allegiance-Devotional-ebook/dp/B0GP9TGL2D

സി.എസ്. ലൂയിസ് (1898-1963) -കേവലം ക്രിസ്തുമതം, പൂർണ്ണമായും ജീവിച്ചു: ഒരു വിമുഖതയുള്ള മനസ്സിൽ നിന്ന് രൂപാന്തരപ്പെട്ട ജീവിതത്തിലേക്ക് (ജീവിക്കുന്ന ലേഖനങ്ങൾ - 40 ദിവസത്തെ ഭക്തി പരമ്പര|പുസ്തക പുസ്തകം 2)

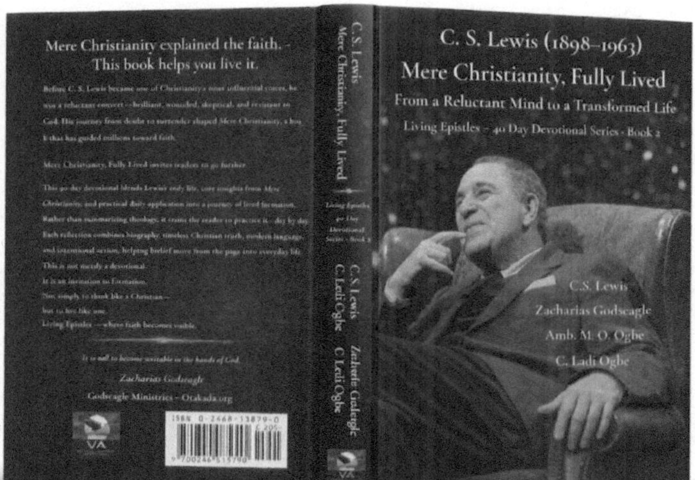

ഇ-ബുക്ക്

https://www.amazon.com/Lewis-1898-1963-Mere-Christianity-Fully-ebook/dp/B0GKQ27F9N

പേപ്പർബാക്ക്

https://www.amazon.com/Lewis-1898-1963-Mere-Christianity-Fully/dp/B0GM8YMXC3

ഹാർഡ്കവർ

https://www.amazon.com/Lewis-1898-1963-Mere-Christianity-Fully/dp/B0GM8WHXJL

ഹിപ്പോയിലെ വിശുദ്ധ അഗസ്റ്റിൻ (എ).ഡി. 354–430)
അസ്വസ്ഥമായ ഹൃദയത്തിൽ നിന്ന് എഴുതപ്പെട്ട ജീവിതത്തിലേക്ക് - ജീവിക്കുന്ന ലേഖനങ്ങൾ - 40 ദിവസത്തെ ഭക്തിഗാന പരമ്പര - 1

ആമസോൺ ഇ-ബുക്ക് ലിങ്ക് -
https://www.amazon.com/ST-AUGUSTINE-HIPPO-354-430-Devotional-ebook/dp/B0GJN8N9XS

ആമസോൺ പേപ്പർബാക്ക് ഓർഡർ ലിങ്ക് -
https://www.amazon.com/St-Augustine-Hippo-354-430-Devotional/dp/B0GJWTVLR6

ഇൻഗ്രാംസ്പാർക്ക് പേപ്പർബാക്ക് ലിങ്ക് -
https://shop.ingrampark.com/b/084?params=BZOOW3dj93aGEtBL2Fv1VY8wV1OQvA10dtZRDgk7Z9Z

എന്നെ സ്കാൻ ചെയ്യുക

പുതുക്കൽ 7
7 ദിവസം കൊണ്ട് നിങ്ങളുടെ വീടിന്റെ
ഹൃദയം സുഖപ്പെടുത്തൂ
പുതുക്കൽ പരമ്പര - കുടുംബ ഐക്യ പതിപ്പ്

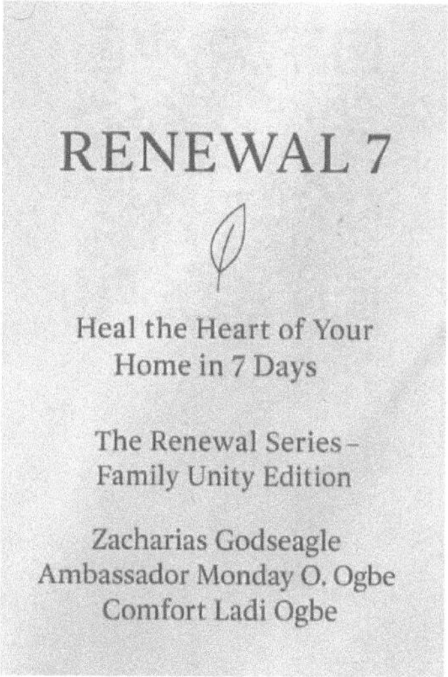

ബുക്ക് പേപ്പർബാക്കിലേക്കുള്ള ലിങ്ക് - https://shop.ingrampark.com/b/084?params=htyfL002e1JzyEpZWkKtaXWF5FJ1jZFOjgiQKEfcbnw

ആമസോൺ പേജ് പേപ്പർബാക്കിലേക്കുള്ള ലിങ്ക് - https://www.amazon.com/RENEWAL-Heal-Heart-Your-Renewal/dp/B0GD92153W

ആമസോൺ ഇ-ബുക്കിലേക്കുള്ള ലിങ്ക് –

https://www.amazon.com/RENEWAL-Heal-Heart-Your-Renewal-ebook/dp/B0G91BMFND

എന്നെ സ്കാൻ ചെയ്യുക –

പുതുക്കൽ 7: 7 ദിവസം കൊണ്ട് നിങ്ങളുടെ
വീടിന്റെ ഹൃദയം സുഖപ്പെടുത്തുക

പുതുക്കൽ പരമ്പര — കുടുംബ യൂണിറ്റി
പതിപ്പ്

പേപ്പർബാക്കിലേക്കുള്ള ലിങ്ക് -
https://shop.ingrampark.com/b/084?params=nSEElv9o UsItOu5akVZlg4ycGbbmvlBOtSiqeOZr5yQ

ആമസോൺ പേപ്പർബാക്കിലേക്കുള്ള ലിങ്ക് -
https://www.amazon.com/RENEWAL-MARRIAGE-Heart-Marriage-Renewal/dp/B0GDC1YZJ7

ആമസോൺ ഇ-ബുക്കിലേക്കുള്ള ലിങ്ക് -
https://www.amazon.com/RENEWAL-MARRIAGE-Heart-Marriage-Renewal-ebook/dp/B0G6JXJWJL

ഹൃദയ സിംഹാസനം - നമ്മൾ ജയിക്കേണ്ട 12 യുദ്ധങ്ങൾ

ആമസോൺ ഇ-ബുക്ക് -
https://www.amazon.com/THRONE-HEART-COVETOUSNESS-Counterfeit-CONTENTMENT-ebook/dp/B0G4SPFRY7

ആമസോൺ പേപ്പർബാക്ക് -
https://www.amazon.com/THRONE-HEART-COVETOUSNESS-Counterfeit-CONTENTMENT/dp/B0G4TKW1ND

ഇൻഗ്രാംസ് പാർക്കിൽ നിന്നുള്ള
പേപ്പർബാക്ക് -
https://shop.ingrampark.com/b/084?params=a75LJXtvvI63VnzeQPleQTkAJWfu8CPQV6l5Oe31D80

സക്കറിയാസ് ഗോഡ്സീഗലിന്റെ 4 ഇൻ 1
പ്രസംഗങ്ങൾ ഓഡിയോ ലിങ്ക് സഹിതം –

ആമസോൺ ഇ-ബുക്ക് ലിങ്ക് -

https://www.amazon.com/Sermons-Zacharias-Godseagle-Audio-links-ebook/dp/B0G4XCH4TW

ആമസോൺ പേപ്പർബാക്ക് -

https://www.amazon.com/Sermons-Zacharias-Godseagle-Audio-links/dp/B0G4TK4XGT

പേപ്പർബാക്ക് ഇൻഗ്രാം സ്പാർക്ക് ലിങ്ക് -

https://shop.ingrampark.com/b/084?params=nK2JERskkbhdAOSNseTUNRhaCFqUPZuhB4uYfqrXvGb

തീർത്ഥാടന കോഡ്: AI അവേക്കനിംഗ്

ഇ-ബുക്ക് - https://www.amazon.com/Logos-Protocol-Awakening-artificial-intelligence-ebook/dp/B0FXNQFSWZ

പേപ്പർബാക്ക് - https://www.amazon.com/Logos-Protocol-Awakening-artificial-intelligence/dp/B0FXNGR66D

ഹാർഡ്ബാക്ക് - https://www.amazon.com/Logos-Protocol-Awakening-artificial-intelligence/dp/B0FZNTQR6Y

പേപ്പർബാക്ക് ഇൻഗ്രാംസ്പാർക്ക് -
https://shop.ingrampark.com/b/084?params=QkK4aNYTYO9U5z9uOkdHgc7Ue1eGDLqbb1tz9WRPaSk

മോചനം പരാജയപ്പെടുന്നത് എന്തുകൊണ്ട് - ദൈവത്തിന്റെ അഗ്നി ആത്മാവിനെ എങ്ങനെ പുനഃസ്ഥാപിക്കുന്നു: സമഗ്രമായ മോചനത്തിനായുള്ള 40 ദൈനംദിന പ്രഖ്യാപനങ്ങൾ

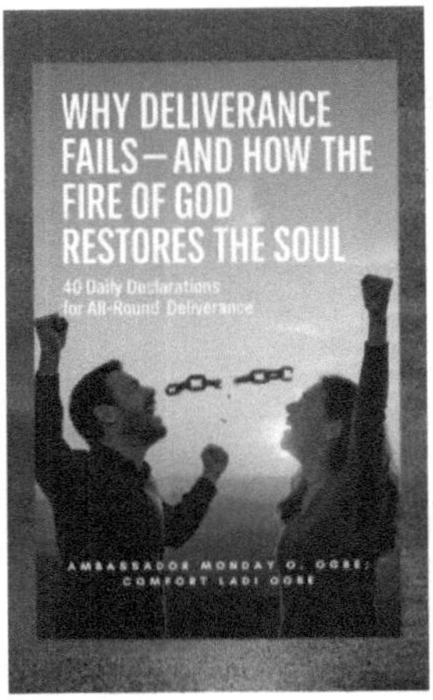

ഇ-ബുക്ക് - https://www.amazon.com/Why-Deliverance-Fails-Declarations-All-Round-ebook/dp/B0FW74L4G4

പേപ്പർബാക്ക് - https://www.amazon.com/Why-Deliverance-Fails-Declarations-All-Round/dp/B0FWB3LXRM

സേവ്ഡ് ബട്ട് ലോസ്റ്റ് – ദി അൺഡിസിപ്ലെഡ് കൺവേർട്ട് – 25 ഭാഷകളിലേക്ക് വിവർത്തനം ചെയ്തു

പേപ്പർബാക്ക്

https://shop.ingrampark.com/b/084?params=iYNB6S3PLMfREpm0jMM15bMe3BvWlkjcYyLYnHVGAds

ഇ-ബുക്ക് - https://www.amazon.com/SAVED-BUT-LOST-UNDISCIPLED-heartbreak-ebook/dp/B0FVJ29DF7

ആത്മീയ യുദ്ധത്തിന്റെയും വീണ്ടെടുപ്പിന്റെയും 7 ദിവസങ്ങൾ - ഇത് ഭാഗം 1 ആണ്

ശത്രുവിനെ ബന്ധിക്കുക, അമ്പുകൾ ഏഴുമടങ്ങ് തിരിച്ചുകൊടുക്കുക, നിങ്ങളുടെ വിധി പുനഃസ്ഥാപിക്കുക

https://shop.ingramspark.com/b/084?params=8mPzqUl73Ex7uPyeO7ydyt8EGkkB6u2gX1jZvWU8j1C

ഇ-ബുക്ക് ലിങ്ക് - https://www.amazon.com/DAYS-SPIRITUAL-WARFARE-RECOVERY-Returning-ebook/dp/B0FMPJM5KZ

ആത്മീയ യുദ്ധത്തിന്റെയും വീണ്ടെടുപ്പിന്റെയും 7 ദിവസങ്ങൾ - ഭാഗം 2 - വിജയം മുദ്രകുത്തൽ, കുടുംബ ദുഷ്ടത തകർക്കൽ, നിങ്ങളുടെ പുനഃസ്ഥാപിത വിധി സംരക്ഷിക്കൽ

പേപ്പർബാക്ക് - https://shop.ingrampark.com/b/084?params=LkpNmGSsApHhWhiSO7bW3wFmcXQKIO4ZEBeSbP5rL1S

ഇ-ബുക്ക് - https://www.amazon.com/DAYS-SPIRITUAL-WARFARE-RECOVERY-Wickedness-ebook/dp/B0FR9YCMY8

ഇരുട്ടിൽ നിന്ന് ആധിപത്യത്തിലേക്ക്:
ഇരുട്ടിന്റെ മറഞ്ഞിരിക്കുന്ന പിടിയിൽ നിന്ന്
മോചനം നേടാൻ 40 ദിവസങ്ങൾ

–

സ്വതന്ത്രരാകാൻ തയ്യാറായ വ്യക്തികൾക്കും,
കുടുംബങ്ങൾക്കും, രാഷ്ട്രങ്ങൾക്കും
വേണ്ടിയുള്ള ഒരു ആഗോള
ബോധവൽക്കരണം, മോചനം, ശക്തി
എന്നിവയുടെ ഭക്തിഗാനം.

പേപ്പർബാക്ക്

https://shop.ingrampark.com/b/084?params=aVgp21QfwJxNANkfMxIQ0yejuFCVY12KFr978SRkZUD

ആമസോൺ ലിങ്ക് -
https://www.amazon.com/DARKNESS-DOMINION-Devotional-Awareness-Deliverance-ebook/dp/B0FLDH2Y67

- *ഇരുട്ടിന്റെ ശക്തിയിൽ നിന്ന് മോചിതമായത്* (പേപ്പർബാക്ക്) — ഇവിടെ വാങ്ങുക | ആമസോണിലെ ഇ-ബുക്ക്

  - **യുണൈറ്റഡ് സ്റ്റേറ്റ്സിൽ നിന്നുള്ള മികച്ച അവലോകനങ്ങൾ:**
    - **കിൻഡിൽ കസ്റ്റമർ** : "ഇതുവരെ വായിച്ചതിൽ വച്ച് ഏറ്റവും മികച്ച ക്രിസ്തീയ പുസ്തകം!" (5 നക്ഷത്രങ്ങൾ)

ഈ സാക്ഷ്യത്തിന് യേശുവിനെ സ്തുതിക്കുക. ഞാൻ വളരെയധികം അനുഗ്രഹിക്കപ്പെട്ടിരിക്കുന്നു, എല്ലാവരും ഈ പുസ്തകം വായിക്കാൻ ഞാൻ ശുപാർശ ചെയ്യുന്നു... കാരണം പാപത്തിന്റെ ശമ്പളം മരണമാണ്, എന്നാൽ ദൈവത്തിന്റെ ദാനം നിത്യജീവനാണ്. ശാലോം! ശാലോം!

- **ഡാ ജിസ്റ്റർ** : "ഇത് വളരെ രസകരവും വിചിത്രവുമായ ഒരു പുസ്തകമാണ്." (5 നക്ഷത്രങ്ങൾ)

പുസ്തകത്തിൽ പറഞ്ഞിരിക്കുന്നത് സത്യമാണെങ്കിൽ ശത്രുവിന് ചെയ്യാൻ കഴിയുന്ന കാര്യങ്ങളിൽ നമ്മൾ വളരെ പിന്നിലാണ്! ... ആത്മീയ യുദ്ധത്തെക്കുറിച്ച് പഠിക്കാൻ ആഗ്രഹിക്കുന്ന ഏതൊരാൾക്കും അത്യാവശ്യമായ ഒന്ന്.

- **വിസ** : "ഈ പുസ്തകം ഇഷ്ടപ്പെട്ടു" (5 നക്ഷത്രങ്ങൾ)

ഇതൊരു കണ്ണുതുറപ്പിക്കുന്ന അനുഭവമാണ്... ഒരു യഥാർത്ഥ കുറ്റസമ്മതം... അടുത്തിടെയായി ഞാൻ ഇത് വാങ്ങാൻ എല്ലായിടത്തും തിരയുകയായിരുന്നു. ആമസോണിൽ നിന്ന് ഇത് ലഭിച്ചതിൽ വളരെ സന്തോഷം.

- **ഫ്രാങ്ക്ജെഎം** : "വളരെ വ്യത്യസ്തം" (4 നക്ഷത്രങ്ങൾ)

ആത്മീയ യുദ്ധം എത്രത്തോളം യഥാർത്ഥമാണെന്ന് ഈ പുസ്തകം എന്നെ ഓർമ്മിപ്പിക്കുന്നു. "ദൈവത്തിന്റെ പൂർണ്ണ ആയുധവർഗ്ഗം" ധരിക്കേണ്ടതിന്റെ കാരണവും ഇത് ഓർമ്മിപ്പിക്കുന്നു.

- **ജെൻജെൻ** : "സ്വർഗ്ഗത്തിൽ പോകാൻ ആഗ്രഹിക്കുന്ന എല്ലാവരും - ഇത്

വായിക്കുക!" (5 നക്ഷത്രങ്ങൾ)

ഈ പുസ്തകം എന്റെ ജീവിതത്തെ വളരെയധികം മാറ്റിമറിച്ചു. ജോൺ റാമിറെസിന്റെ സാക്ഷ്യത്തോടൊപ്പം, നിങ്ങളുടെ വിശ്വാസത്തെ വ്യത്യസ്തമായി നോക്കാൻ ഇത് നിങ്ങളെ പ്രേരിപ്പിക്കും. ഞാൻ ഇത് 6 തവണ വായിച്ചു!

- *മുൻ സാത്താനിസ്റ്റ്: ജെയിംസ് എക്സ്ചേഞ്ച്* (പേപ്പർബാക്ക്) — ഇവിടെ വാങ്ങുക | ആമസോണിലെ ഇ-ബുക്ക്

- *ഒരു ആഫ്രിക്കൻ മുൻ സാത്താനിസ്റ്റിന്റെ സാക്ഷ്യം - പാസ്റ്റർ ജോനാസ് ലുകുന്തു എംപാല* (പേപ്പർബാക്ക്) — ഇവിടെ വാങ്ങുക | ആമസോണിലെ ഇ-ബുക്ക്

- *ഗ്രേറ്റർ എക്സ്പ്ലോയിറ്റ്സ് 14* (പേപ്പർബാക്ക്) — ഇവിടെ വാങ്ങുക | ആമസോണിലെ ഇ-ബുക്ക്

- ജോൺ റാമിറെസിന്റെ *ഔട്ട് ഓഫ് ദി ഡെവിൾസ് കോൾഡ്രോൺ* — ആമസോണിൽ ലഭ്യമാണ്.
- റെബേക്ക ബ്രൗൺ എഴുതിയ *തടവുകാരെ മോചിപ്പിക്കാൻ അവൻ വന്നു* — ആമസോണിൽ കണ്ടെത്തുക

രചയിതാവ് പ്രസിദ്ധീകരിച്ച മറ്റ് പുസ്തകങ്ങൾ – 1000-ത്തിലധികം ശീർഷകങ്ങൾ

സ്നേഹിക്കപ്പെട്ടു, തിരഞ്ഞെടുക്കപ്പെട്ടു, മുഴുവനും : തിരസ്കരണത്തിൽ നിന്ന് പുനഃസ്ഥാപനത്തിലേക്കുള്ള 30 ദിവസത്തെ യാത്ര ലോകത്തിലെ 40 ഭാഷകളിലേക്ക് വിവർത്തനം ചെയ്തു.

https://www.amazon.com/Loved-Chosen-Whole-Rejection-Restoration-ebook/dp/B0F9VSD8WL

https://shop.ingrampark.com/b/084?params=xga0WR16muFUwCoeMUBHQ6HwYjddLGpugQHb3DVa5hE

അദ്ദേഹത്തിന്റെ ചുവടുകളിൽ — 40 ദിവസത്തെ WWJD ചലഞ്ച്: ലോകമെമ്പാടുമുള്ള യഥാർത്ഥ ജീവിത കഥകളിൽ യേശുവിനെപ്പോലെ ജീവിക്കുന്നു

https://www.amazon.com/His-Steps-Challenge-Real-Life-Stories-ebook/dp/B0FCYTL5MG

https://shop.ingrampark.com/b/084?params=DuNTWS59IbkvSKtGFbCbEFdv3Zg0FaITUEvlK49yLzB

യേശു വാതിൽക്കൽ:
40 ഹൃദയഭേദകമായ കഥകളും ഇന്നത്തെ സഭകൾക്കുള്ള സ്വർഗ്ഗത്തിന്റെ അന്തിമ മുന്നറിയിപ്പും

https://www.amazon.com/dp/B0FDX31L9F

https://shop.ingramspark.com/b/084?params=TpdA5j8WPvw83glJ12N1B3nf8LQte2a1lIEy32bHcGg

JESUS AT THE DOOR
40
HEARTBREAKING
STORIES AND
HEAVEN'S FINAL
WARNING TO
TODAY'S
CHURCHES
ZACHARIAS GODSEAGLE,
COMFORT LADI OGBE,
AMBASSADOR MONDAY O. OGBE

ഉടമ്പടി ജീവിതം: ആവർത്തനം 28 ലെ അനുഗ്രഹത്തിൽ 40 ദിവസത്തെ നടത്തം

- https://www.amazon.com/dp/B0FFJCLDB5

യഥാർത്ഥ ആളുകൾ, യഥാർത്ഥ അനുസരണം, യഥാർത്ഥ കഥകൾ

https://shop.ingrampark.com/b/084?params=bH3pzfz1zdCOLpbs7tZYJNYgGcYfU32VMz3J3a4e2Qt

20-ലധികം ഭാഷകളിൽ പരിവർത്തനം

**അവളെയും അവളെയും അറിയുന്നത്:
രോഗശാന്തി, മനസ്സിലാക്കൽ, നിലനിൽക്കുന്ന
സ്നേഹം എന്നിവയിലേക്കുള്ള 40 ദിവസങ്ങൾ**

https://www.amazon.com/KNOWING-HER-HIM-Healing-Understanding-ebook/dp/B0FGC4V3D9

https://shop.ingramspark.com/b/084?params=vC6KCLoI7Nnum24BVmBtSme9i6k59p3oynaZOY4B9Rd

പൂർണ്ണം, മത്സരിക്കാത്തത്:
ലക്ഷ്യം, ഐക്യം, സഹകരണം
എന്നിവയിലേക്കുള്ള 40 ദിവസത്തെ യാത്ര

https://shop.ingrampark.com/b/084?params=5E4v1tHgeTqOOuEtfTYUzZDzLyXLee30cqYo0Ov9941

https://www.amazon.com/COMPLETE-NOT-COMPETE-Journey-Collaboration-ebook/dp/B0FGGL1XSQ/

ദൈവിക ആരോഗ്യ കോഡ് -
ദൈവവചനത്തിലൂടെയും സൃഷ്ടിയിലൂടെയും
രോഗശാന്തി സജീവമാക്കുന്നതിനുള്ള 40
ദൈനംദിന താക്കോലുകൾ സസ്യങ്ങളുടെയും,
പ്രാർത്ഥനയുടെയും, പ്രവാചക
പ്രവർത്തനത്തിന്റെയും രോഗശാന്തി ശക്തി
അൺലോക്ക് ചെയ്യുക.

https://shop.ingramspark.com/b/084?params=xkZMrYcEHnrJDhe1wuHHYixZDViiArCeJ6PbNMTbTux